ವಿಶ್ವಬಂಧು ಭಾರತ

2019ರಿಂದ ಭಾರತದ ವಿದೇಶಾಂಗ ವ್ಯವಹಾರಗಳ ಸಚಿವರಾಗಿರುವ ಎಸ್. ಜೈಶಂಕರ್ ಈಗ ರಾಜ್ಯಸಭೆ ಸದಸ್ಯರಾಗಿ ಗುಜರಾತ್ ರಾಜ್ಯವನ್ನು ಪ್ರತಿನಿಧಿಸುತ್ತಿದ್ದಾರೆ. ಅವರು 2015ರಿಂದ 2018ರವರೆಗೆ ಭಾರತದ ವಿದೇಶಾಂಗ ಕಾರ್ಯದರ್ಶಿಯಾಗಿದ್ದರು. ಇಂಡಿಯನ್ ಫಾರಿನ್ ಸರ್ವಿಸ್‌ನಲ್ಲಿ ನಾಲ್ಕು ದಶಕಗಳ ಕಾಲ ವೃತ್ತಿ ಮಾಡಿದ್ದ ಅವರು ಯುನೈಟೆಡ್ ಸ್ಟೇಟ್ಸ್, ಚೀನಾ ಮತ್ತು ಝೆಕ್ ಗಣರಾಜ್ಯಗಳಲ್ಲಿ ರಾಯಭಾರಿಯಾಗಿ ಮತ್ತು ಸಿಂಗಾಪುರದ ಹೈ ಕಮಿಶನರ್ ಆಗಿ ಸೇವೆ ಸಲ್ಲಿಸಿದ್ದಾರೆ. ಅವರ ಈ ಹಿಂದಿನ ಪುಸ್ತಕ The India Way: Strategies for an Uncertain World – 2020ರಲ್ಲಿ ಪ್ರಕಟವಾಗಿತ್ತು.

ವಿಶ್ವಬಂಧು ಭಾರತ

ಎಸ್. ಜೈಶಂಕರ್

ಕನ್ನಡಕ್ಕೆ: ಬೇಲೂರು ಸುದರ್ಶನ

RUPA

ವಿಶ್ವಬಂಧು ಭಾರತ

(Why Bharat Matters ಮೂಲ ಇಂಗ್ಲಿಶ್ ಪುಸ್ತಕದ ಕನ್ನಡ ಅನುವಾದ)

ಪ್ರಕಾಶಕರು

ರೂಪಾ ಪಬ್ಲಿಕೇಷನ್ಸ್ ಇಂಡಿಯಾ ಪ್ರೈವೇಟ್ ಲಿಮಿಟೆಡ್ 2024

7/16, ಅನ್ಸಾರಿ ರಸ್ತೆ, ದರಿಯಾಗಂಜ್

ನವದೆಹಲಿ 110002

ಮಾರಾಟ ಕೇಂದ್ರಗಳು:

ಬೆಂಗಳೂರು ಚೆನ್ನೈ ಹೈದರಾಬಾದ್ ಜೈಪುರ ಕಠ್ಮಂಡು ಕೋಲ್ಕತಾ ಮುಂಬೈ ಪ್ರಯಾಗ್‌ರಾಜ್

ಪಿ-ಐಎಸ್‌ಬಿಎನ್: 978-93-6156-529-8

ಇ-ಐಎಸ್‌ಬಿಎನ್: 978-93-6156-102-3

ಮೊದಲ ಮುದ್ರಣ 2024

10 9 8 7 6 5 4 3 2 1

ಪರಿವಿಡಿ

ಸಂಕ್ಷೇಪಣಗಳ ಪಟ್ಟಿ *vii*

ಮುನ್ನುಡಿ *xi*

1. ಲೋಕದೃಷ್ಟಿಯ ಮಂಡನೆ 2
2. ವಿದೇಶಾಂಗ ನೀತಿ ಮತ್ತು ನೀವು 12
3. ವಿಶ್ವದ ಸ್ಥಿತಿ 31
4. ಮರಳಿ ಭವಿಷ್ಯದತ್ತ 44
5. ಒಂದು ಪರಿವರ್ತನಾತ್ಮಕ ದಶಕ 64
6. ಮಿತ್ರರ ಗಳಿಕೆ, ಜನತೆಯ ಮೇಲೆ ಪ್ರಭಾವ 87
7. ಖ್ವಾಡ್: ಬಹುನಿರೀಕ್ಷಿತ ಸಮೂಹ 110
8. ಚೀನಾದ ಸಂಬಂಧ ನಿರ್ವಹಣೆ 137
9. ಸುರಕ್ಷತೆಯ ಮರುಕಲ್ಪನೆ 162
10. ಇನ್ನೂ ಬಳಸದ ಹಾದಿಗಳು 183
11. ಭಾರತವೇಕೆ ಮಹತ್ವದ್ದು? 202

ಕೃತಜ್ಞತೆಗಳು *226*

ಪದಸೂಚಿ *227*

ಸಂಕ್ಷೇಪಣಗಳ ಪಟ್ಟಿ

AI	ಕೃತಕ ಬುದ್ಧಿಮತ್ತೆ (ಎಐ)
APEC	ಏಶ್ಯಾ-ಪೆಸಿಫಿಕ್ ಆರ್ಥಿಕ ಸಹಕಾರ (ಎಪಿಇಸಿ)
ARF	ಆಸಿಯಾನ್ ಪ್ರಾದೇಶಿಕ ವೇದಿಕೆ (ಎಆರ್‌ಎಫ್)
ASEAN	ಆಗ್ನೇಯ ಏಶ್ಯಾ ರಾಷ್ಟ್ರಗಳ ಅಸೋಸಿಯೇಷನ್ (ಆಸಿಯಾನ್)
AU	ಆಫ್ರಿಕನ್ ಯೂನಿಯನ್ (ಎಯು)
BJP	ಭಾರತೀಯ ಜನತಾ ಪಾರ್ಟಿ (ಬಿಜೆಪಿ)
BIMSTEC	ಬಹು-ವಲಯ ತಾಂತ್ರಿಕ ಮತ್ತು ಆರ್ಥಿಕ ಸಹಕಾರಕ್ಕಾಗಿ ಬಂಗಾಳ ಕೊಲ್ಲಿ ಉಪಕ್ರಮ (ಬಿಮ್‌ಸ್ಟೆಕ್)
BRI	ಬೆಲ್ಟ್ ಮತ್ತು ರಸ್ತೆ ಉಪಕ್ರಮ (ಬಿಆರ್‌ಐ)
BRICS	ಬ್ರೆಜಿಲ್, ರಷ್ಯಾ , ಭಾರತ, ಚೀನಾ, ದಕ್ಷಿಣ ಆಫ್ರಿಕಾ (ಬ್ರಿಕ್ಸ್)
CARICOM	ಕೆರಿಬಿಯನ್ ಸಮುದಾಯ (ಕಾರಿಕಾಮ್)
CDRI	ವಿಪತ್ತು ಸ್ಥಿತಿಸ್ಥಾಪಕ ಮೂಲಸೌಕರ್ಯಕ್ಕಾಗಿ ಮೈತ್ರಿಕೂಟ (ಸಿಡಿಆರ್‌ಐ)
CELAC	ಲ್ಯಾಟಿನ್ ಅಮೆರಿಕ ಮತ್ತು ಕೆರಿಬಿಯನ್ ರಾಜ್ಯಗಳ ಒಕ್ಕೂಟ (ಸಿಇಎಲ್‌ಎಸಿ)
CEPA	ಸಮಗ್ರ ಆರ್ಥಿಕ ಸಹಭಾಗಿತ್ವ ಒಪ್ಪಂದ (ಸಿಇಪಿಎ)
CET	ಕ್ರಿಟಿಕಲ್ ಮತ್ತು ಎಮರ್ಜಿಂಗ್ ಟೆಕ್ನಾಲಜಿ (ಸಿಇಟಿ)
CM	ಮುಖ್ಯಮಂತ್ರಿ (ಸಿಎಂ)
CPEC	ಚೀನಾ-ಪಾಕಿಸ್ತಾನ ಆರ್ಥಿಕ ಕಾರಿಡಾರ್ (ಸಿಪಿಇಸಿ)
CTC	ಭಯೋತ್ಪಾದನಾ ನಿಗ್ರಹ ಸಮಿತಿ (ಸಿಟಿಸಿ)
EAM	ವಿದೇಶಾಂಗ ವ್ಯವಹಾರಗಳ ಸಚಿವ (ಇಎಎಂ)
ECTA	ಆರ್ಥಿಕ ಸಹಕಾರ ಮತ್ತು ವ್ಯಾಪಾರ ಒಪ್ಪಂದ (ಇಸಿಟಿಎ)
EU	ಯುರೋಪಿಯನ್ ಯೂನಿಯನ್ (ಇಯು)
FDI	ವಿದೇಶಿ ನೇರ ಹೂಡಿಕೆ (ಎಫ್‌ಡಿಐ)
FIPIC	ಭಾರತ-ಪೆಸಿಫಿಕ್ ದ್ವೀಪಗಳ ಸಹಕಾರ ವೇದಿಕೆ (ಫಿಪಿಕ್)
FTA	ಮುಕ್ತ ವ್ಯಾಪಾರ ಒಪ್ಪಂದ (ಎಫ್‌ಟಿಎ)
GCC	ಗಲ್ಫ್ ಸಹಕಾರ ಮಂಡಳಿ (ಜಿಸಿಸಿ)
GDP	ಒಟ್ಟು ದೇಶೀಯ ಉತ್ಪನ್ನ (ಜಿಡಿಪಿ)
HADR	ಮಾನವೀಯ ನೆರವು ಮತ್ತು ವಿಪತ್ತು ಪರಿಹಾರ (ಎಚ್‌ಎಡಿಆರ್)
I2U2	ಭಾರತ, ಇಸ್ರೇಲ್, ಯುನೈಟೆಡ್ ಅರಬ್ ಎಮಿರೇಟ್ಸ್, ಯುನೈಟೆಡ್ ಸ್ಟೇಟ್ಸ್ ಆಫ್ ಅಮೆರಿಕ (ಐ2ಯು2)

IAFS	ಭಾರತ-ಆಫ್ರಿಕಾ ವೇದಿಕೆ ಶೃಂಗಸಭೆ (ಐಎಎಫ್ಎಸ್)
IBSA	ಭಾರತ, ಬ್ರೆಜಿಲ್, ದಕ್ಷಿಣ ಆಫ್ರಿಕಾ (ಐಬಿಎಸ್ಎ)
ICWF	ಭಾರತೀಯ ಸಮುದಾಯ ಕಲ್ಯಾಣ ನಿಧಿ (ಐಸಿಡಬ್ಲ್ಯುಎಫ್)
IFF	ಐಡೆಂಟಿಫಿಕೇಶನ್ ಫ್ರೆಂಡ್ ಆರ್ ಫೋ (ಐಎಫ್ಎಫ್)
IGN	ಅಂತರ್ ಸರ್ಕಾರಿ ಮಾತುಕತೆಗಳು (ಐಜಿಎನ್)
IMEC	ಭಾರತ-ಮಧ್ಯಪ್ರಾಚ್ಯ-ಯುರೋಪ್ ಆರ್ಥಿಕ ಕಾರಿಡಾರ್ (ಐಎಂಇಸಿ)
IPMDA	ಇಂಡೋ-ಪೆಸಿಫಿಕ್ ಸಹಭಾಗಿತ್ವ ಕಡಲ ಡೊಮೇನ್ ಜಾಗೃತಿ (ಐಪಿಎಂಡಿಎ)
IOC	ಹಿಂದೂ ಮಹಾಸಾಗರ ಆಯೋಗ (ಐಒಸಿ)
IPOI	ಇಂಡೋ-ಪೆಸಿಫಿಕ್ ಸಾಗರ ಉಪಕ್ರಮ (ಐಪಿಒಐ)
IORA	ಇಂಡಿಯನ್ ಓಶಿಯನ್ ರಿಮ್ ಅಸೋಸಿಯೇಷನ್ (ಐಒಆರ್ಎ)
IPEF	ಇಂಡೋ-ಪೆಸಿಫಿಕ್ ಆರ್ಥಿಕ ಚೌಕಟ್ಟು (ಐಪಿಇಎಫ್)
ISA	ಇಂಟರ್ನ್ಯಾಶನಲ್ ಸೋಲಾರ್ ಅಲೈಯನ್ಸ್ (ಐಎಸ್ಎ)
IT	ಮಾಹಿತಿ ತಂತ್ರಜ್ಞಾನ (ಐಟಿ)
IUU	ಕಾನೂನುಬಾಹಿರ, ವರದಿಯಾಗದ ಮತ್ತು ಅನಿಯಂತ್ರಿತ (ಐಯುಯು)
LIFE	ಪರಿಸರಕ್ಕಾಗಿ ಜೀವನಶೈಲಿ (ಲೈಫ್)
LAC	ವಾಸ್ತವಿಕ ನಿಯಂತ್ರಣ ರೇಖೆ (ಎಲ್ಎಸಿ)
LDC	ಕಡಿಮೆ ಅಭಿವೃದ್ಧಿ ಹೊಂದಿದ ದೇಶ (ಎಲ್‌ಡಿಸಿ)
LWE	ಎಡಪಂಥೀಯ ಉಗ್ರವಾದ (ಎಲ್‌ಡಬ್ಲ್ಯುಇ)
MMPA	ವಲಸೆ ಮತ್ತು ಚಲನಶೀಲತೆ ಸಹಭಾಗಿತ್ವ ಒಪ್ಪಂದ (ಎಂಎಂಪಿಎ)
NSG	ಪರಮಾಣು ಪೂರೈಕೆದಾರರ ಗುಂಪು (ಎನ್ಎಸ್‌ಜಿ)
ODA	ಅಧಿಕೃತ ಅಭಿವೃದ್ಧಿ ನೆರವು (ಓಡಿಎ)
O-RAN	ಓಪನ್ ರೇಡಿಯೋ ಆಕ್ಸೆಸ್ ನೆಟ್‌ವರ್ಕ್‌ಗಳು (ಓ-ರಾನ್)
OSOWOG	ಒನ್ ಸನ್ ಒನ್ ವರ್ಲ್ಡ್ ಒನ್ ಗ್ರಿಡ್ (ಓಎಸ್ಓಡಬ್ಲ್ಯುಓಜಿ)
PIF	ಪೆಸಿಫಿಕ್ ದ್ವೀಪಗಳ ವೇದಿಕೆ (ಪಿಐಎಫ್)
PLA	ಪೀಪಲ್ಸ್ ಲಿಬರೇಶನ್ ಆರ್ಮಿ (ಪಿಎಲ್ಎ)
PLI	ಉತ್ಪಾದನೆ-ಸಂಪರ್ಕಿತ ಪ್ರೋತ್ಸಾಹಕ (ಪಿಎಲ್ಐ)
PoK	ಪಾಕಿಸ್ತಾನ ಆಕ್ರಮಿತ ಕಾಶ್ಮೀರ (ಪಿಓಕೆ)
PPE	ವೈಯಕ್ತಿಕ ರಕ್ಷಣಾ ಸಾಧನ (ಪಿಪಿಇ)
PRAGATI	ಸಕ್ರಿಯಾತ್ಮಕ ಆಡಳಿತ ಮತ್ತು ಸಕಾಲಿಕ ಅನುಷ್ಠಾನ (ಪ್ರಗತಿ)

PRC	ಪೀಪಲ್ಸ್ ರಿಪಬ್ಲಿಕ್ ಆಫ್ ಚೀನಾ (ಪಿಆರ್‌ಸಿ)
PM	ಪ್ರಧಾನ ಮಂತ್ರಿ (ಪಿಎಂ)
RCEP	ರೀಜನಲ್ ಕಾಂಪ್ರಹೆನ್ಸಿವ್ ಎಕನಾಮಿಕ್ ಪಾರ್ಟ್‌ನರ್‌ಶಿಪ್ (ಆರ್‌ಸಿಇಪಿ)
RIC	ರಷ್ಯಾ -ಭಾರತ-ಚೀನಾ (ಆರ್‌ಐಸಿ)
SAARC	ದಕ್ಷಿಣ ಏಶ್ಯಾ ಪ್ರಾದೇಶಿಕ ಸಹಕಾರ ಸಂಘ (ಸಾರ್ಕ್)
SAGAR	ಪ್ರದೇಶದ ಎಲ್ಲರಿಗೂ ಭದ್ರತೆ ಮತ್ತು ಬೆಳವಣಿಗೆ (ಸಾಗರ್)
SCO	ಶಾಂಘಾಯ್ ಸಹಕಾರ ಸಂಸ್ಥೆ (ಎಸ್‌ಸಿಓ)
SCRI	ಪೂರೈಕೆ ಸರಪಣಿ ಸ್ಥಿತಿಸ್ಥಾಪಕತ್ವ ಉಪಕ್ರಮ (ಎಸ್‌ಸಿಆರ್‌ಐ)
SDG	ಸುಸ್ಥಿರ ಅಭಿವೃದ್ಧಿ ಗುರಿ (ಎಸ್‌ಡಿಜಿ)
SME	ಸಣ್ಣ ಮತ್ತು ಮಧ್ಯಮ ಉದ್ದಿಮೆ (ಎಸ್‌ಎಂಇ)
SOP	ಮಾನದಂಡ ಕಾರ್ಯಾಚರಣಾ ನಿಯಮಗಳು (ಎಸ್‌ಓಪಿ)
SPICE	ಸ್ಮಾರ್ಟ್, ನಿಖರ ಪರಿಣಾಮ, ವೆಚ್ಚ-ಪರಿಣಾಮಕಾರಿ (ಸ್ಪೈಸ್)
SR	ವಿಶೇಷ ಪ್ರತಿನಿಧಿ (ಎಸ್‌ಆರ್)
UAE	ಯುನೈಟೆಡ್ ಅರಬ್ ಎಮಿರೇಟ್ಸ್ (ಯುಎಇ)
UK	ಯುನೈಟೆಡ್ ಕಿಂಗ್‌ಡಮ್ (ಯುಕೆ)
UNCLOS	ಸಮುದ್ರದ ಕಾನೂನು ಕುರಿತ ವಿಶ್ವಸಂಸ್ಥೆಯ ಸಮಾವೇಶ (ಯುಎನ್‌ಸಿಎಲ್‌ಓಎಸ್)
UNFCCC	ಹವಾಮಾನ ಕುರಿತ ವಿಶ್ವಸಂಸ್ಥೆಯ ಆಧಾರಕಟ್ಟು ಸಮಾವೇಶ (ಯುಎನ್‌ಎಫ್‌ಸಿಸಿಸಿ)
UNGA	ವಿಶ್ವಸಂಸ್ಥೆಯ ಸಾಮಾನ್ಯ ಸಭೆ (ಯುಎನ್‌ಜಿಎ)
UN	ವಿಶ್ವಸಂಸ್ಥೆ (ಯುಎನ್)
UNSC	ವಿಶ್ವಸಂಸ್ಥೆ ಭದ್ರತಾ ಮಂಡಳಿ (ಯುಎನ್‌ಎಸ್‌ಸಿ)
US	ಯುನೈಟೆಡ್ ಸ್ಟೇಟ್ಸ್ ಆಫ್ ಅಮೆರಿಕ (ಯುಎಸ್)
USSR	ಯುನೈಟೆಡ್ ಸೋವಿಯೆಟ್ ಸೋಶಿಯಲಿಸ್ಟ್ ರಿಪಬ್ಲಿಕ್ಸ್ (ಯುಎಸ್‌ಎಸ್‌ಆರ್)
WHO	ವಿಶ್ವ ಆರೋಗ್ಯ ಸಂಸ್ಥೆ (ಡಬ್ಲ್ಯೂಎಚ್‌ಓ)
WTO	ವಿಶ್ವ ವ್ಯಾಪಾರ ಸಂಘಟನೆ (ಡಬ್ಲ್ಯೂಟಿಓ)

ಮುನ್ನುಡಿ

ಕಳೆದ ಒಂದು ದಶಕದ ಕಾಲ ನಾನು ವಿದೇಶಾಂಗ ವ್ಯವಹಾರದ ನೀತಿನಿರೂಪಣೆಯ ಸಮೀಪನೋಟವನ್ನು ಹೊಂದಿದ್ದು ಮಾತ್ರವಲ್ಲ, ಈ ಪ್ರಕ್ರಿಯೆಯಲ್ಲಿ ಭಾಗಿಯಾಗುವ ಸದವಕಾಶವನ್ನೂ ಹೊಂದಿದ್ದೆ. ವಿದೇಶಾಂಗ ವ್ಯವಹಾರಗಳ ಸಚಿವನಾಗಿ (ಇಎಂ – EAM, External Affairs Minister) ಮತ್ತು ಈ ಹಿಂದೆ ಯುಎಸ್‌ನ ರಾಯಭಾರಿಯಾಗಿ ಮತ್ತು ವಿದೇಶಾಂಗ ಕಾರ್ಯದರ್ಶಿಯಾಗಿ ಆ ಕಾಲದ ವಿಶ್ಲೇಷಣೆ, ಚರ್ಚೆ ಮತ್ತು ಕಾರ್ಯತಂತ್ರದ ರಚನೆಗಳು – ನಾನು ಆಳವಾಗಿ ತೊಡಗಿಸಿಕೊಂಡಿದ್ದ ಚಟುವಟಿಕೆಗಳು. ಖಂಡಿತವಾಗಿಯೂ ನನ್ನ ಜೀವನವೃತ್ತಾಂತ ಬರೆಯುವುದು ಇಲ್ಲಿನ ಉದ್ದೇಶವಲ್ಲ; ಅದರಲ್ಲೂ ಈ ಹೊಣೆಗಾರಿಕೆಯನ್ನು ನಿಭಾಯಿಸುತ್ತಿರುವ ಕಾಲಾವಧಿಯ ಮಧ್ಯದಲ್ಲಂತೂ ಅಲ್ಲವೇ ಅಲ್ಲ. ಆದರೆ ಇದೊಂದು ಆಳವಾದ ಪರಿವರ್ತನೆಯ ಯುಗವಾದ್ದರಿಂದ ಬದಲಾವಣೆಗಳ ವಸ್ತುನಿಷ್ಠ ವಿವರಣೆಯನ್ನು ಸಾರ್ವಜನಿಕರಿಗೆ ಕೊಡಬೇಕಾದದ್ದು ಅತ್ಯಗತ್ಯವೂ ಹೌದು. ವಿಶ್ಲೇಷಣಾತ್ಮಕ ಜಗತ್ತು ತನ್ನದೇ ಆದ ಪೂರ್ವನಿರ್ಧಾರಿತ ಪರಿಕಲ್ಪನೆಗಳಲ್ಲೇ ಸಿಲುಕಿಕೊಂಡಿದೆ; ಅದರ ಚೌಕಟ್ಟಿಗೆ ಹೊಂದಿಕೆಯಾಗದ ಬೆಳವಣಿಗೆಗಳನ್ನು ಗ್ರಹಿಸಲು ಕಷ್ಟಪಡುತ್ತದೆ. ರಾಜಕೀಯ ಕ್ಷೇತ್ರವು ಈಗ ತುಂಬಾ ವಿವಾದಾತ್ಮಕವಾಗಿದೆ. ಕೆಲವು ಪಕ್ಷಗಳು ತಮ್ಮದೇ ನೀತಿಗೆ ವಿರೋಧಾಭಾಸವಾದ ನಿಲುವುಗಳನ್ನು ಪ್ರತಿಪಾದಿಸುತ್ತಿವೆ. ಈ ಅರ್ಥದಲ್ಲಿ, ಸಂವಹನದ ನಿಜ ಹೊಣೆಗಾರಿಕೆಯು ವಾಸ್ತವವಾಗಿ ಪಾಲ್ಗೊಳ್ಳುವವರ ಮೇಲೆ ಬೀಳುತ್ತದೆ. ಈ ಹಿಂದೆ ನನ್ನ ಚಿಂತನೆಗಳನ್ನು ನಿರೂಪಿಸಿದ ಅನುಭವ ಇರುವುದರಿಂದ ಈ ಸವಾಲನ್ನು ಸ್ವೀಕರಿಸುವ ಸಹಜವಾದ ಒಲವೂ ಇತ್ತು. ಇದು ಈ ಪುಸ್ತಕದ ಹಿಂದಿರುವ ಚಿಂತನಾಪ್ರಕ್ರಿಯೆಯಾಗಿದೆ.

ರಾಜತಾಂತ್ರಿಕನಾಗಿ ಐದು ದಶಕಗಳಿಗೂ ಮೀರಿದ ನನ್ನ ಹಿನ್ನೆಲೆಯು ಜಾಗತಿಕ ಸನ್ನಿವೇಶದ ಚಿತ್ರಣ, ಅದರ ಸವಾಲುಗಳು, ಸಂಕೀರ್ಣತೆಗಳ ಜೊತೆಜೊತೆಗೆ ಭಾರತದ ಮೇಲಾಗುವ ಪರಿಣಾಮಗಳು ಹಾಗೂ ಸೂಚಿಸಲ್ಪಟ್ಟ ಪರಿಹಾರಮಾರ್ಗದ ಚಿತ್ರವನ್ನು ವಾಸ್ತವದೃಷ್ಟಿಯಿಂದ ನಿರೂಪಿಸಲು ನನ್ನನ್ನು ಸೆಳೆಯುತ್ತದೆ. ಈ ಎಲ್ಲಾ ವರ್ಷಗಳಲ್ಲಿ ನಾನು ನನ್ನ ಬದುಕಿಗಾಗಿ ಈ ಚಟುವಟಿಕೆಗಳನ್ನೇ ಮಾಡಿಕೊಂಡು ಬಂದಿದ್ದೇನೆ. ನಾವು ಕೆಲವು ವ್ಯಕ್ತಿತ್ವಗಳನ್ನು ಅಥವಾ ಸಂಬಂಧಗಳನ್ನು ಅಲ್ಲಗಳೆಯುತ್ತೇವೆ, ಅಥವಾ ಅವುಗಳ ಪ್ರಾಮುಖ್ಯವನ್ನು ಕಡೆಗಣಿಸುತ್ತೇವೆ ಎಂದಲ್ಲ. ಅದಕ್ಕೆ ವ್ಯತಿರಿಕ್ತವಾಗಿ, ರಾಯಭಾರತ್ವದ ಬಹುಭಾಗವು ಸಂಯೋಜನೆ ಮತ್ತು ವಿಶ್ವಾಸಾರ್ಹತೆಯನ್ನು ಹೆಚ್ಚಾಗಿ ಒಳಗೊಂಡಿದೆ; ಇಲ್ಲಿ ಸದಾ ಮಾನವೀಯ ಅಂಶವೇ ನಿಖರ ತೀರ್ಮಾನದ ಕೇಂದ್ರದಲ್ಲಿರುತ್ತದೆ. ಆದರೆ ಸಾಮಾನ್ಯವಾಗಿ ನಡೆಯುವುದು ಹೀಗೆ: ವಸ್ತುನಿಷ್ಠ

ಮತ್ತು ವ್ಯಕ್ತಿನಿಷ್ಠ ಅಂಶಗಳು ಸಾಂದ್ರಗೊಂಡು ಒಂದು ಸಮಗ್ರ ಚಿತ್ರವಾಗಿ ಹೆಚ್ಚುಕಡಮೆ ನಿರ್ಲಿಪ್ತ ಚಹರೆಯನ್ನು ಪಡೆಯುತ್ತವೆ.

ಈ ನಿರ್ದಿಷ್ಟ ಪ್ರಯತ್ನದಲ್ಲಿ, ನಾನು ಆರ್ಥಿಕ ಒಡಕುಗಳು, ಕೋವಿಡ್ ಪಿಡುಗು, ಉಕ್ರೇನ್ ಸಂಘರ್ಷ, ಸ್ಫೋಟಗೊಳ್ಳುತ್ತಿರುವ ಪಶ್ಚಿಮ ಏಶ್ಯಾ, ಮತ್ತಷ್ಟು ಮೊನಚಾಗಿರುವ ದೈತ್ಯಶಕ್ತಿ ಸ್ಪರ್ಧೆಗಳು – ಇವುಗಳೊಂದಿಗೆ ಹೆಣಗಾಡುತ್ತಿರುವ ಜಗತ್ತಿನ ಬಗ್ಗೆ ಚಿಂತನೆ ನಡೆಸಿದ್ದೇನೆ; ಜೊತೆಗೇ, ಇಂತಹ ಅಸ್ಥಿರ ಸನ್ನಿವೇಶಗಳಲ್ಲಿ ಭಾರತವು ಜಾಗತಿಕ ಶ್ರೇಣಿವ್ಯವಸ್ಥೆಯಲ್ಲಿ ಮೇಲೇರುವ ಸಂಭಾವ್ಯತೆಯನ್ನು ವಿಶ್ಲೇಷಿಸಲು ಯತ್ನಿಸಿದ್ದೇನೆ. ಈ ಪ್ರಯೋಗವು, ಈ ಹಿಂದಿನ ವರ್ಷಗಳಲ್ಲಿ ನಾವೆಷ್ಟು ಪ್ರಗತಿ ಸಾಧಿಸಿದ್ದೆವು ಮತ್ತು 2014ಕ್ಕಿಂತ ಮುಂಚಿನ ಕಾಲಘಟ್ಟಕ್ಕೆ ಹೋಲಿಸಿದರೆ ನಾವು ಎಷ್ಟು ವಿಭಿನ್ನವಾಗಿದ್ದೇವೆ ಎಂಬುದರತ್ತ ನನ್ನನ್ನು ಸೆಳೆಯಿತು. ಭಾರತವು ಈಗ ರಕ್ಷಣಾತ್ಮಕ ಅಲಿಪ್ತ ನೀತಿಯ ನಿಲುವಿನಿಂದ ಹೊರಬಂದಿದೆ; ಹಲವು ದೇಶಗಳ ಜೊತೆ ವ್ಯಾಪಕ ಶ್ರೇಣಿಯ ಹಲವಾರು ಸಂಗತಿಗಳ ಬಗ್ಗೆ ಅದೇ ಪ್ರಮಾಣದ ಆತ್ಮವಿಶ್ವಾಸದಿಂದ ಭಾಗಿಯಾಗುತ್ತಿದೆ. ಭಾರತವು ಪ್ರಾದೇಶಿಕ ಅಥವಾ ಜಾಗತಿಕ ಸಮಸ್ಯೆಗಳಿಗೆ ಪರಿಹಾರ ನೀಡುವಲ್ಲಿ ದೊಡ್ಡ ಕೊಡುಗೆಯನ್ನೂ ನೀಡುತ್ತಿದೆ. ಭಾರತವು 'ವಿಶ್ವಮಿತ್ರ', ಅಂದರೆ ವರ್ಷದಿಂದ ವರ್ಷಕ್ಕೆ ಹೆಚ್ಚು ಗಮನಾರ್ಹ ವಿಭಿನ್ನತೆಗಳೊಂದಿಗೆ ವಿಶ್ವದ ಸಹಭಾಗಿ ದೇಶವಾಗಿ ಮೂಡಿರುವುದನ್ನು ಇದು ಸೂಚಿಸುತ್ತದೆ. ನವದೆಹಲಿಯ ಜಿ20 ಶೃಂಗಸಭೆಯು ಜಾಗತಿಕ ಕಾರ್ಯಸೂಚಿಯನ್ನು ರೂಪಿಸುವ ನಮ್ಮ ಸಾಮರ್ಥ್ಯವನ್ನು ದೃಢಪಡಿಸಿದ್ದಷ್ಟೇ ಅಲ್ಲ; ಬೇರೆ ದೇಶಗಳು ನಮ್ಮೊಂದಿಗಿನ ತಮ್ಮ ಸಂಬಂಧವನ್ನೂ ಗೌರವಿಸುತ್ತವೆ ಎಂಬ ಅಂಶವನ್ನೂ ಒತ್ತಿಹೇಳಿದೆ.

ಅತ್ಯಂತ ನಿರ್ಲಿಪ್ತ ಪರಿಶೀಲನೆಯ ಸಮಸ್ಯೆ ಏನೆಂದರೆ, ಅದಕ್ಕೆ ಈ ಬದಲಾವಣೆಯ ಸಂಪೂರ್ಣ ಸ್ವಾದವನ್ನು ತಿಳಿಸಲು ಸಾಧ್ಯವಾಗುವುದಿಲ್ಲ. ಮೇಲಾಗಿ, ಅದರಲ್ಲೊಂದು ಅನಿವಾರ್ಯತೆ ಇತ್ತು ಎಂಬ ಭಾವವನ್ನು ಸಹಾ ಸೂಚಿಸಬಹುದು; ತನ್ಮೂಲಕ ಉತ್ತಮ ಆಲೋಚನಾ ಮಾರ್ಗಗಳ ಶಕ್ತಿ ಮತ್ತು ನಾಯಕತ್ವದ ಪ್ರಾಮುಖ್ಯವನ್ನು ಅದು ನಿರ್ಲಕ್ಷಿಸುತ್ತದೆ. ನಾವು ಮುನ್ನಡೆದ ಹಾದಿಯ ಮತ್ತು ನಮ್ಮನ್ನು ಎದುರುಗೊಳ್ಳಲಿರುವ ಸಾಧ್ಯತೆಗಳನ್ನು ನಿಜಕ್ಕೂ ಖಚಿತವಾಗಿ ಅರಿಯಲು ಒಂದು ವ್ಯಕ್ತಿವಿಶಿಷ್ಟ ಚಿತ್ರಣವು ಬೇಕಾಗುತ್ತದೆ. ಈ ಅರಿವಿನ ಪ್ರಕ್ರಿಯೆಯಲ್ಲಿ ರಾಜತಾಂತ್ರಿಕ ಪ್ರಕ್ರಿಯೆಯ ವಿವರವಾದ ಅಂಶಗಳು ಇದ್ದೇ ಇರುತ್ತವೆ; ಆದರೆ ಬಹ್ವಂಶಗಳು ಪ್ರಧಾನಮಂತ್ರಿ (ಪಿಎಂ) ನರೇಂದ್ರ ಮೋದಿಯವರ ವೈಯಕ್ತಿಕ ದೃಷ್ಟಿಕೋನ ಮತ್ತು ಚಿಂತನೆಗಳಿಂದಲೂ ಮೂಡಿವೆ. ಆದ್ದರಿಂದ, ಸ್ವಲ್ಪ ಹಿಂಜರಿಕೆಯಿಂದಲೇ, ನಾನು ನೀತಿಗಳನ್ನು ಹೇಗೆ ರೂಪಿಸಲಾಯಿತು ಮತ್ತು ನಿರ್ಣಯಗಳನ್ನು ಹೇಗೆ ತೆಗೆದುಕೊಳ್ಳಲಾಯಿತು ಎಂಬ ನೋಟವನ್ನು ಓದುಗರಿಗೆ ಕೊಡುವ ಮುನ್ನುಡಿಯನ್ನು ಈ ಪುಸ್ತಕಕ್ಕೆ ಜೋಡಿಸಬೇಕೆಂದು ನಿರ್ಧರಿಸಿದೆ.

2011ರಲ್ಲಿ, ನಾನು ಚೀನಾದಲ್ಲಿ ರಾಯಭಾರಿಯಾಗಿದ್ದಾಗ ಮತ್ತು ಅವರು ಗುಜರಾತಿನ ಮುಖ್ಯಮಂತ್ರಿಯಾಗಿದ್ದಾಗ(ಸಿಎಂ)ನರೇಂದ್ರ ಮೋದಿಯವರೊಂದಿಗೆ ನನ್ನ ವೈಯಕ್ತಿಕ ಒಡನಾಟವು ಆರಂಭವಾಯಿತು. ನಾನು ಅವರ ಭೇಟಿಗೆ ಕಾಯುತ್ತಿದ್ದಾಗ, ಅವರು ಮಾಡಿಕೊಂಡು ಬಂದಿದ್ದ ಪೂರ್ವಸಿದ್ಧತೆಗಳನ್ನು ಮತ್ತು ಚೀನಾವು ವಿವಿಧ ರಂಗಗಳಲ್ಲಿ ಸಾಧಿಸಿದ್ದ ಪ್ರಗತಿಗಳನ್ನು ವಿಶ್ಲೇಷಿಸಲು ಅವರು ಹೊಂದಿದ್ದ ಆಸಕ್ತಿಯನ್ನು ನೋಡಿ

ಅಚ್ಚರಿಗೊಂಡೆ. ಅವರು ಭಾರತ ಮತ್ತು ಚೀನಾದ ಪ್ರಗತಿಯ ಅಂಶಗಳನ್ನು ನಾಗರಿಕತಾತ್ಮಕ ಪುನರುಜ್ಜೀವನದ ಹಿನ್ನೆಲೆಯಲ್ಲಿಯೇ ಚಿತ್ರಿಸಿಕೊಳ್ಳುತ್ತಿದ್ದರು ಎಂದು ನನಗೆ ಆಗಲೇ ಸ್ಪಷ್ಟವಾಗಿತ್ತು. ವಿದೇಶದಲ್ಲಿ ಇದ್ದಾಗ ರಾಷ್ಟ್ರೀಯ ನಿಲುವುಗಳಿಂದ ವಿಚಲಿತರಾಗಬಾರದು ಎಂದು ಅವರು ರಾಜಕೀಯ ಅಂಶಗಳ ಕುರಿತು ಸಂಕ್ಷಿಪ್ತ ಟಿಪ್ಪಣಿಯನ್ನು ಕೋರಿದ್ದೂ ಸಹ ಮುಖ್ಯವಾಗಿತ್ತು. ಭಾರತ – ಚೀನಾ ನಡುವಣ ಆಗಿನ ಸಂಬಂಧಗಳ ಹಿನ್ನೆಲೆಯಲ್ಲಿ ಭಯೋತ್ಪಾದನೆ ಮತ್ತು ಸಾರ್ವಭೌಮತ್ವ – ಇವು ಸಹಜವಾಗಿಯೇ ಮುಖ್ಯಗಮನದ ಸಂಗತಿಗಳಾಗಿದ್ದವು.

ಇದು ನನಗೆ ಮೊದಲ ಬಾರಿ ಸಮಗ್ರ ಟಿಪ್ಪಣಿ ಮತ್ತು ನಿರಂತರ ಹಿಮ್ಮಾಹಿತಿಗಳಿಗೆ ಒತ್ತು ನೀಡುವಂಥ ಕಾರ್ಯಶೈಲಿಗೆ ಒಡ್ಡಿಕೊಂಡ ವಿದ್ಯಮಾನವೂ ಆಗಿತ್ತು. ಬಲವಾದ ರಾಷ್ಟ್ರೀಯತೆ, ಭಾರೀ ಉದ್ದೇಶಯುಕ್ತತೆ ಮತ್ತು ವಿವರಗಳಿಗೆ ಆಳವಾದ ಗಮನ – ಇದು ಅವರನ್ನು ಕುರಿತ ನನ್ನ ಒಟ್ಟಾರೆ ಅಭಿಪ್ರಾಯವಾಗಿತ್ತು. ಹೊಸ ಚಿಂತನೆಗಳಿಗೆ ಮತ್ತು ಇತರರ ಅನುಭವಗಳಿಗೆ ಅವರು ತೆರೆದುಕೊಳ್ಳುವ ಅಂಶವೂ ಪ್ರಕಟಗೊಂಡಿತ್ತು. ಹೀಗೆ ಒಟ್ಟಿಗೆ ಕಳೆದ ಕೆಲವು ದಿನಗಳು ಏಶ್ಯಾದ ತುಲನಾತ್ಮಕ ಆಧುನೀಕರಣದ ಬಗ್ಗೆ ನನ್ನದೇ ಸ್ವಂತ ಅಭಿಪ್ರಾಯಗಳನ್ನು ನಿರ್ಣಯಿಸಲು ನನಗೆ ಅವಕಾಶ ಮಾಡಿಕೊಟ್ಟವು. ಅವರು ಜಪಾನಿನ ಆರ್ಥಿಕ ಮತ್ತು ತಾಂತ್ರಿಕ ಪ್ರಗತಿಯ ಬಗೆಗಷ್ಟೇ ಅಲ್ಲದೆ ಅದರ ಸಾಮಾಜಿಕ ಒಗ್ಗಟ್ಟು ಮತ್ತು ಸಾಂಸ್ಕೃತಿಕ ಹೆಮ್ಮೆಯ ಬಗ್ಗೆಯೂ ಸ್ಪಷ್ಟವಾಗಿ ಪ್ರಭಾವಿತರಾಗಿದ್ದರು. ಅವರು ಲೀ ಕ್ವಾನ್ ಯ್ಯೂ ಅವರ ನಾಯಕತ್ವ ಗುಣಗಳ ಬಗ್ಗೆ ಸಹಾ ಒಳ್ಳೆಯ ಮಾತುಗಳನ್ನು ಆಡಿದ್ದು ನೆನಪಿದೆ. ಮುಂದೆ 2015ರಲ್ಲಿ ಅವರು ಲೀ ಕ್ವಾನ್ ಯ್ಯೂ ಅಂತ್ಯಕ್ರಿಯೆಯಲ್ಲಿ ಭಾಗವಹಿಸಲು ಹೋಗಿದ್ದರಲ್ಲಿ ಯಾವ ಅಚ್ಚರಿಯೂ ಇಲ್ಲ. ನಾನು ಆಗಾಗ್ಗೆ ನನ್ನ ಈ ಮೊದಲ ಭೇಟಿಯನ್ನು ಬಿಂಬಿಸಿದ್ದೇನೆ. ಏಕೆಂದರೆ ಭಯೋತ್ಪಾದನೆ ಕುರಿತು ಅವರ ಕಟುವಾದ ದೃಷ್ಟಿಕೋನ, ರಾಷ್ಟ್ರೀಯ ಸಂಗತಿಗಳನ್ನು ಮಂಡಿಸುವಾಗ ಅವರು ತೋರಿದ ನೇರಾನೇರ ನಡೆ, ಸಮಾಜೋ – ಆರ್ಥಿಕ ಪ್ರಗತಿಯ ಬಗ್ಗೆ ಅವರಿಗೆ ಇದ್ದ ಗಮನ – ಇವೆಲ್ಲದಕ್ಕೂ ಅಲ್ಲಿ ದಿಕ್ಸೂಚಿಗಳಿದ್ದವು. 2014ರ ನಂತರ ಸಾಂಸ್ಕೃತಿಕ ಮರುಸಮತೋಲನಗೊಳಿಸುವತ್ತ ಪ್ರಯತ್ನಗಳು ನಡೆಯಬಹುದು ಎಂಬ ಚಿಂತನೆಯ ಮಿನುಗುನೋಟವನ್ನೂ ನನಗೆ ನೀಡಿತು.

2014ರ ಸಾರ್ವತ್ರಿಕ ಚುನಾವಣೆಯ ಕಾಲದಲ್ಲಿ ಆದ ಎರಡನೆಯ ಸಂಪರ್ಕ ಅಪರೋಕ್ಷವಾಗಿತ್ತು. ಆಡಳಿತದ ಚುಕ್ಕಾಣಿ ಹಿಡಿಯುವವರು ಬದಲಾಗುತ್ತಾರೆ ಎಂದು ಮತಗಣನೆಯ ಮುನ್ನವೇ ಊಹಿಸಲಾಗಿತ್ತು. ವಾಶಿಂಗ್ಟನ್ ಡಿಸಿಯಲ್ಲಿ ರಾಯಭಾರಿಯಾಗಿ, ಮುಂಬರುವ ಯಾವುದೇ ಸನ್ನಿವೇಶಕ್ಕೆ ಸಿದ್ಧನಾಗುವುದು ನನ್ನ ಕರ್ತವ್ಯವಾಗಿತ್ತು. ಅಧ್ಯಕ್ಷ ಬರಾಕ್ ಒಬಾಮ ಮತ್ತು ಭಾರತದ ನಿಯೋಜಿತ ಪ್ರಧಾನಮಂತ್ರಿ ನಡುವೆ ಮೊದಲ ದೂರವಾಣಿ ಸಂಭಾಷಣೆಗಾಗಿ ಗುಪ್ತವಾಗಿ ಸಿದ್ಧತೆಗಳನ್ನು ಮಾಡಲಾಯಿತು. ಈ ನಿರ್ದಿಷ್ಟ ಸಂದರ್ಭದಲ್ಲಿ ವ್ಯವಸ್ಥಾತ್ಮಕವಾದ ಮತ್ತು ಶಿಷ್ಟಾಚಾರದ ಸಂಗತಿಗಳನ್ನು ಮೀರಿದ ವಿಷಯಗಳ ಬಗ್ಗೆ ಕಾಳಜಿ ವಹಿಸಬೇಕಾಗಿತ್ತು. ಗತಕಾಲದಿಂದ ಮುಂದಕ್ಕೆ ಚಾಚಿಕೊಂಡಿದ್ದ ತೊಡಕುಗಳನ್ನು ನಿರ್ವಹಿಸುವುದು ನಿಜಕ್ಕೂ ಒಂದು ಮಹತ್ತ್ವದ ಕಾಳಜಿಯಾಗಿತ್ತು. ಈ ಘಟನೆಯಲ್ಲಿ ಇದನ್ನು ಪರಿಣಾಮಕಾರಿಯಾಗಿ ನಿರ್ವಹಿಸಲಾಯಿತು. ಆದರೆ ಈ ಪ್ರಸಂಗವು ಪ್ರಧಾನಮಂತ್ರಿ ಮೋದಿಯವರು ರಾಷ್ಟ್ರೀಯ ಹಿತಾಸಕ್ತಿಯನ್ನು ಮೇಲೆತ್ತಿ ಶಕ್ತಿಯುತ – ಪ್ರಮುಖ ಸಹಭಾಗಿ

ದೇಶದೊಂದಿಗೆ ಕಾರ್ಯತಂತ್ರಾತ್ಮಕ ನಡೆಯನ್ನು ಸಾಧಿಸುವ ಸಹಜ ಪ್ರವೃತ್ತಿಯನ್ನೂ ಪ್ರಕಟಿಸಿತು.

ಈ ಕಾಲದ ಯಾವುದೇ ವಿವರಣೆಯೂ 2014ರಲ್ಲಿ ನಡೆದ ಮ್ಯಾಡಿಸನ್ ಸ್ಕ್ವೇರ್ ಉದ್ಯಾನದ ಘಟನೆಯ ಉಲ್ಲೇಖವನ್ನು ಅತ್ಯಗತ್ಯವಾಗಿ ಸೇರಿಸಿಕೊಳ್ಳಲೇಬೇಕು. ಕೇವಲ ಈ ಕಾರ್ಯಕ್ರಮಕ್ಕಾಗಿ ಮಾತ್ರವಲ್ಲ, ಇದು ಅನಿವಾಸಿ ಭಾರತೀಯರ ಜೊತೆಗೆ ಸಂಪರ್ಕ ಸಾಧಿಸುವ ಹೊಸ ಪ್ರವೃತ್ತಿಯನ್ನೇ ಆರಂಭಿಸಿತು; ಅದು ಈಗಲೂ ಮುಂದುವರೆದಿದೆ. ಪ್ರಧಾನಮಂತ್ರಿ ಮೋದಿಯವರ ಜೊತೆಗಿನ ನನ್ನ ಮೊದಲ ಭೇಟಿಯಲ್ಲಿ ಅನಿವಾಸಿಗಳ ಪ್ರಭಾವ ಮತ್ತು ಭಾರತದ ವರ್ಚಸ್ಸನ್ನು ವಿದೇಶಗಳಲ್ಲಿ ರೂಪಿಸುವ ಹಿನ್ನೆಲೆಯಲ್ಲಿ ಈ ವಿಚಾರ ಮೂಡಿತು. ಮೊದಲು ವಾಶಿಂಗ್ಟನ್ ಡಿ.ಸಿ.ಯಲ್ಲಿ ಪ್ರತಿಧ್ವನಿಸುವ. ಅನಂತರ ಇಡೀ ವಿಶ್ವಕ್ಕೆ ಒಂದು ಸಂದೇಶವು ಹೋಗುವ ಹಾಗೆ ಈ ಸಭೆಯನ್ನು ಆಯೋಜಿಸಬೇಕು ಎಂದು ನನಗೆ ಸ್ಪಷ್ಟವಾಗಿ ತಿಳಿಸಲಾಗಿತ್ತು. ಈ ಕಾರ್ಯಕ್ರಮದ ನಂತರ ಮೋದಿ ರಾಜತಾಂತ್ರಿಕತೆಯ ವಿಶಿಷ್ಟ ಚಹರೆಯಾಗಿ ಹಲವು ದೇಶ ಮತ್ತು ಖಂಡಗಳಿಗೂ ಇದು ಯಶಸ್ವಿಯಾಗಿ ಹಬ್ಬಿತು. ಪ್ರಜಾತಾಂತ್ರಿಕ ಜಗತ್ತಿನ ನಾಯಕರು ಸಹಜವಾಗಿಯೇ ಪುಳಕಿತರಾದರು; ಭಾಗವಹಿಸಲು ಆಸಕ್ತಿ ತೋರಿದರು. ಡೆನ್ಮಾರ್ಕ್‌ನಿಂದ ಜಪಾನ್‌ವರೆಗೆ ಇದನ್ನು ರಾಜಕೀಯ ರಾಕ್ ಸಂಗೀತ ಕಛೇರಿ ಎಂಬಂತೆಯೇ ಕಾಣಲಾಗುತ್ತಿದೆ.

ಅನಿವಾಸಿಗಳಿಗೆ ಇದು ಸ್ಫೂರ್ತಿದಾಯಕವೂ ಆಗಿತ್ತು; ಅದೇ ವೇಳೆ ಮನ್ನಣೆಯೂ ಆಗಿತ್ತು. ಇದು ಭಾರತದ ಕಥೆ –(ಇಂಡಿಯಾ ಸ್ಟೋರಿ)ಯನ್ನು ಜಗತ್ತಿನೊಂದಿಗೆ ಹಂಚಿಕೊಳ್ಳುವ ಉನ್ನತಮಟ್ಟದ ವೇದಿಕೆಯಾಗಿ ಮೂಡಿತು, ನಿರಂತರವಾಗಿ ನವೀಕರಣಗೊಳ್ಳುತ್ತ ಬಂತು ಎಂಬುದಂತೂ ವಾಸ್ತವ. ಅನಿವಾಸಿಗಳ ಮೇಲಿನ ಈ ಕಾಳಜಿಯು ಹಲವು ಅಂಶಗಳ ಸಮ್ಮಿಶ್ರಣದಿಂದ ಮೂಡುತ್ತದೆ. ಇದು ಭಾರತದ ಕಲ್ಯಾಣಕ್ಕಾಗಿ ಅವರು ನಿರಂತರವಾಗಿ ನೀಡಿದ ಕೊಡುಗೆಯನ್ನು ಶ್ಲಾಘಿಸುತ್ತದೆ. ಇದೇ ವೇಳೆ, ಅವರಿಗೆಲ್ಲ ಉತ್ಸಾಹ ತುಂಬುವುದರಿಂದ ಅವರು ವಾಸಿಸುತ್ತಿರುವ ದೇಶಗಳೂ ಭಾರತದ ಬಗ್ಗೆ ಹೆಚ್ಚು ಆಸಕ್ತಿ ತೋರುವಂತೆ ಮಾಡುವ ಯತ್ನಗಳನ್ನು ಉತ್ತೇಜಿಸುತ್ತದೆ. ಇದಲ್ಲದೆ ಇಲ್ಲಿ ಜಾಗತಿಕ ಕಾರ್ಯಸ್ಥಳದ ಯುಗಕ್ಕಾಗಿ ಭಾರತೀಯರನ್ನು ಸಜ್ಜುಗೊಳಿಸುವ ಗಂಭೀರವಾದ ಸಂಗತಿಯೂ ಇದೆ. ಈ ಕಾರ್ಯಕ್ಕಾಗಿ ಅವರ ಸಂಚಾರಕ್ಕೆ ಅನುವು ಮಾಡಿಕೊಡುವುದು, ವಿದೇಶಗಳಲ್ಲಿ ಅವರು ಬದುಕುವ ಹಾದಿಯನ್ನು ಸುಗಮಗೊಳಿಸುವುದು, ವಿದ್ಯಾರ್ಥಿಗಳು, ವೃತ್ತಿಪರರು ಮುಂತಾದವರ ನಿರ್ದಿಷ್ಟ ಸಮಸ್ಯೆಗಳನ್ನು ಪರಿಹರಿಸಲು, ಅತಿ ಮುಖ್ಯವಾಗಿ ಸಂಕಷ್ಟದ ಸಂದರ್ಭಗಳಲ್ಲಿ ಅವರೊಂದಿಗೆ ನಿಲ್ಲುವುದು – ಇವುಗಳ ಅಗತ್ಯವೂ ಇದೆ. ಬೇರೆ ರಂಗಗಳಲ್ಲಿ ನಡೆದ ಕ್ರಿಯೆಗಳಂತೆ ಇಲ್ಲಿಯೂ ಘೋಷಣೆಗಳ ಹಿಂದೆಯೇ ವಾಸ್ತವಿಕ ಕೊಡುಗೆಗಳೂ ಇದ್ದವು. ಪ್ರಧಾನಮಂತ್ರಿಯವರು ಇಂತಹ ಸಂದರ್ಭಗಳಿಗೆಂದೇ ಆನ್‌ಲೈನ್ ಪೋರ್ಟಲ್‌ಗಳು, ಕಲ್ಯಾಣ ನಿಧಿಗಳು ಮತ್ತು ಸ್ಪಂದನಾತ್ಮಕ ವ್ಯವಸ್ಥೆಗಳನ್ನು ಸ್ಥಾಪಿಸುವಲ್ಲಿ ವಿಶೇಷ ಆಸಕ್ತಿಯನ್ನು ವಹಿಸಿದ್ದಾರೆ.

ರಾಜತಾಂತ್ರಿಕತೆಯಲ್ಲಿ, ಅದರಲ್ಲೂ ನಿರ್ದಿಷ್ಟವಾಗಿ ಹೇಳಬೇಕೆಂದರೆ ನಾಯಕತ್ವದ ಮಟ್ಟದಲ್ಲಿ ವೈಯಕ್ತಿಕವಾದ ಅಂಶಗಳು ಬೇಕಾದಷ್ಟಿವೆ. ಪ್ರಧಾನಮಂತ್ರಿ ಮೋದಿಯವರ ಒಂದು ಗಮನಾರ್ಹ ಸಾಧನೆ ಎಂದರೆ ತನ್ನ ಮಟ್ಟದ ಅಂತಾರಾಷ್ಟ್ರೀಯ ವ್ಯಕ್ತಿಗಳೊಂದಿಗೆ ಸೂಕ್ತವಾದ ಸಂಬಂಧಗಳನ್ನು ಸ್ಥಾಪಿಸುವ ಸಾಮರ್ಥ್ಯ. ಪಾಶ್ಚಾತ್ಯ ನಾಯಕರಿಂದ ಹಿಡಿದು

ಕೊಲ್ಲಿಯ ಆಡಳಿತಗಾರರವರೆಗೆ ಅಂದರೆ ಪ್ರಜಾತಾಂತ್ರಿಕ ರಾಜಕಾರಣಿಗಳಿಂದ ಹಿಡಿದು ಕಡಿಮೆ ಸಿನಿಕತನದ ವ್ಯಕ್ತಿಗಳವರೆಗೆ, ಭಾರತಕ್ಕೆ ನಿಕಟವಾಗಿರುವವರಿಂದ ಹಿಡಿದು ವಿಭಿನ್ನ ನಂಬಿಕೆಗಳನ್ನು ಹೊಂದಿರುವ ಇತರರೊಂದಿಗೆ – ಹೀಗೆ ಈ ಸಂಬಂಧಗಳು ವಿಭಿನ್ನ ಪ್ರಮಾಣದಲ್ಲಿ ಇರಬಹುದು. ಇಲ್ಲಿ ಸಿದ್ಧ ಸೂತ್ರ ಎಂಬುದಿಲ್ಲ. ಆದರೆ ಅನುಭವಗಳ ವಿನಿಮಯದಿಂದ ಮತ್ತು ಸಾಧನೆಗಳನ್ನು ಗೌರವಿಸುವುದರಿಂದ ಹಲವು ಸಂಬಂಧಗಳು ಮೂಡಿದವು ಎಂಬುದನ್ನು ಯಾರಾದರೂ ಗಮನಿಸಬಹುದು. ಬೇರಾವುದೇ ಸ್ಪರ್ಧಾತ್ಮಕ ರಂಗದಂತೆ, ಜನಪ್ರಿಯತೆಯ ಶ್ರೇಯಾಂಕದಲ್ಲಿ ಇರಬಹುದು, ಉತ್ತಮ ಚಿಂತನೆಗಳಲ್ಲಿ ಇರಬಹುದು ಅಥವಾ ಆಡಳಿತದ ನೀಡಿಕೆಯಲ್ಲಿರಬಹುದು, – ಚೆನ್ನಾಗಿ ಕೆಲಸ ಮಾಡುತ್ತಿದ್ದರೆ ಇತರರ ಆಸಕ್ತಿ ಮತ್ತು ಶ್ಲಾಘನೆಗೆ ಪಾತ್ರರಾಗುವುದು ಸಹಜ. ಆದರೆ ಇದು ಇನ್ನೂ ಹೆಚ್ಚು ವೈಯಕ್ತಿಕವಾಗಿಯೂ ಅಥವಾ ಸಾಂಸ್ಕೃತಿಕವಾಗಿಯೂ ಇರಬಹುದು. ಉದಾಹರಣೆಗೆ ಪ್ರಧಾನಮಂತ್ರಿ ಮೋದಿಯವರ ಉಪವಾಸದ ಶಿಸ್ತಿನ ಸಂಗತಿಯು ಅವರ 2014ರ ಮತ್ತು ಅನಂತರವೂ ಯುಎಸ್ ಭೇಟಿಗಳಲ್ಲಿ ಪ್ರಮುಖವಾದ ಚರ್ಚೆಯ ಸಂಗತಿಯಾಗಿತ್ತು. ಇದರ ಹಿಂದಿರುವ ದೃಷ್ಟಿಕೋನದ ಬಗ್ಗೆ ಸಾಕಷ್ಟು ಕುತೂಹಲವನ್ನು ಮೂಡಿಸಿತು. ಹಾಗೆಯೇ ಅವರು ಯೋಗವನ್ನು ಪ್ರಚುರಪಡಿಸಿದ್ದು ಮತ್ತು ಸ್ವತಃ ಯೋಗಾಭ್ಯಾಸ ಮಾಡಿದ್ದು ಹಲವು ಬಾರಿ ಅವರ ಸಹವರ್ತಿ ನಾಯಕರ ಮಾತುಕತೆಗಳ ವಿಷಯವಾಗಿತ್ತು. ಈ ಮಾತುಕತೆಗಳು ಆಹಾರದ ಅಭ್ಯಾಸ, ಸಾಂಪ್ರದಾಯಿಕ ಔಷಧಗಳಿಂದ ಹಿಡಿದು ಸಂಸ್ಕೃತಿ, ಪರಂಪರೆ, ಇತಿಹಾಸದವರೆಗೂ ಹೇಗೆ ಹಬ್ಬಿತ್ತು ಎಂದರೆ, ಈ ಭೇಟಿಗಳು ತಮ್ಮ ಪ್ರಭಾವವನ್ನು ಅಚ್ಚೊತ್ತಿದಂತೆಯೇ ಭಾರತವು ಇನ್ನೂ ಹೆಚ್ಚಿನ ಪ್ರಮಾಣದಲ್ಲಿ ಬುದ್ಧಿ – ಭಾವಗಳನ್ನು ಆವರಿಸಿತ್ತು.

ಅದಾದ ಮೇಲೆ, ಪ್ರಧಾನಮಂತ್ರಿ ಮೋದಿಯವರು ಪದೇಪದೇ ಸಮಕಾಲೀನ ಸಂಗತಿಗಳ ಬಗ್ಗೆ ಮಂಡಿಸಿದ ಅಭಿಪ್ರಾಯಗಳು ಮತ್ತು ಚಿಂತನೆಗಳ ಪ್ರಭಾವವೂ ಇತ್ತು. 2015ರಲ್ಲಿ ಪ್ಯಾರಿಸಿನಲ್ಲಿ ನಡೆದ ವಿಶ್ವಸಂಸ್ಥೆಯ (ಯುಎನ್) ಹವಾಗುಣ ಬದಲಾವಣೆ ಸಮ್ಮೇಳನ (COP21) ಅಂತಹ ಒಂದು ಸಂದರ್ಭವಾಗಿತ್ತು. ಅಲ್ಲಿ ಅವರು ಸೌರಶಕ್ತಿಯ ಬಗ್ಗೆ ತೀವ್ರವಾಗಿ ಪ್ರತಿಪಾದಿಸಿ ಹಲವರನ್ನು ಅಚ್ಚರಿಗೆ ಕೆಡವಿದರು. ವಾಸ್ತವದಲ್ಲಿ ಪಾಶ್ಚಾತ್ಯ ನಾಯಕರು ಹವಾಗುಣ ಕಾರ್ಯಸೂಚಿಗಾಗಿ ವಾದ ಮಾಡಬೇಕಾಗುತ್ತದೆ ಎಂದೇ ನಿರೀಕ್ಷಿಸಿ ಅವರನ್ನು ಭೇಟಿ ಮಾಡಲು ಬಂದಿದ್ದರು. ಆದರೆ ಭಾರತವು ತಮ್ಮ ನಂಬಿಕೆಗಳಿಗಿಂತ ಹಲವು ಹೆಜ್ಜೆಗಳಷ್ಟು ಮುಂದಿದೆ ಎಂಬುದನ್ನು ಕಂಡುಕೊಂಡರು. 2021ರ ಗ್ಲಾಸ್‌ಗೋ COP26 ಸಮ್ಮೇಳನ ಸೇರಿದಂತೆ ಕಳೆದ ದಶಕದಲ್ಲಿ ಈ ರಂಗದ ಅತಿ ದೊಡ್ಡ ಚಿಂತನೆಗಳು ಪ್ರಧಾನಮಂತ್ರಿ ಮೋದಿಯವರಿಂದಲೇ ಖುದ್ದಾಗಿ ಮೂಡಿಬಂದಿವೆ ಎಂಬುದು ಕುತೂಹಲಕರ ಅಂಶ.

ಮೋದಿಯವರು ತಂತ್ರಜ್ಞಾನದ ಮೇಲೆ ಹೊಂದಿರುವ ಗಮನವು ಜಗತ್ತಿನಾದ್ಯಂತ ಸಂಪರ್ಕಗಳನ್ನು ಸಾಧಿಸಲು ಹೇಗೆ ಕೊಡುಗೆ ನೀಡಿತು ಎಂಬುದೂ ಇಲ್ಲಿ ಹೇಳಬೇಕಾದ ಇನ್ನೊಂದು ಅಂಶ. ಆರಂಭದಲ್ಲಿ 2014ರ ಚುನಾವಣೆಯ ಅಭಿಯಾನವು ಹೇಗೆ ತಂತ್ರಜ್ಞಾನದಿಂದಾಗಿ ರೂಪುಗೊಂಡಿತು ಎಂಬುದರಿಂದ ಈ ವಿಷಯವು ಚಾಲ್ತಿಗೆ ಬಂತು. ಆದರೆ ಬಹುಬೇಗ ಅದು ಆಡಳಿತದ ವಿಧಾನಗಳಿಗೆ ಮತ್ತು ನೀತಿ ಚಾಲನೆಗೂ ವಿಸ್ತರಣೆಗೊಂಡಿತು. ಸಮಾಜಕಲ್ಯಾಣಕ್ಕಾಗಿ ಅಥವಾ ಕೋವಿಡ್ ನಿರ್ವಹಣೆಗಾಗಿ ಡಿಜಿಟಲ್

ಸೇವೆಗಳು ಹೇಗೆ ಕೆಲಸ ಮಾಡಿದವು ಎಂಬುದನ್ನು ನಿಶ್ಚಿತವಾಗಿಯೂ ಅಂತಾರಾಷ್ಟ್ರೀಯ ಮಟ್ಟದಲ್ಲಿ ಗುರುತಿಸಲ್ಪಟ್ಟಿತು. ಸೋರಿಕೆ ಎಂಬುದು ಕೇವಲ ಭಾರತದ ಸಮಸ್ಯೆ ಮಾತ್ರವಲ್ಲ ಎಂದು ನನಗೆ ಪದೇಪದೇ ನೆನಪಿಸುತ್ತಾರೆ. ನಾವು ವೈಜ್ಞಾನಿಕ ಕ್ಷೇತ್ರಗಳಲ್ಲಿ, ಸೆಮಿಕಂಡಕ್ಟರ್ ಮತ್ತು ನವೀಕರಿಸಬಹುದಾದ ಇಂಧನದಿಂದ ಹಿಡಿದು ಡ್ರೋನ್ ಮತ್ತು ವಿಮಾನ ತಂತ್ರಜ್ಞಾನದವರೆಗೆ ಮುನ್ನಡೆದಂತೆಲ್ಲ ತಂತ್ರಜ್ಞಾನಸ್ನೇಹಿ ಪ್ರಧಾನಮಂತ್ರಿಯವರು ಭಾರತವು ಒಂದು ವಿಶ್ವಾಸಾರ್ಹ ಸಹಭಾಗಿ ಎಂಬ ಪರಿಕಲ್ಪನೆಗೆ ಕೊಡುಗೆ ನೀಡಿದರು.

ಕೆಲವು ಅಂಶಗಳನ್ನು ಮೂಲ ನಂಬಿಕೆಗಳು ಎಂಬ ವಿಭಾಗದಲ್ಲಿ ಸೇರಿಸಬಹುದಾಗಿದೆ. ಇವುಗಳಲ್ಲಿ ಭಯೋತ್ಪಾದನೆಯ ವಿರುದ್ಧ ಸೆಟೆದೆದ್ದು ನಿಂತಿದ್ದು ಖಂಡಿತವಾಗಿಯೂ ಒಂದು ಅತಿಮುಖ್ಯ ವಿದ್ಯಮಾನ. 2011ರಲ್ಲಿ ಬೀಜಿಂಗ್‌ನಲ್ಲಿ ಈ ವಿಷಯದ ಬಗ್ಗೆ ಮನದಟ್ಟಾದ ಮೇಲೆ, ಸಂದರ್ಭ ಒದಗಿ ಬಂದಾಗಲೆಲ್ಲ ಗಡಿ ನುಸುಳಿ ನಡೆಸುವ ಭಯೋತ್ಪಾದನೆಯನ್ನು ನಾವು ಎಂದೆಂದಿಗೂ ಸಹಜವಾಗಿಬಿಡಲು ಅವಕಾಶ ನೀಡುವುದಿಲ್ಲ ಎಂದು ಅತ್ಯಂತ ಸ್ಪಷ್ಟವಾಗಿ ತಿಳಿಸಲಾಗಿತ್ತು. 2016ರಲ್ಲಿ ಉರಿ ಘಟನೆ ನಡೆದಾಗ ದೇಶೀಯವಾಗಿ ನಾವು ಸೂಕ್ತ ವಿಧಾನದಲ್ಲೇ ಪ್ರತಿಕ್ರಿಯೆ ನೀಡುತ್ತೇವೆ ಎಂಬುದರ ಬಗ್ಗೆ ಅನುಮಾನವೇ ಇರಲಿಲ್ಲ. 2019ರ ಬಾಲಾಕೋಟ್ ಘಟನೆಯ ಸಂದರ್ಭದಲ್ಲಿ ನಾನು ಸರ್ಕಾರದಲ್ಲಿ ಇರಲಿಲ್ಲ. ಆದರೆ ಅದೂ ಸಹ ಸಹಜ ನೀತಿಗೆ ಅನುಗುಣವಾಗಿಯೇ ಇತ್ತು ಎಂದು ನಿಸ್ಸಂಶಯವಾಗಿ ಹೇಳಬಹುದು. ಅನಂತರದಲ್ಲಿ ಭಯೋತ್ಪಾದಕರ ವಿರುದ್ಧ ನಿಷೇಧ ಹೇರಬೇಕೆಂದು ವಿಶ್ವಸಂಸ್ಥೆಯಲ್ಲಿ ನಾವು ಬಲವಾಗಿ ಪ್ರತಿಪಾದಿಸಿದ್ದೆವು. ಕೆಲವು ದೇಶಗಳು ಈ ಪ್ರಸ್ತಾಪವನ್ನು ರಾಜಕೀಯ ಉದ್ದೇಶಗಳಿಗಾಗಿ ತಡೆಯಲು ಮುಂದಾದಾಗ ಯಾವ ಹಿಂಜರಿಕೆಯೂ ಇಲ್ಲದೆ ಅವುಗಳನ್ನು ಬಹಿರಂಗವಾಗಿ ಟೀಕಿಸಲಾಯಿತು. 2022ರ ಅಕ್ಟೋಬರಿನಲ್ಲಿ ವಿಶ್ವಸಂಸ್ಥೆ ಭದ್ರತಾ ಮಂಡಳಿಯ (ಯುಎನ್‌ಎಸ್‌ಸಿ) ಸದಸ್ಯ ದೇಶವಾಗಿ ನಾವು ಭಯೋತ್ಪಾದನಾ ವಿರೋಧಿ ಸಮಿತಿ (ಸಿಟಿಸಿ)ಯ ಸಭೆಯನ್ನು ಮುಂಬಯಿಯಲ್ಲಿ, 26/11 ಉಗ್ರರ ದಾಳಿ ನಡೆದ ಸ್ಥಳವೊಂದರಲ್ಲಿಯೇ ಸಂಘಟಿಸಿದೆವು. 'ಭಯೋತ್ಪಾದನೆಗೆ ಹಣಕಾಸಿನ ನೆರವಿಲ್ಲ' ಎಂಬಂತಹ ಉಪಕ್ರಮಗಳ ಬಗ್ಗೆ ಭಾರತವು ಬಲವಾದ ಬೆಂಬಲ ನೀಡಿತ್ತು. ವಿದೇಶಾಂಗ ನೀತಿಯ ದೃಷ್ಟಿಕೋನದಲ್ಲಿ ಸ್ಪಷ್ಟ ಗುರಿಗಳು ಮತ್ತು ಖಚಿತ ಸೂಚನೆಗಳನ್ನು ಇಟ್ಟುಕೊಂಡು ಕೆಲಸ ಮಾಡುವುದು ಯಾವಾಗಲೂ ಸೂಕ್ತ. ಸಂವಿಧಾನದ 370ನೆಯ ವಿಧಿಯ ವಿಷಯದಲ್ಲಿ ಇಡೀ ವಿಶ್ವದ ಜೊತೆ ಸಂವಾದ ನಡೆಸುವಾಗಲೂ ಹೀಗೆಯೇ ಆಗಿತ್ತು. ರಾಷ್ಟ್ರೀಯ ದೃಷ್ಟಿಕೋನವು ಸಹಜವಾಗಿ ರಾಷ್ಟ್ರೀಯ ರಾಜತಾಂತ್ರಿಕತೆಯನ್ನೇ ರೂಪಿಸುತ್ತದೆ; ಇದನ್ನು ಜಗತ್ತು ಅನುಸರಿಸಿಕೊಂಡು ಹೋಗುವುದು ಅಗತ್ಯ.

ದೇಶೀಯ ಆರ್ಥಿಕ ಆದ್ಯತೆಗಳು ಯಾವಾಗಲೂ ವಿದೇಶಗಳಲ್ಲಿನ ನೀತಿಗಳಿಗೆ ಚಾಲನೆ ನೀಡುವ ಬಲವಾದ ಅಂಶಗಳಾಗಿವೆ. ಇತ್ತೀಚೆಗಿನ ವರ್ಷಗಳಲ್ಲಿ ಸಂಪನ್ಮೂಲಗಳ ಹರಿವಿಗೆ ಅನುವು ಮಾಡಿಕೊಡುವುದು ಮತ್ತು ಅತ್ಯುತ್ತಮ ಕಾರ್ಯವಿಧಾನಗಳನ್ನು ಅಳವಡಿಸಿಕೊಳ್ಳುವುದಕ್ಕೆ ಇನ್ನೂ ಹೆಚ್ಚಿನ ಆದ್ಯತೆ ಒದಗಿದೆ. ಹಲವು ಅಂಶಗಳಲ್ಲಿ ಪ್ರಧಾನಮಂತ್ರಿ ಮೋದಿಯವರು ಉದ್ಯಮಶೀಲರ ಜೊತೆ ಒಡನಾಡಿ, ತಂತ್ರಜ್ಞಾನ ಕೇಂದ್ರಗಳಿಗೆ ಭೇಟಿ ನೀಡಿ, ನವೋನ್ವೇಷಣೆ ಮತ್ತು ಕೌಶಲ್ಯವನ್ನು ಉತ್ತೇಜಿಸಿ ಮುಂಚೂಣಿಯಲ್ಲಿ ನಿಂತು ನಾಯಕತ್ವ ನೀಡಿದ್ದಾರೆ. ಇವೆಲ್ಲ ಸಂಗತಿಗಳಲ್ಲೂ ಉದ್ಯೋಗ ನಿರ್ಮಾಣ ಮತ್ತು ಪ್ರತಿಭಾ

ಉತ್ತೇಜನವೇ ಅವರ ಕೇಂದ್ರ ಗಮನದ ಸಂಗತಿಗಳಾಗಿವೆ. ಅವರ ವಿದೇಶ ಪ್ರವಾಸಗಳು ಹೆಚ್ಚಾಗಿ ನಮ್ಮ ರಾಷ್ಟ್ರೀಯ ಪ್ರಾಮುಖ್ಯದ ಕಾರ್ಯಕ್ರಮಗಳಿಗೆ ಸೂಕ್ತವಾದ ಸಂಸ್ಥೆಗಳ ಭೇಟಿಗಳನ್ನು ಒಳಗೊಂಡಿದ್ದವು. ಭಾರತದ ಪ್ರಗತಿಗೆ ವೇಗೋತ್ಕರ್ಷ ನೀಡುವ ಮತ್ತು ಅದರ ರಾಷ್ಟ್ರಶಕ್ತಿಯನ್ನು ಇನ್ನಷ್ಟು ವೃದ್ಧಿಸುವ ದೃಢನಿಶ್ಚಯವನ್ನು ಇಲ್ಲಿ ನೋಡಬಹುದು. ಕೆಲವೊಮ್ಮೆ ಇದು ಸಾಂಪ್ರದಾಯಿಕ ಚಿಂತನೆ ಮತ್ತು ಜಾಗತಿಕ ಸಿದ್ಧಸೂತ್ರಗಳ ವಿರುದ್ಧ ಚಲಿಸುತ್ತಿದೆ ಎಂದು ಅನ್ನಿಸುತ್ತದೆ. 2019ರಲ್ಲಿ ರೀಜಲ್ ಕಾಂಪ್ರಹೆನ್ಸಿವ್ ಎಕನಾಮಿಕ್ ಪಾರ್ಟ್‌ನರ್ ಶಿಪ್ (ಆರ್‌ಸಿಇಪಿ) ವಿಷಯವೂ ಕೂಡ ಇಂತಹದೊಂದು ವಿದ್ಯಮಾನ. ಸಾಕಷ್ಟು ಒತ್ತಡವಿದ್ದರೂ ಸಹ ಪ್ರಧಾನಮಂತ್ರಿ ಮೋದಿಯವರು ಯಾವುದೇ ರಿಯಾಯ್ತಿ ನೀಡದೆ ಧೈರ್ಯ ತೋರಿದರು. ಅಂದಿನಿಂದಲೂ ಹಲವು ಭೂ–ರಾಜಕೀಯ ಬೆಳವಣಿಗೆಗಳು ಆ ನಿರ್ಣಯವನ್ನು ಇನ್ನಷ್ಟು ದೃಢೀಕರಿಸಿವೆ. ಸಂದಿಗ್ಧತೆಗಳನ್ನು ತಂದಿಟ್ಟ ಇತರೆ ವ್ಯಾಪಾರ ಮತ್ತು ಆರ್ಥಿಕ ಅನುಸಂಧಾನಗಳೂ ಇದ್ದವು. ಸಾಮಾಜಿಕ ಪರಿಣಾಮಗಳ ಬಗ್ಗೆ ಸ್ಪಷ್ಟದೃಷ್ಟಿಯ ಲೆಕ್ಕಾಚಾರ ಮತ್ತು ಗಟ್ಟಿಯಾದ ಕೆಚ್ಚಿನ ಸ್ವಭಾವಗಳೇ ನಮ್ಮ ನಿಲುವಿಗೆ ಮಾರ್ಗದರ್ಶಿಯಾಗಿದ್ದವು.

ಹೀಗಿದ್ದೂ, ಮೋದಿ ಸರ್ಕಾರವನ್ನು ಸಂರಕ್ಷಣಾತ್ಮಕ ಚಹರೆಯಲ್ಲಿಯೇ ಕಲ್ಪಿಸಿಕೊಳ್ಳುವುದು ಭಾರೀ ಪ್ರಮಾದವೇ ಆಗುತ್ತದೆ. ಬದಲಿಗೆ ನಮ್ಮ ಇತಿಹಾಸದಲ್ಲೇ ಹೀಗೆ ಜಾಗತಿಕ ಬಂಡವಾಳ ಮತ್ತು ತಂತ್ರಜ್ಞಾನವನ್ನು ಆಕರ್ಷಿಸಲು ಇಷ್ಟು ಪ್ರಮಾಣದ ಕಡುಶ್ರಮದ ಯತ್ನ ನಡೆದಿದ್ದೇ ಅಪರೂಪ. ನಮ್ಮ ರಾಷ್ಟ್ರೀಯ ಹಿತಗಳನ್ನು ಅನುಲಕ್ಷಿಸಿದ ಮತ್ತು ಅತ್ಯಂತ ನ್ಯಾಯಸಮ್ಮತ ಕರಾರುಗಳನ್ನು ಮುಂದಿಟ್ಟ ಸಹಭಾಗಿಗಳ ಜೊತೆಗೆ ಅಸಾಮಾನ್ಯ ವೇಗದಲ್ಲಿ ಒಪ್ಪಂದಗಳನ್ನು ಮಾಡಿಕೊಳ್ಳಲಾಗಿದೆ. ಜಾಗತಿಕ ಆರ್ಥಿಕತೆಯ, ಅದರಲ್ಲೂ ಅದರ ಸಂಕೀರ್ಣ ಸರಬರಾಜು ಸರಪಣಿಯ ಬಗ್ಗೆ ಹೆಚ್ಚಿನ ಪ್ರಮಾಣದ ಮನ್ನಣೆಯಿದೆ. ವ್ಯಾಕ್ಸಿನ್ ಮೈತ್ರಿಯ ಪ್ರಥಮ ಸ್ಪಂದನೆಯ ಕಾರ್ಯಾಚರಣೆ ಇರಬಹುದು ಅಥವಾ ವಿಸ್ತರಿತ ಅಭಿವೃದ್ಧಿ ಸಹಭಾಗಿತ್ವ ಇರಬಹುದು – ಹೀಗೆ ನಮ್ಮ ದೃಷ್ಟಿಕೋನದ ಅಂತಾರಾಷ್ಟ್ರೀಯತೆಯನ್ನು ಅತ್ಯಂತ ಸಮರ್ಥವಾಗಿ ಪ್ರದರ್ಶಿಸಲಾಗಿದೆ.

ಇಂದು ಭಾರತದ ರಾಜತಾಂತ್ರಿಕತೆಯು ಹೆಚ್ಚು ಸೂಕ್ಷ್ಮಗ್ರಾಹಿ ಮತ್ತು ಸೃಜನಶೀಲವಾಗಿ ಕಂಡಿದ್ದರೆ, ಅದರ ಸಂಪೂರ್ಣ ಶ್ರೇಯಸ್ಸು ಅದನ್ನು ಹೆಚ್ಚು ಸಮಕಾಲೀನ ಮತ್ತು ಸ್ಪಂದನಶೀಲವಾಗಿ ರೂಪಿಸಲು ಪ್ರಜ್ಞಾಪೂರ್ವಕವಾಗಿ ಶ್ರಮಿಸಿದ ನಾಯಕನಿಗೇ ಸಲ್ಲಬೇಕು. 2014ರ ಪ್ರಮಾಣವಚನ ಸ್ವೀಕಾರ ಕಾರ್ಯಕ್ರಮದಿಂದ ಆರಂಭವಾದ 'ನೆರೆಹೊರೆ ಮೊದಲು' (Neighborhood First) ಚಿಂತನೆ ಮತ್ತು ಅವರ ವೈಯಕ್ತಿಕ ಅನುಭವಗಳು ಇಲ್ಲಿ ಉಲ್ಲೇಖನೀಯ. ಪ್ರತಿಕ್ರಿಯಾತ್ಮಕವಲ್ಲದ ಮತ್ತು ಔದಾರ್ಯದ ನೀತಿಯ ಈ ಮಾದರಿಯನ್ನು ಅರಗಿಸಿಕೊಳ್ಳಲು ಅಧಿಕಾರಶಾಹಿಗೆ ಸಮಯ ಹಿಡಿಯಿತು; ಆದರೆ ಅಂತಿಮವಾಗಿ ಅದು ಸಮ್ಮತವಾಯಿತು. ಪ್ರದೇಶದ ಎಲ್ಲರಿಗೂ ಸುರಕ್ಷತೆ ಮತ್ತು ಅಭಿವೃದ್ಧಿ (ದ ಸೆಕ್ಯುರಿಟಿ ಎಂಡ್ ಗ್ರೋತ್ ಫಾರ್ ಆಲ್ ಇನ್ ದ ರೀಜನ್ – SAGAR) ದೃಷ್ಟಿಕೋನವು ವಿದೇಶಾಂಗ ಸಚಿವಾಲಯದೊಳಗೂ ಸುದೀರ್ಘಕಾಲದಿಂದ ಇದ್ದ ಒಂದಕ್ಕೊಂದು ಸಂಬಂಧವಿಲ್ಲದ ಚಿಂತನೆಗಳ ನೀತಿಯನ್ನು ಒಡೆಯುವ ಯತ್ನವಾಗಿತ್ತು. ಕೊಲ್ಲಿ ದೇಶಗಳ ವಿಚಾರಕ್ಕೆ ಬಂದರೆ, ಅವುಗಳಿಗೆ ಇರುವ ಅನಾಸಕ್ತಿಯನ್ನು ಮೊದಲು ನಿವಾರಿಸಬೇಕು ಎಂಬ ಜಡ ಕಲ್ಪನೆ ಭಾರತದೊಳಗೇ ಹಲವು ದಶಕಗಳಿಂದ ಇತ್ತು. ಇಸ್ರೇಲ್ ಮತ್ತು ಪ್ಯಾಲೆಸ್ತೇನ್‌ಗಳಿಗೆ

ಸಂಬಂಧಿಸಿದಂತೆ ಕೇವಲ ನಮಗೆ ಅನ್ವಯವಾಗುವಾಗ ಮಾತ್ರ ಮುನಿಸು ತೋರುತ್ತಿದ್ದ ಕೂಡುಗೆರೆ ಬಳಕೆಯನ್ನು (ಭಾರತ – ಪಾಕ್) ನಾವು ಕೊನೆಗೊಳಿಸಿದೆವು. ಮೇಲಾಗಿ, ಭಾರತವು ಪ್ಯಾಲೆಸ್ತೇನ್ ರಾಜ್ಯದ ಅಗತ್ಯ ಮತ್ತು ಭಯೋತ್ಪಾದನೆಯನ್ನು ಖಂಡತುಂಡವಾಗಿ ವಿರೋಧಿಸುವುದು – ಇವೆರಡರ ಕುರಿತ ನಿಲುವುಗಳಲ್ಲಿ ಸ್ಪಷ್ಟತೆಯನ್ನು ತೋರಿತು. ಆಫ್ರಿಕಾದಲ್ಲಿ ಹೊಸ ರಾಯಭಾರ ಕಚೇರಿಗಳನ್ನು ತೆರೆಯುವುದರ ಮೂಲಕ ಅಲ್ಲಿನ ದೇಶಗಳ ಜೊತೆಗೆ ಹೆಚ್ಚು ಆಳವಾಗಿ ತೊಡಗಿ ಬಹುಕಾಲದಿಂದ ಕೇವಲ ಉಪದೇಶದಂತಾಗಿದ್ದ ಸಂಗತಿಗಳನ್ನು ವಸ್ತುಶಃ ಜಾರಿಗೆ ತರಲಾಯಿತು. ಪೆಸಿಫಿಕ್ ಪ್ರದೇಶದ ಕುರಿತು ಹೇಳುವುದಾದರೆ, 2014ರವರೆಗೆ ಅವು ನಮ್ಮ ಕ್ಷಿತಿಜದಾಚೆಗೇ ಇದ್ದವು. ಈ ಎಲ್ಲ ಬದಲಾವಣೆಗಳ ಒಟ್ಟಾರೆ ಫಲಿತಗಳನ್ನು ಸಮಗ್ರ ಜಾಗತಿಕ ವಿಶ್ಲೇಷಣೆಯೊಂದಿಗೆ ನೇಯ್ದರೆ ಒಂದು ವಿಭಿನ್ನವಾದ ಚಿತ್ರಣವೇ ದೊರಕುತ್ತದೆ.

ನೀತಿಗಳನ್ನು ಜಾರಿ ಮಾಡುವುದು ಒಂದು ದಿನವಹಿ ಕಾಯಕವಾದರೆ, ಇನ್ನೊಂದೆಡೆ ಒಂದು ದೇಶದ ಉತ್ಕರ್ಷದ ಸಂದರ್ಭದ ಬದಲಾವಣೆಯ ಬಿಂದುಗಳನ್ನು ಬಿಂಬಿಸಲು ಕಾಲಕಾಲಕ್ಕೆ ಹಲವು ನಿರ್ಣಯಗಳನ್ನು ತೆಗೆದುಕೊಳ್ಳಲಾಯಿತು. ಈ ವಿಷಯದಲ್ಲಿ ಭಾರತವು ಸಹಜವಾಗಿ ತನ್ನದೇ ಆದ ಪರೀಕ್ಷೆ ಮತ್ತು ಸವಾಲುಗಳನ್ನು ಎದುರಿಸುತ್ತಿದೆ. ಅತ್ಯಂತ ಸಂಕಷ್ಟದ ಸಂದರ್ಭಗಳಲ್ಲಿ ತೆಗೆದುಕೊಂಡ ನಿರ್ಣಯಗಳೇ ಬದಲಾವಣೆಯ ಪ್ರಮುಖ ಹೆಜ್ಜೆಗುರುತುಗಳಾಗಿವೆ. ಕೋವಿಡ್ ಲಾಕ್‌ಡೌನ್ ಕಾಲಾವಧಿಯಲ್ಲಿಯೇ ಚೀನಾದ ಗಡಿಪ್ರದೇಶಗಳಲ್ಲಿ ಭಾರೀ ಪ್ರಮಾಣದಲ್ಲಿ ಭದ್ರತಾ ಪಡೆಗಳನ್ನು ನಿಯೋಜಿಸಿದ್ದು ಇಂತಹ ಒಂದು ಗಮನಾರ್ಹ ನಿರ್ಣಯ. ಹತ್ತಾರು ಸಾವಿರ ಸೈನಿಕರನ್ನು ಹಲವು ಸಮರ ಪರಿಕರಗಳೊಂದಿಗೆ ಅತಿ ಕ್ಷಿಪ್ರವಾಗಿ ವಿಮಾನಗಳ ಮೂಲಕ ಸಾಗಿಸಿದ್ದು ಒಂದು ನಿರ್ಣಾಯಕ ಹೆಜ್ಜೆಯಾಗಿತ್ತು. ಇದು ನಮ್ಮ ದೀರ್ಘಕಾಲೀನ ಒಪ್ಪಂದಗಳನ್ನು ಉಲ್ಲಂಘಿಸಿದ ಚೀನಾದ ಸೇನಾ ಚಲನವಲನಗಳಿಗೆ ನೀಡಿದ ಪ್ರತಿಕ್ರಿಯೆಯಾಗಿತ್ತು. ಇಷ್ಟೇ ಅಲ್ಲ, ಅನಂತರವೂ ನಮ್ಮ ಸಂಬಂಧಗಳ ನಡುವೆ ಅಸಹಜತೆ ಇದೆ ಎಂಬುದನ್ನು ಸೂಚಿಸುವ ರಾಜತಾಂತ್ರಿಕ ನಿಲುವನ್ನು ನಿರಂತರವಾಗಿ ತಿಳಿಸಿದ್ದೂ ಚಿಕ್ಕ ಸಂಗತಿಯೇನಾಗಿರಲಿಲ್ಲ.

ಅದಾದ ಮೇಲೆ ಖ್ವಾಡ್ (Quadrilateral Security Dialogue) ಸ್ಥಾಪನೆಯಾಯಿತು. ಅದರ ಶಿಷ್ಟಾಚಾರ ವಿಧಿಗಳು ಮತ್ತು ಕಾರ್ಯಸೂಚಿಗಳಿಗೆ ಸಂಬಂಧಿಸಿದಂತೆ ಅದರ ಸ್ಥಿರ ಬೆಳವಣಿಗೆಯಾಯಿತು. ಇದನ್ನೂ ಸಾಕಷ್ಟು ಬಲವಾಗಿ ವಿರೋಧಿಸುವ ಒತ್ತಡಗಳ ನಡುವೆಯೇ ಮುನ್ನಡೆಸಲಾಯಿತು. ರೀಜನಲ್ ಕಾಂಪ್ರಹೆನ್ಸಿವ್ ಎಕನಾಮಿಕ್ ಪಾರ್ಟ್‌ನರ್‌ಶಿಪ್ (ಆರ್‌ಸಿಇಪಿ) ನ್ನು ಸೇರದ ಬಗ್ಗೆ ಬ್ಯಾಂಕಾಕ್‌ನಲ್ಲಿ ನಿರ್ಣಯ ತೆಗೆದುಕೊಂಡ ಬಗ್ಗೆ ನಾನೀಗಾಗಲೇ ಉಲ್ಲೇಖಿಸಿದ್ದೇನೆ. ರಷ್ಯಾದ ತೈಲವನ್ನು ಖರೀದಿಸುವ ವಿಷಯ ಬಂದಾಗ ತಾವೇ ಸ್ವತಃ ನಿಲುವುಗಳನ್ನು ಸಡಿಲಿಸಿದ ದೇಶಗಳು ಸಾರ್ವಜನಿಕವಾಗಿ ಭಾರತದ ಮೇಲೆ ಒತ್ತಡ ಹೇರಿದವು. ಇಂತಹ ಪ್ರತಿಯೊಂದೂ ಸಂಗತಿಯಲ್ಲಿ ಭಾರತದ ಹಿತವನ್ನೇ ಮುಂದಾಗಿಟ್ಟುಕೊಂಡು ನಿರ್ಣಯ ತಳೆಯಲಾಯಿತು.

ಪ್ರಾದೇಶಿಕ ಅಥವಾ ಜಾಗತಿಕ ಸ್ವರೂಪದ ದೊಡ್ಡ ಸಂಗತಿಗಳನ್ನು ಒಳಗೊಂಡ ಸಂದರ್ಭಗಳೂ ಇದ್ದವು. ಭಾರತದಲ್ಲಿ ಲಸಿಕೆ ಅಭಿಯಾನ ನಡೆಯುತ್ತಿರುವ ಕಾಲಾವಧಿಯಲ್ಲಿಯೇ ಗ್ಲೋಬಲ್ ಸೌತ್‌ಗೆ (ಜಾಗತಿಕ ದಕ್ಷಿಣ, Global South)

ಲಸಿಕೆಗಳನ್ನು ಸರಬರಾಜು ಮಾಡುವ ಕುರಿತ ನಿರ್ಣಯವೂ ಇವುಗಳಲ್ಲಿ ಒಂದಾಗಿತ್ತು. ಶ್ರೀಲಂಕಾದ ಆರ್ಥಿಕ ಅಗತ್ಯಗಳಿಗೆ ಅತಿಕ್ಷಿಪ್ರವಾಗಿ ಮತ್ತು ದೊಡ್ಡ ಪ್ರಮಾಣದಲ್ಲಿ ಸ್ಪಂದಿಸಿದ್ದೂ ಸಹ ಇಂತಹ ಇನ್ನೊಂದು ಘಟನೆ. ಕುತೂಹಲದ ವಿಷಯವೆಂದರೆ, ಭಾರತ, ಇಸ್ರೇಲ್, ಯುನೈಟೆಡ್ ಅರಬ್ ಎಮಿರೇಟ್ಸ್, ಯುನೈಟೆಡ್ ಸ್ಟೇಟ್ಸ್ ಆಫ್ ಅಮೆರಿಕ (ಐ2ಯು2) ಮತ್ತು ಭಾರತ – ಮಧ್ಯಪ್ರಾಚ್ಯ – ಯುರೋಪ್ ಆರ್ಥಿಕ ಕಾರಿಡಾರ್ (ಐಎಂಇಸಿ) ಉಪಕ್ರಮಗಳನ್ನು ಮಂಡಿಸಿದಾಗ ನಮ್ಮ ಕ್ಷಿಪ್ರ ಪ್ರತಿಕ್ರಿಯೆಯಿಂದ ಇತರೆ ಸಹಭಾಗಿಗಳನ್ನು ಅಚ್ಚರಿಗೆ ಕೆಡವಿದೆವು; ಏಕೆಂದರೆ ಈ ಪ್ರದೇಶದಲ್ಲಿ ಇವರೆಲ್ಲರ ಆಗಮನವನ್ನು ನಮ್ಮ ವಿಶ್ಲೇಷಣೆಗಳು ಮೊದಲೇ ನಿರೀಕ್ಷಿಸಿದ್ದವು.

ಭಾರತದ ಬಗ್ಗೆ ವಿಶ್ವವು ಹೊಂದಿರುವ ಚಿಂತನೆಯನ್ನೇ ಬದಲಿಸಬೇಕು ಎಂಬುದು ಮೋದಿ ಸರ್ಕಾರದ ಒಳಗೆ ಮೊದಲೇ ಇದ್ದ ಸೂಚನೆಯಾಗಿತ್ತು. ಹಾಗೆಂದರೆ, ಒಂದು ವ್ಯಾಪಕ ಶ್ರೇಣಿಯಾದ್ಯಂತ ನಮ್ಮ ಸಾಮರ್ಥ್ಯವನ್ನು ರೂಪಿಸುವುದು ಮತ್ತು ಪ್ರದರ್ಶಿಸುವುದು. ಇದಕ್ಕಾಗಿ ನಾವು ಪ್ರಮುಖ ಜಾಗತಿಕ ಚರ್ಚೆಗಳಲ್ಲಿ ಭಾಗಿಯಾಗಬೇಕಿತ್ತು; ಹಾಗೂ, 'ನಾವು ಸಮಸ್ಯೆ ಅಲ್ಲ, ಪರಿಹಾರ' ಎಂದೇ ಗ್ರಹಿಸುವಂತೆ ಮಾಡಬೇಕಿತ್ತು. ಭಾರತವು ಇನ್ನೂ ಹೆಚ್ಚಿನ ಹೊಣೆಗಾರಿಕೆಗಳನ್ನು ವಹಿಸುತ್ತದೆ ಮತ್ತು ಇನ್ನೂ ಹೆಚ್ಚಿನ ಪ್ರಮಾಣದ ಕೊಡುಗೆಗಳನ್ನು ನೀಡುತ್ತದೆ ಎಂಬ ನಿರೀಕ್ಷೆಯೂ ಇತ್ತು. ನಮ್ಮ ಕಡೆಯಿಂದ ನಮ್ಮ ಸಮಾಜವನ್ನು ರೂಪಾಂತರಿಸುವ ಹಲವು ಆಯಾಮಗಳ ಉತ್ತಮ ಅರಿವಿಗಾಗಿ ನಾವು ಶ್ರಮಿಸಿದೆವು. ಭಾರತವು ಹೆಚ್ಚು ವಿಶ್ವಾಸಾರ್ಹ ಮತ್ತು ನಂಬಿಗಸ್ಥ ಸಹಭಾಗಿ ಎಂಬ ಅಂಶವನ್ನು ಸ್ಥಾಪಿಸುವುದಾಗಿತ್ತು. ಈ ಪ್ರತಿಯೊಂದೂ ಅಂಶವೂ ಅಂತಾರಾಷ್ಟ್ರೀಯ ಸಂಬಂಧಗಳ ಚಹರೆಗಳನ್ನು ರೂಪಿಸುವ ಪ್ರಭಾವದ ಆಟದಲ್ಲಿ ಬಳಸಿದ ಒಳಸುರಿಗಳಾದವು. ಇವುಗಳೆಲ್ಲವನ್ನೂ ಒಂದೆಡೆಗೆ ತರುವುದೆಂದರೆ ಭವಿಷ್ಯದ ಬಗ್ಗೆ ಮಾತನಾಡುತ್ತಲೇ ಪ್ರಗತಿಯನ್ನು ಹೊಂದುವ ವಿಭಿನ್ನವಾದ ನಿರೂಪಣೆಯನ್ನು ರೂಪಿಸುವುದಾಗಿತ್ತು. ನವಭಾರತದ ಸಂದೇಶವನ್ನು ನೀಡಲು ಇದು ಅತ್ಯಂತ ಮುಖ್ಯ ಅಂಶವಾಗಿದೆ.

ಪ್ರಮುಖ ದೇಶವೊಂದರ ರಾಜತಾಂತ್ರಿಕತೆಯ ಕಾರ್ಯವು ತುಂಬಾ ಕಷ್ಟಸಾಧ್ಯವಾದ ಕೆಲಸ. ಅದರಲ್ಲೂ ಅದೊಂದು ಮೇಲೇರುತ್ತಿರುವ ಶಕ್ತಿ ಎಂದಾದಾಗ ಇನ್ನೂ ಕಠಿಣ. ನಾಯಕತ್ವ ಮತ್ತು ಪರಿಕಲ್ಪನಾ ಸ್ಪಷ್ಟತೆಯು ಇದನ್ನು ಜಾರಿಮಾಡಲು ಅನುಕೂಲಕರವಾಗಬಹುದು. ಆದರೆ ಒಂದು ಸಮಗ್ರ ದೃಷ್ಟಿಕೋನವನ್ನು ಹೊಂದುವುದು ಮತ್ತು ಅದನ್ನು ನಿಯಮಿತವಾಗಿ ಹೊಸತಾಗಿಡುವುದು ಸುಲಭದ ಕೆಲಸವೇನಲ್ಲ. ಕಳೆದ ದಶಕದಲ್ಲಿ ನಮ್ಮ ಅಂತಾರಾಷ್ಟ್ರೀಯ ವ್ಯಕ್ತಿತ್ವವು ಹೆಚ್ಚು ಮೊನಚಾಗಿದ್ದರೆ ಅದಕ್ಕೆ ನೀತಿಗಳ, ನಿರ್ಣಯಗಳ ಮತ್ತು ಚಟುವಟಿಕೆಗಳ ಸರಣಿಯೇ ಕಾರಣ. ವಾಸ್ತವಿಕವಾದ ಫಲಿತಾಂಶಗಳನ್ನು ಹೊಂದಲು ದೃಷ್ಟಿಕೋನ ಮತ್ತು ಗುರಿಗಳನ್ನೂ ಕಾರ್ಯತಂತ್ರಕ್ಕೆ ಒಳಪಡಿಸಬೇಕಾಗುತ್ತದೆ. ಅಂದರೆ ಅಂತರ್‌ಪ್ರಕ್ರಿಯೆಗಳನ್ನು, ಹೂಡಿಕೆಗಳನ್ನು ಸ್ಪಷ್ಟಗಮನದ ಮತ್ತು ಸುಸ್ಥಿರ ವಿಧಾನದಲ್ಲಿ ಮಾಡುವುದಾಗಿದೆ. ಸಾರ್ವಜನಿಕರಿಗೆ ಕಾಣುವುದು ಒಂದು ಈಜುತ್ತಿರುವ ಸೊಬಗಿನ ಹಂಸ ಮಾತ್ರ; ಆದರೆ ಅದರ ತಳದಲ್ಲಿ ಇರುವುದು ಆತಂಕಭರಿತ, ರಭಸದ ಪಾದಚಲನೆ.

ಪ್ರಧಾನಮಂತ್ರಿ ಮೋದಿಯವರ ಕಾರ್ಯಶೈಲಿಯ ಅತ್ಯಂತ ಗಮನಾರ್ಹ ಅಂಶವೆಂದರೆ ದೊಡ್ಡ ಚಿತ್ರವೊಂದನ್ನು ಅತ್ಯಂತ ಚಿಕ್ಕ ವಿವರಗಳಿಂದ ನಿರಂತರವಾಗಿ ಏಕೀಕರಿಸುವ

ಸಾಮರ್ಥ್ಯ. ಅವರು ನಾಗರಿಕರ ತೆರವು ಕಾರ್ಯಾಚರಣೆಗಳನ್ನು ನಿರ್ವಹಿಸುವಾಗ ಅಥವಾ ಅತ್ಯುತ್ತಮ ಕಾರ್ಯವಿಧಾನದ ಬಗ್ಗೆ ಮಾತನಾಡುವಂತೆಯೇ ಚಿಪ್ ಸಮರ ಅಥವಾ ಇಂಧನದ ಭವಿಷ್ಯದ ಬಗೆಗಿನ ಟಿಪ್ಪಣಿಗಳನ್ನು ಕೇಳುವುದರಲ್ಲೂ ತಲ್ಲೀನರಾಗಲು ಸಮರ್ಥರು. ಅವರ ಒಂದೊಂದೂ ಭೇಟಿ, ಒಂದೊಂದೂ ಭಾಷಣ, ಒಂದೊಂದೂ ಸಭೆಗೆ ಒಂದು ಅರ್ಥವಿದೆ; ಅವುಗಳು ಕೊನೆಯಲ್ಲಿ ಒಂದು ದೊಡ್ಡ ವಿನ್ಯಾಸದ ಭಾಗವಾಗಿರುವುದು ಕಾಣುತ್ತದೆ. ಇಲ್ಲಿ ಚರ್ಚೆಯಾಗಿರುವ, ನಿರ್ಣಯವಾಗಿರುವ ಸಂಗತಿಗಳು ಆ ಕಾಲದ ಘಟನೆಗಳಿಗೆ ತಕ್ಕಂತೆ ಮೂಡಿವೆ. ಆದರೆ ಒಂದು ಕಾರ್ಯತಂತ್ರಾತ್ಮಕ ಹಾದಿಯಲ್ಲಿ ದೃಢವಾಗಿ ಮುನ್ನಡೆಯುವುದು ಮತ್ತು ನಮ್ಮ ಕಾಲದ ಎಲ್ಲ ಅನಿಶ್ಚಿತತೆಗಳಿಗೆ ಹೊಂದಿಕೊಳ್ಳುವುದು ಇಲ್ಲಿರುವ ಸ್ಥಿರ ಸೂತ್ರ. ಕಳೆದ ಒಂದು ದಶಕದಲ್ಲಿ ಈ ಬೃಹತ್ ಕಸರತ್ತಿಗೆ ಎಷ್ಟೆಲ್ಲ ಸಮಯ ಹಿಡಿದಿರಬಹುದು ಎಂಬುದನ್ನು ಅರಿತರೆ ಹಲವರಿಗೆ ಅಚ್ಚರಿಯಾಗಬಹುದು. ಒಟ್ಟಾರೆ ಈ ಎಲ್ಲಾ ಅನಾವರಣಗಳು ಅತ್ಯಂತ ಸಹಜವಾಗಿಯೇ ಕಾಣಿಸಿರಬಹುದು; ಅಥವಾ ಆ ಕ್ಷಣದ ನಡೆ ಅನ್ನಿಸಿರಬಹುದು; ಆದರೆ ವಾಸ್ತವದಲ್ಲಿ ಅವೆಲ್ಲವೂ ನಿರಂತರ ಯೋಜನೆ ಮತ್ತು ಕಾರ್ಯಾನುಷ್ಠಾನದ ಭಾಗಗಳಾಗಿವೆ.

ಮೋದಿಯವರ ವಿದೇಶಾಂಗ ನೀತಿಯ 'ಏನು' ಮತ್ತು 'ಹೇಗೆ' ಎಂಬ ಅಂಶಗಳು ಎಲ್ಲರಿಗೂ ಪರಿಚಿತ. ಇಲ್ಲಿ 'ಏಕೆ' ಎಂಬುದು ಹೆಚ್ಚು ಸಂಕೀರ್ಣವಾದ ವಿಷಯ; ಇದನ್ನು ಸಾರ್ವಜನಿಕರು ಅಂತರ್ಬೋಧೆಯಿಂದಲೇ ಅರಿತಿರುತ್ತಾರೆ. ಭಾರತವು ಉತ್ತಮ ಜಗತ್ತಿಗಾಗಿ ಕೊಡುಗೆ ನೀಡುವ ಸಾಮರ್ಥ್ಯ ಹೊಂದಿದೆ ಎಂಬ ನಂಬಿಕೆಯಿಂದಲೇ ಈ ಅರಿವು ಮೂಡುತ್ತದೆ. ಗತಕಾಲಕ್ಕಿಂತ ಹೆಚ್ಚು ದೃಢವಿಶ್ವಾಸದ ನಿಲುವಾಗಿ ಅಂತಾರಾಷ್ಟ್ರೀಯ ಸಮುದಾಯವು ಕುಟುಂಬ ಎಂದಾದಾಗ, ಹಿತಚಿಂತಕರ ಸ್ವಯಂಗ್ರಹಿಕೆಯಲ್ಲೇ ಈ ಅರಿವು ಸ್ಥಾಪಿತವಾಗಿರುತ್ತದೆ. ಆದರೆ ಇದು ನಾಗರಿಕತೆಯೊಂದರ ಪುನರ್‌ಜಾಗೃತಿ ಮತ್ತು ರಾಷ್ಟ್ರೀಯ ಪುನರುತ್ಥಾನದ ಕುರಿತು ಹೊಂದಿರುವ ಆಳವಾದ ಬದ್ಧತೆಯ ಒಂದು ಮುಖ ಮಾತ್ರ. ದೇಶೀಯವಾಗಿ ಇದು ಸಾಮರ್ಥ್ಯವನ್ನು ವೃದ್ಧಿಸಿಕೊಳ್ಳುವ, ಸುಧಾರಣೆಗಳನ್ನು ಕೈಗೊಳ್ಳುವ ಮತ್ತು ಆಡಳಿತದ ಗುಣಮಟ್ಟವನ್ನು ಹೆಚ್ಚಿಸುವ ಸ್ವರೂಪವನ್ನು ಪಡೆದಿರುತ್ತದೆ. ವಿದೇಶಗಳಲ್ಲಿ ಇದು ಜಾಗತಿಕ ಕಾರ್ಯಸೂಚಿಯ ಮೇಲೆ ಪ್ರಭಾವ ಬೀರುವ ಹೆಚ್ಚಿನ ಸಾಮರ್ಥ್ಯದ ಮೂಲಕ ಪ್ರಕಟಗೊಳ್ಳುತ್ತದೆ. ಈ ದೃಷ್ಟಿಕೋನವು ಪ್ರಗತಿಪರ ಚಿಂತನೆ ಮತ್ತು ತಂತ್ರಜ್ಞಾನದ ಬಳಕೆಯನ್ನು ಭಾರತದ ಸಂಪ್ರದಾಯಗಳು ಮತ್ತು ವಿಶ್ವಾಸಾರ್ಹತೆಯ ಜೊತೆಗೆ ಸಮರಸಗೊಳಿಸುತ್ತವೆ. ದೇಶೀಯವಾಗಿ ರಾಷ್ಟ್ರೀಯತೆಯನ್ನು ಮತ್ತು ವಿದೇಶಗಳಲ್ಲಿ ಅಂತಾರಾಷ್ಟ್ರೀಯತೆಯನ್ನು ಅಂಗೀಕರಿಸುವಲ್ಲಿ ಯಾವುದೇ ವಿರೋಧಾಭಾಸವನ್ನೂ ಕಾಣುವುದಿಲ್ಲ. ಇದು ತನ್ನ ಹಿತಗಳನ್ನು ಮುಂದುವರಿಸಲು ವೇದಿಕೆಗಳನ್ನು ಬದಲಾಯಿಸಿದರೂ ಸರಿಯೆ, ಬೃಹತ್ ವೇದಿಕೆಗಳಲ್ಲಿ ಭಾಗವಹಿಸಲು ಕಟಿಬದ್ಧವಾಗಿರುವ ಭಾರತ. ಗಡಿಯಾಚೆಗೆ ತಿಳಿವನ್ನು ಮೂಡಿಸುವ ಅಪೇಕ್ಷೆಗೆ ಸಮನಾಗಿ ಅದರ ಆಂತರಿಕ ಉತ್ಸಾಹದ ಶಕ್ತಿಯಿದೆ.

ಈ ಪುಸ್ತಕವು 11 ಪ್ರಬಂಧಗಳ ಸಂಗ್ರಹ; ಎಲ್ಲವೂ ಒಂದಕ್ಕೊಂದು ಸಂಬಂಧ ಹೊಂದಿವೆ; ಕೆಲವೊಮ್ಮೆ ಒಂದರ ಮೇಲೊಂದು ಅತಿವ್ಯಾಪಿಸಿವೆ. ಜಾಗತಿಕ ಸನ್ನಿವೇಶದ ವಿಶ್ಲೇಷಣೆಯಿಂದ ಭಾರತದ ಅವಕಾಶಗಳ ಗುರುತಿಸುವಿಕೆಯವರೆಗೆ ಈ ಪ್ರಬಂಧಗಳ ಶ್ರೇಣಿಯಿದೆ. ಇಲ್ಲಿ ದೊಡ್ಡ ಚಿತ್ರಣವೂ ಇದೆ; ಜಗತ್ತನ್ನು ರೂಪಿಸುವ ವಾಸ್ತವಿಕ ಸಂಗತಿಗಳೂ ಇವೆ. ಪ್ರಮುಖ

ಸಂಬಂಧಗಳನ್ನು ವಿವರವಾಗಿ ನೀಡಿದೆ; ಹಾಗೆಯೇ ಇಡೀ ಜಾಗತಿಕ ಚೌಕಟ್ಟನ್ನೂ ನಿರೂಪಿಸಲಾಗಿದೆ. ಕೆಲವು ಅಂಶಗಳು ನಮ್ಮನ್ನು ಗತಕಾಲಕ್ಕೆ ಒಯ್ಯುತ್ತವೆ; ಕೆಲವು ಭವಿಷ್ಯಕ್ಕೆ ಒಯ್ಯುತ್ತವೆ. ಒಟ್ಟಾರೆಯಾಗಿ ಅವು ದಶಕದ ಬದಲಾವಣೆಯನ್ನು ವಿವರಿಸುತ್ತವೆ.

ಜಾಗತಿಕ ಶ್ರೇಣಿ ವ್ಯವಸ್ಥೆಯಲ್ಲಿ ಮೇಲೇರುವ ಭಾರತದ ಹುಡುಕಾಟವು ಒಂದು ತೀರದ ಪಯಣ. ಆದರೆ ನಾವು ಪ್ರಗತಿಯ ಪರಿಶೀಲನೆ ಮಾಡಿದಾಗ ಮತ್ತು ಮುಂಬರುವ ಸವಾಲುಗಳನ್ನು ನಿರೀಕ್ಷಿಸಿದಾಗ, ಈ ಹುಡುಕಾಟವು ಅಂಥದ್ದೊಂದು ಆಳವಾದ ರಾಷ್ಟ್ರೀಯ ಬದ್ಧತೆ ಮತ್ತು ದೃಢವಿಶ್ವಾಸದಿಂದ ಮೂಡಿದೆ ಎಂಬುದು ನಿಜಕ್ಕೂ ಸಮಾಧಾನಕರ ಅಂಶ. ನಮ್ಮ ಸಂಸ್ಕೃತಿ ಮತ್ತು ಪರಂಪರೆಯಿಂದ ಶಕ್ತಿಯನ್ನು ಪಡೆಯುವುದಿರಬಹುದು ಅಥವಾ ಪ್ರಜಾಪ್ರಭುತ್ವ ಮತ್ತು ತಂತ್ರಜ್ಞಾನದ ಆಶಾವಾದದ ಮೂಲಕ ಸವಾಲುಗಳನ್ನು ನಿರ್ವಹಿಸುವುದಿರಬಹುದು, ಖಂಡಿತವಾಗಿಯೂ ಇದು ನವಭಾರತ; ನಿಜಕ್ಕೂ ಇದು ತನ್ನ ಹಿತಗಳನ್ನು ತಾನೇ ವಿವರಿಸಿಕೊಳ್ಳಬಲ್ಲ, ತನ್ನ ನಿಲುವುಗಳನ್ನು ಮಂಡಿಸಬಲ್ಲ, ತನ್ನದೇ ಪರಿಹಾರಗಳನ್ನು ಹುಡುಕಿಕೊಳ್ಳಬಲ್ಲ ಮತ್ತು ತನ್ನದೇ ಮಾದರಿಯನ್ನು ಮುಂದಿಡಬಲ್ಲ ಭಾರತ. ಸಂಕ್ಷಿಪ್ತವಾಗಿ ಹೇಳುವುದಾದರೆ, ಇದು ಹೆಚ್ಚು 'ಭಾರತ'ವಾಗಿರುವ 'ಇಂಡಿಯಾ'.

1.

ಲೋಕದೃಷ್ಟಿಯ ಮಂಡನೆ

ಲೆಕ್ಕಾಚಾರ, ಸಂಸ್ಕೃತಿ ಮತ್ತು ಸ್ಪಷ್ಟತೆ

ಮೂರು ವರ್ಷಗಳ ಹಿಂದೆ, ನನ್ನ ಮೊದಲಿನ ಪುಸ್ತಕ – *The India Way: Strategies for an Uncertain World*, - ಇದರಲ್ಲಿ 'ಇದು ಯುಎಸ್‌ನೊಂದಿಗೆ ತೊಡಗಿಸಿಕೊಳ್ಳಲು, ಚೀನಾವನ್ನು ನಿರ್ವಹಿಸಲು, ಯುರೋಪನ್ನು ಹದಗೊಳಿಸಲು, ರಷ್ಯಾಗೆ ಮರುಭರವಸೆ ನೀಡಲು, ಜಪಾನನ್ನು ಅಂಗಣಕ್ಕೆ ತರಲು, ನೆರೆಹೊರೆ ದೇಶಗಳನ್ನು ಜೊತೆಗೆ ಸೇರಿಸಿಕೊಳ್ಳಲು, ನೆರೆಹೊರೆಯನ್ನು ವಿಸ್ತರಿಸಲು ಮತ್ತು ಸಾಂಪ್ರದಾಯಿಕ ದೇಶಗಳ ಬೆಂಬಲವನ್ನು ವಿಸ್ತರಿಸಲು ಸರಿಯಾದ ಸಮಯ'[1] ಎಂದು ಒತ್ತಾಯಿಸಿದ್ದೆ. ಕಾಲಾನಂತರದಲ್ಲಿ ಈ ಕುರಿತು ಸಾಕಷ್ಟು ಮುನ್ನಡೆಯಾಗಿದೆ. ಆದರೆ ಎಲ್ಲರಿಗೂ ಗೊತ್ತಿರುವಂತೆ ಎಲ್ಲಾ ಅಂಶಗಳಲ್ಲಿ ಸಮಾನವಾಗಿ ಪ್ರಗತಿ ಕಂಡಿಲ್ಲ. ಕೆಲವು ತುಂಬಾ ಸರಾಗವಾಗಿ ಪ್ರಗತಿ ಸಾಧಿಸಿವೆ. ಆದರೆ ಕೆಲವು ನಿರೀಕ್ಷಿಸಿದ್ದಕ್ಕಿಂತ ಹೆಚ್ಚು ಸಂಕೀರ್ಣವಾಗಿವೆ. ಇದೇ ವೇಳೆ ಜಗತ್ತು ಇನ್ನೂ ಆಳವಾದ ರೂಪಾಂತರಕ್ಕೆ ಸಾಕ್ಷಿಯಾಯಿತು. ಬದಲಾವಣೆಯ ಹಾದಿಯಲ್ಲಿರುವ ವಿಶ್ವವ್ಯವಸ್ಥೆಯ ಸವಾಲುಗಳು ಒಂದಾದ ಮೇಲೊಂದರಂತೆ ಘಟಿಸಿದ ಕೋವಿಡ್ ಪಿಡುಗು, ಉಕ್ರೇನ್ ಸಂಘರ್ಷ ಮತ್ತು ಮಧ್ಯ ಏಶ್ಯಾದ ಸಮರಗಳಿಂದಾಗಿ ಇನ್ನಷ್ಟು ದೊಡ್ಡದಾಗಿವೆ.

ಈಗ ಜಗತ್ತು ಇನ್ನೂ ಹೆಚ್ಚು ಕಠಿಣವಾಗಿದೆ ಎಂಬುದರಲ್ಲಿ ಯಾವ ಅನುಮಾನವೂ ಇಲ್ಲ. ಅದರಲ್ಲೂ ನಿರ್ದಿಷ್ಟವಾಗಿ ಭಾರತಕ್ಕೆ ಇವನ್ನೆಲ್ಲ ನಿರ್ವಹಿಸುವುದು ಸುಲಭವಂತೂ ಆಗಿರಲಿಲ್ಲ. ಹಲವು ದೊಡ್ಡ ಸಂಗತಿಗಳು ಭಾರತದ ಮೇಲೆ ನೇರವಾಗಿ ಪರಿಣಾಮ ಬೀರಿವೆ. ನಿರ್ದಿಷ್ಟವಾಗಿ ಹೇಳುವುದಾದರೆ ಗಡಿಯಲ್ಲಿ ಚೀನಾದ ಬದಲಾದ ನಿಲುವು ಕಾರ್ಯತಂತ್ರದ ಲೆಕ್ಕಾಚಾರದಲ್ಲಿನ ಪ್ರಮುಖ ಅಂಶವಾಗಿದೆ. ಆದರೆ ದೃಢನಿಶ್ಚಯದ ನಾಯಕತ್ವ ಮತ್ತು ಬೆಂಬಲ ನೀಡುವ ಸಮಾಜಗಳು ಈ ತುಮುಲದ ಕಾಲಘಟ್ಟವನ್ನು ನಿರ್ವಹಿಸಲು ನೆರವಾಗಿವೆ.

1 S. Jaishankar, *The India Way: Strategies for an Uncertain World*, HarperCollins India, 2020.

ಮೇಲೇರುತ್ತಿರುವ ಶಕ್ತಿಗಳು ಎಲ್ಲಕ್ಕಿಂತ ಮುಖ್ಯವಾಗಿ ಸ್ಥಿರತೆಯನ್ನು ಬಯಸುತ್ತವೆ. ಭಾರತವು ಗಂಭೀರ ಅನಿಶ್ಚಿತತೆಗಳ ನಡುವೆಯೇ ಮೇಲೇರಲು ಯೋಜಿಸಬೇಕಾಗಿದೆ.

ಕಳೆದ ಶತಮಾನದ ಕೊನೆಯ 25 ವರ್ಷಗಳ ಅಂತಾರಾಷ್ಟ್ರೀಯ ಸಂಬಂಧಗಳು ಐದು ವಿದ್ಯಮಾನಗಳಿಂದ ಪ್ರಭಾವಿತವಾಗಿವೆ: ಜಾಗತೀಕರಣ, ಮರುಸಮತೋಲನಗೊಳಿಸುವಿಕೆ, ಬಹುಧ್ರುವೀಕರಣ, ತಂತ್ರಜ್ಞಾನದ ಪ್ರಭಾವ ಮತ್ತು ವಿವಿಧ ದೇಶಗಳು ಯಾವಾಗಲೂ ಆಡುವ ಆಟಗಳು. ಇವುಗಳಲ್ಲಿ ಅತ್ಯಂತ ಮೂಲಭೂತವಾದ ಜಾಗತೀಕರಣವು – ಅವಲಂಬನೆಗಳನ್ನು ಸೃಷ್ಟಿಸುವ ಅದರ ಮೊದಲಿನ ಮಾದರಿಯು ಸಾಕಷ್ಟು ಸವಾಲಿಗೆ ಎದುರಾಗಿದ್ದರೂ – ಇನ್ನಷ್ಟು ತೀವ್ರವಾಗಲಿದೆ. ಅದು ವಿಶ್ವವ್ಯವಸ್ಥೆಯ ಪಾತ್ರಗಳ ಸಾಪೇಕ್ಷ ತೂಕದ ಮರುಸಮತೋಲನಗೊಳಿಸುವಿಕೆಗೆ ಕಾರಣವಾಗಿದೆ. ಅದು ಆರಂಭದಲ್ಲಿ ಆರ್ಥಿಕವಾಗಿ ಅನಾವರಣಗೊಂಡಿತಾದರೂ ಅದರ ರಾಜಕೀಯ ಮತ್ತು ಸಾಂಸ್ಕೃತಿಕ ಮುಖಗಳು ಈಗಷ್ಟೇ ಅನುಭವಕ್ಕೆ ಬರತೊಡಗಿವೆ. ಮುಂದುವರಿದಂತೆ, ಈ ಮರುಸಮತೋಲನಗೊಳಿಸುವಿಕೆಯು ಬಹುಧ್ರುವಗಳನ್ನು ರೂಪಿಸುತ್ತದೆ. ಇದರ ಪರಿಣಾಮವಾಗಿ ಇನ್ನೂ ಹೆಚ್ಚು ಶಕ್ತಿಗಳು ಪ್ರತ್ಯೇಕಗೊಳ್ಳುತ್ತವೆ ಮತ್ತು 1945ರಿಂದ ಪ್ರಧಾನವಾಗಿರುವ ದೇಶಗಳ ಪಟ್ಟಿಯಲ್ಲಿ ಸೇರುತ್ತವೆ. ಇದು ಈಗಲೂ ಪ್ರಗತಿಯಲ್ಲಿರುವ ಪ್ರಕ್ರಿಯೆ; ಇನ್ನೂ ಆರಂಭಿಕ ಹಂತದಲ್ಲಿದೆ ಎಂದೂ ಹೇಳಬಹುದು. ಮೂಲತಃ ಇದು ವಿವಿಧ ದೇಶಗಳು ಹೇಗೆ ಮತ್ತು ಯಾವ ಕಾರ್ಯಸೂಚಿಗಳ ಸಂಯೋಜನೆಯ ಆಧಾರದಲ್ಲಿ ಒಗ್ಗೂಡುತ್ತವೆ ಎಂಬುದನ್ನು ಅವಲಂಬಿಸಿದೆ.

ತಂತ್ರಜ್ಞಾನವೂ ಈ ಹಿಂದಿಗಿಂತ ಹೆಚ್ಚಿನ ಪ್ರಮಾಣದಲ್ಲಿ ಬದಲಾವಣೆಯ ಸಾಧನವಾಗಿದೆ. ದೈನಂದಿನ ಚಟುವಟಿಕೆಗಳ ಮೇಲೆ ಪ್ರಭಾವ ಬೀರುವ ಅದರ ಸಾಮರ್ಥ್ಯ ಇನ್ನೂ ಆಳವಾಗಿದೆ; ಹಾಗೆಯೇ ನಮ್ಮ ಸಹಜ ಚಟುವಟಿಕೆಗಳನ್ನು, ಅಗತ್ಯಗಳನ್ನು ಮತ್ತು ಸಂಪನ್ಮೂಲಗಳನ್ನು ಶಸ್ತ್ರೀಕರಣಗೊಳಿಸುವ ಸಾಮರ್ಥ್ಯವೂ ಬೆಳೆದಿದೆ. ವಾಸ್ತವದಲ್ಲಿ ಈ ಗತಿಯು ನಾವು 'ಟೆಕೇಡ್'ಗಳ (ತಂತ್ರಜ್ಞಾನ ದಶಕಗಳ–techades) ಲೆಕ್ಕದಲ್ಲಿ ಯೋಚಿಸಬೇಕಾದ ಅನಿವಾರ್ಯತೆಯ ಬಿಂದುವಿಗೆ ಬಂದುನಿಂತಿದೆ. ಇವುಗಳೆಲ್ಲದರ ಜೊತೆಗೇ ವಿವಿಧ ದೇಶಗಳ ನಡುವೆ ಅಥವಾ ಗುಂಪುಗಳ ನಡುವೆ ನಡೆಯುವ ಸ್ಪರ್ಧಾತ್ಮಕ ರಾಜಕೀಯದ ಮೂಲಕ ವ್ಯಕ್ತವಾಗುವ ಆಟಗಳು ಇದ್ದೇ ಇವೆ. ಈ ಪ್ರತಿಯೊಂದೂ ವಿದ್ಯಮಾನಗಳು ಭಾರತದ ಸಮಕಾಲೀನ ವಿದೇಶ ನೀತಿಯನ್ನು ವೈಯಕ್ತಿಕವಾಗಿ ಮತ್ತು ಒಟ್ಟಾಗಿ ರೂಪಿಸುವಲ್ಲಿ ಪ್ರಮುಖ ಅಂಶಗಳಾಗಿವೆ. ಈಗ ಭಾರತವು ಕೇವಲ ಆರ್ಥಿಕ ಮತ್ತು ತಂತ್ರಜ್ಞಾನದ ಸಂಗತಿಗಳನ್ನು ಸರಿಪಡಿಸುವ ಮರುಜಾಗತೀಕರಣಕ್ಕೆ ಸಿದ್ಧವಾಗಬೇಕಿದೆಯಷ್ಟೇ ಅಲ್ಲ, ಈ ಅವಕಾಶವನ್ನು ಸಮಗ್ರ ರಾಷ್ಟ್ರೀಯ ಶಕ್ತಿಯನ್ನು ಬಲಪಡಿಸಲೂ ಬಳಸಬೇಕಿದೆ.

ಜಾಗತಿಕ ರಾಜಕೀಯದಲ್ಲಿ ನಿರಂತರತೆಯು ಇರುವಂತೆಯೇ ಬದಲಾವಣೆಯೂ ಇದೆ ಎಂಬ ಹಿನ್ನೆಲೆಯಲ್ಲಿ ನಮ್ಮ ಕಾರ್ಯವಿಧಾನವು ರೂಢಿಗತ ಸ್ನಾಯುಸ್ಮೃತಿಯ ಮೇಲೆಯೇ ಅತಿಯಾಗಿ ಅವಲಂಬಿಸಬೇಕಿಲ್ಲ ಎಂಬುದು ಸುಸ್ಪಷ್ಟ. ಖಂಡಿತವಾಗಿಯೂ ರಚನಾತ್ಮಕ ಚೌಕಟ್ಟು ಮತ್ತು ಹಿಂದಿನ ಅನುಭವಗಳು ಗಂಭೀರ ದಿಕ್ಸೂಚಿಗಳನ್ನು ಹೊಂದಿವೆ. ಆದರೆ ಇದೇ ವೇಳೆ ಮೇಲೆ ವಿವರಿಸಿದಂತೆ ನಿರಂತರವಾಗಿ ನಮ್ಮ ಈಗಿನ ಅಸ್ತಿತ್ವವನ್ನು ರೂಪಿಸುವ ಪ್ರಕ್ರಿಯೆಗಳಿಗೆ ಪೂರ್ಣ ಮನ್ನಣೆಯನ್ನು ನೀಡಬೇಕಾಗುತ್ತದೆ. ಇವುಗಳು, ಒಟ್ಟಾರೆ ಲೆಕ್ಕಾಚಾರಕ್ಕೆ ಸೂಕ್ತವೂ ಆಗಿರುವ ದೇಶಗಳ ಒಳಗಣ ಮತ್ತು ದೇಶಗಳ ದೇಶಗಳ ನಡುವಿನ ಮುಖ್ಯವಾದ

ಶಕ್ತಿ ಪಲ್ಲಟಗಳಾಗಿವೆ. ಇವುಗಳಲ್ಲಿ ಹೆಚ್ಚಿನವು ಗತಕಾಲದ ಹಾಗೆ ಪ್ರಾಬಲ್ಯವಿಲ್ಲದಂತಹ ಯುಎಸ್ ಕೇಂದ್ರಿತವಾಗಿವೆ. ಬದಲಾಗಿದೆ ಎಂಬುದೇನೋ ನಿರ್ವಿವಾದಿತ; ಆದರೆ ಅದು ನಮ್ಮನ್ನು ಎಲ್ಲಿಗೆ ಕೊಂಡೊಯ್ಯುತ್ತದೆ ಎಂಬುದು ಮಾತ್ರ ಈಗಲೂ ಚರ್ಚಾಸ್ಪದ ಸಂಗತಿ. ಯುಎಸ್‌ನ ಸಾಮರ್ಥ್ಯಗಳನ್ನಾಗಲೀ, ಅದರ ಪ್ರಭಾವವನ್ನಾಗಲೀ ಕಡಿಮೆ ಅಂದಾಜು ಮಾಡಬಾರದು ಎಂಬುದನ್ನು ಇತ್ತೀಚೆಗಿನ ಘಟನೆಗಳು ತೋರಿಸಿಕೊಟ್ಟಿವೆ. ವಿಶೇಷವಾಗಿ ಅದು ಕಡಲಾಚೆಗೂ ಹೊಂದಿರುವ ಪ್ರಭಾವವನ್ನು ತೋರ್ಪಡಿಸುತ್ತಿರುವಾಗ ಅದರ ಹೊಸ ಮನೋಭಾವವನ್ನು ಅರಿತುಕೊಳ್ಳುವುದೇ ಒಂದು ಸವಾಲು. ಅದು ವಿವಿಧ ಪ್ರದೇಶಗಳಲ್ಲಿ ಹೇಗೆ ಹೂಡಿಕೆ ಮಾಡಿದೆ ಎಂಬುದು ಸಹಜವಾದ ಪ್ರಶ್ನೆ; ಈ ಪ್ರಶ್ನೆಯು ಇತರೆ ದೇಶಗಳ, ಅದರಲ್ಲೂ ವಿಶೇಷವಾಗಿ ಪ್ರಭಾವ ವೃದ್ಧಿ ಮಾಡಿಕೊಳ್ಳುತ್ತಿರುವ ಚೀನಾದ ಜೊತೆಜೊತೆಗೇ ಈ ಸಂಗತಿಯನ್ನು ಗಮನಿಸಬೇಕಿದೆ.

ಹಲವು ದೇಶಗಳ ರಾಜತಾಂತ್ರಿಕತೆಯ ಸಂದರ್ಭದಲ್ಲಿ ಸಮಾಜಗಳ ಒಳಗೇ ಇರುವ ರಾಜಕೀಯ ಧ್ರುವೀಕರಣಗಳನ್ನೂ ಲೆಕ್ಕಕ್ಕೆ ತೆಗೆದುಕೊಳ್ಳಬೇಕಾಗುತ್ತದೆ. ಯುಎಸ್ ಮತ್ತು ಚೀನಾಗಳಲ್ಲೂ ಆಗಿರುವ ಆಂತರಿಕ ಬದಲಾವಣೆಗಳು, ಅವುಗಳಿಗೆ ತಕ್ಕಂತೆ ನಿಲುವುಗಳನ್ನು ಮರುಮಾಪನ ಮಾಡಿಕೊಳ್ಳಲು ಕೆಲವು ದೇಶಗಳನ್ನು ಒತ್ತಾಯಿಸುತ್ತಿವೆ. ಭೂ–ರಾಜಕೀಯ ರಣರಂಗಗಳ ವಿಷಯಕ್ಕೆ ಸಂಬಂಧಿಸಿದಂತೆ ಹೇಳುವುದಾದರೆ, ಮಧ್ಯ ಏಶ್ಯಾ ಮತ್ತು ಯುರೋಪ್‌ಗಳೇ ಸ್ಪರ್ಧೆಯ ಕೇಂದ್ರ ರಂಗಸ್ಥಳಗಳು ಎಂಬ ಚಿಂತನೆಯ ಬದಲಿಗೆ ಈಗ ಹೆಚ್ಚಾಗಿ ಇಂಡೋ–ಪೆಸಿಫಿಕ್‌ನತ್ತ ವಿಶ್ವವು ಮುಖ ಮಾಡಿದೆ. ದೂರದ ದೇಶಗಳೂ ಈಗ ತಮ್ಮದೇ ಆದ ಇಂಡೋ–ಪೆಸಿಫಿಕ್ ಕಾರ್ಯವಿಧಾನಗಳನ್ನು ರೂಪಿಸಿಕೊಳ್ಳುವ ಒತ್ತಡಕ್ಕೆ ಒಳಗಾಗಿವೆ. ಉಕ್ರೇನ್ ಸಂಘರ್ಷ ಮತ್ತು ಅದರ ಇಂಧನ ಪರಿಣಾಮಗಳು ಎಷ್ಟೇ ಗಮನಾರ್ಹವಾಗಿದ್ದರೂ ಈ ಬೆಳವಣಿಗೆಯನ್ನು ದುರ್ಬಲಗೊಳಿಸುವುದು ಅಸಂಭವ.

ಈ ಎಲ್ಲಾ ಧೋರಣೆಗಳೂ ಭಾರತದ ವಿದೇಶಾಂಗ ನೀತಿಯ ಮೇಲೆ ತಮ್ಮದೇ ಆದ ಮಾರ್ದನಿಯನ್ನು ಹೊಂದಿದ್ದವು. ಈ ಚಾಂಚಲ್ಯವನ್ನು ಸಮರ್ಥವಾಗಿ ನಿರ್ವಹಿಸುವುದಕ್ಕೆ ತೀವ್ರ ಕಾರ್ಯತಂತ್ರ ರೂಪಿಸುವುದು ಮತ್ತು ತಂತ್ರೋಪಾಯಗಳನ್ನು ಹದಗೊಳಿಸುವುದು ಅಗತ್ಯವಾಗಿತ್ತು. ನಮ್ಮ ದೇಶೀಯ ನೀತಿಗಳು ಕೇವಲ ಕೋವಿಡ್ ಪಿಡುಗಿನಿಂದ ಸ್ವಸ್ಥಿತಿಗೆ ಬರುವುದಷ್ಟಕ್ಕೇ ಸೀಮಿತವಾಗಲಿಲ್ಲ; ಅನಂತರದಲ್ಲಿ ಕೋವಿಡ್ ರಾಜತಾಂತ್ರಿಕತೆಗೂ ಆಧಾರವಾಯಿತು. ಉಕ್ರೇನ್‌ಗೆ ಸಂಬಂಧಿಸಿದ ರಾಜಕೀಯ ನಿಲುವು, ಇಂಧನ ಮತ್ತು ಆಹಾರ ಭದ್ರತೆಯ ಅನಿವಾರ್ಯತೆಗಳನ್ನು ಮಾತ್ರವೇ ಗಣನೆಗೆ ತೆಗೆದುಕೊಳ್ಳಲಿಲ್ಲ; ಬದಲಿಗೆ ಯುರೇಶಿಯಾದ ವಿಶಾಲ ಚಲನೆಗಳನ್ನೂ ಪರಿಗಣಿಸಿತು. ಚೀನಾದ ಕುರಿತು ಹೇಳುವುದಾದರೆ, ಗಡಿಯಲ್ಲಿ ಸೂಕ್ತ ಸೇನಾ ನಿಯೋಜನೆಯ ಜೊತೆಗೇ ಸಹಕಾರದ ಬಗ್ಗೆ ತೊಡಕುಗಳೂ ಇದ್ದವು. ಖ್ವಾಡ್ ಸಹಭಾಗಿ ದೇಶಗಳ ವಿಷಯದಲ್ಲಿ, ಒಂದಕ್ಕಿಂತ ಇನ್ನೊಂದು ವಿಭಿನ್ನವಾಗಿದ್ದ ವಿವಿಧ ಆಡಳಿತಗಳ ನಡುವೆಯೂ ಪರಿವರ್ತನೆಯನ್ನು ಸುಗಮಗೊಳಿಸಿದ ಕೆಲವೇ ದೇಶಗಳಲ್ಲಿ ನಾವೂ ಸೇರಿದ್ದೆವು. ಇವಲ್ಲದೆ, ಖ್ವಾಡ್‌ನ ಮೇಲ್ದರ್ಜೆಗೇರಿಸುವಿಕೆ, ಐ2ಯು2 ಸ್ಥಾಪನೆ ಮತ್ತು ಭಾರತ–ಮಧ್ಯಪ್ರಾಚ್ಯ–ಯುರೋಪ್ ಆರ್ಥಿಕ ಕಾರಿಡಾರ್ (ಐಎಂಇಸಿ)ನ್ನು ರೂಪಿಸಿದ್ದೂ ಸೇರಿದಂತೆ ಸಕಾಲದಲ್ಲಿ ತೆಗೆದುಕೊಂಡ ಪ್ರಮುಖ ರಾಜಕೀಯ ಕರೆಗಳೂ ಇದ್ದವು.

ಹಲವು ದಿಕ್ಕುಗಳಲ್ಲಿ ತೊಡಗಿಸಿಕೊಳ್ಳುವುದು ಮತ್ತು ನಿರಂತರವಾಗಿ ಸ್ಪರ್ಧಾತ್ಮಕ

ಸಂಬಂಧಗಳನ್ನು ಸಮತೂಕವಾಗಿ ಇಟ್ಟುಕೊಳ್ಳುವುದು – ಈ ಎರಡೂ ಕಸರತ್ತುಗಳು ಈ ಕಾಲಾವಧಿಯಲ್ಲಿ ಪರೀಕ್ಷೆಗೆ ಒಳಗಾದವು. ಯುರೋಪ್ ಜೊತೆಗೆ ಸಹಕಾರ ಸಂಬಂಧಗಳನ್ನು ಆಳವಾಗಿಟ್ಟುಕೊಳ್ಳಲು ಸಾಕಷ್ಟು ಹೂಡಿಕೆಗಳನ್ನು ಮಾಡಿದ ತರುವಾಯ ಅವುಗಳನ್ನು ರಷ್ಯಾದ ಜೊತೆಗಿನ ಸಾಂಪ್ರದಾಯಿಕ ಬಂಧಗಳನ್ನು ನಿರ್ವಹಿಸುವ ಸಂಗತಿಗಳ ಜೊತೆಗೆ ಸಮರಸಗೊಳಿಸುವುದು ಅಷ್ಟು ಸುಲಭದ ಕೆಲಸವಾಗಿರಲಿಲ್ಲ. ಉತ್ತರ – ದಕ್ಷಿಣ ಬಿರುಕುಗಳು ಇನ್ನಷ್ಟು ದೊಡ್ಡದಾದಂತೆ, ಜಿ20 ಅಧ್ಯಕ್ಷತೆಯ ಆರಂಭದಲ್ಲಿ ವಾಯ್ಸ್ ಆಫ್ ದ ಗ್ಲೋಬಲ್ ಸೌತ್ ಸಮ್ಮಿತ್‌ನ್ನು ಆಯೋಜಿಸಿದ್ದು ತುಂಬಾ ಸಕಾಲಿಕವಾದ ನಡೆಯಾಗಿತ್ತು. ಬಹುಧ್ರುವೀಕರಣವು ಅನಾವರಣಗೊಂಡಂತೆಲ್ಲ ಭಾರತವು ಕಾಲಗತಿಗೆ ತಕ್ಕಂತೆ ತೊಡಗಿಸಿಕೊಂಡಿತು.

ಕಳೆದ ಕೆಲವು ವರ್ಷಗಳಲ್ಲಿ ದೇಶಗಳ ಆಯ್ಕೆಗಳನ್ನು ನಿರ್ಧರಿಸುವ ಅಂಶಗಳೂ ಕೂಡ ಅಗಾಧವಾಗಿ ಬದಲಾಗಿವೆ. ಈ ಹಿಂದೆ ಹೆಚ್ಚು ಸಾಂಪ್ರದಾಯಿಕವಾದ ಸೇನಾ ಮತ್ತು ಆರ್ಥಿಕ ಮಾನದಂಡಗಳಿಂದ ಶಕ್ತಿವರ್ಧನೆಯನ್ನು ಅಳೆಯುವುದು ಒಂದು ರೂಢಿಗತ ಮಾರ್ಗವಾಗಿತ್ತು. ಆದರೆ ಇತ್ತೀಚೆಗಿನ ಘಟನೆಗಳು ಭದ್ರತೆಯನ್ನು ಅಳೆಯುವ ಮತ್ತು ಲಾಭಗಳನ್ನು ಲೆಕ್ಕ ಹಾಕುವ ಕುರಿತು ಹಲವು ಬಗೆಯ ಮಾನದಂಡಗಳನ್ನು ಪರಿಚಯಿಸಿವೆ. ಆರ್ಥಿಕ ರಂಗದ್ದೇ ಇರಲಿ ಅಥವಾ ಇನ್ನೂ ಹೆಚ್ಚು ವ್ಯಾಪಕವಾದ ರಾಷ್ಟ್ರೀಯ ಭದ್ರತೆಯ ವಿಚಾರವೇ ಇರಲಿ, ನಮ್ಮ ದೃಷ್ಟಿಕೋನವು ಈ ಮಾನದಂಡಗಳಿಗೆ ತಕ್ಕಂತೆ ಹೊಂದಿಕೊಳ್ಳಬೇಕಾಗುತ್ತದೆ. ಜಾಗತಿಕ ಆರ್ಥಿಕತೆಯ ತೊಡಕುಗಳಿಂದ ಮುಕ್ತವಾಗುವುದು ಇಲ್ಲಿರುವ ಪ್ರಮುಖ ಕಾಯಕವಾಗಿದೆ. ಮಾರುಕಟ್ಟೆ ಆರ್ಥಿಕತೆಗಳು ಮತ್ತು ಪ್ರಜಾತಾಂತ್ರಿಕ ರಾಜಕೀಯಕ್ಕೆ ಸಂಬಂಧಿಸಿದಂತೆ ಹೇಳುವುದಾದರೆ ಹೆಚ್ಚು ಶಕ್ತಿಯುತ ಮತ್ತು ವಿಶ್ವಾಸಾರ್ಹ ಸರಬರಾಜು ಸರಪಣಿಯನ್ನು ಸ್ಥಾಪಿಸುವ ಬಗ್ಗೆ ಗಮನ ಕೊಡಬೇಕೆಂಬುದೇ ಇದರ ಅರ್ಥ. ಡಿಜಿಟಲ್ ರಂಗದಲ್ಲಿ ನಂಬಿಕೆ ಮತ್ತು ಪಾರದರ್ಶಕತೆಯ ಪ್ರಾಮುಖ್ಯಕ್ಕೆ ಸಮಾಂತರ ಒತ್ತು ನೀಡುವುದನ್ನು ನಾವು ನೋಡುತ್ತೇವೆ. ಸಮಕಾಲೀನ ಉದ್ವಿಗ್ನತೆಗಳಿಗೆ ಹೆಚ್ಚು ವಿಕೇಂದ್ರೀಕೃತ ಜಾಗತಿಕ ಆರ್ಥಿಕತೆಯೇ ಅತ್ಯಂತ ಸೂಕ್ತವಾದ ಪರಿಹಾರ ಎಂಬ ಅಭಿಪ್ರಾಯವು ಹೆಚ್ಚುಹೆಚ್ಚಾಗಿ ಮೂಡುತ್ತಿದೆ. ಟೆಕ್ ಸಮರಗಳು ಇನ್ನೂ ಹೆಚ್ಚು ರಭಸ ಪಡೆದ ನಂತರ ಇಂತಹ ಆರ್ಥಿಕ ಕೇಂದ್ರೀಕರಣದ ವಿರುದ್ಧದ ಅಭಿಪ್ರಾಯಗಳು ಇನ್ನಷ್ಟು ತೀವ್ರಗೊಳ್ಳಲಿವೆ. ಅಂತಾರಾಷ್ಟ್ರೀಯ ಶಾಂತಿ ಮತ್ತು ಭದ್ರತೆಗಳಿಗೆ ಪರಸ್ಪರಾವಲಂಬನೆಯೇ ಯಾವಾಗಲೂ ಖಚಿತ ಆಧಾರವಾಗಲಿವೆ ಎಂಬುದನ್ನು ನಾವು ಒಪ್ಪಿಕೊಳ್ಳಲೇಬೇಕು. ಮುಕ್ತ ಕೊನೆಗಳಿರುವ ಟೆಕೇಡ್ ಕಾಲದಲ್ಲಿ ಮರುಜಾಗತೀಕರಣವು ನಮಗೆಲ್ಲ ಹೊಸ ಅನುಭವವನ್ನು ನೀಡುವಂತಹ ವಿಶ್ವಾಸಾರ್ಹ ಸಹಭಾಗಿತ್ವಗಳನ್ನು ಬೇಡುತ್ತದೆ.

ಮೇಲೇರುತ್ತಿರುವ ಶಕ್ತಿಯ ಗಾಥೆ

ಇದೇ ಭಾರತ ಮತ್ತು ವಿಶ್ವವು ತಮ್ಮ ಚಿಂತನೆಗಳನ್ನು ಮತ್ತು ಲೆಕ್ಕಾಚಾರಗಳನ್ನು ಮುಂದುವರಿಸಿದಂತೆ ಅವು ಎದುರುಗೊಳ್ಳುತ್ತಿರುವ ದೃಶ್ಯ. ನಾವೀಗ ಚಂಚಲಶೀಲ ಮತ್ತು ವಿಪ್ಲವಕಾಲದತ್ತ ಮುನ್ನಡೆಯುತ್ತಿದ್ದೇವೆ; ಇಲ್ಲಿ ಸಮಸ್ಯೆಗಳನ್ನು ತಗ್ಗಿಸುವುದು ಮತ್ತು ಅವುಗಳನ್ನು ಸೂಕ್ತವಾಗಿ ನಿರ್ವಹಿಸುವ ಅಂಶಗಳನ್ನು ಜೊತೆಜೊತೆಯಾಗಿಯೇ ನಿರ್ವಹಿಸಬೇಕಿದೆ. ವಾಸ್ತವದಲ್ಲಿ, ನಾವು ತುಂಬಾ ದಿನಗಳಿಂದ ಊಹಿಸುತ್ತಿದ್ದ ಪರಿವರ್ತನೆಯು ಈಗ ನಿಜಕ್ಕೂ

ನಮ್ಮ ಕಣ್ಣೆದುರು ಇದೆ. ಭಾರತವು ತನ್ನ ವಿಶಿಷ್ಟ ಚಹರೆಯನ್ನು ಸಂರಕ್ಷಿಸಿಕೊಂಡೇ, ಬಾಹ್ಯವಾಗಿ, ಸಮಾನಮನಸ್ಕ ದೇಶಗಳೊಂದಿಗೆ ಒಗ್ಗೂಡುವುದರ ಲಾಭಗಳನ್ನು ಕಂಡುಕೊಳ್ಳುತ್ತಿದೆ. ಅದರ ದೇಶೀಯ ಪಯಣವು ವ್ಯಾಪಕ ಶ್ರೇಣಿಯಾಗಿ ಹೆಚ್ಚುತ್ತಿರುವ ಸಹಭಾಗಿಗಳಿಗೆ ಹೊಸ ಬಗೆಯ ಸಂಬಂಧಗಳನ್ನು ಮುಂದಿಡಲು ಸಹಾಯಕವಾಗುತ್ತಿದೆ. ವಿಶ್ವದ ಅತ್ಯಂತ ಜನಸಂಖ್ಯೆಯ ಮತ್ತು ಪ್ರಸ್ತುತ ಐದನೆಯ ಅತಿದೊಡ್ಡ ಆರ್ಥಿಕತೆಯ ದೇಶವಾಗಿ ಭಾರತದ ಪ್ರಾಮುಖ್ಯವನ್ನು ಅದು ಜಿ20 ಅಧ್ಯಕ್ಷತೆಯನ್ನು ನಿರ್ವಹಿಸಿದ ವಿಧಾನದಿಂದಲೇ ತಿಳಿಯಬಹುದಾಗಿದೆ. ಬದಲಾಗುತ್ತಿರುವ ಭಾರತ ಮತ್ತು ಇನ್ನೂ ಹೆಚ್ಚು ಚಲನಶೀಲವಾಗಿರುವ ವಿಶ್ವದ ನಡುವಣ ಅಂತರ್‌ಪ್ರಕ್ರಿಯೆಗಳು ಅವೆರಡಕ್ಕೂ ನಿಜಕ್ಕೂ ಹೊಸತೇ ಆಗಿವೆ. ಈ ಸನ್ನಿವೇಶದಲ್ಲಿ ಅದರ ನಾಯಕತ್ವದ ಗುಣಮಟ್ಟವೇ ನೈಜ ಬದಲಾವಣೆಯನ್ನು ತರುತ್ತದೆ. ಅಸಾಧಾರಣ ಒತ್ತಡದಲ್ಲಿರುವ ಜಗತ್ತಿನ ವಿವಿಧ ಆಗುಹೋಗುಗಳನ್ನು ಗ್ರಹಿಸಲು ಮತ್ತು ಅವುಗಳನ್ನು ಭಾರತದ ಪ್ರತೀಕ್ಷೆಗಳ ಎದುರು ಹೋಲಿಸಬಹುದಾದ ಪ್ರವೃತ್ತಿಗಳಂತೆ ನಿರೂಪಿಸಲು ನಾನು ಯತ್ನಿಸಿದ್ದೇನೆ. ನನ್ನ ಈ ಹಿಂದಿನ ಯತ್ನದಂತೆ, ಇದೂ ಕೂಡ ಸಂವಾದಶೀಲ ಸಮಾಜದ ಈಗಿನ ಚರ್ಚೆಗಳಿಗೆ ಕೊಡುಗೆ ನೀಡುವ ಉದ್ದೇಶವನ್ನು ಹೊಂದಿದೆ.

ಪ್ರಮುಖ ದೇಶಗಳು ಒಂದು ಪ್ರಮುಖ ಘಟನೆಯ ನಂತರವೇ ವಿಶ್ವದ ಮೇಲೆ ಪ್ರಭಾವವನ್ನು ಬೀರುತ್ತವೆ. ಅದು ಸಂಘರ್ಷ ಇರಬಹುದು, ಕ್ರಾಂತಿ ಇರಬಹುದು ಅಥವಾ ಆರ್ಥಿಕ ಬದಲಾವಣೆಯೇ ಇರಬಹುದು. ಇವೆಲ್ಲದರ ಹಿಂದೆ ಆ ಮಟ್ಟದಲ್ಲಿ ಇರುವ ಹೊಸ ಪಾತ್ರವು ಕಂಡುಕೊಂಡ ಸಾಮರ್ಥ್ಯದ ಮತ್ತು ವ್ಯಕ್ತಿತ್ವದ ಲಕ್ಷಣಗಳ ವೃದ್ಧಿ – ಎರಡೂ ಕಂಡುಬರುತ್ತದೆ. ಭಾರತದ ಮಟ್ಟಿಗೆ, ಅದರ ಆರಂಭದ ರಾಜತಾಂತ್ರಿಕತೆಗಳು ಸಾಮರ್ಥ್ಯದ ಮಿತಿಗಳಿಗೆ ಒಳಪಟ್ಟಿದ್ದವು. ರಾಷ್ಟ್ರೀಯ ಭದ್ರತೆ ಮತ್ತು ರಾಜಕೀಯ ಸವಾಲುಗಳಲ್ಲಿ ಅದು ಕಂಡಿರಬಹುದು, ಆದರೆ ಅದು ಸಮಾಜೋ – ಆರ್ಥಿಕ ಮತ್ತು ತಂತ್ರಜ್ಞಾನ ರಂಗಗಳ ಸೀಮಿತ ಪ್ರಗತಿಯ ಒಟ್ಟಾರೆ ಫಲಿತಾಂಶವಾಗಿತ್ತು, ಅಷ್ಟೆ. ಎಲ್ಲೋ ಒಂದೆಡೆ, ಮಹಾನ್ ನಾಗರಿಕತೆಯ ಅಸಮರ್ಪಕ ನಿರೂಪಣೆಯೂ ಇತ್ತು. ಭಾರತದ ಪ್ರಗತಿಯು ಅದರ ಸಮಾನ ದೇಶಗಳಿಗೆ ಹೋಲಿಸಿದರೆ ತುಂಬಾ ನಿಧಾನಗತಿಯಲ್ಲಿತ್ತು. ಇಂದು ಭಾರತವು ಸ್ವಯಂಬೆಂಬಲದ ವಿಧಾನದಲ್ಲಿ ಎಲ್ಲಾ ರಂಗಗಳಲ್ಲಿ ಮುನ್ನಡೆಯುತ್ತಿರುವಾಗ ಈ ಎಲ್ಲಾ ಅಂಶಗಳೂ ಪ್ರಭಾವ ಬೀರುತ್ತವೆ. ರಾಜಕೀಯ, ಅರ್ಥಶಾಸ್ತ್ರ, ಜನಸಂಖ್ಯೆ, ಸಂಸ್ಕೃತಿ ಮತ್ತು ಚಿಂತನೆಗಳು – ಇವು ಅತ್ಯಂತ ಪ್ರಬಲ ಸಂಯೋಜನೆ. ವ್ಯಾಪಕ ಶ್ರೇಣಿಯ ಹಲವು ರಂಗಗಳಲ್ಲಿ ನಡೆದಿರುವ ಆಳವಾದ ಬದಲಾವಣೆಗಳು ನವಭಾರತದ ನಿರ್ಮಾಣಕ್ಕೆ ಕೊಡುಗೆ ನೀಡುತ್ತಿವೆ.

ಕಳೆದ ದಶಕವು ಭಾರತದ ಅವಕಾಶಗಳು ಹಿಗ್ಗಿರುವುದಕ್ಕೆ, ಅದರ ಅಂತಾರಾಷ್ಟ್ರೀಯ ವರ್ಚಸ್ಸು ವೃದ್ಧಿಸಿರುವುದಕ್ಕೆ ಸಾಕ್ಷಿಯಾಗಿದೆ. ಅದರ ರಾಜತಾಂತ್ರಿಕತೆಯ 'ಮಂಡಲ'ವು ಒಂದು ಖಚಿತ ಸ್ವರೂಪವನ್ನು ಪಡೆದಿದೆ. ಜೊತೆಗೇ 'ನೆರೆಹೊರೆ ಮೊದಲು' ಎಂಬ ನೀತಿಯೂ ಬೇರು ಬಿಟ್ಟಿದೆ. ವಿಸ್ತರಿತ ನೆರೆಹೊರೆ ಸಂಬಂಧಗಳು ಎಲ್ಲಾ ದಿಕ್ಕುಗಳಲ್ಲೂ ಮುನ್ನಡೆ ಸಾಧಿಸಿವೆ. ಜಾಗತಿಕ ಹೆಜ್ಜೆಗುರುತುಗಳೂ ವಿಸ್ತಾರವಾಗುತ್ತಿವೆ. ಪೆಸಿಫಿಕ್ ಮತ್ತು ಕೆರಿಬಿಯನ್ ದೇಶಗಳಲ್ಲಿ ಕಾಣುವಂತೆಯೇ ಆಫ್ರಿಕಾ ಮತ್ತು ಲ್ಯಾಟಿನ್ ಅಮೆರಿಕಗಳಲ್ಲೂ ಅದು ಗೋಚರವಾಗಿದೆ. ಪ್ರಮುಖ ಶಕ್ತಿಕೇಂದ್ರಗಳ ಜೊತೆಗಿನ ಬಹು ಆಯಾಮದ ತೊಡಗಿಸಿಕೊಳ್ಳುವಿಕೆಗಳು ಕೂಡಾ – ಹಲವು ಸವಾಲುಗಳಿಂದ ಕೂಡಿದ್ದರೂ – ಪ್ರಬಲವಾಗಿವೆ.

'ವ್ಯಾಕ್ಸಿನ್ ಮೈತ್ರಿ' ಅಭಿಯಾನವು ಭಾರತವನ್ನು ದಕ್ಷಿಣ ಭೂಗೋಳದ ಚಾಂಪಿಯನ್ ಎಂಬ ಮಾತನ್ನು ಮತ್ತೊಮ್ಮೆ ಋಜುವಾತು ಮಾಡಿದೆ. ಎಲ್ಲರಿಗಿಂತ ಮೊದಲ ಸ್ಪಂದನಶೀಲ ಕಾರ್ಯಾಚರಣೆಯಾಗಿ ಅದು ನಮ್ಮ ಅಂತಾರಾಷ್ಟ್ರೀಯ ಬದ್ಧತೆಯನ್ನು ಎತ್ತಿ ತೋರಿಸಿದೆ. ಕಾವೇರಿ, ಗಂಗಾ, ದೇವಿ ಶಕ್ತಿ ಮತ್ತು ಅಜಯ್ ಮುಂತಾದ ಕಾರ್ಯಾಚರಣೆಗಳು ಸಂಕಷ್ಟದ ಸಮಯದಲ್ಲಿ ಭಾರತ ಸರ್ಕಾರವನ್ನು ನಂಬಬಹುದು ಎಂಬ ಭಾವನೆಯನ್ನು ವಿದೇಶದಲ್ಲಿರುವ ಭಾರತೀಯರಲ್ಲಿ ಬಿತ್ತಿದೆ. ಯೋಗದ ಪ್ರಚಾರದ ಮೂಲಕ ಆರಂಭವಾದ ಈ ದಶಕವು ಸಹಜವಾಗಿಯೇ ಶ್ರೀ ಅನ್ನ(ಸಿರಿಧಾನ್ಯ)ದ ಅನುಮೋದನೆಯನ್ನೂ ಕಂಡಿದೆ. ಈ ಯಾನ ಮುಂದುವರಿಯುತ್ತದೆ; ಆದರೆ ಇದು ನಾವು ಯಾವ್ಯಾವ ಬಗೆಯಲ್ಲಿ ಬದಲಾವಣೆ ತಂದೆವು ಎಂಬುದನ್ನು ವಿಶ್ಲೇಷಿಸುವ ಕಾಲ. ಈ ಪ್ರಯತ್ನವು ನಾವು ಜಗತ್ತಿಗೆ ಏಕೆ ಮುಖ್ಯ ಎಂಬುದನ್ನು ಮನವರಿಕೆ ಮಾಡಿಕೊಡಲಿರುವುದೂ ಖಂಡಿತ.

ಅಂತಿಮವಾಗಿ, ವಿದೇಶಾಂಗ ನೀತಿ ಎಂದರೆ ಜಾಗತಿಕ ಸನ್ನಿವೇಶವನ್ನು ಅತ್ಯಂತ ವಸ್ತುನಿಷ್ಠವಾಗಿ ವಿಶ್ಲೇಷಿಸಿ ನಮಗಿರುವ ಅವಕಾಶಗಳನ್ನು ಲೆಕ್ಕ ಹಾಕುವುದೇ ಆಗಿದೆ. ದೊಡ್ಡ ಚಿತ್ರಣವನ್ನು ನಿಖರವಾಗಿ ಓದಿದ್ದರೆ ಮಾತ್ರ ಯಾವುದೇ ಕ್ರಿಯೆಯಲ್ಲಿ ಇರುವ ತಾಪತ್ರಯಗಳನ್ನು ಮತ್ತು ಲಾಭಗಳನ್ನು ಲೆಕ್ಕ ಹಾಕಲು ಸಾಧ್ಯ. ಆದರೆ ಯಾವುದೇ ದೇಶವೂ ನಿರ್ವಾತದಲ್ಲಿ ಯೋಜಿಸುವುದಿಲ್ಲ ಅಥವಾ ಕ್ರಮಗಳಿಗೆ ಮುಂದಾಗುವುದೂ ಇಲ್ಲ. ಅದಕ್ಕೆ ತನ್ನದೇ ಆದ ಒಂದು ದೃಷ್ಟಿ ಇರಬೇಕಾಗುತ್ತದೆ; ಮನದಲ್ಲೇ ಒಂದು ನಿರ್ಮಿತಿ ಮತ್ತು ಅದನ್ನು ಪೂರೈಸಿಕೊಳ್ಳಬೇಕಾದ ಕಾರ್ಯೋದ್ದೇಶಗಳು ಗೊತ್ತಿರಬೇಕಾಗುತ್ತದೆ. ವಾಸ್ತವಿಕ ಮತ್ತು ಸಾಂಸ್ಕೃತಿಕ ಕಾರಣಗಳಿಂದಾಗಿ ಈ ಸಂಗತಿಗಳನ್ನು ಯಾವಾಗಲೂ ಬಹಿರಂಗವಾಗಿ ಹೇಳದೇ ಇರಬಹುದು. ಆದರೆ ಜಗತ್ತನ್ನು ವಿಶ್ಲೇಷಿಸುವ ಮೂಲಕ, ಕಾರ್ಯವಿಧಾನಗಳನ್ನು ವಿವರಿಸುವ ಮತ್ತು ಪರಿಹಾರಗಳನ್ನು ಒದಗಿಸುವ ಮೂಲಕ ಅವುಗಳ ಒಟ್ಟಾರೆ ಚೌಕಟ್ಟನ್ನು ಗ್ರಹಿಸಲು ಸಾಧ್ಯವಿದೆ. ಅಕ್ಷರಮಟ್ಟಿಗೆ ಇದೂ ಕೂಡ ಸಾಲುಗಳ ನಡುವೆಯೇ ಓದಬೇಕಾದ ಒಂದು ಸಂಪುಟ ಎನ್ನಬಹುದು.

ಭಾರತದ ಜಿ20 ಅಧ್ಯಕ್ಷತೆಯೂ ಈಗಿನ ಜಾಗತಿಕ ರಾಜಕಾರಣವನ್ನು ಹೇಗೆ ನಿಭಾಯಿಸಬೇಕು ಎಂಬ ಬಗ್ಗೆ ಒಳನೋಟವನ್ನು ಕೊಡುವ ಅವಕಾಶವಾಗಿದೆ. ಗ್ಲೋಬಲ್ ಸೌತ್‌ನ ತವಕ ತಲ್ಲಣಗಳನ್ನು ಸತತವಾಗಿ ಬೆಳಕಿಗೆ ತಂದು ಜಿ20ಯು ತನ್ನ ಮೂಲ ಉದ್ದೇಶವಾದ ಅಂತಾರಾಷ್ಟ್ರೀಯ ಪ್ರಗತಿ ಮತ್ತು ಅಭಿವೃದ್ಧಿಯತ್ತ ಮರಳುವಂತೆ ಖಾತರಿಪಡಿಸುವಲ್ಲಿ ನಾವು ಯಶ ಪಡೆದೆವು. ಈ ಹಿನ್ನೆಲೆಯಲ್ಲಿ ಆದ್ಯತೆಗಳನ್ನು ಪಟ್ಟಿ ಮಾಡುವುದು ಮತ್ತು ಸಾಮೂಹಿಕ ಪರಿಹಾರಗಳನ್ನು ಹುಡುಕುವುದು – ಇವೂ ನಮ್ಮ ಉದ್ದೇಶಗಳಾಗಿದ್ದವು; ಅವನ್ನೂ ಗಮನಾರ್ಹವಾಗಿ ಸಾಧಿಸಲಾಯಿತು. ಪೂರ್ವ – ಪಶ್ಚಿಮ ಧ್ರುವೀಕರಣ ಮತ್ತು ಉತ್ತರ – ದಕ್ಷಿಣ ವಿಭಜನೆಗಳ ಸಮಾಂತರ ಸವಾಲನ್ನು ಎದುರಿಸುತ್ತಲೇ, ಪ್ರತಿಯೊಂದನ್ನೂ ಇನ್ನೊಂದು ಸಮಸ್ಯೆಯ ಗಂಭೀರತೆಯನ್ನು ಕುಗ್ಗಿಸಲು ಬಳಸಲಾಯಿತು. ಮಧ್ಯಂತರ ಪರಿಹಾರಗಳ ಕುರಿತ ಹೊಸ ಕಾರ್ಯವಿಧಾನಗಳನ್ನು ಒಳಗೊಂಡ ದೃಢವಾದ ರಾಜತಾಂತ್ರಿಕ ನಿಲುವಿನಿಂದ ನಿಜಕ್ಕೂ ಅಗತ್ಯವಿರುವ ಸಂದರ್ಭಗಳಲ್ಲಿ ಒಮ್ಮತಾಭಿಪ್ರಾಯ ಮೂಡಿಸಲು ಸಹಕಾರಿಯಾಯಿತು. ಆಫ್ರಿಕನ್ ಯೂನಿಯನ್ (ಎಯು)ನಲ್ಲಿ ಖಾಯಂ ಸದಸ್ಯತ್ವವನ್ನು ಪಡೆಯುವ ಉಪಕ್ರಮವು ಈ ಹಿನ್ನೆಲೆಯಲ್ಲಿ ಗಮನಾರ್ಹವಾಗಿತ್ತು; ಅದು

ಇನ್ನೂ ವಿಸ್ತರಿತ ಸಂಕಥನಗಳನ್ನು ಬಲಪಡಿಸಲು ನೆರವಾಯಿತು.

ದಿಲ್ಲಿಯಲ್ಲಿ ನಡೆದ ಜಿ20 ಶೃಂಗಸಭೆಯ ಪ್ರಮುಖ ಫಲಿತಾಂಶವೆಂದರೆ ಕಾರ್ಯಸೂಚಿಯು ಹೆಚ್ಚಿನ ಪ್ರಮಾಣದ ಮಹತ್ವಾಕಾಂಕ್ಷೆಯಿಂದ ಕೂಡಿದ್ದರೆ ಇತರರು ಅದನ್ನು ಕೆಡಿಸುವ ಸಾಧ್ಯತೆಯೂ ಇನ್ನಷ್ಟು ಕಷ್ಟವಾಗಲಿದೆ ಎಂಬುದರ ನಿರೂಪಣೆ. ಹಾಗೆಯೇ ಕಾಲಾನುಕ್ರಮದಲ್ಲಿ ಮುಖ್ಯ ಸಂಬಂಧಗಳನ್ನು ಬೆಳೆಸಿಕೊಳ್ಳುವ ಮೂಲಕ ಎಲ್ಲಾ ಸಹಭಾಗಿಗಳೂ ಭಾರತದ ಯಶಸ್ಸಿನಲ್ಲಿ ಭಾಗ ಹೊಂದುವಂತಾಯಿತು. ರಾಜತಾಂತ್ರಿಕತೆಯನ್ನು ನಿರ್ವಹಿಸಿದ್ದಿರಬಹುದು, ಸಂಸ್ಕೃತಿ ಮತ್ತು ಪರಂಪರೆಯನ್ನು ಬಿಂಬಿಸಿದ್ದಿರಬಹುದು ಅಥವಾ ಜನಪ್ರಿಯ ಭಾಗಿತ್ವವನ್ನು ಉತ್ತೇಜಿಸಿದ್ದಿರಬಹುದು – ಜಿ20 ಅಧ್ಯಕ್ಷತೆಯು ಖಂಡಿತವಾಗಿಯೂ ಭಾರತದ ಪರವಾಗಿ ನಡೆದ ವಿದ್ಯಮಾನವಾಯಿತು.

ನಮ್ಮ ರಾಜತಾಂತ್ರಿಕತೆಯೊಂದಿಗೆ ಸುದೀರ್ಘ ನಂಟನ್ನು ಹೊಂದಿದ ವೃತ್ತಿಪರ ವ್ಯಕ್ತಿಯಾಗಿ ನಾನು ಈ ಪುಸ್ತಕದ ಮೂಲಕ ಎರಡು ಹೊಣೆಗಾರಿಕೆಗಳನ್ನು ನಿರ್ವಹಿಸಬಯಸುತ್ತೇನೆ. ಒಂದು – ಇಡೀ ಜಗತ್ತು ಈಗ ಇನ್ನಷ್ಟು ಅರಿತಿರುವಂತೆ ಭಾರತವು ಉತ್ಕರ್ಷಗೊಳ್ಳುತ್ತಿರುವ ಶಕ್ತಿಯಾಗಿದೆ ಎಂಬ ಚಿಂತನೆಯನ್ನು ಹಂಚಿಕೊಳ್ಳುವುದು. ಇನ್ನೊಂದು – ನಮ್ಮದೇ ಜನರಿಗೆ ಜಾಗತಿಕ ಬೆಳವಣಿಗೆಗಳನ್ನು ಖಚಿತವಾಗಿ ಅರಿತುಕೊಳ್ಳುವ ಅಗತ್ಯ ಇರುವುದನ್ನು ಮನವರಿಕೆ ಮಾಡಿಕೊಡುವುದು. ಹಾಗಾದಾಗಲೇ ನಮ್ಮ ದೇಶವು ಸಂಪೂರ್ಣವಾಗಿ ತನ್ನ ಎದುರು ಇರುವ ಸವಾಲುಗಳು ಮತ್ತು ಅವಕಾಶಗಳನ್ನು ಸಂಪೂರ್ಣವಾಗಿ ಅರಿಯಲಿದೆ. ಹೀಗಿದ್ದೂ, ಈ ಎರಡೂ ಕ್ರಿಯೆಗಳು ತಮ್ಮ ಸಾಂಸ್ಕೃತಿಕ ಸಂಗತಿಗಳಲ್ಲಿ ಸಮಾನವಾದ ಆಧಾರವನ್ನು ಹೊಂದಿವೆ. ಈ ಅಡಿಪಾಯವು ಇಡೀ ವಿಶ್ವವನ್ನು ಒಂದು ಕುಟುಂಬದಂತೆ ಗ್ರಹಿಸುವ ನಮ್ಮ ನೀತಿಯ ಮೇಲೆ ಪರಿಣಾಮ ಬೀರಲಿದೆ. ಹಾಗೆಯೇ ಅದು ನಮ್ಮ ಸಮಾಜದ ಬಹುಸಾಂಸ್ಕೃತಿಕ ಮತ್ತು ಅನುಸಂಧಾನಾತ್ಮಕ ಪ್ರವೃತ್ತಿಯ ಮೇಲೂ ಪರಿಣಾಮ ಬೀರಲಿದೆ. ಅವು ನಮ್ಮ ರಾಜಕೀಯ ಗುಣವಿಶೇಷಗಳನ್ನೂ ರೂಪಿಸುತ್ತವೆ; ಜೊತೆಗೇ ನಮ್ಮ ಪ್ರಜಾತಾಂತ್ರಿಕ ಆಯ್ಕೆಗಳನ್ನೂ ಪ್ರೋತ್ಸಾಹಿಸುತ್ತವೆ. ಆದರೆ ಇವೆಲ್ಲಕ್ಕಿಂತ ಮುಖ್ಯವಾಗಿ, ಅವು ನಮ್ಮ ಸಾಮುದಾಯಿಕ ವ್ಯಕ್ತಿತ್ವದ ಅಂತರಾಳದಲ್ಲಿರುವ ಮೌಲ್ಯಗಳು ಮತ್ತು ನೀತಿಯನ್ನೂ ಅನಾವರಣಗೊಳಿಸುತ್ತವೆ.

ದೇಶಗಳ ಗಾಥೆಗಳು ಆಯಾ ದೇಶಗಳ ಜನತೆಯ ಮನಃಶಕ್ತಿಯ ಮೇಲೆ ನಿಯಂತ್ರಣ ಸಾಧಿಸಲು ರೂಪುಗೊಂಡಿರುವುದರ ಜೊತೆಗೇ, ವಿವೇಕ, ನಂಬುಗೆಗಳು ಮತ್ತು ಹವ್ಯಾಸಗಳನ್ನು ಒಟ್ಟಾರೆಯಾಗಿ ಬಟ್ಟಿ ಇಳಿಸಿದ ಮಾಹಿತಿಗಳಾಗಿವೆ. ಇತಿಹಾಸದ ಕಷ್ಟದ ಕಾಲಘಟ್ಟಗಳಲ್ಲಿ ಒತ್ತಡಕ್ಕೆ ಸಿಲುಕಿದ ಸಂಸ್ಕೃತಿಗಳು ಮತ್ತು ಸಂಪ್ರದಾಯಗಳ ಜನತೆಗೆ ಇವುಗಳು ಮುಖ್ಯವಾದ ಪ್ರೋತ್ಸಾಹಕಗಳೂ ಹೌದು. ನೈಜವಾದ ಮಹಾನ್ ಕಥೆಗಳು ಗಡಿಗಳಾಚೆಗೂ ಪ್ರಭಾವವನ್ನು ಬೀರಲು ಮತ್ತು ಸಂದೇಶಗಳನ್ನು ಹರಡಲು ಒಳನೋಟಗಳನ್ನು ಒದಗಿಸುತ್ತವೆ. ಆದ್ದರಿಂದ ಅವು ಸಮಕಾಲೀನ ಜಗತ್ತಿಗೆ ಅನ್ವಯಿಸಬಹುದಾದ ಪಾಠಗಳನ್ನು ಕಲಿಯುವುದರ ಬಗ್ಗೆ ನಮ್ಮನ್ನು ಪ್ರೇರೇಪಿಸುತ್ತವೆ. ಅದರಲ್ಲೂ ವಿಶೇಷವಾಗಿ ಪ್ರಕ್ಷುಬ್ಧ ಸಂದರ್ಭಗಳಲ್ಲಿ ಈ ಘಟನೆಗಳು ಮತ್ತು ಫಲಿತಾಂಶಗಳು ನಮಗೆ ಮಾರ್ಗದರ್ಶನವನ್ನು ಕೊಡಬಲ್ಲವು; ಸಮಾನಾಂತರ ನಿದರ್ಶನಗಳನ್ನು ಒದಗಿಸಬಲ್ಲವು; ಆತ್ಮವಿಶ್ವಾಸವನ್ನು ಬಲಪಡಿಸಬಲ್ಲವು. ವಾಸ್ತವದಲ್ಲಿ, ಮಹಾಕಥನಗಳು ಯಾವುದೇ ಕಾಲಘಟ್ಟದ ಘಟನೆಗಳನ್ನು ಸೂಚನಾತ್ಮಕವಾಗಿ

ನೋಡುವ ಮಾರ್ಗವಾಗಿ ಬಳಕೆಯಾಗುವುದರಿಂದ, ಅವು ಸದಾ ಸುಸಂಗತವಾಗಿರುತ್ತವೆ.

ರಾಮಾಯಣ ಮತ್ತು ಮಹಾಭಾರತ – ಭಾರತದ ಈ ಎರಡು ಮಹಾಕಾವ್ಯಗಳ ಪೈಕಿ ಮಹಾಭಾರತವು ಸಾಮಾನ್ಯವಾಗಿ ರಾಜತಾಂತ್ರಿಕತೆ ಮತ್ತು ರಾಯಭಾರ ಕೌಶಲ್ಯಕ್ಕೆ ಸಹಜವಾಗಿಯೇ ಸಂಬಂಧಿಸಿದೆ. ಈ ಪರಿಕಲ್ಪನೆಗೆ ಹಲವು ಕಾರಣಗಳಿವೆ; ಅವುಗಳಲ್ಲಿ ಕಥಾಹಂದರವೂ ಒಂದು. ಈ ಎರಡೂ ಕಥನಗಳು ಬೇರೆ ಬೇರೆ ಯುಗಗಳಲ್ಲಿ ನಡೆದವು; ಪ್ರತಿಯೊಂದೂ ತನ್ನದೇ ಆದ ನಡವಳಿಕೆಯ ನಿರೀಕ್ಷೆಗಳನ್ನು ಹೊಂದಿದೆ. ಮೊದಲ ಮಹಾಕಾವ್ಯವಾದ ರಾಮಾಯಣದಲ್ಲಿ ಚಿಂತನೆಯ ಶುದ್ಧತೆ ಮತ್ತು ವರ್ತನೆಯಲ್ಲಿನ ಉದಾತ್ತತೆಗಳೇ ಕೇಂದ್ರ ವಿಷಯಗಳಾಗಿವೆ. ಇದಕ್ಕೆ ಭಿನ್ನವಾಗಿ, ಮಹಾಭಾರತವು ಮನುಷ್ಯನ ಚಾಂಚಲ್ಯ ಮತ್ತು ಹೆಬ್ಬಯಕೆಗಳ ಹಿಂದೆ ಹೋಗುವುದರ ಕಥಾನಕವೇ ಆಗಿದೆ. ಇಂದಿನ ಪರಿಭಾಷೆಯಲ್ಲಿ ನಾವು ಒಂದನೆಯದನ್ನು ನಿಯಮಗಳು ಮತ್ತು ರೀತಿಗಳ ಪಾಲನೆಗಾಗಿ ನಡೆಸುವ ಅನ್ವೇಷಣೆ ಎಂದೂ, ಎರಡನೆಯದನ್ನು ನಿಜರಾಜಕೀಯದಲ್ಲಿನ ಕಸರತ್ತು ಎಂದೂ ಪರಿಭಾವಿಸಬಹುದು. ಅಂತಾರಾಷ್ಟ್ರೀಯ ವ್ಯವಸ್ಥೆಯನ್ನು ಅನಿರ್ಬಂಧಿತ ಸ್ಪರ್ಧೆಯ ಮೇಲೆ ಕಟ್ಟಲು ಆಗುವುದಿಲ್ಲ; ಆದ್ದರಿಂದ ಮಾನದಂಡಗಳನ್ನು ಸ್ಥಾಪಿಸುವ ಮತ್ತು ಎತ್ತಿಹಿಡಿಯುವ ಮಹದಾಸೆಯೇ ಎಂದಿಗೂ ಪ್ರಸ್ತುತವಾಗಿದೆ. ವಿಶ್ವವು ಇನ್ನಷ್ಟು ಪ್ರಕ್ಷುಬ್ಧತೆಗೆ ಒಳಗಾಗಿರುವ ಈ ಸಂದರ್ಭದಲ್ಲಿ ಇದು ಇನ್ನಷ್ಟು ಪ್ರಸ್ತುತವಾಗಿದೆ. ರಾಮಾಯಣವನ್ನು ನಾವು ನಿಯಮ ಆಧಾರಿತ ವ್ಯವಸ್ಥೆಯನ್ನು ನಿರ್ಮಿಸುವಾಗ ಎದುರಿಸುವ ಸವಾಲುಗಳು ಮತ್ತು ಅನುಕೂಲಗಳ ಆಯಾಮದಿಂದಲೂ ಅಧ್ಯಯನ ಮಾಡಬಹುದು.

ಕೇವಲ ಮಹಾಭಾರತಕ್ಕೆ ಮಾತ್ರವಲ್ಲ, ಇತರೆ ಸಂಸ್ಕೃತಿಗಳ ಮಹಾಕಾವ್ಯಗಳಿಗೂ ಹೋಲಿಸಿದರೆ ರಾಮಾಯಣದ ನೈತಿಕ ಆಯಾಮಗಳು ಅತ್ಯಂತ ಬಲವಾಗಿವೆ. ಕೆಡುಕಿನ ವಿರುದ್ಧ ಒಳಿತಿನ ಖಚಿತ ಸಮರವೇ ಇದರ ಮೂಲ ಆಶಯವಾಗಿದೆ. ಆದ್ದರಿಂದಲೇ ಇದನ್ನು ಏಶ್ಯಾದ ಬಹುತೇಕ ದೇಶಗಳ ಹಬ್ಬಗಳಲ್ಲಿ, ಕಥೆಗಳಲ್ಲಿ ಸಂಭ್ರಮಿಸಲಾಗಿದೆ. ಆದಾಗ್ಯೂ, ಈ ಮಾದರಿಯ ಒಳಗೂ ಕಾರ್ಯತಂತ್ರದ ವಿದ್ಯಾರ್ಥಿಗಳಿಗೆ ಬೇಕಾದ ಸಂಕೀರ್ಣತೆ, ಸಂದಿಗ್ಧತೆ, ಅನಿವಾರ್ಯತೆಗಳಂತಹ ಪಾಠಗಳಿವೆ. ಸದ್ಭಾವನೆಗಳನ್ನು ಹೇಗೆ ಬಳಸಿಕೊಳ್ಳುವುದು, ಬದ್ಧತೆಗಳನ್ನು ಹೇಗೆ ಕಟ್ಟುವುದು, ಮೈತ್ರಿಗಳನ್ನು ಹೇಗೆ ರೂಪಿಸುವುದು, ಆಯ್ಕೆಗಳನ್ನು ಹೇಗೆ ಮಾಡುವುದು – ಇವೆಲ್ಲವನ್ನೂ ಕಥನದ ಮೂಲಕ ಚಿತ್ರವತ್ತಾಗಿ ಬಣ್ಣಿಸಲಾಗಿದೆ. ಬಹುತೇಕ ಪ್ರಕರಣಗಳಲ್ಲಿ ನಿರ್ಣಯಗಳು ತುಂಬಾ ಸಹಜ ಎಂಬಂತೆಯೇ ಅನ್ನಿಸುತ್ತವೆ; ಆದರೂ ಪ್ರಮುಖ ಘಟನೆಗಳ ಹಿಂದೆ ಒಂದು ಕತೆಯೂ ಇರುತ್ತದೆ; ಅದಿಲ್ಲದೆ ಅವುಗಳ ಅರ್ಥೈಸುವಿಕೆಯೇ ಸಂಪೂರ್ಣವಾಗದು.

ಸಾರಾಂಶದಲ್ಲಿ ಹೇಳುವುದಾದರೆ, ರಾಮಾಯಣವು ಭಗವಾನ್ ಶ್ರೀರಾಮನೆಂಬ ಮನುಷ್ಯನ ಅವತಾರವನ್ನು ತಾಳಿ ಜಗತ್ತನ್ನು ಕೆಡುಕಿನಿಂದ ಪಾರು ಮಾಡಿದ ದೈವಿಕ ಶಕ್ತಿಯ ಗಾಥೆ. ಈ ಪ್ರಕ್ರಿಯೆಯಲ್ಲಿ ಅವನು ವೈಯಕ್ತಿಕ ನಡತೆಯ ವಿಧಿಗಳನ್ನೂ ಕಟ್ಟಿಕೊಡುತ್ತಾನೆ; ಉತ್ತಮ ಆಡಳಿತವನ್ನೂ ಪ್ರೋತ್ಸಾಹಿಸುತ್ತಾನೆ. ಈ ಕಾರಣಕ್ಕಾಗಿ, ಅವನ ಆಡಳಿತವನ್ನು ನಾವು ನಿಯಮ ಆಧಾರಿತ ವ್ಯವಸ್ಥೆಯ ಮೂರ್ತರೂಪ ನಿದರ್ಶನ – ರಾಮ ರಾಜ್ಯ – ಎಂದು ಕರೆಯಬಹುದು. ಇಲ್ಲಿನ ಕಥನವು ಅನಾವರಣವಾದಂತೆಲ್ಲ, ಅದು ಈ ಕೆಲವೇ ಅಂಶಗಳನ್ನು ಮೀರಿ ಇನ್ನಷ್ಟು ಸಂಕೀರ್ಣವಾಗುತ್ತದೆ. ರಾಮಾಯಣದ ಪ್ರಮುಖ ಪಾತ್ರವಾದ ಭಗವಾನ್

ಶ್ರೀರಾಮನ ಬಲವೃದ್ಧಿ ಮತ್ತು ಸಾಮರ್ಥ್ಯ ಹೆಚ್ಚಳವು ಅವನಿಗೆ ಅಸಾಧಾರಣ ಖ್ಯಾತಿಯನ್ನು ತಂದುಕೊಡುತ್ತದೆ. ಹಲವು ಪರೀಕ್ಷೆಗಳಿಗೆ ಒಡ್ಡಿಕೊಂಡ ಭಗವಾನ್ ಶ್ರೀರಾಮನು ಅವುಗಳನ್ನು ಕುಶಲತೆಯಿಂದ ನಿರ್ವಹಿಸಿ ಅಂತಿಮ ಸವಾಲಿಗೆ ಸಿದ್ಧನಾಗುತ್ತಾನೆ. ಅವನ ಸೋದರ ಲಕ್ಷ್ಮಣನ ಜೊತೆಗಿನ ಸಂಬಂಧ ತುಂಬಾ ನಿಕಟವಾಗಿದೆ; ಆದರೆ ಅವನು ತನ್ನ ಇನ್ನಿಬ್ಬರು ಸೋದರರಾದ ಭರತ ಮತ್ತು ಶತ್ರುಘ್ನರ ಪ್ರೀತಿಗೂ ಪಾತ್ರನಾಗಿದ್ದಾನೆ. ಭಗವಾನ್ ಶ್ರೀರಾಮನ ಮಲತಾಯಿ ಕೈಕೇಯಿಯು ಅವನ ತಂದೆ ದಶರಥನಿಂದ ಪಡೆದಿದ್ದ ಎರಡು ವರಗಳನ್ನು ಬಳಸಿಕೊಂಡು ಭಗವಾನ್ ಶ್ರೀರಾಮನ ಪಟ್ಟಾಭಿಷೇಕ ಆಗಬೇಕಾದ ದಿನವೇ ಅವನು ವನವಾಸಕ್ಕೆ ತೆರಳಬೇಕೆಂದು ಕೇಳುತ್ತಾಳೆ. ಕಾಡಿನಲ್ಲಿ ವನವಾಸದಲ್ಲಿದ್ದಾಗ ಅವನ ಪತ್ನಿ ಸೀತಾಮಾತೆಯನ್ನು ರಾಕ್ಷಸ ರಾವಣನು ಅಪಹರಿಸಿದ್ದೇ ಮುಂದಿನ ಘಟನಾವಳಿಗಳಿಗೆ ಕಾರಣವಾದ ಪ್ರಮುಖ ವಿದ್ಯಮಾನವಾಗುತ್ತದೆ.

ಭಗವಾನ್ ಶ್ರೀರಾಮನು ಸೀತಾಮಾತೆಯನ್ನು ಕಾಪಾಡಲು ಕಾರ್ಯಾಚರಣೆಯನ್ನು ರೂಪಿಸುತ್ತಿರುವಂತೆಯೇ ಹಲವು ತಂತ್ರಗಳು ಹುಟ್ಟಿಕೊಳ್ಳುತ್ತವೆ; ಇವೆಲ್ಲವೂ ಈಗ ಜನಪದದಲ್ಲಿ ಅಡಕವಾಗಿವೆ. ಭಗವಾನ್ ಶ್ರೀರಾಮನು ಅಂತಿಮವಾಗಿ ಗೆದ್ದ ಹತ್ತು ದಿನಗಳ ಸಮರವು ಉದ್ವೇಗದ ಕ್ಷಣಗಳನ್ನೂ ಹೊಂದಿತ್ತು. ಇಲ್ಲಿ ಭಗವಾನ್ ಶ್ರೀರಾಮನ ಭಕ್ತ, ದೂತ, ಸಂಪನ್ಮೂಲ ವ್ಯಕ್ತಿ ಮತ್ತು ಸಲಹೆಗಾರನಾದ ಹನುಮಂತನ ಪಾತ್ರವೂ ಮಹತ್ತ್ವದ್ದು. ನಂಬಲರ್ಹ ಮಿತ್ರರ ಪ್ರಾಮುಖ್ಯವಿರಲಿ, ಮೈತ್ರಿಗಳನ್ನು ರೂಪಿಸುವ ಸವಾಲುಗಳಿರಲಿ, ಮುಕ್ತಕೊನೆಗಳಿರುವ ಬದ್ಧತೆಗಳ ಅಪಾಯವಿರಲಿ, ಕಾರ್ಯತಂತ್ರದ ಸಂತೃಪ್ತಿ ಭಾವದ ಗಂಡಾಂತರಗಳಿರಲಿ, ಪ್ರಭಾವಿ ರಾಜತಾಂತ್ರಿಕತೆಯ ಮೌಲ್ಯವಿರಲಿ, ಅಥವಾ ಮಾಹಿತೀಕರಣಗೊಂಡ ಸಮರಕಲೆಯ ಅಗತ್ಯವಿರಲಿ – ಇಂದಿನ ಜಗತ್ತು ಈ ಯುಗದಲ್ಲಿ ಕಲಿಯಬೇಕಾದ ಸಾಕಷ್ಟು ಸಂಗತಿಗಳು ಅಲ್ಲಿವೆ.

ಎಲ್ಲದಕ್ಕಿಂತ ಮುಖ್ಯವಾಗಿ ಭಗವಾನ್ ಶ್ರೀರಾಮನ ಕಥೆಯು ವಿಶ್ವಹಿತಕ್ಕಾಗಿ ಬದ್ಧವಾದ ನಿರ್ದಿಷ್ಟ ಸಂಗತಿಗಳನ್ನು ಸಮರಸಗೊಳಿಸಿದ ಜಾಗೃತ ಶಕ್ತಿಯ ಕಥನವಾಗಿದೆ. ಅವನಿಗೆ ಎದುರಾದ ಪರೀಕ್ಷೆಗಳು ಕಾರ್ಯತಂತ್ರಾತ್ಮಕ ಸೃಜನಶೀಲತೆಯನ್ನು ಪ್ರೋತ್ಸಾಹಿಸುತ್ತವೆ. ಹಲವು ನಿರ್ಣಯ ಬಿಂದುಗಳು ನೀತಿಗಳ ಕುರಿತೇ ಇವೆ; ಆಯ್ಕೆಗಳಲ್ಲಿ ಹೆಚ್ಚು ಗೊಂದಲವಿಲ್ಲ. ಆದರೆ ಇಲ್ಲಿಯೂ ಸ್ವಹಿತದ ಸನ್ನಿವೇಶಗಳಿವೆ; ಒಂದು ಕ್ರಿಯೆಯ ಸಮರ್ಥನೆಯು ಒಂದು ನಿರ್ದಿಷ್ಟ ಅಗತ್ಯದಿಂದಾಗಿ ರೂಪುಗೊಳ್ಳುತ್ತದೆ. ವಾನರ ಸಾಮ್ರಾಜ್ಯದ ವಾಲಿ ಮತ್ತು ಸುಗ್ರೀವರ ನಡುವಣ ಸಮರದಲ್ಲಿ ಭಗವಾನ್ ಶ್ರೀರಾಮನ ಮಧ್ಯಪ್ರವೇಶವು ಇಲ್ಲಿ ಇಂತಹ ಒಂದು ನಿದರ್ಶನ. ಇದರಲ್ಲಿ ನೈತಿಕತೆಯ ಅಂಶಗಳು ಖಂಡಿತ ಇವೆ. ಆದರೆ ಇಲ್ಲಿ ನೈತಿಕತೆಯ ಅರ್ಥೈಸುವಿಕೆಯು ಸಾಂಪ್ರದಾಯಿಕ ಗ್ರಹಿಕೆಗಳಿಗಿಂತ ಭಿನ್ನವಾಗಿದೆ.

ಬದುಕಿನಲ್ಲಿ ಇದು ಕಪ್ಪು – ಇದು ಬಿಳಿ ಎಂಬ ಎರಡೇ ಆಯ್ಕೆಗಳಿರುವ ಸಾಧ್ಯತೆ ತುಂಬಾ ಅಪರೂಪ. ನಿರ್ಣಯ ಪ್ರಕ್ರಿಯೆಯ ಸಂಕೀರ್ಣತೆಗಳನ್ನು ಗೌರವಿಸುವುದು ಅಂತಾರಾಷ್ಟ್ರೀಯ ಸಂಬಂಧಗಳ ಒಳಗುಟ್ಟನ್ನು ಗ್ರಹಿಸುವುದರ ಒಂದು ಅತ್ಯವಶ್ಯ ಭಾಗವಾಗಿದೆ. ಹೀಗಿದ್ದರೂ, ಭಾರತದಂತಹ ಮೇಲೇರುತ್ತಿರುವ ಶಕ್ತಿಗೆ ಖಚಿತ ಸನ್ನಿವೇಶದ ವಿಶ್ಲೇಷಣೆಗಳಿಗಿಂತ ಹೆಚ್ಚಿನ ವಿಶ್ಲೇಷಣೆ ಮತ್ತು ಅದರ ಮೇಲೆ ಕಾರ್ಯ ನಿರ್ವಹಿಸುವ ಸಾಮರ್ಥ್ಯದ ಅಗತ್ಯವಿದೆ. ಎಲ್ಲಕ್ಕಿಂತ ಮೊದಲು ಅದು ತನ್ನದೇ ಮೌಲ್ಯಗಳ ಮತ್ತು ನಂಬಿಕೆಗಳ ಬಗ್ಗೆ

ವಿಶ್ವಾಸ ಹೊಂದಬೇಕಾಗಿರುತ್ತದೆ; ಈ ಗಾಢ ನಂಬಿಕೆಗಳ ಆಧಾರದಲ್ಲಿ ತನ್ನ ನೀತಿಗಳನ್ನು ಹೂಡಬೇಕಾಗಿರುತ್ತದೆ. ಇವುಗಳನ್ನು ಅದರ ಸಂಸ್ಕೃತಿ, ಪರಂಪರೆ ಮತ್ತು ಸಂಪ್ರದಾಯಗಳ ಒಟ್ಟಾರೆ ಸಾರದಿಂದಲೇ ಪಡೆಯಬಹುದಾಗಿದೆ. ಆದ್ದರಿಂದಲೇ ಇಂಡಿಯಾವು ನಿಜಕ್ಕೂ ಭಾರತವಾದಾಗಲೇ ಮೇಲೇರಲು ಸಾಧ್ಯ.

2.

ವಿದೇಶಾಂಗ ನೀತಿ ಮತ್ತು ನೀವು

ನಿಮ್ಮ ದಿನನಿತ್ಯದ ಬದುಕಿನಲ್ಲಿ ಬದಲಾವಣೆ ತರುವ ಅಂಶ

ಭಾರತವು ವಿಶ್ವಕ್ಕೆ ಮುಖ್ಯವಾಗಿರಬಹುದು ಅಥವಾ ವಿಶ್ವವೇ ಭಾರತಕ್ಕೆ ಮುಖ್ಯವಾಗಿರಬಹುದು. ಹಾಗೆಂದು ನಾವು ಭಾರತೀಯರು ನಮ್ಮ ಬಗ್ಗೆಯೇ ಎಚ್ಚರಿಕೆಯಿಂದ ಇರಬಾರದು ಎಂದರ್ಥವಲ್ಲ. ಈ ರಾಷ್ಟ್ರೀಯ ದೃಷ್ಟಿಕೋನದಲ್ಲಿ ನೋಡುವುದಾದರೆ ಯಾವುದು 'ಒಳ್ಳೆಯ' ವಿದೇಶಾಂಗ ನೀತಿ? ಬಹುಶಃ ನಾವು ಹಿತಗಳ ವಿವೇಕಯುಕ್ತ ಅನ್ವೇಷಣೆಯನ್ನು ಸಂಕೀರ್ಣಗೊಂಡ ಸೂತ್ರಗಳೆಂದು ಭಾವಿಸಿ ಉತ್ತರವನ್ನು ಅತಿಯಾಗಿ ಜಟಿಲಗೊಳಿಸುತ್ತಿದ್ದೇವೆ. ಆದ್ದರಿಂದ ಈ ಪರಿಭಾಷೆಯ ಆಚೆಗೆ ನೋಡಿ ನಮ್ಮ ಸಹಜ ಉತ್ತರಗಳ ಮೂಲಕ ಅವುಗಳನ್ನು ವಿಧಿಬದ್ಧಗೊಳಿಸಬೇಕಾದದ್ದು ತುಂಬಾ ಮುಖ್ಯ.

ಒಂದು 'ಒಳ್ಳೆಯ' ವಿದೇಶಾಂಗ ನೀತಿಯು ವೈಯಕ್ತಿಕವಾಗಿ ನಿಮಗೆ ಫಲಿತಾಂಶಗಳನ್ನು ನೀಡಬೇಕಾಗುತ್ತದೆ. ವಿಶ್ವದಿಂದ ನಿಮಗೆ ಸಿಗಬೇಕಾದ ನಿಮ್ಮ ಪ್ರತಿದಿನದ ಅಗತ್ಯಗಳನ್ನು ಪೂರೈಸಿಕೊಳ್ಳಲೇಬೇಕಿದೆ. ನಾವು ಸಾಮುದಾಯಿಕವಾಗಿ ಒಂದು ದೇಶವಾಗಿರುವುದರಿಂದ ನಮ್ಮ ರಾಷ್ಟ್ರೀಯ ಸುರಕ್ಷತೆಯನ್ನು ಖಾತರಿಪಡಿಸಿಕೊಳ್ಳಬೇಕಿದೆ. ಅದನ್ನು ಗಮನಿಸಿಯಾದ ಮೇಲೆ ನಮ್ಮ ಆಕಾಂಕ್ಷೆಗಳ ಕುರಿತ ಅನ್ವೇಷಣೆಗಳಿಗೆ ಅವಕಾಶ ಮಾಡಿಕೊಡಬೇಕಿದೆ. ಬಾಹ್ಯ ಜಗತ್ತಿನ ಕೊಂಡಿಯಾದ ವಿದೇಶಾಂಗ ನೀತಿಯು ನಮಗೆ ಬೇಕಾದ್ದನ್ನು ಕೊಡುವುದಕ್ಕೆ ಅನುಕೂಲಕಾರಿ ಆಗಿರಬೇಕು. ಅದು ತಂತ್ರಜ್ಞಾನ ಆಗಿರಬಹುದು, ಬಂಡವಾಳ, ಉತ್ತಮ ಕಾರ್ಯವಿಧಾನ ಅಥವಾ ಉದ್ಯೋಗದ ಅವಕಾಶ–ಯಾವುದೂ ಆಗಿರಬಹುದು. ಸಹಜವಾಗಿಯೇ ನಾವೆಲ್ಲರೂ ನಾವು ಬಲವಾಗಿರುವುದನ್ನು, ಚೆನ್ನಾಗಿ ಕಾಣುವುದನ್ನು ಮತ್ತು ಶ್ಲಾಘನೆಗೆ ಪಾತ್ರರಾಗುವುದನ್ನು ಇಷ್ಟಪಡುತ್ತೇವೆ.

ಅಂತಿಮ ವಿಶ್ಲೇಷಣೆಯಲ್ಲಿ, ಒಳ್ಳೆಯ ವಿದೇಶಾಂಗ ನೀತಿಯು ನಮ್ಮ ದೇಶ ಮತ್ತು ನಮ್ಮ ಜನತೆಯ ಮೇಲೆ ಪರಿಣಾಮ ಬೀರುವಂತಹ ಜಾಗತಿಕ ಒಲವು–ನಿಲುವುಗಳನ್ನು ತುಂಬಾ ಮುಂಚಿತವಾಗಿ ನಿರೀಕ್ಷಿಸಿರಬೇಕು. ಅನಿರೀಕ್ಷಿತವಾದದ್ದು ಘಟಿಸಿದಾಗ ಅದರ ಬಗ್ಗೆ

ಪರಿಣಾಮಕಾರಿಯಾಗಿ ಮತ್ತು ಚತುರತೆಯಿಂದ ಸ್ಪಂದಿಸಬೇಕು. ಅದೇ ವೇಳೆ, ಅದು ನಮ್ಮ ಉದ್ದೇಶಗಳನ್ನು ಸೂಕ್ತವಾಗಿ ನಿರೂಪಿಸಿ ನಮ್ಮ ವರ್ಚಸ್ಸನ್ನು ಧನಾತ್ಮಕವಾಗಿ ನಿರೂಪಿಸಬೇಕು. ಈ ಗುರಿಗಳನ್ನು ಖಾತರಿಪಡಿಸುವ ಯಾವುದೇ ಪ್ರಯತ್ನಕ್ಕೂ ಮುಂದುವರಿಯುವ ಸಾಧ್ಯತೆ ಇದೆ. ಅದು ತುಂಬಾ ಚಂದ ಕಾಣಬೇಕೆಂದೇನೂ ಇಲ್ಲ. ಆದರೆ ಅದು ಸುಗಂಧ ಬೀರುವ ಪರೀಕ್ಷೆಯಲ್ಲಿ ಮಾತ್ರ ತೇರ್ಗಡೆಯಾಗಲೇಬೇಕು.

2022ರ ಫೆಬ್ರುವರಿ 24ರಂದು ಉಕ್ರೇನಿನಲ್ಲಿ ಇದ್ದ ಭಾರತೀಯ ವಿದ್ಯಾರ್ಥಿ ನೀವೇ ಆಗಿದ್ದಿರಿ ಎಂದು ಊಹಿಸಿಕೊಳ್ಳಿ. ಶಿಕ್ಷಣದ ಭವಿಷ್ಯವನ್ನೇ ಮುಂದಿಟ್ಟುಕೊಂಡು ಹೋಗಿದ್ದ ನೀವು ಈಗ ಗಂಭೀರ ಕಲಹದಲ್ಲಿ ಸಿಲುಕಿಕೊಂಡಿದ್ದೀರಿ. ಕೇವಲ ನೀವು ಮಾತ್ರವಲ್ಲ, ನಿಮ್ಮ ದೇಶದವರೇ ಆದ ಸಾವಿರಾರು ಜನರಿದ್ದಾರೆ; ಜೊತೆಗೇ ಅದೇ ವೇಳೆ ಉಕ್ರೇನನ್ನು ತೊರೆದುಹೋಗಲು ಬಯಸಿದ ಲಕ್ಷಗಟ್ಟಲೆ ಉಕ್ರೇನಿಯನ್ನರೂ ಇದ್ದಾರೆ. ದೇಶೀಯ ಪ್ರವಾಸವು ಅಪಾಯಕಾರಿಯಾಗಿದೆ; ಸಂಕೀರ್ಣವೂ ಆಗಿದೆ. ಗಡಿಗಳು ಜನರಿಂದ ತುಂಬಿ ತುಳುಕಿ ದಟ್ಟಣೆ ಹೆಚ್ಚಾಗಿ ಇನ್ನೂ ಹೆಚ್ಚು ಪ್ರಮಾಣದ ಅಪಾಯದಲ್ಲಿವೆ. ಕಲಹಪೀಡಿತ ನಗರಗಳಲ್ಲಿ ಹೊರಗೆ ಬಂದರೆ ಶೆಲ್ ದಾಳಿ ಮತ್ತು ವೈಮಾನಿಕ ದಾಳಿಯಿಂದ ದೇಹಕ್ಕೇ ಅಪಾಯ ಒದಗುವ ಸಾಧ್ಯತೆಯೂ ಇದೆ.

ಇಂತಹ ಸಂದರ್ಭದಲ್ಲೇ ನೀವು ನಿಜಕ್ಕೂ ಬೆಂಬಲ ಮತ್ತು ಬಿಡುಗಡೆಗಾಗಿ ನಿಮ್ಮ ಸರ್ಕಾರದತ್ತ ಮುಖ ಮಾಡುತ್ತೀರಿ. ವಾಸ್ತವದಲ್ಲಿ ಆಪರೇಶನ್ ಗಂಗಾ ಮಾದರಿಯಂತೆ, ಇಂತಹ ಸಂದರ್ಭಗಳಲ್ಲೇ ವಿದೇಶಾಂಗ ನೀತಿಯ ಎಲ್ಲಾ ಸಾಧನಗಳೂ ಕೂಡಲೇ ಕಾರ್ಯಾಚರಣೆ ಆರಂಭಿಸುತ್ತವೆ. ಉಕ್ರೇನಿನಲ್ಲಿಯೂ ರೈಲುಗಳು, ಬಸ್ಸುಗಳೂ ಸೇರಿದಂತೆ ಹಲವು ಬಗೆಯ ಸಾರಿಗೆ ವ್ಯವಸ್ಥೆಯನ್ನು ಒದಗಿಸುವ ಮೂಲಕವೇ ವಿದೇಶಾಂಗ ನೀತಿಯ ಅನಾವರಣವಾಯಿತು. ಈ ನೀತಿಯ ಭಾಗವಾಗಿ ಸುರಕ್ಷಿತ ಮಾರ್ಗದಲ್ಲಿ ದಾಳಿಗಳನ್ನು ಸ್ತಂಭನಗೊಳಿಸುವಂತೆ ರಷ್ಯಾ ಮತ್ತು ಉಕ್ರೇನಿನ ಆಡಳಿತಗಳ ಅತ್ಯುನ್ನತ ಮಟ್ಟದಲ್ಲಿ ಸಂಪರ್ಕ ಸಾಧಿಸಲಾಯಿತು. ಗಡಿಗಳಲ್ಲಿನ ಅಧಿಕಾರಿಗಳನ್ನು ಸಂಪರ್ಕಿಸಿ ಗಡಿ ದಾಟುವುದಕ್ಕೆ ಅನುವು ಮಾಡಲಾಯಿತು. ವಿಪರೀತ ಸನ್ನಿವೇಶದ ಪ್ರಕರಣಗಳಲ್ಲಿ, ಸುಮಿ ನಗರದಂತಹ ಅತ್ಯಂತ ಕಲಹದ ವಲಯದ ಮೂಲಕವೂ ಭಾರತದ ಪ್ರತಿನಿಧಿಗಳು ಹಾದುಹೋಗಿ ನಿಮ್ಮ ಸುರಕ್ಷತೆಗಾಗಿ ಬೇಕಾದ ಕಾರ್ಯತಂತ್ರಗಳನ್ನು ರೂಪಿಸಿದರು. ನೀವು ಒಮ್ಮೆ ಉಕ್ರೇನಿನಿಂದ ಹೊರಗೆ ಬಂದಕೂಡಲೇ ಈ ನೀತಿಯು ನೆರೆಹೊರೆ ದೇಶಗಳಾದ ರೊಮೇನಿಯ, ಪೋಲೆಂಡ್, ಹಂಗೆರಿ ಮತ್ತು ಸ್ಲೊವಾಕಿಯ ದೇಶಗಳ ಸರ್ಕಾರಗಳೊಂದಿಗೆ ಮಾರ್ಗಮಧ್ಯದ ಶಿಬಿರಗಳಿಗಾಗಿ, ವಿಮಾನ ನಿಲ್ದಾಣಗಳನ್ನು ಬಳಸಿಕೊಳ್ಳುವುದಕ್ಕಾಗಿ ಮತ್ತು ಮನೆಗೆ ಹಿಂದಿರುಗಲು ಬೇಕಾದ ವಿಮಾನಗಳನ್ನು ಹೊಂದಿಸಲು ಕಾರ್ಯಾಚರಣೆ ನಡೆಯಿತು. ಒಂದು ಕ್ಷಣ ಈ ಎಲ್ಲವನ್ನೂ ಮಾಡುವುದಕ್ಕಾಗಿ ನಡೆದ ಈ ಎಲ್ಲ ಯತ್ನಗಳ ಬಗ್ಗೆ, ಹಲವು ಹಂತಗಳಲ್ಲಿ, ಮೇಲಿನ ಹಂತದಿಂದ ಹಿಡಿದು ಕೆಳಮಟ್ಟದವರೆಗೆ ಮಾಡಿದ ಮಧ್ಯಸ್ತಿಕೆ ಮತ್ತು ಹೆಣೆದ ಸಂಬಂಧಗಳ ಬಗ್ಗೆ ಯೋಚಿಸಿ.

2021ರ ಆಗಸ್ಟ್ 15ರ ಕಾಬೂಲ್ ಸ್ಥಿತಿಯನ್ನೊಮ್ಮೆ ಊಹಿಸಿಕೊಳ್ಳಿ, ತಾಲಿಬಾನ್ ಹಠಾತ್ತಾಗಿ ಆ ನಗರವನ್ನು ಆಕ್ರಮಿಸಿಕೊಂಡಾಗಲೇ ನೀವು ಅಲ್ಲಿ ಇದ್ದಿರಿ ಎಂದು ಕಲ್ಪಿಸಿಕೊಳ್ಳಿ. ತಾಲಿಬಾನ್ ನಿಯಂತ್ರಿತ ಚೆಕ್‌ಪೋಸ್ಟ್‌ಗಳನ್ನು ಹಾದುಹೋಗುವುದರ ಜೊತೆಗೆ, ಮನೆಗೆ

ವಾಪಸ್ ತಲುಪುವ ಬಗ್ಗೆ ಎಷ್ಟೆಲ್ಲ ತೊಂದರೆಗಳನ್ನು ಎದುರಿಸಬೇಕಾಗಬಹುದು ಎಂದು ಊಹಿಸಿಕೊಳ್ಳಿ. ಇಲ್ಲಿಯೂ ಭಾರತ ಸರ್ಕಾರವು ಭಾರೀ ಶ್ರಮವನ್ನು ಹಾಕಬೇಕಾಯಿತು. ಈ ಪ್ರಯತ್ನವು, ಆತಂಕದ ಅಂಚಿನಲ್ಲಿದ್ದ ಮತ್ತು ಹತಾಶ ಅಫ್ಘಾನಿಗಳು ಸುತ್ತುವರೆದಿದ್ದ ಯುಎಸ್ ವಿಮಾನನೆಲೆಗೆ ಪ್ರವೇಶ ಪಡೆಯುವುದನ್ನೂ, ಸಂಶಯದಿಂದಲೇ ಎಲ್ಲರನ್ನೂ ನೋಡುತ್ತಿದ್ದ ತಾಲಿಬಾನನ್ನೂ ಒಂದೆಡೆ ಕಲೆಹಾಕುವಷ್ಟೇ ಸವಾಲಿನ ಕೆಲಸವಾಗಿತ್ತು; ತಕ್ಷಣದ ಸ್ಪಂದನೆಗೆ ತಾಜಿಕ್ ದೇಶವನ್ನು ಬಳಸಿಕೊಳ್ಳಬೇಕಾಯಿತು; ಅತ್ಯಂತ ಅಲ್ಪ ಮುನ್ಸೂಚನೆಯ ಮೂಲಕ ಇರಾನಿನ ವಾಯುಪ್ರದೇಶವನ್ನು ಬಳಸಿಕೊಳ್ಳಲಾಯಿತು; ಹಾಗೆಯೇ ಕೊಲ್ಲಿ ದೇಶಗಳ ಆತಿಥ್ಯವನ್ನೂ ಪಡೆಯಲಾಯಿತು! ಇನ್ನಿತರೆ ನಾಗರಿಕರಿಗಾಗಿ ಯುನೈಟೆಡ್ ಸ್ಟೇಟ್ಸ್ ಆಫ್ ಅಮೆರಿಕ (ಯುಎಸ್‌ಎ), ಯುನೈಟೆಡ್ ಕಿಂಗ್‌ಡಮ್ (ಯುಕೆ), ಯುನೈಟೆಡ್ ಅರಬ್ ಎಮಿರೇಟ್ಸ್ (ಯುಎಇ) ಮತ್ತು ಫ್ರಾನ್ಸ್ ದೇಶಗಳ ವಿಮಾನಗಳಲ್ಲಿ ಖಾಲಿ ಇದ್ದ ಸೀಟುಗಳ ಲಾಭ ಪಡೆಯಲು ಸೂಕ್ಷ್ಮ ಸಮಾಲೋಚನೆಗಳನ್ನು ನಡೆಸಲಾಯಿತು. ಇದು ಒಂದು ಅಪರೂಪದ ಸಂಕೀರ್ಣ ಕಾರ್ಯವ್ಯವಸ್ಥೆಯಂತೆ ಕಾಣಬಹುದು. ಆದರೆ ಇದು ಇನ್ನೂ ದೊಡ್ಡ ಸಂಗತಿಯಾಗಿತ್ತು: ಈ ಕಾರ್ಯವ್ಯವಸ್ಥೆಗಳ ಹಿಂದೆ ಹಲವು ವರ್ಷಗಳ ಸಂಬಂಧಗಳಿದ್ದವು; ಅವುಗಳೇ ಕಾಲದ ಅಗತ್ಯಕ್ಕೆ ತಕ್ಕಂತೆ ಫಲಿತಾಂಶಗಳನ್ನು ಕೊಟ್ಟವು. ಇಲ್ಲಿ ಮುಖ್ಯವಾಗಿ ತಿಳಿಯಲೇಬೇಕಾದ ಇನ್ನೊಂದು ಅಂಶವೆಂದರೆ, ಈ ಕಾರ್ಯಾಚರಣೆಯು ಭಾರತದ ಬಹುಬಗೆಯ ತೊಡಗಿಸಿಕೊಳ್ಳುವಿಕೆಯ ಮತ್ತು ಸಮಯಕ್ಕೆ ತಕ್ಕಂತೆ ಹೊಂದಿಕೆ ಮಾಡಿಕೊಳ್ಳುವ ನೀತಿಯ ಪರಿಣಾಮಕತೆಯನ್ನು ಬಿಂಬಿಸಿತು.

ಕಾಬೂಲಿನಿಂದ ಹೊರಟ ಆಪರೇಶನ್ 'ದೇವಿ ಶಕ್ತಿ' ವಿಮಾನಗಳ ಹಾರಾಟವು ಅತ್ಯಂತ ಒತ್ತಡದಿಂದ ಕೂಡಿದ್ದಿರಬಹುದು; ಆದರೆ ಅವುಗಳನ್ನು ಅತ್ಯಂತ ಕಡಿಮೆ ಕಾಲಾವಧಿಯಲ್ಲಿ ಯೋಜಿಸಲು ಸಾಧ್ಯವಾಗಿದ್ದೂ ಹೌದು. ಹಾಗೆ ನೋಡಿದರೆ, ಸಂಖ್ಯೆಗಳ ಲೆಕ್ಕದಲ್ಲಿ ಭಾರತವು ಕೋವಿಡ್ ಪಿಡುಗಿನಿಂದ ಹುಟ್ಟಿದ ಬೇಡಿಕೆಗಳಿಗೆ ಸ್ಪಂದಿಸಿದ್ದು ಇನ್ನೂ ದೊಡ್ಡ ಪ್ರಮಾಣದ್ದೇ ಆಗಿತ್ತು. ವಾಯು, ಸಮುದ್ರ ಮತ್ತು ಭೂಮಾರ್ಗಗಳ ಮೂಲಕ ಲಕ್ಷಗಟ್ಟಲೆ ಭಾರತೀಯರನ್ನು ವಾಪಸು ಕರೆತಂದ ವಂದೇ ಭಾರತ್ ಮಿಶನ್ ಬಹುಶಃ ಇತಿಹಾಸದಲ್ಲೇ ದಾಖಲಾದ ಅತಿ ದೊಡ್ಡ ತೆರವು ಕಾರ್ಯಾಚರಣೆ. ಜನರ ಓಡಾಟವು ಇಡೀ ಕಾರ್ಯಾಚರಣೆಯ ಒಂದು ಚಿಕ್ಕ ಭಾಗ ಮಾತ್ರ. ಸಂಘಟಿಸುವುದು, ಮರಳಿ ದೇಶಕ್ಕೆ ಬರುವವರನ್ನು ಒಂದೆಡೆ ಕಲೆ ಹಾಕುವುದು, ಪರೀಕ್ಷೆ ನಡೆಸುವುದು, ವಸತಿ ಒದಗಿಸುವುದು, ಆಹಾರ ವ್ಯವಸ್ಥೆ ಕಲ್ಪಿಸುವುದು, ಈ ಎಲ್ಲಾ ಕೆಲಸಗಳನ್ನು ಒಳಗೊಂಡ ಚಟುವಟಿಕೆಗಳ ಜಟಿಲ ವ್ಯವಸ್ಥೆಯ ಮೂಲಕ ಈ ಸಾಗಾಟ ನಡೆಯಿತು.

ವುಹಾನ್‌ನಿಂದ ಆರಂಭವಾಗಿ, ಇಟಲಿಗೆ ವರ್ಗವಾಗಿ ಆಮೇಲೆ ಉಳಿದೆಲ್ಲ ಕಡೆಗಳಿಗೆ ಹರಡಿದ ಈ ಕಾರ್ಯಾಚರಣೆಯಲ್ಲಿ ಸ್ಥಳೀಯ, ಪ್ರಾದೇಶಿಕ ಮತ್ತು ರಾಷ್ಟ್ರೀಯ ಅಧಿಕಾರಿಗಳನ್ನು ಅತ್ಯಂತ ನಿಕಟವಾಗಿ ತೊಡಗಿಸಲಾಯಿತು. ಈ ಕಾರ್ಯಾಚರಣೆಯು ಪ್ರವಾಸಿಗರು, ವಿದ್ಯಾರ್ಥಿಗಳು, ವೃತ್ತಿಪರರು ಮತ್ತು ಕಾರ್ಮಿಕರು – ಹೀಗೆ ಎಲ್ಲರನ್ನೂ ಒಳಗೊಂಡಿತ್ತು. ಇದು ಕೇವಲ ಭಾರತೀಯರು ವಾಪಸ್ ಬರುವ ಕಾರ್ಯಾಚರಣೆಗಷ್ಟೇ ಸೀಮಿತವಾಗಿರಲಿಲ್ಲ. ಕೊಲ್ಲಿ ದೇಶಗಳಲ್ಲಿ ಇದ್ದ ನಾಗರಿಕರ ಹಾಗೆ ಹಲವು ದೇಶಗಳಲ್ಲಿದ್ದ ನಾಗರಿಕರಿಗೆ ಸ್ಥಳೀಯ ಆಡಳಿತಗಳ ಸಂಪರ್ಕದ ಮೂಲಕ ಬೆಂಬಲ ನೀಡಲಾಯಿತು.

ಇಲ್ಲಿಯೂ ಇವೆಲ್ಲ ಕಾರ್ಯಾಚರಣೆಗಳಲ್ಲಿ ರಾಜಕಾರಣಿಗಳು ಮತ್ತು ರಾಜತಾಂತ್ರಿಕ ಅಧಿಕಾರಿಗಳು ಬೆಳೆಸಿಕೊಂಡಿದ್ದ ಸಂಬಂಧಗಳು ಫಲ ನೀಡಿದವು.

ಇನ್ನೊಂದು ಹೊಸ ನಿದರ್ಶನವೆಂದರೆ, 2023ರ ಏಪ್ರಿಲ್‌ನಲ್ಲಿ ಸುಡಾನ್‌ನಲ್ಲಿ ನಡೆದ ನಾಗರಿಕ ಅಂತಃಕಲಹದಲ್ಲಿ ಸಿಲುಕಿಕೊಂಡಿದ್ದ ಭಾರತೀಯ ಸಮುದಾಯದ್ದು. ಒಂದು ವರ್ಷದಿಂದ ಅಲ್ಲಿ ಉದ್ವಿಗ್ನತೆಯು ಕ್ರಮೇಣವಾಗಿ ಹೆಚ್ಚುತ್ತಿದ್ದಿರಬಹುದು; ಆದರೆ ಅಲ್ಲಿನ ನಾಗರಿಕರು ತೀರಾ ಕೆಡುಕಿನ ಸನ್ನಿವೇಶ ಎದುರಾಗುವವರೆಗೆ ಅಲ್ಲಿಂದ ತೆರಳಲು ಸಾಮಾನ್ಯವಾಗಿ ಒಪ್ಪುವುದಿಲ್ಲ. ಈ ಪ್ರಕರಣದಲ್ಲಿ ಕಲಹವು ಹಠಾತ್ತನೆ ಎದುರಾದಾಗ ನಾಲ್ಕು ಸಾವಿರ ಭಾರತೀಯರ ಸ್ಥಿತಿ ಡೋಲಾಯಮಾನವಾಯಿತು. ರಾತ್ರೋರಾತ್ರಿಯೇ ಒಂದು ನಿಯಂತ್ರಣ ಕೇಂದ್ರವನ್ನು ಸ್ಥಾಪಿಸಿ ಭಾರತದ ಸ್ಪಂದನೆಗೆ ಚಾಲನೆ ನೀಡಲಾಯಿತು; ಅದೇ ಮುಂದೆ 'ಆಪರೇಶನ್ ಕಾವೇರಿ' ಎಂದು ಹೆಸರಾಯಿತು. ಅದೇ ವೇಳೆ ಕ್ಷಿಪ್ರಸೂಚನೆಯ ಮೇರೆಗೆ ಹಾರುವಂತೆ ಭಾರತೀಯ ವಿಮಾನಗಳನ್ನು ಸೌದಿ ಅರೇಬಿಯಾದಲ್ಲಿ ಸಜ್ಜುಗೊಳಿಸಿ ಇರಿಸಲಾಯಿತು. ಕೆಂಪುಸಮುದ್ರಕ್ಕೆ ಭಾರತದ ನೌಕೆಗಳನ್ನು ಕಳಿಸಲಾಯಿತು. ಇಲ್ಲಿಯೂ ತೆರವು ಕಾರ್ಯಾಚರಣೆಯು ತುಂಬಾ ಸಂಕೀರ್ಣವಾಗಿತ್ತು. ಏಕೆಂದರೆ ಚಿಕ್ಕ ಸಂಖ್ಯೆಯಲ್ಲಿದ್ದ ಭಾರತೀಯರು ತುಂಬಾ ವಿಶಾಲವಾದ ಪ್ರದೇಶದಲ್ಲಿ ಹಂಚಿಹೋಗಿದ್ದರು. ನಾಗರಿಕ ಅಂತಃಕಲಹದ ಸಂದರ್ಭದಲ್ಲಿ ಕಾನೂನು ಮತ್ತು ಸುವ್ಯವಸ್ಥೆಯು ಸಂಪೂರ್ಣವಾಗಿ ಕುಸಿದಿತ್ತು; ಮೂಲಭೂತ ಸೌಕರ್ಯಗಳನ್ನು ಹೊಂದುವುದೂ ತುಂಬಾ ಕಷ್ಟವಾಗಿತ್ತು. ಅಂತಃಕಲಹದಲ್ಲಿ ಭಾಗಿಯಾಗಿದ್ದ ಒಂದು ಬಣದ ಆಕ್ರಮಣಕ್ಕೆ ತನ್ನ ಕಚೇರಿಯೇ ಒಳಗಾಗಿದ್ದ ಸವಾಲಿನ ಸನ್ನಿವೇಶದಲ್ಲಿಯೂ ಭಾರತದ ರಾಯಭಾರ ಕಚೇರಿಯು ತನ್ನ ಕರ್ತವ್ಯವನ್ನು ನಿರ್ವಹಿಸಿತು. ಆದಷ್ಟು ಬೇಗ ಸುರಕ್ಷಿತವಾಗಿ ಮತ್ತು ಸಂಶಯ ಬಾರದಂತೆ ತೆರವು ಮಾಡುವುದೇ ಇಲ್ಲಿನ ಪರಿಹಾರವಾಗಿತ್ತು. ಆದರೆ ಖಾಸಗಿ ಮತ್ತು ರಾಜಕೀಯ ಒತ್ತಡಗಳ ನಡುವೆ ಈ ಮೂರೂ ಉದ್ದೇಶಗಳು ಪರಸ್ಪರ ತಿಕ್ಕಾಟಕ್ಕೆ ಒಳಗಾಗಿದ್ದವು.

ಹೀಗಿದ್ದೂ ಇದು ಸಂಪೂರ್ಣ ಫಲಿತಾಂಶ ನೀಡಿದ ಕಾರ್ಯಾಚರಣೆಯಾಯಿತು. ಏಕೆಂದರೆ ಈ ಕಾರ್ಯಾಚರಣೆಯು ಕ್ಷೇತ್ರದಲ್ಲಿನ ಕಟಿಬದ್ಧ ಅಧಿಕೃತ ವ್ಯವಸ್ಥೆ, ನೆರೆಯ ಮತ್ತು ಅನುಕೂಲಕಾರಿ ಶಕ್ತಿಗಳೊಂದಿಗಿನ ನಿಪುಣ ರಾಜತಾಂತ್ರಿಕತೆ ಮತ್ತು ಹಲವು ವರ್ಷಗಳಿಂದ ರೂಪಿಸಿದ್ದ ವಿವರವಾದ ಮಾದರಿ ಕಾರ್ಯಾಚರಣಾ ಪ್ರಕ್ರಿಯೆ – ಇವುಗಳ ಸಂಯೋಜನೆಯಾಗಿತ್ತು. ನಮ್ಮ ರಾಜತಾಂತ್ರಿಕ ಅಧಿಕಾರಿಗಳು ಮತ್ತು ಸೇನಾ ಸಿಬ್ಬಂದಿವರ್ಗದ ಸದಸ್ಯರು ಗರಿಷ್ಠ ಪ್ರಮಾಣದ ಖಾಸಗಿ ಅಪಾಯಗಳನ್ನೂ ಎದುರಿಸುತ್ತ ಅತ್ಯಂತ ಅಸಾಧಾರಣವಾಗಿ ಕಾರ್ಯ ನಿರ್ವಹಿಸಿದರು. ಸೌದಿಗಳು, ಬ್ರಿಟಿಶರು ಮತ್ತು ಈಜಿಪ್ಷಿಯನ್ನರಂತಹ ಸಹಭಾಗಿಗಳೂ ತಮ್ಮ ಸೀಮಿತ ಚೌಕಟ್ಟನ್ನು ಮೀರಿ ನಮಗೆ ನೆರವು ನೀಡಿದರು ಎಂಬುದನ್ನೂ ನಾವು ನೋಡಿದ್ದೇವೆ. ಇಂತಹ ಒತ್ತಡದ ಅನುಭವಗಳಲ್ಲಿ ಏನಾದರೂ ಸಮಾನ ಅಂಶವೊಂದಿದ್ದರೆ, ಅದು ನಮ್ಮ ವೈಯಕ್ತಿಕ ಬದುಕಿನ ಮೇಲೆಯೇ ಪರಿಣಾಮ ಬೀರುವ ದೊಡ್ಡ ಅಪಾಯಗಳು. ಆದರೆ ಈ ವಿಷಯವು ಮನುಷ್ಯನ ಇತಿಹಾಸದ ಉದ್ದಕ್ಕೂ ಕಂಡುಬಂದಿರುವ ವಿಪತ್ತು.

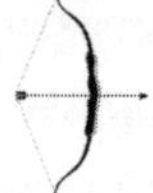

ತನ್ನ ಕುಟೀರವನ್ನು ಅಸುರರಿಂದ ಮುಕ್ತಗೊಳಿಸಲು ಮುನಿಯೊಬ್ಬನು ಭಗವಾನ್ ಶ್ರೀರಾಮ ಮತ್ತು ಲಕ್ಷ್ಮಣರನ್ನು ಕರೆದುಕೊಂಡು ಹೋದಾಗ, ಇಂತಹದೊಂದು ಸನ್ನಿವೇಶವನ್ನು ಎದುರಿಸಬೇಕಾಗುತ್ತದೆ ಎಂದು ಅವರಿಬ್ಬರೂ ಊಹಿಸಿರಲೇ ಇಲ್ಲ. ಅದು ದುಷ್ಟಶಕ್ತಿಗಳ ಎದುರಿಗೆ ಅವರ ಮೊದಲ ಅನುಭವವಾಗಿತ್ತು. ಆ ದುಷ್ಟಶಕ್ತಿಗಳ ಸಂಪೂರ್ಣ ಶಕ್ತಿಯನ್ನು ಅವರು ಅರಿತಿರಲೇ ಇಲ್ಲ. ವಾಸ್ತವದಲ್ಲಿ, ಭಗವಾನ್ ಶ್ರೀರಾಮನು ಮೊದಲು ಸೋಲಿಸಿದ ಮಾರೀಚನೇ ಮುಂದೆ ಭಗವಾನ್ ಶ್ರೀರಾಮನ ವನವಾಸದ ಸಂದರ್ಭದಲ್ಲಿ ಚಿನ್ನದ ಜಿಂಕೆಯಾಗಿ ಮೋಸ ಮಾಡುತ್ತಾನೆ. ಹಲವು ವರ್ಷಗಳ ನಂತರ, ವನವಾಸದ ಮೊದಲ ವರ್ಷಗಳಲ್ಲಿ ಮತ್ತೊಮ್ಮೆ ಶರಭಂಗ ಮುನಿಗಳ ರಕ್ಷಣೆಗೆ ಭಗವಾನ್ ಶ್ರೀರಾಮನು ಪಣ ತೊಡುತ್ತಾನೆ; ಬಹುಶಃ ಅವನಿಗೆ ಇದು ತನ್ನನ್ನು ಎಲ್ಲಿಗೆ ಕರೆದೊಯ್ಯುವುದೆಂದು ಗೊತ್ತಿರುವುದಿಲ್ಲ. ವಾನರ ದೊರೆ ವಾಲಿಯ ವಿಧಿ ಇರಬಹುದು, ಪಕ್ಷಿರಾಜ ಜಟಾಯು ಇರಬಹುದು - ಹಲವು ಸಂಕೀರ್ಣ ಘಟನೆಗಳ ಪರಸ್ಪರ ಸಿಕ್ಕುಗಳಿಂದ ಭವಿಷ್ಯವು ನಿರ್ಧಾರವಾಗುತ್ತದೆ. ಮಾರೀಚನಂತಹ ಕೆಲವರು ಮಾತ್ರ ಅವನ್ನೆಲ್ಲ ಊಹಿಸುತ್ತಾರೆ; ಆದರೆ ಅವರಿಗೂ ಭವಿಷ್ಯದ ದಿಕ್ಕನ್ನು ಬದಲಿಸುವುದಕ್ಕೆ ಶಕ್ತಿ ಇರುವುದಿಲ್ಲ. ವಾಸ್ತವದಲ್ಲಿ ದಶರಥನ ಮಹಾರಾಜನ ವರಗಳೇ ಅನಿರೀಕ್ಷಿತ ಪರಿಣಾಮಗಳನ್ನು ಉಂಟುಮಾಡುವ ಅನುದ್ದೇಶಿತ ನಿರ್ಣಯದ ಒಂದು ಉದಾಹರಣೆ. ತಾನು ಸೀತಾಮಾತೆಯನ್ನು ಅಪಹರಿಸುವುದರ ಅಂತಿಮ ಫಲಿತಾಂಶವನ್ನು ರಾವಣನು ಊಹಿಸಿಯೇ ಇರುವುದಿಲ್ಲ ಎಂಬ ಅಂಶವೂ ಈ ವಿಷಯವನ್ನು ಬಿಂಬಿಸುತ್ತದೆ.

ನಮ್ಮ ಆಧುನಿಕ ಜಗತ್ತಿನಲ್ಲೂ ನಾವು ಅನಿರೀಕ್ಷಿತಗಳೊಂದಿಗೆ ಮತ್ತು ತುಮುಲಗಳೊಂದಿಗೆ ಬದುಕುತ್ತೇವೆ. ಆದರೂ ನಾವು ವಿಶ್ಲೇಷಿಸಬೇಕು, ಯೋಜಿಸಬೇಕು ಮತ್ತು ಸ್ಪಂದನೆ ನೀಡಲು ಸದಾ ಸಿದ್ಧರಾಗಿರಬೇಕು. ತನ್ನ ನಾಗರಿಕರ ಕಲ್ಯಾಣವೇ ಚಿಂತನೆಯ ಕೇಂದ್ರಬಿಂದುವಾಗಿರುವ ಸೂಕ್ಷ್ಮ ಸರ್ಕಾರವು ಸಹಜವಾಗಿಯೇ ಊಹಿಸಲಾಗದ ಅನಿವಾರ್ಯತೆಗಳಿಗಾಗಿ ನಿಯಮಗಳನ್ನು, ನಿಯಂತ್ರಣಗಳನ್ನು, ವ್ಯವಸ್ಥೆಗಳನ್ನು ಮತ್ತು ವಿಧಾನಗಳನ್ನು ರೂಪಿಸುತ್ತದೆ. ಇವುಗಳನ್ನು ಅದು ತನ್ನ ಅನುಭವಗಳ ಆಧಾರದಲ್ಲಿ ಸದಾ ಪರಿಷ್ಕರಿಸುತ್ತಲೇ ಇರುತ್ತದೆ. ಇದೇ ಕಳೆದ ಒಂದು ದಶಕದಲ್ಲಿ ಆಗಿರುವ ಬದಲಾವಣೆ. ಒಮ್ಮೆ ನಾವು ಹಿಂದಿರುಗಿ ನೋಡಿದರೆ, ಇದು ನಮ್ಮ ಶ್ರೀಸಾಮಾನ್ಯ ನಾಗರಿಕರ ಬದುಕಿನಲ್ಲಿ ಎಂತಹ ಬದಲಾವಣೆಯನ್ನು ತಂದಿದೆ ಎಂಬುದು ಅರಿವಾಗುತ್ತದೆ.

ಜಾಗತೀಕರಣಗೊಂಡ ಅಸ್ಥಿರತೆಯ ನಿರ್ವಹಣೆ

ಸಾರ್ವಜನಿಕ ಆರೋಗ್ಯರಂಗದಲ್ಲಿ ಇದೇ ಕಾಲದಲ್ಲಿ ನಡೆದ ಇನ್ನೊಂದು ನಿದರ್ಶನವೂ ಇಲ್ಲಿ ಅಷ್ಟೇ ಸೂಚ್ಯ. ಭಾರತಕ್ಕೆ 2020ರಲ್ಲಿ ಕೋವಿಡ್‌ನ ಮೊದಲ ಅಲೆಯು ಅಪ್ಪಳಿಸಿದಾಗ ನಾವು ವೈಯಕ್ತಿಕ ರಕ್ಷಣಾ ಸಾಧನಗಳನ್ನು (ಪಿಪಿಇ), ಮುಖಗವಸು (ಮಾಸ್ಕ್)ಗಳನ್ನು ಮತ್ತು ವೆಂಟಿಲೇಟರ್‌ಗಳನ್ನು ಸಂಗ್ರಹಿಸಲು ಇಡೀ ಜಗತ್ತಿನಾದ್ಯಂತ ಹುಡುಕಾಟ ನಡೆಸಿದೆವು. ಬೇಡಿಕೆಯು ಸರಬರಾಜಿನ ಪ್ರಮಾಣವನ್ನೇ ಸಾಕಷ್ಟು ಮೀರಿದಾಗ ಮಾರುಕಟ್ಟೆಯಲ್ಲೂ ಹುಡುಕಾಟ ನಡೆಸಿದೆವು. ಬೇಡಿಕೆಗಳು ಹೆಚ್ಚಾದಂತೆ ಔಷಧ ಉದ್ಯಮಕ್ಕೆ (ಫಾರ್ಮಾಸೂಟಿಕಲ್)

ಬೇಕಾದ ಒಳಸುರಿ ವಸ್ತುಗಳೂ ಭಾರೀ ಬೇಡಿಕೆಯಲ್ಲಿದ್ದವು. ಲಸಿಕೆಗಳಿಗೆ ಬೇಕಾದ ರಾಸಾಯನಿಕಗಳು ಕೂಡಾ ಹಲವು ದೇಶಗಳಲ್ಲಿ ಸ್ಥಾಪನೆಯಾಗಿದ್ದ ಹತ್ತಾರು ಸಂಸ್ಥೆಗಳಿಂದ ಬರುತ್ತಿದ್ದವು. ಆದರೆ ಅವುಗಳಿಗೆ ಆಯಾ ಸ್ಥಳೀಯ ಪ್ರದೇಶದ ಬೇಡಿಕೆಗಳೇ ಮುಖ್ಯವಾಗಿದ್ದವು. ಇಂತಹ ಸಂದರ್ಭಗಳಲ್ಲಿ ಕೇವಲ ವಾಣಿಜ್ಯ ಚಟುವಟಿಕೆಗಳು ಮಾತ್ರವೇ ಸಾಕಾಗುತ್ತಿರಲಿಲ್ಲ. ಪರಿಣಾಮಕಾರಿ ಸಂಪರ್ಕ ಮತ್ತು ನಿಯಂತ್ರಕರ ಅನುಮೋದನೆಗಳಿಗಾಗಿ ಸೂಕ್ತವಾದ ಸಂಪರ್ಕಗಳು ಬೇಕಾಗಿದ್ದವು. 2021ರಲ್ಲಿ ಅಪ್ಪಳಿಸಿದ ಎರಡನೆಯ ಅಲೆಯು ಆಮ್ಲಜನಕಕ್ಕಾಗಿ ಮತ್ತು ವಿದೇಶಗಳಿಂದ ಬರುವ ವಿಶೇಷ ಔಷಧಿಗಳಿಗಾಗಿ ಮತ್ತೆ ಇಂಥದ್ದೇ ಬೇಡಿಕೆಗಳನ್ನು ಹೆಚ್ಚಿಸಿದವು. ಭಾರತದ ರಾಜತಾಂತ್ರಿಕತೆಗೆ ಇಂತಹ ಸರಬರಾಜುಗಳನ್ನು ಮಾಡಬಲ್ಲ ಸಂಸ್ಥೆಗಳನ್ನು ಹುಡುಕುವ, ಸಮಾಲೋಚನೆ ನಡೆಸುವ ಮತ್ತು ಕರಾರು ಮಾಡಿಕೊಳ್ಳುವ ಚಟುವಟಿಕೆಗಳೇ ಆದ್ಯತೆಯ ಸಂಗತಿಗಳಾದವು. ನಿಜಕ್ಕೂ ಇವನ್ನೆಲ್ಲ ಸಂಗ್ರಹಿಸಿ ಸಾಗಿಸಲು ಭಾರತದ ರಾಜತಾಂತ್ರಿಕತೆಯು ಸಾಕಷ್ಟು ಪರಿಶ್ರಮಪಡಬೇಕಾಯಿತು. ಈ ಉದಾಹರಣೆಗಳು ವಿಶೇಷ ಸನ್ನಿವೇಶಗಳ ಫಲಿತಾಂಶವಾಗಿ ರೂಪುಗೊಂಡಿರಬಹುದು. ಆದರೆ ಅವು ನಿರಾಕರಿಸಲಾಗದ ವಾಸ್ತವವು ಏನೆಂಬುದರ ಚಿತ್ರಣವನ್ನು ನೀಡುತ್ತವೆ. ಸಮಸ್ಯೆಗಳಿರಬಹುದು ಅಥವಾ ಪರಿಹಾರಗಳಿರಬಹುದು – ಬೇರೆ ಎಲ್ಲೋ ನಡೆದ ವಿದ್ಯಮಾನಗಳು ನಮ್ಮ ದಿನವಹಿ ಬದುಕಿನ ಮೇಲೆ ಬೀರುವ ಪರಿಣಾಮವು ಹೆಚ್ಚಾಗುತ್ತಲೇ ಇದೆ.

ಆದ್ದರಿಂದ ನೀವು ಮುಂದಿನ ಸಲ ಒಂದು ವಿದೇಶ ಪ್ರವಾಸ ಮಾಡಬೇಕೆಂದು ನಿರೀಕ್ಷಿಸುತ್ತಿದ್ದರೆ, ಒಂದು ಪ್ರಮುಖ ಸಂಬಂಧದ ಮೇಲೆ ನಡೆಯುತ್ತಿರುವ ಚರ್ಚೆಯನ್ನು ಆಲಿಸುತ್ತಿದ್ದರೆ ಅಥವಾ ವಿದೇಶಗಳಲ್ಲಿನ ಹಿತಾಸಕ್ತಿಗಳ ಚರ್ಚೆಯ ಬಗ್ಗೆ ಓದುತ್ತಿದ್ದರೆ, ಅವನ್ನು ಖಂಡಿತ ಗಂಭೀರವಾಗಿ ಪರಿಗಣಿಸಿ. ಇದು ನಿಮ್ಮ ಸುಸ್ಥಿತಿಯ ಮೇಲೆಯೇ ನೇರವಾದ ಪರಿಣಾಮ ಉಂಟುಮಾಡಬಹುದು ಎಂಬುದನ್ನು ನೆನಪಿಟ್ಟುಕೊಳ್ಳಿ. ವಿದೇಶಾಂಗ ನೀತಿಯ ಸಂಗತಿಗಳನ್ನು ಕೇವಲ ಬಿಕ್ಕಟ್ಟಿನ ಸಂದರ್ಭಗಳಿಗಾಗಿ ರೂಪಿಸಿಲ್ಲ. ಅದು ವಸ್ತುತಃ ನಿಮ್ಮ ಸುರಕ್ಷತೆ, ನಿಮ್ಮ ಕೆಲಸ, ನಿಮ್ಮ ಜೀವನದ ಗುಣಮಟ್ಟ ಮತ್ತು ನಾವು ಇತ್ತೀಚೆಗೆ ಅರಿತುಕೊಂಡಂತೆ ನಿಮ್ಮ ಆರೋಗ್ಯವನ್ನೂ ನಿರ್ಣಯಿಸುತ್ತದೆ. ಅದು ನೀವು ಇಷ್ಟಪಡುವ ಅಭಿಮಾನ, ಮೌಲ್ಯಗಳು, ಪ್ರತಿಷ್ಠೆ ಮತ್ತು ವರ್ಚಸ್ಸು – ಇವೇ ನಿಕಟ ಸಂಗತಿಗಳನ್ನು ರೂಪಿಸುತ್ತದೆ: ಈ ಎಲ್ಲಾ ಕಾರಣಗಳಿಗಾಗಿ ಮತ್ತು ಇನ್ನೂ ಹಲವಾರು ಅಂಶಗಳಿಗಾಗಿ, ನೀವು ವಿಶ್ವದ ಬಗ್ಗೆ ಹೆಚ್ಚಿನ ಆಸಕ್ತಿ ತೋರುವುದು ತುಂಬಾ ಮುಖ್ಯ; ಈ ಮೂಲಕ ನೀವು ಈ ಎಲ್ಲ ಘಟನೆಗಳು ನಿಮ್ಮ ಭವಿಷ್ಯದ ಮೇಲೆ ಯಾವ ಪರಿಣಾಮ ಉಂಟುಮಾಡುತ್ತವೆ ಎಂದು ತಿಳಿಯಬಹುದು.

ವಿದೇಶಾಂಗ ನೀತಿಯು ನಿಮಗೆ ವೈಯಕ್ತಿಕವಾಗಿ ಹೇಗೆ ಸಂಬಂಧಿಸಿದೆ ಎಂಬುದನ್ನು ಸ್ವಲ್ಪ ಅರಿಯೋಣ. ನೀವು ಭಾರತೀಯ ವಿದ್ಯಾರ್ಥಿಯಾಗಿದ್ದರೆ ಅದು ವೀಸಾವನ್ನು ಸುಲಭವಾಗಿ ಪಡೆಯುವುದಿರಬಹುದು, ಕೋವಿಡ್ ಸಂದರ್ಭದಲ್ಲಿ ಪ್ರವಾಸ ಮಾಡುವ ಸಾಮರ್ಥ್ಯ ಇರಬಹುದು ಅಥವಾ ಶಿಕ್ಷಣದ ನಂತರ ಉದ್ಯೋಗ ಮಾಡುವುದಿರಬಹುದು. ನೀವು ಒಬ್ಬ ಉದ್ಯಮಿಯಾಗಿದ್ದರೆ ಅದು ನಿಮಗೆ ವಿದೇಶಿ ಮಾರುಕಟ್ಟೆಗೆ ಪ್ರವೇಶ ಒದಗಿಸುತ್ತದೆ; ನಿಯಂತ್ರಣಗಳು ಮತ್ತು ಕಾರ್ಯವಿಧಾನಗಳ ಬಗ್ಗೆ ಮಾಹಿತಿ ಪಡೆಯಬಹುದು ಮತ್ತು ಸನ್ನಿವೇಶಗಳಿಗೆ ತಕ್ಕಂತೆ ಸಮಸ್ಯೆಗಳನ್ನು ನಿವಾರಿಸಲು ಸಹಾಯವನ್ನು ಪಡೆಯಬಹುದು;

ವೃತ್ತಿಪರರು ಮತ್ತು ಕೆಲಸಗಾರರಿಗೆ, ಇದು ನ್ಯಾಯಯುತ ಉದ್ಯೋಗ ಕರಾರು ಪಡೆಯುವುದಿರಬಹುದು, ಹೆಚ್ಚಿನ ಪ್ರಮಾಣದ ಸುರಕ್ಷತಾ ಭಾವವನ್ನು ಹೊಂದುವುದಿರಬಹುದು, ಸಂಕಷ್ಟದ ಸಮಯದಲ್ಲಿ ಕಲ್ಯಾಣ ಕ್ರಮಗಳನ್ನು ನಿರೀಕ್ಷಿಸುವುದಿರಬಹುದು. ಅತಂತ್ರ ಪ್ರವಾಸಿಗರಿಗೆ ಅನುಕಂಪಭಾವದ ರಾಯಭಾರಿ ಕಚೇರಿಯು ತುಂಬಾ ಅಗತ್ಯವಿರುವ ಸಹಾಯ ಮತ್ತು ಬೆಂಬಲವನ್ನು ನೀಡುತ್ತದೆ; ಇನ್ನೂ ಹೆಚ್ಚಿನ ಅಪಾಯಕಾರಿ ಸನ್ನಿವೇಶಗಳಲ್ಲಿ ತೆರವು ಮಾಡಲೂ ಮುಂದಾಗುತ್ತದೆ.

ಆದರೆ ವಿದೇಶಾಂಗ ನೀತಿಯನ್ನು ಅನುಭವಿಸಲು ವಿದೇಶಗಳಲ್ಲೇ ಇರಬೇಕಾಗಿಲ್ಲ. ಇದು ನಮ್ಮ ನೆಲದಲ್ಲೂ ಅತಿಮುಖ್ಯವಾಗುತ್ತದೆ. ಬಾಹ್ಯ ಅಥವಾ ಆಂತರಿಕ ಸುರಕ್ಷತೆಯ ವಿಷಯಕ್ಕೆ ಬಂದರೆ, ರಾಜತಾಂತ್ರಿಕತೆಯು ಮುನ್ನೆಚ್ಚರಿಕೆಯ ಕ್ರಮವಾಗಿರಬಹುದು; ಸಮಸ್ಯೆಗಳನ್ನು ತಗ್ಗಿಸುವ ಅಥವಾ ಪರಿಹರಿಸುವ ಸಾಧನವಾಗಿರಬಹುದು. ಅದು ಸಮಾನ ಅಪಾಯದ ಬಗ್ಗೆ ಅರಿವನ್ನು ಮೂಡಿಸಲು ನೆರವಾಗುತ್ತದೆ; ಅಲ್ಲದೆ ಅದು ಸಹಜ ಅಪಾಯಗಳ ವಿರುದ್ಧ ನೆರವಾಗಲು ಸಹಭಾಗಿಗಳನ್ನು ಹುಡುಕಿಕೊಡಬಹುದು. ಆದ್ದರಿಂದ ನೀವು ನಮ್ಮ ಗಡಿಗಳನ್ನು ಕಾಯುವ ಸೈನಿಕರಾಗಿದ್ದರೆ ಅಥವಾ ಭಯೋತ್ಪಾದನೆಯನ್ನು ಹಿಮ್ಮೆಟ್ಟಿಸಲು ಶ್ರಮಿಸುತ್ತಿರುವ ಪೊಲೀಸರಾಗಿದ್ದರೆ, ಒಂದು ಒಳ್ಳೆಯ ವಿದೇಶಾಂಗ ನೀತಿಯು ನಿಮ್ಮ ಬದುಕನ್ನು ಇನ್ನಷ್ಟು ಸುಗಮಗೊಳಿಸುತ್ತದೆ. ಇದಾದ ಮೇಲೆ ಇಲ್ಲಿ ಆರ್ಥಿಕತೆಯಿದೆ. ಹೂಡಿಕೆಗಾಗಿ, ತಂತ್ರಜ್ಞಾನ ಮತ್ತು ಅತ್ಯುತ್ತಮ ಕಾರ್ಯಪದ್ಧತಿಗಳ ಶೋಧ – ಇವೆಲ್ಲವನ್ನೂ ವಿದೇಶಾಂಗ ನೀತಿಯಿಂದಲೇ ಸಕ್ರಿಯಗೊಳಿಸಬಹುದು.

ವಿದೇಶಗಳೊಂದಿಗಿನ ಸಂಬಂಧಗಳು ಇಂತಹ ಪ್ರತಿಯೊಂದೂ ರಂಗದಲ್ಲಿ ಭಾರತದ ಪ್ರಗತಿಗೆ ವೇಗವನ್ನು ತರಬಲ್ಲವು. ಒಟ್ಟಾರೆಯಾಗಿ ನೋಡಿದರೆ, ಉದ್ಯೋಗಾವಕಾಶವನ್ನು ಹೆಚ್ಚಿಸುವುದು ಮತ್ತು ನಿಮ್ಮ ಜೀವನಮಟ್ಟವನ್ನು ಸುಧಾರಿಸುವುದು – ಇದೇ ವಿದೇಶ ಸಂಬಂಧಗಳು ಮಾಡುವ ಕಾರ್ಯ. ಆಮದಾದ ಅಡುಗೆ ಎಣ್ಣೆಯ ಬೆಲೆ ಇರಬಹುದು ಅಥವಾ ಸಹಭಾಗಿತ್ವದ ಮೂಲಕ ಉತ್ಪಾದಿಸಿದ ಸ್ಮಾರ್ಟ್‌ಫೋನ್ ಇರಬಹುದು – ಒಂದು ಬೃಹತ್ತಾದ ನೀತಿ ನಿರ್ಣಯವು ನಿಮ್ಮ ಹಣದ ಸಂಚಿಯ ಮೇಲೆ ಪರಿಣಾಮ ಬೀರಿರುತ್ತದೆ. ಯಾರಿಗಾದರೂ ಈ ವಿಷಯದಲ್ಲಿ ಅಕಸ್ಮಾತ್ ಯಾವುದೇ ಸಂಶಯ ಇದ್ದರೆ, ಉಕ್ರೇನ್ ಸಂಘರ್ಷದ ಸಂದರ್ಭದಲ್ಲಿ ಸಹಿಸಿಕೊಂಡ ಒತ್ತಡ ಮತ್ತು ನೀಡಿದ ಸ್ಪಂದನೆಯು ಅವುಗಳನ್ನೆಲ್ಲಾ ನಿವಾರಿಸಿಬಿಡುತ್ತದೆ.

ಆದರೆ ನಮ್ಮ ಕಾಲದ ದೊಡ್ಡ ಸಂಗತಿಗಳಾದ ಕೋವಿಡ್ ಪಿಡುಗು, ಭಯೋತ್ಪಾದನೆ, ಹವಾಗುಣ ಬದಲಾವಣೆ – ಎಲ್ಲವೂ ನಿಮ್ಮ ಅಸ್ತಿತ್ವದ ಮೇಲೆಯೇ ಎಂತಹ ಪ್ರಭಾವ ಬೀರಬಹುದು ಎಂಬುದನ್ನೂ ನೀವು ಕೊಂಚ ಯೋಚಿಸಿ. ಪರಿಹಾರಗಳನ್ನು ಹುಡುಕಲು ನಮಗೆ ಹೆಚ್ಚಿನ ಪ್ರಮಾಣದ ಅವಕಾಶ ಇರಬೇಕೇ ಬೇಡವೇ ಎಂಬ ಪ್ರಶ್ನೆಯನ್ನು ನೀವೇ ಕೇಳಿಕೊಳ್ಳಿ. ಇತರೆ ದೇಶಗಳು ಭಾರತದ ಬಗ್ಗೆ, ಅದರ ಸಂಸ್ಕೃತಿ, ಅದರ ಜೀವನಶೈಲಿಯ ಬಗ್ಗೆ ಹೇಗೆ ಯೋಚಿಸುತ್ತಿವೆ ಎಂಬುದು ನಮಗೆಲ್ಲರಿಗೂ ಮುಖ್ಯವಾಗುತ್ತದೆ. ಏನೇ ಇದ್ದರೂ ಜಿ20 ಅಧ್ಯಕ್ಷತೆಯು ಇಡೀ ಜಗತ್ತು ಭಾರತದ ಜೊತೆಗೆ ಹೆಚ್ಚು ಸಂವಹನ ನಡೆಸಲು ವಿಶಿಷ್ಟ ಅವಕಾಶವನ್ನು ನೀಡಿದೆ. ಅದಲ್ಲದೆ ವಿದೇಶಗಳಲ್ಲಿ ಹೆಚ್ಚಿನ ಅವಕಾಶಗಳನ್ನು ಹುಡುಕಲು ಹೋಗುವುದಕ್ಕೂ ನಮ್ಮದೇ ನಾಗರಿಕರನ್ನು ಸಜ್ಜುಗೊಳಿಸುತ್ತದೆ. ಆದ್ದರಿಂದ ನಾವು

ನಮ್ಮ ವರ್ಚಸ್ಸನ್ನು ರೂಪಿಸಿಕೊಂಡು ಸಂಕಥನಗಳ ಮೇಲೆ ಪ್ರಭಾವ ಬೀರಬಾರದೇಕೆ? ಇದೇ ವೇಳೆ, ನಮ್ಮ ರಾಷ್ಟ್ರೀಯ ಚರ್ಚೆ ಮತ್ತು ಅಭಿವೃದ್ಧಿಯ ಬಗ್ಗೆ ಬಾಹ್ಯ ಶಕ್ತಿಗಳು ಮಧ್ಯಪ್ರವೇಶ ಮಾಡದ ಹಾಗೆ ಇವನ್ನೆಲ್ಲ ಅನುಸರಿಸುವುದು – ಇಲ್ಲಿರುವ ಸವಾಲುಗಳಾಗಿವೆ. ಇವುಗಳೆಲ್ಲವೂ ಹೇಗೆ ಇನ್ನಷ್ಟು ಸಂಪರ್ಕಗೊಳ್ಳುತ್ತಿರುವ ಈ ಜಗತ್ತಿನಲ್ಲಿ ಇತರ ದೇಶಗಳ ವರ್ತನೆ, ಗ್ರಹಿಕೆಗಳು ಹೇಗೆ ಸಾಮಯಿಕವಾಗಿವೆ ಎಂಬುದಕ್ಕೆ ಕೆಲವು ಉದಾಹರಣೆಗಳು. ಇವುಗಳನ್ನು ನಿರ್ವಹಿಸಬೇಕು ಮತ್ತು ಸದುಪಯೋಗಪಡಿಸಿಕೊಳ್ಳಬೇಕು ಎಂದಾದರೆ ಈ ನೆಲದಲ್ಲಿ ಇದ್ದುಕೊಂಡೇ ವಿದೇಶಾಂಗ ನೀತಿಯು ನಿಜಕ್ಕೂ ಮಹತ್ತ್ವದ್ದು ಎಂಬ ಖಚಿತ ಅರಿವು ಮೂಡುವುದು ಇನ್ನೂ ಮುಖ್ಯವಾಗುತ್ತದೆ.

ರಾಜತಾಂತ್ರಿಕತೆ ಮತ್ತು ರಾಷ್ಟ್ರೀಯ ಸುರಕ್ಷತೆ

ಎಲ್ಲಾ ಸಮಾಜಗಳಿಗೂ ಅವುಗಳ ಆದ್ಯತೆಗಳಲ್ಲಿ ಸುರಕ್ಷತೆಯೇ ಮೊದಲ ಸ್ಥಾನದಲ್ಲಿರುತ್ತದೆ. ಇದಕ್ಕೆ ಇರುವ ಕಾರಣ ಸರ್ವವಿದಿತ: ಅದು ನಮ್ಮ ಸಮಷ್ಟಿಯ ಒಟ್ಟಾರೆ ಚಹರೆಯ ಮೇಲೆಯೇ ಪರಿಣಾಮ ಬೀರುತ್ತದೆ. ಇದಕ್ಕೆ ಭೌಗೋಳಿಕ ಆಯಾಮವೂ ಇದೆ; ಹಾಗೆಯೇ ಸುರಕ್ಷತೆ, ಕಾನೂನು ಮತ್ತು ಸುವ್ಯವಸ್ಥೆ ಮತ್ತು ಯೋಗಕ್ಷೇಮದ ಆಯಾಮವೂ ಇದೆ. ಇವೆಲ್ಲವೂ ಬಹುತೇಕ ಒಂದಕ್ಕೊಂದು ಬೆಸೆದುಕೊಂಡಿವೆ; ಏಕೆಂದರೆ ಇವೆಲ್ಲವೂ ಒಟ್ಟಾಗಿ ರಾಷ್ಟ್ರೀಯ ಸ್ಫೂರ್ತಿ ಮತ್ತು ಅಸ್ತಿತ್ವವನ್ನು ನಿರ್ಣಯಿಸುತ್ತವೆ. ಭಾರತವು ತನ್ನ ಸಹಜ ಪಾಲಿಗಿಂತ ಹೆಚ್ಚಿನ ಪ್ರಮಾಣದ ಬಾಹ್ಯ ಸವಾಲುಗಳನ್ನು ಎದುರಿಸುತ್ತಿದೆ. ಇದಕ್ಕೆ ಒಂದು ಕಾರಣವೆಂದರೆ ನಮ್ಮ ಗಡಿಗಳ ವಿಚಾರವು ಇನ್ನೂ ಅಂತಿಮವಾಗಿ ಇತ್ಯರ್ಥಗೊಂಡಿಲ್ಲ. ಇದರಿಂದ ಉಂಟಾಗುವ ತಕರಾರುಗಳು ಸಹಜವಾಗಿಯೇ ದೃಢತೆ ಮತ್ತು ಸಂಪನ್ಮೂಲವನ್ನು ಬೇಡುತ್ತವೆ. ಈ ಅಂಶವನ್ನು ನಾವು ಈ ಹಿಂದೆ ಪಾಕಿಸ್ತಾನದ ಕುರಿತು, ಇತ್ತೀಚೆಗೆ ಚೀನಾದ ಕುರಿತು ನೋಡಿದ್ದೇವೆ. ಆದರೆ ಈ ತಕರಾರುಗಳು ಸಮಾಲೋಚನೆಗಳಲ್ಲಿ ಮತ್ತು ಅದಕ್ಕೆ ಸಮನಾಗಿಯೇ ಕ್ಷೇತ್ರದಲ್ಲೂ ಯೋಗ್ಯ ನಿಲುವನ್ನು ಹೊಂದುವಂತೆ ನಮ್ಮೆಲ್ಲ ಶಕ್ತಿಯನ್ನು ಕೇಂದ್ರೀಕರಿಸಬೇಕು ಎಂಬುದನ್ನೇ ಸೂಚಿಸುತ್ತವೆ. ಇಂತಹ ಕಲಹಗಳ ಗಂಭೀರ ಪರಿಣಾಮಗಳನ್ನು ಗಮನದಲ್ಲಿ ಇಟ್ಟುಕೊಂಡಾಗ ಶಾಂತಿ ಮತ್ತು ಪ್ರಶಾಂತತೆಯನ್ನು ಖಾತರಿಪಡಿಸಿಕೊಳ್ಳುವುದು ಕೂಡಾ ತುಂಬಾ ಸುಸಂಗತವಾಗುತ್ತದೆ.

ರಾಜತಾಂತ್ರಿಕತೆ ಎಂಬುದು ರಕ್ಷಣೆಯ ಸಹಜ ಸಹಭಾಗಿ. ಹಲವು ಸಲ ಅದು ಮೊದಲ ಸಾಲಿನಲ್ಲೇ ಇರುತ್ತದೆ. ಕೆಲವು ಸಂದರ್ಭಗಳಲ್ಲಿ ಅದು ಕಾಯ್ದಿಟ್ಟ ಪಡೆಯಾಗುತ್ತದೆ. ಏನೇ ಇದ್ದರೂ ಬಹುತೇಕ ಸೇನಾ ಸನ್ನಿವೇಶಗಳು ಅಂತಿಮವಾಗಿ ಮಾತುಕತೆಯ ಮೇಜಿನಲ್ಲೇ ಕೊನೆಗೊಳ್ಳುತ್ತವೆ! ವಾಸ್ತವದಲ್ಲಿ, ನೆರೆಹೊರೆಯಲ್ಲಿನ ಸ್ಥಿರತೆ ಸಾಧಿಸುವ ನಿಟ್ಟಿನಲ್ಲಿ ವಿದೇಶಾಂಗ ನೀತಿ ಹೊಂದುವ ಯಶಸ್ಸೇ ದೇಶೀಯವಾಗಿ ಪ್ರಗತಿ ಮತ್ತು ಅಭಿವೃದ್ಧಿಯ ಮೂಲಾಧಾರವಾಗಿರುತ್ತದೆ.

ಈಗ ಇರುವ ವಿಶ್ವದ ಪರಿಸ್ಥಿತಿಯಲ್ಲಿ ನೆರೆದೇಶಗಳನ್ನೂ ಒಳಗೊಂಡಂತೆ ಇತರ ದೇಶಗಳ ವರ್ತನೆಯನ್ನು ಮುಂಗಾಣುವುದಕ್ಕೆ ಸ್ವ–ಹಿತಾಸಕ್ತಿ ಮತ್ತು ಮಾಹಿತಿಗಳ ಒಗ್ಗೂಡಿಸುವಿಕೆಯನ್ನು ಸಂಪೂರ್ಣವಾಗಿ ಅವಲಂಬಿಸಲಾಗದು. ಅವುಗಳ ಆಶೋತ್ತರ ಮತ್ತು ಭಾವನೆಗಳಾಗಲೀ, ಅಥವಾ ಅವುಗಳು ತೊಂದರೆಗಳನ್ನು ಎದುರಿಸಲು ಹೊಂದಿರುವ

ಪ್ರವೃತ್ತಿಗಳನ್ನಾಗಲೀ ಯಾವಾಗಲೂ ಊಹಿಸಲು ಸಾಧ್ಯವಿಲ್ಲ. ಕಳೆದ ಮೂರು ವರ್ಷಗಳಲ್ಲಿ ಚೀನಾದ ಜೊತೆಗೆ ಭಾರತದ ಸಂಬಂಧಗಳು ಇಷ್ಟೆಲ್ಲ ತೀವ್ರವಾಗಿ ಪತನವಾಗಬಹುದು ಎಂದು ಯಾರೂ ಊಹಿಸಿರಲಿಲ್ಲ. ಆದ್ದರಿಂದ ಯಾವುದೇ ವಿವೇಕಯುತ ರಾಜಕಾರಣವು ಸಾಮರ್ಥ್ಯ ಮತ್ತು ದಾಳಿನಿರೋಧಕ ಕ್ರಮಗಳ ಮೂಲಕ ತನ್ನ ನಿಲುವನ್ನು ಸಮರ್ಥಿಸಿಕೊಳ್ಳುತ್ತದೆ.

ಇಂತಹ ತುರ್ತುಸಂದರ್ಭಗಳಲ್ಲಿ ಅನುಸರಿಸಬೇಕಾದ ವ್ಯಾಪಕ ಆಯ್ಕೆಗಳನ್ನು ರೂಪಿಸುವುದೇ ಭಾರತೀಯ ರಾಜತಾಂತ್ರಿಕತೆಯ ಬಹುದೊಡ್ಡ ಹೊಣೆಗಾರಿಕೆಯಾಗಿದೆ. ಇದರರ್ಥ, ಸುರಕ್ಷಾ ಸಾಧನಗಳನ್ನು ಖರೀದಿಸುವುದು ಮತ್ತು ಇತರೆ ಪೂರಕ ಕ್ರಮಗಳನ್ನು ಕೈಗೊಳ್ಳುವುದಿರಬಹುದು; ಅಂತಾರಾಷ್ಟ್ರೀಯ ಸಮುದಾಯದ ಜೊತೆ ನಮ್ಮ ನೀತಿ ಮತ್ತು ಕ್ರಮಗಳ ಬಗ್ಗೆ ಅರಿವು ಮೂಡಿಸುವುದಿರಬಹುದು; ಹಾಗೆಯೇ ಇನ್ನೂ ಹೆಚ್ಚಿನ ಕಳವಳಕಾರಿ ಸನ್ನಿವೇಶಗಳನ್ನು ಬಗೆಹರಿಸುವ ಅಥವಾ ಅವುಗಳ ಪರಿಣಾಮವನ್ನು ತಗ್ಗಿಸುವ ಕ್ರಮಗಳಲ್ಲಿಯೂ ಇರಬಹುದು. ಕಳೆದ ಕೆಲವು ವರ್ಷಗಳಲ್ಲಿ ಇವೆಲ್ಲವೂ ಹೇಗೆ ಕೆಲಸ ಮಾಡಿದವು ಎಂಬುದನ್ನು ನಾವೀಗ ನೋಡೋಣ.

ಮೋದಿ ಸರ್ಕಾರದ ಗಮನಾರ್ಹ ಸಾಧನೆ ಎಂದರೆ 2015ರಲ್ಲಿ ಬಾಂಗ್ಲಾದೇಶದ ಜೊತೆಗೆ ಜಾರಿ ಮಾಡಿದ ಭೂಗಡಿ ಒಪ್ಪಂದ (ಲ್ಯಾಂಡ್ ಬೌಂಡರಿ ಅಗ್ರಿಮೆಂಟ್). ಇದರ ಜೊತೆಗೇ ಸಮುದ್ರ ಪ್ರದೇಶದ ವ್ಯಾಜ್ಯಗಳನ್ನೂ ಪರಿಹರಿಸಿದ್ದರಿಂದ ಪೂರ್ವ ಭಾಗದ ಸುರಕ್ಷತಾ ಸನ್ನಿವೇಶದ ಮೇಲೆ ಈ ಒಪ್ಪಂದವು ಧನಾತ್ಮಕವಾದ ಪರಿಣಾಮವನ್ನು ಉಂಟುಮಾಡಿತು. ಇದಕ್ಕಿಂತ ಹೆಚ್ಚಾಗಿ, ಅದು ಇಡೀ ಉಪಖಂಡದ ಸಂಪರ್ಕದ ಮತ್ತು ಆರ್ಥಿಕ ಸಹಕಾರದ ವಿಷಯಗಳಲ್ಲಿ ಹಲವು ಸಾಧ್ಯತೆಗಳನ್ನು ತೆರೆಯಿತು. ಇದು ಪ್ರವಾಸ ಮತ್ತು ವ್ಯಾಪಾರಕ್ಕೆ ಸಂಬಂಧಿಸಿದಂತೆ ಕೇವಲ ಭಾರತ ಮತ್ತು ಬಾಂಗ್ಲಾದೇಶಗಳಿಗಷ್ಟೇ ಲಾಭದಾಯಕವಾಗಿಲ್ಲ; ಅಥವಾ ನೇಪಾಳ ಮತ್ತು ಭೂತಾನ್ ದೇಶಗಳಿಗೆ ಮಾತ್ರವೇ ಲಾಭವಾಗಿಲ್ಲ; ಅದಕ್ಕಿಂತ ಹೆಚ್ಚಾಗಿ ಭಾರತದ ಪೂರ್ವಾಂಚಲದ ರಾಜ್ಯಗಳಿಗೆ ಅತಿ ಗಮನಾರ್ಹ ಪ್ರಮಾಣದಲ್ಲಿ ಲಾಭವಾಗಿದೆ.

ಆದರೆ ಪಶ್ಚಿಮದಲ್ಲಿ ಪಾಕಿಸ್ತಾನದ ಗಡಿಗುಂಟ ನಾವು ವಿಭಿನ್ನವಾದ ಸವಾಲನ್ನು ಎದುರಿಸುತ್ತಿದ್ದೇವೆ. ಇಲ್ಲಿ ಪಾಕಿಸ್ತಾನದ ಗಡಿ ನುಸುಳಿ ನಡೆಸುವ ಭಯೋತ್ಪಾದನೆಯನ್ನು ಅಕ್ರಮವೆಂದು ಸಾರಿ ಅದನ್ನು ಬಯಲು ಮಾಡುವುದೇ ನಮ್ಮ ರಾಜತಾಂತ್ರಿಕತೆಯ ಆರಂಭಿಕ ಗುರಿಯಾಗಿತ್ತು. 2016ರಲ್ಲಿ ಉರಿ ಮತ್ತು 2019ರಲ್ಲಿ ಬಾಲಾಕೋಟ್‌ನಲ್ಲಿ ಆದಂತೆ ಪ್ರತಿಕ್ರಿಯಾತ್ಮಕ ನಡೆಗಳು ಅಗತ್ಯವಾಗಿದ್ದರೂ, ಪರಿಣಾಮಕಾರಿ ರಾಜತಾಂತ್ರಿಕತೆಯಿಂದ ಭಾರತದ ಕ್ರಮಗಳ ಬಗ್ಗೆ ವಿಶ್ವಕ್ಕೆ ಮನವರಿಕೆ ಮಾಡಿಕೊಡಲಾಯಿತು.

ಚೀನಾಕ್ಕೆ ಸಂಬಂಧಿಸಿ ಹೇಳುವುದಾದರೆ, 2020ರ ಮೇ ತಿಂಗಳಿನಿಂದ ಉಂಟಾಗಿರುವ ಸೇನಾ ಮುಖಾಮುಖಿಗೆ ಸಮಾಂತರವಾಗಿ ರಾಜತಾಂತ್ರಿಕ ಅನುಸಂಧಾನಗಳು ನಡೆಯುತ್ತಿರುವುದೇ ವಿದೇಶಾಂಗ ಮತ್ತು ಸೇನಾ ನೀತಿಗಳು ಪರಸ್ಪರ ಒಗ್ಗೂಡಿ ಕಾರ್ಯ ಎಸಗುತ್ತಿವೆ ಎಂಬುದನ್ನು ತೋರಿಸುತ್ತಿವೆ. ಇಲ್ಲಿಯೂ ಜಾಗತಿಕ ಬೆಂಬಲ ಮತ್ತು ಶ್ಲಾಘನೆಯು ಸರ್ವವಿದಿತ. ನಮ್ಮ ಸೇನಾಪಡೆಗಳಿಗೆ ಬೇಕಾದ ಶಸ್ತ್ರಾಸ್ತ್ರಗಳು ಮತ್ತು ತಂತ್ರಜ್ಞಾನಗಳ ವಿಷಯಗಳಲ್ಲಿ ಬಹುಧ್ರುವೀಕೃತ ಜಗತ್ತಿನ ಅವಕಾಶಗಳು ಸ್ಪಷ್ಟವಾಗುತ್ತಿವೆ. ಯುಎಸ್‌ನ

ಎಂಎಚ್ – 60 ಅಥವಾ ಪಿ – 8 ವಿಮಾನಗಳನ್ನು, ರಷ್ಯಾದಿಂದ ಎಸ್ – 400 ಕ್ಷಿಪಣಿ ವ್ಯವಸ್ಥೆಗಳನ್ನು ಮತ್ತು ಇಸ್ರೇಲಿನಿಂದ ಸ್ಪೈಸ್ ಬಾಂಬ್‌ಗಳನ್ನು ಪಡೆದ ಕಾಲಘಟ್ಟದಲ್ಲಿಯೇ ಫ್ರಾನ್ಸಿನಿಂದಲೂ ರಫೇಲ್ ವಿಮಾನಗಳನ್ನು ಖರೀದಿ ಮಾಡಿದ ವಿದ್ಯಮಾನವು ನಮ್ಮ ನಿಪುಣತೆಯ ಬಗ್ಗೆ ಸಾಕಷ್ಟು ಹೇಳುತ್ತವೆ. ಇವುಗಳ ಜೊತೆಗೇ ಸಾಮಾನ್ಯವಾಗಿ ಹೆಚ್ಚಿನ ಪ್ರಮಾಣದ ಕಾರ್ಯತಂತ್ರಾತ್ಮಕ ಸಮಾಧಾನ ನೀಡುವ ಸೇನಾ ಕವಾಯತುಗಳು ಮತ್ತು ನೀತಿ ವಿನಿಮಯಗಳೂ ನಡೆದಿವೆ. ಸಂಕ್ಷಿಪ್ತವಾಗಿ ಹೇಳುವುದಾದರೆ, ರಾಜತಾಂತ್ರಿಕತೆಯು ರಾಷ್ಟ್ರೀಯ ಸುರಕ್ಷತೆಯ ಯತ್ನಗಳನ್ನು ಬೆಂಬಲಿಸುತ್ತದೆ, ಬಲಪಡಿಸುತ್ತದೆ ಮತ್ತು ಸುಗಮಗೊಳಿಸುತ್ತದೆ.

ಇಂತಹ ಕೆಲವು ವಿದ್ಯಮಾನಗಳು ಅಷ್ಟಾಗಿ ದೃಗ್ಗೋಚರವಾಗದಿದ್ದರೂ, ದೇಶೀಯವಾಗಿಯೂ ನಡೆಯುತ್ತವೆ. ಸಾಮಾನ್ಯವಾಗಿ ನೆರೆಯ ದೇಶಗಳಿಂದ ಕಾರ್ಯಾಚರಣೆ ಮಾಡುವ ನುಸುಳುಕೋರ ಗುಂಪುಗಳಿಂದಲೇ ಆಂತರಿಕ ಶಾಂತಿಯು ಕದಡುತ್ತದೆ. ಹೀಗಿದ್ದೂ ದೃಢ ರಾಜತಾಂತ್ರಿಕತೆಯು ನೆರೆಹೊರೆಯ ದೇಶಗಳು ಇಂತಹ ಶಕ್ತಿಗಳಿಗೆ ಆಸರೆ ಅಥವಾ ಬೆಂಬಲ ಕೊಡದಂತೆ ಪರಿಣಾಮಕಾರಿಯಾಗಿ ನಿರುತ್ತೇಜಿಸಿವೆ. ಕಾಲಕಾಲಕ್ಕೆ ತಕ್ಕಂತೆ ಇಂತಹ ಪರಿಣಾಮಗಳನ್ನು ಹೊಂದಲು ನಿರೀಕ್ಷೆಗಿಂತ ಹೆಚ್ಚು ಸಮಯ ಹಿಡಿಯಿತು. ಆದರೂ ಇಂತಹ ವಿಳಂಬಗಳು ಸಮರ್ಥನೀಯವಾಗಿವೆ. ಪ್ರತ್ಯೇಕತಾವಾದ, ಹಿಂಸೆ ಮತ್ತು ಮೂಲಭೂತವಾದಗಳನ್ನು ದೂರದ ಪ್ರದೇಶಗಳಿಂದಲೂ – ಅಭಿವ್ಯಕ್ತಿ ಸ್ವಾತಂತ್ರ್ಯವನ್ನು ದುರ್ಬಳಕೆ ಮಾಡಿಕೊಂಡು – ಬಿತ್ತರಿಸಲಾಗುತ್ತಿದೆ; ಇಂತಹ ವಿದ್ಯಮಾನಗಳು ಕೆನಡಾ ಮತ್ತು ಯುಕೆ ದೇಶಗಳಲ್ಲಿ ಈಗಾಗಲೇ ಕಂಡುಬಂದಿವೆ. ಹೀಗೆ ಇತರರ ವಿರುದ್ಧ ಹಿಂಸೆಯನ್ನು ಬೋಧಿಸುವುದು ಪ್ರಜಾತಾಂತ್ರಿಕ ಹಕ್ಕುಗಳ ಉಲ್ಲಂಘನೆಯಾಗದು ಎಂದು ಕೆಲವರು ಭಾವಿಸಿರುವುದರಿಂದ ಇಲ್ಲಿಯೂ ತೀವ್ರ ಮತ್ತು ನಿರಂತರವಾದ ಪ್ರತಿಕ್ರಿಯೆ ನೀಡಬೇಕಾಗುತ್ತದೆ. ಪ್ರತಿಪಾದನೆ ಮತ್ತು ಅನುನಯಗಳು ನಿರೀಕ್ಷಿತ ಪರಿಣಾಮ ಬೀರದೇ ಇದ್ದಾಗ, ಖಚಿತ ರಾಜತಾಂತ್ರಿಕ ಕ್ರಮಗಳೂ ಅಗತ್ಯವಾಗಬಹುದು. ಭಾರತವು ಇನ್ನೆಂದಿಗೂ ಇತರರ ರಾಜಕೀಯದಲ್ಲಿ ಪೆಟ್ಟು ತಿನ್ನುವುದಿಲ್ಲ ಎಂಬ ಸಂದೇಶವನ್ನೇ ನಮ್ಮ ಒಟ್ಟಾರೆ ನಿಲುವುಗಳು ಬಿಂಬಿಸುತ್ತವೆ.

ವಾದಗಳನ್ನು ಸೂಕ್ತ ಕಾರಣಗಳೊಂದಿಗೆ ಮಂಡಿಸಬೇಕು. ಆದರೆ ವಿವಾದಕಲೆಗಳಿಗೆ ಬಿರುಸಾದ ಉತ್ತರವನ್ನೇ ಕೊಡಬೇಕಾಗುತ್ತದೆ. ನಾಗರಿಕ ಸಮಾಜದ ಹೆಸರಿನಲ್ಲಿ ಅಥವಾ ವೇದಿಕೆಗಳ ಹೆಸರಿನಲ್ಲಿ ಭಯೋತ್ಪಾದನೆಯನ್ನು ಬೆಂಬಲಿಸುವ, ಕುಮ್ಮಕ್ಕು ನೀಡುವ ಬಗ್ಗೆ ದಿಟ್ಟವಾದ ಪ್ರತಿಕ್ರಿಯೆಯನ್ನು ನೀಡಲೇಬೇಕಾಗುತ್ತದೆ. ಗಡಿರಹಿತ ರಾಜಕೀಯದ ಜಗತ್ತು ಅದರದ್ದೇ ಆದ ಕಳವಳಗಳನ್ನು ಹುಟ್ಟಿಸುತ್ತದೆ. ಅವುಗಳು ಪ್ರಭಾವ ಬೀರುವ ಕಾರ್ಯಾಚರಣೆಯ ಸಂಪ್ರದಾಯಕ್ಕೆ ಪೂರಕವಾಗುತ್ತವೆ. ಪ್ರಜಾತಾಂತ್ರಿಕ ಆಯ್ಕೆಗಳ ಮೇಲೆಯೇ ಸವಾರಿ ಮಾಡುವುದನ್ನು ಪ್ರೋತ್ಸಾಹಿಸುವ ಖಚಿತ ಕಾರ್ಯಸೂಚಿ ಹೊಂದಿದ ಶಕ್ತಿಗಳೂ ಅಲ್ಲಿವೆ. ಇತರರ ಅಭಿಪ್ರಾಯಗಳನ್ನು ಅಲ್ಲಗಳೆಯುವ ಯತ್ನಗಳ ಮೂಲಕವೇ ಇಂತಹವರ ಅಸಹನೆಯು ಪ್ರಕಟವಾಗುತ್ತದೆ. ಸ್ಥಾಪಿತ ಮಾಧ್ಯಮಗಳು ವಿಶ್ವಸಂಸ್ಥೆಯೇ ನಿರ್ಬಂಧಿಸಿದ ವ್ಯಕ್ತಿಗಳಿಗೆ ತಮ್ಮ ಸಂಪಾದಕೀಯ ಪುಟವನ್ನು ಕೊಡುವುದು ಅಥವಾ ಸುಪ್ರಸಿದ್ಧ ಟಿವಿ ನಿರೂಪಕರು ರಾಜಕೀಯ ಸಂಚಿನ ಕಥನವನ್ನು ಹೇಳುವುದು – ಇವೆಲ್ಲವೂ ಒಂದು ನಿರ್ದಿಷ್ಟ ಮಾನಸಿಕತೆಯ ಮತ್ತು ಒಂದು ಉದ್ದೇಶದ ಸೂಚಕಗಳೇ ಆಗಿವೆ. ತಂತ್ರಜ್ಞಾನದ ಶಕ್ತಿ ಮತ್ತು ನಾಗರಿಕ ಸಮಾಜದ ಸಂಘಟನೆಗಳ ಪ್ರಭಾವವೂ ಸೇರಿದಂತೆ ಹಲವು ಪರಿಣಾಮಕಾರಿ

ಸಾಧನಗಳು ಸಕ್ರಿಯವಾಗಿವೆ ಎಂಬುದು ಈ ಸವಾಲನ್ನು ಮತ್ತಷ್ಟು ಕಠಿಣವಾಗಿಸುತ್ತದೆ. ರಾಜಕೀಯಕ್ಕೆ ಬಂದರೆ ಸಂಕಥನಗಳ ಸಮರವೇ ಒಂದು ನಿರಂತರವಾದ ಕಸರತ್ತು. ತನ್ನ ರಾಷ್ಟ್ರೀಯ ಹಿತದ ಯತ್ನಗಳು ಜಾಗತಿಕ ಒಳಿತಿನ ಅಭಿಯಾನಕ್ಕೆ ಹೊಂದಿಕೊಂಡೇ ಇವೆ ಎಂದು ಭಾರತವು ಸಹನೆಯಿಂದ ತನ್ನ ಪ್ರಕರಣವನ್ನು ಮುಂದಿಡಬೇಕಾಗಿದೆ. ಇಲ್ಲಿ ಬಹ್ವಂಶದ ಉತ್ತರವು ವಿವಾದದ ಜಗತ್ತಿನಲ್ಲಿ ಮತ್ತು ಸಂವಹನದ ಯಶಸ್ಸಿನಲ್ಲೇ ಇರುತ್ತದೆ. ಹೀಗೆ ರಾಜತಾಂತ್ರಿಕತೆಯು ರಾಜಕೀಯದ ಕವಚ ಮತ್ತು ಖಡ್ಗ – ಹೀಗೆ ಎರಡೂ ಬಗೆಯ ಹೊಣೆಗಾರಿಕೆಗಳನ್ನು ಹೊಂದಿದೆ.

ಭಾರತದ ಬಗೆಗಿನ ಇತ್ತೀಚೆಗಿನ ಜಾಗತಿಕ ಚರ್ಚೆಗಳು ನಮ್ಮ ಸಮಾಜದ ಮೇಲೆ ಪರಿಣಾಮಗಳನ್ನು ಉಂಟುಮಾಡಲಿವೆ. ಅತಿವಿಶಿಷ್ಟವಾದ ವೈವಿಧ್ಯವನ್ನು ಹೊಂದಿದ ಒಕ್ಕೂಟ ರಾಜಕೀಯವಾಗಿ, ನಮ್ಮ ಒಗ್ಗಟ್ಟನ್ನು ಪೋಷಿಸುವ ಪ್ರಯತ್ನವನ್ನೇ ಈಗಿನ ಸನ್ನಿವೇಶದಲ್ಲಿ ಬೆಂಬಲಿಸಬೇಕಿದೆ. ಹೀಗಿದ್ದೂ ರಾಷ್ಟ್ರೀಯ ಏಕತೆಯನ್ನು, ಸಾರ್ವಭೌಮತ್ವವನ್ನು ಮತ್ತು ಸಮಗ್ರತೆಯನ್ನು ಬಲಪಡಿಸುವ ಯತ್ನಗಳನ್ನು ವಾಸ್ತವಾಂಶಗಳ ತಪ್ಪುನಿರೂಪಣೆಯ ಮೂಲಕ ಬುಡಮೇಲು ಮಾಡಲಾಗುತ್ತಿದೆ. ಅಚ್ಚರಿಯ ಸಂಗತಿಯೆಂದರೆ, ಆಡಳಿತದಲ್ಲಿ ಸುಧಾರಣೆ, ತಂತ್ರಜ್ಞಾನದ ಅಳವಡಿಕೆ, ದೀರ್ಘಕಾಲದಿಂದ ತೊಡಕಾಗಿದ್ದ ಸಮಸ್ಯೆಗಳ ಪರಿಹಾರದಲ್ಲಿ ಪ್ರಗತಿ, ಇವುಗಳನ್ನೂ ಸ್ವಾತಂತ್ರ್ಯಕ್ಕೆ ಧಕ್ಕೆ ತರುವ ಸಂಗತಿಗಳೆಂದು ಬಿಂಬಿಸಬಹುದಾಗಿದೆ. ಪ್ರತಿಷ್ಠಿತ ಸಂಸ್ಥೆಗಳೂ ತಮ್ಮ ಕಾರ್ಯಸಾಧನೆಗಾಗಿ ಇಂತಹ ಸುಳ್ಳುಸುದ್ದಿಯ ಪ್ರಚಾರದಲ್ಲಿ ತೊಡಗುತ್ತವೆ. ಇತಿಹಾಸವನ್ನು ಹೀಗೆಯೇ ಒರೆಸಿಹಾಕಬಹುದು; ಅಹಿತಕರ ವಿದ್ಯಮಾನಗಳನ್ನು ಅನುಕೂಲಸಿಂಧುವಾಗಿ ಅಲಕ್ಷಿಸಬಹುದು. ನಮ್ಮ ಈ ಹುಡುಕಾಟದಲ್ಲಿ ರಾಜಕೀಯ ಮತಬ್ಯಾಂಕ್‌ಗಳು ನಮ್ಮ ಗಡಿಗಳನ್ನೂ ಮೀರಿದ ಬಲವಾದ ವಾಸ್ತವ ಎಂಬುದನ್ನು ಕಂಡುಕೊಂಡಿದ್ದೇವೆ. ಇಂತಹ ಬುಡಮೇಲು ಕೃತ್ಯಗಳಿಂದ ದೇಶವನ್ನು ದಿಟ್ಟವಾಗಿ ಸಂರಕ್ಷಿಸುವ ಕಾರ್ಯವು ಒಂದು ಬದ್ಧತೆ ಎಂಬುದನ್ನು ಎಲ್ಲರೂ ಮನಗಾಣಬೇಕಿದೆ.

ಇದು ಕೇವಲ ಒಂದು ಚರ್ಚೆಯ ಸಂಗತಿಯಾಗಿದ್ದರೆ ಅಂತಹ ಪ್ರಾಮುಖ್ಯದ ವಿಷಯವಾಗುತ್ತಿರಲಿಲ್ಲ. ಆದರೆ ಇದು ನಿಜಕ್ಕೂ ಕಣ್ಣೆದುರೇ ಕಾರ್ಯಗತವಾಗಿರುವ ಕಟುವಾಸ್ತವ. ಇಲ್ಲಿ ಕೆಲವು ಸೈದ್ಧಾಂತಿಕವಾಗಿರಬಹುದು; ಆದರೆ ಅಲ್ಲಿಯೂ ಅಂತಾರಾಷ್ಟ್ರೀಯ ಸಂಬಂಧಗಳ ಸ್ಪರ್ಧಾತ್ಮಕ ಪ್ರವೃತ್ತಿಯಿದೆ. ಕಟುವಾಗಿ ಹೇಳಬೇಕೆಂದರೆ ಶಕ್ತಿಯುತವಾದ ಮತ್ತು ಏಕತೆಯ ಭಾರತದ ವಿರುದ್ಧ ಸಮರ ಸಾರುವ ಹಿತಾಸಕ್ತಿಗಳು ಸದಾ ಇದ್ದೇ ಇವೆ. ಈ ಹಿಂದೆ ಅವುಗಳು ನಮ್ಮ ಸಮಾಜವೇ ಒದಗಿಸುತ್ತಿದ್ದ ಮತ, ಭಾಷೆ, ಜನಾಂಗೀಯತೆ ಮತ್ತು ಸಾಮಾಜಿಕ ಸ್ತರಗಳೆಂಬ ಪ್ರತಿಯೊಂದೂ ಸೀಳುಗೆರೆಗಳನ್ನು ಬಳಸಿಕೊಳ್ಳುತ್ತಿದ್ದವು. ಇಂದು ಇನ್ನೊಂದು ವೇಷದಲ್ಲಿ, ಹೊಸ ವಾದಗಳೊಂದಿಗೆ ಅವುಗಳು ಹಿಂದಿಗಿಂತ ಹೆಚ್ಚು ಸಕ್ರಿಯವಾಗಿವೆ. ವಿದೇಶಗಳಲ್ಲಿ ಭಾರತದ ಪ್ರತ್ಯೇಕತಾ ಕೂಗಿಗೆ ನಿರಂತರವಾಗಿ ಬೆಂಬಲ ಸಿಗುವುದಾದರೂ ಏಕೆ ಎಂದು ಬಹುಶಃ ನಾವು ನಮ್ಮನ್ನೇ ಕೇಳಿಕೊಳ್ಳಬೇಕಿದೆ. ನಮ್ಮ ವಿರುದ್ಧ ಹೂಡಿರುವ ಭಯೋತ್ಪಾದನೆಯನ್ನು ನಿರಂತರವಾಗಿ ಕಡಿಮೆ ಅಂದಾಜು ಮಾಡಲಾಗುತ್ತಿದೆ ಅಥವಾ ಸಕ್ರಮಗೊಳಿಸಲಾಗುತ್ತಿದೆ ಎಂಬುದನ್ನೂ ನಾವು ಪ್ರಶ್ನಿಸಿಕೊಳ್ಳಬೇಕಿದೆ. ಕೆಲವು ವಿದೇಶಿ ವೇದಿಕೆಗಳು ನಮ್ಮ ಸಾಧನೆ ಮತ್ತು ದಾಖಲೆಗಳನ್ನು ಅವಮಾನಿಸಲು ಹೇಗೆ ಸದಾ

ತಡಮಾಡದೆ ಬೆಂಬಲ ಸೂಚಿಸುತ್ತವೆ ಎಂಬುದನ್ನು ಗಮನಿಸಬೇಕಿದೆ. ನಮ್ಮ ಸಂಕಥನವನ್ನು ಮುಂದುವರಿಸುತ್ತಲೇ ಇಂತಹ ಲೆಕ್ಕಾಚಾರ ಮತ್ತು ವ್ಯೂಹಗಳು ಎದುರಾದಾಗಲೆಲ್ಲ ಇವನ್ನೆಲ್ಲ ಬಲವಾಗಿ ತಳ್ಳಿಹಾಕುವುದೇ ವಿದೇಶಾಂಗ ನೀತಿಯ ಕಾರ್ಯವಾಗಿದೆ.

ರಾಷ್ಟ್ರೀಯ ಅಭಿವೃದ್ಧಿಯ ವೇಗವರ್ಧನೆ

ಎಲ್ಲಾ ಸಮಾಜಗಳಿಗೂ ಸಮೃದ್ಧಿಯತ್ತ ನಡೆಯುವುದೇ ನಿರಂತರ ಪ್ರಯತ್ನವಾಗಿರುವುದರಿಂದ ಈ ಗುರಿಯನ್ನು ಸಾಧಿಸಲು ನೀತಿನಿರೂಪಣೆಯನ್ನೂ ಇದಕ್ಕಾಗಿಯೇ ಮೀಸಲಿಡುವುದು ಅತ್ಯಂತ ಸ್ವಾಭಾವಿಕ. ವ್ಯಾಪಾರ ಮತ್ತು ಹೂಡಿಕೆಗಳನ್ನು ಪ್ರೋತ್ಸಾಹಿಸುವುದೇ ಇದರ ಅತ್ಯಂತ ಸಹಜ ಅಭಿವ್ಯಕ್ತಿ. ಮಾರುಕಟ್ಟೆಗಳು ಯಾವಾಗಲೂ ತಮ್ಮಷ್ಟಕ್ಕೆ ತಾವೇ ಕಾರ್ಯನಿರತವಾಗಿರುವುದಿಲ್ಲ; ವಾಸ್ತವದಲ್ಲಿ ಪ್ರತಿಯೊಂದು ಮಾರುಕಟ್ಟೆಯೂ ಉತ್ತೇಜನ ಮತ್ತು ಸುಗಮತೆಯನ್ನು ಬಳಸಿಕೊಳ್ಳುತ್ತದೆ. ಐತಿಹಾಸಿಕವಾಗಿ ಕೊರತೆಗಳಿರುವ ಸಮಾಜಗಳು ಹೀಗೆ ಮಾಡಲು ಇನ್ನೂ ಬಲವಾದ ಕಾರಣಗಳಿವೆ. ನಾವಿನ್ನೂ ಉದ್ಯಮೀಕರಣವನ್ನು ತಲುಪುವ, ತಂತ್ರಜ್ಞಾನವನ್ನು ಪಡೆದುಕೊಳ್ಳುವ ಮತ್ತು ಸ್ಪರ್ಧಾತ್ಮಕತೆಯ ಹಾದಿಯಲ್ಲಿದ್ದೇವೆ; ಈ ಸ್ಥಿತಿ ಇನ್ನೂ ಕೆಲಕಾಲ ಮುಂದುವರಿಯುತ್ತದೆ.

ಆದರೆ ಬಹುಶಃ ಕೇವಲ ದೇಶೀಯವಾಗಿ ಸಾಮರ್ಥ್ಯವೃದ್ಧಿ ಮಾಡುವುದು ಸಾಕಾಗುವುದಿಲ್ಲ. ವಿದೇಶಗಳಲ್ಲಿ ವ್ಯವಹಾರಗಳನ್ನು ಖಾತರಿಪಡಿಸಿಕೊಳ್ಳುವುದಕ್ಕೆ ಮಾಹಿತಿ, ಸಂಪರ್ಕಜಾಲ ಮತ್ತು ಅವಕಾಶ ಲಭ್ಯತೆ ಬೇಕಾಗುತ್ತದೆ. ಇಲ್ಲಿ ಒಂದು ಕೆಲಸದ ಚಕ್ರ ಇದೆ: ಹೆಚ್ಚಿನ ವ್ಯಾಪಾರ ಮತ್ತು ಆರ್ಥಿಕ ಚಟುವಟಿಕೆಗಳು ದೇಶೀಯವಾಗಿ ಕೌಶಲ್ಯಗಳನ್ನು, ಸಾಮರ್ಥ್ಯಗಳನ್ನು ಬಲಪಡಿಸುತ್ತವೆ ಮತ್ತು ಉದ್ಯೋಗಾವಕಾಶಗಳನ್ನು ಹೆಚ್ಚಿಸುತ್ತವೆ. ಇದು ಹೀಗೆಯೇ ಆಧುನೀಕರಣಗೊಂಡು ನಮ್ಮ ಕಸುವನ್ನು ಪರೀಕ್ಷಿಸುತ್ತದೆ. ಹಲವು ಸಂಗತಿಗಳ ಮಟ್ಟಿಗೆ ಹೇಳುವುದಾದರೆ ವಿದೇಶಾಂಗ ನೀತಿಯು ಸ್ಪರ್ಧಾತ್ಮಕತೆಯ ಒಂದು ಕಸರತ್ತಾಗಿದೆ; ಅದರ ಆರ್ಥಿಕ ಮುಖಗಳು ಆಯಾ ರಂಗದ ಪ್ರತಿಬಿಂಬಗಳಾಗಿವೆ.

ಇತ್ತೀಚಿನವರೆಗೂ ಅವಾಸ್ತವಿಕ ಎಂದೇ ಭಾವಿಸಿದ್ದ ರಫ್ತು ಗುರಿಗಳನ್ನು ಭಾರತವು ಕಳೆದ ಕೆಲವು ವರ್ಷಗಳಲ್ಲಿ ಸಾಧಿಸಿದೆ. ಇದು ಆಶೋತ್ತರಗಳಲ್ಲಿನ ಗಮನಾರ್ಹ ಹೆಚ್ಚಳವಷ್ಟೇ ಅಲ್ಲ, ಕೋವಿಡ್ ಪಿಡುಗಿನಿಂದ ವಿಶ್ವವು ಇನ್ನೂ ಸಾವರಿಸಿಕೊಳ್ಳುತ್ತಿರುವ ಕಾಲದಲ್ಲಿ ಕಂಡುಕೊಂಡ ಫಲಿತಾಂಶವಾಗಿದೆ. ಉತ್ಪಾದನೆ, ಕಾರ್ಮಿಕ ರಂಗ, ಹಣಕಾಸು, ಕೌಶಲ್ಯ ಮತ್ತು ವ್ಯಾಪಾರ ಅನುಕೂಲತೆ ಮುಂತಾದ ಸಂಗತಿಗಳಲ್ಲಿನ ಸುಧಾರಣೆಗಳ ಸರಣಿಯೇ ಈ ವಿಶ್ವಾಸಕ್ಕೆ ಮೂಲಾಧಾರ. ಇದಕ್ಕೆ ಸೇರಿಕೊಂಡಂತೆ ವ್ಯವಹಾರವನ್ನು ಸುಗಮಗೊಳಿಸುವ ಸಂಗತಿಯಲ್ಲೂ ಸ್ಥಿರವಾದ ಸುಧಾರಣೆಯಾಗಿದೆ. ಮಾರುಕಟ್ಟೆಗಳಿಗೆ ಪ್ರವೇಶ ಪಡೆಯುವ ಮತ್ತು ವ್ಯಾಪಾರ ಅಡೆತಡೆಗಳನ್ನು ತಗ್ಗಿಸುವ ಕೆಲಸವನ್ನು ವಿದೇಶಿ ವಾಣಿಜ್ಯ ನೀತಿಗೆ ವಹಿಸಲಾಗಿದೆ. ಇದನ್ನು ಸಾಂಪ್ರದಾಯಿಕ ವಿಧಾನಗಳ ಮೂಲಕವೇ ಮಾಡಬಹುದು; ಆದರೆ ಮುಕ್ತ ವ್ಯಾಪಾರ ಒಪ್ಪಂದಗಳೂ (ಎಫ್‌ಟಿಎ) ಸೇರಿದಂತೆ ಹಲವು ಅನುಸಂಧಾನಗಳ ಮೂಲಕ ಮತ್ತು ಜಾಗತಿಕ ಸರಬರಾಜು ಸರಪಣಿಗಳ ಮೂಲಕ ಇದಕ್ಕೆ ವೇಗ ನೀಡಲಾಗಿದೆ. ಉದ್ಯೋಗಾವಕಾಶದಲ್ಲಿ ಮತ್ತು ಸಮೃದ್ಧಿಯಲ್ಲಿ ಇದು ಹೊಂದಿರುವ ಮಹತ್ತ್ವವು ಎಲ್ಲರಿಗೂ ಗೊತ್ತಿರುವುದೇ ಆಗಿದೆ.

ಈಗೀಗ ವಿದೇಶಾಂಗ ನೀತಿಯು ದೇಶೀಯವಾಗಿ ಹೊಸ ಸಾಮರ್ಥ್ಯಗಳನ್ನು ರೂಪಿಸುವಲ್ಲಿ ಇನ್ನಷ್ಟು ಕೊಡುಗೆಗಳನ್ನು ನೀಡುತ್ತಿದೆ. ಏಶ್ಯಾದ ಎಲ್ಲಾ ಆಧುನೀಕರಣ ಹಂತದಲ್ಲಿರುವ ಆರ್ಥಿಕತೆಗಳು ತಮ್ಮ ಬಾಹ್ಯ ಸಂವಾದಗಳನ್ನು ವಿದೇಶಗಳಿಂದ ಬಂಡವಾಳ, ತಂತ್ರಜ್ಞಾನ ಮತ್ತು ಅತ್ಯುತ್ತಮ ಕಾರ್ಯವಿಧಾನಗಳನ್ನು ಪಡೆಯಲೆಂದೇ ಸಂಪೂರ್ಣವಾಗಿ ಮೀಸಲಿಟ್ಟಿವೆ. ಈ ವಿಷಯದಲ್ಲಿ ಮ್ಮೀಜಿ ಕಾಲಾವಧಿಯಲ್ಲಿ ಜಪಾನ್ ಮುಂಚೂಣಿಯಲ್ಲಿತ್ತು. ಹಾಗೆಯೇ ಡೆಂಗ್ ಶಾವ್‌ಪಿಂಗ್ ನಂತರದ ಚೀನಾವೂ ಭಾರೀ ಪ್ರಮಾಣದಲ್ಲಿ ಯಶಸ್ಸು ಪಡೆದಿತ್ತು. ಕಳೆದ ಕೆಲವು ವರ್ಷಗಳಲ್ಲಿ ಭಾರತವೂ ಈ ಮಾನಸಿಕತೆಯನ್ನು ಒಪ್ಪಿಕೊಂಡಿದೆ. ಉದ್ಯಮಶೀಲತೆಯ ಹಂತದಲ್ಲಿ ಅಥವಾ ರಾಷ್ಟ್ರೀಯ ಯೋಜನೆಗಳ ಸಾಹಸಗಳಲ್ಲಿ ಜನರು ಲಾಭ ಪಡೆದ ಬಗ್ಗೆ ನಮ್ಮಲ್ಲಿ ಹಲವು ಉದಾಹರಣೆಗಳಿವೆ. ಅದು ಮಾಹಿತಿ ತಂತ್ರಜ್ಞಾನ ಆಗಿರಬಹುದು, ಆಹಾರ ಸಂಸ್ಕರಣೆ ಆಗಿರಬಹುದು ಅಥವಾ ಆಹಾರ ಉತ್ಪಾದನೆ ಆಗಿರಬಹುದು, ಮೆಟ್ರೋ ಅಥವಾ ಬುಲೆಟ್ ರೈಲಾಗಿರಬಹುದು, ಬಾಹ್ಯಾಕಾಶ ಸಾಮರ್ಥ್ಯವಿರಬಹುದು ಅಥವಾ ಪರಮಾಣು ಇಂಧನವೇ ಇರಬಹುದು: ವಿದೇಶಿ ಸಹಭಾಗಿತ್ವದ ಫಲವನ್ನು ನಾವೆಲ್ಲರೂ ಸ್ಪಷ್ಟವಾಗಿ ನೋಡಬಹುದಾಗಿದೆ.

ಹಸಿರು ಪ್ರಗತಿ ಮತ್ತು ಹವಾಗುಣ ಕ್ರಿಯಾಯೋಜನೆಯಂತಹ ಹೊಸ ಸವಾಲುಗಳು ಇನ್ನೂ ಹೆಚ್ಚಿನ ಸಾಧ್ಯತೆಗಳನ್ನು ತೆರೆದಿಟ್ಟಿವೆ. ನಮ್ಮ ಸಹಭಾಗಿ ದೇಶಗಳು ಹಳೆಯ ಉದ್ಯಮೀಕರಣಗೊಂಡ ಆರ್ಥಿಕತೆಗಳಿಂದ ಹೊಸ ನಾವೀನ್ಯತೆಯ ಆರ್ಥಿಕತೆಗಳಾಗಿ ವಿಸ್ತರಿಸಿವೆ. ವಿದೇಶಗಳಲ್ಲಿ ಹಲವು ರಂಗಗಳಲ್ಲಿ ಹಿತಾಸಕ್ತಿ ಅಡಕವಾಗಿರುವ ಸಂಗತಿಗಳ ಬಗ್ಗೆ ಇರುವ ಅವಕಾಶಗಳನ್ನು ಗುರುತಿಸುವ, ತೊಡಗಿಸುವ, ಸಮಾಲೋಚಿಸುವ ಮತ್ತು ಬಳಸಿಕೊಳ್ಳುವ ನಮ್ಮ ಸಾಮರ್ಥ್ಯದಿಂದಲೇ ಇವೆಲ್ಲವೂ ಆಗುತ್ತಿವೆ. ಅಭಿವೃದ್ಧಿಯ ಮೇಲೆ ಗಮನ ಕೇಂದ್ರೀಕರಿಸಿದ ಮತ್ತು ಅದಕ್ಕೆ ತಕ್ಕಂತೆ ಫಲಿತಾಂಶ ನೀಡುವ ವಿದೇಶಾಂಗ ನೀತಿಯೇ ಅತ್ಯಂತ ಪರಿಣಾಮಕಾರಿ ನೀತಿಯಾಗಿದೆ.

ಬಾಹ್ಯ ಸಹಭಾಗಿತ್ವಗಳು ಒದಗಿಸುವ ಸಂಪನ್ಮೂಲಗಳು ಮತ್ತು ಅವಕಾಶಗಳು ದೇಶೀಯ ಆರ್ಥಿಕತೆಯ ಸಹಜ ಬೆಳವಣಿಗೆಯ ವೇಗವನ್ನು ಹೆಚ್ಚಿಸುತ್ತವೆ. ಆದರೆ, ಅವು ಎಷ್ಟೇ ಮೌಲ್ಯಯುತವಾಗಿದ್ದರೂ ದೇಶೀಯವಾಗಿ ಆಳವಾದ ಶಕ್ತಿಯನ್ನು ನಿರಂತರವಾಗಿ ಬೆಳೆಸುವ ಪ್ರಕ್ರಿಯೆಗೆ ಪರ್ಯಾಯವಾಗುವುದಿಲ್ಲ. ನಾವು ನಮ್ಮ ಅನುಭವದಲ್ಲಿ ಕಂಡುಕೊಂಡಂತೆ, ಈ ವಿಷಯದಲ್ಲಿ ಏನಾದರೂ ಗೊಂದಲಗಳಾದರೆ ಅದು ಹಾನಿಕರ ಪರಿಣಾಮಗಳನ್ನು ಉಂಟುಮಾಡಬಹುದು.

ಮೂರು ದಶಕಗಳ ಹಿಂದೆ ಭಾರತವು ಅತ್ಯಂತ ಅವಶ್ಯವಾಗಿದ್ದ ಸುಧಾರಣೆಗಳಿಗೆ ಮುಂದಾಗಿ ತನ್ನ ಆರ್ಥಿಕತೆಯನ್ನು ಮುಕ್ತವಾಗಿರಿಸಿತು. ಇದರಿಂದ ಆದ ಲಾಭಗಳು ನಿರ್ವಿವಾದಿತ. ಆದರೂ, ದಕ್ಷತೆ ಮತ್ತು ಆಧುನಿಕತೆಯ ಹೆಸರಿನಲ್ಲಿ ಸಣ್ಣ ಮತ್ತು ಮಧ್ಯಮ ಉದ್ದಿಮೆಗಳನ್ನು ಬಲಿಕೊಟ್ಟು ಸುಲಭದ ಆಯ್ಕೆಗಳನ್ನು ಕೈಗೆತ್ತಿಕೊಳ್ಳಲಾಯಿತು. ಫಲದಾಯಕ ದೇಶೀಯ ಸರಬರಾಜು ಸರಪಣಿಗಳನ್ನು ಸ್ಥಾಪಿಸುವ ಬದಲು ನಾವು ಹೆಚ್ಚು ಲಾಭ ತರುವ, ಕಡಿಮೆ ತಾಪತ್ರಯದ ಏಕೀಕರಣ ಮತ್ತು ಮೌಲ್ಯವರ್ಧನೆಯನ್ನು ಆರಿಸಿಕೊಂಡೆವು. ನಮ್ಮದೇ ಉದ್ಯಮಗಳಿಂದ ಕಲಿತ ಪಾಠವನ್ನು ಅರಗಿಸಿಕೊಳ್ಳುವ ಯಾವುದೇ ಪ್ರಯತ್ನವನ್ನೂ ಮಾಡದೆಯೇ ನಾವು ಮೂಲಸೌಕರ್ಯ ಯೋಜನೆಗಳನ್ನು ಇತರರಿಗೆ ನೀಡಿದೆವು. ಈ

ಬಗೆಯ ಅಲ್ಪಾವಧಿ ಲಾಭದ ಹಾದಿಯು ನಮ್ಮ ಆಕಾಂಕ್ಷೆಗಳನ್ನೇ ಕಳೆದುಕೊಳ್ಳುವಂತೆ ಮಾಡಿತು; ಅದರ ಜೊತೆಗೇ ಕಾರ್ಯತಂತ್ರದ ಮಾನಸಿಕ ಪ್ರಜ್ಞೆಯನ್ನೂ ಕಳೆದುಕೊಂಡೆವು. ಇದರ ಪರಿಣಾಮವಾಗಿ ಆರ್ಥಿಕ ಪ್ರಗತಿಯು ಕೌಶಲ್ಯದ, ಶಕ್ತಿಯ ಮತ್ತು ಸಾಮರ್ಥ್ಯದ ಏರುಗತಿಯ ಪ್ರಮಾಣಕ್ಕೆ ತಕ್ಕಂತೆ ಇರಲಾಗಲಿಲ್ಲ.

ಜಾಗತೀಕರಣದ ಮಂತ್ರಗಳನ್ನು ತಿಳಿಗೇಡಿತನದಿಂದ ಜಾರಿ ಮಾಡಿದರೆ ನಿಜಹಾನಿಯನ್ನು ಉಂಟುಮಾಡುತ್ತದೆ ಎಂಬ ಅರಿವನ್ನು ನಾವು ಕಳೆದ ಒಂದು ದಶಕದ ಅನುಭವಗಳ ಮೂಲಕವೇ ಪಡೆದೆವು. ಅದಷ್ಟೇ ಅಲ್ಲ, ಆರ್ಥಿಕ ಆಯ್ಕೆಗಳನ್ನು ಕಾರ್ಯತಂತ್ರಾತ್ಮಕ ಹಿನ್ನೆಲೆಯಿಂದ ಬೇರ್ಪಡಿಸಿದರೆ, ಅದರಿಂದ ದೇಶವು ಅತಿ ಅಪಾಯಕಾರಿ ಹಾದಿಯನ್ನು ಹಿಡಿಯುತ್ತದೆ. ನಾವು ಮುಕ್ತ ಆರ್ಥಿಕತೆಯಾಗಬೇಕೇ ಅಥವಾ ಸಂರಕ್ಷಿತ ಆರ್ಥಿಕತೆ ಆಗಬೇಕೇ ಎಂಬುದು ಇಲ್ಲಿನ ನೈಜ ಚರ್ಚೆ ಅಲ್ಲ. ನಾವು ಉದ್ಯೋಗ ಕೇಂದ್ರಿತ ಮತ್ತು ಸಾಮರ್ಥ್ಯ ಚಾಲಿತ ಸಮಾಜವೇ ಅಥವಾ ಲಾಭಕೋರತನದಿಂದ ಕೇವಲ ಮಾರುಕಟ್ಟೆಯಾಗಿ ಇರಲಷ್ಟೇ ತೃಪ್ತಿಪಟ್ಟುಕೊಂಡ ಸಮಾಜವೇ ಎಂಬುದೇ ನಿಜವಾದ ಚರ್ಚೆ. ಅಪಾಯಗಳ ಜೊತೆಜೊತೆಗೇ ಅವಲಂಬೀ ಮಾನಸಿಕತೆಯನ್ನೂ ತರ್ಕಬದ್ಧವಾಗಿಸಿ ಇದಕ್ಕೇ ಜಾಗತಿಕ ಚಿಂತನೆ ಎಂಬ ಮುಖವಾಡ ಹಾಕಲಾಗಿದೆ. ಭಾರತದ ಭವಿತವ್ಯವು ಬೇರೆಯವರ ಭವಿಷ್ಯದ ಭಾಗವಾಗುವುದಕ್ಕಿಂತ ಸಾಕಷ್ಟು ಹಿರಿದಾಗಿದೆ. ನಿಜ ಪ್ರಗತಿಯನ್ನು ಕೇವಲ ಜಿಡಿಪಿ ಹೆಚ್ಚಳದ ಬಗ್ಗೆ ಮಾತ್ರವಲ್ಲ; ಅದು ಮೂಲಸೌಕರ್ಯ, ಸರಬರಾಜು ಸರಪಣಿ, ಕೌಶಲ್ಯ, ಹಣಕಾಸು ಮತ್ತು ಸಮಾಜೋ–ಆರ್ಥಿಕ ಪ್ರಗತಿಯ ಬಗ್ಗೆಯೂ ಕಾಣಬೇಕಿದೆ. ನಾವು ಮೊದಲನೆಯದನ್ನು ಸಾಧಿಸಲು ಎರಡನೆಯದನ್ನು ಬಲಿ ಕೊಟ್ಟರೆ ನಮ್ಮ ದೀರ್ಘಕಾಲೀನ ಭವಿಷ್ಯವು ಅಪಾಯಕ್ಕೆ ಒಳಗಾಗುತ್ತದೆ. ನಾವು ನಮಗೇ ಗೊತ್ತಿಲ್ಲದಂತೆ ಕಾರ್ಯತಂತ್ರಾತ್ಮಕ ಸೆರೆಗೆ ಸಿಲುಕಿಕೊಳ್ಳಬಹುದು. ವಿದೇಶಾಂಗ ನೀತಿಯು ಖಂಡಿತವಾಗಿಯೂ ನಮ್ಮ ಕಾರ್ಯತಂತ್ರಾತ್ಮಕ ಹಾದಿಯಲ್ಲಿ ಮುನ್ನಡೆಯಲು ಇರುವ ಸಾಧನ. ಹಾಗೆಯೇ ಅದು ನಮ್ಮ ಬೃಹತ್ ಕಲ್ಪನೆಯೇ ಸರಿಯಾದುದು ಎಂಬ ಪ್ರತಿಪಾದನೆಗೆ ಇರುವ ರಕ್ಷಣಾತ್ಮಕ ಅಂಶವೂ ಕೂಡಾ ಹೌದು.

ಹೆಚ್ಚುತ್ತಿರುವ ಪರಸ್ಪರಾವಲಂಬನೆ ಮತ್ತು ಅಂತರ್ವ್ಯಾಪಕತೆಯ ಈ ಯುಗದಲ್ಲಿ, ಎಲ್ಲಾ ದೇಶಗಳೂ ತಮ್ಮ ಆಳ ಪ್ರಭಾವದ ವಲಯಗಳನ್ನು ತಂತಮ್ಮ ರಾಷ್ಟ್ರೀಯ ಗಡಿಗಳಾಚೆಗೂ ವಿಸ್ತರಿಸಲು ಬಯಸುತ್ತವೆ ಎಂದೂ ನಿರೀಕ್ಷಿಸಲಾಗಿದೆ. ವ್ಯಾಪಾರ, ಹಣಕಾಸು, ಸೇನಾ ಚಟುವಟಿಕೆಗಳು ಮತ್ತು ವಲಸೆ–ಇವೇ ಈ ಕಾರ್ಯಸಾಧನೆಯಲ್ಲಿ ಗತಕಾಲದಲ್ಲಿ ಇದ್ದ ಮಾರ್ಗಗಳಾಗಿದ್ದವು. ಈ ದಿನಗಳಲ್ಲಿ ಸಂಪರ್ಕದ ಪಾತ್ರ ಮತ್ತು ಸಮಾಜೋ–ಆರ್ಥಿಕ ಸಹಭಾಗಿತ್ವವೇ ಹೆಚ್ಚು ಪ್ರಾಧಾನ್ಯ ಪಡೆದಿವೆ. ಇದು ವಿಭಜನೆಯಿಂದ ನಿರ್ಬಂಧಕ್ಕೆ ಒಳಗಾದ ಭಾರತದಂತಹ ದೇಶವು ಕಂಡುಕೊಂಡ ಪ್ರಮುಖ ತಿಳಿವು. ನಾವು ವಿವಿಧ ಆಯಾಮಗಳಲ್ಲಿ ಬೆಳೆದಂತೆಲ್ಲ, ನಮ್ಮ ಸಮೃದ್ಧಿಯು ಇಡೀ ಪ್ರದೇಶಕ್ಕೆ ಒಂದು ಪ್ರೋತ್ಸಾಹಕವಾಗಿ ಕಾರ್ಯ ನಿರ್ವಹಿಸಬೇಕು ಎಂದು ಕಾರ್ಯತಂತ್ರಾತ್ಮಕ ಮಾನಸಿಕತೆಯು ಬಯಸುತ್ತದೆ. ಇದನ್ನು ಅರಿತು ಮೋದಿ ಸರ್ಕಾರವು ನೆರೆಹೊರೆ ದೇಶಗಳೊಂದಿಗೆ ತನ್ನ ಸಂಪರ್ಕವನ್ನು ಮತ್ತು ಸಹಭಾಗಿತ್ವದ ಉಪಕ್ರಮಗಳನ್ನು ಗಮನಾರ್ಹವಾಗಿ ವಿಸ್ತರಿಸಿದೆ. ಹೊಸ ರಸ್ತೆ ಮತ್ತು ರೈಲು ಸಂಪರ್ಕ, ಜಲಮಾರ್ಗಗಳು, ಬಂದರುಗಳ ಲಭ್ಯತೆ, ಗಡಿ ದಾಟುವ ಹಕ್ಕುಗಳು, ಪವರ್

ಗ್ರಿಡ್‌ಗಳು ಮತ್ತು ಇಂಧನ ಹರಿವು, ಮುಖ್ಯವಾಗಿ ಜನರ ಓಡಾಟ – ಈ ಸಂಗತಿಗಳಲ್ಲಿ ಸರ್ಕಾರದ ನೀತಿಯ ಪರಿಣಾಮವನ್ನು ಕಾಣಬಹುದು.

ಸಹಭಾಗಿ ದೇಶಗಳ ಪರಸ್ಪರ ಕೊಡುಕೊಳ್ಳುವಿಕೆ ಮತ್ತು ಪರಸ್ಪರ ಗೆಲುವಿನ ಫಲಿತಾಂಶಕ್ಕೆ ಉತ್ತೇಜನ ನೀಡುವುದರ ಮೂಲಕ ದಕ್ಷಿಣ ಏಶ್ಯಾವು ನಿಜವಾದ ರೂಪಾಂತರ ಹಾದಿಯಲ್ಲಿದೆ. ಈ ಸವಾಲನ್ನು 'ನೆರೆಹೊರೆ ಮೊದಲು' ಯೋಜನೆಯು ನಿರ್ವಹಿಸುತ್ತಿದೆ. ಹಾಗೆಯೇ ಇಂತಹುದೇ ನೀತಿಗಳು ವಿಸ್ತರಿತ ನೆರೆಹೊರೆಯ ದೇಶಗಳ ಕುರಿತೂ ಜಾರಿಯಾಗಿವೆ. ಕೋವಿಡ್ ಕಾಲಾವಧಿಯಲ್ಲಿ ಭಾರತವು ನೆರೆಹೊರೆ ದೇಶಗಳಿಗೆ ನೀಡಿದ ಬೆಂಬಲವೂ ಇದೇ ಚಿಂತನೆಯನ್ನು ಪ್ರತಿಫಲಿಸಿದೆ.

ಇಷ್ಟಾಗಿಯೂ ಪರಸ್ಪರಾವಲಂಬನೆಯು ತನ್ನದೇ ಆದ ಋಣಾತ್ಮಕ ಅಂಶಗಳನ್ನೂ ಹೊಂದಿದೆ. ಜಾಗತಿಕ ನಿಯಮಗಳನ್ನು ಬದಿಸರಿಸಿದಾಗ ಈ ಅವಲಂಬನೆಗಳನ್ನು ಪಕ್ಷಪಾತದಿಂದ ಬಳಸಿಕೊಳ್ಳಬಹುದು. ಆದ್ದರಿಂದ ಸ್ಪರ್ಧಾತ್ಮಕ ರಾಜಕಾರಣಕ್ಕೆ ಒಡ್ಡಿಕೊಂಡಾಗ ನಿರಂತರ ವಿಚಕ್ಷಣೆಯ ಅಗತ್ಯವಿದೆ. ಎಲ್ಲ ದೇಶಗಳೂ ನಿಯಮಾನುಸಾರವೇ ಆಡುತ್ತವೆ ಎಂದು ನಾವು ಯಾವಾಗಲೂ ಭಾವಿಸುವಂತಿಲ್ಲ. ಇದೇ ಕಾರಣಕ್ಕಾಗಿ ಜಗತ್ತಿನ ಅರ್ಥಧಾರಿ ಮಾಧ್ಯಮವಾಗಿ ರಾಜತಾಂತ್ರಿಕತೆಯೂ ಎಚ್ಚರಿಕೆಯ ಧ್ವನಿಯೇ ಆಗುತ್ತದೆ. ಅದು ಸಮಾಜಕ್ಕೆ ಎದುರಾದ ತಾಪತ್ರಯಗಳ ಮತ್ತು ಅಪಾಯಗಳ ಬಗ್ಗೆ ಮಾಹಿತಿ ನೀಡುತ್ತದೆ; ಜೊತೆಗೇ ಅವಕಾಶಗಳನ್ನೂ ವಿವರಿಸುತ್ತದೆ. ಇದನ್ನು ವ್ಯವಸ್ಥಿತವಾಗಿ ಮತ್ತು ಸಂಘಟಿತವಾಗಿ ಮಾಡುವುದೇ ಕಾರ್ಯತಂತ್ರವನ್ನು ರಚಿಸುವ ಕಾರ್ಯದ ಭಾಗ. ಸಹಜವಾಗಿಯೇ ವಿದೇಶಾಂಗ ನೀತಿಯು ಒಂದು ಸಮಗ್ರ ದೃಷ್ಟಿಕೋನವನ್ನು ರೂಪಿಸಿಕೊಳ್ಳುತ್ತದೆ; ಅದು ಇತರೆ ರಂಗಗಳಿಗೂ ಮಾರ್ಗದರ್ಶನ ಮಾಡಬಹುದು. ಅದು ವ್ಯಾಪಾರ ಮತ್ತು ತಂತ್ರಜ್ಞಾನ ಆಗಿರಬಹುದು, ಅಥವಾ ಶಿಕ್ಷಣ ಮತ್ತು ಪ್ರವಾಸೋದ್ಯಮ ಆಗಿರಬಹುದು. ನಿರ್ದಿಷ್ಟವಾಗಿ ಹೇಳುವುದಾದರೆ, ಈಗಿನ ಕಾಲಕ್ಕೆ ಸಂಬಂಧಗಳನ್ನು ಬೆಳೆಸಲು ಒಂದು ಸಮಗ್ರ ದೃಷ್ಟಿಕೋನದ ಕಾರ್ಯವಿಧಾನ ಬೇಕಾಗುತ್ತದೆ.

ಜಾಗತಿಕ ಕಾರ್ಯಸ್ಥಳಕ್ಕೆ ಪ್ರವೇಶಾವಕಾಶ

ಭಾರತವೇನೋ ಅಗಾಧವಾದ ಮಾನವ ಬಂಡವಾಳ ಹೊಂದಿರುವ ಅದೃಷ್ಟಶಾಲಿ ದೇಶವಾಗಿರಬಹುದು. ಆದರೆ ಈ ಅಂಶವನ್ನು ತನ್ನ ಅನುಕೂಲಕ್ಕೆ ತಕ್ಕಂತೆ ಸಂಪೂರ್ಣವಾಗಿ ಬಳಸಿಕೊಳ್ಳುವುದರಲ್ಲಿ ಇರುವ ಅಸಾಮರ್ಥ್ಯವೇ ಇಲ್ಲಿರುವ ಕೊರತೆ. ಜೀವನದ ಹಲವು ಅಂಶಗಳಂತೆ ಇದೂ ಬದಲಾಗುತ್ತಿದೆ. 2014ರ ನಂತರ ಆರಂಭಿಸಿದ ರಾಷ್ಟ್ರೀಯ ಅಭಿಯಾನಗಳು ಲಿಂಗಭೇದ, ಆರೋಗ್ಯ, ಶಿಕ್ಷಣದಿಂದ ಹಿಡಿದು ಕೌಶಲ್ಯಗಳು ಮತ್ತು ಉದ್ಯೋಗಾವಕಾಶಗಳವರೆಗೆ ಇರುವ ವ್ಯಾಪಕ ಶ್ರೇಣಿಯ ಸಮಾಜೋ – ಆರ್ಥಿಕ ಸವಾಲುಗಳನ್ನು ನಿರ್ವಹಿಸುತ್ತಿವೆ. ಈ ಕಾಲಾವಧಿಯಲ್ಲಿ ಪ್ರಗತಿಪರ ನೀತಿನಿರೂಪಣೆಗಳಿಂದ ವಸ್ತುಶಃ ಪ್ರತಿಯೊಂದೂ ರಂಗದಲ್ಲಿ ಬದಲಾವಣೆಗಳನ್ನು ಕಾಣಬಹುದು. ಮೂಲಸೌಕರ್ಯ ಅಭಿವೃದ್ಧಿ, ಉತ್ಪಾದನಾ ವಿಸ್ತರಣೆ, ಸ್ಮಾರ್ಟ್ ಸಿಟಿಗಳು, ಕಾರ್ಮಿಕ ಸಂಹಿತೆಗಳು – ಇವು ಇಲ್ಲಿ ಉದಾಹರಿಸಬಹುದಾದ ಕೆಲವು ಅಂಶಗಳು. ನೀರು, ವಿದ್ಯುತ್, ವಸತಿ ಮತ್ತು ಆರೋಗ್ಯದ ಅವಕಾಶಗಳನ್ನು ಒಳಗೊಂಡು ನಮ್ಮ ಮೂಲ ಅಗತ್ಯಗಳ ವ್ಯಾಖ್ಯೆಯೇ ಬದಲಾಗಿದೆ. ಇದು

ಕೇವಲ ನಮ್ಮ ರಾಷ್ಟ್ರೀಯ ಆಕಾಂಕ್ಷೆಗಳ ಮೇಲೆ ಮಾತ್ರವಲ್ಲ, ಜಾಗತಿಕ ಸಮಾಜದ ಮೇಲೂ ಪರಿಣಾಮಗಳನ್ನು ಉಂಟುಮಾಡಿದೆ.

ಜನಸಂಖ್ಯಾ ನಿರ್ಬಂಧಗಳು ಅಭಿವೃದ್ಧಿ ಹೊಂದಿದ ದೇಶಗಳ ಮೇಲೆ ಪ್ರಭಾವ ಬೀರುತ್ತಿರುವ ಈ ದಿನಗಳಲ್ಲಿ, ಭಾರತೀಯರು ಜಾಗತಿಕ ಕಾರ್ಯಸ್ಥಳದಲ್ಲಿ ಗಮನಾರ್ಹವಾಗಿ ಲಾಭ ಪಡೆಯುವ ವಾಸ್ತವಿಕ ಸಾಧ್ಯತೆಗಳಿವೆ. ಈವರೆಗೂ ಇದು ಸ್ವಯಂಚಾಲಿತವಾಗಿತ್ತು; ನೀತಿನಿರೂಪಕರು ಏನಾಗುತ್ತಿದೆ ಎಂಬ ಬಗ್ಗೆ ಹೆಚ್ಚುಕಡಿಮೆ ಗಮನ ಹರಿಸಿರಲೇ ಇಲ್ಲ. ಹಾಗಿದ್ದೂ, ಜಾಗತಿಕ ವೇದಿಕೆಯಲ್ಲಿ ಮಾನವ ಬಂಡವಾಳದ ಪಾತ್ರವನ್ನು ಮನಗಾಣಿಸುವ ಪ್ರಜ್ಞಾಪೂರ್ವಕ ಪ್ರಯತ್ನವು ಹಲವು ಬಗೆಯ ಫಲಿತಾಂಶಗಳನ್ನು ನೀಡಬಹುದು.

ಯುಎಸ್, ಕೆನಡಾ, ಆಸ್ಟ್ರೇಲಿಯಾ ಮತ್ತು ಯುರೋಪ್‌ಗಳಲ್ಲಿ ಓದುತ್ತಿರುವ ಭಾರತೀಯ ವಿದ್ಯಾರ್ಥಿಗಳ ಉದ್ಯೋಗಾವಕಾಶಗಳು ಈಗ ನಮ್ಮ ಕಾರ್ಯಸೂಚಿಯಲ್ಲಿ ಗಮನಾರ್ಹವಾಗಿ ಸೇರಿಕೊಂಡಿವೆ. ಪೋರ್ಚುಗಲ್, ಯುಕೆ, ಆಸ್ಟ್ರೇಲಿಯಾ, ಫ್ರಾನ್ಸ್, ಜರ್ಮನಿ ಮತ್ತು ಇಟಲಿ ದೇಶಗಳ ಜೊತೆ ವಲಸೆ ಮತ್ತು ಓಡಾಟದ ಸಹಭಾಗಿತ್ವವನ್ನು ಹೊಂದಲಾಗಿದೆ. ಇತರೆ ಯುರೋಪಿಯನ್ ದೇಶಗಳೂ ಇದೇ ಹಾದಿಯಲ್ಲಿವೆ. ವಾಸ್ತವದಲ್ಲಿ, ಕೋವಿಡ್ ತಂದಿಟ್ಟ ಅನಿಶ್ಚಿತತೆಯ ದಿನಗಳಲ್ಲಿ ವಿದ್ಯಾರ್ಥಿಗಳ ಶೈಕ್ಷಣಿಕ ಹಿತಾಸಕ್ತಿಗಳು ಮುಖ್ಯ ಗಮನದ ವಿಷಯಗಳಾಗಿದ್ದವು.

ಕುಶಲತೆಯ ವಿಷಯಕ್ಕೆ ಬಂದರೆ ಭಾರತದ ಪ್ರತಿಭೆಗಳನ್ನು ಯುಎಸ್, ಕೆನಡಾ, ಓಶಿಯಾನಿಯಾ ಮತ್ತು ಯುರೋಪ್‌ಗಳಲ್ಲಿ ತಾರತಮ್ಯರಹಿತವಾಗಿ ನೋಡುವುದನ್ನು ಖಾತರಿಪಡಿಸುವುದಕ್ಕೆ ನಾವು ಶ್ರಮ ಹಾಕಿದ್ದೇವೆ. ಅವರು ವಾಸಿಸುವ ಸ್ಥಳಗಳಲ್ಲಿನ ಸಮುದಾಯ ಕಲ್ಯಾಣ ಮತ್ತು ಸಾಂಸ್ಕೃತಿಕ ಸಂಗತಿಗಳು ಕೂಡಾ ನಮ್ಮ ಗಮನದ ಸಂಗತಿಗಳಾಗಿವೆ. ಕೊಲ್ಲಿ ದೇಶಗಳೇ ಅತಿಹೆಚ್ಚು ಅಗತ್ಯ ಇರುವ ಅತಿದೊಡ್ಡ ಸಂಖ್ಯೆಯ ಪ್ರದೇಶಗಳಾಗಿವೆ. ಅಲ್ಲಿರುವವರ ಹಿತವು ನಮ್ಮ ಪ್ರಮುಖ ಆದ್ಯತೆಯಾಗಿದೆ; ಅದನ್ನು ನಮ್ಮ ನಿರ್ಣಯ ಪ್ರಕ್ರಿಯೆಯಲ್ಲಿ ಸಂಪೂರ್ಣವಾಗಿ ಬಿಂಬಿಸಲಾಗಿದೆ. ಇಂಡಿಯನ್ ಕಮ್ಯುನಿಟಿ ವೆಲ್ ಫೇರ್ ಫಂಡ್ (ಐಸಿಡಬ್ಲ್ಯುಎಫ್) ನ ಉದಾರ ಬಳಕೆಯು ಅವರ ಕುರಿತು ಇರುವ ಹೊಣೆಗಾರಿಕೆಯ ಭಾವವನ್ನು ಬಿಂಬಿಸುತ್ತದೆ. ಹಾಗೆಯೇ ಸಂಕಷ್ಟದಲ್ಲಿ ಇರುವವರಿಗೆ ವೃತ್ತಿ ತರಬೇತಿ ಮತ್ತು ಸೌಲಭ್ಯಗಳನ್ನು ಸೃಷ್ಟಿಸುವ ಕಾರ್ಯಕ್ರಮಗಳಲ್ಲೂ ನಮ್ಮ ಹೊಣೆಗಾರಿಕೆಯನ್ನು ಕಾಣಬಹುದು. ಕುವೈಟ್ ಜೊತೆಗೆ ಮನೆಗೆಲಸ ಮಾಡುವ ಹಕ್ಕುಗಳ ಕುರಿತಾದ ಒಪ್ಪಂದವು ವಿದೇಶಗಳಲ್ಲಿ ಉತ್ತಮ ಕಾರ್ಯಸ್ಥಳವನ್ನು ಒದಗಿಸುವ ನಮ್ಮ ಬದ್ಧತೆಯ ಒಂದು ನಿದರ್ಶನ ಮಾತ್ರ. ವಿದೇಶಗಳಲ್ಲಿ ಪಾವತಿಸಿದ ಸಾಮಾಜಿಕ ಭದ್ರತಾ ಪಾವತಿಗಳನ್ನು ಪಡೆಯುವುದಕ್ಕೆ ನಡೆಸಿದ ಪ್ರಯತ್ನಗಳು ಕೂಡಾ ಇನ್ನೊಂದು ನಿದರ್ಶನ. ವಾಸ್ತವವಾಗಿ, ವೀಸಾಗಳನ್ನು ಪಡೆಯುವ ಪ್ರಕ್ರಿಯೆಯನ್ನು ಸುಲಭವಾಗಿಸುವುದೇ ನಮ್ಮ ರಾಜತಾಂತ್ರಿಕ ಯತ್ನಗಳ ಮುಖ್ಯ ಗಮನವಾಗಿದೆ.

ನಿಜ ಹೇಳಬೇಕೆಂದರೆ, ಮನೆಗಳಲ್ಲಿದ್ದೇ ಪಾಸ್‌ಪೋರ್ಟ್ ಪಡೆಯುವುದು ಈಗ ಎಷ್ಟು ಸುಲಭವಾಗಿದೆ ಎಂಬ ಸಂಗತಿಯಿಂದ ಈ ಮಾನಸಿಕತೆ ಆರಂಭವಾಗುತ್ತದೆ. ಅರ್ಜಿ ಕೇಂದ್ರಗಳ ಸಂಖ್ಯೆಯನ್ನು ನಾಲ್ಕು ಪಟ್ಟು ಹೆಚ್ಚಿಸಿ ಮತ್ತು ಪರಿಶೀಲನಾ ಪ್ರಕ್ರಿಯೆಯನ್ನು ಸರಳೀಕರಿಸಿದ್ದರಿಂದ

ವಿದೇಶಕ್ಕೆ ಪ್ರವಾಸ ಹೋಗಬಹುದಾದ ಮತ್ತು ಅಲ್ಲಿ ಕೆಲಸ ಮಾಡಬಹುದಾದ ಸಾಮರ್ಥ್ಯವು ಭಾರೀ ಬದಲಾವಣೆಯನ್ನೇ ಕಂಡಿದೆ. ಇಂದು ಇಂತಹ ಅನುಸಂಧಾನಿತ ಒಪ್ಪಂದಗಳ ಪರಿಣಾಮವಾಗಿ ಜಪಾನ್, ಯುರೋಪ್, ಕೊಲ್ಲಿ ದೇಶಗಳು ಅಥವಾ ರಷ್ಯಾ – ಎಲ್ಲೆಲ್ಲೂ ಭಾರತೀಯ ಕೌಶಲ್ಯಕ್ಕೆ ಹೊಸ ಅವಕಾಶಗಳು ತೆರೆದುಕೊಳ್ಳುತ್ತಿವೆ. ಸಾಮಾನ್ಯ ಭಾರತೀಯರಿಗೆ ಜಗತ್ತು ಇನ್ನೂ ಹೆಚ್ಚು ಸಂಪರ್ಕಗೊಳ್ಳಲು ವಿದೇಶಾಂಗ ನೀತಿಯು ನೆರವಾಗುತ್ತಿದೆ. ಸಂಕಷ್ಟದ ಸಮಯದಲ್ಲಿ ನಾವು ಸದಾ ಅವರ ಹಿಂದೆ ನಿಂತಿರುತ್ತೇವೆ ಎಂದು ಅರಿತಿರುವ ಭಾರತೀಯರು ಈಗ ಹಿಂದೆಂದಿಗಿಂತ ಹೆಚ್ಚು ಆತ್ಮವಿಶ್ವಾಸದಿಂದ ವಿದೇಶಗಳಿಗೆ ಹೋಗುತ್ತಿದ್ದಾರೆ. ಕೋವಿಡ್ ಅಲೆಗಳ ಸಂದರ್ಭದಲ್ಲಿ ಲಕ್ಷಗಟ್ಟಲೆ ಭಾರತೀಯರನ್ನು ವಾಪಸ್ ಕರೆತಂದ 'ವಂದೇ ಭಾರತ್ ಮಿಶನ್', ನಮ್ಮ ಕಾರ್ಮಿಕರು, ವಿದ್ಯಾರ್ಥಿಗಳು, ಸಮುದ್ರಯಾನಿಗಳು ಮತ್ತು ಪ್ರವಾಸಿಗರ ಕುರಿತು ನಮಗಿರುವ ಬದ್ಧತೆ ಹಾಗೂ ಕಾರ್ಯಸಾಮರ್ಥ್ಯದ ಸಂಕೇತವಾಗಿತ್ತು.

ಜಗತ್ತಿನ ಹಲವೆಡೆ ಹೋಗಿರುವ ಜನರ ಸಂಖ್ಯೆ ಈಗ ಇನ್ನೂ ಹೆಚ್ಚಾಗಿರಬಹುದು. ಆದರೆ ಐತಿಹಾಸಿಕವಾಗಿ ಸ್ಥಾಪಿತ ಸಮುದಾಯಗಳನ್ನು ಸೇರುವ ಮೂಲಕ ಸಮಕಾಲೀನ ವಲಸಿಗರು ಜಗತ್ತಿನ ಅತಿದೊಡ್ಡ ಅನಿವಾಸಿ ಸಮುದಾಯವನ್ನು ರೂಪಿಸಿದ್ದಾರೆ ಎಂಬುದನ್ನು ಮರೆಯುವಂತಿಲ್ಲ. ಅವರ ಕಲ್ಯಾಣ ಮತ್ತು ಹಿತಗಳು ವಿದೇಶಾಂಗ ನೀತಿಯ ಜೊತೆ ನಿಕಟವಾಗಿ ಬೆಸೆದಿರುವುದು ಅತ್ಯಂತ ಸಹಜ. ಭಾರತದ ಜಾಗತಿಕ ಸ್ಥಾನಮಾನವು ಮೇಲೇರುತ್ತಿರುವಂತೆ ಅವರು ಈ ಸಹಯೋಗದ ಲಾಭಗಳನ್ನು ಪಡೆದಿದ್ದಾರೆ. ಇದು ಅವರು ತಮ್ಮ ವಾಸಸ್ಥಳದಲ್ಲಿ ಮಾಡಿದ ಸಾಧನೆಗಳ ಬಗ್ಗೆ ಹೆಮ್ಮೆಪಡಬಹುದಾದ ಸಂಗತಿಗಳಿಗೆ ಹೊರತಾದ ಬೆಳವಣಿಗೆಯಾಗಿದೆ. ಹೆಚ್ಚುಹೆಚ್ಚು ಜಾಗತೀಕರಣಗೊಂಡ ವಿಶ್ವದಲ್ಲಿ ಅವರು ಭಾರತದೊಂದಿಗಿನ ಪರಿಣಾಮಕಾರಿ ಸಂಪರ್ಕಸೇತುವಾಗಿ ಮೂಡಿದ್ದಾರೆ. ಇದೇ ವೇಳೆ ವಿಶ್ವಾಸಭರಿತ ಭಾರತವೂ ಅವರ ಯಶಸ್ಸಿನ ಬಗ್ಗೆ ಹೆಮ್ಮೆ ತೋರಿದೆ; ಅವರೊಂದಿಗೆ ಒಂದು ಪ್ರತ್ಯಕ್ಷ ಸಂಬಂಧವನ್ನು ಇಟ್ಟುಕೊಳ್ಳಲು ಭಾರತವು ಎಂದಿಗೂ ಹಿಂಜರಿದಿಲ್ಲ.

ಭಾರತೀಯ ಅನಿವಾಸಿ ಸಮುದಾಯವು ಹಲವು ಸಂಗತಿಗಳಲ್ಲಿ ತುಂಬಾ ವಿಶಿಷ್ಟವಾಗಿದೆ. ಏಕೆಂದರೆ ಇತರೆ ಸಮಾಜಗಳೊಂದಿಗೆ ಹೋಲಿಸಿದರೆ ಅದರ ಚಲನವಲನವು ದೇಶೀಯ ತುಮುಲಗಳಿಂದ ಪ್ರೇರಿತವಾಗಿದ್ದಲ್ಲ. ಬದಲಿಗೆ, ಭಾರತದಲ್ಲಿ ಹೆಚ್ಚು ವಿಶ್ವಾಸಾರ್ಹವಾದ ಪ್ರತಿನಿಧಿಯು ಅಧಿಕಾರದಲ್ಲಿ ಇರುವುದರಿಂದ ಈ ಸಮುದಾಯವು ತಾಯಿ ಭಾರತಿಯ ಜೊತೆಗೆ ಹೊಂದಿರುವ ಬಂಧವು ಭಾವನಾತ್ಮಕವಾಗಿ ಇನ್ನಷ್ಟು ಬಲವಾಗಿದೆ. 2014ರ ಮ್ಯಾಡಿಸನ್ ಸ್ಕ್ವೇರ್ ಗಾರ್ಡನ್‌ನ ಕಾರ್ಯಕ್ರಮವು ಈ ಬಗೆಯ ಅನಿವಾಸಿ ಸಂಪರ್ಕದ ಹೊಸ ಶಕೆಯನ್ನೇ ಆರಂಭಿಸಿತು. ಈ ಸಂಬಂಧದ ಸರಪಣಿಯ ಎರಡೂ ತುದಿಗಳಲ್ಲಿ ಅದರ ಪಾತ್ರದ ಮೌಲ್ಯವು ಇನ್ನೂ ವೃದ್ಧಿಸಿದೆ. ವಿದೇಶಾಂಗ ನೀತಿಗೆ ಇದು ಕೊಂಚ ಹೆಚ್ಚುವರಿ ಹೊಣೆಗಾರಿಕೆಗಳೇ; ಆದರೆ ಖಂಡಿತವಾಗಿಯೂ ಇದು ಬೆಂಬಲದ ಮೂಲಗಳನ್ನು ಹೆಚ್ಚಿಸುತ್ತದೆ. ಇದರ ಪರಿಣಾಮವಾಗಿ ಅನಿವಾಸಿಗಳ ಕುರಿತಾದ ಉಪಕ್ರಮಗಳು ಅವರು ಭಾರತದ ಜೊತೆಗೆ ಹೊಂದಿರುವ ಬಂಧವನ್ನು ಇನ್ನಷ್ಟು ಬಿಗಿ ಮಾಡುವ ಹಾಗೆ ವಿಸ್ತರಣೆಗೊಂಡಿವೆ.

ಸೂಕ್ಷ್ಮ ವಿದೇಶಾಂಗ ನೀತಿಗಳು ಸಹಜವಾಗಿಯೇ ಜೀವನನಿರ್ವಹಣೆಯ ಸಂಗತಿಗಳನ್ನು ನಿರ್ವಹಿಸಬೇಕಾಗುತ್ತದೆ. ಹಾಗಿದ್ದೂ, ಇಲ್ಲಿ ವಿಶೇಷವಾಗಿ ದೊಡ್ಡ ದೇಶಗಳಿಗೆ ಸಂಬಂಧಿಸಿದಂತೆ

ಗಮನಿಸಬೇಕಾದ ಇನ್ನೂ ದೊಡ್ಡ ಪ್ರಶ್ನೆಗಳಿವೆ. ಜಾಗತಿಕ ಕಳವಳದ ಮೂರು ತುರ್ತು ಕಾಳಜಿಗಳೆಂದರೆ ಪಿಡುಗುಗಳು, ಭಯೋತ್ಪಾದನೆ ಮತ್ತು ಹವಾಗುಣ ಬದಲಾವಣೆ. ಯಾವುದೇ ದೇಶವೂ ಈ ಮೂರು ಸವಾಲುಗಳಿಗೆ ಕಣ್ಣುಮುಚ್ಚಿಕೊಂಡು ಕೂರಲಾಗದು. ಸಣ್ಣದೇಶಗಳ ಮೇಲೆ ಪರಿಣಾಮವಾಗುತ್ತದೆ; ದೊಡ್ಡ ದೇಶಗಳ ಮೇಲೆ ದೊಡ್ಡ ಪರಿಣಾಮವೇ ಆಗುತ್ತದೆ. ಭಾರತದಂತಹ ದೇಶಕ್ಕೆ, ಅದರ ನೇರ ಪರಿಣಾಮಗಳ ಹೊರತಾಗಿ, ಜಾಗತಿಕ ಚರ್ಚೆಯ ದಿಕ್ಕನ್ನೂ ಗುರುತಿಸಬೇಕಾದ ಅಗತ್ಯವಿದೆ. ಆದ್ದರಿಂದ ಇದು ಪ್ರಭಾವ ಬೀರುವ ಕಸರತ್ತೊಂದೇ ಆಗುವುದಿಲ್ಲ; ಹೊಣೆಗಾರಿಕೆಯ ಕ್ರಿಯೆಯೂ ಆಗುತ್ತದೆ.

ಈ ಕುರಿತು ಇತ್ತೀಚಿಗಿನ ಕೆಲವು ವಿದ್ಯಮಾನಗಳ ಪರಾಮರ್ಶೆಯು ಕೆಲವು ಪಾಠಗಳನ್ನು ಒದಗಿಸುತ್ತದೆ. ಭಯೋತ್ಪಾದನೆಯನ್ನು ಎದುರಿಸುವ ನಿಟ್ಟಿನಲ್ಲಿ ಭಾರತವು ಜಾಗತಿಕ ಚರ್ಚೆಗಳಲ್ಲಿ ಒಂದು ಪ್ರಮುಖ ಅಂಶವಾಗಿದೆ. ಈ ಬಗೆಯ ಬೆದರಿಕೆಗಳ ಕುರಿತ ಜಾಗೃತಿ ಈಗ ಹೆಚ್ಚಾಗಿದ್ದರೆ ಅಥವಾ ಈ ಕುರಿತ ಸಹನೆಯು ಕಡಿಮೆಯಾಗಿದ್ದರೆ, ನಮ್ಮ ಪ್ರಯತ್ನವೇನೂ ಕಡಿಮೆಯದಲ್ಲ. ಹವಾಗುಣ ಬದಲಾವಣೆಗೆ ಸಂಬಂಧಿಸಿದಂತೆ, ಭಾರತವು 2015ರ ಪ್ಯಾರಿಸ್ ಸಭೆಯಲ್ಲಿ ಒಂದು ಒಮ್ಮತಾಭಿಪ್ರಾಯ ಬರಲು ನೆರವು ನೀಡಿದ್ದಷ್ಟೇ ಅಲ್ಲ, ತನ್ನ ಎಲ್ಲಾ ಬದ್ಧತೆಗಳಿಗೆ ತಕ್ಕಂತೆ ನಡೆಯಿತು. 2021ರ ಗ್ಲಾಸ್‌ಗೋ ಸಭೆಯಲ್ಲಿ ಇವನ್ನೆಲ್ಲ ಇನ್ನೂ ಉನ್ನತ ಹಂತಕ್ಕೆ ಒಯ್ಯಲಾಯಿತು. ಇಂಟರ್ ನ್ಯಾಶನಲ್ ಸೋಲಾರ್ ಅಲಯನ್ಸ್ (ಐಎಸ್‌ಎ) ಮತ್ತು ಕೋಯಲಿಶನ್ ಫಾರ್ ಡಿಸಾಸ್ಟರ್ ರೆಸಿಲಿಯೆಂಟ್ ಇನ್‌ಫ್ರಾಸ್ಟ್ರಕ್ಚರ್ (ಸಿಡಿಆರ್‌ಐ) – ಇವೆರಡೂ ಹವಾಗುಣ ಕುರಿತ ಕ್ರಮಗಳ ನಾಯಕತ್ವಕ್ಕೆ ನೀಡಬಹುದಾದ ಎರಡು ಗಮನಾರ್ಹ ಉದಾಹರಣೆಗಳು. ಕೋವಿಡ್ ಪಿಡುಗಿನ ಬಗ್ಗೆ ಹೇಳುವುದಾದರೆ, ಭಾರತವು ವಿದೇಶಗಳಿಗೆ ಔಷಧಗಳನ್ನು ಮತ್ತು ಲಸಿಕೆಗಳನ್ನು ಸರಬರಾಜು ಮಾಡಿದ್ದು ಮತ್ತು ತಂಡಗಳನ್ನು ನಿಯೋಜಿಸಿದ್ದು – ಇವೆರಡೂ ಭಾರತದ ಅಂತಾರಾಷ್ಟ್ರೀಯತೆಯ ಬಗ್ಗೆ ಸಾಕಷ್ಟು ಹೇಳುತ್ತವೆ.

ಈಗ ಕಳೆದಿರುವ ಒಂದು ದಶಕದಲ್ಲಿ, ಭಾರತದ ಯತ್ನಗಳಲ್ಲಿ ಇರುವ ಹೊಸ ಶಕ್ತಿಯು – ಅದರಲ್ಲೂ ಪ್ರಧಾನಮಂತ್ರಿ ಮೋದಿಯವರ ತೊಡಗಿಸಿಕೊಳ್ಳುವಿಕೆ – ತುಂಬಾ ಸ್ಪಷ್ಟವಾಗಿ ಕಾಣುತ್ತಿದೆ. ದ್ವಿಪಕ್ಷೀಯ ಭೇಟಿಗಳಿರಬಹುದು, ಸಾಮುದಾಯಿಕ ಶೃಂಗಸಭೆಗಳಿರಬಹುದು, ಅಭಿವೃದ್ಧಿ ಸಹಭಾಗಿತ್ವ ಇರಬಹುದು ಅಥವಾ ರಾಯಭಾರ ಕಚೇರಿಗಳನ್ನು ತೆರೆಯುವುದಿರಬಹುದು – ಭಾರತದ ರಾಜತಾಂತ್ರಿಕತೆಯು ಗಾಢವಾಗಿ ಬದಲಾಗಿದೆ. ಪ್ರತಿಯೊಂದೂ ರಂಗದಲ್ಲಿ ಭಾರತದ ನಾಗರಿಕರಿಗೆ ಅವರ ಆತಂಕಗಳನ್ನು ಗಮನಿಸಲಾಗಿದೆ ಮತ್ತು ಅವರ ಹಿತಗಳನ್ನು ರಕ್ಷಿಸಲಾಗಿದೆ ಎಂಬ ಭರವಸೆ ಸಿಕ್ಕಿದೆ.

ವಿದೇಶಗಳಲ್ಲಿನ ಹೆಚ್ಚು ಸ್ವಯಂಸಕ್ರಿಯ ಮಾರ್ಗೋಪಾಯಗಳು ದೇಶೀಯವಾಗಿ ಒದಗಿಸಿದ ಅನುಕೂಲಗಳೂ ಅಷ್ಟೇ ಸ್ಪಷ್ಟವಾಗಿವೆ. ಜಾಗತಿಕ ವೇದಿಕೆಯಲ್ಲಿ ಹಲವು ವಿಧಾನಗಳಲ್ಲಿ ಭಾರತದ ಹೆಚ್ಚಿನ ಪ್ರಮಾಣದ ಪ್ರಸ್ತುತತೆಯನ್ನು ನಿರೂಪಿಸಲಾಗಿದೆ. ಭಯೋತ್ಪಾದನೆ, ಕಪ್ಪುಹಣ ಮುಂತಾದ ಸಂಗತಿಗಳ ಮೇಲಿನ ಸಂವಾದಗಳು ಮತ್ತು ಕಾರ್ಯಸೂಚಿಗಳಲ್ಲಿ ಈ ಸಂಗತಿಗಳು ಬಿಂಬಿತವಾಗಿವೆ. ಹವಾಗುಣ ಬದಲಾವಣೆಗೆ ಸಂಬಂಧಿಸಿದಂತೆ ಮುಖ್ಯವಾಗಿ ಪ್ಯಾರಿಸ್ ಮತ್ತು ಗ್ಲಾಸ್‌ಗೋ ಸಭೆಗಳ ಫಲಿತಾಂಶ ಮತ್ತು ಉಪಕ್ರಮಗಳ ಮೂಲಕ ಇವು ಹೆಚ್ಚು ಸ್ಪಷ್ಟವಾಗಿ ಕಂಡುಬರುತ್ತವೆ. ಕೋವಿಡ್ ಸವಾಲನ್ನು

ಎದುರಿಸಲು ಮತ್ತು ಸಂತ್ರಸ್ತ ಪರಿಹಾರ ಸನ್ನಿವೇಶಗಳ ನಿರ್ವಹಣೆಗೆ ಧುಮುಕಲು ನಾವು ಬಯಸಿದ್ದನ್ನು ಅಂತಾರಾಷ್ಟ್ರೀಯ ಸಮುದಾಯಗಳು ಶ್ಲಾಘಿಸಿವೆ. ಪ್ರಜಾಪ್ರಭುತ್ವ, ನವೋನ್ವೇಷಣೆ, ಯೋಗ, ಸಿರಿಧಾನ್ಯ ಅಥವಾ ಆಯುರ್ವೇದ ಮುಂತಾದ ನಮ್ಮ ರಾಷ್ಟ್ರೀಯ ಸಂಗತಿಗಳೂ ಮನ್ನಣೆ ಪಡೆಯುತ್ತಿವೆ. ಕಳೆದ ಕೆಲವು ವರ್ಷಗಳಲ್ಲಿ ನಾವು ಕ್ರಮೇಣವಾಗಿ ಪ್ರಥಮ ಸ್ಪಂದನಶೀಲ ದೇಶ, ಜಗತ್ತಿನ ಔಷಧಾಲಯ, ಪ್ರತಿಭೆಯ ಜಲಾಶಯ, ಹವಾಗುಣ ಕ್ರಿಯಾಯೋಜನೆಗಳ ನಾಯಕ, ಅಭಿವೃದ್ಧಿಯ ಸಹಭಾಗಿ ಮತ್ತು ಸಾಂಸ್ಕೃತಿಕ ವೈಭವದ ದೇಶ – ಹೀಗೆ ನಮ್ಮ ವರ್ಚಸ್ಸನ್ನು ಕ್ರಮೇಣವಾಗಿ ರೂಪಿಸಿದ್ದೇವೆ.

ಗಣರಾಜ್ಯೋತ್ಸವದ ದಿನದಂದು ಆಸಿಯಾನ್ (ASEAN)ನ ಹತ್ತು ಅಥವಾ ಕೇಂದ್ರ ಏಶ್ಯಾದ ಐದು ದೇಶಗಳು (ಆನ್‌ಲೈನ್ ಮೂಲಕ) ಭಾಗವಹಿಸಿದಾಗ, ಒಂದು ಸಭೆಯಲ್ಲಿ 27 ಯುರೋಪಿಯನ್ ದೇಶಗಳು ಒಟ್ಟಾಗಿ ನಮ್ಮನ್ನು ತೊಡಗಿಸಿಕೊಂಡಾಗ, ಒಂದು ಶೃಂಗಸಭೆಗಾಗಿ 41 ಆಫ್ರಿಕನ್ ನಾಯಕರು ಭಾರತಕ್ಕೆ ಬಂದಾಗ ಒಳ್ಳೆಯದಕ್ಕಾಗಿಯೇ ಏನೋ ಸುಧಾರಣೆ ಆಗಿದೆ ಎಂಬುದು ಸ್ಪಷ್ಟ. ಜಗತ್ತು ಅತ್ಯಂತ ತೀಕ್ಷ್ಣವಾಗಿ ಧ್ರುವೀಕರಣಗೊಂಡ, ಈಗಲೂ ಧ್ರುವೀಕರಣವಾಗಿರುವ ಕಾಲದಲ್ಲಿ ಜಿ20ರ ಅಧ್ಯಕ್ಷತೆಯನ್ನು ವಹಿಸಿಕೊಂಡಿದ್ದು ಇದೇ ಭಾರತ. ಭಾರತವು ಈ ಸಂದರ್ಭವನ್ನು ಬಹುಸಹಭಾಗಿಗಳನ್ನು ತೊಡಗಿಸುವ ವಿಧಾನವನ್ನು ದೃಢೀಕರಿಸಲು ಮಾತ್ರವಲ್ಲ, ಗ್ಲೋಬಲ್ ಸೌತ್‌ನ ಪರವಾಗಿ ಧ್ವನಿ ಎತ್ತಲೂ ಬಳಸಿತು.

ಶಕ್ತಿಯುತವಾದ ಮತ್ತು ಹೆಚ್ಚಿನ ಸಾಮರ್ಥ್ಯದ, ತನ್ನ ಬೇರುಗಳನ್ನು ಮತ್ತು ತನ್ನ ಸಂಸ್ಕೃತಿಯನ್ನು ಅನುಸರಿಸುವ ಭಾರತವು ನಮ್ಮ ಸಮಕಾಲೀನ ಜಗತ್ತಿನ ಗುಣಗಳನ್ನು ಬಿಂಬಿಸುವ ವಿಸ್ತರಿತ ಮರುಸಮತೋಲನಗೊಳಿಸುವ ಪ್ರಮುಖ ಅಂಶ. ಹಲವು ಶಕ್ತಿಕೇಂದ್ರಗಳು ಇರುವ ಸಂದರ್ಭದಲ್ಲಿ, ಬಹುಧ್ರುವೀಕೃತ ವ್ಯವಸ್ಥೆಯಲ್ಲಿ ನಮ್ಮ ಸ್ಥಾನವು ಖಂಡಿತವಾಗಿಯೂ ಹೆಚ್ಚು ಖಾತರಿಯಾಗಿದೆ. ಹೆಚ್ಚಿನ ಪ್ರಮಾಣದಲ್ಲಿ ಜಾಗತೀಕರಣಗೊಂಡ ಈ ಯುಗದಲ್ಲಿ ನಮ್ಮ ಪ್ರತಿಭೆಗಳು, ಸಾಮರ್ಥ್ಯಗಳು ಮತ್ತು ಕೊಡುಗೆಗಳು ಜಗತ್ತಿನ ಇತರೆ ಪ್ರದೇಶಗಳಲ್ಲಿ ಮೌಲ್ಯವರ್ಧನೆ ಮಾಡಿಕೊಳ್ಳುತ್ತಲೇ ಇವೆ. ನಾವು 75ನೆಯ ಸ್ವಾತಂತ್ರ್ಯ ದಿನವನ್ನು ಆಚರಿಸುತ್ತಿರುವಂತೆ, ಭಾರತವು ತನ್ನ ಭವಿಷ್ಯದ ಬಗ್ಗೆ ಆತ್ಮವಿಶ್ವಾಸಭರಿತವಾಗಿರಲು ಒಳ್ಳೆಯ ಕಾರಣಗಳಿವೆ. ಆದರೆ ಹಾಗೆ ಇರಲು ಈಗಿನ ಜಗತ್ತು ನಮ್ಮೆದುರು ಇಟ್ಟಿರುವ ಅವಕಾಶಗಳು ಮತ್ತು ಸವಾಲುಗಳ ಬಗ್ಗೆ ಸಂಪೂರ್ಣ ಅರಿವು ಹೊಂದಿರಬೇಕಾದದ್ದು ಕೂಡಾ ಮುಖ್ಯ. ವಿದೇಶಾಂಗ ನೀತಿಯು ನಮಗೆ ನಿಜಕ್ಕೂ ಮುಖ್ಯವಾಗಿದೆ ಎಂಬ ಅಂಶವನ್ನು ನಾವು ಮನಗಂಡಾಗ ಇದು ಖಂಡಿತವಾಗಿಯೂ ಘಟಿಸುತ್ತದೆ.

3.

ವಿಶ್ವದ ಸ್ಥಿತಿ

ಸನ್ನಿವೇಶದ ಅರಿವು

2022ರ ಸೆಪ್ಟೆಂಬರಿನಲ್ಲಿ ಸಮರಖಂಡ್‌ನಲ್ಲಿ ಪ್ರಧಾನಮಂತ್ರಿ ಮೋದಿಯವರು 'ಇದು ಸಮರದ ಯುಗವಲ್ಲ' ಎಂದು ಘೋಷಿಸಿದಾಗ ಆ ಹೇಳಿಕೆಯು ಜಗತ್ತಿನಾದ್ಯಂತ ಅನುರಣಿಸಿತು. ಅದರ ತುರ್ತಿನ ಹಿನ್ನೆಲೆಯ ಕಾರಣದಿಂದ ಅದು ಅನುರಣಿಸಿದ್ದು ಸಹಜವೇ ಆಗಿತ್ತು. ಆದರೆ ಆ ಸಂದೇಶವು ನಮ್ಮ ಜಗತ್ತಿನ ಪರಸ್ಪರಾವಲಂಬನೆಯನ್ನೂ ಬಿಂಬಿಸಿತು; ಈ ಪರಸ್ಪರಾವಲಂಬನೆಯು ಪ್ರತಿಯೊಬ್ಬರಿಗೂ ಈ ಸಂಘರ್ಷವನ್ನು ಅತಿ ಅಪಾಯಕಾರಿಯಾಗಿಸಿದೆ. ಒಂದರ್ಥದಲ್ಲಿ, ಇದು ತಮ್ಮದೇ ಆಯ್ಕೆಗಳ ಬಗ್ಗೆ ಮಂಥನ ನಡೆಸುತ್ತಿದ್ದ ಇತರರಿಗೆ ನೀಡಿದ ಒಂದು ಎಚ್ಚರಿಕೆಯೂ ಆಗಿತ್ತು. ಇಂತಹ ಘೋಷಣೆಯೊಂದನ್ನು ಮಾಡಬೇಕಾಯಿತು ಎಂಬ ವಾಸ್ತವವೇ ಪ್ರಸ್ತುತ ವಿಶ್ವ ವ್ಯವಸ್ಥೆಯ ದುರ್ಬಲತೆಯ ನಿದರ್ಶನವಾಗಿತ್ತು. ಈ ವ್ಯವಸ್ಥೆಯು ಬದಲಾಗುತ್ತಿದೆ ಎಂಬ ಅಂಶವನ್ನು ಆಗಲೇ ಚೆನ್ನಾಗಿ ಅರಿಯಲಾಗಿತ್ತು. ಆದರೆ ಈ ಪ್ರಕ್ರಿಯೆಯು ಈಗ ನಾವು ಕಾಣುತ್ತಿರುವ ಸ್ವರೂಪವನ್ನು ತಾಳುತ್ತದೆ ಎಂಬುದನ್ನು ಕೆಲವೇ ಕೆಲವರು ಮಾತ್ರ ಊಹಿಸಿದ್ದರು.

2020ರಲ್ಲಿ ನಾನು 'ದ ಇಂಡಿಯಾ ವೇ' ಪುಸ್ತಕವನ್ನು ಬರೆದಾಗ, ವಿಶ್ವವು ಅದಾಗಲೇ ಅನಿಶ್ಚಿತತೆಯಿಂದ ಕೂಡಿತ್ತು; ಊಹಿಸಲು ಅಸಾಧ್ಯವಾಗಿ ಕಾಣಿಸುತ್ತಿತ್ತು. ಆದರೆ ನಾವು ಅನುಭವಿಸಬೇಕಾದದ್ದು ಇನ್ನೂ ಇದೆ ಎಂಬುದು ಮಾತ್ರ ನಮಗೆ ಗೊತ್ತಿರಲಿಲ್ಲ. ಅನಂತರದ ವರ್ಷಗಳಲ್ಲಿ ನಾವು ಕೋವಿಡ್ ಪಿಡುಗಿನಿಂದ ಗಾಸಿಗೆ ಒಳಗಾದೆವು; ಉಕ್ರೇನ್ ಸಂಘರ್ಷದಿಂದ ಪ್ರಭಾವಿತರಾದೆವು; ಪಶ್ಚಿಮ ಏಶ್ಯಾದ ಹೊಸ ಸ್ತರದ ಹಿಂಸೆಗೆ ಸಿಲುಕಿದೆವು, ಹಲವು ಹವಾಗುಣ ಘಟನೆಗಳಿಗೆ ತುತ್ತಾದೆವು; ಗಂಭೀರ ಆರ್ಥಿಕ ಒತ್ತಡಕ್ಕೆ ಒಳಗಾದೆವು. ಇವು ಪೂರ್ವ–ಪಶ್ಚಿಮ ಮತ್ತು ಉತ್ತರ–ದಕ್ಷಿಣ ಧ್ರುವೀಕರಣವನ್ನು ಉಲ್ಬಣಗೊಳಿಸಿದವು. ನನ್ನ ಹಿಂದಿನ ಯತ್ನಗಳಿಗೇನಾದರೂ ಒಂದು ಮುಂದುವರಿಕೆ ಇದ್ದರೆ, ಅದು ಅಂತಾರಾಷ್ಟ್ರೀಯ ಸಂಬಂಧಗಳ ಮುಖ್ಯ ಪರಿಕಲ್ಪನೆಯಾದ ದೇಶ–ರಾಜ್ಯಗಳು ಜಾಗತೀಕರಣದ ಸಮಸ್ಯೆಗಳನ್ನು ಮೀರಲು ಹೇಗೆ ಹೆಣಗುತ್ತವೆ ಎಂಬುದೇ ಆಗಿದೆ.

ಇದು ಈ ಹಿಂದಿಗಿಂತ ಹೆಚ್ಚಾಗಿ ಪ್ರತಿಯೊಬ್ಬರಿಗೂ ಈ ವಿಶ್ವವು ಮುಖ್ಯವಾಗುತ್ತದೆ ಎಂಬ ಪ್ರಮುಖ ಅಂಶಕ್ಕೂ ಅನ್ವಯವಾಗುತ್ತದೆ. ಇದನ್ನು ನಾವು ಪರಿಗಣಿಸುತ್ತಿದ್ದಂತೆ, ಪ್ರತಿಯೊಬ್ಬ ಭಾರತೀಯನಿಗೆ 'ಸಮಕಾಲೀನ ಯುಗದಲ್ಲಿ ನಮ್ಮ ಮೌಲ್ಯಗಳು, ಪ್ರಾಮುಖ್ಯ ಮತ್ತು ಅವಕಾಶಗಳು ಏನು?' ಎಂಬ ಪ್ರಶ್ನೆ ಎದುರಾಗುತ್ತದೆ. ನಮ್ಮ ತತ್ಕ್ಷಣದ ಭವಿಷ್ಯದಲ್ಲಿ ಏನಿದೆ ಎಂಬುದನ್ನು ತಿಳಿದುಕೊಳ್ಳದೆಯೇ ನಾವು ಹೀಗೆ ಪ್ರಶ್ನಿಸುತ್ತೇವೆ; ಏಕೆಂದರೆ ತಂತ್ರಜ್ಞಾನ, ಆರ್ಥಿಕ ಮತ್ತು ಸಾಮಾಜಿಕ ಬದಲಾವಣೆಗಳ ವೇಗವು ಆ ಪ್ರಮಾಣದಲ್ಲಿ ಹೆಚ್ಚಾಗಿದೆ. ಇದು ಈಗ ಇನ್ನೂ ಹೆಚ್ಚಿನ ಬದಲಾವಣೆಗಳ ಸಂಗತಿಯಾಗಿ ಉಳಿದಿಲ್ಲ; ನಾವು ನಿಜಕ್ಕೂ ಈ ಹಿಂದೆ ನೋಡದ ಪ್ರದೇಶದತ್ತ ಹೆಜ್ಜೆ ಇಡುತ್ತಿದ್ದೇವೆ. ಸಹಜವಾಗಿಯೇ ಇಂಥ ಕ್ಷಣದಲ್ಲಿ ನಮ್ಮ ಹಿಂದಿನವರು ತಮ್ಮ ಕಾಲದಲ್ಲಿ ಇಂತಹ ಅನಿಶ್ಚಿತತೆಗಳನ್ನು ಹೇಗೆ ನಿರ್ವಹಿಸಿದರು ಎಂಬುದನ್ನು ಅವಲೋಕಿಸುವುದು ಸೂಕ್ತ. ಈ ಹಿನ್ನೆಲೆಯಲ್ಲಿ ಗತಕಾಲದ ಉದಾಹರಣೆಗಳು ಖಂಡಿತವಾಗಿಯೂ ಕೆಲವು ಮಾರ್ಗಸೂಚಿಗಳನ್ನು ನೀಡುತ್ತವೆ.

ಭಾರತೀಯ ಸಂಪ್ರದಾಯದಲ್ಲಿ ರಾಜತಾಂತ್ರಿಕತೆಗೆ ಸಂಬಂಧಿಸಿದ ಎರಡು ಪ್ರಮುಖ ಪಾತ್ರಗಳೆಂದರೆ ರಾಮಾಯಣದ ಹನುಮಂತ ಮತ್ತು ಮಹಾಭಾರತದ ಶ್ರೀಕೃಷ್ಣ. ಒಬ್ಬನು ಸೇವೆಯ ಆದರ್ಶದ ಸಾಕಾರಮೂರ್ತಿ ಎಂದೇ ಪರಿಚಿತ; ಅವನು ಯಾವುದೇ ತೊಡಕುಗಳಿದ್ದರೂ ತನ್ನ ಕರ್ತವ್ಯವನ್ನು ಮಾಡುತ್ತಲೇ ಇರುತ್ತಾನೆ. ಇನ್ನೊಬ್ಬನನ್ನು ವ್ಯೂಹತಜ್ಞ ಮತ್ತು ಆಪ್ತ ಸಲಹೆಗಾರ ಎಂದು ಪರಿಗಣಿಸುತ್ತಾರೆ; ಕಷ್ಟದ ಸಂದರ್ಭಗಳಲ್ಲಿ ಅವನು ಅರಿವಿನ ಮೂಲ. ಇಬ್ಬರಿಗೂ ಅವರವರ ಹಿನ್ನೆಲೆಯಲ್ಲೇ ತುಂಬಾ ಮಹತ್ತ್ವವಿದೆ. ಅದರಲ್ಲಂತೂ ಹನುಮಂತನು ಅನಿಶ್ಚಿತತೆ ಮತ್ತು ಕಠಿಣ ಸಂದರ್ಭಗಳನ್ನು ಎದುರಿಸುವಾಗ ತನ್ನ ನಿಜ ವ್ಯಕ್ತಿತ್ವವನ್ನು ಪ್ರಕಟಪಡಿಸುತ್ತಾನೆ. ದೇಶವೊಂದರ ಉನ್ನತಿಯ ಪ್ರಕ್ರಿಯೆ ಎಂದರೆ ನಮ್ಮ ಪ್ರಜ್ಞೆಯೊಳಗೆ ಅತ್ಯಂತ ಆಳವಾಗಿ ಇಬ್ಬರನ್ನೂ ಸ್ಥಾಪಿಸಿದ ಕಠಿಣತಮ ಅಭಿಯಾನಗಳ ಹಾಗೆ. ವಾಸ್ತವದಲ್ಲಿ ಅದು ಇಂತಹ ಅಭಿಯಾನಕ್ಕಿಂತ ಹೆಚ್ಚಿನದು. ಅದು ವಿಸ್ತರಿತವಾಗುತ್ತಲೇ ಇರುವ ಅವಕಾಶವನ್ನು ಬಳಸಿಕೊಳ್ಳುವ ಕೊನೆಯಿಲ್ಲದ ಕ್ರಿಯೆ. ಹನುಮಂತನಂತೆ ಇದಕ್ಕೆ ದಿನದ 24 ತಾಸುಗಳ ಕಾಲವೂ ಕೆಲಸ ಮಾಡುವ ನಿಜ ನಂಬಿಗಸ್ತರು ಮತ್ತು ಸಮಸ್ಯೆ ನಿವಾರಕರು ಬೇಕು.

ಲಂಕೆಗೆ ಭಗವಾನ್ ಶ್ರೀರಾಮನ ರಾಯಭಾರಿಯಾಗಿ ಹೋದ ಹನುಮಂತ ತನ್ನ ಪ್ರತಿಸ್ಪರ್ಧಿಯ ಬಗ್ಗೆ ಬೇಕಾಗಿದ್ದ ಮಹತ್ತ್ವದ ಮಾಹಿತಿಯನ್ನು ಪಡೆಯುವಲ್ಲಿ ತೋರಿದ ಜಾಣತನ ಮತ್ತು ಸೆರೆಯಲ್ಲಿದ್ದ ಸೀತಾಮಾತೆಯನ್ನು ಭೇಟಿ ಮಾಡಿದ್ದು - ನಿಜಕ್ಕೂ ಪ್ರಮುಖ ಬೆಳವಣಿಗೆಗಳು. ಇದರ ಜೊತೆಗೆ ಆತ, ರಾಕ್ಷಸರು ತನ್ನ ಬಾಲಕ್ಕೆ ಬೆಂಕಿ ಹಚ್ಚಿ ಕೆಟ್ಟದಾಗಿ ನಡೆಸಿಕೊಂಡಿದ್ದನ್ನು ಬಳಸಿಕೊಂಡು ಇಡೀ ನಗರವನ್ನೇ ಸುಟ್ಟುಹಾಕಿ ಅಳೆಯಲಾಗದಷ್ಟು ನಷ್ಟ ಉಂಟುಮಾಡುತ್ತಾನೆ. ಜೊತೆಗೇ ಆತ ರಾವಣನ ಬಗ್ಗೆ, ಅವನ ಮಾನಸಿಕತೆಯ ಬಗ್ಗೆ, ಅವನ ಸಲಹೆಗಾರರ ಬಗ್ಗೆ ಮುಖ್ಯವಾದ ಒಳನೋಟಗಳನ್ನೂ ಸಂಗ್ರಹಿಸುತ್ತಾನೆ. ಅಲ್ಲದೆ ತನ್ನನ್ನು ರಾವಣನ ಆಸ್ಥಾನಕ್ಕೆ ಎಳೆದೊಯ್ದಾಗ ತನ್ನ ಪರವಾಗಿ ನಿಂತ ಏಕೈಕ ವ್ಯಕ್ತಿ, ರಾವಣನ ಸೋದರ ವಿಭೀಷಣನ ಬಗ್ಗೆ ತಳೆದ ಅಭಿಪ್ರಾಯವೂ ಮುಖ್ಯವಾಗುತ್ತದೆ. ವಿಭೀಷಣನು ರಾವಣನನ್ನು ತೊರೆದು ಬಂದಾಗ ಹನುಮಂತನು ನೀಡಿದ ಪ್ರಮಾಣಪತ್ರವೇ ಭಗವಾನ್ ಶ್ರೀರಾಮನು ವಿಭೀಷಣನನ್ನು ಸ್ವಾಗತಿಸಲು ಪ್ರೇರೇಪಿಸುತ್ತದೆ. ಸಾಮಾನ್ಯವಾಗಿ ರಾಜತಾಂತ್ರಿಕತೆ ಎಂದರೆ ಕೇವಲ ಸಂಧಾನ ಎಂದು ಜನರು ಭಾವಿಸಿದ್ದಾರೆ. ಆದರೆ ಅದು ಹಾಗಲ್ಲ; ಅದಕ್ಕಿಂತ ಹೆಚ್ಚಿನದು. ಅಲ್ಲಿ ಪ್ರತಿಸ್ಪರ್ಧಿಗಳನ್ನು ಅರಿಯುವುದು,

ಮಿತ್ರರನ್ನು ಅರಿಯುವುದು ಮತ್ತು ಸನ್ನಿವೇಶವನ್ನು ಸರಿಯಾಗಿ ಅಳೆಯುವುದು - ಇವೆಲ್ಲವೂ ಅಡಕವಾಗಿವೆ.

ಹನುಮಂತ ಕೂಡಾ ತನ್ನ ದೃಢನಿರ್ಧಾರಗಳಿಗೆ ಹೆಸರುವಾಸಿ. ತನ್ನ ಸಹವಾನರರು ಸೀತಾಮಾತೆಯ ಹುಡುಕಾಟವನ್ನು ನಿಲ್ಲಿಸಿಬಿಡಲು ಮುಂದಾದಾಗ ಹನುಮಂತ ತನ್ನ ಈ ವರ್ತನೆಯನ್ನು ಪ್ರದರ್ಶಿಸಿದ. ಒಂದೇ ಒಂದು ಜೀವರಕ್ಷಕ ಸಸ್ಯವನ್ನು ತರಲು ಅವನು ಇಡೀ ಪರ್ವತವನ್ನೇ ಎತ್ತಿಕೊಂಡಿದ್ದು ಅವನು ಸುಧಾರಣೆಯಾಗುವ ಮತ್ತು ಸಮಸ್ಯೆ ನಿವಾರಣೆ ಮಾಡುವ ಸಾಮರ್ಥ್ಯಕ್ಕೆ ನಿದರ್ಶನ. ಯುದ್ಧದ ಕೊನೆಯಲ್ಲಿ ಭರತನಿಗೆ ಯುದ್ಧದ ಫಲಿತಾಂಶವನ್ನು ಅರುಹುವ ಸೂಕ್ಷ್ಮ ಕಾರ್ಯಕ್ಕಾಗಿ ಮತ್ತು ಭರತನು ನಿಜಕ್ಕೂ ಭಗವಾನ್ ಶ್ರೀರಾಮನು ಅಯೋಧ್ಯೆಗೆ ಮರಳುವುದನ್ನು ಸ್ವಾಗತಿಸುತ್ತಾನೆಯೇ ಎಂಬುದನ್ನು ಅಳೆಯಲು ಹನುಮಂತನನ್ನು ಕಳಿಸಲಾಗುತ್ತದೆ. ಈ ಪ್ರತಿಯೊಂದೂ ಚಹರೆಯೂ ಇಂದು ಒಬ್ಬ ಯಶಸ್ವೀ ರಾಜತಾಂತ್ರಿಕನ ಬಹುಮುಖ್ಯ ಗುಣಲಕ್ಷಣಗಳಾಗಿವೆ.

ರಾಜತಾಂತ್ರಿಕತೆಯಲ್ಲಿ ಅಡಕವಾದ ಇನ್ನೊಂದು ಸಂಕೀರ್ಣತೆಯ ನಿದರ್ಶನವನ್ನು ವಾನರ ಯುವರಾಜ ಅಂಗದನು ಒದಗಿಸುತ್ತಾನೆ. ಭಗವಾನ್ ಶ್ರೀರಾಮನು ಅವನನ್ನೂ ರಾವಣನ ಆಸ್ಥಾನಕ್ಕೆ ಕಳಿಸಿರುತ್ತಾನೆ. ಅವನು ತನ್ನ ಶಕ್ತಿ ಸಾಮರ್ಥ್ಯಗಳನ್ನು ಚೆನ್ನಾಗಿ ಬಳಸಿಕೊಳ್ಳುತ್ತಾನೆ. ಈ ಪ್ರಕರಣದಲ್ಲಿ ಈ ಶಕ್ತಿಯು ಅವನ ಕಾಲಿಗೆ ಸಂಬಂಧಿಸಿದ್ದು; ಅದನ್ನು ಒಮ್ಮೆ ನೆಲದ ಮೇಲೆ ದೃಢವಾಗಿ ಇಟ್ಟರೆ ಅದನ್ನು ಅಲುಗಾಡಿಸಲು ಬರುವುದೇ ಇಲ್ಲ. ಇದನ್ನೇ ಸವಾಲಾಗಿ ಹೂಡಿ ತನ್ನ ಕಾಲನ್ನು ಸರಿಲು ಪ್ರಯತ್ನಿಸಿ ವಿಫಲರಾದವರನ್ನು ಅವನು ಮುಜುಗರಕ್ಕೆ ಒಳಪಡಿಸುತ್ತಾನೆ. ಅಂತಿಮವಾಗಿ ರಾವಣನೇ ಅಂಗದನನ್ನು ಸರಿಸಲು ಮುಂದಾಗಿ ಬಗ್ಗಿದಾಗ ರಾವಣನ ಕಿರೀಟವೇ ಬಿದ್ದುಹೋಗುತ್ತದೆ. ಆಗ ಅಂಗದನು ಕೂಡಲೇ ಕಿರೀಟವನ್ನು ತೆಗೆದುಕೊಂಡು ಭಗವಾನ್ ಶ್ರೀರಾಮನತ್ತ ಎಸೆಯುತ್ತಾನೆ. ಒಬ್ಬ ರಾಯಭಾರಿಯಾಗಿ ಅವನು ರಾವಣನ ಹೊಗಳಿಕೆಯನ್ನು ತಡೆಯುತ್ತಾನಷ್ಟೇ ಅಲ್ಲ, ತನ್ನ ವಾದವನ್ನು ಸಮರ್ಥವಾಗಿ ಸುಧಾರಿಸಿಕೊಳ್ಳುತ್ತಾನೆ. ತನಗೆ ಬಿಟ್ಟುಕೊಡಬೇಕಾದ ಆಸನವನ್ನು ನಿರಾಕರಿಸಿದಾಗ ಅವನು ತನ್ನ ಬಾಲವನ್ನೇ ಉದ್ದಕ್ಕೆ ಬೆಳೆಸಿ ಸುತ್ತಿ ಅದನ್ನೇ ಆಸನವನ್ನಾಗಿ ಮಾಡಿಕೊಂಡು ರಾವಣನ ಸಿಂಹಾಸನದ ಮಟ್ಟಕ್ಕೇ ಏರಿ ಕುಳಿತುಕೊಳ್ಳುತ್ತಾನೆ. ಏನೇ ಹೇಳಿ, ರಾಜತಾಂತ್ರಿಕತೆಯಲ್ಲಿ ಮನಸಿನ ಆಟಗಳೇ ತುಂಬಾ ಪ್ರಮುಖವಾದ ಅಂಶಗಳು.

ಇನ್ನೂ ವಿಭಿನ್ನವಾದ ಕೌಶಲ್ಯವನ್ನು ಅವನ ಅಮ್ಮ, ಈ ಹಿಂದೆ ಭಗವಾನ್ ಶ್ರೀರಾಮನಿಂದ ವಧೆಯಾದ ವಾನರ ದೊರೆ ವಾಲಿಯ ಪತ್ನಿ ತಾರಾ ತೋರುತ್ತಾಳೆ. ಹನುಮಂತ ಮತ್ತು ಅಂಗದರ ವಿಷಯದಲ್ಲಿ ಹೇಳುವುದಾದರೆ ಇಬ್ಬರೂ ರಾವಣನೆಂಬ ಸೊಕ್ಕಿನ ಮತ್ತು ರಾಜಿಯಾಗದ ಪ್ರತಿಸ್ಪರ್ಧಿಯೊಂದಿಗೆ ವ್ಯವಹರಿಸುತ್ತಿದ್ದರು. ಮಾಹಿತಿಗಳನ್ನು ಪಡೆದು ಪ್ರತಿಸ್ಪರ್ಧಿಯ ನೈತಿಕತೆಗೆ ಧಕ್ಕೆ ಒದಗುವಂತಹ ಮಾನಸಿಕ ಗಾಸಿಯ ಗುರುತುಗಳನ್ನು ಉಳಿಸಿ ಹಿಂದಿರುಗುವುದೇ ಅವರ ಕಾರ್ಯವಾಗಿತ್ತು. ಆದರೆ ತಾರಾಳ ವಿಷಯದಲ್ಲಿ ಹೇಳುವುದಾದರೆ, ಆಕೆ ತನ್ನ ಈಗಿನ ದೊರೆ ಸುಗ್ರೀವನು ವಾಲಿಯ ನಂತರ ರಾಜನಾದ ಮೇಲೆ ಸೀತಾಮಾತೆಯನ್ನು ಹುಡುಕಲಾಗದ್ದಕ್ಕೆ ಸುಗ್ರೀವನ ಮಿತ್ರರಾದ ಭಗವಾನ್ ಶ್ರೀರಾಮ ಮತ್ತು ಲಕ್ಷ್ಮಣರು ಪ್ರಕಟಿಸಿದ ಕೋಪವನ್ನು ಎದುರಿಸಬೇಕಾಯಿತು. ಆಗ ಲಕ್ಷ್ಮಣನು ತನ್ನ ಬಿಲ್ಲು ಬಾಣಗಳನ್ನು ಸಜ್ಜುಗೊಳಿಸಿಕೊಂಡು, ಆಕ್ರಮಣಕಾರಿ ವರ್ತನೆಯನ್ನು ತೋರುತ್ತ ಕಿಷ್ಕಿಂದೆಯನ್ನು ಸಮೀಪಿಸುತ್ತಿದ್ದಂತೆ ತಾರಾಳನ್ನು ಮಾತುಕತೆಗೆ ಕಳಿಸಲಾಯಿತು. ತಾರಾಳ ತಂತ್ರವು ಚತುರತನದಿಂದ ಕೂಡಿತ್ತು. ಆಕೆ ಮೊದಲು ಸುಗ್ರೀವನ ಚಾಂಚಲ್ಯವನ್ನು ಒಪ್ಪಿಕೊಂಡು ಲಕ್ಷ್ಮಣನನ್ನು ಸಮಾಧಾನಪಡಿಸಿದಳು. ಅದಾದ ಮೇಲೆ ಸುಗ್ರೀವನು ಭಗವಾನ್ ಶ್ರೀರಾಮನ ಮೇಲೆ ಇಟ್ಟಿರುವ ಭಕ್ತಿಯನ್ನು ಒತ್ತಿ ಹೇಳಿದಳು. ಈಗ ತಾನೇ ಸೀತಾಮಾತೆಯ ಹುಡುಕಾಟ ಆರಂಭವಾಗಿದೆ ಎಂದು ತಿಳಿಸಿ ವಾಸ್ತವವನ್ನು ಹೆಣೆದಳು. ಕೊಂಚ ವಿವರವಾಗಿ ಮಾತನಾಡುವ ಸ್ವಾತಂತ್ರ್ಯವನ್ನು ಬಳಸಿಕೊಂಡರೂ, ಸೋದರರು ಮತ್ತು ವಾನರರ ನಡುವಣ ಸಂಘರ್ಷವನ್ನು ತಪ್ಪಿಸುವ ಆಕೆಯ ಯತ್ನವು ಫಲಿಸಿತು. ಇಲ್ಲಿ ತಾರಾಳ ಪಾತ್ರವು ಪ್ರಮುಖವಾಗಿ ಕಂಡರೆ, ಅದಕ್ಕೆ ಅವಳ ಸಂಬಂಧಿಕರು ಯಾವಾಗಲೂ ತೋರುವ ಸ್ವಾರ್ಥದ ನಡತೆಗೆ ಅವಳು ವ್ಯತಿರಿಕ್ತವಾಗಿದ್ದಳು ಎಂಬುದೇ ಕಾರಣ.

ಈ ಮೂರೂ ಪ್ರಕರಣಗಳು ಅವುಗಳ ಉದ್ದೇಶ ಮತ್ತು ವಿಧಾನಗಳ ಹಿನ್ನೆಲೆಯಲ್ಲಿ ವಿಭಿನ್ನವಾಗಿ ಇರಬಹುದು. ಆದರೆ ಇಲ್ಲಿ ಮುಖ್ಯವಾಗಿ ಇವರೆಲ್ಲರಿಗೂ ಸಮಾನವಾಗಿ ಇದ್ದಿದ್ದು ಅವರ ಮುಂದಿದ್ದ ದೊಡ್ಡ ಸವಾಲುಗಳು. ಅವರು ತಮಗೆ ಎದುರಾದ ಬೆದರಿಕೆಗಳ ಅಗಾಧತೆಯನ್ನು ಅರಿತು ಸಕ್ರಿಯವಾಗಿ ಪರಿಹಾರಕ್ಕಾಗಿ ಯತ್ನಿಸಬೇಕಾಗಿತ್ತು. ಇಲ್ಲಿ ದೊಡ್ಡ ಸನ್ನಿವೇಶದ ಕುರಿತು ಸೂಕ್ಷ್ಮತೆಯನ್ನೂ ಹೊಂದಬೇಕಿತ್ತು; ಹಾಗೆಯೇ ತಮ್ಮ ಆಪತ್ತಿನ ಬಗ್ಗೆ ಜಾಗೃತರಾಗಿಯೂ ಇರಬೇಕಿತ್ತು. ಕಾರ್ಯತಂತ್ರಾತ್ಮಕ ಆಯ್ಕೆಗಳನ್ನು ಜಾರಿಗೊಳಿಸಲೇಬೇಕು; ಆದರೆ ಅದನ್ನು ತಂತ್ರೋಪಾಯದ ಮಾರ್ಗಗಳಿಂದ ರೂಪಿಸಬೇಕು. ಬದ್ಧತೆಗಳನ್ನು ಗೌರವಿಸುವುದು ಮತ್ತು ನೀತಿಗಳನ್ನು ಎತ್ತಿಹಿಡಿಯುವುದು ತುಂಬಾ ಅತ್ಯವಶ್ಯ; ಆದರೆ ಅವುಗಳನ್ನೂ ಇನ್ನಷ್ಟು ಉತ್ಕೃಷ್ಟಗೊಳಿಸಬೇಕು. ಸನ್ನಿವೇಶ ಮತ್ತು ಕಾರ್ಯತಂತ್ರಗಳ ನಡುವೆ ಇರುವ ಸಂಕೀರ್ಣ ಚಲನಶೀಲತೆಯೇ ರಾಜತಾಂತ್ರಿಕತೆಯಲ್ಲಿ ಸದಾ ಎದುರಾಗುವ ವಿಷಯ. ಇವೆರಡನ್ನೂ ಸರಿಯಾಗಿ ನಿರ್ವಹಿಸುವುದೇ ಯಶಸ್ಸಿಗೆ ಬೇಕಾಗಿರುವ ಪೂರ್ವಾಪೇಕ್ಷಿತ ತಯಾರಿ.

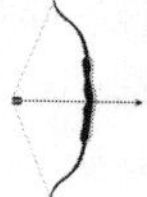

ಅನಿಶ್ಚಿತ, ಅಭದ್ರತೆಯ ಭವಿಷ್ಯದತ್ತ

ನಮ್ಮದೇ ಕಾಲದ ಸಂಕೀರ್ಣತೆಗಳ ಬಗ್ಗೆ ಚಿಂತಿಸುವುದಾದರೆ, ದೂರದ ಚೀನಾದ ನಗರವನ್ನು ಮೊದಲು ಆಕ್ರಮಿಸಿದ ಕೋವಿಡ್ ಪಿಡುಗು ಹೇಗೆ ಎರಡು ವರ್ಷಗಳಿಗೂ ಹೆಚ್ಚು ಕಾಲ ನಮ್ಮೆಲ್ಲರ ಬದುಕುಗಳ ಮೇಲೆ ಸವಾರಿ ಮಾಡಿತು ಎಂಬುದನ್ನು ನೆನಪಿಸಿಕೊಂಡೇ ಆರಂಭಿಸಬಹುದು. ಅಥವಾ ಒಂದು ಖಂಡದಾಚೆ ಇರುವ ಯುರೋಪ್‌ನಲ್ಲಿ ನಡೆಯುತ್ತಿರುವ ಕಲಹವು ಹೇಗೆ ಮತ್ತು ಏಕೆ ನಮ್ಮ ನಿತ್ಯದ ಬದುಕಿನ ಮೇಲೆ ಪರಿಣಾಮ ಬೀರುತ್ತಿದೆ ಮತ್ತು ಅದಕ್ಕೆ ಎಷ್ಟೆಲ್ಲ ಬೆಲೆ ತೆರಬೇಕಾಗಿದೆ ಎಂಬುದನ್ನೂ ಚಿಂತಿಸಬಹುದು; ಹಲವು ಪ್ರಕ್ರಿಯೆಗಳ ಮೇಲೆ ಹವಾಗುಣವು ಉಂಟುಮಾಡುವ, ಆದರೆ ನಾವು ಲೆಕ್ಕಕ್ಕೆ ತೆಗೆದುಕೊಳ್ಳದ ಪರಿಣಾಮಗಳಿರಬಹುದು; ಅಥವಾ ಭಯೋತ್ಪಾದನೆಯ ಒಂದು ಕೃತ್ಯದಲ್ಲಿ ಅಥವಾ ದೂರದಿಂದ ಕುಮ್ಮಕ್ಕು ಪಡೆದ ಹಿಂಸಾಚಾರದಲ್ಲಿ ನಾವು ಸಿಲುಕಿಕೊಂಡರೆ ಅನುಭವಿಸಬೇಕಾದ ವಿಭಿನ್ನ ಬಗೆಯ ಆಘಾತವಿರಬಹುದು. ಉಕ್ರೇನ್‌ನಲ್ಲಿ ಸಿಲುಕಿಕೊಂಡ ವಿದ್ಯಾರ್ಥಿಗಳು ಅಥವಾ ಪ್ರವಾಸಿಗರನ್ನು ನೋಡಿದ ಹಾಗೆ ನಾವು ನಮ್ಮ ದೇಶದಿಂದ ಹೊರಗೆ ಇರುವಾಗ ಒತ್ತಡಗಳು ಕಾಣಿಸಿಕೊಳ್ಳಬಹುದು. ಆದರೆ ಇತರೆ ಪ್ರಕರಣಗಳಲ್ಲಿ, – ಅದು ಕೋವಿಡ್, ಸಂಘರ್ಷ, ಭಯೋತ್ಪಾದನೆ ಅಥವಾ ನೈಸರ್ಗಿಕ ವಿಪತ್ತು ಆಗಿರಬಹುದು, – ಇಂತಹ ಬೆಳವಣಿಗೆಗಳು ನೇರವಾಗಿ ನಮ್ಮ ಮನೆ ಬಾಗಿಲಿನವರೆಗೇ ಬರಬಹುದು; ಕೆಲವೊಮ್ಮೆ ನಮ್ಮ ಮನೆಯ ಒಳಗೂ ಬರಬಹುದು. ಜಾಗತೀಕರಣದ ಈ ಯುಗದಲ್ಲಿ ಜಗತ್ತಿನಿಂದ ಪಾರಾಗುವ ಬಗೆಯೇ ಇಲ್ಲ.

ಹಾಗೆಂದು ನಾವು ಜಾಗತಿಕ ಬೆಳವಣಿಗೆಗಳ ಬಗ್ಗೆ ಆತಂಕಿತರಾಗಿಯೇ ಇರಬೇಕು ಅಥವಾ ನಮ್ಮ ನಿಲುವಿನಲ್ಲಿ ರಕ್ಷಣಾತ್ಮಕವಾಗಿರಬೇಕು ಎಂಬುದು ಇದರ ಅರ್ಥವಲ್ಲ. ಅದೇ ಜಗತ್ತು ಹಲವು ಸಾಧ್ಯತೆಗಳಿಂದ ತುಂಬಿದೆ ಎಂಬುದೇ ಪರಸ್ಪರಾವಲಂಬನೆಯ ಇನ್ನೊಂದು ಮುಖ. ಕೋವಿಡ್ ಕಾಲಾವಧಿಯಲ್ಲಿ ವಂದೇ ಭಾರತ್ ಮಿಶನ್ ಮೂಲಕ ನಾವು 70 ಲಕ್ಷ ಭಾರತೀಯರನ್ನು ಕರೆತಂದಿದ್ದರೆ, ಅದು ಭಾರತವು ಜಾಗತಿಕ ಕಾರ್ಯಸ್ಥಳವನ್ನು ವ್ಯಾಪಕವಾಗಿ ಬಳಸುತ್ತಿದೆ ಎಂಬುದನ್ನು ನೆನಪಿಸುತ್ತದೆ. ಜಾಗತಿಕ ನವೋನ್ವೇಷಣೆ, ಉತ್ಪಾದನೆ

ಮತ್ತು ಸೇವೆಗಳಲ್ಲಿ ನಮ್ಮ ಪ್ರತಿಭೆಗಳು ಮತ್ತು ಕುಶಲತೆಗಳು ಸಹಜ ಅಂಶಗಳಾಗಿವೆ ಎಂಬ ವಾಸ್ತವವೇ ಇದಕ್ಕೆ ಕಾರಣ. ಇದು ಎಷ್ಟೆಲ್ಲ ಭಾರತೀಯರು ವೈಯಕ್ತಿಕ ಕಾರಣಗಳಿಗಾಗಿ ಅಥವಾ ವೃತ್ತಿಪರ ಉದ್ದೇಶಗಳಿಗಾಗಿ ಪ್ರವಾಸ ಮಾಡುತ್ತಾರೆ ಎಂಬುದನ್ನೂ ಸೂಚಿಸುತ್ತದೆ. ವಾಸ್ತವದಲ್ಲಿ, ಈ ಅಂಶಗಳೇ ಈಗ ಭಾರತೀಯ ರಾಜತಾಂತ್ರಿಕತೆಯ ಆದ್ಯತೆಗಳ ಕೇಂದ್ರಬಿಂದುಗಳಾಗಿವೆ. ನಮ್ಮ ಪ್ರತಿಭೆಗಳಿಗೆ ಹೆಚ್ಚಿನ ಅವಕಾಶಗಳು ಸಿಗಬೇಕೆಂದು, ನಮ್ಮ ಕಾರ್ಮಿಕರಿಗೆ ಬಲವಾದ ಸಂರಕ್ಷಣೆ ಸಿಗಬೇಕೆಂದು, ನಮ್ಮ ವಿದ್ಯಾರ್ಥಿಗಳಿಗೆ ಹೆಚ್ಚಿನ ಅವಕಾಶಗಳು ಒದಗಿಬರಬೇಕೆಂದು ಮತ್ತು ನಮ್ಮ ಉದ್ಯಮಿಗಳಿಗೆ ಇನ್ನಷ್ಟು ನ್ಯಾಯಯುತ ಮಾರುಕಟ್ಟೆ ಸಿಗಬೇಕೆಂದು ನಾವು ಶ್ರಮಿಸುತ್ತೇವೆ.

ಆದರೆ ವಿಶ್ವವೆಂದರೆ ಕೇವಲ ಸಂಚಾರ ಮತ್ತು ವಲಸೆಗಳ ಬಗ್ಗೆ ಮಾತ್ರವಲ್ಲ. ಅದು ಎಲ್ಲಾ ಪಾತ್ರಧಾರಿಗಳಿಗೆ ಅನುಕೂಲ ಮಾಡಿಕೊಡುವ ಸಹಭಾಗಿತ್ವ, ಅರ್ಥೈಸಿಕೊಳ್ಳುವಿಕೆ ಮತ್ತು ಒಡಂಬಡಿಕೆಯೂ ಹೌದು. ನಿಜ ಹೇಳಬೇಕೆಂದರೆ ಇಂತಹ ಆಳವಾದ ತೊಡಗಿಸಿಕೊಳ್ಳುವಿಕೆಯು ನಮ್ಮ ರಾಷ್ಟ್ರೀಯ ಅಭಿವೃದ್ಧಿಗೆ, ಹೆಚ್ಚಿನ ಮಾರುಕಟ್ಟೆಗಳನ್ನು ಹುಡುಕುವುದಕ್ಕೆ, ಸಂಪನ್ಮೂಲಗಳನ್ನು ಸಂಗ್ರಹಿಸುವುದಕ್ಕೆ, ನಮ್ಮ ಜೀವನಮಟ್ಟವನ್ನು ಹೆಚ್ಚಿಸುವುದಕ್ಕೆ, ಉದ್ಯೋಗಾವಕಾಶವನ್ನು ವಿಸ್ತರಿಸುವುದಕ್ಕೆ ಮತ್ತು ನಮ್ಮ ಗ್ರಹದ ಭವಿಷ್ಯವನ್ನು ನಿರ್ಧರಿಸುವ ಪ್ರಮುಖ ಜಾಗತಿಕ ಸಂಗತಿಗಳಿಗೆ ಒಂದು ಚಹರೆ ಕೊಡುವುದಕ್ಕೆ ವೇಗವರ್ಧಕವೂ ಆಗುತ್ತದೆ.

ಈ ಜಗತ್ತು ಅಂದರೆ ನಮಗೆ ಹೇಗೆ ಸಂಬಂಧಿಸಿದೆ ಎಂದು ಖಚಿತವಾಗಿ ಅರಿಯಲು, ನಾವು ಮೊಟ್ಟಮೊದಲು ಈಗ ಬದುಕುತ್ತಿರುವ ಜಾಗತೀಕರಣದ ಯುಗವು ಎರಡು ಅಲಗಿನ ಅಸ್ತಿತ್ವವೇ ಆಗಿದೆ ಎಂಬ ಅಂಶವನ್ನು ಒಪ್ಪಿಕೊಳ್ಳಬೇಕು. ಅವಲಂಬನೆಗಳಿಂದ ಸಂಕಷ್ಟಗಳನ್ನು ಬೇರ್ಪಡಿಸುವುದಾಗಲೀ, ಲಾಭಗಳಿಂದ ತಾಪತ್ರಯಗಳನ್ನು ಬೇರ್ಪಡಿಸುವುದಾಗಲೀ ತುಂಬಾ ಕಷ್ಟ. ನಮ್ಮ ಮನೆಗೇ ಬಂದ ಕೋವಿಡ್‌ನ್ನು ತಂದ ಸಂಚಾರವೇ ಬೇರೆ ಸಮಯದಲ್ಲಿ ಹಲವು ಜನರ ಜೀವನ ನಿರ್ವಹಣೆಯ ಬಹುದೊಡ್ಡ ಮೂಲವಾಗಿದೆ. ಕೆಲಸವನ್ನೇ ಮಾಡದೆ ಅಡೆತಡೆಗಳನ್ನು ಉಂಟುಮಾಡಿದ ಸರಬರಾಜು ಸರಪಣಿಗಳು ನಿಜಕ್ಕೂ ಕಾರ್ಯಾಚರಿಸಿದಾಗ ದೊಡ್ಡ ವರವೇ ಆಗಿದ್ದವು. ಅವುಗಳ ಸಂಕೀರ್ಣತೆಯನ್ನು ವಿವರಿಸುವುದು ಕಷ್ಟವಾಗಬಹುದು; ನಮ್ಮ ಬದುಕಿನ ಪ್ರಮುಖ ಅಂಶಗಳ ಮೇಲೆ ಅವುಗಳು ಹೊಂದಿರುವ ಪ್ರಾಧಾನ್ಯವನ್ನೂ ವಿವರಿಸುವುದು ಕಷ್ಟವಾಗಬಹುದು. ಆದರೆ ಕೋವಿಡ್ ಕಾಲವು ನಾವೆಲ್ಲರೂ ಹೇಗೆ ಗಡಿಗಳ ಆಚೆ ಈಚೆಗಿನ ಸರಕು ಮತ್ತು ಸೇವೆಗಳ ಮೇಲೆ ಅವಲಂಬಿತರಾಗಿದ್ದೇವೆ ಎಂಬುದನ್ನು ತೋರಿಸಿಕೊಟ್ಟಿತು.

ಭಾರತವು ಈ ವಿಷಯದಲ್ಲಿ ಕೊಡುಗೆ ನೀಡಿದ್ದೂ ಹೌದು; ಜೊತೆಗೇ ಲಾಭ ಪಡೆದಿದ್ದೂ ನಿಜ ಎಂಬುದು ಅಚ್ಚರಿಯ ಸಂಗತಿಯೇನಲ್ಲ. ನಾವು ಸುಮಾರು ನೂರು ದೇಶಗಳಿಗೆ ಲಸಿಕೆಗಳನ್ನು ಸಾಗಿಸಿದೆವು. ಹಾಗೆಯೇ ನಾವು ಹಲವು ದೇಶಗಳಿಂದ ಔಷಧಗಳ ಘಟಕಾಂಶಗಳನ್ನು ಪಡೆದಿರುವುದೂ ನಿಜ. ಕೊಲ್ಲಿ ದೇಶಗಳು ತಮ್ಮ ದಿನವಹಿ ಬಳಕೆಗಾಗಿ ಭಾರತೀಯ ರಫ್ತಿನ ಮೇಲೆ ತುಂಬಾ ಅವಲಂಬಿತವಾಗಿದ್ದವು. ಅದನ್ನು ಯಾವುದೇ ಅಡೆತಡೆಯಿಲ್ಲದೆ ಮುಂದುವರಿಸಲಾಯಿತು; ಏಕೆಂದರೆ ಈ ಬೇಡಿಕೆಯ ಬಗ್ಗೆ ಒಂದು ಆಳವಾದ ಒಪ್ಪಂದವೂ ಇತ್ತು. ಇದು 2021ರಲ್ಲಿ ವೈದ್ಯಕೀಯ ಆಮ್ಲಜನಕದ ಬಿಕ್ಕಟ್ಟಿನ ವೇಳೆ

ಫಲ ನೀಡಿತು; ಅದೇ ದೇಶಗಳು ನಮಗೆ ಸರಕುಗಳನ್ನು ಕಳಿಸಿದವು.

ವಾಸ್ತವದಲ್ಲಿ, ಜಾಗತೀಕರಣಗೊಂಡ ಆರ್ಥಿಕತೆಗೆ ಕೋವಿಡ್ ಅನುಭವದಿಂದ ದಕ್ಕಿದ ಒಂದು ದೊಡ್ಡ ಪಾಠ ಎಂದರೆ, ಹೆಚ್ಚಿನ ಸಾಮರ್ಥ್ಯಗಳು ಮತ್ತು ಆಯ್ಕೆಗಳು. ಸೀಮಿತ ಭೂಗೋಳದಲ್ಲಿ ಸಾಂದ್ರೀಕರಣಗೊಂಡ 'ಸಮಯಕ್ಕೆ ತಕ್ಕಂತೆ ಸರಬರಾಜು' (ಜಸ್ಟ್ ಇನ್ ಟೈಮ್) ವಿಧಾನವು ವಿಶ್ವವು ಹೇಗೆ ಒಂದು ಬಿಕ್ಕಟ್ಟಿಗೆ ಸಿಲುಕಿಕೊಳ್ಳಬಹುದು ಎಂಬುದನ್ನು ತೋರಿಸಿಕೊಟ್ಟಿತು. ಜಾಗತಿಕ ಆರ್ಥಿಕತೆಯನ್ನು ಗಂಡಾಂತರರಹಿತವಾಗಿ ಮಾಡಲು ಈಗ 'ಅಗತ್ಯವಿದ್ದಾಗ ಸರಬರಾಜು' (ಜಸ್ಟ್ ಇನ್ ಕೇಸ್) ಎಂಬ ಹೆಚ್ಚು ವ್ಯಾಪಕ ಉತ್ಪಾದನೆಯ ದೃಷ್ಟಿಕೋನವನ್ನು ಅಳವಡಿಸಿಕೊಳ್ಳಬೇಕಿದೆ. ಭಾರತಕ್ಕೆ ಸಂಬಂಧಿಸಿದಂತೆ ಹೇಳುವುದಾದರೆ ನಾವು ಹಲವು ಸಲ ತಪ್ಪಿಸಿಕೊಂಡ ಉತ್ಪಾದನಾ ಬಸ್ಸನ್ನು ಮತ್ತೆ ಹತ್ತುವುದಕ್ಕೆ ಇದು ಒಂದು ಅವಕಾಶ ಎನ್ನಬಹುದು. ಇದೇ 'ವ್ಯವಹಾರ ಸುಗಮಗೊಳಿಸುವಿಕೆ' ವಿಧಾನ ಮತ್ತು 'ಉತ್ಪಾದನೆ ಸಂಪರ್ಕಿತ ಉತ್ತೇಜಕಗಳು ಖಾತರಿಪಡಿಸುವ ಅಂಶಗಳಾಗಿವೆ.

ಕಳೆದ ಕೆಲವು ವರ್ಷಗಳಲ್ಲಿ ನಾವೆಲ್ಲರೂ ಹೆಚ್ಚು ಡಿಜಿಟಲೀಕರಣಗೊಳ್ಳುವುದಕ್ಕೆ ಪ್ರೋತ್ಸಾಹ ಸಿಕ್ಕಿದೆ. ಈ ವಿಷಯದಲ್ಲಿ ಭಾರತದ ಪ್ರಗತಿಗೆ ವ್ಯಾಪಕ ಗೌರವ ಸಿಗುತ್ತಿದೆ. ಆಹಾರ, ಹಣಕಾಸು, ಆರೋಗ್ಯ, ಪಿಂಚಣಿ ಅಥವಾ ಸಾಮಾಜಿಕ ಸವಲತ್ತುಗಳು ಯಾವುದೇ ಇರಲಿ, ನಮ್ಮ ಡಿಜಿಟಲ್ ಸೇವೆಗಳ ಪ್ರಮಾಣವು ವಿಶ್ವದಲ್ಲೇ ಮನೆಮಾತಾಗಿದೆ. ಇಲ್ಲಿಯೂ ಡೇಟಾ ಖಾಸಗಿತನ ಮತ್ತು ಡೇಟಾ ಸುರಕ್ಷತೆಗಳ ತೊಡಕುಗಳೊಂದಿಗೇ ಪರಿವರ್ತನೆಯ ದಕ್ಷತೆಯೂ ಕಂಡುಬಂದಿದೆ. ನಮ್ಮ ಮಾಹಿತಿಗಳು ಎಲ್ಲಿರುತ್ತವೆ ಮತ್ತು ಯಾರು ಅದನ್ನು ಪಡೆಯುತ್ತಾರೆ ಎಂಬುದು ದಿನೇದಿನೇ ಮುಖ್ಯವಾಗುತ್ತಿದೆ. ಇಂತಹ ಸಂಸ್ಕರಣೆಗಳ ಅಥವಾ ಶೇಖರಣೆಗಳ ರಾಜಕೀಯ ಸಮಾಜಶಾಸ್ತ್ರವು ಈಗ ಪ್ರಸ್ತುತವಾಗಿದೆ.

ಇದರ ಪರಿಣಾಮವಾಗಿ, ಡಿಜಿಟಲ್ ನಿರ್ಣಯಗಳಲ್ಲಿ ನಂಬಿಕೆ ಮತ್ತು ಪಾರದರ್ಶಕತೆಗಳೇ ಮುಖ್ಯವಾದ ಮಾರ್ಗದರ್ಶಿ ಅಂಶಗಳಾಗಿವೆ. ಅದರಲ್ಲೂ ಈಗ ವಿಶ್ವವೇ ಕೃತಕ ಬುದ್ಧಿಮತ್ತೆ (ಎಐ) ಮೂಲಕವೇ ಹೆಚ್ಚು ಹೆಚ್ಚಾಗಿ ನಡೆಯುತ್ತಿರುವ ಕಾಲವನ್ನು ಪ್ರವೇಶಿಸುತ್ತಿರುವಾಗ ಈ ಅಂಶವು ಇನ್ನಷ್ಟು ಸಕಾಲಿಕವಾಗಿದೆ. ಕ್ರಿಟಿಕಲ್ ಮತ್ತು ಎಮರ್ಜಿಂಗ್ ಟೆಕ್ನಾಲಜಿ (ಸಿಇಟಿ) ಗಳ ಸಾಮರ್ಥ್ಯವು ಅದರದ್ದೇ ಆದ ಹಲವು ಸಂಗತಿಗಳನ್ನು ಅನಾವರಣಗೊಳಿಸಿದೆ. ಅದು ಹವಾಗುಣ ಬದಲಾವಣೆ ಇರಬಹುದು ಅಥವಾ ಕಾರ್ಯತಂತ್ರಾತ್ಮಕ ಸಂಗತಿಗಳಿರಬಹುದು – ದೇಶಗಳೀಗ ಹಸಿರು ಮತ್ತು ಶುದ್ಧ ಇಂಧನ ಮೂಲಗಳು ಮತ್ತು ಸಂಚಾರದತ್ತ ಸಾಗುತ್ತಿವೆ. ಇವುಗಳಿಗೆ ಸಂಬಂಧಿಸಿದ ಸಂಪನ್ಮೂಲಗಳು, ತಂತ್ರಜ್ಞಾನಗಳು ಮತ್ತು ಉತ್ಪಾದನೆಗಳು ಕೂಡಾ ಅವುಗಳದ್ದೇ ಆದ ಸಾಂದ್ರತೆಯನ್ನು ಹೊಂದಿವೆ ಮತ್ತು ತತ್ಪರಿಣಾಮದ ತೊಡಕುಗಳನ್ನೂ ಎದುರಿಸುತ್ತಿವೆ. ಇದರ ಪರಿಣಾಮವಾಗಿ ದೇಶಗಳು ತಮ್ಮ ರಾಷ್ಟ್ರೀಯ ಸಾಮರ್ಥ್ಯವೃದ್ಧಿ ಮತ್ತು ಸಹಭಾಗಿತ್ವದ ಪ್ರಯತ್ನಗಳಲ್ಲಿ ಸಿಇಟಿಗೆ ಆದ್ಯತೆ ನೀಡಿವೆ.

ಸರಬರಾಜು ಸರಪಣಿಗಳ ಜಟಿಲತೆ ಮತ್ತು ಡೇಟಾ ಸಂರಕ್ಷಣೆಯ ತೊಡಕುಗಳಾಚೆಗೆ, ಅಂತಾರಾಷ್ಟ್ರೀಯ ವ್ಯವಹಾರಗಳಲ್ಲಿ ಇನ್ನೂ ದೊಡ್ಡ ಬದಲಾವಣೆಗಳಾಗುತ್ತಿವೆ. ಈವರೆಗೂ ಹಿತಕರ ಎಂದೇ ಪರಿಗಣಿತವಾಗಿದ್ದ ವ್ಯಾಪಕ ಶ್ರೇಣಿಯ ಸೇವೆಗಳು ಮತ್ತು ಚಟುವಟಿಕೆಗಳ ಶಸ್ತ್ರೀಕರಣದಿಂದ ಈ ಬದಲಾವಣೆಗಳು ಮೂಡುತ್ತಿವೆ. ಇತ್ತೀಚೆಗಿನ ದಿನಗಳಲ್ಲಿ ವ್ಯಾಪಾರ,

ಸಂಪರ್ಕ, ಸಾಲ, ಸಂಪನ್ಮೂಲ ಮತ್ತು ಪ್ರವಾಸೋದ್ಯಮಗಳು ಹೇಗೆ ರಾಜಕೀಯ ಒತ್ತಡದ ಅಂಶಗಳಾಗಿವೆ ಎಂಬುದನ್ನು ನಾವು ನೋಡಿದ್ದೇವೆ. ಉಕ್ರೇನ್ ಸಂಘರ್ಷವು ಇಂತಹ ವಿದ್ಯಮಾನಗಳ ತೀವ್ರತೆ ಮತ್ತು ವ್ಯಾಪ್ತಿಯನ್ನು ಹಠಾತ್ತಾಗಿ ವಿಸ್ತರಿಸಿದೆ. ಹಣಕಾಸು ಕ್ರಮಗಳು, ತಂತ್ರಜ್ಞಾನ ನಿಯಂತ್ರಣಗಳು, ಸೇವಾ ನಿರ್ಬಂಧಗಳು ಮತ್ತು ಆಸ್ತಿ ವಶದ ಪ್ರಕರಣಗಳು – ಇವುಗಳ ಪ್ರಮಾಣವು ಅಚ್ಚರಿ ಮೂಡಿಸುತ್ತದೆ.

ಇದೇ ವೇಳೆ, ರಾಷ್ಟ್ರೀಯ ಅನುಕೂಲಗಳನ್ನು ನಿರ್ಲಕ್ಷಿಸಿ ಜಾಗತಿಕ ನಿಯಮಗಳು, ಆಡಳಿತಗಳು ಮತ್ತು ಕಾರ್ಯವಿಧಾನಗಳನ್ನು ಬಳಸಿಕೊಳ್ಳುವ ಕ್ರಿಯೆಯು ಹಲವು ದಶಕಗಳಿಂದ ನಡೆಯುತ್ತಲೇ ಇತ್ತು ಎಂಬುದೂ ನಿರ್ವಿವಾದಿತ ಅಂಶ. ಈ ಸನ್ನಿವೇಶದಲ್ಲಿ 'ಅನಿರ್ಬಂಧಿತ ಆರ್ಥಿಕತೆ'ಯ ಎದುರು ತುಲನಾತ್ಮಕ ಹೆಚ್ಚುಗಾರಿಕೆಯ ಜಗತ್ತಿಗೆ ಅವಕಾಶವೇ ಇಲ್ಲವಾಗಿತ್ತು. ಆದರೆ ಈಗ ಗತಕಾಲದ ಆತ್ಮತೃಪ್ತಿಯ ಸನ್ನಿವೇಶವು ನಿರ್ಣಾಯಕವಾಗಿ ಕೊನೆಗೊಂಡಿದೆ. ಪ್ರತಿಯೊಂದು ಪ್ರಶ್ನೆಯೂ ತೀವ್ರವಾದ ಮುಜುಗರದ ವಾಸ್ತವಿಕತೆಯನ್ನು ಮುಂದಿಡುತ್ತಿದೆ. ಮಹಾಶಕ್ತಿಗಳ ಸ್ಪರ್ಧೆಯು ಇನ್ನಷ್ಟು ತೀವ್ರವಾಗಿ ಹಲವು ರಂಗಗಳಲ್ಲಿನ ಒತ್ತಡದ ಅಂಶವನ್ನು ಅನಿವಾರ್ಯವಾಗಿ ಹೆಚ್ಚಿಸುತ್ತಿದೆ. ಸ್ಥಾಪಿತ ಹಿತಾಸಕ್ತಿಗಳು ಮತ್ತು ರಾಜಕೀಯ ನಿರ್ದುಷ್ಟತೆಗಳು ಅವುಗಳನ್ನು ರಕ್ಷಿಸುತ್ತವೆ ಎಂದಮಾತ್ರಕ್ಕೆ ಅವು ನಿವಾರಣೆಯಾಗುವುದಿಲ್ಲ. ಅವುಗಳನ್ನು ಅವಕಾಶಗಳನ್ನಾಗಿ ಪರಿವರ್ತಿಸಬಹುದೇ ಎಂಬುದೇ ಭಾರತವೂ ಸೇರಿದಂತೆ ಹಲವು ದೇಶಗಳ ಸವಾಲಾಗಿದೆ.

ಒಂದು ಹಂತದಲ್ಲಿ, ಇಂದಿನ ಅನಿಶ್ಚಿತತೆಗಳು – ಕಾರ್ಯತಂತ್ರವನ್ನು ಜಾರಿ ಮಾಡುವುದಿರಲಿ ಅಥವಾ ತೊಡಕುಗಳನ್ನು ತಗ್ಗಿಸುವ ದೃಷ್ಟಿಕೋನವಿರಲಿ – ಅಂತಾರಾಷ್ಟ್ರೀಯ ಮಟ್ಟದ ತೆರೆದುಕೊಳ್ಳುವಿಕೆಯ ಬಗ್ಗೆ ಹೆಚ್ಚಿನ ಎಚ್ಚರಿಕೆ ವಹಿಸುವಂತೆ ಮಾಡಿವೆ. ಎರಡೂ ಸಂಗತಿಗಳ ಬಗ್ಗೆ ಭಾರತವು ತನ್ನದೇ ಆದ ಹಿತಾಸಕ್ತಿಗಳನ್ನು ಹೊಂದಿದೆ. ಆದರೆ ಒಂದು ಹಂತವನ್ನು ಮೀರಿ ಇವುಗಳ ವಿರುದ್ಧ ಸಂಪೂರ್ಣ ರಕ್ಷಣೆ ಪಡೆಯುವುದಕ್ಕೆ ಸಾಧ್ಯವಿಲ್ಲ; ಏಕೆಂದರೆ ನಮ್ಮ ಈಗಿನ ಅಸ್ತಿತ್ವವೇ ಸಂಪೂರ್ಣವಾಗಿ ಜಾಗತೀಕರಣಗೊಂಡಿದೆ. ಪ್ರತಿಯೊಂದೂ ದೇಶಕ್ಕೆ, ಅದರಲ್ಲೂ ದೊಡ್ಡ ದೇಶಗಳಿಗೆ ಸಂಬಂಧಪಟ್ಟಂತೆ ತೊಂದರೆಗಳನ್ನು ತಗ್ಗಿಸುವ ಮತ್ತು ಅನುಕೂಲಗಳನ್ನು ಹೆಚ್ಚಿಸುವ ಕುರಿತ ಉತ್ತರಗಳನ್ನು ಹುಡುಕಬೇಕಿದೆ.

ಇದು ಕಾರ್ಯತಂತ್ರಾತ್ಮಕ ಸ್ವಾಯತ್ತತೆಯ ಪುನರುಜ್ಜೀವನಕ್ಕೆ ಕಾರಣವಾಗಿದೆ. ಇದನ್ನೇ ಈಗ ರಾಷ್ಟ್ರೀಯ ಸಾಮರ್ಥ್ಯವನ್ನು ಪ್ರಮುಖ ಮತ್ತು ಸೂಕ್ಷ್ಮ ರಂಗಗಳಲ್ಲಿ ಖಾತರಿಪಡಿಸುವ ಕಾರ್ಯ ಎಂದು ಮರುವ್ಯಾಖ್ಯಾನಿಸಲಾಗಿದೆ. ಜಾಗತಿಕ ಸಂವಾದದ ಈ ವಿಭಿನ್ನ ಆಧಾರಕ್ಕೆ ಹೊಂದಿಕೊಳ್ಳುವ ಪ್ರಕ್ರಿಯೆಯು ಸಹಜವಾಗಿಯೇ ತನ್ನದೇ ಆದ ದೃಷ್ಟಿಕೋನವನ್ನು ರೂಪಿಸಿದೆ. ನಮ್ಮ ದೇಶೀಯ ಚರ್ಚೆಯ ಭಾಷೆಯಲ್ಲಿ ಇದು 'ಆತ್ಮನಿರ್ಭರ' ಭಾರತ, ಅಂದರೆ ಸ್ವಾವಲಂಬಿ ಇಂಡಿಯಾ. ಡಿಜಿಟಲ್ ರಂಗವೂ ತನ್ನದೇ ಆದ ಇದೇ ಬಗೆಯ ಒತ್ತಡಗಳನ್ನು ಅನುಭವಿಸಿದೆ. 2020ರ ಘಟನೆಗಳು ಹಲವು ದಶಕಗಳಿಂದ ಹರಳುಗಟ್ಟುತ್ತಿದ್ದ ಸಂಗತಿಯ ಬಗ್ಗೆ ಭಾರತದಲ್ಲಿ ಜಾಗೃತಿಯನ್ನು ಹೆಚ್ಚಿಸಿದವು. ಇದರ ಫಲಿತಾಂಶ: ಕ್ಲೀನ್ ಆಪ್ ವಿಧಾನ ಮತ್ತು 'ನಂಬಿಗಸ್ಥ ಸರಬರಾಜುಗಾರರು' ಮತ್ತು 'ನಂಬಿಗಸ್ಥ ಭೂಗೋಳ ಪ್ರದೇಶಗಳು' ಎಂಬ ಪರಿಕಲ್ಪನೆಗಳನ್ನು ಅಡಕಗೊಳಿಸಿದ್ದು.

ನಾವು ತಂತ್ರಜ್ಞಾನದಲ್ಲಿ ಪ್ರಗತಿ ಮತ್ತು ವಿಜ್ಞಾನದ ಭರವಸೆಗಳ ಬಗ್ಗೆ ಮಾತನಾಡುವಂತೆಯೇ ಜಾಗತಿಕ ರಾಜಕೀಯವು ವಾಸ್ತವದಲ್ಲಿ ಮತ್ತೆ ಭವಿಷ್ಯಕ್ಕೆ ಹಿಂದಿರುಗು (ಬ್ಯಾಕ್ ಟು ದ ಫ್ಯೂಚರ್) ತ್ತಿದೆ ಎಂಬುದು ಒಂದು ವಿರೋಧಾಭಾಸ. ಜಾಗತೀಕರಣದ ಮೇಲೆ ಇಟ್ಟುಕೊಂಡಿರುವ ಅತೀವ ನಿರೀಕ್ಷೆಗಳು ಅತಿ ಆಶಾವಾದ ಆಗಿರುವುದರಿಂದಲೇ ಹೀಗಾಗುತ್ತಿದೆ. ಇದರರ್ಥ ಕೆಳಪದರದಲ್ಲಿರುವ ಆರ್ಥಿಕ ಪರಸ್ಪರಾವಲಂಬನೆಯು ಸೂಕ್ತವಾದ ತಳಹದಿ ಹೊಂದಿಲ್ಲ ಎಂದೇನಲ್ಲ. ಆದರೆ ಸಮಾಜಗಳ ನಡುವೆಯೇ ಹೆಚ್ಚಾಗುತ್ತಿರುವ ವೈಮನಸ್ಯಗಳು ಮತ್ತು ಹೊಸ ಜಾಗತಿಕ ಸಮೀಕರಣಗಳ ಸೃಷ್ಟಿ – ಇವುಗಳ ಅರ್ಥವೇ ಜಾಗತೀಕರಣದ ವಿರೋಧಿ ಶಕ್ತಿಗಳೂ ಚಾಲ್ತಿಯಲ್ಲಿವೆ ಎಂದು. ಒಮ್ಮೆ ಈ ಸವಾಲುಗಳನ್ನು ವಿಶ್ಲೇಷಿಸಲು ಆರಂಭಿಸಿದಾಗ, ಜಾಗತೀಕರಣದ ಮಾದರಿಯನ್ನು ಸಮರ್ಥಿಸಿಕೊಳ್ಳುವುದು ಅಷ್ಟು ಸುಲಭವಲ್ಲ ಎಂಬ ಅರಿವಾಗುತ್ತದೆ; ಏಕೆಂದರೆ ಅದರ ಲಾಭಗಳನ್ನು ಅತಿಯಾಗಿ ತಿರುಚಲಾಗಿದೆ.

ಜಾಗತೀಕರಣದ ರಾಜಕೀಯ ಅಭಿವ್ಯಕ್ತಿಗಳೂ ತಮ್ಮದೇ ಆದ ಪ್ರತಿಕ್ರಿಯೆಗಳನ್ನು ರೂಪಿಸಿವೆ. ಪ್ರಜಾತಾಂತ್ರಿಕವಾಗಿ ಆಯ್ಕೆಯಾದ ಪ್ರತಿನಿಧಿಗಳ ಮೇಲೆ ಸ್ವಯಂಘೋಷಿತ ಸತ್ಯದ ಸಂರಕ್ಷಕರು ತೀರ್ಪು ನೀಡಲು ಕುಳಿತಾಗ ಅವರನ್ನು ಪ್ರಶ್ನಿಸಲಾಗದು ಎಂದು ನಿರೀಕ್ಷಿಸುವಂತಿಲ್ಲ. ಅದರಲ್ಲೂ ಅವರಿಗೆ ಅವರ ಆಯ್ಕೆಯ ಫಲಿತಾಂಶದಲ್ಲಿ ಲಾಭ ಇದ್ದಾಗ, ಪ್ರಶ್ನಿಸಲೇಬೇಕಾಗುತ್ತದೆ. ಇದಕ್ಕೆ ಇನ್ನಷ್ಟು ಮಾಹಿತಿ ಸೇರಿಸುವುದಾದರೆ, ಕೆಲವು ದೇಶಗಳು ತಮ್ಮದೇ ಮಾದರಿಯ ಅಂಶಗಳನ್ನು ವಿದೇಶಗಳಲ್ಲಿ ಉದಾಹರಣೆಯಾಗಿ ಮುಂದಿಡುತ್ತಿದ್ದಾರೆ. ಒಟ್ಟಾರೆಯಾಗಿ, ಇವು ರಾಜಕೀಯ ಮತ್ತು ಸಾಮಾಜಿಕ ಚಹರೆಗಳು ಮತ್ತೆ ಮೇಲೇರುತ್ತಿರುವ ಸನ್ನಿವೇಶಕ್ಕೆ ಕಾರಣವಾದವು; ತನ್ಮೂಲಕ ಆರ್ಥಿಕ ಹರಿವಿನ ಸ್ವರೂಪದ ಬಗ್ಗೆ ಅಂತರ್ಗತ ಉದ್ವೇಗಗಳನ್ನು ಮೂಡಿಸಿದವು. ಅಲ್ಲಿ ಹಲವು ಚಲಿಸುವ ಭಾಗಗಳಿರುವುದರಿಂದ ಇಕ್ಕಟ್ಟನ್ನು ಬಗೆಹರಿಸುವುದು ಅಷ್ಟು ಸುಲಭವಲ್ಲ.

ಇದರ ಪರಿಣಾಮವಾಗಿ, ವಿವಿಧ ದೇಶಗಳು – ಪ್ರತಿಯೊಂದು ಪ್ರಕರಣದ ಕಾರಣ ಭಿನ್ನವಾಗಿದ್ದರೂ – ಸೂಕ್ತ ಸಮತೋಲನವನ್ನು ಹೊಂದಲು ಕಷ್ಟಪಡುತ್ತಿವೆ. ಆಡಳಿತ ಸುರಕ್ಷತೆಯನ್ನು ಕೆಲವು ದೇಶಗಳು ನಿರ್ವಹಿಸಬಯಸಿವೆ; ಇನ್ನಿತರೆ ದೇಶಗಳು ತಮ್ಮ ತಂತ್ರಜ್ಞಾನದ ಮಾದರಿಗಳನ್ನು ರಕ್ಷಿಸಿಕೊಳ್ಳಲು ಮುಂದಾಗಿವೆ; ಇನ್ನೂ ಕೆಲವು ದೇಶಗಳು ತಮ್ಮ ತೆರೆದುಕೊಳ್ಳುವಿಕೆಯನ್ನೇ ಮಿತಿಗೊಳಿಸಿ ತಾವೇ ಸ್ವತಃ ಸಾಮರ್ಥ್ಯ ವೃದ್ಧಿಸಿಕೊಳ್ಳಲು ಬಯಸಿವೆ. ಈ ಬಗೆಯ ಸ್ಪರ್ಧೆಯ ಹೊಸ ರೂಪಗಳು ನಮ್ಮ ಕಾಲದ ರಾಜಕೀಯದ ಮೂಲಭೂತ ಚಹರೆಗಳಾಗುವ ಸಾಧ್ಯತೆಗಳಿವೆ. ನಮ್ಮ ಜಾಗತೀಕರಣಗೊಂಡ ಜಗತ್ತು ಕೆಲವು ಅಂಶಗಳಲ್ಲಿ ಒಡೆಯಬಹುದು; ನಿರ್ದಿಷ್ಟ ವಿವಾದಗಳಿರುವ ಕ್ಷೇತ್ರಗಳಲ್ಲಿ ಪ್ರತ್ಯೇಕಗೊಳ್ಳಲೂಬಹುದು. ಇವೆಲ್ಲವೂ ಭಾರತವು ಜಾಣತನದಿಂದ ಯೋಜಿಸಬೇಕಾದ ಕೆಲವು ಅನಿವಾರ್ಯತೆಗಳು.

ವಿಶ್ಲೇಷಣೆ ಮತ್ತು ನೀತಿಗಳ ಮರುನಿರೂಪಣೆ

ಇಂತಹ ಉದಾಹರಣೆಗಳು ತೀರಾ ಇತ್ತೀಚೆಗಿನ ಪ್ರವೃತ್ತಿಗಳನ್ನು ಬಿಂಬಿಸುತ್ತಿರಬಹುದು; ಆದರೆ ನಾವು ಈಗಲೂ ಖಂಡಿತವಾಗಿಯೂ ಚಾಲ್ತಿಯಲ್ಲಿರುವ ಹಳೆಮಾದರಿಯ ರಾಷ್ಟ್ರೀಯ ಪೈಪೋಟಿಗಳನ್ನು ಮರೆಯಲಾಗದು. ಅದರಲ್ಲೂ 2008ರ ನಂತರ

ವಿಶ್ವವು ಮರುಸಮತೋಲನದ ತೀವ್ರ ವಿದ್ಯಮಾನಗಳನ್ನು ಕಂಡಿದೆ; ಕ್ರಮೇಣವಾಗಿ ಬಹುಧ್ರುವೀಕರಣವಾಗುವುದನ್ನೂ ಕಂಡಿದೆ. ಕಳೆದ ಒಂದು ದಶಕದಲ್ಲಿ ಯುಎಸ್‌ನ ತೊಡಗಿಸಿಕೊಳ್ಳುವಿಕೆಯ ಬದಲಾಗುತ್ತಿರುವ ಚಹರೆಗಳು ಇಲ್ಲಿ ಕಾಣುವ ಒಂದು ಮುಖ್ಯ ಆಯಾಮವಾಗಿದೆ. ಅಫಘಾನಿಸ್ತಾನದಲ್ಲಿ ನಡೆಯುತ್ತಿದ್ದ 'ನಿರಂತರ ಸಮರ' ವನ್ನು ಕೊನೆಗೊಳಿಸಿದ್ದು ಯುಎಸ್‌ನ ಸುರಕ್ಷತೆಯನ್ನು ಖಾತರಿಪಡಿಸುವ ಮತ್ತು ಯುಎಸ್‌ನ ಹಿತಗಳನ್ನು ಮುನ್ನಡೆಸುವ ವಿವಿಧ ಮಾರ್ಗಗಳನ್ನು ತೆರೆಯಿತು. ಆದರೆ ಅದನ್ನು ಕಾರ್ಯಗತಗೊಳಿಸಿದ ವಿಧಾನವು ಯುಎಸ್ ಕಲ್ಪಿಸಿಕೊಳ್ಳದೆ ಇದ್ದ ದುರ್ಬಲತೆಯನ್ನೂ ಸೂಚಿಸಿತು. ಅದೂ ಈಗ ಸರಿಪಡಿಸುವಿಕೆಯ ಪ್ರಕ್ರಿಯೆಯಲ್ಲಿದೆ.

ಚೀನಾದ ಮೇಲೇರುವಿಕೆ ಕೂಡಾ ಇದೇ ರೀತಿಯಾದ ಪ್ರಮುಖ ಘಟನೆಯಾಗಿದೆ. ಅದರ ಜಾಗತಿಕ ಪರಿಣಾಮಗಳು ಈಗ ಇನ್ನಷ್ಟು ಕಾಣತೊಡಗಿವೆ. ಇವೆಲ್ಲವೂ ಸ್ಥಾಪಿತ ಚೌಕಟ್ಟುಗಳ ಹೊರಗೇ ನಡೆಯುತ್ತಿವೆ ಎಂಬುದು ಕೂಡಾ ಸ್ಪಷ್ಟವಾಗಿ ನೀತಿನಿರೂಪಕರು ಮತ್ತು ವಿಶ್ಲೇಷಕರಿಗೆ ತಾತ್ವಿಕವಾಗಿ ಸವಾಲಾಗಿ ಪರಿಣಮಿಸಿವೆ. ಈ ಬೆಳವಣಿಗೆಗಳು ಲಾಭ – ನಷ್ಟವಿಲ್ಲದ ಆಟವಾಗುವ ಬದಲು ಇತರೆ ದೇಶಗಳಿಗೂ ಅವಕಾಶಗಳನ್ನು ತೆರೆದಿವೆ. ಅವುಗಳಲ್ಲಿ ಕೆಲವು ಪ್ರಾದೇಶಿಕವಾದವು; ಇನ್ನಿತರ ದೇಶಗಳು ಹೆಚ್ಚು ಸಾಮರ್ಥ್ಯವನ್ನು ಹೊಂದಿರುವಂಥವು. ವಿಶ್ವವು ಭಾರತವನ್ನು ನಿಶ್ಚಿತವಾಗಿಯೂ ಹೆಚ್ಚಿನ ಸಾಮರ್ಥ್ಯದ ದೇಶವೆಂದೇ ಗ್ರಹಿಸುತ್ತದೆ. ಇವೆಲ್ಲವೂ ಅನಾವರಣಗೊಳ್ಳುತ್ತಿರುವಂತೆಯೇ ಉಕ್ರೇನ್ ಕಲಹವು ಯುರೋಪಿನ ಕಾರ್ಯತಂತ್ರಾತ್ಮಕ ಸೇನಾಬಲ ಸಜ್ಜುಗೊಳಿಸುವಿಕೆಯ ಮಹತ್ತ್ವವನ್ನು ತಿಳಿಸುತ್ತಲೇ ರಷ್ಯಾದ ಪ್ರಾಮುಖ್ಯವನ್ನೂ ನೆನಪಿಸಿದೆ. ಒಂದೆಡೆ ಈ ವ್ಯೂಹವು ಈಗಾಗಲೇ ಸಂಕೀರ್ಣವೆಂದು ಕಾಣಿಸುತ್ತಿದ್ದರೆ, ಇನ್ನೊಂದೆಡೆ ಹಲವಾರು ಆರ್ಥಿಕ ಸವಾಲುಗಳನ್ನು ಒಳಗೊಂಡ ಅಭಿವೃದ್ಧಿಶೀಲ ಜಗತ್ತಿನ ಮೇಲೆ ಆದ ಪರಿಣಾಮದಿಂದ ಒಟ್ಟಾರೆ ಸ್ಥಿತಿ ಚಾಂಚಲ್ಯವು ಇನ್ನೂ ಹೆಚ್ಚಾಗಿದೆ. ಇದಕ್ಕೆ ಈಗಾಗಲೇ ಅಸ್ತಿತ್ವದಲ್ಲಿ ಇರುವ ಮತ್ತು ನಿರ್ಲಕ್ಷಿತ ಸಮಸ್ಯೆಗಳನ್ನು ಒಟ್ಟಾರೆಯಾಗಿ ಸೇರಿಸಿದರೆ ಇಡೀ ವಿಶ್ವವು ಇನ್ನೂ ಹೆಚ್ಚಿನ ಪ್ರಮಾಣದ ಅನಿಶ್ಚಿತ ಮತ್ತು ಅಭದ್ರ ಭವಿಷ್ಯವನ್ನೇ ಎದುರಿಸುತ್ತಿದೆ.

ಇಂತಹ ಸನ್ನಿವೇಶವು ನಿಜಕ್ಕೂ ಹೆಚ್ಚಿನ ಪ್ರಮಾಣದ ರಾಜತಾಂತ್ರಿಕ ಶಕ್ತಿ ಮತ್ತು ರಾಜಕೀಯ ಸೃಜನಶೀಲತೆಯನ್ನು ಬೇಡುತ್ತದೆ. ರಾಷ್ಟ್ರೀಯ ಹಿತದ ಪ್ರಯತ್ನಗಳನ್ನು ಸಾಮೂಹಿಕ ಹಿತದ ಹೊಣೆಗಾರಿಕೆಯೊಂದಿಗೆ ಸಮರಸಗೊಳಿಸುವುದು ಹಿಂದೆಂದಿಗಿಂತ ಹೆಚ್ಚು ಆವಶ್ಯವಾಗಿದೆ. ಜನಸಂಖ್ಯೆಯ ಅತಿದೊಡ್ಡ ಭಾಗವು ಹಲವು ಬಗೆಯ ಅಸುರಕ್ಷಿತತೆಗೆ ಒಳಗಾಗಿರುವ ಭಾರತದಂತಹ ದೇಶಕ್ಕೆ ಈ ಮಾತಿನ ಅರ್ಥ ಹೀಗಿದೆ: ಪ್ರಮುಖ ಋಣಾತ್ಮಕ ಪ್ರವೃತ್ತಿಗಳ ಪ್ರಭಾವವನ್ನು ತಗ್ಗಿಸುವುದು. ಹೀಗೆ ಮಾಡುವಾಗ, ನಾವು ಕೇವಲ ನಮ್ಮ ಕಲ್ಯಾಣಕ್ಕಷ್ಟೇ ಎದ್ದು ನಿಲ್ಲುವುದಿಲ್ಲ; ಗ್ಲೋಬಲ್ ಸೌತ್‌ನ ಪರವಾಗಿಯೂ ಮಾತಾಡಿದಂತಾಗುತ್ತದೆ. ಎಲ್ಲರನ್ನೂ ಒಳಗೊಂಡ ಪ್ರಗತಿಯನ್ನೇ ಎತ್ತಿಹಿಡಿಯುವ ದೇಶೀಯ ನೋಟವು ಹೊರದೇಶದಲ್ಲಿಯೂ ಇಂತಹುದೇ ವಿಧಾನವನ್ನು ಪ್ರದರ್ಶಿಸುವ ಸಹಜ ಒಲವನ್ನು ಹೊಂದಿರುತ್ತದೆ. ಇದೇ ವೇಳೆ ಅತಿಯಾಗಿ ಬಿಸಿಯಾದ ಜಾಗತಿಕ ರಾಜಕೀಯವನ್ನು ತಣಿಸಲು ಗ್ಲೋಬಲ್ ಸೌತ್‌ನ ಇತರೆ ದೇಶಗಳ ಬಗ್ಗೆಯೂ ನಾವು ಸಹಜವಾಗಿಯೇ ಆಸಕ್ತಿ ಹೊಂದಿದ್ದೇವೆ. ಇದೇನು ರಾತ್ರೋರಾತ್ರಿ ಘಟಿಸುವ ವಿದ್ಯಮಾನವೇನಲ್ಲ. ಆದರೂ ನಾವು ಸತತ ಪ್ರಯತ್ನಗಳನ್ನು

ನಡೆಸುತ್ತಲೇ ಇರಬೇಕು.

ತತ್‌ಕ್ಷಣದ ಅನಿವಾರ್ಯತೆಗಳ ಹೊರತಾಗಿ, ಸಮಕಾಲೀನ ವಿಶ್ವ ವ್ಯವಸ್ಥೆಯ ಸಂರಚನಾತ್ಮಕ ಸವಾಲುಗಳೂ ನಮ್ಮೆದುರಿವೆ. ಇವುಗಳಲ್ಲಿ ಬಹುತೇಕ ಅಂಶಗಳು ಎರಡನೆಯ ಮಹಾಯುದ್ಧದ ಫಲಿತಾಂಶಗಳಿಂದ ಮತ್ತು 1945ರಲ್ಲಿ ರೂಪಿಸಿದ ಅಂತಾರಾಷ್ಟ್ರೀಯ ರಚನೆಗಳಿಂದ ಒಡಮೂಡುತ್ತವೆ. ಆದರೆ ಅವುಗಳೂ ಹಲವು ಶತಮಾನಗಳ ಪಾಶ್ಚಾತ್ಯ ಪ್ರಾಬಲ್ಯದ ಪ್ರಭಾವಕ್ಕೆ ಒಳಗಾಗಿವೆ; ಪಶ್ಚಿಮದ ಬೌದ್ಧಿಕ ಮತ್ತು ಸಾಂಸ್ಕೃತಿಕ ಮುಖಗಳು ಇನ್ನೂ ಎದ್ದು ಕಾಣುತ್ತಿವೆ. ರಾಜತಾಂತ್ರಿಕತೆಯ ಪುಸ್ತಕದಲ್ಲಿ ಇರುವ ಅತಿ ಹಳೆಯ ತಂತ್ರವೆಂದರೆ ಯಾವುದೇ ಅವಕಾಶವನ್ನು ನಿಮ್ಮ ಅನುಕೂಲಕ್ಕೆ ತಕ್ಕಂತೆ ಬಳಸಿಕೊಳ್ಳುವುದು. ಕೆಲವು ಘಟನೆಗಳನ್ನು ಮಾತ್ರ ಆಯ್ದುಕೊಂಡು ಅವುಗಳನ್ನೇ 'ಸಹಜ' ಎಂಬಂತೆ ಚಿತ್ರಿಸುವುದು ಅಥವಾ ಬದಲಾಯಿಸಲಾಗದು ಎಂದೇ ಬಿಂಬಿತವಾದ ವಿಧಾನ ಮತ್ತು ಪರಿಕಲ್ಪನೆಗಳನ್ನು ರೂಪಿಸುವುದು – ಇವುಗಳಲ್ಲಿ ಈ ತಂತ್ರವನ್ನು ಕಾಣಬಹುದು. ಕಳೆದ ಎಂಟು ದಶಕಗಳಲ್ಲಿ ಕೆಲವು ದೇಶಗಳು ಇದನ್ನೇ ಯಶಸ್ವಿಯಾಗಿ ಮಾಡಿಕೊಂಡು ಬಂದಿರುವುದು ವಾಸ್ತವ. ಆದ್ದರಿಂದ ಬಹುಪಕ್ಷೀಯ ರಂಗದಲ್ಲಿ ಸುಧಾರಣೆಗಳಿಗೆ ಹಾತೊರೆಯುವುದು ಮತ್ತು ಜಾಗತಿಕ ನಿರ್ಣಯ ಪ್ರಕ್ರಿಯೆಯು ಪ್ರಜಾತಾಂತ್ರಿಕ ವಾಸ್ತವಿಕತೆಯನ್ನು ಬಿಂಬಿಸುವಂತೆ ಖಾತರಿಪಡಿಸಿಕೊಳ್ಳುವುದು – ಇವು ಕಡಿಮೆ ಪ್ರಾಮುಖ್ಯದ ಗುರಿಗಳಂತೂ ಅಲ್ಲವೇ ಅಲ್ಲ.

ನಮ್ಮ ಚಿಂತನೆಯ ಮೇಲೆ ಗತಕಾಲವು ಪ್ರಭಾವಿಸುವುದಕ್ಕೆ ಬಿಡುವುದು ಕೇವಲ ಇತರರಿಗೆ ಸಂಬಂಧಿಸಿದ ಸಮಸ್ಯೆ ಅಲ್ಲ. ಕೆಲವೊಮ್ಮೆ ಒಂದು ನಿರ್ದಿಷ್ಟ ಅನುಭವವು ಸದಾ ಅನುರಣಿಸುತ್ತಲೇ ಇರುವ ಕಾರಣದಿಂದ ಅದು ನಾವು ಪೋಷಿಸುತ್ತಿರುವ ಒಂದು ಊಹೆಯೂ ಆಗಿರುತ್ತದೆ. ಹೀಗೆ, ಆರು ದಶಕಗಳ ನಂತರವೂ ಚೀನಾದೊಂದಿಗೆ ನಡೆದ 1962ರ ಸಮರವು ಸಾರ್ವಜನಿಕ ಮಾನಸಿಕತೆಯಲ್ಲಿ ಆ ದೇಶದ ಬಗ್ಗೆ ಸಂಶಯವನ್ನು ಕೆರಳಿಸುತ್ತಲೇ ಇರುತ್ತದೆ. ಹಾಗೆಯೇ ಪಶ್ಚಿಮದ ಕುರಿತ ನಮ್ಮ ಹಿಂಜರಿಕೆಗಳು ನಮ್ಮ 1947, 1965 ಮತ್ತು 1971ರ ಸಮರಗಳಿಂದ ಮೂಡಿವೆ. ಇವು ಇತಿಹಾಸದ ಪುಟಗಳ ಧನಾತ್ಮಕ ಬದಿಗಳಿಗೂ ಅನ್ವಯಿಸುತ್ತದೆ. ಉದಾಹರಣೆಗೆ 1991ರ ಆರ್ಥಿಕ ಸುಧಾರಣೆಗಳು ಎಷ್ಟು ಪ್ರಭಾವಿಯಾಗಿದ್ದವು ಎಂದರೆ ಅದರ ಮೇಲೆ ಇನ್ನಷ್ಟು ಕ್ರಮಗಳನ್ನು ಕೈಗೊಳ್ಳುವ ಅಗತ್ಯಕ್ಕೆ ತೀರಾ ಇತ್ತೀಚೆಗಿನವರೆಗೂ ಆದ್ಯತೆಯನ್ನೇ ನೀಡಿರಲಿಲ್ಲ. ಒಂದು ದಶಕದ ಹಿಂದಿನವರೆಗೂ ಇಂತಹ ತೊಡಕುಗಳು ಉತ್ಪಾದನೆಯನ್ನು ಬಲಪಡಿಸುವ, ತಂತ್ರಜ್ಞಾನಗಳನ್ನು ಅಭಿವೃದ್ಧಿಪಡಿಸುವ ಹಾಗೂ ನಮ್ಮ ಸಾಮಾಜಿಕ ಸೂಚ್ಯಂಕಗಳನ್ನು ಸುಧಾರಿಸುವ ಬಗ್ಗೆ ಸಂವೇದನಾಶೂನ್ಯತೆಯನ್ನೇ ಮೂಡಿಸಿದ್ದವು.

ಈಗಿನ ಉತ್ಕರ್ಷದ ಹಂತದಲ್ಲಿ ಭಾರತವು ತನ್ನ ಗತಕಾಲವನ್ನು ಸ್ಮರಿಸಿಕೊಳ್ಳುವ ಧೈರ್ಯ ತೋರಬೇಕಿದೆ; ವಿದೇಶಗಳಿಂದ ಸರಿಯಾದ ಪಾಠಗಳನ್ನು ಕಲಿಯುವುದರ ಜೊತೆಗೇ ನಮ್ಮ ದೇಶದಿಂದಲೂ ಪಾಠ ಕಲಿಯಬೇಕಿದೆ. ಕೆಲವೊಮ್ಮೆ ಇದನ್ನು ರಾಜಕೀಯ ದೂರತ್ವ ಎಂದು ತಪ್ಪಾಗಿ ಅರ್ಥೈಸುತ್ತಾರೆ; ಆದರೆ ವಾಸ್ತವವಾಗಿ ಇದು ಅತ್ಯಂತ ವಸ್ತುನಿಷ್ಠ ಲೆಕ್ಕಾಚಾರ. ನಾವು ನಮ್ಮ ಅನುಭವಗಳಲ್ಲೇ ಸೆರೆಯಾಗಿರುವುದು ಮಾತ್ರ ಅಪಾಯಕಾರಿ ಅಲ್ಲ; ಅದಕ್ಕಿಂತ ಹೆಚ್ಚಾಗಿ ಅವುಗಳನ್ನು ರಂಜನೀಯವಾಗಿಸುವುದು ಇನ್ನೂ ಅಪಾಯದ ಕೆಲಸ. ಈಗಿನ ಸನ್ನಿವೇಶಕ್ಕೆ ಗಮನಾರ್ಹವಾಗಿ ಆಕಾರ ಕೊಡಲು ನಮಗೆ ಸಾಮರ್ಥ್ಯವಿದೆ; ಅದನ್ನೇ ನಾವು ಮತ್ತೆ

ಮತ್ತೆ ಬಳಸಬೇಕು. ಇದನ್ನು ಇಂಡೋ–ಪೆಸಿಫಿಕ್, ಕ್ವಾಡ್‌ನಂತಹ ವ್ಯವಸ್ಥೆಗಳು ಅಥವಾ ಐ2ಯು2 ಮತ್ತು ಐಎಸ್‌ಎಯಂತಹ ಉಪಕ್ರಮಗಳ ಮೂಲಕ ವ್ಯಕ್ತಪಡಿಸಲಾಗಿದೆ. ಈ ಹಿಂದೆ ಗಡಿಗುಂಟದ ಮೂಲಸೌಕರ್ಯವನ್ನು ನಿರ್ಲಕ್ಷಿಸಿದ ಅಂಶವನ್ನು ತಿರುಗುಮುರುಗು ಮಾಡಿಯೇ ಚೀನಾದ ಸವಾಲನ್ನು ಎದುರಿಸಬೇಕು; ಅದಕ್ಕಾಗಿ ಸೇನೆಗಳ ನಿಯೋಜನೆಯನ್ನು ಸೂಕ್ತವಾಗಿ ನಿರ್ವಹಿಸಬೇಕು; ವಾಸ್ತವವಾಗಿ, ಜಾಗತಿಕ ಬದಲಾವಣೆಗಳು ಒದಗಿಸುವ ಸಾಧ್ಯತೆಗಳನ್ನು ಬಳಸಿಕೊಳ್ಳಬೇಕು. ಆರ್ಥಿಕ ರಂಗದಲ್ಲಿ ನಾವು ಎಫ್‌ಟಿಎಗಳನ್ನು ಮತ್ತು ನಮ್ಮ ಹಿತಗಳಿಗಾಗಿ ನಿಜವಾಗಿಯೂ ಒದಗುವ ಚೌಕಟ್ಟುಗಳನ್ನು ಆಯ್ದುಕೊಳ್ಳುವಾಗ ವಿವೇಕಯುತವಾಗಿ ವರ್ತಿಸಬೇಕು.

ನಿರಂತರತೆ ಮತ್ತು ಬದಲಾವಣೆ

ಯಾವುದೇ ರಾಜ್ಯವ್ಯವಸ್ಥೆಯಲ್ಲಿ ರಾಷ್ಟ್ರೀಯ ಭದ್ರತೆಗೆ ಯಾರೂ ಅಲ್ಲಗಳೆಯಲಾಗದ ಆದ್ಯತೆ ಇರುತ್ತದೆ. ಭಾರತವು ಕಳೆದ 75 ವರ್ಷಗಳಲ್ಲಿ ಹಲವಾರು ಬಾರಿ ಸವಾಲುಗಳನ್ನು ಎದುರಿಸಬೇಕಾಗಿದ್ದರಿಂದ ಭಾರತೀಯರು ಈ ವಿಷಯದ ಬಗ್ಗೆ ಹೆಚ್ಚು ಪ್ರಜ್ಞಾವಂತರು. ನಾಯಕತ್ವದ ಗುಣಗಳನ್ನು ಅಳೆಯುವಾಗ ಬಿಕ್ಕಟ್ಟುಗಳನ್ನು ನಿರ್ವಹಿಸುವುದು ಮತ್ತು ಪರಿಹಾರಗಳನ್ನು ನೀಡುವುದು – ಇವೆರಡರ ಮಿಶ್ರಣವೇ ನಾಯಕತ್ವ ಎಂಬುದೇ ಜನರಲ್ಲಿರುವ ಗ್ರಹಿಕೆ. ವಿದೇಶಾಂಗ ನೀತಿಯ ಬಹುದೊಡ್ಡ ಭಾಗವನ್ನು ಇಂತಹ ಭದ್ರತಾ ಬೆದರಿಕೆಗಳನ್ನು ನಿವಾರಿಸಿಕೊಳ್ಳುವ, ಅವುಗಳ ಪರಿಣಾಮವನ್ನು ತಗ್ಗಿಸುವ ಮತ್ತು ಪ್ರತಿಕ್ರಿಯಿಸುವ ಕೆಲಸಗಳಿಗೇ ಮೀಸಲಿಡಲಾಗಿದೆ. ಸ್ಪರ್ಧಾತ್ಮಕ ಜಗತ್ತು ನಿಯಮಿತವಾಗಿ ಬಳಸಿಕೊಳ್ಳುವ ದೀರ್ಘಕಾಲದ ತೊಡಕುಗಳನ್ನು ನಾವು ನಿರ್ಣಾಯಕವಾಗಿ ನಿರ್ವಹಿಸುವ ಸಮಯ ಬಂದಿರುವುದು ಸ್ಪಷ್ಟ. 2019ರ ಆಗಸ್ಟ್‌ನಲ್ಲಿ 370ನೆಯ ವಿಧಿಯನ್ನು ದೃಢನಿಶ್ಚಯದಿಂದ ಪರಿಹರಿಸಿದ್ದು ಒಂದು ರಾಜಕೀಯ ಅಚ್ಚರಿ ಆಗಿರಬಹುದು. ಆದರೆ ಜಮ್ಮು ಮತ್ತು ಕಾಶ್ಮೀರವನ್ನು ಮುಖ್ಯವಾಹಿನಿಗೆ ತರುವ ಕೆಲಸವು ಬಹುಕಾಲದಿಂದ ಬಾಕಿ ಉಳಿದಿತ್ತು. ಕೇವಲ ಸ್ಥಾಪಿತ ಹಿತಾಸಕ್ತಿಗಳು ಮಾತ್ರವೇ ಇದಕ್ಕೆ ಅಡ್ಡಿಯಾಗಿದ್ದವು.

ನಮ್ಮ ಗಡಿಗಳನ್ನು ಪರಿಣಾಮಕಾರಿಯಾಗಿ ಭದ್ರಗೊಳಿಸುವ ಕಠಿಣ ಕೆಲಸವನ್ನು ಮಾಡಲು ವೈಬ್ರಂಟ್ ವಿಲೇಜಸ್ ಪ್ರೋಗ್ರಾಮ್ ಸೇರಿದಂತೆ ಹಲವು ಕ್ರಮಗಳ ಮೂಲಕ ನಮ್ಮನ್ನು ನಾವೇ ತೊಡಗಿಸಿಕೊಳ್ಳಬೇಕು. ಇದೇ ವೇಳೆ ವಿಶ್ವವು ನಮ್ಮ ದೈನಂದಿನ ಅಸ್ತಿತ್ವದ ಒಳಗೆ ತೂರುತ್ತಿರುವಾಗ ನಾವು 'ಸಹಜ'ತೆಯು ಸೃಷ್ಟಿಸಿದ ಸಮಸ್ಯೆಗಳ ಬಗ್ಗೆ ಜಾಗೃತಿ ಮೂಡಿಸಬೇಕು ಮತ್ತು ಪ್ರತಿಕ್ರಿಯೆ ನೀಡಬೇಕು. ಡಿಜಿಟಲ್, ಹಣಕಾಸು, ಸೈದ್ಧಾಂತಿಕ ಅಥವಾ ಸಂಚಾರ ಸಂಬಂಧಿತ – ಹೀಗೆ ಯಾವುದೇ ದಿನವಹಿ ಕೆಲಸಗಳಿಂದ ಎದುರಾಗುವ ಅಪಾಯಗಳಿವು. ಹೊಸ ಆಚರಣೆಗಳ ಸವಾಲುಗಳನ್ನು ನಿರ್ವಹಿಸಲು ಅಂತಾರಾಷ್ಟ್ರೀಯ ಆರ್ಥಿಕತೆಯು ಶ್ರಮಿಸುತ್ತಿರುವಂತೆಯೇ ರಾಷ್ಟ್ರೀಯ ಭದ್ರತೆಯೂ ಕೂಡ ಇನ್ನೂ ಹೆಚ್ಚಿನ ಸಮಕಾಲೀನ ಅಪಾಯಗಳನ್ನು ಚಾಕಚಕ್ಯತೆಯಿಂದ ನಿರ್ವಹಿಸಬೇಕು.

ನಮ್ಮ ಬದುಕಿನ ಹಲವು ಅಂಶಗಳನ್ನು ಸ್ಪರ್ಶಿಸುವ ವಿದೇಶಾಂಗ ನೀತಿಯು ಸಹಜವಾಗಿಯೇ ನಮ್ಮ ಭದ್ರತೆ, ಕಲ್ಯಾಣ, ಸಮೃದ್ಧಿ ಮತ್ತು ಅವಕಾಶಗಳ ಕುರಿತು ಆಳವಾದ ಖಾಸಗಿ ಪರಿಣಾಮಗಳನ್ನು ಉಂಟುಮಾಡುತ್ತದೆ. ಅದಕ್ಕೆ – ಅದರಲ್ಲೂ

ವಿಶೇಷವಾಗಿ ಆರ್ಥಿಕ ಮತ್ತು ತಂತ್ರಜ್ಞಾನ ರಂಗಗಳಲ್ಲಿ–ವ್ಯವಹಾರ್ಯ ಮತ್ತು ಸಹಯೋಗದ ಗುಣಲಕ್ಷಣಗಳಿವೆ. ಹಾಗೆಯೇ ಅಲ್ಲಿ ಬದಲಾವಣೆಯ ಅನಿವಾರ್ಯತೆಗೆ ಸಮಾನಾಂತರವಾಗಿಯೇ ನಿರಂತರತೆಯ ಎಳೆಗಳೂ ಇವೆ. ಎಂದಿನಂತೆ, ವಿದೇಶಾಂಗ ನೀತಿಯು–ಅದು ರಾಷ್ಟ್ರೀಯ ಅಥವಾ ಸಾಮೂಹಿಕ ಉದ್ದೇಶಕ್ಕಾಗಿ ಇರಲಿ,–ಶಕ್ತಿಯನ್ನು ಹೆಚ್ಚಿಸುವ ಮತ್ತು ಪ್ರಭಾವವನ್ನು ಬೀರುವ ನಿರಂತರ ಕಸರತ್ತು. ಅದು ನಮ್ಮ ಭವಿಷ್ಯದ ಕಾಣ್ಕೆಯನ್ನು ರೂಪಿಸುವ ಮೌಲ್ಯ, ಸಂಸ್ಕೃತಿ ಅಥವಾ ಚಿಂತನೆಗಳ ಸ್ಪರ್ಧೆ ಇರಬಹುದು. ಪರಸ್ಪರಾವಲಂಬನೆ ಮತ್ತು ಅಂತರ್ವ್ಯಾಪಕತೆಯ ಈ ಯುಗದಲ್ಲಿ, ಈ ಎಲ್ಲಾ ಹಳೆಯ ಮತ್ತು ಹೊಸ ಮುಖಗಳು ಉಳಿದ ಅಂಶಗಳ ಜೊತೆಗೇ, ಬಹುಶಃ ಇನ್ನೂ ಹೆಚ್ಚಿನ ಪ್ರಮಾಣದ ಚೈತನ್ಯದಿಂದ ಕೂಡಿರುತ್ತವೆ. ಹೆಚ್ಚಿನ ರಂಗಗಳಲ್ಲಿ ಹಿಂದಿಗಿಂತ ಹೆಚ್ಚಿನ ಸಮಗ್ರೀಕರಣದ ಮೂಲಕ ಅಂತಾರಾಷ್ಟ್ರೀಯ ಸಂಬಂಧಗಳನ್ನು ನಿರ್ವಹಿಸಲಾಗುತ್ತಿದೆ. ಆದರೆ ಅದು ಎಷ್ಟು ಗಹನವಾಗಿ ಪ್ರಭಾವಿಸುತ್ತದೆ ಎಂದರೆ, ನಾವು ಪ್ರತಿಯೊಬ್ಬರೂ ಇಂದು ವಿವಿಧ ದೇಶಗಳು ಹೂಡುವ ಆಟದಲ್ಲಿ ಆಸಕ್ತಿಯನ್ನು ತೋರುವುದು ಒಂದು ಕರ್ತವ್ಯವಾಗುತ್ತದೆ.

ನಾವು ಈ ನಿರ್ಬಂಧಗಳನ್ನು, ಅಡ್ಡಿಗಳನ್ನು, ಅಭ್ಯಾಸಗಳನ್ನು ಮತ್ತು ಗಂಭೀರ ಪರಿಣಾಮ ಉಂಟುಮಾಡುವ ಊಹಾತೀತ ಘಟನೆಗಳನ್ನು ನಿವಾರಿಸಿಕೊಳ್ಳುವಂತೆಯೇ ಈಗ ವಿಶ್ವವು ಭಾರತವನ್ನು ಹೇಗೆ ನೋಡುತ್ತಿದೆ ಎಂಬುದನ್ನು ಯುವ ಪೀಳಿಗೆಯು ಶ್ಲಾಘಿಸುವುದು ಆವಶ್ಯವಾಗಿದೆ. ಕಳೆದ ಕೆಲವು ವರ್ಷಗಳಲ್ಲಿ ನಾವು ಹೇಗೆ ಕಾರ್ಯ ಎಸಗಿದ್ದೇವೆ ಎಂಬುದರ ಆಧಾರದಲ್ಲಿಯೇ ನಮಗೆ ಹಲವು ಸಮಸ್ಯೆಗಳಲ್ಲಿ ಶ್ರೇಯಸ್ಸು ಲಭಿಸಿದೆ. ಭಾರತದ ರಾಜಕೀಯ ನಿಲುವು, ಆರ್ಥಿಕ ತೂಕ, ತಾಂತ್ರಿಕ ಸಾಮರ್ಥ್ಯ, ಸಾಂಸ್ಕೃತಿಕ ಪ್ರಭಾವ ಮತ್ತು ಅನಿವಾಸಿಗಳ ಯಶಸ್ಸು–ಈ ಎಲ್ಲ ಬದಲಾವಣೆಗಳ ಸಮ್ಮಿಶ್ರಣದಿಂದಲೇ ಭಾರತವು ಎತ್ತರದ ಕಕ್ಷೆಯತ್ತ ಚಲಿಸುತ್ತಿದೆ. ನಿಜ, ಇನ್ನೂ ಸಾಕಷ್ಟು ಕೆಲಸಗಳನ್ನು ಮಾಡಬೇಕಿದೆ. ಆದರೆ ವಿಶ್ವದಲ್ಲಿ ಭಾರತವು ಈಗಲಾದರೂ ಸಮರ್ಥವಾಗಿ ಕಾರ್ಯವೆಸಗುತ್ತಿದೆ ಎಂಬ ಮನ್ನಣೆ ಬೆಳೆಯುತ್ತಿರುವುದನ್ನು ನಾವು ನೋಡಬಹುದು. ಕೆಲವು ವೀಕ್ಷಕರಂತೂ ಪ್ರಧಾನಮಂತ್ರಿ ಮೋದಿಯವರು ಯಾರೂ ಊಹಿಸಲಾಗದಷ್ಟು ಶೈಲಿಯಲ್ಲಿ ಭಾರತವನ್ನು ಬದಲಿಸಲು ಯಶಸ್ವಿಯಾಗಿದ್ದಾರೆ ಎಂದು ಹೇಳಿದ್ದಾರೆ.

ಹಾಗೆಯೇ, ನಮ್ಮ ಕಾಲದ ದೊಡ್ಡ ಸಮಸ್ಯೆಗಳನ್ನು ಭಾರತದ ಕೊಡುಗೆ ಮತ್ತು ಭಾಗಿತ್ವವಿಲ್ಲದೆಯೇ ಪರಿಹರಿಸಲಾಗದು ಎಂಬ ವಾಸ್ತವವೂ ಅನಾವರಣವಾಗುತ್ತಿದೆ. ಭಾರತವು ವಿಶ್ವದೊಂದಿಗೆ ತೊಡಗಿಸಿಕೊಳ್ಳುವ ವಿಧಿಗಳನ್ನು ಮರುಹೊಂದಿಸಲು ಇದು ಸಕಾಲ. ನಾವು ಇನ್ನೂ ಹೆಚ್ಚಿನ ಹೊಣೆಗಾರಿಕೆಗಳನ್ನು ವಹಿಸಿಕೊಳ್ಳಲು ಸಿದ್ಧವಾಗಿರುವ ಕ್ಷಣವೂ ಇದಾಗಿದೆ. ಜಿ20 ಅಧ್ಯಕ್ಷತೆಯು ಈ ಸಂಗತಿಯನ್ನು ವಿಶ್ವದೆದುರು ಪ್ರದರ್ಶಿಸಲು ದೊರೆತ ಮುಖ್ಯವಾದ ಅವಕಾಶವಾಗಿತ್ತು. ಹೊಸ ಚಿಂತನೆಗಳನ್ನು ಮಂಡಿಸುವ ಮೂಲಕ, ಕಾರ್ಯಸೂಚಿಗೆ ಸ್ವರೂಪ ನೀಡುವ ಮೂಲಕ, ಜಿ20ಯ ವಿಸ್ತರಣೆಯನ್ನು ಪ್ರೋತ್ಸಾಹಿಸುವ ಮೂಲಕ ಭಾರತವು ಈ ಅಂಶಗಳಲ್ಲಿ ಸಾಕಷ್ಟು ಯಶ ಪಡೆಯಿತು.

ಈಗಷ್ಟೇ ಬದುಕನ್ನು ಆರಂಭಿಸುತ್ತಿರುವವರಿಗೆ ನಾನು ಇಷ್ಟೇ ಹೇಳಬಲ್ಲೆ: ಆತ್ಮವಿಶ್ವಾಸ ಹೊಂದಲು ನಮಗೆ ಕಾರಣಗಳು ಇದ್ದೇ ಇವೆ. ಇಂದಿನ ಭಾರತವು ತನ್ನ ಜಾಗತಿಕ ಮಾನ್ಯತೆಯನ್ನು ಹೆಚ್ಚಿಸಿಕೊಳ್ಳಲು ಬೇಕಾದ ಹೆಚ್ಚು ದೃಢತೆ, ದೂರದೃಷ್ಟಿ ಮತ್ತು

ದೃಢನಿಷ್ಠೆಯನ್ನು ಹೊಂದಿದೆ. ಕಳೆದ 75 ವರ್ಷಗಳಲ್ಲಿನ ನಮ್ಮ ಪಯಣದ ಭಾಗವಾದ ಮತ್ತು ಅನುಭವಿಗಳಾದವರು ಈಗ ಕಾಣುತ್ತಿರುವ ಪರಿವರ್ತನೆಯನ್ನು ಶ್ಲಾಘಿಸುತ್ತಾರೆ; ಅದು ರೂಪಿಸಿದ ಫಲಿತಾಂಶಗಳಿಗೆ ಬೆಲೆ ಕೊಡುತ್ತಾರೆ. ಎಲ್ಲರೂ ಖಂಡಿತವಾಗಿಯೂ – ವಿಶ್ವವೇ ಇಂದು ಹೊಸ ತುಮುಲಗಳ ಯುಗವನ್ನು ಪ್ರವೇಶಿಸುತ್ತಿದ್ದರೂ, – ನಾವು ಖಂಡಿತ ಹೆಚ್ಚು ಪ್ರಾಮುಖ್ಯದ ದೇಶವಾಗಿದ್ದೇವೆ ಎಂಬ ನಿಶ್ಚಿತಾಭಿಪ್ರಾಯವನ್ನು ಹೊಂದಿರುತ್ತಾರೆ. ಸರಿಯಾದ ನಾಯಕತ್ವದೊಂದಿಗೆ ನಾವು ಖಂಡಿತವಾಗಿಯೂ ಬಿರುಗಾಳಿಗಳನ್ನು ಎದುರಿಸುತ್ತೇವೆ; ನಮ್ಮ ಎಲ್ಲ ಅವಕಾಶಗಳನ್ನೂ ಸದುಪಯೋಗ ಮಾಡಿಕೊಳ್ಳುತ್ತೇವೆ. ನಾವು ಇವೆಲ್ಲವನ್ನೂ ಸಾಧಿಸಲು ಹೊಂದಿರುವ ದೃಢವಿಶ್ವಾಸವೇ ಭಾರತದ ಖಚಿತ ಗುಣಲಕ್ಷಣಗಳಲ್ಲಿ ಒಂದಾಗಿದೆ.

4

ಮರಳಿ ಭವಿಷ್ಯದತ್ತ

ಜಾಗತೀಕರಣಕ್ಕೆ ಸಮತೂಕವಾದ ರಾಷ್ಟ್ರೀಯ ಭದ್ರತೆ

2014ರವರೆಗೆ ವಿಶ್ವದ ಇತರೆ ಪ್ರದೇಶಗಳಂತೆಯೇ ಭಾರತವೂ ಜಾಗತೀಕರಣದ ಆಪ್ಯಾಯಮಾನವಾದ ಸದ್ದಿನ ಜೋಗುಳವನ್ನು ಆಲಿಸುತ್ತಿತ್ತು. ಮೊದಲು ಬ್ರೆಕ್ಸಿಟ್ ಮತ್ತು ಅದು ಯುರೋಪಿಯನ್ ಪ್ರಯೋಗಕ್ಕೆ ಸವಾಲಾದ ವಿದ್ಯಮಾನ ನಡೆಯಿತು. ಅದಾದ ಕೂಡಲೇ ಡೊನಾಲ್ಡ್ ಟ್ರಂಪ್ ಆಯ್ಕೆಯಾಗಿ 'ಅಮೆರಿಕ ಮೊದಲು' ಎಂಬ ನೀತಿ ಬಂತು. ಕೇವಲ ತಂತ್ರಗಾರಿಕೆಯ ಭಾಗವಾಗಬೇಕಿದ್ದ ಚೀನಾ – ಯುಎಸ್ ತಿಕ್ಕಾಟವು ಕಾಲ ಸರಿದಂತೆ ನಿಜಕ್ಕೂ ಗಂಭೀರವಾಯಿತು. ಪ್ರತಿಯೊಂದೂ ಘಟನೆಯು ಆರ್ಥಿಕತೆ ಮತ್ತು ತಂತ್ರಜ್ಞಾನ ಸಾಂದ್ರೀಕರಣವು ತಂದೊಡ್ಡಿದ ಅಪಾಯಗಳ ಅರಿವನ್ನು ಹೆಚ್ಚಿಸಿತು. ಅದಾದ ಮೇಲೆ ಕೋವಿಡ್ ಪಿಡುಗು ಬಂತು. ಜಾಗತಿಕ ದಕ್ಷತೆ ಎಂಬ ಹೆಸರಿನಲ್ಲಿದ್ದ ಹಲವು ಆರ್ಥಿಕತೆಗಳ ಪೊಳ್ಳನ್ನು ಅದು ಬಯಲು ಮಾಡಿತು. ಬಲಿಷ್ಠವಾದ ಮತ್ತು ವಿಶ್ವಾಸಾರ್ಹವಾದ ಸರಬರಾಜು ಸರಪಣಿಗಳ ಪ್ರಾಮುಖ್ಯದ ಬಗ್ಗೆ ಒಮ್ಮತ ಮೂಡಲಾರಂಭಿಸಿತು. ಹಾಗೆಯೇ ಡಿಜಿಟಲ್ ಟ್ರಸ್ಟ್ ಮತ್ತು ಪಾರದರ್ಶಕತೆ ಬಗ್ಗೆಯೂ ಒಮ್ಮತ ಮೂಡಲಾರಂಭಿಸಿತು. ಅಫಘಾನಿಸ್ತಾನದಿಂದ ಯುಎಸ್‌ನ ಪಡೆಗಳು ತುರ್ತಾಗಿ ನಿರ್ಗಮಿಸಿ ಇತಿಹಾಸದ ಒಂದು ಸಂಗತಿಯು ಹಠಾತ್ ಅಂತ್ಯ ಕಂಡಿತು. ಅದಾದ ಮೇಲೆ ಉಕ್ರೇನ್ ಕಲಹ ಆರಂಭವಾಗಿ ಅದರ ಜಾಗತಿಕ ಪರಿಣಾಮವು ನಾವು ಎಷ್ಟೆಲ್ಲ ಆಳವಾಗಿ ಏಕೀಕರಣಗೊಂಡಿದ್ದೇವೆ ಎಂಬುದನ್ನು ದೃಢೀಕರಿಸಿತು. ಇವೆಲ್ಲ ವಿದ್ಯಮಾನಗಳ ನಂತರ ಪಶ್ಚಿಮ ಏಶ್ಯಾದ ಬೂದಿ ಮುಚ್ಚಿದ ಕೆಂಡವು ಹೊಸ ಹಂತದ ದಳ್ಳುರಿಯಾಗಿ ನಮ್ಮೆಲ್ಲರ ಅತಿ ಕೆಡು ಆತಂಕವನ್ನು ನಿಜ ಮಾಡಿತು.

ಹೀಗೆ, ಜಾಗತಿಕ ರಾಜಕೀಯದಲ್ಲಿ ಇತ್ತೀಚೆಗಿನವರೆಗೂ ಕಾಲವಿಸಂಗತಿಯ ವಿಷಯಗಳು ಎಂದು ಭಾವಿಸಿದ್ದ ಋಣಾತ್ಮಕ ಅಂಶಗಳೆಲ್ಲವೂ ಮತ್ತೆ ಮೇಲೆದ್ದಿವೆ. ಇವೆಲ್ಲವೂ ಘಟಿಸುತ್ತವೆ ಎಂದು ನಾವು ಊಹಿಸಿರಲಿಲ್ಲವೆ? ಅಥವಾ ನಾವು ನಿರಾಕರಣೆಯ ಮಾನಸಿಕತೆಯಲ್ಲಿದ್ದೆವೆ? ಬಹುಶಃ ಎರಡೂ ಕಾರಣಗಳಿವೆ. ಜೊತೆಗೇ, ಅಂತಾರಾಷ್ಟ್ರೀಯ ಸಮುದಾಯವನ್ನು ವಂಚನೆಯಿಂದ ಸಮಾಧಾನಗೊಳಿಸಿದ ಬಲವಾದ ಸ್ಥಾಪಿತ ಹಿತಾಸಕ್ತಿಗಳಿಂದ ಮತ್ತು

ಯಾವಾಗಲೂ ಒಳ್ಳೆಯದನ್ನೇ ನಿರೀಕ್ಷಿಸಬೇಕು ಎಂಬ ಮನುಷ್ಯನ ಉತ್ಪ್ರೇಕ್ಷಿತ ಗುಣಗಳಿಂದ ಇದು ಇನ್ನೂ ದೊಡ್ಡದಾಗಿದೆ. ಎಲ್ಲಾ ಜಾಗತೀಕರಣ ಆಶಾವಾದಿಗಳು ಯಾವ್ಯಾವ ಸಂಗತಿಗಳು ಮುಗಿದುಹೋಗಿವೆ ಎಂದಿದ್ದರೋ ಅವೇ ದೊಡ್ಡ ಸದ್ದಿನೊಂದಿಗೆ ಮರಳಿವೆ. ಭದ್ರತೆ, ಸಾರ್ವಭೌಮತ್ವ, ಖಾಸಗಿತನ ಮತ್ತು ಮೌಲ್ಯಗಳ ಕುರಿತ ಅಗಾಧ ಒತ್ತಡದ ಜೊತೆಗೇ ಅಸ್ತಿತ್ವದಲ್ಲಿರುವ ತಂತ್ರಜ್ಞಾನ, ಹಣಕಾಸು, ವ್ಯಾಪಾರ ಮತ್ತು ಸಂಪನ್ಮೂಲಗಳ ಮೇಲಿನ ತೀವ್ರವಾದ ಪರಸ್ಪರಾವಲಂಬನೆಯಿಂದ ಜಾಗತಿಕ ರಾಜಕೀಯವು ಹೆಣಗಾಡುತ್ತಿದೆ. ಮೊದಲ ಅಂಶಗಳು ಮುಂದೆ ಎದುರಾಗುವ ಪರಿಣಾಮಗಳ ಬಗ್ಗೆ ಎಚ್ಚರಿಕೆ ನೀಡಿದರೆ, ಎರಡನೆಯ ಭಾಗದ ಅಂಶಗಳು ನಿಕಟ ಸಂಪರ್ಕಗಳನ್ನು ಬೆಳೆಸುವತ್ತ ಸೆಳೆಯುತ್ತವೆ. ಈ ವಿರೋಧಾಭಾಸಗಳನ್ನು ನಿರ್ವಹಿಸುವುದು ಖಂಡಿತವಾಗಿಯೂ ನಮ್ಮೆಲ್ಲಾ ಸೃಜನಶೀಲತೆಗೇ ಸವಾಲೊಡ್ಡುತ್ತದೆ. ಏಕೆಂದರೆ ವರ್ತಮಾನದ ಉದ್ವಿಗ್ನತೆಗಳು ಭವಿಷ್ಯದ ಭರವಸೆಗಳೊಂದಿಗೆ ತಿಕ್ಕಾಡುತ್ತವೆ. ಇವೆಲ್ಲದರ ಗೊಂದಲದ ಫಲಿತಾಂಶಗಳ ಮೂಲಕ ಒಂದು ವಿಭಿನ್ನವಾದ ಅಂತಾರಾಷ್ಟ್ರೀಯ ಸಹಕಾರದ ಸಂರಚನೆಯೇ ಮೂಡಬಹುದು; ಅದು ಉದ್ಯೋಗಾವಕಾಶ ಮತ್ತು ಸಂಸ್ಕೃತಿ ಕುರಿತು ಹೊಂದಿರುವಷ್ಟೇ ಸಂವೇದನೆಯನ್ನು ಮೌಲ್ಯಗಳು ಮತ್ತು ಹಿತಾಸಕ್ತಿಗಳಲ್ಲೂ ಹೊಂದಿರಬಹುದು.

21ನೆಯ ಶತಮಾನವು ಚೆನ್ನಾಗಿಯೇ ಆರಂಭವಾಯಿತು ಎಂದೇನೂ ಇಲ್ಲ. ಆರಂಭದಲ್ಲೇ ನ್ಯೂಯಾರ್ಕ್‌ನಲ್ಲಿ ನಡೆದ 9/11 ದಾಳಿಯು ಅದರ ಜಾಗತಿಕ ದಿಕ್ಕನ್ನೇ ರೂಪಿಸಿತು. ನಂತರದ ಎರಡು ದಶಕಗಳ ಕಾಲ ಅದರ ಪರಿಣಾಮಗಳು ಇಡೀ ಜಗತ್ತನ್ನು ಕಾಡಿದವು. ಒಂದು ಶಕ್ತಿಯ ಮುನ್ನೊಲವುಗಳು ಇನ್ನೊಂದಕ್ಕೆ ಹೇಗೆ ದಾರಿ ಮಾಡಿಕೊಡುತ್ತವೆ ಎಂಬ ಸಂಗತಿಯನ್ನೂ ಒಳಗೊಂಡಂತೆ ಈಗ ನಡೆಯುತ್ತಿರುವ ಹಲವು ವಿದ್ಯಮಾನಗಳನ್ನು ಆ ಕಾಲದಲ್ಲಿ ಊಹಿಸಲು ಸಾಧ್ಯವೇ ಇರಲಿಲ್ಲ. ಅದಾದ ಕೂಡಲೇ ನಡೆದ ಇರಾಕಿನ ಅನಗತ್ಯ ಕಲಹವು ಇನ್ನೂ ಹೆಚ್ಚಿನ ಪ್ರಮಾಣದ ಊಹಿಸಲಸಾಧ್ಯ ಪರಿಣಾಮಗಳನ್ನು ಉಂಟುಮಾಡಿತು. ಆರ್ಥಿಕ ರಂಗದಲ್ಲಿ ಹೇಳುವುದಾದರೆ, ಏಶ್ಯಾದ ಹಣಕಾಸು ಬಿಕ್ಕಟ್ಟಿನಿಂದ ಚೇತರಿಸಿಕೊಳ್ಳುತ್ತಿದ್ದ ವಿಶ್ವವು ಒಂದೇ ದಶಕದಲ್ಲಿ ಜಾಗತಿಕ ಬಿಕ್ಕಟ್ಟಿಗೆ ಜಾರಿತು.

2001ರಲ್ಲಿ ವಿಶ್ವ ವ್ಯಾಪಾರ ಸಂಘಟನೆ (ಡಬ್ಲ್ಯೂಟಿಓ)ಗೆ ಚೀನಾ ಪ್ರವೇಶವು ಹಲವು ಸಮಾಜಗಳ ಮೇಲೆ ಅಗಾಧ ರಾಜಕೀಯ ಮತ್ತು ಸಾಮಾಜಿಕ ಪರಿಣಾಮಗಳನ್ನು ಉಂಟುಮಾಡಿದ ಜಾಗತೀಕರಣದ ಮಾದರಿಯನ್ನು ಅನಾವರಣಗೊಳಿಸಿತು. ಅಂತಹ ಬೃಹತ್ ಪ್ರಮಾಣ, ಮಾದರಿಯ ಸ್ವರೂಪ ಮತ್ತು ಅಂತಹ ಭಾರೀ ಸಬ್ಸಿಡಿಗಳ ಎದುರು ಹಲವು ದೇಶಗಳಿಗೆ ಸ್ಪರ್ಧೆ ಮಾಡಲಾಗಲಿಲ್ಲ. ಇದರ ಪರಿಣಾಮವಾಗಿ ಉಂಟಾದ ಶೂನ್ಯವು ಕ್ರಮೇಣವಾಗಿ ತನ್ನದೇ ಆದ ರಾಜಕೀಯವನ್ನು ರೂಪಿಸಿಕೊಂಡಿತು.

ಈ ಸುದೀರ್ಘ ಪ್ರವೃತ್ತಿಗಳು ಅನಾವರಣಗೊಂಡಂತೆಲ್ಲ, ವಿವಿಧ ಪ್ರದೇಶಗಳು ಮತ್ತು ದೇಶಗಳು ತಮ್ಮದೇ ಆದ ಸವಾಲುಗಳು ಮತ್ತು ಅವಕಾಶಗಳ ನಿರ್ವಹಣೆಯಲ್ಲಿ ಸಿಲುಕಿಕೊಂಡವು. ಉದ್ಯೋಗಾವಕಾಶಕ್ಕೆ ಹೆಚ್ಚಿನ ಸಂವೇದನಾಶೀಲತೆ, ತಂತ್ರಜ್ಞಾನಗಳನ್ನು ಸಂರಕ್ಷಿಸುವುದು ಮತ್ತು ಡಿಜಿಟಲ್ ಜಗತ್ತಿನಲ್ಲಿ ಡೇಟಾವನ್ನು ಸುರಕ್ಷಿತವಾಗಿಡುವುದು – ಇವೆಲ್ಲ ಗಮನಾರ್ಹ ಕಾಳಜಿಯ ಸಂಗತಿಗಳಾಗಿದ್ದವು. ಇದಕ್ಕಿಂತ ಹೆಚ್ಚಿನದಾಗಿ ಸಂಪರ್ಕಿತ ವ್ಯವಸ್ಥೆಯಲ್ಲಿ ಅವುಗಳ ದೇಶೀಯ ಮಥನಗಳೂ ಜಾಗತಿಕ ವೇದಿಕೆಗಳಲ್ಲಿ ಬಲವಾಗಿ

ಬಿಂಬಿತವಾಗತೊಡಗಿದವು.

ನಾವು ಎರಡನೆಯ ದಶಕದ ಕೊನೆಯನ್ನು ಸಮೀಪಿಸುತ್ತಿದ್ದಂತೆ, ವಿಶ್ವವ್ಯವಸ್ಥೆಯ ಮುಖ್ಯ ಮೂಲಾಂಶಗಳೇ ಪಲ್ಲಟಗೊಳ್ಳುತ್ತಿದ್ದವು ಎಂಬುದು ಸ್ಪಷ್ಟವಾಗಿತ್ತು. ಹೆಚ್ಚಿನ ಪ್ರಕ್ಷುಬ್ಧತೆಯ ಮತ್ತು ಬೃಹತ್ ಶಕ್ತಿಗಳ ತಕರಾರುಗಳತ್ತ ಚಲಿಸತೊಡಗಿದ್ದೇವೆ ಎಂಬುದನ್ನು ಪ್ರವೃತ್ತಿಯ ಗೆರೆಗಳು ಸೂಚಿಸಿದವು. ಆದರೆ ತೊಂದರೆಗೆ ಒಳಗಾಗಿದ್ದ ಜಗತ್ತು ಕೋವಿಡ್ ಪಿಡುಗಿನ ರೂಪದಲ್ಲಿ 'ಶತಮಾನದಲ್ಲಿ ಒಮ್ಮೆ' ಉಂಟಾಗುವ ಆಘಾತಕ್ಕೂ ಒಳಗಾಗುತ್ತದೆ ಎಂಬುದನ್ನು ಯಾರೂ ನಿರೀಕ್ಷಿಸರಲಿಲ್ಲ. ಇದಕ್ಕೆ ನಾವು ಅಫಘಾನಿಸ್ತಾನ ಮತ್ತು ಉಕ್ರೇನಿನ ಪರಿಣಾಮಗಳನ್ನು ಸೇರಿಸಿದಾಗ ಭವಿಷ್ಯವು ಇನ್ನಷ್ಟು ಅನಿರ್ದಿಷ್ಟ ಕೊನೆಯನ್ನು ಹೊಂದಿದ ಹಾಗೆ ಕಾಣುತ್ತದೆ. ಖಂಡಿತ ಅಲ್ಲೊಂದು ಹೊಸ ಜಗತ್ತಿದೆ; ಆದರೆ ಅದು ನಿಶ್ಚಿತವಾಗಿಯೂ ಧೀರ ಜಗತ್ತಲ್ಲ.

ಮಹಾಶಕ್ತಿಗಳ ಸ್ಪರ್ಧೆಯ ಮೊನಚು ಹೆಚ್ಚಳ

ನಮ್ಮ ಚಿಂತನೆಗಳನ್ನು ರೂಪಿಸಿದ ಆಧಾರಸೂತ್ರಗಳಲ್ಲಿ ಪ್ರಸ್ತುತ ಅಂತಾರಾಷ್ಟ್ರೀಯ ವ್ಯವಸ್ಥೆಯಲ್ಲಿ ಯುಎಸ್ ಕೇಂದ್ರತ್ವದ ಅಂಶವೇ ಪ್ರಮುಖವಾಗಿದೆ. ಹೀಗಿದ್ದೂ, ಅಫಘಾನಿಸ್ತಾನ ಮತ್ತು ಇರಾಕ್‌ನಲ್ಲಿ ನಡೆದ ಎರಡು ನಿರಂತರ ಸಮರಗಳು ಈ ರಾಜ್ಯವ್ಯವಸ್ಥೆಯ ಮೇಲೆ ಭಾರೀ ಪರಿಣಾಮ ಬೀರಿವೆ ಎಂಬುದು ಸ್ಪಷ್ಟ. ಇದರಲ್ಲಿ ಒಂದು ಪರಿಕಲ್ಪನಾ ಗೊಂದಲದಿಂದ ಕೂಡಿದ್ದರೆ ಇನ್ನೊಂದನ್ನು ಸಂಪೂರ್ಣವಾಗಿ ತಪ್ಪಿಸಲೇಬಹುದಿತ್ತು ಎಂಬ ಅಂಶವೂ ಇಲ್ಲಿದೆ. ಈ ಎರಡೂ ಸಂಘರ್ಷಗಳ ಹಿಂದಿನ ತಾರ್ಕಿಕತೆಯ ಬಗ್ಗೆ ಅದರಲ್ಲಿ ಇನ್ನೂ ಆಸಕ್ತಿ ಇರುವವರು ಚರ್ಚೆ ಮುಂದುವರಿಸಬಹುದು. ಆದರೆ ಆಗಿದ್ದು ಆಗಿಹೋಯಿತು. ಯುಎಸ್ ಇನ್ನೂ ಹದಗೆಟ್ಟಿತು.

ಇದೇ ಕಾಲಾವಧಿಯಲ್ಲಿ ಸಮಾನಾಂತರ ಆರ್ಥಿಕ ಒತ್ತಡವೂ ಬೆಳೆಯುತ್ತಿತ್ತು; ವಿರೋಧಾಭಾಸ ಎಂಬಂತೆ ಇವುಗಳಲ್ಲಿ ಒಂದನ್ನು ಸ್ವತಃ ಯುಎಸ್ ಸೃಷ್ಟಿಸಿತ್ತು. ಅತ್ಯಂತ ಹುರುಪಿನಿಂದ ಹಲವು ಅಮೆರಿಕನ್ನರು ಪ್ರತಿಪಾದಿಸಿದ್ದ ಜಾಗತೀಕರಣದ ಮಾದರಿಯು ಅದರ ಸ್ವಂತ ಶಕ್ತಿ ಮತ್ತು ಸಾಮರ್ಥ್ಯದ ಮೇಲೆಯೇ ತುಕ್ಕುಹಿಡಿಯುವಂತಹ ಪರಿಣಾಮವನ್ನು ಉಂಟುಮಾಡಿತ್ತು. ಅದು ಆಗಲೇ ಸೃಷ್ಟಿಸಿದ್ದ ಅವಲಂಬನೆಗಳ ಪ್ರಾಮುಖ್ಯದ ಅಂಶವೇ ಈ ಜಾಗತೀಕರಣದ ಮಾದರಿಯ ಮುಂದುವರಿಕೆಗೆ ಇದ್ದ ಅಂತಿಮವಾದ ಮತ್ತು ಸಹಜವಾಗಿಯೇ ಅತೀ ದುರ್ಬಲವಾಗಿದ್ದ ಕಾರಣವಾಗಿತ್ತು. ಆದರೆ ಯುಎಸ್‌ನ ಉತ್ಪಾದನಾ ಪರಿಣತಿ ಮತ್ತು ತಂತ್ರಜ್ಞಾನ ದೃಷ್ಟಾಂತಗಳು ಕಣ್ಣಿಗೆ ಕಾಣುವಂತೆ ಇದ್ದವು; ಮೊದಲು ರಾಜಕೀಯ ಪ್ರತಿಕ್ರಿಯೆಯಾಗಿ; ಆಮೇಲೆ ರಾಷ್ಟ್ರೀಯ ಭದ್ರತಾ ಸವಾಲಾಗಿ ಇವು ಅಭಿವ್ಯಕ್ತಗೊಂಡವು. ಡೊನಾಲ್ಡ್ ಟ್ರಂಪ್ ಅಧ್ಯಕ್ಷತೆಯು ನಿಶ್ಚಿತವಾಗಿಯೂ ಒಂದು ತಿರುವು ಪಡೆದಿದ್ದು ನಿಜ; ಆದರೆ ಬೈಡೆನ್ ಆಡಳಿತದ ಕಾಲದಲ್ಲಿ ಈ ಹಲವು ಚರ್ಚೆಗಳು ಒಂದು ವ್ಯವಸ್ಥಾತ್ಮಕ ನಿಲುವಾಗಿ ಪ್ರಕಟಗೊಂಡವು. ಈ ಬೆಳವಣಿಗೆಗಳ ಒಟ್ಟಾರೆ ಫಲಿತಾಂಶವಾಗಿ ಯುಎಸ್‌ನ ನೀತಿಗಳಲ್ಲಿ ಕಾರ್ಯತಂತ್ರಾತ್ಮಕ ವಿಕಾಸವಾಯಿತು. ಅದನ್ನು ವಿದೇಶಗಳಲ್ಲಿ ಬದಲಾದ ನಿಲುವುಗಳು ಹಾಗೂ ವಿಶ್ವದೆದುರು ಪ್ರಸ್ತಾಪಿಸಿದ ವಿವಿಧ ಬಗೆಯ ತೊಡಗಿಸಿಕೊಳ್ಳುವಿಕೆಗಳ ಮೂಲಕ ಗಮನಿಸಬಹುದು.

ಇದು ರಾತ್ರೋರಾತ್ರಿ ಮೂಡಿದ ಸನ್ನಿವೇಶವೇನಲ್ಲ. ಅದರ ಬದಲಿಗೆ, 2008ರಿಂದ

ಯುಎಸ್‌ನ ಶಕ್ತಿ ಪ್ರದರ್ಶನದಲ್ಲಿ ಹೆಚ್ಚುತ್ತಿರುವ ಜಾಗರೂಕತೆಯನ್ನು ನಾವು ಗಮನಿಸಿದ್ದೇವೆ. ಇದಕ್ಕೆ ಅನುಗುಣವಾಗಿ ಅತಿವಿಸ್ತರಣೆಯನ್ನು ನಿರ್ವಹಿಸಲು ಸತತವಾದ ಯತ್ನಗಳು ನಡೆಯುತ್ತಿವೆ. ವಾಸ್ತವದಲ್ಲಿ ಈವರೆಗಿನ ಮೂರೂ ಆಡಳಿತಗಳಲ್ಲಿ ಈ ಕುರಿತು ತಕ್ಷಣವೇ ಒಪ್ಪಿಕೊಳ್ಳಲಾಗದೆ ಇದ್ದರೂ ಈ ವಿಷಯದಲ್ಲಿ ಒಂದು ದೃಢತೆ ಇದೆ. ಅದು ಹೆಜ್ಜೆಯ ಜಾಡು ಇರಬಹುದು, ಭಾಗಿತ್ವದ ಪ್ರಮಾಣ ಇರಬಹುದು ಅಥವಾ ಚಟುವಟಿಕೆಗಳ ಸ್ವರೂಪವೇ ಇರಬಹುದು, ನಾವೀಗ ಬದಲಾದ ಯುಎಸ್‌ನ್ನು ನೋಡುತ್ತಿದ್ದೇವೆ. ಈ ಯುಎಸ್ ತನ್ನ ಕುರಿತು ಮತ್ತು ವಿಶ್ವದ ಕುರಿತು ಹೆಚ್ಚು ವಾಸ್ತವವಾದದತ್ತ ಚಲಿಸುತ್ತಿದೆ; ಅತ್ಯಂತ ಕಡಿಮೆ ಖರ್ಚಿನಲ್ಲಿ ಜಾಗತಿಕ ಉದ್ದೇಶಗಳನ್ನು ಪೂರೈಸಿಕೊಳ್ಳಲು ಯತ್ನಿಸುತ್ತಿದೆ. ಅದು ಹಲವು ಪ್ರದೇಶಗಳಲ್ಲಿ ಸಾಗರದಾಚೆಗಿನ ತನ್ನ ಪ್ರಭಾವವನ್ನು ಯಾವುದೇ ತಾಪತ್ರಯಗಳನ್ನೂ ಹೆಚ್ಚಿಸಿಕೊಳ್ಳದ ರೀತಿಯಲ್ಲಿ, ತಂತಿ ಮೇಲಿನ ನಡಿಗೆಯ ವಿಶಾಲ ಸ್ವರೂಪವನ್ನೂ ತಳೆಯಬಹುದು. ಅವುಗಳಲ್ಲಿ ಹಲವು ಅಂಶಗಳಿವೆ. ಅವುಗಳಲ್ಲಿ ದೇಶೀಯ ಪುನರುಜ್ಜೀವನ ಮತ್ತು ಅದರ ಬಾಹ್ಯ ಬಾಧ್ಯತೆಗಳ ನಡುವೆ ಉತ್ತಮ ಹೊಂದಾಣಿಕೆಗಾಗಿ ಯತ್ನಿಸುವುದೂ ಪ್ರಮುಖವಾದ ಅಂಶ.

ಮೇಲೇಳುತ್ತಿರುವ ಬಹುಧ್ರುವೀಕರಣಕ್ಕೆ ಮತ್ತು ಈಗಿನ ಯುಗದ ಮುಖ್ಯ ಚಹರೆಯಾಗಿರುವ ಕಾರ್ಯತಂತ್ರಾತ್ಮಕ ಸ್ವಾಯತ್ತತೆಯ ಬೆಳವಣಿಗೆಗೆ ಖಚಿತವಾದ ಮನ್ನಣೆ ದೊರಕುತ್ತಿದೆ. ಇದು ಹಳೆಯ ಸಂಬಂಧಗಳನ್ನು ಗಟ್ಟಿಗೊಳಿಸುತ್ತಲೇ ಹೊಸ ಆಯ್ಕೆಗಳ ಅನ್ವೇಷಣೆಗೆ ನೂಕುತ್ತದೆ. ಯುಎಸ್‌ಗೆ ತನ್ನ ಸ್ಥಾನಕ್ಕೆ ಇರುವ ಸವಾಲುಗಳ ಬಗ್ಗೆ ಸೂಕ್ಷ್ಮ ಅರಿವು ಇರುವುದಷ್ಟೇ ಅಲ್ಲ, ಈ ಎಲ್ಲ ಸಂಗತಿಗಳೂ ಸಾಕಷ್ಟು ಪ್ರಗತಿ ಸಾಧಿಸಿವೆ ಎಂಬ ವಾಸ್ತವಿಕತೆಯ ಅರಿವೂ ಇದೆ. ಯುಎಸ್ ತನ್ನನ್ನು ತಾನೇ ಮರುವಿಶ್ಲೇಷಣೆಗೆ ಒಳಪಡಿಸಿಕೊಳ್ಳುತ್ತದೆಯೇ, ಮರು ಅನ್ವೇಷಣೆ ಮಾಡಿಕೊಳ್ಳುತ್ತದೆಯೇ ಎಂಬುದೇ ಇಲ್ಲಿರುವ ನಿಜವಾದ ಪ್ರಶ್ನೆ. ಇದು ವಿಶ್ವಕ್ಕೆ ದಕ್ಕಲಿರುವ ಹೊಸ ಬಗೆಯ ರಾಜತಾಂತ್ರಿಕತೆಯೂ ಹೌದು; ಇದು ತನ್ನ ಮಿತಿಗಳ ಬಗ್ಗೆ ಜಾಗೃತವಾಗಿರುತ್ತದೆ ಮತ್ತು ತನ್ಮೂಲಕ ಹೆಚ್ಚು ಸಮಕಾಲೀನ ಸಂಬಂಧಗಳ ಮೌಲ್ಯವನ್ನೂ ಅರಿತಿರುತ್ತದೆ.

ಇವೆಲ್ಲವೂ ನಡೆಯುತ್ತಿರುವಂತೆಯೇ, ವಿಶ್ವವು ಚೀನಾದ ಏಳಿಗೆಗೂ ಸಾಕ್ಷಿಯಾಗುತ್ತಿದೆ. ವಾಸ್ತವದಲ್ಲಿ, ಈ ಎರಡೂ ದೇಶಗಳ ಭವಿಷ್ಯದ ನಡುವೆ ಇರುವ ಅನ್ಯೋನ್ಯ ಸಂಬಂಧಗಳನ್ನು ಪ್ರಶ್ನೆ ಮಾಡುವುದು ಕಷ್ಟ. ಯಾವುದೇ ಸನ್ನಿವೇಶದಲ್ಲೂ ಜಾಗತಿಕ ಮಟ್ಟದಲ್ಲಿ ಶಕ್ತಿಯೊಂದು ಉದಯಿಸುತ್ತಿದೆ ಎಂಬುದು ವಿಶಿಷ್ಟವಾದ ವಿದ್ಯಮಾನವೇ ಸರಿ. ಆದರೆ ಇದು ಸೈದ್ಧಾಂತಿಕವಾಗಿ ಮತ್ತು ಸಾಂಸ್ಕೃತಿಕವಾಗಿ 'ಭಿನ್ನವಾದ' ರಾಜ್ಯವ್ಯವಸ್ಥೆ ಎಂಬುದು ಬದಲಾವಣೆಯ ಸಂವೇದನೆಗಳನ್ನು ಹಿಗ್ಗಿಸುತ್ತದೆ. ಯುನೈಟೆಡ್ ಸೋವಿಯೆಟ್ ಸೋಶಿಯಲಿಸ್ಟ್ ರಿಪಬ್ಲಿಕ್ಸ್ (ಯುಎಸ್‌ಎಸ್‌ಆರ್) ಕೂಡಾ ಇಂತಹುದೇ ಸಾಮ್ಯತೆಗಳನ್ನು ಹೊಂದಿರಬಹುದು. ಆದರೆ ಅದಕ್ಕೆ ಚೀನಾವು ಈಗ ಜಾಗತಿಕ ಆರ್ಥಿಕತೆಯಲ್ಲಿ ಹೊಂದಿರುವ ಪ್ರಾಧಾನ್ಯ ಇರಲಿಲ್ಲ. ಆದ್ದರಿಂದ ನಾವು 1945ಕ್ಕಿಂತ ಪೂರ್ವದಲ್ಲಿದ್ದ ಸನ್ನಿವೇಶಗಳಿಗಿಂತ ಭಿನ್ನವಾದ ದೃಶ್ಯಗಳನ್ನು ನಿರೀಕ್ಷಿಸುತ್ತಿದ್ದೇವೆ.

ಚೀನಾವು ತನ್ನ ಆಂತರಿಕ ಸೀಮೆಗಳನ್ನು ಹೊರಜಗತ್ತಿಗೂ ತೆರೆದಿದ್ದರಿಂದ ಅದರ ಪ್ರಗತಿಯ ಸಾಮರ್ಥ್ಯಗಳ ಪರಿಣಾಮಗಳು ಗಮನಾರ್ಹವಾಗುತ್ತವೆ. ಇದರ ಫಲವಾಗಿ,

ಸಂಪರ್ಕ, ತಂತ್ರಜ್ಞಾನ ಅಥವಾ ವ್ಯಾಪಾರ ಇರಲಿ, ಬದಲಾದ ಶಕ್ತಿ ಮತ್ತು ಪ್ರಭಾವದ ಕುರಿತು ಚರ್ಚೆಗಳು ನಡೆಯುತ್ತಿವೆ. ಇದಕ್ಕೆ ಹೊರತಾಗಿ, ಏಶ್ಯಾದ ಉದ್ದಗಲಕ್ಕೂ ಗಡಿಗಳ ವಿಷಯಕ್ಕೆ ಸಂಬಂಧಿಸಿದಂತೆ ಉದ್ವಿಗ್ನತೆಗಳು ತೀವ್ರಗೊಳ್ಳುತ್ತಿರುವುದನ್ನೂ ನಾವು ನೋಡಿದ್ದೇವೆ. ಹಿಂದಿನ ವರ್ಷಗಳ ಒಪ್ಪಂದಗಳು ಮತ್ತು ಅರಿವುಗಳ ಮುಂದೆ ಈಗ ಪ್ರಶ್ನಾರ್ಥಕ ಚಿಹ್ನೆಗಳು ಮೂಡಿವೆ. ಭಾರತವು – ವಿಶೇಷವಾಗಿ 2020ರಲ್ಲಿ – ಗಡಿ ಸನ್ನಿವೇಶ ಕುರಿತಂತೆ ತನ್ನದೇ ಆದ ಅನುಭವಗಳನ್ನು ಹೊಂದಿದೆ.

ಅದೇನಿದ್ದರೂ ಕಾಲವು ಹೆಚ್ಚಿನ ಉತ್ತರಗಳನ್ನು ನೀಡಲಿದೆ. ಬಹುಧ್ರುವೀಕೃತ ಏಶ್ಯಾವನ್ನು ಬಹುಧ್ರುವೀಕೃತ ವಿಶ್ವದ ಆಧಾರವಾಗಿ ಸ್ಥಾಪಿಸುವುದೇ ಹಿಂದೆಂದಿಗಿಂತ ಹೆಚ್ಚು ತುರ್ತಿನ ವಿಷಯ ಎಂಬುದಂತೂ ಇಲ್ಲಿ ಸ್ಪಷ್ಟ. ಸಹಜವಾಗಿಯೇ, ಇವೆಲ್ಲವೂ ತೀವ್ರವಾದ ಶಕ್ತಿ ಸ್ಪರ್ಧೆಗಳ ಹಿನ್ನೆಲೆಯಲ್ಲಿಯೇ ನಡೆಯುತ್ತವೆ. ಆದ್ದರಿಂದ ಅವುಗಳು ಹೇಗೆ ಅನಾವರಣಗೊಳ್ಳುತ್ತವೆ ಎಂಬುದನ್ನು ಅರಿಯುವುದು ಮುಖ್ಯವಾಗುತ್ತದೆ. ಇಲ್ಲಿಯೂ ರಾಮಾಯಣವು ಕೆಲವು ಸೂಚನಾತ್ಮಕ ಒಳನೋಟಗಳನ್ನು ನೀಡುತ್ತದೆ.

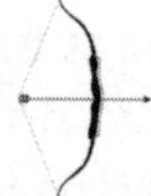

ರಾಮಾಯಣದ ಪೂರ್ವವೃತ್ತಾಂತಗಳಲ್ಲಿ ಅಧಿಕಾರದಲ್ಲಿ ಸ್ಥಾಪಿತನಾಗಿದ್ದ ಮತ್ತು ಆಗಷ್ಟೇ ಏಳಿಗೆ ಸಾದಿಸುತ್ತಿದ್ದ ಇಬ್ಬರು ಮುನಿಗಳ ನಡುವಣ ಸ್ಪರ್ಧೆಯ ಕಥೆಯಿದೆ. ಕೌಶಿಕ ಮಹಾರಾಜನು ಬಲವಂತದಿಂದ ವಸಿಷ್ಠ ಮುನಿಯ ಹಾಲು ಕೊಡುವ ಹಸುವನ್ನು ವಶಪಡಿಸಿಕೊಳ್ಳಲು ಯತ್ನಿಸಿದ್ದರಿಂದ ಈ ಪೈಪೋಟಿ ಆರಂಭವಾಯಿತು. ಆ ನಡೆದ ಸಮರದಲ್ಲಿ ಕೌಶಿಕನ ಎಲ್ಲಾ ಗಂಡುಮಕ್ಕಳು ಸತ್ತು ಸಂಪೂರ್ಣ ಸೇನೆಯೂ ನಿರ್ನಾಮವಾಯಿತು. ತಪಸ್ಸಿನ ಮೂಲಕ ಕೌಶಿಕ ಅತ್ಯಂತ ಶಕ್ತಿಯುತ ಆಯುಧಗಳನ್ನು ಪಡೆದ; ಆದರೂ ಅವನು ವಸಿಷ್ಠನ ಮೇಲೆ ನಡೆಸಿದ ದಾಳಿಯಲ್ಲಿ ಯಶ ಪಡೆಯಲಿಲ್ಲ. ಆಗ ಮತ್ತೆ ಅವನು ತನ್ನ ತಪಸ್ಸನ್ನು ತೀವ್ರಗೊಳಿಸಿ ಕ್ರಮೇಣವಾಗಿ ಮುನಿಗಳ ಶ್ರೇಯಾಂಕದಲ್ಲಿ ಮೇಲೆ ಬರತೊಡಗಿದ. ಆದರೆ ಈ ಪ್ರಕ್ರಿಯೆಯಲ್ಲಿ ಹೀಗೆ ಮೇಲೇರುವುದು ಅಂತಹ ಸುಲಭದ ಕೆಲಸವೇನಲ್ಲ, ಅದರಲ್ಲೂ ಶೃಂಗವನ್ನು ತಲುಪುವುದು ಸುಲಭವಲ್ಲ ಎಂಬುದನ್ನು ಅರಿತ. ಎಲ್ಲಕ್ಕಿಂತ ಹೆಚ್ಚಾಗಿ, ತಾಳ್ಮೆಯನ್ನು ಕಳೆದುಕೊಳ್ಳುವುದು ಅವನ ದೊಡ್ಡ ದೌರ್ಬಲ್ಯವಾಗಿತ್ತು. ಹೀಗಾಗಿ ತತ್‌ಕ್ಷಣದ ಪ್ರಚೋದನೆಗಳಿಂದಾಗಿ ಆತ ತನ್ನ ಶಕ್ತಿಯನ್ನು ಕಳೆದುಕೊಳ್ಳುತ್ತಿದ್ದ. ಹೀಗೆ ಹಲವರು ಅವನ ತಾಳ್ಮೆಯನ್ನು ಕೆಡಿಸುತ್ತಿದ್ದರು; ಕೆಲವರು ಅವನು ವಸಿಷ್ಠನ ಮೇಲೆ ಹೊಂದಿದ ವೈರತ್ವದಿಂದಾಗಿ ಎದುರಾಳಿಗಳಾಗಿದ್ದರು; ಇತರರು ಮಾತ್ರ ಬೇಕೆಂದೇ ಅವನಿಗೆ ಅಡ್ಡಿಯಾಗುತ್ತಿದ್ದರು. ತನ್ನನ್ನು ಬ್ರಹ್ಮದೇವನೇ 'ರಾಜರ್ಷಿ' ಎಂದು ಮನ್ನಣೆ ನೀಡಿದರೂ ಅದರಿಂದ ತೃಪ್ತನಾಗದ ಕೌಶಿಕ ಅತ್ಯುನ್ನತ ಸ್ಥಾನಮಾನವಾದ 'ಬ್ರಹ್ಮರ್ಷಿ' ಎಂಬ ಬಿರುದನ್ನು ಪಡೆಯಲು ತೀವ್ರ ಪ್ರಯತ್ನ ನಡೆಸಿದ. ಆಗಲೂ ಕೌಶಿಕನಿಗೆ ಸ್ವತಃ ವಸಿಷ್ಠಮುನಿಯೇ ಈ ಮನ್ನಣೆ ನೀಡುವವರೆಗೆ ಸಮಾಧಾನವಾಗಲಿಲ್ಲ.

ಈ ಇಬ್ಬರೂ ಮುನಿಗಳ ಕಥೆಯು ಪ್ರಸ್ತುತ ಜಾಗತಿಕ ವ್ಯವಹಾರಗಳ ಬೆಳವಣಿಗೆಗಳನ್ನು ಕೊಂಚ ಹೋಲುತ್ತದೆ. ಮೇಲೇರುತ್ತಿರುವ ಶಕ್ತಿಗಳು ಸದಾ ಸ್ಥಾಪಿತ ಶಕ್ತಿಗಳಿಗೆ ತಮ್ಮನ್ನು ಹೋಲಿಸಿಕೊಂಡು ಶ್ರಮ ಹಾಕುತ್ತವೆ. ಕೆಲವು ಶಕ್ತಿಗಳು ಅವಮಾನದ ನೆನಪುಗಳಿಂದ ಪ್ರೇರಿತವಾಗಿರಬಹುದು; ಕೆಲವು ಶಕ್ತಿಗಳು ಶಾಂತಿಯುತವಾಗಿ ಇರಲೂ ಬಹುದು. ಈ ಮರುಹೊಂದಿಸುವ ಪ್ರಕ್ರಿಯೆಯಲ್ಲಿ ಪ್ರತಿಸ್ಪರ್ಧಿಗಳ ಗೌರವವನ್ನು ಪಡೆದರಷ್ಟೇ ಸಾಲದು; ತನ್ನನ್ನು ಸಮಾನ ಎಂದು ಅಧಿಕೃತವಾಗಿ ಪರಿಗಣಿಸಬೇಕು ಎಂಬ ಆಸೆಯು ಆಳವಾಗಿ ಇರುತ್ತದೆ. ಇಂತಹ ಅನ್ವೇಷಣೆಯನ್ನು

ಪ್ರೇರೇಪಿಸುವ ಒಳಗಣ ಕಿಚ್ಚು ಯಾವುದೇ ಬೆಲೆ ತೆತ್ತಾದರೂ ಗೆಲ್ಲಬೇಕೆಂಬ ಮಾನಸಿಕತೆಯನ್ನು ಉತ್ತೇಜಿಸುತ್ತದೆ. ಅದೇ ಈಗ ನಿಯಮ ಆಧಾರಿತ ವ್ಯವಸ್ಥೆಯ ಸ್ಥಾಪನೆಗೆ ಒಡ್ಡಿರುವ ಅತಿದೊಡ್ಡ ಸವಾಲಾಗಿದೆ. ಶಕ್ತಿಯ ಸಂಚಯವೇ ಆಗಿರುವ ವಸಿಷ್ಠ ಮುನಿಯು ಹೊಂದಿದ್ದ ಗಾಢ ಪ್ರಭಾವ ಎಷ್ಟಿತ್ತೆಂದರೆ ಅದನ್ನು ಅಷ್ಟು ಸುಲಭವಾಗಿ ಮೀರಲಾಗುವುದಿಲ್ಲ.

ಇತಿಹಾಸದಲ್ಲಿ ಅನಿರ್ಬಂದಿತವಾಗಿ ಮುನ್ನಡೆದಿರುವ ಇನ್ನೊಂದು ಗುಣವೆಂದರೆ, ರಾಜಕೀಯ ಶಂಕೆ. ಇದನ್ನು ಯಾರು ಎಷ್ಟೇ ಅಲ್ಲಗಳೆದರೂ ತುಂಬಾ ನಿಕಟವಾಗಿರುವ ಸಹಭಾಗಿಗಳೂ ಪರಸ್ಪರ ವಿರೋಧದ ಸಂಕೇತಗಳು ಇವೆಯೇ ಎಂಬುದನ್ನು ಗಮನಿಸುತ್ತಾ ಇರುತ್ತಾರೆ. ರಾಣಿ ಕೈಕೇಯಿಗೆ ಭರತನ (ಮತ್ತು ಅವಳ) ಭವಿಷ್ಯದ ಬಗೆಗೆ ಉದ್ವೇಗವು ಹೆಚ್ಚಲು ಭಗವಾನ್ ಶ್ರೀರಾಮನ ಪಟ್ಟಾಭಿಷೇಕದ ದಿನ ತನ್ನ ಸ್ವಂತ ಮಗನಾದ ಭರತನ ಗೈರುಹಾಜರಿಯೇ ಕಾರಣವಾಯಿತೆ ಎಂಬುದು ಚರ್ಚಾಸ್ಪದ ಪ್ರಶ್ನೆ. ಖಂಡಿತವಾಗಿಯೂ ದಶರಥ ರಾಜನು ನೀಡಿದ ಎರಡು ವರಗಳನ್ನು ವಿಚಾರಹೀನ ಬೇಡಿಕೆಗಳಿಗಾಗಿ ಬಳಸಲು ಕೈಕೇಯಿಗೆ ಪ್ರಚೋದನೆ ನೀಡಿದ ಅವಳ ದುಷ್ಟ ದಾಸಿ ಮಂಥರಾಳಿಂದಲೇ ಈ ಉದ್ವೇಗವು ಹೆಚ್ಚಾಗಿರಬಹುದು. ಇದೂ ಕೂಡ ಹೇಗೆ ತನ್ನದೇ ಆದ ಕಾರ್ಯಸೂಚಿಯನ್ನು ಹೊಂದಿದ ಒಂದು ಚಿಕ್ಕ ಪಾತ್ರವೂ ದೊಡ್ಡ ಪಾತ್ರದ ಅಭದ್ರತೆಗಳ ಲಾಭ ಪಡೆಯಬಹುದು ಎಂಬುದಕ್ಕೆ ತುಂಬಾ ನಿಚ್ಚಳವಾದ ಉದಾಹರಣೆ. ನಮ್ಮ ನೆರೆಹೊರೆಯಲ್ಲೇ ಹೀಗಾಗುತ್ತಿರುವುದನ್ನು ನಾವು ನೋಡಬಹುದು.

ಪಾತ್ರಗಳ ಹೊರತಾಗಿ ನೋಡುವುದಾದರೆ, ಸ್ಪರ್ಧೆ ಮತ್ತು ಲಾಭಗಳೇ ಅಂತಾರಾಷ್ಟ್ರೀಯ ಸಂಬಂಧಗಳ ಹಿಂದಿನ ಕಟು ವಾಸ್ತವಗಳು. ಜಾಗತೀಕರಣ ಮತ್ತು ಸರ್ವರ ಹಿತದ ಎಲ್ಲಾ ಮಾತುಗಳ ನಡುವೆಯೇ ದೇಶಗಳು ಈಗಲೂ ತಮಗೆ ಯಾವ ಸಂಗತಿಯು ನಿರ್ದಿಷ್ಟವಾಗಿ ಅನುಕೂಲಕರ ಎಂದೇ, ಭಾವನಾರಹಿತವಾಗಿ ಲೆಕ್ಕ ಹಾಕುತ್ತವೆ. ವಿಶ್ವವೇ ಈಗ ಬದಲಾಗುತ್ತಿರಬಹುದು; ಆದರೆ ಅದು ಬದಲಾದಷ್ಟೂ ಕೆಲವು ಅಂಶಗಳಲ್ಲಿ ಅದರ ಸ್ವರೂಪ ಹಿಂದೆ ಇದ್ದ ಹಾಗೆಯೇ ಇರುತ್ತದೆ.

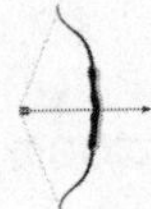

ವೆಸ್ಟ್‌ಫೇಲಿಯನ್ ರಾಜಕೀಯದಾಚೆ

ಚೀನಾ ಮತ್ತು ಯುಎಸ್‌ಗೆ ಸಂಬಂಧಿಸಿದಂತೆ ನಡೆಯುತ್ತಿರುವ ಬೆಳವಣಿಗೆಗಳನ್ನು ಪರಸ್ಪರ ಸಂಬಂಧಿತ ಎಂಬಂತೆ ಕಲ್ಪಿಸಿಕೊಳ್ಳುವುದು ಸಹಜವಾಗಿರಬಹುದು; ಆದರೆ ಅದನ್ನು ಲಾಭ–ನಷ್ಟವಿಲ್ಲದ ಆಟ ಎಂದು ಬಗೆಯುವುದು ಅತಿಯಾದ ಸರಳೀಕರಣವಾಗುತ್ತದೆ. ಎರಡೂ ದೇಶಗಳು ಈಗ ಜಗತ್ತಿನಲ್ಲಿ ನಡೆಯುತ್ತಿರುವ ದೊಡ್ಡ ಪ್ರಮಾಣದ ಮರುಸಮತೋಲನಗೊಳಿಸುವ ಭಾಗಗಳೇ ಆಗಿವೆ. ನಿಶ್ಚಿತವಾಗಿಯೂ ಪರಸ್ಪರರ ಮೇಲೆ ಅವು ಪರಿಣಾಮ ಬೀರಿವೆ; ಅವುಗಳ ನಡುವೆ ಕಾರಣಾತ್ಮಕ ಸಂಬಂಧಗಳೂ ಇವೆ. ಯುಎಸ್‌ನ ಹಿಮ್ಮಟ್ಟುವಿಕೆಯು ಚೀನಾದ ಪ್ರಭಾವ ವಿಸ್ತರಣೆಗೆ ಹೆಚ್ಚಿನ ಅವಕಾಶವನ್ನು ನೀಡಿದೆ; ಅದು ಹಲವು ರಂಗಗಳಿಗೆ ವ್ಯಾಪಿಸಿದೆ. ಜಗತ್ತಿನ ಬಹುತೇಕ ಪ್ರದೇಶಗಳು ವಸಾಹತುಶಾಹಿಯಿಂದ ಕಳಚಿಕೊಂಡ ಹಾಗೆಯೇ ಆರ್ಥಿಕ ಚಟುವಟಿಕೆಗಳ ಹೊಸ ಕೇಂದ್ರಗಳು ಅನಿವಾರ್ಯವಾಗಿ ಅಸ್ತಿತ್ವಕ್ಕೆ ಬರುತ್ತಿವೆ. ಹೀಗಿದ್ದೂ ಈ ಪರಿವರ್ತನೆಯ ವೇಗ ಮತ್ತು ಗುಣಮಟ್ಟವು ರಾಜಕೀಯ ಆಯ್ಕೆಗಳಿಂದ, ಅದರಲ್ಲೂ ಯುಎಸ್‌ನಿಂದ ರೂಪುಗೊಂಡಿದೆ.

ಚೀನಾವು ಕಳೆದ ಶತಮಾನದ ಭೂ – ರಾಜಕೀಯದ ನಿರ್ದಿಷ್ಟ ಫಲಾನುಭವಿ ಎಂಬುದು ನಿಜವಿರಬಹುದು. ಆದರೆ ಇಂದಿನ ಯುಎಸ್‌ನ ಕಡೆಯಿಂದಾದ ಕೊರತೆಗಳನ್ನು ಚೀನಾದ ಸಾಮರ್ಥ್ಯಗಳ ವೃದ್ಧಿಯಿಂದ ತತ್‌ಕ್ಷಣವೇ ತುಂಬಲಾಗದು ಎಂಬುದು ವಾಸ್ತವ. ಯುಎಸ್‌ನ ಪ್ರಭಾವದ ವಿಸ್ತಾರ ಮತ್ತು ಅದು ಅಂತಾರಾಷ್ಟ್ರೀಯ ವ್ಯವಸ್ಥೆಯಲ್ಲಿ ಹೊಂದಿರುವ ವ್ಯಾಪಕ ಹಿಡಿತವೇ ಇದಕ್ಕೆ ಕಾರಣ. ಆದರೆ ಈ ಎರಡೂ ರಾಜಕೀಯಗಳ ಸ್ವರೂಪದಲ್ಲಿಯೇ ಬಹುಮುಖ್ಯವಾದ ವ್ಯತ್ಯಾಸವಿದೆ.

ಯುಎಸ್ ತನ್ನ ವಿಶ್ವವ್ಯಾಪಕತೆಯ ಬಗ್ಗೆ ಹೆಮ್ಮೆಯಿಂದ ಹೇಳಿಕೊಳ್ಳುತ್ತದೆ; ಅದನ್ನೇ ಅತ್ಯಂತ ಪ್ರಜ್ಞಾಪೂರ್ವಕವಾಗಿ ಉತ್ತೇಜಿಸುತ್ತದೆ. ಆದರೆ ಇದಕ್ಕೆ ತದ್ವಿರುದ್ಧವಾಗಿ ಚೀನಾವು ತಾನೊಂದು ಏಕದೇಶ ಎಂದು ಹೇಳಿಕೊಳ್ಳುತ್ತದೆ; ಅದರ ಜಾಗತೀಕರಣವನ್ನು ಸೀದಾಸಾದಾ ವಿಶ್ವವ್ಯಾಪಕತೆಯನ್ನಾಗಿ ಪರಿವರ್ತಿಸಲಾಗದು. ಎರಡಕ್ಕೂ ಅವುಗಳದ್ದೇ ಆದ ಶಕ್ತಿಯಿದೆ. ಕುತೂಹಲದ ಸಂಗತಿಯೆಂದರೆ, ಈ ಎರಡೂ ದೇಶಗಳ ನಡುವಣ ವೈಲಕ್ಷಣ್ಯಗಳು ಅಧ್ಯಯನಕ್ಕೆ ಹೇಳಿ ಮಾಡಿಸಿದಂತಿವೆ. ಒಂದು ದೇಶವು ತನ್ನ ಮುಕ್ತತೆ ಮತ್ತು ವೈವಿಧ್ಯಗಳನ್ನು ತುಂಬಾ ಚೆನ್ನಾಗಿ ಬಳಸಿಕೊಳ್ಳುತ್ತದೆ; ಹಾಗೆಯೇ ಜಾಗತಿಕ ಪ್ರತಿಭೆಗಳನ್ನು ಆಕರ್ಷಿಸುವ ವಿಶಿಷ್ಟ ಸಾಮರ್ಥ್ಯವನ್ನು ಹೊಂದಿದೆ. ಇನ್ನೊಂದು ದೇಶವು ವಿಶ್ವವನ್ನೇ ಬಳಸಿಕೊಂಡು ಅಗಾಧ ಶಕ್ತಿಯನ್ನು ಬೆಳೆಸಿಕೊಂಡಿದೆ; ಹಾಗೆಯೇ ಅಸಾಧಾರಣ ಸಮ್ಮಿಳನದಿಂದ ಸ್ವಾಯತ್ತ ಸಾಮರ್ಥ್ಯಗಳನ್ನು ಬೆಳೆಸಿಕೊಂಡಿದೆ. ವಿರೋಧಾಭಾಸದ ಸಂಗತಿ ಎಂದರೆ, ಇವೇ ಗುಣಗಳನ್ನು ಎರಡೂ ದೇಶಗಳು ಪರಸ್ಪರ ಬಳಸಿಕೊಳ್ಳದಂತೆ ಖಾತರಿಪಡಿಸಿಕೊಳ್ಳುವುದೇ ಈ ಎರಡೂ ದೇಶಗಳ ಮುಂದೆ ಇರುವ ಸವಾಲಾಗಿದೆ.

ಇವೆರಡೂ ದೇಶಗಳ ಲೋಕದೃಷ್ಟಿಗಳ ಒಗ್ಗೂಡುವಿಕೆಯು ಕುಗ್ಗುತ್ತಿರುವುದೇ ನಮ್ಮ ಉದ್ದೇಶಕ್ಕೆ ಅಗತ್ಯವಾದ ಅಂಶವಾಗಿದೆ. ಇದರಿಂದ ಆಗುವ ಪರಿಣಾಮವೆಂದರೆ, ಅನಿಶ್ಚಿತತೆ, ಮಿತಿಗಳು ಮತ್ತು ಜಾಗತಿಕ ವ್ಯವಹಾರಗಳಲ್ಲಿ ತಿಕ್ಕಾಟಗಳು. ಸರಬರಾಜು ಸರಪಣಿ ಮತ್ತು ಡೇಟಾ ಹರಿವುಗಳು ಹಾಗೂ ಕಡಲ ಭದ್ರತೆ, ಪಿಡುಗು ಮತ್ತು ಭಯೋತ್ಪಾದನೆಯ ಸವಾಲುಗಳಂತಹ ವಿಶ್ವಸಂಬಂಧೀ ಸಂಗತಿಗಳಲ್ಲಿ ಇದು ನಿಚ್ಚಳವಾಗುತ್ತದೆ. ಅಧಿಕಾರ ಹಂಚಿಕೆಯೊಂದೇ ಬದಲಾದ ಸನ್ನಿವೇಶದಲ್ಲಿ ನಾವಿಲ್ಲ; ಅದರ ಜೊತೆಗೇ ಈಗ ಹೆಚ್ಚಿನ ಪ್ರಭಾವ ಬೀರಬಲ್ಲವರ ಗುಣಸ್ವಭಾವಗಳಲ್ಲಿಯೂ ಬದಲಾವಣೆಯಾಗಿದೆ. ಈ ದೇಶಗಳು ಒಟ್ಟಿಗೆ ಕೆಲಸ ಮಾಡುವ ಸಾಮರ್ಥ್ಯ ಇದೆಯೇ ಇಲ್ಲವೇ ಎಂಬುದಕ್ಕಿಂತ ಮುಖ್ಯವಾಗಿ, ಅವು ಪ್ರಬುದ್ಧ ಸ್ವ – ಹಿತಾಸಕ್ತಿಯನ್ನು ಹೇಗೆ ನೋಡುತ್ತವೆ, ಹೇಗೆ ಅವು ಜಾಗತಿಕ ಸಾಮಾನ್ಯ ಅಂಶಗಳನ್ನು ಸಂರಕ್ಷಿಸುವಲ್ಲಿ ಕೊಡುಗೆ ನೀಡುತ್ತವೆ ಎಂಬುದೇ ಉತ್ತರಗಳ ನಿರೀಕ್ಷೆಯಲ್ಲಿರುವ ಪ್ರಶ್ನೆಗಳಾಗಿವೆ.

ಭಾರತವು ಕೇವಲ ಇಂಡೋ – ಪೆಸಿಫಿಕ್‌ನ ಪೂರ್ವದಿಕ್ಕಿನಲ್ಲಿ ಮಾತ್ರವೇ ಮೂಲಭೂತವಾಗಿ ವಿಭಿನ್ನವಾದ ಸನ್ನಿವೇಶವನ್ನು ಎದುರಿಸುತ್ತಿಲ್ಲ. ಪಶ್ಚಿಮದಲ್ಲಿ, ಅಫಘಾನಿಸ್ತಾನದಿಂದ ಯುಎಸ್‌ನ ನಿರ್ಗಮನದೊಂದಿಗೆ ನಮ್ಮ ಅತಿಹತ್ತಿರದ ಪ್ರದೇಶಗಳ ರಾಜಕೀಯವೂ ರೂಪಾಂತರಗೊಳ್ಳುತ್ತಿದೆ. ಭಯೋತ್ಪಾದನೆ ಮತ್ತು ತೀವ್ರಗಾಮಿತ್ವ, ಮಹಿಳೆಯರು ಮತ್ತು ಅಲ್ಪಸಂಖ್ಯಾತರ ನಿರ್ವಹಣೆ, ಪ್ರವಾಸದ ಸ್ವಾತಂತ್ರ್ಯ ಮತ್ತು ಒಳಗೊಳ್ಳುವಿಕೆಯ ಆಡಳಿತ – ಮುಂತಾದ ವಿಷಯಗಳಲ್ಲಿ ಅಂತಾರಾಷ್ಟ್ರೀಯ ಸಮುದಾಯವು ಹೊಂದಿರುವ

ಆತಂಕಗಳ ಬಗ್ಗೆ ವಿಶ್ವಸಂಸ್ಥೆಯು ಮಾತಾಡಿರಬಹುದು. ಆದರೆ ಈ ಪ್ರದೇಶದ ಜ್ಞಾನ ಇರುವ ವ್ಯೂಹತಜ್ಞರು ಇಲ್ಲಿನ ಭವಿಷ್ಯವು ಹೇಗೆ ಮುಕ್ತ ಆಯ್ಕೆಗಳಿಂದ ಕೂಡಿದೆ ಎಂಬುದನ್ನು ಗಣನೆಗೆ ತೆಗೆದುಕೊಳ್ಳಬೇಕಾಗಿದೆ. ಮೌಲ್ಯಗಳು, ಸಿದ್ಧಾಂತಗಳು ಮತ್ತು ಆಸಕ್ತಿಗಳ ನಡುವಣ ಸಮತೋಲನವನ್ನು ಎಲ್ಲಾ ಸಂಬಂಧಿತ ಸಹಭಾಗಿಗಳು ಜಾಗರೂಕವಾಗಿ ಅಳೆಯುತ್ತಿದ್ದಾರೆ.

ಇರಾನಿನ ಪರಮಾಣು ಕಾರ್ಯಕ್ರಮ ಹಾಗೂ ಪ್ರಾದೇಶಿಕ ಪ್ರಭಾವದ ಬಗ್ಗೆ ಯುಎಸ್‌ನ ಆಡಳಿತಗಳು ಮತ್ತು ಮಾತುಕತೆಗಳಲ್ಲಿ ಆಗುತ್ತಿರುವ ಸ್ಥಿತ್ಯಂತರದಿಂದಲೂ ಇನ್ನೊಂದು ಬದಲಾವಣೆ ಆಗುತ್ತಿದೆ. ಅದು ಎಲ್ಲಿಗೆ ಕೊನೆಯಾಗುತ್ತದೆ ಎಂಬುದು ಸಣ್ಣ ಪರಿಣಾಮವೇನಲ್ಲ. ವಿರೋಧಾಭಾಸವೆಂದರೆ, ಪಶ್ಚಿಮ ಏಶ್ಯಾವು ಗತಕಾಲದ ರಾಜಕೀಯ ಸಮರದಿಂದ ಮತ್ತು ಅವುಗಳ ತೀವ್ರಸ್ವರೂಪದಿಂದ ಆಮೂಲಾಗ್ರವಾಗಿ ಹಾಗೂ ಏಕಕಾಲಿಕವಾಗಿ ದೂರವಾಗಿದೆ. ಅಬ್ರಹಾಮ್ ಒಪ್ಪಂದಗಳ ಬಗ್ಗೆ ಇರುವ ಆಶಾವಾದವನ್ನು ಇಸ್ರೇಲಿನ ಮೇಲಾದ ಭಯೋತ್ಪಾದನಾ ದಾಳಿಗಳು ದೂರ ಸರಿಸಿವೆ. ಇದರಿಂದ ಉಂಟಾದ ಸಮತೋಲನವು ಎಷ್ಟೇ ಕ್ಷಣಿಕವಾಗಿದ್ದರೂ ಅಸ್ಪಷ್ಟವಾಗಿಯೇ ಇದೆ. ಇಲ್ಲಿ ಸುರಕ್ಷಿತವಾಗಿ ಹೇಳಬಹುದಾದ ಒಂದೇ ಮಾತೆಂದರೆ, ಪಶ್ಚಿಮ ಏಶ್ಯಾದ ರಾಜಕೀಯದ ಅಡಿಪಾಯಗಳೇ ರೂಪಾಂತರಗೊಳ್ಳುತ್ತಿವೆ.

ಪಶ್ಚಿಮದ ಉದಾರವಾದಿ ರಾಜಕಾರಣವು ಈಗ ಸಾಕಷ್ಟು ಸ್ವಾಯತ್ತವಾಗಿ, ಕೆಲವು ದೇಶಗಳಲ್ಲಿನ ಆಡಳಿತದೊಂದಿಗೆ ಹೆಚ್ಚು ವಿರೋಧಿಯಾಗಿದೆ. ಇದು ಈಗಷ್ಟೇ ವಿಕಾಸವಾಗುತ್ತಿರುವ ಜಾಗತಿಕ ಗತಿರೇಖೆಗಳಿಂದ ವರ್ಧಿಸಿದ ಪುನರ್ಮೌಲ್ಯಕ್ಕೆ ಕಾರಣವಾಗಿದೆ. ಅಬ್ರಹಾಮ್ ಒಪ್ಪಂದಗಳು ಈ ಹಿಂದೆ ಸ್ಥಾಪಿತವಾಗಿದ್ದ ನಿಲುವುಗಳಿಗಿಂತ ತೀರಾ ದೂರ ಸರಿದ ಅಂಶಕ್ಕಾಗಿ – ಆರ್ಥಿಕ ಮತ್ತು ಸಂಪರ್ಕ ಸಂಗತಿಗಳ ಹೊರತಾಗಿ – ಗಮನಾರ್ಹವಾಗಿವೆ; ಐ2ಯು2 ಎಂಬ ಹೊಸ ಗುಂಪು, ಭಾರತದ ಹೆಚ್ಚಿನ ಭಾಗಿತ್ವವನ್ನು ಸೂಚಿಸುವ ಹಲವು ಅಂಶಗಳನ್ನು ಒಳಗೊಂಡಿದೆ. ಆದರೆ ಅದೊಂದೇ ಆಯ್ಕೆ ಇರಬೇಕಿಲ್ಲ. ಸೌದಿ ಅರೇಬಿಯಾವು ಏಶ್ಯಾದ ಮೇಲೆ ಈಗ ಹೊಂದಿರುವ ಹೆಚ್ಚಿನ ಪ್ರಮಾಣದ ಗಮನವೂ ಭಾರತಕ್ಕೆ ಹೊಸ ದಾರಿಗಳನ್ನು ತೆರೆದಿದೆ. ಇದರಲ್ಲಿ ಸಹಕಾರ ಮತ್ತು ಸಂಪರ್ಕದ, ಜಾರಿವ್ಯವಸ್ಥೆ (ಲಾಜಿಸ್ಟಿಕ್ಸ್) ಮತ್ತು ಇಂಧನದ ಸಂಗತಿಗಳಲ್ಲಿ ಸಹಕಾರದ ಸಾಧ್ಯತೆಗಳಿರುವ ಭಾರತ–ಮಧ್ಯಪ್ರಾಚ್ಯ – ಯುರೋಪ್ ಆರ್ಥಿಕ ಕಾರಿಡಾರ್ (ಐಎಂಇಸಿ)ಉಪಕ್ರಮವೂ ಸೇರಿದೆ. ಅರೇಬಿಯಾದ ಮೂಲಕ ಹಾದುಹೋಗಿ ಭಾರತ ಮತ್ತು ಯುರೋಪ್ ನಡುವೆ ಸಂಪರ್ಕ ಸಾಧಿಸಿದ ಸಂಪ್ರದಾಯದ ಮೇಲೆ ರೂಪುಗೊಂಡ ಈ ವೇದಿಕೆಯು 'ಇತಿಹಾಸಕ್ಕೆ ಮರಳುವು'ದನ್ನು ಪ್ರತಿನಿಧಿಸುತ್ತದೆ. ಅಂತಿಮ ವಿಶ್ಲೇಷಣೆ ಮಾಡಬಹುದಾದರೆ, ತಳ ಊರಿದ ರಾಜಕೀಯ ಮತ್ತು ಮೇಲೇರುತ್ತಿರುವ ಆರ್ಥಿಕತೆಗಳ ನಡುವಣ ಸಮತೋಲನವೇ ಪ್ರದೇಶದ ಪ್ರಸ್ತುತತೆಯನ್ನು ವಿಶ್ವದಾಚೆಗೂ ನಿರ್ಣಯಿಸುತ್ತದೆ.

ಯುರೋಪ್‌ಗೆ ಸಂಬಂಧಿಸಿ ಹೇಳುವುದಾದರೆ, ಉಕ್ರೇನ್ ಆಘಾತಕ್ಕಿಂತ ಮುನ್ನವೇ ಅದು ತನ್ನ ದಾಳಿಭಯದ ಸಂರಕ್ಷಣಾ ಮಾನಸಿಕತೆಯಿಂದ ಹೊರಬರಲು ಆರಂಭಿಸಿತ್ತು. ಅದು ಹೇಗೆ ಕ್ರಮೇಣವಾಗಿ ಜಾಗತಿಕ ಪ್ರಮಾಣದಲ್ಲಿ ತನ್ನ ಹಿತಾಸಕ್ತಿಗಳನ್ನು ಬಿಂಬಿಸುತ್ತ ಬಂದಿತು ಎಂಬುದೇ ಈ ಬೆಳವಣಿಗೆಯ ಸಂಕೇತ. ಐರೋಪ್ಯ ಸಮುದಾಯವು (ಇಯು) ಇಂಡೋ – ಪೆಸಿಫಿಕ್ ಕುರಿತು ಮತ್ತು ಸಂಪರ್ಕದ ಕುರಿತು ನೀತಿಗಳನ್ನು

ಅಳವಡಿಸಿಕೊಂಡಿರುವುದೇ ಒಂದು ಸ್ಪಷ್ಟ ಸಂಕೇತವಾಗಿದೆ. ಹೀಗಿದ್ದರೂ, ಉಕ್ರೇನ್ ಬಿಕ್ಕಟ್ಟಿನ ಅಗಾಧತೆಯು ಸಹಜವಾಗಿಯೇ ಪ್ರತಿಯೊಂದೂ ದೇಶದ ಹಾಗೂ ಸಾಮೂಹಿಕವಾಗಿ ಭದ್ರತಾ ದೃಷ್ಟಿಕೋನವನ್ನು ಆಮೂಲಾಗ್ರವಾಗಿ ಬದಲಾಯಿಸಿತು. ಕಾರ್ಯತಂತ್ರಾತ್ಮಕ ಜಾಗತಿಕತೆಯನ್ನು ಅದು ಕ್ಷಿಪ್ರಗೊಳಿಸಿತು. ಏಕೆಂದರೆ ಸ್ವತಃ ಯುರೋಪ್ ಈ ಚೌಕಟ್ಟಿನಲ್ಲಿ ಪರಿಣಾಮ ಮತ್ತು ಪ್ರತಿಕ್ರಿಯೆಗಳನ್ನು ತಾನೇ ವ್ಯಾಖ್ಯಾನಿಸಲು ತೀರ್ಮಾನಿಸಿತು. 'ವ್ಯಾಪಾರದ ಮೂಲಕ ಬದಲಾವಣೆ' ಎಂಬ ಮಾತಿನಲ್ಲಿ ಉತ್ಕಟವಾಗಿ ನಂಬಿರುವ ಖಂಡವಾಗಿ ತನ್ನ ಹಿತಗಳ ಬಗ್ಗೆ ಯಾವಾಗಲೂ ಸಂಪೂರ್ಣವಾಗಿ ನಿರ್ಲಿಪ್ತವಾದ ಯುರೋಪ್ ಈಗ ವಿಶ್ವದ ಬೆಂಬಲ ಮತ್ತು ಅರಿವನ್ನು ಬಯಸುತ್ತಿದೆ ಎಂಬುದು ಈಗಿನ ಸವಾಲಾಗಿ ಉಳಿದಿದೆ. ತನ್ನನ್ನು ತೀಕ್ಷ್ಣ ನೋವುಗಳು ಬಾಧಿಸದಂತೆ ಎಚ್ಚರ ವಹಿಸಿರುವ, ಆದರೆ ತನಗಿಂತ ಬಡದೇಶಗಳಿಗೆ ಕಷ್ಟದ ಆಯ್ಕೆಗಳನ್ನು ಪಾಲಿಸಲು ಸೂಚಿಸುತ್ತದೆ ಎಂಬುದು ಈ ಕಸರತ್ತನ್ನು ಹೆಚ್ಚು ಕಠಿಣಗೊಳಿಸಿದೆ. ರಷ್ಯಾದ ಇಂಧನ ಆಮದಿನ ವಿಷಯದಲ್ಲಿ ಇದು ತುಂಬಾ ಚೆನ್ನಾಗಿ ಕಂಡುಬಂದಿದೆ. ಇದೇ ನೀತಿಯು ವಾಣಿಜ್ಯದ ಇತರೆ ಅಂಶಗಳಿಗೂ ವಿಸ್ತರಿಸಿದೆ.

ಇನ್ನಾದರೂ ಕವಿದ ಕಾರ್ಮೋಡಗಳು ಸ್ವಲ್ಪವಾದರೂ ಕರಗಿದರೆ, ಭಾರತಕ್ಕೆ ಅಟ್ಲಾಂಟಿಕ್ ಮತ್ತು ಯುರಲ್ ಗುಂಟದ ಪ್ರದೇಶಗಳ ಬಗ್ಗೆ ಯುರೋಪಿನ ಬದಲಾದ ಸಂಬಂಧಗಳೇ ತುಂಬಾ ಕುತೂಹಲಕಾರಿಯಾಗಲಿವೆ. ಇವೆರಡೂ ಏಶಿಯನ್ ತೊಡಗಿಸಿಕೊಳ್ಳುವಿಕೆಯ ಮರುಮೌಲ್ಯಮಾಪನವನ್ನು ಉತ್ತೇಜಿಸಲಿವೆ. ಕಳೆದ ಎರಡು ದಶಕಗಳಿಂದ ಜರ್ಮನಿಯು ಅತೀವ ಶ್ರದ್ಧೆಯಿಂದ ಕಟ್ಟಿಕೊಂಡಿರುವ ನಿಲುವುಗಳು ಮತ್ತು ಇತರ ದೇಶಗಳು ಹೇಗೆ ಅದರ ಈಗಿನ ಬಿಕ್ಕಟ್ಟಿನ ಲಾಭ ಪಡೆಯುತ್ತವೆ ಎಂಬುದೇ ಈಗಿನ ಭವಿಷ್ಯದಲ್ಲಿ ಅಳೆಯಲಾಗದ ಅಂಶಗಳು. ಏಶ್ಯಾಗೆ ಸಂಬಂಧಿಸಿದಂತೆ ಯುರೋಪಿಯನ್ ದೇಶಗಳ ನಿಲುವುಗಳು ಯುಎಸ್‌ನ ನಿಲುವಿಗಿಂತ ಭಿನ್ನವಾಗಿರುತ್ತವೆ; ಏಕೆಂದರೆ ಅದೀಗ ಜಾಗತಿಕ ಪಾರಮ್ಯವನ್ನು ರಕ್ಷಿಸಿಕೊಳ್ಳುತ್ತಿಲ್ಲ. ಇದೇ ವೇಳೆ, ಇತ್ತೀಚೆಗಿನ ವರ್ಷಗಳಲ್ಲಿ ತೊಂದರೆಗಳ ಬಗೆಗಿನ ಜಾಗೃತಿ ಸಾಕಷ್ಟು ಹೆಚ್ಚಿದೆ. ಹಲವು ಬಗೆಯಲ್ಲಿ, ಇವುಗಳ ಫಲಿತಾಂಶಗಳು, ಎದುರಿಗಿರುವ ಒತ್ತಡಗಳು ಮತ್ತು ಮಧ್ಯಮಾವಧಿಯ ಲೆಕ್ಕಾಚಾರಗಳ ನಡುವಣ ಒಂದು ರಾಜಿಯಾಗಿರುತ್ತವೆ.

ಅದೇನೇ ಇದ್ದರೂ, ನಮ್ಮ ಕಾಲದ ಮುಂಚೂಣಿ ಶಕ್ತಿಯೇ – ಯುಎಸ್ – ಬದಲಾವಣೆಯ ನಾಯಕ. ಕಡಿಮೆ ಜಾಗತಿಕ ಪಾರಮ್ಯದ ಯುಎಸ್ ಹಿಂದಿನ ಕಾಲದಲ್ಲಿ ಮಾಡಿದಂತೆ ಆರ್ಥಿಕವಾದ ಉದಾರ ನಿಲುವನ್ನು ತೆಗೆದುಕೊಳ್ಳುವುದಕ್ಕೆ ಅಸಮರ್ಥ ಎಂದು ಪ್ರಭಾವಿ ಅಮೆರಿಕನ್ನರು ಪ್ರತಿಪಾದಿಸುತ್ತಾರೆ. ಕೇವಲ ಮುಕ್ತ ವ್ಯಾಪಾರ ಒಪ್ಪಂದಗಳಿಗೆ ಮಾತ್ರ ಈ ಆತಂಕ ಸೀಮಿತವಾಗಿರುವುದಿಲ್ಲ; ಅವು ಜಾಗತಿಕ ಸರಬರಾಜು ಸರಪಣಿ ಸ್ವರೂಪದವರೆಗೂ ವಿಸ್ತರಿಸುತ್ತವೆ. ಇದರ ಫಲಿತಾಂಶವಾಗಿ, ಆಂತರಿಕ ವಾಸ್ತವಗಳಿಗೆ ಸ್ಪಂದಿಸುವ ವಿದೇಶಗಳೊಂದಿಗಿನ ಆರ್ಥಿಕ ತೊಡಗಿಸಿಕೊಳ್ಳುವಿಕೆಯನ್ನು ಹೆಚ್ಚಿಸಲು ಇನ್ನೂ ಹೆಚ್ಚು ನವೀನ ಪ್ರಯತ್ನಗಳನ್ನು ಮಾಡಲಾಗುತ್ತಿದೆ. ಇಂಡೋ ಪೆಸಿಫಿಕ್ ಎಕನಾಮಿಕ್ ಫ್ರೇಮ್‌ವರ್ಕ್ (ಐಪಿಇಎಫ್) ಇಲ್ಲೊಂದು ಉದಾಹರಣೆ. ಇದು 2022ರಲ್ಲಿ ಟೋಕಿಯೋದಲ್ಲಿ ನಡೆದ ಖ್ವಾಡ್ ಶೃಂಗಸಭೆಯಲ್ಲಿ ಆರಂಭವಾಯಿತು; 2023ರಲ್ಲಿ ನಡೆದ ಏಶ್ಯಾ – ಪೆಸಿಫಿಕ್ ಎಕನಾಮಿಕ್ ಕೋ – ಆಪರೇಶನ್ (ಎಪಿಇಸಿ) ಸಭೆಯ ಹೊತ್ತಿಗೆ ಇದು ಸಾಕಷ್ಟು ಪ್ರಗತಿ ಸಾಧಿಸಿತು.

ಯುಎಸ್ ತನಗೆ ಸಿಕ್ಕಿರುವ ಅವಕಾಶಗಳನ್ನು ವಿಭಿನ್ನವಾಗಿ ಬಳಸಿಕೊಳ್ಳಲು ನೋಡುತ್ತಿದೆ ಎಂದು ಮಾತ್ರವಲ್ಲ; ಉಕ್ರೇನ್ ಕಲಹದ ಕುರಿತು ಅದು ರೂಪಿಸಿರುವ ಕಾರ್ಯತಂತ್ರವೂ ನಮ್ಮ ಕಾಲದ ಸಮಸ್ಯೆಗಳ ಮೇಲೆ ಬೆಳಕು ಚೆಲ್ಲುತ್ತದೆ. ಇಲ್ಲಿ ಒಂದು ಪಕ್ಷವು ಇನ್ನೊಂದು ಪಕ್ಷದ ಮೇಲೆ ಹೆಚ್ಚಿನ ಪ್ರಮಾಣದ ಹಿಡಿತವನ್ನು ಹೊಂದುತ್ತದೆಯೇ ಇಲ್ಲವೇ ಎಂಬುದೇ ಮುಖ್ಯವಾಗಿದೆ. ಹಲವು ಬಗೆಯ ದೊಡ್ಡ ಸವಾಲುಗಳನ್ನು ಯುಎಸ್ ಏಕಕಾಲಿಕವಾಗಿ ಎದುರಿಸುವ ಶಕ್ತಿಯನ್ನು ಹೊಂದಿದೆಯೇ ಎಂಬುದೇ ಇಲ್ಲಿನ ಪ್ರಮುಖ ಪ್ರಶ್ನೆ. ಇದೇ ಪ್ರಶ್ನೆಯು ನಮ್ಮ ಕಾಲದ ಪ್ರಬಲ ಶಕ್ತಿ ಮತ್ತು ಇತರರ ಕಾಲದ ಶಕ್ತಿ–ಇವುಗಳ ಭಿನ್ನ ಲಕ್ಷಣಗಳನ್ನು ತೋರಿಸುತ್ತದೆ. ಕಾರ್ಯತಂತ್ರಾತ್ಮಕ ಸ್ಪರ್ಧೆಯ ಕುರಿತು ಯುಎಸ್‌ಗೆ ಹೆಚ್ಚಿನ ಪ್ರಮಾಣದ ಜಾಗೃತಿ ಇದೆ; ಇದರ ಜೊತೆಗೆ ಚೆನ್ನಾಗಿ ಕಟ್ಟುವ ಮತ್ತು ಸಂರಕ್ಷಿಸುವ ಆಂತರಿಕ ಒತ್ತಡವೂ ಇಲ್ಲಿ ಸೇರಿಕೊಂಡಿದೆ. ಈ ಎಲ್ಲ ಬೆಳವಣಿಗೆಗಳ ಒಟ್ಟು ಫಲಿತಾಂಶವು – ಕೆಲವಕ್ಕೆ ಹೆಚ್ಚು ಸಮಯ ಹಿಡಿಯಬಹುದು, ಇನ್ನೂ ಕೆಲವು ಕೂಡಲೇ ಘಟಿಸಬಹುದು – ನಿಜಕ್ಕೂ ಪರಿವರ್ತನೆಯನ್ನು ಒಳಗೊಂಡವೇ ಆಗಿವೆ.

ಈಗ ನಾವು ಅನುಭವಿಸುತ್ತಿರುವುದನ್ನೇ ವೆಸ್ಟ್‌ಫೇಲಿಯನ್ ರಾಜಕಾರಣದ ಸಂಪ್ರದಾಯಸ್ಥ ನಂಬಿಕೆಯನ್ನೂ ಮೀರಿದ ಕಾಳಜಿಗಳೂ ರೂಪಿಸುತ್ತಿವೆ. ನಮಗೆಲ್ಲ ಗೊತ್ತಿರುವಂತೆ, ಶೀತಲಸಮರವು ಮೌಲ್ಯಗಳ ಒಂದು ಸಂವರ್ಗವು ಇನ್ನೊಂದು ಸಂವರ್ಗದ ಮೇಲೆ ಹಿರಿತನ ಸಾಧಿಸುವ ಗುರಿಗಳನ್ನು ಹೊಂದಿದ ವ್ಯವಸ್ಥಿತ ಸ್ಪರ್ಧೆಯನ್ನು ಕಂಡಿತು. ಆದರೆ ಬಲವಾದ ವಸಾಹತೋತ್ತರ ಸಾರ್ವಭೌಮ ಸಂವೇದನೆಗಳು ಇದನ್ನು ಸಮಸ್ಥಿತಿಗೆ ತಂದವು. ಇದೇ ಮಾರ್ಗದಲ್ಲಿ, ದೇಶೀಯ ವ್ಯವಹಾರಗಳನ್ನು ಎಲ್ಲಿ ಗೌರವಿಸಬೇಕು, ಎಲ್ಲಿ ಕೆಲವು ಭಾರೀ ಪ್ರಕರಣಗಳನ್ನು ಹೊರತುಪಡಿಸಬೇಕು ಎಂಬ ಸಂಗತಿಗಳ ಬಗ್ಗೆ ಒಂದು ಸ್ಥೂಲ ರಾಜಿಯನ್ನೂ ಮಾಡಿಕೊಳ್ಳಲಾಯಿತು. ಇದನ್ನೂ ಕಾರ್ಯತಂತ್ರಾತ್ಮಕ ಪರಿಗಣನೆಗಳ ಹಿನ್ನೆಲೆಯಲ್ಲಿ ತೀವ್ರ ಪ್ರಮಾಣದಲ್ಲಿ ತಿದ್ದಲಾಯಿತು; ಪ್ರಸ್ತಾವಿತ ನಿಯಮಗಳ ಉಲ್ಲಂಘನೆಗಳನ್ನು ಸಮಾನವಾಗಿ ಕಾಣಲಿಲ್ಲ.

ಆರ್ಥಿಕತೆಯ ವಿಷಯ ಬಂದಾಗ, ವ್ಯಾವಹಾರಿಕತೆಯೇ ಪ್ರಮುಖವಾಗಿತ್ತು; ಸಮಾಜಗಳನ್ನು ಕೇವಲ ಫಲಿತಾಂಶಗಳಿಗಾಗಿ ಬಳಸಿಕೊಳ್ಳುವ ಸಾಧನಗಳಂತೆ ನೋಡಲಾಗುತ್ತಿತ್ತು. ಮೇಲ್‌ಸ್ತರದಲ್ಲಿ, ಆರ್ಥಿಕ ಆಯ್ಕೆಗಳು ವೈಯಕ್ತಿಕವಾಗಿರಲಿಲ್ಲ; ಅದು ಕೇವಲ ವ್ಯಾವಹಾರಿಕವಾಗಿತ್ತು. ಆಂತರಿಕವಾಗಿ ಏನು ನಡೆಯುತ್ತಿದೆ ಎಂಬುದು ನಮಗೆ ಸಂಬಂಧಿಸಿದ್ದಲ್ಲ ಎಂದೇ ಭಾವಿಸಲಾಗಿತ್ತು. ಆದರೆ ಜಾಗತೀಕರಣವು ಕ್ರಮೇಣವಾಗಿ ಹೆಚ್ಚಿನ ಪ್ರಮಾಣದಲ್ಲಿ ಅಂತರ್ವ್ಯಾಪಕತೆಯನ್ನು ಉತ್ತೇಜಿಸಿದಂತೆ, ಈ ವ್ಯವಹಾರಗಳನ್ನು ಈವರೆಗೆ ನಡೆದುಕೊಂಡು ಬರುತ್ತಿದ್ದ ಆತ್ಮತೃಪ್ತಿಯ ರೀತಿಯಲ್ಲಿ ನಿರ್ಲಕ್ಷಿಸಲಾಗಲಿಲ್ಲ. ತುಂಬಾ ವಿಭಿನ್ನವಾಗಿ ನಂಬುವ, ಯೋಚಿಸುವ ಮತ್ತು ಕಾರ್ಯ ಎಸಗಬಹುದಾದ ಪಾತ್ರಗಳನ್ನು ನಾವು ನಮ್ಮ ಬದುಕಿನೊಳಗೆ ಬಿಟ್ಟುಕೊಂಡಿದ್ದೆವು. ಇದು ಕೇವಲ ಆ ದೇಶಗಳ ಉತ್ಪನ್ನಗಳನ್ನು ಆಮದು ಮಾಡಿಕೊಳ್ಳುವ ಪ್ರಶ್ನೆಯಾಗಿರಲಿಲ್ಲ. ವಾಸ್ತವದಲ್ಲಿ ಅವು ನಮ್ಮ ಪ್ರದೇಶದಲ್ಲಿಯೂ ಹೀಗೆಯೇ ಕಾರ್ಯಾಚರಣೆ ಮಾಡತೊಡಗಿದ್ದವು. ಇದು ಕೆಲವೊಮ್ಮೆ ಭೌತಿಕವಾಗಿದ್ದರೂ, ಇಂದಿನ ಡಿಜಿಟಲ್ ಯುಗವು ಕೃತಕ ಬುದ್ಧಿಮತ್ತೆ (ಎಐ)ಯೇ ನಮ್ಮ ಎಲ್ಲ ಕಳವಳಗಳಲ್ಲಿಯೇ ಅತ್ಯಂತ ಮುಖ್ಯವೆಂದು ರೂಪಿಸಿದೆ.

ಇಂತಹ ತೆರೆದುಕೊಳ್ಳುವಿಕೆಯು ಸಹಜವಾಗಿಯೇ ಪಾರದರ್ಶಕತೆ ಮತ್ತು ನಂಬಿಕೆಗಳ ಬಗ್ಗೆ ಅನುಮಾನಗಳನ್ನು ಎತ್ತಿತು. ನಮ್ಮ ಸಹಜ ರೂಢಿಯಾದ ನಿರ್ಬಂಧಗಳು ಮತ್ತು ತಡೆಗೋಡೆಗಳು ಅವರದೂ ಆಗದಿದ್ದರೆ ಸಹಜವಾಗಿಯೇ ಅದು ನಮ್ಮನ್ನು ಕಾಡುತ್ತದೆ. ಇದಿಷ್ಟೇ ಅಲ್ಲ, ಜಾಗತಿಕ ವ್ಯವಹಾರಗಳಲ್ಲಿ ವರ್ತನಾತ್ಮಕ ಬದಲಾವಣೆಗಳು ಜಾಗತಿಕ ಸಂರಚನೆಯ ಮೇಲೆಯೇ ಪರಿಣಾಮ ಉಂಟುಮಾಡಲು ಆರಂಭಿಸಿದವು. ಆಶಾವಾದದ ಆ ಕಾಲದಲ್ಲಿ ನಾವು ಪರಿಣಾಮಕತೆ ಮತ್ತು ಸ್ಪರ್ಧಾತ್ಮಕತೆಯ ಬಗ್ಗೆ ಹೆಚ್ಚಿನ ಗಮನ ಹರಿಸಿದ್ದೆವು. ಆದರೆ ಮಾರುಕಟ್ಟೆ ಪಾಲು ಮತ್ತು ಪರಸ್ಪರಾವಲಂಬನೆಗಳನ್ನು ಕಾರ್ಯತಂತ್ರಾತ್ಮಕವಾಗಿ ಬಳಸಿಕೊಳ್ಳಲು ಆರಂಭವಾದಂತೆ ನಮ್ಮ ತೆರೆದುಕೊಳ್ಳುವಿಕೆಯ ಪ್ರಮಾಣವೂ ರಾಷ್ಟ್ರೀಯ ಸುರಕ್ಷತೆಯ ವಿಷಯವಾಗಿ ಮೂಡಿತು. ಇಂತಹ ಪರಿಮಾಣಗಳು ಈ ಹಿಂದೆಯೂ ಇದ್ದವು; ಆದರೆ ಅವುಗಳನ್ನು ಯಥೇಚ್ಛವಾಗಿ ಬಳಸಿರಲಿಲ್ಲ. ಈಗ ನಾವು ಬೇರೆಯೇ ಆದ ರಾಜತಾಂತ್ರಿಕ ಸಂಸ್ಕೃತಿಗೆ ಜಾರಿದ್ದೇವೆ ಎಂಬುದರಲ್ಲಿ ಯಾವ ಸಂಶಯವೂ ಇಲ್ಲ. ಇದರಲ್ಲಿ ಹಿಂಜರಿಕೆ ಕಡಿಮೆ, ಬಲವಂತದ ಪ್ರಮಾಣ ಹೆಚ್ಚು. ಕಳೆದ ದಶಕದ ಒಂದು ಪ್ರಮುಖ ಬೆಳವಣಿಗೆ ಎಂದರೆ ರೂಢಿಗತವಾಗಿದ್ದನ್ನು ಶಸ್ತ್ರೀಕರಣ ಮಾಡಿದ್ದು. ಅದು ವ್ಯಾಪಾರ, ಪ್ರವಾಸ, ಸಂಪರ್ಕ ಅಥವಾ ಹಣಕಾಸು – ಯಾವುದೂ ಆಗಿರಬಹುದು. ಇದರ ಪರಿಣಾಮವಾಗಿ, ಪ್ರತಿಯೊಂದನ್ನೂ ರಕ್ಷಿಸಿಕೊಳ್ಳುವ ಅಗತ್ಯ ಒದಗಿದೆ. ಇಂತಹ ತಲ್ಲಣಗಳು ಸರಬರಾಜು ಸರಪಣಿಗೂ ವ್ಯಾಪಿಸಿವೆ. ರಾಜಕೀಯ ಅಜ್ಞಾತವಾದವು ಸಂಪೂರ್ಣವಾಗಿ ಕೊನೆಗೊಂಡಿದೆ.

ವಿಚಿತ್ರವೆಂದರೆ, ಅಫಘಾನಿಸ್ತಾನದ ಘಟನೆಗಳನ್ನು ವಿರುದ್ಧ ದಿಕ್ಕಿನಲ್ಲಿ ನಡೆಯುತ್ತಿರುವ ವಿದ್ಯಮಾನಗಳು ಎಂದೂ ವಿಶ್ಲೇಷಿಸಬಹುದು. ಹಲವರಿಗೆ ಆ ದೇಶದ ನಿರ್ಮಾಣದ ಉದ್ದೇಶದ ಕಾರಣ ಒಡ್ಡಿ ನಡೆದ ವಿದೇಶಿ ನೆಲೆಯ ನುಗ್ಗಿಸುವಿಕೆಯು ಹೇಗೆ ಟೀಕೆಗೆ ಒಳಗಾಗಿದೆ ಎಂಬುದೇ ಸಮಸ್ಯೆಯಾಗಿತ್ತು. 9/11 ದಾಳಿಗಳ ನಂತರ ಅಫಘಾನಿಸ್ತಾನದಲ್ಲಿ ವಿದೇಶಿ ಇರವಿನ ಪ್ರಮಾಣವನ್ನು ಹೆಚ್ಚಿನ ದುಷ್ಪರಿಣಾಮಗಳಿಲ್ಲದ ಹಾಗೆ ಸೀಮಿತಗೊಳಿಸಬಹುದಿತ್ತೇ ಎಂಬುದು ಚರ್ಚಾಸ್ಪದ ಪ್ರಶ್ನೆ. ಆದರೆ ಬಹುಶಃ ಅದೂ ಈಗ ಹುಸಿ ಚರ್ಚೆಯಾಗುತ್ತಿದೆ. ಗುರಿಗಳ ಮಹತ್ವಾಕಾಂಕ್ಷೆಯು ಎಂದೂ ಒಂದು ಸಮಸ್ಯೆಯಾಗಿರಲಿಲ್ಲ; ಸನ್ನಿವೇಶದ ತಿಳಿವಳಿಕೆಯೇ ಅಲ್ಲಿನ ಸಮಸ್ಯೆಯಾಗಿತ್ತು. ಎರಡು ದಶಕಗಳ ಕಾಲ ತನ್ನ ವಿರುದ್ಧವೇ ಸಮರವನ್ನು ಹೂಡಲು ಪ್ರೇರೇಪಿಸುತ್ತಿದ್ದ ದೇಶವೇ ತನ್ನ ಜಾರಿವ್ಯವಸ್ಥೆಯ ಅಗತ್ಯಗಳಿಗೆ ಮುಖ್ಯವಾದ ದೇಶವೂ ಆಗಿತ್ತು ಎಂಬ ಅಸಂಗತ ವಾಸ್ತವದೊಂದಿಗೇ ಯುಎಸ್ ಹೆಣಗಿತು. ಈ ಉಭಯ ಸಂಕಟವು ಎಷ್ಟು ತೀವ್ರವಾಗಿತ್ತೆಂದರೆ ಅದಕ್ಕೆ ಪಾಕಿಸ್ತಾನದಲ್ಲಿ ಒಸಾಮಾ ಬಿನ್ ಲಾಡೆನ್ ಇರುವುದೂ ಕೂಡ ಬಿಕ್ಕಟ್ಟು ಎಂದು ಅನ್ನಿಸಲಿಲ್ಲ. ಆದರೆ ಇದರ ಜೊತೆಗೇ ಪಾಕಿಸ್ತಾನದ ಸೇನೆಯು ಈ ವಿಷಯದಲ್ಲಿ ಕೈಚಳಕ ತೋರಿಸಿದ್ದನ್ನು ಮರೆಯುವ ಹಾಗಿಲ್ಲ. ಯುಎಸ್ ಸೇನೆಯ ಮತ್ತು ರಾಜಕೀಯ ನಾಯಕರ ಒಂದು ಪೀಳಿಗೆಯೇ 'ಮಿತ್ರ ಅಥವಾ ಶತ್ರು' ಎಂಬುದನ್ನು ಗುರುತಿಸುವಲ್ಲಿ ಗೊಂದಲಕ್ಕೆ ಒಳಗಾಯಿತು.

ಅದೇನೇ ಇದ್ದರೂ, ವಿಶ್ವವು ಇದಕ್ಕೆ ವಿರುದ್ಧವಾದ ವಿಷಮಸ್ಥಿತಿಯ ಬಗ್ಗೆಯೇ ಚಿಂತಿಸುತ್ತಿದೆ. ಅದೀಗ ಅಫ್ಘನ್ ಸಮಾಜದ ಒಳಗೆ ನಡೆಯುತ್ತಿರುವ ವಿದ್ಯಮಾನಗಳ ಹೊರತಾಗಿ ಋಣಾತ್ಮಕ ಬಾಹ್ಯ ಪರಿಣಾಮಗಳು ಉಂಟಾಗದೇ ಇರಲಿ ಎಂದು ಹತಾಶವಾಗಿ ನಿರೀಕ್ಷಿಸುತ್ತಿದೆ. ಇದನ್ನೇ ಕೆಲವು ದೇಶಗಳು ಭಯೋತ್ಪಾದನೆ ಮತ್ತು ಮೂಲಭೂತವಾದದ ಪರಿಭಾಷೆಯಲ್ಲಿ

ವಿವರಿಸುತ್ತವೆ. ಇನ್ನೂ ಕೆಲವು ದೇಶಗಳು ಇನ್ನಷ್ಟು ನಿರಾಶ್ರಿತರು ಹೊರಬರುತ್ತಾರೆ ಅಥವಾ ಚಿಕಿತ್ಸೆಗಾಗಿ ಮಹಿಳೆಯರು ಬರುತ್ತಾರೆ ಎಂಬ ಬಗ್ಗೆ ಕಳವಳವನ್ನು ಹೊಂದಿವೆ. ಏನೇ ಆದರೂ, ಹೆಚ್ಚು ಬಿಗಿಯಾಗಿರುವ ಏಕೀಕೃತ ವಿಶ್ವದಲ್ಲಿ, ತೀರಾ ವಿಭಿನ್ನವಾಗಿರುವ ಸಂಸ್ಕೃತಿಗಳ ಹೊಂದಾಣಿಕೆಯ ಸಮಸ್ಯೆಗಳ ಕುರಿತು ಅಂತಾರಾಷ್ಟ್ರೀಯ ಸಂಬಂಧಗಳು ಇನ್ನೂ ಅತೃಪ್ತಿಕರವಾಗೇ ನಿರ್ವಹಿಸುತ್ತಿವೆ ಎಂಬುದು ಈ ಹೊತ್ತಿನ ಸತ್ಯ.

'ಇತರರ' ಆಗಮನ

ಈಗಿನ ಸನ್ನಿವೇಶದ ಕೆಲವು ತಿಕ್ಕಾಟದ ಅಂಶಗಳು ಹಿತಾಸಕ್ತಿಗಳನ್ನು ಹೇಗೆ ಮುನ್ನಡೆಸಬೇಕು ಎಂಬ ತಮ್ಮದೇ ಆದ ಚರ್ಚೆಯನ್ನು ಹುಟ್ಟಿಸಿವೆ. ಕಡಿಮೆ ಕಾರ್ಯತಂತ್ರಾತ್ಮಕ ಯುಗದ ಫಲಿತಾಂಶಗಳನ್ನು ಸರಿಪಡಿಸುವ ಪ್ರಯತ್ನವಾಗಿ ಒಳ್ಳೆಯ ಅಂಶಗಳನ್ನು ಮತ್ತು ಸಾಧ್ಯತೆಗಳನ್ನು ಬೇರ್ಪಡಿಸುವ ಕುರಿತು ಚರ್ಚೆ ನಡೆದಿದೆ. ಇತರೆ ಎಲ್ಲಾ ಪರಿಕಲ್ಪನೆಗಳಂತೆ, ಇಲ್ಲಿ ಅತಿಯಾದ ವ್ಯಾಖ್ಯಾನಗಳನ್ನು ಮಾಡದೇ ಇರುವುದೇ ಸೂಕ್ತ.

ಇಂದಿನ ಜಾಗತಿಕ ಆರ್ಥಿಕತೆಯು ರಾಷ್ಟ್ರೀಯವಾಗಿ ಪ್ರತ್ಯೇಕಿಸಲಾಗದಷ್ಟು ಪ್ರಮಾಣದಲ್ಲಿ ಪರಸ್ಪರ ಸಮಗ್ರವಾಗಿ ಬೆರೆತುಕೊಂಡಿವೆ. ಹೀಗಾಗುವುದನ್ನು ಯಾವುದೇ ಸಮಾಜವು ತಡೆದುಕೊಳ್ಳಲು ಆಗದು; ಆದ್ದರಿಂದಲೇ ಅವು ಬೇರ್ಪಡಿಸುವುದಕ್ಕೂ ಮುಂದಾಗಿಲ್ಲ. ಇದೇ ವೇಳೆ, ಕಾರ್ಯತಂತ್ರಾತ್ಮಕ ಸ್ಪರ್ಧೆಯ ಮುಕ್ತ ಮಾತುಕತೆ ನಡೆಯುತ್ತಿದೆ; ಇದನ್ನೂ ಕೂಡ ಅಲ್ಲಗಳೆಯುವಂತಿಲ್ಲ. ಸ್ಪರ್ಧಿಗಳು ಒಂದು ಹಂತವನ್ನು ಮೀರಿದ ಮೇಲೆ ಪರಸ್ಪರರನ್ನು ನಂಬಲಾರರು ಎಂಬುದು ಸ್ಪಷ್ಟ. ವ್ಯಾಪಾರ, ಸಂಪನ್ಮೂಲ, ಸಂಪರ್ಕ ಅಥವಾ ಪೈಪ್‌ಲೈನ್ ಮುಂತಾದ ಯಾವುದೇ ಎರಡೂ ದಿಕ್ಕುಗಳಿಂದ ಕೂಡಿಕೊಂಡಿರುವ ಸಂಬಂಧಗಳ ಲಾಭವನ್ನು ಶಕ್ತಿಯುತ ಅಥವಾ ಇವನ್ನೆಲ್ಲಾ ಮೊದಲೇ ಊಹಿಸಿಕೊಳ್ಳುವ ಜಾಣ್ಮೆ ಹೊಂದಿದ ದೇಶವು ಚೆನ್ನಾಗಿ ಪಡೆಯಬಹುದು. ಸೃಜನಶೀಲತೆ ಮತ್ತು ಪ್ರಗತಿಯ ಚಾಲನಾಶಕ್ತಿಯಾದ ಮುಕ್ತತೆಯೂ ಇಲ್ಲಿ ಅಪಾಯಕ್ಕೆ ಸಿಲುಕುತ್ತದೆ. ಇಂತಹ ವರ್ತನೆಗಳ ಸಂಭಾವ್ಯ ಪರಿಣಾಮ ಎಂದರೆ ಸ್ವಾಯತ್ತತೆಯನ್ನು ಪ್ರೋತ್ಸಾಹಿಸುವುದು ಮತ್ತು ಆಯ್ದ ಕ್ಷೇತ್ರಗಳನ್ನು ಸಂರಕ್ಷಿಸಿಕೊಳ್ಳುವುದು; ಹಾಗೂ ಇದೇ ವೇಳೆ ಇತರೆ ರಂಗಗಳ ಅಗತ್ಯವಿರುವ ಕಡೆಗಳಲ್ಲಿ ವಿಪುಲತೆ ಮತ್ತು ವಿಶ್ವಸನೀಯತೆಯನ್ನು ಅಭಿವೃದ್ಧಿಪಡಿಸಲು ಯತ್ನಿಸುವುದು. ಇದರಿಂದಲೂ ರಫ್ತು ನಿಯಂತ್ರಣಗಳ ಮೇಲೆ ಮತ್ತು ತಂತ್ರಜ್ಞಾನ ಹಂಚಿಕೆಯ ಮೇಲೆ ಹೊಸದಾಗಿ ಗಮನ ಕೊಡುವಂತಾಗುತ್ತದೆ. ಚಿಪ್‌ಗಳು ಮತ್ತು ಸೆಮಿಕಂಡಕ್ಟರ್‌ಗಳು ಇಲ್ಲಿ ತೀರಾ ಸಹಜವಾದ ಉದಾಹರಣೆಗಳು. ವಿವಿಧ ದೇಶಗಳು ಕಡಿಮೆ ನಂಬಿಕೆಯ ಗುಣವಿಶೇಷಗಳ ಆಧಾರದಲ್ಲಿ ತಮ್ಮ ನಿಯಮಾವಳಿಗಳನ್ನು ಮತ್ತು ವಿಧಾನಗಳನ್ನು ಹೊಂದಿಸಿಕೊಳ್ಳುತ್ತಿರುವಂತೆ, ಸಮಾಜೋ–ರಾಜಕೀಯ ಪರಿಣಾಮಗಳೂ ಕಂಡುಬರುತ್ತವೆ. ಅಕಾಡೆಮಿಕ್ ರಂಗದಿಂದ ಹಿಡಿದು ವ್ಯವಹಾರದವರೆಗೆ, ಸಂಶೋಧನೆಯಿಂದ ಹಿಡಿದು ಪ್ರವಾಸದವರೆಗೆ ಮುಂದಿನ ದಶಕದಲ್ಲಿ ವಿಶ್ವವು ಇದರ ಪ್ರಭಾವವನ್ನು ಕಾಣಲಿದೆ. ಇವೆಲ್ಲಕ್ಕಿಂತ ಮಿಗಿಲಾಗಿ, ರಾಜಕೀಯ ಆರ್ಥಿಕತೆ ಮತ್ತು ಸಾಂಪ್ರದಾಯಿಕ ಭದ್ರತೆಗಳು ಮುಂದೆಯೂ ಅಸ್ತಿತ್ವದಲ್ಲಿ ಇರಲಿವೆ.

ಬಾಹ್ಯ ವಾತಾವರಣವು ಅಷ್ಟೇನೂ ಅನುಕೂಲಕರವಾಗಿ ಇರದಿದ್ದಾಗ ಯಾರಿಗೆ ಲಾಭವಾಗಲಿದೆ, ಯಾರಿಗೆ ನಷ್ಟವಾಗಲಿದೆ ಎಂಬುದು ಒಂದು ಕುತೂಹಲಕರ ಸಂಗತಿ.

ಅಧಿಕಾರ ವೈಶಿಷ್ಟ್ಯಗಳು ಹೇಗೆ ತಮ್ಮನ್ನು ತಾವು ಸಮರ್ಥನೆ ಮಾಡಿಕೊಳ್ಳಲಿವೆ ಎಂಬುದೂ ಗಮನಾರ್ಹ ಸಂಗತಿ. ಇತರರ ಕಾರ್ಯತಂತ್ರಾತ್ಮಕ ಸಂಸ್ಕೃತಿಯನ್ನು ಹಲವು ದೇಶಗಳು ಅದಾಗಲೇ ತಪ್ಪಾಗಿ ಅರಿತಿದ್ದರಿಂದ ಅನುದ್ದೇಶಿತ ಫಲಿತಾಂಶಗಳು ಬಂದಿವೆ ಎಂಬುದನ್ನು ನಾವು ಈಗಾಗಲೇ ನೋಡಿದ್ದೇವೆ. ಕೆಲವು ಅಂಶಗಳಲ್ಲಿ ಸಂಘಟಿತವಾಗಿರುವ ವಿಶ್ವವು ಇತರೆ ಸಂಗತಿಗಳಲ್ಲಿ ತೀವ್ರವಾಗಿ ಹೆಣಗುತ್ತಿರುವ ಅಂಶವು ಒಂದು ಹೊಸ ಅನುಭವ.

ವಿವಿಧ ದೇಶಗಳ ಪ್ರತಿಕ್ರಿಯೆಗಳು ಸನ್ನಿವೇಶಗಳು ಮತ್ತು ಸುತ್ತಲಿನ ಅಂಶಗಳಿಂದ ಸಹಜವಾಗಿಯೇ ಪ್ರಭಾವಿತವಾಗಿರುತ್ತವೆ. ಆದ್ದರಿಂದ, ಸಂರಚನಾತ್ಮಕ ಬದಲಾವಣೆಗಳು ನಡೆಯುತ್ತಿರುವುದನ್ನು ನಾವು ಮೆಚ್ಚಿಕೊಳ್ಳುವುದು ಎಲ್ಲಕ್ಕಿಂತ ಮುಖ್ಯವಾದ ಸಂಗತಿಯಾಗಿದೆ. ಯುಎಸ್‌ನ ಮಿತಿಗಳು ಮತ್ತು ಚೀನಾದ ಪ್ರಗತಿಯಿಂದ ರೂಪುಗೊಂಡ ರಚನೆಯು ಸಡಿಲವಾಗುತ್ತಿರುವುದು ಇತರರಿಗೆ ಹಲವು ಅವಕಾಶಗಳನ್ನು ತೆರೆದಿದೆ ಎಂಬುದು ವಾಸ್ತವ. ನಾವು ಒಂದೇ ಮಟ್ಟದಲ್ಲಿ ಇಲ್ಲದ ಎರಡು ಪ್ರಮುಖ ಶಕ್ತಿ ದೇಶಗಳನ್ನು ಹೊಂದಿರಬಹುದು. ಆದರೆ ಅದೂ ಕೂಡ ಸಾಂಪ್ರದಾಯಿಕ ದ್ವಿಧ್ರುವೀಕರಣವಾಗಿ ಬದಲಾಗುವುದಿಲ್ಲ. ಹೆಚ್ಚು ಸ್ವತಂತ್ರವಾಗಿ ಬೆಳೆಯುತ್ತಿರುವ ಮತ್ತು ತೂಕ ಹೆಚ್ಚುತ್ತಿರುವ ಹಲವು ದೇಶಗಳು ಈಗ ಕಾಣುತ್ತಿವೆ. ಅವುಗಳು ವಿವಿಧ ಪ್ರಮಾಣಗಳಲ್ಲಿ ಸ್ಪರ್ಧೆಗಳನ್ನು ತಮ್ಮ ಅನುಕೂಲಕ್ಕೆ ಬಳಸಿಕೊಳ್ಳುವ ಹಾಗೆಯೇ ಈಗಿರುವ ಕಂದರಗಳ ಲಾಭವನ್ನೂ ಪಡೆಯುತ್ತವೆ. ಅಂತಹ ಕೆಲವು ಸಂಗತಿಗಳು ಅವುಗಳ ಪೂರ್ವಗ್ರಹ, ಮಿತ್ರತ್ವ ಮತ್ತು ಆಸಕ್ತಿಗಳ ಮಿತಿಗೆ ಒಳಪಟ್ಟಿರಬಹುದು. ಆದರೆ ಒಂದು ವಿಶಾಲ ವಿನ್ಯಾಸವಾಗಿ, ಅವುಗಳು ಇನ್ನೂ ಹೆಚ್ಚು ದೂರದಲ್ಲಿರುವ ದೇಶಗಳ ಡೋಲಾಯಮಾನ ಸ್ಥಿತಿಗಳ ಲಾಭ ಪಡೆಯಲೂ ಪ್ರೇರೇಪಿಸುತ್ತವೆ. ಮೈತ್ರಿ ಆಸಕ್ತಿಗಳ ವೈವಿಧ್ಯವೇ ಇಲ್ಲಿ ಸಹಾಯಕ ಅಂಶವೂ ಆಗಬಹುದು.

ಮೈತ್ರಿಕೂಟಗಳೇ ಇಂತಹ ಸನ್ನಿವೇಶಗಳ ಉತ್ಪನ್ನ ಎಂಬುದನ್ನೂ ನಾವು ಒಪ್ಪಿಕೊಳ್ಳಬೇಕು. ಯುಎಸ್ ರೂಪಿಸಿದ ವಿಶಾಲ ಮತ್ತು ಬಾಳಿಕೆಯ ಜಾಲವನ್ನೇ ನಕಲು ಮಾಡುವುದು ಬಹುತೇಕ ಅಸಾಧ್ಯ. ಅಂತಹ ಗಂಭೀರ ನಕಲು ಮಾಡುವ ಯತ್ನವನ್ನು ಮಾಡುವ ಸಾಮರ್ಥ್ಯವೂ ಬೇರೆ ಯಾವುದೇ ಶಕ್ತಿಗೆ ಇಲ್ಲ. ಆದರೆ ಬದಲಾಗುತ್ತಿರುವ ಕಾಲವು ವಿವಿಧ ಮಾದರಿಗಳನ್ನು ರೂಪಿಸುತ್ತದೆ; ಇದರಿಂದ ಜಾಗತಿಕ ಶ್ರೇಣಿ ವ್ಯವಸ್ಥೆಯನ್ನು ಸ್ಥಾಪಿಸುವ ನಿರಂತರ ಪ್ರಕ್ರಿಯೆಯು ಖಂಡಿತವಾಗಿಯೂ ವಿಶಿಷ್ಟ ಅಭಿವ್ಯಕ್ತಿಗಳನ್ನು ತಳೆಯುತ್ತದೆ. ಹೊಸ ವ್ಯವಸ್ಥೆಯು ಮೂಡುವುದಕ್ಕೆ ಆರ್ಥಿಕ ಏಕೀಕರಣ ಮತ್ತು ಅವಲಂಬನೆಗಳು ಈಗ ಇನ್ನೂ ಪ್ರಮುಖವಾದ ನಿರ್ಧಾರಕ ಕಾರಣಗಳಾಗಬಹುದು. ಪರ್ಯಾಯಗಳ ಸಾಧ್ಯತೆಯನ್ನು ಅಲ್ಲಗಳೆಯುವಂತಿಲ್ಲ.

ವಿವಿಧ ದೇಶಗಳ ನಡುವೆ ಕಡಿಮೆ ಸಂರಚನಾ ಪೆಡಸಿನ ವಿಶಾಲ ಅಧಿಕಾರ ಹಂಚಿಕೆಯೇ ವಿಶ್ವವೇದಿಕೆಯ ಮೇಲೆ 'ಇತರರ' ಆಗಮನವನ್ನು ವಿವರಿಸುತ್ತದೆ. ಈ ವಿಭಾಗವೇ ವರ್ಣಪಟಲದಂತೆ ಕಾಣಬಹುದು; ಕೆಲವಕ್ಕೆ ಅಧಿಕಾರ ಹೊಂದಿರುವ ಸುದೀರ್ಘ ಇತಿಹಾಸ ಇರಬಹುದು, ಕೆಲವಕ್ಕೆ ತತ್‌ಕ್ಷಣದ ಸಕಾಲಿಕತೆಯೂ ಇರಬಹುದು. ಕೆಲವೇ ದೇಶಗಳು ಮುಂದೊಂದು ದಿನ ಮುಂಚೂಣಿ ಶಕ್ತಿಗಳಾಗಬಹುದು; ಇನ್ನೂ ಕೆಲವು ಕೇವಲ ಗತಕಾಲದ ದಿಕ್ಸೂಚಿಗಳನ್ನೇ ರಕ್ಷಿಸಿಕೊಂಡು ಇರಬಹುದು. ಇದಕ್ಕಿಂತ ಹೆಚ್ಚಾಗಿ, ಒಂದು ದೇಶವು ಸ್ಪರ್ಧೆಯಲ್ಲಿ ಮುಖ್ಯವಾಗಿ ಕಾಣಿಸಿಕೊಳ್ಳಲು ಸರ್ವಾಂಗೀಣ

ಅಭಿವೃದ್ಧಿ ಆಗಿರಬೇಕು ಎಂದು ಜಾಗತೀಕರಣಗೊಂಡ ವಿಶ್ವವು ಅಪೇಕ್ಷಿಸುವುದಿಲ್ಲ. ಕೆಲವು ರಂಗಗಳು ಸಮಾಧಾನಕರವಾಗಿ ಅಭಿವೃದ್ಧಿಯಾಗಿದ್ದರೆ, ಅದೇ ಗಮನಾರ್ಹ ವ್ಯತ್ಯಾಸ ಮಾಡಲು ಬೇಕಾದ ಹೆಚ್ಚುಗಾರಿಕೆಗಳನ್ನು ಒದಗಿಸುತ್ತದೆ. ಅದು ಗತಕಾಲದಲ್ಲಿ ಇದ್ದಂತೆ ಸೇನಾ ಪಡೆ ಆಗಿರಬಹುದು; ನೈಸರ್ಗಿಕ ಅಥವಾ ಹಣಕಾಸು ಸಂಪನ್ಮೂಲವಾಗಿರಬಹುದು; ಕಾರ್ಯತಂತ್ರಾತ್ಮಕ ಕ್ಷೇತ್ರವಾಗಿರಬಹುದು; ಅತ್ಯಾಧುನಿಕ ಸಾಮರ್ಥ್ಯವಾಗಿರಬಹುದು ಅಥವಾ ಪರಿಣಾಮಕಾರಿ ವೇದಿಕೆ ಆಗಿರಬಹುದು. ಇವುಗಳ ವಿವಿಧ ಬಗೆಯ ಜೋಡಣೆಗಳು ಇನ್ನೂ ಹೆಚ್ಚಿನ ಪ್ರಭಾವಕ್ಕೆ ಅನುವು ಮಾಡಿಕೊಡುತ್ತವೆ.

ವ್ಯಾಪಕ ಪ್ರಾದೇಶಿಕತೆಯ ರೂಪದಲ್ಲಿ ಇಂತಹ ಶಕ್ತಿಗಳ ಪ್ರಾಧಾನ್ಯವು ಕಣ್ಣಿಗೆ ಕಾಣುತ್ತಿದೆ. ಆಫ್ರಿಕಾ, ಪಶ್ಚಿಮ ಏಶ್ಯಾ, ಕೊಲ್ಲಿ ದೇಶಗಳು ಅಥವಾ ಓಶಿಯಾನಿಯಾ – ಯಾವುದೇ ಇರಲಿ, ಭಿನ್ನಾಭಿಪ್ರಾಯಗಳು ಮತ್ತು ವಿವಾದಗಳನ್ನು ಹೆಚ್ಚಾಗಿ ಸ್ಥಳೀಯ ವಿಧಾನಗಳಲ್ಲೇ ಪರಿಹರಿಸಲಾಗುತ್ತಿದೆ. ವಾಸ್ತವದಲ್ಲಿ ಈಗ ಕಾಣುತ್ತಿರುವ ಪರಿವರ್ತನೆಯು ಒದಗಿಸಿದ ಅವಕಾಶಗಳು ಎಷ್ಟು ಮಹತ್ತ್ವದ್ದಾಗಿವೆಯೆಂದರೆ ಸಣ್ಣ ದೇಶಗಳೂ ಅವುಗಳ ಪ್ರಯೋಜನ ಪಡೆಯಬಹುದು.

ಪಶ್ಚಿಮ ಏಶ್ಯಾದ ದೇಶಗಳ ಹಾಗೆ ಈ ಅಂಶವನ್ನು ಚಿತ್ರವತ್ತಾಗಿ ಬಿಂಬಿಸಿದ ಪ್ರದೇಶ ಬೇರೆ ಇಲ್ಲ. ದೊಡ್ಡ ಮತ್ತು ಚಿಕ್ಕ ಸಂಘರ್ಷ – ಯಾವುದೇ ಇರಲಿ, ಉದ್ವಿಗ್ನತೆಗಳನ್ನು ಸ್ಥಳೀಯ ಶಕ್ತಿಗಳೇ ಚಲಾಯಿಸುತ್ತಿವೆ ಎಂಬ ಸಂಗತಿಯಲ್ಲೇ ಅದರ ಶಕ್ತಿಯುತವಾದ ಪ್ರಾದೇಶೀಕರಣದ ಅಭಿವ್ಯಕ್ತಿಯನ್ನು ನೋಡಬಹುದು. ವಿಶ್ವದ ಇತರೆ ದೇಶಗಳು ಗಮನಾರ್ಹ ಆಸಕ್ತಿಗಳನ್ನು ಹೊಂದಿದ್ದರೂ, ಅವುಗಳ ಮಧ್ಯಪ್ರವೇಶದ ಒಲವು ಮತ್ತು ಸಾಮರ್ಥ್ಯಗಳು ಸ್ಪಷ್ಟವಾಗಿ ಕುಗ್ಗುತ್ತಿವೆ. ನೈಸರ್ಗಿಕ ಸಂಪನ್ಮೂಲಗಳ ಲಾಭ ಪಡೆಯುವುದು ಬಹುಕಾಲದ ಸಂಪ್ರದಾಯವಾಗಿದೆ. ಇದಕ್ಕೆ ಈಗ ನಾವೀನ್ಯದ ತಂತ್ರಜ್ಞಾನ ಅಳವಡಿಕೆಗಳನ್ನು ಜೋಡಿಸಲಾಗಿದೆ. ಯೆಮೆನ್ ಅಥವಾ ಗಾಝಾ ಯಾವುದೇ ಇರಲಿ, ದೀರ್ಘಕಾಲೀನದ ಸಮಸ್ಯೆಗಳು ಹೇಗೆ ಪ್ರಭಾವೀ ಸಮಕಾಲೀನ ಸ್ವರೂಪಗಳನ್ನು ಪಡೆಯಬಹುದು ಎಂಬುದನ್ನು ನಾವು ಗಮನಿಸಬಹುದು. ಇವುಗಳಲ್ಲಿ ಬಹುತೇಕ ಅಂಶಗಳು ಪ್ರಾದೇಶಿಕ ಸ್ಪರ್ಧೆಗಳನ್ನೂ – ವಿಶೇಷವಾಗಿ ಮಧ್ಯಮ ಪ್ರಮಾಣದ ಶಕ್ತಿಗಳು – ಪ್ರವೇಶಿಸಿವೆ.

ಪರಸ್ಪರಾವಲಂಬನದ ಇಂದಿನ ವಿಶ್ವದಲ್ಲಿ ಹೆಚ್ಚು ಕುಶಾಗ್ರತೆ ಮತ್ತು ಕಡಿಮೆ ನಿರ್ಬಂಧಗಳಿಂದ ಕಾರ್ಯಾಚರಿಸುತ್ತಿರುವ ಹಲವು ದೇಶಗಳಿಂದಾಗಿ ವ್ಯಾವಹಾರಿಕ ಕಾರ್ಯವಿಧಾನಕ್ಕೆ ಹೆಚ್ಚು ಬೆಲೆ ಬಂದಿದೆ. ಕೆಲವು ಪ್ರಕರಣಗಳಲ್ಲಿ, ಸಮಾನ ಹಿತಾಸಕ್ತಿಗಳು ಸೈದ್ಧಾಂತಿಕ ಅಥವಾ ವ್ಯವಸ್ಥಾತ್ಮಕ ಭಿನ್ನಾಭಿಪ್ರಾಯಗಳನ್ನು ಬದಿಗೆ ಸರಿಸಲು ನೆರವಾಗಬಹುದು. ಇಂಧನ, ಸಂಪರ್ಕ ಅಥವಾ ತಂತ್ರಜ್ಞಾನ – ಯಾವುದೇ ರಂಗವಿರಲಿ, ಬೇರೆ ವಿಷಯಗಳಲ್ಲಿ ಸಮಾನ ಅಂಶಗಳಿಲ್ಲದ ದೇಶಗಳೂ ತಮ್ಮ ವೈಯಕ್ತಿಕ ಲಾಭಕ್ಕಾಗಿ ಒಟ್ಟಾಗಿವೆ. ಆದರೆ ಇಲ್ಲಿಯೂ ನಮ್ಮ ಮುಂದೆ ದೊಡ್ಡದೊಂದು ಸಂರಚನಾ ತರ್ಕವೊಂದು ಅನಾವರಣಗೊಳ್ಳುತ್ತಿದೆ. ಯಾವುದೇ ಶಕ್ತಿಯ ಏಕಪಕ್ಷೀಯ ನೀತಿಯು ಒಂದು ಮಾದರಿ ಕಾರ್ಯಾಚರಣಾ ನೀತಿಯಾಗುವುದು ಅಸಾಧ್ಯ ಎಂಬುದು ಈಗ ಸರ್ವವಿದಿತ. 1990ರ ದಶಕದ ವರ್ಷಗಳು ಗತಕಾಲಕ್ಕೆ ಸರಿದಿವೆ; ಈಗ ಮೇಲೇರುತ್ತಿರುವ ಅತ್ಯಂತ ಶಕ್ತಿಯುತ ದೇಶಗಳಿಗೂ ಇವನ್ನು ಮರು ಅನ್ವೇಷಣೆ ಮಾಡುವುದಕ್ಕೆ ಆಗದು.

ಇದೇ ವೇಳೆ, ವಿಶ್ವದ ಸಮಸ್ಯೆಗಳು ಎಷ್ಟು ಸಂಕೀರ್ಣವಾಗಿವೆ ಎಂದರೆ, ಯಾವುದೇ ದ್ವಿಪಕ್ಷೀಯ ಸಂಬಂಧವೂ ನಿಯಮಿತ ಪರಿಹಾರ ದೊರಕಿಸಲಾರವು. ತಾರ್ಕಿಕವಾಗಿ, ತೋರಿಕೆಯ ಗೌರವ ನೀಡುವ ಹಳೆಯ ಬಹುಧ್ರುವೀಕರಣ ಇನ್ನೂ ಇದೆ. ಆದರೆ ಅದರ ಕ್ಷಣಿಕತೆ ಮತ್ತು ಕೊರತೆಗಳು ಈಗ ಇನ್ನೂ ಹೆಚ್ಚು ಬಯಲಾಗಿವೆ. ಅದೀಗ ಕೇವಲ ಕಾಲಬಾಹಿರವಾಗಷ್ಟೇ ಉಳಿದಿಲ್ಲ; ಅತ್ಯಂತ ಕೆಳಮಟ್ಟದ ಅಂಶವಾಗಿದೆ. ಅದರಲ್ಲೂ ಅವು ಸ್ಥಾಪಿತ ಹಿತಾಸಕ್ತಿಗಳಿಗೆ ಇನ್ನೂ ಭಾರೀ ಆದರ ತೋರುತ್ತಿವೆ. ಇದರಿಂದಾಗಿ ಅವುಗಳು ತಮ್ಮ ಅಸ್ತಿತ್ವವನ್ನು ತೋರಿಸಲು ಅನುಕೂಲವಾದಿ ವ್ಯವಸ್ಥೆ ಮಾಡಿಕೊಳ್ಳುವ ಹಾಗಾಗಿದೆ.

ಇಂತಹ ಕಿರುಪಕ್ಷೀಯತೆ (ಮಿನಿಲ್ಯಾಟೆರಿಸಮ್)ಯನ್ನು ವಿವಿಧ ವಿಷಯಗಳ ಬಗ್ಗೆ ವಿವಿಧ ಸಂಯೋಜನೆಗಳಲ್ಲಿ ಆಚರಿಸುತ್ತಾರೆ. ಅದು ಬೆಳೆದಂತೆ ಅನೇಕಪಕ್ಷೀಯತೆ (ಪ್ಲೂರಿಲ್ಯಾಟೆರಿಸಮ್) ಯ ಬಹುದೊಡ್ಡ ಸಂಸ್ಕೃತಿಯು ಮೂಡಲಾರಂಭಿಸಿದೆ. ಅದೇನೂ ಸಂಪೂರ್ಣವಾಗಿ ಹೊಸದಲ್ಲ. ನಾವು ಇಯು, ಆಸಿಯಾನ್, ಸಾರ್ಕ್, ಜಿಸಿಸಿ ಮುಂತಾದವುಗಳನ್ನು ಹೊಂದಿದ್ದೆವು. ಇವುಗಳಲ್ಲಿ ನಿಕಟತೆಯ ಅಂಶವೇ ಎಲ್ಲರೂ ಹಂಚಿಕೊಂಡ ಚಟುವಟಿಕೆಗಳ ಮೂಲಾಧಾರವಾಗಿತ್ತು. ಕಡಲ ಪ್ರದೇಶಗಳ ಭದ್ರತೆ, ಭಯೋತ್ಪಾದನಾ ವಿರೋಧ, ರಫ್ತು ನಿಯಂತ್ರಣ, (ಪರಮಾಣು ಶಸ್ತ್ರ) ಪ್ರಸರಣ ಮಾಡದಿರುವುದು ಮತ್ತು ಹವಾಗುಣ ಬದಲಾವಣೆ ಮುಂತಾದ ನಿರ್ದಿಷ್ಟ ಸಂಗತಿಗಳ ಬಗ್ಗೆ ದೇಶಗಳು ಸಹಭಾಗಿತ್ವ ಹೊಂದಿರುವುದನ್ನು ನೋಡಿದ್ದೇವೆ. ಅದು ಮರುಧ್ರುವೀಕರಣವನ್ನು ಮುನ್ನಡೆಸಿ ಅದನ್ನು ಮರುಸಮತೋಲನಗೊಳಿಸುವ ಕ್ರಿಯೆಯ ಮೇಲೆ ಪ್ರಭಾವ ಬೀರುವ ಯತ್ನವೂ ಆಗಿರಬಹುದು. ಅದು ಭೂಗೋಳದ ನಿರ್ಬಂಧಗಳನ್ನೂ ಮೀರಿತು. ಬ್ರಿಕ್ಸ್ (BRICS) ಇಲ್ಲಿ ಉದಾಹರಿಸಬಹುದಾದ ಒಂದು ಸಂಗತಿ. ಇಲ್ಲಿ ಒಂದೇ ಸದಸ್ಯತ್ವದ ಮೂಲಕ ನಾಲ್ಕು ಖಂಡಗಳನ್ನು ಪ್ರತಿನಿಧಿಸಲಾಗಿದೆ.

ಈಗ ಇರುವ ವ್ಯತ್ಯಾಸ ಎಂದರೆ ಇಂತಹ ಗುಂಪುರಚನೆಗಳೂ ತಮ್ಮ ಕಾರ್ಯನಿರ್ವಹಣೆಯಲ್ಲಿ ಇನ್ನೂ ಹೆಚ್ಚು ಉದ್ದೇಶಪೂರ್ಣವಾಗಿ ಇದ್ದುಕೊಂಡು ತಮ್ಮ ಕಾರ್ಯಸೂಚಿಯನ್ನು ಇನ್ನಷ್ಟು ವಿಸ್ತರಿಸಬಹುದು. ಈ ಹಿನ್ನೆಲೆಯಲ್ಲಿ ಖ್ವಾಡ್, ಅಂತಹ ಬದಲಾಗುತ್ತಿರುವ ಸಮಯದ ಒಂದು ಸಂಕೇತ. ಈ ಮಾದರಿಯು ಅತ್ಯಂತ ಕಡಿಮೆ ವೆಚ್ಚದ್ದು; ಆದ್ದರಿಂದ ಹೆಚ್ಚು ಗಮನ ಸೆಳೆಯುತ್ತದೆ. ಇಲ್ಲಿ ಒಪ್ಪಂದಗಳಿಲ್ಲ, ಒತ್ತಾಯವಿಲ್ಲ, ಸ್ಥಾಪಿತ ಸಂಸ್ಥೆಗಳಿಲ್ಲ ಅಥವಾ ಉತ್ತಮ ಸಂಬಂಧಗಳ ಜೊತೆಗೇ ಬರುವ ಶಿಸ್ತುಗಳೂ ಇಲ್ಲ. ರಾಜತಾಂತ್ರಿಕತೆಯ ಕ್ಷೇತ್ರದಲ್ಲಿ ಮಿತವ್ಯಯವೂ ಒಂದು ಸದ್ಗುಣವೆಂದೇ ಕಾಣುತ್ತದೆ.

ಬಹುಧ್ರುವೀಕರಣಕ್ಕೆ ಬಂದಾಗ, ನಾವು ಒಂದು ಸರಳ ಅಳತೆಗೋಲಿನ ಮೂಲಕ ಸಂಕೀರ್ಣ ವಿಶ್ವದ ಬಗ್ಗೆ ತೀರ್ಮಾನ ಮಾಡಬಾರದು ಎಂಬುದು ಮುಖ್ಯ. ಈ ವಿದ್ಯಮಾನವೇ ವಿಶ್ವಾಸಾರ್ಹ ಶಕ್ತಿಗಳ ಒಂದು ಶ್ರೇಣಿಯನ್ನು ಬಿಂಬಿಸುತ್ತದೆ; ಇವುಗಳ ಅನ್ಯೋನ್ಯ ಪ್ರಭಾವವು ಜಾಗತಿಕ ಫಲಿತಾಂಶದ ಮೇಲೆ ಪ್ರಭಾವ ಬೀರುತ್ತದೆ. ಆದರೆ ದೇಶಗಳು ಎಂತಹ ಸಂದರ್ಭಾನುಸಾರ ಸಾಮರ್ಥ್ಯವನ್ನು ಹೊಂದಿವೆಯೆಂದರೆ, ಅವು ಈಗ ಹೆಚ್ಚು ಹೆಚ್ಚಾಗಿ ವಿಷಯಾಧಾರಿತ ವಿಧಾನದಲ್ಲಿ ಕಾರ್ಯಾಚರಿಸುತ್ತಿವೆ. ಇದು ಭಾರತದ ದೃಷ್ಟಿಕೋನದಲ್ಲಿ ಹೇಗೆ ಕಾಣುತ್ತದೆ ಎಂಬುದನ್ನು ನೋಡಿ. ರಾಜಕೀಯ ಬಹುಧ್ರುವೀಯತೆಯು ಸ್ಪಷ್ಟವಾಗಿ ದೇಶಗಳ ಕೂಟ. ಅವುಗಳಲ್ಲಿ ವಿಶ್ವಸಂಸ್ಥೆ ಭದ್ರತಾ ಮಂಡಳಿ (ಯುಎನ್‌ಎಸ್‌ಸಿ)ಯ ಪಿ – 5

ದೇಶಗಳು, ಇಯು ಮತ್ತು ಆಸಿಯಾನ್ ನಂತಹ ಗುಂಪುಗಳು ಮತ್ತು ಪ್ರಾದೇಶಿಕವಾಗಿ ಮುಖ್ಯವಾದ ಬಿಡಿದೇಶಗಳಿವೆ. ಆದರೆ ಆರ್ಥಿಕ ಬಹುಧ್ರುವೀಕರಣವು ತುಂಬಾ ವಿಭಿನ್ನವಾಗಿ ಕಾಣುತ್ತದೆ. ಏಕೆಂದರೆ ಅದು ಇತರೆ ಅಂಶಗಳನ್ನು ಒಳಗೊಂಡ ಉತ್ಪನ್ನ. ಇಯು, ಯುಎಸ್, ಚೀನಾ, ಕೊಲ್ಲಿ ದೇಶಗಳು ಮತ್ತು ಆಸಿಯಾನ್‌ಗಳು ಭಾರತದ ವ್ಯಾಪಾರ ಖಾತೆಯನ್ನು ಗಣನೀಯ ಪ್ರಮಾಣದಲ್ಲಿ ಹೊಂದಿದ ಕೇಂದ್ರಗಳಾಗಿವೆ. ಇಂಧನದ ವಿಷಯದಲ್ಲಿ ಈ ಸಮೀಕರಣವು ಇನ್ನೂ ವಿಭಿನ್ನವಾಗುತ್ತದೆ. ಈ ಅಂಶದಲ್ಲಿ ಇರಾಕ್, ಸೌದಿ ಅರೇಬಿಯಾ, ರಷ್ಯಾ, ಯುನೈಟೆಡ್ ಅರಬ್ ಎಮಿರೇಟ್ಸ್ (ಯುಎಇ) ಮತ್ತು ಯುಎಸ್‌ಗಳು ಭಾರತದ ಮುಖ್ಯ ಸಹಭಾಗಿ ದೇಶಗಳಾಗಿವೆ. ತಂತ್ರಜ್ಞಾನದ ದೃಷ್ಟಿಕೋನದಿಂದ ನೋಡಿದರೆ, ಉತ್ತರಗಳು ಪಾಶ್ಚಾತ್ಯ ಆರ್ಥಿಕತೆಗಳತ್ತ ಚಲಿಸುತ್ತವೆ. ಸಂಚಾರ ಮತ್ತು ಕೌಶಲ್ಯಕ್ಕೆ ಸಂಬಂಧಿಸಿದಂತೆ ಕೊಲ್ಲಿ ದೇಶಗಳಿಗೆ ಸಹಜವಾಗಿಯೇ ಹೆಚ್ಚಿನ ಒತ್ತು ನೀಡಬೇಕು. ಆದರೆ ಇಲ್ಲಿ ಪಶ್ಚಿಮ ಜಗತ್ತೇ ಹೆಚ್ಚು ಮೌಲ್ಯವರ್ಧನೆಯನ್ನು ಒದಗಿಸುತ್ತಿದೆ.

ಬಹುಪಕ್ಷೀಯ ಫಲಿತಾಂಶಗಳು ಮತ್ತು ಜಾಗತಿಕ ಸಂಗತಿಗಳ ವಿಷಯಕ್ಕೆ ಬಂದಾಗ ಇವೆಲ್ಲವೂ ನೈಜ ವಿಶ್ವವ್ಯಾಪಿ ಕ್ಷೇತ್ರದಿಂದ ಪೂರೈಕೆಯಾಗುತ್ತವೆ. ವಿವಿಧ ದೇಶಗಳ ಮತದಾನದ ಮಾದರಿಗಳು ಕೂಟಗಳ (ಬ್ಲಾಕ್) ಮೂಲಕ ನಿರ್ದೇಶಿತವಾಗುತ್ತವೆ. ಅದರಂತೆಯೇ ಭಾರತದ ಮನವಿಗಳನ್ನು ಪರಿಗಣಿಸಲಾಗುತ್ತದೆ. ಈ ಸಂಕೀರ್ಣ ಚಿತ್ರಣವು ಈಚಿನ ದಿನಮಾನದಲ್ಲಿ ವಿದೇಶಾಂಗ ನೀತಿ ಲೆಕ್ಕಾಚಾರಗಳು ಹೇಗೆ ಬಹುಪದರಗಳಿಂದ ಕೂಡಿವೆ ಎಂಬುದನ್ನು ತಿಳಿಸುತ್ತದೆ. ದೊಡ್ಡ ಮತ್ತು ಮೇಲೇರುತ್ತಿರುವ ದೇಶವೊಂದು ಒಂದು ಸರಳರೇಖಾ ವಿಧಾನದಲ್ಲಿ ಅಥವಾ ಸೀಮಿತ ಅಸ್ಥಿರತೆಗಳ ಮೂಲಕ ತನ್ನ ಕಾರ್ಯತಂತ್ರವನ್ನು ಕಲ್ಪಿಸಿಕೊಳ್ಳಲಾಗದು. ಪ್ರತಿಯೊಂದೂ ದೇಶವೂ ತನ್ನದೇ ಆದ ವ್ಯೂಹವನ್ನು ಬೆನ್ನತ್ತಿರುತ್ತದೆ ಎಂಬುದೇ ಈ ಭಿನ್ನತೆಯಿಂದ ಕೂಡಿದ ಜಗದ ಸೊಗಸು.

2023ರ ಆಗಸ್ಟ್‌ನಲ್ಲಿ ದಕ್ಷಿಣ ಆಫ್ರಿಕಾದಲ್ಲಿ ನಡೆದ ಬ್ರಿಕ್ಸ್ ವಿಸ್ತರಣೆಯ ಜೊತೆಗೇ ಪ್ರಕಟವಾದ ವ್ಯಾಖ್ಯಾನದ ಬಗ್ಗೆ ಕೆಲವು ಸಂಗತಿಗಳನ್ನು ಹೇಳಬೇಕಿದೆ. ಸಾಮಾನ್ಯವಾಗಿ ಯುಎಸ್ ಮತ್ತು ನಿರ್ದಿಷ್ಟವಾಗಿ ಪಶ್ಚಿಮ ವಿಶ್ವ – ಇವೇ ಈಗ 'ಕೋಣೆಯಲ್ಲಿರುವ ಎರಡು ಆನೆಗಳು' (ಪ್ರಗತಿಯ ಹಾದಿಯಲ್ಲಿನ ತೊಡಕುಗಳು) ಎಂದು ಈ ವ್ಯಾಖ್ಯಾನವು ಸೂಚ್ಯವಾಗಿ ತಿಳಿಸಿತ್ತು. ಆದರೆ ಸತ್ಯ ಬೇರೆಯದೇ ಆಗಿತ್ತು. ಅಲ್ಲಿ ವಸ್ತುಶಃ ಭಾಗವಹಿಸಿದ್ದ ದೇಶಗಳಲ್ಲೇ ಸರ್ವಸಾಮಾನ್ಯ ಅಂಶಗಳನ್ನು ಹುಡುಕುವ ಜಟಿಲ ಅನುಸಂಧಾನವೇ ಅದರ ಒಟ್ಟಾರೆ ಫಲಿತಾಂಶವಾಗಿತ್ತು. ಅಲ್ಲಿದ್ದ ಪ್ರತಿಯೊಂದೂ ದೇಶವೂ ಸ್ವತಂತ್ರವಾದ ಹಾದಿ ಹಿಡಿಯಲು ತನ್ನದೇ ಕಾರಣಗಳನ್ನು ಹೊಂದಿತ್ತು; ಅಲ್ಲಿ ಪರಸ್ಪರ ಅತಿವ್ಯಾಪಿಸಿದ ಸಂಗತಿಗಳೂ ಇದ್ದವು. ಆರು ಆಹ್ವಾನಿತ ದೇಶಗಳು (ಸೌದಿ ಅರೇಬಿಯಾ, ಯುನೈಟೆಡ್ ಅರಬ್ ಎಮಿರೇಟ್ಸ್ (ಯುಎಇ), ಇರಾನ್, ಈಜಿಪ್ಟ್, ಇಥಿಯೋಪಿಯ ಮತ್ತು ಅರ್ಜೆಂಟೀನ) ಭಾರತದ ಜೊತೆಗೆ ಬಲವಾದ ಮತ್ತು ಸ್ಥಾಪಿತ ಸಂಬಂಧಗಳನ್ನು ಹೊಂದಿದಂತೆಯೇ ಇತರೆ ಬ್ರಿಕ್ಸ್ ಸದಸ್ಯ ದೇಶಗಳ ಜೊತೆಗೂ ಸಂಬಂಧಗಳನ್ನು ಹೊಂದಿದ್ದವು. ಆ ದೇಶಗಳೆಲ್ಲವೂ ಹೆಚ್ಚಾಗಿ ಬಹುಧ್ರುವೀಕರಣದತ್ತ ಒಲವು ಹೊಂದಿವೆ.

ಈ ಸಂದರ್ಭದಲ್ಲಿ ವಿಶ್ವಸಂಸ್ಥೆ ಭದ್ರತಾ ಮಂಡಳಿ (ಯುಎನ್‌ಎಸ್‌ಸಿ) ಸುಧಾರಣೆಗಾಗಿ ಭಾರೀ ಒತ್ತಡವೇ ಕಂಡುಬಂತು. ಇದರ ಪರಿಣಾಮವಾಗಿ ಬ್ರಿಕ್ಸ್‌ನ ಸಾಮೂಹಿಕ ನಿಲುವಿನಲ್ಲೇ

ಗಮನಾರ್ಹವಾದ ವಿಕಾಸವಾಯಿತು. ಈ ವೇದಿಕೆಯ ಈಗಿನ ಮತ್ತು ಸಂಭಾವ್ಯ ಸದಸ್ಯ ದೇಶಗಳು ವ್ಯಾಪಾರ ಒಪ್ಪಂದಗಳನ್ನು ತಮ್ಮ ರಾಷ್ಟ್ರೀಯ ಕರೆನ್ಸಿಗಳಲ್ಲಿಯೇ ಮಾಡುವುದನ್ನು ಉತ್ತೇಜಿಸಬೇಕು ಎಂಬ ಸಾಮುದಾಯಿಕ ಆಸಕ್ತಿಯನ್ನು ತೋರಿಸಿದವು ಎಂಬುದೂ ಸಹ ಒಗ್ಗೂಡುವಿಕೆಯ ಇನ್ನೊಂದು ಅಂಶವಾಗಿತ್ತು. ಒಟ್ಟಾರೆ ತಾತ್ಪರ್ಯವೇನೆಂದರೆ, ಅಂತಾರಾಷ್ಟ್ರೀಯ ವ್ಯವಸ್ಥೆಯು ಇಂದು ಹೆಚ್ಚು ಸ್ವತಂತ್ರ ಮತ್ತು ಬಹು ದಿಕ್ಕುಗಳತ್ತ ಚಲಿಸುತ್ತಿದೆ. ಅದನ್ನು ಕೇವಲ ಪಶ್ಚಿಮ – ವಿರೋಧಿ ಪಟ್ಟಕದ ಮೂಲಕ ನೋಡುವುದು ತಪ್ಪುದಾರಿಗೆ ಎಳೆದಂತಾಗುತ್ತದೆ.

ಕೋವಿಡ್ ನಂತರದ ಜಗತ್ತು

ಭವಿಷ್ಯವನ್ನು ಊಹಿಸುವುದು ಎಷ್ಟು ಸವಾಲಿನ ಕೆಲಸವೋ, ಹಾಗೆಯೇ ಕೋವಿಡ್ ಪಿಡುಗಿನ ಅಗಾಧತೆಗೆ ಯಾವ ಅಂಶವೂ ನಮ್ಮನ್ನು ಸಜ್ಜುಗೊಳಿಸಿರಲಿಲ್ಲ. ಅದು ಎಷ್ಟು ಜನರನ್ನು ಬಲಿ ತೆಗೆದುಕೊಂಡಿತು ಎಂಬುದಷ್ಟೇ ಅಲ್ಲ; ಆದರೆ ಆ ಸಂಖ್ಯೆಯೊಂದೇ ಬೆಚ್ಚಿ ಬೀಳಿಸುವಂತಿತ್ತು. ದೈನಂದಿನ ಬದುಕಿನಲ್ಲಿ ಆ ಪಿಡುಗು ಉಂಟುಮಾಡಿದ ವಿಪ್ಲವವು ಊಹೆಗೂ ಮೀರಿತ್ತು. ಇದಕ್ಕೆ ಕಾರಣವೆಂದರೆ, ಹಿಂದಿನ ಸಲ ಇಂಥದ್ದೇ ವಿದ್ಯಮಾನವು ಜರುಗಿದಾಗ, ವಿಶ್ವವು ಇಂದಿನಂತೆ ಬಿಗಿಯಾಗಿ ಕೂಡಿಕೊಂಡಿರಲಿಲ್ಲ. ಸ್ಪಾನಿಶ್ ಫ್ಲೂ ಮತ್ತು ಕೋವಿಡ್‌ಗಳ ನಡುವೆ ಇರುವ ಈ ವ್ಯತ್ಯಾಸವೇ ಜಾಗತಿಕ ಸಮಾಜದ ವಿಕಾಸದ ಬಗ್ಗೆ ಮಾಡಬಹುದಾದ ಒಂದು ಹೇಳಿಕೆ. ಪರಿಣಾಮಕಾರಿ ಸ್ಪಂದನೆ ಇರಬೇಕೆಂಬ ನಮ್ಮ ನಿರೀಕ್ಷೆಯ ಮೇಲೆ ಅವು ಪರಿಣಾಮ ಬೀರುತ್ತವೆ; ಹಾಗೆಯೇ ಅಂತಾರಾಷ್ಟ್ರೀಯ ಸಹಕಾರದ ಲಾಭಗಳನ್ನೂ ಅವು ಪ್ರಭಾವಿಸುತ್ತವೆ. ಆದರೆ ಇಲ್ಲಿ ಪರಿಣಾಮವನ್ನು ಕೇವಲ ಸಮಸ್ಯೆ ಮತ್ತು ಪರಿಹಾರದ ಅಂಶಗಳಲ್ಲಿ ತೀರ್ಮಾನ ಮಾಡಲಾಗದು; ಅದು ಹೆಚ್ಚಾಗಿ ಮನೋಭಾವದ ಕುರಿತೇ ಇದೆ.

ನಿರ್ದಿಷ್ಟವಾಗಿ ಹೇಳುವುದಾದರೆ ಅಂತಾರಾಷ್ಟ್ರೀಯ ಸಂಬಂಧಗಳ ಮೇಲಿನ ಪರಿಣಾಮಗಳು ದೂರಗಾಮಿಯಾಗಿವೆ. ಕೋವಿಡ್ ಅನುಭವವು ಕಳೆದ ಮೂರು ದಶಕಗಳಲ್ಲಿ ಬೇರೂರಿದ್ದ ಜಾಗತೀಕರಣದ ಮಾದರಿಯನ್ನು ಪ್ರಶ್ನಿಸಿದೆ. ಮುಂದಾಲೋಚನೆಯ ಮಾನಸಿಕತೆಯು ದಕ್ಷತೆಯ ಗೀಳಿಗೆ ಗಮನಾರ್ಹ ಪ್ರಮಾಣದಲ್ಲಿ ಸಮತೂಕದ ಅಂಶವಾಗಿದೆ. ಲಸಿಕೆಯ ವಿಷಯದಲ್ಲಿ ಉಂಟಾದ ಅನುಭವವು ಗ್ಲೋಬಲ್ ಸೌತ್‌ನಲ್ಲಿ ಭಾರತದ ಹಿತಾಸಕ್ತಿಗಳ ಬಗ್ಗೆ ಜಾಗೃತಿಯನ್ನು ಹೆಚ್ಚಿಸಿದೆ.

ಈ ಕೋವಿಡ್ ಪಿಡುಗು ನಮ್ಮ ಬದುಕಿನ ಸ್ಮರಣೆಯಲ್ಲಿನ ಅತಿ ಗಂಭೀರ ಸಂಗತಿಯಾಗಿರಬಹುದು; ಆದರೆ ಅದನ್ನು ಮರುಕಳಿಸುವ ಸವಾಲು ಎಂದೇ ನೋಡಬೇಕೇ ವಿನಾ ಒಮ್ಮೆ ನಡೆಯುವ ವಿದ್ಯಮಾನ ಎಂದು ತಿಳಿಯಬಾರದು. ಹಾಗಾದಾಗ, ಅದು ಈ ಹಿಂದೆ ಕಲ್ಪನೆಯನ್ನೇ ಮಾಡಿಕೊಂಡಿರದ ಭಾರೀ ಪ್ರಮಾಣದ ಸಹಕಾರವನ್ನು ಬಯಸುತ್ತದೆ. ಯಾವುದೇ ದೇಶದ ರಾಷ್ಟ್ರೀಯ ಸಾಮರ್ಥ್ಯವು ಎಷ್ಟೇ ಗರಿಷ್ಠ ಪ್ರಮಾಣದಲ್ಲಿ ಇದ್ದರೂ ಸಾಕು ಎನ್ನುವಂತೆಯೇ ಇಲ್ಲ. ಭಾರೀ ಸಾಮರ್ಥ್ಯದ ದೇಶಗಳಿಂದ ಹೆಚ್ಚುವರಿ ಪ್ರಮಾಣ ಉತ್ಪಾದನೆಯಾಗಿದ್ದರೂ ಅದು ಜಾಗತಿಕ ಅಗತ್ಯಗಳನ್ನು ಪೂರೈಸುವಷ್ಟು ಇರಲಿಲ್ಲ ಎಂಬುದು ಸ್ಪಷ್ಟ. ಪ್ರಸ್ತುತದ ಸಾಮರ್ಥ್ಯಗಳನ್ನು ಒಟ್ಟುಗೂಡಿಸಿದರೂ, ಸಾಮೂಹಿಕ ಪ್ರಯತ್ನದಿಂದಲೂ

ಕೊರತೆ ಉಳಿಯಬಹುದು. ಇಂತಹ ಘೋರ ಘಟನೆಗಳಿಗೆ ವಿಶ್ವವು ಸ್ಪಂದಿಸುವ ಬಗೆ ಹೇಗೆ ಎಂಬುದನ್ನೇ ನಾವು ರಿ–ಇಂಜಿನಿಯರಿಂಗ್ ಮಾಡಬೇಕು ಎಂಬುದನ್ನೇ ನಾವೀಗ ಪರಿಕಲ್ಪಿಸಬೇಕಿದೆ. ಸರಬರಾಜು ಸರಪಣಿಗಳು, ಜಾಗತಿಕ ಆಡಳಿತ, ಸಾಮಾಜಿಕ ಹೊಣೆಗಾರಿಕೆ ಮತ್ತು ನೈತಿಕತೆಯಂತಹ ಸಂಗತಿಗಳ ಕುರಿತ ಚರ್ಚೆಯನ್ನೇ ಈ ಪಿಡುಗು ಹುಟ್ಟುಹಾಕಿದೆ. ನಾವು ನಾಳೆಗೆ ಹೆಚ್ಚು ಸನ್ನದ್ಧರಾಗುವಂತೆ ಸಮಕಾಲೀನ ಜಗತ್ತಿನ ವಸ್ತುನಿಷ್ಠ ವಿಶ್ಲೇಷಣೆಯನ್ನೂ ಅದು ಪ್ರೋತ್ಸಾಹಿಸುತ್ತದೆ.

ಒಂದೆಡೆ ದೇಶಗಳು ವಿಶ್ವದ ಬಗ್ಗೆ ಆಲೋಚಿಸುತ್ತಿರುವಂತೆಯೇ ಇನ್ನೊಂದೆಡೆ ಕೋವಿಡ್, ದಿಕ್ಸೂಚಿಯ ಮುಳ್ಳನ್ನು ಭಯದ ದಿಕ್ಕಿಗೆ ತಿರುಗಿಸಿದೆ ಎಂಬುದರಲ್ಲಿ ಯಾವ ಅನುಮಾನವೂ ಇಲ್ಲ. ರಾಷ್ಟ್ರೀಯ ಭದ್ರತೆಯು ಹೊಸ ವಿಶಾಲ ವಿವರಣೆಯನ್ನು ಪಡೆದಿರುವುದೇ ಇದಕ್ಕೆ ಸಾಕ್ಷಿ. ಈ ಹಿಂದೆ ಭದ್ರತೆ, ರಾಜಕೀಯ ಮತ್ತು ಬೇಹುಗಾರಿಕೆಗಳು ಲೆಕ್ಕಾಚಾರಗಳನ್ನು ನಿಯಂತ್ರಿಸುತ್ತಿದ್ದವು. ಈ ಲೆಕ್ಕಾಚಾರಗಳನ್ನೇ ಸಂಪನ್ಮೂಲಗಳು, ಇಂಧನ ಮತ್ತು ತಂತ್ರಜ್ಞಾನಗಳಿಗೂ ವಿಸ್ತರಿಸಬಹುದು. ಕೆಲವು ಗಮನಾರ್ಹ ವಿನಾಯಿತಿಗಳನ್ನು ಹೊರತುಪಡಿಸಿ, ಇವುಗಳ ಬೇಡಿಕೆಗಳನ್ನು ಜಾಗತಿಕ ವಿನಿಮಯ, ಆರ್ಥಿಕ ದಕ್ಷತೆ ಮತ್ತು ಸಾಮಾಜಿಕ ಅಭ್ಯಾಸಗಳ ಮೂಲಕ ಮರುಸಮತೋಲನ ಮಾಡಲಾಗುತ್ತಿತ್ತು. ವಾಸ್ತವದಲ್ಲಿ ಜಾಗತೀಕರಣದ ಮಂತ್ರವು ಇನ್ನೂ ಆಳವಾಗಿ ಬೇರೂರಿದಂತೆ ಈ ಪ್ರವೃತ್ತಿಗಳು ಇನ್ನೂ ಬಲವಾದವು.

ಆದರೆ ಕೋವಿಡ್ ಪಿಡುಗಿನ ಪರಿಣಾಮವಾಗಿ ಸಾಮರ್ಥ್ಯಗಳನ್ನು ಉದ್ದೇಶ ಸಾಧನೆಗಾಗಿ ಬಳಸಲಾಯಿತು; ಬದ್ಧತೆಗಳು ಅಮಾನ್ಯಗೊಂಡವು; ಸರಬರಾಜು ಸರಪಣಿಗಳಿಗೆ ಅಡ್ಡಿಯಾಯಿತು; ಜಾರಿವ್ಯವಸ್ಥೆಗಳು ಛಿದ್ರಗೊಂಡವು ಮತ್ತು ಕೊರತೆಗಳು ಕಂಡುಬಂದವು. ಇದೇ ವಿದ್ಯಮಾನವು ಪಿಪಿಇ, ಔಷಧಗಳು ಮತ್ತು ವೆಂಟಿಲೇಟರ್‌ಗಳಿಗೂ ವಿಸ್ತರಿಸಿದಾಗ ನಾವು ಆರೋಗ್ಯ ಭದ್ರತೆಯ ಬಗ್ಗೆ ಎಚ್ಚೆತ್ತುಕೊಂಡೆವು. ತಮ್ಮ ಅತ್ಯಾವಶ್ಯಕ ಸರಬರಾಜುಗಳು ಕೊರತೆಯ ಅಪಾಯಕ್ಕೆ ಸಿಲುಕಿದಾಗಲೇ ಆ ದೇಶಗಳು ಆಹಾರ ಭದ್ರತೆಯ ಬೆಲೆಯನ್ನು ಅರಿತುಕೊಂಡವು. ರಾಷ್ಟ್ರೀಯ ಖರೀದಿ, ಮಧ್ಯಮವರ್ಗದ ಕಳವಳಗಳು, ದ್ವಿಮುಖದ ವಿತರಣೆ ಅಥವಾ ಸ್ವಾವಲಂಬನೆ–ಹೇಗೇ ಕರೆಯಿರಿ–ಅವುಗಳ ಹಿಂದೆ ಇರುವ ಅರ್ಥ ಒಟ್ಟಾರೆಯಾಗಿ ವಿಭಿನ್ನವಾಗಿರಲಿಲ್ಲ. ಉತ್ತಮ ಕಾಲದಲ್ಲಿ ಇತರೆ ದೇಶಗಳ ದಕ್ಷತೆಯು ಮೂಲ ಹಂತಗಳನ್ನು ಬಲಪಡಿಸಿರಬಹುದು; ಆದರೆ ಅವುಗಳೂ ಈ ಬಿಕ್ಕಟ್ಟಿನ ಸನ್ನಿವೇಶಗಳಲ್ಲಿ ವಿಶ್ವಾಸಾರ್ಹವಲ್ಲ ಎಂದೇ ಬಗೆಯಲಾಯಿತು.

ಕೋವಿಡ್ ಅನುಭವದ ಸ್ವರೂಪವು ಪಾರದರ್ಶಕತೆಯ ಕಳವಳಗಳನ್ನೂ ಮುನ್ನೆಲೆಗೆ ತಂದಿತು. ಅಪಾರದರ್ಶಕತೆಯನ್ನು ಇನ್ನೆಂದಿಗೂ ನಿರ್ಲಕ್ಷಿಸುವಂತಿಲ್ಲ; ಅದರಿಂದ ಜಗತ್ತಿನ ಎಲ್ಲಾ ಭಾಗಗಳ ಮೇಲೆ ಪರಿಣಾಮವಾಗಲಿದೆ. ಕೊರತೆ ಮತ್ತು ಬಿಕ್ಕಟ್ಟುಗಳನ್ನು ಎದುರಿಸುವುದು ತೀರಾ ಕಷ್ಟವಾಗಿರಬಹುದು; ಆದರೆ ಅವೇ ಒತ್ತಡದ ಬಿಂದುಗಳಾಗಿದ್ದುದು ಇನ್ನೂ ಕಠೋರವಾಗಿತ್ತು. ಕೋವಿಡ್ ಪಿಡುಗು ಸೃಷ್ಟಿಸಿದ ಹಣಕಾಸಿನ ಬಿಕ್ಕಟ್ಟು ಹೊಸ ತಾಪತ್ರಯಗಳಿಗೆ ಕಾರಣವಾಗಬಹುದು ಎಂಬ ಆತಂಕವೂ ಇತ್ತು. ತತ್ಪರಿಣಾಮವಾಗಿ ಈಗ ತೊಂದರೆಗಳನ್ನು ತಗ್ಗಿಸುವುದಕ್ಕೆ ಅತ್ಯಂತ ಪ್ರಮುಖ ಮಾರ್ಗ ಎಂದೇ ಭಾವಿಸಲಾದ ಹೆಚ್ಚಿನ ಸ್ವಾವಲಂಬನೆಯ, ಬಲವಾದ ಸಹಭಾಗಿತ್ವಗಳ ಮತ್ತು ಆಯ್ಕೆಗಳ ಬಹುವಿಧಗಳ

ಅಂಶಗಳೆಂದೇ ಕಾರ್ಯತಂತ್ರಾತ್ಮಕ ಸ್ವಾಯತ್ತತೆಯನ್ನು ಚರ್ಚಿಸಲಾಗುತ್ತಿದೆ. ಮುಂದಿನ ದಿನಗಳಲ್ಲಿ ಇವು ಭೂ–ಆರ್ಥಿಕ ಪರಿಣಾಮಗಳನ್ನೂ ಹೊಂದಿರಬಹುದು.

ಇಲ್ಲಿ ವರ್ತನಾತ್ಮಕ ಅಂಶಗಳೂ ತಮ್ಮ ಪಾತ್ರ ವಹಿಸಿವೆ. ಒತ್ತಡಗಳು ಸ್ವ–ಆಸಕ್ತಿಯ ಮತ್ತು ಸಾಮೂಹಿಕ ಯತ್ನಗಳಿಂದ ದೂರ ಸರಿಯುವ ಸಂಕುಚಿತ ವಿವರಣೆಗಳನ್ನು ರೂಪಿಸಿದವು. ಕೆಲವೇ ದೇಶಗಳು ನುಡಿದಂತೆ ನಡೆದವು. ಕೆಲವು ದೇಶಗಳು ಬೋಧಿಸುವುದನ್ನೇ ನಿಲ್ಲಿಸಿದವು. ಸಂಸ್ಕೃತಿ, ಆಸಕ್ತಿಗಳು ಮತ್ತು ಮೌಲ್ಯಗಳ ಅನ್ಯೋನ್ಯ ಪ್ರಭಾವದ ಬಗ್ಗೆ ಆಕಸ್ಮಿಕವಾಗಿ ಒಳನೋಟಗಳು ಮೂಡಿದವು. ಬಹುಸಂಸ್ಕೃತಿಯ ದೇಶಗಳು ವಿಶ್ವದ ಜೊತೆಗೆ ಹೆಚ್ಚಿನ ಪ್ರಮಾಣದಲ್ಲಿ ತೊಡಗಿಸಿಕೊಳ್ಳುವುದನ್ನು ಮುಂದುವರಿಸಿದವು; ಅವುಗಳ ನಡುವಣ ಐಕಮತ್ಯವು ಬಲವಾಗಿತ್ತು. ವಿಶ್ವವನ್ನು ಒಂದು ಮಾರುಕಟ್ಟೆ ಎಂದು ತಿಳಿಯುವ ಬದಲು ಒಂದು ಕಾರ್ಯಸ್ಥಳ ಎಂದು ಭಾವಿಸಿದ ದೇಶಗಳು ಪರಸ್ಪರ ಸಂಪರ್ಕ ಇಟ್ಟುಕೊಳ್ಳುವುದಕ್ಕೆ ಆಳವಾದ ಆಸಕ್ತಿಯನ್ನು ತೋರಿದವು.

ಎಷ್ಟೇ ಸವಾಲಿನದಾದರೂ, ನಮ್ಮ ಕಾಲದ ಅತ್ಯವಶ್ಯ ವಾಸ್ತವಗಳನ್ನು ನಿರ್ಲಕ್ಷಿಸಲಾಗದು. ನಮ್ಮ ಜಾಗತೀಕರಣವು ಆಳವಾಗಿದೆ ಮತ್ತು ವ್ಯಾಪಕವೂ ಆಗಿದೆ. ಅದು ಚಟುವಟಿಕೆಗಳನ್ನು ಮತ್ತು ಕಾರ್ಯತಂತ್ರಗಳನ್ನು ರೂಪಿಸುವ ಕಾರ್ಯವನ್ನು ಮುಂದುವರಿಸುತ್ತದೆ. ಕೋವಿಡ್ ತನ್ನ ಈಗಿನ ಅವತಾರದಲ್ಲಿ ಕೆಲವು ನಿರ್ದಿಷ್ಟವಾದ ಅಪಾಯಗಳನ್ನು ಅನಾವರಣಗೊಳಿಸಿತು. ನಮ್ಮೆದುರು ಈಗ ಕ್ಷಿಪ್ರ ಆರ್ಥಿಕ ಸುಧಾರಣೆಯೂ ಸೇರಿದಂತೆ ಇತರೆ ಗುರಿಗಳನ್ನು ಸಾಧಿಸಲು ಮುಂದಾಗುತ್ತಲೇ ಈ ಸಮಸ್ಯೆಗಳನ್ನು ಇಲ್ಲವಾಗಿಸುವ ಜವಾಬ್ದಾರಿಯಿದೆ.

ಹೀಗಿದ್ದೂ, ಪ್ರತಿಯೊಂದೂ ಪರಿಹಾರವು ಹೊಸ ಸಮಸ್ಯೆಗಳನ್ನೂ ಹುಟ್ಟುಹಾಕುತ್ತದೆ. ಸಾಕಷ್ಟು ಸೇವೆಗಳನ್ನು ಸಾಕಾರಗೊಳಿಸಿರುವ ಡಿಜಿಟಲ್ ರಂಗವು ಖಾಸಗಿತನ ಮತ್ತು ಭದ್ರತೆಯ ಸಂಗತಿಗಳನ್ನು ಮುನ್ನೆಲೆಗೆ ತಂದಿದೆ. ಕೃತಕ ಬುದ್ಧಿಮತ್ತೆ (ಎಐ)ಯ ಮುನ್ನಡೆಯಾದಂತೆ ಈ ಸಮಸ್ಯೆಗಳು ಇನ್ನೂ ವೇಗ ಪಡೆಯುತ್ತವೆ. ಇಂಧನ, ಸಂಚಾರ ಮತ್ತು ದೂರಸಂಪರ್ಕದಲ್ಲಿ ಕ್ರಾಂತಿಯಾದಂತೆಲ್ಲ, ಮುಖ್ಯವಾದ ಮತ್ತು ಹೊಸದಾಗಿ ರೂಪುಗೊಳ್ಳುತ್ತಿರುವ ತಂತ್ರಜ್ಞಾನಗಳು ಪ್ರಧಾನವಾಗಿ ಬೆಳೆಯುತ್ತಿವೆ. ಭಾರತಕ್ಕೆ ಇದು ಯುಎಸ್‌ನ ಜೊತೆ ದ್ವಿಪಕ್ಷೀಯವಾಗಿ, ಜಪಾನ್ ಮತ್ತು ಆಸ್ಟ್ರೇಲಿಯಾಗಳ ಜೊತೆಗೆ ತ್ರಿಪಕ್ಷೀಯವಾಗಿ, ಕ್ವಾಡ್ ಜೊತೆಗೆ ಸಾಮೂಹಿಕವಾಗಿ ತೊಡಗಿಸಿಕೊಳ್ಳುವ ವಿಷಯವಾಗಿದೆ. ಟ್ರೇಡ್ ಎಂಡ್ ಟೆಕ್ನಾಲಜಿ ಕೌನ್ಸಿಲ್ ಉಪಕ್ರಮವು ಇಯು ಜೊತೆಗೆ ನಡೆಯುತ್ತಿರುವ ಇನ್ನೊಂದು ಸಮಾನಾಂತರ ಕಸರತ್ತು.

ಕೋವಿಡ್ ಅನುಭವವು ಬಾರಿಸಿದ ಎಚ್ಚರಿಕೆಯ ಗಂಟೆಯು ನಂಬಲರ್ಹ ಸಹಭಾಗಿತ್ವವನ್ನು ಖಾತರಿಗೊಳಿಸುವ ದೊಡ್ಡ ಸವಾಲಿನ ಮೇಲೆ ಬೆಳಕು ಚೆಲ್ಲಿದೆ ಎಂಬುದು ಈಗ ಸ್ಪಷ್ಟವಾಗಿದೆ. ಮುಂದಿನ ದಿನಗಳಲ್ಲಿ ಅಂತಾರಾಷ್ಟ್ರೀಯ ಸಮುದಾಯವು ಮುಖ್ಯವೆಂದು ಭಾವಿಸಿರುವ ಭರವಸೆಗಳನ್ನು ಮಾರುಕಟ್ಟೆ ಆರ್ಥಿಕತೆಗಳು ಮತ್ತು ಪ್ರಜಾತಾಂತ್ರಿಕ ಸಮಾಜಗಳು ನೀಡಿವೆ ಎಂಬುದು ಸತ್ಯ. ಇದೇ ಚಿಂತನೆಯ ಹಾದಿಯಲ್ಲಿ ಫ್ರೀ ಟ್ರೇಡ್ ಅಗ್ರಿಮೆಂಟ್ (ಎಫ್‌ಟಿಎ) ನ ಆಯ್ಕೆಗಳನ್ನು ಕಾರ್ಯತಂತ್ರಾತ್ಮಕ ನಿರ್ದೇಶನಗಳಿಂದ ಬೇರ್ಪಡಿಸಬಾರದು ಎಂಬ ಅರಿವೂ ಈಗ ಬೆಳೆಯುತ್ತಿದೆ.

ಭಾರತವು ಇದರಲ್ಲಿ ಕೇವಲ ತನಗೋಸ್ಕರ ಮಾತ್ರ ಇಲ್ಲ. ಹೇಗೋ ಕೋವಿಡ್

ಸೋಂಕನ್ನು ನಿಯಂತ್ರಿಸುತ್ತಿರುವ ಗ್ಲೋಬಲ್ ಸೌತ್‌ಗೆ ಉಕ್ರೇನ್ ಸಂಘರ್ಷವು ಆಘಾತ ತಂದಿದೆ. ವ್ಯಾಪಾರ ಮತ್ತು ಪ್ರವಾಸೋದ್ಯಮಕ್ಕೆ ಉಂಟಾದ ಅಡೆತಡೆಗಳಿಂದ 3F (ಆಹಾರ, ಇಂಧನ ಮತ್ತು ರಸಗೊಬ್ಬರ – ಫುಡ್, ಫ್ಯುಯೆಲ್ ಮತ್ತು ಫರ್ಟಿಲೈಸರ್) ಅಸುರಕ್ಷತೆಯು ಇನ್ನಷ್ಟು ಗಂಭೀರವಾಗಿದೆ. ಈ ಸನ್ನಿವೇಶದ ಬಗ್ಗೆ ಅಭಿವೃದ್ಧಿಗೊಂಡ ದೇಶಗಳು ಹೊಂದಿರುವ ಅಸೂಕ್ಷ್ಮತೆಯಿಂದಾಗಿ ಆತಂಕಗಳೂ ಹೆಚ್ಚಾಗಿವೆ. ಮುಕ್ತ ಮಾರುಕಟ್ಟೆಯ ಬಗ್ಗೆ ಭಾಷಣಗಳನ್ನು ಮಾಡುತ್ತಿರುವಂತೆಯೇ ಕೊರತೆಗಳು ಹೆಚ್ಚಾಗುತ್ತಿರುವಾಗ, ಲಸಿಕೆ ಅಸಮಾನತೆಯ ಅನುಭವವು ಇತರೆ ರಂಗಗಳಲ್ಲೂ ಪುನರಾವರ್ತನೆ ಆಗಬಹುದು ಎಂಬ ಅನುಮಾನವನ್ನು ಹಲವು ದೇಶಗಳು ವ್ಯಕ್ತಪಡಿಸಿವೆ.

ಇಂತಹ ಸನ್ನಿವೇಶದಲ್ಲಿ ಭಾರತವು ತನ್ನ ಉತ್ಪಾದನಾ ಸಾಮರ್ಥ್ಯದ ಜೊತೆಗೇ ಶಕ್ತಿಯನ್ನೂ ಸಂಚಯಿಸಿಕೊಳ್ಳಬೇಕಿದೆ. ಎದುರುಗಾಳಿಯ ನಡುವೆಯೂ ನಾವು ದಕ್ಷಿಣದ ಆರ್ಥಿಕ ಭದ್ರತೆಯ ಸಂಗತಿಯ ಪರವಾಗಿ ಮುಂಚೂಣಿಯಲ್ಲಿದ್ದು ದನಿ ಎತ್ತಿದ್ದೇವೆ. ಈ ವಿಷಯದ ಬಗ್ಗೆ ಒಂದು ಉದಾಹರಣೆಯನ್ನು ನಿರೂಪಿಸಿದ್ದೇ ಒಂದು ಪ್ರಬಲವಾದ ಸಂದೇಶವಾಗಿದೆ. ಕೋವಿಡ್ ವಿಷಯದಲ್ಲಿ ನಾವು ಏನೇ ಸಮಸ್ಯೆಗಳಾದರೂ ನಮ್ಮ ನಾಗರಿಕರ ಹಿತಗಳನ್ನು ಬಲಿಕೊಡಲು ಬಿಡಲಿಲ್ಲ. ಇಂಧನ ಭದ್ರತೆಯು ಬೇರೆ ವಿಷಯವಾದರೂ ಭಿನ್ನವಾದ ಹೋರಾಟವೇನಲ್ಲ. ನಾವು ಮಾಡುವುದೆಲ್ಲ ಹಲವೆಡೆ ಸಾಕಷ್ಟು ಅನುರಣನಗಳನ್ನು ಮೂಡಿಸುತ್ತಿದೆ.

ಆದ್ದರಿಂದ ನಮಗೆ ಎದುರಾಗಿರುವ ಸಂಗತಿಗಳೇನು ಎಂಬ ಬಗ್ಗೆ ನಾವು ಒಂದು ಲೆಕ್ಕ ಹಾಕೋಣ. ಎಂಟನೆಯ ದಶಕದಲ್ಲಿರುವ ವಿಶ್ವವ್ಯವಸ್ಥೆಯು ತನ್ನ ಕಾಲಾವಧಿಯನ್ನು ಮುಗಿಸುತ್ತಿದೆ; ಬದಲಾವಣೆಗೆ ಸೂಕ್ತ ಕಾಲ ಒದಗಿದೆ. ಈ ಬದಲಾವಣೆಗಳನ್ನು ಪ್ರಬಲ ಶಕ್ತಿಗಳ ರಾಷ್ಟ್ರೀಯ ಸಂಗತಿಗಳು, ಮರುಸಮತೋಲನದ ಸಂಚಯಿತ ಪ್ರಭಾವ ಹಾಗೂ ಬಹುಧ್ರುವೀಕರಣಗಳೇ ಮುನ್ನಡೆಸುತ್ತಿವೆ. ಇದಕ್ಕೆ ಹೆಚ್ಚು ಪರಸ್ಪರಾವಲಂಬಿತ, ತಂತ್ರಜ್ಞಾನ ಕೇಂದ್ರಿತ ಮತ್ತು ಗಡಿಗಳಿಲ್ಲದ ವಿಶ್ವದ ಸಂಕೀರ್ಣತೆಯೂ ಸೇರಿಕೊಂಡಿದೆ. ಇಲ್ಲಿ ಅಧಿಕಾರದ ಪರಿಕಲ್ಪನೆ ಮತ್ತು ಪ್ರಭಾವಗಳು ಹೊಸ ಅರ್ಥಗಳನ್ನು ಪಡೆದುಕೊಂಡಿವೆ. ಈ ಮಿಶ್ರಣವೇ ಬದುಕಿನ ಯಾವುದೇ ಸ್ಮರಣೆಗಳನ್ನು ಮೀರಿಸುವ ಕೋವಿಡ್ ಪಿಡುಗನ್ನು, ಅತ್ಯಂತ ಸ್ವಸಂತೃಪ್ತಿಯಿಂದ ಇದ್ದ ಖಂಡದ ಮೇಲೆ ಮತ್ತು ಅದರಾಚೆಗೂ ಪರಿಣಾಮ ಬೀರಿದ ಸಂಘರ್ಷವನ್ನು, ಅಫಘಾನಿಸ್ತಾನದಂತಹ ದೇಶಗಳಲ್ಲಿರುವ ಅಧಿಕಾರ ಶೂನ್ಯತೆಯನ್ನು, ಪಶ್ಚಿಮ ಏಶ್ಯಾದಂತಹ ಪ್ರದೇಶಗಳಲ್ಲಿನ ನಿರ್ಗಮನ ಮತ್ತು ಪುನರ್‌ದೃಢೀಕರಣವನ್ನು ಅನುಭವಿಸುತ್ತಿದೆ. ಕೆಲವು ಪ್ರಮುಖ ದೇಶಗಳು ತಮ್ಮ ಬಿಕ್ಕಟ್ಟಿನ ಬಗೆಗಿನ ಅರಿವನ್ನು ಹೆಚ್ಚಿಸಿಕೊಂಡಿವೆ; ಇನ್ನೂ ಕೆಲವು ದೇಶಗಳು ಅಧಿಕಾರದ ಬಗ್ಗೆ ತೀವ್ರ ಪ್ರತಿಪಾದನೆ ಮಾಡಿವೆ. ಇದು ನಿಜಕ್ಕೂ ಬಹು ಕಾರ್ಯತಂತ್ರಾತ್ಮಕ ಸ್ಪರ್ಧೆಗಳ ಹೊಸ ಯುಗ. ಇದರ ಪರಿಣಾಮವಾಗಿ, ನಿಜಕ್ಕೂ 'ಸ್ವರ್ಗದ ಕೆಳಗಣ ಅವ್ಯವಸ್ಥೆ' ಇದೆ. ಕಷ್ಟಸಹಿಷ್ಣುತೆ ಮತ್ತು ನಾಗರಿಕತಾತ್ಮಕ ರಾಜಕಾರಣದ ಸ್ಥೈರ್ಯ ಹೊಂದಿರುವ ಭಾರತದಂತಹ ದೇಶವು ಮಾತ್ರ ಈ ಅವ್ಯವಸ್ಥೆಯನ್ನು ಪರಿಣಾಮಕಾರಿಯಾಗಿ ನಿಭಾಯಿಸುತ್ತದೆ.

5.

ಒಂದು ಪರಿವರ್ತನಾತ್ಮಕ ದಶಕ

2015ರಲ್ಲಿ ಪ್ರಧಾನಮಂತ್ರಿ ನರೇಂದ್ರ ಮೋದಿಯವರು ಭಾರತವು ಮುಂದೊಂದು ದಿನ ಮುಂಚೂಣಿ ಶಕ್ತಿಯಾಗಲು ಬಯಸಿದೆ ಎಂಬ ಮಾತನ್ನು ಬಹಿರಂಗವಾಗಿಯೇ ಹೇಳಿದರು. ಅದು ವಾಸ್ತವವಾಗಿ ಒಂದು ಆಶೋತ್ತರದ ಅಭಿವ್ಯಕ್ತಿ ಆಗಿದ್ದರೂ, ಕೆಲವರು ಅದನ್ನು ಭಾರತದ ಆಗಮನದ ಸಂದೇಶ ಎಂದೇ ಭಾವಿಸಿದರು. ಅದಾದ ಒಂದು ದಶಕದ ನಂತರ ಈ ಗುರಿಯು ಗಂಭೀರ ಪ್ರಗತಿಯಲ್ಲಿರುವ ಒಂದು ಕಾರ್ಯವಾಗಿದೆ ಎಂಬುದು ಕೂಡಾ ಸ್ಪಷ್ಟವಾಯಿತು. 2023ರಲ್ಲಿ 'ಭಾರತ ಮಂಟಪಂ' ಉದ್ಘಾಟಿಸುವ ಸಂದರ್ಭದಲ್ಲಿ ಪ್ರಧಾನಮಂತ್ರಿಯವರು ಮೂರನೆಯ ಅತಿದೊಡ್ಡ ಜಾಗತಿಕ ಆರ್ಥಿಕತೆಯಾಗುವ ನಿರ್ಧಾರದ ಮಾತನ್ನು ಹೇಳಿ ಅದೇ ಚಿಂತನೆಯನ್ನು ಮತ್ತೆ ಉಚ್ಚರಿಸಿದರು. ಅದಕ್ಕಿಂತ ಒಂದು ವರ್ಷ ಮುಂಚೆ, ಸಾಂಪ್ರದಾಯಿಕ ಚೌಕಟ್ಟನ್ನು ಮೀರಿ, ಅವರು ಅಧಿಕಾರದ ಒಂದು ಕಾಲಾವಧಿಯನ್ನು ಮೀರಿ ಒಂದು ಯುಗಕ್ಕಾಗಿ ಚಿಂತಿಸಿ ಯೋಜಿಸಬೇಕು ಎಂಬ ಸಾರ್ವಜನಿಕ ಮನವಿಯನ್ನೂ ಮಾಡಿದರು. ಇದನ್ನೇ ಇನ್ನು 25 ವರ್ಷಗಳಲ್ಲಿ ಭಾರತವು ಅಭಿವೃದ್ಧಿ ಹೊಂದಿದ ದೇಶವಾಗಿ ಮೂಡುವ ಗುರಿಯನ್ನು ಹೊಂದಿದ 'ಅಮೃತ ಕಾಲ' ಎಂದು ಕರೆಯಲಾಗಿದೆ.

ಈ ಪ್ರತಿಯೊಂದೂ ಮಂಡನೆಯು ಅಗಾಧವಾದ ವಿದೇಶಾಂಗ ನೀತಿ ಪರಿಣಾಮಗಳನ್ನು ಹೊಂದಿದೆ. ಏಕೆಂದರೆ ಈ ಮಾತುಗಳನ್ನು ಕೇವಲ ವಿಶಾಲ ಆಶಯವೆಂಬಂತೆ ಮಾತ್ರ ಹೇಳಿಲ್ಲ; ಬದಲಿಗೆ ಭಾರತವು ಈಗ ರೂಪಿಸುತ್ತಿರುವ ಕಾರ್ಯತಂತ್ರಗಳಿಗೆ ನಿರ್ದಿಷ್ಟ ಲಕ್ಷ್ಯ ಮತ್ತು ಗುರಿಗಳನ್ನು ಇಟ್ಟುಕೊಂಡೇ ಹೇಳಲಾಗಿದೆ. ಕಳೆದ ಒಂದು ದಶಕದಲ್ಲಿ ಮಾಡಿದ ಸಾಧನೆಗಳು ಹೇಗೆ ಕ್ರಮೇಣವಾಗಿ ಮತ್ತು ವ್ಯವಸ್ಥಿತವಾಗಿ ಜಾಗತಿಕ ಹೆಜ್ಜೆಗುರುತು ಮೂಡಿಸಲು ಅಡಿಪಾಯಗಳನ್ನು ಹಾಕಲಾಗುತ್ತಿದೆ ಎಂಬುದಕ್ಕೆ ದಿಕ್ಸೂಚಿಯಾಗುತ್ತಿವೆ.

ಪ್ರಧಾನಮಂತ್ರಿಯಾದ ಮೊದಲ ದಿನವೇ ನರೇಂದ್ರ ಮೋದಿಯವರು ದೇಶದ ವಿದೇಶಾಂಗ ನೀತಿಯ ಮೇಲೆ ತನ್ನ ಛಾಪನ್ನು ಒತ್ತಿದರು. 2014ರಲ್ಲಿ, ನೆರೆಹೊರೆಯ ದೇಶಗಳನ್ನು ತನ್ನ ಪ್ರಮಾಣವಚನ ಸ್ವೀಕಾರ ಸಮಾರಂಭಕ್ಕೆ ಆಹ್ವಾನಿಸುವ ಮೂಲಕ ರಾಜತಾಂತ್ರಿಕ ದೂರದೃಷ್ಟಿಯನ್ನು ಪ್ರದರ್ಶಿಸಿದರು; ಇದನ್ನು ಸಾಂಪ್ರದಾಯಿಕ ಚಿಂತನೆಯು ಎಂದೆಂದೂ ಯೋಚಿಸಿಯೂ ಇರಲಿಲ್ಲ. ಅದೇ ವರ್ಷದ ಕೊನೆಯಲ್ಲಿ ಅವರು ಯುಎಸ್‌ಗೆ ನೀಡಿದ

ಭೇಟಿಯು ಸಾರ್ವಜನಿಕ ರಾಜತಾಂತ್ರಿಕತೆಯ ಹೊಸ ಬಗೆಯನ್ನು ವೇದಿಕೆಯ ಮೇಲೆ ತರಲು ಬಳಕೆಯಾಯಿತು. ತಮಗಿಂತ ಹಿಂದಿನ ಪ್ರಧಾನಮಂತ್ರಿಗಳಿಗಿಂತ ಸಂಪೂರ್ಣ ವಿಭಿನ್ನವಾದ ಪ್ರಖರತೆ ಮತ್ತು ವ್ಯಾಪಕತೆಯ ಮೂಲಕ ಭಾರತದ ಯತ್ನಗಳಿಗೆ ಅವರು ಹೆಚ್ಚಿನ ಪ್ರಮಾಣದ ಶಕ್ತಿಯನ್ನು ತುಂಬಿದರು. ಅನಂತರದ ಕಾಲಾವಧಿಯಲ್ಲಿ ಮೋದಿಯವರು ವಿವಿಧ ಭೂಗೋಳ ಮತ್ತು ರಂಗಗಳಲ್ಲಿ – ಇಂಧನದಿಂದ ಹವಾಗುಣದವರೆಗೆ, ಭಯೋತ್ಪಾದನಾ ವಿರೋಧದಿಂದ ಸಂಪರ್ಕದವರೆಗೆ – ಹೊಸ ಚಿಂತನೆಗಳನ್ನು, ಉಪಕ್ರಮಗಳನ್ನು ಮಂಡಿಸಿದರು. ಅವರು ಜಾಗತಿಕವಾದ ಪ್ರಮುಖ ಸಂಗತಿಗಳ ಬಗ್ಗೆ ಸದಾ ಕ್ರಿಯಾಶೀಲರಾಗಿದ್ದಾರೆ; ಹಲವು ಸಂದರ್ಭಗಳಲ್ಲಿ ಫಲಿತಾಂಶಗಳನ್ನು ರೂಪಿಸುವಲ್ಲಿ ನೇರವಾಗಿಯೇ ಭಾಗಿಯಾಗಿದ್ದಾರೆ.

ತನಗೆ ಬಳುವಳಿಯಾಗಿ ಬಂದಿದ್ದನ್ನು ತುಂಬಾ ಸರಳವಾಗಿ ವಿಸ್ತರಿಸುವುದರಲ್ಲೇ ತೃಪ್ತವಾಗುವ ವ್ಯಕ್ತಿ ಅವರಲ್ಲ. ಬದಲಿಗೆ, ಅವರು ವಿದೇಶಾಂಗ ನೀತಿಗೆ ಹೆಚ್ಚಿನ ಕಾರ್ಯತಂತ್ರಾತ್ಮಕ ಸ್ಪಷ್ಟತೆಯನ್ನು, ಬಲವಾದ ಪರಿಕಲ್ಪನಾ ಆಧಾರಗಳನ್ನು, ಹೆಚ್ಚಿನ ಚಟುವಟಿಕೆ ಮತ್ತು ಉತ್ತಮ ಫಲಿತಾಂಶ ನೀಡಿಕೆ – ಇವೆಲ್ಲವನ್ನೂ ನೀಡಿದರು. ಪಕ್ಕದ ದೇಶವನ್ನು ತಕ್ಷಣವೇ ಸಂಪರ್ಕಿಸಿದ ಮತ್ತು ಇನ್ನೊಂದು ದೇಶದ ಜೊತೆಗೆ ತೊಡಗಿಸಿಕೊಂಡ ವಿಧಾನದಲ್ಲೇ ಇದು ಸ್ಪಷ್ಟವಾಯಿತು. ವಿಶ್ವವ್ಯವಸ್ಥೆಯ ವಿಶ್ಲೇಷಣೆಯಲ್ಲಿ ಮತ್ತು ಪ್ರಮುಖ ಶಕ್ತಿಬಣಗಳೊಂದಿಗೆ ಬಲವಾದ ಸಂಬಂಧಗಳನ್ನು ಕಟ್ಟಿಕೊಳ್ಳುವುದರಲ್ಲಿಯೂ ಈ ಅಂಶವನ್ನು ಕಾಣಬಹುದಾಗಿತ್ತು. ಇದಕ್ಕೆ ಸಮಾನವಾಗಿ ಪ್ರದೇಶಗಳು ಮತ್ತು ಉಪ ಪ್ರದೇಶಗಳ ಮಧ್ಯಮ ಶಕ್ತಿಗಳ ಜೊತೆಗೆ ಯೋಜಿತ ಸಂಬಂಧವೃದ್ಧಿಯೂ ಆಯಿತು. ಗ್ಲೋಬಲ್ ಸೌತ್‌ನ ಹಿತಾಸಕ್ತಿಗಳನ್ನು ಸಾರ್ವಜನಿಕವಾಗಿ ಎತ್ತಿಹಿಡಿಯಲಾಯಿತು. ಅಲ್ಲಿ ಭಾರತೀಯ ಯೋಜನೆಗಳ ಜಾರಿಯು ಗಮನಾರ್ಹವಾಗಿ ಸುಧಾರಿಸಿತು; ಅವುಗಳು ನವಭಾರತದ ಸ್ಪಷ್ಟ ಸಂಕೇತವಾಗಿ ಕಂಡವು. ಭಾರತವು ಪ್ರಥಮ ಪ್ರತಿಸ್ಪಂದನೆಯ ದೇಶ ಎಂಬುದನ್ನು ಪರಿಣಾಮಕಾರಿಯಾಗಿ ಪ್ರದರ್ಶಿಸಲಾಯಿತು. ಹಾಗೆಯೇ ಸಂಕಷ್ಟಕ್ಕೆ ಸಿಲುಕಿದ ನಮ್ಮ ನಾಗರಿಕರ ಹಿತವನ್ನು ನೋಡಿಕೊಳ್ಳುವ ಸಾಮರ್ಥ್ಯವೂ ಪ್ರಕಟವಾಯಿತು. ಹೊಚ್ಚಹೊಸ ಕಾರ್ಯತಂತ್ರಾತ್ಮಕ ಪರಿಕಲ್ಪನೆಗಳು ಮೂಡಿದವು; ಹಾಗೆಯೇ ಹೊಸ ವಿಧಾನಗಳು ಮತ್ತು ಸದಸ್ಯತ್ವಗಳೂ ಕಂಡುಬಂದವು.

ಇಂದು ಭಾರತವು ಜಾಗತಿಕ ಸ್ಥಾನದಲ್ಲಿ ಉನ್ನತ ಹಂತಕ್ಕೆ ತಲುಪಿರುವುದರಲ್ಲೇ ಇವೆಲ್ಲದರ ಒಟ್ಟಾರೆ ಫಲಿತಾಂಶಗಳು ಕಂಡುಬರುತ್ತವೆ. ಇದನ್ನು ಖಂಡಿತವಾಗಿಯೂ ಪರಿವರ್ತನೆಯ ದಶಕ ಎಂದು ಕರೆಯಬಹುದು. ಆದರೆ ಇಲ್ಲಿ ಹೊಂದಿರುವ ಮಹತ್ವಾಕಾಂಕ್ಷೆಯ ಉದ್ದೇಶಗಳ ಹಿನ್ನೆಲೆಯಲ್ಲಿ, ವಾಸ್ತವಿಕ ಬದಲಾವಣೆಗಳು ಈಗಷ್ಟೇ ಆರಂಭವಾಗಿವೆ ಎನ್ನಬಹುದು. ಕ್ರಮಿಸಬೇಕಾದ ಹಾದಿ ಇನ್ನೂ ಇದೆ.

ದೇಶಗಳು ಮತ್ತು ವ್ಯಕ್ತಿಗಳು ಶಕ್ತಿಯ ಪ್ರದರ್ಶನದಿಂದಲೇ ಬೆಳೆಯುತ್ತವೆ. ರಾಮಾಯಣದಲ್ಲಿ ಮಿಥಿಲೆಯ ರಾಜ ಜನಕನನ್ನು ನೋಡಲು ಹೋದ ಭಗವಾನ್ ಶ್ರೀರಾಮನು ಶಿವಧನುಸ್ಸಿನ ಹೆದೆಯನ್ನು ಏರಿಸಿದ ಪ್ರಸಂಗವು ಇಲ್ಲಿ ಉಲ್ಲೇಖನೀಯ. ಜನಕನ ಹಿರೀಕನಾಗಿದ್ದ ದೇವರಥನಿಗೆ ಶಿವನು ಈ ಬಿಲ್ಲನ್ನು ಕೊಟ್ಟು ಸುರಕ್ಷಿತವಾಗಿ ಇಟ್ಟುಕೊಳ್ಳಲು ಹೇಳಿದ್ದ. ಈ ಬಿಲ್ಲಿಗೆ ಅಸಾಧಾರಣ ಶಕ್ತಿ ಇತ್ತು. ತನ್ನ ಭಾವನೆಗಳನ್ನು ಹತ್ತಿಕ್ಕಲಾಗದ ಒಂದು ಕ್ಷಣದಲ್ಲಿ ಜನಕರಾಜನು

ಈ ಬಿಲ್ಲನ್ನು ಎತ್ತಿ ಹೆದೆಗೆ ಏರಿಸುವವರಿಗೆ ತನ್ನ ಮಗಳಾದ ಸೀತೆಯನ್ನು ಕೊಟ್ಟು ಮದುವೆ ಮಾಡುವುದಾಗಿ ನಿರ್ಧರಿಸಿದ. ಈ ಸಾಧನೆಯಿಂದ ಭಗವಾನ್ ಶ್ರೀರಾಮ ಮತ್ತು ಸೀತೆಯರ ವಿವಾಹವಾಗಿದ್ದಷ್ಟೇ ಅಲ್ಲ, ರಾಮನು ಯುದ್ಧವೀರರ ಜಗತ್ತಿಗೆ ಪ್ರವೇಶ ಮಾಡಿದಂತಾಯಿತು. ಕ್ಷತ್ರಿಯರನ್ನೆಲ್ಲ ಸಂಹಾರ ಮಾಡಿದ್ದ ಪರಶುರಾಮನ ಎದುರೇ ಭಗವಾನ್ ಶ್ರೀರಾಮನ ಸಮರಕಲೆಯ ಪರೀಕ್ಷೆ ನಡೆಯಿತು. ವಿಶ್ವಕರ್ಮನು ತಯಾರಿಸಿದ್ದ ವಿಷ್ಣುವಿನ ಬಿಲ್ಲನ್ನು ವಶಕ್ಕೆ ಪಡೆದುಕೊಂಡು ಅದರ ಹೆದೆಯನ್ನು ಕಟ್ಟುವಲ್ಲಿ ಭಗವಾನ್ ಶ್ರೀರಾಮ ಯಶ ಪಡೆದ. ಶಿವನ ಧನುಸ್ಸಿನ ಪರ್ಯಾಯವಾಗಿದ್ದ ಈ ಬಿಲ್ಲನ್ನು ಪರಶುರಾಮ ತನ್ನ ಅಜ್ಜನಿಂದ ಪಡೆದಿದ್ದ. ಆದರೆ ಇವೆಲ್ಲ ಕೇವಲ ಆರಂಭದ ಕ್ಷಣಗಳಾಗಿದ್ದವು. ಮುಂದಿನ ಜೀವನದ ಪ್ರತೀ ಹಂತದಲ್ಲೂ ಭಗವಾನ್ ಶ್ರೀರಾಮನು ತನ್ನ ನಿಜ ಸಾಮರ್ಥ್ಯವನ್ನು ಅರಿಯುವಲ್ಲಿ ಹಲವು ತೊಡಕುಗಳನ್ನು ಮೀರಿದ.

ದೊಡ್ಡ ಪರೀಕ್ಷೆಗಳು ಹಾಗೆ ಹಠಾತ್ತಾಗಿ ಎದುರಾಗುವುದಿಲ್ಲ. ಅವುಗಳು ಸಾಮಾನ್ಯವಾಗಿ ಗಮನಾರ್ಹ ಸ್ವರೂಪದ ಹಿಂದಿನ ಅನುಭವಗಳ ನಂತರವೇ ಬರುತ್ತವೆ. ಇದು ವ್ಯಕ್ತಿಗಳಿಗೂ ಅನ್ವಯಿಸುತ್ತದೆ; ದೇಶಗಳಿಗೂ ಅನ್ವಯಿಸುತ್ತದೆ. ಭಗವಾನ್ ಶ್ರೀರಾಮನ ವಿಷಯದಲ್ಲಿ, ಹೋಮ ಹವನಗಳಿಗೆ ಅಡ್ಡಿಪಡಿಸುತ್ತಿದ್ದ ರಾಕ್ಷಸರನ್ನು ನಿರ್ವಹಿಸಲು ಮುನಿಗಳು ಭಗವಾನ್ ಶ್ರೀರಾಮನ ಸೇವೆಯನ್ನು ಬೇಡಿದಾಗ ಮೊದಲು ಈ ಬಗೆಯ ಘಟನೆ ನಡೆಯಿತು. ಭಗವಾನ್ ಶ್ರೀರಾಮನ ತಂದೆ ದಶರಥನಿಗೆ ಅವನನ್ನು ಇಂತಹ ತಾಪತ್ರಯಗಳಿಗೆ ಸಿಲುಕಿಸುವುದಕ್ಕೆ ಖಂಡಿತವಾಗಿಯೂ ಇಷ್ಟವಿರಲಿಲ್ಲ. ಆದರೆ ಕೊನೆಗೆ ತುಂಬಾ ಹಿಂಜರಿಕೆಯಿಂದಲೇ ಅನುಮತಿ ನೀಡಿದ. ಇದೂ ಕೂಡ ಹೊಸ ಬೆದರಿಕೆಗಳನ್ನು ಎದುರಿಸುವಾಗ ಬಹುತೇಕ ದೇಶಗಳು ನೀಡುವ ವ್ಯವಸ್ಥಾತ್ಮಕ ಪ್ರತಿಕ್ರಿಯೆ.

ಭಗವಾನ್ ಶ್ರೀರಾಮನ ಪ್ರಕರಣದಲ್ಲಿ ಹೇಳುವುದಾದರೆ, ಅವನು ಮೊದಲು ಕಾಮಾಶ್ರಮ ಅರಣ್ಯದಲ್ಲಿ ರಕ್ಕಸಿ ತಾಟಕಿಯನ್ನು ಸೋಲಿಸಿದ. ಅದಾದ ಮೇಲೆ ಸಿದ್ಧಾಶ್ರಮದಲ್ಲಿ ಇನ್ನೂ ಗಂಭೀರ ಶತ್ರುಗಳಾದ ಮಾರೀಚ ಮತ್ತು ಸುಬಾಹುರನ್ನು ಎದುರಿಸಿದ. ಮಾರೀಚ ತಪ್ಪಿಸಿಕೊಂಡ; ಇನ್ನೊಬ್ಬ ಬೂದಿಯಾದ. ನಂತರ ಭಗವಾನ್ ಶ್ರೀರಾಮ ಮತ್ತು ಲಕ್ಷ್ಮಣರು ಗೌತಮ ಮುನಿಯ ಆಶ್ರಮಕ್ಕೆ ಹೋದರು. ಅಲ್ಲಿ ಶಾಪಕ್ಕೆ ಒಳಗಾದ ಅಹಲ್ಯೆಯ ಶಾಪ ವಿಮೋಚನೆ ಮಾಡುವ ವಿಧಿಲಿಖಿತ ಘಟನೆಯೂ ನಡೆಯಿತು. ಅನಂತರವೇ ಈ ಸೋದರರು ಮಿಥಿಲೆಗೆ ಹೋಗಿ ಶಿವನ ಬಿಲ್ಲನ್ನು ಎತ್ತುವ ಪ್ರಸಂಗ ನಡೆಯಿತು.

ಭಾರತದಂತಹ ದೇಶಕ್ಕೆ, ಅದು ಮುಂಚೂಣಿ ಶಕ್ತಿಯಾಗಬೇಕೆಂದು ಹೊರಟಾಗ, ಆ ದಿಕ್ಕಿನಲ್ಲಿ ನದಿಗಳು, ಪರ್ವತಗಳನ್ನು ದಾಟಬೇಕಾಗುತ್ತದೆ ಎಂದು ನಿರೀಕ್ಷಿಸಬೇಕು. ಇಲ್ಲಿ ಕೆಲವು ನೇರ ಸವಾಲುಗಳಾಗಿ ಎದುರಾಗಬಹುದು, ಇನ್ನಿತರೆ ಸವಾಲುಗಳು ಇನ್ನೂ ದೊಡ್ಡ ಪರಿಸ್ಥಿತಿಗಳ ಪರಿಣಾಮವಾಗಿ ಮೂಡಬಹುದು. ಇಲ್ಲಿ ಮಾರೀಚ ರಾಕ್ಷಸನ ಪ್ರಕರಣವನ್ನು ರಾಮನು ಅನುಭವಿಸಿದಂತೆ ಪುನರಾವರ್ತನೆಗೊಳ್ಳುವ ಸಂಗತಿಗಳಿರಬಹುದು. ಅಂತಿಮವಾಗಿ ಹೇಳುವುದಾದರೆ, ಒಂದು ಶಕ್ತಿಯ ಮೇಲೇರುವಿಕೆ ಎಂದರೆ ಅದು ಪರಿಶ್ರಮದ, ತಾಳ್ಮೆಯ ಮತ್ತು ಮಾನಸಿಕ ಶಕ್ತಿಯ ಕಸರತ್ತು. ಇಲ್ಲಿ ನಾವು ಭಾರತಕ್ಕೆ ಹೋಲಿಸಬಹುದಾದ ಸಮಕಾಲೀನ ಸಂಗತಿಗಳನ್ನು ಉದಾಹರಿಸಬಹುದಾದರೆ, ಮೂಲಸೌಕರ್ಯದ ಸುಧಾರಣೆ, ಮಾನವ ಸಂಪನ್ಮೂಲದ ಮೇಲ್ದರ್ಜೆಗೇರಿಸುವಿಕೆ, ಭೌಗೋಳಿಕ ಸವಾಲುಗಳನ್ನು ಎದುರಿಸುವುದು, ಅಗಾಧವಾದ ಶಕ್ತಿಯನ್ನು ಬೆಳೆಸಿಕೊಳ್ಳುವುದು, ಪರಮಾಣು ಶಸ್ತ್ರದ ಆಯ್ಕೆಯನ್ನು ಬಳಸಿಕೊಳ್ಳುವುದು, ಆಡಳಿತದ ಗುಣಮಟ್ಟವನ್ನು ಹೆಚ್ಚಿಸುವುದು - ಇವನ್ನೆಲ್ಲ ಉದಾಹರಿಸಬಹುದು. ಈ ಪ್ರಗತಿಯ ಮುಂದಿನ ಹಂತಕ್ಕೆ ಸಾಗಿದಂತೆಲ್ಲ, ಭಾರತವು ತನ್ನ ಕ್ಷಿತಿಜಗಳನ್ನು ವಿಸ್ತರಿಸಿಕೊಳ್ಳಬೇಕಾಗುತ್ತದೆ; ಸ್ಪರ್ಧಿಗಳ ಬಗ್ಗೆ ಹೆಚ್ಚಿನ ಅರಿವು ಹೊಂದಿರಬೇಕಾಗುತ್ತದೆ ಮತ್ತು ಸಮಗ್ರ ರಾಷ್ಟ್ರೀಯ ಶಕ್ತಿಯನ್ನು ಬಲಪಡಿಸಬೇಕಾಗುತ್ತದೆ.

ಹೊಸ ಮಂಡಲ

ಯಾವುದೇ ಮೌಲ್ಯಮಾಪನದಲ್ಲಿ, ಬದಲಾವಣೆ ಆಗಿದೆ ಎಂದು ತೋರಿಸಲು ವೈಯಕ್ತಿಕ ಘಟನೆಗಳು ಮತ್ತು ಫಲಿತಾಂಶಗಳನ್ನು ಸೂಚಿಸುವುದು ಕೊಂಚ ಸುಲಭ. ಅದು ಸಂಪೂರ್ಣವಾಗಿ ಉತ್ತಮ ಅಂಶಗಳನ್ನು ಹೊಂದಿಲ್ಲ ಎನ್ನಲಾಗದು; ಆದರೆ ಅದೇ ಪೂರ್ಣವಲ್ಲ. ಕೆಲವು ಸೂಚಕ ಬಿಂದುಗಳು ಹೀಗೆಯೇ ಇರುತ್ತವೆ: ಅವು ದೊಡ್ಡ ಪ್ರವೃತ್ತಿಯನ್ನು ಎತ್ತಿ ತೋರಿಸಲು ಮಾತ್ರ ಕಾರ್ಯನಿರ್ವಹಿಸುತ್ತವೆ. ವಿಸ್ತೃತ ಅವಧಿಯಲ್ಲಿ ಭಾರತವು ಏನು ಮಾಡಲು ಪ್ರಯತ್ನಿಸುತ್ತಿದೆ ಎಂಬುದರ ಪ್ರಮಾಣವನ್ನು ಗಮನಿಸಿದರೆ, ಅದಕ್ಕೆ ತನ್ನ ಗುರಿಗಳನ್ನು ಸಾಧಿಸಲು ಸಮಗ್ರ ವಿಧಾನವಿದೆ ಎಂದು ನಿರೀಕ್ಷಿಸುವುದು ಸಂಪೂರ್ಣವಾಗಿ ಸ್ವಾಭಾವಿಕ. ವಾಸ್ತವವಾಗಿ, ಈ ಅವಧಿಯಲ್ಲಿ ಆಗಿದ್ದೇ ಈ ಬಗೆಯ ಸ್ಥಿರವಾದ ಬೆಳವಣಿಗೆ.

2015ರಲ್ಲಿ ಮಾರಿಶಿಯಸ್‌ಗೆ ಪ್ರಧಾನಮಂತ್ರಿಯವರು ಭೇಟಿ ನೀಡಿದಾಗ ಸಾಗರ್ (SAGAR)ದೃಷ್ಟಿಕೋನದ ನಿರೂಪಣೆಯಂತಹ ಕೆಲವು ಅಂಶಗಳನ್ನು ಅನಾವರಣಗೊಳಿಸುವ ಸಂದರ್ಭದ ಅಗತ್ಯವಿತ್ತು. ಇತರ ಸಂದರ್ಭಗಳಲ್ಲಿ, 2014ರ ಪ್ರಮಾಣವಚನ ಸಮಾರಂಭದ ಕೆಲವು ತಿಂಗಳುಗಳ ನಂತರ 'ನೆರೆಹೊರೆ ಮೊದಲು' ನೀತಿಯನ್ನು ಔಪಚಾರಿಕಗೊಳಿಸುವುದು ಅಥವಾ ಆಸಿಯಾನ್ ಮತ್ತು ಅದರಾಚೆ, 'ಲುಕ್ ಈಸ್ಟ್' ಅನ್ನು 'ಆ್ಯಕ್ಟ್ ಈಸ್ಟ್' ಮಾಡಲು ಹೆಚ್ಚುವರಿ ಪದರಗಳನ್ನು ಸೇರಿಸಬೇಕಾಗಿತ್ತು.

ಆದರೆ ಇಂಡೋ – ಪೆಸಿಫಿಕ್ ಸಂದೇಶವನ್ನು ಪ್ರಚಾರ ಮಾಡುವ ಬದ್ಧತೆಯಂತಹ ಕಠಿಣ ಕಾರ್ಯತಂತ್ರದ ನಿರ್ಧಾರಗಳೂ ಅಲ್ಲಿ ಇದ್ದವು. ಕೆಲವೊಮ್ಮೆ, ಭಾರತ – ಪೆಸಿಫಿಕ್ ದ್ವೀಪಗಳ ಸಹಕಾರ ವೇದಿಕೆ (ಫಿಪಿಕ್) ಶೃಂಗಸಭೆಗಳಂತಹ ಹೊಸ ಹೆಜ್ಜೆ ಇಡಲು ನಿರ್ದಿಷ್ಟ ಘಟನೆಗಳನ್ನು ರೂಪಿಸಲಾಯಿತು. ಕೆಲವೊಮ್ಮೆ, ಕೆಲವು ಸಂದರ್ಭಗಳು ಸುಪ್ತ ಚಿಂತನೆಯನ್ನು ಹೊರತಂದವು. ಇದಕ್ಕೆ ಉತ್ತಮ ಉದಾಹರಣೆಯೆಂದರೆ ಕೋವಿಡ್ ಮತ್ತು ಉಕ್ರೇನ್ ನಂತರದ ಗ್ಲೋಬಲ್ ಸೌತ್ ಶೃಂಗಸಭೆ. ನಾವು ಒಂದು ದಶಕದ ಅಂತ್ಯವನ್ನು ಸಮೀಪಿಸುತ್ತಿರುವಾಗ, ಒಟ್ಟಾರೆ ಕಾರ್ಯತಂತ್ರವು ಆರಂಭದಲ್ಲಿ ಇದ್ದುದಕ್ಕಿಂತ ಇನ್ನೂ ಹೆಚ್ಚು ಸ್ಪಷ್ಟವಾಗಿದೆ. ಚುಕ್ಕೆಗಳು ರೇಖೆಗಳಾಗಿ ಸೇರಿಕೊಂಡಿವೆ; ಅಲ್ಲದೆ ಅವು ಆಸಕ್ತಿಯುತ ಕೇಂದ್ರೀಕೃತ ವೃತ್ತಗಳನ್ನು ಸಹ ರೂಪಿಸಿವೆ.

ಹಾಗಾದರೆ ಇಂದು ಪ್ರಪಂಚದ ಬಗ್ಗೆ ಭಾರತದ ಚಿಂತನೆಯನ್ನು ಸೆರೆಹಿಡಿಯುವ 'ಮಂಡಲ' ಯಾವುದು? ಅದರ ಕೇಂದ್ರಬಿಂದು ನಿಸ್ಸಂಶಯವಾಗಿ ಹತ್ತಿರದ ನೆರೆಹೊರೆಯಾಗಿದೆ; ಇದೇ 2014ರಲ್ಲಿ ಮೋದಿ ಅವರ ಪ್ರಮಾಣ ವಚನ ಸ್ವೀಕಾರ ಸಮಾರಂಭದಲ್ಲಿ ಗಮನ ಸೆಳೆದ ಸಂಗತಿಯಾಗಿತ್ತು. ಭಾರತವು ತನ್ನ ಗಾತ್ರ, ಸ್ಥಳ ಮತ್ತು ಹೆಚ್ಚುತ್ತಿರುವ ಆರ್ಥಿಕ ತೂಕದ ಕಾರಣದಿಂದಾಗಿ ಉಪಖಂಡದಲ್ಲಿ ವಿಶಿಷ್ಟ ಸ್ಥಾನವನ್ನು ಹೊಂದಿದೆ ಎಂದು ಮಾನ್ಯ ಮಾಡುವ ಮೂಲಕ ಆರಂಭಿಸುವುದೇ ಇಲ್ಲಿನ ಮಾರ್ಗ. ತನ್ನ ತಕ್ಷಣದ ಪರಿಧಿಯು ಸ್ಥಿರವಾಗಿ, ಸುರಕ್ಷಿತವಾಗಿ ಮತ್ತು ಸೂಕ್ಷ್ಮವಾಗಿರಬೇಕು ಎಂಬುದು ಭಾರತದ ಹಿತಾಸಕ್ತಿಯಾಗಿದೆ ಎಂಬುದು ಅತಿ ಸಹಜ. ಸ್ಪರ್ಧಾತ್ಮಕ ಜಗತ್ತಿನಲ್ಲಿ ಇದನ್ನು ಖಚಿತಪಡಿಸಿಕೊಳ್ಳಲು ನಾವು ದೊಡ್ಡ ಪ್ರದೇಶವನ್ನು ಹೊಣೆಯಾಗಿಸಿ ಹೆಚ್ಚು

ಒಗ್ಗಟ್ಟಿನ ಭೌಗೋಳಿಕತೆಯನ್ನು ರೂಪಿಸುವ ಸಂಪರ್ಕ, ಸಹಕಾರ ಮತ್ತು ಸಂಪರ್ಕಗಳಲ್ಲಿ ಹೂಡಿಕೆ ಮಾಡಬೇಕಾಗುತ್ತದೆ. ಈ ಅನ್ವೇಷಣೆಯಲ್ಲಿ ಇತಿಹಾಸ, ಸಮಾಜಶಾಸ್ತ್ರ ಮತ್ತು ಅರ್ಥಶಾಸ್ತ್ರಗಳಿಂದ ಸವಾಲುಗಳಿವೆ. ಅವುಗಳನ್ನು ನಿರ್ವಹಿಸಬೇಕಾದ ಅಗತ್ಯವಿದ್ದರೂ, ಭಾರತವು ತನ್ನ ಹತ್ತಿರದ ನೆರೆಹೊರೆಯವರಿಗೆ ನಿಕಟ ಸಂಬಂಧಗಳ ಪ್ರಯೋಜನಗಳ ಬಗ್ಗೆ ಮನವರಿಕೆ ಮಾಡಿಕೊಡುವುದು ಮತ್ತು ನಂತರ ಈ ಪ್ರಯೋಜನಗಳು ವಾಸ್ತವಿಕವಾಗಿಯೂ ಜಾರಿ ಮಾಡುವುದು 'ನೆರೆಹೊರೆ ಮೊದಲು' ನೀತಿಯ ಹೃದಯ ಭಾಗವಾಗಿದೆ. 2014ರಿಂದ ನಾವು ಇದರ ಅನಾವರಣವನ್ನೇ ಕಂಡಿದ್ದೇವೆ.

ಇಂದು, ನಾವು ಸ್ಪಷ್ಟವಾಗಿ ವಿಭಿನ್ನವಾದ ಚಿತ್ರವನ್ನು ನೋಡುತ್ತಿದ್ದೇವೆ: ಅಲ್ಲಿ ಗಡಿಗಳ ಆಚೆ ಈಚೆ ಇರುವ ಪ್ರಸರಣ ಗ್ರಿಡ್‌ಗಳು, ಇಂಧನ ಪೈಪ್ ಲೈನ್‌ಗಳು, ರಸ್ತೆಗಳು, ರೈಲ್ವೆ ಮತ್ತು ಜಲಮಾರ್ಗಗಳು ಮತ್ತು ಸುಗಮ ಗಡಿ ದಾಟುವಿಕೆ–ಇವೆಲ್ಲ ನಮ್ಮ ಕಾಲದ ಹೆಗ್ಗುರುತುಗಳಾಗಿವೆ. ಇವೆಲ್ಲವೂ ಸರಕುಗಳ ಸಾಗಾಟ, ಬಂದರುಗಳು ಅಥವಾ ವಿದ್ಯುತ್ ಉತ್ಪಾದನೆಯಲ್ಲಿ ಪರಸ್ಪರರ ಸಾಮರ್ಥ್ಯಗಳ ಬಳಕೆಯ ಅಡಿಪಾಯವನ್ನು ಹೊಂದಿವೆ. ಇದು ಇಡೀ ಪ್ರದೇಶವು ದೊಡ್ಡ ಪ್ರಮಾಣದ ಮತ್ತು ಹೆಚ್ಚಿನ ದಕ್ಷತೆಯ ಮೂಲಕ ಪ್ರಯೋಜನ ಪಡೆಯಲು ಅನುವು ಮಾಡಿಕೊಟ್ಟಿದೆ. 'ನೆರೆಹೊರೆ ಮೊದಲು' ನೀತಿಯ ನಿಜವಾದ ಪರೀಕ್ಷೆಯು ಶ್ರೀಲಂಕಾದ ಆರ್ಥಿಕ ಬಿಕ್ಕಟ್ಟಿನಲ್ಲಿ ಕಂಡುಬಂದಿತು; ಅಲ್ಲಿ ಭಾರತದ ತ್ವರಿತ ಪ್ರತಿಕ್ರಿಯೆಯು ಅದರ ನಿಲುವಿನ ವಿಶ್ವಾಸಾರ್ಹತೆಯನ್ನು ಹೆಚ್ಚಿಸಲು ಸಾಕಷ್ಟು ನೆರವಾಗಿದೆ.

ಆದ್ಯತೆಯ ಎರಡನೇ ವೃತ್ತವೆಂದರೆ ವಿಸ್ತೃತ ನೆರೆಹೊರೆ. ಮೋದಿ ಸರ್ಕಾರವು ಈಗ ಪ್ರತಿಯೊಂದು ದಿಕ್ಕಿನಲ್ಲಿಯೂ ಸಂಕೀರ್ಣವಾದ ತೊಡಗಿಸಿಕೊಳ್ಳುವಿಕೆಯ ಯೋಜನೆಯನ್ನು ರೂಪಿಸಿದೆ. ಆಸಿಯಾನ್ ಮತ್ತು ಪೆಸಿಫಿಕ್ ದೇಶಗಳ ವಿಷಯದಲ್ಲಿ, ಭದ್ರತೆ, ಅಭಿವೃದ್ಧಿ ಮತ್ತು ಡಿಜಿಟಲ್‌ನಂತಹ ಕ್ಷೇತ್ರಗಳಲ್ಲಿ ಸಹಕಾರದ ಉನ್ನತೀಕರಣವನ್ನು ವ್ಯಕ್ತಪಡಿಸಲಾಗಿದೆ. ಇದರ ಪರಿಣಾಮವಾಗಿ, 'ಆ್ಯಕ್ಟ್ ಈಸ್ಟ್' ನೀತಿಯು ಆಗ್ನೇಯ ಏಶ್ಯಾದಲ್ಲಿ ಭಾರತದ ಉಪಸ್ಥಿತಿಯನ್ನು ಹೆಚ್ಚಿಸುವುದಲ್ಲದೆ ಪೆಸಿಫಿಕ್ ಪ್ರದೇಶ ಮತ್ತು ಅದರಾಚೆಗಿನ ಸಂಪರ್ಕದ ಚಿಮ್ಮುಹಲಗೆಯಾಗಲಿದೆ.

ಕೊಲ್ಲಿ ದೇಶಗಳ ಬಗ್ಗೆ ಹೇಳುವುದಾದರೆ, 'ಲಿಂಕ್ ವೆಸ್ಟ್' ವಿಧಾನವು ಹಲವಾರು ರಂಗಗಳಲ್ಲಿ ಅಭೂತಪೂರ್ವ ಚಟುವಟಿಕೆಗಳನ್ನು ಕಂಡಿದೆ. ವಿಶೇಷವಾಗಿ ಯುನೈಟೆಡ್ ಅರಬ್ ಎಮಿರೇಟ್ಸ್ (ಯುಎಇ)ನೊಂದಿಗಿನ ಸಂಬಂಧಗಳು ಪ್ರಗತಿಯ ವೇಗವನ್ನು ಹೆಚ್ಚಿಸಲು ಸಹಾಯ ಮಾಡಿವೆ. ನಿಸ್ಸಂಶಯವಾಗಿ, ಇತರರು ಸ್ಪರ್ಧಿಸಲು ಪ್ರಯತ್ನಿಸಿದಾಗ ಭಾರತಕ್ಕೆ ಲಾಭವೇ ಆಗುತ್ತದೆ. ಕೊಲ್ಲಿ ದೇಶಗಳ ಬಗ್ಗೆ ನಮ್ಮ ದೃಷ್ಟಿಕೋನವು ಇಂಧನ ಮತ್ತು ಕಾರ್ಮಿಕವರ್ಗಕ್ಕೆ ಸೀಮಿತವಾಗಿದ್ದ ದಿನಗಳಿಂದ, ಈಗ ತಂತ್ರಜ್ಞಾನ, ಶಿಕ್ಷಣ, ನವೋನ್ವೇಷಣೆ, ಹೂಡಿಕೆ ಮತ್ತು ಭದ್ರತೆಗೂ ವಿಸ್ತರಿಸಿದೆ. ಇಂಧನದಂತಹ ಸಾಂಪ್ರದಾಯಿಕ ಕ್ಷೇತ್ರಗಳು ಸಹ ವ್ಯಾಪಕ ಭಾರತೀಯ ಭಾಗಿತ್ವಕ್ಕೆ ಸಾಕ್ಷಿಯಾಗಿವೆ. ಅಷ್ಟೇ ಅಲ್ಲ, ಕೊಲ್ಲಿ ದೇಶಗಳು ಆಫ್ರಿಕಾದೊಂದಿಗಿನ ಹೆಚ್ಚಿನ ಒಳಗೊಳ್ಳುವಿಕೆಗೆ ಸೇತುವೆಯಾಗಿ ಕಾರ್ಯನಿರ್ವಹಿಸುತ್ತವೆ.

ದಕ್ಷಿಣದಲ್ಲಿ, 'ಸಾಗರ್' (SAGAR) ದೃಷ್ಟಿಕೋನವು ನಮ್ಮ ಕಡಲ ನೆರೆಹೊರೆಯವರನ್ನು ಸಮಗ್ರವಾಗಿ ಒಟ್ಟಿಗೆ ತರುತ್ತದೆ. ಶ್ರೀಲಂಕಾ ಮತ್ತು ಮಾಲ್ಡೀವ್ಸ್‌ನಂತಹ ಕೆಲವು ದೇಶಗಳು

'ನೆರೆಹೊರೆ ಮೊದಲು' ನೀತಿಯಲ್ಲೂ ಇವೆ. ಆದರೆ ಇಂದು ಇತರ ದೇಶಗಳು ಭಾರತವು ವಿನಿಯೋಗಿಸಲು ಸಿದ್ಧವಾಗಿರುವ ಬಲವಾದ ಗಮನ ಮತ್ತು ಬೃಹತ್ ಸಂಪನ್ಮೂಲಗಳನ್ನು ಗಮನಿಸಿವೆ. ಮಾರಿಶಿಯಸ್‌ನೊಂದಿಗಿನ ನಮ್ಮ ಅಭಿವೃದ್ಧಿ ಸಹಭಾಗಿತ್ವವು ಈ ನಿಟ್ಟಿನಲ್ಲಿ ಒಂದು ಮಾದರಿಯಾಗಿ ಹೊರಹೊಮ್ಮಿದೆ. ಕಡಲ ಸಹಕಾರವು ಮೂಡುತ್ತಿರುವ ಹೊಸ ಭದ್ರತಾ ಸಮಾವೇಶಕ್ಕೆ ಆಧಾರವಾಗಿದೆ; ಅದು ಹೆಚ್ಚು ಸಹಕಾರಿ ಚಿಂತನೆಯನ್ನು ಪ್ರೋತ್ಸಾಹಿಸುತ್ತದೆ.

ಉತ್ತರಕ್ಕೆ, 'ಕನೆಕ್ಟ್ ಸೆಂಟ್ರಲ್ ಏಶ್ಯಾ ಪಾಲಿಸಿ'ಯು ಒಗಟಿನ ಕೊನೆಯ ಭಾಗ; ಇದು ಸಾಂಸ್ಕೃತಿಕವಾಗಿ ನೆಮ್ಮದಿ ನೀಡುವ ಸಹಭಾಗಿಗಳೊಂದಿಗೆ ಹೆಚ್ಚು ವ್ಯವಸ್ಥಿತ ಸಂಪರ್ಕಗಳನ್ನು ರೂಪಿಸುತ್ತದೆ. ಇಲ್ಲಿ ಕಾರ್ಯಸೂಚಿಯು ಮುಖ್ಯವಾಗಿ ಸಂಪರ್ಕ, ಮೂಲಭೂತವಾದವನ್ನು ನಿವಾರಿಸುವುದು ಮತ್ತು ಅಭಿವೃದ್ಧಿಯ ಬಗ್ಗೆಯೇ ಇದೆ. ಭಾರತವು ಈ ಹಲವು ದೇಶಗಳಿಗೆ, ತಮ್ಮ ಒಟ್ಟಾರೆ ಸ್ಥಾನವನ್ನು ಬಲಪಡಿಸುವ ಆಯ್ಕೆಗಳನ್ನು ನೀಡುತ್ತದೆ. ಸ್ಪಷ್ಟವಾಗಿ ಹೇಳುವುದಾದರೆ, ಭಾರತವು ತನ್ನ ಬಹು ಅನ್ವೇಷಣೆಗಳಲ್ಲಿ ಎಷ್ಟು ಸರಾಗವಾಗಿ ಮುಂದುವರಿಯುತ್ತದೆ ಎಂಬುದು ಪ್ರಮುಖ ಶಕ್ತಿಗಳೊಂದಿಗಿನ ಅದರ ಸಂಬಂಧಗಳ ಸ್ವರೂಪವನ್ನು ಅವಲಂಬಿಸಿರುತ್ತದೆ. ಯುರೋಪನ್ನೂ ಸೇರಿಸಿ ಕೆಲವು ಸಂದರ್ಭಗಳಲ್ಲಿ, ಸಾಮೂಹಿಕದ ಘಟಕ ವಿಭಾಗಗಳನ್ನು ಸಹ ಪ್ರತ್ಯೇಕವಾಗಿ ತೊಡಗಿಸಿಕೊಳ್ಳಬೇಕಾಗುತ್ತದೆ. ಅವುಗಳಲ್ಲಿ ಅನೇಕ ದೇಶಗಳು ಈ ಪ್ರಕ್ರಿಯೆಯನ್ನು ಸುಗಮಗೊಳಿಸುವ ಸಾಮರ್ಥ್ಯವನ್ನು ಹೊಂದಿವೆ; ಕೆಲವಕ್ಕೆ ಅಡ್ಡಿಪಡಿಸುವ ಸಾಮರ್ಥ್ಯವೂ ಇದೆ. ಸ್ವಾಭಾವಿಕವಾಗಿಯೇ, ಇಲ್ಲಿ ಸೂಕ್ತ ಮಿಶ್ರಣವನ್ನು ರೂಪಿಸುವುದು ನಮ್ಮ ಪ್ರಯತ್ನವಾಗಿದೆ. ಯಾವಾಗಲೂ ಮಧ್ಯಮ ಮಾರ್ಗದಲ್ಲಿ ನಿಲ್ಲುವ ಮೂಲಕ ಅಥವಾ ಕಷ್ಟಕರ ಸಮಸ್ಯೆಗಳಿಂದ ತಪ್ಪಿಸಿಕೊಳ್ಳುವ ಮೂಲಕ ಇದನ್ನು ಮಾಡಲು ಸಾಧ್ಯವಿಲ್ಲ. ನಿಸ್ಸಂಶಯವಾಗಿ, ಇಲ್ಲಿ ವಿವೇಚನೆ ಮತ್ತು ಪರಿಶ್ರಮ ಎರಡೂ ಬೇಕಾಗುತ್ತದೆ. ಆದರೆ ಯಾವ ಸಂಬಂಧವು ಯಾವ ವಿಷಯಗಳಲ್ಲಿ ನಮ್ಮ ಆಸಕ್ತಿಯನ್ನು ಉತ್ತಮವಾಗಿ ಪೂರೈಸುತ್ತದೆ ಎಂಬುದನ್ನು ಅರ್ಥಮಾಡಿಕೊಳ್ಳಲು ಇನ್ನೂ ಹೆಚ್ಚು ಶಕ್ತಿಯುತವಾದ ಕಾರಣವಿದೆ. ಇದರ ಪರಿಣಾಮವಾಗಿ, ಸಮಕಾಲೀನ ರಾಜತಾಂತ್ರಿಕತೆಯು ರೇಖೀಯವಾಗಿ ಕಾಣುವುದಿಲ್ಲ; ಸಾಕಷ್ಟು ಸಲ ಅಂಕುಡೊಂಕುಗಳಿಂದ ಕೊನೆಗೊಳ್ಳುತ್ತದೆ. ಆದರೆ ಅದರ ಪರಿಣಾಮಕಾರಿತ್ವದ ನಿಜವಾದ ಪರೀಕ್ಷೆಯೆಂದರೆ ಅದು ಸ್ಪರ್ಧಾತ್ಮಕ ಆಟದಲ್ಲಿ ಭಾರತವನ್ನು ಮುಂದಿಡುತ್ತದೆಯೇ ಎಂಬುದು. ಆದ್ದರಿಂದ, ಅಂತಹ ನಿಯತಕಾಲಿಕ ಮೌಲ್ಯಮಾಪನಗಳು ನೀತಿ ಪ್ರಮಾಣೀಕರಣ ಮತ್ತು ಕಾರ್ಯವಿಧಾನ ತಿದ್ದುಪಡಿ – ಎರಡರಲ್ಲೂ ಪ್ರಾಮುಖ್ಯ ಪಡೆಯುತ್ತವೆ.

ಜಾಗತಿಕ ಹೆಜ್ಜೆಗುರುತುಗಳನ್ನು ಮೂಡಿಸಲು ತಯಾರಿ ನಡೆಸುವ ಅತ್ಯಗತ್ಯ ಭಾಗವೆಂದರೆ ಸಂವಹನಗಳ ವ್ಯಾಪಕತೆಯನ್ನು ವಿಸ್ತರಿಸುವುದು. ಬಹಳ ದೊಡ್ಡ ಸಂಖ್ಯೆಯ ದೇಶಗಳನ್ನು ಭಾರತವು ಹಲವು ವರ್ಷಗಳಿಂದ ಬಹಳ ಕಡಿಮೆ ಪ್ರಮಾಣದಲ್ಲಿ ತೊಡಗಿಸಿಕೊಂಡಿದೆ. ಇಂದಿಗೂ, ತಮ್ಮ ಇತಿಹಾಸದಲ್ಲಿ ಮೊದಲ ಬಾರಿಗೆ ಭಾರತೀಯ ವಿದೇಶಾಂಗ ಸಚಿವರನ್ನು ಸ್ವಾಗತಿಸುತ್ತಿರುವ ದೇಶಗಳಿವೆ. ಇದನ್ನು ಮನಗಂಡು, ಕಳೆದ ದಶಕದಲ್ಲಿ ನಮ್ಮ ಪ್ರಯತ್ನಗಳು ಜಾಗತಿಕ ರಾಜತಾಂತ್ರಿಕತೆಯನ್ನು ನಡೆಸಲು ಹೆಚ್ಚು ಪರಿಣಾಮಕಾರಿ ಮಾರ್ಗಗಳನ್ನು ಕಂಡುಹಿಡಿಯುವುದಾಗಿದೆ.

ಅಸ್ತಿತ್ವದಲ್ಲಿರುವ ಕಾರ್ಯವಿಧಾನಗಳಲ್ಲಿ ಉತ್ಸಾಹದ ಪಾಲ್ಗೊಳ್ಳುವಿಕೆ ಮತ್ತು

ಹೊಸ ವಿಧಾನಗಳ ಆವಿಷ್ಕಾರವು ಈ ಸವಾಲನ್ನು ಎದುರಿಸಲು ನೆರವಾಗುತ್ತದೆ. ಇಂಡೋ – ಪೆಸಿಫಿಕ್‌ನಲ್ಲಿ ಕ್ವಾಡ್ ಮತ್ತು ಭಾರತ – ಪೆಸಿಫಿಕ್ ದ್ವೀಪಗಳ ಸಹಕಾರ ವೇದಿಕೆ (ಫಿಪಿಕ್), ಪಶ್ಚಿಮ ಏಶ್ಯಾದಲ್ಲಿ ಐ2ಯು2 ಮತ್ತು ಯುರೋಪಿನಲ್ಲಿ ಭಾರತ – ನಾರ್ಡಿಕ್ ಶೃಂಗಸಭೆ – ಇವು ಉನ್ನತ ಮಟ್ಟದ ಸೂಕ್ತ ಉದಾಹರಣೆಗಳಾಗಿವೆ. ಈ ಪಟ್ಟಿಯಲ್ಲಿ ಇಂಡಿಯಾ – ಮಧ್ಯಪ್ರಾಚ್ಯ – ಯುರೋಪ್ ಆರ್ಥಿಕ ಕಾರಿಡಾರ್ (ಐಎಂಇಸಿ) ಇತ್ತೀಚಿನದು. ಆಸಿಯಾನ್, ಐರೋಪ್ಯ ಒಕ್ಕೂಟ, ಆಫ್ರಿಕಾ ಮತ್ತು ಬ್ರಿಕ್ಸ್ ದೇಶಗಳು ಸಹಜವಾಗಿಯೇ ತಮ್ಮ ಪ್ರಗತಿಯನ್ನು ಮುಂದುವರಿಸಿವೆ. ಆದರೆ ಇವುಗಳನ್ನೂ ಈಗ ಮಧ್ಯ ಯುರೋಪ್, ಕೆರಿಬಿಯನ್ ಮತ್ತು ಮಧ್ಯ ಯುಎಸ್‌ನ ಜೊತೆಗೆ ವಿಧಾನಗಳನ್ನು ರೂಪಿಸುವ ಮೂಲಕ ಸಚಿವ ಸ್ತರದಲ್ಲಿ ಪೂರಕಗೊಳಿಸಲಾಗಿದೆ. ಯುರೋಪ್ ಮತ್ತು ಏಶ್ಯಾದ ಉಳಿದ ಭಾಗಗಳಂತೆ, ನಾವು ಉಪ – ಪ್ರದೇಶಗಳೊಂದಿಗೆ ವ್ಯವಹರಿಸುವ ಮೂಲಕ ಆಫ್ರಿಕಾ ಮತ್ತು ಲ್ಯಾಟಿನ್ ಅಮೆರಿಕದಂತಹ ವಿಶಾಲ ಭೌಗೋಳಿಕತೆಗಳೊಂದಿಗೆ ಹೆಚ್ಚು ಉದ್ದೇಶಪೂರ್ವಕವಾಗಿ ಜೋಡಿಸಬಹುದು. ಹೊಸ ರಾಯಭಾರ ಕಚೇರಿಗಳನ್ನು ತೆರೆಯುವುದು – ವಿಶೇಷವಾಗಿ ಆಫ್ರಿಕಾದಲ್ಲಿ – ಇದೇ ಪ್ರಯತ್ನದ ಭಾಗವಾಗಿದೆ.

ವಿದೇಶಗಳಲ್ಲಿ ಭಾರತೀಯ ವ್ಯವಹಾರಗಳ ಹೂಡಿಕೆಗಳು, ವ್ಯಾಪಾರ ಮತ್ತು ಯೋಜನೆಗಳ ಬೆಳವಣಿಗೆಯು ನಮ್ಮ ಶಕ್ತಿಯ ಪ್ರಮುಖ ಮೂಲವಾಗಿದೆ. ಭಾರತವು ಇಂದು ಆಫ್ರಿಕಾ ಮತ್ತು ಲ್ಯಾಟಿನ್ ಅಮೆರಿಕದ ಹಲವು ದೇಶಗಳ ಅಗ್ರ ಐದು ಆರ್ಥಿಕ ಸಹಭಾಗಿಗಳಲ್ಲಿ ಒಂದಾಗಿದೆ. ನಮ್ಮ ವೃತ್ತಿಪರರ ಚಲನೆಯು ಹಲವು ಸಂಬಂಧಗಳನ್ನು ಇನ್ನಷ್ಟು ವಿಸ್ತರಿಸುತ್ತಿದೆ. ಅಂತೆಯೇ, ಗ್ಲೋಬಲ್ ಸೌತ್‌ನ 78 ದೇಶಗಳಲ್ಲಿ ಅನುದಾನ ಮತ್ತು ಕಡಿಮೆ ಬಡ್ಡಿ ದರದ ಸಾಲ ಬೆಂಬಲಿತ ಅಭಿವೃದ್ಧಿ ಯೋಜನೆಗಳು ಸ್ಥಳೀಯ ಅಗತ್ಯಗಳಿಗೆ ಬೇಕಾದ ಸಾಮರ್ಥ್ಯದ ಜೊತೆಗೇ ಪರಿಹಾರವನ್ನೂ ತೋರಿಸಿವೆ. ನಮ್ಮ ರಾಷ್ಟ್ರೀಯ ಬ್ರ್ಯಾಂಡಿಂಗ್ ಅಲ್ಲದೆ, ಅನೇಕ ಅಭಿವ್ಯಕ್ತಿಗಳಲ್ಲಿ ವಸ್ತುತಃ ಭಾಗಿತ್ವವು ಭಾರತದ ಛಾಪನ್ನು ದೂರದ ದೇಶಗಳ ಮನಸ್ಸಿನಲ್ಲಿಯೂ ಮೂಡಿಸಿವೆ.

ಭೌಗೋಳಿಕವಾದ 'ಮಂಡಲ'ವು ಒಂದು ಪರಿಕಲ್ಪನಾತ್ಮಕ 'ಮಂಡಲ'ದ ಜೊತೆಗೇ ಇರುತ್ತದೆ. ಇಂದು ಭಾರತೀಯ ವಿದೇಶಾಂಗ ನೀತಿಯು ಆದ್ಯತೆಗಳನ್ನು ನಿಗದಿಪಡಿಸುವಲ್ಲಿ ಮತ್ತು ಆಯ್ಕೆಗಳನ್ನು ಮಾಡುವಲ್ಲಿ ರಾಷ್ಟ್ರೀಯ ಭದ್ರತೆಯ ಅನಿವಾರ್ಯತೆಗಳನ್ನು ಹೆಚ್ಚು ಪರಿಗಣಿಸುತ್ತದೆ. ಆದರೆ ಇಲ್ಲಿ ಭದ್ರತೆಯನ್ನೇ ಹೆಚ್ಚು ವಿಶಾಲ ಮತ್ತು ಆಳವಾದ ಪರಿಭಾಷೆಯಲ್ಲಿ ಗ್ರಹಿಸಲಾಗಿದೆ. 'ಆತ್ಮನಿರ್ಭರ ಭಾರತ' ಅಭಿಯಾನ ಮತ್ತು 'ಮೇಕ್ ಇನ್ ಇಂಡಿಯಾ' ಅಭಿಯಾನಗಳು ಆರ್ಥಿಕ ರಕ್ಷಣಾ ನೀತಿಯೂ ಅಲ್ಲ, ರಾಜಕೀಯ ಘೋಷಣೆಗಳೂ ಅಲ್ಲ. ವಾಸ್ತವವಾಗಿ, ಅವು ಪ್ರಮುಖ ಶಕ್ತಿಯಾಗಲು ಬಯಸುವ ದೇಶಕ್ಕೆ ಬೇಕಾದ ಆಳವಾದ ಸಾಮರ್ಥ್ಯಗಳು ಮತ್ತು ಹೆಚ್ಚಿನ ಕಾರ್ಯತಂತ್ರದ ಸ್ವಾಯತ್ತತೆಯನ್ನು ನಿರ್ಮಿಸುವ ಅನ್ವೇಷಣೆಗಳಾಗಿವೆ. ತಾಂತ್ರಿಕ ಭದ್ರತೆಯೊಂದಿಗೆ ಆರ್ಥಿಕ ಭದ್ರತೆಯೂ ಸಹಬಾಳ್ವೆ ನಡೆಸುತ್ತದೆ.

ಡಿಜಿಟಲ್ ರಂಗವು ಏಕೈಕ ಅಭಿವ್ಯಕ್ತಿ ಅಲ್ಲದಿದ್ದರೂ ಈ ಅಂಶದ ಅತ್ಯಂತ ಗೋಚರಿಸುವ ಅಭಿವ್ಯಕ್ತಿಯಾಗಿದೆ, ಆದರೂ ನಿಸ್ಸಂಶಯವಾಗಿ ಭಾರತದ ಗುರಿಯು ಪ್ರಗತಿಯ ಗಡಿಯಾರದ ಮುಳ್ಳನ್ನು ಸ್ವಾವಲಂಬನೆಯ (ಅಟಾರ್ಕಿ) ದಿಕ್ಕಿನತ್ತ ಚಲಿಸುವುದಲ್ಲ. ಬದಲಿಗೆ, ಜಾಗತಿಕ

ಮಟ್ಟದಲ್ಲಿ ಗಂಭೀರ ಪಾತ್ರದ ದೇಶವನ್ನಾಗಿ ಮಾಡುವ ಸಾಮರ್ಥ್ಯಗಳನ್ನು ರೂಪಿಸುವುದು. ಸ್ಥಿತಿಸ್ಥಾಪಕತೆಯ ಮತ್ತು ವಿಶ್ವಾಸಾರ್ಹ ಪೂರೈಕೆ ಸರಪಣಿಗಳ ಬೇಡಿಕೆಯು ಸರಿಯಾದ ನೀತಿಗಳೊಂದಿಗೆ ಬಳಸಿಕೊಳ್ಳಬಹುದಾದ ಅವಕಾಶವಾಗಿದೆ. ಅಂತೆಯೇ, ಜ್ಞಾನದ ಆರ್ಥಿಕತೆಯು ಭಾರತದ ಬಹುದೊಡ್ಡ ಅವಕಾಶ; ಪಾರದರ್ಶಕ ಮತ್ತು ವಿಶ್ವಾಸಾರ್ಹ ಡೇಟಾ ಹರಿವು ಭಾರತಕ್ಕೆ ಒಂದು ಮೌಲ್ಯವನ್ನು ನಿಗದಿಪಡಿಸುತ್ತದೆ, ಅದನ್ನು ಸಂಪೂರ್ಣವಾಗಿ ಬಳಸಿಕೊಳ್ಳಬೇಕು. ಜಾಗತಿಕ ಆರ್ಥಿಕತೆಯಲ್ಲಿ ಹೆಚ್ಚು ತೀವ್ರವಾಗಿ ಭಾಗವಹಿಸಲು ಉತ್ತಮ ಸಿದ್ಧತೆಗಳು ಮತ್ತು ಸರಿಯಾದ ದೃಷ್ಟಿಕೋನ ಮಾತ್ರವಲ್ಲ, ಸೂಕ್ತ ಮಾನವ ಸಂಪನ್ಮೂಲವೂ ಬೇಕಾಗುತ್ತದೆ.

ಸಮಕಾಲೀನ ಸಮಯಕ್ಕೆ ಮಾನವ ಸಂಪನ್ಮೂಲವನ್ನು ಕೌಶಲಯುಕ್ತಗೊಳಿಸಲು ಹೂಡಿಕೆ ಮಾಡುವುದರ ಜೊತೆಜೊತೆಗೇ ಈಗ ನವೋದ್ಯಮಗಳು ಮತ್ತು ನವೋನ್ವೇಷಣೆಗಳ ಮೂಲಕ ಭಾರತೀಯ ಪ್ರತಿಭೆಗಳನ್ನು ಉತ್ತೇಜಿಸಲಾಗುತ್ತಿದೆ. ಇವು ಕೇವಲ ಆರ್ಥಿಕ ಅಥವಾ ಸಾಮಾಜಿಕ ಉಪಕ್ರಮಗಳಲ್ಲ, ಅಂತಾರಾಷ್ಟ್ರೀಯ ಸಂಬಂಧಗಳ ಕುರಿತಂತೆ ಆಳವಾದ ಅರ್ಥವನ್ನು ಹೊಂದಿರುವ ಕಾರ್ಯತಂತ್ರದ ಹೆಜ್ಜೆಗಳಾಗಿವೆ. ಎಚ್1ಬಿ ವೀಸಾ ನೀಡಿಕೆಯು ಬದಲಾದ ಭಾರತ–ಯುಎಸ್ ಸಂಬಂಧದ ಒಂದು ಪ್ರಮುಖ ಚಾಲಕ ಅಂಶ ಎಂಬುದನ್ನು ನಾವು ಮರೆಯಬಾರದು. ಸ್ವದೇಶದಲ್ಲಿ ಜನರ ಹೆಚ್ಚುತ್ತಿರುವ ಆಕಾಂಕ್ಷೆಗಳನ್ನು ಪರಿಹರಿಸುವುದು ಮತ್ತು ವಿದೇಶದಲ್ಲಿ ಇರುವವರ ಮಹತ್ವಾಕಾಂಕ್ಷೆಗಳನ್ನು ಸಾಕಾರಗೊಳಿಸುವುದು ಒಂದೇ ನಾಣ್ಯದ ಎರಡು ಮುಖಗಳಿದ್ದಂತೆ.

ಭಾರತದ ಕಥೆ

ಜಗತ್ತನ್ನು ತೊಡಗಿಸಿಕೊಳ್ಳುವ ವಿಧಾನವನ್ನು ಹೆಚ್ಚು ಪರಿಗಣಿಸಬಹುದಾದರೂ, ಅದು ಉಂಟುಮಾಡಿದ ಪ್ರಭಾವವನ್ನು ಜಗತ್ತು ಈಗ ನಮ್ಮನ್ನು ಹೇಗೆ ನೋಡುತ್ತದೆ ಎಂಬುದರ ಮೇಲೆಯೇ ತೀರ್ಮಾನಿಸಲಾಗುತ್ತದೆ. ಆದ್ದರಿಂದ, ಭಾರತದ ಬದಲಾಗುತ್ತಿರುವ ಬಾಹ್ಯ ಗ್ರಹಿಕೆಗಳನ್ನು ಇಲ್ಲಿ ದಾಖಲಿಸುವುದು ಸೂಕ್ತ. ಇವುಗಳಲ್ಲಿ ಹೆಚ್ಚಿನವು ದೇಶದ ಆರ್ಥಿಕ ಮತ್ತು ತಾಂತ್ರಿಕ ಪ್ರಗತಿಗಳ ಸುತ್ತಲೇ ಇವೆ. ನಮ್ಮನ್ನು ಅನೇಕ ವರ್ಷಗಳಿಂದ ಜಾಗತಿಕ ಹಿಂಬದಿ ಕಚೇರಿ (ಬ್ಯಾಕ್ ಆಫೀಸ್) ಆಗಿಯೇ ನೋಡಲಾಗುತ್ತಿದೆ. ಆದರೆ ಭಾರತವು ಈಗ ಆ ಸೀಮಿತ ಚಿತ್ರಣವನ್ನು ಮೀರಿದೆ. ಜ್ಞಾನದ ಆರ್ಥಿಕತೆಯು ನಮ್ಮನ್ನು ಅನೇಕ ಆರ್ಥಿಕತೆಗಳಿಗೆ ನಿರ್ಣಾಯಕ ತಂತ್ರಜ್ಞಾನ ಸಹಭಾಗಿಯನ್ನಾಗಿ ಮಾಡಿದೆ. ಮಾತುಕತೆಗಳು ಈಗ ರಕ್ಷಣಾ ಉತ್ಪಾದನೆ ಮತ್ತು ಅರೆವಾಹಕಗಳಂತಹ ಸಂಕೀರ್ಣ ಕ್ಷೇತ್ರಗಳಲ್ಲಿನ ಸಹಯೋಗಕ್ಕೆ ತಿರುಗಿವೆ. ನಮ್ಮ ಮೂಲಸೌಕರ್ಯ ಸುಧಾರಣೆಗಳು, ವ್ಯಾಪಾರವನ್ನು ಸುಲಭಗೊಳಿಸುವುದರ ಜೊತೆಗೆ, ವಿದೇಶಿ ನೇರ ಹೂಡಿಕೆಗೆ (FDI) ಅತಿದೊಡ್ಡ ತಾಣವಾಗಲು ನಮ್ಮನ್ನು ಪ್ರೇರೇಪಿಸಿದೆ. ಕೋವಿಡ್ ಅನುಭವವು ನಮ್ಮನ್ನು ವಿಶ್ವದ ಔಷಧಾಲಯವಾಗಿ ಸ್ಥಾಪಿಸಿತು. ಭಾರತವು ಕೋವಿಡ್ ಅನ್ನು ಚೆನ್ನಾಗಿ ನಿಭಾಯಿಸಿದೆ ಎಂಬುದು ವ್ಯಾಪಕವಾಗಿ ಮಾನ್ಯವಾಗಿದೆ. ಆದರೆ ಆರ್ಥಿಕ ಪುಟಿದೇಳುವಿಕೆಯೇ ಹೆಚ್ಚು ಪರಿಣಾಮ ಬೀರುವ ಘಟನೆಯಾಗಿದೆ.

ವಿದೇಶದಲ್ಲಿ ಚರ್ಚಿಸಲಾದ ಭಾರತದ ಕಥೆಯ ಬಹ್ವಂಶಗಳು ಸುಧಾರಿತ ಆಡಳಿತದ ಸುತ್ತಲೇ ಇವೆ. ಅಗಾಧ ಪ್ರಮಾಣದಲ್ಲಿ ನಡೆಯುತ್ತಿರುವ ಡಿಜಿಟಲ್ ಸೇವೆಯು ಆಕರ್ಷಣೆ

ಮೂಡಿಸಿದ ಒಂದು ವಿಶಿಷ್ಟ ಸಂಗತಿ. ಸುಸ್ಥಿರ ಅಭಿವೃದ್ಧಿ ಗುರಿಗಳ (SDG) ರಂಗದಲ್ಲಿನ ಬೆಳವಣಿಗೆಯು ಪ್ರಗತಿಶೀಲ ಭಾರತವು ಸಮಾಜವೆಂಬ ಭಾವವನ್ನು ಹೆಚ್ಚಿಸುತ್ತದೆ. ಲಸಿಕೆಗಳು ಮತ್ತು ಆರೋಗ್ಯ ಉದ್ಯಮದಿಂದ ಹಿಡಿದು 5ಜಿ ಸ್ಟ್ಯಾಕ್ ಮತ್ತು ಬಾಹ್ಯಾಕಾಶ ಉಡಾವಣೆಗಳವರೆಗೆ ಅಥವಾ ಶೈಕ್ಷಣಿಕ ಬ್ರ್ಯಾಂಡಿಂಗ್‌ನಿಂದ 'ಮೇಕ್ ಇನ್ ಇಂಡಿಯಾ' ಫಲಿತಾಂಶಗಳವರೆಗೆ ಈ ಚಿತ್ತಾರವು ಹಲವು ಬಿಂದುಗಳಿಂದ ಕೂಡಿದೆ. ಜಿ20 ಅಧ್ಯಕ್ಷತೆಯು ಮೂಲಸೌಕರ್ಯ ಸುಧಾರಣೆ ಮತ್ತು ಆಡಳಿತದ ಪ್ರಗತಿಯೊಂದಿಗೆ ವ್ಯಾಪಕ ಶ್ರೇಣಿಯ ನೀತಿ ನಿರೂಪಕರು ಮತ್ತು ಪ್ರಭಾವಶಾಲಿಗಳ ಜೊತೆ ನಿಕಟತೆ ಸಾಧಿಸುವಂತಾಗಿದೆ. ಸೇವೆಗಳ ಮೇಲಿನ ಈ ಒತ್ತು ವಿದೇಶಗಳಲ್ಲಿ ಯೋಜನಾ ಬದ್ಧತೆಗಳ ಹೆಚ್ಚು ಪರಿಣಾಮಕಾರಿ ಅನುಷ್ಠಾನಕ್ಕೆ ಕಾರಣವಾಗಿದೆ. ಈ ಅಂಶಗಳಿಗೆ ಬಜೆಟ್ ಹೊಂದಿಸಲು ಹೆಚ್ಚಿನ ಕಾಳಜಿ ವಹಿಸಲಾಯಿತು ಎಂಬುದೇ ರಾಜತಾಂತ್ರಿಕತೆಯು ಹೇಗೆ 'ವಿವರಗಳ ಕಲೆ'ಯಾಗಿದೆ ಎಂಬುದಕ್ಕೆ ಮತ್ತೊಂದು ಪುರಾವೆಯಾಗಿದೆ. ಯಶಸ್ವಿ ಅನಿವಾಸಿಗಳು ಖಂಡಿತವಾಗಿಯೂ ಈ ಧನಾತ್ಮಕ ದೃಷ್ಟಿಕೋನಕ್ಕೆ ಇನ್ನಷ್ಟು ಬೆಂಬಲ ಒದಗಿಸುತ್ತಾರೆ.

ನಾಯಕತ್ವದ ಅಂಶಗಳು ಮತ್ತು ನಿರ್ಧಾರ ತೆಗೆದುಕೊಳ್ಳುವ ದಾಖಲೆಗಳೂ ಈ ಆಟದಲ್ಲಿ ಇವೆ. ಮೊದಲಿಗೆ, ಪ್ರಬಲವಾದ ಕಾರ್ಯತಂತ್ರದ ಸ್ಪಷ್ಟತೆಯು ಭಾರತಕ್ಕೆ ಆದ್ಯತೆ ನೀಡಲು ಮತ್ತು ಉತ್ತಮವಾಗಿ ಯೋಜಿಸಲು ಅನುಕೂಲ ಮಾಡಿಕೊಟ್ಟಿದೆ. ಒಂದು, ಸೂಕ್ತ ಉದಾಹರಣೆಯೆಂದರೆ 'ನೆರೆಹೊರೆ ಮೊದಲು'; ಅದನ್ನು ತಳಮಟ್ಟದಲ್ಲಿ ಗಂಭೀರತೆಯಿಂದ ಕಾರ್ಯಗತಗೊಳಿಸಲಾಗುತ್ತಿದೆ. ಇನ್ನೊಂದು, ನಿರ್ದಿಷ್ಟವಾಗಿ ಯುಎಸ್ ಮತ್ತು ಸಾಮಾನ್ಯವಾಗಿ ಪಾಶ್ಚಾತ್ಯರೊಂದಿಗೆ ಇರುವ ಇತಿಹಾಸದ ಹಿಂಜರಿಕೆಗಳನ್ನು ಮೀರುವುದು. ಇಲ್ಲಿಯೂ ಸಹ, ಆಡಳಿತದಲ್ಲಿನ ಬದಲಾವಣೆಗಳು ಗುರಿಸಾಧನೆಗೆ ತೊಡಕಾಗಲು ಭಾರತ ಬಿಡಲಿಲ್ಲ. ಅದೇ ಸಮಯದಲ್ಲಿ, ಇದನ್ನು ಸುಗಮ ಕ್ರಿಯೆಯಾಗಿಸಲು ಇತರ ಹೊಂದಾಣಿಕೆಗಳನ್ನೂ ಸೂಕ್ತವಾಗಿ ನಿರ್ವಹಣೆ ಆಗುವಂತೆ ನೋಡಿಕೊಂಡಿದೆ.

ಕಾರ್ಯತಂತ್ರಾತ್ಮಕ ಸ್ಪಷ್ಟತೆಯು ಕಾರ್ಯತಂತ್ರಾತ್ಮಕ ಸಂವಹನದ ಜೊತೆಗೇ ಬರುತ್ತದೆ. ಭಾರತದ ಹಿತಾಸಕ್ತಿಗಳು ಮತ್ತು ಉದ್ದೇಶಗಳನ್ನು ಸೂಕ್ತ ವೇದಿಕೆಗಳಲ್ಲಿ ದೃಢವಾಗಿ ರವಾನಿಸಲಾಗಿದೆ; ಬದಲಾಗುತ್ತಿರುವ ಸಂದರ್ಭಗಳಿಗೆ ತಕ್ಕಂತೆ ಇವುಗಳನ್ನು ಮಾರ್ಪಡಿಸಲಾಗಿದೆ. ಇದು ಇಂಡೋ – ಪೆಸಿಫಿಕ್, ನಿರ್ಣಾಯಕ ತಂತ್ರಜ್ಞಾನಗಳು, ಕೋವಿಡ್ ಸಂಬಂಧಿತ ಅಗತ್ಯಗಳು ಅಥವಾ ಉಕ್ರೇನ್ ಸಂಘರ್ಷದ ಬಗ್ಗೆಯೂ ಇರಬಹುದು. ಸಹಭಾಗಿ ದೇಶಗಳು ನಮ್ಮ ಆಲೋಚನೆಯ ಬಗ್ಗೆ ಗೊಂದಲಕ್ಕೊಳಗಾಗುವುದಿಲ್ಲ ಅಥವಾ ನಮ್ಮ ಉದ್ದೇಶಗಳ ಬಗ್ಗೆ ಅನುಮಾನಿಸುವುದಿಲ್ಲ. ಬಲವಾದ ಸ್ವತಂತ್ರ ನಿಲುವು ಭಾರತಕ್ಕೆ ಹೆಚ್ಚು ಬಹುಧ್ರುವೀಯ ಮತ್ತು ಛಿದ್ರಗೊಂಡ ಜಗತ್ತನ್ನು ಪರಿಣಾಮಕಾರಿಯಾಗಿ ನಿರ್ವಹಿಸಲು ಸಹಾಯ ಮಾಡಿದೆ.

ಹವಾಗುಣ ಸಂಬಂಧಿತ ಕ್ರಮಗಳು, ಪಿಡುಗು, ಭಯೋತ್ಪಾದನೆ ಮತ್ತು ಡಿಜಿಟಲ್ ಮೂಲಸೌಕರ್ಯದಂತಹ ಜಾಗತಿಕ ಸಮಸ್ಯೆಗಳಿಗೆ ಒಂದು ಸ್ವರೂಪ ಕೊಡುವ ಪ್ರಜ್ಞಾಪೂರ್ವಕ ಯತ್ನವೂ ಇಲ್ಲಿದೆ. ಸೌರಶಕ್ತಿ, ಇಂಧನ, ವಿಪತ್ತು ಚೇತರಿಕೆ, ಸುಸ್ಥಿರ ಜೀವನಶೈಲಿ, ಆಹಾರ ಭದ್ರತೆ ಅಥವಾ ಸ್ವಾಸ್ಥ್ಯ – ಈ ರಂಗಗಳಲ್ಲಿ ನಮ್ಮ ಚಿಂತನೆಗಳ ಸಂಪೂರ್ಣ ಶಕ್ತಿಯನ್ನು ಅನಾವರಣಗೊಳಿಸುವ ಪ್ರಯತ್ನವೂ ಇದೆ. ಭಾರತೀಯ ಸಂಪ್ರದಾಯಗಳು, ಇತಿಹಾಸ ಮತ್ತು ಸಂಸ್ಕೃತಿಯನ್ನು ಜಾಗತಿಕ ವೇದಿಕೆಯಲ್ಲಿ ಹೆಚ್ಚು ಸ್ಪಷ್ಟವಾಗಿ ಬಿಂಬಿಸುವ ಮೂಲಕ ಈ

ಯತ್ನಗಳಿಗೆ ಪುಷ್ಟಿ ನೀಡಲಾಗಿದೆ.

ನವಭಾರತವು ಸ್ವದೇಶದಲ್ಲಿ ಒಂದು ಸಂದೇಶವಾಗಿರಬಹುದು; ಇದು ವಿದೇಶದಲ್ಲಿ ಒಂದು ವರ್ಚಸ್ಸು ಕೂಡಾ ಹೌದು. ಇದು ಜಗತ್ತು ಗ್ರಹಿಸುವಂತೆ ಕೇವಲ ಹೆಚ್ಚು ಶಕ್ತಿಶಾಲಿ ಮತ್ತು ಸಮರ್ಥ ಭಾರತವಲ್ಲ; ಇದು ಹೆಚ್ಚು ನೈಜವಾದ ಮತ್ತು ಭಾಗೀದಾರಿ ದೇಶವಾಗಿದೆ. ಇದು ರಾಷ್ಟ್ರೀಯ ಸ್ಫೂರ್ತಿಯನ್ನು ಹೊಂದಿರುವ ಜೊತೆಗೇ ಅಂತಾರಾಷ್ಟ್ರೀಯ ಕೊಡುಗೆಗಳನ್ನೂ ಸುಗಮವಾಗಿ ನೀಡುತ್ತಿದೆ.

ಇದರ ಪರಿಣಾಮವಾಗಿ, ಭಾರತವನ್ನು ತೊಡಗಿಸಿಕೊಳ್ಳುವ ಆಸಕ್ತಿ ಇಂದು ಅನೇಕ ಭಾಗಗಳಲ್ಲಿ ಗೋಚರಿಸುತ್ತಿದೆ. ತಂತ್ರಜ್ಞಾನ ಮತ್ತು ಆರ್ಥಿಕತೆಯ ವಿಷಯಗಳಿಗೆ ಬಂದಾಗ, ವಿಶ್ವಾಸಾರ್ಹ ಉತ್ಪಾದನೆಯ ಸವಾಲಿನ ನಿರ್ವಹಣೆಗೆ ಭಾರತವು ಸೂಕ್ತ ಎಂಬ ಅರಿವು ಬೆಳೆಯುತ್ತಿದೆ. ಆ ಪ್ರಕ್ರಿಯೆಗಳು ತುಂಬಾ ತೀವ್ರವಾಗಿ ಡೇಟಾ ಚಾಲಿತವಾಗಿರುವುದೂ ಇದಕ್ಕೆ ಕಾರಣ. ನಮ್ಮ ರಾಜಕೀಯ ಮತ್ತು ಸಾಮಾಜಿಕ ಗುಣಲಕ್ಷಣಗಳಿಂದ ಹೊರಹೊಮ್ಮುವ ವಿಶ್ವಾಸಾರ್ಹತೆಯೂ ಇದರ ಇನ್ನೊಂದು ಅಂಶ. ಏನೇ ಹೇಳಿದರೂ, ನಮ್ಮದು ರಾಜಕೀಯ ಪ್ರಜಾಪ್ರಭುತ್ವ, ಬಹುತ್ವದ ಸಮಾಜ ಮತ್ತು ಮಾರುಕಟ್ಟೆ ಆರ್ಥಿಕತೆ ಎಂಬುದು ಸ್ಪಷ್ಟ.

ಈ ತಂತ್ರಜ್ಞಾನ – ಚಾಲಿತ ಯುಗದಲ್ಲಿ ಜಾಗತಿಕ ಜನಸಂಖ್ಯೆ ಮತ್ತು ಬೇಡಿಕೆಗಳ ನಡುವಣ ತಪ್ಪು ಜೋಡಣೆಯಿಂದಾಗಿ ನಮ್ಮ ಮಾನವ ಸಂಪನ್ಮೂಲಗಳು ಅಂತಾರಾಷ್ಟ್ರೀಯ ಆರ್ಥಿಕತೆಗೆ ಮುಖ್ಯವಾಗಿವೆ. ಐರೋಪ್ಯ ಒಕ್ಕೂಟದೊಂದಿಗೆ (EU) ವ್ಯಾಪಾರ ಮತ್ತು ತಂತ್ರಜ್ಞಾನ ಮಂಡಳಿಯ ಸ್ಥಾಪನೆಯು ಈ ಬದಲಾವಣೆಯ ಗಾಳಿ ಬೀಸುತ್ತಿರುವ ದಿಕ್ಕಿನ ಸೂಚನೆಯಾಗಿದೆ. ಈ ರಂಗದಲ್ಲಿ ಇತರ ಎರಡು ಖ್ವಾಡ್ ಸಹಭಾಗಿಗಳ ಜೊತೆಗೆ ಸಾಧಿಸಿದಂತೆಯೇ ಯುಎಸ್‌ನೊಂದಿಗೆ ಇನ್ನೂ ಗಮನಾರ್ಹ ಪ್ರಗತಿ ಕಂಡುಬಂದಿದೆ.

ಜಾಗತಿಕ ಸಮಾನಾಂಶಗಳ (ಗ್ಲೋಬಲ್ ಕಾಮನ್ಸ್) ಸ್ಥಿರತೆ ಮತ್ತು ಭದ್ರತೆಗೆ, ವಿಶೇಷವಾಗಿ ಇಂಡೋ – ಪೆಸಿಫಿಕ್‌ನಲ್ಲಿ ನಾವು ನೀಡಬಹುದಾದ ಕೊಡುಗೆಯು ಇನ್ನೊಂದು ವಿಭಿನ್ನವಾದ ಆಯಾಮ. ಇದೇ ವೇಳೆ, ಬ್ರಿಕ್ಸ್ ಮತ್ತು ಶಾಂಘಾಯ್ ಸಹಕಾರ ಸಂಸ್ಥೆ (ಎಸ್‌ಸಿಒ) ಯಂತಹ ವೇದಿಕೆಗಳಲ್ಲಿ ಭಾರತವು ಅಮೂಲ್ಯ ಸಹಭಾಗಿ ದೇಶವಾಗಿದೆ. ಸಂಘರ್ಷ ತಗ್ಗಿಸುವ ಅಥವಾ ಪರಿಹರಿಸುವ ಯಾವುದೇ ಪ್ರಯತ್ನದಲ್ಲಿ ನಮ್ಮ ಸ್ವತಂತ್ರ ನಿಲುವು ಸದಾ ಭಾಗವಹಿಸುವಿಕೆಯನ್ನು ಮುಕ್ತವಾಗಿಟ್ಟಿದೆ. ಕೋವಿಡ್ ಬೆಂಬಲ, ಡಿಜಿಟಲ್ ಸೇವೆಗಳು ಮತ್ತು ಅಭಿವೃದ್ಧಿ ಯೋಜನೆಗಳ ಸಂಯೋಜನೆಯು ಗ್ಲೋಬಲ್ ಸೌತ್‌ನಲ್ಲಿ ನಮ್ಮದೇ ಆದ ವಿಶಾಲ ವೇದಿಕೆಯನ್ನು ಸೃಷ್ಟಿಸಿದೆ. ವಾಯ್ಸ್ ಆಫ್ ದಿ ಗ್ಲೋಬಲ್ ಸೌತ್ ಶೃಂಗಸಭೆಯೊಂದಿಗೆ ನಾವು ನಮ್ಮ ಜಿ20 ಅಧ್ಯಕ್ಷತೆಯನ್ನು ಪ್ರಾರಂಭಿಸಿದ್ದೇವೆ ಎಂಬುದು ಅಭಿವೃದ್ಧಿಶೀಲ ಜಗತ್ತಿನ ಗಮನಕ್ಕೆ ಬಂದಿದೆ; ಹಾಗೆಯೇ ಈ ವಿಷಯಕ್ಕಾಗಿ ನಾವು ಜಿ20 ಯಲ್ಲಿ ಎಯು ಸದಸ್ಯತ್ವವನ್ನು ಪ್ರತಿಪಾದಿಸಿದ್ದೂ ಕೂಡ.

ಭಾರತೀಯ ಅಭಿವೃದ್ಧಿ ಉಪಕ್ರಮಗಳು ನಿಜವಾಗಿಯೂ ಬೇಡಿಕೆ ಚಾಲಿತವಾಗಿವೆ ಮತ್ತು ಗುಪ್ತ ಕಾರ್ಯಸೂಚಿಯನ್ನು ಮರೆಮಾಚುವುದಿಲ್ಲ ಎಂಬುದನ್ನು ಕಳೆದ ದಶಕವು ಮನದಟ್ಟು ಮಾಡಿದೆ. ಖಂಡಿತವಾಗಿಯೂ, ಜಾಗತಿಕ ರಾಜಕೀಯವು ಪ್ರಸ್ತುತ ಎದುರಿಸುತ್ತಿರುವ ದೊಡ್ಡ ಬಿರುಕುಗಳನ್ನು ದಾಟುವ ಭಾರತದ ಸಾಮರ್ಥ್ಯವು ಜಗತ್ತಿನಲ್ಲಿ ಅದರ ಒಟ್ಟಾರೆ ಸ್ಥಾನಮಾನದ

ಭಾಗವಾಗಿದೆ.

ಮೋದಿ ಯುಗದ ರಾಜತಾಂತ್ರಿಕತೆಯ ವಿಸಂಕೇತೀಕರಣ

ಭಾರತವು ವಿಶ್ವದೊಂದಿಗೆ ಹೇಗೆ ವಿಭಿನ್ನವಾಗಿ ವ್ಯವಹರಿಸಿದೆ, ತನ್ಮೂಲಕ ಭಾರತದ ಬಗ್ಗೆ ಜಾಗತಿಕ ದೃಷ್ಟಿಕೋನಗಳು ರೂಪುಗೊಂಡಿವೆ ಎಂಬುದರ ಬಗ್ಗೆ ನಾವು ಇಲ್ಲಿಯವರೆಗೆ ಗಮನ ಹರಿಸಿದ್ದೇವೆ. ಆದಾಗ್ಯೂ, ವಿದೇಶಾಂಗ ನೀತಿ ಎಂದರೇನು ಎಂಬ ಮೂಲಭೂತ ಅರಿವಿನಲ್ಲೇ ಆದ ಬದಲಾವಣೆಯ ಕುರಿತು ಗಮನ ನೀಡದಿದ್ದರೆ ನಮ್ಮ ಮೆಚ್ಚುಗೆ ಅಪೂರ್ಣವಾಗುತ್ತದೆ. ಇದು ಒತ್ತು ನೀಡುವುದರಲ್ಲಿನ ಬದಲಾವಣೆ ಎಂದು ಅನ್ನಿಸಬಹುದು; ಆದರೆ ವಾಸ್ತವವಾಗಿ ಈ ನೀತಿಯು ಇನ್ನೂ ಹಲವು ಅಂಶಗಳನ್ನು ಹೊಂದಿದೆ.

ವಿದೇಶಾಂಗ ನೀತಿಯನ್ನು ಈಗ ರಾಷ್ಟ್ರೀಯ ಅಭಿವೃದ್ಧಿ ಮತ್ತು ಆಧುನೀಕರಣವನ್ನು ಚುರುಕುಗೊಳಿಸುವ ನೇರ ಸಾಧನವಾಗಿ ನೋಡಲಾಗುತ್ತದೆ. ತಂತ್ರಜ್ಞಾನದ ಹರಿವು, ಬಂಡವಾಳ ಮತ್ತು ಉತ್ತಮ ಅಭ್ಯಾಸಗಳು – ಇವು ಇಲ್ಲಿನ ಮುಖ್ಯ ಸಂಗತಿಗಳು. ಜಗತ್ತನ್ನು ಆಕರ್ಷಿಸುವ ಪ್ರಕ್ರಿಯೆಯು ಹೂಡಿಕೆದಾರರನ್ನು ಪ್ರೋತ್ಸಾಹಿಸುವಲ್ಲಿ, ವಿಶೇಷವಾಗಿ ವ್ಯವಹಾರವನ್ನು ಸುಲಭಗೊಳಿಸುವ ಮೂಲಕ ವ್ಯಕ್ತವಾಗುತ್ತದೆ. ಅವರೊಂದಿಗೆ ನಡೆಸುವ ಸಂವಾದಗಳು, ತಂತ್ರಜ್ಞಾನ ಪೂರೈಕೆದಾರರ ಮತ್ತು ವಿವಿಧ ಕ್ಷೇತ್ರಗಳಲ್ಲಿ ಉನ್ನತ ಸಾಧಕರೊಂದಿಗೆ ಜೊತೆಗೆ ನಡೆಯುವಷ್ಟೇ ಪ್ರಮಾಣದಲ್ಲಿ ಇರುತ್ತವೆ. ಆತ್ಮನಿರ್ಭರ ಭಾರತ ಅಭಿಯಾನ ಮತ್ತು ಮೇಕ್ ಇನ್ ಇಂಡಿಯಾ ಅಭಿಯಾನಗಳು ಇಂತಹ ಪ್ರಯತ್ನಗಳಿಗೆ ಅನುಕೂಲವಾಗುವ ಒಟ್ಟಾರೆ ಚೌಕಟ್ಟನ್ನು ಒದಗಿಸಿವೆ. ಇವುಗಳಿಗೆ ಉತ್ಪಾದನೆಯ ಮೇಲೆ ಉತ್ಪಾದನಾ ಸಂಪರ್ಕಿತ ಉತ್ತೇಜಕ (ಪ್ರೊಡಕ್ಷನ್ ಲಿಂಕ್ಡ್ ಇನ್ಸೆಂಟಿವ್, ಪಿಎಲ್ಐ) ಅಥವಾ ಮೂಲಸೌಕರ್ಯ ರಂಗದಲ್ಲಿ 'ಗತಿಶಕ್ತಿ'ಯಂತಹ ಉಪಕ್ರಮಗಳ ಬೆಂಬಲವೂ ಇದೆ.

ಪ್ರಧಾನಿಯವರ ವಿದೇಶ ಪ್ರವಾಸದಲ್ಲಿಯೂ – ಯುಎಸ್‌ನಲ್ಲಿ ಬ್ಯಾಟರಿ ಶೇಖರಣಾ ಸೌಲಭ್ಯ, ದಕ್ಷಿಣ ಕೊರಿಯಾದಲ್ಲಿ ನದಿ ಶುದ್ಧೀಕರಣ, ಜಪಾನಿನಲ್ಲಿ ಬುಲೆಟ್ ರೈಲುಗಳು, ಸಿಂಗಾಪುರದಲ್ಲಿ ಕೌಶಲ್ಯ ಅಭಿವೃದ್ಧಿ ಅಥವಾ ಜರ್ಮನಿಯ ರೈಲ್ವೆ ನಿಲ್ದಾಣಗಳು – ಹೀಗೆ ಯಾವುದೇ ವಿಷಯಗಳಿಗೆ ಸಂಬಂಧಿಸಿದಂತೆ ತಂತ್ರಜ್ಞಾನ ಮತ್ತು ಅತ್ಯುತ್ತಮ ಕಾರ್ಯವಿಧಾನಗಳ ಕುರಿತ ತುಡಿತ ಕಂಡುಬರುತ್ತದೆ. ಈ ಮನಃಸ್ಥಿತಿಯನ್ನು ಹೊರಗೆ ಅನ್ವಯಿಸಿದಂತೆಲ್ಲ, ಭಾರತದ ಸುಧಾರಿತ ಸಾಮರ್ಥ್ಯಗಳನ್ನು ಬಿಂಬಿಸುವ ಯೋಜನೆಗಳು, ಉತ್ಪನ್ನಗಳು ಮತ್ತು ಸೇವೆಗಳ ರಫ್ತುಗಳಿಗೂ ಇದು ಸಾಕ್ಷಿಯಾಯಿತು. ಈ ಪಟ್ಟಿಯಲ್ಲಿ ದಕ್ಷಿಣ ಏಶ್ಯಾದಿಂದ ಆಫ್ರಿಕಾ ಮತ್ತು ಲ್ಯಾಟಿನ್ ಅಮೆರಿಕದವರೆಗೆ ವಿಸ್ತರಿಸಿರುವ ಮೂಲಸೌಕರ್ಯ, ಸಂಪರ್ಕ ಮತ್ತು ಸಾರ್ವಜನಿಕ ಸೌಲಭ್ಯಗಳ ಸರಣಿಯೇ ಒಳಗೊಂಡಿದೆ. ಇಷ್ಟಲ್ಲದೆ, ರಕ್ಷಣಾ ಸಾಮಗ್ರಿಗಳನ್ನು ರಫ್ತು ಮಾಡುತ್ತಿರುವ ದೇಶಗಳ ಪಟ್ಟಿಯೂ ಬೆಳೆಯುತ್ತಿದೆ; ರಫ್ತಿನ ಪ್ರಮಾಣವೂ ಸುಸ್ಥಿರ ಬೆಳವಣಿಗೆಯನ್ನು ಹೊಂದಿದೆ.

ಇವುಗಳ ಒಟ್ಟಾರೆ ಫಲಿತಾಂಶವೆಂದರೆ ಭಾರತವು ಸ್ಥಾನಮಾನವನ್ನು ಬೆಳೆಸಿಕೊಳ್ಳುತ್ತಿರುವ ಸಹಭಾಗಿ ಎಂಬ ಗ್ರಹಿಕೆಯ ಬೆಳವಣಿಗೆ. ಇದು ವಿದೇಶಕ್ಕೆ ರಫ್ತು ಮಾಡಲು ಮತ್ತು ಮಾರುಕಟ್ಟೆ ಪ್ರವೇಶಕ್ಕೆ ನೆರವಾಗಿದೆ; ಇದರಿಂದಾಗಿ ಸ್ವದೇಶದಲ್ಲಿಯೂ ಲಾಭಕರ ಪರಿಣಾಮಗಳಾಗಿವೆ.

ಪ್ರಧಾನಮಂತ್ರಿಯೊಬ್ಬರು ವೈಯಕ್ತಿಕವಾಗಿ ತಮ್ಮ ಎಲ್ಲಾ ರಾಯಭಾರಿಗಳೊಂದಿಗೆ ತೊಡಗಿಸಿಕೊಂಡಾಗ, ನಮಗೆಲ್ಲ ಭಾರತ ಬದಲಾಗುತ್ತಿದೆ ಎಂಬ ನೈಜ ಅರಿವು ಮೂಡುತ್ತದೆ.

ವಿದೇಶಾಂಗ ನೀತಿ ನಿರ್ಣಯ ಮಾಡುವ ಕಾರ್ಯಾಚರಣೆಯ ಸಂಸ್ಕೃತಿಯು ಹಲವಾರು ರೀತಿಗಳಲ್ಲಿ ಹೊಸ ಯುಗಕ್ಕೆ ಹೊಂದಿಕೊಂಡಿದೆ. ಬಿಗಿಯಾದ ಸಮನ್ವಯ, ಹೆಚ್ಚು ತೀವ್ರ ಕಾರ್ಯತಂತ್ರ ಮತ್ತು ಬಲವಾದ ಪ್ರತಿಕ್ರಿಯೆಯ ಮೂಲಕ ಅಡೆತಡೆಗಳನ್ನು ನಿವಾರಿಸುವ ಪ್ರಜ್ಞಾಪೂರ್ವಕ ಪ್ರಯತ್ನವೇ ಇಲ್ಲಿನ ಕೇಂದ್ರಬಿಂದು. ಅದು ಜಾಗತಿಕ ವ್ಯಾಪಾರ ಮಾತುಕತೆಗಳು, ರಾಷ್ಟ್ರೀಯ ಭದ್ರತಾ ಪರಿಸ್ಥಿತಿಗಳು ಅಥವಾ ಅಭಿವೃದ್ಧಿಯ ಬಹುಪಕ್ಷೀಯ ಕಾಳಜಿ – ಯಾವುದೇ ಆಗಿರಲಿ – ಸಾಮೂಹಿಕ ಚರ್ಚೆಗಳು ಮತ್ತು ನಿರ್ಣಯ ಪ್ರಕ್ರಿಯೆಗೆ ಒತ್ತು ನೀಡಲಾಗುತ್ತದೆ. ಮಂತ್ರಿಗಳು ಮತ್ತು ಕಾರ್ಯದರ್ಶಿಗಳಿಂದ ಆರಂಭವಾಗುವ ಈ ಪ್ರಕ್ರಿಯೆಗಳು ಅಧಿಕಾರಶಾಹಿಯ ಮೇಲೆ ಸಹಜವಾಗಿಯೇ ಪ್ರಭಾವ ಬೀರಿವೆ.

ಪ್ರಮುಖ ಸಹಭಾಗಿಗಳು ಮತ್ತು ಪ್ರಮುಖ ವಿಷಯಗಳಿಗೆ ಸಂಬಂಧಿಸಿದಂತೆಯೂ ಇದೇ ದೃಷ್ಟಿಕೋನವನ್ನು ತೋರಲಾಗಿದೆ. ಸಿಂಗಾಪುರದೊಂದಿಗಿನ ಬಹು – ಸಚಿವಾಲಯಗಳ ಸಂವಾದ, ಇಯು ಜೊತೆಗೆ ವ್ಯಾಪಾರ ಮತ್ತು ತಂತ್ರಜ್ಞಾನ ಮಂಡಳಿಯ ಸ್ವರೂಪ ಮತ್ತು ಪ್ರಮುಖ ದೇಶಗಳೊಂದಿಗೆ ರಕ್ಷಣಾ ಮತ್ತು ವಿದೇಶಾಂಗ ವ್ಯವಹಾರಗಳಲ್ಲಿ 2+2 ಸಚಿವರ ಮಾತುಕತೆಗಳಿಗೆ ಸಂಬಂಧಿಸಿದಂತೆ ನಾವು ಇದನ್ನು ಗಮನಿಸಬಹುದು. ಈ ಪ್ರಕ್ರಿಯೆಯ ಹಿಂದೆ ಭಾರತವು ಅಂತಾರಾಷ್ಟ್ರೀಯ ಸಂಬಂಧಗಳಿಗೆ ಆದ್ಯತೆ ನೀಡಲು, ಗರಿಷ್ಠಗೊಳಿಸಲು ಮತ್ತು ತೀವ್ರಗೊಳಿಸಲು ಪ್ರಯತ್ನಿಸಿದ ಸಮಾಲೋಚನೆಯ ಪರಿಶ್ರಮಗಳೂ ಇದ್ದವು. ಗಣರಾಜ್ಯೋತ್ಸವದ ಮುಖ್ಯ ಅತಿಥಿ ಸೇರಿದಂತೆ ನಾಯಕತ್ವ ಮಟ್ಟದ ವಿನಿಮಯಗಳಿಗೆ ನೀಡಿದ ಗಮನ ಇರಬಹುದು ಅಥವಾ ಅವರು ಹೇಗೆ ಇನ್ನೂ ದೊಡ್ಡ ಪ್ರಮಾಣದ ಕಾರ್ಯತಂತ್ರಗಳಲ್ಲಿ ಸಹಕಾರಿಯಾಗುತ್ತಾರೆ ಎಂಬುದೂ ಆಗಿರಬಹುದು. ಹಿಮ್ಮಾಹಿತಿಯು ಅಗತ್ಯವಾದ ಸಂದರ್ಭಗಳಲ್ಲಿ, ವಿದೇಶಾಂಗ ನೀತಿಯ ಉದ್ದೇಶಗಳಿಗಾಗಿಯೇ ರಾಷ್ಟ್ರೀಯ ಮಟ್ಟದ 'ಸಕ್ರಿಯಾತ್ಮಕ ಆಡಳಿತ ಮತ್ತು ಸಕಾಲಿಕ ಅನುಷ್ಠಾನ' ವನ್ನು (ಪ್ರಗತಿ – PRAGATI) ಸೂಕ್ತವಾಗಿ ರೂಪಿಸಲಾಗಿದೆ. ನಿರ್ದಿಷ್ಟ ಅಂಶಗಳನ್ನು ಅತ್ಯಂತ ಆಳವಾಗಿ ಗಮನಿಸಿದ್ದರಿಂದ ವಿಳಂಬಗಳು, ಅಡೆತಡೆಗಳು, ಮತ್ತು ನೀತಿಗಳಿಗೆ ಎದುರಾಗುವ ಅಡ್ಡಿಗಳನ್ನು ಗುರುತಿಸಿ ನಿರ್ವಹಿಸಲು ಸಾಧ್ಯವಾಯಿತು. ಇದರ ಪರಿಣಾಮವಾಗಿ, ವಿದೇಶಗಳಲ್ಲಿನ ಅನೇಕ ಅಭಿವೃದ್ಧಿ ಯೋಜನೆಗಳು ಹೆಚ್ಚು ಪರಿಣಾಮಕಾರಿಯಾಗಿ ಅನುಷ್ಠಾನಗೊಳ್ಳುವುದಕ್ಕೆ ಸಾಧ್ಯವಾಯಿತು.

ವಂದೇ ಭಾರತ್ ಮಿಷನ್ ಆಗಿರಲಿ ಅಥವಾ ವ್ಯಾಕ್ಸಿನ್ ಮೈತ್ರಿಯ ಉಪಕ್ರಮವಾಗಿರಲಿ, ಕೋವಿಡ್ ಸಮಯದಲ್ಲಿ ವ್ಯವಸ್ಥಿತ ಸುಧಾರಣೆಗಳು ಪೂರ್ಣ ಪ್ರಮಾಣದಲ್ಲಿ ಜಾರಿಗೆ ಬಂದವು. ಯೆಮೆನ್ ಮತ್ತು ನೇಪಾಳದಿಂದ ಹಿಡಿದು ಅಫಘಾನಿಸ್ತಾನ, ಉಕ್ರೇನ್ ಮತ್ತು ಸುಡಾನ್‌ವರೆಗೆ ತೆರವಿನ ಕಾರ್ಯಾಚರಣೆಗಳಲ್ಲೂ ಈ ಅಂಶವು ಗೋಚರಿಸಿತು.

2014ರಿಂದ, ಜಾಗತಿಕ ಕಾರ್ಯಸೂಚಿಯನ್ನು ರೂಪಿಸುವಲ್ಲಿ ಭಾರತವು ಹೆಚ್ಚು ಸಕ್ರಿಯವಾಗಿರಬೇಕು ಎಂಬ ಬಲವಾದ ನಿಶ್ಚಿತಾಭಿಪ್ರಾಯವಿದೆ. ನಿಸ್ಸಂಶಯವಾಗಿ, ವಿಶ್ವದ ಮಂಡಳಿಗಳಲ್ಲಿ ಭಾರತಕ್ಕೆ ನಿರ್ದಿಷ್ಟ ಆದ್ಯತೆಯಾಗಿರುವ ಭಯೋತ್ಪಾದನೆ ಮತ್ತು ತೆರಿಗೆ ವಂಚನೆಯಂತಹ ಕೆಲವು ವಿಷಯಗಳ ಬಗ್ಗೆ ಸಿಗಬೇಕಾಗಿದ್ದ ಗಮನ ಸಿಗಲಿಲ್ಲ. ಕಡಲ

ಭದ್ರತೆಯಂತಹ ವಿಷಯಗಳಲ್ಲಿ ಭಾರತವು ಗಮನಾರ್ಹ ಕೊಡುಗೆ ನೀಡಬಹುದು. ಕಾಲಕ್ರಮೇಣ, ಸಂಪರ್ಕದ ಬಗ್ಗೆ ನಡೆದಂತಹ ಪ್ರಮುಖ ಚರ್ಚೆಯು ಅನಾವರಣಗೊಂಡಾಗ, ಮೋದಿ ಸರ್ಕಾರದ ಬಲವಾದ ವಿಶ್ವಾಸದ ಮಟ್ಟವು ಈ ವಿಷಯದಲ್ಲಿ ನಾಯಕತ್ವ ವಹಿಸಲು ಸಾಧ್ಯವಾಯಿತು. ಹವಾಗುಣ ಸವಾಲುಗಳ ವಿಷಯಕ್ಕೆ ಬಂದಾಗ, ಭಾರತವು 2014 ರವರೆಗೆ ಒಲ್ಲದ ಸಹಭಾಗಿ ಎಂದೇ ವ್ಯಾಪಕವಾಗಿ ಗ್ರಹಿಸಲ್ಪಟ್ಟಿತ್ತು. ಅಂದಿನಿಂದ, ನವೀಕರಿಸಬಹುದಾದ ಇಂಧನಗಳಲ್ಲಿ ಅನುಕರಣೀಯವೂ, ಸಂಪನ್ಮೂಲದ ಅಭಿಯಾನಿಯೂ ಆಗುವ ಮೂಲಕ ಹವಾಗುಣ ಕ್ರಿಯಾಯೋಜನೆಗಳು ಮತ್ತು ಹವಾಗುಣ ನ್ಯಾಯ – ಈ ಎರಡೂ ಸಂಗತಿಗಳ ವಿಶ್ವಾಸಾರ್ಹ ಚಾಂಪಿಯನ್ ಆಗಿ ಭಾರತವು ಹೊರಹೊಮ್ಮಿದೆ.

ನಾವು ಸಾಮಾನ್ಯವಾಗಿ ನಮ್ಮ ಸ್ವಂತ ಆಲೋಚನೆಯನ್ನು ಮುಂದಿಡುವ ಬದಲು ಇತರರ ಉಪಕ್ರಮಗಳಿಗೆ ಪ್ರತಿಕ್ರಿಯಿಸುತ್ತಿದ್ದೇವೆ ಎಂಬ ನಂಬಿಕೆಯೂ ಇತ್ತು. ಆದಾಗ್ಯೂ, ಅದು ಯುಎನ್, ಜಿ20 ಶೃಂಗಸಭೆಗಳು ಅಥವಾ ಸಿಒಪಿ ಸಭೆ – ಯಾವುದೇ ಇರಲಿ, ನಮ್ಮ ಆಲೋಚನೆಗಳ ಹರಿವುಗಳು ಇನ್ನೂ ಹೆಚ್ಚಿನ ಪ್ರಮಾಣದ ರಚನಾತ್ಮಕ ಪ್ರಸ್ತಾವಗಳಾಗಿ ರೂಪುಗೊಂಡವು. ಉದಾಹರಣೆಗೆ ಐಎಸ್ಎ (ISA) ಮತ್ತು ಸಿಡಿಆರ್ಐಗಳನ್ನೇ (CDRI) ನೋಡಬಹುದು. ಈ ಬಗೆಯ ಸೃಜನಶೀಲತೆ ಮುಂದುವರೆದಿದೆ. ಇದಕ್ಕೆ ಇತ್ತೀಚಿನ ಉದಾಹರಣೆಗಳೆಂದರೆ ಒನ್ ಸನ್ ಒನ್ ವರ್ಲ್ಡ್ ಒನ್ ಗ್ರಿಡ್ (ಒಎಸ್ಒಡಬ್ಲ್ಯುಒಜಿ – OSOWOG), ಲೈಫ್‌ಸ್ಟೈಲ್ ಫಾರ್ ಎನ್ವಿರಾನ್ಮೆಂಟ್ (ಎಲ್ಐಎಫ್ಇ – LiFE) ಮತ್ತು ಅಂತಾರಾಷ್ಟ್ರೀಯ ಸಿರಿಧಾನ್ಯಗಳ ವರ್ಷ (2023). ಕಾರ್ಯಸೂಚಿಯನ್ನು ಮುನ್ನಡೆಸಲು, ಅಗತ್ಯವಿರುವಲ್ಲಿ ಹೊಸ ಸಹಭಾಗಿಗಳು ಮತ್ತು ಸಹಯೋಗಗಳನ್ನು ಅನ್ವೇಷಿಸಲು ಭಾರತವು ಮುಕ್ತವಾಗಿತ್ತು. ಕ್ವಾಡ್, ಐ2ಯು2 ಮತ್ತು ಎಸ್‌ಸಿಒ (SCO) ಇಲ್ಲಿ ಸೂಕ್ತ ನಿದರ್ಶನಗಳಾಗಿವೆ. ಜಾಗತಿಕ ಪರಿಹಾರಗಳಿಗೆ ಕೊಡುಗೆ ನೀಡುವ ನಮ್ಮ ಸಾಮರ್ಥ್ಯದ ಬಗ್ಗೆ ವಿಶ್ವಾಸ ಹೆಚ್ಚಾದಂತೆ, ಆಫ್ರಿಕಾದ ಅಭಿವೃದ್ಧಿ ಕಾರ್ಯಸೂಚಿ ಕುರಿತ ಸಾಮೂಹಿಕ ಸ್ವರೂಪ ಮತ್ತು ವ್ಯಾಕ್ಸಿನ್ ಮೈತ್ರಿಯಂತಹ ಏಕಪಕ್ಷೀಯ ಸ್ವರೂಪದಂತಹ ವೈವಿಧ್ಯಮಯ ರೂಪಗಳನ್ನು ಪಡೆಯಿತು. ಪರಿಶ್ರಮ ಮತ್ತು ಕಲ್ಪನಾಶಕ್ತಿಯಿಂದ ನಮ್ಮ ಅಸ್ತಿತ್ವವನ್ನು ಇನ್ನೂ ಹೆಚ್ಚು ಬಲವಾಗಿ ಮೂಡಿಸುವ ನಮ್ಮ ಚಿಂತನೆಗಳು ಈಗ ವಾಸ್ತವವಾಗಿವೆ.

ಭಾರತದ ಪ್ರಗತಿಗೆ ಇರುವ ವಾಸ್ತವ ಸವಾಲುಗಳನ್ನು ಎದುರಿಸುತ್ತಿರುವಂತೆಯೇ, ನಾಗರಿಕತಾತ್ಮಕ ದೇಶದ ಉದಯವನ್ನು ಪ್ರತಿಬಿಂಬಿಸುವ ರೀತಿಯಲ್ಲಿ ಭಾರತವನ್ನು ಬ್ರಾಂಡ್ ಮಾಡುವ ಬಗ್ಗೆಯೂ ಹೆಚ್ಚಿನ ಗಮನ ಕೊಡಲಾಗಿದೆ. ಎರಡು ಶತಮಾನಗಳ ವಸಾಹತುಶಾಹಿಯು ಜಾಗತಿಕ ಚರ್ಚೆಯನ್ನು ಪಾಶ್ಚಾತ್ಯರ ಪರವಾಗಿ ಎಷ್ಟು ತೀವ್ರವಾಗಿ ತಿರುಚಿದೆ ಎಂದರೆ, ಪ್ರಪಂಚದ ಉಳಿದ ಭಾಗಗಳ ಪರಂಪರೆ, ಸಂಸ್ಕೃತಿ ಮತ್ತು ಸಂಪ್ರದಾಯಗಳನ್ನು ಬದಿಗೆ ತಳ್ಳಲಾಗಿತ್ತು ಎಂಬುದೇ ಇಲ್ಲಿರುವ ಸತ್ಯ. ಆ ಬಿಕ್ಕಟ್ಟಿನ ಹೊಣೆಗಾರಿಕೆಯ ಒಂದು ಭಾಗವು ಅಭಿವೃದ್ಧಿಶೀಲ ಸಮಾಜಗಳ ನಾಯಕತ್ವದ ಮೇಲೂ ಇದೆ. ಅವು ಪಶ್ಚಿಮದ ಅನುಕರಣೆಯನ್ನೇ ಆಧುನಿಕತೆ ಮತ್ತು ಪ್ರಗತಿಯೊಂದಿಗೆ ಸಮೀಕರಿಸಲು ಮುಂದಾದವು. ಸೈದ್ಧಾಂತಿಕ ಮತ್ತು ರಾಜಕೀಯ ಕಾರಣಗಳಿಗಾಗಿ, ಅನೇಕ ದೇಶಗಳು ತಮ್ಮದೇ ಆದ ಇತಿಹಾಸವನ್ನು ನಿರ್ಲಕ್ಷಿಸಿದವು.

ಇದರ ಪರಿಣಾಮವಾಗಿ, ಕಾಲ ಕಳೆದಂತೆ, ಆರ್ಥಿಕ ಮತ್ತು ರಾಜಕೀಯ

ಅಂಶಗಳೊಂದಿಗೆ ಸಾಂಸ್ಕೃತಿಕ ಮರುಸಮತೋಲನಗೊಳಿಸುವ ಅನಿವಾರ್ಯತೆಯೂ ಉಂಟಾಗಿದೆ. ಈ ನಿಟ್ಟಿನಲ್ಲಿ ಪ್ರಧಾನಿ ಮೋದಿ ಮುಂಚೂಣಿಯಲ್ಲಿ ನಿಂತು ಮುನ್ನಡೆಸಿದ್ದಾರೆ. 2015ರಲ್ಲಿ ಯೋಗವನ್ನು ವಿಶ್ವದೆಲ್ಲೆಡೆ ಆಚರಿಸಲು ಅವರು ಕೈಗೊಂಡ ಉಪಕ್ರಮವು ಅದ್ಭುತ ಯಶಸ್ಸು ಕಂಡಿದೆ. ನಮ್ಮ ವೈದ್ಯಕೀಯ ಮತ್ತು ಸ್ವಾಸ್ಥ್ಯ ಅಭ್ಯಾಸಗಳ ಪ್ರಚಾರವೂ ಗಮನ ಸೆಳೆದಿದೆ. ಪರಿಸರದ ವಿಷಯಕ್ಕೆ ಬಂದಾಗ, ಜೀವನಶೈಲಿ ಬದಲಾವಣೆಗಳ ಅಭಿಯಾನವನ್ನು ವ್ಯಾಪಕವಾಗಿ ಸ್ವಾಗತಿಸಲಾಗುತ್ತಿದೆ. ಆಹಾರ ಪದ್ಧತಿಗಳು ಸಹ ಈ ನಿಟ್ಟಿನಲ್ಲಿ ಪ್ರಸ್ತುತವಾಗಿವೆ; ನಮ್ಮ ಪ್ರಾಚೀನ ಧಾನ್ಯಗಳಾದ ಸಿರಿಧಾನ್ಯಗಳ ಹೆಚ್ಚಿನ ಕೃಷಿ ಮತ್ತು ಬಳಕೆಯನ್ನು ಹೆಚ್ಚಿಸುವ ಭಾರತೀಯ ಪ್ರಯತ್ನದಲ್ಲಿ ಇದು ಕಾಣುತ್ತದೆ. ಇವುಗಳಲ್ಲಿ ಕೆಲವನ್ನು ನಾಯಕತ್ವವು ಹೇಗೆ ತೆಗೆದುಕೊಂಡು ಹೋಗುತ್ತದೆ ಮತ್ತು ತನ್ನ ಅಭಿಪ್ರಾಯಗಳನ್ನು ಹೇಗೆ ಅಭಿವ್ಯಕ್ತಪಡಿಸುತ್ತದೆ ಎಂಬುದರ ಮೂಲಕ ಗಮನಿಸಬಹುದು.

ಸಮಕಾಲೀನ ಅಂತಾರಾಷ್ಟ್ರೀಯ ಸಂಬಂಧಗಳ ಆಳವಾದ ಪರಿಕಲ್ಪನೆಗಳು ಮತ್ತು ಸ್ಥಾಪಿತ ಗ್ರಹಿಕೆಗಳನ್ನು ಇನ್ನೂ ಹೆಚ್ಚು ಪರಿಣಾಮಕಾರಿಯಾಗಿ ಪರಿಹರಿಸುವುದೇ ಈ ಸವಾಲಿನ ಅತಿದೊಡ್ಡ ಭಾಗ. ಅದು ಇನ್ನೂ ಪ್ರಗತಿಯಲ್ಲಿದೆ; ಆದರೆ ಮುಂಬರುವ ವರ್ಷಗಳಲ್ಲಿ ಸುಧಾರಣೆಗಳನ್ನು ಕಾಣುವ ಆಶಾಭಾವವಿದೆ.

ಮೋದಿ ಯುಗದ ರಾಜತಾಂತ್ರಿಕತೆಯ ಮತ್ತೊಂದು ಗಮನಾರ್ಹ ಲಕ್ಷಣವೆಂದರೆ ಅದರ ಜನಕೇಂದ್ರಿತ ಕಾರ್ಯವಿಧಾನ. ಇಲ್ಲಿ ಮಾನವ ಅಂಶಕ್ಕೆ ಹೆಚ್ಚಿನ ಒತ್ತು ನೀಡುವುದರ ಹಿಂದೆ ಹಲವು ಚಾಲಕ ಅಂಶಗಳಿದ್ದವು. ಅಭಿವೃದ್ಧಿ ಸೂಚ್ಯಂಕಗಳನ್ನು ಸುಧಾರಿಸಲು ಮತ್ತು ಸಮಾಜಕಲ್ಯಾಣವನ್ನು ವಿಸ್ತರಿಸಲು ಬೇಕಾದ ಸ್ವದೇಶಿ ಅಭಿಯಾನದ ಬಾಹ್ಯ ಪ್ರತಿಫಲನ ಇವುಗಳಲ್ಲಿ ಒಂದು. ವಿದೇಶಗಳಲ್ಲಿ ಇರುವ ಭಾರತೀಯರನ್ನು ಬೆಂಬಲಿಸುವುದು ಈ ವಿಧಾನದ ಸಹಜ ವಿಸ್ತರಣೆ.

ಇನ್ನೊಂದು, ಜ್ಞಾನದ ಆರ್ಥಿಕತೆಯ ಆವಶ್ಯಕತೆಗಳಿಗೆ ಭಾರತವು ಸಿದ್ಧವಾಗಬೇಕಾದ ಅಗತ್ಯವಿದೆ ಎಂಬ ತಿಳಿವಳಿಕೆ. ಇದು ಕೇವಲ ವ್ಯಾಪಾರ ಸ್ಥಳವಲ್ಲ, ಜಾಗತಿಕ ಕಾರ್ಯಸ್ಥಳ ಎಂಬುದನ್ನು ಕಲ್ಪಿಸಿಕೊಳ್ಳುವುದು ಅತ್ಯಗತ್ಯವಾಗಿತ್ತು. ಇದರರ್ಥವೆಂದರೆ, ನಮ್ಮ ನಾಗರಿಕರನ್ನು ಮೊಬಿಲಿಟಿ ಉದ್ಯಮದ ಏರಿಳಿತಗಳ ಕೃಪೆಗೆ ಬಿಡುವ ಬದಲು ಅಗತ್ಯವಾದ ಸಾಂಸ್ಥಿಕ ವ್ಯವಸ್ಥೆಗಳು ಮತ್ತು ಕಾರ್ಯವಿಧಾನಗಳನ್ನು ರೂಪಿಸುವುದು.

ಅದಾಗಿ, ವಿದೇಶದಲ್ಲಿ ಇರುವ ವಿದ್ಯಾರ್ಥಿಗಳು, ವೃತ್ತಿಪರರು ಅಥವಾ ಹೆಚ್ಚು ಕಡಿಮೆ ಖಾಯಂ ಆಗಿ ನೆಲೆಸಿದವರು – ಇಂತಹ ಯಾವುದೇ ಬಗೆಯ ಭಾರತೀಯರ ಪ್ರಾಮುಖ್ಯ ಮತ್ತು ಕೊಡುಗೆಯ ಬಗ್ಗೆ ಹೆಚ್ಚಿನ ಗ್ರಹಿಕೆಯೂ ಅಲ್ಲಿತ್ತು. ಅವರ ಕಲ್ಯಾಣವನ್ನು ಅತ್ಯಂತ ಗಂಭೀರತೆಯಿಂದ ಪರಿಹರಿಸಬೇಕಾದ ಒಂದು ಬಾಧ್ಯತೆ ಎಂದೇ ಭಾವಿಸಲಾಗಿತ್ತು. ಅಂತಿಮವಾಗಿ, ಬದಲಾಗುತ್ತಿರುವ ಭಾರತದ ಭಾವವೇ ಅಲ್ಲಿ ಕಂಡಿತ್ತು. ಮೇಲೇರುತ್ತಿರುವ ಶಕ್ತಿಯು ತನ್ನ ಜನರು ವಿದೇಶದಲ್ಲಿ ಪ್ರತಿಕೂಲ ಪರಿಸ್ಥಿತಿಗಳನ್ನು ಎದುರಿಸಲು ಬಿಡಬಾರದು. ಅಂತಹ ನಿರ್ಲಿಪ್ತತೆಯು ನಮ್ಮ ಸ್ಥಾನಮಾನವನ್ನು ಕೆಟ್ಟದಾಗಿ ಪ್ರತಿಬಿಂಬಿಸುವುದಲ್ಲದೆ, ಭಾರತೀಯರು ವಿದೇಶಕ್ಕೆ ಹೋಗಲು ಹೊಂದಿರಬೇಕಾದ ನಂಬಿಕೆಯನ್ನೇ ಬುಡಮೇಲಾಗಿಸುತ್ತದೆ.

ನಮ್ಮ ಗಡಿಗಳನ್ನು ಮೀರಿ ಅನ್ವಯವಾಗುವ ದೃಢವಾದ ಕಲ್ಯಾಣ ಕ್ರಮಗಳನ್ನು ಸ್ಥಾಪಿಸುವುದು, ನಮ್ಮ ನಾಗರಿಕರನ್ನು ಬಿಕ್ಕಟ್ಟಿನ ಸಂದರ್ಭಗಳಿಂದ ಮುಕ್ತಗೊಳಿಸುವುದು ಮತ್ತು ಕೋವಿಡ್ ಸಾಂಕ್ರಾಮಿಕ ಸಮಯದಲ್ಲಿ ಸಂಭವಿಸಿದಂತೆ ವಾಪಸಾತಿಯನ್ನು ಆಯೋಜಿಸುವುದು – ಇವೆಲ್ಲವೂ ಆ ದಿಕ್ಕಿನಲ್ಲಿ ಇಟ್ಟ ಹೆಜ್ಜೆಗಳಾಗಿವೆ. ವಾಸ್ತವವಾಗಿ, ಪಾಸ್‌ಪೋರ್ಟ್‌ಗಳನ್ನು ನೀಡುವ ಸುಗಮತೆಯ ಆಮೂಲಾಗ್ರ ಸುಧಾರಣೆಗಳ ಜೊತೆಗೇ ಸ್ವದೇಶದಲ್ಲೇ ಈ ಪರಿವರ್ತನೆಯು ಪ್ರಾರಂಭವಾಗುತ್ತದೆ. ಭಾರತೀಯರನ್ನು ತಾರತಮ್ಯದ ಭಾವನೆಯಿಂದ ನೋಡದಂತೆ ಖಾತರಿಪಡಿಸಿಕೊಳ್ಳುತ್ತಲೇ ಮೊಬಿಲಿಟಿಯನ್ನು ಒದಗಿಸುವ ಉಪಕ್ರಮಗಳನ್ನು ಕೈಗೊಳ್ಳಲಾಯಿತು. ಆಸ್ಟ್ರೇಲಿಯಾದಿಂದ ಜರ್ಮನಿಯವರೆಗಿನ ದೇಶಗಳೊಂದಿಗೆ ವಲಸೆ ಮತ್ತು ಚಲನಶೀಲತೆ ಸಹಭಾಗಿತ್ವ ಒಪ್ಪಂದಗಳನ್ನು (ಎಂಎಂಪಿಎ – MMPA) ಅಂತಿಮಗೊಳಿಸಿದ್ದು ಈ ಕಾಳಜಿಯನ್ನು ತೋರಿಸಿದೆ.

ಸಹಭಾಗಿತ್ವಗಳಲ್ಲಿ ಫಲಿತಾಂಶ

ಕಳೆದ ದಶಕದ ಪ್ರಗತಿಯ ವರದಿಯು ಉತ್ತೇಜನಕಾರಿಯಾಗಿದೆ. ರಾಜತಾಂತ್ರಿಕ ಶಕ್ತಿಗಳು ಮತ್ತು ಚಟುವಟಿಕೆಗಳ ಬಲವಾದ ಅಭಿವ್ಯಕ್ತಿಗಳು ಜಾಗತಿಕ ಮಂಡಳಿಗಳಲ್ಲಿ ಭಾರತದ ವರ್ಚಸ್ಸನ್ನು ಸ್ಪಷ್ಟವಾಗಿ ಹೆಚ್ಚಿಸಿವೆ. ವಿಶೇಷವಾಗಿ, ಪ್ರಧಾನಿ ಮೋದಿಯವರು ತಮ್ಮ ರಾಷ್ಟ್ರೀಯ ಹಿತಾಸಕ್ತಿಯನ್ನು ಮುನ್ನಡೆಸುತ್ತಲೇ, ವಿಶಾಲ ದೃಷ್ಟಿಕೋನ ಮತ್ತು ಸಾಮೂಹಿಕ ಒಳಿತಿಗಾಗಿ ಬದ್ಧತೆಯನ್ನು ಹೊಂದಿರುವ ಜಾಗತಿಕ ವ್ಯಕ್ತಿಯಾಗಿ ಗ್ರಹಿಸಲ್ಪಟ್ಟಿದ್ದಾರೆ. ವಿಶ್ವ ವ್ಯವಹಾರಗಳಲ್ಲಿ ಅನಿವಾರ್ಯವಾಗಿ ಉದ್ಭವಿಸುವ ಸಂಕೀರ್ಣ ಸವಾಲುಗಳ ವಿಷಯಕ್ಕೆ ಬಂದಾಗ, ಭಾರತವು ಇನ್ನು ಮುಂದೆ ಕಠಿಣ ನಿರ್ಧಾರಗಳಿಂದ ಜಾರಿಕೊಳ್ಳುತ್ತದೆ ಎಂದು ಈಗ ಯಾರೂ ಭಾವಿಸುವುದಿಲ್ಲ.

2014ರಿಂದ ಉಪಖಂಡದಲ್ಲಿ ಪ್ರಾದೇಶಿಕ ಗ್ರಹಿಕೆಯ ಬದಲಾವಣೆ ಪ್ರಾರಂಭವಾಯಿತು. ಎಲ್ಲರಿಗೂ ತಿಳಿದಿರುವಂತೆ ಇದು ಸರಳವಾದ ಹಾದಿ ಆಗಿರಲಿಲ್ಲ. ಆದರೆ ಒಟ್ಟಾರೆಯಾಗಿ, ಸಂಪರ್ಕ, ಸಹಕಾರ ಮತ್ತು ಸಂಬಂಧಗಳು ಮಾಡಿದ ಅಗಾಧ ಪ್ರಗತಿಗೆ ಮೆಚ್ಚುಗೆ ಇದೆ. ವಿಸ್ತಾರಗೊಂಡ ನೆರೆಹೊರೆಯ ದೇಶಗಳು ಭಾರತದ ಬಲವಾದ ಉದ್ದೇಶಪ್ರಜ್ಞೆಯನ್ನು ಮತ್ತು ಸುದೀರ್ಘ ಕಾಲಾವಧಿಯ ನಂತರ ನಡೆಯುತ್ತಿರುವ ಉನ್ನತ ಮಟ್ಟದ ಭೇಟಿಗಳನ್ನು ಮೆಚ್ಚಿಕೊಳ್ಳುತ್ತವೆ. ಪ್ರಮುಖ ಶಕ್ತಿಗಳಿಗೆ ಸಂಬಂಧಿಸಿದಂತೆ, ಭಾರತವು ಹೆಚ್ಚು ಆತ್ಮವಿಶ್ವಾಸದಿಂದ ಮತ್ತು ಸ್ವತಂತ್ರವಾಗಿ ತೊಡಗಿಸಿಕೊಳ್ಳಲು ಸಿದ್ಧವಾಗಿದೆ. ರಕ್ಷಣೆ, ತಂತ್ರಜ್ಞಾನ ಮತ್ತು ಇಂಧನದಲ್ಲಿ ಬಹು ಸಹಭಾಗಿಗಳೊಂದಿಗೆ ತೊಡಗಿಸಿಕೊಳ್ಳುವಲ್ಲಿ ಅಥವಾ ಬಾಹ್ಯ ಒತ್ತಡಗಳಿಂದ ತನ್ನ ರಾಷ್ಟ್ರೀಯ ಹಿತಾಸಕ್ತಿಗಳನ್ನು ರಕ್ಷಿಸುವ ವಿಷಯಕ್ಕೆ ಬಂದಾಗ ಭಾರತವು ದೃಢವಾಗಿ ನಿಲ್ಲುವುದನ್ನು ಆ ದೇಶಗಳು ಬಹುಶಃ ಗಮನಿಸಿವೆ.

ಭಾರತದ ಪ್ರಗತಿಗೆ ಜಾಗತಿಕ ಆಯಾಮವೊಂದಿದೆ; ಅದು ಕಡಿಮೆ ಮಹತ್ವದ್ದೇನಲ್ಲ. ಅಸಂಖ್ಯಾತ ಮಾರ್ಗಗಳಲ್ಲಿ, ನಮ್ಮ ಸಮಕಾಲೀನ ಯುಗವನ್ನು ರೂಪಿಸುವ ಅಂತಾರಾಷ್ಟ್ರೀಯ ವಿಷಯಗಳ ಶ್ರೇಣಿಯಲ್ಲಿ ನಾವು ಸಕ್ರಿಯರಾಗಿದ್ದೇವೆ. ಅದು ಸಾಲ ಪರಿಹಾರವಾಗಿರಲಿ, – ಜಾಗತಿಕ ಕನಿಷ್ಠ ತೆರಿಗೆಯಾಗಿರಲಿ ಅಥವಾ ನ್ಯಾಯಯುತ ಮಾರುಕಟ್ಟೆ ಪ್ರವೇಶವಾಗಿರಲಿ, ಭಾರತವು ಜಾಗತಿಕ ಮಾತುಕತೆಗಳಲ್ಲಿ ಪ್ರಬಲ ಧ್ವನಿಯಾಗಿದೆ.

ಭಯೋತ್ಪಾದನೆಯ ವಿಷಯಕ್ಕೆ ಬಂದಾಗ, ಭಯೋತ್ಪಾದಕ ಹಣಕಾಸು ನಿರ್ಬಂಧಿಸುವಲ್ಲಿ ಮತ್ತು ನಿರ್ಬಂಧಿತ ಭಯೋತ್ಪಾದಕರ ಪಟ್ಟಿ ಸಿದ್ಧಪಡಿಸುವಲ್ಲಿ ಭಾರತದ ಸ್ವಂತ ಪ್ರತಿ – ಕ್ರಮಗಳು ಮತ್ತು ಸಹಭಾಗಿತ್ವವು ಹೆಚ್ಚಿನ ಅಂತಾರಾಷ್ಟ್ರೀಯ ಜಾಗೃತಿಗೆ ಕಾರಣವಾಗಿದೆ. ನಾವು ಕಡಲ ಭದ್ರತೆಯ ಚರ್ಚೆಯನ್ನು ವಿಶ್ವಸಂಸ್ಥೆ ಭದ್ರತಾ ಮಂಡಳಿ (ಯುಎನ್‌ಎಸ್‌ಸಿ) ಗೆ ಕೊಂಡೊಯ್ದಿದ್ದೇವೆ; ಮಾತ್ರವಲ್ಲ, ಪ್ರಮುಖ ಸಮ್ಮೇಳನ ಕೇಂದ್ರದ ಆಯೋಜನೆಯೂ ಸೇರಿದಂತೆ ಇಂಡೋ – ಪೆಸಿಫಿಕ್‌ನಾದ್ಯಂತ ಖಚಿತ ಉಪಕ್ರಮಗಳಲ್ಲಿ ಭಾಗಿಯಾಗಿದ್ದೇವೆ.

ಭಾರತವು ನಿರ್ಣಾಯಕವಾಗಿ ಕೈಗೊಂಡ ಪ್ರಮುಖ ವಿಷಯವೆಂದರೆ ಸಂಪರ್ಕ. ಸಂಪರ್ಕ ವ್ಯವಸ್ಥೆಯ ಆಧಾರತತ್ವಗಳ ಬಗ್ಗೆ ಸಮಗ್ರ ಮತ್ತು ಸ್ಪಷ್ಟ ದೃಷ್ಟಿಕೋನವನ್ನು ತೆಗೆದುಕೊಳ್ಳುವ ಮೂಲಕ, ಅದರ ನೀತಿ ನಿರೂಪಕರು ಹೆಚ್ಚಿನ ಪಾರದರ್ಶಕತೆ ಮತ್ತು ಉತ್ತಮ ಕಾರ್ಯಸಾಧ್ಯತೆಯ ಪರವಾಗಿ ಚರ್ಚೆಯನ್ನು ರೂಪಿಸಲು ಸಾಧ್ಯವಾಯಿತು. ಆದರೆ ಜಾಗತಿಕ ಗ್ರಹಿಕೆಯ ಮೇಲೆ ಹೆಚ್ಚು ಆಳವಾದ ಪರಿಣಾಮವನ್ನು ಉಂಟುಮಾಡಿರುವುದು ಕೋವಿಡ್ ಸಾಂಕ್ರಾಮಿಕ ಸಮಯದಲ್ಲಿನ ಭಾರತದ ನಿಲುವು. 100 ಸಹಭಾಗಿಗಳಿಗೆ ಲಸಿಕೆಗಳನ್ನು ಮತ್ತು 150 ದೇಶಗಳಿಗೆ ಔಷಧಿಗಳು ಮತ್ತು ವಸ್ತುಗಳನ್ನು ಒದಗಿಸುವ ಮೂಲಕ, ಭಾರತವು ಜಾಗತಿಕ ಜವಾಬ್ದಾರಿಯ ಬಗ್ಗೆ ಸಂಪೂರ್ಣವಾದ ವಿಭಿನ್ನ ಮಟ್ಟದ ವರ್ತನೆಯನ್ನೇ ಪ್ರದರ್ಶಿಸಿತು. ಜಗತ್ತು ಪರಿವರ್ತನೆಯಲ್ಲಿರುವ ಸಮಯದಲ್ಲಿ ಹೀಗೆ ಗಳಿಸಿದ ಸದ್ಭಾವನೆಯು ಭಾರತದ ವ್ಯಕ್ತಿಚಿತ್ರಣವನ್ನು ವ್ಯಾಖ್ಯಾನಿಸಲು ಖಂಡಿತವಾಗಿ ನೆರವಾಗಿದೆ.

ಅಂತಾರಾಷ್ಟ್ರೀಯ ಸಹಕಾರದಲ್ಲಿ, ನುಡಿದಂತೆ ನಡೆಯುವ ವರ್ತನೆಯ ಮೇಲೆಯೇ ಹಲವು ಸಂಗತಿಗಳು ಆಧರಿಸಿವೆ. ನಾವು ಇತರ ದೇಶಗಳೊಂದಿಗೆ ಅವರ ಅಭಿವೃದ್ಧಿ ಪ್ರಯತ್ನಗಳಲ್ಲಿ ದಶಕಗಳಿಂದ ಸಹಭಾಗಿಯಾಗಲು ಹೆಸರುವಾಸಿಯಾಗಿದ್ದೇವೆ; ಹೆಚ್ಚಾಗಿ ತರಬೇತಿ ಮತ್ತು ವಿನಿಮಯಗಳ ಮೂಲಕ ಆದರೆ ಕೆಲವೊಮ್ಮೆ, ಯೋಜನೆಗಳ ಮೂಲಕವೂ ಭಾಗಿಯಾಗಿದ್ದೇವೆ. ಕಳೆದ ದಶಕದಲ್ಲಿ, ಈ ಅಭಿವೃದ್ಧಿಯ ಪ್ರಮಾಣವನ್ನು ಗಮನಾರ್ಹವಾಗಿ ಹೆಚ್ಚಿಸಲಾಗಿದೆ. ಸಾಲ, ಅನುದಾನ ನೆರವು, ಸಾಮರ್ಥ್ಯವರ್ಧನೆ, ಮೂಲಸೌಕರ್ಯ ಮತ್ತು ಆರ್ಥಿಕ ಯೋಜನೆಗಳು ಮತ್ತು ಮಾನವ ಸಂಪನ್ಮೂಲ ವರ್ಧನೆಯಲ್ಲಿ ಕಣ್ಣಿಗೆ ಕಾಣುವಂತಹ ಕಾರ್ಯವಿಸ್ತಾರ ಕಂಡುಬಂದಿದೆ.

ಆದರೆ ಈ ಪ್ರಮಾಣಕ್ಕಿಂತ ಮಿಗಿಲಾಗಿ ನಿಜವಾಗಿಯೂ ಬದಲಾಗಿದ್ದು ಕಾರ್ಯಜಾರಿಯ ಪ್ರಭಾವ. ನಿರಂತರ ನಿಗಾ ಮತ್ತು ತೀವ್ರವಾದ ಮೇಲ್ವಿಚಾರಣೆಯ ಮೂಲಕ ದೀರ್ಘಕಾಲದಿಂದ ಬಾಕಿ ಇರುವ ಯೋಜನೆಗಳನ್ನು ಯಶಸ್ವಿಯಾಗಿ ಮುಕ್ತಾಯಗೊಳಿಸಲಾಯಿತು; ಹೆಚ್ಚಿನ ವೃತ್ತಿಪರತೆಯೊಂದಿಗೆ ಹೊಸ ಯೋಜನೆಗಳನ್ನು ಕೈಗೊಳ್ಳಲಾಯಿತು. ನಮ್ಮ ಹತ್ತಿರದ ನೆರೆಹೊರೆಯ ದೇಶಗಳ ಸಂಪರ್ಕ, ಸಾಮಾಜಿಕ – ಆರ್ಥಿಕ ಸೌಲಭ್ಯಗಳು, ಜಾರಿವ್ಯವಸ್ಥೆ ಮತ್ತು ಇಂಧನ – ಈ ರಂಗಗಳು ಇವುಗಳ ಫಲಾನುಭವಿಗಳಾಗಿವೆ. ನೇಪಾಳದಲ್ಲಿ ಭೂಕಂಪದ ನಂತರದ ಯೋಜನೆಗಳು ಮತ್ತು ಮಾರಿಶಿಯಸ್‌ನಲ್ಲಿನ ಮೂಲಸೌಕರ್ಯಗಳು – ಇವು ಉತ್ಕೃಷ್ಟ ಗುಣಮಟ್ಟದ ಸೇವೆಗೆ ನೀಡಬಹುದಾದ ಪ್ರಮುಖ ಉದಾಹರಣೆಗಳು. ಕೋವಿಡ್ ಸವಾಲುಗಳ ಹೊರತಾಗಿಯೂ, ಭಾರತ–ಆಫ್ರಿಕಾ ವೇದಿಕೆ ಶೃಂಗಸಭೆಯ (ಐಎಎಫ್‌ಎಸ್ – IAFS) ಭಾಗವಾಗಿ ಆಫ್ರಿಕನ್ ದೇಶಗಳಿಗೆ ನೀಡಿದ ಭರವಸೆಗಳನ್ನು ಉಳಿಸಿಕೊಳ್ಳಲು ಭಾರತಕ್ಕೆ ಸಾಧ್ಯವಾಯಿತು.

ಈ ಅವಧಿಯಲ್ಲಿ, ಭಾರತದ ಅಂತಾರಾಷ್ಟ್ರೀಯ ಸಹಭಾಗಿತ್ವದ ಹೆಜ್ಜೆಗುರುತು ಸಹ ಗಮನಾರ್ಹವಾಗಿ ವಿಸ್ತರಿಸಿದೆ. ಇದು ಈಗ ಪೆಸಿಫಿಕ್‌ನಲ್ಲಿ ನವೀಕರಿಸಬಹುದಾದ ಇಂಧನದಿಂದ ಕೆರಿಬಿಯನ್‌ನ ಸಮುದಾಯ ಯೋಜನೆಗಳವರೆಗೆ ವ್ಯಾಪಿಸಿದೆ. ಮಂಗೋಲಿಯಾದಲ್ಲಿ ಸಂಸ್ಕರಣಾಗಾರ ಆಗಿರಬಹುದು, ಮಾರಿಶಿಯಸ್‌ನಲ್ಲಿ ಮೆಟ್ರೋ ಎಕ್ಸ್‌ಪ್ರೆಸ್ ಆಗಿರಬಹುದು, ಕೀನ್ಯಾದಲ್ಲಿ ಜವಳಿ ಕಾರ್ಖಾನೆಯಾಗಿರಬಹುದು ಅಥವಾ ತಾಂಜಾನಿಯದಲ್ಲಿ ನೀರು ಸರಬರಾಜು ಆಗಿರಬಹುದು, – ಇಂತಹ ಭಾರತ ಬೆಂಬಲಿತ ಪ್ರಯತ್ನಗಳು ಸಹಭಾಗಿ ದೇಶಗಳಲ್ಲಿ ಬದಲಾವಣೆಯನ್ನು ಉಂಟುಮಾಡಿವೆ.

ಹೆಚ್ಚು ಶಕ್ತಿಯುತ ಭಾರತವು ತನ್ನ ಮೌಲ್ಯದ ಬೆಳವಣಿಗೆಯನ್ನು ಗುರುತಿಸುವ ದೇಶಗಳೊಂದಿಗೆ ಹೊಸ ಸಂಬಂಧಗಳನ್ನು ಹೆಣೆಯಲು ಸಾಧ್ಯವಾಗಿದೆ. ತಂತ್ರಜ್ಞಾನ, ಪೂರೈಕೆ ಸರಪಣಿಗಳು, ಶಿಕ್ಷಣ, ಕಡಲ ಭದ್ರತೆ ಮುಂತಾದ ಕ್ಷೇತ್ರಗಳಲ್ಲಿ ಇತರ ಇಂಡೋ – ಪೆಸಿಫಿಕ್ ಕಾರ್ಯಕ್ರಮಗಳಿಗೆ ಅನುಕೂಲ ಮಾಡಿಕೊಟ್ಟ ಕ್ವಾಡ್ ಇದಕ್ಕೆ ಒಂದು ಸ್ಪಷ್ಟ ಉದಾಹರಣೆಯಾಗಿದೆ. ಯುರೇಶಿಯಾ ವಿಷಯಕ್ಕೆ ಬಂದಾಗ, 2017ರಲ್ಲಿ ಭಾರತದ ಎಸ್‌ಸಿಓ ಸೇರ್ಪಡೆಯು ಆ ಗುಂಪಿನ ಕಾರ್ಯಸೂಚಿಯಲ್ಲಿ ಭಾರತದ ಮಹತ್ತ್ವವನ್ನು ಒತ್ತಿಹೇಳುತ್ತದೆ. ಈ ಅವಧಿಯಲ್ಲಿ, ಕ್ಷಿಪಣಿ ತಂತ್ರಜ್ಞಾನ ನಿಯಂತ್ರಣ ಆಡಳಿತ, ಆಸ್ಟ್ರೇಲಿಯಾ ಗುಂಪು ಮತ್ತು ವಾಸ್ಸೆನಾರ್ ವ್ಯವಸ್ಥೆಯಂತಹ ರಫ್ತು ನಿಯಂತ್ರಣ ಆಡಳಿತಗಳ ಸದಸ್ಯತ್ವವು – ವಿಶೇಷವಾಗಿ ಸುಸ್ಥಿರತೆಯ ಬಗ್ಗೆ – ಭಾರತದ ನೇತೃತ್ವದ ಬಹುಪಕ್ಷೀಯ ಉಪಕ್ರಮಗಳಷ್ಟೇ ಮಹತ್ತ್ವದ್ದಾಗಿದ್ದವು. ಈ ಸದಸ್ಯತ್ವಗಳು ಭಾರತದ ಏಳಿಗೆಯ ದೊಡ್ಡ ವಿದ್ಯಮಾನದ ಬಗ್ಗೆ ಮತ್ತು ಅದಕ್ಕೆ ವಿಶ್ವದ ಪ್ರತಿಕ್ರಿಯೆಯ ರೂಪದ ಸಂಕೇತವಾಗಿದ್ದವು. ಎಲ್ಲಾ 54 ಆಫ್ರಿಕನ್ ದೇಶಗಳು ಐಎಎಫ್‌ಎಸ್ ಶೃಂಗಸಭೆಯಲ್ಲಿ ಭಾಗವಹಿಸಿದ್ದವು; ಎಲ್ಲಾ 10 ಆಸಿಯಾನ್ ನಾಯಕರು 2018ರ ಗಣರಾಜ್ಯೋತ್ಸವದಲ್ಲಿ ಹಾಜರಿದ್ದರು; ಭಾರತವು 2021 ರಲ್ಲಿ ಪೋರ್ಟೊದಲ್ಲಿ 27 ಇಯು ದೇಶಗಳನ್ನು ತೊಡಗಿಸಿತು ಮತ್ತು 2023 ರಲ್ಲಿ ನಡೆದ ವಾಯ್ಸ್ ಆಫ್ ಗ್ಲೋಬಲ್ ಸೌತ್ ಶೃಂಗಸಭೆಯಲ್ಲಿ 125 ದೇಶಗಳು ಭಾಗವಹಿಸಿವೆ ಎಂಬುದು ಭಾರತವು ಇಂದು ಯಾವ ಸ್ಥಾನದಲ್ಲಿದೆ ಎಂಬುದಕ್ಕೆ ಉದಾಹರಣೆಗಳಾಗಿವೆ.

ಆಗಾಗ್ಗೆ, ಅಂತಾರಾಷ್ಟ್ರೀಯ ಸಂಸ್ಥೆಗಳಿಗೆ ನಡೆಯುವ ಚುನಾವಣೆಗಳ ಮೂಲಕ ಈ ಹೇಳಿಕೆಯನ್ನು ಪರೀಕ್ಷಿಸಲಾಗುತ್ತದೆ. ಇಲ್ಲಿಯೂ ಭಾರತವು ಬಹುತೇಕ ಯಶಸ್ವಿಯಾಗಿದೆ. ವಾಸ್ತವವಾಗಿ, ವಿವಿಧ ವೇದಿಕೆಗಳಲ್ಲಿ ನಮ್ಮ ಭಾಗವಹಿಸುವಿಕೆ, ವಿವಿಧ ಸ್ವರೂಪಗಳಲ್ಲಿ ತೊಡಗಿಸಿಕೊಳ್ಳುವಿಕೆ ಮತ್ತು ಅನೇಕ ಸಂದರ್ಭಗಳಲ್ಲಿ ಉಪಸ್ಥಿತಿಗೆ ಹೆಚ್ಚುತ್ತಿರುವ ಬೇಡಿಕೆಯು ನಮ್ಮ ಜಾಗತಿಕ ಖ್ಯಾತಿಯನ್ನು ಪ್ರತಿಬಿಂಬಿಸುತ್ತದೆ.

ನಮ್ಮದೇ ಸ್ವಂತ ಪರಿಹಾರಗಳ ಆವಿಷ್ಕಾರ

ಇತರ ದೇಶಗಳಂತೆಯೇ ಕೋವಿಡ್‌ನಿಂದ ಹೊರಬರುತ್ತಿದ್ದಂತೆ, ಭಾರತವೂ ತಾನು ತೆತ್ತ ಬೆಲೆಯ ಲೆಕ್ಕ ಹಾಕುತ್ತಿದೆ; ಅದರ ಅನುಭವಗಳನ್ನು ಮೌಲ್ಯಮಾಪನ ಮಾಡುತ್ತಿದೆ ಮತ್ತು ಅದರ ಪಾಠಗಳನ್ನು ಕಲಿಯುತ್ತಿದೆ. ಸ್ವಲ್ಪ ಮಟ್ಟಿಗೆ ವಿಶ್ವಾಸದಿಂದ ಹೇಳಬಹುದಾದ ಸಂಗತಿಯೆಂದರೆ, ನಾವು ಈ ಚಂಡಮಾರುತವನ್ನು ಇತರರಿಗಿಂತ ಉತ್ತಮವಾಗಿ ನಿರ್ವಹಿಸಿದ್ದೇವೆ. ಬಲವಾದ

ಆಧಾರರೂಪದ ಅಂಶಗಳು ಮತ್ತು ವಿವೇಚನಾಯುಕ್ತ ನೀತಿಗಳು ಭವಿಷ್ಯದಲ್ಲಿ ಭಾರತವು ಪ್ರಮುಖ ಶಕ್ತಿಯಾಗುವ ಹಾದಿಯನ್ನು ಕ್ರಮಿಸುವುದನ್ನು ಖಾತರಿಪಡಿಸಿದೆ. ಇದು ನಿರಂತರವಾದ ಸಾಮರ್ಥ್ಯ ಹೆಚ್ಚಳದ ಮೇಲೆ ಅವಲಂಬಿತವಾಗಿದ್ದರೂ, ಭವಿಷ್ಯದ ಬಗ್ಗೆ ಭಾರತದ ದೃಷ್ಟಿಕೋನವು ವಿಶ್ವಾಸಭರಿತವಾಗಿ ಉಳಿಯುವುದು ಅಷ್ಟೇ ಆವಶ್ಯಕ. ಎಲ್ಲಕ್ಕಿಂತ ಹೆಚ್ಚಾಗಿ, ನಾವು ದಶಕಗಳಿಂದ ಕಡಿತ, (ಭಾರತ – ಪಾಕ್) ಕೂಡುಗೆರೆಯ ಬಳಕೆ, ಭಾಗವಹಿಸದೇ ಇರುವುದು ಮತ್ತು ಸವಾಲುಗಳಿಗೆ ವಿಮುಖವಾಗಿರುವುದು–ಇಂತಹ ಸಂಗತಿಗಳ ಜೊತೆಗೇ ಹೆಣಗಿದ್ದೇವೆ.

ಭವಿಷ್ಯದ ಹಾದಿಯನ್ನು ಪ್ರಚಂಡ ಸ್ವಾತಂತ್ರ್ಯದ ಮಾನಸಿಕತೆಯ ಮೇಲೆ ನಿರ್ಮಿಸಲಾಗಿದೆ. ಆದರೂ ಅದನ್ನು ಸಮಕಾಲೀನಗೊಳಿಸಲು ಚೈತನ್ಯ ತುಂಬುವುದು ಒಂದು ಸವಾಲಾಗಿದೆ. ಈ ದೃಷ್ಟಿಕೋನವನ್ನು ವ್ಯಕ್ತಪಡಿಸುವ ನಮ್ಮ ಸಾಮರ್ಥ್ಯವು ಸ್ವಾಭಾವಿಕವಾಗಿ ನಮ್ಮ ಶಕ್ತಿಗಳಿಗೆ ಹೊಂದಿಕೊಂಡೇ ಬದಲಾಗಿದೆ. ಇಂದು ವಿದೇಶದಲ್ಲಿ ರಾಷ್ಟ್ರೀಯ ಗುರಿಗಳನ್ನು ಸಾಧಿಸಲು ನಮ್ಮ ಕೈಯಲ್ಲಿ ಹಲವು ಸಂಪನ್ಮೂಲಗಳು ಮತ್ತು ಸಾಧನಗಳಿವೆ. ಆದರೆ ನಾವು ವಾಸಿಸುವ ಪ್ರಪಂಚದ ನಿಖರವಾದ ತಿಳಿವಳಿಕೆಯ ಮೂಲಕ ಶೋಧಿಸಿದಾಗ ಮಾತ್ರವೇ ಸಾಮರ್ಥ್ಯಗಳು ಮತ್ತು ಆಕಾಂಕ್ಷೆಗಳು ಸಹ ಫಲಿತಾಂಶಗಳನ್ನು ನೀಡುತ್ತವೆ.

ಆದ್ದರಿಂದ, ರಾಜತಾಂತ್ರಿಕತೆಯ ನಿರ್ಣಾಯಕ ಅಂಶವೆಂದರೆ ಸಮಗ್ರ ಸನ್ನಿವೇಶದ ವಿಶ್ಲೇಷಣೆ; ಇದು ನೀತಿಗಳನ್ನು ಆಯ್ಕೆ ಮಾಡಲು ತುಂಬಾ ಅಗತ್ಯವಾದ ವಿರೋಧಾಭಾಸಗಳು ಮತ್ತು ಸೂಕ್ಷ್ಮತೆಗಳನ್ನು ಸೆರೆಹಿಡಿಯುತ್ತದೆ. ಉನ್ನತ ಮಟ್ಟದಲ್ಲಿ ಪ್ರಮುಖ ದೇಶಗಳ ನಡುವಿನ ವಿರೋಧಾಭಾಸಗಳನ್ನು ಗಣನೆಗೆ ತೆಗೆದುಕೊಳ್ಳುವಾಗ ಇದು ಬಹುಧ್ರುವೀಯತೆ ಮತ್ತು ಮರುಸಮತೋಲನವನ್ನೇ ಕೇಂದ್ರವಾಗಿಟ್ಟುಕೊಳ್ಳುತ್ತದೆ. ವಿವಿಧ ಪ್ರದೇಶಗಳನ್ನು ಒಂದೊಂದಾಗಿ ನಿಕಟವಾಗಿ ಗಮನಿಸುವುದರಿಂದ ಸಮಸ್ಯೆಗಳ ಬಗ್ಗೆ ಇನ್ನೂ ಹೆಚ್ಚಿನ ಸೂಕ್ಷ್ಮ ಸಂವೇದನೆಗಳನ್ನು ಹೊಂದಿದಂತಾಗುತ್ತದೆ. ಈ ಎಲ್ಲದರಲ್ಲೂ, ಜಾಗತೀಕರಣದ ವ್ಯಾಪಕ ವಾಸ್ತವವಿದೆ; ಅದರ ಸಿದ್ಧಾಂತಗಳು ಸರಳೀಕೃತ ಪ್ರತಿಪಾದನೆಗಳ ಮೂಲಕ ನಮ್ಮನ್ನು ದಾರಿತಪ್ಪಿಸಬಹುದು. ನಾವು ಹೆಚ್ಚೆಚ್ಚು ಕಂಡುಕೊಳ್ಳುತ್ತಿರುವಂತೆ, ಒಂದು ಸತ್ಯವು ಮುಖ್ಯವಾಗಿ ಒಂದು ಹಾದಿಗೆ ಮಾತ್ರ ಅನ್ವಯವಾಗುತ್ತದೆ.

ಸಾಮರ್ಥ್ಯಗಳನ್ನು ಅಭಿವೃದ್ಧಿಪಡಿಸುವ ಹುಡುಕಾಟವು ದೇಶೀಯ ಸುಧಾರಣೆ ಮತ್ತು ಆಧುನೀಕರಣ ಉಪಕ್ರಮಗಳಿಂದ ಸ್ಪಷ್ಟವಾಗಿ ಲಾಭ ಪಡೆಯುತ್ತದೆ. ಶೇಕಡಾ 8ರಷ್ಟು ಬೆಳವಣಿಗೆಯು ಅತ್ಯುತ್ತಮ ವಿದೇಶಾಂಗ ನೀತಿಯಾಗಿದೆ ಎಂಬ ಪ್ರತಿಪಾದನೆಯೊಂದಿಗೆ ಇದನ್ನು ಸರಳೀಕರಿಸಲಾಗಿತ್ತು! ಆದರೆ ವಾಸ್ತವದಲ್ಲಿ ಮೂಲಾಧಾರಗಳನ್ನು ಮತ್ತು ಮೂಲ ಚೌಕಟ್ಟಿನ ಪರಿವರ್ತನೆ ಮಾಡದೆ ಗಳಿಸಿದ ಈ ಬೆಳವಣಿಗೆಯು ಅಂತರ್ನಿರ್ಮಿತ ಮಿತಿಗಳನ್ನು ಹೊಂದಿತ್ತು. ಈ ದಶಕವು ರೂಢಿಗತ ಮಂತ್ರಗಳಿಂದ ದೂರವಾದ, ಹೆಚ್ಚು ಸಮಗ್ರವಾದ ಪ್ರಯತ್ನವಾಗಿದೆ. ಜಾಗತೀಕರಣದ ಬಗ್ಗೆ ಹೊಂದಿದ್ದ ಕಡಿಮೆ ಕಾರ್ಯತಂತ್ರಾತ್ಮಕ ಅರಿವಿನಿಂದ ಎದುರಾದ ಅಪಾಯಗಳನ್ನು ತಪ್ಪಿಸಲು ಇದು ಪ್ರಯತ್ನಿಸಿತು. 2019ರಲ್ಲಿ ರೀಜನಲ್ ಕಾಂಪ್ರಹೆನ್ಸಿವ್ ಎಕನಾಮಿಕ್ ಪಾರ್ಟ್‌ನರ್‌ಶಿಪ್ (ಆರ್‌ಸಿಇಪಿ) ಒಪ್ಪಂದವನ್ನು ಒಪ್ಪಿಕೊಳ್ಳದಿರುವ ಭಾರತದ ನಿರ್ಧಾರವು ಆ ನಿಟ್ಟಿನಲ್ಲಿ ಮಹತ್ತ್ವದ್ದಾಗಿದೆ. ಅದರ ಮೂಲ ಪರಿಕಲ್ಪನಾ ವಿಧಾನದಲ್ಲಿಯೇ ಬದಲಾದ ವಿಧಾನದ ಮುಖ್ಯ ಸಂಕೇತ ಇತ್ತು. ಮೊದಲ

ಬಾರಿಗೆ, ಭಾರತೀಯ ನೀತಿ ನಿರೂಪಕರು 'ಅಮೃತ ಕಾಲ' ಎಂದು ಕರೆಯಲ್ಪಡುವ ಯುಗದ ಪರಿಭಾಷೆಯಲ್ಲಿ ಭಾರತದ ಉದಯವನ್ನು ರೂಪಿಸಲು ಪ್ರಾರಂಭಿಸಿದರು. ಹಾಗೆ ಮಾಡುವ ಮೂಲಕ, ಅವರು ಹೆಚ್ಚು ದೀರ್ಘಕಾಲೀನ, ಸಮಗ್ರ ಮತ್ತು ಪರಿವರ್ತನೆಯ ಚಿಂತನೆಯನ್ನು ವ್ಯಕ್ತಪಡಿಸಿದರು. ಕಳೆದ ದಶಕದ ಸಾಧನೆಗಳು ಅಂತಹ ದೃಷ್ಟಿಕೋನವನ್ನು ಸಮರ್ಥಿಸುತ್ತವೆ ಎಂಬುದು ವಾಸ್ತವ.

ಇತ್ತೀಚಿನ ವರ್ಷಗಳ ಪ್ರಗತಿಯನ್ನು ಸೂಚಿಸುವ ಸೂಚ್ಯಂಕಗಳಿಗೆ ಕೊರತೆಯಿಲ್ಲ. ಮತ್ತು ಇವು ಭಾರತ ಇನ್ನೂ ಎದುರಿಸುತ್ತಿರುವ ಸವಾಲುಗಳ ಪ್ರಮಾಣವನ್ನು ಯಾವುದೇ ಬಗೆಯಲ್ಲೂ ಅಲ್ಲಗಳೆಯುವುದಿಲ್ಲ. ಆದರೆ ಅವುಗಳ ಪೈಕಿ ಅಂತಾರಾಷ್ಟ್ರೀಯ ವ್ಯವಸ್ಥೆಯಲ್ಲಿ ಭಾರತದ ಏಳಿಗೆಗೆ ನೇರವಾಗಿ ಸಂಬಂಧಿಸಿದವುಗಳ ಮೇಲೆ ಗಮನವನ್ನು ಹರಿಸುವುದು ಸೂಕ್ತ. ಇಲ್ಲಿ ಬಡತನದ ತೀವ್ರ ಕುಸಿತವು ಒಂದು ಆರಂಭಿಕ ಬಿಂದು; ಏಕೆಂದರೆ ಇದು ಭಾರತ ಎದುರಿಸುತ್ತಿರುವ ತೀವ್ರತಮ ಸಮಸ್ಯೆಗಳಲ್ಲಿ ಒಂದಾಗಿದೆ. ಇದು ಸಮಾಜದ ಮೇಲೆ ಇರುವ ಹೊರೆಯನ್ನು ಸೂಚಿಸುತ್ತದೆ. ಅಷ್ಟೇ ಮುಖ್ಯವಾದುದು ಭಾರತೀಯ ಮಧ್ಯಮವರ್ಗ; ಇದರ ಪ್ರಮಾಣವು ಅಮೃತ ಕಾಲದಲ್ಲಿ, ಅಂದರೆ 2047ರ ವೇಳೆಗೆ ದ್ವಿಗುಣಗೊಳ್ಳುವ ನಿರೀಕ್ಷೆಯಿದೆ. ವಿಶ್ವವು ನಿಜಕ್ಕೂ ಈ ಬೆಳವಣಿಗೆಗಳನ್ನು ಕೊಡುಗೆ ಮತ್ತು ಬಳಕೆಯ ದೃಷ್ಟಿಕೋನಗಳಿಂದ ವಿಶ್ಲೇಷಿಸುತ್ತಿದೆ. ಅದು ಭಾರತದ ಮಾನವ ಸಂಪನ್ಮೂಲದ ಗುಣಮಟ್ಟವನ್ನು ಅಧ್ಯಯನ ಮಾಡುತ್ತಿರುವಂತೆಯೇ, ವಿಶ್ವವಿದ್ಯಾಲಯಗಳು, ವೈದ್ಯಕೀಯ ಮತ್ತು ನರ್ಸಿಂಗ್ ಕಾಲೇಜುಗಳು ಮತ್ತು ಎಂಜಿನಿಯರಿಂಗ್ ಮತ್ತು ತಾಂತ್ರಿಕ ಕೌಶಲ್ಯಗಳ ವಿಸ್ತರಣೆಯನ್ನು ಸಹ ಗಮನಿಸುತ್ತದೆ. ವಾಸ್ತವವಾಗಿ, ಶಿಕ್ಷಣ ಮತ್ತು ಕೌಶಲ್ಯ ಅಭಿವೃದ್ಧಿಯ ವಿಧಾನಗಳಲ್ಲಿ ಬದಲಾವಣೆ ಆಗುತ್ತಿದೆ; ಅವುಗಳನ್ನು ಹೆಚ್ಚು ವಿಶ್ವಸ್ನೇಹಿಯಾಗುವಂತೆ ರೂಪಿಸಲಾಗಿದೆ. ಮೂಲಸೌಕರ್ಯದಲ್ಲಿಯೂ ಪರಿವರ್ತನೆ ಆಗುತ್ತಿದೆ; ಇದು ಹೆದ್ದಾರಿಗಳು, ರೈಲ್ವೆಗಳು, ವಿಮಾನ ನಿಲ್ದಾಣಗಳು ಮತ್ತು ಡಿಜಿಟಲ್ ಜಾಲಗಳ ವಿಸ್ತರಣೆಯಲ್ಲಿ ಕಂಡುಬರುತ್ತದೆ. ಭಾರತವನ್ನು ಇನ್ನು ಮುಂದೆ ಕೇವಲ ಸೇವೆಗಳಿಗೆ ಮಾತ್ರ ಸೀಮಿತಗೊಳಿಸಲಾಗುವುದಿಲ್ಲ. ದೇಶೀಯವಾಗಿಯೂ, ಶಕ್ತಿಯುತ ಡಿಜಿಟಲ್ ಸೇವೆಗಳು ಆಡಳಿತದಲ್ಲಿ ಕ್ರಾಂತಿಯನ್ನು ಉಂಟುಮಾಡಿವೆ. ಇದು ಹಲವಾರು ಕ್ಷೇತ್ರಗಳನ್ನು ಹೆಚ್ಚಿನ ಪ್ರಮಾಣದ ಭಾಗಿತ್ವಕ್ಕೆ ಸಜ್ಜುಗೊಳಿಸಲು ಸಹಾಯ ಮಾಡಿದೆ.

ಮೂಲಭೂತ ಸೌಕರ್ಯಗಳ ವ್ಯಾಖ್ಯಾನವನ್ನು ಹೆಚ್ಚಿಸುವ ಮೂಲಕ ಮತ್ತು ಅದಕ್ಕಿಂತ ಮುಖ್ಯವಾಗಿ, ಅವುಗಳನ್ನು ತಲುಪಿಸುವ ಮೂಲಕ, ಭಾರತವು ವಿಶ್ವದ ಆರನೇ ಒಂದು ಭಾಗದಷ್ಟು ಜನರ ಜೀವನದ ಗುಣಮಟ್ಟವನ್ನು ವೇಗವಾಗಿ ಬದಲಾಯಿಸುತ್ತಿದೆ. ಸಂಬಂಧಪಟ್ಟ ದೇಶವನ್ನು ಅವಲಂಬಿಸಿ, ಅದನ್ನು ಆ ದೇಶವು ಆವಿಷ್ಕಾರಕ, ಉತ್ಪಾದಕ, ಕೊಡುಗೆದಾರ ಅಥವಾ ಮಾದರಿ ಎಂದು ಗ್ರಹಿಸುತ್ತದೆ. ಇಂತಹ ಪ್ರತೀ ಗುಣವೂ ಅಂತಾರಾಷ್ಟ್ರೀಯ ಸಂಬಂಧಗಳಲ್ಲಿ ಭಾರತವನ್ನು ಹೆಚ್ಚು ಆಕರ್ಷಕ ಸಹಭಾಗಿಯನ್ನಾಗಿ ಮಾಡುತ್ತದೆ.

ಪ್ರಗತಿಯನ್ನು ಮುನ್ನಡೆಸಲು ಧೈರ್ಯ ಮತ್ತು ಸ್ಥೈರ್ಯವನ್ನು ಬೆಳೆಸಿಕೊಳ್ಳುವುದು ನಿಜವಾದ ಸಾಮರ್ಥ್ಯಗಳನ್ನು ಬೆಳೆಸುವಷ್ಟೇ ಕಷ್ಟದ್ದು. ಹೆಚ್ಚೆಚ್ಚು ಉನ್ನತ ಮಟ್ಟದಲ್ಲಿ ಸ್ಪರ್ಧಿಸುವುದನ್ನು ಕಲಿಯಲು ಆತ್ಮವಿಶ್ವಾಸದ ನಾಯಕತ್ವ ಮತ್ತು ವ್ಯವಸ್ಥಿತ ಬದಲಾವಣೆಗಳು ಬೇಕಾಗುತ್ತವೆ. ಹೊಣೆ ಹೆಚ್ಚಾದಂತೆ, ಪ್ರತಿಸ್ಪರ್ಧಿಗಳನ್ನು ಮೀರಿಸುವುದು ಮತ್ತು ಮನೋಸ್ಪರ್ಧೆಗಳನ್ನು (ಮೈಂಡ್ ಗೇಮ್) ಗೆಲ್ಲುವುದು ಕೂಡಾ ಸಹ ಅಗತ್ಯವಾಗಿದೆ.

ಅಧಿಕಾರ ಬೆಳವಣಿಗೆಯ ಪ್ರತಿಯೊಂದು ಹಂತವೂ ವಿಭಿನ್ನ ಮಾನದಂಡಗಳನ್ನು ಮತ್ತು ಬದಲಾಗುವ ಸಮಾನಮನಸ್ಕ ಗುಂಪುಗಳನ್ನು ಹೊಂದಿರುತ್ತದೆ. ನಮ್ಮ ಮಹತ್ವಾಕಾಂಕ್ಷೆಗಳು ಮತ್ತು ಲೆಕ್ಕಾಚಾರಗಳನ್ನು ನಿರಂತರವಾಗಿ ಹೊಂದಿಸಿಕೊಳ್ಳುವುದು ಎಂದಿಗೂ ಸುಲಭವಲ್ಲ. ನಾವು ಕ್ರಮೇಣವಾಗಿ ಪಾಕಿಸ್ತಾನದೊಂದಿಗಿನ 'ಭಾರತ-ಪಾಕಿಸ್ತಾನ' ಎಂಬ ಕೂಡುಗೆರೆಯ ಮಾನಸಿಕತೆಯನ್ನು ಮೀರಿ ಬೆಳೆದಿದ್ದೇವೆ; ನಮ್ಮನ್ನೀಗ ಸ್ವಂತ ಲಕ್ಷಣ ಇರುವ ದೇಶವೆಂದೇ ಹೆಚ್ಚಾಗಿ ಗ್ರಹಿಸಲಾಗುತ್ತಿದೆ.

ಈ ಸವಾಲಿನ ಇನ್ನೊಂದು ಭಾಗವೆಂದರೆ, ಅತ್ಯಂತ ಯೋಗ್ಯ ಸಹಭಾಗಿಗಳೊಂದಿಗೆ ಸೂಕ್ತ ನಿಬಂಧನೆಗಳ ಬಗ್ಗೆ ಸರಿಯಾದ ಅರಿವನ್ನು ಸಾಧಿಸುವುದು. ಕೊಡುಕೊಳ್ಳುವಿಕೆಯನ್ನು ಹೇಗೆ ಸರಿಯಾಗಿ ಪಡೆಯುವುದು ಎಂಬುದು ತುಂಬಾ ಮುಖ್ಯ. ಇವು ವಾಣಿಜ್ಯ ಮತ್ತು ಹೂಡಿಕೆಯ ಕ್ಷೇತ್ರದಲ್ಲಿರಬಹುದು ಅಥವಾ ತಂತ್ರಜ್ಞಾನ ಮತ್ತು ಸಂಪರ್ಕದಂತಹ ಕ್ಷೇತ್ರಗಳಲ್ಲೂ ಇರಬಹುದು. ಒಂದು ದೇಶವು ತನ್ನ ಸಾಮರ್ಥ್ಯಕ್ಕೆ ತಕ್ಕಂತೆ ವರ್ತಿಸಿದರೆ ಹೆಚ್ಚಿನ ಅನುಕೂಲಗಳನ್ನು ಪಡೆಯಲು ಅವಕಾಶಗಳು ಇದ್ದೇ ಇವೆ. ಅಂತೆಯೇ, ಈ ವಿಶ್ವಾಸಾರ್ಹ ಪೂರೈಕೆ, ವಿಶ್ವಾಸಾರ್ಹ ಡೇಟಾ ಅಥವಾ ನಿರ್ಣಾಯಕ ತಂತ್ರಜ್ಞಾನಗಳ ಜಾಗತಿಕ ಬೇಡಿಕೆಗಳಿಂದಲೂ ಈ ಅವಕಾಶಗಳು ಮೂಡುವ ಹೆಚ್ಚುವರಿ ಸಾಧ್ಯತೆಗಳಿವೆ.

ಇಷ್ಟು ಹೇಳಿದ ಮೇಲೆ, 75 ವರ್ಷಗಳಿಗೂ ಹಿಂದೆ ರೂಪಿಸಲಾದ ವಿಶ್ವ ವ್ಯವಸ್ಥೆ ಸೃಷ್ಟಿಸಿದ ರಚನಾತ್ಮಕ ಅಡೆತಡೆಗಳನ್ನು ನಾವು ಮರೆಯಲು ಸಾಧ್ಯವಿಲ್ಲ. ಆ ನಿರ್ಣಾಯಕ ವರ್ಷಗಳಲ್ಲಿ, ಭಾರತವು ಉನ್ನತಮಟ್ಟದಲ್ಲಿ ನೆಪಮಾತ್ರಕ್ಕೆ ಹಾಜರಿತ್ತು ಅಥವಾ ಇರಲೇ ಇಲ್ಲ ಎಂಬುದೇ ಈ ವಿಷಯದ ಮುಖ್ಯಭಾಗ. ವಿಶೇಷವಾಗಿ 1947ರಲ್ಲಿ ನಡೆದ ಘಟನೆಗಳಿಂದಾಗಿ, ಭಾರತವು ತನ್ನ ವಿರುದ್ಧ ದಾಳಗಳನ್ನು ಎಸೆಯುವ ಜಗತ್ತಿನಲ್ಲೇ ಕಾರ್ಯಾಚರಿಸಬೇಕಾಗಿ ಬಂದಿದೆ. ಕಳೆದ ಏಳು ದಶಕಗಳಲ್ಲಿ ಅದರ ಬೆಳವಣಿಗೆಯು ನಿಜವಾಗಿಯೂ ವಿಶ್ವದೊಂದಿಗಿನ ತೊಡಗಿಸಿಕೊಳ್ಳುವಿಕೆಯ ನಿಯಮಗಳನ್ನು ಬದಲಾಯಿಸುವ ಕಥೆಯಾಗಿದೆ. ಈ ಪ್ರಯಾಣವನ್ನು ಪ್ರಾರಂಭಿಸಿದಾಗ ಅನೇಕ ನಿಯಮಗಳು ಪ್ರತಿಕೂಲವಾಗಿದ್ದವು.

ಇಲ್ಲಿ ಸಮಸ್ಯೆಯನ್ನು ಆರ್ಥಿಕವಾಗಿ ಅಳೆಯಬಹುದು ಎನ್ನುವಂತಿಲ್ಲ. ಇದು ಹೆಚ್ಚಾಗಿ ಊಹೆಗಳು ಮತ್ತು ಕಥನಗಳಿಗೆ ಸಂಬಂಧಿಸಿದೆ; ವಿಶ್ವ ವ್ಯವಸ್ಥೆಯು ನಿಕಟ ಸಂಬಂಧ ಹೊಂದಿರುವ ಸಂಸ್ಥೆಗಳು ಮತ್ತು ಕಾರ್ಯವಿಧಾನಗಳನ್ನು ಒಳಗೊಂಡಿದೆ. ರಾಜಕೀಯವಾಗಿ ಯಾವುದು ಸರಿ ಮತ್ತು ಯಾವುದು ಅಲ್ಲ ಎಂಬುದನ್ನು ಈ ಅಂಶಗಳೇ ನಿರ್ಧರಿಸುತ್ತವೆ. ಅದರ ಪ್ರಮುಖ ಪಾತ್ರಧಾರಿ ದೇಶಗಳು ತಮ್ಮ ಉದ್ದೇಶಗಳ ಹಿತ ಕಾಯುವ ರಚನೆಯನ್ನು ರೂಪಿಸಿಕೊಂಡಿವೆ; ಅಲ್ಲದೆ ಅದನ್ನು ಪ್ರೋತ್ಸಾಹಿಸುವ ಪ್ರಭಾವವನ್ನು ಇನ್ನೂ ಉಳಿಸಿಕೊಂಡಿರುವುದರಿಂದ, ಭಾರತದಂತಹ ಶಕ್ತಿಯು ದೀರ್ಘಕಾಲದವರೆಗೆ ಪ್ರವಾಹದ ವಿರುದ್ಧ ಈಜಬೇಕಾಗುತ್ತದೆ. ಅದು ನಿರ್ವಹಿಸಬೇಕಾದ ಅತ್ಯಂತ ಅಸಾಧಾರಣ ಪ್ರವಾಹಗಳಲ್ಲಿ 'ಮರೆಯಲಾಗದ ಕ್ಷಣಗಳ' ಸಂಗತಿಯಿಂದ ಹೊರಹೊಮ್ಮುವ ಸವಾಲುಗಳು ಸೇರಿವೆ. ಪ್ರಬಲ ಶಕ್ತಿಗಳು ಸನ್ನಿವೇಶದ ಅನುಕೂಲಕರ ಅಂಶಗಳನ್ನು ಖಾಯಂಗೊಳಿಸಲು ವ್ಯಾಪಕವಾಗಿ ಬಳಸುವ ತಂತ್ರ ಇದಾಗಿದೆ.

ಅದರ ವಿಶಾಲ ಮಟ್ಟದಲ್ಲಿ, ಅಂತಾರಾಷ್ಟ್ರೀಯ ಶ್ರೇಣಿಯನ್ನು ವ್ಯಾಖ್ಯಾನಿಸಲು 1945ರ

ಫಲಿತಾಂಶಗಳನ್ನು ಬಳಸುವ ವಿಧಾನದಲ್ಲಿ ಇದು ಗೋಚರಿಸುತ್ತದೆ. ಒಂದು ನಿರ್ದಿಷ್ಟ ಕ್ಷಣವನ್ನು ಅಗಾಧ ಪ್ರಾಮುಖ್ಯದೊಂದಿಗೆ ತುಂಬುವುದು ಮತ್ತು ನಂತರ, ಅದರಿಂದ ನಿರಂತರ ಪ್ರಯೋಜನವನ್ನು ಪಡೆಯುವುದು ಇಲ್ಲಿರುವ ತಂತ್ರಗಾರಿಕೆ. ಮೂಲ ಫಲಿತಾಂಶದ ಬಗ್ಗೆ ತಕರಾರು ಎತ್ತುವುದಕ್ಕೆ, 'ವಿಶ್ವವನ್ನು ಹೆಚ್ಚು ಸಮಕಾಲೀನಗೊಳಿಸಬೇಕು' ಎಂಬ ವಾದವನ್ನು ಜೋಡಿಸಿ ತಿರಸ್ಕರಿಸಲಾಗುತ್ತದೆ.

ಅದೇನೇ ಇದ್ದರೂ, ಇದು ನಾವು ತಿಳಿದಿರುವಂತಹ, ವಿಶ್ವವನ್ನು ನಿರ್ವಹಿಸಲು ಅಥವಾ ಬದಲಾಯಿಸಲು ನಡೆಸುತ್ತಿರುವ ದೊಡ್ಡ ಸೆಣಸಾಟದ ಒಂದು ಉದಾಹರಣೆ ಮಾತ್ರ. ಇನ್ನೂ ಅನೇಕ ಉದಾಹರಣೆಗಳು ಇವೆ; ಕೆಲವು ವ್ಯಾಪ್ತಿಯಲ್ಲಿ ಸೀಮಿತವಾಗಿವೆ ಮತ್ತು ಇನ್ನಿತರೆ ನಿದರ್ಶನಗಳು ಹೆಚ್ಚು ವ್ಯಾಪಕವಾಗಿವೆ. ಅವು ಕಾರ್ಯಚೌಕಟ್ಟುಗಳನ್ನು ರಚಿಸಲು ಮತ್ತು ನಿರ್ವಹಿಸಲು, ರಚನೆಗಳನ್ನು ನಿರ್ವಹಿಸಲು ಮತ್ತು ರಕ್ಷಿಸಲು ಮತ್ತು ನಿರ್ಣಾಯಕವಾಗಿ, ಸಂಕಥನಗಳನ್ನು ಸ್ಥಾಪಿಸಲು ಮತ್ತು ಮುನ್ನಡೆಸಲು ನೆರವಾಗುತ್ತವೆ. ಮತ್ತು ಅವೇ ಹೆಚ್ಚಿನ ಪ್ರಮಾಣದಲ್ಲಿ ಯಶಸ್ವಿಯಾಗುತ್ತವೆ; ಏಕೆಂದರೆ ಜಾಗತಿಕ ನಡವಳಿಕೆಯು ರೂಢಿಗತ ಸ್ಮಾಯುಸ್ಮೃತಿಯಿಂದ ರೂಪುಗೊಳ್ಳುತ್ತದೆ. ನಾವೆಲ್ಲರೂ ಕೇವಲ ಅಭ್ಯಾಸಗಳ ಜೀವಿಗಳಲ್ಲ, ಆದರೆ ನಿಯಮಗಳ ಅನುಯಾಯಿಗಳು ಮತ್ತು ಕಥನಗಳನ್ನು ನಂಬುವವರು.

ಈ ಎಲ್ಲಾ ಅಂಶಗಳ ಮಿಶ್ರಣವು ಈ ಕಾಲದ ವ್ಯವಸ್ಥೆಗಳಿಗೆ ಆಧಾರವಾಗಿರುವ ಪಟ್ಟಭದ್ರ ಹಿತಾಸಕ್ತಿಗಳನ್ನು ಅಡಗಿಸಿಡುತ್ತದೆ. ಅದು ವಿಶ್ವಸಂಸ್ಥೆ ಮತ್ತು ಅದರ ಕಾರ್ಯನಿರ್ವಹಣೆ, ಪರಮಾಣು ಪ್ರಸರಣ ತಡೆ, ಮಾನವ ಹಕ್ಕುಗಳ ಮೇಲೆ ಆಯ್ದ ಗಮನ, ನೈಜ ರಾಜಕೀಯ ಮತ್ತು ಮೌಲ್ಯಗಳ ಸಮಾನ ಲೆಕ್ಕಾಚಾರದ ಸಮತೋಲನ ಮತ್ತು ಶೀತಲಸಮರದ ಚಿತ್ರಣದ ಬಳಕೆ – ಯಾವುದೇ ಆಗಿರಬಹುದು. 9/11ರ ದಾಳಿಯ ನಂತರದ ದಿನಗಳ ಹಾಗೆ, ನಿರ್ದಿಷ್ಟ ಕ್ಷಣಗಳು 'ಇತರರನ್ನು' ತೀಕ್ಷ್ಣವಾಗಿ ವ್ಯಾಖ್ಯಾನಿಸಲು ಸಹ ಬಳಕೆಯಾಗುತ್ತವೆ. ಹಿಂದಿನ ಸಂಘರ್ಷಗಳು, ವಿಶೇಷವಾಗಿ ಕಳೆದ ಮಹಾಯುದ್ಧದ ಸ್ಮರಣೆಯೂ ಇದನ್ನೇ ಮಾಡುತ್ತದೆ. ಈ ಎಲ್ಲಾ ಕಾರಣಗಳಿಗಾಗಿ, ಜಾಗತಿಕ ಚರ್ಚೆಗಳು ಮತ್ತು ಪರಿಕಲ್ಪನೆಗಳನ್ನು ಮರುರೂಪಿಸುವ ಪ್ರಯತ್ನಗಳು ತೀವ್ರ ಪ್ರತಿರೋಧವನ್ನು ಎದುರಿಸುತ್ತವೆ. ಇದನ್ನು ಭಾರತ ನಿರೀಕ್ಷಿಸಬೇಕು ಮತ್ತು ಎದುರಿಸಬೇಕು.

ಮೇಲೇರುತ್ತಿರುವ ಶಕ್ತಿಯಾಗಿ, ಭಾರತವು ಹಲವು ಸ್ವರೂಪಗಳಲ್ಲಿ ಈ ಬಗೆಯ 'ಮರೆಯಲಾಗದ ಕ್ಷಣ'ವನ್ನು ಎದುರಿಸುತ್ತದೆ. ಅದು ತನ್ನ ಹಕ್ಕುಗಳನ್ನು ನೀಡದ ಸಂಸ್ಥೆಗಳು ಮತ್ತು ಆಚರಣೆಗಳ ವಿರುದ್ಧ ಮೂಡಬಹುದು. ಆದ್ದರಿಂದಲೇ ಭಾರತವು ಸುಧಾರಿತ ಬಹುಪಕ್ಷೀಯತೆಯ ಬಲವಾದ ಪ್ರತಿಪಾದಕವಾಗಿದೆ. ಇದು ಇತರ ಶಕ್ತಿಗಳ ಜೊತೆಗೆ ನಿರ್ವಹಿಸಬೇಕಾದ ತನ್ನ ವಿಧಾನವನ್ನು ರೂಪಿಸಬಹುದು; ಇದು ಕೆಲವೊಮ್ಮೆ ನಮಗೆ ಹಾನಿಕರವೂ ಆಗುತ್ತದೆ. ತೊಡಗಿಸಿಕೊಳ್ಳುವಿಕೆಯ ಹೆಚ್ಚು ನವೀಕೃತ ನಿಯಮಗಳನ್ನು ರಚಿಸಲು ಭಾರತಕ್ಕೆ ಆತ್ಮವಿಶ್ವಾಸದ ಚಿಂತನೆಯ ಅಗತ್ಯವಿದೆ. ಕೆಲವೊಮ್ಮೆ, ಪ್ರಭಾವಶಾಲಿ ಕ್ಷಣಗಳು ಎಷ್ಟು ಬಲವಾದ ಗ್ರಹಿಕೆಗಳಿಗೆ ಕಾರಣವಾಗಬಹುದು ಎಂದರೆ ಅವು ನೀತಿಯ ಮೇಲೆ ಹೊಂದಿಕೊಳ್ಳುವಂತೆ ಒತ್ತಡ ಹೇರುತ್ತವೆ. ಹೆಚ್ಚುಕಡಿಮೆ, 26/11ರ ಮುಂಬೈ ಭಯೋತ್ಪಾದಕ ದಾಳಿಯ ನಂತರ ಪಾಕಿಸ್ತಾನದ ಪರಿಸ್ಥಿತಿಯೂ ಇದೇ ಆಗಿದೆ. ಭಾರತೀಯ ಸಾರ್ವಜನಿಕರು ಸರ್ಕಾರದ ಪ್ರತಿಕ್ರಿಯೆಯನ್ನು ದುರ್ಬಲವೆಂದೇ ಸ್ಪಷ್ಟವಾಗಿ ನಂಬಿದರು

ಮತ್ತು ಬದಲಾವಣೆಗೆ ಒತ್ತಡ ಹೇರಿದರು.

ನಾವು ಒಂದು ಕ್ರಿಯೆಯನ್ನು ದಾಟಿ ವೇಗವಾಗಿ ಮುಂದುವರಿಯಲು ಬಯಸುವ ಸಂದರ್ಭಗಳೂ ಇರಬಹುದು. 1998ರ ಪರಮಾಣು ಪರೀಕ್ಷೆಗಳ ನಂತರ ಪ್ರಮುಖ ಸಹಭಾಗಿಗಳನ್ನು ಸಂಪರ್ಕಿಸುವಲ್ಲಿಯೂ ವಾಜಪೇಯಿ ಸರ್ಕಾರದ ಉದ್ದೇಶವು ಇದೇ ಆಗಿತ್ತು. ಕೆಲವೊಮ್ಮೆ ಇತರರ ಪರಿಕಲ್ಪನೆಗಳು ಮತ್ತು ಊಹೆಗಳನ್ನು ಆನುವಂಶಿಕವಾಗಿ ಪಡೆಯುವುದು ದೇಶಗಳ ಹಣೆಬರಹವಾಗಿದೆ. ಭಾರತದ ಸ್ಥಾನ ಮತ್ತು ಪ್ರಭಾವದ ಕುರಿತು ಇರುವ ಜಾಗತಿಕ ತಿಳಿವಳಿಕೆ ಇದಕ್ಕೆ ಒಂದು ಸೂಕ್ತ ಉದಾಹರಣೆ; ಇದು ಖಂಡಿತವಾಗಿಯೂ ಬೇರೆ ಶಕ್ತಿಗಳಿಂದಲೇ ರೂಪುಗೊಂಡಿದೆ. ಇತ್ತೀಚಿನ ವರ್ಷಗಳಲ್ಲಿ ಮಾತ್ರವೇ ನಾವು ವಿಭಜನೆಯ ನಂತರದ ಭಾರತ – ಪಾಕ್ ಕೂಡುಗೆರೆ ಸಮಸ್ಯೆಯಿಂದ ಮತ್ತು ಹಿಂದೂ ಮಹಾಸಾಗರದ ಚೌಕಟ್ಟಿನಿಂದ ಹೊರಬರುವಲ್ಲಿ ಯಶಸ್ವಿಯಾಗಿದ್ದೇವೆ. ಆದ್ದರಿಂದ ಇಂಡೋ – ಪೆಸಿಫಿಕ್ ಉಪಸ್ಥಿತಿಗೆ ಕಂಡುಬರುವ ಪ್ರತಿಕ್ರಿಯೆ ನಿರೀಕ್ಷಿತವೇ ಆಗಿದೆ. ನಮ್ಮದೇ ಸ್ವಂತ ಇತಿಹಾಸದ ಸೆರೆಯಾಳಾಗುವ ಸಹಜ ಪ್ರವೃತ್ತಿಯನ್ನು ಮೀರಿದ್ದೇ ಪರಿವರ್ತನೆಯ ಈ ದಶಕದ ಒಂದು ಮುಖ.

ಗತಕಾಲದ ತೊಡಕುಗಳು ಯಾವಾಗಲೂ ಹೊರೆಯಾಗಬೇಕಿಲ್ಲ. ಬದಲಾದ ಸನ್ನಿವೇಶದಲ್ಲಿ ಹೊರೆಯನ್ನು ಆಸ್ತಿಯನ್ನಾಗಿ ಮಾಡುವ ಸಾಮರ್ಥ್ಯದಿಂದಲೇ ರಾಜಕೀಯ ನಾಯಕತ್ವಗಳ ಸೃಜನಶೀಲತೆ ಕಂಡುಬರುತ್ತದೆ. ಇತ್ತೀಚಿನ ವರ್ಷಗಳಲ್ಲಿ, ನಮ್ಮ ದೇಶವು ನೇತಾಜಿ ಸುಭಾಷ್ ಚಂದ್ರ ಬೋಸ್ ಮತ್ತು ಇಂಡಿಯನ್ ನ್ಯಾಶನಲ್ ಆರ್ಮಿ (ಐಎನ್‌ಎ) ಬಗ್ಗೆ ಮತ್ತು ಹಿಂದಿನ ಕಾಲದಲ್ಲಿ ಬ್ರಿಟಿಷ್ ವಸಾಹತುಶಾಹಿಯನ್ನು ವಿರೋಧಿಸಿದವರ ಬಗ್ಗೆ ಹೊಸ ಆಸಕ್ತಿಯನ್ನು ತೋರಿದೆ. ಮಹಾನ್ ಬುಡಕಟ್ಟು ನಾಯಕ ಬಿರ್ಸಾ ಮುಂಡಾ ಮತ್ತು ಕ್ರಾಂತಿಕಾರಿ ಅಲ್ಲೂರಿ ಸೀತಾರಾಮ ರಾಜು – ಇಲ್ಲಿ ಅಂತಹ ಎರಡು ಉದಾಹರಣೆಗಳು. ಅಂತಹ ವ್ಯಕ್ತಿಗಳು ತಮ್ಮ ತಕ್ಷಣದ ಉದ್ದೇಶಗಳನ್ನು ಸಾಧಿಸುವಲ್ಲಿ ಸಂಪೂರ್ಣವಾಗಿ ಯಶಸ್ವಿಯಾಗದಿದ್ದರೂ, ಅವರ ಸ್ಫೂರ್ತಿದಾಯಕ ವ್ಯಕ್ತಿತ್ವದ ದೀರ್ಘಕಾಲೀನ ಪರಿಣಾಮವು ಇಂದು ಬಹಳ ಸ್ಪಷ್ಟವಾಗಿದೆ. ವಾಸ್ತವವಾಗಿ, ಇತಿಹಾಸದ ಈ ಚಿತ್ರಣಗಳು ಭವಿಷ್ಯದ ಆಶೋತ್ತರಗಳನ್ನು ವ್ಯಕ್ತಪಡಿಸುವಲ್ಲಿ ಅತ್ಯಂತ ಶಕ್ತಿಯುತವಾಗಿವೆ.

ನಿಜಕ್ಕೂ, ಕಳೆದ ಏಳು ದಶಕಗಳಲ್ಲಿ ನಮ್ಮದೇ ದಾಖಲೆಯನ್ನು ಹಿಂದಕ್ಕೆ ನೋಡಿದಾಗ, ಈಗಲೂ 1962, 1965, 1971 ಮತ್ತು 1999ರ ಸಂಘರ್ಷಗಳಂತಹ ನಿರ್ದಿಷ್ಟ ಘಟನೆಗಳೇ ಮೈಲಿಗಲ್ಲುಗಳಾಗಿ ಎದ್ದು ಕಾಣುತ್ತವೆ. ಭಾರತವು ಅಂತಾರಾಷ್ಟ್ರೀಯ ಶ್ರೇಣಿಯನ್ನು ಏರುವ ಪ್ರಯತ್ನದಲ್ಲಿ ಸಾಗುತ್ತಿರುವಾಗ, ಕಾರ್ಯವಿಧಾನಗಳನ್ನು ಮತ್ತು ರೂಢಿಗಳನ್ನು ಸ್ಥಾಪಿಸಲು ನಿರೂಪಣೆಗಳನ್ನು ಮತ್ತು ಅನುಭವಗಳನ್ನು ಬಳಸುವ ಈ ಆಟವನ್ನು ಚೆನ್ನಾಗಿ ಆಡಬೇಕು.

ಪ್ರಮುಖ ವಿಷಯಗಳ ಬಗ್ಗೆ ನವದೆಹಲಿಯಿಂದ ಕೇಳಿಬರುತ್ತಿರುವ ಸಂದೇಶವೂ ಹೆಚ್ಚು ಶಕ್ತಿಯುತವಾಗಿಯೇ ಇದೆ. ವಸುಧೈವ ಕುಟುಂಬಕಂ (ಜಗತ್ತು ಒಂದು ಕುಟುಂಬ) ಘೋಷಣೆಯು ಅಂತಾರಾಷ್ಟ್ರೀಯ ಸಹಕಾರದ ಬಗ್ಗೆ ಇರುವ ಬದ್ಧತೆಯನ್ನು ತಿಳಿಸುತ್ತದೆ; 'ಸುಧಾರಿತ ಬಹುಪಕ್ಷೀಯತೆ'ಯು ವಿಶ್ವಸಂಸ್ಥೆಯ ಪರಿಣಾಮಕಾರಿತ್ವವನ್ನು ಸರಿಪಡಿಸುವ ತುರ್ತು ಅಗತ್ಯವನ್ನು ಒತ್ತಿಹೇಳುತ್ತದೆ; 'ಭಯೋತ್ಪಾದನೆ ಮುಕ್ತ ಜಗತ್ತು' ನೀತಿಯು ಈ

ದೀರ್ಘಕಾಲದ ಬೆದರಿಕೆಯನ್ನು ಎದುರಿಸುವ ಸಂಕಲ್ಪವನ್ನು ಒತ್ತಿಹೇಳುತ್ತದೆ; 'ಅಭಿವೃದ್ಧಿಗಾಗಿ ಡಿಜಿಟಲ್' – ಆಡಳಿತ ಸಾಧನವಾಗಿ ಇದು ಎಷ್ಟು ಪರಿಣಾಮಕಾರಿಯಾಗಿದೆ ಎಂಬುದರ ಬಗ್ಗೆ ಮಾತನಾಡುತ್ತದೆ; 'ಪ್ರಜಾಪ್ರಭುತ್ವದ ತಾಯಿ' – ಇದು ನಮ್ಮ ಬಹುತ್ವ ಮತ್ತು ಸಮಾಲೋಚನಾ ಸಂಪ್ರದಾಯಗಳು ಇತಿಹಾಸದ ಆಳಕ್ಕೆ ಹೋಗುತ್ತವೆ ಎಂಬುದನ್ನು ನೆನಪಿಸುತ್ತದೆ; ಮತ್ತು 'ಒನ್ ವರ್ಲ್ಡ್ ಒನ್ ಹೆಲ್ತ್' ಜಾಗತಿಕ ಆರೋಗ್ಯ ಸವಾಲುಗಳಿಗೆ ಸಮಯೋಚಿತ, ಪರಿಣಾಮಕಾರಿ ಮತ್ತು ತಾರತಮ್ಯರಹಿತ ಪ್ರತಿಕ್ರಿಯೆಗಳ ಅಗತ್ಯವನ್ನು ಪ್ರತಿಪಾದಿಸುತ್ತದೆ.

ನಮ್ಮದೇ ಆದ ಶಬ್ದಕೋಶ, ಪರಿಕಲ್ಪನೆಗಳು, ಕಾರ್ಯವಿಧಾನಗಳು ಮತ್ತು ಆಲೋಚನೆಗಳನ್ನು ಅಭಿವೃದ್ಧಿಪಡಿಸುವುದು ಮತ್ತು ಅವುಗಳನ್ನು ಜಾಗತಿಕ ರಾಜಕೀಯದಲ್ಲಿ ಸಾಮಾಜೀಕರಿಸುವುದು ಸಹ ಭಾರತದ ನಿರಂತರ ಏಳಿಗೆಗೆ ಸಾಕ್ಷಿಯಾಗಿದೆ. ಇವುಗಳ ಅನಾವರಣವು ಜಾಗತಿಕ ವೇದಿಕೆಗಳಲ್ಲಿ ಭಾರತದ ಉತ್ಸಾಹಭರಿತ ಭಾಗಿತ್ವದ ವಾಸ್ತವಿಕತೆಯನ್ನು ಒತ್ತಿಹೇಳುತ್ತದೆ.

ಭಾರತದೊಳಗೇ, ನಮ್ಮ ವಿದೇಶಾಂಗ ನೀತಿಯಲ್ಲಿ ನಿರಂತರತೆ ಮತ್ತು ಬದಲಾವಣೆಯ ನಡುವಿನ ಸಮತೋಲನದ ಬಗ್ಗೆ ಯಾವಾಗಲೂ ಉತ್ಸಾಹಭರಿತ ವಾದಗಳು ನಡೆಯುತ್ತಲೇ ಇರುತ್ತವೆ. ಇದು ನಿರೀಕ್ಷಿಸಬೇಕಾದ ಸಂಗತಿಯೇ ಹೌದು. ಹಾಗೆಯೇ ಇದು ಒಂದು ರೀತಿಯಲ್ಲಿ ಹೊಸ ಆಲೋಚನೆಗಳ ಹೊರಹೊಮ್ಮುವಿಕೆಗೂ ಕೊಡುಗೆ ನೀಡುತ್ತದೆ. ಸಾಮಾನ್ಯವಾಗಿ, ರಾಜತಾಂತ್ರಿಕತೆಯ ವಿಷಯಕ್ಕೆ ಬಂದಾಗ, ನಾವು ಜಗತ್ತನ್ನು ಮತ್ತು ಅದರ ಎಲ್ಲಾ ಗೋಜಲುಗಳನ್ನು ಹೇಗೆ ನೋಡುತ್ತೇವೆ ಎಂಬುದರ ಮೇಲೆಯೇ ವಿಶ್ಲೇಷಣೆಯ ಗಮನ ಇರುತ್ತದೆ. ಕೆಲವೊಮ್ಮೆ, ಅದನ್ನು ತಲೆಕೆಳಗಾಗಿಸುವುದು ಸೂಕ್ತ. ಅಂದರೆ ಜಗತ್ತು ಭಾರತವನ್ನು ಮತ್ತು ಅಲ್ಲಿನ ಅವಕಾಶಗಳನ್ನು ಹೇಗೆ ಕಲ್ಪಿಸಿಕೊಳ್ಳುತ್ತದೆ ಎಂಬುದರ ಬಗ್ಗೆಯೂ ಚಿಂತಿಸುವುದು ಒಳ್ಳೆಯದು.

ಭಾರತದ ಏಳಿಗೆಯು ಒಂದು ಅವಿರತ ಕಾಯಕ. ಅಲ್ಲಿ ಸಂವೇದನಾಶೀಲರು ಕೇವಲ ಪರಾಮರ್ಶೆಗಾಗಿ ವಿರಾಮ ತೆಗೆದುಕೊಳ್ಳುತ್ತಾರೆಯೇ ಹೊರತು ವಿಜಯವನ್ನು ಘೋಷಿಸುವುದಕ್ಕಲ್ಲ. ಭೂತಕಾಲವನ್ನು ನಿರ್ಲಕ್ಷಿಸದೆ, ನಮ್ಮ ಕಣ್ಣುಗಳು ಕ್ಷಿತಿಜದತ್ತ ನೆಟ್ಟಾಗ, ನಾವು ಅಂತಾರಾಷ್ಟ್ರೀಯ ಪರಿಸ್ಥಿತಿಯನ್ನು ಸರಿಯಾಗಿ ಅರಿತಾಗ, ಅದಕ್ಕೆ ಅನುಗುಣವಾಗಿ ನಮ್ಮ ಕಾರ್ಯತಂತ್ರಗಳು ಮತ್ತು ತಂತ್ರಗಳನ್ನು ರೂಪಿಸಿದಾಗ ಮಾತ್ರ ಈ ಪ್ರಯತ್ನವು ಅತ್ಯುತ್ತಮವಾಗಿ ಕಾರ್ಯವೆಸಗುತ್ತದೆ. ಆದರೆ ಇವೆಲ್ಲವನ್ನೂ ಮಾಡಲು, ಇನ್ನೂ ಹೆಚ್ಚಿನದನ್ನು ಸಾಧಿಸಲು, ಭಾರತವು ತನಗೆ, ತನ್ನ ಹಿತಾಸಕ್ತಿಗಳಿಗೆ ಮತ್ತು ತನ್ನ ಮಹತ್ವಾಕಾಂಕ್ಷೆಗಳಿಗೆ ನಿಷ್ಠವಾಗಿರುವುದು ಅತ್ಯಗತ್ಯ.

6.

ಮಿತ್ರರ ಗಳಿಕೆ, ಜನತೆಯ ಮೇಲೆ ಪ್ರಭಾವ

ಭಾರತವು ಜಾಗತಿಕ ಕ್ಷೇತ್ರವನ್ನು ಏಕೆ ರಚಿಸಲೇಬೇಕು?

ಪ್ರಮುಖ ಶಕ್ತಿಯಾಗುವ ಅನ್ವೇಷಣೆಯಲ್ಲಿರುವ ಭಾರತವು ತನ್ನ ಸಮಗ್ರ ರಾಷ್ಟ್ರೀಯ ಶಕ್ತಿಯನ್ನು ಕ್ರಮೇಣವಾಗಿ ಹೆಚ್ಚಿಸುತ್ತಲೇ ನಮ್ಮ ಕಾಲದ ಎರಡು ದೊಡ್ಡ ವಿರೋಧಾಭಾಸಗಳನ್ನು ಯಶಸ್ವಿಯಾಗಿ ನಿರ್ವಹಿಸಬೇಕಿದೆ. ಒಂದು: ಉಕ್ರೇನ್ ಸಂಘರ್ಷದಿಂದ ತೀಕ್ಷ್ಣಗೊಂಡ ಪೂರ್ವ – ಪಶ್ಚಿಮ ವಿಭಜನೆ. ಇನ್ನೊಂದು ಕೋವಿಡ್, ಸಾಲ, ಹವಾಗುಣ ಬದಲಾವಣೆ, ಆಹಾರ ಮತ್ತು ಇಂಧನ ಅಭದ್ರತೆಯಿಂದ ಉಲ್ಬಣಗೊಂಡ ಉತ್ತರ – ದಕ್ಷಿಣ ಅಂತರ. ಇವು ಸ್ನೇಹಿತರನ್ನು ಹೆಚ್ಚಿಸಿಕೊಳ್ಳುವ ಮತ್ತು ಸಮಸ್ಯೆಗಳನ್ನು ಕಡಿಮೆ ಮಾಡಿಕೊಳ್ಳುವ ಸಹಜ ಒತ್ತಡಗಳನ್ನು ಮೀರಿದ ಸಂಗತಿಗಳು. ಜಾಗತಿಕ ರಂಗದಲ್ಲಿ ಸೂಕ್ತ ಸ್ಥಾನಕ್ಕಾಗಿ ಭಾರತ ನಡೆಸುತ್ತಿರುವ ಶೋಧವು ಒಂದು ನಿರಂತರ ಪ್ರಯತ್ನವೇ ಆಗಿರಬಹುದು. ಆದರೆ ದೊಡ್ಡ ಮಹತ್ವಾಕಾಂಕ್ಷೆಗಳನ್ನು ಹೊಂದಿರುವ ದೇಶಗಳು ಖಂಡಿತವಾಗಿಯೂ ವಿಶ್ವಾಸಾರ್ಹ ಸಹಭಾಗಿಗಳನ್ನು ಮತ್ತು ಖಾತರಿ ಬೆಂಬಲದ ಮೂಲಗಳನ್ನು ಅಭಿವೃದ್ಧಿಪಡಿಸಲೇಬೇಕಿದೆ. ಈ ಸನ್ನಿವೇಶದಲ್ಲಿ ಕೇವಲ ಕಾರ್ಯನಿರ್ವಹಿಸುವ ಬದಲು ಅದನ್ನು ರೂಪಿಸುವುದೂ ಸಹ ಆ ದೇಶಗಳ ಪ್ರಯತ್ನವಾಗಬೇಕಿದೆ.

ಭಾರತವು ಆಗೊಮ್ಮೆ ಈಗೊಮ್ಮೆ ಮಾತ್ರ ಚಲನೆ ತೋರುತ್ತ, ವಿವಿಧ ಪ್ರಕ್ರಿಯೆಗಳು ತಮ್ಮದೇ ಆದ ಪ್ರಗತಿಯನ್ನು ಕಾಣುತ್ತಿದ್ದ ದಿನಗಳು ಈಗ ಗತಕಾಲಕ್ಕೆ ಸರಿದಿವೆ. ಕಾಲ ಕಳೆದಂತೆಲ್ಲ ನಮ್ಮ ಹಿತಾಸಕ್ತಿಗಳು ವಿಸ್ತಾರವಾಗುವುದಷ್ಟೇ ಅಲ್ಲ, ನಮ್ಮ ಚಟುವಟಿಕೆಗಳು ಮತ್ತು ವರ್ಚಸ್ಸು ಕೂಡಾ ಬೆಳೆಯಬೇಕಿದೆ. ಭಾರತವು ಅಭಿವೃದ್ಧಿ ಹೊಂದಿದ ದೇಶವಾಗುವುದಷ್ಟೇ ಅಲ್ಲ, ಮುಂಚೂಣಿ ಶಕ್ತಿಯಾಗಲು ಈ ಅಮೃತ ಕಾಲದಲ್ಲಿ ಅಡಿಪಾಯ ಹಾಕುವುದು ನಮ್ಮ ಮುಂದಿರುವ ಕೆಲಸವಾಗಿದೆ. ಅದಕ್ಕಾಗಿಯೇ 'ಸಬ್ ಕಾ ಸಾಥ್, ಸಬ್ ಕಾ ವಿಕಾಸ್' (ಎಲ್ಲರ ಪ್ರಗತಿಗಾಗಿ ಎಲ್ಲರೊಂದಿಗೂ ಕೆಲಸ ಮಾಡುವುದು) ಎಂಬುದು ದೇಶೀಯ ನೀತಿಯ ಹಾಗೆಯೇ ವಿದೇಶಾಂಗ ನೀತಿಯಲ್ಲಿಯೂ ಪ್ರಸ್ತುತವಾಗಿದೆ. ಏನೇ ಹೇಳಿದರೂ, ರಾಜತಾಂತ್ರಿಕತೆಯು ಸ್ನೇಹಿತರನ್ನು ಮಾಡಿಕೊಳ್ಳುವುದು ಮತ್ತು ಜನರ ಮೇಲೆ ಪ್ರಭಾವ ಬೀರುವುದೇ ಆಗಿದೆ.

ಮತ್ತು ಜಗತ್ತನ್ನು ಒಂದು ಕುಟುಂಬವಾಗಿ (ವಸುಧೈವ ಕುಟುಂಬಕಂ) ಪರಿಗಣಿಸುವ ಸ್ವಾಭಾವಿಕ ಒಲವು ಹೊಂದಿರುವ ದೇಶಕ್ಕೆ ಈ ನಿಟ್ಟಿನಲ್ಲಿ ಅಪಾರ ಅವಕಾಶವಿದೆ.

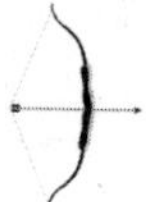

ಭಾರತದಲ್ಲಿ, 'ರಾಮ-ಲಕ್ಷ್ಮಣ' ಎಂಬ ಪದವನ್ನು ಒಡಹುಟ್ಟಿದವರ ನಡುವಿನ ನಿಕಟತೆಯನ್ನು ವಿವರಿಸುವ ಅಭಿವ್ಯಕ್ತಿಯಾಗಿ ಜನಪ್ರಿಯವಾಗಿ ಬಳಸಲಾಗುತ್ತದೆ. ಆದರೆ ಇದನ್ನು ಜಾಗತಿಕ ರಾಜಕೀಯದ ಕ್ಷೇತ್ರಕ್ಕೆ ಸ್ಥಳಪಲ್ಲಟ ಮಾಡಿ; ಅದರ ಪರಿಣಾಮಗಳನ್ನು ಗಮನಿಸಿ. ನಿಜ ಸಂಗತಿ ಏನೆಂದರೆ, ಪ್ರತಿಯೊಬ್ಬ ರಾಮನಿಗೂ ಒಬ್ಬ ಲಕ್ಷ್ಮಣನ ಅಗತ್ಯವಿದೆ; ಅವನು ಯಶಸ್ಸು ಮತ್ತು ದುಃಖಗಳೆರಡನ್ನೂ ಹಂಚಿಕೊಳ್ಳುವ ವಿಶ್ವಾಸಾರ್ಹ ಮತ್ತು ಜಾಗರೂಕ ವ್ಯಕ್ತಿಯಾಗಿರುತ್ತಾನೆ. ನಿರ್ಣಾಯಕ ಕ್ಷಣಗಳಲ್ಲಿ, ಅವನು ಧೈರ್ಯ ತುಂಬಿದ; ಶಾಂತತೆಯನ್ನು ಸೂಚಿಸಿದ ಮತ್ತು ತನ್ನ ಹಿರಿಯನನ್ನು ಸ್ಥಿರಗೊಳಿಸಿದ. ರಾಕ್ಷಸ ವಿರಾಧನು ದಂಡಕಾರಣ್ಯದಲ್ಲಿ ಸೀತಾಮಾತೆಯನ್ನು ಅಪಹರಿಸಿದಾಗ ನಡುಗುತ್ತಿದ್ದ ಭಗವಾನ್ ಶ್ರೀರಾಮನಿಗೆ ತಕ್ಷಣವೇ ಪ್ರತಿದಾಳಿ ನಡೆಸುವಂತೆ ಲಕ್ಷ್ಮಣನು ಪ್ರೇರೇಪಿಸಿದ. ಆದಾಗ್ಯೂ ರಾವಣನು ಸೀತಾಮಾತೆಯನ್ನು ಅಪಹರಿಸಿದ ಸಂದರ್ಭದಲ್ಲಿ ಭಗವಾನ್ ಶ್ರೀರಾಮನು ತನ್ನ ಹತಾಶೆಯನ್ನು ಹೊರಹಾಕಿದಾಗ, ಇತರರು ದುರದೃಷ್ಟವನ್ನು ತಾಳ್ಮೆ ಮತ್ತು ಸ್ಥೈರ್ಯದಿಂದ ಹೇಗೆ ಎದುರಿಸಿದರು ಎಂಬುದನ್ನು ವಿವರಿಸಿದ್ದೂ ಈ ಸೋದರನೇ. ತದನಂತರ, ಭಗವಾನ್ ಶ್ರೀರಾಮನು ಲಂಕೆಗೆ ದಾಟಲು ಅನುಮತಿಸದ ಸಮುದ್ರ ದೇವ ವರುಣನೊಂದಿಗೆ ತಾಳ್ಮೆ ಕಳೆದುಕೊಂಡಾಗ, ಲಕ್ಷ್ಮಣನು ಅಗತ್ಯಕ್ಕಿಂತ ಹೆಚ್ಚು ವರುಣನನ್ನು ಬೆದರಿಸದಂತೆ ಭಗವಾನ್ ಶ್ರೀರಾಮನನ್ನು ಮನವೊಲಿಸಿದ. ನಿಕಟ ಮತ್ತು ವಿಶ್ವಾಸಾರ್ಹ ಸಹಭಾಗಿತ್ವವನ್ನು ಹೇಗೆ ನಿರ್ಮಿಸುವುದು ಎಂಬುದು ರಾಜತಾಂತ್ರಿಕತೆಯ ನಿರಂತರ ಕಾರ್ಯವಾಗಿದೆ.

ಪ್ರತಿಯೊಂದೂ ದೇಶವು ಎಷ್ಟೇ ದೊಡ್ಡದಾಗಿರಲಿ ಅಥವಾ ಶಕ್ತಿಶಾಲಿಯಾಗಿರಲಿ, ಅಂತಹ ಬೆಂಬಲದ ಮೂಲಗಳು ಬೇಕಾಗುತ್ತವೆ. ಅವುಗಳು ಸಾಂದರ್ಭಿಕ ಪ್ರಾಮುಖ್ಯವನ್ನು ಹೊಂದಿರಬಹುದು; ವಾಸ್ತವವೆಂದರೆ, ಒಮ್ಮೆ ಸ್ಥಾಪಿತವಾದ ನಂತರ, ಅಂತಹ ಸಂಬಂಧಗಳು ಬೆಳೆ ಬಾಳುವಂತಹ ಹಲವು ಮಾರ್ಗಗಳು ಇರುತ್ತವೆ. ಅಂತಾರಾಷ್ಟ್ರೀಯ ಸಂಬಂಧಗಳು ಸಾಮಾನ್ಯ ವಹಿವಾಟು ಸ್ವರೂಪಕ್ಕಿಂತ ಬಹಳ ಭಿನ್ನ ಎಂಬುದು ನಿಜ. ಇದಕ್ಕೆ ಔದಾರ್ಯ, ಕಾಳಜಿ, ಪರಿಗಣನೆ ಮತ್ತು ಕೆಲವೊಮ್ಮೆ ವಾತ್ಸಲ್ಯವೂ ಬೇಕು. ರಕ್ತವು ನೀರಿಗಿಂತ ದಪ್ಪವಾಗಿರುತ್ತದೆ ಎಂಬ ಗಾದೆಯು ಸೂಚಿಸುವಂತೆ, ವಿಶ್ವ ವ್ಯವಹಾರಗಳಲ್ಲಿಯೂ ಭಾವನೆಗೆ ಸ್ವಲ್ಪ ಸ್ಥಾನವಿದೆ. ಹಂಚಿಕೊಂಡ ಅನುಭವಗಳ ಸಂಚಯವು ದುರ್ಬಲ ಬಂಧವೇನೂ ಅಲ್ಲ. ವ್ಯಾಕ್ಸಿನ್ ಮೈತ್ರಿಯ ಮೂಲಕ ಭಾರತವು ತನ್ನ ಹೃದಯವನ್ನು ತೆರೆಯಿತು; ಇದು ದೀರ್ಘಕಾಲದವರೆಗೆ ಉತ್ತಮ ಸ್ಥಾನದಲ್ಲಿ ನಿಲ್ಲುವ ಸಂಕೇತವಾಗಿದೆ. ವಾಸ್ತವವಾಗಿ, ಭಾರತವು ಅಧಿಕಾರದ ಜಾಗತಿಕ ಶ್ರೇಣಿಯನ್ನು ಏರುತ್ತಿದ್ದಂತೆ, ವಿಶ್ವಾಸಾರ್ಹ ಸ್ನೇಹಿತರ ಆವಶ್ಯಕತೆ ಹೆಚ್ಚಾಗುತ್ತದೆಯೇ ಹೊರತು ಕಡಿಮೆಯಾಗುವುದಿಲ್ಲ. ಹೆಜ್ಜೆಗುರುತುಗಳು ವಿಶಾಲವಾದಷ್ಟೂ ಮತ್ತು ಆಸಕ್ತಿಗಳು ಹೆಚ್ಚಾದಷ್ಟೂ ಲಕ್ಷ್ಮಣರ ಪ್ರಾಮುಖ್ಯ ಹೆಚ್ಚಾಗುತ್ತದೆ. ನಿಜ ಜೀವನಕ್ಕೆ ಹೋಲಿಸಿದಾಗ ಇನ್ನೊಬ್ಬ ಪಾತ್ರಧಾರಿಯ ಉದಾರ ಭಕ್ತಿಯು ಅಪರೂಪವಾಗಿರಬಹುದು, ಆದರೆ ಜಾಗತಿಕ ಇತಿಹಾಸದ ಮಹತ್ತ್ವದ ಉದ್ಯಮಗಳಿಗೆ ಸಾಮಾನ್ಯವಾಗಿ ಬೆಂಬಲದ ದೊಡ್ಡ ಒಕ್ಕೂಟವನ್ನು ಸಂಘಟಿಸುವ ಅಗತ್ಯವಿದೆ. ಪ್ರಯತ್ನಗಳ ಸ್ವರೂಪ ಮತ್ತು ಫಲಿತಾಂಶವು ಮುಕ್ತವಾಗಿರುವಾಗ ಇದು ವಿಶೇಷವಾಗಿ ಸಂಭವಿಸುತ್ತದೆ. ಒಬ್ಬರ ಪರಿಚಿತ ವಲಯದಿಂದ ದೂರದಲ್ಲಿ ಚಟುವಟಿಕೆಗಳು ನಡೆಯುತ್ತಿರುವುದರಿಂದ, ಸಹವರ್ತಿಗಳ ಮೌಲ್ಯವು ಅದಕ್ಕೆ ಅನುಗುಣವಾಗಿ ಹೆಚ್ಚಾಗುತ್ತದೆ. ಅವರು ಸಾಮೂಹಿಕ ಪ್ರಯತ್ನಕ್ಕೆ ನಿರ್ದಿಷ್ಟ ಕೌಶಲ್ಯ ಅಥವಾ ಕೊಡುಗೆಯನ್ನು ಕೊಟ್ಟರೆ ಈ ಪ್ರಮಾಣ ಮತ್ತಷ್ಟು ಹೆಚ್ಚಾಗುತ್ತದೆ. ದೊಡ್ಡ ಅಥವಾ ಅಸಾಮಾನ್ಯ ಎದುರಾಳಿಯನ್ನು ಎದುರಿಸುವಾಗ, ಮಿತ್ರರು ಮತ್ತು ಹಿತೈಷಿಗಳ ಅಗತ್ಯ ಇನ್ನೂ ಹೆಚ್ಚಾಗಿ ಕಾಣುತ್ತದೆ. ವಿಶ್ವ ಯುದ್ಧಗಳು, ಕೊಲ್ಲಿ ಯುದ್ಧ, ಅಫಘಾನಿಸ್ತಾನ

ಅಥವಾ ಈಗಿನ ಪರಿಸ್ಥಿತಿಗಳು - ಹೀಗೆ ಇದನ್ನು ನಾವು ಆಧುನಿಕ ಇತಿಹಾಸದಲ್ಲಿಯೂ ನೋಡಿದ್ದೇವೆ. ಭಗವಾನ್ ಶ್ರೀರಾಮನ ವಿಷಯದಲ್ಲಿ, ಅಪಹರಣಕ್ಕೊಳಗಾದ ತನ್ನ ಪತ್ನಿಯನ್ನು ಹೇಗೆ ಮತ್ತು ಎಲ್ಲಿಗೆ ಕರೆದೊಯ್ಯಬಹುದೆಂದು ಊಹಿಸಲೂ ಸಹ ಅವನಿಗೆ ಸಂಪೂರ್ಣವಾಗಿ ಸಾಧ್ಯವಾಗಲಿಲ್ಲ. ಅವನು ಅಂತಿಮವಾಗಿ ಹಿತೈಷಿಗಳು ಮತ್ತು ವಿವಿಧ ರೀತಿಯ ಮಿತ್ರರ ಹಲವು ಬಗೆಯ ನೆರವಿನಿಂದ ಮೂಲಕ ಅವಳನ್ನು ಪತ್ತೆಹಚ್ಚಿದ. ಇದನ್ನು ಅರ್ಥ ಮಾಡಿಕೊಳ್ಳಲು ಯಾವಾಗಲೂ ಯುದ್ಧವೇ ಆಗಬೇಕಿಲ್ಲ. ಅಂತಾರಾಷ್ಟ್ರೀಯ ರಾಜಕೀಯದ ಸ್ಪರ್ಧಾತ್ಮಕ ಜಗತ್ತಿನಲ್ಲಿ, ಕಷ್ಟದ ಪರಿಸ್ಥಿತಿಯಲ್ಲಿ ನಿಲ್ಲುವ ಪ್ರತಿಯೊಬ್ಬ ಸ್ನೇಹಿತನೂ ಅಮೂಲ್ಯ.

ಗುಪ್ತಚರ ಮಾಹಿತಿ ಸಂಗ್ರಹಿಸಲು ಪ್ರತಿಯೊಂದು ದಿಕ್ಕಿನಲ್ಲಿಯೂ ಹೊರಟ ವಾನರರ ಪಡೆಯು ಅಂತಹ ಭಾವನೆಗೆ ಅಷ್ಟೇ ಶಕ್ತಿಯುತ ಉದಾಹರಣೆಯಾಗಿದೆ. ದಕ್ಷಿಣಕ್ಕೆ ಹೋದ ರಾಜಕುಮಾರ ಅಂಗದನ ನೇತೃತ್ವದ ಪಡೆಗೆ ಸೀತಾಮಾತೆಯು ಲಂಕೆಯ ವನದಲ್ಲಿ ಇದ್ದಾಳೆಂದು ತಿಳಿಯಿತು. ವಾನರರು, ಕರಡಿಗಳು ಮತ್ತು ರಣಹದ್ದುಗಳ ಸೈನ್ಯವಿಲ್ಲದೆ, ಭಗವಾನ್ ಶ್ರೀರಾಮನು ಬಹುಶಃ ತನ್ನ ದಿಕ್ಕುದೆಸೆಗಳನ್ನೇ ಅರಿಯಲಾಗುತ್ತಿರಲಿಲ್ಲ. ಪ್ರಮುಖ ನಿರ್ಧಾರಗಳನ್ನು ತೆಗೆದುಕೊಳ್ಳುವಾಗ ಸಂದರ್ಭೋಚಿತವಾಗಿ ಜಾಗೃತರಾಗುವ ಆವಶ್ಯಕತೆ ಸ್ಪಷ್ಟವಾಗಿದೆ.

ಆಗಾಗ್ಗೆ, ಕೆಲವು ಸವಾಲುಗಳು ಸಂಪೂರ್ಣವಾಗಿ ರಾಷ್ಟ್ರೀಯ ಸಾಮರ್ಥ್ಯಗಳನ್ನು ಮೀರಿರಬಹುದು ಮತ್ತು ಹಿತೈಷಿಗಳು ನೀಡಬಹುದಾದ ಕೊಡುಗೆ ಅಮೂಲ್ಯವಾಗಿರಬಹುದು. ಸಂಪಾತಿಯ ಅಸಾಧಾರಣ ನೋಟವು ಪ್ರತಿಸ್ಪರ್ಧಿಗಳು ಮತ್ತು ವಿರೋಧಿಗಳ ಬಗ್ಗೆ ಪ್ರಮುಖ ಮಾಹಿತಿಯನ್ನು ಪಡೆಯುವುದಕ್ಕೆ ಒಂದು ಹೋಲಿಕೆಯಾಗಿದೆ. ಸಾಗರಗಳನ್ನು ದಾಟುವ ಸಮಯ ಬಂದಾಗ, ತಾಂತ್ರಿಕ ಪರಿಹಾರವನ್ನು ಒದಗಿಸಿದವನು ವಿಶ್ವಕರ್ಮನ ಮಗ, ಸೇತುವೆ ನಿರ್ಮಾಣಕಾರ ನಳ. ನಳನು ನಿರ್ಮಿಸಿದ ಸೇತುವೆಯನ್ನು ಭಗ್ನಗೊಳಿಸುವುದಿಲ್ಲ ಎಂದು ಭರವಸೆ ನೀಡುವ ಮೂಲಕ ವರುಣನು ತನ್ನ ಸ್ವಭಾವಕ್ಕೆ ವಿರುದ್ಧವಾಗಿ ನಡೆದುಕೊಂಡ. ಇದು ಭಗವಾನ್ ಶ್ರೀರಾಮನ ಬಲವಂತದ ಪರಿಣಾಮವಾಗಿತ್ತು; ದಾಟಲು ಅನುಮತಿಸದಿದ್ದರೆ ಸಮುದ್ರವನ್ನು ಒಣಗಿಸುವುದಾಗಿ ಭಗವಾನ್ ಶ್ರೀರಾಮನು ಸಿಟ್ಟಿನಿಂದ ಬೆದರಿಕೆ ಹಾಕಿದ್ದ.

ಸ್ನೇಹಿತರನ್ನು ಮಾಡಿಕೊಳ್ಳುವುದು ಮತ್ತು ಜನರ ಮೇಲೆ ಪ್ರಭಾವ ಬೀರುವ ಕೆಲಸವು ಪ್ರೋತ್ಸಾಹ ಮತ್ತು ಮುಖಸ್ತುತಿಯಿಂದ ಹಿಡಿದು ಸಹಾಯ ಮತ್ತು ಬೆದರಿಕೆಗಳವರೆಗೆ ಹಲವಾರು ಪ್ರೇರಕ ಅಂಶಗಳನ್ನು ಒಳಗೊಂಡಿದೆ. ಹೆಚ್ಚಿನ ದೇಶಗಳಿಗೆ, ಇದು ಅಸಾಧಾರಣ ತಾಳ್ಮೆಯ ಮತ್ತು ಪ್ರಯಾಸಕರ ಕೆಲಸವಾಗಿದೆ; ಅದು ಕಣ್ಣಿಗೆ ಕಾಣುವಷ್ಟು ಸುಲಭವಲ್ಲ. ಸಾಮಾನ್ಯವಾಗಿ ಹೇಳುವುದಾದರೆ, ಅಲ್ಲಿ ಅದರ ಘಟಕಗಳನ್ನು ಸೂಕ್ಷ್ಮವಾಗಿ ಗುರುತಿಸುವ ಮತ್ತು ಸ್ಪರ್ಧಾತ್ಮಕ ಹಿತಾಸಕ್ತಿಗಳ ನಡುವೆ ಹೊಂದಾಣಿಕೆ ಮಾಡುವ ಅಗತ್ಯವಿದೆ. ವಿಶೇಷ ಸಂದರ್ಭಗಳಲ್ಲಿ, ಹಿರಿದಾದ ಒಳಿತಿಗಾಗಿ ಕಠಿಣ ಆಯ್ಕೆಗಳನ್ನು ಸಹ ಮಾಡಬಹುದು. ಅಂತಹ ಒಂದು ಪ್ರಕರಣದ ಹೃದಯಭಾಗದಲ್ಲಿ ಮಹಾಕಾವ್ಯದಲ್ಲಿ ಭಗವಾನ್ ಶ್ರೀರಾಮನ ಅತ್ಯಂತ ಚರ್ಚಾಸ್ಪದ ಕಾರ್ಯವಿದೆ. ವಾಲಿ ಮತ್ತು ಸುಗ್ರೀವ ಎಂಬ ಇಬ್ಬರು ಒಡಹುಟ್ಟಿದ ವಾನರ ಮುಖ್ಯಸ್ಥರ ನಡುವೆ ನಡೆಯುತ್ತಿರುವ ಯುದ್ಧದಲ್ಲಿ, ಭಗವಾನ್ ಶ್ರೀರಾಮನು ವಾಲಿಯನ್ನು ಕೊಲ್ಲಲು ಮಧ್ಯಪ್ರವೇಶಿಸಿದ. ದೈವಿಕ ಕೈಗಳಿಂದ ತನ್ನ ಅಂತ್ಯವನ್ನು ಕಾಣುವುದು ವಾಲಿಯ ವಿಧಿಯಾಗಿತ್ತು; ಅವನ ವೈಯಕ್ತಿಕ ನಡವಳಿಕೆಯು ನಿಂದನೆಗೆ ಹೊರತಾಗಿರಲಿಲ್ಲ ಎಂಬುದೂ ಸ್ಪಷ್ಟವಾಗಿತ್ತು.

ಆದರೆ ಈ ಘಟನೆ ಮತ್ತು ಅದರ ಪರಿಣಾಮಗಳು ದೊಡ್ಡ ಕಾರ್ಯಾಚರಣೆಗಳನ್ನು ಕೈಗೊಳ್ಳುವ ಬಗ್ಗೆ ಪ್ರಮುಖ ಒಳನೋಟಗಳನ್ನು ನೀಡುತ್ತವೆ. ಶಕ್ತಿಯ ದೃಷ್ಟಿಕೋನದಿಂದ ನೋಡಿದಾಗ, ಭಗವಾನ್ ಶ್ರೀರಾಮನು ಕಿರಿಯ ಸಹೋದರ ಸುಗ್ರೀವನ ಪರವಾಗಿದ್ದ. ಈ ಮೊದಲು ಅವನನ್ನು ಅವನ ಸ್ಥಾನದಿಂದ ಹೊರಹಾಕಲಾಗಿತ್ತು. ದುರ್ಬಲ ಪಡೆಯು ಯಾವಾಗಲೂ ಮಧ್ಯಪ್ರವೇಶವನ್ನು ಹೆಚ್ಚು ಸ್ವಾಗತಿಸುತ್ತದೆ ಮತ್ತು ಅದಕ್ಕಿಂತ ಹೆಚ್ಚಾಗಿ ತನ್ನ ಅದೃಷ್ಟವನ್ನು ಶಾಶ್ವತವಾಗಿ ಉಳಿಸಿಕೊಳ್ಳಲು ಒಲವು ತೋರುತ್ತದೆ ಎಂದು ಸಾಮಾನ್ಯಜ್ಞಾನವೇ ಸೂಚಿಸುತ್ತದೆ. ಸುಗ್ರೀವನ

ಸೇವೆಗಳನ್ನು ಪಡೆದ ನಂತರ, ವಾಲಿಯ ಮಗ ಅಂಗದನನ್ನು ತನ್ನ ವೈಯಕ್ತಿಕ ರಕ್ಷಣೆಯ ಅಡಿಯಲ್ಲಿ ತೆಗೆದುಕೊಳ್ಳುವ ಮೂಲಕ ವಾನರರ ಏಕತೆಯನ್ನು ಕಾಪಾಡಿಕೊಳ್ಳುವುದು ಭಗವಾನ್ ಶ್ರೀರಾಮನ ದೂರದೃಷ್ಟಿಯಾಗಿತ್ತು. ತನ್ನ ಮಿತ್ರರನ್ನು ಉತ್ಸಾಹದಿಂದ ವರ್ತಿಸುವಂತೆ ಉತ್ತೇಜಿಸುವುದು ಭಗವಾನ್ ಶ್ರೀರಾಮನಿಗೆ ಸುಲಭದ ಕೆಲಸವಾಗಿರಲಿಲ್ಲ. ನಿರೀಕ್ಷಿತವಾಗಿಯೇ, ಸಿಂಹಾಸನ ಏರಿದ ನಂತರ ಸುಗ್ರೀವನು ಕಿಷ್ಕಿಂಧೆಯಲ್ಲಿ ಹಾಯಾಗಿ ಬದುಕತೊಡಗಿದ; ಲಕ್ಷ್ಮಣನ ಕೋಪವೇ ಅವನ ಕರ್ತವ್ಯಗಳನ್ನು ನೆನಪಿಸಬೇಕಾಯಿತು.

ವಾನರ ಪಡೆಯನ್ನು ಅನೇಕ ದಿಕ್ಕುಗಳಲ್ಲಿ ಕಳುಹಿಸುವ ಇಡೀ ಕಾಲಾವಧಿಯಲ್ಲಿ ಭಗವಾನ್ ಶ್ರೀರಾಮ ಮತ್ತು ಲಕ್ಷ್ಮಣರಿಗೆ ಕಾರ್ಯತಂತ್ರದ ತಾಳ್ಮೆಯ ಅನುಭವವೂ ಆಯಿತು. ಒಕ್ಕೂಟವು ಕೇವಲ ಸಭೆ ಸೇರಬಾರದು; ಕಡಿಮೆ ಕಾರ್ಯದಕ್ಷತೆಯ ಅಂಗಗಳ ವೇಗಕ್ಕೆ ಅನುಗುಣವಾಗಿ ಕೆಲಸ ಮಾಡಲು ಸಮಯವನ್ನು ನೀಡಬೇಕು, ಕೆಲವೊಮ್ಮೆ, ಸಹಭಾಗಿಗಳು ಸಮಯಕ್ಕೆ ಸರಿಯಾಗಿ ಸೇವೆ ನೀಡಲು ಸಾಧ್ಯವಾಗದೇ ಇರಬಹುದು. ನಂತರ ಕಾಶಿಯ ರಾಜ ಪ್ರತರ್ದನನ ವಿಷಯದಲ್ಲೂ ಹೀಗೆಯೇ ಆಯಿತು. ಅವನ ಸೈನ್ಯವು ಯುದ್ಧದಲ್ಲಿ ಸೇರಲು ಲಂಕೆಗೆ ಸಮಯಕ್ಕೆ ಸರಿಯಾಗಿ ಬರಲಿಲ್ಲ. ಆದರೆ ಅವರ ಉದ್ದೇಶವನ್ನು ಬಹಿರಂಗವಾಗಿ ಒಪ್ಪಿಕೊಂಡ ಕೀರ್ತಿ ಭಗವಾನ್ ಶ್ರೀರಾಮನಿಗೆ ಸಲ್ಲುತ್ತದೆ. ಜೀವನದಲ್ಲಿ, ಯಾವಾಗಲೂ 'ಮುಂದಿನ ಸಲ' ಎಂಬುದಿರುತ್ತದೆ; ರಾಜತಾಂತ್ರಿಕತೆಯು ಸಾಧ್ಯತೆಗಳನ್ನು ಎಂದೂ ಕಾಲಕ್ಕಿಂತ ಮುನ್ನವೇ ಮುಚ್ಚಬಾರದು.

ಭೂತ ಮತ್ತು ಭವಿಷ್ಯ

ಭಾರತವು ಅಂತಾರಾಷ್ಟ್ರೀಯ ವ್ಯವಸ್ಥೆಯಲ್ಲಿ ಮೇಲೇರುವ ಚಟುವಟಿಕೆಯನ್ನು ಮುಂದುವರಿಸುವಾಗ, ಜಗತ್ತು ನಿರಂತರವಾಗಿ ಬದಲಾಗುತ್ತಿದೆ ಎಂಬುದನ್ನು ನೆನಪಿನಲ್ಲಿಟ್ಟುಕೊಳ್ಳಬೇಕು; ಹಾಗೆಯೇ ವಿವಿಧ ಸಹಭಾಗಿಗಳ ಜೊತೆಗಿನ ಸಂಬಂಧಗಳು ಬದಲಾಗುತ್ತಲೇ ಇರುತ್ತವೆ. ಸ್ವಾತಂತ್ರ್ಯದ ನಂತರದ ಆರಂಭಿಕ ವರ್ಷಗಳಲ್ಲಿ, ನಮ್ಮ ನಿಲುವು ತಳೆಯುವ ಅವಕಾಶಗಳನ್ನು ರೂಪಿಸಿಕೊಳ್ಳುತ್ತಲೇ ಪಶ್ಚಿಮದೊಂದಿಗೆ ಸಂಬಂಧವನ್ನು ಕಟ್ಟಲು ಮುಂದಾಗಿದ್ದೇವೆ. ಅದೇ ಸಮಯದಲ್ಲಿ, ವಸಾಹತೋತ್ತರ ಪರಾನುಭೂತಿಯ ಆಧಾರದಲ್ಲಿಯೇ ಅಭಿವೃದ್ಧಿಶೀಲ ಜಗತ್ತಿನ ಕ್ಷೇತ್ರಗಳನ್ನು ಪೋಷಿಸಲಾಯಿತು. ಆರ್ಥಿಕ ಮತ್ತು ಭದ್ರತಾ ಕ್ಷೇತ್ರಗಳಲ್ಲಿ ಸ್ಪಷ್ಟ ಫಲಿತಾಂಶಗಳೊಂದಿಗೆ ಸಮಾಜವಾದಿ ಬಣದೊಂದಿಗಿನ ಸಹಕಾರವನ್ನು ಅನ್ವೇಷಿಸಲಾಯಿತು. ಶೀತಲಸಮರದ ಒತ್ತಡಗಳು ಹೆಚ್ಚಾದಂತೆ ಮತ್ತು ಚೀನಾ – ಯುಎಸ್ ಸಾಮರಸ್ಯವು ಪ್ರಕಟಗೊಂಡಂತೆ, ಅದು ಸೋವಿಯತ್ ಜತೆ ಭಾರತದ ಸಂಬಂಧವನ್ನು ಇಮ್ಮಡಿಸುವಂತೆ ಮಾಡಿತು. ಪಾಶ್ಚಾತ್ಯರೊಂದಿಗಿನ ಭಾರತದ ಸಮಸ್ಯೆಗಳ ಬಹುಪಾಲು ಭಾಗವು ಅವು ಸೇನಾ ಆಡಳಿತದ ಪಾಕಿಸ್ತಾನಕ್ಕೆ ತೋರಿಸಿದ ಆದ್ಯತೆಯಿಂದಲೇ ಮೂಡಿವೆ.

ಆದ್ದರಿಂದ, ಶೀತಲಸಮರದ ಅಂತ್ಯವು ಭಾರತದಲ್ಲಿ ಮತ್ತು ಭಾರತದ ಕಡೆಗೆ ವಿಶ್ವದ ಮರುಹೊಂದಾಣಿಕೆಗೆ ಕಾರಣವಾಗುತ್ತದೆ ಎಂಬುದು ಸ್ವಾಭಾವಿಕವಾಗಿತ್ತು. ಅನಂತರದ ಕಾಲು ಶತಮಾನದಲ್ಲಿ ಈ ಪ್ರಕ್ರಿಯೆಗಳು ಕ್ರಮೇಣವಾಗಿ ವೇಗ ಪಡೆದಿವೆ. ಕಳೆದ ದಶಕದಲ್ಲಿ,

ನವದೆಹಲಿಯು ಗತಕಾಲದ ಸೈದ್ಧಾಂತಿಕ ಹೊರೆಯನ್ನು ಕಳಚಿಕೊಂಡಿದೆ ಎಂಬ ಅಂಶವೇ ಈ ಪ್ರಕ್ರಿಯೆಗಳ ಬಲವರ್ಧನೆಗೆ ಅನುಕೂಲವಾಗಿದೆ. ಯುಎಸ್‌ನ್ನು ಈಗ ನಿರ್ದಿಷ್ಟವಾಗಿ ಸಮಸ್ಯೆಗಿಂತ ಪರಿಹಾರದ ಭಾಗವಾಗಿ ನೋಡಲಾಗುತ್ತಿದೆ. ಹೊಸ ಸಂಬಂಧಗಳನ್ನು ಮುನ್ನಡೆಸುವುದರ ಜೊತೆಗೆ ಹಿಂದಿನದನ್ನು ಉಳಿಸಿಕೊಳ್ಳುವುದೇ ಈಗಿನ ರಾಜತಾಂತ್ರಿಕ ಸವಾಲುಗಳಾಗಿವೆ. ಒಟ್ಟಾರೆ ಈ ಮಿಶ್ರಣದೊಳಗೆ, ನಿರ್ದಿಷ್ಟ ವಿಷಯಗಳಿಗೆ ಸೂಕ್ತವಾದ ಮೌಲ್ಯ ನಿಗದಿಪಡಿಸುವುದು, ತನ್ಮೂಲಕ ಭಾರತವು ಪರಿವರ್ತನಶೀಲ ಜಗತ್ತಿನ ಅತ್ಯುತ್ತಮ ಫಲಿತಾಂಶಗಳನ್ನು ದಕ್ಕಿಸಿಕೊಳ್ಳುವುದೂ ಒಂದು ಸವಾಲೇ ಆಗಿದೆ.

ವಿಶ್ವಸಂಸ್ಥೆ ಭದ್ರತಾ ಮಂಡಳಿ (ಯುಎನ್‌ಎಸ್‌ಸಿ)ಯ ಐದು ಖಾಯಂ ಸದಸ್ಯರೊಂದಿಗಿನ ಭಾರತದ ಸಂಬಂಧಗಳನ್ನು ವಿಶ್ಲೇಷಿಸುವುದು ಅದರ ಈ ಹಿಂದಿನ ದಾಖಲೆ ಮತ್ತು ಭವಿಷ್ಯದ ಅವಕಾಶಗಳು – ಎರಡೂ ಅಂಶಗಳ ಲೆಕ್ಕಾಚಾರವನ್ನು ಪ್ರಾರಂಭಿಸುವ ಉತ್ತಮ ಸಂಗತಿ. ಯುಎಸ್ ಮತ್ತು ಚೀನಾದೊಂದಿಗಿರುವ ದೇಶಗಳ ಬಗ್ಗೆ ಮುಂದಿನ ಅಧ್ಯಾಯಗಳಲ್ಲಿ ಚರ್ಚಿಸಲಾಗಿದೆ.

ಯುಕೆ: ಒಂದು ಸಮಕಾಲೀನ ಬಿಗಿರಚನೆ

ಇತರ ಯಾವುದೇ ಸಂಬಂಧಗಳಿಗಿಂತ ಹೆಚ್ಚಾಗಿ, ಯುನೈಟೆಡ್ ಕಿಂಗ್‌ಡಮ್ (ಯುಕೆ) ಜೊತೆಗಿನ ಭಾರತದ ಸಂಬಂಧಗಳು ಸಂಕೀರ್ಣ ಗತಕಾಲದ ಹೊರೆಯನ್ನು ಹೊತ್ತಿವೆ. ಆ ಅವಧಿಯ ಗಾಯಗಳು ಭೌತಿಕವೂ ಹೌದು; ಮಾನಸಿಕವೂ ಹೌದು. ಭವಿಷ್ಯದ ಸಂಬಂಧಕ್ಕಾಗಿ ಇತಿಹಾಸವನ್ನೇ ಬಳಸುವುದು ಈಗ ಸವಾಲಾಗಿದೆ; ಇಲ್ಲಿ ಅನುಕೂಲಗಳು ಮತ್ತು ಒಮ್ಮುಖತೆಗಳು ಘರ್ಷಣೆಗಳು ಮತ್ತು ಬಿರುಕುಗಳನ್ನು ಮೀರಿವೆ.

ಕುತೂಹಲಕರ ಅಂಶವೆಂದರೆ, ಭಾರತದ ಸ್ವಾತಂತ್ರ್ಯಗಳಿಕೆಯ ಆರಂಭದ ಕಾಲದಲ್ಲೇ ಇದು ಪರಸ್ಪರ ಸಹಜೀವನದ ಸಂಬಂಧವೆಂಬಂತೆ ಪ್ರಾರಂಭವಾಯಿತು. ಮುಂದಿನ ಎರಡು ದಶಕಗಳವರೆಗೆ ಯುಕೆಯು ಭಾರತದಲ್ಲಿ ಬೀರಿದ ಪ್ರಭಾವದ ವ್ಯಾಪ್ತಿಯನ್ನು ನೋಡಿ ಇಂದಿನ ಪೀಳಿಗೆಯವರು ಬಹುಶಃ ಆಶ್ಚರ್ಯಚಕಿತರಾಗಬಹುದು. ವಾಸ್ತವವಾಗಿ, ಶೀತಲಸಮರದಿಂದ ದೂರವಿರಲು ಮತ್ತು ಯುಎಸ್ ಅನ್ನು ದೂರವಿಡಲು ಉತ್ಸುಕವಾಗಿದ್ದ ಭಾರತೀಯ ನಾಯಕತ್ವವು ಯುಕೆಯನ್ನು ತನ್ನ ಅತ್ಯುತ್ತಮ ಸಹಭಾಗಿ ಎಂದೇ ಗ್ರಹಿಸಿತು. ಬ್ರಿಟಿಷ್ ಒಡನಾಟವು ಯುಎಸ್‌ನ ಒತ್ತಡದಿಂದ ತನ್ನನ್ನು ಪಾರು ಮಾಡುತ್ತದೆ ಎಂದು ನಂಬಿದ ಭಾರತದ ತೀವ್ರಗಾಮಿ ಗುಂಪು ಕಾಮನ್‌ವೆಲ್ತ್ ಸೇರಲು ಇದ್ದ ಆರಂಭಿಕ ಹಿಂಜರಿಕೆಗಳನ್ನೂ ಮೀರಿತು.

ವಸಾಹತುಶಾಹಿ ಯುಗದ ಈ ಮೇಲಿನ ಭಾವನೆಗಳು ಇಂದಿಗೂ ಭಾರತೀಯ ಜನತೆಯಲ್ಲಿ ಎಷ್ಟು ಬಲವಾಗಿ ಪ್ರತಿಧ್ವನಿಸುತ್ತವೆ ಎಂಬುದನ್ನು ಆರ್‌ಆರ್‌ಆರ್ ಚಿತ್ರದ ಇತ್ತೀಚಿನ ಯಶಸ್ಸು ನೆನಪಿಸುತ್ತದೆ. ಭಾರತ – ಯುಕೆ ಸಂಬಂಧದಲ್ಲಿ ಉದ್ಭವಿಸಿದ ಸೂಕ್ಷ್ಮತೆಗಳು ಮತ್ತು ಎಚ್ಚರಿಕೆಗಳು ಈ ಅವಧಿಯಿಂದ ಮೂಡಿವೆ ಎಂಬುದು ಸಹಜವೂ ಆಗಿದೆ. ಭಾರತದ ವಿಭಜನೆಯು ತನ್ನದೇ ಆದ ಗಂಭೀರ ಪರಿಣಾಮವನ್ನು ಬೀರಿರಬಹುದು; ಆದರೆ ನಂತರದ ಭಾರತ – ಪಾಕಿಸ್ತಾನ ಕೂಡುಗೆರೆಯು ಸ್ಪಷ್ಟವಾಗಿ ಅದಕ್ಕೆ ಮತ್ತಷ್ಟು ಜೀವ ತುಂಬಿತು.

1947ರಿಂದ ಆರಂಭವಾಗಿ, ಪಾಕಿಸ್ತಾನವು ಜಮ್ಮು ಮತ್ತು ಕಾಶ್ಮೀರದ ಮೇಲೆ ದಾಳಿ ಮಾಡಿದಾಗ, ಯುಕೆಯನ್ನು ಪಾಕಿಸ್ತಾನದ ಪಕ್ಷಪಾತಿ ಎಂದು ಭಾರತದಲ್ಲಿ ಗ್ರಹಿಸಲಾಯಿತು. ವಿಶ್ವಸಂಸ್ಥೆ ಭದ್ರತಾ ಮಂಡಳಿ (ಯುಎನ್‌ಎಸ್‌ಸಿ)ಯ ಕಾರ್ಯಚಟುವಟಿಕೆಗಳಿಂದ ಮತ್ತಷ್ಟು ಬೆಳೆದ ಈ ದೃಷ್ಟಿಕೋನವು 1965 ಮತ್ತು 1971ರ ಸಂಘರ್ಷಗಳಲ್ಲಿ ಯುಕೆ ತೆಗೆದುಕೊಂಡ ನಿಲುವಿನಿಂದ ಉಲ್ಬಣಗೊಂಡಿತು. ಬ್ರಿಟನ್‌ನ ಶೀತಲಸಮರದ ಒತ್ತಡಗಳು, ಪೂರ್ವ ಸೂಯೆಜ್‌ನಿಂದ ಹಿಂದೆಗೆತ ಮತ್ತು ಇಯುಗೆ ಸೇರ್ಪಡೆಯು ಆರಂಭಿಕ ವರ್ಷಗಳ ಸಾಮೀಪ್ಯವನ್ನು ಕ್ರಮೇಣ ಅಳಿಸಿಹಾಕಿತು. 2001ರ ನಂತರದ ಅಫಘಾನಿಸ್ತಾನದ ಬೆಳವಣಿಗೆಗಳ ವಿಷಯಕ್ಕೆ ಬಂದಾಗ, ಗ್ರೇಟ್ ಬ್ರಿಟನ್ ಪಾಕಿಸ್ತಾನದ ಸೇನಾ ನಾಯಕತ್ವದೊಂದಿಗೆ ವ್ಯವಹರಿಸಬೇಕು ಎಂಬ ವಾದದ ಪ್ರಬಲ ಪ್ರತಿಪಾದಕ ಎಂಬುದು ಭಾರತದ ಗಮನದಿಂದ ತಪ್ಪಿಸಿಕೊಳ್ಳಲಿಲ್ಲ.

ಭಾರತದ ದೃಷ್ಟಿಕೋನದಿಂದ, ಅದು ಪರಮಾಣು ಆಯ್ಕೆಯ ಪ್ರಯೋಗವಾಗಿರಲಿ, ಅಫಘಾನಿಸ್ತಾನದಂತಹ ಭದ್ರತಾ ಕಾಳಜಿಯಾಗಿರಲಿ ಅಥವಾ ಭಾರತೀಯ ಉಪಖಂಡದ ರಾಜಕೀಯವಾಗಿರಲಿ, ಬ್ರಿಟಿಷ್ ರಾಜತಾಂತ್ರಿಕತೆಯನ್ನು ಸಹಜವಾಗಿಯೇ ಅನುಮಾನದಿಂದ ನೋಡಲಾಗುತ್ತಿತ್ತು. ಇದಲ್ಲದೆ, ಅದು ಕ್ರಮೇಣ ತನ್ನದೇ ಆದ ಅಸ್ತಿತ್ವಕ್ಕೆ ಬರುತ್ತಿದ್ದಂತೆ, ಭೂತಕಾಲವನ್ನು ಹಿಂದೆ ಇಡುವ ಬಯಕೆಯೂ ಭಾರತೀಯ ರಾಜಕೀಯದಲ್ಲಿ ಬಲವಾಯಿತು. ಭಾರತದ ಆಳವಾದ ಪ್ರಜಾಪ್ರಭುತ್ವೀಕರಣದ ಪರಿಣಾಮವಾಗಿ ಎರಡೂ ದೇಶಗಳ ನಡುವಿನ ಬಂಧಗಳು ದುರ್ಬಲಗೊಳ್ಳುವ ಪ್ರಕ್ರಿಯೆ ವೇಗ ಪಡೆಯಿತು. ಬ್ರೆಕ್ಸಿಟ್ ಬರುವ ಹೊತ್ತಿಗೆ, ತೊಡಗಿಸಿಕೊಳ್ಳುವಿಕೆಯ ಹೊಸ ನಿಯಮಗಳನ್ನು ನಿಗದಿಪಡಿಸಬೇಕೆಂಬ ಅಂಶವು ನಿಚ್ಚಳವಾಗಿತ್ತು.

ಭೂತಕಾಲವು ತನ್ನ ನೆರಳನ್ನು ಚಾಚುತ್ತಲೇ ಇದ್ದರೂ, ವರ್ತಮಾನವು ತನ್ನದೇ ಆದ ತೊಡಕುಗಳನ್ನು ಹೊಂದಿದೆ. ಬ್ರಿಟಿಷ್ ರಾಜಕೀಯವು ಹೆಚ್ಚಾಗಿ ವೋಟ್–ಬ್ಯಾಂಕ್ ಪರಿಗಣನೆಗಳಿಂದ ನಡೆಯುತ್ತದೆ, ಆದರೆ ಕೆನಡಾದಂತೆ ಅತಿಯಾಗಿಲ್ಲ. ಇದು ಭಾರತವನ್ನು ಗುರಿಯಾಗಿಸಿಕೊಂಡಿರುವ ಪ್ರತ್ಯೇಕತಾವಾದಿ ಶಕ್ತಿಗಳಿಗೆ ತನ್ನ ನೆಲದಿಂದ ಕಾರ್ಯನಿರ್ವಹಿಸಲು ಮತ್ತು ಅದರ ಸ್ವಾತಂತ್ರ್ಯವನ್ನು ದುರುಪಯೋಗಪಡಿಸಿಕೊಳ್ಳಲು ಅವಕಾಶ ಮಾಡಿಕೊಟ್ಟಿದೆ. ಭಾರತದಲ್ಲಿನ ಈಗಿನ ಸರ್ಕಾರದ ವಿರುದ್ಧ ಪ್ರಭಾವಶಾಲಿ ವಲಯಗಳಲ್ಲಿನ ಸೈದ್ಧಾಂತಿಕ ಹಗೆತನವೂ ಕಿರಿಕಿರಿಯನ್ನು ಹೆಚ್ಚಿಸಿದೆ. ಕೆಲವರು ಭಾರತದಲ್ಲಿನ ಬದಲಾವಣೆಗಳ ಬಗ್ಗೆ ಎಷ್ಟು ಅಸಮಾಧಾನಗೊಂಡಿದ್ದಾರೆಂದರೆ ಅವರು ವಾಸ್ತವವನ್ನು ಅರ್ಥಮಾಡಿಕೊಳ್ಳಲು ಬಯಸುವುದಿಲ್ಲ. ಭಾರತದೊಂದಿಗೆ ವಿಶೇಷ ಬಂಧವನ್ನು ಹೊಂದಿರುವುದಾಗಿ ಯುಕೆ ಹೇಳಿಕೊಂಡಾಗ, ಅದರ ಪರಿಣಾಮ ಇನ್ನೂ ಹೆಚ್ಚು.

ಆದಾಗ್ಯೂ, ಎರಡೂ ದೇಶಗಳು ಹಲವಾರು ಕ್ಷೇತ್ರಗಳಲ್ಲಿ ಸಹಕರಿಸುವ ಸಮಾನಾಂತರ ವಾಸ್ತವವೂ ಇದೆ. ಈ ದೀರ್ಘಕಾಲೀನ ದ್ವಂದ್ವವು ಈ ಸಂಬಂಧಗಳ ಗುಣಲಕ್ಷಣಗಳಲ್ಲಿ ಒಂದು; ಅದನ್ನು ಸಮಗ್ರವಾಗಿ ಮರುಹೊಂದಿಸಲು ಯುಕೆಯು ಯುಎಸ್‌ನ್ನು ಅನುಸರಿಸುತ್ತದೆಯೇ ಎಂಬುದೇ ಮುಖ್ಯ ಪ್ರಶ್ನೆ. ಇಲ್ಲಿಯವರೆಗೆ, ಯುಕೆ ಈ ವಿಷಯದಲ್ಲಿ ಹಿಂದುಳಿದಿದೆ; ಆದರೆ ಇದು ಭಾರತದ ಜೊತೆಗಿನ ಅಂತರವನ್ನು ಹೆಚ್ಚಿಸಿದ ಬಗ್ಗೆ ಅರಿವು ಮೂಡುತ್ತಿದೆ. ಹೊಂದಾಣಿಕೆಗಳನ್ನು ಮಾಡಲು ಹಲವಾರು ಸಂಗತಿಗಳ ಬಗ್ಗೆ ಆತ್ಮಾವಲೋಕನದ ಅಗತ್ಯವಿದೆ: ರಾಜಕೀಯ ಸೂಕ್ಷ್ಮತೆಗಳು ಮತ್ತು ಭದ್ರತಾ ಸಮಸ್ಯೆಗಳಿಂದ

ಹಿಡಿದು ರಫ್ತು ನಿಯಂತ್ರಣಗಳು ಮತ್ತು ಚಲನಶೀಲತೆಯವರೆಗೆ ಈ ವಿಷಯಗಳಿವೆ. ಇದು ಗತಕಾಲದ ಭಾರತವಲ್ಲ ಎಂಬುದು ಈಗ ಸ್ಪಷ್ಟವಾಗಿರಬೇಕು. ಅದು ಬ್ರಿಟಿಷ್ ಯುಗದ ಕಾನೂನು ಸಂಹಿತೆಗಳನ್ನು ಬದಲಿಸುವುದಿರಬಹುದು, ಅದರ ಸಾಂಸ್ಕೃತಿಕ ನಂಬಿಕೆಗಳನ್ನು ವ್ಯಕ್ತಪಡಿಸುವುದಿರಬಹುದು ಅಥವಾ ನೇತಾಜಿ ಸುಭಾಷ್ ಚಂದ್ರ ಬೋಸ್‌ರವರ ಸಾಂಕೇತಿಕತೆಯನ್ನು ಒತ್ತಿ ಹೇಳುವುದಿರಬಹುದು – ನಿಶ್ಚಿತವಾಗಿಯೂ ಕಾಲ ಬದಲಾಗುತ್ತಿದೆ. ಹಿಂದಿನ ನಿಕಟ ಒಡನಾಟದಿಂದಾಗಿ, ಈ ಪರಿವರ್ತನೆಯ ಸ್ವರೂಪವನ್ನು ಪ್ರಶಂಸಿಸುವುದು ಯುಕೆಯ ಕರ್ತವ್ಯವಾಗಿದೆ.

ಮತ್ತೊಂದೆಡೆ, ಭಾರತೀಯರು ಈ ಸಹಭಾಗಿತ್ವದ ಭವಿಷ್ಯವನ್ನು ಹೆಚ್ಚು ವಸ್ತುನಿಷ್ಠವಾಗಿ ನೋಡುವುದು ಅತ್ಯಗತ್ಯ. ಯುರೋಪಿನಲ್ಲಿ ಭಾರತೀಯ ವ್ಯವಹಾರಗಳಿಗೆ ಯುಕೆಯು ಪರಿಣಾಮಕಾರಿ ಹೆಬ್ಬಾಗಿಲಾಗಿ ಕಾರ್ಯನಿರ್ವಹಿಸಿದೆ ಮತ್ತು ಅದು ಯಶಸ್ವೀ ವಲಸಿಗರನ್ನು ಹೊಂದಿದೆ ಎಂದು ಮಾನ್ಯ ಮಾಡಬೇಕಿದೆ. ಅದರ ಜಾಗತಿಕ ಪ್ರಭಾವವು ಹಿಂದಿನಂತೆಯೇ ಇಲ್ಲದಿರಬಹುದು, ಆದರೆ ಅದರ ಪ್ರಭಾವವು ವಿಶ್ವದ ಕೆಲವು ಭಾಗಗಳಲ್ಲಿ ಇನ್ನೂ ಜಾರಿಯಲ್ಲಿದೆ. ಕೆಲವು ಕ್ಷೇತ್ರಗಳಲ್ಲಿ, ಬ್ರಿಟಿಷ್ ತಂತ್ರಜ್ಞಾನ ಮತ್ತು ಸಾಮರ್ಥ್ಯಗಳು ನಿಜಕ್ಕೂ ವಿಶ್ವ ದರ್ಜೆಯವು. ಭಾರತದ ದೃಷ್ಟಿಕೋನದಿಂದ ನೋಡುವುದಾದರೆ ಉಭಯ ದೇಶಗಳು ಪ್ರಸ್ತುತ ಹೊಂದಿರಬಹುದಾದ ಒಮ್ಮತವನ್ನು ಮತ್ತಷ್ಟು ಬೆಳೆಸಲು ಅವಕಾಶವಿದೆ. ಎರಡೂ ದೇಶಗಳು ಮನಸ್ಸು ಮಾಡಿದಾಗ ಈ ಉತ್ತರವು ಧನಾತ್ಮಕ ದಿಕ್ಕಿಗೆ ವಾಲುತ್ತದೆ. ಇದು ಈ ದೇಶಗಳು ಒಪ್ಪಿಕೊಂಡ ಹಲವು ಸಂಗತಿಗಳಲ್ಲಿ ಒಂದಾದ '2030 ಮಾರ್ಗಸೂಚಿ'ಯಲ್ಲಿ ಪ್ರತಿಬಿಂಬಿತವಾಗಿದೆ.

ನಿಕಟ ರಾಜಕೀಯ ಸಂಪರ್ಕಗಳು, ಆಳವಾದ ಆರ್ಥಿಕ ಮತ್ತು ಹಣಕಾಸು ವಿನಿಮಯಗಳು, ಹೆಚ್ಚಿನ ಕೌಶಲ್ಯಗಳು ಮತ್ತು ಶಿಕ್ಷಣದ ಹರಿವು, ಬಲವಾದ ಸಂಶೋಧನೆ ಮತ್ತು ನವೋನ್ವೇಷಣೆಯ ಸಹಭಾಗಿತ್ವಗಳು ಹಾಗೂ ಸಕ್ರಿಯ ಸಂಬಂಧಗಳ ಪೋಷಣೆ ಸೇರಿದಂತೆ ವಿವಿಧ ಮಾರ್ಗಗಳ ಮೂಲಕ ಎರಡೂ ದೇಶಗಳನ್ನು ಮತ್ತು ಜನರನ್ನು ಜೋಡಿಸುವ ಕೆಲಸವನ್ನು ಮುಂದುವರಿಸಬಹುದು. ನಾವು ಜಗತ್ತನ್ನು ಹೇಗೆ ನೋಡುತ್ತೇವೆ ಮತ್ತು ಎರಡೂ ದೇಶಗಳು ನಿತ್ಯವೂ ಎದುರಿಸುತ್ತಿರುವ ಸಮಸ್ಯೆಗಳನ್ನು ಹೇಗೆ ನಿರ್ವಹಿಸುತ್ತೇವೆ ಎಂಬ ಸಂಗತಿಯೇ ಈ ಪ್ರಯತ್ನದ ಹಿನ್ನೆಲೆಯಾಗಿದೆ.

ಬ್ರೆಕ್ಸಿಟ್ ನಂತರದಲ್ಲಿ ಯುಕೆಯು ತುಂಬಾ ವಿಭಿನ್ನವಾದ ರಾಜ್ಯವ್ಯವಸ್ಥೆಯಾಗಿದೆ. ಈ ಕೆಲವು ಬದಲಾವಣೆಗಳೇ ಖಚಿತವಾಗಿ ಇನ್ನೂ ಹೆಚ್ಚಿನ ಪ್ರಮಾಣದ ಸಮಕಾಲೀನ ಸಹಭಾಗಿತ್ವಕ್ಕೆ ವೇಗ ಒದಗಿಸಬಲ್ಲವು. ಯುಕೆಯ ಹೆಚ್ಚಿನ ರಾಷ್ಟ್ರೀಯ ನಿಯಂತ್ರಣವು ಭಾರತದೊಂದಿಗಿನ 'ವರ್ಧಿತ ವ್ಯಾಪಾರ ಸಹಭಾಗಿತ್ವ'ದ ಬಗ್ಗೆ ಗಮನ ವಹಿಸಲು ಅವಕಾಶ ಮಾಡಿಕೊಟ್ಟಿದೆ. ವಲಸೆ ಮತ್ತು ಚಲನಶೀಲತೆಯ ಸಹಭಾಗಿತ್ವದ ಒಪ್ಪಂದವು ಬೇಡಿಕೆ, ಜನಸಂಖ್ಯೆ ಮತ್ತು ಪ್ರತಿಭೆ – ಇವುಗಳ ಬೇಡಿಕೆಗಳನ್ನು ಹೊಂದಿಸಲು ನೆರವಾಗುತ್ತದೆ. ಯುಕೆಯ 'ಇಂಟಿಗ್ರೇಟೆಡ್ ರಿವ್ಯೂ' ಯುಕೆಯನ್ನು ಯೂರೋ – ಅಟ್ಲಾಂಟಿಕ್ ಕೇಂದ್ರಿತ ಎಂದುಕೊಂಡಿದ್ದರೂ ಇಂಡೋ – ಪೆಸಿಫಿಕ್‌ನಲ್ಲಿ ಹೆಚ್ಚುತ್ತಿರುವ ಪಾಲು ಕೂಡಾ ಹೆಚ್ಚಾಗುತ್ತಿದೆ. ಇದು ಭಾರತದೊಂದಿಗೆ ಶಕ್ತಿಯುತ ಒಡಂಬಡಿಕೆ ಹೊಂದಲು ಇರುವ ಬಲವಾದ ಕಾರಣವಾಗಿದೆ.

ಭಾರತದ ದೃಷ್ಟಿಯಲ್ಲಿ, ನಾವು ಏಕಕಾಲದಲ್ಲಿ ತೊಡಗಿಸಿಕೊಳ್ಳಲು ಬಯಸುವ ಅನೇಕ ಯುಕೆಗಳಿವೆ: ಜಾಗತಿಕ ಬ್ರಿಟನ್, ಅಟ್ಲಾಂಟಿಕ್ ಯುಕೆ, ಯುರೋಪಿಯನ್ ನಂತರದ ಯುಕೆ, ಲಂಡನ್ ನಗರ, ವಲಸಿಗರು, ನವೋನ್ವೇಷಣೆ ಮತ್ತು ಶಿಕ್ಷಣದ ಯುಕೆ ಮತ್ತು ಸಹಜವಾಗಿ, ಕಾರ್ಯತಂತ್ರದ ಯುಕೆ. ಬ್ರೆಕ್ಸಿಟ್ ಪರಿಣಾಮವಾಗಿ ಯುಕೆಯ ಆಂತರಿಕ ಸಮತೋಲನವು ಸ್ಪಷ್ಟವಾಗಿ ಬದಲಾಗಿದೆ. ಜಾಗತಿಕ ಅಂಶವೇ ಈಗ ಮುಂಚೂಣಿಯಲ್ಲಿದೆ. ಭಾರತ ಮತ್ತು ಯುಕೆಗಳು ತಮ್ಮ ಸಂಬಂಧಗಳನ್ನು ನವೀಕರಿಸುವಾಗ, ತಮ್ಮ ಇತಿಹಾಸದಿಂದ ಪಡೆದುಕೊಂಡು ಬಂದ ಸಮಸ್ಯೆಗಳನ್ನು ನಿರ್ಲಕ್ಷಿಸಲು ಸಾಧ್ಯವಿಲ್ಲ. ಆದರೆ ಭವಿಷ್ಯದಲ್ಲಿ ಅವರ ಸಂವಾದವು ಖಂಡಿತವಾಗಿಯೂ ವಿಭಿನ್ನವಾಗಿರುತ್ತದೆ. ಅಂತಿಮ ವಿಶ್ಲೇಷಣೆಯಲ್ಲಿ ಹೇಳುವುದಾದರೆ, ಭಾರತೀಯ ಉಪಖಂಡದ ಮತ್ತು ದೊಡ್ಡ ಜಾಗತಿಕ ವೇದಿಕೆ – ಎರಡೂ ವಿಷಯಗಳ ಮೇಲೆ ಒಟ್ಟಾಗಿ ಕೆಲಸ ಮಾಡುವ ಸಾಮರ್ಥ್ಯದಲ್ಲಿ ಹೊಸ ಯುಗಕ್ಕೆ ಬದಲಾಗುವ ನೈಜ ಪರೀಕ್ಷೆ ಅಡಗಿದೆ.

ರಷ್ಯಾ : ಒಂದು ಸ್ಥಿರ ಸಹಭಾಗಿತ್ವ

ರಷ್ಯಾದೊಂದಿಗಿನ (ಹಿಂದಿನ ಯುಎಸ್ಎಸ್ಆರ್) ಕಥೆ ತುಂಬಾ ವಿಭಿನ್ನವಾಗಿದೆ. ಭಾರತೀಯ ರಾಷ್ಟ್ರೀಯ ಚಳವಳಿಯ ಬಗ್ಗೆ ಅನುಮಾನ ಹೊಂದಿದ್ದ ಈ ಶಕ್ತಿಯು, ಆಗಾಗ್ಗೆ ಕಟ್ಟಾ ವಿರೋಧಿಯಾಗುವ ಅಂಚಿಗೂ ತಲುಪಿತ್ತು; ಈಗ ಅದು ಸ್ವಾತಂತ್ರ್ಯಾನಂತರದ ರಾಜತಾಂತ್ರಿಕತೆಯು ಬೇರೂರುತ್ತಿದ್ದಂತೆ ಹೆಚ್ಚುತ್ತಿರುವ ಸಮಾನ ಹಿತಾಸಕ್ತಿಗಳನ್ನು ಬೆಳೆಸಿಕೊಂಡಿತು. 1953 – 54ರ ನಂತರ, ವಿಶೇಷವಾಗಿ ಪಾಕಿಸ್ತಾನವು ಯುಎಸ್ ನೇತೃತ್ವದ ಮೈತ್ರಿ ವ್ಯವಸ್ಥೆಗಳಿಗೆ ಸೇರಿದ ನಂತರ ಇದು ವೇಗ ಪಡೆಯಿತು. ನಮ್ಮ ದೇಶದ ಅನೇಕ ರಾಜಕೀಯ ಪಕ್ಷಗಳು ಸೋವಿಯತ್ ಒಕ್ಕೂಟವನ್ನು ಪ್ರಗತಿಪರ ಶಕ್ತಿಯಾಗಿ ನೋಡಿದ್ದವು. ತನ್ನ ನೆರೆಹೊರೆಯವರ ಪಾಶ್ಚಾತ್ಯ ಶಸ್ತ್ರಾಸ್ತ್ರಗಳ ಬಗ್ಗೆ ಹೆಚ್ಚೆಚ್ಚು ಚಿಂತಿತವಾಗಿರುವ ಭಾರತಕ್ಕೆ, ಈ ಸಂಬಂಧವು ಒಂದು ರೀತಿಯಲ್ಲಿ ಸುರಕ್ಷತೆಯ ವಿಮೆಯೂ ಆಗಿತ್ತು; ಮತ್ತು ನಮ್ಮ ರಾಷ್ಟ್ರೀಯ ಸಾಮರ್ಥ್ಯಗಳಿಗೆ ಸಕ್ರಿಯ ಕೊಡುಗೆಯೂ ಆಗಿತ್ತು. 1971ರಲ್ಲಿ ಭಾರತೀಯ ಉಪಖಂಡದ ಕಾರ್ಯತಂತ್ರಕ್ಕೆ ಮುಖ್ಯವಾದ ಅಂಶವಾಗಿ ನಿರ್ಣಾಯಕವಾಗುವ ಮಟ್ಟಕ್ಕೆ ರಷ್ಯಾದ (ಆಗಿನ ಸೋವಿಯತ್ ಒಕ್ಕೂಟ) ಪಾತ್ರವು ಬೆಳೆಯಿತು.

ಇದರ ಪರಿಣಾಮವಾಗಿ ಮೂಡಿದ ಸದ್ಭಾವನೆಯು ಈ ಸಂಬಂಧಗಳನ್ನು ಜಾಗತಿಕ ತುಮುಲಗಳ ಹೊರತಾಗಿಯೂ ಭಾರತದ ಹಿತಾಸಕ್ತಿಗಳಿಗೆ ತಕ್ಕ ನಿರಂತರ ಸಂವೇದನೆಯೊಂದಿಗೆ ಸ್ಥಿರವಾಗಿರಿಸಿದೆ. ಸೋವಿಯತ್ ಒಕ್ಕೂಟದ ವಿಭಜನೆಯೂ ಸೀಮಿತ ಪರಿಣಾಮವನ್ನು ಬೀರಿತು. ಎರಡೂ ದೇಶಗಳು ಒಂದೇ ದಶಕದೊಳಗೆ ತಮ್ಮ ಪರಸ್ಪರ ಆದ್ಯತೆಗಳನ್ನು ಮರುಶೋಧಿಸಿಕೊಂಡವು.

ಇಂದು, ರಷ್ಯಾದೊಂದಿಗಿನ ಈ ಭಾರತೀಯ ಸಂಬಂಧವೇ ಜಾಗತಿಕ ರಾಡಾರ್‌ನಲ್ಲಿ ಪ್ರಮುಖವಾದ ಸಂಗತಿಯಾಗಿದೆ. ಪ್ರಾಮುಖ್ಯದ ದೃಷ್ಟಿಯಿಂದ, ಇದು ಯುಎಸ್ ಮತ್ತು ಚೀನಾದ ಸಂಬಂಧಗಳ ಹಾಗೆಯೇ ಇದೆ. ಅದರ ಆರ್ಥಿಕ ಅಂಶಗಳು ಇಲ್ಲಿ ಕಡಿಮೆ ಇರಬಹುದು; ಆದರೆ ಭಾರತಕ್ಕೆ ಇದು ಅಗಾಧವಾದ ಕಾರ್ಯತಂತ್ರ ಮತ್ತು ಭದ್ರತಾ ಪ್ರಸ್ತುತತೆಯನ್ನು ಹೊಂದಿದೆ. ಆದಾಗ್ಯೂ, ಅನಿರೀಕ್ಷಿತ ಸಂಘರ್ಷದ ಅನಪೇಕ್ಷಿತ

ಪರಿಣಾಮಗಳು ದೀರ್ಘಕಾಲದಿಂದ ಚರ್ಚೆಯಲ್ಲಿದ್ದ ಕೆಲವು ಸಾಧ್ಯತೆಗಳನ್ನು ತ್ವರಿತಗೊಳಿಸಿವೆ. ಇದರ ಪರಿಣಾಮವಾಗಿ, ಭಾರತವು ತನ್ನ ಆರ್ಥಿಕ ಬೆಳವಣಿಗೆಯನ್ನು ಹೆಚ್ಚಿಸುವ ಮತ್ತು ಅಂತಹ ಅಗತ್ಯಗಳನ್ನು ವಿಸ್ತರಿಸುವ ಸಮಯದಲ್ಲಿ ರಷ್ಯಾವು ಸಂಪನ್ಮೂಲಗಳ ಪ್ರಾಥಮಿಕ ಪೂರೈಕೆದಾರ ದೇಶವಾಗಬಹುದು.

ಸಹಭಾಗಿತ್ವದ ಬಗ್ಗೆ ಇಂದು ಇರುವ ವಿಪರ್ಯಾಸವೆಂದರೆ ಅದು ಗಮನ ಸೆಳೆಯುವ ವಿಷಯ; ಏಕೆಂದರೆ ಅದು ಬದಲಾಗಿದೆ ಎಂಬ ಕಾರಣಕ್ಕಲ್ಲ; ಆದರೆ ಅದು ಬದಲಾಗಿಲ್ಲ ಎಂಬ ಕಾರಣಕ್ಕೆ. ವಾಸ್ತವವಾಗಿ, ಎರಡನೆಯ ಮಹಾಯುದ್ಧದ ನಂತರದ ವಿಶ್ವದ ಪ್ರಮುಖ ಸಂಬಂಧಗಳಲ್ಲೇ ರಷ್ಯಾ ಮತ್ತು ಭಾರತದ ನಡುವಿನ ಸಂಬಂಧಗಳು ಗರಿಷ್ಠ ಪ್ರಮಾಣದಲ್ಲಿ ಸ್ಥಿರವಾಗಿವೆ. ಪ್ರತಿಯೊಂದೂ ದೇಶವು ಇತರ ಅನೇಕ ಸಹಭಾಗಿಯೊಂದಿಗಿನ ಸಂಬಂಧಗಳಲ್ಲಿ ಏರಿಳಿತಗಳನ್ನು ಕಂಡಿದೆ. ಆದರೂ, ವಿವಿಧ ಕಾರಣಗಳಿಗಾಗಿ, ಎರಡೂ ದೇಶಗಳು ಜಾಗತಿಕ ಘಟನೆಗಳ ಚಂಚಲತೆಯಿಂದ ತಮ್ಮ ಸ್ವಂತ ಸಂಬಂಧವನ್ನು ರಕ್ಷಿಸಿಕೊಳ್ಳುವುದರಲ್ಲಿ ಯಶಸ್ವಿಯಾಗಿವೆ. ಭೂ – ರಾಜಕೀಯದ ಜಾರಿವ್ಯವಸ್ಥೆ ಮತ್ತು ಪರಸ್ಪರ ಲಾಭಗಳು – ಇವೆರಡೂ ಅಂಶಗಳು ಸೇರಿ ಬಲವಾದ ಶಕ್ತಿಯನ್ನು ಒದಗಿಸಿದೆ ಎಂದು ತೋರುತ್ತದೆ.

ಸಂಬಂಧಗಳು ಸ್ಥಿರವಾಗಿದ್ದರೆ, ಎರಡೂ ದೇಶಗಳು ರಾಜಕೀಯವಾಗಿ ಅಥವಾ ಸಮಾಜವಾಗಿ ಸ್ಥಿರವಾಗಿ ಉಳಿದಿವೆ ಎಂದಲ್ಲ. ಕಳೆದ ಕಾಲು ಶತಮಾನದಲ್ಲಿ, ಭಾರತವು ಐದನೇ ಅತಿದೊಡ್ಡ ಆರ್ಥಿಕತೆಯಾಗಿ, ಪರಮಾಣು ಶಸ್ತ್ರಾಸ್ತ್ರ ಶಕ್ತಿಯಾಗಿ, ತಂತ್ರಜ್ಞಾನ ಕೇಂದ್ರವಾಗಿ, ಜಾಗತಿಕ ಪ್ರತಿಭೆಗಳ ಆಗರವಾಗಿ ಮತ್ತು ಅಂತಾರಾಷ್ಟ್ರೀಯ ಚರ್ಚೆಗಳನ್ನು ರೂಪಿಸುವ ಸಕ್ರಿಯ ದೇಶವಾಗಿ ಹೊರಹೊಮ್ಮಿದೆ. ಭಾರತದ ಆಸಕ್ತಿಗಳು ಮತ್ತು ಪ್ರಭಾವವು ಉಪಖಂಡದ ಆಚೆಗೂ ಬೆಳೆದಿದೆ.

ಏತನ್ಮಧ್ಯೆ, ದಿಕ್ಕು ಮತ್ತು ಆದ್ಯತೆಗಳ ಬದಲಾವಣೆಗಳೊಂದಿಗೆ ರಷ್ಯಾವು ತನ್ನನ್ನು ತಾನೇ ಹೆಚ್ಚು ರಾಷ್ಟ್ರೀಯವಾಗಿ ವ್ಯಾಖ್ಯಾನಿಸಿಕೊಂಡಿವೆ. ಯುರೇಶಿಯನ್ ಶಕ್ತಿಯಾಗಿ ಅದರ ಅಂತರ್ಗತ ಗುಣಲಕ್ಷಣ ಮತ್ತು ಅದರ ಜಾಗತಿಕ ಸ್ಥಾನಮಾನವು ಅದನ್ನು ವಿಶ್ವವ್ಯವಸ್ಥೆಯಲ್ಲಿ ಪ್ರಮುಖವಾಗಿಸುತ್ತದೆ. ಪ್ರದೇಶಗಳು ಮತ್ತು ಸಮಸ್ಯೆಗಳಾದ್ಯಂತ ಫಲಿತಾಂಶಗಳ ಮೇಲೆ ಪ್ರಭಾವ ಬೀರುವ ಸಾಮರ್ಥ್ಯವನ್ನು ರಷ್ಯಾ ಪ್ರದರ್ಶಿಸಿದೆ. ಇಂಧನ, ಸಂಪನ್ಮೂಲಗಳು ಮತ್ತು ತಂತ್ರಜ್ಞಾನದಂತಹ ಕ್ಷೇತ್ರಗಳಲ್ಲಿ ಅದರ ಪ್ರಾಮುಖ್ಯ ಗಮನಾರ್ಹ.

ಕಳೆದ ಮೂರು ದಶಕಗಳಲ್ಲಿ ರಷ್ಯಾ ಮತ್ತು ಭಾರತ ಎರಡೂ ಸ್ವತಂತ್ರವಾಗಿಯೇ ವಿಕಾಸವಾಗಿವೆ. ಎರಡೂ ದೇಶಗಳು ಸಮಾನ ಅಭಿಪ್ರಾಯವಿರದ ಇತರ ದೇಶಗಳೊಂದಿಗೆ ಭಾಗಿತ್ವ ಹೊಂದಿರಬಹುದು. ಅವರ ಸ್ವಂತ ದ್ವಿಪಕ್ಷೀಯ ಸಮತೋಲನ ಮತ್ತು ಸಮೀಕರಣವೂ ಕಾಲಾನುಕ್ರಮದಲ್ಲಿ ಅಭಿವೃದ್ಧಿಗೊಂಡಿದೆ. ಹೀಗಿದ್ದೂ ಪರಸ್ಪರರ ಯೋಚನೆಗಳನ್ನು ರೂಪಿಸುವ ಸದ್ಭಾವನೆಯ ಪರಂಪರೆಯ ಮೇಲೆ ಕಟ್ಟಿದ ಹಲವು ಹಿತಾಸಕ್ತಿಗಳಲ್ಲಿ ಸಾಮಾನ್ಯ ಅಂಶಗಳಿವೆ ಎಂದೇ ಕಾಣುತ್ತದೆ. ಇಲ್ಲಿರುವ ವ್ಯತ್ಯಾಸದ ಅಂಶವೆಂದರೆ, ಬದಲಾಗುತ್ತಿರುವ ಜಗತ್ತಿನಲ್ಲಿಯೂ ಎರಡೂ ದೇಶಗಳು ಪರಸ್ಪರರ ಹಿತಾಸಕ್ತಿಗಳ ಮೇಲೆ ಪ್ರತಿಕೂಲ ಪರಿಣಾಮ ಬೀರುವ ರೀತಿಯಲ್ಲಿ ವರ್ತಿಸದಂತೆ ಹೆಚ್ಚಿನ ಕಾಳಜಿ ವಹಿಸಿವೆ. ನಿಸ್ಸಂಶಯವಾಗಿ ಇದನ್ನು

ಸಂರಕ್ಷಿಸುವುದು ಅತಿಮುಖ್ಯವಾಗಿದೆ.

ಭಾರತ ಮತ್ತು ರಷ್ಯಾಗಳು ವಿಭಿನ್ನ ಇತಿಹಾಸ ಮತ್ತು ಭೌಗೋಳಿಕತೆಗಳಿಂದ ರೂಪುಗೊಂಡಿದ್ದರೂ, ಬಹುಧ್ರುವೀಯ ಜಗತ್ತಿಗೆ ಪರಿಕಲ್ಪನೆಯ ರೂಪದಲ್ಲಿ ಸಮಾನ ಬದ್ಧತೆಯನ್ನು ಹಂಚಿಕೊಂಡಿವೆ ಮತ್ತು ಜಾಗತಿಕ ಸಮ್ಮತ ವ್ಯವಸ್ಥೆಯಾಗಿ ಅದರ ಸ್ಥಾಪನೆಯತ್ತ ಹೊರಳಿವೆ. ಭೌಗೋಳಿಕತೆಗಳಾದ್ಯಂತ ಅನ್ವಯಿಸಿದಾಗ ಅದರ ಬಗ್ಗೆ ಅವರ ಗ್ರಹಿಕೆಗಳು ಒಂದೇ ಆಗಿರಲಾರವು. ರಷ್ಯಾವು ಯುರೇಶಿಯನ್ ಶಕ್ತಿಯಾಗಿರುವುದರಿಂದ, ಬಹುಧ್ರುವೀಯ ಜಗತ್ತಿನಲ್ಲಿ ಬಹುಧ್ರುವೀಯ ಏಶ್ಯಾವನ್ನು ತನ್ನ ಕೇಂದ್ರವಾಗಿ ಹೊಂದಿರುವುದು ಅತ್ಯಗತ್ಯವೆಂದು ರಷ್ಯಾ ಭಾವಿಸುವುದು ಭಾರತಕ್ಕೆ ಅತ್ಯವಶ್ಯವಾಗಿದೆ. ವಿಶಿಷ್ಟತೆಯನ್ನು ಬಯಸದೆ ಸಹಭಾಗಿತ್ವಗಳ ನ್ಯಾಯಸಮ್ಮತ ಶೋಧವೇ ಈ ಬಗೆಯ ವಿಶ್ವದ ಕಾರ್ಯಾಚರಣಾ ನೀತಿಯಾಗಿದೆ. ಬಲವಾದ ಸ್ವಾತಂತ್ರ್ಯದ ಪ್ರಜ್ಞೆಯನ್ನು ಹೊಂದಿರುವ ಎರಡು ದೇಶಗಳು ಇನ್ನೊಬ್ಬರ ಉದ್ದೇಶವನ್ನು ಪ್ರಶಂಸಿಸಲು ಕಷ್ಟಪಡಬೇಕಿಲ್ಲ. ಜಾಗತಿಕ ಬದಲಾವಣೆಯ ದಿಕ್ಕಿನಲ್ಲಿ ರಷ್ಯಾವು ಪಾತ್ರ ಹೊಂದಿದ್ದರೂ, ಅದು ಪ್ರಸ್ತುತ ಅಂತಾರಾಷ್ಟ್ರೀಯ ವ್ಯವಸ್ಥೆಯಲ್ಲಿ ಆಳವಾದ ಆಸಕ್ತಿಗಳನ್ನು ಹೊಂದಿರುವ ರಾಜ್ಯವ್ಯವಸ್ಥೆಯೂ ಆಗಿದೆ. ಇದು ಭಾರತದ ಏಳಿಗೆಗೆ ಎಷ್ಟರ ಮಟ್ಟಿಗೆ ಅವಕಾಶ ನೀಡುತ್ತದೆ ಎಂಬುದೇ ನಮ್ಮ ಬಾಂಧವ್ಯದ ಭವಿಷ್ಯದ ಒಂದು ಪ್ರಮುಖ ಅಂಶ.

ಈ ಸಂಬಂಧಗಳ ಇತಿಹಾಸವನ್ನು ಗಮನಿಸಿದರೆ, ಭಾರತೀಯರು ವಿಶ್ವಸಂಸ್ಥೆ ಭದ್ರತಾ ಮಂಡಳಿ (ಯುಎನ್ಎಸ್‌ಸಿ)ಯ ಸುಧಾರಣೆ ಸೇರಿದಂತೆ ರಷ್ಯಾದ ಬೆಂಬಲವನ್ನು ನಿರೀಕ್ಷಿಸುತ್ತಾರೆ. ಉಕ್ರೇನ್ ಸಂಘರ್ಷವು ರಷ್ಯಾವು ಪಶ್ಚಿಮದ ಕಡೆಗಿನ ತನ್ನ ಸಾಂಪ್ರದಾಯಿಕ ಗಮನವನ್ನು ಮರುಪರಿಶೀಲಿಸಲು ಕಾರಣವಾಗಿದೆ. ಆರ್ಥಿಕ ರಂಗದಲ್ಲಿ ಏಶ್ಯಾದ ಕಡೆಗೆ ಅದರ ಗಮನವು ಹೆಚ್ಚಾಗಿರುವುದು ಈಗಾಗಲೇ ಕಂಡುಬರುತ್ತಿದೆ. ಭಾರತದ ಮಟ್ಟಿಗೆ, ಇದು ಇಲ್ಲಿಯವರೆಗೆ ಸೇನೆ, ಪರಮಾಣು ಮತ್ತು ಬಾಹ್ಯಾಕಾಶ ಸಹಕಾರದ ಮೂರಂಶಗಳ ಮೇಲೆ ವಿಶೇಷವಾಗಿ ಅವಲಂಬಿಸಿದ್ದ ಸಂಬಂಧವನ್ನು ಇನ್ನಷ್ಟು ವಿಸ್ತರಿಸುತ್ತದೆ.

ಮುಂಬರುವ ವರ್ಷಗಳಲ್ಲಿ, ಏಶ್ಯಾದ ಚಹರೆಯ ಹಿನ್ನೆಲೆಯಲ್ಲಿ ಭಾರತದ ಮೇಲಿನ ರಷ್ಯಾದ ಗಮನವು ಬದಲಾಗುತ್ತದೆ ಎಂದು ನಿರೀಕ್ಷಿಸಬಹುದು, ಈ ಕುರಿತ ರೂಪುರೇಷೆಗಳು ಮೂಡುತ್ತಿವೆ. ಇದು ಅಂತಾರಾಷ್ಟ್ರೀಯ ಉತ್ತರ – ದಕ್ಷಿಣ ಸಾರಿಗೆ ಕಾರಿಡಾರ್ ಅಥವಾ ಚೆನ್ನೈ – ವ್ಲಾಡಿವೋಸ್ಟಾಕ್ ಕಡಲ ಮಾರ್ಗ ಮತ್ತು ರಷ್ಯಾದ ಅತಿ ಪೂರ್ವದಲ್ಲಿ ಹೆಚ್ಚಿನ ಭಾರತೀಯ ಪಾಲ್ಗೊಳ್ಳುವಿಕೆ ಅಥವಾ ಬಹುಶಃ ಮಧ್ಯ ಏಶ್ಯಾ ಮತ್ತು ಆರ್ಕಟಿಕ್‌ನಲ್ಲಿ ನಿಕಟ ಸಹಯೋಗ – ಯಾವುದೂ ಆಗಿರಬಹುದು. ಒಟ್ಟಾರೆಯಾಗಿ, ಭಾರತ – ರಷ್ಯಾ ಸಂಬಂಧಗಳು ತಂತಮ್ಮ ಪಥವನ್ನು ಕಾಯ್ದುಕೊಳ್ಳುತ್ತಲೇ ವಿಕಾಸಕ್ಕೆ ಸಜ್ಜಾಗಿವೆ.

ವಿಭಿನ್ನ ರೀತಿಯಲ್ಲಿ, ಬ್ರಿಟಿಷ್ ಮತ್ತು ರಷ್ಯಾದ ಸಂಬಂಧಗಳು ಭಾರತೀಯರಲ್ಲಿ ಭಾವನೆಗಳನ್ನು ಹುಟ್ಟುಹಾಕುತ್ತವೆ. ಆದರೆ ನೀತಿಯು ಭಾವನೆಗಳಿಗೆ ಹೊರತಾಗದಿದ್ದರೂ, ಅಂತಿಮವಾಗಿ ವಾಸ್ತವಿಕ ಸಂಗತಿಗಳು ಮತ್ತು ವೆಚ್ಚ – ಅನುಕೂಲದ ವಿಶ್ಲೇಷಣೆಗಳಿಂದಲೇ ನಡೆಯುತ್ತದೆ. ಭಾರತವು ಬದಲಾಗುತ್ತಿರುವ ಸನ್ನಿವೇಶದ ಬಗ್ಗೆ ಗಮನಿಸಿ ತನ್ನ ಮುಂದಿನ ಹಾದಿಯನ್ನು ರೂಪಿಸಲು ಪ್ರಯತ್ನಿಸುತ್ತಿರುವಾಗ, ಹೊಂದಾಣಿಕೆಗಳನ್ನಷ್ಟೇ ನಿರೀಕ್ಷಿಸಬಹುದು.

ಫ್ರಾನ್ಸ್: ಮೂರನೇ ಮಾರ್ಗ

ಯುಕೆ ಮತ್ತು ರಷ್ಯಾಗೆ ವ್ಯತಿರಿಕ್ತವಾಗಿ, ಫ್ರಾನ್ಸ್ ಹೊಸ ತುಲನಾತ್ಮಕವಾಗಿ ರಾಜತಾಂತ್ರಿಕ ಆವಿಷ್ಕಾರವಾಗಿದೆ. ಅದರ ವಸಾಹತುಶಾಹಿ ಗತಕಾಲವು ಸಾರ್ವಜನಿಕ ಪ್ರಜ್ಞೆಯಲ್ಲಿ ಸಾಕಷ್ಟು ಹಿಂದೆ ಸರಿದಿದೆ. ಇತಿಹಾಸದ ಕನಿಷ್ಠ ಅವಲಂಬನೆಯು ಅದಕ್ಕೆ ಅವಕಾಶಗಳನ್ನು ನೀಡಿದೆ; ಹಾಗೆಯೇ ಅದು ಆಯ್ದ ರಂಗಗಳ ಬೆಳವಣಿಗೆಯತ್ತಲೇ ಗಮನ ಹರಿಸಿದೆ.

ಈಗ ಎರಡು ದಶಕಗಳಿಂದ, ಈ ಸಂಬಂಧವು ಸ್ಥಿರವಾಗಿ ಮುಂದುವರಿಯುತ್ತಿದೆ. ಇದು ಬಾಹ್ಯ ಅಂಶಗಳಿಂದ ಪ್ರಚೋದಿಸಲ್ಪಟ್ಟ ಅಚ್ಚರಿಗಳು ಮತ್ತು ಬದಲಾವಣೆಗಳಿಂದ ಮುಕ್ತವಾಗಿದೆ. ಎರಡೂ ದೇಶಗಳು ಮೌಲ್ಯಗಳು ಮತ್ತು ನಂಬಿಕೆಗಳನ್ನು ಹಂಚಿಕೊಂಡಿವೆಯಲ್ಲದೆ ರಾಷ್ಟ್ರೀಯ ಸಾಮರ್ಥ್ಯಗಳನ್ನು ನಿರ್ಮಿಸಲು ಸಾಕಷ್ಟು ಒತ್ತು ನೀಡುತ್ತಿವೆ. ಎರಡೂ ದೇಶಗಳು ತಮ್ಮ ಕಾರ್ಯತಂತ್ರದ ಅವಕಾಶವನ್ನು ಹಿಗ್ಗಿಸಲು ಪ್ರಯತ್ನಿಸುತ್ತಲೇ ಶೀತಲಸಮರದ ಯುಗವನ್ನು ನಿರ್ವಹಿಸಿದವು. ಆಧುನಿಕ ಕಾಲದಲ್ಲಿ, ಈ ಎರಡೂ ದೇಶಗಳು 1950ರ ದಶಕದಷ್ಟು ಹಳೆಯದಾದ ಬಲವಾದ, ಎರಡಕ್ಕೂ ಸಮಾನ ಅಂಶಗಳನ್ನೇ ಸಾಧಿಸಿವೆ. ಅಂದಿನಿಂದ, ನಂತರದ ತಲೆಮಾರುಗಳ ಫ್ರೆಂಚ್ ವೇದಿಕೆಗಳು ಮತ್ತು ಸಾಧನಗಳು ಭಾರತೀಯ ಸೇನಾ ಪಡೆಯ ಅವಿಭಾಜ್ಯ ಅಂಗವಾಗಿದೆ. ಆದ್ದರಿಂದ, ಭಾರತವು ಫ್ರಾನ್ಸನ್ನು ತನ್ನ ರಾಷ್ಟ್ರೀಯ ಭದ್ರತೆಯ ಪ್ರಮುಖ ಸಹಭಾಗಿಯಾಗಿ ನೋಡಲು ಉತ್ತಮ ಕಾರಣಗಳಿವೆ.

ಭಾರತದ ಕಾರ್ಯತಂತ್ರದ ಚಿಂತನೆಯ ಅಭಿವೃದ್ಧಿಯಲ್ಲಿ, ವಿಶೇಷವಾಗಿ ಅದರ ಪರಮಾಣು ಶಕ್ತಿಯ ನಿಲುವಿನಲ್ಲಿ ಫ್ರಾನ್ಸ್ ಪ್ರಮುಖ ಪ್ರಭಾವಿ ದೇಶವಾಗಿತ್ತು. ವಾಸ್ತವವಾಗಿ, ವಿಶ್ವಾಸಾರ್ಹ ಕನಿಷ್ಠ ಪ್ರತಿರೋಧದ ಪರಿಕಲ್ಪನೆಯನ್ನು ಫ್ರೆಂಚ್ ಅನುಭವದ ಕಲಿಕೆಗಳಿಂದಲೇ ಪಡೆಯಲಾಗಿದೆ. ಅಷ್ಟೇ ಅಲ್ಲ, 1998ರ ಪರಮಾಣು ಪರೀಕ್ಷೆಗಳ ನಂತರ, ಇದು ನಮ್ಮ ಕಾರ್ಯತಂತ್ರಾತ್ಮಕ ಅನಿವಾರ್ಯತೆಗಳ ಬಗ್ಗೆ ಅರಿತುಕೊಂಡ ಮೊದಲ ಪರಮಾಣು ಶಕ್ತಿಯಾಗಿದೆ. ಆದ್ದರಿಂದ, ಪ್ರಧಾನಿ ಅಟಲ್ ಬಿಹಾರಿ ವಾಜಪೇಯಿ ಅವರು ಪರಮಾಣು ಪರೀಕ್ಷೆಗಳ ನಂತರ ಪ್ಯಾರಿಸ್ ಅನ್ನು ತಮ್ಮ ಮೊದಲ ದ್ವಿಪಕ್ಷೀಯ ತಾಣವನ್ನಾಗಿ ಮಾಡಿದ್ದು ಆಶ್ಚರ್ಯವೇನಲ್ಲ. ಅಧ್ಯಕ್ಷ ಜಾಕ್ವೆಸ್ ಚಿರಾಕ್ ಅವರೊಂದಿಗೆ, ಅವರು ಎರಡೂ ದೇಶಗಳ ನಡುವಿನ ಕಾರ್ಯತಂತ್ರದ ಸಹಭಾಗಿತ್ವವನ್ನು ಪ್ರಾರಂಭಿಸಿದರು; ಅದು ಇಂದಿಗೂ ನಮಗೆ ಸಕ್ರಿಯವಾಗಿದೆ. ನಾಗರಿಕ ಪರಮಾಣು ಶಕ್ತಿಯಲ್ಲಿ ಅಂತಾರಾಷ್ಟ್ರೀಯ ಸಹಕಾರವನ್ನು ಪುನರಾರಂಭಿಸಲು 2008ರಲ್ಲಿ ಪರಮಾಣು ಪೂರೈಕೆದಾರರ ಗುಂಪಿನಿಂದ (ಎನ್ಎಸ್ಜಿ) ವಿನಾಯಿತಿ ಪಡೆಯುವಲ್ಲಿ ಫ್ರೆಂಚ್ ಬೆಂಬಲವು ಪ್ರಮುಖ ಪಾತ್ರ ವಹಿಸಿತು.

ಸ್ಪರ್ಧಾತ್ಮಕ ಮತ್ತು ಸಂಕೀರ್ಣ ಹಿತಾಸಕ್ತಿಗಳು ಆಯ್ಕೆಗಳ ಮೇಲೆ ಪರಿಣಾಮ ಬೀರುವ ವಿಶ್ವಸಂಸ್ಥೆ ಭದ್ರತಾ ಮಂಡಳಿ (ಯುಎನ್ಎಸ್‌ಸಿ) ಮತ್ತು ಇತರ ಅಂತಾರಾಷ್ಟ್ರೀಯ ವೇದಿಕೆಗಳಲ್ಲಿ, ಫ್ರಾನ್ಸ್ ಏಕನಿಷ್ಠೆಯ ಸಹಭಾಗಿಯಾಗಿದೆ. ಉದಾಹರಣೆಗೆ, ಭಯೋತ್ಪಾದನೆ ಮತ್ತು ಭಯೋತ್ಪಾದಕ ಗುಂಪುಗಳ ವಿರುದ್ಧ ವಿಶ್ವಸಂಸ್ಥೆಯ ಕ್ರಮವನ್ನು ಸಜ್ಜುಗೊಳಿಸುವಲ್ಲಿ ಎರಡೂ ದೇಶಗಳ ಸಹಯೋಗವು ಹೆಚ್ಚಿನ ಪರಿಣಾಮಕ್ಕೆ ನೆರವಾಗಿದೆ. ವಿಶ್ವಸಂಸ್ಥೆ ಭದ್ರತಾ ಮಂಡಳಿ (ಯುಎನ್ಎಸ್‌ಸಿ)ಯ ಖಾಯಂ ಸದಸ್ಯತ್ವಕ್ಕಾಗಿ ಭಾರತ ಹೂಡಿದ ವಾದವನ್ನು ಫ್ರಾನ್ಸ್ ನೇರವಾಗಿ ಬೆಂಬಲಿಸಿದೆ.

ಕಳೆದ ಕೆಲವು ವರ್ಷಗಳಲ್ಲಿ, ಸಂಕ್ರಮಣ ಸ್ಥಿತಿಯಲ್ಲಿರುವ ಪ್ರಪಂಚದ ಅನಿಶ್ಚಿತತೆಗಳು ಮತ್ತು ಅಸಮತೋಲನವು ಸಾಮಾನ್ಯ ಕಾರ್ಯತಂತ್ರದ ಉದ್ದೇಶ ಇರಬೇಕೆಂಬ ಬಲವಾದ ಪ್ರಜ್ಞೆಯನ್ನು ಉತ್ತೇಜಿಸಿದೆ. ಪ್ರಸ್ತುತ ಆದ್ಯತೆಗಳಲ್ಲಿ, ಇಂಡೋ–ಪೆಸಿಫಿಕ್‌ನಲ್ಲಿ ಹೆಚ್ಚು ನಿಕಟವಾಗಿ ಸಹಕರಿಸುವುದೂ ಒಂದಾಗಿದೆ; ಅಲ್ಲಿ ಭಾರತವು ಮಧ್ಯದಲ್ಲಿದೆ; ಫ್ರಾನ್ಸ್ ಅದರ ಒಂದು ಬದಿಯಲ್ಲಿ ಬೆಂಬಲಕ್ಕೆ ನಿಂತಿದೆ. ಉಭಯ ದೇಶಗಳು ಇತ್ತೀಚೆಗೆ ಆಸ್ಟ್ರೇಲಿಯಾ ಮತ್ತು ಯುನೈಟೆಡ್ ಅರಬ್ ಎಮಿರೇಟ್ಸ್ (ಯುಎಇ)ನೊಂದಿಗೆ ತ್ರಿಪಕ್ಷೀಯ ಒಪ್ಪಂದಗಳನ್ನು ಮಾಡಿಕೊಂಡಿವೆ ಎಂಬುದೂ ಇಲ್ಲಿ ಗಮನಾರ್ಹ.

ಇತ್ತೀಚಿನ ವರ್ಷಗಳಲ್ಲಿ ಭಾರತಕ್ಕೆ ಫ್ರಾನ್ಸ್‌ನೊಂದಿಗಿನ ಸಂಬಂಧಗಳು ತನ್ನ ನಿರ್ಣಾಯಕ ಸಹಭಾಗಿಗಳನ್ನು 'ಸರಿಗಾತ್ರಕ್ಕೆ' ಹೊಂದಿಸುವ ಸವಾಲಿಗೆ ಸರಿಹೊಂದುತ್ತವೆ. ಮೂರನೇ ಮಾರ್ಗವನ್ನು ಪ್ರತಿಪಾದಿಸುವ ದೇಶವೂ ಕೂಡ ಸ್ವತಂತ್ರ ಮಾನಸಿಕತೆಯ ಭಾರತಕ್ಕೆ ಆಪ್ತವಾಗುತ್ತದೆ. ಅದರ ಸ್ವಾಯತ್ತತೆ ಮತ್ತು ಸ್ವಾವಲಂಬನೆ ಬಲವಾಗಿ ಅನುರಣಿಸುತ್ತದೆ; ಹಾಗೆಯೇ ದೊಡ್ಡ ಕಾಳಜಿಗಳ ನಿರ್ವಹಣೆಯಲ್ಲಿ ಅದರ ಸಂಯಮವೂ ಗಮನಾರ್ಹ. ಒಮ್ಮೆ ಉಭಯ ದೇಶಗಳು ಇದನ್ನು ಒಂದು ಮೂಲಾಧಾರವಾಗಿ ಮಾಡಿಕೊಳ್ಳಲು ಪ್ರಜ್ಞಾಪೂರ್ವಕವಾಗಿ ನಿರ್ಧರಿಸಿದ ನಂತರ, ಎರಡೂ ದೇಶಗಳ ಸಹಯೋಗವು ಹಲವರ ಆಡಳಿತಗಳಲ್ಲಿ ಸ್ಥಿರವಾಗಿ ಬೆಳೆಯಿತು. ಇದರ ಪರಿಣಾಮವಾಗಿ, ತನ್ನ ವಿಶಾಲ ಆಕಾಂಕ್ಷೆಗಳ ಅನ್ವೇಷಣೆಯಲ್ಲಿ, ಭಾರತವು ಫ್ರಾನ್ಸಿನಲ್ಲಿ ಬಹುಧ್ರುವೀಯತೆಗೆ ಬದ್ಧವಾಗಿರುವ ಮತ್ತೊಂದು ಮಹತ್ವದ ದೇಶವನ್ನು ಕಂಡುಕೊಂಡಿದೆ.

ಆದಾಗ್ಯೂ, ಭಾರತ ಮತ್ತು ಫ್ರಾನ್ಸ್ ಎರಡೂ ತಮ್ಮ ನಿರ್ಧಾರದ ಸ್ವಾತಂತ್ರ್ಯವನ್ನು ಉಳಿಸಿಕೊಳ್ಳಬೇಕೆಂದು ದೀರ್ಘಕಾಲದಿಂದ ಇದ್ದ ಒತ್ತಾಯವು ಒಮ್ಮತವನ್ನು ಉಂಟುಮಾಡಬಹುದಾದರೂ, ಪ್ರತಿಯೊಂದೂ ದೇಶವೂ ತನ್ನದೇ ಆದ ದೃಷ್ಟಿಕೋನವನ್ನು ಹೊಂದಿರುತ್ತದೆ. ಏನೇ ಹೇಳಿದರೂ, ಎರಡೂ ದೇಶಗಳು ವಿಭಿನ್ನ ಭೌಗೋಳಿಕ ಪ್ರದೇಶಗಳಲ್ಲಿ ಇವೆ. ಇದೇ ಸ್ವಾಭಾವಿಕವಾಗಿ ಆದ್ಯತೆಗಳು ಮತ್ತು ಆಸಕ್ತಿಗಳನ್ನು ನಿರ್ಧರಿಸುತ್ತದೆ.

ಇತರ ಎಲ್ಲ ಸಂಬಂಧಗಳಂತೆ, ಈ ಸಂಬಂಧಕ್ಕೂ ಸತತ ಪೋಷಣೆಯ ಅಗತ್ಯವಿದೆ. ಫ್ರಾನ್ಸ್ 'ಹೊರೈಜನ್ 2047'ಗಾಗಿ ಸಹಕಾರದ ದೃಷ್ಟಿಕೋನವನ್ನು ಮುಂದಿಟ್ಟಿದೆ ಎಂಬುದೇ ಆಶಾವಾದಕ್ಕೆ ಇರುವ ಮುಖ್ಯ ಕಾರಣ.

ಯುಕೆ, ರಷ್ಯಾ ಮತ್ತು ಫ್ರಾನ್ಸ್‌ನ ಪಿ–3 ಉದಾಹರಣೆಗಳು ಪರಸ್ಪರ ವೈಲಕ್ಷಣ್ಯಗಳನ್ನು ಹೊಂದಿರಬಹುದು. ಆದರೆ ಅವು ಸಂಬಂಧಗಳ ಆಂತರಿಕ ಮೌಲ್ಯವನ್ನು ತಿಳಿಸುತ್ತವೆ. ವಾಸ್ತವವೆಂದರೆ ವಿಶ್ವಸಂಸ್ಥೆ ಭದ್ರತಾ ಮಂಡಳಿ (ಯುಎನ್‌ಎಸ್‌ಸಿ)ಯ ಖಾಯಂ ಸದಸ್ಯ ದೇಶಗಳು ಆ ಸಂಸ್ಥೆಯನ್ನು ಮೀರಿದ ಪ್ರಾಮುಖ್ಯವನ್ನು ಹೊಂದಿವೆ. ಆದ್ದರಿಂದ, ಭಾರತದ ಹಿತಾಸಕ್ತಿಗಳು ಪ್ರಪಂಚದಾದ್ಯಂತ ತೆರೆದುಕೊಳ್ಳುತ್ತಿದ್ದಂತೆ ಈ ಸಂಬಂಧಗಳನ್ನು ಪೋಷಿಸುವುದು ಹೆಚ್ಚು ಮುಖ್ಯವಾಗಿದೆ.

ಪಶ್ಚಿಮದೊಂದಿಗೆ ಮರುಹೊಂದಿಕೆ

ಅಂತಾರಾಷ್ಟ್ರೀಯ ಸಂಬಂಧಗಳು ಏಕಕಾಲದಲ್ಲಿ ಸಾಮೂಹಿಕ ಮತ್ತು ರಾಷ್ಟ್ರೀಯ

ಚಟುವಟಿಕೆಯಾಗಿರುವುದರಿಂದ, ಒಟ್ಟಾರೆಯಾಗಿ ಪಶ್ಚಿಮದ ಬಗ್ಗೆ ಭಾರತದ ನಿಲುವನ್ನು ಅರಿಯುವುದು ಬಹುಶಃ ಉಪಯುಕ್ತ. ಅವುಗಳಲ್ಲಿ ಕೆಲವು ವಸಾಹತುಶಾಹಿಯ ಅನುಭವದ ಬಣ್ಣ ಪಡೆದಿರುತ್ತವೆ ಎಂಬುದು ಸಹಜವೇ. ಅಷ್ಟು ಹೇಳಿದ ಮೇಲೆ, ಈ ಯುಗವು ಉನ್ನತ ಬಂಧಕ್ಕೆ ಗಣನೀಯ ಪ್ರಮಾಣದಲ್ಲಿ ಅನುವು ಮಾಡಿಕೊಟ್ಟಿದೆ ಎಂಬುದೂ ನಿಜ.

ವಸಾಹತುಶಾಹಿ ಕಳಂಕದಿಂದ ಪಾರಾಗಬಹುದಾದ ಏಕೈಕ ಪಾಶ್ಚಾತ್ಯ ದೇಶ ಯುಎಸ್. ಆದಾಗ್ಯೂ, ಅದು ಪಾಕಿಸ್ತಾನಿ ಸೇನೆಯೊಂದಿಗೆ ಮತ್ತು ನಂತರ ಚೀನಾದೊಂದಿಗೆ ಬಲವಾಗಿ ಮೈತ್ರಿ ಮಾಡಿಕೊಳ್ಳುವ ಮೂಲಕ ಭಾರತದಲ್ಲಿ ತನ್ನ ದಾಖಲೆಗೆ ಕಳಂಕ ಹತ್ತಿಸಿಕೊಂಡಿತು. ಅದೇನೇ ಇದ್ದರೂ, ಈ ನಕಾರಾತ್ಮಕತೆಗಳು ಭಾರತದ ಸ್ವಾತಂತ್ರ್ಯದ ನಂತರ ನಿರ್ಮಿಸಲಾದ ಗಣನೀಯ ಆರ್ಥಿಕ, ತಾಂತ್ರಿಕ ಮತ್ತು ಸಾಮಾಜಿಕ ಸಂಪರ್ಕಗಳ ಎದುರು ಸರಿಹೊಂದಿಕೆಯಾದವು. ಕುತೂಹಲದ ಸಂಗತಿಯೆಂದರೆ, ಕೆಲವೊಮ್ಮೆ ಸನ್ನಿವೇಶಗಳ ಕಾರಣದಿಂದ ರಾಜಕೀಯ ಘರ್ಷಣೆಗಳು ಸಹ ತಗ್ಗಿದವು. ಭಾರತವನ್ನು ಯಾವಾಗಲೂ ಸ್ನೇಹಿತನಂತೆ ಪರಿಗಣಿಸದಿರಬಹುದು; ಆದರೆ ಶತ್ರುವಾಗಿಯೂ ಪರಿಗಣಿಸಿಲ್ಲ.

ತಮ್ಮ ಭೂ–ರಾಜಕೀಯದ ಮೂಲಕ ಆತಂಕವನ್ನು ಹುಟ್ಟುಹಾಕಿದ ಅವೇ ದೇಶಗಳು 1962ರ ಚೀನಾದೊಂದಿಗಿನ ಸಂಘರ್ಷದ ನಂತರ ಮುಂದೆ ಬಂದವು. ಮೂಲಸೌಕರ್ಯ ಸೃಷ್ಟಿ ಮತ್ತು ಕೃಷಿ ಸ್ವಾವಲಂಬನೆಗೆ ಅವರ ಕೊಡುಗೆಯನ್ನು ಕಡೆಗಣಿಸಲು ಸಾಧ್ಯವಿಲ್ಲ. ಒಟ್ಟಾರೆಯಾಗಿ ಈ ಅನುಭವಗಳು ಮತ್ತು ಪರಿಗಣನೆಗಳ ಒಟ್ಟಾರೆ ಅಂಶಗಳಿಂದಲೇ ಪಾಶ್ಚಾತ್ಯ ಬಣದ ಬಗೆಗಿನ ನಮ್ಮ ನಿಲುವು ಪ್ರಭಾವಿತವಾಗಿದೆ.

ಹಿಂದಿರುಗಿ ನೋಡಿದರೆ, ಮೊದಲ ಕೆಲವು ದಶಕಗಳಲ್ಲಿ, ಆಂಗ್ಲಗೋಳದಲ್ಲಿ (ಆಂಗ್ಲೋಸ್ಫೇರ್) ಭಾರತದ ಆದ್ಯತೆಯ ಸಹಭಾಗಿಗಳು ಯುಕೆ ಮತ್ತು ಕೆನಡಾ ಎಂಬ ಮಾಹಿತಿ ಸಿಗುತ್ತದೆ. ವಾಸ್ತವವಾಗಿ, ಭಾರತದ ಆರಂಭಿಕ ಅಂತಾರಾಷ್ಟ್ರೀಯ ಪ್ರಯತ್ನಗಳಲ್ಲಿ ಹೆಚ್ಚಿನವು ಈ ದೇಶಗಳೊಂದಿಗೆ ನಡೆದವು. ಕೊರಿಯಾ ಮತ್ತು ವಿಯೆಟ್ನಾಂ ಕುರಿತ ಮಧ್ಯಸ್ಥಿಕೆಗಳು ಇಲ್ಲಿನ ಪ್ರಮುಖ ಉದಾಹರಣೆಗಳು. ಯುಎಸ್‌ನ ಉಪಸ್ಥಿತಿ ಅಗಾಧವಾಗೇನೋ ಇತ್ತು; ಆದರೆ ನಮ್ಮ ಸೈದ್ಧಾಂತಿಕ ಒಲವುಗಳು ಮತ್ತು ಕಾರ್ಯತಂತ್ರದ ಲೆಕ್ಕಾಚಾರಗಳಿಂದಾಗಿ ಭಾರತವು ಬಹಳ ಹಿಂದಿನಿಂದಲೂ ಅನುಮಾನದಿಂದ ನೋಡುತ್ತಿತ್ತು.

ಕಳೆದ 75 ವರ್ಷಗಳಲ್ಲಿ ಭಾರತದ ವಿದೇಶಾಂಗ ನೀತಿಯು ಎಷ್ಟು ದೂರ ಕ್ರಮಿಸಿದೆ ಎಂಬುದನ್ನು ಅಳೆಯುವುದು ಕೂಡ ಈ ನಿಟ್ಟಿನಲ್ಲಿ ಬದಲಾದ ಧೋರಣೆಗಳಲ್ಲಿದೆ. ನಾವು ಆರಂಭಿಕ ವರ್ಷಗಳ ರೊಮ್ಯಾಂಟಿಸಮ್‌ನ್ನು ಮೀರಿ ಜಗತ್ತನ್ನು ಕಠಿಣ ವಾಸ್ತವಗಳ ದೃಷ್ಟಿಕೋನದಿಂದ ನೋಡಿದಷ್ಟೂ, ಇಲ್ಲಿಯವರೆಗೆ ದೂರದಲ್ಲಿದ್ದ ಸಹಭಾಗಿಗಳಲ್ಲಿ ಕಾಣುತ್ತಿದ್ದ ಅರ್ಹತೆಯ ಪ್ರಮಾಣ ಹೆಚ್ಚಾಗುತ್ತಿತ್ತು. ಭಾರತವು ಪೂರ್ವದತ್ತ ನೋಡಲು ಮತ್ತು ಇಂಡೋ–ಪೆಸಿಫಿಕ್ ಕಾರ್ಯಸೂಚಿಯನ್ನು ಅಭಿವೃದ್ಧಿಪಡಿಸಲು ಪ್ರಾರಂಭಿಸಿದಾಗ ಈ ಪ್ರಕ್ರಿಯೆಗೆ ವೇಗ ದೊರಕಿತು. ಪರಿಣಾಮವಾಗಿ, ಕ್ವಾಡ್ ವೇದಿಕೆಯೂ ಸೇರಿದಂತೆ ಈಗ ಯುಎಸ್ ಮತ್ತು ಆಸ್ಟ್ರೇಲಿಯಾಗಳು ನಿರ್ಣಾಯಕ ಮೌಲ್ಯವನ್ನು ಹೊಂದಿವೆ ಎಂದು ನಿರ್ಣಯಿಸಲಾಗಿದೆ. ಇಲ್ಲೇನಾದರೂ ಒಂದು ಸಂಕೇತ ಇದ್ದರೆ, ಅದು ಭೂ–ರಾಜಕೀಯ ದೃಷ್ಟಿಕೋನದ ಜೋಡಣೆಯು ಸಂಬಂಧಗಳ ಅಭಿವೃದ್ಧಿಗೆ ತುಂಬಾ ಮುಖ್ಯ ಎಂಬುದೇ

ಆಗಿದೆ. ಇಂಡೋ – ಪೆಸಿಫಿಕ್ ಕಾರ್ಯತಂತ್ರಗಳು ಈಗ ಆ ನಿಟ್ಟಿನಲ್ಲಿ ಸಮಕಾಲೀನ ಹಾದಿಯನ್ನು ತೋರುತ್ತವೆ.

ಆದಾಗ್ಯೂ, ಕೇವಲ ಬಿಡಿಬಿಡಿ ದೇಶಗಳೊಂದಿಗೆ ಮಾತ್ರ ಸವಾಲುಗಳು ಇವೆ ಎಂದೇನಲ್ಲ. ಪಶ್ಚಿಮವನ್ನು ಇಡಿಯಾಗಿ ಪರಿಗಣಿಸಿ ಅದರೊಂದಿಗೆ ಇರುವ ಭಾರತದ ಸಂಬಂಧವನ್ನು ವಸ್ತುನಿಷ್ಠವಾಗಿ ಅಳೆಯಬೇಕಿದೆ. ಅನೇಕ ವಿಧಗಳಲ್ಲಿ, ಈ ಗುಂಪು ಸ್ವಾಭಾವಿಕ ಸಹಭಾಗಿ; ಏಕೆಂದರೆ ಅದರ ಸದಸ್ಯ ದೇಶಗಳು ಬಹುತ್ವದ ಸಮಾಜ, ಪ್ರಜಾಪ್ರಭುತ್ವ ರಾಜಕೀಯ ಮತ್ತು ಮಾರುಕಟ್ಟೆ ಆರ್ಥಿಕತೆಯ ಗುಣಲಕ್ಷಣಗಳನ್ನು ಸಮಾನವಾಗಿ ಹೊಂದಿವೆ. ಆದರೂ, ಈ ಸಾಮಾನ್ಯತೆಯು ತನ್ನದೇ ಆದ ಘರ್ಷಣೆಗಳನ್ನೂ ಸೃಷ್ಟಿಸಬಹುದು. ಪಶ್ಚಿಮದ ಅನೇಕ ಭಾಗಗಳಲ್ಲಿ ಕಾಣುವ ಆಧಿಪತ್ಯವು ಅವುಗಳದ್ದೇ ಆದ ಆಚರಣೆಗಳು ಮತ್ತು ನಂಬಿಕೆಗಳ ಅತಿಯಾದ ಸಮರ್ಥನೆಗೆ ಕಾರಣವಾಗುತ್ತದೆ. ಬಹಳ ಸಲ ಇತರ ದೇಶಗಳು ವಿಭಿನ್ನ ಸಂಪ್ರದಾಯಗಳು, ಆಚರಣೆಗಳು ಮತ್ತು ಮಾನದಂಡಗಳನ್ನು ಹೊಂದಿವೆ ಮತ್ತು ಅವುಗಳನ್ನು ವಸ್ತುನಿಷ್ಠವಾಗಿ ಮತ್ತು ಸಾರ್ವಜನಿಕವಾಗಿ ಮೌಲ್ಯಮಾಪನ ಮಾಡದಿದ್ದರೆ ಪಶ್ಚಿಮಕ್ಕೇ ಒಳ್ಳೆಯದಲ್ಲ ಎಂಬುದನ್ನು ಆ ದೇಶಗಳು ಗಮನಿಸುವುದಿಲ್ಲ. ಇದಲ್ಲದೆ, ಈ ವರ್ತನೆಗಳು ಕೇವಲ ಸಮರ್ಥನೆಯೊಂದಿಗೆ ನಿಲ್ಲುವುದಿಲ್ಲ; ಕ್ರಿಯಾತ್ಮಕ ಕಾರ್ಯಸೂಚಿಯ ಉತ್ತೇಜನಕ್ಕೂ ವಿಸ್ತರಿಸುತ್ತವೆ. ಈ ಸಂಗತಿಯು ತಮ್ಮ ಅಸ್ಮಿತೆಗಳನ್ನು ಮರುಪ್ರತಿಪಾದಿಸುತ್ತಿರುವ ಮತ್ತು ತಮ್ಮ ನೆಲೆಯನ್ನು ಬಿಟ್ಟುಕೊಡಲಾಗದ ಭಾರತದಂತಹ ವಸಾಹತೋತ್ತರ ರಾಜ್ಯವ್ಯವಸ್ಥೆಗಳೊಂದಿಗೆ ತಿಕ್ಕಾಟಕ್ಕೆ ಕಾರಣವಾಗುತ್ತದೆ.

ಹೆಚ್ಚು ಮುಂದುವರಿದ ದೇಶಗಳು ತಮ್ಮ ಮುನ್ನಡೆಗಳನ್ನು ರಕ್ಷಿಸಿಕೊಳ್ಳಲು ಯತ್ನಿಸುವುದರಿಂದ ಇಲ್ಲಿ ಅಭಿವೃದ್ಧಿ ಸಂಬಂಧಿತ ಘರ್ಷಣೆಗಳೂ ಇವೆ. ವ್ಯಾಪಾರ, ಹವಾಮಾನ, ಹಕ್ಕುಸ್ವಾಮ್ಯಗಳು ಮತ್ತು ಗಡಿಗಳ ನಡುವಣ ವಹಿವಾಟುಗಳಲ್ಲಿ ಇದು ಸ್ಪಷ್ಟವಾಗಿದೆ. ಪಾಶ್ಚಾತ್ಯರೊಂದಿಗಿನ ಸ್ಪರ್ಧೆಯ ಹೃದಯಭಾಗದಲ್ಲಿ ದೀರ್ಘಕಾಲದಿಂದ ಪ್ರಾಬಲ್ಯ ಸಾಧಿಸಿದವರು ಮತ್ತು ಈಗ ಸವಾಲು ಹಾಕಲು ಬಯಸುವ ಇತರರ ನಡುವಿನ ತಕರಾರು ಇದ್ದೇ ಇದೆ. ಯುಎನ್ ಸನ್ನದಿಗೆ ಗೌರವ ನೀಡಬೇಕು ಎಂಬುದನ್ನು ಒತ್ತಿ ಹೇಳುತ್ತಿರುವಂತೆಯೇ ನಿಯಮ ಆಧಾರಿತ ವ್ಯವಸ್ಥೆಯ ಸಂಗತಿಯನ್ನೂ ನಿಯಮಿತವಾಗಿ ಪ್ರತಿಪಾದಿಸಲಾಗುತ್ತಿದೆ. ಹಾಗಿದ್ದರೂ, ಇಲ್ಲಿ ಹೆಚ್ಚಾಗಿ ಪಾಶ್ಚಾತ್ಯ ದೇಶಗಳೇ ಕಾರ್ಯಸೂಚಿಯನ್ನು ರೂಪಿಸುತ್ತವೆ ಮತ್ತು ಮಾನದಂಡಗಳನ್ನು ವ್ಯಾಖ್ಯಾನಿಸುತ್ತವೆ. ಆದ್ದರಿಂದ, ವಿವಿಧ ರಂಗಗಳಲ್ಲಿ ನ್ಯಾಯಯುತ ಮತ್ತು ಲಾಭಕ್ಕಾಗಿ ಮಾತ್ರವೇ ಆರಿಸಿಕೊಂಡಿರದ ನಿಯಮಗಳ ಜಾರಿಯು ಮರುಸಮತೋಲನದ ಒಂದು ಭಾಗವಾಗಿದೆ. ಜಾಗತಿಕ ಸಂವಾದಗಳು ಇತ್ತೀಚೆಗೆ ಹೆಚ್ಚು ಚಟುವಟಿಕೆಗಳಿಂದ ಕೂಡಿದ್ದರೆ, ಅದಕ್ಕೆ ಯಾವ್ಯಾವ ಸಂಗತಿಗಳು ನಮಗೆ ಸ್ವೀಕಾರಾರ್ಹವಲ್ಲ ಎಂದು ಧೈರ್ಯದಿಂದ ಹೇಳಿದ್ದೇ ಕಾರಣ. ಈ ಎಲ್ಲ ಭಿನ್ನಾಭಿಪ್ರಾಯಗಳ ಹೊರತಾಗಿಯೂ, ಪಶ್ಚಿಮದ ದೇಶಗಳೊಂದಿಗೆ ಭಾಗಿತ್ವವನ್ನು ಹೊಂದಿದ ಏಶ್ಯಾದ ದೇಶಗಳು ಶೀಘ್ರವಾಗಿ ಪ್ರಗತಿ ಹೊಂದಿವೆ ಎಂಬ ವಾಸ್ತವವೂ ಇದ್ದೇ ಇರುತ್ತದೆ.

ಪೂರ್ವ ಮತ್ತು ಆಗ್ನೇಯ ಏಶ್ಯಾದ ದೇಶಗಳು ತಮ್ಮ ರಾಷ್ಟ್ರೀಯ ಅಭಿವೃದ್ಧಿಗಾಗಿ ಭೂ – ರಾಜಕೀಯವನ್ನು ಹೇಗೆ ಸೂಕ್ತವಾಗಿ ಬಳಸಿಕೊಂಡಿವೆ ಎಂಬುದರಲ್ಲಿ ಭಾರತಕ್ಕೆ ಕಲಿಯಬೇಕಾದ ಪಾಠಗಳಿವೆ. ಈಗಿನ ಧ್ರುವೀಕರಣದ ಯುಗದಲ್ಲಿ ಇದು ಇನ್ನಷ್ಟು

ಸಕಾಲಿಕವಾದ ಸಂಗತಿ. ಏನೇ ಹೇಳಿದರೂ, ಯಾವುದೇ ಸಂಬಂಧವೂ ಸೂಕ್ತ ಸಾಂದರ್ಭಿಕ ಹಿನ್ನೆಲೆ ಇಲ್ಲದೆ ಮುನ್ನಡೆಯದು; ದೂರದಲ್ಲಿ ಇರುವುದಕ್ಕಿಂತ ಹತ್ತಿರದ ದೇಶವು ಭಾರತಕ್ಕೆ ಇರುವ ಆಯ್ಕೆಗಳನ್ನು ತಿಳಿಸಬೇಕು.

ದಿಲ್ಲಿಯ ಚರ್ಚೆಗಳಲ್ಲಿ, 'ಕಾರ್ಯತಂತ್ರಾತ್ಮಕ ಸ್ವಾಯತ್ತತೆ' ಎಂಬುದನ್ನು ಸಾಮಾನ್ಯವಾಗಿ ಪಶ್ಚಿಮದಿಂದ, ಅದರಲ್ಲೂ ವಿಶೇಷವಾಗಿ ಯುಎಸ್‌ನಿಂದ ದೂರ ಇರುವುದು ಎಂದೇ ವಿವರಿಸಲಾಗಿದೆ. ಇಲ್ಲಿರುವ ವಿಪರ್ಯಾಸವೆಂದರೆ, ಇದು ನಾವು ಉಳಿದೆಲ್ಲ ಕಡೆಗಳಲ್ಲಿ ಅತಿಯಾದ ಅವಲಂಬನೆಯನ್ನು ಹೊಂದುವುದಕ್ಕೆ ಎಡೆಮಾಡಿದೆ. ಇದೇ ತರ್ಕವನ್ನು ಅಲಿಪ್ತತೆಯ ಪ್ರಕರಣಕ್ಕೂ ಅನ್ವಯಿಸಲಾಗಿದೆ. ನಾವೀಗ ದಕ್ಷ ಮತ್ತು ವಿಶ್ವಾಸದ ಯುಗದತ್ತ ಮುನ್ನಡೆದಂತೆ, ನಮ್ಮ ದೃಷ್ಟಿಕೋನವು ನಮ್ಮದೇ ಹಿತಾಸಕ್ತಿಗಳಿಂದ ನಿರ್ಧಾರಿತವಾಗಬೇಕೇ ವಿನಾ ನಮ್ಮ ಅಭದ್ರತೆಗಳಿಂದಲ್ಲ ಎಂಬುದು ಮುಖ್ಯವಾಗುತ್ತದೆ.

ಸಾಮಾನ್ಯಜ್ಞಾನವನ್ನೇ ಅನುಸರಿಸುವುದಾದರೆ, ಯಾವ ಭೂಪ್ರದೇಶವು ತಮ್ಮ ಉತ್ಪನ್ನ ಮತ್ತು ಪ್ರತಿಭೆಗೆ ಉತ್ತಮ ಪ್ರವೇಶವನ್ನು ನೀಡುತ್ತವೆ ಎಂದು ಭಾರತೀಯರು ತಮ್ಮನ್ನು ತಾವೇ ಕೇಳಿಕೊಳ್ಳಬೇಕು. ಒಂದು ದೀರ್ಘಕಾಲೀನ ಪ್ರವೃತ್ತಿಯಾಗಿ, ಪಶ್ಚಿಮದ ಬೇಡಿಕೆಗಳು ಮತ್ತು ಭಾರತದ ಜನಸಂಖ್ಯಾ ವ್ಯವಸ್ಥೆಯ ನಡುವೆ ಜಾಗತಿಕ ಜ್ಞಾನದ ಆರ್ಥಿಕತೆಯನ್ನು ರೂಪಿಸುವುದಕ್ಕೆ ನೆರವಾಗುವ ಒಂದು ಹೊಂದಾಣಿಕೆ ಇರಬೇಕು. ಆದ್ದರಿಂದ ರಾಜಕೀಯ ಆಯ್ಕೆಗಳನ್ನು ಅರ್ಥಶಾಸ್ತ್ರ, ಸಮಾಜಶಾಸ್ತ್ರ ಅಥವಾ ಸಂಸ್ಕೃತಿಯಿಂದ ಬೇರ್ಪಡಿಸಬಾರದು. ಭಾರತ ಮತ್ತು ಬಹುತೇಕ ಪಶ್ಚಿಮದಿಂದಲೇ ರೂಪುಗೊಂಡ ಜಗತ್ತಿನ ನಡುವೆ ಒಂದು ಸೂಕ್ಷ್ಮ ತಕರಾರಿನ ಪ್ರಕ್ರಿಯೆ ಇರಬಹುದು. ಅದರ ಕೆಲವು ಅಂಶಗಳನ್ನು ರಾಜಕೀಯ ರಂಗದಲ್ಲಿ ಸ್ಥಾಪಿತವಾದ ಸಂರಕ್ಷಣಾತ್ಮಕ ವರ್ತನೆಗಳಲ್ಲೂ ಕಾಣಬಹುದು. ಆದರೆ ಅಲ್ಲಿಯೂ, ವರ್ತನೆಯು ಒಂದು ಕಾರ್ಯತಂತ್ರವಾಗುವುದಕ್ಕೆ ಬಿಡುವ ಬದಲು, ವಿವೇಚನಾಶೀಲರಾಗಿ, ಉದ್ದೇಶಪೂರ್ವಕವಾಗಿ ಇರಲು ಉತ್ತಮ ಕಾರಣಗಳಿವೆ. ಭಾರತವು ಪಶ್ಚಿಮೇತರ ಆಗಿರಬಹುದು. ಆದರೆ ಅದು ಪಶ್ಚಿಮ ವಿರೋಧಿ ಆಗುವುದರಿಂದ ಅಂತಹ ಲಾಭವೇನಿಲ್ಲ ಎಂಬುದನ್ನೂ ಅರಿಯಬೇಕಿದೆ.

ಖಂಡಿತವಾಗಿಯೂ, ಸಹಭಾಗಿಗಳನ್ನು ವಿಸ್ತರಿಸುವ ಮತ್ತು ಗರಿಷ್ಠ ಲಾಭಗಳನ್ನು ಖಾತರಿಪಡಿಸಿಕೊಳ್ಳುವ ಲೆಕ್ಕಾಚಾರವು ಸಹಜವಾಗಿ ಮೂಡುತ್ತದೆ. ಆದರೆ, ತಂತ್ರಜ್ಞಾನ ಚಾಲಿತ ಜಗತ್ತಿನಲ್ಲಿ, ಎಲ್ಲಾ ಆಯ್ಕೆಗಳನ್ನೂ ಡೋಲಾಯಮಾನ ಸ್ಥಿತಿಯಲ್ಲಿ ಇರಿಸಲು ಅಥವಾ ಬದಿಸರಿಸಲು ಆಗದು. ಡಿಜಿಟಲ್ ರಂಗ ಮತ್ತು ನಿರ್ಣಾಯಕ ಮತ್ತು ಮೂಡುತ್ತಿರುವ ಹೊಸ ತಂತ್ರಜ್ಞಾನಗಳಿಗೆ ಸಂಬಂಧಿಸಿ ಈ ಮಾತು ಇನ್ನೂ ನಿಜವಾಗುತ್ತದೆ. ಈ ಕಸರತ್ತಿನಲ್ಲಿ ತೊಡಗಿರುವಾಗ, ಜಾಗತಿಕ ಸನ್ನಿವೇಶಗಳನ್ನೂ ನಮ್ಮ ದೃಷ್ಟಿಕೋನದಲ್ಲಿ ವಾಸ್ತವದೃಷ್ಟಿಯಿಂದ ವಿಶ್ಲೇಷಿಸಬೇಕು. ಕೆಲವು ಕ್ಷೇತ್ರಗಳಲ್ಲಿ ಒಮ್ಮುಖತೆಗಳು ಮತ್ತು ವಿರೋಧಾಭಾಸಗಳು ವ್ಯವಸ್ಥೆಯ ಭಾಗವಾಗಿರಬಹುದು.

ಜ್ಞಾನದ ಆರ್ಥಿಕತೆಯ ಯುಗದಲ್ಲಿ ಪಾಶ್ಚಾತ್ಯರೊಂದಿಗೆ ಸಂಬಂಧಗಳನ್ನು ಬೆಳೆಸಿಕೊಳ್ಳುವುದು ಖಂಡಿತವಾಗಿಯೂ ಉತ್ತಮ ಫಲ ನೀಡುತ್ತದೆ. ಆದ್ದರಿಂದ ನಾವು ದೊಡ್ಡ ಸಂಗತಿಗಳನ್ನು ನಮ್ಮ ಹೃದಯದಿಂದ ನಿರ್ವಹಿಸುವಷ್ಟೇ ನಮ್ಮ ಬುದ್ಧಿಯಿಂದಲೂ

ಗಮನಿಸಬೇಕು. ಅಂತಿಮವಾಗಿ, ಮರುಸಮತೋಲನ ಮತ್ತು ಬಹುಧ್ರುವೀಯತೆಯನ್ನು ಹೆಚ್ಚು ನಿಖರವಾಗಿ ಪ್ರತಿಬಿಂಬಿಸುವ ಹೊಸ ಗುಂಪುಗಳು ಮೂಡುತ್ತವೆ.

ಮೋದಿ ಸರ್ಕಾರವು ಯುರೋಪಿನೊಂದಿಗೆ ಸಂಬಂಧಗಳನ್ನು ಬೆಳೆಸಲು ನೀಡಿದ ಗಮನವು ಹಿಂದಿನ ದಶಕಗಳಲ್ಲಿ ತೋರಿದ ಜಡತ್ವಕ್ಕಿಂತ ಗಮನಾರ್ಹವಾಗಿ ಭಿನ್ನವಾಗಿದೆ. ಮೊದಲು ಭಾರತೀಯ ರಾಜತಾಂತ್ರಿಕತೆಯು ಹೆಚ್ಚಾಗಿ ದೊಡ್ಡ ದೇಶಗಳಲ್ಲೇ – ವಿಶೇಷವಾಗಿ ಯುಕೆ, ಫ್ರಾನ್ಸ್ ಮತ್ತು ಜರ್ಮನಿ – ಕೇಂದ್ರೀಕೃತವಾಗಿತ್ತು. ಇದು ಈಗಲೂ ಒಂದು ಪ್ರಮಾಣದಲ್ಲಿ ಮುಂದುವರಿದಿದೆ; ಆದರೆ ಒಂದು ಸಾಮುದಾಯಿಕ ಕಾಯವಾಗಿ ಈಗ ಇಯುವಿನ ಮೇಲೆ ಇನ್ನಷ್ಟು ಸುಸ್ಥಿರ ಗಮನವನ್ನು ನೀಡಲಾಗಿದೆ. ಭಾರತ – ಇಯುವಿನ ನಿಯಮಿತ ಶೃಂಗಸಭೆಗಳು ಈ ವಾತಾವರಣವನ್ನು ಬದಲಿಸಲು ಸಾಕಷ್ಟು ನೆರವಾಗಿವೆ. ತನ್ಮೂಲಕ ಎಫ್‌ಟಿಎ ಸಮಾಲೋಚನೆಗಳೂ ಮತ್ತೆ ಆರಂಭವಾಗಿವೆ.

ಜರ್ಮನಿಯು ಭಾರತಕ್ಕೆ ಖಂಡಿತವಾಗಿಯೂ ಬೆಳವಣಿಗೆಗೆ ಸಾಕಷ್ಟು ಅವಕಾಶ ಇರುವ ದೇಶವಾಗಿದೆ. ಈವರೆಗೂ, ಆ ದೇಶದ ಗಮನವು ಏಶ್ಯಾದ ಇತರೆ ಭಾಗಗಳ ಮೇಲಿತ್ತು. ಆದರೆ ಹೊಸ ಕಾರ್ಯತಂತ್ರಾತ್ಮಕ ಸನ್ನಿವೇಶಗಳ ಬೆಳಕಿನಲ್ಲಿ ಇದು ನಿಸ್ಸಂಶಯವಾಗಿ ಬದಲಾಗಬಹುದು. ವಾಸ್ತವದಲ್ಲಿ, ಭಾರತ – ಜರ್ಮನಿಯ ಸಂಬಂಧದ ಪ್ರಗತಿಯು ಇಯು ಜೊತೆಗಿನ ಸಂಬಂಧಕ್ಕಿಂತ ವಿಶೇಷವಾಗಿರುವ ಸಾಧ್ಯತೆ ಇದೆ.

ಉಪಪ್ರದೇಶಗಳಿಗೆ ಬಂದರೆ, ನಿರ್ದಿಷ್ಟವಾಗಿ ನಾರ್ಡಿಕ್ ದೇಶಗಳ ತೊಡಗಿಸಿಕೊಳ್ಳುವಿಕೆಯು ಮುಖ್ಯವಾಗಿದೆ. ಇದರಿಂದ ರಾಜಕೀಯ ಮತ್ತು ಆರ್ಥಿಕ ಕ್ಷೇತ್ರಗಳಲ್ಲಿ ಫಲಿತಾಂಶ ಸಿಗುತ್ತಿದೆ. ಇಟಲಿ ಮತ್ತು ಗ್ರೀಸ್‌ಗಳನ್ನು ಒಳಗೊಂಡ ಮೆಡಿಟರೇನಿಯನ್ ಅಷ್ಟು ಸಾಮುದಾಯಿಕವಾಗಿ ಇಲ್ಲ; ಆದರೆ ಉತ್ಸಾಹಭರಿತವಾಗಿವೆ, ಪರಿಣಾಮಕಾರಿಯಾಗಿವೆ. ಇಂಡಿಯಾ – ಮಧ್ಯಪ್ರಾಚ್ಯ – ಯುರೋಪ್ ಆರ್ಥಿಕ ಕಾರಿಡಾರ್ (ಐಎಂಇಸಿ)ಯ ಸಂದರ್ಭದಲ್ಲಿ ಇದು ಹೊಸ ಮಹತ್ತ್ವವನ್ನು ಪಡೆಯಬಹುದು. ಪೋರ್ಚುಗಲ್‌ನೊಂದಿಗಿನ ಎಂಎಂಪಿಎಯು ವಿಶೇಷವಾಗಿ ಇಯುನ ಉಳಿದ ಭಾಗಗಳ ಜೊತೆಗಿನ ಸಂಬಂಧಗಳ ವೇಗವರ್ಧನೆಯಲ್ಲಿ ಸಮಯೋಚಿತವಾಗಿತ್ತು.

ಮಧ್ಯ ಮತ್ತು ಪೂರ್ವ ಯುರೋಪ್‌ನೊಂದಿಗಿನ ಸಂಬಂಧಗಳನ್ನು ಬಲಪಡಿಸುವ ಕೆಲಸವು ಪ್ರಗತಿಯಲ್ಲಿದೆ; ಇಲ್ಲಿ ವಿಭಿನ್ನ ಸ್ವರೂಪಗಳನ್ನು ಅನ್ವೇಷಿಸಲಾಗುತ್ತಿದೆ. ರಾಯಭಾರ ಕಚೇರಿಗಳನ್ನು ತೆರೆಯುವುದು ಸೇರಿದಂತೆ ಬಾಲ್ಟಿಕ್ ಮತ್ತು ಕಾಕಸಸ್‌ನಲ್ಲಿ ಭಾರತವು ಸಾಕಷ್ಟು ಶ್ರಮ ಹಾಕಿದೆ.

ಪೂರ್ವ – ಪಶ್ಚಿಮ ವಿರೋಧಾಭಾಸವನ್ನು ನಿಭಾಯಿಸುವುದು ಇಂದು ಭಾರತೀಯ ರಾಜತಾಂತ್ರಿಕತೆಗೆ ಇರುವ ಪ್ರಮುಖ ಸವಾಲುಗಳಲ್ಲಿ ಒಂದಾಗಿದೆ. ಆದರೆ ಪೂರ್ವವು ಭಾರತಕ್ಕೆ ಸರಳವಾದ ಪ್ರಸ್ತಾಪವೇನಲ್ಲ. ಸ್ವಾತಂತ್ರ್ಯದ ಮೊದಲ ದಶಕದ ನಂತರ, ಅದು ಎಂದಿಗೂ ಭಾರತದ ಆದ್ಯತೆಯಾಗಿರಲಿಲ್ಲ. ರಷ್ಯಾದೊಂದಿಗಿನ ಭಾರತದ ಸಂಬಂಧವು ಚೀನಾದೊಂದಿಗಿನ ಸಂಬಂಧಕ್ಕಿಂತ ಗುಣಾತ್ಮಕವಾಗಿ ಭಿನ್ನವಾಗಿದೆ. ಎರಡೂ ಒಂದೇ ರೀತಿಯಾಗಿವೆ ಎಂದು ಭಾವಿಸಿದರೆ ಅದು ಭಾರತಕ್ಕೆ ಖಂಡಿತವಾಗಿಯೂ ನೆರವಾಗದು. ಕಾಲಕಾಲಕ್ಕೆ, ಅಂತಹ ವಿಶ್ಲೇಷಣೆಯನ್ನು ಮುಂದಿಡುವ ಪ್ರಯತ್ನಗಳು ನಡೆದಿವೆ; ಆದರೆ ಭಾರತವು ಅದನ್ನು ಒಪ್ಪಲು ನಿರಾಕರಿಸಿದೆ. ರಷ್ಯಾದೊಂದಿಗಿನ ಸಂಬಂಧದಲ್ಲಿ ಯಾವುದೇ

ಸ್ಪರ್ಧಾತ್ಮಕ ಅಂಶವಿಲ್ಲ. ಅಲ್ಲಿ ಎರಡೂ ದೇಶಗಳು ಪರಸ್ಪರ ವಿಸ್ತರಿಸಿಕೊಂಡ ನಿರಂತರ ಪರಿಗಣನೆಯೇ ಅವುಗಳ ನಡುವಣ ಸಹಭಾಗಿತ್ವದ ಆಧಾರವಾಗಿದೆ. ಆದರೆ ಚೀನಾಕ್ಕೆ ಸಂಬಂಧಿಸಿದಂತೆ, – ಭಾಗಶಃ ಇತ್ಯರ್ಥಗೊಳ್ಳದ ಗಡಿ ಪ್ರಶ್ನೆಯಿಂದಾಗಿ – ಇದು ಬೇರೆಯೇ ಕಥೆಯಾಗಿದೆ. ಆದ್ದರಿಂದ, ಇಂಡೋ – ಪೆಸಿಫಿಕ್ ಕುರಿತ ಭಾರತದ ಭೂ – ರಾಜಕೀಯ ನಿಲುವುಗಳನ್ನು ಯುರೋಪಿಗೆ ವಿಸ್ತರಿಸಲು ಆಗದು. ಮತ್ತು ಕಾರ್ಯತಂತ್ರದ ಈ ತರ್ಕವನ್ನು ನಾವು ಪಶ್ಚಿಮಕ್ಕೆ ಅರ್ಥಮಾಡಿಸುವುದು ಅತ್ಯಗತ್ಯ.

ದೇಶಗಳು ಸಹಜವಾಗಿ ತಮ್ಮ ರಾಷ್ಟ್ರೀಯ ಹಿತಾಸಕ್ತಿಯಿಂದ ಉತ್ತೇಜಿಸಲ್ಪಟ್ಟಿದ್ದರೂ, ಈ ನಿಲುವು ಕೂಡಾ ಸಮಯ ಬಂದಾಗ ಜಾಗತಿಕ ಘರ್ಷಣೆಗಳನ್ನು ತಗ್ಗಿಸಲು ಸಹಾಯ ಮಾಡುತ್ತದೆ ಎಂಬುದು ನಿಜ. ಜಿ20 ಮತ್ತು ಇತರ ಕೆಲವು ಅಂತಾರಾಷ್ಟ್ರೀಯ ವೇದಿಕೆಗಳ ಕಾರ್ಯಚಟುವಟಿಕೆಗಳಲ್ಲಿ ಇದು ಈಗಾಗಲೇ ಸ್ಪಷ್ಟವಾಗಿದೆ. ವಾಸ್ತವವಾಗಿ, ಜಾಗತಿಕ ಸಂವಾದವನ್ನು ಶಾಂತಗೊಳಿಸುವುದು ಮತ್ತು ಜಾಗತಿಕ ಆರ್ಥಿಕತೆಯನ್ನು ಸ್ಥಿರಗೊಳಿಸುವುದು – ಇವನ್ನು ಮಾಡುವುದು ಕೂಡಾ ಸರ್ವರ ಹಿತಕ್ಕೆ ಕೊಡುಗೆಯಾಗಿದೆ ಎಂದು ಪ್ರತಿಪಾದಿಸಬಹುದು.

ಆಫ್ರಿಕನ್ ಒಗ್ಗಟ್ಟು

ನವದೆಹಲಿಯ ಜಿ20 ಶೃಂಗಸಭೆಯಲ್ಲಿ ಪ್ರಧಾನಮಂತ್ರಿ ಮೋದಿ ಆ ಸಂಸ್ಥೆಯಲ್ಲಿ ಎಯು ಸದಸ್ಯತ್ವವನ್ನು ಘೋಷಿಸಿದಾಗ, ಅದು ಭಾರತ – ಆಫ್ರಿಕಾ ಸಂಬಂಧದ ವಿಶೇಷ ಕ್ಷಣವಾಗಿತ್ತು. ಅದಕ್ಕಿಂತ ಒಂದು ವರ್ಷದ ಹಿಂದೆ, ಅವರು ಬಾಲಿಯಲ್ಲಿ ಆ ಭರವಸೆಯನ್ನು ಪ್ರಕಟಿಸಿದ್ದರು; ನಂತರ, ಅದನ್ನು ಇತರ ಜಿ20 ನಾಯಕರಲ್ಲಿ ವೈಯಕ್ತಿಕವಾಗಿ ಮತ್ತು ಗಂಭೀರವಾಗಿ ಸಂವಾದಿಸಿದರು. ಅನೇಕ ಆಫ್ರಿಕನ್ ದೇಶಗಳಿಗೆ, ಭಾರತವು ಮುಂದೆ ಬಂದು ಅವುಗಳ ಕಾರ್ಯೋದ್ದೇಶಗಳನ್ನು ಮುನ್ನಡೆಸುವುದು ಸಹಜವೇ ಆಗಿತ್ತು.

ಆದರೂ, ಭಾರತ – ಆಫ್ರಿಕಾ ಸಂಬಂಧಗಳ ಕಥೆಯು ಸಾಕಷ್ಟು ವ್ಯಾಖ್ಯಾನಿಸಲ್ಪಟ್ಟಿಲ್ಲ ಎಂಬುದು ಸತ್ಯ. ಹಡಗೇ ಇರಲಿ, ಬಂಡಿಯೇ ಇರಲಿ, – ಇವುಗಳಿಂದ ಬೆಳೆದ ಸಂಪರ್ಕಗಳ ಒಂದು ಸುದೀರ್ಘ ಇತಿಹಾಸವೇ ಇದೆ ಎಂಬುದನ್ನು ಬಹಳ ಸಲ ಮರೆಯಲಾಗಿದೆ. ಪಾಶ್ಚಾತ್ಯ ವಸಾಹತುಶಾಹಿಯ ಕಾಲವು ಆ ಖಂಡದಲ್ಲಿ ಭಾರತೀಯರ ವಲಸೆಗೆ ಕಾರಣವಾಗಿ ತನ್ನದೇ ಆದ ವಿನ್ಯಾಸವನ್ನೂ ಸೇರಿಸಿತು. ನಂತರದ ಸ್ವಾತಂತ್ರ್ಯ ಹೋರಾಟಗಳು ಅನನ್ಯ ಒಗ್ಗಟ್ಟನ್ನು ಮೂಡಿಸಿದ್ದು ಅವು ಈಗಲೂ ಜಾಗತಿಕ ವೇದಿಕೆಗಳಲ್ಲಿ ಕಾಣಬರುತ್ತದೆ.

ಇತರ ಅನೇಕ ಪ್ರದೇಶಗಳಂತೆ, ಪ್ರಧಾನಮಂತ್ರಿ ಮೋದಿಯವರ ವೈಯಕ್ತಿಕ ಆಸಕ್ತಿಯಿಂದಾಗಿ ಸ್ಥಿರವಾದ ಆದರೆ ಗಮನಾರ್ಹವಾಗಿರದಿದ್ದ ಸಂಬಂಧವು ದೊಡ್ಡ ಜಿಗಿತವನ್ನು ಪಡೆಯಿತು. ಬಹುಶಃ ಅವರ ತವರು ರಾಜ್ಯ ಗುಜರಾತ್‌ನೊಂದಿಗೆ ಈ ಪ್ರದೇಶವು ಹೊಂದಿದ್ದ ವ್ಯಾಪಕ ಸಂಪರ್ಕವನ್ನೂ ಅದು ಪ್ರತಿಬಿಂಬಿಸುತ್ತದೆ. 2018ರ ಜುಲೈನಲ್ಲಿ ಉಗಾಂಡಾ ಸಂಸತ್ತನ್ನುದ್ದೇಶಿಸಿ ಮಾಡಿದ ಭಾಷಣದಲ್ಲಿ ಅವರು ಆಫ್ರಿಕಾ ಖಂಡದೊಂದಿಗೆ ಸಹಕಾರ ಸಾಧಿಸುವ ವಿಧಾನಗಳ ಬಗ್ಗೆ ಪ್ರತಿಪಾದಿಸಿದ್ದರು. ಭಾರತವು ಏಕಪಕ್ಷೀಯವಾಗಿ ಕಾರ್ಯಸೂಚಿಯನ್ನು ಪ್ರಸ್ತಾಪಿಸುವ ಬದಲು ಆಫ್ರಿಕಾದ ಆದ್ಯತೆಗಳು, ಬೇಡಿಕೆಗಳು ಮತ್ತು

ಅಗತ್ಯಗಳಿಗೆ ಸ್ಪಂದಿಸುತ್ತದೆ ಎಂಬುದು ಅದರ ಸಾರವಾಗಿತ್ತು. 2014ರಿಂದೀಚೆಗೆ ಭಾರತದ ರಾಷ್ಟ್ರಪತಿ, ಉಪರಾಷ್ಟ್ರಪತಿ ಮತ್ತು ಪ್ರಧಾನಿಗಳು ಆಫ್ರಿಕಾಕ್ಕೆ 34 ಬಾರಿ ಭೇಟಿ ನೀಡಿದ್ದಾರೆ. 2015 ರ ಐಎಎಫ್‌ಎಸ್ ಸಹಕಾರಕ್ಕಾಗಿ ವಿಶೇಷವಾಗಿ ಮಹತ್ವಾಕಾಂಕ್ಷೆಯ ಗುರಿಗಳನ್ನು ನಿಗದಿಪಡಿಸಿದೆ.

ಒಂದು ದಶಕದ ನಂತರ, ಕೋವಿಡ್ ಅಡಚಣೆಯ ಹೊರತಾಗಿಯೂ, ಯೋಜನೆಗಳು, ಸಾಮರ್ಥ್ಯಗಳು, ತರಬೇತಿ ಮತ್ತು ವಿನಿಮಯಗಳ ವಿಷಯದಲ್ಲಿ ಒಪ್ಪಿಕೊಂಡ ಹಲವು ಅಂಶಗಳನ್ನು ಸಾಧಿಸಲಾಗಿದೆ. ಪ್ರಾಯೋಗಿಕ ಸಹಯೋಗವಲ್ಲದೆ, ಜಿ20 ಸದಸ್ಯತ್ವಕ್ಕಾಗಿ ಭಾರತವು ಎಷ್ಟು ಬಲವಾಗಿ ಒತ್ತಾಯಿಸಿದೆ ಎಂಬುದರ ಮೂಲಕ ಆಫ್ರಿಕಾದೊಂದಿಗಿನ ಒಗ್ಗಟ್ಟನ್ನು ಬಿಂಬಿಸಲಾಗಿದೆ.

ಇಲ್ಲಿಯವರೆಗೆ, ಭಾರತವು ಆಫ್ರಿಕಾದಲ್ಲಿ ಸುಮಾರು 200 ಯೋಜನೆಗಳನ್ನು ಮುಗಿಸಿದೆ; ಇನ್ನೂ 65 ಯೋಜನೆಗಳು ಕಾರ್ಯಗತಗೊಳ್ಳುತ್ತಿವೆ ಮತ್ತು 81 ಯೋಜನೆಗಳು ಪ್ರಗತಿಯಲ್ಲಿವೆ. ಇವುಗಳಲ್ಲಿ ಹಲವು ಯೋಜನೆಗಳು ಆಫ್ರಿಕಾದಲ್ಲೇ ಪ್ರಥಮವೆನಿಸಿದ ಯೋಜನೆಗಳಾಗಿವೆ. ಘಾನಾದ ಟೆಮಾ – ಎಂಪಕಾಡನ್ ರೈಲ್ವೆ ಮತ್ತು ಪ್ರೆಸಿಡೆನ್ಷಿಯಲ್ ಪ್ಯಾಲೇಸ್, ಗಾಂಬಿಯಾದ ರಾಷ್ಟ್ರೀಯ ಅಸೆಂಬ್ಲಿ ಕಟ್ಟಡ, ಕೀನ್ಯಾದ ರಿವಾಟೆಕ್ಸ್ ಜವಳಿ ಕಾರ್ಖಾನೆ, ಮಾರಿಶಿಯಸ್‌ನಲ್ಲಿ ಮೆಟ್ರೋ ಎಕ್ಸ್‌ಪ್ರೆಸ್ ಯೋಜನೆ ಮತ್ತು ನೈಜರ್‌ನ ಮಹಾತ್ಮ ಗಾಂಧಿ ಇಂಟರ್‌ನ್ಯಾಶನಲ್ ಕನ್ವೆನ್ಷನ್ ಸೆಂಟರ್‌ನಂತಹ ಯೋಜನೆಗಳು ನಿಜಕ್ಕೂ ಆಯಾ ದೇಶಗಳಲ್ಲಿ ಹೆಗ್ಗುರುತುಗಳಾಗಿವೆ.

ಇತರ ಸಂಬಂಧಿತ ಕ್ಷೇತ್ರಗಳಲ್ಲಿನ ಪ್ರಗತಿಯೂ ಉತ್ತೇಜನಕಾರಿಯಾಗಿದೆ. ಕಳೆದ ಐಎಎಫ್‌ಎಸ್ ಸಭೆಯ ನಂತರ 40,000ಕ್ಕೂ ಹೆಚ್ಚು ವಿದ್ಯಾರ್ಥಿವೇತನಗಳನ್ನು ವಿಸ್ತರಿಸಲಾಗಿದೆ. ಒಂದು ದಶಕದ ಹಿಂದೆ ಪ್ರಾರಂಭಿಸಲಾದ ಪ್ಯಾನ್–ಆಫ್ರಿಕಾ ಇ–ನೆಟ್‌ವರ್ಕ್‌ಗೆ ದೂರಶಿಕ್ಷಣ ಮತ್ತು ಆರೋಗ್ಯದ ಬಗ್ಗೆ ಅನುಕ್ರಮವಾಗಿ ಇ–ವಿದ್ಯಾಭಾರತಿ ಮತ್ತು ಇ–ಆರೋಗ್ಯಭಾರತಿ ಉಪಕ್ರಮಗಳನ್ನು ಜೋಡಿಸಲಾಗಿದೆ. ನಾವು ಇಂದು ಆಫ್ರಿಕಾದ ನಾಲ್ಕನೇ ಅತಿದೊಡ್ಡ ವ್ಯಾಪಾರ ಸಹಭಾಗಿ ಮತ್ತು ಐದನೇ ಅತಿದೊಡ್ಡ ಹೂಡಿಕೆದಾರರಾಗಿದ್ದೇವೆ. ಭಾರತವು ನೀಡಿದ ಕೋವಿಡ್ ಸಾಂಕ್ರಾಮಿಕ ನಿರೋಧಕ ಲಸಿಕೆಗಳು, ಔಷಧಿಗಳು ಮತ್ತು ಸಲಕರಣೆಗಳು ಇಲ್ಲಿ ತುಂಬಾ ಮುಖ್ಯವಾದವು. ಭವಿಷ್ಯದ ಅಭಿವೃದ್ಧಿ ಸಹಯೋಗದ ಮೂರು ವಿಷಯಗಳಾಗಿ ಡಿಜಿಟಲ್ ಸೇವೆಗಳು, ಹಸಿರು ಬೆಳವಣಿಗೆ ಮತ್ತು ಕೈಗೆಟುಕುವ ಆರೋಗ್ಯದ ಬಗೆಗಿನ ಚರ್ಚೆ ಈಗ ಹೆಚ್ಚಾಗುತ್ತಿದೆ.

ಸೇತುವೆಗಳು ಹೆಚ್ಚು ದೂರವಿಲ್ಲ

ಸಾಲ ಮತ್ತು ಅನುದಾನದ ನೆರವಿನ ಮಾರ್ಗಗಳಲ್ಲಿ ಆಫ್ರಿಕಾವು ಮುಖ್ಯ ಕೇಂದ್ರಬಿಂದುವಾಗಿದ್ದರೂ, ಲ್ಯಾಟಿನ್ ಅಮೆರಿಕದಲ್ಲಿನ ಭಾರತದ ಹೆಜ್ಜೆಗುರುತುಗಳೂ ಗಮನಾರ್ಹವೇ ಆಗಿವೆ. ದೂರದ ತಾಣವೆಂದು ಗ್ರಹಿಸಲ್ಪಟ್ಟ ಆ ಖಂಡವು ಈಗ ಶಕ್ತಿ, ನೈಸರ್ಗಿಕ ಸಂಪನ್ಮೂಲಗಳು ಮತ್ತು ಆಹಾರದ ಪೂರೈಕೆದಾರ ಖಂಡವಾಗಿ ಪ್ರಾಮುಖ್ಯ ಪಡೆದಿದೆ. ಹೆಚ್ಚುತ್ತಿರುವ ಅದರ ಮಧ್ಯಮ ವರ್ಗವು ಔಷಧೀಯ ಮತ್ತು ವಾಹನಗಳಲ್ಲಿ ಭಾರತೀಯ ಉತ್ಪನ್ನಗಳಿಗೆ ನೈಸರ್ಗಿಕ ಗ್ರಾಹಕವರ್ಗ. ಭಾರತೀಯ ಐಟಿ ಉದ್ಯಮವು

ಲ್ಯಾಟಿನ್ ಅಮೆರಿಕದ ಮಾರುಕಟ್ಟೆಯಲ್ಲಿ ದೃಢವಾಗಿ ಬೇರೂರಿದೆ. ಅಲ್ಲಿ ವ್ಯಾಪಾರದ ವಹಿವಾಟು ತುಂಬಾ ವೇಗವಾಗಿ ಬೆಳೆಯುತ್ತಿದ್ದರೆ, ನಮ್ಮ ಉಪಸ್ಥಿತಿಯ ಗಂಭೀರತೆಯನ್ನು ಅಲಕ್ಷಿಸಲು ಆಗುವುದಿಲ್ಲ. ಭಾರತವು ಈಗ ಬ್ರೆಜಿಲ್ ಮತ್ತು ಅರ್ಜೆಂಟೀನ – ಈ ಎರಡೂ ದೇಶಗಳ ಅಗ್ರ ಐದು ವ್ಯಾಪಾರ ಸಹಭಾಗಿಗಳಲ್ಲಿ ಒಂದಾಗಿದೆ. ರಾಜಕೀಯ ಸಹಯೋಗವನ್ನು ಬಲಪಡಿಸಲು ಸರಿಹೊಂದುವಂತೆ ವಿವಿಧ ಕ್ಷೇತ್ರಗಳಲ್ಲಿ ಭಾರತೀಯ ಹೂಡಿಕೆಗಳು ವೇಗವಾಗಿ ಬೆಳೆಯುತ್ತಿವೆ. ಸ್ನೇಹಿತರನ್ನು ಸಂಪಾದಿಸುವ ಮತ್ತು ಜನರ ಮೇಲೆ ಪ್ರಭಾವ ಬೀರುವ ಕಾರ್ಯದಲ್ಲಿ, ಲ್ಯಾಟಿನ್ ಅಮೆರಿಕ ಈಗ ದೂರದ ಸೇತುವೆಯಾಗಿ ಉಳಿದಿಲ್ಲ.

ಕಳೆದ ದಶಕದಲ್ಲಿ ಭಾರತದ ವ್ಯಾಪ್ತಿ ಎಷ್ಟು ವಿಸ್ತರಿಸಿದೆ ಎನ್ನುವುದಕ್ಕೆ ಪೆಸಿಫಿಕ್ ದ್ವೀಪಗಳ ಉದಾಹರಣೆಯೇ ಸಾಕ್ಷಿ. ಆದರೆ ಇದು ಇನ್ನೂ ಆಗಬೇಕಾದ ಸಂಗತಿಗಳನ್ನು ನೆನಪಿಸುತ್ತಿದೆ: ಅದೇ ಹತ್ತಿರವಿಲ್ಲದ ಪ್ರದೇಶಗಳೊಂದಿಗೆ ಹೆಚ್ಚಿನ ಪ್ರಮಾಣದ ತೊಡಗಿಸಿಕೊಳ್ಳುವಿಕೆ. ಈ ಅವಧಿಯಲ್ಲಿ, ಭಾರತವು ಪೆಸಿಫಿಕ್ ದ್ವೀಪ ದೇಶಗಳೊಂದಿಗೆ ಶೃಂಗ ಮಟ್ಟದ ಮೂರು ಸಭೆಗಳನ್ನು ಕೈಗೊಂಡಿದೆ; ಇತ್ತೀಚಿನ ಸಭೆಯು 2023ರಲ್ಲಿ ಪಪುಆ ನ್ಯೂ ಗಿನಿಯಲ್ಲಿ ನಡೆಯಿತು. ಅಲ್ಲಿ ಭಾರತಕ್ಕೆ ಸಿಕ್ಕ ಸ್ವಾಗತದ ಆತ್ಮೀಯತೆಯು ಸಾರ್ವಜನಿಕರ ಗಮನವನ್ನು ಸೆಳೆದರೂ, ಬೇಡಿಕೆ – ಚಾಲಿತ ಅಭಿವೃದ್ಧಿ ಕಾರ್ಯಸೂಚಿಯನ್ನು ಮೆಚ್ಚಬೇಕಾದ್ದೂ ಮುಖ್ಯ. ಅದರಲ್ಲಿ ಹೆಚ್ಚಿನವು ಪೆಸಿಫಿಕ್ ಪ್ರದೇಶದ ಗಂಭೀರ ಆರೋಗ್ಯ ಆದ್ಯತೆಗಳ ಮೇಲೆ ಕೇಂದ್ರೀಕರಿಸಿದೆ. ಭಾರತದ ಬದ್ಧತೆಗಳಲ್ಲಿ ಫಿಜಿಯಲ್ಲಿ ಸೂಪರ್ ಸ್ಪೆಷಾಲಿಟಿ ಹಾಸ್ಪಿಟಲ್, ಜೈಪುರ ಕೃತಕ ಕಾಲು ಜೋಡಣಾ ಶಿಬಿರಗಳು, ಡಯಾಲಿಸಿಸ್ ಘಟಕಗಳು ಮತ್ತು ಎಲ್ಲಾ ಸದಸ್ಯ ದೇಶಗಳು ಮತ್ತು ಕೇಂದ್ರಗಳಲ್ಲಿ ಕಡಿಮೆ ವೆಚ್ಚದ ಔಷಧಿಗಳ ಪೂರೈಕೆಗಾಗಿ ಕಡಲು ಆಂಬ್ಯುಲೆನ್ಸ್‌ಗಳು ಸೇರಿವೆ. ಪಪುಆ ನ್ಯೂ ಗಿನಿಯಲ್ಲಿ ಐಟಿ ಹಬ್ ರಚಿಸುವ ಮೂಲಕ ಡಿಜಿಟಲ್ ಕೊರತೆಯನ್ನು ನೀಗಿಸಲು ಪ್ರಯತ್ನಿಸಲಾಯಿತು. ಸುಸ್ಥಿರ ಕರಾವಳಿ ಮತ್ತು ಸಾಗರ ಸಂಶೋಧನಾ ಕೇಂದ್ರದ ಜೊತೆಗೆ ಭೌಗೋಳಿಕ – ಪ್ರಾದೇಶಿಕ ಡೇಟಾ ಸೆಟ್‌ಗಳನ್ನು ಹೋಸ್ಟ್ ಮಾಡುವ ಕೇಂದ್ರವನ್ನೂ ಪ್ರಾರಂಭಿಸಲಾಯಿತು. ಸೌರೀಕರಣ ಮತ್ತು ಸಮುದಾಯ ಕೌಶಲ್ಯ ನಿರ್ಮಾಣದಲ್ಲಿ ನಡೆಯುತ್ತಿರುವ ಪ್ರಯತ್ನಗಳನ್ನೂ ಮುನ್ನಡೆಸಲಾಗುವುದು.

ಕೋವಿಡ್ ಸಾಂಕ್ರಾಮಿಕ ಸಮಯದಲ್ಲಿ ಭಾರತದ ಸಹಾಯವನ್ನು ಅನೇಕ ಪೆಸಿಫಿಕ್ ದೇಶಗಳು ಧ್ವನಿ ಎತ್ತಿ ಶ್ಲಾಘಿಸಿದವು; ಅವೆಲ್ಲವೂ ಭಾರತದ ಹವಾಮಾನ – ಕ್ರಿಯಾ ಉಪಕ್ರಮಗಳಲ್ಲಿನ ಅನುಕೂಲಗಳನ್ನು ಸ್ಪಷ್ಟವಾಗಿ ಕಂಡುಕೊಂಡವು. ಈ ಹಿಂದೆ ಕೇವಲ ದುರ್ಬಲ ಸಂಪರ್ಕಗಳಿದ್ದ ಪ್ರದೇಶದ ಮೇಲೆ ಈಗ ಭಾರತೀಯ ಲೆಕ್ಕಾಚಾರಗಳಿವೆ ಎಂಬುದು ಸ್ಪಷ್ಟವಾಗಿ ವಿಸ್ತರಿಸುತ್ತಿರುವ ದಿಗಂತದತ್ತ ಬೊಟ್ಟು ಮಾಡುತ್ತದೆ. ಆದರೆ ಜಾಗತಿಕ ರಾಜಕೀಯವು ಈಗ ಎಷ್ಟು ಏಕೀಕರಣಗೊಂಡಿದೆ ಮತ್ತು ಉದಾರವಾಗಿ ಸಹಾಯ ಹಸ್ತ ಚಾಚುವ ಮಹತ್ತ್ವ ಎಷ್ಟಿದೆ ಎಂಬ ಅಂಶವನ್ನೂ ಇದು ಒತ್ತಿಹೇಳುತ್ತದೆ.

ವಿಶ್ವದ ಬೇರೆ ಭಾಗದಲ್ಲಿ, ಕೆರಿಬಿಯನ್ ಸಮುದಾಯಕ್ಕೆ ಸಂಬಂಧಿಸಿದಂತೆ ಇದೇ ರೀತಿಯ ಕಥೆ ಅನಾವರಣವಾಗುತ್ತಿದೆ. ಅಲ್ಲಿ ಗಮನಾರ್ಹ ಪ್ರಮಾಣದಲ್ಲಿ ವಲಸೆಗಾರರೂ ಇದ್ದಾರೆ. ಅಲ್ಲಿಯೂ, ಅಭಿವೃದ್ಧಿ ಯೋಜನೆಗಳು, ದೊಡ್ಡ ಹೂಡಿಕೆಗಳು, ವರ್ಧಿತ ವ್ಯಾಪಾರ ಮತ್ತು ಕೇಂದ್ರೀಕೃತ ಸಾಮರ್ಥ್ಯ ವರ್ಧನೆಯ ಮೂಲಕ ದೀರ್ಘಕಾಲೀನ ಆದರೆ ಹೆಚ್ಚು ಪ್ರಮುಖವಲ್ಲದ ಸಂಬಂಧವನ್ನು ಬಲಪಡಿಸಲಾಗುತ್ತಿದೆ. ರಾಜಕೀಯ ನೇತೃತ್ವದ ಚೌಕಟ್ಟಿನ

ಮೂಲಕ ಇದನ್ನು ಸಕ್ರಿಯಗೊಳಿಸಿರುವುದು ಸಹ ಫಲಿತಾಂಶಗಳನ್ನು ನೀಡಲಾರಂಭಿಸಿದೆ. ಕೋವಿಡ್ ಸಾಂಕ್ರಾಮಿಕವು ದೀರ್ಘಕಾಲದವರೆಗೆ ನೆನಪಿರುವ ರೀತಿಯಲ್ಲಿ ಒಗ್ಗಟ್ಟನ್ನು ಪ್ರದರ್ಶಿಸುವ ಅವಕಾಶವನ್ನು ಭಾರತಕ್ಕೆ ಒದಗಿಸಿತು.

ನೆರೆಹೊರೆ: ನಿಜವಾಗಿಯೂ ಮೊದಲು

ತನ್ನ ರೆಕ್ಕೆಗಳನ್ನು ಬಿಚ್ಚಿ ಮೇಲೇರುತ್ತಿರುವ ಭಾರತವು ತನ್ನ ಹತ್ತಿರದ ನೆರೆಹೊರೆ ಮತ್ತು ವಿಸ್ತೃತ ನೆರೆಹೊರೆಯ ಮೇಲೆ ಗಮನವನ್ನು ಕೇಂದ್ರೀಕರಿಸಲೇಬೇಕು. ನೆರೆಹೊರೆ ಮೊದಲು ನೀತಿಯ ಪರಿಣಾಮವಾಗಿ ಪ್ರಸಕ್ತ ದಶಕದಲ್ಲಿ ಭಾರತದ ಸಂಪರ್ಕಗಳಲ್ಲಿ ಆಮೂಲಾಗ್ರ ಸುಧಾರಣೆ ಕಂಡುಬಂದಿದೆ. ಅದು ರೈಲು, ರಸ್ತೆ, ವಾಯು ಅಥವಾ ಜಲಮಾರ್ಗದ ಸಂಪರ್ಕವಾಗಿರಬಹುದು; ಶಕ್ತಿಯ ಪೂರೈಕೆ, ಪರಂಪರೆಯ ಪುನಃಸ್ಥಾಪನೆ, ವಸತಿ ನಿರ್ಮಾಣ, ಅಥವಾ ಸಾಮರ್ಥ್ಯಗಳ ವಿಸ್ತರಣೆ ಕೂಡಾ ಆಗಿರಬಹುದು – ಭಾರತವು ತನ್ನ ಮಿತ್ರತ್ವದ ಬೆಲೆ ಎಷ್ಟು ಎಂಬುದನ್ನು ನಿರೂಪಿಸಿದೆ. ಭಾರತವು ತಮಗೂ ಸಮೃದ್ಧಿಯ ಮೂಲವಾಗಬಹುದು ಎಂದು ನೆರೆಹೊರೆ ದೇಶಗಳು ಹೆಚ್ಚೆಚ್ಚು ಅರಿಯುತ್ತಿವೆ. ಕಷ್ಟದ ಸಮಯದಲ್ಲಿ, ವಿಶೇಷವಾಗಿ ಕೋವಿಡ್ ಸಮಯದಲ್ಲಿ, ಭಾರತದ ಕೊಡುಗೆಗಳಿಂದ ಅವರ ಯೋಗಕ್ಷೇಮ ನಿರ್ವಹಣೆಯನ್ನು ಭಾರೀ ಪ್ರಮಾಣದಲ್ಲಿ ಹೆಚ್ಚಿಸಲಾಯಿತು. ಶ್ರೀಲಂಕಾದಂತಹ ಬಾಕಿ ಪಾವತಿಯ ಗಂಭೀರ ಬಿಕ್ಕಟ್ಟನ್ನು ಎದುರಿಸಿದ ದೇಶಗಳೂ ಬೆಂಬಲಕ್ಕಾಗಿ ಭಾರತದತ್ತ ತಿರುಗಬೇಕಾಯಿತು. ಇದರ ಪರಿಣಾಮವಾಗಿ, ಪ್ರಾದೇಶಿಕ ಒಗ್ಗಟ್ಟಿನ ಪ್ರಜ್ಞೆ ಕ್ರಮೇಣವಾಗಿ ಬೆಳೆದಿದೆ.

ಭಾರತದಿಂದ ಸ್ವಲ್ಪ ಹೆಚ್ಚು ದೂರದಲ್ಲಿರುವ ಪ್ರದೇಶಗಳ ವಿಷಯದಲ್ಲೂ ಹೀಗೆಯೇ ಆಗಿದೆ. ಆಸಿಯಾನ್ ವೇದಿಕೆಯು ಭಾರತದಲ್ಲಿ ತನ್ನ ಕೇಂದ್ರೀಕರಣ ಮತ್ತು ಒಗ್ಗಟ್ಟಿನ ದೃಢ ಪ್ರತಿಪಾದಕನನ್ನು ಕಂಡುಕೊಂಡಿದೆ. ಅದರ ಸಹಕಾರದ ಕಾರ್ಯಸೂಚಿಯು ಸಂಪರ್ಕ, ಅಭಿವೃದ್ಧಿ ನೆರವು, ಸಂಶೋಧನೆ ಮತ್ತು ಶಿಕ್ಷಣ ಮತ್ತು ಭದ್ರತೆಯನ್ನು ಒಳಗೊಳ್ಳುವ ಹಾಗೆ ವಿಸ್ತಾರವಾಗಿದೆ. ಕಳೆದ ನಾಲ್ಕು ದಶಕಗಳಿಂದ ಕಾಣೆಯಾಗಿದ್ದ ಗಮನವನ್ನು ಕೊಲ್ಲಿ ದೇಶಗಳು ಈಗ ಕಂಡುಕೊಂಡಿವೆ. ಈ ಬೆಳೆಯುತ್ತಿರುವ ನಿಕಟತೆಯನ್ನು ಕೋವಿಡ್ ಅವಧಿಯ ಒತ್ತಡಗಳು ಇನ್ನಷ್ಟು ಗಾಢಗೊಳಿಸಿವೆ. ಹೂಡಿಕೆಯ ಮಟ್ಟ, ವ್ಯಾಪಾರ ಮತ್ತು ಸಹಯೋಗದ ಕಾರ್ಯತಂತ್ರಗಳು ಗಮನಾರ್ಹವಾಗಿ ಸುಧಾರಿಸಿವೆ.

2022ರಲ್ಲಿ ಮಧ್ಯ ಏಶ್ಯಾದೊಂದಿಗೆ ಘೋಷಿಸಲಾದ ಸಮಗ್ರ ತೊಡಗಿಸಿಕೊಳ್ಳುವಿಕೆಯ ಮಾದರಿಯು ವ್ಯಾಪಕ ಶ್ರೇಣಿಯ ಕ್ಷೇತ್ರಗಳಲ್ಲಿ ಹೊಸ ಸಾಧ್ಯತೆಗಳನ್ನು ತೆರೆದಿದೆ. ಭಾರತೀಯ ಸಾಮರ್ಥ್ಯಗಳು ಮತ್ತು ಸಹಭಾಗಿಗಳನ್ನು ಇನ್ನೂ ಹೆಚ್ಚಿನ ಉತ್ಸಾಹದಿಂದ ಪರಿಗಣಿಸಲಾಗುತ್ತಿದೆ.

ಹಿಂದೂ ಮಹಾಸಾಗರದ ನೆರೆಹೊರೆಯ ದ್ವೀಪದೇಶಗಳಿಗೆ ಸಂಬಂಧಿಸಿದಂತೆ ಹೇಳುವುದಾದರೆ, ಭಾರತವು ಕಷ್ಟಕರ ಸಮಯ ಮತ್ತು ನಿಯತ ಕಾಲ – ಇವೆರಡೂ ಸಮಯಗಳಲ್ಲಿ ನೆರವಿಗೆ ಬರುವುದನ್ನು ಆ ದೇಶಗಳು ನೋಡಿವೆ.

ಈಗ ಹೊರಹೊಮ್ಮುವ ಒಟ್ಟಾರೆ ಚಿತ್ರಣ: ಹೆಚ್ಚು ತೊಡಗಿಸಿಕೊಂಡಿರುವ, ಹೆಚ್ಚು ಜವಾಬ್ದಾರಿಯುತ, ಹೆಚ್ಚು ಕೊಡುಗೆ ನೀಡುವ ಮತ್ತು ಆದ್ದರಿಂದ ಹೆಚ್ಚು ವಿಶ್ವಾಸಾರ್ಹವಾದ

ಭಾರತ.

ಗ್ಲೋಬಲ್ ಸೌತ್ ಮತ್ತು ಜಾಗತಿಕ ಒಳಿತು

ಅಂತಾರಾಷ್ಟ್ರೀಯ ಶ್ರೇಣಿಯನ್ನು ಏರುತ್ತಿದ್ದಂತೆ, ಭಾರತವು ತನ್ನ ಪರವಾಗಿ ಮಾತ್ರವಲ್ಲ, ವಿಶಾಲವಾದ ಗ್ಲೋಬಲ್ ಸೌತ್ ಕ್ಷೇತ್ರದ ಪರವಾಗಿಯೂ ಮಾತನಾಡುತ್ತದೆ. ವಿಶೇಷವಾಗಿ ಕಳೆದ ಕೆಲವು ವರ್ಷಗಳು ಅಭಿವೃದ್ಧಿಶೀಲ ದೇಶಗಳಿಗೆ ಕಠಿಣವಾಗಿದ್ದವು. ಆರೋಗ್ಯ ಲಭ್ಯತೆ ಅಥವಾ ಕೈಗೆಟಕುವ ದರದ ವಿಷಯದಲ್ಲಿ ಕೋವಿಡ್‌ನ ಪರಿಣಾಮವು ತುಂಬಾ ಕಟುವಾಗಿತ್ತು. ನಂತರ ಅವರನ್ನು ಪ್ರಯಾಣದ ನಿರ್ಬಂಧಗಳಿಗೆ ಒಳಪಡಿಸಲಾಯಿತು ಎಂಬುದು ಗಾಯಕ್ಕೆ ಉಪ್ಪು ಹಚ್ಚಿದಂತಾಯಿತು. ಅದಾಗಲೇ ದುರ್ಬಲವಾಗಿದ್ದ ಆರ್ಥಿಕತೆಗಳು ಲಾಕ್‌ಡೌನ್‌ಗಳು ಮತ್ತು ಅಡೆತಡೆಗಳ ಭಾರದಿಂದ ತತ್ತರಿಸಿದವು. ಅಲ್ಲದೇ ಹೆಚ್ಚುತ್ತಿರುವ ಸಾಲ ಮತ್ತು ವ್ಯಾಪಾರದ ಕುಸಿತದಿಂದ ಇನ್ನಷ್ಟು ಹದಗೆಟ್ಟವು. ಉಕ್ರೇನ್ ಸಂಘರ್ಷದ ನೇರ ಪರಿಣಾಮಗಳು ಈ ಸಂಕಟಗಳನ್ನು – ವಿಶೇಷವಾಗಿ 3ಎಫ್ ಬೆಲೆಗಳ ವಿಷಯಕ್ಕೆ ಬಂದಾಗ – ಹೆಚ್ಚಿಸಿದವು. ಅನೇಕ ಪ್ರದೇಶಗಳಲ್ಲಿ, ಭಯೋತ್ಪಾದನೆಯು ಅದರ ಆರ್ಥಿಕ ವೆಚ್ಚಗಳೊಂದಿಗೆ ಸ್ಥಳೀಯವಾಗಿದೆ. ಹೆಚ್ಚಿನ ಪ್ರಮಾಣದಲ್ಲಿ ನಾವು ನೋಡುತ್ತಿರುವ ತೀವ್ರ ಹವಾಮಾನ ಘಟನೆಗಳಿಗೆ ಅಭಿವೃದ್ಧಿಶೀಲ ಸಮಾಜಗಳು ಹೆಚ್ಚು ಗುರಿಯಾಗಲಿವೆ. ಇದು 2030ರ ಕಾರ್ಯಸೂಚಿಯಾಗಿರಲಿ ಅಥವಾ ಹವಾಮಾನ ಬದ್ಧತೆಯಾಗಿರಲಿ, ಪ್ರಗತಿಯನ್ನು ಉಳಿಸಿಕೊಳ್ಳುವ ಸಾಮರ್ಥ್ಯದ ಬಗ್ಗೆ ಆತಂಕ ಹೆಚ್ಚುತ್ತಿದೆ.

ಈ ಎಲ್ಲಾ ಸಂಗತಿಗಳಲ್ಲಿ, ಭಾರತವು ಅನೇಕ ಕ್ಷೇತ್ರಗಳಲ್ಲಿ ಅನುಕರಣೀಯವಾಗಿದೆ ಎಂದು ವ್ಯಾಪಕವಾಗಿ ಗ್ರಹಿಸಲಾಗಿದೆ. ಅಭಿವೃದ್ಧಿಶೀಲ ದೇಶಗಳು ಕೂಡಾ ತಾವು ಉಪಸ್ಥಿತರಿಲ್ಲದ ವೇದಿಕೆಗಳಲ್ಲಿ ಭಾರತದಂತಹ ದೇಶವು ತಮ್ಮ ಆತಂಕಗಳನ್ನು ಪ್ರಕಟಿಸಬೇಕೆಂದು ನಿರೀಕ್ಷಿಸುತ್ತವೆ. ಭಾರತಕ್ಕೆ ಇದು ನೈತಿಕ ಜವಾಬ್ದಾರಿ ಮತ್ತು ಜಾಗತಿಕ ಕಾರ್ಯತಂತ್ರದ ಅಭಿವ್ಯಕ್ತಿಯಾಗಿದೆ. ಏನಿದ್ದರೂ, ಮರುಸಮತೋಲನ ಪ್ರಕ್ರಿಯೆಯು ಅದರ ಈಗಿನ ಫಲಾನುಭವಿಗಳನ್ನು ಮೀರಿ ವಿಸ್ತರಿಸಲಿದೆ; ಗ್ಲೋಬಲ್ ಸೌತ್‌ನಲ್ಲಿ ಆಳವಾಗಿ ಹೂಡಿಕೆ ಮಾಡುವುದರಿಂದ ಭಾರತಕ್ಕೆ ಅನುಕೂಲವೇ ಇದೆ.

ಸ್ನೇಹಿತರನ್ನು ಪಡೆದ ಮತ್ತು ಹೆಚ್ಚಿನ ಒಳಿತು ಮಾಡಿದ್ದರಿಂದ ಪ್ರಭಾವ ಮೂಡಿಸಿದ ಸಂದರ್ಭಗಳೂ ಇಲ್ಲಿವೆ. ಅವುಗಳಲ್ಲಿ ಕೆಲವು ರಾಷ್ಟ್ರೀಯ ಹಿತಾಸಕ್ತಿಗೆ ನೇರವಾಗಿ ಸಂಬಂಧಿಸಿರಬಹುದು. ಭಾರತದ ಸಾಮರ್ಥ್ಯ ಬೆಳೆದಂತೆ ಅದರಿಂದ ಇನ್ನೂ ಹೆಚ್ಚಿನ ನಿರೀಕ್ಷೆ ಇಟ್ಟುಕೊಳ್ಳಬಹುದು. ಇತ್ತೀಚಿನ ವರ್ಷಗಳಲ್ಲಿ, ಟರ್ಕಿ ಮತ್ತು ನೇಪಾಳದ ಭೂಕಂಪಗಳು ಮತ್ತು ಯೆಮೆನ್ ಅಂತರ್ಯುದ್ಧದಿಂದ ಹಿಡಿದು ಶ್ರೀಲಂಕಾದಲ್ಲಿನ ಭೂಕುಸಿತ ಮತ್ತು ಮೊಜಾಂಬಿಕ್ ಪ್ರವಾಹದವರೆಗಿನ ಸಂದರ್ಭಗಳಲ್ಲಿ ನಾವು ಸಹಾಯ ನೀಡುವಲ್ಲಿ ಪರಿಣಾಮಕಾರಿಯಾಗಿದ್ದೇವೆ. 100 ಸಹಭಾಗಿಗಳಿಗೆ ಲಸಿಕೆ ಮೈತ್ರಿ, 150 ದೇಶಗಳಿಗೆ ಔಷಧಿಗಳು ಅಥವಾ ಉಪಕರಣಗಳ ಪೂರೈಕೆ ಅಥವಾ ಮಾಲ್ಡೀವ್ಸ್, ಮಾರಿಶಿಯಸ್, ಮಡಗಾಸ್ಕರ್, ಸೆಶೆಲ್ಸ್, ಕೊಮೊರೊಸ್ ಮತ್ತು ಕುವೈಟ್‌ನಲ್ಲಿ ಭಾರತೀಯ ಸಿಬ್ಬಂದಿಯ ನಿಯೋಜನೆ – ಯಾವುದೇ ಆಗಿರಲಿ, ಕೋವಿಡ್ ಅವಧಿಯಲ್ಲಿ ಅಂತಾರಾಷ್ಟ್ರೀಯ ಸಹಯೋಗವು ತೀವ್ರವಾಯಿತು.

ಹೀಗಿದ್ದೂ, ತುರ್ತುಸಂದರ್ಭಗಳನ್ನು ಹೊರತುಪಡಿಸಿಯೂ, ಜಾಗತಿಕ ಸಾಮಾನ್ಯರ ಯೋಗಕ್ಷೇಮಕ್ಕೆ ಕೊಡುಗೆ ನೀಡುವ ಮೂಲಕ ಭಾರತವು ಜಗತ್ತನ್ನು ಸುರಕ್ಷಿತವೂ, ಭದ್ರವೂ ಆಗಿರುವಂತೆ ನೆರವಾಗಬಹುದು. ಇದು 2019ರಲ್ಲಿ ಪೂರ್ವ ಏಶ್ಯಾ ಶೃಂಗಸಭೆಯಲ್ಲಿ ಭಾರತ ಘೋಷಿಸಿದ ಇಂಡೋ – ಪೆಸಿಫಿಕ್ ಸಾಗರ ಉಪಕ್ರಮ (ಐಪಿಓಐ)ದ ರೂಪದಲ್ಲಿರಬಹುದು. ಅಂದಿನಿಂದ ಇದು ಸಹಭಾಗಿ ದೇಶಗಳ ಪಟ್ಟಿ ಬೆಳೆಯುವುದರೊಂದಿಗೆ ವೇಗ ಪಡೆದಿದೆ. ಇದು ಇಂಡೋ – ಪೆಸಿಫಿಕ್ ಪಾರ್ಟ್‌ನರ್‌ಶಿಪ್ ಫಾರ್ ಮಾರಿಟೈಮ್ ಡೊಮೇನ್ ಅವೇರ್‌ನೆಸ್ (ಐಪಿಎಂಡಿಎ) ಆಗಿರಬಹುದು, ಇದು ಅಕ್ರಮ, ವರದಿಯಾಗದ ಮತ್ತು ಅನಿಯಂತ್ರಿತ (ಐಯುಯು) ಮೀನುಗಾರಿಕೆಯಂತಹ ಸವಾಲುಗಳ ಮೇಲೆ ಕೇಂದ್ರೀಕರಿಸುತ್ತದೆ. ಅಥವಾ ಸಹಭಾಗಿತ್ವದ ಸಂಪರ್ಕ ಮತ್ತು ಕೋವಿಡ್ ಪಿಡುಗಿಗೆ ನೀಡಿದ ಪ್ರತಿಕ್ರಿಯೆಯಿಂದ ಮೂಡುತ್ತಿರುವ ಹೊಸ ಮತ್ತು ನಿರ್ಣಾಯಕ ತಂತ್ರಜ್ಞಾನಗಳವರೆಗೆ ಜವಾಬ್ದಾರಿಗಳನ್ನು ವಹಿಸಿಕೊಂಡ ಕ್ವಾಡ್ ಕೂಡ ಆಗಬಹುದು. ಭಾರತವು ಹವಾಗುಣ ಕ್ರಿಯಾಯೋಜನೆಯನ್ನು ಪ್ರದರ್ಶಿಸಿ ಮುಖ್ಯ ಪಾತ್ರವನ್ನು ನಿರ್ವಹಿಸಿದ ಉದಾಹರಣೆಗಳೂ ಇವೆ. ಇದೇ ಉತ್ಸಾಹವು ಅಂತಾರಾಷ್ಟ್ರೀಯ ಸಿರಿಧಾನ್ಯಗಳ ವರ್ಷವನ್ನು ಆಚರಿಸಲು ಭಾರತವೇ ನಾಯಕತ್ವ ವಹಿಸಿಕೊಳ್ಳುವುದಕ್ಕೆ ಪ್ರೇರೇಪಿಸಿದೆ. ಇದು ಆಹಾರ ಭದ್ರತೆ ಮತ್ತು ಪರಿಸರ ಸ್ನೇಹಿ ಕೃಷಿಯ ಮೇಲೆ, ವಿಶೇಷವಾಗಿ ಆಫ್ರಿಕಾದ ಮೇಲೆ ಗಣನೀಯ ಪರಿಣಾಮ ಬೀರಬಹುದಾಗಿದೆ.

ಆಫ್ರಿಕಾದೊಂದಿಗಿನ ಭಾರತದ ಸಂಬಂಧವನ್ನು ಪ್ರೇರೇಪಿಸುವ ತರ್ಕದ ಅನೇಕ ಅಂಶಗಳು ವ್ಯಾಪಕವಾಗಿ ಗ್ಲೋಬಲ್ ಸೌತ್‌ಗೂ ಅನ್ವಯಿಸುತ್ತವೆ. ಅಲ್ಲಿ ಅನುಭೂತಿ ಮತ್ತು ಒಗ್ಗಟ್ಟಿನ ವಿಶಾಲ ಸಂದೇಶವಿದೆ. ಆದರೆ ಆ ದೇಶಗಳ ಅಭಿವ್ಯಕ್ತಿಗಳು ಆಯಾ ಪ್ರದೇಶ ಅಥವಾ ದೇಶಕ್ಕೆ ನಿರ್ದಿಷ್ಟವಾಗಿರಬಹುದು. ಇದು ಜಿ–77, ಅಲಿಪ್ತ ಚಳವಳಿ ಅಥವಾ ಎಲ್.69 ಗುಂಪಿನಂತಹ ಬಹುಪಕ್ಷೀಯ ವೇದಿಕೆಗಳಲ್ಲಿ ಗೋಚರಿಸುತ್ತದೆ. ಸ್ಮಾಲ್ ಐಲ್ಯಾಂಡ್ ಡೆವಲಪಿಂಗ್ ಸ್ಟೇಟ್ಸ್ ವೇದಿಕೆಯಲ್ಲಿನ ಅಭಿವೃದ್ಧಿ ಯೋಜನೆಗಳು, ನವೀಕರಿಸಬಹುದಾದ ಇಂಧನ ರಂಗದ ವಿಸ್ತರಣೆ, ಮತ್ತು ವಿಪತ್ತು ಸ್ಥಿತಿಸ್ಥಾಪಕತ್ವ ಪ್ರಯತ್ನಗಳಲ್ಲಿ ಇದು ನಿಚ್ಚಳವಾಗಿದೆ.

ಪ್ರಪಂಚದ ಬಹುಭಾಗವು ಹಿಂದಿನ ಯುಗದ ರಾಷ್ಟ್ರೀಯತೆಗೆ ಮರಳಿರುವ ಈ ಸಮಯದಲ್ಲಿ, ಪ್ರಬುದ್ಧ ಭಾರತೀಯ ಹಿತಾಸಕ್ತಿಗಳು ಅಂತಾರಾಷ್ಟ್ರೀಯವಾದಕ್ಕೆ ಇನ್ನೂ ಹೆಚ್ಚಿನ ಒತ್ತು ನೀಡುವಂತೆ ನಿರ್ದೇಶಿಸುತ್ತಿವೆ. ಭಾರತೀಯ ಸಂಪ್ರದಾಯದಲ್ಲಿ, ಇವೆರಡರ ನಡುವೆ ಎಂದಿಗೂ ಯಾವುದೇ ಘರ್ಷಣೆಯೂ ಇರಲಿಲ್ಲ. ಜಿ20ರ ಅಧ್ಯಕ್ಷತೆಯು ಈ ಸಂದೇಶವನ್ನು ಬಿತ್ತರಿಸಲು ಸೂಕ್ತವಾದ ವೇದಿಕೆಯನ್ನು ಒದಗಿಸಿದೆ.

ಪ್ರಮುಖ ದ್ವಿಪಕ್ಷೀಯ ಸಂಬಂಧಗಳು ಸುದೀರ್ಘ ಕಾಲದಿಂದಲೂ ಪಡೆಯದಿದ್ದ ಗಮನವನ್ನು ಪಡೆಯಲು ಆರಂಭಿಸಿವೆ ಎಂಬುದೊಂದೇ ಮುಖ್ಯ ಸಂಗತಿಯಲ್ಲ. ಇಲ್ಲಿ ವಿವಿಧ ಹಂತಗಳಲ್ಲಿ ಇನ್ನಷ್ಟು ನವೀನ ಗುಂಪುಭಾಗಿತ್ವಗಳೂ ಇವೆ. ನಿಕಟ ಮತ್ತು ದೂರದ ನೆರೆಹೊರೆಯಲ್ಲಿ, ಈಸ್ಟ್ ಏಶ್ಯಾ ಶೃಂಗಸಭೆಯ ವೇದಿಕೆಗಳಲ್ಲಿ, ಬಹು – ವಲಯ ತಾಂತ್ರಿಕ ಮತ್ತು ಆರ್ಥಿಕ ಸಹಕಾರಕ್ಕಾಗಿ ಬಂಗಾಳ ಗಲ್ಫ್ ಉಪಕ್ರಮ (ಬಿಮ್‌ಸ್ಟೆಕ್), ಹಿಂದೂ ಮಹಾಸಾಗರ ರಿಮ್ ಅಸೋಸಿಯೇಷನ್ (ಐಒಆರ್‌ಎ), ಗಲ್ಫ್ ಸಹಕಾರ ಮಂಡಳಿ (ಜಿಸಿಸಿ) ಮತ್ತು ಮಧ್ಯ ಏಶ್ಯಾ ಸಾಮೂಹಿಕ ಕಾರ್ಯಕ್ರಮಗಳನ್ನು ನಾವು ನೋಡಬಹುದು. ಅದರಾಚೆಗೆ, ಐಎಫ್‌ಎಸ್, ಅರಬ್ ಲೀಗ್ ಸಂವಾದ, ಶಾಂಘಾಯ್ ಸಹಕಾರ ಸಂಸ್ಥೆ

(ಎಸ್‌ಸಿಒ), ಪೆಸಿಫಿಕ್ ದ್ವೀಪಗಳ ವೇದಿಕೆ, ಕೆರಿಬಿಯನ್ ಸಮುದಾಯ (ಕ್ಯಾರಿಕಾಮ್) ಮತ್ತು ಲ್ಯಾಟಿನ್ ಅಮೆರಿಕ ಮತ್ತು ಕೆರಿಬಿಯನ್ ರಾಜ್ಯಗಳ ಸಮುದಾಯ (ಸಿಇಎಲ್‌ಎಸಿ) ಇವೆ. ಯುರೋಪಿನೊಂದಿಗಿನ ವ್ಯವಹಾರಗಳು ಯುರೋಪಿಯನ್ ಒಕ್ಕೂಟದೊಂದಿಗೆ ಮಾತ್ರವಲ್ಲದೆ ನಾರ್ಡಿಕ್ ದೇಶಗಳು ಅಥವಾ ಸ್ಲಾವ್ಕೊವ್ ಸ್ವರೂಪದಂತಹ ಘಟಕ ಸದಸ್ಯ ದೇಶಗಳೊಂದಿಗೆ ಹೊಸ ನಿಕಟತೆ ಹೊಂದಿವೆ. ಕಾಮನ್‌ವೆಲ್ತ್ ಒಂದು ದೀರ್ಘಕಾಲೀನ ಬದ್ಧತೆಯಾಗಿ ಉಳಿದಿದೆ; ಜಿ20ಯು ಬೆಳೆಯುತ್ತಿರುವ ಆದ್ಯತೆಯಾಗಿ ರೂಪುಗೊಂಡಿದೆ. ಇವೆಲ್ಲನ್ನೂ ಬ್ರಿಕ್ಸ್, ಆರ್‌ಐಸಿ, ಐಬಿಎಸ್‌ಎ, ಕ್ವಾಡ್, ಐ2ಯು2 ಮತ್ತು ಅನೇಕ ತ್ರಿಪಕ್ಷೀಯಗಳಂತಹ ತಾತ್ಕಾಲಿಕ ವ್ಯವಸ್ಥೆಗಳು ಬೆಂಬಲಿಸಿವೆ. ಇವುಗಳ ಜೊತೆಗೆ ಭಾರತದ ಏಳಿಗೆಯ ಸುಗಮತೆಯನ್ನು ನಿರ್ಧರಿಸುವ ಕೆಲವು ಪ್ರಮುಖ ದ್ವಿಪಕ್ಷೀಯ ಮತ್ತು ಕೆಲವು ನಿರ್ದಿಷ್ಟ ಪ್ರದೇಶಗಳು ಕೂಡಾ ಇವೆ.

ಗರಿಷ್ಠ ಪ್ರಮಾಣದಲ್ಲಿ ಫಲಿತಾಂಶಗಳು ಮತ್ತು ಪ್ರಯೋಜನಗಳನ್ನು ಪಡೆಯಲು ಪ್ರಯತ್ನಿಸುವ ಬಹು ಆಯಾಮದ ತೊಡಗಿಸಿಕೊಳ್ಳುವಿಕೆಯ ಹೊಸ ಹಂತವನ್ನು ಭಾರತ ಈಗ ಪ್ರವೇಶಿಸಿದೆ. ಆ ಫಲಿತಾಂಶಗಳು ಅದರ ವರ್ಚಸ್ಸನ್ನು ಹೆಚ್ಚಿಸಿವೆ; ಅದರ ಚಿತ್ರಣವನ್ನು ಬದಲಾಯಿಸಿವೆ. ಪರಿಣಾಮವಾಗಿ, ಇಂದು ಭಾರತವನ್ನು ಆಲೋಚನೆಗಳ ಮೂಲವಾಗಿ, ಹಲವು ಸಂಗತಿಗಳ ನಾಯಕ ದೇಶವಾಗಿ, ಉಪಕ್ರಮಗಳ ಚಾಲಕ ಮತ್ತು ಒಮ್ಮತದ ಪ್ರತಿಪಾದಕ ದೇಶ ಎಂದು ಗ್ರಹಿಸಲ್ಪಟ್ಟಿದೆ. ಭಾರತದ ಜಾಗತಿಕ ತರ್ಕವಿಧಾನದಲ್ಲಿ ಇಂದು ಯಾವುದೇ ದೇಶ ಅಥವಾ ಪ್ರದೇಶವನ್ನು ಅಪ್ರಸ್ತುತವೆಂದು ಬಗೆಯುತ್ತಿಲ್ಲ. ಈ ಪ್ರತಿಯೊಂದು ಉದಾಹರಣೆಯೂ ಸ್ನೇಹಿತರನ್ನು ಮಾಡಿಕೊಳ್ಳುವ ಮತ್ತು ಜನರ ಮೇಲೆ ಪ್ರಭಾವ ಬೀರುವ ಮಹತ್ತ್ವವನ್ನು ಎತ್ತಿ ತೋರಿಸುತ್ತದೆ. ವಿಶ್ವದೊಂದಿಗಿನ ಈ ಉದಾರ, ತೀವ್ರ ಮತ್ತು ಪ್ರಬುದ್ಧ ಸಂಬಂಧವು ಮುಂಚೂಣಿ ಶಕ್ತಿಯಾಗುವ ಭಾರತದ ಪಯಣದ ಕೀಲಿಕೈಯಾಗಿದೆ.

7.

ಖ್ವಾಡ್: ಬಹುನಿರೀಕ್ಷಿತ ಸಮೂಹ

ಸರ್ವರ ಒಳಿತು ಹೊಸ ಚಿಂತನೆ ಬಯಸಿದಾಗ....

ಒಂದು ನಾಟಕಶಾಲೆಯಾಗಿ ಇಂಡೋ–ಪೆಸಿಫಿಕ್‌ನ ಮಹತ್ತ್ವ ಮತ್ತು ಒಂದು ರಾಜತಾಂತ್ರಿಕ ವೇದಿಕೆಯಾಗಿ ಖ್ವಾಡ್‌ನ ಮಹತ್ತ್ವಗಳನ್ನು ಈಗ ಹೆಚ್ಚುಹೆಚ್ಚಾಗಿ ಪರಿಗಣಿಸಲಾಗುತ್ತಿದೆ. ಕೆಲವು ದೇಶಗಳು ಇವುಗಳ ನವೀನತೆಯಲ್ಲಿ ಆಸಕ್ತಿ ಹೊಂದಿರಬಹುದು; ಇನ್ನೂ ಕೆಲವು ದೇಶಗಳು, ಇವು ಈಗ ನಡೆಯುತ್ತಿರುವ ನೈಜ ಜಾಗತಿಕ ಬದಲಾವಣೆ ಎಂದೇ ಭಾವಿಸಬಹುದು. ಸಹಜವಾಗಿಯೇ ಇವು ಚರ್ಚೆಗೆ ಒಳಪಟ್ಟಿವೆ ಮತ್ತು ಕೆಲವು ಕ್ಷೇತ್ರಗಳಲ್ಲಿ ಇವು ವಿವಾದದ ಸಂಗತಿಗಳೂ ಆಗಿರಬಹುದು. ಈ ಎರಡೂ ವಿಷಯಗಳು ಕೋವಿಡ್ ಪೂರ್ವದ್ದು. ಆದರೆ ಇವೆರಡೂ ಕೋವಿಡ್‌ನಿಂದಲೇ ರೂಪಿಸಲ್ಪಟ್ಟಿವೆ. ಇವೆರೆಡನ್ನೂ ಸಾಕಾರಗೊಳಿಸಲು ಗಮನಾರ್ಹ ಪ್ರಮಾಣದಲ್ಲಿ ರಾಜತಾಂತ್ರಿಕ ಶಕ್ತಿಯನ್ನು ವ್ಯಯಿಸಲಾಗಿದೆ ಎಂಬುದನ್ನು ನಾವು ನಮ್ಮ ಸಹಜವಾಗಿಯೇ ತಿಳಿದುಕೊಂಡಿದ್ದೇವೆ.

ಶೃಂಗಸಭೆಯ ಮಟ್ಟಕ್ಕೆ ಸಭೆಗಳು ನಡೆಯುತ್ತಿರುವ ಖ್ವಾಡ್ ಈಗ ಕೇವಲ ಅಧಿಕಾರಶಾಹಿ ಕಾರ್ಯವಿಧಾನವಾಗಿ ಉಳಿದಿಲ್ಲ; ಬದಲಿಗೆ ಅದು ರಾಷ್ಟ್ರೀಯ ಹಿತಗಳ ಕೀಲಿಗೈಯಾಗಿದೆ. ಇದು ಇಷ್ಟು ಬೇಗ ಹೇಗೆ ರೂಪುಗೊಂಡಿತು ಎಂದು ನಾವು ಯೋಚಿಸುತ್ತಿರುವಂತೆಯೇ, ಇವೆಲ್ಲವೂ ಘಟಿಸಲು ಕಾಯುತ್ತಿದ್ದಂತಹ ಬೆಳವಣಿಗೆಗಳು ಎಂಬುದನ್ನು ಹೆಚ್ಚು ಗ್ರಹಿಕೆಯುಳ್ಳವರು ತಿಳಿದುಕೊಳ್ಳುತ್ತಾರೆ. ವಾಸ್ತವವಾಗಿ ಇದು ಮೊದಲೇ ನಿರೀಕ್ಷಿತವಾಗಿದ್ದ ಗುಂಪಿನ ಕಥೆ. ಆದರೆ ಹೀಗಾಗಲೂ ಕೂಡ ಜಾಗತಿಕ ನಡೆಗಳು ಕಾರ್ಯತಂತ್ರಾತ್ಮಕ ಸ್ಪಷ್ಟತೆ ಮತ್ತು ದಿಟ್ಟ ನಾಯಕತ್ವದ ಸಂಗತಿಗಳನ್ನು ಎದುರಿಸಬೇಕಾಗಿತ್ತು. ಗತಕಾಲದಿಂದ ಬೇರೆಯಾಗುವುದಕ್ಕೆ ಸಹಜವಾಗಿಯೇ ಎದುರಾದ ಪ್ರತಿರೋಧವೂ ಅನಾವರಣಗೊಂಡಿದ್ದರಿಂದ ಇಲ್ಲಿ ಸುಸ್ಥಿರವಾದ ಕಾರ್ಯಪಥವೂ ಅಷ್ಟೇ ಮುಖ್ಯವಾಗಿತ್ತು.

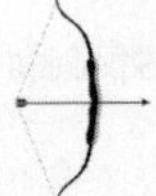

ಪಟ್ಟಾಬಿಷೇಕದ ಮುನ್ನಾದಿನದಂದು ಭಗವಾನ್ ಶ್ರೀರಾಮನನ್ನು ಕಾಡಿನ ವನವಾಸಕ್ಕೆ ಕಳುಹಿಸಿದ ನಂತರ, ಅವನು - ಯಾರ ಪರವಾಗಿ ಈ ನಿರ್ಣಯಗಳನ್ನು ತೆಗೆದುಕೊಳ್ಳಲಾಗಿತ್ತೋ - ಆ ತನ್ನ ಮಲಸೋದರ ಭರತನನ್ನು ಭೇಟಿಯಾದ. ಅವರ ಭೇಟಿ (ಭರತ ಮಿಲಾಪ್ ಎಂದು ಪ್ರಸಿದ್ಧವಾಗಿದೆ) ನಂತರದ ಕಾಲದಲ್ಲಿ ಕಲಾತ್ಮಕ ಮತ್ತು ಸಾಂಸ್ಕೃತಿಕ ಚಿತ್ರಣಕ್ಕೆ ನೆಚ್ಚಿನ ವಿಷಯವಾಗಿದೆ. ಈ ಮುಖಾಮುಖಿ ನಡೆಯುವ ಜಾಗದ ಒಡೆಯ, ಬೇಟೆಗಾರ - ರಾಜ ಗುಹನು, ಈ ನಾಲ್ವರೂ ಸಹೋದರರ ಒಟ್ಟುಗೂಡುವಿಕೆಯನ್ನು ಗಮನಿಸಿದ (ಅವಳಿಗಳಾದ ಲಕ್ಷ್ಮಣ ಮತ್ತು ಶತ್ರುಘ್ನ ಕೂಡ ಅಲ್ಲಿದ್ದರು). ಪ್ರತಿಯೊಬ್ಬರೂ ತಮ್ಮದೇ ಆದ ಆಸಕ್ತಿಗಳು ಮತ್ತು ದೃಷ್ಟಿಕೋನಗಳನ್ನು ಹೊಂದಿದ್ದರೂ, ಅವರು ಪರಸ್ಪರ ನಿಚ್ಚಳ ಪ್ರೀತಿಯನ್ನು ಪ್ರದರ್ಶಿಸಿದ ಬಗ್ಗೆ ಅವನು ಅಚ್ಚರಿಗೊಂಡ. ಅವರ ನಡುವೆ ಯಾವುದೇ ಬಿನ್ನಾಬಿಪ್ರಾಯಗಳು ಅಥವಾ ಉದ್ವಿಗ್ನತೆಗಳು ಇರಲಿಲ್ಲ ಎಂದಲ್ಲ. ಭರತನ ತಾಯಿ ಕೈಕೇಯಿ ವರಗಳನ್ನು ಕೋರಿದ್ದರಿಂದ ವಿಶೇಷವಾಗಿ ಲಕ್ಷ್ಮಣನು ತೀವ್ರವಾಗಿ ಅಸಮಾಧಾನಗೊಂಡಿದ್ದ; ಅದು ಅವನ ದೃಷ್ಟಿಕೋನದ ಮೇಲೆ ಪ್ರಭಾವ ಬೀರುತ್ತಲೇ ಇತ್ತು.

ಆದರೆ ಒಮ್ಮೆ ಅವರು ಒಟ್ಟಿಗೆ ಸೇರಿದ ನಂತರ, ಇತರ ಸಂದರ್ಭಗಳಲ್ಲಿ ಸಹಜವೇ ಆಗಿರಬಹುದಾಗಿದ್ದ ಅಪನಂಬಿಕೆಯು ಅವರ ಸಹಜ ಬಂಧದಿಂದ ಚದುರಿಹೋಯಿತು. ತಮ್ಮ ಸಾಮೂಹಿಕ ಒಗ್ಗಟ್ಟಿಗೆ ದೊಡ್ಡ ಉದ್ದೇಶವಿದೆ ಎಂದು ಅವರು ಅರಿತುಕೊಂಡರು. ಏಕೆಂದರೆ ಈ ಘಟನೆಯು ರಾಜ್ಯದಾದ್ಯಂತ ಪ್ರತಿಧ್ವನಿಸಿತು; ಅವರ ನಿರೀಕ್ಷಿತ ಸೇವೆಯನ್ನು ಸಲ್ಲಿಸಲು ಅವಕಾಶ ಮಾಡಿಕೊಟ್ಟಿತು. ಆದ್ದರಿಂದ ಮೌಲ್ಯಗಳು ಮತ್ತು ನಂಬಿಕೆಗಳನ್ನು ಹಂಚಿಕೊಳ್ಳುವವರು ಹೆಚ್ಚಿನ ಒಳಿತಿಗಾಗಿ ಒಗ್ಗೂಡುವ ಸಾಮರ್ಥ್ಯವನ್ನು ಎಂದಿಗೂ ಕಡಿಮೆ ಅಂದಾಜು ಮಾಡಬಾರದು. ವಿಶೇಷವಾಗಿ ಅವರು ಬಿನ್ನಾಬಿಪ್ರಾಯಗಳಿಗೆ ಅವಕಾಶ ಕಲ್ಪಿಸಲು ಮತ್ತು ದೊಡ್ಡ ಉದ್ದೇಶವನ್ನು ಅರಿತು ಒಪ್ಪಿಕೊಳ್ಳುವುದನ್ನು ಕಲಿತ ನಂತರ, ಶಾಶ್ವತ ಒಮ್ಮತಕ್ಕೆ ಅಡಿಪಾಯ ಹಾಕಿದಂತಾಯಿತು.

ಸೀತಾಮಾತೆಯನ್ನು ಮರಳಿ ಪಡೆಯಲು ನಡೆಯುತ್ತಿರುವ ಅಬಿಯಾನವನ್ನು ನಾವು ಈಗ ಪರಿಗಣಿಸುವುದಾದರೆ, ಭಗವಾನ್ ಶ್ರೀರಾಮನು ಸಮಾನ ಗುರಿಯನ್ನು ಸಾದಿಸಲು ವೈವಿಧ್ಯಮಯ ವ್ಯಕ್ತಿಗಳ ಗುಂಪನ್ನು ಒಟ್ಟುಗೂಡಿಸಿದ. ಸಹಜವಾಗಿಯೇ, ಇನ್ನೊಂದು ಕಡೆಯವರು ಈ ಗುಂಪಿನ ನಡುವೆ ಬಿನ್ನಾಬಿಪ್ರಾಯವನ್ನು ಬಿತ್ತಲು ಎಲ್ಲಾ ಪ್ರಯತ್ನಗಳನ್ನು ಮಾಡಿದರು. ಈ ನಿರ್ದಿಷ್ಟ ಪ್ರಕರಣದಲ್ಲಿ, ರಾವಣನು ವಾನರರು ಮತ್ತು ಮನುಷ್ಯರ ನಡುವೆ ಬಿನ್ನಾಬಿಪ್ರಾಯವನ್ನು ಸೃಷ್ಟಿಸಲು ಮಾಂತ್ರಿಕ ಶುಕನನ್ನು ಕಳುಹಿಸಿದ. ಆದಾಗ್ಯೂ, ಶುಕ ತನ್ನ ಉದ್ದೇಶವನ್ನು ಸಾದಿಸಲು ವಿಫಲನಾದ. ಏಕೆಂದರೆ ಮನುಷ್ಯರು ಇತರ ಜೀವಿಗಳನ್ನು ನ್ಯಾಯಯುತವಾಗಿ ನಡೆಸಿಕೊಳ್ಳುವುದಿಲ್ಲ ಎಂಬ ಅವನ ಆರೋಪಗಳನ್ನು ವಾನರರು ಬಲವಾಗಿ ನಿರಾಕರಿಸಿದರು. ವಾಸ್ತವವಾಗಿ, ಅವನ ಪ್ರಯತ್ನಗಳು ಪ್ರತಿಕೂಲಕರವಾಗಿ ಕೊನೆಗೊಂಡವು. ವಾನರರು ಮತ್ತು ರಾಕ್ಷಸರು ಒಟ್ಟಿಗೆ ವಾಸಿಸುವ ಕಾಡುಗಳಲ್ಲಿ ಅವರಿಬ್ಬರ ಹಿತಾಸಕ್ತಿಗಳ ಸಂಘರ್ಷವನ್ನು ಬಯಲು ಮಾಡಿತು.

ರಾವಣನು ವಾನರರ ರಾಜಕುಮಾರ ಅಂಗದನೊಂದಿಗೆ ಮತ್ತೊಂದು ಪ್ರಯತ್ನ ಮಾಡಿದ. ಅವನ ತಂದೆ ವಾಲಿಯೊಂದಿಗೆ ಇದ್ದ ಆಳವಾದ ಸ್ನೇಹವನ್ನು ಬಳಸಿಕೊಳ್ಳಲು ಯತ್ನಿಸಿದ. ಭಗವಾನ್ ಶ್ರೀರಾಮನು ಅಂಗದನ ತಂದೆಯನ್ನು ಕೊಂದಿದ್ದರಿಂದ ಸಾಮಾನ್ಯವಾಗಿ ಉಂಟಾಗಿರುವ ಸೇಡಿನ ಭಾವವನ್ನು ಬಳಸಿಕೊಳ್ಳಲು ಅವನು ಪ್ರಯತ್ನಿಸಿದ. ಇದು ಕೂಡಾ ರಾಜಕುಮಾರನ ಸ್ವಯಂಜಾಗೃತಿಯ ಪರಿಣಾಮವಾಗಿ ಮತ್ತು ಭಗವಾನ್ ಶ್ರೀರಾಮನಿಂದ ಮೂಡಿದ್ದ ಪರಸ್ಪರ ವಿಶ್ವಾಸದ ಪರಿಣಾಮವಾಗಿ ವಿಫಲವಾಯಿತು. ತನ್ನದೇ ಆದ ರೀತಿಯಲ್ಲಿ,

ರಾಮಾಯಣವು ಜಾಗತಿಕ ಒಳಿತಿನ ಪ್ರಾಮುಖ್ಯದ ಕಥೆಯಷ್ಟೇ ಅಲ್ಲ, ಸಾಂತ್ವನ ಮತ್ತು ಒಮ್ಮತದ ಶಕ್ತಿಯ ಕಥೆಯೂ ಆಗಿದೆ.

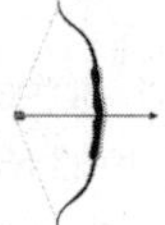

ಬದಲಾಗುತ್ತಿರುವ ಬೃಹತ್ ಚಿತ್ರಣ

ಖ್ವಾಡ್ ಹೇಗೆ ವಿಕಾಸವಾಯಿತು ಎಂಬುದಕ್ಕೆ ನಾನೇ ವೈಯಕ್ತಿಕ ಸಾಕ್ಷಿ ನೀಡುತ್ತೇನೆ. ಇದನ್ನು ಅಭಿವೃದ್ಧಿಪಡಿಸಲು ನಿರ್ದಿಷ್ಟವಾಗಿ ಜಪಾನ್ ದೇಶದಿಂದ ಚಾಲನೆಗೊಂಡ ಆರಂಭಿಕ ಯತ್ನಗಳಿಗೆ ಸಾಕ್ಷಿಯಾದ 2005–06ರ ಸಭೆಯಿಂದ ಈ ಇತಿಹಾಸ ಆರಂಭವಾಗುತ್ತದೆ. 2007ರ ಪ್ರಯತ್ನಗಳ ನಂತರ, ನಾವು ಹಲವರು ಮುರುಟಿಹೋದ ಈ ಯತ್ನದ ಬಗ್ಗೆ ನಿರಾಶೆಯನ್ನು ಹಂಚಿಕೊಂಡಿದ್ದೆವು. ಆದರೆ ಸಹಜವಾಗಿಯೇ ಅದು ಅಸ್ಥಿರತೆಯ ಯುಗದ ನಿರೀಕ್ಷಿತ ನಡವಳಿಕೆಯಾಗಿತ್ತು. ಒಂದು ದಶಕದ ನಂತರ, ನಾವು ಬದಲಾಗುತ್ತಿರುವ ಭೂ–ರಾಜಕೀಯದ ಸನ್ನಿವೇಶವನ್ನು ಅಳೆಯುವ ಮತ್ತು ಗತಕಾಲದ ಪಾಠಗಳಿಂದ ಕಲಿಯುವ ಸ್ಥಿತಿಯಲ್ಲಿದ್ದೆವು. 2017ರಲ್ಲಿ ನ್ಯೂಯಾರ್ಕ್‌ನಲ್ಲಿ ನಡೆದ ವಿದೇಶಾಂಗ ಕಾರ್ಯದರ್ಶಿಗಳ ಮಟ್ಟದ ಸಭೆಯೇ ಹಳೆಯ ಚಿಂತನೆಗೆ ಹೊಸ ಜೀವ ಕೊಡಲು ನಮ್ಮ ನಾಯಕತ್ವಗಳು ನಿರ್ಧರಿಸಿವೆ ಎಂಬುದರ ಸಂಕೇತವಾಗಿತ್ತು. ಆದರೆ ಇಲ್ಲಿ ಖ್ವಾಡ್ ಸದಸ್ಯರು ಜಾಗತಿಕ ಕೊರತೆಗಳ ಬಗ್ಗೆ ಮತ್ತು ಕೊಡುಗೆಗಳನ್ನು ನೀಡಲು ಬಲವಾದ ನಿರ್ಧಾರ ಕೈಗೊಳ್ಳುವ ಬಗ್ಗೆ ಹೆಚ್ಚಿನ ಸ್ಪಷ್ಟತೆಯನ್ನು ಹೊಂದಿದ್ದರು ಎಂಬುದೇ ಮುಖ್ಯ ವ್ಯತ್ಯಾಸವಾಗಿತ್ತು. ಈ ಮಾತು ಬಹುತೇಕ ನಿಜವೇ; ಭಾರತದ ಮಟ್ಟಿಗಂತೂ ಅತ್ಯಂತ ಖಾತರಿಯಾದ ಸಂಗತಿಯಾಗಿತ್ತು.

2019ರ ಹೊತ್ತಿಗೆ, ರಾಜಕೀಯ ಸ್ತರದಲ್ಲಿ ಗುಂಪನ್ನು ಬೆಳೆಸುವ ಸಮಯ ಬಂದಿದೆ ಎಂಬ ಅಭಿಪ್ರಾಯವು ಮೂಡತೊಡಗಿತು. ಆಗ ನಾನು ವಿದೇಶಾಂಗ ಸಚಿವನಾಗಿ ಭಾಗವಹಿಸುವ ಸುಯೋಗ ಒದಗಿತ್ತು. ಜಪಾನಿನಲ್ಲಿ 2020ರಲ್ಲಿ ನಡೆದ ಖ್ವಾಡ್ ವಿದೇಶಾಂಗ ಸಚಿವರುಗಳ ಸಭೆಯು ಕೋವಿಡ್ ಪಿಡುಗಿನ ಕಾಲದಲ್ಲೇ ನಡೆಯುತ್ತಿದ್ದುದರಿಂದ ತುಂಬಾ ಗಮನಾರ್ಹವಾಗಿತ್ತು. ವೃತ್ತಿಪರ ನಿರಾಶಾವಾದಿಗಳು ಅದರ ಭವಿಷ್ಯದ ಬಗ್ಗೆ ತಮ್ಮ ಭವಿಷ್ಯವನ್ನು ನುಡಿಯುವ ಮುನ್ನವೇ 2021ರಲ್ಲಿ ಕಾರ್ಯತಂತ್ರದ ವಿವರಗಳು ಖಚಿತವಾದವು. ಸುರಕ್ಷಿತ ಜಾಗತಿಕ ಸಮಾನಾಂಶಗಳನ್ನು ಖಾತರಿಪಡಿಸಲು ಮತ್ತು ಇಂಡೋ–ಪೆಸಿಫಿಕ್ ಸ್ಥಿರತೆಯನ್ನು ಬಲಪಡಿಸಲು ತೋರಿದ ಸಮಾನ ಆಶಯವು ನಾಲ್ಕೂ ಸರ್ಕಾರಗಳ ಅತ್ಯುನ್ನತ ಮಟ್ಟದಲ್ಲಿ ಪ್ರಶಂಸೆಗೆ ಒಳಗಾಯಿತು. ಖ್ವಾಡ್ ನಾಯಕರ ಶೃಂಗಸಭೆಗಳನ್ನು ನಡೆಸುವ ಪದ್ಧತಿಯೂ ಆರಂಭವಾಯಿತು. ಇದನ್ನು ಮುಂದಿನ ವರ್ಷಗಳಲ್ಲಿ ಬಹುಬೇಗ ಅಭಿವೃದ್ಧಿಪಡಿಸಲಾಯಿತು. ಸ್ಪಷ್ಟವಾಗಿ, ಖ್ವಾಡ್ ಈಗ ಗತಕಾಲದ ನೆರಳಿನಿಂದ ಹೊರಬಂದಿದೆ.

ದೊಡ್ಡ ಚಿತ್ರಣವನ್ನು ಕಲ್ಪಿಸಿಕೊಳ್ಳುವುದಾದರೆ, ಖ್ವಾಡ್‌ನ ಪ್ರವೇಶವು ಜಗತ್ತು ಈಗ ಯಾವ ದಿಕ್ಕಿನಲ್ಲಿ ಸಾಗುತ್ತಿದೆ ಎಂಬುದರ ಖಚಿತ ನಿದರ್ಶನವಾಗಿದೆ. ಆದರೆ ಕೇವಲ ಫಲಿತಾಂಶಗಳನ್ನು ನೋಡುವುದು ಮತ್ತು ಅವುಗಳು ಮೂಡಲು ಇದ್ದ ಕಾರಣಗಳನ್ನು ಮರೆಯುವುದು ಎಂದರೆ

ಪ್ರಮುಖ ವಿದ್ಯಮಾನಗಳು ದಿಢೀರನೆ ನಡೆಯುತ್ತವೆ ಎಂದೇ ಭಾವಿಸಿದ ಹಾಗಾಗುತ್ತದೆ. ವಾಸ್ತವ ಹಾಗಿಲ್ಲ.

ವಾಸ್ತವವಾಗಿ, ಶೀತಲಸಮರದ ನಂತರ ಭಾರತದ ವಿದೇಶಾಂಗ ನೀತಿಯಲ್ಲಿ ಕೈಗೊಂಡ ಸುಧಾರಣೆಗಳಲ್ಲಿ ಈ ವಿವರಣೆಗಳ ಬಹುದೊಡ್ಡ ಭಾಗವಿದೆ. ಅದು ತನ್ನ ಕಾರ್ಯತಂತ್ರಾತ್ಮಕ ಲೆಕ್ಕಾಚಾರಗಳಲ್ಲಿ ಮಾಡಿಕೊಂಡ ಬದಲಾವಣೆಗಳು ಯುಎಸ್, ಜಪಾನ್ ಮತ್ತು ಆಸ್ಟ್ರೇಲಿಯಾ – ಈ ಮೂರೂ ಶಕ್ತಿಗಳ ಸಂಬಂಧಗಳು ಹೆಚ್ಚು ಸಹಜವಾಗಿ ಮತ್ತು ಸಂಪೂರ್ಣವಾಗಿ ಅನಾವರಣಗೊಳ್ಳುವುದಕ್ಕೆ ಅನುವಾದವು. ಈ ಪಯಣದಲ್ಲಿ ಸಮಸ್ಯೆಗಳು ಇರಲೇ ಇಲ್ಲ ಎಂದೇನಿಲ್ಲ; ಅವುಗಳಲ್ಲಿ ಭಾರತದ್ದೇ ಆದ ಪರಮಾಣು ನೀತಿ ನಿಲುವುಗಳು ಮತ್ತು ಆರ್ಥಿಕ ಸ್ಥಿತಿಗಳು ಮತ್ತು ಇತರೆ ಸದಸ್ಯ ದೇಶಗಳು ಪಾಕಿಸ್ತಾನಕ್ಕೆ ನೀಡಿದ್ದ ಆದ್ಯತೆಗಳು – ಇವೆಲ್ಲವೂ ಇದ್ದವು. ಆದರೆ ಘಟನೆಗಳು ತೆರೆದುಕೊಂಡತೆಲ್ಲ, ಸಂಬಂಧವೃದ್ಧಿಯ ಹೆಚ್ಚುವರಿ ಪ್ರೋತ್ಸಾಹಕಗಳು ಕಾಣಿಸಿಕೊಂಡವು. ಪ್ರಾದೇಶಿಕ ಸ್ಥಿರತೆ ಮತ್ತು ಜಾಗತಿಕ ಸಂಗತಿಗಳ ಮೇಲಿನ ಸಹಕಾರ – ಇವು ಹೆಚ್ಚಿನ ಪ್ರಾಧಾನ್ಯವನ್ನು ಕಂಡವು. ಕಳೆದ ಮೂರು ದಶಕಗಳು ಅಂತಾರಾಷ್ಟ್ರೀಯ ಸಂಬಂಧಗಳ ಮೌಲ್ಯಗಳ ಪ್ರಾಮುಖ್ಯವನ್ನೂ ಅನಾವರಣಗೊಳಿಸಿದವು. ನಮ್ಮ ಕಾಲದ ಗಂಭೀರ ಸವಾಲುಗಳ ಕುರಿತು ಈ ಮೂರು ಪ್ರಮುಖ ಸಂಬಂಧಗಳು ಒಮ್ಮತ ಹೊಂದುವುದು ಅನಿವಾರ್ಯವಾಗಿತ್ತು. ಇವೆಲ್ಲದರ ಪರಿಣಾಮವಾಗಿಯೇ, ಎಲ್ಲರಿಗೂ ತಿಳಿದಿರುವ ಖ್ವಾಡ್ ಎಂಬ ಈ ಫ್ಯೂಜನ್‌ನ್ನು ನಾವು ನೋಡುತ್ತಿದ್ದೇವೆ.

ಇಂಡೋ – ಪೆಸಿಫಿಕ್ ಭೂಗೋಳದಲ್ಲಿನ ಬದಲಾವಣೆಗಳ ಬಗ್ಗೆ ಯೋಚನೆ ಮಾಡುವವರು ಅವುಗಳನ್ನು ಮೂರು ದಶಕಗಳ ಹಿಂದಿನ ಯುರೋಪ್‌ನಲ್ಲಿನ ಬೆಳವಣಿಗೆಗಳಿಗೆ ಹೋಲಿಸುವುದು ಸೂಕ್ತ ಎಂದು ಭಾವಿಸಿದ್ದಿರಬಹುದು. ಏಶ್ಯಾವು ಯುರೋಪ್‌ಗಿಂತ ಹೆಚ್ಚು ಚಲನಶೀಲವಾಗಿದ್ದರೂ ಅದರ ಪ್ರಾದೇಶಿಕ ರಚನೆಯು ಸಾಕಷ್ಟು ಸಾಂಪ್ರದಾಯಿಕವಾಗಿದೆ ಎಂಬುದು ಒಂದು ಬಗೆಯ ವಿರೋಧಾಭಾಸ. ಇಲ್ಲಿ ನೀಡಬಹುದಾದ ವಿವರಣೆಯ ಒಂದು ಭಾಗ ಏನೆಂದರೆ, ಶೀತಲಸಮರದ ಹೃದಯಭಾಗದಲ್ಲಿ ಯುರೋಪ್ ನಿಶ್ಚಿತವಾಗಿಯೂ ಇತ್ತು; ಆದ್ದರಿಂದ ಅದು ಶೀತಲಸಮರದ ಅಂತ್ಯವನ್ನು ನೇರವಾಗಿ ಅನುಭವಿಸಿತು. ಬರ್ಲಿನ್ ಗೋಡೆಯ ಪತನವು ಕಾರ್ಯತಂತ್ರಾತ್ಮಕ ಪ್ರಯೋಗಗಳಿಗೆ ಮೂಲಾಧಾರವಾಯಿತು. ತನ್ಮೂಲಕವೇ ಈಗ ನಮಗೆ ಪರಿಚಿತವಾಗಿರುವ ಇಯು ವಿಸ್ತರಣೆಗೊಂಡಿತು.

ಇದಕ್ಕೆ ತದ್ವಿರುದ್ಧವಾಗಿ, ಏಶ್ಯಾದಲ್ಲಿ ಅಂತಹ ಯಾವುದೇ ಬೀಜರೂಪದ ಬೆಳವಣಿಗೆ ಇರಲಿಲ್ಲ. ಅದಕ್ಕೆ ಬದಲಾಗಿ, ಈ ಕಾಲವು ಸ್ಥಿರ ಆರ್ಥಿಕ ಪ್ರಗತಿಯ ಯುಗವಾಗಿತ್ತು; ಅದರ ಜೊತೆಗೇ ರಾಜಕೀಯ ಸಮತೋಲನವನ್ನೂ ಹೊಂದಿತ್ತು. ಇದಲ್ಲದೆ, ಈ ಪ್ರದೇಶವು ಹೆಚ್ಚಿನ ಪ್ರಮಾಣದ ವೈವಿಧ್ಯದಿಂದ ಹೆಚ್ಚು ವಿಸ್ತಾರವಾಗಿತ್ತು ಮತ್ತು ಯುರೋಪ್‌ಗಿಂತ ಕಡಿಮೆ ಪ್ರಮಾಣದ ಸಾಮೂಹಿಕ ವ್ಯಕ್ತಿತ್ವವಾಗಿತ್ತು. ವಾಸ್ತವದಲ್ಲಿ ಇಲ್ಲಿ ಈಶಾನ್ಯ ಏಶ್ಯಾ, ಆಗ್ನೇಯ ಏಶ್ಯಾ, ಭಾರತ ಉಪಖಂಡ ಮತ್ತು ಓಶಿಯಾನಿಯಾ ಎಂಬ ಖಚಿತ ಉಪಪ್ರದೇಶಗಳಿದ್ದವು; ಈ ಪ್ರತಿಯೊಂದಕ್ಕೂ ನಿರ್ದಿಷ್ಟ ಗುಣಚಹರೆಗಳು ಮತ್ತು ಇತಿಹಾಸಗಳಿದ್ದವು.

ಈ ಉಪಪ್ರದೇಶಗಳಲ್ಲಿ ಮತ್ತು ಇವುಗಳ ನಡುವೆ ಇನ್ನೂ ಒಂದು ಬಗೆಯ ಗತಿಯಲ್ಲಿ

ಸಮೃದ್ಧಿಯ ಅನಾವರಣವಾಯಿತು. ಇತ್ತೀಚೆಗಿನವರೆಗೂ ಈ ಪ್ರದೇಶಗಳು ಸಮಾನ ಸ್ಪಂದನೆಯ ಅಗತ್ಯವಿರುವಂತಹ ಯಾವುದೇ ಪ್ರಮುಖ ಸನ್ನಿವೇಶವನ್ನು ಕಲ್ಪಿಸಿಕೊಂಡಿಲ್ಲ. ಆದರೆ ಒಂದು ಸಮ್ಮತ ಅಂಶದ ಅಗತ್ಯವಿದೆ ಎಂಬ ಭಾವನೆ ಮೂಡಿದಾಗ, ಆಸಿಯಾನ್ ಚಾಲಿತ ವೇದಿಕೆಗಳೇ ಈ ಅವಕಾಶವನ್ನು ಒದಗಿಸುತ್ತಿದ್ದವು. ಅದಕ್ಕಿಂತ ಮುಖ್ಯವಾಗಿ, ಯುಎಸ್‌ನ ಶಕ್ತಿಯ ವ್ಯಾಪಕ ಉಪಸ್ಥಿತಿಯು ಒದಗಿಸಿದ ಹೆಚ್ಚಿನ ಪ್ರಮಾಣದ ಸ್ಥಿರತೆಯು ಒಟ್ಟಾರೆ ಪರಿಸ್ಥಿತಿಗಳನ್ನು ನಿಭಾಯಿಸಿತು. ಈ ಎಲ್ಲಾ ಗ್ರಹಿಕೆಗಳು ಮತ್ತು ವರ್ತನೆಗಳ ಮರುಪರಿಶೀಲನೆಯೇ ಇಂಡೋ–ಪೆಸಿಫಿಕ್‌ನ ಮೂಡುವಿಕೆಗೆ ಒಂದು ಸ್ವರೂಪವನ್ನು ನೀಡಲು ಆರಂಭಿಸಿತು.

ಯುಎಸ್‌ನ ಸ್ಥಿತಿಬದಲಾವಣೆಯ ವಾಸ್ತವ ಇಲ್ಲಿದೆ ಎಂಬುದು ಇಲ್ಲಿನ ಮೊದಲ ಬೆಳವಣಿಗೆ. ಅದರ ಬದಲಾದ ಸಂಪನ್ಮೂಲಗಳು ಮತ್ತು ಬದ್ಧತೆಗಳ ಮೂಲಕ ಈ ಬದಲಾವಣೆಯ ಕೆಲವು ಸಂಗತಿಗಳನ್ನು ಅರಿಯಬಹುದು; ಆದರೆ ಅಲ್ಲಿ ಸ್ಪರ್ಧಿಗಳ ಸಾಪೇಕ್ಷ ಬೆಳವಣಿಗೆಯೂ ಇದೆ, ಸವಾಲುಗಳ ಸಂಕೀರ್ಣತೆಯ ಹೆಚ್ಚಳವೂ ಇದೆ. ಇಲ್ಲಿ ಸನ್ನಿವೇಶ ಮತ್ತು ಇರುವ ಕೆಲಸಗಳು ಈ ಹಿಂದಿನಂತೆಯೇ ಸ್ಪಂದನೆ ಇರಲಾಗದು ಎಂದೇ ಸೂಚಿಸುತ್ತಿವೆ. ಅದನ್ನು 'ಯುಎಸ್ ಮೊದಲು' ಅಥವಾ ಮಧ್ಯಮವರ್ಗದ ವಿದೇಶಾಂಗ ನೀತಿ ಎಂದು ಕರೆಯಿರಿ, ಅಲ್ಲಿ ಹೊಸ ಯುಗದ ವ್ಯಾಪಕ ಮನ್ನಣೆ ಇರುವುದಂತೂ ನಿಜ. ದೃಷ್ಟಿಕೋನ, ವರ್ತನೆ ಮತ್ತು ಕಾರ್ಯತಂತ್ರ.– ಇವು ಯುಎಸ್‌ನ ಒಳಗೆ ಇರುವ ಭಿನ್ನಾಭಿಪ್ರಾಯಗಳು. ಇವು ಕೇವಲ ವಿಭಿನ್ನವಲ್ಲ; ಇವುಗಳು ಜಗತ್ತಿನ ಉಳಿದ ಭಾಗದ ಮೇಲೆ ಉಂಟುಮಾಡುವ ಪ್ರಭಾವವು ತುಂಬಾ ಪರಿಣಾಮಕಾರಿ.

ಯುಎಸ್ ನಿಸ್ಸಂಶಯವಾಗಿ ನಮ್ಮ ಕಾಲದ ಮುಂಚೂಣಿ ಶಕ್ತಿ; ಅದರ ಈ ಸ್ಥಾನ ಹೀಗೇ ಇರುತ್ತದೆ ಎಂಬುದೂ ನಿಜ. ವಾಸ್ತವದಲ್ಲಿ ಅದು ಒಂದು ಮಿತ್ರದೇಶವಾಗಿರಲಿ, ಸ್ಪರ್ಧಿಯಾಗಿರಲಿ, ಅಜ್ಞಾತವಾಸಿಯಾಗಿರಲಿ ಅಥವಾ ಅನಿರ್ಧಾರಿತವಾಗಿರಲಿ, ಅದರ ಯಾವುದೇ ನಿಲುವಿಗೆ ನಾವು ನಿಜಕ್ಕೂ ಅಸಡ್ಡೆ ತೋರಲು ಸಾಧ್ಯವಿಲ್ಲ ಎಂಬುದೇ ಈಗಿನ ವ್ಯವಸ್ಥೆಯಲ್ಲಿ ಅದಕ್ಕಿರುವ ಪ್ರಾಮುಖ್ಯಕ್ಕೆ ನಿದರ್ಶನ. ಯುಎಸ್ ತನ್ನ ಮಿತಿಗಳನ್ನು ಮತ್ತು ಸವಾಲುಗಳನ್ನು ನಿಭಾಯಿಸಲು ಹಲವು ಮಾರ್ಗಗಳನ್ನು ಅನುಸರಿಸಿದೆ. ನಾವೆಲ್ಲಾ ನೋಡಿರುವಂತೆ, 2008ರಿಂದ ಅದು ಇತರರು ಊಹಿಸಬಹುದಾದ ದಾರಿಯಲ್ಲಿ ನಡೆದಿಲ್ಲ. ಯುಎಸ್‌ನ ಕೆಲವು ಉತ್ತರಗಳು ಅದರ ಮರುಪ್ರಾಧಾನ್ಯದಲ್ಲಿವೆ. ಇನ್ನೂ ಕೆಲವು ಉತ್ತರಗಳು ಸಂಚಾರಿ ಮತ್ತು ಹೆಚ್ಚು ವೆಚ್ಚವಿಲ್ಲದ ಹೆಜ್ಜೆಗುರುತುಗಳಲ್ಲಿವೆ; ಇನ್ನೂ ಕೆಲವು ಉತ್ತರಗಳು ಪ್ರಭಾವದ ಸಾಧನಗಳಲ್ಲಿರಬಹುದು. ತಂತ್ರಜ್ಞಾನ ಮತ್ತು ಹಣಕಾಸಿನಲ್ಲಿ ಮೇಲುಗೈ ಸಾಧಿಸುವುದು ಯುಎಸ್‌ಗೆ ಫಲ ನೀಡಿದೆ. ಇವನ್ನೇ ಇನ್ನೂ ಕಠಿಣ ಸ್ಪರ್ಧೆಯ ವಿರುದ್ಧ ನಿರ್ವಹಿಸುವುದು ಇನ್ನೊಂದು ರಾಷ್ಟ್ರೀಯ ಸ್ಪಂದನೆಯಾಗುತ್ತದೆ. ಯುಎಸ್ ಒಂದು ಸ್ಥಾಪಿತ ಶಕ್ತಿಯಾಗಿ ಪ್ರಭಾವ ಬೀರುವ ಮತ್ತು ಅಧಿಕಾರ ಚಲಾಯಿಸುವ ಹೊಸ ಅವತಾರಗಳಿಗೆ ಸಂಬಂಧಿಸಿದಂತೆ ಹೆಣಗುತ್ತಿದೆ ಎಂಬುದು ಸರ್ವವಿದಿತ. ಮುಕ್ತ ಸಮಾಜವಾಗಿ, ಆದೇಶಾಧಾರಿತ ರಾಜ್ಯವ್ಯವಸ್ಥೆಗಳೊಂದಿಗೆ ಸ್ಪರ್ಧಿಸುವುದು ಅಷ್ಟು ಸುಲಭವಲ್ಲ. ಅದು ಅಂತರ್ಗತ ದೌರ್ಬಲ್ಯಗಳನ್ನು ಹೊಂದಿದೆಯಷ್ಟೇ ಅಲ್ಲ, ಸ್ಪರ್ಧೆಯ ಈ ಸಮಕಾಲೀನ

ಸ್ವರೂಪಗಳನ್ನು ಅಭ್ಯಾಸ ಮಾಡುವುದರಲ್ಲಿ ರಚನಾತ್ಮಕ ಇತಿಮಿತಿಗಳನ್ನೂ ಹೊಂದಿದೆ.

ಆದರೆ ತನ್ನದೇ ವಿಶಿಷ್ಟ ಮಾರ್ಗದಲ್ಲಿ ಯುಎಸ್‌ನ ರಾಜ್ಯವ್ಯವಸ್ಥೆಯು ಒಂದು ಗಂಭೀರ ಆತ್ಮವಿಮರ್ಶೆಯ ಹಾದಿಯಲ್ಲಿದೆ ಎಂಬುದನ್ನು ಒಪ್ಪಿಕೊಳ್ಳುವುದೇ ಇಲ್ಲಿ ಮುಖ್ಯ. ಇದು ವಿಶ್ವವನ್ನೇ ವಿಭಿನ್ನ ರೀತಿಯಲ್ಲಿ ತೊಡಗಿಸಿಕೊಳ್ಳುವ ವಿಧಾನವೂ ಆಗಬಹುದು. ಅದರ ನೀತಿ ಬದಲಾವಣೆಗಳಲ್ಲಿ ಸ್ಥಾಪಿತ ಸಂಬಂಧಗಳನ್ನೂ ಮೀರಿ ಸಹಭಾಗಿಗಳೊಂದಿಗೆ ಹೊರೆ ಹಂಚಿಕೊಳ್ಳುವಿಕೆ ಮತ್ತು ಮುಕ್ತತೆ – ಇವು ಸೇರಿವೆ. ಜಾಗತಿಕ ಪರಿಹಾರಗಳಿಗಾಗಿ ಯುಎಸ್ ಮಾಡುತ್ತಿರುವ ಶೋಧವು ಅದು ಹೊಸ ರೂಪದ ಬಹುಪಕ್ಷೀಯತೆಯ ಬಗ್ಗೆ ಯೋಚಿಸುವಂತೆ ಮಾಡಲಿದೆ.

ನಮ್ಮ ಸುತ್ತಮುತ್ತ ಇರುವ ಬದಲಾವಣೆಗಳ ಇನ್ನೊಂದು ದೊಡ್ಡ ಚಾಲಕ ಎಂದರೆ, ಸಹಜವಾಗಿಯೇ, ಚೀನಾದ ಶಕ್ತಿಯ ವೃದ್ಧಿ. ಇಲ್ಲಿ ಈ ವಿದ್ಯಮಾನದ ಮೂರು ಸ್ವತಂತ್ರ ಅಂಶಗಳು ಸೂಕ್ಷ್ಮ ವಿಶ್ಲೇಷಣೆಗೆ ಒಳಗಾಗಬೇಕಾದ ಅಗತ್ಯವಿದೆ. ಮೊದಲನೆಯದು: ವಸ್ತುಶಃ ಎಲ್ಲಾ ಕ್ಷೇತ್ರಗಳಲ್ಲಿ ಚೀನೀ ಸಾಮರ್ಥ್ಯವು ಬೃಹತ್ತಾಗಿ ಬೆಳೆದಿರುವುದು. ಎರಡನೆಯದು: 2009ರಲ್ಲಿ ಆರಂಭವಾದ, ಆದರೆ 2012ರಿಂದ ತೀವ್ರವಾಗಿ ಕಂಡುಬಂದ ಯೋಜನೆಗಳ ಚಹರೆಗಳು. ಮೂರನೆಯದು: ಚೀನಾವು ಜಾಗತಿಕ ಆರ್ಥಿಕತೆಯಲ್ಲಿ ಹೊಂದಿರುವ ಆಳವಾದ ಪ್ರಸ್ತುತತೆ. ಇದಂತೂ ಕೋವಿಡ್ ಪಿಡುಗಿನ ಸಂದರ್ಭದಲ್ಲಿ ನಿರ್ದಿಷ್ಟವಾಗಿ ಕಂಡುಬಂದಿತ್ತು. ಈ ಪ್ರವೃತ್ತಿಗಳನ್ನು ಪ್ರತ್ಯೇಕ ಸಂಗತಿಗಳು ಎಂದು ಕಾಣುವಂತಿಲ್ಲ; ಅಲ್ಲದೆ ಇತರ ದೇಶಗಳ ಮೇಲೆ ಉಂಟಾಗುವ ಪರಿಣಾಮಗಳ ಹಿನ್ನೆಲೆಯಲ್ಲಿಯೂ ಅವುಗಳನ್ನು ನೋಡಬೇಕು. ಇವು ಜಾಗತಿಕ ಆರ್ಥಿಕತೆಯನ್ನು ಮತ್ತು ಕಾರ್ಯತಂತ್ರಾತ್ಮಕ ಮರುಸಮತೋಲನವನ್ನು, ಅದೂ ತುಂಬಾ ಆಮೂಲಾಗ್ರವಾದ ವಿಧಾನದಲ್ಲಿ ಉತ್ತೇಜಿಸಿವೆ.

ಈ ಹೊತ್ತಿನ ವ್ಯಾಪಕ ಪ್ರಭಾವದ ಶಕ್ತಿಯಾದ ಯುಎಸ್ ಈ ಎರಡೂ ಆಯಾಮಗಳಲ್ಲಿ ತುಂಬಾ ಬಾಧಿತವಾಗಿದೆ. ಹಾಗೆಯೇ ಈ ಬದಲಾವಣೆಗಳು ಈಗಿನ ವ್ಯವಸ್ಥೆಯ ನಿಯಮಗಳು, ಕಾರ್ಯವಿಧಾನಗಳು, ಜಾಗತಿಕ ಸಮಾನರ ಮತ್ತು ಜಾಗತಿಕ ರಾಜಕೀಯದ ಸ್ವರೂಪದ ಮೇಲೆಯೇ ಪ್ರಭಾವ ಬೀರಿವೆ. ಕಾರ್ಯತಂತ್ರಾತ್ಮಕ ಉದ್ದೇಶಗಳಿಗಾಗಿ ಅವುಗಳನ್ನು ಬಳಸಿಕೊಂಡಿದ್ದರಿಂದ ಈ ಬೆಳವಣಿಗೆಗಳ ಒಟ್ಟಾರೆ ಪ್ರಮಾಣವು ಹಲವುಪಟ್ಟು ಹೆಚ್ಚಾಯಿತು ಎಂಬುದರಲ್ಲಿ ಯಾವ ಅಚ್ಚರಿಯೂ ಇಲ್ಲ. ಚೀನಾವು ತೋರಿದ ಈ ಬಗೆಯ ತಡೆರಹಿತತೆಯು ಒಂದು ಬಿಗಿಯಾದ ಏಕೀಕೃತ ಲೋಕದೃಷ್ಟಿಕೋನ ಮತ್ತು ಅದರ ದೇಶೀಯ ನೋಟ – ಎರಡೂ ಸಂಗತಿಗಳ ಪ್ರತಿಫಲನವಾಗಿದೆ.

ಆದ್ದರಿಂದ, ಇದು ಕೇವಲ ಇನ್ನೊಂದು – ಅದು ಎಷ್ಟೇ ದೊಡ್ಡದಾಗಿದ್ದರೂ – ಶಕ್ತಿಯ ಉದಯದ ಬಗ್ಗೆ ಅಲ್ಲ ಎಂಬ ಬಗ್ಗೆ ನಾವು ಸ್ಪಷ್ಟವಾಗಿರೋಣ. ನಾವೀಗ ಅಂತಾರಾಷ್ಟ್ರೀಯ ಸಂಬಂಧಗಳ ಹೊಸ ಮಜಲನ್ನು ಪ್ರವೇಶಿಸಿದ್ದೇವೆ; ಚೀನಾದ ಮರು – ಅವತಾರದ ಸಂಪೂರ್ಣ ಪ್ರಭಾವವು ಅದರ ಎದುರಿನ ಮುಖ್ಯ ಶಕ್ತಿಗಳಿಗಿಂತ ಹೆಚ್ಚಿನ ಪ್ರಮಾಣದಲ್ಲಿ ಅನುಭವಕ್ಕೆ ಬರಲಿದೆ. ಸಹಜವಾಗಿಯೇ, ಅದರ ಪ್ರತಿಧ್ವನಿಯು ಹತ್ತಿರದ ಪ್ರದೇಶಗಳಲ್ಲೇ ತೀವ್ರವಾಗಿರುತ್ತದೆ.

ಇಂಡೋ – ಪೆಸಿಫಿಕ್ ಅಷ್ಟು ಬೇಗ ಬೇರುಬಿಡಲು ಯುಎಸ್ ಮತ್ತು ಚೀನಾ

ಕೇಂದ್ರಿತವಾದ ಈ ಬೆಳವಣಿಗೆಗಳು ಬಹುತೇಕ ಕಾರಣವಾಗಿವೆ. ಅವು ಹಳೆಯ ವ್ಯವಸ್ಥೆಯನ್ನು ಮೂಲಭೂತವಾಗಿ ಅಲುಗಾಡಿಸಿವೆ; ಆದರೆ ಇನ್ನೂ ಹೊಸ ವ್ಯವಸ್ಥೆಯನ್ನು ರೂಪಿಸಿಲ್ಲ. ಇವೆರಡೂ ದೇಶಗಳ ಸಂಬಂಧಗಳಿಂದ ದೂರವಿರಲೂ ಸಾಧ್ಯವಿಲ್ಲ; ಅಥವಾ ಜಾಗತಿಕ ಒಳಿತಿನ ಮೇಲೆ ಈ ಸಂಬಂಧವು ಯಾವ ಪರಿಣಾಮವನ್ನು ಉಂಟುಮಾಡುತ್ತದೆ ಎಂಬುದರ ಬಗ್ಗೆ ಅಸಡ್ಡೆಯಿಂದ ಇರಲೂ ಆಗುವುದಿಲ್ಲ. ಇದು ಒಂದು ಪೀಳಿಗೆಯ ಹಿಂದೆ ಯುರೋಪಿನಲ್ಲಿ ಇದ್ದ ವಿಭಿನ್ನವಾದ ಸನ್ನಿವೇಶದೊಂದಿಗೆ ಹೊಂದಿರುವ ಸಾಮಾನ್ಯ ಅಂಶವೆಂದರೆ, ತೀವ್ರ ಭೂ–ರಾಜಕೀಯ ಬದಲಾವಣೆಗಳು ಒಟ್ಟಾರೆ ಸನ್ನಿವೇಶಗಳನ್ನೇ ಮರುವ್ಯಾಖ್ಯಾನಿಸುತ್ತಿವೆ. ಯುಎಸ್‌ನ ಶಕ್ತಿಯು ಉತ್ತುಂಗದಲ್ಲಿದ್ದಾಗ ಯುರೋಪಿನಲ್ಲಿ ಹೀಗಾಯಿತು: ಅದೇ ಆ ಖಂಡದ ಇತಿಹಾಸದ ಎಚ್ಚರಿಕೆಯನ್ನೂ ಮೀರಿದ ಉದಾರತೆಯ ಉತ್ತೇಜನ. ಇಂಡೋ–ಪೆಸಿಫಿಕ್‌ನ ಕಥೆಯೇ ಬೇರೆ. ಇಲ್ಲಿ ಯುಎಸ್‌ನ ಸಾಮರ್ಥ್ಯಗಳ ಸಾಪೇಕ್ಷ ಮಿತಿಗಳು ಎಲ್ಲಾ ಪಕ್ಷಗಳಲ್ಲಿ ಮರುಚಿಂತನೆಯನ್ನು ಉದ್ದೀಪಿಸಿವೆ.

ಎರಡೂ ದೇಶಗಳು, ತಮ್ಮದೇ ಮಾರ್ಗಗಳಲ್ಲಿ ಸಾಮೂಹಿಕತೆಯ ಹಿರಿದಾದ ಭಾವವನ್ನು ಉತ್ತೇಜಿಸಿವೆ. ಇಂತಹ ಮಹತ್ತ್ವದ ಪರಿವರ್ತನೆಯು ಈ ಪಾತ್ರಧಾರಿಗಳ ಸಾಪೇಕ್ಷ ಮೌಲ್ಯ, ಪ್ರಭಾವ ಮತ್ತು ವರ್ತನೆಗಳು ಇಡೀ ರಂಗದ ಮರುಕಲ್ಪನೆಗೇ ಕಾರಣವಾಗಬೇಕು ಎಂಬುದೂ ಅನಿವಾರ್ಯ. ವಿಪರ್ಯಾಸವೆಂದರೆ, ನಾಯಕತ್ವವನ್ನು ವಹಿಸಿಕೊಳ್ಳುತ್ತವೆ ಎಂದು ಭಾವಿಸಿದ ದೇಶಗಳೇ ಇತರೆ ದೇಶಗಳ ಸಂಪತ್ತುಗಳು ಸೃಷ್ಟಿಸಲು ನೆರವಾದ ಸನ್ನಿವೇಶದೊಂದಿಗೆ ಹೊಂದಿಕೊಳ್ಳುತ್ತಿವೆ.

ಆ್ಯಕ್ಟ್ ಈಸ್ಟ್ ಪರಿಣಾಮಗಳು

ಇತಿಹಾಸದಲ್ಲಿ ಪೆಸಿಫಿಕ್ ಮತ್ತು ಹಿಂದೂ ಮಹಾಸಾಗರದ ನಡುವೆ ಹೇಗೆ ಆರ್ಥಿಕ ಮತ್ತು ಸಾಂಸ್ಕೃತಿಕ ಚಟುವಟಿಕೆಗಳು ಏಕೀಕೃತವಾಗಿದ್ದವು ಎಂಬ ಬಗ್ಗೆ ಸಾಕಷ್ಟು ಸಾಕ್ಷ್ಯಗಳಿವೆ. ತನ್ನ ಸಹಜ ಸ್ವರೂಪಗದಿಂದಲೇ ಕಡಲರಂಗವು ಕೃತಕ ಅಡೆತಡೆಗಳು ಮತ್ತು ಮನುಷ್ಯನಿರ್ಮಿತ ಗೆರೆಗಳನ್ನು ಮೀರುತ್ತದೆ. ಅದು ವ್ಯಾಪಾರ ಅಥವಾ ನಂಬಿಕೆ, ಸಂಚಾರ ಅಥವಾ ಕಾರ್ಯವಿಧಾನ, ಸ್ಮಾರಕಗಳು ಅಥವಾ ಸಂಬಂಧಗಳು – ಯಾವುದೇ ಇರಬಹುದು, ಅದರ ಸಮುದಾಯದ ಶಕ್ತಿಗಳು ಯುಗಾಂತರದಿಂದ ಸುಗಮವಾಗಿ ಕಡಲುಗಳಾಚೆಗೆ ಹಬ್ಬಿದ್ದವು.

ಹಾಗೆ ನೋಡಿದರೆ ಹಣೆಪಟ್ಟಿಗಳನ್ನು ಹಚ್ಚುವುದು ಮತ್ತು ಚಟುವಟಿಕೆಗಳನ್ನು ನಿರ್ಬಂಧಿಸುವುದು, – ಇವು ಆಧುನಿಕ ವಿದ್ಯಮಾನಗಳು. ಈ ನಿರ್ದಿಷ್ಟ ಪ್ರಕರಣದಲ್ಲಿ, ಇಂಡೋ–ಪೆಸಿಫಿಕ್‌ನೊಳಗಿನ ತೀವ್ರ ಭಿನ್ನಾಭಿಪ್ರಾಯವು 1945ರ ಫಲಿತಾಂಶಗಳ ಪರಿಣಾಮವಾಗಿದೆ. ವಾಸ್ತವದಲ್ಲಿ, ಇದಕ್ಕೆ ಒಂದು ನಿರ್ದಿಷ್ಟ ಅಮೆರಿಕನ್ ಛಾಪಿದೆ ; ಅತಿ ಪೂರ್ವದ ಪ್ರದೇಶಗಳ ಬಗ್ಗೆ ಅಮೆರಿಕ ಹೊಂದಿರುವ ಪೂರ್ವಕಲ್ಪನೆಗಳಿಂದ ಈ ಛಾಪು ಎದ್ದು ಕಾಣುತ್ತಿದೆ. ಇದರಲ್ಲಿ ಎರಡನೆಯ ಮಹಾಯುದ್ಧ, ಚೀನಾದ ಕ್ರಾಂತಿ, ಕೊರಿಯಾ ಸಮರ, ಜಪಾನ್ ಪುನರುತ್ಥಾನ ಮತ್ತು ವಿಯೆಟ್ನಾಂ ಯುದ್ಧ – ಇವುಗಳೂ ಸೇರಿವೆ.

ಇದರ ಪರಿಣಾಮವಾಗಿ, ಈ ನಾಟಕಶಾಲೆಯಲ್ಲಿ ನಡೆದ ಘಟನೆಗಳು ಹಿಂದೂ ಮಹಾಸಾಗರದಲ್ಲಿ ಇದ್ದ ಶಕ್ತಿಗಳಿಂದಲೇ ನಡೆದವು ಎಂಬ ಅಂಶವನ್ನು ಬಹುಬೇಗ

ಮರೆಯಲಾಯಿತು. ಈ ಹಂತದವರೆಗೆ ಯುರೋಪ್ ಮತ್ತು ಗತಕಾಲದೊಂದಿಗೆ ಮತ್ತೊಂದು ಸಾಮ್ಯತೆ ಇದೆ. ಒಂದು ಮಹಾ ಶಕ್ತಿಯ ಹಿತಾಸಕ್ತಿಗಳು ಇಡೀ ಸನ್ನಿವೇಶವನ್ನೇ ತಿರುಚಿ ತನಗೆ ಅನುಕೂಲವಾದ ಪರಿಕಲ್ಪನೆಗಳನ್ನು ರೂಪಿಸುತ್ತವೆ. ಆದರೆ ಇಲ್ಲಿಯೂ, ಇತಿಹಾಸದ ಚಕ್ರವು ತಿರುಗಲು ಆರಂಭವಾಗಿದೆ; ಹಳೆಯ ಸಹಜತೆಗಳು ಮರುಸ್ಥಾಪಿತವಾಗುತ್ತಿವೆ.

ಇಂಡೋ – ಪೆಸಿಫಿಕ್ ಚರ್ಚೆಯು ಕೆಲವು ಸಂದರ್ಭಗಳಲ್ಲಿ ಶೀತಲಸಮರದ ಚಿಂತನೆಯ ಆರೋಪಗಳನ್ನೂ ಹೊತ್ತಿವೆ. ಆದರೆ ಸತ್ಯವು ಮಾತ್ರ ಇದಕ್ಕೆ ಸಂಪೂರ್ಣ ವ್ಯತಿರಿಕ್ತವಾಗಿದೆ. ಇಂತಹ ವಾದವು 1945ರ ಸದವಕಾಶಗಳನ್ನು ಸ್ತಂಭನಗೊಳಿಸಲು ಪ್ರಯತ್ನಿಸುವ ಅವೇ ಶಕ್ತಿಗಳಿಂದ ಬರುತ್ತಿವೆ ಎಂಬುದರಲ್ಲಿ ಯಾವ ಅಚ್ಚರಿಯೂ ಇಲ್ಲ. ಇಂಡೋ – ಪೆಸಿಫಿಕ್ ಏಕೀಕರಣವನ್ನು ಮತ್ತು ಬಹುತ್ವವನ್ನು ಪ್ರತಿಪಾದಿಸುತ್ತದೆ; ಅದನ್ನು ತಿರಸ್ಕರಿಸುವುದೆಂದರೆ ವಿಭಜನೆ ಮತ್ತು ಪ್ರಾಬಲ್ಯ ಮೆರೆಯುವುದೇ ಆಗಿದೆ. ಇಂತಹ ಟೀಕೆಗಳು ನಿಜಕ್ಕೂ ಸ್ವಾತಂತ್ರ್ಯದ ಆಯ್ಕೆಯನ್ನು ನಿರ್ಬಂಧಿಸುವ ಮತ್ತು ತಲೆಬಾಗುವುದಕ್ಕೆ ಒತ್ತಡ ಹಾಕುವ ಸಾಂಪ್ರದಾಯಿಕ ಶೀತಲಸಮರದ ಗುರಿಗಳನ್ನು ಸಾಧಿಸುವುದಕ್ಕಾಗಿಯೇ ಇವೆ. ವಾಸ್ತವದಲ್ಲಿ ಹಲವು ದೇಶಗಳ ಹಿತಾಸಕ್ತಿಗಳಿರುವ ಇಂಡೋ – ಪೆಸಿಫಿಕ್‌ನ್ನು ಬೈನರಿ ವಿಧಾನದಲ್ಲಿ ನೋಡುವುದೆಂದರೆ ಕಣ್ಣಿದ್ದೂ ಕಾಣದ ವರ್ತನೆ. ಎರಡನೆಯ ಮಹಾಯುದ್ಧದ ನಂತರ, ಕಳೆದ ಏಳು ದಶಕಗಳಲ್ಲಿ ಹಿಂದೂ ಮಹಾಸಾಗರವು ಕಾರ್ಯತಂತ್ರಾತ್ಮಕ ಹಿನ್ನೀರಾಗಿ ಕೆಳದರ್ಜೆಗೆ ಇಳಿದಿರಬಹುದು. ಆದರೆ ಈಗ ಅದು ಪ್ರಮುಖ ಜಾಗತಿಕ ಜೀವನಾಡಿಯಾಗಿದೆಯಷ್ಟೇ ಅಲ್ಲ, ಪೆಸಿಫಿಕ್‌ನ ನೀರಿನಲ್ಲಿ ಸರಾಗವಾಗಿ ಬೆರೆಯುತ್ತಿದೆ. ಇಂಡೋ – ಪೆಸಿಫಿಕ್‌ನಲ್ಲಿ ಕ್ರಿಯಾಶೀಲವಾಗಿರುವ ಪ್ರಮುಖ ಶಕ್ತಿಗಳ ಕ್ರಿಯೆಗಳೇ ಅವುಗಳ ಏಕೀಕೃತ ದೃಷ್ಟಿಕೋನದ ಬಗ್ಗೆ ಸಾಕಷ್ಟು ಅಂಶಗಳನ್ನು ಬಿಂಬಿಸುತ್ತವೆ.

ಈ ಎಲ್ಲ ಅಂಶಗಳ ಕೊನೆಯಲ್ಲಿ ಹೇಳುವುದಾದರೆ, ಪರಸ್ಪರಾವಲಂಬನೆ ಮತ್ತು ಅಂತರ್ವ್ಯಾಪಕತೆಗಳ ಅನಿವಾರ್ಯತೆಗಳು ಕಾಲಬಾಹಿರವಾದ ವಿವರಣೆಗಳ ಮೇಲೆ ಜಯ ಸಾಧಿಸಿವೆ. ಜಾಗತಿಕ ಸಮಾನಾಂಶಗಳ ಹಿತದ ಕುರಿತ ಕಾಳಜಿಗಳೂ ಒಂದು ಪ್ರಮುಖ ಅಂಶ. ಸಮಕಾಲೀನ ಸವಾಲುಗಳಿಂದಾಗಿ, ವಿಶೇಷವಾಗಿ ಒಮ್ಮೆ ಯುಎಸ್ ತಾನು ಏಕೈಕ ದೇಶವಾಗಿ ಮುನ್ನಡೆಯಲು ಆಗದು ಎಂದು ಒಪ್ಪಿಕೊಂಡ ಮೇಲೆ, ಸಮಾನಮನಸ್ಕ ದೇಶಗಳು ಒಟ್ಟಾಗಿ ಕೆಲಸ ಮಾಡುವ ಹಾಗಾಯಿತು. ಈ ಹಿನ್ನೆಲೆಯಲ್ಲಿ ಇಂಡೋ – ಪೆಸಿಫಿಕ್, ಮರುಸಮತೋಲನದ ಫಲಿತಾಂಶಗಳನ್ನು ಪ್ರತಿನಿಧಿಸುವುದರ ಜೊತೆಗೇ ಜಾಗತೀಕರಣದ ವಾಸ್ತವಿಕತೆಯನ್ನೂ ಪ್ರತಿನಿಧಿಸುತ್ತದೆ.

ಭಾರತದ ಆ್ಯಕ್ಟ್ ಈಸ್ಟ್ ನೀತಿಯು ಸನ್ನಿವೇಶದ ಬದಲಾವಣೆಗೆ ಗಮನಾರ್ಹ ಕೊಡುಗೆ ನೀಡಿದೆ. ಮೂರು ದಶಕಗಳ ಹಿಂದೆ ಭಾರತವು ಹೆಚ್ಚು ಮುಕ್ತವಾದ ಆರ್ಥಿಕ ಮಾದರಿಯನ್ನು ಅಳವಡಿಸಿಕೊಂಡು ಆಸಿಯಾನ್ ಮತ್ತು ಈಶಾನ್ಯ ಏಶ್ಯಾದ ಜೊತೆಗೆ ನಿಕಟ ಸಂಬಂಧಗಳನ್ನು ಬೆಸೆಯಲು ನೆರವಾಗಿತ್ತು. ಕೆಲವೇ ಸಮಯದಲ್ಲಿ ಈ ಕ್ರಿಯೆಯು ಸಂಪರ್ಕ, ಸುರಕ್ಷತೆ, ಶಿಕ್ಷಣ ಮತ್ತು ಸಾಮಾಜಿಕ ವಿನಿಮಯವೂ ಸೇರಿದಂತೆ ಹಲವು ಆಯಾಮಗಳನ್ನು ಹೊಂದಿತ್ತು. ಕ್ಷೇತ್ರಗಳ ಚಟುವಟಿಕೆಗಳು ಬೇರೆಯಾಗಿದ್ದರೂ, 1990ರಿಂದ ಆರಂಭವಾಗಿ ಭಾರತವು ಆಸಿಯಾನ್, ಜಪಾನ್, ದಕ್ಷಿಣ ಕೊರಿಯಾ ಮತ್ತು ಚೀನಾದೊಂದಿಗೆ ಹೊಂದಿದ ಸಂಬಂಧಗಳು ಸಾಕಷ್ಟು ದೊಡ್ಡ ಪ್ರಮಾಣದ್ದಾಗಿದ್ದವು; ಅಲ್ಲೇ ಅವುಗಳು ಹೆಚ್ಚಿನ ಆದ್ಯತೆಯವೂ ಆಗಿದ್ದವು.

ಆಸ್ಟ್ರೇಲಿಯಾವು ಇತ್ತೀಚೆಗಿನ ಬೆಳವಣಿಗೆ. ಆದರೆ ಈ ಸಂಬಂಧವು ಮುಂದುವರೆಯಲು ರಾಜಕೀಯ ಮತ್ತು ಭದ್ರತಾ ಸಂಗತಿಗಳ ಒಗ್ಗೂಡುವಿಕೆಯು ಅನುವು ಮಾಡಿಕೊಟ್ಟಿತು.

ಆರ್ಥಿಕ ಬಿಕ್ಕಟ್ಟಿಗೆ ಒಂದು ಪರಿಹಾರವಾಗಿ ಆರಂಭವಾಗಿದ್ದ ಈ ಪ್ರಕ್ರಿಯೆಯು ಅಂತಿಮವಾಗಿ ಕಾರ್ಯತಂತ್ರಾತ್ಮಕ ಪರಿಹಾರವಾಗಿ ಕೊನೆಗೊಂಡಿತು. ಇಂದು ಭಾರತವು ಪೂರ್ವದ ದೇಶಗಳೊಂದಿಗೆ ಸ್ವಾತಂತ್ರ್ಯದ ಕಾಲದಿಂದ ನಡೆಸಿದ್ದಕ್ಕಿಂತ ಹೆಚ್ಚು ಪ್ರಮಾಣದಲ್ಲಿ ವ್ಯಾಪಾರ, ಪ್ರವಾಸ ಮತ್ತು ಸಂವಾದಗಳನ್ನು ನಡೆಸುತ್ತಿದೆ. ಇಲ್ಲಿಯೂ ಇತಿಹಾಸದ ಪುಟಗಳಿವೆ; ಇಲ್ಲಿ ಫ್ಯುಜಿಯನ್ ತಟದಿಂದ ಹಿಡಿದು ಚೀನಾದವರೆಗೆ ಭಾರತೀಯ ಕಡಲ ಚಟುವಟಿಕೆಗಳ ಸುದೀರ್ಘ ಪರಂಪರೆಯೇ ಇದೆ. ಆಂಕೊರ್ ವಾಟ್, ಬೊರೊಬೊದುರ್ ಅಥವಾ ಮೈ ಸನ್ ದೇಗುಲಗಳಿಗೆ ಭೇಟಿ ನೀಡಿದವರು ಖಂಡಿತವಾಗಿಯೂ ಈ ಸಂಪರ್ಕಗಳನ್ನು ದೃಢೀಕರಿಸುತ್ತಾರೆ.

ಇಂಡೋ – ಪೆಸಿಫಿಕ್‌ನ ಮೂಡುವಿಕೆಯನ್ನು ನಾವು ಪರಿಗಣಿಸುತ್ತಿದ್ದಂತೆಯೇ ಅದರ ನೀತಿ ಪರಿಣಾಮಗಳೂ ನಿಸ್ಸಂದೇಹವಾಗಿ ಕಾರ್ಯತಂತ್ರಾತ್ಮಕ ಚರ್ಚೆಗೆ ನಮ್ಮನ್ನು ಎಳೆಯುತ್ತವೆ. ಭಾರತದ ದೃಷ್ಟಿಕೋನದಲ್ಲಿ, ದಶಕಗಳಿಂದ ಆಸಿಯಾನ್ ನಾಯಕತ್ವದ ರಚನೆಗಳಲ್ಲಿ ಭಾರತವು ಸೇರಿಕೊಂಡಿರುವುದರಿಂದ ಎಲ್ಲಾ ದೇಶಗಳ ಜೊತೆಗೆ ನಿಯಮಿತ ಮತ್ತು ಆರಾಮದಾಯಕ ಸಂಪರ್ಕಸೇತುವೆ ರೂಪುಗೊಂಡಿದೆ. ವಾಸ್ತವದಲ್ಲಿ, ಭಾರತದ ಕ್ಷಿತಿಜವು ಪೂರ್ವದತ್ತ ವಿಸ್ತಾರವಾಗುತ್ತಿದ್ದಂತೆ, ರಾಜಕೀಯ ಮತ್ತು ಭದ್ರತಾ ಸಂಬಂಧಗಳಿಂದ ಸಮಾನ ಆಸಕ್ತಿಗಳನ್ನೇ ಹೊಂದಿದ್ದ ಸಹಭಾಗಿಗಳ ಜೊತೆಗೆ ಆರ್ಥಿಕ ಪಾಲುಗಳೂ ಪೂರಕಗೊಂಡವು. ಇದು ಜಿ20 ನಂತಹ ಜಾಗತಿಕ ವೇದಿಕೆಯಾಗಿರಬಹುದು ಅಥವಾ ಐಓಆರ್‌ಎ ನಂತಹ ಪ್ರಾದೇಶಿಕ ವೇದಿಕೆಯೂ ಆಗಿರಬಹುದು; ಎಲ್ಲವೂ ಹೆಚ್ಚಿನ ಸಮಾಜೀಕರಣಕ್ಕೆ ಹೆಚ್ಚುವರಿ ಅವಕಾಶಗಳನ್ನು ಒದಗಿಸಿದವು. ಇದಾಗದೇ ಇದ್ದರೂ, ಇದೇ ಬಗೆಯ ದೃಷ್ಟಿಕೋನವನ್ನು ಹೊಂದಿದ ಮತ್ತು ಮೌಲ್ಯಗಳನ್ನು ಹಂಚಿಕೊಂಡವರು ಒಟ್ಟಾಗಿ ಸೇರುವುದು ಸಹಜ. ಆದರೆ ಇಡೀ ಪ್ರದೇಶವೇ ಹೊಸ ಸಂಗತಿಗಳು ಮತ್ತು ವಿವಿಧ ಸಾಮರ್ಥ್ಯಗಳ ಸವಾಲುಗಳನ್ನು ನಿರ್ವಹಿಸುತ್ತಿರುವಾಗ, ಈ ಒಲವುಗಳು ಇನ್ನೂ ಬಲವಾಗುತ್ತವೆ.

ಹೀಗಿದ್ದರೂ, ಕ್ವಾಡ್‌ನ ಹೃದಯಾಂತರಾಳದಲ್ಲಿ ಹಲವು ಸಂಬಂಧಗಳ ಸುಧಾರಣೆಯ ಮೂಲಕ ಮೂಡಿದ ಸಂತೃಪ್ತಿಯಿದೆ. ಪ್ರಾದೇಶಿಕ ಮತ್ತು ಜಾಗತಿಕ ಸವಾಲುಗಳ ಸನ್ನಿವೇಶದಲ್ಲಿ ಇದು ಒಂದೇ ತೆರನಾದ ಉದ್ದೇಶಗಳು ರೂಪಿಸುವ ಸಮಾನ ಆಸಕ್ತಿಗಳೇ ಈ ಸಾಮೂಹಿಕ ಸಮಾಧಾನಕ್ಕೆ ಆಧಾರವಾಗಿದೆ. ಆದರೆ ಅಂತಾರಾಷ್ಟ್ರೀಯ ಸಂಘಟನೆಗಳ ಸುಧಾರಣೆಗಳಿಗೆ ಎದುರಾದ ಪ್ರತಿರೋಧ ಮತ್ತು ಪ್ರಾದೇಶಿಕ ಸಂಘಟನೆಗಳ ಮಿತಿಗಳು ವಾಸ್ತವಿಕ ಪರಿಹಾರದ ಹುಡುಕಾಟಕ್ಕೆ ತಳ್ಳಿದ್ದರಿಂದಲೇ ಇವೆಲ್ಲವೂ ಘಟಿಸಿದವು. ಒಟ್ಟಿನಲ್ಲಿ ಈ ಎಲ್ಲಾ ಸಂಗತಿಗಳೂ ಕ್ವಾಡ್‌ನ ರಚನೆಗೆ ಕಾರಣವಾದವು.

ಮೂರು ಸಂಬಂಧಗಳ ಕಥೆ

ಕ್ವಾಡ್‌ನ ಮೂಲವು ವಾಸ್ತವವಾಗಿ 2004ರಲ್ಲಿ ಹಿಂದೂ ಮಹಾಸಾಗರದಲ್ಲಿ ಘಟಿಸಿದ ಸುನಾಮಿಗೆ ಸ್ಪಂದಿಸಿದ ನಾಲ್ಕು ದೇಶಗಳ ಸಮನ್ವಯದ ಕಾಲಕ್ಕೆ ಹೋಗುತ್ತದೆ. ನಂತರ

ನಡೆದ ಸಂವಾದಗಳು 2007ರಲ್ಲಿ ಈ ದೇಶಗಳ ರಾಜತಾಂತ್ರಿಕ ಪ್ರತಿನಿಧಿಗಳ ಸಭೆಗೆ ಕಾರಣವಾದವು. ಯಾವ ಸಹಭಾಗಿಗಳೂ ಆ ಕಾಲದಲ್ಲಿ ಈ ಉಪಕ್ರಮಕ್ಕೆ ಸಾಕಷ್ಟು ರಾಜಕೀಯ ಬಂಡವಾಳವನ್ನು ಹೂಡಲು ಸಿದ್ಧವಾಗಿರಲಿಲ್ಲ; ಆದ್ದರಿಂದ ಇದು ಮುಂದುವರಿಯಲಿಲ್ಲ.

ಹಾಗಾದರೆ ಇಲ್ಲಿರುವ ಸಹಜ ಪ್ರಶ್ನೆ ಎಂದರೆ, 2007 ಮತ್ತು ಈಗ ಗಂಭೀರ ಅವತಾರ ತಾಳಿರುವ ಖ್ವಾಡ್ ಸಭೆಯು ನ್ಯೂಯಾರ್ಕ್‌ನಲ್ಲಿ ನಡೆದ 2017ರ ನಡುವೆ ಬದಲಾಗಿದ್ದಾದರೂ ಏನು ಎಂಬುದು. ಈಗಿನ ಖ್ವಾಡ್ ತನ್ನಿಂತಾನೇ ಎಲ್ಲಿಂದಲೋ ಮೂಡಲಿಲ್ಲ. ಅದು ಪ್ರಮುಖ ಪಾತ್ರಧಾರಿಗಳ ಪೂರಕ ಸಾಮರ್ಥ್ಯಗಳು, ಹೆಚ್ಚು ಏಕೀಕರಣಗೊಂಡ ವೇದಿಕೆ ಮತ್ತು ಸಾಂಪ್ರದಾಯಿಕ ರಚನೆಗಳನ್ನು ಮೀರಿ ನೋಡುವ ಹೆಚ್ಚಿನ ಪ್ರಮಾಣದ ಮುಕ್ತತೆ ಇವುಗಳಂತಹ ಹಲವು ಬೆಳವಣಿಗೆಗಳ ಒಟ್ಟು ಉತ್ಪನ್ನ.

ಆದರೆ ಇದೇ ದಶಕದಲ್ಲಿ ಘಟಿಸಿದ ಕೆಲವು ಸಕಾಲಿಕ ದ್ವಿಪಕ್ಷೀಯ ಸಂಬಂಧಗಳ ಭಾರೀ ಪ್ರಗತಿಯೇ ಇಲ್ಲಿ ನಿಜವಾದ ಬದಲಾವಣೆ. ಇನ್ನಿತರೆ ಮೂರು ದೇಶಗಳು ಅದಾಗಲೇ ಪರಸ್ಪರ ಬಲವಾದ ಸಂಬಂಧಗಳನ್ನು – ಈ ಕಾಲಾವಧಿಯಲ್ಲೇ ಅವು ಇನ್ನಷ್ಟು ಆಳವಾದವು ಎಂಬುದರ ಹೊರತಾಗಿಯೂ – ಹೊಂದಿದ್ದವು. 2007ರಲ್ಲಿ ಭಾರತದ ಜೊತೆಗಿನ ಒಗ್ಗೂಡುವಿಕೆ ಮತ್ತು ಸಹಕಾರದ ಪ್ರಮಾಣವೇ ಇಲ್ಲಿದ್ದ ಕೊರತೆಯಾಗಿತ್ತು. ಇದನ್ನು 2017ರಲ್ಲಿ ನಿವಾರಿಸಲಾಯಿತು. ನಮ್ಮ ದೇಶದಲ್ಲಿ ಸೈದ್ಧಾಂತಿಕ ಆದ್ಯತೆಗಳಿಗೆ ರಾಷ್ಟ್ರೀಯ ಹಿತಗಳನ್ನು ಒರೆಗೆ ಹಚ್ಚದ ನಾಯಕತ್ವ ಇತ್ತು ಎಂಬುದೂ ಅಷ್ಟೇ ಮುಖ್ಯ.

ಭಾರತ ಮತ್ತು ಯುಎಸ್‌ನ ಸಂಬಂಧಗಳ ಹಿನ್ನೆಲೆಯಲ್ಲಿ ಇದು ತುಂಬಾ ಗಮನಾರ್ಹ. ಜಪಾನ್‌ನೊಂದಿಗೆ ಇರುವ ಸಂಬಂಧವೂ ಇದಾದ ನಂತರ ಈ ದಾರಿ ಹಿಡಿಯಿತು. ಆಸ್ಟ್ರೇಲಿಯಾ ಕುರಿತಂತೆ ಹೆಚ್ಚಿನ ಅಂತರ ಇತ್ತು ಎಂಬುದು ನಿಜ. ಏಕೆಂದರೆ 2014ರ ರಾಜಕೀಯ ಬದಲಾವಣೆಗಳ ನಂತರವೇ ಅದರ ಜೊತೆಗಿನ ಭಾರತದ ಸಂಬಂಧಗಳು ಬದಲಾದವು. ಈ ಬದಲಾದ ಸಂಬಂಧಗಳ ಕಥೆಗಳಲ್ಲೇ ನಾವು ಖ್ವಾಡ್‌ನ ಕ್ಷಿಪ್ರ ಪ್ರಗತಿಯ ವಿವರಣೆಗಳನ್ನು ನೋಡಬೇಕು. ಜಪಾನ್ ಮತ್ತು ಆಸ್ಟ್ರೇಲಿಯಾಗೆ ಸಂಬಂಧಿಸಿದಂತೆ, ಭಾರತವು ಹೊಂದಿದ್ದ ಸಂಬಂಧಗಳು ವಿಷಯವಸ್ತುವಿನಲ್ಲಿ ಮತ್ತು ವ್ಯಾಪಕತೆಯಲ್ಲಿ ತೀರಾ ತೆಳುವಾಗಿದ್ದವು. ಯುಎಸ್‌ಗೆ ಸಂಬಂಧಿಸಿದಂತೆ, ಕೆಲವು ಕ್ಷೇತ್ರಗಳಲ್ಲಿ ಒಟ್ಟಾರೆಯಾಗಿ ಸ್ಥಿರವಾದ, ಆದರೆ ವಿಭಿನ್ನ ತೊಡಗಿಸಿಕೊಳ್ಳುವಿಕೆಯ ಸಾಮರ್ಥ್ಯವಿತ್ತು. ಆದರೆ ಇವುಗಳೂ ತಮ್ಮದೇ ಆದ ಮಿತಿಗಳನ್ನು ಹೊಂದಿದ್ದವು.

ಕಳೆದ ಒಂದು ದಶಕದಲ್ಲಿ, ಭಾರತವು ತನ್ನ ಖ್ವಾಡ್ ಸದಸ್ಯ ದೇಶಗಳೊಂದಿಗೆ ಹೊಂದಿದ ವ್ಯವಸ್ಥಿತ ಸಂಬಂಧವು ತುಂಬಾ ಗಮನಾರ್ಹವಾಗಿ ವಿಸ್ತರಿಸಿದೆ. ಅದು ಹಲವು ಕ್ಷೇತ್ರಗಳಿಗೆ ಹರಡಿ ಅವುಗಳೊಂದಿಗೆ ಪೂರ್ಣ ಶ್ರೇಣಿಯ ತೊಡಗಿಸಿಕೊಳ್ಳುವಿಕೆಗೆ ಅನುವಾಗಿದೆ. ಸಹಜವಾಗಿಯೇ ಪ್ರತಿಯೊಂದೂ ಪ್ರಕರಣದಲ್ಲಿ ಸವಾಲುಗಳು ಮತ್ತು ಅವಕಾಶಗಳು ವಿಭಿನ್ನವಾಗಿದ್ದವು. ಅವುಗಳ ಆಕರ್ಷಣೆ ಹೆಚ್ಚಾದಂತೆ, ಒಂದು ರಂಗದ ಪಾಠ ಮತ್ತು ಅನುಭವಗಳು ಇನ್ನೊಂದು ರಂಗದ ಮುನ್ನಡೆಗೆ ಸಹಕಾರಿಯಾದವು.

ಅಮೆರಿಕದ ಮರುಶೋಧ

ನಾವು ಯುಎಸ್‌ನೊಂದಿಗೆ ಆರಂಭಿಸೋಣ. 2000ದಲ್ಲಿ ಅಧ್ಯಕ್ಷ ಬಿಲ್ ಕ್ಲಿಂಟನ್ ಭೇಟಿಯಿಂದ ಯುಎಸ್-ಭಾರತದ ಈಗಿನ ಸಂಬಂಧಗಳ ಹಂತ ಆರಂಭವಾಯಿತು ಎಂದು ತಿಳಿಯಬಹುದು. 1998ರ ಪರಮಾಣು ಪರೀಕ್ಷೆಗಳ ನಂತರದ ರಾಜಕೀಯ ಪರಿಣಾಮಗಳ ದಕ್ಷ ನಿರ್ವಹಣೆಯೇ ಇದಕ್ಕೆ ಹಿನ್ನೆಲೆಯಾಗಿರಬಹುದು. ಆದರೆ ಜಾಗತೀಕರಣವಾಗುತ್ತಿದ್ದ ವಿಶ್ವದಲ್ಲಿ ಒಂದೆಡೆ ಸೇರಿದ್ದೇ ಇಲ್ಲಿನ ಚಾಲನಾಶಕ್ತಿಯಾಗಿತ್ತು. ನಾವು ಆರಂಭದ ಬಿಂದುವನ್ನು ಸೂಕ್ತವಾಗಿ ಗುರುತಿಸಬೇಕು; ಏಕೆಂದರೆ ಭಾರತ ಮತ್ತು ಯುಎಸ್ ದೇಶಗಳು ಆಂತರಿಕ ಮೌಲ್ಯದ ಕಾರಣದಿಂದ ತಮ್ಮ ತೊಡಗಿಸಿಕೊಳ್ಳುವಿಕೆಯನ್ನು ಮೇಲ್ದರ್ಜೆಗೇರಿಸಿದವು ಎಂದು ಈ ಆರಂಭಿಕ ಬಿಂದುವು ದೃಢಪಡಿಸುತ್ತದೆ. ಅದು ಡಾಟ್‌ಕಾಮ್ ಕ್ರಾಂತಿಯ ಮತ್ತು ಎಚ್1ಬಿ ವೀಸಾದ ಯುಗವಾಗಿತ್ತು. ಯುಎಸ್‌ನ ಪ್ರಾಬಲ್ಯವು ವಿಶ್ವದಾದ್ಯಂತ ಚೆನ್ನಾಗಿ ಕಂಡುಬರುತ್ತಿತ್ತು. ಅಲ್ಲಿ ಬದಲಾವಣೆಗಳನ್ನು ಚಲಾಯಿಸುವ 'ಅಧಿಕಾರದ ಸಮತೋಲನ'ದ ವಾದವು ನಿಜಕ್ಕೂ ಇರಲಿಲ್ಲ. ಆದರೆ ಅಲ್ಲಿ ಇದ್ದಿದ್ದು ಸಮೃದ್ಧತೆಯನ್ನು ಸುಧಾರಿಸುವ, ಪ್ರತಿಭೆಗಳನ್ನು ವಿಸ್ತರಿಸುವ ಮತ್ತು ಭಾರತದ ದೊಡ್ಡ ಪ್ರಮಾಣದ ಜಾಗತಿಕ ತೆರೆದುಕೊಳ್ಳುವಿಕೆಗಳು. ಇವೇ ಯುಎಸ್‌ನ ಕಣ್ಣಿನಲ್ಲಿ ಭಾರತವನ್ನು ಉತ್ತಮ ಸಹಭಾಗಿ ದೇಶವನ್ನಾಗಿ ಮಾಡಿತು.

ಹಲವು ವಿಧಗಳಲ್ಲಿ, ಶೀತಲಸಮರದ ಯುಗದ ನಿರ್ಬಂಧಗಳು ಹಿನ್ನೆಲೆಗೆ ಸರಿದಂತೆಲ್ಲ ಇದು ಸಂಬಂಧಗಳ ಸಹಜ ಪ್ರಗತಿಯಾಗಿತ್ತು. 'ಈ ಸಂಬಂಧಗಳು ತಮ್ಮದೇ ಆದ ಅರ್ಹತೆ ಹೊಂದಿಲ್ಲ; ಇದು ಬೇರೆ ದೇಶಗಳ ವಿರುದ್ಧವೇ ಬಳಸಬೇಕು' ಎಂದು ಕೆಲವರು ಹೇಳುವುದು, ಈ ಸಂಬಂಧಗಳು ಮತ್ತು ಕ್ವಾಡ್- ಎರಡಕ್ಕೂ ಅಪಖ್ಯಾತಿ ತರಲು ಹೂಡಿರುವ ಮಾನಸಿಕ ಆಟ. ಇಂತಹ ಆರೋಪಗಳನ್ನು ಮಾಡುತ್ತಿರುವವರು ಕೂಡ ಯುಎಸ್‌ನ ಜೊತೆಗಿನ ತಮ್ಮ ಸಂಬಂಧಗಳನ್ನು ಸುಧಾರಿಸಿಕೊಂಡಿದ್ದಾರೆ ಎಂಬ ಹಿನ್ನೆಲೆಯಲ್ಲಿ ಇವೆಲ್ಲವೂ ಇನ್ನೂ ಚರ್ಚಾಸ್ಪದವಾಗುತ್ತದೆ. ಸಹಜವಾಗಿಯೇ, ತಮ್ಮ ಬಾಧ್ಯತೆಗಳನ್ನೂ ಹೊಂದಿರುವ ದೇಶವೊಂದು ಇಂತಹ ತೀರ್ಪನ್ನು ಕೊಟ್ಟಾಗ, ಅದರ ಅರ್ಥವೇನು ಎಂಬುದನ್ನು ತಿಳಿಯಬೇಕು.

ಪರಮಾಣು ಅಡೆತಡೆಯೇ ಗಂಭೀರ ಸಹಕಾರಕ್ಕೆ ಇದ್ದ ಪ್ರಮುಖ ಅಡ್ಡಿ ಎಂಬುದನ್ನು ಅರ್ಥ ಮಾಡಿಕೊಂಡ ಬುಶ್ ಆಡಳಿತದಲ್ಲಿ ಭಾರತ-ಯುಎಸ್ ಸಂಬಂಧಗಳ ಪ್ರಗತಿಯು ವೇಗ ಪಡೆಯಿತು. ಆ ವೇಳೆಗೆ, ಎರಡೂ ಬದಿಗಳು ಗತಕಾಲದ ಯಾವುದೇ ಋಣಭಾರಗಳಿಂದ ಮುಕ್ತವಾದ ಒಂದು ಸಹಜ ಸಂಬಂಧವನ್ನು ಬಯಸಿದ್ದವು. ಆದ್ದರಿಂದ ಅವು ದೃಢವಾಗಿ ಈ ದಿಕ್ಕಿನಲ್ಲಿ ನಡೆದವು; ಈ ಪ್ರಕ್ರಿಯೆಯಲ್ಲಿ ಎದುರಾಗಿದ್ದ ಆಂತರಿಕ ರಾಜಕೀಯ ಸವಾಲುಗಳನ್ನು ಯಶಸ್ವಿಯಾಗಿ ನಿರ್ವಹಿಸಿದವು. ಭಾರತದ ಮಾನವ ಸಂಪನ್ಮೂಲಕ್ಕೆ ಇರುವ ಜಾಗತಿಕ ಪ್ರಸ್ತುತತೆಯನ್ನು ಅಧಿಕೃತ ಯುಎಸ್ ಅಧ್ಯಯನಗಳು ಬಲವಾಗಿ ಪ್ರತಿಪಾದಿಸಿದ ಕ್ಷಣವೂ ಅದಾಗಿತ್ತು. ಈ ಸಂಬಂಧದಲ್ಲಿ ಸಹಕಾರದ ನಡೆಗಳು ಧನಾತ್ಮಕ ವಾತಾವರಣದಲ್ಲಿ ವೇಗ ಪಡೆದವು. ರಕ್ಷಣೆ, ನಾಗರಿಕ ವಿಮಾನಯಾನ, ವಿಜ್ಞಾನ ಮತ್ತು ತಂತ್ರಜ್ಞಾನ, ವ್ಯಾಪಾರ ಹಾಗೂ ಸಂಚಾರ-ಇವುಗಳಲ್ಲಿ ಈ ಬೆಳವಣಿಗೆ ಕಂಡುಬಂತು.

ಭಾರತ-ಯುಎಸ್ ಪರಮಾಣು ಒಪ್ಪಂದದ ಯಶಸ್ವಿ ನಿರ್ಣಯವು ಹೆಚ್ಚಿನ ಪ್ರಮಾಣದ

ಸಮಾನ ಸಾಹಸಗಳಿಗೆ ಇರುವ ದಾರಿಯನ್ನು ವಿಸ್ತರಿಸಿದವು. ಒಬ್ಬರಿಗಿಂತ ಇನ್ನೊಬ್ಬರು ವಿಭಿನ್ನವಾಗಿರುವ ಐವರು ಯುಎಸ್ ಅಧ್ಯಕ್ಷರುಗಳು ಭಾರತದ ಜೊತೆಗೆ ಉತ್ತಮ ಸಂಬಂಧ ಇಟ್ಟುಕೊಳ್ಳಲು ಮುಂದಾಗುವಲ್ಲಿ ಏಕತೆ ತೋರಿದರು ಎಂಬುದೇ ನಿಜವಾದ ಮಹತ್ತ್ವದ ಬದಲಾವಣೆ ಆಗಿತ್ತು. ಈ ಸ್ಥಿರತೆಯು ಭಾರತದ ಮಟ್ಟಿಗೂ ನಿಜ. ಇದರ ಪರಿಣಾಮವಾಗಿ, ಮೊದಲು ವಾದಗಳಿಗೆ ಮತ್ತು ದೂರ ಇರುವುದಕ್ಕೆ ಪ್ರಸಿದ್ಧವಾಗಿದ್ದ ಸಂಬಂಧವೊಂದು ಅಗಾಧವಾದ ಪರಿವರ್ತನೆ ಕಂಡಿತು.

ಕಳೆದ ಒಂದು ದಶಕದಲ್ಲಿ ಕಂಡುಬಂದ ಈ ಪರಿವರ್ತನೆಯನ್ನು ದಾಖಲಿಸುವುದಕ್ಕೆ ಹಲವು ವಿಧಾನಗಳಿವೆ. ಇದರಲ್ಲಿ ವ್ಯಾಪಾರವು ಸಹಜವಾಗಿಯೇ ಒಂದು ಸೂಚಕ. ಅದು ಕಳೆದ 15 ವರ್ಷಗಳಲ್ಲಿ ಐದುಪಟ್ಟು ಹೆಚ್ಚಾಗಿದೆ. ಹೂಡಿಕೆಯನ್ನು ರಾಷ್ಟ್ರೀಯ ಲೆಕ್ಕದಲ್ಲಿ ಖಚಿತವಾಗಿ ಅಳೆಯುವುದು ಕಷ್ಟವಾದರೂ ಅದೂ ಕೂಡ ಹಲವು ಪಟ್ಟು ಹೆಚ್ಚಿತು. ಇಲ್ಲಿ ಪ್ರತಿಭೆಯ ಹರಿವು ತುಂಬಾ ಪ್ರಸ್ತುತ. ಏಕೆಂದರೆ ಈ ಸಂಬಂಧಗಳಲ್ಲಿ ತಂತ್ರಜ್ಞಾನವು ಒಂದು ಮುಖ್ಯವಾದ ಪಾತ್ರವನ್ನು ನಿರ್ವಹಿಸುತ್ತದೆ. ಟೆಕ್ಕಿಗಳಿಗೆ ಎರಡೂ ದೇಶಗಳ ನಡುವೆ ಪಯಣಿಸಲು ಅನುಕೂಲ ಮಾಡಿಕೊಡುತ್ತಿದ್ದ ಎಚ್ ಕೆಟಗರಿ ವೀಸಾಗಳು ಕಳೆದ ಒಂದೂವರೆ ದಶಕದಲ್ಲಿ ಬಹುತೇಕ ಇಮ್ಮಡಿಯಾಗಿವೆ. ಹಾಗೆಯೇ ಭಾರತದಿಂದ ಯುಎಸ್‌ಗೆ ಬಂದ ವಿದ್ಯಾರ್ಥಿಗಳ ಪ್ರಮಾಣವೂ ಹೆಚ್ಚಾಗಿದೆ.

ಕೆಲವು ರಂಗಗಳಲ್ಲಿ ನಿರ್ಣಯಗಳು ಮತ್ತು ಒಪ್ಪಂದಗಳ ಮೂಲಕ ಈ ಪ್ರಗತಿಯನ್ನು ಬಿಂಬಿಸಬಹುದು. 1965ರಿಂದ ನಾಲ್ಕು ದಶಕಗಳ ಕಾಲ ಯುಎಸ್‌ನ ರಕ್ಷಣಾ ವೇದಿಕೆಗಳನ್ನು ಖರೀದಿ ಮಾಡದೇ ಇದ್ದ ಭಾರತವು ಈಗ ಸಿ – 130,ಸಿ – 17 ಮತ್ತು ಪಿ – 8 ವಿಮಾನಗಳನ್ನು ಹಾಗೂ ಅಪಾಚೆ, ಶಿನೂಕ್ ಮತ್ತು ಎಂಎಚ್60ಆರ್ ಹೆಲಿಕಾಪ್ಟರ್‌ಗಳನ್ನು ಬಳಸುತ್ತಿದೆ ಎಂಬುದು ಕಡಿಮೆ ಸಾಧನೆಯೇನಲ್ಲ. ವಾಸ್ತವದಲ್ಲಿ, ಸಂಬಂಧವೊಂದರ ಭದ್ರತಾ ಆಯಾಮವನ್ನು ರಕ್ಷಣಾ ವ್ಯಾಪಾರಕ್ಕಿಂತ ಬೇರೆ ಅಂಶಗಳಿಂದಲೇ ತೀರ್ಮಾನಿಸಬೇಕು. ನೀತಿ ವಿನಿಮಯಗಳು ಮತ್ತು ಸೇನಾ ಕವಾಯತುಗಳು ಕೂಡಾ ಈ ಬದಲಾವಣೆಗೆ ಸಾಕ್ಷಿಯಾಗುತ್ತವೆ; ಹಾಗೆಯೇ ನಿಕಟ ಸಮನ್ವಯವನ್ನು ಪ್ರೋತ್ಸಾಹಿಸುವ ಬಹು ಒಪ್ಪಂದಗಳು ಕೂಡಾ ಮುಖ್ಯವಾಗುತ್ತವೆ. ಇಲ್ಲಿ ಕಾರ್ಯವಿಧಾನಗಳು ಮತ್ತು ಸಂವಾದಗಳು ಭಯೋತ್ಪಾದನೆ ನಿಗ್ರಹ, ಸೈಬರ್ ಭದ್ರತೆಯಿಂದ ಹಿಡಿದು ಹವಾಗುಣ ಕ್ರಿಯಾಯೋಜನೆ ಮತ್ತು ಇಂಧನದವರೆಗೆ, ಬಾಹ್ಯಾಕಾಶ ಸಹಕಾರದಿಂದ ಹಿಡಿದು ಆರೋಗ್ಯ, ಶಿಕ್ಷಣ, ಆಂತರಿಕ ಭದ್ರತೆಯವರೆಗೆ – ಹಲವು ವಿಷಯಗಳನ್ನು ಒಳಗೊಂಡಿವೆ.

2014ರವರೆಗೆ ಇಲ್ಲಿ ಮುಖ್ಯ ಗಮನವು ಸಹಕಾರಕ್ಕೆ ಇದ್ದ ಅಡೆತಡೆಗಳನ್ನು ನಿವಾರಿಸಿಕೊಳ್ಳುವುದೇ ಆಗಿತ್ತು; ಆದರೆ ನಂತರದ ಯತ್ನಗಳು ವಿಸ್ತರಿತ ಸಾಮರ್ಥ್ಯವನ್ನು ಮಹತ್ವಾಕಾಂಕ್ಷೆಯಿಂದ ಜಾರಿಗೆ ತರುವ ಕಡೆಗೆ ಗಮನ ಹರಿಸಿದ್ದವು. ಯುಎಸ್‌ಗೆ ಪ್ರಧಾನಮಂತ್ರಿ ನರೇಂದ್ರ ಮೋದಿಯವರು 2023ರಲ್ಲಿ ನೀಡಿದ ಭೇಟಿಯು ಈ ಅರ್ಥದಲ್ಲಿ ಸಂಬಂಧಗಳ ಹೊಸ ಹಂತವನ್ನೇ ಸೂಚಿಸುತ್ತದೆ. ಸಹಕಾರದ ವಿಸ್ತರಿತ ಕಾರ್ಯಸೂಚಿ ಮತ್ತು ಅದು ಪ್ರಮುಖ ಜಾಗತಿಕ ಚರ್ಚೆಗಳಲ್ಲಿ ಹೊಂದಿರುವ ಪ್ರಸ್ತುತತೆಯೇ ಈ ಸಂಬಂಧವು ಎಷ್ಟು ಬೆಳೆದಿದೆ ಎಂಬುದಕ್ಕೆ ನಿದರ್ಶನವಾಗಿದೆ. ಹೀಗೆ ಅವುಗಳೆಲ್ಲವೂ ಮುಖ್ಯವಾಗಿರುವಂತೆಯೇ, ಜೆಟ್ ಇಂಜಿನ್‌ಗಳ ತಂತ್ರಜ್ಞಾನ ವರ್ಗಾವಣೆ ಮತ್ತು

ಸೆಮಿಕಂಡಕ್ಟರ್ ವಲಯದಲ್ಲಿ ಸಹಭಾಗಿತ್ವದ ಹೆಜ್ಜೆಗಳ ಕುರಿತ ಪರಸ್ಪರ ತಿಳಿವಳಿಕೆಯು ಇವೆಲ್ಲವನ್ನೂ ಮೀರಿದ ಸಂಕೇತಗಳಾಗಿವೆ. ಯುಎಸ್ ಸೇನೆಯು ಅಲಿಪ್ತ ಸಂಸ್ಕೃತಿಯ ಜೊತೆಗೆ ಕೆಲಸ ಮಾಡಲು ಕಲಿಯುತ್ತಿರುವಂತೆಯೇ ಅದರ ಉದ್ದಿಮೆಯು ಭಾರತದ ಬಗ್ಗೆ ದೀರ್ಘ ಕಾಲದಿಂದ ಹೊಂದಿರುವ ಸಂಶಯಗಳಿಂದ ಹೊರಬರಲು ಆರಂಭಿಸಿದೆ. ಅದರ ಕಾರ್ಯತಂತ್ರಾತ್ಮಕ ಸಮುದಾಯವು ಭಾರತದ ಮೌಲ್ಯಗಳನ್ನು ಚೆನ್ನಾಗಿ ಅರಿತಿರುವಂತೆ ಕಾಣುತ್ತಿದೆ; ಹಾಗೆಯೇ ಅದರ ತಂತ್ರಜ್ಞಾನ ರಂಗವು ನಿಕಟ ಸಹಭಾಗಿತ್ವದ ಮಹತ್ತ್ವವನ್ನು ಮೆಚ್ಚುತ್ತಿದೆ. ನಿಜಕ್ಕೂ ಈ ಸಂಬಂಧವು ಇನ್ನೂ ಎತ್ತರದ ಕಕ್ಷೆ ತಲುಪಿದೆ.

ಈ ಸಂಬಂಧಗಳು ಅಗಾಧವಾದ ಬದಲಾವಣೆಗಳನ್ನು ಕಂಡಿದ್ದರೂ, ಭವಿಷ್ಯದಲ್ಲಿ ಇನ್ನೂ ಉತ್ತಮವಾಗಿ ಮುನ್ನಡೆಯಲು ಗತಕಾಲದ ಕೆಲವು ಭಿನ್ನತೆಗಳನ್ನು ಮನಸ್ಸಿನಲ್ಲಿ ಇಟ್ಟುಕೊಳ್ಳಬೇಕಿದೆ. ಎರಡೂ ದೇಶಗಳ ನಡುವಣ ಹಿತಾಸಕ್ತಿಗಳ ವಿರೋಧಾಭಾಸದ ಅತಿ ದೊಡ್ಡ ಭಾಗವು ಭಾರತ ಉಪಖಂಡದತ್ತ ಸಾಂಪ್ರದಾಯಿಕ ಯುಎಸ್ ಹೊಂದಿರುವ ಧೋರಣೆಗಳಿಂದ ಮೂಡಿದೆ. ಭಾರತ – ಪಾಕಿಸ್ತಾನಗಳನ್ನು ಒಂದೇ ಕೂಡುಗೆರೆಯಲ್ಲಿ ನೋಡುವ ಹಿತಾಸಕ್ತಿ ಮತ್ತು ಅವುಗಳ ದ್ವಿಪಕ್ಷೀಯ ವ್ಯವಹಾರಗಳ ಮೇಲೆ ಪರಿಣಾಮ ಬೀರುವುದಕ್ಕೆ ಮುಂದಾಗುವುದು – ಇವು ಯುಎಸ್‌ನ ನಡವಳಿಕೆಯಲ್ಲಿ ಆಳವಾಗಿ ಬೇರುಬಿಟ್ಟಿವೆ. 1980 – 90ರಲ್ಲಿ ಪಾಕಿಸ್ತಾನದ ಪರಮಾಣು ಕಾರ್ಯಕ್ರಮಗಳಿಗೆ ಸಂಬಂಧಿಸಿದಂತೆ ನೀಡಿದ ಉದ್ದೇಶಪೂರ್ವಕ ಅನುಮತಿಯು ಈ ನಡತೆಯ ತೀವ್ರ ಸ್ವರೂಪದ ಅಭಿವ್ಯಕ್ತಿಯಾಗಿತ್ತು. ಅಫಘಾನಿಸ್ತಾನದಲ್ಲಿ ಯುಎಸ್‌ನ ಅಸ್ತಿತ್ವವೂ ಪ್ರಾದೇಶಿಕ ಅವಲಂಬನೆಯ ಕುರಿತು ಭಾರತದ ಸಂಬಂಧಗಳ ಜೊತೆ ಸುಸಂಗತತೆಯಿಲ್ಲದ ಹೊಸ ಅಂಶಗಳಿಗೆ ಕಾರಣವಾಗಿವೆ.

ಇದಕ್ಕಿಂತ ಹೆಚ್ಚಾಗಿ, ಯುಎಸ್‌ನ ಜಾಗತಿಕ ದೃಷ್ಟಿಕೋನವು ಬಹುತೇಕ ಸಂದರ್ಭಗಳಲ್ಲಿ ಭಾರತದ ಭದ್ರತೆ ಮತ್ತು ಆರ್ಥಿಕ ಹಿತಗಳಿಗಿಂತ ಭಿನ್ನವಾದ ತರಂಗಾಂತರಗಳಲ್ಲಿ ಇದ್ದವು. ಪರಮಾಣು ರಂಗದಲ್ಲೂ, 2005ರಲ್ಲಿ ಮಾಡಿಕೊಂಡ ಒಪ್ಪಂದವು ಆ ರಂಗದಲ್ಲಿ ಯುಎಸ್‌ನ ಒಣಪಾಂಡಿತ್ಯದ ವಾದಗಳನ್ನು ಪೂರ್ಣವಾಗಿ ನಿಲ್ಲಿಸಲಾಗಲಿಲ್ಲ. ಅಭಿವೃದ್ಧಿ ಹೊಂದಿದ ಮತ್ತು ಅಭಿವೃದ್ಧಿಶೀಲವಾದ ಎರಡೂ ಸಹಭಾಗಿಗಳ ಲೋಕದೃಷ್ಟಿ, ನೀತಿಗಳು ಮತ್ತು ರಾಜತಾಂತ್ರಿಕತೆಯು ಸಮಾಜೋ – ಆರ್ಥಿಕ ಬಹುಶ್ರೇಣಿಯ ಸಂಗತಿಗಳ ಬಗ್ಗೆಯೂ ವಿಭಿನ್ನವಾಗಿರುತ್ತವೆ ಎಂಬುದೂ ಸಹಜವಾಗಿತ್ತು. ಪ್ರಬಲವಾಗಿ ಸೂಚಿಸಲಾದ ರಾಜ್ಯವ್ಯವಸ್ಥೆಯು ಸೂಕ್ಷ್ಮವಾದ ಸಾರ್ವಭೌಮತ್ವ ಪ್ರಜ್ಞೆಯ ಸಮಾಜದ ಜೊತೆಗೆ ತಿಕ್ಕಾಟ ನಡೆಸುತ್ತದೆ ಎಂಬುದೂ ಅನಿರೀಕ್ಷಿತವಾಗಿರಲಿಲ್ಲ.

ವಾಸ್ತವದಲ್ಲಿ, ಈ ಕೆಲವು ಸಂಗತಿಗಳೇ 2013 – 14ರಲ್ಲಿ ಸಂಬಂಧಗಳ ಮೇಲೆ ಸವಾಲು ಹಾಕಲು ಒಟ್ಟಾದವು. ಆದರೆ ಅದಾಗಲೇ ನಡೆಯುತ್ತಿದ್ದ ಸಂರಚನಾ ಬದಲಾವಣೆಗಳು, ನೀತಿ ಆಶಾವಾದ ಎರಡೂ ಸೇರಿ ಸಂಬಂಧಗಳು ಇನ್ನೂ ಏರುಗತಿಯಲ್ಲೇ ಇರುವಂತೆ ಮತ್ತು ಕೆಳಗೆ ಬಾರದಂತೆ ನೋಡಿಕೊಂಡವು. ಎರಡೂ ದೇಶಗಳ ನಡುವೆ ಭಿನ್ನಾಭಿಪ್ರಾಯಗಳು ಇಲ್ಲವೇ ಇಲ್ಲ ಎಂದೇನಲ್ಲ. ಆದರೆ ಸಮಾನ ಅಂಶಗಳ ಚೌಕಟ್ಟನ್ನು ಹುಡುಕಿ ಪರಸ್ಪರರ ಅನುಕೂಲಗಳನ್ನೇ ಅನ್ವೇಷಿಸುವ ಆಸಕ್ತಿಯೇ ಇಲ್ಲಿ ಬದಲಾಗಿರುವ ಅಂಶ. ವಾಸ್ತವದಲ್ಲಿ ಸಮಕಾಲೀನ ಬದಲಾವಣೆಗಳ ಮುಕ್ತ ಮನಸ್ಸಿನ ಶ್ಲಾಘನೆಯು ಹಿಂದೆ ಇದ್ದ ಸಂಬಂಧಗಳನ್ನೇ ಮರುವಿನ್ಯಾಸಗೊಳಿಸಿದೆ ಎಂಬುದಕ್ಕೆ ಇದು ಒಂದು ಉದಾಹರಣೆ.

ಕಳೆದ ಒಂದು ದಶಕದ ಸಹಕಾರದ ವೈಶಾಲ್ಯ ಮತ್ತು ಪ್ರಬಲತೆಯು ನಿಜಕ್ಕೂ ಪ್ರಭಾವಶಾಲಿಯಾಗಿದೆ. ಇದು ನಾಯಕತ್ವದ ಮಟ್ಟದಲ್ಲಿನ ನಿರಂತರ ತೊಡಗಿಸಿಕೊಳ್ಳುವಿಕೆಯಿಂದ ಮತ್ತು ಹೆಚ್ಚು ಹಿತಕರ ಸಂವಾದಗಳಿಂದ ಚಾಲಿತವಾದದ್ದು ಎಂಬುದು ನಿಜ. ಇದನ್ನು ವ್ಯಾಪಕ ಪ್ರಮಾಣದಲ್ಲಿ ಸಂಪುಟ ಮತ್ತು ಉಪ-ಸಂಪುಟ ಮಟ್ಟದಲ್ಲಿನ ನಿಯಮಿತ ಸಂವಾದಗಳ ಮೂಲಕವೂ ಮುಂದುವರಿಸಲಾಗಿದೆ. ಪ್ರತಿಯೊಂದೂ ಚಟುವಟಿಕೆಯ ಕ್ಷೇತ್ರದಲ್ಲಿ ಹೊಸ ಕಾರ್ಯವಿಧಾನಗಳು ಮತ್ತು ಸಂವಾದಗಳು ಮೂಡಿವೆ. ಆಧಾರರೂಪದ ಒಪ್ಪಂದಗಳು, ಸಮಕಾಲೀನ ಚೌಕಟ್ಟುಗಳು ಮತ್ತು ದೊಡ್ಡ ಪ್ರಮಾಣದ ಚಟುವಟಿಕೆಗಳು – ಎಲ್ಲವೂ ಈ ಬದಲಾವಣೆಯ ಭಾಗವಾಗಿವೆ. ವ್ಯಾಪಾರ, ಹೂಡಿಕೆ, ವಿದ್ಯಾರ್ಥಿಗಳು, ವೀಸಾಗಳು, ವಿನಿಮಯಗಳು ಮುಂತಾದ ಅಳೆಯಬಹುದಾದ ಎಲ್ಲಾ ಸಂಗತಿಗಳಲ್ಲಿ, ಸಂಖ್ಯೆಯೇ ಅವುಗಳ ಯಶಸ್ಸಿನ ಕಥೆಗಳನ್ನು ಹೇಳುತ್ತವೆ.

ಅತ್ಯಂತ ಸೀಮಿತ ಉದ್ದೇಶವನ್ನು ಇಟ್ಟುಕೊಂಡು ಆರಂಭವಾದ ಒಂದು ವಿಕಾಸದ ಪರಿಶ್ರಮವು ಈಗ ಕ್ಷಿಪ್ರವಾಗಿ ಬೆಳೆದಿದೆಯಲ್ಲದೆ, ಇನ್ನೂ ಮೇಲ್ಮಟ್ಟದ ಹೆಬ್ಬಯಕೆಗಳನ್ನು ಮೂಡಿಸುತ್ತಿದೆ. ದ್ವಿಪಕ್ಷೀಯ ಮತ್ತು ಪ್ರಾದೇಶಿಕ ಕಾರ್ಯಸೂಚಿಗಳಿಂದ ಸಂಬಂಧಗಳು ಪ್ರಬುದ್ಧವಾಗಿ ಈಗ ಇನ್ನೂ ವಿಶಾಲ ಭಿತ್ತಿಯನ್ನು ಮತ್ತು ಸಂಕೀರ್ಣವಾದ ಕಾರ್ಯಸೂಚಿಗಳನ್ನು ಆವರಿಸಿವೆ. ಎರಡೂ ದೇಶಗಳು ಚತುರ್‌ಪಕ್ಷೀಯ ಮತ್ತು ತ್ರಿಪಕ್ಷೀಯ ಗುಂಪುಗಳಲ್ಲಿ ಸಹಭಾಗಿ ದೇಶಗಳಾಗಿವೆ ಎಂಬುದು ಈ ಸಂಬಂಧಗಳು ಎಷ್ಟರಮಟ್ಟಿಗೆ ಬೆಳೆದಿವೆ ಎಂಬುದರ ನಿದರ್ಶನವಾಗಿದೆ.

ಪ್ರಗತಿಗೆ ಬಲವಾದ ಸಾಮಾಜಿಕ ಬೆಂಬಲವೂ ಬೇಕು ಎಂಬುದು ಇಲ್ಲಿ ನಿರ್ದಿಷ್ಟವಾಗಿ ಗಮನಿಸಬೇಕಾದ ಅಂಶ. ಯುಎಸ್‌ನಲ್ಲಿ ಭಾರತೀಯ ಅನಿವಾಸಿಗಳ ಸಂಗತಿ ಮತ್ತು ಕಾಂಗ್ರೆಸ್ಸಿನ ಬೆಂಬಲದ ಸಂಗತಿಗಳೂ ಇವೆ ಎಂಬುದು ನಿಜ. ಸಾಕಷ್ಟು ಸಂಬಂಧಗಳು ನಾಗರಿಕ ಸಮಾಜದ ಹಲವು ಅಂಗಗಳಿಂದ ಚಾಲಿತವಾಗಿರುವುದರಿಂದ ಇವು ಕೆಲವೊಮ್ಮೆ ಹುಮ್ಮಸ್ಸಿನ ಸಂಗತಿಗಳೂ ಆಗಿರಬಹುದು. ಇಂದು, ದ್ವಿಪಕ್ಷೀಯ ಸಂಬಂಧಗಳ ಶಕ್ತಿಯು ಎರಡೂ ದೇಶಗಳು ತಂತಮ್ಮ ರಾಷ್ಟ್ರೀಯ ಹಿತಗಳಿಗಾಗಿ ಸಂಕುಚಿತ ಚೌಕಟ್ಟುಗಳನ್ನು ಮೀರಿ ಕೆಲಸ ಮಾಡುವುದಕ್ಕೆ ಉತ್ತೇಜನ ನೀಡುತ್ತಿದೆ.

ಇವೆಲ್ಲವೂ ಅನಾವರಣವಾಗುತ್ತಿದ್ದಂತೆ, ಭಾರತ ಮತ್ತು ಯುಎಸ್ – ಎರಡೂ ದೇಶಗಳು ತಾವು ಹಲವು ಪ್ರಮುಖ ಬಿಂದುಗಳಿಂದ, ಇತಿಹಾಸಗಳಿಂದ, ಸಂಸ್ಕೃತಿಯಿಂದ ಮತ್ತು ಅಭಿವೃದ್ಧಿಯ ಹಂತಗಳಿಂದ ವಿಶ್ವವನ್ನು ನೋಡುತ್ತಿವೆ ಎಂಬುದನ್ನೂ ಪರಿಗಣಿಸಬೇಕಿದೆ. ಭಾರತೀಯ ದೃಷ್ಟಿಕೋನದಲ್ಲಿ, ಕೆಲವು ಸಂದರ್ಭಗಳಲ್ಲಿ ಜಾಗತಿಕ ಶಕ್ತಿಯಾಗಿ ಯುಎಸ್ ಸ್ವತಃ ತನಗೇ ತದ್ವಿರುದ್ಧವಾದ ಹಿತಾಸಕ್ತಿಗಳನ್ನು ಹೊಂದಿರಬಹುದಾಗಿದೆ. ಅಥವಾ ಅದು ನಮ್ಮ ಆದ್ಯತೆಗಳು ಮತ್ತು ದೃಷ್ಟಿಕೋನಗಳನ್ನು ಯಾವಾಗಲೂ ಹಂಚಿಕೊಳ್ಳದೇ ಇರಬಹುದು. ಭಾರತದ ಪ್ರಭಾವ ಮತ್ತು ಹೆಜ್ಜೆಗುರುತುಗಳು ವಿಸ್ತರಣೆಯಾಗುತ್ತಿದ್ದಂತೆ ಇದೇ ಬಿಂಬವು ಯುಎಸ್‌ನಲ್ಲೂ ಕಾಣಬಹುದು. ಆದ್ದರಿಂದ ಈ ಹಂತದಲ್ಲಿಯೇ ಶಕ್ತಿಯುತವಾದ ನೆಮ್ಮದಿಯ ಮಟ್ಟವನ್ನು ಸ್ಥಾಪಿಸುವುದು ಎಲ್ಲಕ್ಕಿಂತ ಮುಖ್ಯವಾಗಿದೆ. ಏಕೆಂದರೆ, ಇಷ್ಟವಿರಲಿ, ಬಿಡಲಿ – ಎರಡೂ ದೇಶಗಳು ಮುಂದಿನ ದಿನಗಳಲ್ಲಿ ಪರಸ್ಪರರಿಗಾಗಿ ಇನ್ನೂ ಹೆಚ್ಚಿನದನ್ನು ಮಾಡಬೇಕಾಗಿದೆ.

ಸೂರ್ಯನೊಂದಿಗೆ ಉದಯ

ಯುಎಸ್‌ನ ಜೊತೆಗೆ ಮಹತ್ತ್ವದ ಬೆಳವಣಿಗೆಗಳನ್ನು ಕಂಡ ಎರಡು ದಶಕಗಳಲ್ಲೇ ಜಪಾನ್ ಜೊತೆಗೂ ದೃಢವಾದ ಪ್ರಗತಿಯನ್ನು ಕಾಣಲಾಯಿತು. ಆದರೆ ಇಲ್ಲಿ ಭಾರತವು ಎದುರಿಸಿದ್ದ ಸವಾಲುಗಳು ಮಾತ್ರ ತುಂಬಾ ವಿಭಿನ್ನವಾಗಿದ್ದವು. ಜಪಾನ್‌ಗೆ ಶೀತಲಸಮರದಲ್ಲಿ ಪಾಕಿಸ್ತಾನದ ಕಡೆಗೆ ವಾಲಿಕೊಂಡ ಯಾವುದೇ ಇತಿಹಾಸವೂ ಇರಲಿಲ್ಲ. ಆದರೆ ಅದೂ ಕೂಡ ಪಶ್ಚಿಮ ಜಗತ್ತಿನ ಹಾಗೆಯೇ ಒಂದಷ್ಟು ಪ್ರಮಾಣದಲ್ಲಿ 'ಭಾರತ–ಪಾಕ್' ಎಂಬ ಕೂಡುಗೆರೆಯನ್ನು ಬಳಸಿದ್ದು ವಾಸ್ತವ.

ಇತಿಹಾಸ ಮತ್ತು ಸಂಸ್ಕೃತಿಯ ಬೇರುಗಳ ಹೊರತಾಗಿ, ಭಾರತದ ಕುರಿತ ಜಪಾನೀ ರಾಜಕೀಯವು ಸದಾ ಪಕ್ಷಪಾತತನದಿಂದಲೇ ಕೂಡಿತ್ತು. ಪ್ರಾಚೀನ ನಾಗರಿಕತೆ ಎಂಬ ಗೌರವವನ್ನು ವ್ಯಾಪಕವಾಗಿ ಹಂಚಿಕೊಳ್ಳಲಾಯಿತು; ಯುದ್ಧದ ನಂತರದ ತಕ್ಷಣದ ಕಾಲಾವಧಿಯಲ್ಲಿ ಎರಡೂ ನಾಯಕತ್ವಗಳ ನಡುವೆ ಬೆಚ್ಚಗಿನ ರಾಜಕೀಯವೂ ಇದ್ದಿದ್ದು ನಿಜ. ಜಪಾನಿನ ಸನ್ನಿವೇಶದ ಬಗ್ಗೆ ಭಾರತವು ತನ್ನ ಅನುಕಂಪವನ್ನು ವ್ಯಕ್ತಪಡಿಸಿತು. ಜಸ್ಟಿಸ್ ರಾಧಾಬಿನೋದ್ ಪಾಲ್ ಅವರು ಟೋಕಿಯೋ ಟ್ರಿಬ್ಯೂನಲ್‌ನಲ್ಲಿ ಮಂಡಿಸಿದ ಭಿನ್ನಮತದ ಧ್ವನಿಯನ್ನು ಸೂಕ್ಷ್ಮವಾಗಿ ಪ್ರಶಂಸಿಸಲಾಯಿತು.

ಜಪಾನ್ ಕೂಡಾ ಅಫಿಶಿಯಲ್ ಡೆವಲಪ್‌ಮೆಂಟ್ ಅಸಿಸ್ಟನ್ಸ್ (ಒಡಿಎ) ಮೂಲಕ ಭಾರತದ ಸಮಾಜೋ–ಆರ್ಥಿಕ ಗುರಿಗಳನ್ನು ಗಮನಾರ್ಹ ಪ್ರಮಾಣದಲ್ಲಿ ಬೆಂಬಲಿಸಿತು. ಪಶ್ಚಿಮದ ಬಣಗಳಲ್ಲಿ ಅದು ಹಲವು ವಿಷಯಗಳ ಕುರಿತು ಭಾರತದ ಪರವಾದ ಮಿತ್ರತ್ವದ ಧ್ವನಿಗಳಲ್ಲಿ ಒಂದಾಗಿತ್ತು. ಸಮಸ್ಯೆಗಳು ಇಲ್ಲದಿರುವುದೇ ನೀತಿಗಳನ್ನು ಕುರಿತ ಗಮನವನ್ನು ಮಿತಿಗೆ ಒಳಪಡಿಸಿದವು ಎಂಬುದು ಇಲ್ಲಿದ್ದ ಸಂಬಂಧಗಳ ವಿರೋಧಾಭಾಸವಾಗಿತ್ತು. ಇತರ ಹಲವು ದೇಶಗಳಂತೆ, ಭಾರತ–ಜಪಾನ್ ಸಂಬಂಧವೂ ಈ ಕಾಲದಲ್ಲಿ ಭಾರತದ ಮೇಲಾದ ಪರಿಣಾಮಗಳಿಂದ ಪ್ರಭಾವಿತವಾಯಿತು. ಸೂಕ್ತ ಸ್ವಾಗತದ ವಾತಾವರಣವೇ ಇಲ್ಲದಿದ್ದ ಹಿನ್ನೆಲೆಯಲ್ಲಿ ಆರ್ಥಿಕವಾಗಿ ಜಪಾನೀ ಕಂಪನಿಗಳ ಸಾಂಪ್ರದಾಯಿಕ ವಿಶಾಲ ಅಸ್ತಿತ್ವವು ಆಳವಾಗಿ ಸ್ಥಾಪಿತವಾಗಲೇ ಇಲ್ಲ. ಬದಲಿಗೆ ಅವುಗಳು ಆಗ್ನೇಯ ದೇಶಗಳತ್ತ ಮತ್ತು ಚೀನಾದತ್ತ ವಾಲಿದವು; ಇದರಿಂದಾಗಿ ಜಪಾನೀ ಆದ್ಯತೆಗಳಲ್ಲಿ ಭಾರತವು ಕ್ರಮೇಣವಾಗಿ ಕೆಳಗಿಳಿಯಿತು. 1991ರಲ್ಲಿ ಆರ್ಥಿಕ ಸುಧಾರಣೆಗಳನ್ನು ಮಾಡಿದಾಗಲೂ, ಜಪಾನೀ ಉದ್ಯಮರಂಗವು ತುಂಬಾ ಎಚ್ಚರಿಕೆಯಿಂದ ವರ್ತಿಸಿತು; ತಮ್ಮ ನಿರೀಕ್ಷೆಗಳಿಗೆ ತಕ್ಕಂತೆಯೇ ಸುಗಮ ವಾತಾವರಣ ಇರಬೇಕು ಎಂದು ಬೇಡಿಕೆ ಇಟ್ಟಿತು.

ಈ ಬಗೆಯ ತೆಳುವಾದ ಸಂಬಂಧ ಕೇವಲ ವ್ಯವಹಾರಕ್ಕಷ್ಟೇ ಸೀಮಿತವಾಗಿರಲಿಲ್ಲ; ಅದು ಜಪಾನ್ ಸಾಮಾನ್ಯವಾಗಿ ಪ್ರೋತ್ಸಾಹಿಸುವ ಬೆಂಬಲಾತ್ಮಕ ಚಟುವಟಿಕೆಗಳಿಗೂ ವಿಸ್ತರಿಸಿತು. ಶಿಕ್ಷಣ, ಸಂಸ್ಕೃತಿ, ಪ್ರವಾಸ ಯಾವುದೇ ಇರಲಿ, ಎರಡೂ ದೇಶಗಳು – ಸಂತಸದಿಂದಲೇ – ದೂರದಲ್ಲೇ ಇರಲಾರಂಭಿಸಿದವು. ಈ ಕಾಲದ ರಾಜಕೀಯ ರಂಗವೂ ಸಹಾಯಕವಾಗಿರಲಿಲ್ಲ. ಅದಾಗಲೇ ಶೀತಲಸಮರದ ಒತ್ತಡಗಳು ಎರಡೂ ದೇಶಗಳನ್ನು ವಿರುದ್ಧ ದಿಕ್ಕುಗಳಿಗೆ ಸೆಳೆದವು. 1962ರಲ್ಲಿ ಗಡಿ ಸಂಘರ್ಷದಲ್ಲಿ ಚೀನಾದ ವಿರುದ್ಧ ಸೋತಿದ್ದು ಭಾರತದ ಸ್ಥಾನಮಾನಕ್ಕೆ ಧಕ್ಕೆ ತಂದಿತು. ಆದ್ದರಿಂದ ಆರ್ಥಿಕ ಸಂಘರ್ಷಗಳು ಋಣಾತ್ಮಕ ಚಹರೆಯನ್ನು ಬಲಪಡಿಸಿದವು.

ಕೆಲವೊಮ್ಮೆ ಸನ್ನಿವೇಶಗಳು ಉತ್ತಮಗೊಳ್ಳುವವ ಮೊದಲು ಹದಗೆಡುತ್ತವೆ. 1998ರಲ್ಲಿ ಭಾರತವು ಪರಮಾಣು ಪರೀಕ್ಷೆಗಳನ್ನು ನಡೆಸಿದ ಕೂಡಲೇ ಅದರಿಂದಾದ ಸಂಕೀರ್ಣತೆಗಳಿಂದಾಗಿ ತಕ್ಷಣವೇ ಸಂಬಂಧಗಳು ಅಲುಗಾಡಿದವು. ತನ್ನ ಇತಿಹಾಸದ ಕಾರಣದಿಂದಾಗಿ ಈ ಬೆಳವಣಿಗೆಗೆ ಜಪಾನ್ ತುಂಬಾ ತೀಕ್ಷ್ಣವಾಗಿ ಪ್ರತಿಕ್ರಿಯೆ ನೀಡಬೇಕಾದದ್ದು ಸಹಜವೇ ಆಗಿತ್ತು. ಆದರೆ ಭಾರತವನ್ನು ಕಂಗೆಡಿಸಿದ ವಿಷಯವೆಂದರೆ, ತನ್ನಂತೆಯೇ ಇನ್ನೊಂದು ದೇಶದ ಭದ್ರತಾ ಒತ್ತಡಗಳ ಬಗ್ಗೆ ಅದು ಹೊಂದಿದ್ದ ತೀವ್ರ ಅಗೌರವ. ಜಪಾನ್ ಅದಾಗಲೇ ತನ್ನ ಸುರಕ್ಷತೆಯನ್ನು ಖಾತರಿಪಡಿಸಿಕೊಳ್ಳಲು ಇನ್ನೊಂದು ಪರಮಾಣು ಶಕ್ತಿಯ ಜೊತೆಗೆ ಒಪ್ಪಂದದ ವ್ಯವಸ್ಥೆ ಮಾಡಿಕೊಂಡಿತ್ತು ಎಂಬ ಸಂಗತಿಯಿಂದ ಈ ವಿಷಯ ಇನ್ನೂ ಗಂಭೀರವಾಯಿತು. ಜಪಾನ್‌ನ ಆ ಕಾಲದ ನೀತಿನಿರೂಪಕರು ಅಂತಾರಾಷ್ಟ್ರೀಯ ವೇದಿಕೆಗಳಲ್ಲಿ ಭಾರತದ ವಿರುದ್ಧ ಆರೋಪಗಳನ್ನು ಹೊರಿಸಲು ನಿರ್ಧರಿಸಿದಾಗ ಸಂಬಂಧಗಳು ಇನ್ನೂ ಕೆಳಗೆ ಜಾರಿದವು.

ಇದರಿಂದ ಉಂಟಾದ ಸಂಬಂಧಗಳ ಸ್ತಂಭನವು ಕೊನೆಗೊಂಡು ಎರಡೂ ದೇಶಗಳು ಈ ಸಂಬಂಧಗಳ ಮೌಲ್ಯದ ಬಗ್ಗೆ ಆತ್ಮವಿಮರ್ಶೆ ಮಾಡಿಕೊಳ್ಳಲು ಅವಕಾಶ ಒದಗಿಬಂತು. ಈ ಕಸರತ್ತಿನಿಂದ ದ್ವಿಪಕ್ಷೀಯ ಸಂಬಂಧಗಳ ಹೊಸ ಹಂತವೇ ಆರಂಭವಾಯಿತು. ಅಧ್ಯಕ್ಷ ಬಿಲ್ ಕ್ಲಿಂಟನ್ ಭೇಟಿಯಿಂದ ಒಂದು ಸಂಬಂಧದಲ್ಲಿ ಮಹತ್ತ್ವದ ತಿರುವು ಬಂತಾದರೆ; ಜಪಾನ್ ಪ್ರಧಾನಿ ಯೊಶಿರೋ ಮೋರಿ ಭೇಟಿಯಿಂದ ಇನ್ನೊಂದು ತಿರುವು ಕಂಡುಬಂತು. ಕುತೂಹಲಕಾರಿಯಾಗಿ, ಅಧ್ಯಕ್ಷ ಜಾರ್ಜ್ ಡಬ್ಲ್ಯೂ ಬುಶ್ ಈ ಸಂಬಂಧಗಳನ್ನು ಯುಎಸ್‌ನ ಮಟ್ಟಿಗೆ ಉನ್ನತ ಮಟ್ಟಕ್ಕೆ ತೆಗೆದುಕೊಂಡು ಹೋದಾಗ, ಪ್ರಧಾನಮಂತ್ರಿ ಶಿಂಜೋ ಅಬೆಯವರೂ ಅದನ್ನು ಜಪಾನ್ ವಿಷಯದಲ್ಲಿ ಇನ್ನೂ ಹೆಚ್ಚು ವೈಯಕ್ತಿಕ ಗಮನ ನೀಡಿ ಮೇಲ್ಮಟ್ಟಕ್ಕೆ ಒಯ್ದರು. 2007ರಲ್ಲಿ ಭಾರತದ ಸಂಸತ್ತಿನಲ್ಲಿ ಅವರು ಮಾಡಿದ 'ಕಾನ್‌ಫ್ಲುಯೆನ್ಸ್ ಆಫ್ ಟು ಸೀಸ್' (ಎರಡು ಸಾಗರಗಳ ಸಂಗಮ) ಎಂಬ ಭಾಷಣವು ದ್ವಿಪಕ್ಷೀಯ ಸಂಬಂಧಗಳ ದೃಷ್ಟಿಯಿಂದ ಮಹತ್ತ್ವದ ತಿರುವಾಗಿದ್ದು ಮಾತ್ರವಲ್ಲ, ನಂತರ ಮೂಡಿದ ಇಂಡೋ–ಪೆಸಿಫಿಕ್‌ನ ಆರಂಭಿಕ ದೃಷ್ಟಿಕೋನವೂ ಆಗಿತ್ತು. ಇದಕ್ಕೆ ಹಿನ್ನೆಲೆಯಾದ ಅಂಶಗಳನ್ನು ನೆನಪಿಸಿಕೊಳ್ಳುವುದೂ ಇಲ್ಲಿ ಮುಖ್ಯ.

ಒಂದೂವರೆ ದಶಕದ ಹಿಂದೆ, ಜಪಾನ್ ಕೂಡಾ ಉನ್ನತ ಹೊಣೆಗಾರಿಕೆಗಳನ್ನು ವಹಿಸಿಕೊಳ್ಳಬೇಕಾದ ಅಗತ್ಯವನ್ನು ಮೂಡಿಸಿದ ಅನಿಶ್ಚಿತ ಬಾಹ್ಯ ಸನ್ನಿವೇಶಗಳ ಬಗ್ಗೆ ಚಿಂತನೆ ನಡೆಸಿತ್ತು. ಅದರ ಸಂಕೀರ್ಣ ಇತಿಹಾಸದಿಂದಾಗಿ, ಸಹಜವಾಗಿ ಇದು ಆಂತರಿಕ ಚರ್ಚೆಯನ್ನೇ ಹುಟ್ಟುಹಾಕಿತು. ವಿಶಾಲವಾದ ಕಾರ್ಯಸೂಚಿ ಇರುವ ಮತ್ತು ವಿಶ್ವದ ವಿದ್ಯಮಾನಗಳಲ್ಲಿ ಹೆಚ್ಚಿನ ಆಸಕ್ತಿ ಇರುವ ಸಮಾಜವು ಸಹಜವಾಗಿಯೇ ಹೆಚ್ಚಿನ ಪ್ರಮಾಣದ ಸಹಭಾಗಿಗಳನ್ನು ಹೊಂದಬಯಸುತ್ತದೆ. ಶೀತಲ ಸಮರದಿಂದ ದೂರವಿರದ ದೇಶವಾಗಿ ಭಾರತವೂ ಸಹಜವಾದ ಆಕರ್ಷಣೆಯನ್ನು ಮೂಡಿಸಿತು. ಈ ಬೆಳವಣಿಗೆಯಲ್ಲಿ ಕೆಲವು ಅಂಶಗಳು ಪ್ರಾದೇಶಿಕ ಒಗ್ಗೂಡುವಿಕೆ, ಇನ್ನೂ ಕೆಲವು ವಿಶ್ವಸಂಸ್ಥೆಯಲ್ಲಿ ಉತ್ತಮ ಪ್ರಾತಿನಿಧ್ಯಕ್ಕಾಗಿ ಮೂಡಿದ ಸಮಾನ ಬಯಕೆ ಮತ್ತು ಪ್ರಜಾತಾಂತ್ರಿಕ ಸಮಾಜಗಳ ಬಗ್ಗೆ ಇರುವ ಸಹಜ ಅನುಭೂತಿ–ಇವೆಲ್ಲವೂ ಈ ಆಕರ್ಷಣೆಯ ಭಾಗವಾಗಿದ್ದವು. ಇಲ್ಲಿಯೂ ದ್ವಿಪಕ್ಷೀಯ ಚಕ್ರಗಳು ತಮ್ಮದೇ ತರ್ಕದಿಂದಾಗಿ ಚಲಿಸಲಾರಂಭಿಸಿದವು. ಈ ಚಲನೆಯು

ವೇಗ ಪಡೆದಂತೆ, ಸಹಕಾರದ ಕ್ಷಿತಿಜಗಳೂ ತೆರೆದುಕೊಂಡವು.

ಭಾರತ ಮತ್ತು ಈಗಿನ ಜಪಾನ್ ನಡುವೆ 2006ರಿಂದ ನಡೆಯುತ್ತಿರುವ ವಾರ್ಷಿಕ ಶೃಂಗಸಭೆಗಳ ಆಧಾರಿತವಾದ ರಾಜಕೀಯ ಸಂದೇಶವು ತುಂಬಾ ಬಲವಾಗಿದೆ. ಎರಡೂ ಬದಿಗಳಲ್ಲಿ ಆಡಳಿತದ ಬದಲಾವಣೆಗಳಾಗಿದ್ದರೂ, ಸಹಕಾರದ ಗತಿಯು ಮುಕ್ಕಾಗಿಲ್ಲ. ಯುಎಸ್‌ನ ವಿಷಯದಲ್ಲಾದಂತೆ, ಈ ನಿರಂತರತೆಯೇ ಸಂರಚನಾ ಬದಲಾವಣೆಗೆ ಇರುವ ಬಲವಾದ ಸಾಕ್ಷಿ. ಈ ಸಂಬಂಧದ ಅಧಿಕೃತ ವಿವರಣೆಯು ಇನ್ನೂ ಬೆಳೆಯುತ್ತಿದೆ. 2014ರಲ್ಲಷ್ಟೇ ಇದಕ್ಕೆ 'ಸ್ಪೆಶಿಯಲ್ ಸ್ಟ್ರಾಟೆಜಿಕ್ ಎಂಡ್ ಗ್ಲೋಬಲ್ ಪಾರ್ಟ್‌ನರ್‌ಶಿಪ್' (ವಿಶೇಷ ಕಾರ್ಯತಂತ್ರ ಮತ್ತು ಜಾಗತಿಕ ಪಾಲುದಾರಿಕೆ) ಎಂದು ಹೆಸರಿಡಲಾಗಿದೆ. 2011ರ ಕಾಂಪ್ರೆಹೆನ್ಸಿವ್ ಎಕನಾಮಿಕ್ ಪಾರ್ಟ್‌ನರ್‌ಶಿಪ್ ಅಗ್ರಿಮೆಂಟ್ (ಸಿಇಪಿಎ) ಹೊರತಾಗಿಯೂ ಕ್ಷೇತ್ರಗಳ ಹಾಗೂ ಪ್ರಮಾಣದ ಲೆಕ್ಕದಲ್ಲಿ ವ್ಯಾಪಾರವು ತುಂಬಾ ಸೀಮಿತವಾಗಿದೆ. ಹೂಡಿಕೆಯಲ್ಲಿ ಜಪಾನ್ ಐದನೆಯ ಸ್ಥಾನದಲ್ಲಿದೆ. ಪ್ರಧಾನಿ ಫುಮಿಯೋ ಕಿಶಿದಾರ 2022ರ ಭೇಟಿಯಲ್ಲಿ ಇನ್ನೂ ಮಹತ್ವಾಕಾಂಕ್ಷೆಯ ಗುರಿಗಳನ್ನು ಇಟ್ಟುಕೊಳ್ಳಲಾಯಿತು.

ಕರೆನ್ಸಿ ವಿನಿಮಯ ಅಥವಾ ಅಭಿವೃದ್ಧಿ ನೆರವು – ಇವುಗಳನ್ನು ಗಮನಿಸಿದರೆ ಆರ್ಥಿಕ ಸಹಭಾಗಿತ್ವವು ಒಟ್ಟಾರೆಯಾಗಿ ಹೆಚ್ಚಾಗಿದೆ. ವಾಸ್ತವದಲ್ಲಿ ಓಡಿಎ ವಿತರಣೆಯು ಕಳೆದ ಒಂದು ದಶಕದಲ್ಲೇ ಇಮ್ಮಡಿಯಾಗಿದೆ. 2021 – 22ರಲ್ಲಿ ಈ ಪ್ರಮಾಣವು 328 ಬಿಲಿಯ ಯೆನ್‌ಗಳನ್ನು ತಲುಪಿತ್ತು. ಇದರ ಜಾರಿಯ ದಾಖಲೆಯೂ ತುಂಬಾ ಉತ್ತಮವಾಗಿದೆ; ಈವರೆಗೆ ಭಾರತದ ಪ್ರಮುಖ ನಗರಗಳಲ್ಲಿ ಒಟ್ಟು ಆರು ಮೆಟ್ರೋ ರೈಲುಗಳು ಮತ್ತು ಹಲವು ಪ್ರಮುಖ ಸಂಪರ್ಕ ಯೋಜನೆಗಳನ್ನು ಇಲ್ಲಿ ಉದಾಹರಿಸಬಹುದು. ಔದ್ಯಮಿಕ ಮತ್ತು ಸರಕು ಕಾರಿಡಾರ್‌ಗಳಿಗೆ ಬೆಂಬಲ ನೀಡುವ ಮೂಲಕ ಹೆಚ್ಚು ಅನುಕೂಲಕರ ಮೂಲಸಂರಚನೆಗಳನ್ನು ರೂಪಿಸುವ ಜಪಾನಿನ ಆಸಕ್ತಿಯು ಇಲ್ಲಿ ಬದಲಾದ ಇನ್ನೊಂದು ಅಂಶ. ಇಂಧನ, ಬಾಹ್ಯಾಕಾಶ, ಉಕ್ಕು, ಜವಳಿ, ಸ್ಟಾರ್ಟ್ ಅಪ್ ನಿಧಿ ಹೂಡಿಕೆ, ಡಿಜಿಟಲ್ ಕೌಶಲ್ಯಗಳು ಮತ್ತು ಆರೋಗ್ಯ ಸೇವೆ – ಈ ಕುರಿತು ಈಗ ಸಂವಾದಗಳು ನಡೆಯುತ್ತಿವೆ.

ಮುಂಬಯಿಯಿಂದ ಅಹಮದಾಬಾದ್‌ಗೆ ಹೈಸ್ಪೀಡ್ ರೈಲು ಯೋಜನೆಯು ಇಲ್ಲಿ ಪ್ರಮುಖ ಉಪಕ್ರಮವಾಗಿ ಎದ್ದುಕಾಣುತ್ತದೆ. ಮಾರುತಿ – ಸುಝುಕಿ ಕಾರ್ ಮತ್ತು ದಿಲ್ಲಿ ಮೆಟ್ರೋ ಯೋಜನೆಗಳ ನಂತರ ಮೂರನೆಯ ತಂತ್ರಜ್ಞಾನ ಕ್ರಾಂತಿ ಎಂದೂ ಇದನ್ನು ಕರೆಯಬಹುದು. ಹಾಗೆಯೇ ಓಡಿಎ ಸಹಕಾರವು ಸುದೀರ್ಘ ಕಾಲದಿಂದ ಮುನ್ನಡೆಯುತ್ತಿದ್ದರೆ, 2017ರಲ್ಲಿ ಸ್ಥಾಪಿಸಿದ ಆ್ಯಕ್ಟ್ ಈಸ್ಟ್ ಫೋರಮ್ ನಿರ್ದಿಷ್ಟವಾಗಿ ಭಾರತದ ಪೂರ್ವಾಂಚಲದ ಸಂಪರ್ಕಗಳ ಸುಧಾರಣೆಯ ಗುರಿ ಹಾಕಿಕೊಂಡಿದೆ.

ಜಪಾನ್ ಸಮಾಜದ ಗಹನತೆಗಳ ಪರಿಚಯ ಇರುವವರು ಮಾತ್ರ ಅದು ಭಾರತದ ಜೊತೆಗೆ ಹೊಂದಿರುವ ಪ್ರಗತಿಯನ್ನು ಮೆಚ್ಚಲು ಸಾಧ್ಯ. ಹೆಚ್ಚಿನ ಪ್ರಮಾಣದ ಸೂಕ್ಷ್ಮತೆ ಇರುವ ರಂಗಗಳಲ್ಲಿನ ಸಹಕಾರದ ಉದಾಹರಣೆಗಳೇ ಇದಕ್ಕೆ ಅಳತೆಗೋಲು. 2016ರಲ್ಲಿ ನಾಗರಿಕ ಪರಮಾಣು ಶಕ್ತಿ ಕುರಿತ ಸಹಕಾರದ ಒಪ್ಪಂದವು ಹೀಗೆ ನೆಮ್ಮದಿ ಹೆಚ್ಚುತ್ತಿರುವುದಕ್ಕೆ ನೀಡಬಹುದಾದ ನಿದರ್ಶನವಾಗಿದೆ. ರಕ್ಷಣೆ ಮತ್ತು ಭದ್ರತೆಯ ರಂಗಗಳಲ್ಲಿ ಮಾಡಿಕೊಂಡ ಒಡಂಬಡಿಕೆಗಳ ಸರಣಿಯೂ ಕಡಿಮೆ ಮಹತ್ವದ್ದಲ್ಲ. 2014ರಲ್ಲಿ ಮಾಡಿಕೊಂಡ ರಕ್ಷಣಾ

ಸಹಕಾರದ ಒಪ್ಪಂದದ ನಂತರ ಸಾಧನಗಳ ಸಾಗಣೆ ಮತ್ತು ಮಾಹಿತಿ ಸಂರಕ್ಷಣೆ ಕುರಿತು 2015ರಲ್ಲಿ ಮಾಡಿಕೊಂಡ ಒಪ್ಪಂದಗಳು, 2018ರಲ್ಲಿ ಮಾಡಿಕೊಂಡ ನೌಕಾ ಸಹಕಾರದ ಒಪ್ಪಂದ ಮತ್ತು 2020ರಲ್ಲಿ ಮಾಡಿಕೊಂಡ ಪರಸ್ಪರ ಸರಬರಾಜು ಮತ್ತು ಸೇವೆಯ ಒಪ್ಪಂದ – ಇವುಗಳೂ ಘಟಿಸಿದವು. ರಕ್ಷಣಾ ಕ್ಷೇತ್ರದಲ್ಲಿ ನೀತಿ ವಿನಿಮಯಗಳು ಸೇವೆಗಳು ಸೇನಾಧಿಕಾರಿಗಳ ಮಾತುಕತೆ ಮತ್ತು ದ್ವಿಪಕ್ಷೀಯ ಮತ್ತು ಅನೇಕಪಕ್ಷೀಯ ಸೇನಾ ಕವಾಯತುಗಳಿಂದ ಬೆಂಬಲಿತವಾದವು. ಯುಎಸ್‌ನ ಜೊತೆಗೆ ಆದಂತೆ, ಭಾರತವು ಜಪಾನಿನೊಂದಿಗೆ 2019ರಿಂದ 2+2 ಸಚಿವಸ್ತರದ ಸಭೆಗಳನ್ನು ನಡೆಸಿಕೊಂಡು ಬಂದಿದೆ. ದ್ವಿಪಕ್ಷೀಯ ಸೌಕರ್ಯವು ಯುಎಸ್ ಮತ್ತು ಆಸ್ಟ್ರೇಲಿಯಾದೊಂದಿಗೆ ಇನ್ನೂ ವಿಸ್ತಾರವಾದ ಭಿತ್ತಿಗೆ ಸಾಗಲೂಬಹುದು.

ನವ ಮೈತ್ರಿಯ ನಿರ್ಮಾಣ

ಆಸ್ಟ್ರೇಲಿಯಾದ ಜೊತೆಗಿನದು ಇತ್ತೀಚೆಗಿನ ಕಾಲದಲ್ಲಿ ಕಣ್ಣಿಗೆ ಕಾಣುವಂತೆ ಸ್ಪಷ್ಟವಾಗಿ ಬೆಳೆದ ಸಂಬಂಧ. ವಾಸ್ತವದಲ್ಲಿ, ಖ್ವಾಡ್‌ನ ಇತರೆ ಎರಡು ಸದಸ್ಯ ದೇಶಗಳಿಗೆ ಹೋಲಿಸಿದರೆ ಇಲ್ಲಿ ಅತ್ಯಂತ ಕಡಿಮೆ ಸಮಯದಲ್ಲಿ ಕಂದರವು ಕಡಿಮೆಯಾಯಿತು. ಯುಎಸ್ ಮತ್ತು ಜಪಾನ್ ಪ್ರಕರಣಗಳಲ್ಲಿ ಆದಂತೆ, 1998ರ ಪರಮಾಣು ಪರೀಕ್ಷೆಗಳು ಆಸ್ಟ್ರೇಲಿಯಾ ಜೊತೆಗಿನ ಸಂಬಂಧಗಳ ಮೇಲೆ ಪರಿಣಾಮ ಬೀರಿದ್ದವು; ಅಲ್ಲದೆ ಅದನ್ನು ಸುಧಾರಿಸುವುದೂ ಸುಲಭವಾಗಿರಲಿಲ್ಲ. ಆದರೆ ಆಸ್ಟ್ರೇಲಿಯಾವೂ ತನ್ನದೇ ಆದ ಸವಾಲುಗಳನ್ನು ಹೊಂದಿತ್ತು. ಈ ಅಂಶವು ಭಾರತದ ಆದ್ಯತೆಗಳ ಬಗ್ಗೆ ಕೊಂಚ ಬೆಳಕು ಚೆಲ್ಲುತ್ತದೆ. ಏಕೆಂದರೆ ಇಂದಿರಾಗಾಂಧಿಯವರು 1968ರಲ್ಲಿ ಆಸ್ಟ್ರೇಲಿಯಾಗೆ ಭೇಟಿ ನೀಡಿದ್ದೇ ಭಾರತದ ಪ್ರಧಾನಮಂತ್ರಿಯೊಬ್ಬರ ಮೊದಲ ಭೇಟಿ ಆಗಿತ್ತು. ಈ ಭೇಟಿ ನಡೆಯಲೂ ಭಾರತಕ್ಕೆ ಸ್ವಾತಂತ್ರ್ಯ ಬಂದ ನಂತರ ಎರಡು ದಶಕಗಳು ಬೇಕಾದವು.

ಹಲವು ವಿಷಯಗಳಲ್ಲಿ ಆಸ್ಟ್ರೇಲಿಯಾವು ಅತ್ಯಂತ ದೂರದ ಆಂಗ್ಲಗೋಳದ ಸಹಭಾಗಿ. ಅದು ಭಾರತದ ಪೂರ್ವದ ಸಂಗತಿಗಳಿಗೆ ಯುಎಸ್‌ನ ರೀತಿಯಲ್ಲೇ ವರ್ತನೆಯನ್ನು ತೋರಿತು; ಹಾಗೆಯೇ ಪಶ್ಚಿಮದಲ್ಲಿ ಯುಕೆ ರೀತಿಯಲ್ಲಿ ವರ್ತಿಸಿತು. ಇನ್ನೊಂದೆಡೆ ರಕ್ಷಣೆ, ವಾಣಿಜ್ಯ, ತರಬೇತಿ ಮತ್ತು ಶಿಕ್ಷಣದಂತಹ ಹಲವಾರು ರಂಗಗಳಲ್ಲಿ ಸ್ಥಿರವಾದ ವಿನಿಮಯ ಆಗುವುದನ್ನು ಕಾಮನ್‌ವೆಲ್ತ್ ಚೌಕಟ್ಟು ಖಾತರಿಪಡಿಸಿತ್ತು. ಹೀಗೆ ಗಮನಾರ್ಹವಾದ ಆದರೆ ಅಂತಹ ಉನ್ನತ ಮಟ್ಟದ್ದಲ್ಲದ ಸಂಬಂಧವು 1998ರಲ್ಲಿ ಇನ್ನೂ ಕೆಳಗೆ ಜಾರಿತು. ಆಸ್ಟ್ರೇಲಿಯಾವು ನಿಶ್ಶಸ್ತ್ರೀಕರಣದ ಕುರಿತು ಒಂದು ಸಮ್ಮೇಳನವನ್ನು ಕರೆಯುವುದರಲ್ಲಿ ಮತ್ತು ವಿಶ್ವಸಂಸ್ಥೆಯ ಸಾಮಾನ್ಯ ಅಧಿವೇಶನದಲ್ಲಿ (ಯುಎನ್‌ಜಿಎ) ನಿರ್ಣಯ ಕೈಗೊಂಡು ಭಾರತದ ಪರಮಾಣು ಪರೀಕ್ಷೆಗಳನ್ನು ಖಂಡಿಸುವುದರಲ್ಲಿ ಮುಖ್ಯ ಪಾತ್ರ ವಹಿಸಿತು. ಇನ್ನೂ ಗಮನಾರ್ಹವಾಗಿ, ಅದು ಭಾರತದ ಜೊತೆಗಿನ ರಕ್ಷಣಾ ಸಹಕಾರವನ್ನು ಸ್ಥಗಿತಗೊಳಿಸಿ ಎಲ್ಲಾ ಅಧಿಕೃತ ಸಂಪರ್ಕಗಳನ್ನೂ ನಿಲ್ಲಿಸಿತು. ಈ ಕಥೆಯು ಹೆಚ್ಚು ಕಡಿಮೆ ಜಪಾನಿನ ಕಥೆಯನ್ನೇ ಹೋಲುತ್ತದೆ.

ಸಂಘರ್ಷದ ನಿಲುವಿನಿಂದ ಹಿಂದೆ ಸರಿಯಲು ಎರಡೂ ದೇಶಗಳಿಗೆ ಒಂದು ವರ್ಷ ಬೇಕಾಯಿತು. 1999ರಲ್ಲಿ ಉಪಪ್ರಧಾನಿ ಟಿಮ್ ಫಿಶರ್ ಭೇಟಿಯು ಹೊಸ ಸಂಬಂಧಗಳ

ಆರಂಭ ಎಂದು ಭಾವಿಸಬಹುದು. ಒಂದು ಬಗೆಯಲ್ಲಿ ಆಸ್ಟ್ರೇಲಿಯಾವು ತನ್ನ ಸಂಬಂಧಗಳನ್ನು ಸರಿಪಡಿಸಿಕೊಳ್ಳುವುದರಲ್ಲಿ ಜಪಾನಿಗಿಂತ ಮುಂದಿತ್ತು. ಅದಕ್ಕೆ ವಿದೇಶಾಂಗ ಸಚಿವ ಡೌನರ್ ಮತ್ತು ಪ್ರಧಾನಮಂತ್ರಿ ಜಾನ್ ಹೊವಾರ್ಡ್ ಅನುಕ್ರಮವಾಗಿ 2000ದ ಮಾರ್ಚ್ ಮತ್ತು ಜುಲೈನಲ್ಲಿ ಭೇಟಿ ನೀಡಿದ್ದನ್ನೇ ಸಾಕ್ಷಿಯಾಗಿ ಪರಿಗಣಿಸಬಹುದು.

ಸಹಜತೆಗೆ ಮರಳುವ ಪ್ರಕ್ರಿಯೆಯು ಸುಗಮವಾಗಿ ನಡೆಯಿತು. ಅದು 2005ರ ಪರಮಾಣು ಒಪ್ಪಂದದ ಮೂಲಕ ವೇಗ ಪಡೆಯಿತು ಎನ್ನಬಹುದು. ಆದರೆ ಇಲ್ಲಿದ್ದ ವಾಸ್ತವ ಎಂದರೆ ಯಾವುದೇ ದೇಶವೂ ಪರಸ್ಪರ ಸಂಬಂಧಗಳನ್ನು ಎತ್ತರದ ಹಂತಕ್ಕೆ ಒಯ್ಯಲು ಬೇಕಾಗಿದ್ದ ಯಾವುದೇ ಬಗೆಯ ರಾಜಕೀಯ ಗಮನವನ್ನು ಕೊಡಲಿಲ್ಲ.

ಖಂಡಿತವಾಗಿಯೂ ಆಸ್ಟ್ರೇಲಿಯಾವು ತನ್ನ ಉಪಖಂಡದ ಸಂಬಂಧಗಳನ್ನು ಭಾರತ–ಪಾಕ್ ಕೂಡುಗೆರೆಯಿಂದ ತೆಗೆದಿರಲೂ ಇಲ್ಲ ಅಥವಾ ಪ್ರದೇಶದ ಬಗೆಗಿನ ಸಾಮಾನ್ಯವಾದ ನಿರಾಸಕ್ತಿಯನ್ನು ಕಳೆದುಕೊಳ್ಳಲೂ ಇಲ್ಲ ಎಂಬ ಗ್ರಹಿಕೆ ಭಾರತದಲ್ಲಿ ಇತ್ತು. ಆದ್ದರಿಂದ, ಒಂದು ದಶಕಕ್ಕಿಂತಲೂ ಹೆಚ್ಚು ಕಾಲ, ಸಂಬಂಧಗಳ ಪ್ರಗತಿಯ ಹೊಣೆಯನ್ನು ಹೆಚ್ಚುಕಡಿಮೆ ನಾಗರಿಕ ಸಮಾಜಕ್ಕೆ ಮತ್ತು ಮಾರುಕಟ್ಟೆ ಶಕ್ತಿಗಳಿಗೇ ಬಿಟ್ಟುಕೊಟ್ಟ ಹಾಗಿತ್ತು. 2014ರಲ್ಲಿ ಪ್ರಧಾನಮಂತ್ರಿ ಟೋನಿ ಅಬ್ಬೊಟ್ ಮತ್ತು ನರೇಂದ್ರ ಮೋದಿಯವರ ಪರಸ್ಪರ ಭೇಟಿಗಳು ಅಲ್ಲಿಯವರೆಗೂ ಸುದೀರ್ಘವಾಗಿ ವಿಳಂಬಗೊಂಡಿದ್ದ ಸಹಕಾರದ ಬಾಗಿಲುಗಳನ್ನು ತೆರೆದವು.

ರಾಜಕೀಯ ನಾಯಕತ್ವವು ಒಮ್ಮೆ ರಂಗಕ್ಕೆ ಬಂದ ನಂತರ ಹೀಗೆ ಸಂಬಂಧಗಳು ಹಠಾತ್ತಾಗಿ ಬೆಳೆದವು ಎಂಬುದೇ ಸಂರಚನಾ ಒಗ್ಗೂಡುವಿಕೆಯ ವ್ಯಾಪ್ತಿಯನ್ನು ಬಿಂಬಿಸುತ್ತದೆ. ಈ ಕಸರತ್ತಿನ ಹಿಂದೆ ಇರುವ ಮಹತ್ವಾಕಾಂಕ್ಷೆಗಳನ್ನು ಆಸ್ಟ್ರೇಲಿಯಾದ ಕಡೆಯಿಂದ ಬಿಡುಗಡೆಯಾದ 'ಎನ್ ಇಂಡಿಯಾ ಎಕನಾಮಿಕ್ ಸ್ಟ್ರಾಟೆಜಿ ಟು 2035 ರಿಪೋರ್ಟ್' ಈ ವರದಿ ಮತ್ತು ಭಾರತದಿಂದ ಬಿಡುಗಡೆಯಾದ 'ಆಸ್ಟ್ರೇಲಿಯಾ ಎಕನಾಮಿಕ್ಸ್ ಸ್ಟ್ರಾಟೆಜಿ'–ಇವುಗಳಲ್ಲಿ ಚೆನ್ನಾಗಿ ವಿವರಿಸಲಾಗಿದೆ. 20 ಬಿಲಿಯ ಡಾಲರ್‌ಗೂ ಹೆಚ್ಚಿನ ಮೊತ್ತದ ವ್ಯಾಪಾರ ಮತ್ತು 25 ಬಿಲಿಯ ಡಾಲರ್ ಮೊತ್ತದ ಹೂಡಿಕೆಗಳು–ಇವು ಈ ಮುಕ್ತ ಮಾರುಕಟ್ಟೆ ವ್ಯವಸ್ಥೆಯಿಂದಾಗಿ ಕಂಡುಬರುವ ಅನುಕೂಲಗಳಾಗಿವೆ. ಇದರ ಆರಂಭಿಕ ಹಂತ ಈಗ ಆರಂಭವಾಗಿದೆ. ಭಾರತೀಯ ವಿದ್ಯಾರ್ಥಿಗಳಿಗೆ ಆಸ್ಟ್ರೇಲಿಯಾವು ಪ್ರಮುಖ ಶೈಕ್ಷಣಿಕ ತಾಣವಾಗಿದೆ. ಅವರ ಸಂಖ್ಯೆ ಈಗ ಒಂದು ಲಕ್ಷ ದಾಟಿದೆ. ಅಲ್ಲಿ ಅತ್ಯಂತ ವೇಗವಾಗಿ ಬೆಳೆಯುತ್ತಿರುವ ಅತಿದೊಡ್ಡ ಸಮುದಾಯವಾದ ಭಾರತೀಯ ಸಮುದಾಯವು ಎರಡೂ ಸಮಾಜಗಳಿಗೆ ಶಕ್ತಿಯ ಮೂಲವಾಗಿದೆ.

ಆದರೆ ರಾಜಕೀಯದ ಮತ್ತು ಕಾರ್ಯತಂತ್ರದ ಅಂಗಳದಲ್ಲಿಯೇ ಈ ಪರಿವರ್ತನೆಯು ತುಂಬಾ ನಿಚ್ಚಳವಾಗಿದೆ. ಇಲ್ಲಿ ಸಹಮತದ ಬಹ್ವಂಶ ಭಾಗವು ಪ್ರದೇಶದ ಸ್ಥಿರತೆ, ಸಮೃದ್ಧಿ ಮತ್ತು ಸುರಕ್ಷತೆಗಳ ಕಾಳಜಿಗಳಿಂದಲೇ ಚಾಲಿತವಾಗಿದೆ. ಜಾಗತಿಕ ಸರಕುಗಳ ಕೊರತೆಯನ್ನು ಭಾರತ ಮತ್ತು ಆಸ್ಟ್ರೇಲಿಯಾಗಳು ದ್ವಿಪಕ್ಷೀಯವಾಗಿ ಮತ್ತು ದೊಡ್ಡ ವೇದಿಕೆಗಳಲ್ಲಿ ಕುಳಿತು ಒಟ್ಟಿಗೆ ನಿರ್ವಹಿಸಬೇಕಾಗಿದೆ. ಅಂತಾರಾಷ್ಟ್ರೀಯ ಕಾನೂನು ಮತ್ತು ನಿಯಮ ಆಧಾರಿತ ವ್ಯವಸ್ಥೆಯಲ್ಲಿ ಎರಡೂ ದೇಶಗಳಿಗೆ ಇರುವ ಸಮಾನ ಕಾಳಜಿಗಳನ್ನು ಇದು ಬಿಂಬಿಸುತ್ತದೆ.

ಎರಡೂ ದೇಶಗಳು ಆಸಿಯಾನ್ ಚಾಲಿತ, ಕಾಮನ್‌ವೆಲ್ತ್, ಐಒಆರ್‌ಎ ಮುಂತಾದ ವೇದಿಕೆಗಳಲ್ಲಿ ಸಾಕಷ್ಟು ಸಂವಾದ ನಡೆಸಿರಬಹುದು. ಆದರೆ ಬಲವಾದ ನಾಯಕತ್ವದ ಬಂಧ ಮತ್ತು ಮುಕ್ತ ವಿನಿಮಯಗಳು ನಿಕಟ ಸಹಕಾರದ ಮತ್ತು ಸಮನ್ವಯದ ಪರಸ್ಪರ ಲಾಭಗಳನ್ನು ತಂದುಕೊಟ್ಟಿವೆ. ಆಸ್ಟ್ರೇಲಿಯಾವು ಭಾರತದ ಐಪಿಒಐನ ಮುಂಚಿನ ಮತ್ತು ಪ್ರಬಲ ಬೆಂಬಲಿಗ ದೇಶವಾಗಿದೆ. ವಾಸ್ತವದಲ್ಲಿ ಇಂದು ಎರಡೂ ದೇಶಗಳು ಪ್ರಾದೇಶಿಕ ಮಟ್ಟದಲ್ಲಿ ಮತ್ತು ಜಾಗತಿಕ ಮಟ್ಟದಲ್ಲಿ ಕೊಡುಗೆ ನೀಡಲು ಬಲವಾದ ದ್ವಿಪಕ್ಷೀಯ ಸಂಬಂಧವು ಸಹಕಾರಿಯಾಗಿದೆ ಎಂಬುದೇ ಇಲ್ಲಿ ಗಮನಿಸಬೇಕಾದ ಬಹುದೊಡ್ಡ ಬದಲಾವಣೆ.

ಆಸ್ಟ್ರೇಲಿಯಾದ ಬದಿಯಲ್ಲಿ ಹಲವು ಬದಲಾವಣೆಗಳು ಆಗುತ್ತಿದ್ದರೂ, ಈ ಸಂವಾದಗಳ ಹೊಸ ತೀವ್ರತೆಯು ಈಗ ಅತ್ಯುನ್ನತ ಮಟ್ಟದಲ್ಲಿ ಕಾಣುತ್ತಿವೆ. 'ಕಾಂಪ್ರೆಹೆನ್ಸಿವ್ ಸ್ಟ್ರಾಟೆಜಿಕ್ ಪಾರ್ಟ್‌ನರ್‌ಶಿಪ್'ನಲ್ಲಿ ಈಗ ಪ್ರಧಾನಮಂತ್ರಿಗಳ ವಾರ್ಷಿಕ ಸಭೆ, ವಿದೇಶಾಂಗ ಸಚಿವರ ಮಾತುಕತೆ, 2+2 ಸಚಿವ ಮಟ್ಟದ ವ್ಯವಸ್ಥೆ, ಒಂದು ವ್ಯಾಪಾರ ನಿಯೋಗ, ಒಂದು ಶಿಕ್ಷಣ ಮಂಡಳಿ, ಇಂಧನ ಮಾತುಕತೆ, ಕ್ಷೇತ್ರೀಯ ಕಾರ್ಯಸಮೂಹಗಳು – ಇವೆಲ್ಲವೂ ಈ ವ್ಯವಸ್ಥೆಯಲ್ಲಿ ಇವೆ. ಸ್ಪಷ್ಟವಾಗಿ ಗಮನದ ಕೊರತೆಯ ದಿನಗಳು ಶಾಶ್ವತವಾಗಿ ಮುಗಿದಿವೆ. ಇತ್ತೀಚೆಗೆ ಮಾಡಿಕೊಂಡ ಒ ಪ್ಪಂದಗಳು ಕಡಲಬದಿಯ ಸಹಭಾಗಿತ್ವ, ಸುರಕ್ಷತಾ ವಿಜ್ಞಾನ ವಿನಿಮಯಗಳು ಮತ್ತು ಸೈಬರ್ ಯುಕ್ತ ನಿರ್ಣಾಯಕ ತಂತ್ರಜ್ಞಾನ, ನಿರ್ಣಾಯಕ ಮತ್ತು ಕಾರ್ಯತಂತ್ರಾತ್ಮಕ ಖನಿಜಗಳು, ಜಲ ಸಂಪನ್ಮೂಲ ನಿರ್ವಹಣೆ, ವಲಸೆ ಮತ್ತು ಸಂಚಾರ, ವೃತ್ತಿಪರ ಶಿಕ್ಷಣ ಮತ್ತು ತರಬೇತಿ ಹಾಗೂ ಸಾರ್ವಜನಿಕ ಆಡಳಿತ ಮತ್ತು ಸರ್ಕಾರ ನಿರ್ವಹಣೆಯವರೆಗೆ ವ್ಯಾಪಕವಾಗಿವೆ.

ಕೆಲವು ಮೈಲಿಗಲ್ಲುಗಳು ಈ ಸಂಬಂಧದ ದ್ವಿಪಕ್ಷೀಯ ಮತ್ತು ಪ್ರಾದೇಶಿಕ ಮುಖಗಳ ಚಲನಶೀಲ ಸಂವಾದಗಳನ್ನು ತೆರೆದಿಡುತ್ತವೆ. ಉದಾಹರಣೆಗೆ ಹೆಚ್ಚಿನ ರಾಜಕೀಯ ವಿಶ್ವಾಸ ಮತ್ತು ಆಳವಾದ ರಕ್ಷಣಾ ಸಹಕಾರ: ಇವು ಆಸ್ಟ್ರೇಲಿಯಾವು ಮಲಬಾರ್ ಕವಾಯತು ('ಎಕ್ಸರ್‌ಸೈಜ್ ಮಲಬಾರ್') ಸೇರುವಲ್ಲಿ ಕೊಡುಗೆ ನೀಡಿದವು. ಬಾಹ್ಯಾಕಾಶ ಸಾಧನಗಳ ಬಗ್ಗೆ ಹೆಚ್ಚಿದ ಅರಿವಿನಿಂದ ಆಸ್ಟ್ರೇಲಿಯಾವು ಗಗನಯಾನ ಮಿಶನ್‌ಗಾಗಿ ತಾತ್ಕಾಲಿಕವಾಗಿ ರೂಪಿಸಿದ 'ಟೆಲಿಮೆಟ್ರಿ ಟ್ರಾಕಿಂಗ್ ಎಂಡ್ ಕಮ್ಯಾಂಡ್ ಸೆಂಟರ್'ನ್ನು ಬೆಂಬಲಿಸುವ ಹಾಗಾಯಿತು. ವ್ಯಾಪಾರ ವಿಶ್ವಸನೀಯತೆ ಮತ್ತು ವಾಣಿಜ್ಯ ಅಸ್ಥಿರತೆಯ ಬಗ್ಗೆ ಹೊಂದಿದ ಸಮಾನ ಕಾಳಜಿಯಿಂದಾಗಿ ಜಪಾನ್ ದೇಶವನ್ನೂ ಒಳಗೊಂಡಂತೆ 'ಸಪ್ಲೈ ಚೈನ್ ರೆಸೀಲಿಯೆನ್ಸ್ ಇನಿಶಿಯೇಟಿವ್' (ಎಸ್‌ಸಿಆರ್‌ಐ) ಭಾಗಿತ್ವವನ್ನು ಪ್ರೋತ್ಸಾಹಿಸಲು ಕಾರಣವಾಯಿತು. 2022ರಲ್ಲಿ 'ಎಕನಾಮಿಕ್ ಕೋ ಆಪರೇಶನ್ ಎಂಡ್ ಟ್ರೇಡ್ ಅಗ್ರಿಮೆಂಟ್' (ಇಸಿಟಿಎ)ನ ನಿರ್ಣಯವು ಕೇವಲ ಒಂದು ವ್ಯಾಪಾರ ಒಪ್ಪಂದವಾಗಿರಲಿಲ್ಲ; ಅದು ವ್ಯವಸ್ಥಾತ್ಮಕ ವಿಶ್ವಾಸವೂ ಆಗಿತ್ತು. ಆಸ್ಟ್ರೇಲಿಯಾದ ವಿಶ್ವವಿದ್ಯಾಲಯಗಳು ಭಾರತದ ಹೊಸ ರಾಷ್ಟ್ರೀಯ ಶಿಕ್ಷಣ ನೀತಿಯ ಲಾಭವನ್ನು ಪಡೆದು ಭಾರತದಲ್ಲಿ ಸಂಸ್ಥೆಗಳನ್ನು ಆರಂಭಿಸುವುದರಲ್ಲಿ ಮೊದಲ ದೇಶ ಎಂಬುದೇ ಸಾಕಷ್ಟು ಸಂಗತಿಗಳನ್ನು ಅರುಹುತ್ತದೆ.

ಯುಎಸ್ ಮತ್ತು ಜಪಾನ್‌ನಂತೆಯೇ, ಟೋಕಿಯೋದಲ್ಲಿ ನಡೆದ ಖ್ವಾಡ್ ಶೃಂಗಸಭೆಯಲ್ಲಿ ರಾಜಕೀಯ ಬೆಳವಣಿಗೆಗಳ ಹೊರತಾಗಿಯೂ ಸಹಕಾರಕ್ಕೆ ಬಲವಾದ ರಕ್ಷಣೆ ಇದೆ ಎಂದು ಬದಲಾದ ನಾಯಕತ್ವವು ಒತ್ತಿಹೇಳಿತು. ಪ್ರತಿಯೊಂದು ಸರ್ಕಾರವೂ ತನ್ನ ಹಿಂದಿನ

ಸರ್ಕಾರಗಳಿಗಿಂತ ಹೆಚ್ಚಿನ ಉತ್ಸಾಹವನ್ನು ತೋರಿತು.

ಹಿಂಜರಿಕೆಗಳನ್ನು ಹಿಮ್ಮೆಟ್ಟಿಸಿದ ಉದ್ದೇಶಗಳು

ಇಂಡೋ–ಪೆಸಿಫಿಕ್‌ನ್ನು ಅಳೆಯುವಾಗ, ದ್ವಿಪಕ್ಷೀಯ ಸಂಗತಿಗಳು, ಖ್ವಾಡ್ ಮುಂತಾದವುಗಳಿಂದ ಸ್ವತಂತ್ರವಾದ ಆಯಾಮಗಳೂ ಇವೆ. ಇವುಗಳಲ್ಲಿ ಪ್ರಧಾನಮಂತ್ರಿ ಮೋದಿಯವರು 2019ರ ಈಸ್ಟ್ ಏಶ್ಯಾ ಶೃಂಗಸಭೆಯಲ್ಲಿ ಪ್ರಕಟಿಸಿದ ಐಪಿಓಐ ಪ್ರಮುಖವಾದದ್ದು. ಇದನ್ನು ಪ್ರಾದೇಶಿಕ ಸಹಕಾರಗಳಿಗಾಗಿ ರೂಪಿಸಿದ ಮುಕ್ತ, ಒಪ್ಪಂದ ಆಧಾರಿತವಲ್ಲದ, ಒಳಗೊಳ್ಳುವಿಕೆಯ ವೇದಿಕೆ ಎಂದೇ ಬಗೆಯಲಾಗಿದೆ. ರಚನೆಯಲ್ಲಿ ಹಗುರವೂ, ಸಹಕಾರದಲ್ಲಿ ತೂಕವುಳ್ಳದ್ದೂ ಆಗಿರುವ ಈ ವೇದಿಕೆಯು ಆಸಿಯಾನ್, ಐಓಆರ್‌ಎ, ಬಿಮ್‌ಸ್ಟೆಕ್, ಐಓಸಿ, ಪಿಐಎಫ್ ಮುಂತಾದ ವ್ಯವಸ್ಥೆಗಳ ಹಾಗೆಯೇ ಕೆಲಸ ಮಾಡಬೇಕು ಎಂದು ಉದ್ದೇಶಿಸಲಾಗಿದೆ. ಕಡಲ ಸುರಕ್ಷತೆ, ಕಡಲ ಪರಿಸರ ವಿಜ್ಞಾನ, ವಿಪತ್ತಿನ ಅಪಾಯ ತಗ್ಗಿಸುವುದು ಮತ್ತು ನಿರ್ವಹಣೆ, ವಿಜ್ಞಾನ, ತಂತ್ರಜ್ಞಾನ ಮತ್ತು ಶೈಕ್ಷಣಿಕ ಸಹಕಾರ, ವ್ಯಾಪಾರ ಸಂಪರ್ಕ ಮತ್ತು ಕಡಲ ವಾಣಿಜ್ಯ–ಇವು ಇದರ ಏಳು ಆಧಾರ ಸ್ತಂಭಗಳಾಗಿವೆ. ಈವರೆಗೆ ಕಡಲ ಪರಿಸರ ವ್ಯವಸ್ಥೆಯಲ್ಲಿ ಆಸ್ಟ್ರೇಲಿಯಾ, ಸಂಪರ್ಕ ರಂಗದಲ್ಲಿ ಜಪಾನ್, ಕಡಲ ಸಂಪನ್ಮೂಲಗಳ ರಂಗದಲ್ಲಿ ಫ್ರಾನ್ಸ್ ಮತ್ತು ಇಂಡೋನೇಶ್ಯಾಗಳು, ವಿಜ್ಞಾನ ಮತ್ತು ತಂತ್ರಜ್ಞಾನದ ರಂಗದಲ್ಲಿ ಸಿಂಗಾಪುರ ಹಾಗೂ ಕಡಲ ಭದ್ರತಾ ರಂಗದಲ್ಲಿ ಯುಕೆ ಆಧಾರ ಸ್ತಂಭಗಳಾಗಿ ಕೆಲಸ ಮಾಡಲು ಒಪ್ಪಿವೆ.

ಐಪಿಓಐಯು ಹೇಗೆ ಬೆಳೆಯುತ್ತದೆ ಎಂಬುದನ್ನೂ ಇನ್ನೂ ಕಾದು ನೋಡಬೇಕಿದೆ. ಆದರೆ ಅದು ಇಂಡೋ–ಪೆಸಿಫಿಕ್ ಸಹಕಾರವನ್ನು ಮುನ್ನಡೆಸುವ ಸಾಮರ್ಥ್ಯ ಇರುವ ಪ್ರಾದೇಶಿಕ ಸಹಭಾಗಿತ್ವಗಳ ಹೊಸ ಚಿಂತನೆಯ ಉದಾಹರಣೆಯಾಗಿದೆ. ಆಸಿಯಾನ್, ಇಯು ಮತ್ತು ಬಿಡಿ ದೇಶಗಳು–ಎಲ್ಲವೂ ತಮ್ಮ ದೃಷ್ಟಿಕೋನ, ಮತ್ತು ಕಾರ್ಯವಿಧಾನಗಳನ್ನು ಮಂಡಿಸಿವೆ ಎಂಬುದು ಭವಿಷ್ಯಕ್ಕೆ ಒಳಿತು ಉಂಟುಮಾಡುವ ಸಂಗತಿ. ಭಾರತದ ಜಾಗತಿಕ ಹೆಜ್ಜೆಗುರುತುಗಳು ಕ್ರಮೇಣವಾಗಿ ಮೂಡಿದಂತೆ, ಅದು ಖ್ವಾಡ್ ಸಹಭಾಗಿ ದೇಶಗಳ ಹಿತಾಸಕ್ತಿಗಳನ್ನೂ ಹೊಂದಿರುತ್ತದೆ ಎಂಬುದು ಕುತೂಹಲಕರ ಸಂಗತಿ. ಪೆಸಿಫಿಕ್ ದ್ವೀಪರಾಷ್ಟ್ರಗಳ ಜೊತೆಗೆ ಭಾರತದ ತೊಡಗಿಸಿಕೊಳ್ಳುವಿಕೆಯು ಇದಕ್ಕೆ ನೀಡಬಹುದಾದ ಅತ್ಯುತ್ತಮ ಉದಾಹರಣೆ. ಸಮಾನಮನಸ್ಕ ದೇಶಗಳ ಸಂಬಂಧಗಳು ಸಹಜವಾಗಿಯೇ ಅವುಗಳ ವಾಸ್ತವ ಸಂಪರ್ಕಕ್ಕಿಂತ ಹೆಚ್ಚು ಬೆಂಬಲ ನೀಡುತ್ತವೆ. ಸಮಕಾಲೀನ ಜಗತ್ತಿನ ಸಂಕೀರ್ಣ ಸವಾಲುಗಳು ಖಂಡಿತವಾಗಿಯೂ ಹೆಚ್ಚು ಪರಿಣಾಮಕಾರಿ ಅಂತಾರಾಷ್ಟ್ರೀಯ ಸಹಕಾರವನ್ನು ಬಳಸಿಕೊಳ್ಳಬಹುದು.

ಭಾರತವು ಈ ಪೆಸಿಫಿಕ್ ದ್ವೀಪದೇಶಗಳಲ್ಲಿ ಐಟಿ ಲ್ಯಾಬ್‌ಗಳನ್ನು ಸ್ಥಾಪಿಸುತ್ತಿದೆ ಮತ್ತು ಸೌರ ವಿದ್ಯುದೀಕರಣವನ್ನು ಪ್ರೋತ್ಸಾಹಿಸುತ್ತಿದೆ. 'ಸೋಲಾರ್ ಮಾಮಾಸ್' ಎಂದು ಕರೆಯಲಾಗುವ ಮಹಿಳಾ ಸೌರ ಇಂಜಿನಿಯರ್‌ಗಳನ್ನೂ ತರಬೇತುಗೊಳಿಸಲಾಗಿದೆ. ಹವಾಗುಣ ಸಂಬಂಧಿತ ಯೋಜನೆಗಳಲ್ಲದೆ; ಸಮುದಾಯ ಅಭಿವೃದ್ಧಿ, ಕೃಷಿ ಸಲಕರಣೆಗಳು, ಶಾಲೆಗಳಿಗೆ ಕಂಪ್ಯೂಟರ್‌ಗಳು ಮತ್ತು ಎಲ್‌ಇಡಿ ಬಲ್ಬ್‌ಗಳು, ಡಯಾಲಿಸಿಸ್ ಯಂತ್ರಗಳು, ಪೋರ್ಟಬಲ್ ಮರಕೊಯ್ಯುವ ಗಿರಣಿಗಳು ಹಾಗೂ ಸಮುದ್ರತಡೆಗೋಡೆಗಳ ನಿರ್ಮಾಣ ಮತ್ತು ಹವಳದ

ಕೃಷಿ – ಈ ವಿಷಯಗಳಲ್ಲಿಯೂ ಭಾರತೀಯ ಅನುದಾನದ ಸಹಾಯವು ಬೆಂಬಲ ನೀಡುತ್ತಿದೆ. ಈ ಹಿಂದೆಯೇ ತಿಳಿಸಿದಂತೆ, 2023ರ ಫಿಪಿಕ್ ಶೃಂಗಸಭೆಯ ಪರಿಣಾಮವಾಗಿ ಸಹಕಾರದ ಮಟ್ಟವನ್ನು, ವಿಶೇಷವಾಗಿ ಆರೋಗ್ಯ, ಶಿಕ್ಷಣ ಮತ್ತು ಬಾಹ್ಯಾಕಾಶ ರಂಗಗಳಲ್ಲಿ ಗಮನಾರ್ಹವಾಗಿ ಮೇಲ್ದರ್ಜೆಗೇರಿಸಲಾಗಿದೆ.

ಯಾಸಾ, ಗೀತಾ, ಹೋಲಾ ಮತ್ತು ವಿನ್‌ಸ್ಟನ್‌ನಂತಹ ಚಂಡಮಾರುತಗಳೂ ಸೇರಿದಂತೆ ನೈಸರ್ಗಿಕ ವಿಪತ್ತುಗಳಿಗೆ ಭಾರತವು ಸ್ಪಂದಿಸಿದೆ; ದ್ವಿಪಕ್ಷೀಯ ಸಂಬಂಧಗಳ ಅಡಿಯಲ್ಲಿ ಫಿಜಿ ಮತ್ತು ನೌರುಗಳಿಗೆ ಲಸಿಕೆಗಳನ್ನು ರವಾನಿಸಿದೆ; ಅಲ್ಲದೆ ಕೋವಾಕ್ಸ್ ಉಪಕ್ರಮದ ಮೂಲಕ ಪಪುಆ ನ್ಯೂಗಿನಿ ಮತ್ತು ಸೊಲೊಮನ್ ದ್ವೀಪಗಳಿಗೂ ಲಸಿಕೆಗಳನ್ನು ಕಳಿಸಿದೆ. ಫಿಜಿಯೊಂದಿಗೆ ನಿರ್ದಿಷ್ಟವಾಗಿ ಒಂದು ಐತಿಹಾಸಿಕ ಸಂಪರ್ಕವೂ ಇದೆ. ಅದೇ ಈಗ ಆಧುನಿಕ ಸಹಭಾಗಿತ್ವಕ್ಕೆ ಆಧಾರವಾಗಬಹುದು. ಈ ಎಲ್ಲಾ ಅಂಶಗಳೂ 2023ರಲ್ಲಿ ಪಪುಆ ನ್ಯೂಗಿನಿಯಲ್ಲಿ ನಡೆದ ಫಿಪಿಕ್ ಶೃಂಗಸಭೆಯಲ್ಲಿ ಮಂಡನೆಯಾದವು.

ಖ್ವಾಡ್‌ನ ಎಲ್ಲ ದೇಶಗಳೂ ಪ್ರಜಾತಾಂತ್ರಿಕ ರಾಜ್ಯವ್ಯವಸ್ಥೆಯನ್ನು, ಮಾರುಕಟ್ಟೆ ಆರ್ಥಿಕತೆಯನ್ನು, ಬಹುತ್ವದ ಸಮಾಜಗಳನ್ನು ಹೊಂದಿವೆ. ಸಹಜ ಅರಿವಿನ ಜೊತೆಗೇ, ಅವುಗಳ ಸಂಬಂಧಗಳ ರಚನಾತ್ಮಕ ಅಂಶಗಳಲ್ಲಿನ ಈ ವೇದಿಕೆಯನ್ನು ಬಲಪಡಿಸಲು ನೆರವಾದವು. ಪ್ರತಿಯೊಂದೂ ಸಂದರ್ಭದಲ್ಲಿ, ನಿಯಮಿತವಾದ ದ್ವಿಪಕ್ಷೀಯ ಸಭೆಗಳು ಶೃಂಗಮಟ್ಟದಲ್ಲೇ ನಡೆಯುತ್ತವೆ. ಆಸ್ಟ್ರೇಲಿಯಾ ಮತ್ತು ಜಪಾನ್‌ಗೆ ಸಂಬಂಧಿಸಿದಂತೆ ಇದನ್ನು ವಾರ್ಷಿಕ ಸಭೆಗಳಾಗಿ ನಡೆಸಬೇಕೆಂದು ತೀರ್ಮಾನಿಸಲಾಗಿದೆ. ಈ ಎಲ್ಲಾ ಸಂಬಂಧಗಳಲ್ಲಿ 2+2 ರಕ್ಷಣಾ ಮತ್ತು ವಿದೇಶಾಂಗ ಸಚಿವರ ಸಂವಾದಗಳೂ ನಡೆಯುತ್ತವೆ. ಈ ನಾಲ್ಕೂ ದೇಶಗಳು ಪೂರ್ವ ಏಶ್ಯಾ ಶೃಂಗಸಭೆ, ಆಸಿಯಾನ್ ರೀಜನಲ್ ಫೋರಮ್ (ಎಆರ್‌ಎಫ್), ಮತ್ತು ಆಸಿಯಾನ್ ರಕ್ಷಣಾ ಸಚಿವರುಗಳ ಸಭೆಯೂ ಸೇರಿದಂತೆ ಆಸಿಯಾನ್ ಚಾಲಿತ ವೇದಿಕೆಗಳ ಸದಸ್ಯ ದೇಶಗಳು. ಈ ಎಲ್ಲಾ ದೇಶಗಳೂ ಇಂಡೋ–ಪೆಸಿಫಿಕ್‌ಗೆ ಸಂಬಂಧಿಸಿದಂತೆ ಆಸಿಯಾನ್‌ನ ಕೇಂದ್ರತ್ವವನ್ನು ಒಪ್ಪಿಕೊಳ್ಳುತ್ತವೆ. ಇವುಗಳ ನಡುವೆ, ಹಲವು ಬಹುಪಕ್ಷೀಯ ಜೋಡಣೆಗಳಿವೆ; ಉದಾಹರಣೆಗೆ ಇಂಡೋನೇಶ್ಯಾ ಮತ್ತು ಫ್ರಾನ್ಸ್.

ಹಲವು ಸಂಗತಿಗಳಲ್ಲಿ – ದ್ವಿಪಕ್ಷೀಯ ಅಥವಾ ಸಾಮೂಹಿಕ ಅನುಭವಗಳ ಹಿನ್ನೆಲೆಯಲ್ಲಿ – ಒಟ್ಟಿಗೆ ಕೆಲಸ ಮಾಡುವ ಸುಗಮತೆಯನ್ನು ಹೆಚ್ಚಿಸಲಾಗಿದೆ. ಎಲ್ಲಾ ದೇಶಗಳು ಪರಸ್ಪರ ಜಾರಿವ್ಯವಸ್ಥೆಯ ಬೆಂಬಲ ನೀಡುತ್ತಿವೆ ಮತ್ತು ವೈಟ್ ಶಿಪ್ಪಿಂಗ್ (ಸೈನ್ಯೇತರ ವಾಣಿಜ್ಯ ಹಡಗುಗಳ ಚಲನವಲನದ ಬಗ್ಗೆ ಮುಂಚಿತ ಮಾಹಿತಿ ವಿನಿಮಯ) ಮೇಲೆ ಕೆಲಸ ಮಾಡುತ್ತವೆ ಎಂಬುದೇ ಉತ್ತಮ ಕಡಲ ಭದ್ರತೆಯ ಸಮನ್ವಯಕ್ಕೆ ದಾರಿ ಮಾಡಿದೆ. 1982ರ ಯುನೈಟೆಡ್ ನೇಶನ್ಸ್ ಕನ್ವೆನ್ಶನ್ ಆಫ್ ದ ಲಾ ಆಫ್ ದಿ ಸೀ (ಯುಎನ್‌ಸಿಎಲ್‌ಓಎಸ್) ಬಗ್ಗೆ ಇವುಗಳಿಗೆ ಇರುವ ಸಮಾನ ದೃಷ್ಟಿಕೋನವು ಹೆಚ್ಚು ಪ್ರಸ್ತುತ. ಹಾಗೆಯೇ, ಅವುಗಳಲ್ಲಿ ಮೂರು ದೇಶಗಳು (ಜಪಾನ್, ಆಸ್ಟ್ರೇಲಿಯಾ ಮತ್ತು ಭಾರತ) ಎಸ್‌ಸಿಆರ್‌ಐ ಮತ್ತು ಐಪಿಓಐನ ಸದಸ್ಯ ದೇಶಗಳು ಎಂಬುದು ಕೂಡಾ ಮುಖ್ಯವಾಗಿದೆ. ಜಾಗತೀಕರಣದ ಪರಿಣಾಮಗಳು ಮತ್ತು ಜಾಗತಿಕ ಸಮಾನಾಂಶಗಳಿಗೆ ಬೇಕಾಗಿರುವ ಆವಶ್ಯಕತೆಗಳ ಬಗ್ಗೆ ಖ್ವಾಡ್ ಗಮನ ಹರಿಸುತ್ತದೆ. ನಿಸ್ಸಂಶಯವಾಗಿ, ಎಲ್ಲಾ ದೇಶಗಳೂ ಕಡಲ ಶಕ್ತಿಗಳಾಗಿರುವುದರಿಂದ ಎಲ್ಲವೂ ಕಡಲ ಕ್ಷೇತ್ರದಲ್ಲಿ ಸಮಾನವಾದ ಮತ್ತು ಬಲವಾದ ಆಸಕ್ತಿಯನ್ನು ಹೊಂದಿವೆ.

ವಾಸ್ತವದಲ್ಲಿ, ಕ್ವಾಡ್‌ನ ಪುನರುಜ್ಜೀವನಕ್ಕಿಂತ ಎಷ್ಟೋ ಮೊದಲು, ಕೆಲವು ದೇಶಗಳು ಮಲಬಾರ್ ಕವಾಯತನ್ನು ತಮ್ಮೊಳಗೇ ನಡೆಸುತ್ತಿದ್ದವು. ಟೋಕಿಯೋದಲ್ಲಿ 2022ರಲ್ಲಿ ನಡೆದ ಐಪಿಡಿಎಂಎಗಾಗಿ ಈ ದೇಶಗಳು ವ್ಯಕ್ತಪಡಿಸಿದ ಬೆಂಬಲದಲ್ಲಿಯೂ ಇದೇ ಬಗೆಯ ಒಗ್ಗೂಡುವಿಕೆಯನ್ನು ಕಾಣಬಹುದು.

ಆದರೆ, ಯಾವುದೇ ಏಕ ಆಯಾಮದ ಪ್ರಸ್ತುತಿಯು ವ್ಯಾಪಕ ಕಲ್ಯಾಣಕ್ಕಾಗಿ ಗಂಭೀರ ಕೊಡುಗೆ ನೀಡಬಹುದಾದ ಗುಂಪಿಗೆ ಅನ್ಯಾಯ ಎಸಗಿದಂತಾಗುತ್ತದೆ ಎಂಬುದೂ ಗಮನಾರ್ಹ. ಆದ್ದರಿಂದ ಇಡೀ ಕ್ವಾಡ್‌ನ ಸನ್ನಿವೇಶದ ಬಗ್ಗೆ ಸದಾಕಾಲವೂ ಸಮಕಾಲೀನ ಮಾಹಿತಿ ಇಟ್ಟುಕೊಳ್ಳುವುದು ಅತ್ಯವಶ್ಯ. ಅದು ಪ್ರಗತಿಯಲ್ಲಿರುವ ಹಲವು ವಿಷಯಗಳ ಶ್ರೇಣಿಯನ್ನು ಒಳಗೊಂಡಿರುತ್ತದೆ.

ನಿರ್ಣಾಯಕ ಮತ್ತು ಮೂಡುತ್ತಿರುವ ಹೊಸ ತಂತ್ರಜ್ಞಾನಗಳಿಗೆ ಸಂಬಂಧಿಸಿದಂತೆ, ಕ್ವಾಡ್ 2021ರಲ್ಲಿ ತಂತ್ರಜ್ಞಾನ ವಿನ್ಯಾಸ, ಅಭಿವೃದ್ಧಿ, ಆಡಳಿತ ಮತ್ತು ಬಳಕೆಯನ್ನು ಕುರಿತ ನೀತಿಗಳನ್ನು ಅಳವಡಿಸಿಕೊಂಡಿತು. ಪ್ರಜಾಪ್ರಭುತ್ವದ ಮೌಲ್ಯಗಳು ಮತ್ತು ಮಾನವ ಹಕ್ಕುಗಳು ತಂತ್ರಜ್ಞಾನಗಳ ವಿನ್ಯಾಸ, ಆಡಳಿತ ಮತ್ತು ಅವುಗಳ ಅನ್ವಯವನ್ನು ರೂಪಿಸಬೇಕು ಎಂದು ಅದು ಒತ್ತಾಯಿಸಿತು. ಓಪನ್ ರೇಡಿಯೋ ಆಕ್ಸೆಸ್ ನೆಟ್‌ವರ್ಕ್(ಒ–ರಾನ್) ಕ್ರಿಯಾಯೋಜನೆಯ ಅಳವಡಿಕೆಯು ವೈವಿಧ್ಯಮಯ, ಮುಕ್ತ ಮತ್ತು ಪರಸ್ಪರ ಕಾರ್ಯಸಾಧ್ಯವಾದ ದೂರಸಂಪರ್ಕ ವ್ಯವಸ್ಥೆಯನ್ನು ಉತ್ತೇಜಿಸಿತು. ಇದರ ನಂತರ ವಿನಿಮಯವನ್ನು ಸುಗಮಗೊಳಿಸಲು ಮತ್ತು ಒ–ರಾನ್ ಪರೀಕ್ಷಾ ಚಟುವಟಿಕೆಗಳೊಂದಿಗೆ ಹೊಂದಿಸಲು ಒಪ್ಪಂದ ಮಾಡಿಕೊಳ್ಳಲಾಯಿತು. ಇಂಡೋ–ಪೆಸಿಫಿಕ್‌ನಾದ್ಯಂತ ಒ–ರಾನ್‌ನ ವಿಸ್ತಾರವಾದ ನಿಯೋಜಿಸಲು ಕ್ವಾಡ್ ನಿಸ್ಸಂಶಯವಾಗಿ ಆಸಕ್ತಿ ಹೊಂದಿದೆ.

ಇದರ ಜೊತೆಗೇ ಜಾಗತಿಕ ಸೆಮಿಕಂಡಕ್ಟರ್ ಮೌಲ್ಯ ಸರಪಣಿಯ ಬಗ್ಗೆ ಚರ್ಚೆಗಳು ನಡೆದಿವೆ. ಕ್ವಾಡ್ ಸದಸ್ಯ ದೇಶಗಳು ತಂತ್ರಜ್ಞಾನ ಪೂರೈಕೆ ಸರಪಣಿ ತತ್ವಗಳ ಬಗ್ಗೆ ಸರ್ವಸಮ್ಮತ ಹೇಳಿಕೆ ಕೊಟ್ಟಿವೆ ಎಂಬುದು ಈ ಕ್ಷೇತ್ರಕ್ಕೆ ಆ ದೇಶಗಳು ಎಷ್ಟು ಪ್ರಾಮುಖ್ಯ ನೀಡಿವೆ ಎಂಬುದನ್ನು ತಿಳಿಸುತ್ತದೆ. ಪೂರೈಕೆ ಸರಪಣಿಯ ಸುಸ್ಥಿರತೆ ಮತ್ತು ಡಿಜಿಟಲ್ ಟ್ರಸ್ಟ್–ಈ ಅವಳಿ ಕಾಳಜಿಗಳ ಹಿನ್ನೆಲೆಯಲ್ಲಿ, ವಿಶ್ವಾಸಾರ್ಹ ಸಹಯೋಗದ ಭವಿಷ್ಯದ ಮೇಲೆ ಕ್ವಾಡ್ ತೀವ್ರ ಗಮನ ಹರಿಸಬೇಕು ಎಂಬುದು ಸ್ವಾಭಾವಿಕ. ಈ ಕ್ಷೇತ್ರದಲ್ಲಿನ ಪ್ರಗತಿಯು ಸಮಕಾಲೀನ ಜಾಗತಿಕ ರಚನೆಯಲ್ಲಿ ಅದರ ಮಹತ್ತ್ವವನ್ನು ಮತ್ತಷ್ಟು ಹೆಚ್ಚಿಸಲಿದೆ.

ಹವಾಗುಣ ಕ್ರಿಯಾಯೋಜನೆಗಳು ಇನ್ನೊಂದು ಮಹತ್ತ್ವದ ಗಮನಾರ್ಹ ಕ್ಷೇತ್ರ. ಕ್ವಾಡ್ ಇಲ್ಲಿಯೂ ವಾಸ್ತವಿಕ ಉಪಕ್ರಮಗಳನ್ನು ಜಾರಿಮಾಡಲು ಬಯಸಿದೆ. ನಾಲ್ಕು ದೇಶಗಳ ನಡುವಣ ಹಸಿರು ಶಿಪ್ಪಿಂಗ್ ಜಾಲವು ಶಿಪ್ಪಿಂಗ್ ಮೌಲ್ಯ ಸರಪಣಿಯನ್ನು ಕಾರ್ಬನ್‌ರಹಿತ ಮಾಡುವ ಮತ್ತು ಇಂಡೋ ಪೆಸಿಫಿಕ್‌ನಲ್ಲಿ ಹಸಿರು ಕಾರಿಡಾರ್ ರಚಿಸುವ ಮಹತ್ವಾಕಾಂಕ್ಷೆ ಹೊಂದಿದೆ. ಹಸಿರು ಹೈಡ್ರೋಜನ್ ಸಹಯೋಗವನ್ನು ಅನ್ವೇಷಿಸಲು ಮತ್ತು ಅದನ್ನು ರಾಷ್ಟ್ರೀಯ ಅಭಿಯಾನದೊಂದಿಗೆ ಸಂಯೋಜಿಸಲು ಭಾರತವು ಆಸಕ್ತಿ ಹೊಂದಿದೆ. ಸಿಡಿಆರ್‌ಐನ ಅಳವಡಿಕೆ ಮತ್ತು ಚೇತರಿಕೆಯ ಚಟುವಟಿಕೆಗಳ ಜೊತೆಗೂ ಕ್ವಾಡ್ ಸಹಭಾಗಿತ್ವ ಹೊಂದಿದೆ. ಇದು ಇಂಡೋ – ಪೆಸಿಫಿಕ್‌ನಲ್ಲಿ ಹವಾಗುಣ ನಿಗಾ ಮತ್ತು ವಿಪತ್ತಿನ ಅಪಾಯ

ತಗ್ಗಿಸುವಿಕೆಯನ್ನು ಕುರಿತ ಚಟುವಟಿಕೆಗಳನ್ನು ಸಾಮೂಹಿಕವಾಗಿ ಮುನ್ನಡೆಸುವ ಉದ್ದೇಶ ಹೊಂದಿದೆ.

ಕಾರ್ಯತಂತ್ರಾತ್ಮಕವಾಗಿ ನಡೆದ ಸಂಪರ್ಕ ಉಪಕ್ರಮಗಳು ಮೂಡಿಸಿದ ವ್ಯಾಪಕ ಇರಿಸುಮುರಿಸಿನ ಹಿನ್ನೆಲೆಯಲ್ಲಿ ಮೂಲಸೌಕರ್ಯವು ಸಹಜ ಗಮನವನ್ನು ಬಯಸುವ ಒಂದು ಸಂಗತಿಯಾಗಿದೆ. ಇಲ್ಲಿರುವ ಸವಾಲುಗಳ ಹಿನ್ನೆಲೆಯಲ್ಲಿ, ಹೆಚ್ಚಿನ ಚರ್ಚೆಗಳು ಸಾಲದ ನಿರ್ವಹಣೆ ಮತ್ತು ಸಾಲದ ಸುಸ್ಥಿರತೆಯ ಮೇಲೆಯೇ ಇವೆ. ಅಭಿವೃದ್ಧಿ ಸಹಾಯಕ ಸಂಸ್ಥೆಗಳು ಸುಸ್ಥಿರ ಮತ್ತು ಪರ್ಯಾಯ ಹಣಕಾಸು ಕ್ರಮಗಳನ್ನು ಉತ್ತೇಜಿಸುವ ಸಮನ್ವಯದಲ್ಲಿ ತೊಡಗಿವೆ. ಪ್ರದೇಶದ ವ್ಯಾಪಕ ಅನುಕೂಲಕ್ಕಾಗಿ ಪಾರದರ್ಶಕತೆ ಮತ್ತು ಮಾರುಕಟ್ಟೆ ಕಾರ್ಯಸಾಧ್ಯತೆಗಳ ಆಧಾರದಲ್ಲಿ ಉತ್ಕೃಷ್ಟ ಗುಣಮಟ್ಟದ ಮೂಲಸೌಕರ್ಯವನ್ನು ಉತ್ತೇಜಿಸಬೇಕು ಎಂಬ ಸ್ಪಷ್ಟ ಅರಿವು ಇಲ್ಲಿದೆ.

ಕೋವಿಡ್ ಹಿನ್ನೆಲೆಯಲ್ಲಿ ನೋಡುವುದಾದರೆ, ಲಸಿಕೆ ಸರಬರಾಜು ಪ್ರಯತ್ನಗಳಲ್ಲಿ ಕ್ವಾಡ್ ಒಂದಾಗುತ್ತದೆ ಎಂದು ನಿರೀಕ್ಷಿಸಿದ್ದು ಸಹಜವೇ ಆಗಿತ್ತು. ಈ ಗುಂಪು ವಿಶ್ವ ಆರೋಗ್ಯ ಸಂಸ್ಥೆ (WHO) ಅನುಮೋದಿಸಿದ ಲಸಿಕೆಗಳ ಉತ್ಪಾದನಾ ಸಾಮರ್ಥ್ಯವನ್ನು ಹೆಚ್ಚಿಸಲು ಮತ್ತು ಕೊವಾಕ್ಸ್ ಜೊತೆ ಸಹಯೋಗ ಹೊಂದಿ ಬೇಡಿಕೆಗಳ ಮೇಲೆ ನಿಗಾ ಇಡಲು ಹಾಗೂ ಲಸಿಕೆ ಕುರಿತ ಹಿಂಜರಿಕೆಯನ್ನು ನಿವಾರಿಸಲು ವಿಶ್ವ ಆರೋಗ್ಯ ಸಂಸ್ಥೆಯ ಜೊತೆಗೆ ಸಹಕರಿಸಿತು. ಭಾರತವು ತನ್ನ ಹೊಣೆಗಾರಿಕೆಯ ಭಾಗವಾಗಿ ಕಾಂಬೋಡಿಯಾ ಮತ್ತು ಥೈಲ್ಯಾಂಡ್‌ಗಳಿಗೆ ಐದು ಲಕ್ಷಕ್ಕೂ ಹೆಚ್ಚಿನ 'ಮೇಡ್ ಇನ್ ಇಂಡಿಯಾ' ಲಸಿಕೆ ಡೋಸ್‌ಗಳನ್ನು ಕ್ವಾಡ್ ವ್ಯಾಕ್ಸಿನ್ ಸಹಯೋಗದಡಿ ಪೂರೈಸಿತು. ಕ್ವಾಡ್‌ಡೇಟಾ ಸ್ಯಾಟಲೈಟ್ ಪೋರ್ಟಲ್ ಮತ್ತು ಸ್ಟೆಮ್‌ಫೆಲೋಶಿಪ್ – ಇವುಗಳು ಕೂಡಾ ಸಹಕಾರದ ಇನ್ನಿತರೆ ಕ್ಷೇತ್ರಗಳಾಗಿವೆ. ಹವಾಗುಣ ಬದಲಾವಣೆಯ ಅಪಾಯಗಳು ಮತ್ತು ಸಾಗರಗಳ ಹಾಗೂ ಕಡಲ ಸಂಪನ್ಮೂಲಗಳ ಸುಸ್ಥಿರ ಬಳಕೆ ಕೂಡಾ ಕ್ವಾಡ್‌ನ ಕಾರ್ಯಸೂಚಿಯ ಆದ್ಯತಾ ಪಟ್ಟಿಯಲ್ಲಿವೆ.

ಇಂಡೋ–ಪೆಸಿಫಿಕ್‌ಗಾಗಿ ರೂಪಿಸಿದ ಹ್ಯೂಮನಿಟೇರಿಯನ್ ಅಸಿಸ್ಟನ್ಸ್ ಆ್ಯಂಡ್ ಡಿಸಾಸ್ಟರ್ ರಿಲೀಫ್ (ಎಚ್‌ಎಡಿಆರ್) ಸಹಯೋಗವು 2022ರ ಟೋಕಿಯೋ ಶೃಂಗಸಭೆಯ ಮುಖ್ಯ ಫಲಿತಾಂಶ. 2004ರ ಸುನಾಮಿ ಸಹಕಾರದ ಹಿನ್ನೆಲೆಯಲ್ಲಿ ಇದಕ್ಕೆ ಒಂದು ಸಾಂಕೇತಿಕ ಅನುರಣನ ಗುಣವಿದೆ. ಈ ಆರಂಭಿಕ ಒಪ್ಪಂದಗಳು ಕ್ವಾಡ್‌ನ ಮಾದರಿ ಕಾರ್ಯಾಚರಣಾ ನಿಯಮಾವಳಿಗಳ ಇತ್ಯರ್ಥಕ್ಕೆ ದಾರಿಮಾಡಿವೆ. ಹವಾಮಾನ ಸಂಬಂಧಿತ ಘಟನೆಗಳು ಹೆಚ್ಚುತ್ತಿರುವ ಮತ್ತು ಜಾಗತಿಕ ಪ್ರತಿಸ್ಪಂದನಗಳು ಕಡಿಮೆಯಾಗುತ್ತಿರುವಾಗ, ಇದು ಗಮನಾರ್ಹ ಕೊರತೆಯೊಂದನ್ನು ತುಂಬುತ್ತಿದೆ.

2023ರಲ್ಲಿ ಹಿರೋಷಿಮಾದಲ್ಲಿ ಕ್ವಾಡ್ ನಾಯಕರು ಸೇರುವ ಹೊತ್ತಿಗೆ ಅವರೆಲ್ಲರೂ ಈ ಕಾಲದವರೆಗಿನ ಅತ್ಯಂತ ಸಮಗ್ರ ಸಾಮೂಹಿಕ ದೃಷ್ಟಿಕೋನವನ್ನು ಜಂಟಿಯಾಗಿ ಪ್ರತಿಪಾದಿಸಲು ತಯಾರಾಗಿದ್ದರು. ಹವಾಗುಣ ಕ್ರಿಯಾಯೋಜನೆಗಳು, ಸರಬರಾಜು ಸರಪಣಿ, ಪಿಡುಗು ಮತ್ತು ಆರೋಗ್ಯದ ಕಾಳಜಿಗಳು, ಮೂಲಸೌಕರ್ಯ, ಶಿಕ್ಷಣ, ಸಂಪರ್ಕ, ಡಿಜಿಟಲ್ ಸಾಮರ್ಥ್ಯಗಳು, ಮಾನದಂಡಗಳು, ಸಂಶೋಧನೆ ಮತ್ತು ಅಭಿವೃದ್ಧಿ, ಸೈಬರ್ ಮತ್ತು ಬಾಹ್ಯಾಕಾಶ ತಂತ್ರಜ್ಞಾನಗಳು ಹಾಗೂ ಕಡಲ ಕ್ಷೇತ್ರದ ಜಾಗೃತಿ–ಇವುಗಳು ಈ

ವಿವರವಾದ ಕಾರ್ಯಸೂಚಿಯಲ್ಲಿ ಸೇರಿದ್ದವು. ಅವರು ನೀತಿಗಳ ಕುರಿತು ಮೂರು ಹೇಳಿಕೆಗಳನ್ನು ಪ್ರಕಟಿಸಿದರು: ಶುದ್ಧ ಇಂಧನ ಸರಬರಾಜು ಸರಪಣಿ, ನಿರ್ಣಾಯಕ ಮತ್ತು ಮೂಡುತ್ತಿರುವ ಹೊಸ ತಂತ್ರಜ್ಞಾನ ಮಾನದಂಡಗಳು ಮತ್ತು ಸುರಕ್ಷಿತ ತಂತ್ರಾಂಶಗಳು. ಅವರ ಜಾಗತಿಕ ಮತ್ತು ಪ್ರಾದೇಶಿಕ ದೃಷ್ಟಿಕೋನಗಳು ಹಲವು ಪರಿಚಿತ ನೀತಿಗಳನ್ನೇ ಪುನರುಚ್ಚರಿಸಿದರೂ ಎಲ್ಲೆಲ್ಲಿ ಒಗ್ಗೂಡುವಿಕೆ ತುಂಬಾ ಬಲವಾಗಿದೆ ಎಂಬುದನ್ನು ಎತ್ತಿ ತೋರಿಸಿತು. ಪ್ರತೀ ವರ್ಷವೂ, ಹಾಗೆ ನೋಡಿದರೆ ಪ್ರತೀ ಸಭೆಯೂ ತನ್ನ ಸಹಕಾರದ ವ್ಯಾಪ್ತಿಯನ್ನು ಹಿಗ್ಗಿಸಿಕೊಳ್ಳುತ್ತಿರುವುದರಿಂದ ಖ್ವಾಡ್ ಕೇವಲ ಅಸ್ತಿತ್ವಕ್ಕಾಗಿ ಇಲ್ಲ, ಅದು ಸ್ಥಿರವಾಗಿ ಬೆಳೆಯಲಿದೆ ಎಂಬುದರ ಸ್ಪಷ್ಟವಾಗುತ್ತ ಹೋಗುತ್ತಿದೆ.

ಖ್ವಾಡ್‌ನಲ್ಲಿ ನೆಮ್ಮದಿಯ ಮಟ್ಟವು ಹೇಗೆ ನಿರಂತರವಾಗಿ ಹೊಸ ಕ್ಷೇತ್ರಗಳ ಅನ್ವೇಷಣೆಯನ್ನು ಪ್ರೋತ್ಸಾಹಿಸುತ್ತಿದೆ ಎಂಬುದೇ ಅದರ ವಿಕಾಸದ ಕುತೂಹಲಕರ ಅಂಶ. 2023ರ ಆರಂಭದಲ್ಲಿ ಇದು ಕಡಲ ಭದ್ರತೆ, ಬಹುಪಕ್ಷೀಯತೆ, ಭಯೋತ್ಪಾದನಾ ನಿಗ್ರಹ ಮತ್ತು ಮಾನವೀಯ ನೆರವು ಮತ್ತು ವಿಪತ್ತು ಪರಿಹಾರ (ಎಚ್ಎಡಿಆರ್)ಗಳ ರಂಗದಲ್ಲಿ ಗೋಚರವಾಗಿತ್ತು. ಐಓಆರ್‌ಎಗೆ ಸಂಬಂಧಿಸಿದಂತೆ, ಖ್ವಾಡ್ ಸದಸ್ಯ ದೇಶಗಳು ಇನ್ನೂ ಹೆಚ್ಚು ಉತ್ಸಾಹದಿಂದ ಒಟ್ಟಿಗೇ ಕೆಲಸ ಮಾಡಲು ಬದ್ಧತೆ ತೋರಿದವು. ಅದನ್ನೇ ಅವು 2023ರ ಕೊಲಂಬೋ ಸಭೆಯಲ್ಲಿ ಪ್ರದರ್ಶಿಸಿದವು. ಮ್ಯಾರಿಟೈಮ್ ಸೆಕ್ಯುರಿಟಿ ವರ್ಕಿಂಗ್ ಗ್ರೂಪ್ ಕೂಡಾ ಯುಎಸ್‌ನಲ್ಲಿ ಸಭೆ ಸೇರಿ ಇನ್ನೂ ಹೆಚ್ಚು ವಾಸ್ತವಿಕ ಹೆಜ್ಜೆಗಳನ್ನು ಇಡಲು ನಿರ್ಧರಿಸಿತು; ಐಪಿಎಂಡಿಎ ಕೂಡಾ ಒಂದು ಸ್ವರೂಪ ಪಡೆಯಲಾರಂಭಿಸಿತು.

ಬಹುಪಕ್ಷೀಯತೆಗೆ ಸಂಬಂಧಿಸಿದಂತೆ, ಭದ್ರತಾ ಮಂಡಳಿಯ ಸುಧಾರಣೆಗಳನ್ನು ಕುರಿತ ಅಂತರ್ ಸರ್ಕಾರೀಯ ಸಮಾಲೋಚನೆ (ಐಜಿಎನ್) ಪ್ರಕ್ರಿಯೆಗಳನ್ನು ಖ್ವಾಡ್ ಮೊಟ್ಟಮೊದಲ ಬಾರಿಗೆ ಬೆಂಬಲಿಸಿತು. ವಿಶ್ವಸಂಸ್ಥೆ ಮತ್ತು ಅಂತಾರಾಷ್ಟ್ರೀಯ ವ್ಯವಸ್ಥೆಗಳನ್ನು ಬುಡಮೇಲು ಮಾಡುವ ಯತ್ನಗಳನ್ನು ಪರಿಹರಿಸಲು ಅದು ಒಪ್ಪಿತು ಮತ್ತು ಸಂಕುಚಿತ ಗುರಿಗಳನ್ನು ಆದ್ಯತೆಗಳಾಗಿ ಪರಿಗಣಿಸದೆ 2030ರ ಸುಸ್ಥಿರ ಅಭಿವೃದ್ಧಿ ಗುರಿಗಳ (ಎಸ್‌ಡಿಜಿ) ಕಾರ್ಯಸೂಚಿಯನ್ನು ಮುನ್ನಡೆಸಲೂ ಸಮ್ಮತಿಸಿತು.

ವಿಶ್ವವನ್ನು ಮತ್ತು ತನ್ನನ್ನು ತಾನು ಸುರಕ್ಷಿತವಾಗಿಟ್ಟುಕೊಳ್ಳಲು, ಭದ್ರವಾಗಿಟ್ಟುಕೊಳ್ಳಲು ಮತ್ತು ಸಂರಕ್ಷಿಸಿಕೊಳ್ಳಲು, ಖ್ವಾಡ್ ಹೇಗೆ ಕೊಡುಗೆ ನೀಡಬಹುದು ಎಂಬುದಕ್ಕೆ ವಿಭಿನ್ನವಾದ ಸಂಗತಿಗಳು ವಿವರಣೆ ನೀಡಬಹುದು. ಭಯೋತ್ಪಾದನೆ ನಿಗ್ರಹದ ವಿಷಯದಲ್ಲಿ, ನೀತಿ ವಿನಿಮಯದಿಂದ ಹಿಡಿದು, ಅನುಭವ ಹಂಚಿಕೆ, ಪರಸ್ಪರ ಲಾಭದ ಸಾಧ್ಯತೆಗಳು – ಇವುಗಳನ್ನು ಕ್ಷಿಪ್ರವಾಗಿ ಪರಿಶೀಲಿಸಲಾಯಿತು. ಭಯೋತ್ಪಾದನೆ ಕುರಿತ ಹೊಸ ಮತ್ತು ರೂಪುಗೊಳ್ಳುತ್ತಿರುವ ತಂತ್ರಜ್ಞಾನಗಳ ಬಳಕೆಯ ಮೇಲೆ ಗಮನ ಹೆಚ್ಚಾದಂತೆ ಒಂದು ಕಾರ್ಯನಿರತ ಗುಂಪನ್ನು ರಚಿಸಲಾಯಿತು. ಸೈಬರ್ ಸೆಕ್ಯುರಿಟಿಯೂ ಇನ್ನೊಂದು ಉತ್ಪಾದಕ ಕಾರ್ಯಕ್ಷೇತ್ರವಾಗಿ ರೂಪುಗೊಳ್ಳುತ್ತಿದೆ. ಮಾದರಿ ಕಾರ್ಯವಿಧಾನಗಳನ್ನು ಹಂಚಿಕೊಳ್ಳುವುದು, ಪ್ರತಿಭೆಗಳ ಅಭಿವೃದ್ಧಿಗೆ ಪ್ರೋತ್ಸಾಹ, ಸರಬರಾಜು ಸರಪಣಿಗಳ ಸುಸ್ಥಿರತೆಯನ್ನು ಖಾತರಿಪಡಿಸಿಕೊಳ್ಳುವುದು ಮತ್ತು ಉದ್ಯಮಗಳ ಜಾಲ ರಚನೆ – ಇವು ಇಲ್ಲಿರುವ ಪ್ರಮುಖ ಸಂಗತಿಗಳು.

ಪ್ರಧಾನಮಂತ್ರಿ ಮೋದಿಯವರ ಮಾತುಗಳಲ್ಲಿ ಹೇಳುವುದಾದರೆ, ಖ್ವಾಡ್‌ನ ಉದ್ದೇಶವೇ ಜಾಗತಿಕ ಒಳಿತನ್ನು ಮಾಡುವುದು. ಅದನ್ನು ಮಾಡಲು ಸಹಯೋಗದ ಯತ್ನ ಇರಲೇಬೇಕು ಎಂಬುದು ಸ್ಪಷ್ಟ. ಗಮನಾರ್ಹ ಸಾಮರ್ಥ್ಯಗಳು ಮತ್ತು ಸಮಾನ ಆಸಕ್ತಿಗಳನ್ನು ಹೊಂದಿರುವ ದೇಶಗಳು ಈ ದಿನಮಾನದ ಅಗತ್ಯಗಳಿಗೆ ತಕ್ಕಂತೆ ಸ್ಪಂದನೆಗೆ ಹೆಜ್ಜೆ ಇಡುವುದು ಅತ್ಯಂತ ಸಹಜ. ಈ ಎರಡೂ ಅಂಶಗಳಲ್ಲಿ ಭಾರತವು ಬೆಳೆದಿರುವ ಹಿನ್ನೆಲೆಯಲ್ಲಿ ಇಂತಹ ದೇಶಗಳಲ್ಲಿ ಅದೂ ಒಂದಾಗಿರಬೇಕು ಎಂಬುದು ನಿಜಕ್ಕೂ ಸ್ವಾಭಾವಿಕ. ವಾಸ್ತವದಲ್ಲಿ ಭಾರತವು ಖ್ವಾಡ್‌ನಲ್ಲಿ ಇರುವುದರಿಂದ ಖ್ವಾಡ್‌ನ ವಿಶ್ವಾಸಾರ್ಹತೆಯೇ ಹೆಚ್ಚುತ್ತದೆ; ಏಕೆಂದರೆ ಅದು ಮೈತ್ರಿಕೂಟಗಳ ಇತಿಹಾಸವನ್ನು ಹೊಂದಿಲ್ಲ. ಆದರೆ ಮೂರು ಖ್ವಾಡ್ ದೇಶಗಳ ನಡುವೆ ಸಹಭಾಗಿತ್ವದ ಮೂಲಕ ವಿಶ್ವಾಸಾರ್ಹತೆ ಹೆಚ್ಚುತ್ತದೆ ಎಂಬುದು ಅಷ್ಟು ಸುಲಭವಾಗಿರಲಿಲ್ಲ.

ನಿಜವಾದ ನಿರ್ಮಾಣಘಟಕಗಳಾದ ದ್ವಿಪಕ್ಷೀಯ ಸಂಬಂಧಗಳನ್ನು ಹಲವು ವರ್ಷಗಳ ಶ್ರಮದಿಂದ ಬಲಪಡಿಸಿದ್ದರಿಂದಲೇ ಈಗ ಇವೆಲ್ಲವೂ ಘಟಿಸುತ್ತಿವೆ. ಆದರೆ ಇದಿಷ್ಟೇ ಸಾಕಾಗಲಿಲ್ಲ. ಖ್ವಾಡ್‌ನ ಎಲ್ಲಾ ನಾಯಕತ್ವಗಳೂ ಇನ್ನೂ ಹೆಚ್ಚಿನ ಸಮಕಾಲೀನ ವಿಧಾನದಲ್ಲಿ ಸಹಯೋಗವನ್ನು ಕಲ್ಪಿಸಿಕೊಳ್ಳಲು ಮುಕ್ತವಾದ ಮನಸ್ಸನ್ನು ಹೊಂದಬೇಕಾಯಿತು.

ವಾಸ್ತವದಲ್ಲಿ ಪ್ರಧಾನಮಂತ್ರಿ ಮೋದಿಯವರು ಇತಿಹಾಸದ ಹಿಂಜರಿಕೆಗಳನ್ನು ಹಿಮ್ಮೆಟ್ಟಿಸುವ ತನ್ನ ಇಂಗಿತವನ್ನು ಘೋಷಣೆ ಮಾಡಿದ ಹಾಗೆಯೇ ನಡೆದುಕೊಂಡರು ಎಂಬುದಕ್ಕೆ ಖ್ವಾಡ್ ಒಂದು ಸಾಕ್ಷಿಯಾಗಿದೆ. ಹಾಗೆಯೇ ಇತರೆ ಮೂರು ದೇಶಗಳೂ ಮೈತ್ರಿಕೂಟಗಳ ಸಾಂಪ್ರದಾಯಿಕತೆಯನ್ನು ಮೀರಿ ನಂಬಿಕೆಗಳ ಆಧಾರದಲ್ಲಿ ದಾಪುಗಾಲಿಟ್ಟವು. 2017ರಿಂದ ಕಾಣುವ ವಾಸ್ತವಿಕ ಪ್ರಗತಿಯು ಇಂತಹ ಸಂವೇದನಾಶೀಲ ವಿಧಾನದ ಪ್ರಸ್ತುತತೆಯನ್ನು ದೃಢೀಕರಿಸಿದೆ.

ಖ್ವಾಡ್ ತನ್ನ ಬೆಳವಣಿಗೆಯನ್ನು ಮುಂದುವರಿಸಬೇಕಾದರೆ ನಾವು ಯಾವುದನ್ನು ಬಯಸಬಾರದು ಎಂಬುದರ ಬಗ್ಗೆಯೂ ಪ್ರಜ್ಞೆ ಹೊಂದಿರಬೇಕು. ಅದನ್ನು ನಿರ್ಬಂಧಿಸಲು ಯತ್ನಿಸುವುದು, ಅದನ್ನು ಒತ್ತಡದ ಪರೀಕ್ಷೆಗಳಿಗೆ ಒಡ್ಡುವುದು ಅಥವಾ ಒಗ್ಗೂಡುವಿಕೆಯ ಬದಲಿಗೆ ಅನುರೂಪತೆಯನ್ನು ಹೇರುವುದು – ಇವೆಲ್ಲವೂ ಹಾನಿಕರ ಮತ್ತು ಯಾವುದೇ ರೀತಿಯಲ್ಲೂ ಸಹಾಯಕ ಅಂಶಗಳಲ್ಲ. ಖ್ವಾಡ್ ಕಟ್ಟುನಿಟ್ಟಾಗಿ ಕೆಲಸ ಮಾಡಲು ಕಾರಣವೆಂದರೆ ಅದು ಹೊಂದಿಕೊಳ್ಳುತ್ತದೆ ಮತ್ತು ಅರ್ಥ ಮಾಡಿಕೊಳ್ಳುತ್ತದೆ; ಇದು ಶೀತಲಸಮರದ ಪೆಡಸುಗಳನ್ನು ಹತ್ತಿಕ್ಕಿದ ಒಂದು ಸ್ವಾಗತಾರ್ಹ ನಡೆ. ಆದ್ದರಿಂದ ಯುಎಸ್ ತನ್ನ ಪಶ್ಚಿಮದ ಸಹಭಾಗಿಗಳ ಜೊತೆಗೆ ಹೊಂದಿದ ಸಂಬಂಧದ ಮಾದರಿಗಳ ಆಧಾರದಲ್ಲಿ ನಿರೀಕ್ಷೆಗಳನ್ನು ಇಟ್ಟುಕೊಳ್ಳುವ ಯತ್ನಗಳನ್ನು ಪ್ರತಿರೋಧಿಸಬೇಕು. ಅಥವಾ ಇದಕ್ಕೆ ತದ್ವಿರುದ್ಧದ ಮಾದರಿಯಾದ ಕೇವಲ ವಹಿವಾಟಿನ ವ್ಯವಸ್ಥೆಯನ್ನೂ ಸೀದಾಸಾದಾ ಒಪ್ಪಿಕೊಳ್ಳಬಾರದು. ಖ್ವಾಡ್‌ನಲ್ಲಿ ಇರುವ ಪ್ರತಿಯೊಬ್ಬ ಸಹಭಾಗಿ ದೇಶವೂ ತನ್ನದೇ ಆದ ಸಂಸ್ಕೃತಿ ಮತ್ತು ಸಂಪ್ರದಾಯವನ್ನು ಹೊಂದಿದೆ. ಆದರೆ ಇಲ್ಲಿ ಪರಸ್ಪರ ಪ್ರಜಾತಾಂತ್ರಿಕ ಹಾಸುಹೊಕ್ಕುಗಳಿವೆ ಎಂಬುದು ವಾಸ್ತವ. ಅದೃಷ್ಟವಶಾತ್ ಈ ಎಲ್ಲಾ ಸರ್ಕಾರಗಳೂ ಪ್ರಬುದ್ಧತೆಯನ್ನು ತೋರಿಸಿವೆ; ಇವು ಸಾರ್ವಜನಿಕ ಚರ್ಚೆಗಳಲ್ಲಿಯೂ ಆಳವಾಗಿ ವ್ಯಾಪಿಸುತ್ತವೆ.

ಕಳೆದ ಎರಡು ದಶಕಗಳಲ್ಲಿ ಭಾರತವು ಪ್ರಮುಖ ಸಂಬಂಧಗಳಲ್ಲಿ ಮಾಡಿದ ಪ್ರಗತಿಯ

ಒಟ್ಟಾರೆ ಫಲಿತಾಂಶವೇ ಖ್ವಾಡ್. ಅದು ಸಾಂಪ್ರದಾಯಿಕ ಚೌಕಟ್ಟುಗಳು ಮತ್ತು ರೂಢಿಗತ ಕೆಲಸದ ಅಭ್ಯಾಸಗಳನ್ನು ಮೀರಿದ್ದರ ಪ್ರತಿಪಾದನೆಯಾಗಿದೆ. ಅದು ಹಲವು ಮಾರ್ಗಗಳನ್ನು ತೆರೆದಿದೆ ಎಂಬುದು ಅದನ್ನು ಇನ್ನಷ್ಟು ತೀವ್ರಗೊಳಿಸಲು ನಮಗೆ ಉತ್ಸಾಹ ತುಂಬಬೇಕು. ಒಪ್ಪಿತ ಕಾರ್ಯಸೂಚಿಗಾಗಿ ಸಮಾನ ದೃಷ್ಟಿಕೋನದ ಶಕ್ತಿಯ ಮೂಲಕ ಒಟ್ಟಿಗೆ ಬರುವುದು ಎಂದರೆ ವಾಸ್ತವಿಕ ಒಳಿತಿನ ಮೇಲಿನ ಒಂದು ಹೇಳಿಕೆಯೇ ಆಗುತ್ತದೆ. ಹಾಗೆಯೇ, ಇದು ಭಾರತವು ಸ್ಪಷ್ಟನೋಟದಿಂದ ಪರಾಮರ್ಶಿಸಿದಾಗ ಒಂದು ಪ್ರಮುಖ ಸನ್ನಿವೇಶವು ಹೇಗೆ ತನ್ನದೇ ಪರಿಹಾರಗಳನ್ನು ಹುಡುಕಲು ನೆರವಾಗುತ್ತದೆ ಎಂಬುದರ ಅರಿವೂ ಹೌದು.

8.

ಚೀನಾದ ಸಂಬಂಧ ನಿರ್ವಹಣೆ

ವಾಸ್ತವಿಕತೆಯ ಪ್ರಾಮುಖ್ಯದ ಗ್ರಹಿಕೆ

ಚೀನಾದ ಬಗ್ಗೆ ಭಾರತದಲ್ಲಿ ನಡೆಯುವ ಚರ್ಚೆಗಳಿಗೆ ಸಮಾನವಾದ ವ್ಯಾವಹಾರಿಕ ರಾಜತಂತ್ರ ಮತ್ತು ಸಿದ್ಧಾಂತದ ಹೆಚ್ಚುಗಾರಿಕೆ ಕುರಿತ ಸಂಭಾಷಣೆಗಳೇ ಅತ್ಯಲ್ಪ. ಇದು ರಾಷ್ಟ್ರೀಯತೆ ಮತ್ತು ಅಂತಾರಾಷ್ಟ್ರೀಯವಾದದ – ಅಂತಾರಾಷ್ಟ್ರೀಯವಾದವು ಈ ಪ್ರಕರಣದಲ್ಲಿ ಎಷ್ಟೇ ಅನುಚಿತವಾಗಿದ್ದರೂ – ನಡುವಣ ಚರ್ಚೆಯೂ ಆದರೆ ಆಶ್ಚರ್ಯವೇನಿಲ್ಲ. ಇದು ನಮ್ಮ ಸ್ವಾತಂತ್ರ್ಯದ ಆರಂಭಿಕ ವರ್ಷಗಳಲ್ಲಿ ಪ್ರಾರಂಭವಾಗಿ ಸಂಘರ್ಷದ ಯುಗದ ಮೂಲಕ ಸಾಗುತ್ತದೆ; ನಂತರ ಸಹಜತೆಗೆ ಸಾಕ್ಷಿಯಾಗುತ್ತ ಅಂತಿಮವಾಗಿ 'ಚಿಂಡಿಯಾ' ದೃಷ್ಟಿಕೋನ ಮತ್ತು 'ಭಾರತ ಮೊದಲು' ನಡುವಿನ ಆಯ್ಕೆಯ ವಿಷಯವನ್ನು ಮುಟ್ಟುತ್ತದೆ. 2020ರ ಗಡಿಯಲ್ಲಿನ ಘಟನೆಗಳ ಪರಿಣಾಮವು ಇತ್ತೀಚೆಗೆ ಈ ವಾದಕ್ಕೆ ಮರುಜೀವ ಕೊಟ್ಟಿದೆ. ಇದು ಭಾರತದ ಮುಂದಿರುವ ಸವಾಲಿನ ಸಂಕೀರ್ಣತೆಯ ಬಗ್ಗೆ ಹೆಚ್ಚುತ್ತಿರುವ ಜಾಗೃತಿಗೆ ಕಾರಣವಾಗಿದೆ. ಇದರ ಪರಿಣಾಮವಾಗಿ, ವ್ಯಾಪಾರ, ಹೂಡಿಕೆ, ತಂತ್ರಜ್ಞಾನ ಮತ್ತು ಸಂಪರ್ಕಗಳಂತಹ ಅಂಶಗಳನ್ನು ಸಮಗ್ರ ದೃಷ್ಟಿಕೋನದಿಂದ ನೋಡಲು ಪ್ರಾರಂಭಿಸಲಾಗಿದೆ. ಸಂಬಂಧದ ಪ್ರಸ್ತುತ ಸ್ಥಿತಿ ನಿಜಕ್ಕೂ ಅಸಹಜವಾಗಿದೆ; ಅದರ ಭವಿಷ್ಯ ಏನು ಎಂಬುದು ಚರ್ಚೆಗೆ ಪಕ್ವವಾದ ಸಂಗತಿಯಾಗಿದೆ.

1950ರಲ್ಲಿ ಪ್ರಧಾನಿ ಜವಾಹರಲಾಲ್ ನೆಹರು ಮತ್ತು ಉಪ ಪ್ರಧಾನಿ ಸರ್ದಾರ್ ವಲ್ಲಭಭಾ ಪಟೇಲ್ ಅವರು ರೂಪಿಸಿದ ವಿಭಿನ್ನ ದೃಷ್ಟಿಕೋನಗಳಿಂದ ಈ ಪರಸ್ಪರ ಸ್ಪರ್ಧಾತ್ಮಕವಾದ ದೃಷ್ಟಿಕೋನಗಳು ಹುಟ್ಟಿಕೊಂಡಿವೆ. ಇವರಲ್ಲಿ ಸರ್ದಾರ್ ಪಟೇಲ್ ತುಂಬಾ ವಾಸ್ತವಿಕ ಸ್ವಭಾವದವರು. ತಳಮಟ್ಟದ ವಾಸ್ತವಿಕತೆಯಿಂದ ದೂರವಾದ ನೆರೆಹೊರೆಯ ಪ್ರತಿರೋಧಗಳಿಗೆ ಅವರು ಕನಿಷ್ಠ ಸಂವೇದನೆಗಳನ್ನು ತೋರುತ್ತಿದ್ದರು. 'ಚೀನಾದ ಆತಂಕಗಳನ್ನು ನಿವಾರಿಸಲು ಭಾರತವು ಎಲ್ಲವನ್ನೂ ಮಾಡಿತ್ತು. ಆದರೂ ಚೀನಾವು ನಮ್ಮನ್ನು ಅನುಮಾನ ಮತ್ತು ಅಪನಂಬಿಕೆಯಿಂದ ನೋಡುತ್ತಿದೆ, ಜೊತೆಗೆ ಒಂದಷ್ಟು ಶತ್ರುತ್ವವನ್ನೂ ಬೆರೆಸಲಾಗಿದೆ' ಎಂಬುದು ಅವರ ಅಂದಾಜಾಗಿತ್ತು. ಹಲವಾರು ಶತಮಾನಗಳ ನಂತರ ಮೊದಲ ಬಾರಿಗೆ

ಭಾರತ ರಕ್ಷಣಾ ಪಡೆಯು ಎರಡೂ ಗಡಿಗಳ ಮೇಲೆ ಏಕಕಾಲಿಕವಾಗಿ ಗಮನ ಹರಿಸಬೇಕು ಎಂದು ಅವರು ಎಚ್ಚರಿಸಿದ್ದರು. ಭಾರತವನ್ನು ಮಿತ್ರತ್ವಕ್ಕಿಂತ ಕಡಿಮೆ ಭಾವದಲ್ಲಿ ನೋಡುವ ಚಿಂತನೆಗಳನ್ನು ರೂಪಿಸಿದ ಖಚಿತ ಮಹತ್ವಾಕಾಂಕ್ಷೆ ಮತ್ತು ಗುರಿಗಳನ್ನು ಚೀನಾ ಹೊಂದಿದೆ ಎಂಬುದು ಅವರ ಅಭಿಪ್ರಾಯವಾಗಿತ್ತು.

ಇದಕ್ಕೆ ತದ್ವಿರುದ್ಧವಾಗಿ, ಪಟೇಲ್ ಅತಿಯಾಗಿ ಅನುಮಾನಿಸುತ್ತಿದ್ದಾರೆ ಎಂಬುದು ನೆಹರು ಅಭಿಪ್ರಾಯವಾಗಿತ್ತು. ಆದ್ದರಿಂದ ಅವರು 1950ರ ನವೆಂಬರ್ 18ರಂದು ಪಟೇಲ್ ಅವರಿಗೆ ಕಳಿಸಿದ ಒಂದು ಟಿಪ್ಪಣಿಯಲ್ಲಿ ಚೀನಾವು 'ಹಿಮಾಲಯವನ್ನು ಹಾದುಹೋಗುವ ದುಸ್ಸಾಹಸವನ್ನು ಕೈಗೊಳ್ಳುತ್ತದೆ' ಎಂಬುದು ಕಲ್ಪನೆಗೂ ಮೀರಿದ ವಿಚಾರ ಎಂದು ತಿಳಿಸಿದ್ದರು. ಎಡಪಂಥೀಯ ಆಡಳಿತದ ಬಗ್ಗೆ ತಮ್ಮದೇ ಧನಾತ್ಮಕ ಸಂವೇದನೆಗಳನ್ನು ಹೊಂದಿದ್ದ ನೆಹರು ಅವರು ಭಾರತವು ಸದ್ಯೋಭವಿಷ್ಯತ್ತಿನಲ್ಲಿ ಚೀನಾದಿಂದ ವಾಸ್ತವ ಸೇನಾ ಆಕ್ರಮಣವನ್ನು ಎದುರಿಸಬೇಕಾಗುತ್ತದೆ ಎಂಬುದು ತೀರಾ ಅಸಂಭವನೀಯ ಎಂದು ಭಾವಿಸಿದರು. ಚೀನಾವು ಪದೇ ಪದೇ ಸ್ನೇಹ ಬಯಸಿದ ಉಲ್ಲೇಖಗಳನ್ನು ಅವರು ಹಾಗೆಯೇ ಮುಖಬೆಲೆಯಲ್ಲೇ ಸ್ವೀಕರಿಸಿದರು ಎಂದು ತೋರುತ್ತದೆ. ಇದಕ್ಕಿಂತ ಭಿನ್ನವಾಗಿ ಭಾವಿಸಿದವರಿಗೆ ಅವರು ನಮ್ಮ ದೃಷ್ಟಿಕೋನವನ್ನೇ ಕಳೆದುಕೊಳ್ಳಬಾರದು ಮತ್ತು ವಿನಾಕಾರಣ ಭಯವನ್ನು ಹುಟ್ಟಿಸಬಾರದು ಎಂಬ ಎಚ್ಚರಿಕೆಯನ್ನೂ ನೀಡಿದರು.

ಅಂತಿಮವಾಗಿ ಈ ಇಬ್ಬರೂ ತಮ್ಮ ಸಮ್ಮತ ವ್ಯವಸ್ಥೆಗಳಲ್ಲಿ ಇರುವ ಸಮಸ್ಯೆಗಳನ್ನು ಅರಿತು ಮನಃಸ್ಥಿತಿಗಳನ್ನು ಹದಮಾಡಿಕೊಳ್ಳಬೇಕಾಯಿತು. ಆಂತರಿಕ ಚರ್ಚೆ ಎಂದೇ ಭಾವಿಸಿದಾಗ ಅಲ್ಲಿ ಬಳಸಿದ ಪದಗಳ ಆಯ್ಕೆಯು ಅಷ್ಟು ರಾಜತಾಂತ್ರಿಕವಾಗಿರಲಿಲ್ಲ. ಹೀಗಿದ್ದೂ ಅವರ ಆಂತರಿಕ ಭಾವಗಳು ತುಂಬಾ ಸ್ಪಷ್ಟವಾಗಿ ವ್ಯಕ್ತವಾದವು. ಒಬ್ಬರು ಎಡಪಂಥೀಯ ರೋಮ್ಯಾಂಟಿಸಿಸಂಗೆ ಅಂಟಿಕೊಂಡಿದ್ದರೆ ಇನ್ನೊಬ್ಬರು ನೆರೆಹೊರೆಯವರ – ಅದರಲ್ಲೂ ದೊಡ್ಡ – ಬಗ್ಗೆ ಕಾಲಪರೀಕ್ಷಿತ ಲೆಕ್ಕಾಚಾರಗಳ ಪರವಾಗಿ ನಿಂತರು.

ಈ ವಿಭಿನ್ನ ವಿಧಾನಗಳಲ್ಲಿ ಸಹಜವಾಗಿಯೇ ಬಹು ಅಭಿವ್ಯಕ್ತಿಗಳಿದ್ದವು; ಅವೇ ಮುಂದಿನ ದಶಕಗಳಲ್ಲಿ ತಮ್ಮ ಪಾತ್ರಗಳನ್ನು ತೋರಿದವು. ಕೆಲವು ಕಾಲಾವಧಿಗಳನ್ನು ಸ್ಪರ್ಧೆ ಮತ್ತು ಸಂಘರ್ಷದಿಂದಲೂ ಗುರುತಿಸಬಹುದಾದ್ದರಿಂದ ಸಾರ್ವಜನಿಕ ವರ್ತನೆಗಳೂ ಅದರಂತೆಯೇ ಬೇರು ಬಿಡಲಾರಂಭಿಸಿದವು. ಇವುಗಳನ್ನು ಆಗಿನ ಸರ್ಕಾರಗಳು ಒಪ್ಪಿಕೊಂಡಿರಬಹುದು ಅಥವಾ ಇಲ್ಲದೆಯೂ ಇರಬಹುದು. ಕೆಲವರು ಇದು ಜನಪ್ರಿಯ ಭಾವನೆಗಳಿಗೆ ವ್ಯತಿರಿಕ್ತವಾಗಿತ್ತು ಎಂಬ ಅಭಿಪ್ರಾಯವನ್ನೂ ವ್ಯಕ್ತಪಡಿಸಿದರು; ಅಲ್ಲದೆ ಹೊಸ ಉದ್ದೇಶಗಳನ್ನು ಮುಂದಿಟ್ಟುಕೊಂಡು ಅಭಿಪ್ರಾಯಗಳನ್ನು ರೂಪಿಸತೊಡಗಿದರು. ಇನ್ನಿತರರು ಹೆಚ್ಚು ಕಠಿಣ ಮನೋಭಾವದವರು; ಅವರು ಕಷ್ಟದ ಸಂಗತಿಗಳನ್ನು ಚಾಪೆಯ ಕೆಳಗೆ ತೂರಿಸಲು ಬಿಡಲಿಲ್ಲ. ಏನೇ ಇರಲಿ, 1954ರ ಪಂಚಶೀಲ ಘೋಷಣೆಯಲ್ಲಿ ರಾಜತಾಂತ್ರಿಕ ಆರಾಮದಾಯಕ ಮಾನಸಿಕತೆಯ ಚಿತ್ರಣವನ್ನು ನೀಡುತ್ತದೆ.

ಅತ್ಯುತ್ತಮ ಸನ್ನಿವೇಶದ ದೃಶ್ಯಗಳನ್ನು ನಿರೀಕ್ಷಿಸುವ ಪ್ರವೃತ್ತಿಯಲ್ಲಿ ಏನಾದರೂ ಸಾಮಾನ್ಯ ಅಂಶವೆಂಬುದಿದ್ದರೆ, ಅದು ಭಾರತೀಯ ಅಂತಾರಾಷ್ಟ್ರೀಯತೆಯ ನಿರ್ದಿಷ್ಟ ಬ್ರಾಂಡ್ ಕುರಿತು ಇರುವ ಆಶಾವಾದ. ನೆಹರುವಿಯನ್ ವಿಧಾನದ ಒಂದು ನಿದರ್ಶನವನ್ನೇ ಇಲ್ಲಿ

ಕೊಡುವುದಾದರೆ, ವಿಶ್ವಸಂಸ್ಥೆ ಭದ್ರತಾ ಮಂಡಳಿ (ಯುಎನ್ಎಸ್‌ಸಿ) ಖಾಯಂ ಸದಸ್ಯತ್ವದ ಕುರಿತು ನಡೆದ ಚರ್ಚೆ ಇಲ್ಲಿ ಉಲ್ಲೇಖನೀಯ. ಆ ಕಾಲದ ಆ ಬಿಂದುವಿನಲ್ಲಿ ನಮ್ಮ ಹಕ್ಕನ್ನು ಯಶಸ್ವಿಯಾಗಿ ಮಂಡಿಸಲು ಸಾಧ್ಯವಿತ್ತೋ ಇಲ್ಲವೋ ಎಂಬ ಪ್ರಶ್ನೆ ಬೇರೆ; ಇಲ್ಲಿ ಪಾತ್ರಗಳು ಬದಲಾಗಿದ್ದರೆ, ನಮಗೂ ಅದೇ ರೀತಿಯ ಪರಿಗಣನೆ ದಕ್ಕುತ್ತಿತ್ತೇ ಎಂಬುದು ಈ ವಾದಕ್ಕೆ ಇರುವ ಪರ್ಯಾಯ. ಆದರೆ ಅಲ್ಲಿ ಈ ವಿಷಯವನ್ನು ರಾಷ್ಟ್ರೀಯ ಲಾಭಕ್ಕಾಗಿ ಬಳಸಿಕೊಳ್ಳುವ ಯತ್ನವೂ – ಚೀನಾದೊಂದಿಗೆ ದ್ವಿಪಕ್ಷೀಯವಾಗಲೀ ಅಥವಾ ಪ್ರಮುಖ ಶಕ್ತ ದೇಶಗಳ ಜೊತೆಗಾಗಲೀ – ಭಾರತದಿಂದ ನಡೆಯಲಿಲ್ಲ. ಸಿದ್ಧಾಂತಗಳ ಪ್ರಭಾವದಲ್ಲಿ ರಾಜತಾಂತ್ರಿಕತೆಯ ಮೂಲ ಅಂಶಗಳನ್ನೇ ಬಿಟ್ಟುಕೊಡಲಾಗಿತ್ತು. 1955ರಲ್ಲಿ ಭಾರತವು ಭದ್ರತಾ ಮಂಡಳಿಯನ್ನು ಪ್ರವೇಶಿಸುವ ಅಗತ್ಯ ಇದ್ದರೂ, ಅದರ ಬಗ್ಗೆ ಯಾವುದೇ ತರಾತುರಿಯಲ್ಲಿ ಇಲ್ಲ ಎಂದು ಘೋಷಿಸಬೇಕೆಂದು ನೆಹರು ತೀರ್ಮಾನಿಸಿದ್ದರು. ಬದಲಿಗೆ 'ಇಲ್ಲಿ ಚೀನಾವು ತನ್ನ ಮೊದಲ ಹೆಜ್ಜೆ ಇಟ್ಟು ಯೋಗ್ಯ ಸ್ಥಾನವನ್ನು ಪಡೆಯಬೇಕು; ಅದಾದ ಮೇಲೆ ಭಾರತದ ಪ್ರಶ್ನೆಯನ್ನು ಪ್ರತ್ಯೇಕವಾಗಿ ಪರಿಗಣಿಸಬಹುದು' ಎನ್ನಲಾಯಿತು. ನೆಹರು ಅವರ 'ಚೀನಾ ಮೊದಲು' ನೀತಿಗೆ ಸೂಕ್ತವಾದ ಪ್ರತಿಸ್ಪಂದನೆ ಸಿಗುವುದಿರಲಿ, ನಾವು ಇನ್ನೂ ಆ ದೇಶವು ನಮ್ಮದೇ ಆದ ಅಂತಹುದೇ ಮಹತ್ವಾಕಾಂಕ್ಷೆಗೆ ಬೆಂಬಲ ಘೋಷಿಸುವುದಕ್ಕೆ ಕಾಯುತ್ತಿದ್ದೇವೆ!

ಈ ಮಾನಸಿಕತೆಯು ಹೇಗೆ ವಾಸ್ತವಿಕತೆಯಿಂದ ಬೇರ್ಪಟ್ಟಿತ್ತು ಎಂಬುದನ್ನು ಬೇರೆಯದೇ ಆದ ಸನ್ನಿವೇಶವು ಬಯಲು ಮಾಡುತ್ತದೆ. ಅದು ನವೆಂಬರ್ 1962. ಮುಂದೆ ಸಾಗಿ ಬರುತ್ತಿದ್ದ ಚೀನಾ ಪಡೆಗಳಿಗೆ ಸೇಲಾ ಮತ್ತು ಬೊಮ್ಡಿಲಾಗಳು ವಶವಾಗಿದ್ದವು. ಪ್ರಧಾನಮಂತ್ರಿಯವರು ಯುಎಸ್‌ನ ನೆರವನ್ನು ಪಡೆಯಬಯಸಿದರು. ಜಾಗತಿಕ ಸನ್ನಿವೇಶದಲ್ಲಿ ಅದರ ವ್ಯಾಪಕ ಪರಿಣಾಮಗಳ ಹಿನ್ನೆಲೆಯಲ್ಲಿ ಭಾರತವು ಇನ್ನೂ ಹೆಚ್ಚಿನ ಸಮಗ್ರ ನೆರವನ್ನು ಕೇಳಲಿಲ್ಲ ಎಂದು ಯುಎಸ್‌ನ ಅಧ್ಯಕ್ಷರಿಗೆ ಸ್ಪಷ್ಟವಾಗಿ ತಿಳಿಸಿದರು. ಇಲ್ಲಿ ನಿಚ್ಚಳವಾಗಿ ಕಾಣುವಂತೆ, ನಾವು ದೇಶದ ರಕ್ಷಣೆಗಿಂತ ಹೆಚ್ಚಾಗಿ ಪಶ್ಚಿಮವನ್ನು ದೂರ ಇಡುವುದಕ್ಕೇ ಆದ್ಯತೆಯನ್ನು ನೀಡಿದೆವು! ಈ ವಾಸ್ತವಿಕತೆಯ ಕೊರತೆಯೇ ನಾವು ಚೀನಾದ ನಿರ್ವಹಣೆ ಮಾಡುವ ವಿಧಾನಗಳನ್ನು ಸಾಕಷ್ಟು ಸಮಯದಿಂದ ಕಾಡಿದೆ. ಖಚಿತವಾಗಿ ಇದೇ ವಿಷಯದಲ್ಲೇ ನಾವು ಈಗ ವ್ಯತ್ಯಾಸವನ್ನು ಕಾಣುತ್ತಿದ್ದೇವೆ.

ಚೀನಾದ ಕುರಿತ ನಿಲುವು ಮತ್ತು ಆಕ್ಷೇಪಗಳು ಈ ಹಿಂದಿನ ಪೀಳಿಗೆಯನ್ನು ಆಕರ್ಷಿಸಿದ್ದರೆ, ಭಾರತದ ರಾಜಕಾರಣವು ಕೇವಲ ಗತಕಾಲದ ನೆರಳಾಗಿಲ್ಲ ಎಂಬುದು ತಿಳಿಯುತ್ತದೆ. ಅಂತಾರಾಷ್ಟ್ರೀಯ ವೇದಿಕೆಯಲ್ಲಿ ಸಮಾನ ಅಂಶಗಳನ್ನು ಮಂಡಿಸಬೇಕೆಂಬ ಆಶಯವೇ ಈ ಹಿಂದಿನ ಚಾಲನಾ ಅಂಶವಾಗಿತ್ತು. ಅದು ಬಹ್ವಂಶ ಪಶ್ಚಿಮೇತರ ಒಗ್ಗಟ್ಟು ಮತ್ತು ಏಶ್ಯನ್ ನಿಕಟತೆಗಳಿಂದ ಪ್ರೇರಿತವಾಗಿತ್ತು; ಸೈದ್ಧಾಂತಿಕ ಒಲವುಗಳಿಂದ ಲೇಪಿತವಾಗಿತ್ತು. ಆಗಿನಿಂದಲೂ ಸಾರ್ವಜನಿಕ ಅಭಿಪ್ರಾಯವು ತುಂಬಾ ಗಟ್ಟಿಯಾಗಿದೆ; ಅತಿಯಾಗಿ ನಂಬುವ ಹಳೆಯ ಪದ್ಧತಿಯನ್ನು ನಿರ್ವಹಿಸುವುದು ಅಸಾಧ್ಯವಾಗಿದೆ. ವಿಶ್ವವೂ ಈಗ ಹೆಚ್ಚು ವ್ಯಾವಹಾರಿಕವಾಗಿದೆ; ಭಾರತ ಮತ್ತು ಚೀನಾಗಳು ಪರಸ್ಪರರ ಬಗ್ಗೆ ಮಾಡುವ ಚಿಂತನೆಯನ್ನು ಪ್ರಭಾವಿಸುವ ದಶಕಗಳ ಕಾಲದ ಅನುಭವ ಈಗ ಇದೆ.

ಹಾಗಾದರೆ ಸಮಕಾಲೀನ ನೆಹರುವಾದಿಗಳು ಈ ಸಂಬಂಧಗಳನ್ನು ಹೇಗೆ

ನಿರ್ವಹಿಸಿದ್ದರು? ಈಗ ನಾವು ಇರುವ ಈ ಒತ್ತಡದ ಕಾಲದಲ್ಲಿ, ನೆಹರು ಅವರಂತೆಯೇ ಅತಿ ರಾಷ್ಟ್ರೀಯತೆಯ ಅಭಿವ್ಯಕ್ತಿಯಲ್ಲೇ ತೊಡಗಬಹುದು. 1962ರ ಫಲಿತಾಂಶಗಳನ್ನು ಅಲ್ಲಗಳೆಯುವಾಗಲೂ – ಅದನ್ನು ಇತ್ತೀಚೆಗಿನದು ಎಂದು ತಪ್ಪುಚಿತ್ರಣ ಕೊಡದೆಯೇ – ಹೀಗೆ ಮಾಡಲಾಗಿತ್ತು. ಆದರೆ ಸಿದ್ಧಾಂತಗಳು, ಅಭ್ಯಾಸಗಳು ಮತ್ತು ಸಂಪರ್ಕಗಳು ಸಾಯುವುದು ಕಷ್ಟ. ಆದ್ದರಿಂದ ಇಲ್ಲಿ ಎರಡು ಸಂದೇಶಗಳನ್ನು ಹೊಂದುವುದು ಅಗತ್ಯವಾಗಿದೆ: ಒಂದು– ಭಾರತದ ಒಳಗೇ ನಂಬಿಗಸ್ತರಿಗೆ ಕಳಿಸಬೇಕಾದ ಸಂದೇಶ; ಇನ್ನೊಂದು– ವಿದೇಶದಲ್ಲಿರುವ ಬೇರೆಯದೇ ಆದ ಶ್ರೋತೃಗಳಿಗೆ ಕಳಿಸುವ ಸಂದೇಶ. ಚೀನಾವು ಎಲ್ಲದಕ್ಕಿಂತ ಹೆಚ್ಚಾಗಿ ಸಾಮರಸ್ಯವನ್ನು – ಅದು ನೆರೆಹೊರೆಗೆ ಏಕೆ ಅನ್ವಯವಾಗುವುದಿಲ್ಲ ಎಂಬ ಪ್ರಶ್ನೆಯನ್ನೇ ಕೇಳದೆ – ಗೌರವಿಸುತ್ತದೆ ಎಂದು ಪ್ರಚಾರ ಮಾಡುವುದನ್ನೇ ಎರಡನೆಯ ಸಂದೇಶವು ಉತ್ತೇಜಿಸುತ್ತದೆ. ಅಲ್ಲದೆ ಅದು ಭಾರತದ ಸಾರ್ವಭೌಮತೆಯನ್ನು ಉಲ್ಲಂಘಿಸುತ್ತದೆ ಎಂಬುದನ್ನೂ ನಿರ್ಲಕ್ಷಿಸಿ ಬೆಲ್ಟ್ ಎಂಡ್ ರೋಡ್ ಉಪಕ್ರಮ (ಬಿಆರ್‌ಐ)ದ ಶ್ಲಾಘನೆ ನಡೆಯುತ್ತದೆ. ಚೀನಾದ್ದು ಪ್ರಕೃತಿದತ್ತ ಶಕ್ತಿಯ ಉದಯ ಎಂದು ಬಣ್ಣಿಸಿ ಅದನ್ನು ನಿರೋಧಿಸಲಾಗದ ದೇಶ ಎನ್ನುವ ಪರೋಕ್ಷ ಸೂಚನೆಗಳೂ, ಅದರ ಆರ್ಥಿಕ ಬೆಳವಣಿಗೆ ಮತ್ತು ತಂತ್ರಜ್ಞಾನವನ್ನು ತನ್ನದಾಗಿಸಿಕೊಳ್ಳುವ ಮಾದರಿಯ ಕುರಿತ ಕೆಡುಭಾವನೆಗಳ ಅನುಕಂಪವೂ ಇಲ್ಲಿ ಕಾಣುತ್ತದೆ.

ಆದರೆ ಇಲ್ಲಿ ಈ ಚಿಂಡಿಯನ್ನರ ಪ್ರತಿಪಾದನೆಗಳಿಗಿಂತ ಅವರ ಕ್ರಮಗಳೇ ತುಂಬಾ ಗಂಭೀರವಾದ ಸಂಗತಿ. 2014ರಲ್ಲಿ ಬದಲಾವಣೆ ಆಗುವವರೆಗೆ ಚೀನಾದ ಸವಾಲುಗಳನ್ನು ಪ್ರಜ್ಞಾಪೂರ್ವಕವಾಗಿ ಕಡಿಮೆ ಅಂದಾಜು ಮಾಡಿ ಭಾರತದ ಸನ್ನದ್ಧತೆಯ ಪ್ರಜ್ಞೆಯನ್ನೇ ನಾಶಪಡಿಸಲಾಯಿತು. ಗಡಿಗಳ ಮೂಲಸೌಕರ್ಯದ ನಿರ್ಲಕ್ಷ್ಯದಷ್ಟೇ ಪ್ರಮಾಣದಲ್ಲಿ ಉದ್ಯಮೀಕರಣಕ್ಕೆ ವೇಗ ನೀಡುವ ಮತ್ತು ಮತ್ತು ಬಲವಾದ ಶಕ್ತಿ ಸಂಚಯಿಸುವ ಕುರಿತು ಇದ್ದ ಅನಾಸಕ್ತಿಯನ್ನೂ ಇಲ್ಲಿ ಕಾಣಬಹುದಾಗಿತ್ತು. ಈಗಲೂ 'ಮೇಕ್ ಇನ್ ಇಂಡಿಯಾ' ಪ್ರಯತ್ನಗಳ ಮೇಲೆ ಈ ಜನರು ದಾಳಿ ಮಾಡುತ್ತಾರೆ; ಆದರೆ ಚೀನಾದ ಜೊತೆಗಿನ ವ್ಯಾಪಾರ ಅಸಮತೋಲನದ ಬಗ್ಗೆಯೂ ತಮ್ಮ ಕಳವಳವನ್ನು ವ್ಯಕ್ತಪಡಿಸುತ್ತಾರೆ. ರಾಜಕೀಯ, ನೀತಿಗಳು ಮತ್ತು ಪ್ರಚಾರಪ್ರಿಯತೆ – ಇವು ನಮ್ಮ ರಾಷ್ಟ್ರೀಯ ಸುರಕ್ಷತೆಯನ್ನು ಸಡಿಲಿಸಿದವು; ಈಗಲೂ ಇದು ನಮ್ಮ ರಾಷ್ಟ್ರೀಯ ನೈತಿಕ ಸ್ಥೈರ್ಯದ ಮೇಲೆ ದಾಳಿ ಮಾಡುತ್ತಿದೆ. ವಾಸ್ತವಿಕ ಸಂಪ್ರದಾಯಗಳಿಂದ ನಾವು ಎಷ್ಟು ದೂರ ಇರಬಹುದು ಎಂಬುದಕ್ಕೆ ಇವೆಲ್ಲ ಅಂಶಗಳನ್ನು ಉಲ್ಲೇಖಿಸಬಹುದು.

ಕಳೆದು ಹೋದ ಕೆಲವು ವರ್ಷಗಳಲ್ಲಿ, ನೆಹರು – ಪಟೇಲ್ ಕಾರ್ಯವಿಧಾನದ ಇಬ್ಬಂದಿತನವು ಭಾರತೀಯ ವ್ಯವಸ್ಥೆಯಲ್ಲಿ ಮುಂದುವರಿಯುತ್ತಿದೆ. ಅದು ಈಗಿನ ಸಂಗತಿಗಳ ಬಗ್ಗೆ ಅನುರಣಿಸುತ್ತಲೇ ಇದೆ: ಗಡಿ ಪ್ರಶ್ನೆಯಿಂದ ಹಿಡಿದು ಗಡಿಪ್ರದೇಶಗಳ ನಿರ್ವಹಣೆ ಮತ್ತು ಎಫ್‌ಟಿಎನಿಂದ ತಂತ್ರಜ್ಞಾನದ ಸಂಗತಿಗಳವರೆಗೆ. ಎಲ್ಲಾ ಚರ್ಚೆಗಳೂ ಇದೇ ಬಗೆಯ ದ್ವಿಪಕ್ಷೀಯ ಮಾದರಿಗೆ ಸೀಮಿತವಾಗಿಲ್ಲ. ಎರಡೂ ದೇಶಗಳ ನಡುವೆ ಇರುವ ಭಿನ್ನಾಭಿಪ್ರಾಯಗಳಿಂದಾಗಿ, ಅದು ಸಹಜವಾಗಿಯೇ ಜಾಗತಿಕ ವೇದಿಕೆಗೂ ಹಬ್ಬುತ್ತದೆ. ಸಂಪರ್ಕ, ಸಾಲ, ಅಭಿವೃದ್ಧಿ, ಕಡಲ ಸಂಗತಿಗಳು ಕೂಡಾ ವಿವಾದಾಸ್ಪದವಾಗಿವೆ. ಒಟ್ಟಾರೆ, ಈ ಸಂಗತಿಗಳಲ್ಲಿ ಹಲವನ್ನು ಇಂದು ಪರಿಣಾಮಗಳ ಕುರಿತ ಉನ್ನತ ಚಿಂತನೆಗಳಿಂದ

ನಿರ್ವಹಿಸಲಾಗುತ್ತಿದೆ. ಭಾರತೀಯ ನೀತಿನಿರೂಪಕರು 'ಸ್ಟ್ರಿಂಗ್ ಆಫ್ ಪರ್ಲ್ಸ್' (ಚೀನಾದ ಸೇನಾ ಮತ್ತು ವಾಣಿಜ್ಯ ಸೌಲಭ್ಯಗಳ ಜಾಲ ಮತ್ತು ಅದರ ಸಮುದ್ರ ಸಂವಹನ ಮಾರ್ಗಗಳ ಉದ್ದಕ್ಕೂ ಸಂಬಂಧಗಳನ್ನು ವಿವರಿಸುವ ಭೂ–ರಾಜಕೀಯ ಸಿದ್ಧಾಂತ) ಬಗ್ಗೆ ಆಶಾವಾದಿಯಾಗಿದ್ದ ಯುಗವು 2014ರಲ್ಲಿ ಕೊನೆಗೂ ಮುಕ್ತಾಯವಾಗಿದೆ.

ಆದರೆ ಇಲ್ಲಿ ರಾಷ್ಟ್ರೀಯ ಹಿತಗಳನ್ನು ಸ್ಪಷ್ಟವಾಗಿ ವಿವರಿಸುವ, ಬಲವಾಗಿ ರಕ್ಷಿಸಿಕೊಳ್ಳುವ ಮತ್ತು ಪ್ರಕೃತಿಯ ಶಕ್ತಿಯನ್ನು ಮೆಚ್ಚುವ ಮೂಲಭೂತ ಸಂಗತಿಯಿದೆ. ಆಸಿಯಾನ್ ಅಥವಾ ಅಭಿವೃದ್ಧಿಶೀಲ ಜಗತ್ತಿನ ಒಗ್ಗಟ್ಟಿಗೆ ಅದರದ್ದೇ ಆದ ಒಂದು ಸ್ಥಾನ ಇರಬಹುದು; ಆದರೆ ಅದು ಒಂದು ನೆರೆಹೊರೆಯ ಸ್ಪರ್ಧಾತ್ಮಕ ಪ್ರವೃತ್ತಿಯನ್ನು ಎದುರಿಸಲು ಎಂದೂ ಸಮರ್ಥವಾಗಿರಲಿಲ್ಲ. ವಾಸ್ತವದಲ್ಲಿ, 1950ರ ಚರ್ಚೆಯ ಈ ತಿರುಳೇ ಇನ್ನೂ ಪ್ರಸ್ತುತವಾಗಿದೆ.

ಇಂದು ಚೀನಾವನ್ನು ಹೇಗೆ ತೊಡಗಿಸಿಕೊಳ್ಳಬೇಕೆಂದು ಇಡೀ ಜಗತ್ತಿನಾದ್ಯಂತ ಚರ್ಚೆಗಳು ನಡೆಯುತ್ತಿವೆ. ಸಹಜವಾಗಿಯೇ ಇದು ನಮ್ಮ ನಿಕಟತೆ ಮತ್ತು 2020ರ ಮತ್ತು ನಂತರದ ಗಡಿ ಘಟನೆಗಳ ನಂತರದ ವಿದ್ಯಮಾನಗಳಿಂದಾಗಿ ಭಾರತದಲ್ಲಿ ಈ ಚರ್ಚೆ ಇನ್ನಷ್ಟು ಬಿರುಸಾಗಿರುತ್ತದೆ. ಭಾರತದೊಳಗಿನ ವಿವಾದಾಸ್ಪದ ನಿಲುವುಗಳನ್ನು ರಾಜಕೀಯ ತಂತ್ರಗಾರಿಕೆಯಿಂದ ಚಲಾಯಿಸುತ್ತಿರಬಹುದು; ಆದರೆ ಇಲ್ಲಿ ಅದರೊಳಗೆ ಅಡಗಿರುವ ನೀತಿಗಳು ಮತ್ತು ಕ್ರಮಗಳೇ ನಿಜವಾದ ಚಿಂತನೆಯನ್ನು ಬಿಂಬಿಸುತ್ತವೆ. ಚೀನಾದ ನಿಲುವುಗಳಿಗೆ ಹೋಲಿಸಿದರೆ ವಿವಿಧ ರಾಜಕೀಯ ಪಕ್ಷಗಳ ನಿಜ ನಿಲುವುಗಳು–ಅವು ಎಷ್ಟೇ ತಾತ್ಕಾಲಿಕ ಎಂದಿದ್ದರೂ–ಸಾಂದರ್ಭಿಕವೇನಲ್ಲ. ಭಯೋತ್ಪಾದನೆಯಂತಹ ಪ್ರಮುಖ ಸಂಗತಿಗಳನ್ನು ಚರ್ಚೆಯ ಮೇಜಿನ ಮೇಲೆ ದೃಢವಾಗಿ ಮಂಡಿಸುವಂತಹ ರಾಷ್ಟ್ರೀಯ ಸಾಮರ್ಥ್ಯಗಳನ್ನು ರೂಪಿಸಲು, ಸುಸ್ಥಿರವಲ್ಲದ ಋಣ ಮತ್ತು ಅಪಾರದರ್ಶಕ ಸಂಪರ್ಕದ ವಿರುದ್ಧ ಕ್ರಮ, ರಾಷ್ಟ್ರೀಯ ಭದ್ರತೆಯನ್ನೇ ಮನಸ್ಸಿನಲ್ಲಿ ಅತಿಮುಖ್ಯವಾಗಿ ಇಟ್ಟುಕೊಂಡು ಜಾಗತಿಕ ಬೆಳವಣಿಗೆಗಳನ್ನು ನಿರ್ವಹಿಸುವುದು–ಎಂಬುದನ್ನು ಒತ್ತಿಹೇಳುವ ಲೋಕದೃಷ್ಟಿಯನ್ನು ಇವರಲ್ಲಿನ ವಾಸ್ತವತಾವಾದಿಗಳು ಪ್ರತಿಪಾದಿಸುತ್ತಾರೆ. ಖಚಿತವಾಗಿ ಇದೇ ವಿಧಾನವೇ 2014ರ ನಂತರದಲ್ಲಿ ಕಂಡಂತೆ ಗಡಿಗಳ ಮೂಲಸೌಕರ್ಯವನ್ನು ಮೇಲ್ದರ್ಜೆಗೇರಿಸಲು ಒತ್ತಾಯಿಸುತ್ತದೆ. ಇದರ ಜೊತೆಗೆ, ವಾಸ್ತವತಾವಾದಿಗಳು ಇಂಡಿಯನ್ 5ಜಿಯನ್ನು ಅಳವಡಿಸುತ್ತಾರೆ; ನಿರ್ಣಾಯಕ ಮತ್ತು ಮೂಡುತ್ತಿರುವ ಹೊಸ ತಂತ್ರಜ್ಞಾನಗಳ ಬೆಲೆಯನ್ನು ಅರಿಯುತ್ತಾರೆ ಹಾಗೂ ನಮ್ಮ ಈ ಕಾಲದ ತುಮುಲಗಳಿಗೆ ನಮ್ಮ ಪರವಾದ ಪರಿಹಾರಗಳನ್ನು ಹುಡುಕುತ್ತಾರೆ.

ವಾಸ್ತವದಲ್ಲಿ, ಭಾರತದ ವಿಶ್ಲೇಷಣೆಯು ಇಡೀ ಜಗತ್ತು ಹೇಗೆ ಸ್ಪಂದಿಸುತ್ತಿದೆ ಎಂಬ ಬಗ್ಗೆ ನಿರಂತರ ನಿಗಾ ಇಡುತ್ತದೆ ಎಂಬುದನ್ನು ಈವರೆಗೆ ಎದುರಿಸಿದ ಸವಾಲುಗಳ ಸ್ವರೂಪವು ದೃಢವಾಗಿ ಸೂಚಿಸುತ್ತದೆ. ಇಂದು ಜಗತ್ತು ಎದುರಿಸುತ್ತಿರುವ ಹಲವು ಸಂಗತಿಗಳಲ್ಲಿ, ಕೆಲವು ಶಕ್ತಿಗಳ ತಪ್ಪು ಲೆಕ್ಕಾಚಾರದಿಂದ ಮತ್ತು ಕೆಲವು ಅದನ್ನು ಇತರ ದೇಶಗಳು ಜಾಣತನದಿಂದ ಬಳಸುವುದರಿಂದ ಉಂಟಾಗುತ್ತವೆ. ಆದರೆ ಇತಿಹಾಸದ ಹರಿವು ಯಾವಾಗಲೂ ಸರಳ ರೇಖೆಯಲ್ಲಿ ಇರುವುದಿಲ್ಲ; ಕೆಲವು ಪ್ರಮುಖ ದೇಶಗಳೂ ಆರಾಮದಾಯಕ ಮಾನಸಿಕತೆಯನ್ನು ಹೊಂದುವುದರಿಂದ ಅಥವಾ ತಪ್ಪುಗಳನ್ನು ಮಾಡುವುದರಿಂದ ಹೊರತಾಗಿಲ್ಲ. ವಾಸ್ತವದಲ್ಲಿ, ದೊಡ್ಡ ಪ್ರಮಾಣದ ವಿಶ್ವಾಸಾರ್ಹತೆಯನ್ನು ಬಲಿ ಹಾಕಿ ತತ್‌ಕ್ಷಣದ ಲಾಭಗಳನ್ನು

ಪಡೆಯುವುದಕ್ಕೆ ಮುಂದಾಗುವುದೇ ಸಾಮಾನ್ಯ ವಿಫಲತೆ. ಆದ್ದರಿಂದ ವಾಸ್ತವವಾದಿಯು ಘಟನೆಗಳ ಮತ್ತು ಪ್ರವೃತ್ತಿಗಳ ಅನಿವಾರ್ಯತೆಗಳನ್ನು ಅನುಮಾನಿಸುತ್ತಲೇ ನಡೆಯುತ್ತಿರುವ ಪ್ರಹಸನಗಳನ್ನು ವಸ್ತುನಿಷ್ಠವಾಗಿ ವಿಶ್ಲೇಷಿಸಬೇಕು. ಈ ವಿಷಯದ ಮೇಲೆಯೇ ನಮಗೆ ನಮ್ಮ ಮಹಾಕಾವ್ಯಗಳು ಬೆಳಕನ್ನು ಚೆಲ್ಲಬಹುದು.

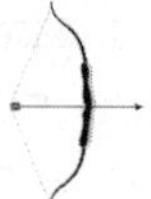

ಮನುಷ್ಯ ಸಂಬಂಧಗಳಲ್ಲಿ ಇರುವಂತೆಯೇ ವಿಶ್ವದ ವ್ಯವಹಾರಗಳಲ್ಲಿನ ಪಾತ್ರಗಳು ಸದ್ಭಾವನೆ, ಔದಾರ್ಯ ಅಥವಾ ಲೆಕ್ಕಾಚಾರದಿಂದ ಇತರರಿಗೆ ಸಹಾಯ ಮಾಡಲು ಒಲವು ತೋರುತ್ತವೆ. ನಿಜ ಜೀವನದಲ್ಲಿ, ಈ ಸಂಗತಿಗಳು ಒಂದರಿಂದ ಇನ್ನೊಂದಕ್ಕೆ ವ್ಯಾಪಿಸಬಹುದು. ರಾಮಾಯಣದ ನಿರೂಪಣೆಯ ನಿಜ ಪ್ರಚೋದನೆಯು ವಾಸ್ತವವಾಗಿ ಅಸಾಧಾರಣ ನಂಬಿಕೆಯ ಮತ್ತು ರಾಜ ದಶರಥನು ಯುದ್ಧಭೂಮಿಯಲ್ಲಿ ತನ್ನ ಪತ್ನಿ ಕೈಕೇಯಿಗೆ ನೀಡಿದ ಎರಡು ವರಗಳ ಕ್ರಿಯೆಯಾಗಿದೆ. ಅಸುರ ಶಂಬರ ಮತ್ತು ದೇವತೆಗಳ ರಾಜ ಇಂದ್ರನ ನಡುವಿನ ಯುದ್ಧದಲ್ಲಿ ದಶರಥನೂ ಭಾಗಿಯಾಗಿ ರಾತ್ರಿಯ ದಾಳಿಯಲ್ಲಿ ತೀವ್ರವಾಗಿ ಗಾಯಗೊಂಡಾಗ ದಶರಥನನ್ನು ಕೈಕೇಯಿ ರಕ್ಷಿಸಿದಳು. ಭಗವಾನ್ ಶ್ರೀರಾಮನನ್ನು ಕಾಡಿನಲ್ಲಿ ವನವಾಸಕ್ಕೆ ಕಳುಹಿಸಲು ಮತ್ತು ತನ್ನ ಸ್ವಂತ ಮಗ ಭರತನಿಗೆ ರಾಜನಾಗಿ ಕಿರೀಟಧಾರಣೆ ಮಾಡಬೇಕೆಂದು ಒತ್ತಾಯಿಸಲು ಕೈಕೇಯಿಯು ಈ ವರಗಳನ್ನೇ ಬಳಸಿದಳು.

ವರಗಳನ್ನು ಸಮಯ ಬಂದಾಗ ಪ್ರಯೋಗಿಸಲಾದ ಸುಪ್ತ ಸಾಮರ್ಥ್ಯಗಳು ಎಂದು ನಾವು ಪರಿಗಣಿಸಿದರೆ, ಈ ಪ್ರಸಂಗವು ನ್ಯಾಯಸಮ್ಮತವಲ್ಲದ ಹಂಚಿಕೆಯ ಕೆಟ್ಟ ಪಾಠವಾಗಿದೆ. ಇತ್ತೀಚಿನ ದಶಕಗಳಲ್ಲಿ, ದೇಶಗಳು ಮತ್ತು ಆರ್ಥಿಕತೆಗಳನ್ನು ಹೇಗೆ ನಿರ್ಮಿಸಲಾಗಿದೆ - ಬಹುಶಃ ಅತ್ಯಂತ ಕನಿಷ್ಠ ಪ್ರಮಾಣದಲ್ಲಿ ಕೃತಜ್ಞತೆಯ ಕ್ರಿಯೆಯಾಗಿ ಮತ್ತು ಗರಿಷ್ಠ ಪ್ರಮಾಣದಲ್ಲಿ ಉಪಯುಕ್ತತೆಯ ಕ್ರಿಯೆಯಾಗಿ - ಎಂಬುದಕ್ಕೆ ಅಂತಾರಾಷ್ಟ್ರೀಯ ಸಂಬಂಧಗಳು ಸಾಕ್ಷಿಯಾಗಿವೆ. ಶೀತಲಸಮರದ ಕೊನೆಯ ವರ್ಷಗಳಲ್ಲಿ, ಮೂರನೇ ಪಕ್ಷಗಳ ಮೂಲಕ ಸೇನಾ ಮತ್ತು ಇತರ ಒತ್ತಡಗಳನ್ನು ಚಲಾಯಿಸುವಾಗ ಇದು ವಿಶೇಷವಾಗಿ ಗೋಚರಿಸಿತು. ಆದರೆ ಇದರಲ್ಲಿ ಭಾಗಿಯಾದ ದೇಶಗಳ ತಿಳಿವಳಿಕೆಯ ಕೊರತೆಯು ದೀರ್ಘಕಾಲೀನ ಪರಿಣಾಮಗಳಿಗೆ ಕಾರಣವಾಯಿತು.

ಸೋವಿಯತ್ ಒಕ್ಕೂಟದ (ಯುಎಸ್‌ಎಸ್‌ಆರ್) ವಿರುದ್ಧ ಬಳಸಿದ ಇಸ್ಲಾಮಿಕ್ ಕಾರ್ಡ್ ಒಂದು ದಶಕದೊಳಗೆ ತನ್ನನ್ನೇ ಮತ್ತೆ ಕಾಡಿತು ಎಂಬುದನ್ನು ಪಾಶ್ಚಾತ್ಯ ಜಗತ್ತು ಕಂಡುಕೊಂಡಿತು. ಕಾರ್ಯತಂತ್ರಾತ್ಮಕ ಒಡಂಬಡಿಕೆಗಳ ವಿಷಯಕ್ಕೆ ಬಂದಾಗ, ಚೀನಾ ಪಡೆದ ಆರ್ಥಿಕ ಪ್ರಯೋಜನಗಳು ವಿಶ್ವವ್ಯವಸ್ಥೆಯನ್ನು ಬುಡಮೇಲು ಮಾಡುವುದಕ್ಕೆ ಮತ್ತು ನಾವು ಈಗ ನೋಡುತ್ತಿರುವ ಸಮಕಾಲೀನ ಸ್ಪರ್ಧೆಗೆ ಅಡಿಪಾಯವಾಯಿತು. ಭಾರತವೂ ಸಹ ತನ್ನದೇ ಆದ ಗತಕಾಲದ ವ್ಯವಹಾರಗಳ ಪರಿಣಾಮಗಳನ್ನು ಹೊಂದಿದೆ. 1950ರ ದಶಕದಲ್ಲಿ ಚೀನಾದ ಹಿತಾಸಕ್ತಿಗಳ ಬಗ್ಗೆ ಭಾರತದ ಬಲವಾದ ಸಮರ್ಥನೆಗೆ ಯಾವುದೇ ರೀತಿಯ ಪ್ರತಿಫಲ ಸಿಗಲಿಲ್ಲ. ರಾಜತಾಂತ್ರಿಕತೆಯಲ್ಲಿ ಕೃತಜ್ಞತೆಗೆ ಆಯುಸ್ಸು ಕಡಿಮೆ ಎಂಬುದು ಮರೆತೇಬಿಡಬೇಕಾದ ಕೆಟ್ಟ ಸಂಗತಿ. ಅದರಲ್ಲೂ ರಾಜಕೀಯ ಒಗ್ಗಟ್ಟಿನ ತಪ್ಪು ನಂಬಿಕೆಗಳು ರಾಜತಾಂತ್ರಿಕ ಲೆಕ್ಕಾಚಾರದ ಮೂಲಭೂತ ಅಂಶಗಳನ್ನು ತುಳಿಯುವುದಂತೂ ಇನ್ನೂ ಕೆಟ್ಟದ್ದು. ವ್ಯಕ್ತಿಗತವಾಗಿ ಹೇಳುವುದಾದರೆ, ದುರ್ಬಲತೆಗಳು ಸಾಮಾನ್ಯವಾಗಿ ಯೋಚನಾದಾರಿದ್ರ್ಯದಿಂದ ಸೃಷ್ಟಿಯಾಗುತ್ತವೆ. ಕೆಲವೊಮ್ಮೆ, ಇದು ಸವಾಲಿಗೆ ಎದುರಾಗಿ ನೀಡಿದ ಭಾವನಾತ್ಮಕ ಪ್ರತಿಕ್ರಿಯೆಯೂ ಆಗಿರಬಹುದು. ಸ್ವಲ್ಪ ಮಟ್ಟಿಗೆ, ದೇಶ - ರಾಜ್ಯಗಳ ನಡವಳಿಕೆಯನ್ನು ವಿವರಿಸಲು ಅದನ್ನು ವಿಸ್ತರಿಸಬಹುದು. ಆದರೆ ಹೆಚ್ಚು ವಿಶ್ವಾಸಾರ್ಹ ವಿವರಣೆಯನ್ನು ರಾಜ್ಯವ್ಯವಸ್ಥೆಯ ಮತ್ತು ಆಡಳಿತಗಾರರ ಆರಾಮದಾಯಕ ಮಾನಸಿಕತೆಯಲ್ಲಿ ಕಾಣಬಹುದು.

ಒಂದು ಉತ್ತಮ ಉದಾಹರಣೆಯೆಂದರೆ ಪ್ರತಿನಾಯಕ, ಲಂಕೆಯ ಅಸುರದೊರೆ ರಾವಣನ ಪ್ರಕರಣ. ಆ ಯುಗದಲ್ಲಿ, ದೇವತೆಗಳಿಂದ ತಮ್ಮ ಇಚ್ಛೆಗಳನ್ನು ಪೂರೈಸುವ ವರಗಳನ್ನು ಪಡೆಯುವ ಸಲುವಾಗಿ ಅಸಾಧಾರಣ ವ್ಯಕ್ತಿಗಳು ಅತ್ಯಂತ ಕಠಿಣವಾದ ತಪಸ್ಸನ್ನು ಮಾಡಿದರು. ಈ ಸಂದರ್ಭದಲ್ಲಿ, ಸೃಷ್ಟಿಕರ್ತ ಬ್ರಹ್ಮನು ರಾವಣನಿಗೆ ಅಜೇಯತೆಯ ವರ ನೀಡಿದ. ಆದರೆ ರಾವಣನು ತನ್ನ ಅಹಂಕಾರದಲ್ಲಿ, ತನಗೆ ಬೆದರಿಕೆ ಎಂದೇ ಪರಿಗಣಿಸಿದ ದೇವತೆಗಳು ಮತ್ತು ಗಂಧರ್ವರು, ಅಸುರರು ಮತ್ತು ಕಿನ್ನರರು, ನಾಗಗಳು ಮತ್ತು ರಾಕ್ಷಸರು, ಹೀಗೆ ಮನುಷ್ಯರನ್ನು ಹೊರತುಪಡಿಸಿ ಎಲ್ಲಾ ಜೀವಿಗಳ ವಿರುದ್ಧ ಅದನ್ನು ಬಳಸಿಕೊಂಡ. ಅವನು ಮಾನವಕುಲವನ್ನು ತೊರೆದ; ಏಕೆಂದರೆ ಅಂತಹ ಕ್ಷುದ್ರಜೀವಿಗಳು ಬೆದರಿಕೆಯೊಡ್ಡಬಹುದು ಎಂದು ಆತ ಊಹಿಸಲೂ ಆಗುತ್ತಿರಲಿಲ್ಲ. ಆ ಕಾರಣಕ್ಕಾಗಿಯೇ ವಿಷ್ಣುವು ರಾವಣನನ್ನು ಕೊಲ್ಲಲು ಮಾನವರೂಪದಲ್ಲಿ ಭಗವಾನ್ ಶ್ರೀರಾಮನಾಗಿ ಅವತರಿಸಿದ. ಇಲ್ಲಿ ಸಮಸ್ಯೆಯೆಂದರೆ ನಿರ್ಲಕ್ಷಿಸಲ್ಪಟ್ಟ ಬೆದರಿಕೆ; ಅದು ಆ ಮೂಲಕ ದುರ್ಬಲತೆಯ ಇನ್ನೊಂದು ಆಯಾಮಕ್ಕೆ ಕಾರಣವಾಯಿತು. ರಾವಣನ ವರ್ತನೆಯ ಗುಣಲಕ್ಷಣಗಳಲ್ಲಿ ಕಲಿಯಬೇಕಾದ ಮತ್ತೊಂದು ಪಾಠವೂ ಇದೆ. ಅದೇ, ಇತಿಹಾಸದಿಂದ ಅನ್ಯಾಯವಾಗಿದೆ ಎಂದು ಭಾವಿಸುವವರ ಮನೋಭಾವ. ಒಂದು ಕಾಲದಲ್ಲಿ ತನ್ನ ತಾಯಿಯ ಅಜ್ಜ ಸುಮಾಲಿ ಆಳುತ್ತಿದ್ದ ಲಂಕೆಯಲ್ಲಿ ತಮ್ಮ ಪ್ರಾಬಲ್ಯದ ಸ್ಥಾನಮಾನವನ್ನು ಮರಳಿ ಪಡೆಯಲು ರಾವಣನ ಸಲಹೆಗಾರರು ಅವನನ್ನು ಒತ್ತಾಯಿಸಿದರು. ಇದರ ಪರಿಣಾಮವಾಗಿ ರಾವಣನು ಬೇರೆ ಜನಾಂಗದಿಂದ ಬಂದ ತನ್ನ ಹಿರಿಯ ಸಹೋದರ ಕುಬೇರನನ್ನು ಸ್ಥಳಾಂತರಿಸುವ ಮೂಲಕ ತನ್ನ ಆಳ್ವಿಕೆಯನ್ನು ಪ್ರಾರಂಭಿಸಿದ. ಆದರೆ ನಂತರ ಅದು ಹಕ್ಕಿನ ಪ್ರಜ್ಞೆಯಿಂದ ಮತ್ತು ಸಂಯಮವೇ ಇಲ್ಲದ, ಕೊನೆಗಾಣದ ಬಯಕೆಯಾಯಿತು. ಆಳವಾಗಿ ಬೇರೂರಿರುವ ಮತ್ತು ಮೇಲೇರುತ್ತಿರುವ ಶಕ್ತಿಗಳಿಗೆ ಇಲ್ಲಿ ಹಾದಿ ಹುಡುಕಲು ಮತ್ತು ತಮ್ಮ ಮಹತ್ವಾಕಾಂಕ್ಷೆಗಳನ್ನು ನಿರ್ವಹಿಸುವಲ್ಲಿ ಪ್ರಮುಖ ಕಲಿಕೆಗಳಿವೆ. ಸಂಪೂರ್ಣ ಭದ್ರತೆ ಎಂಬುದು ಒಂದು ವಿಫಲ ಅನ್ವೇಷಣೆ.

ರಾಜ ದಶರಥನ ಮರಣದ ನಂತರ ಭರತ ಮತ್ತು ಜೊತೆಗಿದ್ದ ಋಷಿಗಳು ಭಗವಾನ್ ಶ್ರೀರಾಮನನ್ನು ಅಯೋಧ್ಯೆಗೆ ಮರಳುವಂತೆ ಮನವೊಲಿಸಲು ಪ್ರಯತ್ನಿಸಿದಾಗ ಮಹಾಕಾವ್ಯದಲ್ಲಿ ಇನ್ನೊಂದು ನಿದರ್ಶನವೂ ಕಾಣಿಸಿಕೊಳ್ಳುತ್ತದೆ. ಆಗ ಋಷಿ ಜಾಬಾಲಿ ವಿಶೇಷವಾಗಿ ಭಾವೋದ್ರಿಕ್ತ ಮನವಿಯನ್ನು ಮಾಡುತ್ತಾನೆ. ತನ್ನ ತಂದೆಗೆ ನೀಡಿದ ಭರವಸೆಯನ್ನು ಅವನ ಮರಣದ ನಂತರ ಪಾಲಿಸಬೇಕಿಲ್ಲ ಎಂದು ಅವನು ಭಗವಾನ್ ಶ್ರೀರಾಮನಿಗೆ ಒತ್ತಿಹೇಳುತ್ತಾನೆ. ಇದು ಭಗವಾನ್ ಶ್ರೀರಾಮನ ಕೋಪಕ್ಕೆ ಕಾರಣವಾಗುತ್ತದೆ. ಪ್ರತಿಜ್ಞೆಗಳನ್ನು ಇಷ್ಟು ಹಗುರವಾಗಿ ತಿರಸ್ಕರಿಸಿದರೆ ನಂಬಿಕೆಯನ್ನು ಕಾಪಾಡುವುದು ಹೇಗೆ ಎಂದು ಭಗವಾನ್ ಶ್ರೀರಾಮ ಪ್ರಶ್ನಿಸುತ್ತಾನೆ. ಸಾಧುಗಳು ಅವನ ನಿಲುವನ್ನು ಶ್ಲಾಘಿಸಿದರು. ಆದರೂ ಅವನನ್ನು ಮರಳಿ ಕರೆತರಲು ತಮ್ಮ ಅತ್ಯುತ್ತಮ ಪ್ರಯತ್ನ ಮಾಡಬೇಕಾಗಿತ್ತು ಎಂಬುದನ್ನೂ ಒಪ್ಪಿಕೊಳ್ಳುತ್ತಾರೆ. ಕೇವಲ ವೈಯಕ್ತಿಕ ಸದ್ಗುಣವಾಗಿ ಮಾತ್ರವಲ್ಲ, ವ್ಯವಸ್ಥೆಯ ಮೂಲಾಧಾರವಾಗಿ ಇರಬೇಕಾಗಿರುವ ವಿಶ್ವಾಸಾರ್ಹತೆಯೇ ಇಲ್ಲಿ ಮುಖ್ಯ. ರಾಜ್ಯಗಳು ಒಪ್ಪಂದಗಳನ್ನು ಗೌರವಿಸದಿದ್ದರೆ ಮತ್ತು ಕಟ್ಟುಪಾಡುಗಳಿಗೆ ಬದ್ಧವಾಗಿರದಿದ್ದರೆ, ಅವುಗಳು ತಮ್ಮ ಪ್ರತಿಷ್ಠೆಗೆ ಆಗಿರುವ ಭಾರೀ ಧಕ್ಕೆಯ ಜೊತೆಗೆ ದಕ್ಕಿದ ಲಾಭವನ್ನು ಹೋಲಿಸಬೇಕು.

ಒಂದು ಬಹು ಆಯಾಮದ ಸವಾಲು

2020ರ ಜೂನ್ ತಿಂಗಳಿನಲ್ಲಿ ಚೀನಾ ಮತ್ತು ಭಾರತದ ನಡುವಿನ ಗಾಲ್ವಾನ್ ಘರ್ಷಣೆಯಲ್ಲಿ 45 ವರ್ಷಗಳ ನಂತರ ಗಡಿಯಲ್ಲಿ ಮೊದಲ ಸಾವುನೋವುಗಳಾದವು.

ಇದರ ಪರಿಣಾಮವಾಗಿ ಶಾಂತಿ ಮತ್ತು ನೆಮ್ಮದಿಯ ತಳಹದಿಯೊಂದೇ ಛಿದ್ರವಾಗಲಿಲ್ಲ; ನಾಲ್ಕು ದಶಕಗಳಿಂದ ರೂಪಿಸಿಕೊಂಡ ಸಂಬಂಧದ ಬಗ್ಗೆ ಮಾಡಿಕೊಂಡಿದ್ದ ಕಾರ್ಯಾತ್ಮಕ ಊಹೆಗಳು ಈಗ ಇದ್ದಕ್ಕಿದ್ದಂತೆ ಪ್ರಶ್ನಾರ್ಹವಾದವು. ಸ್ಥಾಪಿತ ಒಪ್ಪಂದಗಳ ಬಗ್ಗೆ ಚೀನಾವು ತೋರಿದ ನಿರ್ಲಕ್ಷ್ಯವೇ ಈ ಘಟನೆಗಳ ತಿರುವಿಗೆ ಕಾರಣ. ಆದ್ದರಿಂದ ಈ ವಿದ್ಯಮಾನ ಇನ್ನೂ ಹೆಚ್ಚಿನ ಪ್ರಮಾಣದ ಪರಿಣಾಮಗಳನ್ನು ಬೀರಿದೆ. ಭಾರತವು ತನ್ನ ಉತ್ತರದ ಗಡಿಗಳಲ್ಲಿ ಹೊಸ ಹಂತದ ಕಳವಳಗಳನ್ನು ನಿರ್ವಹಿಸಲು ಸಜ್ಜಾಗುತ್ತಿರುವಂತೆಯೇ, ಚೀನಾದ ನಿಲುವಿನಿಂದ ಒಂದರ ಮೇಲೊಂದು ಪ್ರಶ್ನೆಗಳು ಹುಟ್ಟಿಕೊಳ್ಳುತ್ತಿವೆ. ಒಟ್ಟಾರೆಯಾಗಿ, ಭಾರತೀಯ ವಿದೇಶಾಂಗ ನೀತಿಗೆ ಈ ತಕ್ಷಣದ ಬೆಳವಣಿಗೆಗಳು ಮತ್ತು ದೀರ್ಘಕಾಲೀನ ಕಾಳಜಿಗಳು ಬಹು ಆಯಾಮದ ಸವಾಲಾಗಿವೆ.

ವಿಶ್ವವ್ಯವಸ್ಥೆಯಲ್ಲಿ ಮೇಲೇರುವ ಹಾದಿಯಲ್ಲಿ ಭಾರತವು ಪರಿಹರಿಸಬೇಕಾದ ಅನೇಕ ಸಮಸ್ಯೆಗಳಲ್ಲಿ, ನಿಸ್ಸಂದೇಹವಾಗಿ ಚೀನಾದೊಂದಿಗಿನ ಸಂಬಂಧವು ಅತ್ಯಂತ ಸಂಕೀರ್ಣವಾಗಿದೆ. ಒಂದೆಡೆ, ಎರಡೂ ರಾಜ್ಯವ್ಯವಸ್ಥೆಗಳ ಸಮಾನಾಂತರವಾದ, ಆದರೆ ವಿಭಿನ್ನ ಬೆಳವಣಿಗೆಯು ಜಾಗತಿಕ ಮರುಸಮತೋಲನದ ಕೇಂದ್ರಬಿಂದುವಾಗಿದೆ. ಇಷ್ಟವಿರಲಿ ಬಿಡಲಿ, ಎರಡೂ ದೇಶಗಳು ಅಂತಾರಾಷ್ಟ್ರೀಯ ವ್ಯವಸ್ಥೆಯಲ್ಲಿ ಹೆಚ್ಚಿನ ಅವಕಾಶವನ್ನು ಸೃಷ್ಟಿಸಿಕೊಂಡಿವೆ. ಒಟ್ಟಾಗಿ ಈ ಎರಡೂ ದೇಶಗಳು ಅತ್ಯಂತ ಆಶಾದಾಯಕ ದಿನಗಳಲ್ಲಿ ಹೇಳುತ್ತಿದ್ದ ಹಾಗೆ 'ಏಶ್ಯನ್ ಶತಮಾನ'ವನ್ನು ಅನಾವರಣಗೊಳಿಸುವ ಚಾಲಕ ಶಕ್ತಿಗಳಾಗಿವೆ. ಒಂದು ಕಾಲದಲ್ಲಿ, ದ್ವಿಪಕ್ಷೀಯ ಎಫ್‌ಟಿಎಯನ್ನು ಅಂತಿಮಗೊಳಿಸುವ ಬಗ್ಗೆಯೂ ಮಾತುಕತೆ ನಡೆಯಿತು. ಈ ಚರ್ಚೆಯು 2013ರ ನಂತರ ನಿಂತುಹೋಯಿತು. ಅಭಿವೃದ್ಧಿ ಚರ್ಚೆಯ ಕೆಲವು ಅಂಶಗಳಲ್ಲಿ, ಈ ದೇಶಗಳು ತಮ್ಮನ್ನು ಒಂದೇ ಬದಿಯಲ್ಲಿ ಗುರುತಿಸಿಕೊಳ್ಳುತ್ತವೆ.

ಆದರೂ, ಇದೇ ಕಾಲದಲ್ಲೇ ನಿಭಾಯಿಸಲಾಗದ ಗಡಿ ವಿವಾದ ಮತ್ತು ವಿಭಿನ್ನ ರಾಜಕೀಯ – ಆರ್ಥಿಕ ಮಾದರಿಗಳು ಸ್ಪರ್ಧಾತ್ಮಕ ನಿರೂಪಣೆಯನ್ನು ಸೃಷ್ಟಿಸಿವೆ. ಚೀನಾವು ತಕ್ಷಣದ ನೆರೆಹೊರೆ ಎಂಬುದು ಅದರ ಸಂಬಂಧಗಳ ಜಟಿಲತೆಯನ್ನು ಹೆಚ್ಚಿಸಿದೆ. ಒಂದು ಸಮಾನ ಗಡಿ ಮತ್ತು ಅಧಿಕಾರದ ಸಮತೋಲನವೂ ಪೈಪೋಟಿಯ ಪ್ರಜ್ಞೆಗೆ ಕಾರಣವಾಗಿದೆ. ಈ ಅವಧಿಯಲ್ಲಿ ಚೀನಾದ ವ್ಯಾಪ್ತಿ ಮತ್ತು ಪ್ರಭಾವವು ಗಮನಾರ್ಹವಾಗಿ ವಿಸ್ತರಿಸಿದೆ ಎಂಬುದು ವಾಸ್ತವ. 15 ವರ್ಷಗಳ ಹಿಂದೆ ಈ ಅಂಶವನ್ನು ಗಮನಿಸದ ಕೊರತೆಯು ಹಿಂದೂ ಮಹಾಸಾಗರದಲ್ಲಿ ನಮ್ಮ ದೌರ್ಬಲ್ಯವನ್ನು ಹೆಚ್ಚಿಸಿದೆ.

ಭಾರತೀಯ ದೃಷ್ಟಿಕೋನದಿಂದ, ಇದಕ್ಕೆ ಹಲವು ಕ್ಷೇತ್ರಗಳ ಸಂಯೋಜನೆಯಲ್ಲಿ ಉತ್ತರಗಳಿವೆ. ಅವುಗಳಲ್ಲಿ ಹಲವು ನಮ್ಮ ರಾಷ್ಟ್ರೀಯ ಸಾಮರ್ಥ್ಯಗಳನ್ನು ನಿರ್ಮಿಸುವ ಮತ್ತು ನಮ್ಮ ಮೂಲಸೌಕರ್ಯಗಳನ್ನು ಮೇಲ್ದರ್ಜೆಗೇರಿಸುವ ಕಾರ್ಯಗಳ ಸುತ್ತ ರೂಪುಗೊಂಡಿವೆ. ಆದರೆ ರಾಜತಾಂತ್ರಿಕ ನಿರ್ವಹಣೆಯಲ್ಲಿ ಪರಿಕಲ್ಪನಾ ಪರಿವರ್ತನೆಯೂ ಈಗ ನಡೆಯುತ್ತಿದೆ. ಇಂದಿನ ಜಾಗತಿಕ ಸನ್ನಿವೇಶವು ಭಾರತವು ವಾಸ್ತವವಾದಿ ಸಂಪ್ರದಾಯಕ್ಕೆ ಮರಳಿದ ನಂತರ ಲಾಭ ಪಡೆಯಬಹುದಾದ ಹಲವು ಅವಕಾಶಗಳನ್ನು ಒದಗಿಸುತ್ತದೆ.

ಈ ಸಂಬಂಧದ ಭವಿಷ್ಯದ ಬಗೆಗಿನ ಗಂಭೀರ ಚರ್ಚೆಯು ಅತ್ಯಂತ ಸಮ್ಮತ ವ್ಯವಸ್ಥೆಯನ್ನು ಹೇಗೆ ಸ್ಥಾಪಿಸುವುದು ಎಂಬುದರ ಕುರಿತಾಗಿಯೇ ಇದೆ. ತಕ್ಷಣದ ನೆರೆದೇಶವಾಗಿರುವುದರಿಂದ,

ಚೀನಾದ ತ್ವರಿತ ಬೆಳವಣಿಗೆಯು ಭಾರತದೊಂದಿಗಿನ ಸಮತೋಲನದ ಮೇಲೆ ಮತ್ತು ಸಮಾನ ಮತ್ತು ಸಮೀಪದ ಗಡಿಗಳಲ್ಲಿ ಅದರ ಉಪಸ್ಥಿತಿಯ ಮೇಲೆ ವಿಶೇಷವಾಗಿ ಪರಿಣಾಮ ಬೀರಿದೆ. ಇದಲ್ಲದೆ, ವಿವಿಧ ಕಾರಣಗಳಿಗಾಗಿ, ವಿಶ್ವದ ಇತರ ಭಾಗಗಳು ಭಾರತದ ಏಳಿಗೆಗೆ ನೀಡಿದ ಗೌರವವನ್ನು ಚೀನಾವು ನೀಡಿಲ್ಲ. ಎರಡೂ ದೇಶಗಳ ಸಂಬಂಧಗಳಲ್ಲಿ, ನಾವು ವಾಸ್ತವಿಕ ಸನ್ನಿವೇಶ, ರಾಷ್ಟ್ರೀಯ ಶಕ್ತಿ ಅಥವಾ ಭಾವನೆ–ಯಾವುದರ ಬಗ್ಗೆ ಮಾತನಾಡಿದರೂ ವರ್ತಮಾನವು ಭೂತಕಾಲದಿಂದ ರೂಪುಗೊಳ್ಳುತ್ತದೆ. ಭೂತಕಾಲವು ತನ್ನದೇ ಆದ ಸಮಸ್ಯೆಗಳನ್ನು ಹೊಂದಿರುವುದೂ ಸುಳ್ಳಲ್ಲ.

ಅದೇ ಸಮಯದಲ್ಲಿ, ಅವುಗಳ ಒಟ್ಟಾರೆ ಪ್ರಭಾವವು ಸ್ಥಾಪಿತ ವಿಶ್ವ ವ್ಯವಸ್ಥೆಯ ಬದಲಾವಣೆಗೆ ಹೆಚ್ಚಿನ ಅವಕಾಶಗಳನ್ನು ಸೃಷ್ಟಿಸುತ್ತಿದೆ. ವಾಸ್ತವವೆಂದರೆ ಎರಡೂ ದೇಶಗಳು ಪರಸ್ಪರ ದೂರವಿರಲು ಸಾಧ್ಯವಿಲ್ಲ ಮತ್ತು ಎರಡೂ ದೇಶಗಳು ಸ್ಪಷ್ಟವಾಗಿ ಸುದೀರ್ಘ ಓಟದ ಸಾಮರ್ಥ್ಯವನ್ನು ಹೊಂದಿವೆ. ಇಲ್ಲದಿದ್ದರೆ, ಪರಸ್ಪರರ ಲೆಕ್ಕಾಚಾರಗಳ ವಿಷಯಕ್ಕೆ ಬಂದಾಗ ಅವು ಪ್ರಪಂಚದ ಉಳಿದ ಭಾಗಗಳನ್ನು ಗಣನೆಗೆ ತೆಗೆದುಕೊಳ್ಳಬೇಕು. ಬಹುಶಃ, ಪ್ರಸ್ತುತ ಜಾಗತಿಕ ಸನ್ನಿವೇಶದಲ್ಲಿ ಹೀಗೆಯೇ ಆಗಬಹುದು. ಒಂದುವೇಳೆ ಎರಡೂ ದೇಶಗಳು ಗಂಭೀರವಾಗಿ ಒಪ್ಪಂದಕ್ಕೆ ಬಂದರೆ ಎರಡೂ ದೇಶಗಳ ಭವಿಷ್ಯವನ್ನು ಮಾತ್ರವಲ್ಲ, ಖಂಡದ ಮತ್ತು ಬಹುಶಃ ಇಂದಿನ ವಿಶ್ವದ ಭವಿಷ್ಯವನ್ನೇ ರೂಪಿಸಬಹುದು.

ನಮ್ಮ ದ್ವಿಪಕ್ಷೀಯ ಸಂಬಂಧಗಳ ಆಧುನಿಕ ಇತಿಹಾಸದ ಬಗ್ಗೆ ಹೆಚ್ಚಿನ ಭಾರತೀಯರಿಗೆ ತಿಳಿದಿದೆ. ಆದರೆ ಪ್ರತಿಯೊಬ್ಬರಿಗೂ ಅದು ಹೇಗೆ ವಿಕಸನಗೊಂಡಿತು ಎಂಬುದರ ಸೂಕ್ಷ್ಮತೆಯ ಅರಿವಿಲ್ಲ. ಸಾಮಾನ್ಯವಾಗಿ, ಜನರು ಈ ಸಂಬಂಧದ ಏರಿಳಿತಗಳ ಬಗ್ಗೆ ತಿಳಿದಿದ್ದಾರೆ. 1950ರ ದಶಕದ ಮೊದಲ ದಶಕವನ್ನು ಭಾರತೀಯ ಅನುಭವರಾಹಿತ್ಯದ ದಶಕ ಎಂದು ಮಾತ್ರ ವಿವರಿಸಬಹುದು. ಅನೇಕ ವಿಷಯಗಳಲ್ಲಿ, ಭಾರತೀಯ ವಿದೇಶಾಂಗ ನೀತಿಯು ಚೀನಾದ ಗುರಿಗಳನ್ನು ಎಷ್ಟು ಕೈಗೆತ್ತಿಕೊಂಡಿತು ಎಂದರೆ ಅದು ಅದರ ಪಶ್ಚಿಮದೊಂದಿಗಿನ ಸಂಬಂಧದ ಮೇಲೆಯೇ ಪರಿಣಾಮ ಬೀರಿತು. ಗಮನಿಸಬೇಕಾದ ಅಂಶವೆಂದರೆ, ದ್ವಿಪಕ್ಷೀಯ ಅಥವಾ ಜಾಗತಿಕ ವಿಷಯಗಳ ಬಗೆಗಿನ ಈ ಟೀಕೆಯು ಸಿಂಹಾವಲೋಕನದ್ದಾಗಿರಲಿಲ್ಲ; ಈ ಘಟನೆಗಳು ಅನಾವರಣಗೊಂಡಾಗಲೇ ಈ ಟೀಕೆಯನ್ನು ಮಾಡಲಾಯಿತು.

1962ರ ಗಡಿ ಸಂಘರ್ಷದ ನಂತರ, ಭಾರತ ಮತ್ತು ಚೀನಾಗಳು 1976ರಲ್ಲಿ ಮಾತ್ರವೇ ರಾಯಭಾರಿಗಳನ್ನು ವಿನಿಮಯ ಮಾಡಿಕೊಂಡವು. ಇಂದಿರಾ ಗಾಂಧಿ ಸರ್ಕಾರವು ಈ ಕುರಿತ ನಿರ್ಣಯವನ್ನು ತೆಗೆದುಕೊಂಡಿತು. 1954ರ ನಂತರ ಮೊದಲ ಭಾರತೀಯ ಪ್ರಧಾನಿ ರಾಜೀವ್ ಗಾಂಧಿ ಚೀನಾಕ್ಕೆ ಭೇಟಿ ನೀಡಲು 1988ರವರೆಗೆ ಸಮಯ ಹಿಡಿಯಿತು. ವಾಸ್ತವವಾಗಿ, ನಮ್ಮ ಸಂಬಂಧಗಳ ಮರುನಿರ್ಮಾಣವು ನಿಜವಾಗಿಯೂ ಬಹಳ ಶ್ರಮದಾಯಕ ಪ್ರಯತ್ನವಾಗಿತ್ತು. ನೀವು ಇದರ ಬಗ್ಗೆ ಯೋಚಿಸಿದರೆ, ಒಂದು ವಿರೋಧಾಭಾಸದಂತೆಯೇ ಕಾಣುತ್ತದೆ. ಏಕೆಂದರೆ, ಪೀಪಲ್ಸ್ ರಿಪಬ್ಲಿಕ್ ಆಫ್ ಚೀನಾ (ಪಿಆರ್‌ಸಿ) ಅನ್ನು ನಿಜವಾಗಿಯೂ ಮಾನ್ಯ ಮಾಡಿದ ಆರಂಭಿಕ ದೇಶಗಳಲ್ಲಿ ಭಾರತವೂ ಒಂದಾಗಿತ್ತು ಎಂಬುದನ್ನು ನೆನಪಿಡಿ. ಆದಾಗ್ಯೂ, ನಮ್ಮ ಸಂಬಂಧಗಳ ಗುಣಮಟ್ಟವು ಗಡಿ ಸಂಘರ್ಷ ಮತ್ತು ನಂತರದ ಮೂರು ಸುದೀರ್ಘ ದಶಕಗಳಿಂದ, ಹಲವು ಮಾರ್ಗಗಳ ಮೂಲಕ ನಿರ್ಧರಿಸಲ್ಪಟ್ಟಿತು.

ಈ ಸಂಬಂಧಗಳಲ್ಲಿ ಚೇತರಿಕೆ ಕಾಣಲು ಮತ್ತು ಸಾಮಾನ್ಯ ಸ್ಥಿತಿಯನ್ನು ಪುನಃಸ್ಥಾಪಿಸಲು

ಎರಡೂ ದೇಶಗಳ ಕಡೆಯಿಂದ ಪ್ರಜ್ಞಾಪೂರ್ವಕ ಪ್ರಯತ್ನ ಬೇಕಾಯಿತು. ಇದರ ಪರಿಣಾಮವಾಗಿ, ಮುಂದಿನ ಅನೇಕ ವರ್ಷಗಳವರೆಗೆ, ಅನೇಕ ಕ್ಷೇತ್ರಗಳಲ್ಲಿ ಪರಸ್ಪರ ಸಂವಾದಗಳು ಮತ್ತು ವಿನಿಮಯಗಳು ಕ್ರಮೇಣವಾಗಿ ಬೆಳೆದವು. ಚೀನಾ ನಮ್ಮ ಅತಿದೊಡ್ಡ ವ್ಯಾಪಾರ ಸಹಭಾಗಿಗಳಲ್ಲಿ ಒಂದಾಯಿತು; ಅದೀಗ ತಂತ್ರಜ್ಞಾನವೂ ಸೇರಿದಂತೆ ಹೂಡಿಕೆಯ ಅತ್ಯಂತ ಮಹತ್ತ್ವದ ಮೂಲ; ಯೋಜನೆಗಳು ಮತ್ತು ಮೂಲಸೌಕರ್ಯ ನಿರ್ಮಾಣದಲ್ಲಿ ಸಹಭಾಗಿ; ಪ್ರವಾಸೋದ್ಯಮ ಮತ್ತು ಶಿಕ್ಷಣಕ್ಕೆ ಗಮನಾರ್ಹ ತಾಣ. ಗಡಿಪ್ರದೇಶಗಳಿಗೆ ಸಂಬಂಧಿಸಿದಂತೆ, ಅವುಗಳ ನಿರ್ವಹಣೆಯ ಬಗ್ಗೆ ವಿವರವಾದ ಮತ್ತು ವಾಸ್ತವಿಕ ತಿಳಿವಳಿಕೆಗಳು ಮತ್ತು ಒಪ್ಪಂದಗಳು ಗಮನವನ್ನು ಕೇಂದ್ರೀಕರಿಸಿವೆ; ಅಂತೆಯೇ ಗಡಿ ವಿವಾದದ ಪರಿಹಾರದ ಬಗ್ಗೆ ಮಾತುಕತೆಗಳನ್ನು ನಡೆಸಲಾಗಿದೆ.

1988ರಿಂದ ಭಾರತ–ಚೀನಾ ಸಂಬಂಧಗಳ ಪ್ರಗತಿಯು ಗಡಿಪ್ರದೇಶಗಳಲ್ಲಿ ಶಾಂತಿ ಮತ್ತು ನೆಮ್ಮದಿಯನ್ನು ಕಾಪಾಡಿಕೊಳ್ಳಲಾಗುವುದು ಮತ್ತು ವಾಸ್ತವಿಕ ನಿಯಂತ್ರಣ ರೇಖೆಯನ್ನು (ಎಲ್‌ಎಸಿ) ಎರಡೂ ಕಡೆಯವರು ಗಮನಿಸುತ್ತಾರೆ ಮತ್ತು ಗೌರವಿಸುತ್ತಾರೆ ಎಂದು ಖಚಿತಪಡಿಸಿಕೊಳ್ಳುವುದರ ಮೇಲೆ ಸ್ಪಷ್ಟವಾಗಿ ಅವಲಂಬಿತವಾಗಿದೆ. ಈ ಕಾರಣಕ್ಕಾಗಿ, ಎರಡೂ ಕಡೆಯ ಯಾವುದೇ ಚಟುವಟಿಕೆಗಳು ಎಲ್‌ಎಸಿಯನ್ನು ಮೀರಬಾರದು; ಎರಡೂ ಕಡೆಯವರು ಉತ್ತಮ ಸಂಬಂಧಗಳಿಗೆ ಹೊಂದಿಕೆಯಾಗುವ ಮಟ್ಟಕ್ಕೆ ಎಲ್‌ಎಸಿ ಉದ್ದಕ್ಕೂ ಸೇನಾಪಡೆಗಳನ್ನು ಇರಿಸಿಕೊಳ್ಳಬೇಕು; ಮತ್ತು ಎಲ್‌ಎಸಿ ಬಳಿ ಸೇನಾ ಕವಾಯತುಗಳಿಗೆ ಪೂರ್ವ ಅಧಿಸೂಚನೆ ನೀಡಲಾಗುವುದು ಎಂದು 1993ರಲ್ಲಿ ಒಪ್ಪಿಕೊಳ್ಳಲಾಯಿತು.

1996ರಲ್ಲಿ, ಈ ಬದ್ಧತೆಗಳನ್ನು ಪುನರುಚ್ಚಾರ ಮಾಡಿದ್ದಷ್ಟೇ ಅಲ್ಲ, ಹೆಚ್ಚುವರಿ ನಿಬಂಧನೆಗಳ ಮೂಲಕ ಮತ್ತಷ್ಟು ಅಭಿವೃದ್ಧಿಪಡಿಸಲಾಯಿತು. ಎಲ್‌ಎಸಿ ಉದ್ದಕ್ಕೂ ಸೇನೆ, ಗಡಿ ರಕ್ಷಣೆ ಮತ್ತು ಅರೆಸೈನಿಕ ಪಡೆಗಳ ಸಂಖ್ಯೆಯನ್ನು ಕಡಿಮೆ ಮಾಡಲು ಅಥವಾ ಮಿತಿಗೊಳಿಸಲು ಮತ್ತು ಅದಕ್ಕೆ ಅನುಗುಣವಾಗಿ ಡೇಟಾವನ್ನು ವಿನಿಮಯ ಮಾಡಿಕೊಳ್ಳಲು ಎರಡೂ ಕಡೆ ನಿರ್ಧರಿಸಲಾಯಿತು. ಎಲ್ಲಕ್ಕಿಂತ ಮುಖ್ಯವಾಗಿ, ಒಂದಕ್ಕಿಂತ ಹೆಚ್ಚು ಡಿವಿಜನ್‌ಗಳನ್ನು (15,000 ಸೈನಿಕರು) ಒಳಗೊಂಡ ದೊಡ್ಡ ಪ್ರಮಾಣದ ಸೇನಾ ಕವಾಯತುಗಳನ್ನು ಎಲ್‌ಎಸಿ ಹತ್ತಿರದಲ್ಲಿ ನಡೆಸಲಾಗುವುದಿಲ್ಲ ಎಂದು ಸ್ಪಷ್ಟವಾಗಿ ಗುರುತಿಸಲಾಯಿತು. ಒಮ್ಮೆ ಅದನ್ನು ನಡೆಸಲೇಬೇಕೆಂದಾದರೆ, ಅದರ ಮುಖ್ಯ ಪಡೆಯ ಕಾರ್ಯತಂತ್ರದ ದಿಕ್ಕು ಇನ್ನೊಂದು ಬದಿಯಲ್ಲಿರಬಾರದು. 1996ರ ಒಪ್ಪಂದವು ಒಂದಕ್ಕಿಂತ ಹೆಚ್ಚು ಬ್ರಿಗೇಡ್ (5,000 ಸೈನಿಕರು) ನ್ನು ಒಳಗೊಂಡ ಕವಾಯತುಗಳು ನಡೆದರೆ ಮುಂಚಿತವಾಗಿ ಅಧಿಸೂಚನೆ ನೀಡುವ ನಿಬಂಧನೆಯನ್ನೂ ಒಳಗೊಂಡಿತು. ಇದು ಸೇನಾ ಕವಾಯತು ಪೂರ್ಣಗೊಂಡ ದಿನಾಂಕ ಮತ್ತು ಭಾಗಿಯಾಗಿರುವ ಪಡೆಗಳ ಸೇರ್ಪಡೆಯನ್ನು ಒಳಗೊಂಡಿರುತ್ತದೆ.

ಅದೇ ಸಮಯದಲ್ಲಿ, ಎಲ್‌ಎಸಿಯ ಸ್ಪಷ್ಟೀಕರಣ ಮತ್ತು ದೃಢೀಕರಣದ ಪ್ರಕ್ರಿಯೆಯನ್ನು ಚುರುಕುಗೊಳಿಸುವ ಉದ್ದೇಶದಿಂದ, ವಿಭಿನ್ನ ಗ್ರಹಿಕೆಗಳಿರುವ ಎಲ್‌ಎಸಿಯ ವಿಭಾಗಗಳನ್ನು ಜಂಟಿಯಾಗಿ ಪರಿಶೀಲಿಸುವ ಮತ್ತು ನಿರ್ಧರಿಸುವ 1993ರ ಒಪ್ಪಂದವನ್ನು ನವೀಕರಿಸಲಾಯಿತು. ಅಷ್ಟೇ ಅಲ್ಲ, ನಂತರದಲ್ಲಿ ಘರ್ಷಣೆಯ ಸಂದರ್ಭಗಳು ಉದ್ಭವಿಸಿದರೆ ಅವುಗಳನ್ನು ನಿರ್ವಹಿಸುವ ಬಗ್ಗೆ 2005 ಮತ್ತು 2013ರಲ್ಲಿ ವಿವರವಾದ ಒಡಂಬಡಿಕೆಗಳೂ ಇದ್ದವು.

ಕಳೆದುಹೋದ ವರ್ಷಗಳಲ್ಲಿ, ಭಾರತ – ಚೀನಾ ಗಡಿಪ್ರದೇಶಗಳಲ್ಲಿ ಎಲ್‌ಎಸಿಯ ಬಗ್ಗೆ ಸಾಮಾನ್ಯ ಒಪ್ಪಂದಕ್ಕೆ ಬರುವಲ್ಲಿ ನಾವು ಗಮನಾರ್ಹ ಪ್ರಗತಿ ಸಾಧಿಸಲಿಲ್ಲ. 2003ರಲ್ಲಿ ವಿಶೇಷ ಪ್ರತಿನಿಧಿಗಳ (ಎಸ್‌ಆರ್) ನೇಮಕವು ಗಡಿ ಪ್ರಶ್ನೆಯ ಬಗ್ಗೆ ಮಾತ್ರವಲ್ಲದೆ ವ್ಯಾಪಕ ಸಂಬಂಧದ ಬಗ್ಗೆಯೂ ಹೆಚ್ಚಾಗಿ ತೊಡಗಿಸಿಕೊಂಡಿತು. ಗಡಿಪ್ರದೇಶಗಳಿಗೆ ಸಂಬಂಧಿಸಿದ ಸಮಸ್ಯೆಗಳನ್ನು ಪರಿಹರಿಸಲು 2012ರಲ್ಲಿ ನಿರ್ದಿಷ್ಟ ಕಾರ್ಯವಿಧಾನವನ್ನು ಸಹ ಸ್ಥಾಪಿಸಲಾಯಿತು. ಆದರೆ ಇದೇ ಸಮಯದಲ್ಲಿ, ಚೀನಾದ ಕಡೆಯಿಂದ ಗಡಿ ಮೂಲಸೌಕರ್ಯ ಮತ್ತು ಆಳ – ಪ್ರದೇಶದ ಜಾರಿವ್ಯವಸ್ಥೆಯ ನಿರ್ಮಾಣವೂ ಹೆಚ್ಚುತ್ತಿದೆ. ಇದಕ್ಕೆ ವ್ಯತಿರಿಕ್ತವಾಗಿ, ನಮ್ಮ ಸ್ವಂತ ಗಡಿಪ್ರದೇಶಗಳನ್ನು ಅಭಿವೃದ್ಧಿಗೊಳಿಸದೆ ಬಿಡುವುದು ಉತ್ತಮ ಎಂಬ ನಂಬಿಕೆ ಆಗ ಭಾರತದಲ್ಲಿತ್ತು. ಇದು ಗಂಭೀರವಾದ ತಪ್ಪು ನಿರ್ಧಾರವಾಗಿ ಪರಿಣಮಿಸಿ ನಮಗೆ ಅಪಾರ ಪ್ರಮಾಣದ ನಷ್ಟ ಉಂಟುಮಾಡಿದೆ.

2014ರಿಂದ, ಮೂರು ದಶಕಗಳಿಂದ ಬೆಳೆದಿದ್ದ ಈ ಅತಿ ಗಮನಾರ್ಹ ಮೂಲಸೌಕರ್ಯ ಕಂದರವನ್ನು ಕುಗ್ಗಿಸಲು ಭಾರತವು ಉತ್ತಮ ಪ್ರಯತ್ನಗಳನ್ನು ಮಾಡಿದೆ. ಹೆಚ್ಚಿನ ಬದ್ಧತೆಗಳು ಬಜೆಟ್‌ಅನ್ನು ಹಿಂದಿನ ಮಟ್ಟಕ್ಕಿಂತ ನಾಲ್ಕು ಪಟ್ಟು ಹೆಚ್ಚಿಸಿದವು. ನಿರ್ಮಾಣವನ್ನು ದ್ವಿಗುಣಗೊಳಿಸಿದ ಮತ್ತು ಸುರಂಗಮಾರ್ಗವನ್ನು ಮೂರು ಪಟ್ಟು ಹೆಚ್ಚಿಸಿದ ಉತ್ತಮ ರಸ್ತೆ ನಿರ್ಮಾಣ ದಾಖಲೆಯೇ ಸುಧಾರಣೆಯನ್ನು ಸೂಚಿಸುತ್ತದೆ. ಅದೇನೇ ಇದ್ದರೂ, ಮೂಲಸೌಕರ್ಯಗಳಿಗೆ ಸಂಬಂಧಿಸಿದಂತೆ ಆಗಬೇಕಾದದ್ದು ಇನ್ನೂ ಬಹಳಷ್ಟಿದೆ; ಅದು ನಾವು 2020ರಲ್ಲಿ ನೋಡಿದಂತೆ, ಅದರದ್ದೇ ಆದ ಪರಿಣಾಮಗಳನ್ನೂ ಹೊಂದಿದೆ. ಆದ್ದರಿಂದ, ಹಿಂದಿನ ದಶಕಗಳ ಲೋಪಗಳನ್ನು ಸರಿದೂಗಿಸಲು ಸಾಕಷ್ಟು ಕಾರ್ಯಾಚರಣಾ ಜಾಣ್ಮೆ ಇರಬೇಕಾಗುತ್ತದೆ.

ಗಡಿಯಲ್ಲಿ ಭಾರತ ಮತ್ತು ಚೀನಾ ಹೊಂದಿದ್ದ ಎಲ್ಲಾ ಭಿನ್ನಾಭಿಪ್ರಾಯಗಳು ಮತ್ತು ಅಸಮ್ಮತಿಗಳ ಹೊರತಾಗಿಯೂ, 1975 ಮತ್ತು 2020ರ ನಡುವೆ ಗಡಿಪ್ರದೇಶಗಳು ಮೂಲಭೂತವಾಗಿ ಶಾಂತಿಯುತವಾಗಿದ್ದವು ಎಂಬುದು ವಾಸ್ತವ. ಆದ್ದರಿಂದಲೇ ಗಾಲ್ವಾನ್‌ನಲ್ಲಿ ನಡೆದ ಘಟನೆಗಳು ಸಂಬಂಧವನ್ನು ತೀವ್ರವಾಗಿ ಕೆಡಿಸಿವೆ. ಸೈನ್ಯದ ಪ್ರಮಾಣವನ್ನು ಕಡಿಮೆ ಮಾಡುವುದು, ಅವರ ನಿಯೋಜನೆ ಮತ್ತು ಚಲನೆಯ ಬಗ್ಗೆ ಮಾಹಿತಿ ನೀಡುವುದು ಮತ್ತು ಯಥಾಸ್ಥಿತಿಯನ್ನು ಗೌರವಿಸುವ ಬದ್ಧತೆಗಳನ್ನು ಒಪ್ಪುವುದಿಲ್ಲ ಎಂಬ ಸಂಕೇತವನ್ನು ಚೀನಾ ನೀಡಿತು. ಈ ಕ್ರಮಗಳ ಒಟ್ಟಾರೆ ಸಂಯೋಗವು ಶಾಂತಿ ಮತ್ತು ನೆಮ್ಮದಿಯನ್ನು ಉಲ್ಲಂಘಿಸುವ ಅಪಾಯಗಳನ್ನು ಹೆಚ್ಚಿಸಿತು. ಇದರ ಫಲಿತಾಂಶಗಳು ಈಗ ನಮಗೆಲ್ಲರಿಗೂ ಚೆನ್ನಾಗಿ ತಿಳಿದಿವೆ. ಇದು ಭಾರತದಲ್ಲಿ ಸಾರ್ವಜನಿಕ ಮತ್ತು ರಾಜಕೀಯ ಅಭಿಪ್ರಾಯಗಳ ಮೇಲೆ ಅಗಾಧವಾಗಿ ಪರಿಣಾಮ ಬೀರಿದೆ.

ಮಹತ್ತ್ವದ ಸಂಗತಿ ಎಂದರೆ, ಚೀನಾವು ತನ್ನ ನಿಲುವಿನ ಬದಲಾವಣೆಗೆ ಅಥವಾ ಗಡಿಪ್ರದೇಶಗಳಲ್ಲಿ ಸೈನ್ಯವನ್ನು ಒಟ್ಟುಗೂಡಿಸಲು ಇದ್ದ ಸ್ವೀಕಾರಾರ್ಹ ಕಾರಣಗಳನ್ನು ಭಾರತಕ್ಕೆ ಎಂದೂ ತಿಳಿಸಿಲ್ಲ. ನಮ್ಮ ಪಡೆಗಳು ಸೂಕ್ತವಾಗಿ ಪ್ರತಿಕ್ರಿಯಿಸಿದವು ಮತ್ತು ಸವಾಲಿನ ಸಂದರ್ಭಗಳಲ್ಲಿ ತಮ್ಮ ಸ್ಥಾನಗಳನ್ನು ದೃಢವಾಗಿ ಸಂರಕ್ಷಿಸಿಕೊಂಡವು ಎಂಬುದು ಬೇರೆ ವಿಷಯ. ಚೀನಾದ ನಿಲುವು ಏನನ್ನು ಸೂಚಿಸುತ್ತದೆ, ಅದು ಹೇಗೆ ವಿಕಸನಗೊಳ್ಳುತ್ತದೆ ಮತ್ತು ಅದು ನಮ್ಮ ಸಂಬಂಧಗಳ ಭವಿಷ್ಯದ ಮೇಲೆ ಯಾವ ಪರಿಣಾಮಗಳನ್ನು ಬೀರಬಹುದು

ಎಂಬುದು ನಮ್ಮ ಮುಂದಿರುವ ಸಮಸ್ಯೆ.

2020ಕ್ಕಿಂತ ಮುಂಚೆಯೇ, ಭಾರತ – ಚೀನಾ ಸಂಬಂಧವು ಸಹಬಾಳ್ವೆ ಮತ್ತು ಸ್ಪರ್ಧೆಯ ದ್ವಂದ್ವವನ್ನು ಪ್ರತಿಬಿಂಬಿಸುವ ನಿರ್ಧಾರಗಳು ಮತ್ತು ಘಟನೆಗಳಿಗೆ ಸಾಕ್ಷಿಯಾಯಿತು. ವ್ಯಾಪಾರವು ಹಠಾತ್ತನೆ ಬೆಳೆದಿದ್ದನ್ನು ನಾವು ನೋಡಿದೆವು; ಆದರೂ ಅದರ ಏಕಪಕ್ಷೀಯ ಸ್ವಭಾವವು ಅದನ್ನು ಹೆಚ್ಚು ವಿವಾದಾತ್ಮಕವಾಗಿಸಿತು. ವಿದ್ಯುತ್ ಮತ್ತು ದೂರಸಂಪರ್ಕದಂತಹ ಕ್ಷೇತ್ರಗಳಲ್ಲಿ, ಚೀನಾದ ಕಂಪನಿಗಳು ಭಾರತಕ್ಕೆ ಯಶಸ್ವಿಯಾಗಿ ಪ್ರವೇಶವನ್ನು ಪಡೆದವು ಮತ್ತು ಪ್ರಭಾವಶಾಲಿ ಮಾರುಕಟ್ಟೆ ಪಾಲನ್ನೂ ಹೊಂದಿದವು. ಚೀನಾದಲ್ಲಿ ಭಾರತೀಯ ವಿದ್ಯಾರ್ಥಿಗಳ ಸಂಖ್ಯೆ ಹೆಚ್ಚಾಯಿತು, ಹಾಗೆಯೇ ಅಲ್ಲಿಗೆ ಭೇಟಿ ನೀಡಿದ ಭಾರತೀಯ ಪ್ರವಾಸಿಗರೂ ಹೆಚ್ಚಿದರು.

ಜಾಗತಿಕ ರಂಗದಲ್ಲಿ, ಭಾರತ ಮತ್ತು ಚೀನಾ ದೇಶಗಳು ಕೆಲವು ಅಭಿವೃದ್ಧಿ ಮತ್ತು ಆರ್ಥಿಕ ವಿಷಯಗಳ ಬಗ್ಗೆ, ವಿಶೇಷವಾಗಿ ಹವಾಗುಣ ಬದಲಾವಣೆ (ಯುಎನ್‌ಎಫ್‌ಸಿಸಿಸಿ – UNFCCC) ಮತ್ತು ವ್ಯಾಪಾರ (ಡಬ್ಲ್ಯುಟಿಒ – WTO)ದಲ್ಲಿ ಸಮಾನ ಉದ್ದೇಶಗಳನ್ನು ಮಂಡಿಸಿವೆ. ಬ್ರಿಕ್ಸ್ ಮತ್ತು ಆರ್‌ಐಸಿಯಂತಹ ಬಹುಪಕ್ಷೀಯ ಗುಂಪುಗಳ ನಮ್ಮ ಸದಸ್ಯತ್ವವೂ ಚೀನಾ ಜೊತೆಗಿನ ಭೇಟಿಯ ಸ್ಥಳವಾಗಿತ್ತು.

ಇಷ್ಟಾಗಿಯೂ, ಆಸಕ್ತಿಗಳು ಮತ್ತು ಆಕಾಂಕ್ಷೆಗಳ ವಿಷಯಕ್ಕೆ ಬಂದಾಗ, ಅನೇಕ ಭಿನ್ನತೆಗಳು ಸಹ ಸ್ಪಷ್ಟವಾಗಿ ಗೋಚರಿಸಿದವು. ಜಮ್ಮು ಮತ್ತು ಕಾಶ್ಮೀರ ಹಾಗೂ ಅರುಣಾಚಲ ಪ್ರದೇಶದ ನಿವಾಸಿಗಳಿಗೆ ಸ್ಟೇಪಲ್ಡ್ ವೀಸಾಗಳನ್ನು ನೀಡುವ ಪರಿಪಾಠವನ್ನು ಚೀನಾ ಪ್ರಾರಂಭಿಸಿತು. ಉತ್ತರ ವಲಯದಲ್ಲಿ ಭಾರತದ ಸೇನಾ ಕಮಾಂಡ್‌ನೊಂದಿಗೆ ವ್ಯವಹರಿಸಲು ಅದು ತೋರಿದ ಹಿಂಜರಿಕೆಯು ಕೆಲಕಾಲದವರೆಗೆ ವಿನಿಮಯವನ್ನು ಸ್ಥಗಿತಗೊಳಿಸಲು ಕಾರಣವಾಯಿತು. ಚೀನಾದ ಹಕ್ಕುಗಳನ್ನು ಪ್ರತಿಪಾದಿಸುವ ಪ್ರಯತ್ನವಾಗಿ ಅದರ ಗಡಿಯೊಳಗೆ ಇರುವ ಭಾರತೀಯ ಪ್ರಾಂತ್ಯಗಳಲ್ಲಿ ಚೀನಾದ ಪಾಸ್‌ಪೋರ್ಟ್‌ಗಳ ಮೇಲೆ ವಾಟರ್ ಮಾರ್ಕಿಂಗ್ ಮಾಡಿತು. ಚೀನಾದ ಮೂಲಸೌಕರ್ಯವು ಪ್ರಗತಿಯಾದಂತೆ ಗಡಿಪ್ರದೇಶದ ಘರ್ಷಣೆಗಳು ಬೆಳೆಯುತ್ತಲೇ ಇದ್ದವು.

ಭಾರತದಲ್ಲಿ, ಈ ಬಹುಬಗೆಯ ವಾಸ್ತವಗಳು ಸ್ವಾಭಾವಿಕವಾಗಿ ಹೆಚ್ಚೆಚ್ಚು ಚರ್ಚೆಗೆ ಕಾರಣವಾದವು. ಇಲ್ಲಿದ್ದ ಬಲವಾದ ಲಾಬಿಯು ಚೀನಾದ ಜೊತೆಗಿನ ಸಂಬಂಧಗಳನ್ನು ಗಾಢವಾಗಿ ಬೆಳೆಸಬೇಕು ಎಂದು ಪ್ರತಿಪಾದಿಸಿದ್ದಲ್ಲದೆ ಆಗ ಜಾರಿಯಲ್ಲಿದ್ದ ಸೀಮಿತ ಭದ್ರತಾ ಪರಿಶೀಲನೆಯಿಂದ ಚೀನಾಕ್ಕೆ ವಿನಾಯಿತಿ ನೀಡಬೇಕೆಂದೂ ಪ್ರತಿಪಾದಿಸಿತು. ಕೆಲವರಿಗೆ, ಅಂತಹ ವಿಸ್ತೃತ ಸಹಕಾರವು ಆಗ ನಡೆಯುತ್ತಿದ್ದ ಭಾರತ – ಯುಎಸ್ ಸಂಬಂಧಗಳ ಸುಧಾರಣೆಗೆ ಪ್ರತಿಯಾದ ಪರಿಹಾರ ಕ್ರಮವಾಗಿತ್ತು. ಇದು ಬಹುಶಃ ಚೀನಾದ ಬಗ್ಗೆ, ಹಾಗೆಯೇ ಪ್ರಪಂಚದ ಬಗ್ಗೆ ನೆಹರುವಿಯನ್ ದೃಷ್ಟಿಕೋನವನ್ನು ರೂಪಿಸುವ ಸ್ವಾಭಾವಿಕ ಒಲವಿನಿಂದ ಪ್ರೇರಿತವಾಗಿತ್ತು. ಆದ್ದರಿಂದ, ಗಡಿ ಪ್ರಶ್ನೆಯ ಮೇಲಿನ ಚರ್ಚೆಗಳನ್ನು ಸಾರ್ವಜನಿಕರ ಎದುರು ನಿಜವಾದ ಪ್ರಗತಿಗಿಂತ ಹೆಚ್ಚು ಸಕಾರಾತ್ಮಕವಾಗಿ ಬಿಂಬಿಸಲಾಯಿತು. ವ್ಯಾಪಾರವು ವಿಸ್ತರಿಸಿದಂತೆ, ಅದರ ಪರವಾದ ಸಕ್ರಿಯ ಪ್ರತಿಪಾದಕರು ಕಾಣಿಸಿಕೊಂಡರು.

ಆದರೂ, ವ್ಯವಸ್ಥಾತ್ಮಕ ಪ್ರತಿಕ್ರಿಯೆಯು ಕಠಿಣ ವಾಸ್ತವಗಳ ಬಗ್ಗೆ ಹೆಚ್ಚಿನ ಅರಿವನ್ನು

ಹೊಂದಿತ್ತು; ವಿವಿಧ ರೀತಿಯ ಶೋಧಕಗಳನ್ನು ಜಾರಿಗೆ ತರಲು ಪ್ರಯತ್ನಿಸಿತು; ಗಡಿ–ಸಂಬಂಧಿತ ವಿಷಯಗಳನ್ನು ಹಿಂದೆ ತಳ್ಳುವ ಮತ್ತು ವ್ಯಾಪಾರ ಕೊರತೆಯನ್ನು ಎತ್ತಿ ತೋರಿಸುವುದೇ ಮುಂತಾದ ತಡೆಗಳನ್ನು ಒಡ್ಡಲು ಮುಂದಾಯಿತು. ಎಫ್‌ಟಿಎಗೆ ನೀಡಿದ ಭರವಸೆಯನ್ನು ಕೈಬಿಡುವುದಕ್ಕೆ ಸಂಬಂಧಿಸಿದಂತೆ ವ್ಯಾಪಾರ ಕೊರತೆಯ ವಿಷಯವು ಪ್ರಭಾವಿಯಾಗಿತ್ತು.

ಭಾರತ ಮತ್ತು ಚೀನಾ ಎರಡೂ ದೇಶಗಳು ಹೆಚ್ಚಿನ ಆತ್ಮವಿಶ್ವಾಸದ ಯುಗಕ್ಕೆ ಸಾಗುತ್ತಿದ್ದಂತೆ, ಅವುಗಳ ಪರಸ್ಪರ ಸಂಬಂಧವು ಭಿನ್ನತೆಗಳ ಹೆಚ್ಚುವರಿ ಸಮಸ್ಯೆಗಳಿಗೆ ಸಾಕ್ಷಿಯಾಯಿತು. 2013ರಲ್ಲಿ ಚೀನಾ–ಪಾಕಿಸ್ತಾನ ಆರ್ಥಿಕ ಕಾರಿಡಾರ್ (ಸಿಪಿಇಸಿ)ನ್ನು ಮೊದಲ ಸಲ ಘೋಷಿಸಿದಾಗ ಇದು ಪ್ರಕಟವಾಯಿತು. ಗಡಿಪ್ರದೇಶಗಳಲ್ಲಿನ ಘರ್ಷಣೆಗಳು ಬೆಳೆಯುತ್ತಲೇ ಇದ್ದವು, ಆದರೂ ಅವು 2020ರವರೆಗೆ ಒಂದು ನಿರ್ದಿಷ್ಟ ಮಿತಿಗಿಂತ ಕೆಳಗಿದ್ದವು. ವಿಶ್ವಸಂಸ್ಥೆಯು ಭಾರತದ ಮೇಲಿನ ದಾಳಿಯಲ್ಲಿ ಭಾಗಿಯಾಗಿರುವ ಪಾಕಿಸ್ತಾನಿ ಭಯೋತ್ಪಾದಕರ ಪಟ್ಟಿಯನ್ನು ಮಾಡಲು ಚೀನಾ ನಿರ್ಬಂಧಿಸಿರುವುದು ದೊಡ್ಡ ವಿವಾದವೇ ಆಯಿತು. ಸಿಪಿಇಸಿ ಮುಂದುವರಿದಂತೆ, ಅದು ಬಿಆರ್‌ಐನ ಭಾಗವಾಗುತ್ತಿದ್ದಂತೆ, ಭಾರತೀಯ ಸಾರ್ವಭೌಮತ್ವದ ಉಲ್ಲಂಘನೆಯು ಸ್ವೀಕಾರಾರ್ಹವಲ್ಲ ಎಂದು ಭಾರತ ಪರಿಗಣಿಸಿತು. ಭಾರತದ ಪರಮಾಣು ಪೂರೈಕೆದಾರರ ಗುಂಪಿನ (ಎನ್‌ಎಸ್‌ಜಿ) ಸದಸ್ಯತ್ವಕ್ಕೆ ಚೀನಾದ ವಿರೋಧವು ಮತ್ತೊಂದು ಸಮಸ್ಯೆಯನ್ನು ಸೃಷ್ಟಿಸಿತು. ವಿಶ್ವಸಂಸ್ಥೆಯ ಸುಧಾರಣೆಗಳ ಬಗ್ಗೆ ನಡೆದ ಯಾವುದೇ ಯತ್ನವನ್ನೂ ಬುಡಮೇಲು ಮಾಡುವ ಅದರ ನಡೆಯಿಂದಲೂ ಈ ಸಮಸ್ಯೆಯ ಗಂಭೀರತೆ ಕಡಿಮೆಯಾಗಲಿಲ್ಲ. ವ್ಯಾಪಾರದ ವಿಚಾರಕ್ಕೆ ಬಂದಾಗ, ವಿತರಣೆಯ ವ್ಯವಸ್ಥೆಯೇ ಇಲ್ಲದ ಸನ್ನಿವೇಶದಲ್ಲಿ ಉತ್ತಮ ಮಾರುಕಟ್ಟೆ ಪ್ರವೇಶದ ಭರವಸೆಗಳು ವಿಶ್ವಾಸಾರ್ಹತೆಯನ್ನು ಕುಗ್ಗಿಸಿದವು.

ಈ ಬೆಳವಣಿಗೆಗಳ ಒಟ್ಟು ಪರಿಣಾಮಗಳು ಅನುಭವಕ್ಕೆ ಬರುತ್ತಿದ್ದಂತೆ, ಉಭಯ ದೇಶಗಳು 2017ರಲ್ಲಿ ಅಸ್ತಾನಾದಲ್ಲಿ ನಡೆದ ಎಸ್‌ಸಿಓ ಶೃಂಗಸಭೆಯಲ್ಲಿ ಭಿನ್ನಾಭಿಪ್ರಾಯಗಳನ್ನು ವಿವಾದಗಳಾಗಿ ಪರಿವರ್ತಿಸಲು ಅವಕಾಶ ನೀಡದೆ, ಹಾನಿಯನ್ನು ಮಿತಿಗೊಳಿಸಲು ಪ್ರಯತ್ನಿಸಿದವು. ಅದೇ ಸಮಯದಲ್ಲಿ, ಅವುಗಳು ಸಂಬಂಧದಲ್ಲಿ ಸ್ಥಿರತೆಯ ಅಂಶಗಳನ್ನು ಅನ್ವೇಷಿಸಲು ಪ್ರಯತ್ನಿಸಿದವು. ವುಹಾನ್ ಮತ್ತು ಮಾಮಲ್ಲಪುರಂನಲ್ಲಿ ನಡೆದ ನಂತರದ ಶೃಂಗಸಭೆಗಳೂ ಈ ದಿಕ್ಕಿನಲ್ಲಿದ್ದವು. ಆದರೆ ಭಿನ್ನಾಭಿಪ್ರಾಯಗಳನ್ನು ತಗ್ಗಿಸುವ ಬದಲು, 2020ರ ಘಟನೆಗಳ ಪರಿಣಾಮವಾಗಿ ಅವುಗಳು ಅಸಾಧಾರಣ ಒತ್ತಡದ ಸಂಬಂಧಗಳಾದವು.

ಗತಕಾಲದ ಪಾಠಗಳು

ಈಗ ಇರುವ ಸ್ಥಿತಿಯ ಗಂಭೀರತೆಯ ಹಿನ್ನೆಲೆಯಲ್ಲಿ, ಸಂಬಂಧವನ್ನು ಅಧ್ಯಯನ ಮಾಡುವವರು ನಮ್ಮ ಸಂಬಂಧಗಳು ಎಲ್ಲಿಗೆ ಹೋಗುತ್ತಿವೆ ಎಂಬುದರ ಬಗ್ಗೆ ಕಳವಳ ಹೊಂದುವುದು ಸಹಜ. ಈ ಹಂತದಲ್ಲಿ ಕಾಲಮಿತಿಯಲ್ಲಿ ಖಚಿತವಾದ ಉತ್ತರವನ್ನು ನೀಡುವುದು ಕಷ್ಟ. ಅದು ನಮ್ಮ ತಕ್ಷಣದ ಕಾಳಜಿಯೇ ಆಗಿರಬಹುದು ಅಥವಾ ಹೆಚ್ಚು ದೂರದ ನಿರೀಕ್ಷೆಗಳೇ ಆಗಿರಬಹುದು, ನಮ್ಮ ಸಂಬಂಧಗಳ ಪ್ರಗತಿಯು ಕೇವಲ ಪಾರಸ್ಪರಿಕತೆಯನ್ನು ಆಧರಿಸಿರುತ್ತದೆ. ಪರಸ್ಪರ ಗೌರವ, ಪರಸ್ಪರ ಸಂವೇದನೆ ಮತ್ತು ಪರಸ್ಪರ ಹಿತಾಸಕ್ತಿಗಳು

ಎಂಬ ಮೂರು ಅಂಶಗಳು ಅದರ ನಿರ್ಣಾಯಕ ಅಂಶಗಳಾಗಿವೆ. ಗಡಿಪ್ರದೇಶಗಳಲ್ಲಿ ಸೇನಾ ವರ್ಗಾವಣೆ ಬಗ್ಗೆ ವಿವಿಧ ಕಾರ್ಯವಿಧಾನಗಳ ಮೂಲಕ ಚರ್ಚೆಗಳು ನಡೆಯುತ್ತಿವೆ. ಘರ್ಷಣೆಯ ಪ್ರದೇಶಗಳಲ್ಲಿ ಎರಡೂ ಕಡೆಯ ಅನೇಕ ನಿಕಟ ನಿಯೋಜನೆಗಳನ್ನು ಸಮಾನ ಮತ್ತು ಪರಸ್ಪರ ಭದ್ರತೆಯ ಆಧಾರದ ಮೇಲೆ ಪರಿಹರಿಸಲಾಗಿದೆ. ಆದರೆ ಇನ್ನೂ ಬಾಕಿ ಇರುವ ಯಾವುದೇ ವಿಷಯ ಮತ್ತು ಉದ್ವಿಗ್ನತೆಯನ್ನು ಕಡಿಮೆ ಮಾಡುವ ಪ್ರಮುಖ ವಿಷಯ – ಇವುಗಳು ದ್ವಿಪಕ್ಷೀಯ ಸಹಕಾರದ ಮೇಲೆ ತಮ್ಮ ನೆರಳನ್ನು ಚಾಚುವುದನ್ನು ಮುಂದುವರಿಸುತ್ತವೆ.

ಗಡಿಪ್ರದೇಶಗಳಲ್ಲಿನ ಸನ್ನಿವೇಶವು ಸಹಜಸ್ಥಿತಿಗಿಂತ ದೂರವೇ ಇರುವಾಗ ದೊಡ್ಡ ಸಂಬಂಧಕ್ಕೆ 'ಎಂದಿನಂತೆ ವ್ಯವಹಾರ'ಕ್ಕೆ ಮರಳಬಹುದು ಎಂದು ಸೂಚಿಸುವುದು ಅಸಮರ್ಥನೀಯ. ಇವೆಲ್ಲವನ್ನೂ ಮೀರಿ ನೋಡಿದಾಗ, ಒಂದು ನೆರೆಹೊರೆ ದೇಶವು ತಯಾರಿ ನಡೆಸುವಾಗ, ತರಬೇತಿ ನೀಡುವಾಗ ಮತ್ತು ಪ್ರೇರೇಪಿಸುವಾಗ, ತೋರ್ಪಡಿಸುವ ಉದ್ದೇಶಕ್ಕಿಂತ ಸಾಮರ್ಥ್ಯದ ವೃದ್ಧಿಯ ಮೇಲೆ ಗಮನ ನೀಡುವುದು – ಅದರಲ್ಲೂ ವಿಶೇಷವಾಗಿ ಸಾರ್ವಜನಿಕ ವಾಕ್ಚಾತುರ್ಯವನ್ನು ಗಂಭೀರವಾಗಿ ಪರಿಗಣಿಸುವ ಸಂಸ್ಕೃತಿಯಲ್ಲಿ – ಬುದ್ಧಿವಂತಿಕೆ. ಆದ್ದರಿಂದ, ಕನಿಷ್ಠ, ಕಾರ್ಯಸಾಧ್ಯವಾದ ಯಾವುದೇ ತೊಡಗಿಸಿಕೊಳ್ಳುವಿಕೆಯನ್ನು ಪೂರ್ತಿ ತೆರೆದ ಕಣ್ಣುಗಳಿಂದ ನೋಡಬೇಕಾಗುತ್ತದೆ.

ಆ ಹಿನ್ನೆಲೆಯಲ್ಲಿ, ಚೀನಾವನ್ನು ನಿಭಾಯಿಸುವಾಗ ಭಾರತವು ಗತಕಾಲದ ಸಂಗತಿಗಳಿಂದಲೂ ಪಾಠಗಳನ್ನು ಕಲಿಯಬೇಕಾಗಿದೆ. ಮೊದಲಿಗೆ, ನಮ್ಮ ಸಂಬಂಧಗಳ ಸಾರ್ವಜನಿಕ ಗುಣಲಕ್ಷಣವು ಮುಖ್ಯವಾಗಿದೆ. 2005 ರಲ್ಲಿ ಇದನ್ನು 'ಕಾರ್ಯತಂತ್ರಾತ್ಮಕ ಸಹಭಾಗಿತ್ವ' ಎಂದು ವಿವರಿಸುವ ಮೂಲಕ, ಅದರ ನಿಜವಾದ ಸ್ವರೂಪದ ಬಗ್ಗೆ ಸೈದ್ಧಾಂತಿಕ ಗೊಂದಲವಿತ್ತು. ಈ ವಿವರಣೆಯು ಪರಿಹರಿಸಲಾಗದ ಗಡಿ ವ್ಯತ್ಯಾಸಗಳು, ಹೆಚ್ಚುತ್ತಿರುವ ಅತಿಕ್ರಮಣಗಳು ಮತ್ತು ಸ್ಪರ್ಧಾತ್ಮಕ ನೆರೆಹೊರೆಯ ಚಟುವಟಿಕೆಗಳ ಎದುರು ಸೋತಿತು. ವಾಸ್ತವವಾಗಿ, ಹಂಬಂಟೋಟ ಮತ್ತು ಗ್ವಾದರ್‌ನಲ್ಲಿ ಚೀನಾ ನಿರ್ಮಿತ ಬಂದರುಗಳ ಪರಿಣಾಮಗಳನ್ನು ಭಾರತವು ಕಡಿಮೆ ಅಂದಾಜು ಮಾಡಲು ಅದು ಕಾರಣವಾಯಿತು.

ಅಂತೆಯೇ, ಭೂಪ್ರದೇಶದ ಸಮಗ್ರತೆಯ ಸಾಂಪ್ರದಾಯಿಕ ಪುನರುಚ್ಚಾರಗಳು ಏಕಪಕ್ಷೀಯ ಮಾರ್ಗದಲ್ಲಿ ಮುಂದುವರಿಯಲಾಗಲಿಲ್ಲ. ಆದ್ದರಿಂದಲೇ ಇಲ್ಲಿ ಒಂದು ಸಮತೋಲನ ಕಾಣುತ್ತಿದೆ. ಗಡಿ ಮೂಲಸೌಕರ್ಯಗಳ ನಿರ್ಲಕ್ಷ್ಯವು 2014ರವರೆಗೆ ಗಡಿ ವಿವಾದದ ಬಗ್ಗೆ ಇದ್ದ ಅಸಡ್ಡೆಯ ಮನೋಭಾವವನ್ನು ತೋರಿಸಿತ್ತು. ಈಗಿನ ಭಾರತ ಸರ್ಕಾರವು 2017ರಲ್ಲಿ ಬೆಲ್ಟ್ ಎಂಡ್ ರೋಡ್ ಉಪಕ್ರಮ (ಬಿಆರ್‌ಐ) ಬಗ್ಗೆ ದೃಢವಾದ ನಿಲುವನ್ನು ತೆಗೆದುಕೊಳ್ಳುವವರೆಗೂ ಪಾಕಿಸ್ತಾನ ಆಕ್ರಮಿತ ಕಾಶ್ಮೀರದಲ್ಲಿ (ಪಿಒಕೆ) ಚೀನಾ – ಪಾಕಿಸ್ತಾನ ಸಹಕಾರದ ಪ್ರಾಮುಖ್ಯವನ್ನು ಅಲ್ಲಗಳೆದಿದ್ದು ಇನ್ನೂ ಕಳವಳಕಾರಿಯಾಗಿತ್ತು. ಅದರ ಹೊರತಾಗಿಯೂ, ಹಳೆಯ ವ್ಯವಸ್ಥೆಯ ಕೆಲವರು ನಮ್ಮ ನಿಲುವನ್ನು ಇನ್ನೂ ಮೃದುವಾಗಬೇಕು ಎಂದು ಪ್ರತಿಪಾದಿಸುತ್ತಾರೆ.

ಆರ್ಥಿಕ ದೃಷ್ಟಿಯಿಂದ, ಚೀನಾದೊಂದಿಗೆ ಎಫ್‌ಟಿಎ ಬಗ್ಗೆ ಯೋಚಿಸಬಹುದು ಎಂಬ ಸಂಗತಿಯೇ ಈಗ ಅನೇಕರಿಗೆ ನಂಬಲಾಗದ ಸಂಗತಿಯಾಗಿ ತೋರುತ್ತದೆ.

ಅಂತಹ ಸನ್ನಿವೇಶದಲ್ಲಿ, ನಮ್ಮ ದೇಶದೊಳಗಿನ ಚಟುವಟಿಕೆಗಳ ಸಮರ್ಪಕ ಪರಿಶೀಲನೆ ಸುಲಭವಾಗಿರಲಿಲ್ಲ. ಚೀನಾದ ಆಕ್ಷೇಪಣೆಗಳ ಹಿನ್ನೆಲೆಯಲ್ಲಿ 2007ರಲ್ಲಿ ಖ್ವಾಡ್‌ನ ಕುಸಿತವು ಅದರದ್ದೇ ಆದ ಸಂದೇಶವನ್ನು ಕಳುಹಿಸಿತು. ಇದು ಒಂದು ದಶಕದ ನಂತರ ಖ್ವಾಡ್‌ನ ಪುನರುಜ್ಜೀವನವನ್ನು ಇನ್ನಷ್ಟು ಕಷ್ಟಕರವಾಗಿಸಿತು. ಒಂದು ದಶಕದ ಹಿಂದೆ ಪ್ರಚಲಿತದಲ್ಲಿದ್ದ 'ಚಿಂಡಿಯಾ' ಎಂಬ ಪದವು, ಅದರ ಎಲ್ಲಾ ನೆಹರುವಿಯನ್ ಅರ್ಥಗಳೊಂದಿಗೆ, ಕಾರ್ಯತಂತ್ರಾತ್ಮಕ ಸ್ಪಷ್ಟತೆಯ ನಷ್ಟವು ಎಷ್ಟೆಲ್ಲ ಹಾನಿಯನ್ನು ಉಂಟುಮಾಡಬಹುದು ಎಂಬುದನ್ನು ಒತ್ತಿಹೇಳುತ್ತದೆ.

2020ರ ನಂತರದ ಬೆಳವಣಿಗೆಗಳು ವಿಶ್ವಾಸ ಮತ್ತು ನಂಬಿಕೆಯನ್ನು ಎಷ್ಟು ತೀವ್ರವಾಗಿ ನಾಶಪಡಿಸಿವೆ ಎಂಬುದನ್ನು ಗಮನಿಸಿದರೆ, ಸಂಬಂಧಗಳನ್ನು ಸ್ಥಿರಗೊಳಿಸುವುದು ಮೊಟ್ಟಮೊದಲ ಕೆಲಸ ಎಂಬುದು ತೀರಾ ಸಹಜವಾದ ಅಭಿಪ್ರಾಯವಾಗಿದೆ. ಅನುಭವ ಮತ್ತು ನಿರೀಕ್ಷೆಗಳೆರಡನ್ನೂ ಪ್ರತಿಬಿಂಬಿಸುವ ಕೆಲವು ಪ್ರತಿಪಾದನೆಗಳು ಆ ಪ್ರಯತ್ನವನ್ನು ಹೇಗೆ ಪ್ರಾರಂಭಿಸುವುದು ಎಂಬುದನ್ನು ಉತ್ತಮವಾಗಿ ಸೂಚಿಸುತ್ತವೆ. ಮೊದಲಿಗೆ, 1993 ಮತ್ತು 1996 ರಂತಹ ಈಗಾಗಲೇ ಮಾಡಿಕೊಂಡ ಒಪ್ಪಂದಗಳನ್ನು ಪೂರ್ಣವಾಗಿ, ವಸ್ತುಶಃ ಅನುಸರಿಸಬೇಕು. ಬಿಡಿ ನಿಬಂಧನೆಗಳನ್ನು ಇಷ್ಟಕ್ಕೆ ತಕ್ಕಂತೆ ಆಯ್ಕೆ ಮಾಡುವುದರಿಂದ ಸಮಾನ ನೆಲೆ ಕಂಡುಕೊಳ್ಳುವ ಉದ್ದೇಶವನ್ನು ಮುನ್ನಡೆಸುವುದು ಕಷ್ಟ.

ಗಡಿಪ್ರದೇಶಗಳಿಗೆ ಸಂಬಂಧಿಸಿದಂತೆ, ಎಲ್‌ಎಸಿಯನ್ನು ಕಟ್ಟುನಿಟ್ಟಾಗಿ ಪಾಲಿಸಬೇಕು ಮತ್ತು ಗೌರವಿಸಬೇಕು; ಏಕಪಕ್ಷೀಯವಾಗಿ ಯಥಾಸ್ಥಿತಿಯನ್ನು ಬದಲಾಯಿಸುವ ಯಾವುದೇ ಪ್ರಯತ್ನವನ್ನು ಸಹಿಸಲಾಗುವುದಿಲ್ಲ. ಗಡಿಪ್ರದೇಶಗಳಲ್ಲಿನ ಶಾಂತಿ ಮತ್ತು ನೆಮ್ಮದಿಯು ಇತರ ಕ್ಷೇತ್ರಗಳಲ್ಲಿನ ಸಂಬಂಧಗಳ ಅಭಿವೃದ್ಧಿಗೆ ಅಡಿಪಾಯವಾಗಿದೆ ಎಂಬುದನ್ನು ನಾವು ಅಲ್ಲಗಳೆಯುವಂತಿಲ್ಲ. ಗಡಿಗಳಿಗೆ ಸಮಸ್ಯೆಯಾದರೆ, ಅನಿವಾರ್ಯವಾಗಿ ಸಂಬಂಧದ ಉಳಿದ ಭಾಗವೂ ಸಹ ತೊಂದರೆಗೆ ಸಿಲುಕುತ್ತದೆ. ಇದು ಪ್ರತ್ಯೇಕವಾಗಿ ನಡೆಯುತ್ತಿರುವ ಗಡಿ ಮಾತುಕತೆಗಳಲ್ಲಿನ ಪ್ರಗತಿಯ ವಿಷಯಕ್ಕಿಂತ ಭಿನ್ನವಾಗಿದೆ. ಒಂದನ್ನು ಇನ್ನೊಂದಕ್ಕೆ ಬೆಸೆಯುವ ಪ್ರಯತ್ನಗಳು ಅನಿವಾರ್ಯವಾಗಿ ಕಂಡುಬರುತ್ತವೆ; ಇದು 2020ರ ಬೆಳವಣಿಗೆಗಳಿಂದ ಸೃಷ್ಟಿಯಾದ ಸಮಸ್ಯೆಗಳನ್ನು ಎಂದಿಗೂ ಬದಲಾಯಿಸುವುದಿಲ್ಲ.

ಎರಡೂ ದೇಶಗಳು ಬಹುಧ್ರುವೀಯ ಜಗತ್ತಿಗೆ ಬದ್ಧವಾಗಿದ್ದರೂ, ಬಹುಧ್ರುವೀಯ ಏಶ್ಯಾವು ಅದರ ಅತ್ಯಾವಶ್ಯಕ ಘಟಕಗಳಲ್ಲಿ ಒಂದಾಗಿದೆ ಎಂಬುದನ್ನು ಒಪ್ಪಿಕೊಳ್ಳಬೇಕು. ನಿಸ್ಸಂಶಯವಾಗಿ, ಪ್ರತಿ ದೇಶವೂ ತನ್ನದೇ ಆದ ಹಿತಾಸಕ್ತಿಗಳು, ಕಾಳಜಿಗಳು ಮತ್ತು ಆದ್ಯತೆಗಳನ್ನು ಹೊಂದಿರುತ್ತದೆ, ಆದರೆ ಅವುಗಳ ಬಗ್ಗೆ ಎರಡೂ ದೇಶಗಳು ಸೂಕ್ಷ್ಮತೆಯನ್ನು ತೋರಬೇಕು. ಅಂತಿಮವಾಗಿ, ಪ್ರಮುಖ ದೇಶಗಳ ನಡುವಿನ ಸಂಬಂಧಗಳು ಪಾರಸ್ಪರಿಕವಾಗಿರುತ್ತವೆ. ಮೂಡುತ್ತಿರುವ ಹೊಸ ಶಕ್ತಿಗಳಾಗಿ, ಪ್ರತಿಯೊಂದು ದೇಶವೂ ತನ್ನದೇ ಆದ ಆಕಾಂಕ್ಷೆಗಳನ್ನು ಹೊಂದಿರುತ್ತದೆ ಮತ್ತು ಅವುಗಳ ಅನ್ವೇಷಣೆಯನ್ನೂ ನಿರ್ಲಕ್ಷಿಸಲಾಗದು. ಯಾವಾಗಲೂ ಭಿನ್ನಾಭಿಪ್ರಾಯಗಳು ಮತ್ತು ವ್ಯತ್ಯಾಸಗಳು ಇದ್ದೇ ಇರುತ್ತವೆ. ಆದರೆ ನಮ್ಮ ಸಂಬಂಧಗಳನ್ನು ಉಳಿಸಿಕೊಳ್ಳಲು ಅವುಗಳ ನಿರ್ವಹಣೆ ಅತ್ಯಗತ್ಯ. ಅಂತಿಮವಾಗಿ, ಭಾರತ ಮತ್ತು ಚೀನಾದಂತಹ ನಾಗರಿಕತಾತ್ಮಕ ದೇಶಗಳು ಯಾವಾಗಲೂ ದೀರ್ಘಾವಧೀಯ ದೃಷ್ಟಿಕೋನವನ್ನು ತೆಗೆದುಕೊಳ್ಳಬೇಕು. ಈ ಸಿದ್ಧಾಂತಗಳಿಂದ ದೂರ

ಸರಿಯುವುದರಿಂದ, ನಾವು 2020ರಲ್ಲಿ ಕಂಡಂತೆ ಗಂಭೀರ ಪರಿಣಾಮಗಳು ಉಂಟಾಗಲಿವೆ.

ವಿವಿಧ ಕಾರಣಗಳಿಗಾಗಿ, ಚೀನೀಯರು ಇಂದು 'ಹೊಸ ಯುಗದಲ್ಲಿ ಅಂತಾರಾಷ್ಟ್ರೀಯ ಸಂಬಂಧಗಳ' ಬಗ್ಗೆ ಮಾತನಾಡುವುದು ಸಾಮಾನ್ಯವಾಗಿದೆ. ಈ ಪರಿಭಾಷೆಯು ಸೂಚಿಸುವ ಅಂಶಗಳು ಹಲವಾರಿವೆ; ಇದು ಅವರ ವಿಷಯದಲ್ಲಿ ಸಾಮಾನ್ಯವಾಗಿ ಕಂಡುಬರುತ್ತದೆ. ನಾವು ಒಪ್ಪುತ್ತೇವೋ ಇಲ್ಲವೋ, ವಿಶ್ವ ವ್ಯವಸ್ಥೆಯು ಈಗ – 1945ರ ನಂತರ – ಊಹಿಸಿದ್ದಕ್ಕಿಂತ ವಿಭಿನ್ನ ಹಂತವನ್ನು ಪ್ರವೇಶಿಸಿದೆ ಎಂಬುದು ಅಲ್ಲಗಳೆಯಲಾಗದ ಸಂಗತಿ. ಯಾವುದೇ ಉತ್ಪ್ರೇಕ್ಷೆ ಇಲ್ಲದೆ ಹೇಳುವುದಾದರೆ ಎರಡನೆಯ ಮಹಾಯುದ್ಧದ ತರುವಾಯದ ಯುಎಸ್ ಮತ್ತು ಯುಎಸ್‌ಎಸ್‌ಆರ್ ತಂದ ಬದಲಾವಣೆಗಳ ಹಾಗೆಯೇ, ಚೀನಾದ ಉದಯವೂ ಜಾಗತಿಕ ರಾಜಕೀಯದಲ್ಲಿ ಕಂಡುಬಂದ ಅಗಾಧವಾದ ಬದಲಾವಣೆಯಾಗಿದೆ. ಇದು ಕೇವಲ ಪರಿಣಾಮಗಳು ಮತ್ತು ಪಾಠಗಳನ್ನು ಮಾತ್ರ ಹೊಂದಿಲ್ಲ; ಗಮನಾರ್ಹ ನೀತಿ – ವಿಶೇಷವಾಗಿ ನೆರೆಹೊರೆಯವರಿಗೆ – ಪರಿಣಾಮಗಳನ್ನೂ ಹೊಂದಿದೆ. ಆದ್ದರಿಂದ ಭಾರತವು ಚೀನಾದೊಂದಿಗಿನ ತನ್ನದೇ ಆದ ಸಂಬಂಧವೂ ಹೊಸ ಯುಗವನ್ನು ಪ್ರವೇಶಿಸಿದೆ ಎಂದು ಪರಿಗಣಿಸುವುದು ಒಳ್ಳೆಯದು. ಈ ವಿಷಯದಲ್ಲಿ ಯಾವುದೇ ಸಂದೇಹಗಳಿದ್ದರೆ, ಗಡಿಪ್ರದೇಶಗಳಲ್ಲಿ ಬದಲಾದ ಚೀನಾದ ನಿಲುವು ಅದನ್ನು ಸಚಿತ್ರಾತ್ಮಕವಾಗಿ ಪ್ರದರ್ಶಿಸಿದೆ. ಭಾರತವು ಐತಿಹಾಸಿಕವಾಗಿ ಚೀನಾ ತನ್ನ ಉತ್ತರ ದಿಕ್ಕಿನಲ್ಲಿ ಮಾತ್ರ ಇದೆ ಎಂದೇ ಯೋಚಿಸುತ್ತಿತ್ತು. ಆದರೆ ಕಳೆದ ಎರಡು ದಶಕಗಳಿಂದ, ಚೀನಾ ಕೂಡ ಕಡಲ ಶಕ್ತಿಯಾಗಿ ವೇಗವಾಗಿ ಬೆಳೆಯುತ್ತಿದೆ; ನಾವು ಅದರ ಚಟುವಟಿಕೆಗಳನ್ನು ದಕ್ಷಿಣದಲ್ಲಿಯೂ ನಿರೀಕ್ಷಿಸಬೇಕಾಗಿದೆ.

ಇಲ್ಲಿ ಸಾಕಷ್ಟು ನಿರಂತರ ಬದಲಾವಣೆಗಳು ಆಗುತ್ತಿರುವುದರಿಂದ ಚೀನಾ ಮತ್ತು ಭಾರತ ದೇಶಗಳು ಸಾಂಪ್ರದಾಯಿಕವಾಗಿ ಪರಸ್ಪರ ಹೇಗೆ ಸಂಪರ್ಕಿಸಿವೆ ಮತ್ತು ಭಾರತಕ್ಕೆ ನಿಜವಾಗಿಯೂ ಲಾಭಗಳಿವೆಯೇ ಎಂದು ಚಿಂತಿಸಲು ಇದು ಸೂಕ್ತ ಸಮಯ.

ಏಳು ದಶಕಗಳ ಒಪ್ಪಂದವನ್ನು ಹಿಂದಿರುಗಿ ನೋಡಿದರೆ, ಚೀನಾದೊಂದಿಗಿನ ಬಾಕಿ ಇರುವ ವಿಷಯಗಳಿಗೆ ಸಂಬಂಧಿಸಿದಂತೆ ಭಾರತವು ಮೂಲಭೂತವಾಗಿ ದ್ವಿಪಕ್ಷೀಯ ವಿಧಾನವನ್ನು ಆಯ್ದುಕೊಂಡಿದೆ ಎಂದು ಹೇಳುವುದು ನ್ಯಾಯಯುತವಾಗಿದೆ. ಇದಕ್ಕೆ ಅನೇಕ ಕಾರಣಗಳಿವೆ: ಏಶ್ಯಾದೊಂದಿಗಿನ ಒಗ್ಗಟ್ಟಿನ ಪ್ರಜ್ಞೆ ಮತ್ತು ಇತರ ಅನುಭವಗಳಿಂದ ರೂಪುಗೊಂಡ ಮೂರನೇ ವ್ಯಕ್ತಿಯ ಹಿತಾಸಕ್ತಿ ಕುರಿತ ಶಂಕೆ ಸೇರಿದಂತೆ ಹಲವು ಕಾರಣಗಳಿವೆ. 1962ರಲ್ಲಿ ಬೊಮ್ಡಿಲಾ ಪ್ರದೇಶವು ಪೀಪಲ್ಸ್ ಲಿಬರೇಶನ್ ಆರ್ಮಿ (ಪಿಎಲ್‌ಎ)ಯ ವಶವಾದ ನಂತರ ಪ್ರಧಾನಿ ನೆಹರು ಯುಎಸ್ ಮತ್ತು ಯುಕೆಯತ್ತ ತಿರುಗುವುದು ಅನಿವಾರ್ಯವಾಯಿತು. ಸ್ವಲ್ಪ ಮಟ್ಟಿಗೆ, 1971ರ ನಂತರದ ಸೋವಿಯತ್ ಒಕ್ಕೂಟದೊಂದಿಗಿನ ಸಂಬಂಧವು ಚೀನಾದೊಂದಿಗಿನ ಸಂಬಂಧವನ್ನು ವಿಶಾಲ ಜಾಗತಿಕ ಹಿನ್ನೆಲೆಯಲ್ಲಿ ನೋಡಲು ಭಾರತವನ್ನು ಪ್ರೋತ್ಸಾಹಿಸಿತು. ಆದರೆ ಇವು ಶಾಶ್ವತವಾಗಿರಲಿಲ್ಲ. 1988ರ ನಂತರ, ಭಾರತವು ಯಾವುದೇ ಪ್ರಯೋಜನಕ್ಕೆ ಬಾರದ ತೊಡಗಿಸಿಕೊಳ್ಳುವಿಕೆಗೆ ಮರಳಿತು. ಈ ಸಂಕೀರ್ಣ ದೃಷ್ಟಿಕೋನದ ಹಿಂದೆ ಉಭಯ ದೇಶಗಳ ನಡುವಿನ ಸಮಸ್ಯೆಗಳನ್ನು ಅಲ್ಪಕಾಲದಲ್ಲಿ ಪರಿಹರಿಸಬಹುದು ಎಂಬ ನಂಬಿಕೆಯೂ ಇತ್ತು.

ತನ್ನ ಕಡೆಯಿಂದ, ಗಡಿ ಪ್ರಶ್ನೆಯೂ ಸೇರಿದಂತೆ ಭಿನ್ನಾಭಿಪ್ರಾಯಗಳ ಪರಿಹಾರಕ್ಕೆ ಭಾರತವು ಗಮನಾರ್ಹವಾಗಿ ಗಟ್ಟಿ ನಿಲುವು ಹೊಂದಿ ಸ್ಥಿರವಾಗಿದೆ. ಇದರ ಪರಿಣಾಮವಾಗಿ, ಭಾರತೀಯರು ಸಾಮಾನ್ಯವಾಗಿ ತಮ್ಮ ಗ್ರಹಿಕೆಯಲ್ಲಿ ಕಡಿಮೆ ವಿಷಯಗಳನ್ನಷ್ಟೇ ಗಮನಿಸುತ್ತಾರೆ; ವಿಶ್ವರಾಜಕೀಯದ ದೊಡ್ಡ ಬೆಳವಣಿಗೆಗಳೊಂದಿಗೆ ಸಂಬಂಧವನ್ನು ಅಷ್ಟು ಸುಲಭವಾಗಿ ಹೋಲಿಸುವುದಿಲ್ಲ. ಅಲ್ಲಿ ಅಧಿಕಾರದ ಸಮತೋಲನ ಕಾಯ್ದುಕೊಳ್ಳುವ ಒಲವೂ ಇರಲಿಲ್ಲ; ಅಥವಾ ಅಂತಾರಾಷ್ಟ್ರೀಯ ಬೆಳವಣಿಗೆಗಳು ಪ್ರಸ್ತುತಪಡಿಸಿದ ಅವಕಾಶಗಳನ್ನು ಬಳಸಿಕೊಳ್ಳುವ ಹಸಿವೂ ಇರಲಿಲ್ಲ. 1962ರಲ್ಲಿ ನೆಹರು ಅವರ ಅತಿಯಾದ ಎಚ್ಚರಿಕೆಯೇ ಈ ನಂಬಿಕೆಗೆ ಒಂದು ಉದಾಹರಣೆಯಾಗಿತ್ತು. ವಾಸ್ತವವಾಗಿ, ಈ ಹಿಂದೆ ಭಾರತೀಯ ನೀತಿಯು ಎಷ್ಟು ಮಟ್ಟಿಗೆ ಸ್ವಯಂ–ಸಂಯಮವನ್ನು ಪ್ರದರ್ಶಿಸಿದೆಯೆಂದರೆ, ತನ್ನ ಆಯ್ಕೆಗಳ ಮೇಲೆ ಇತರರು ವೀಟೋ ಹೊಂದಿರದಿದ್ದರೂ ಪ್ರಭಾವ ಬೀರಬಹುದು ಎಂಬ ಭಾವನೆಯನ್ನು ಮೂಡಿಸಿತು. ಆ ಯುಗವೂ 2014ರಲ್ಲಿ ಕೊನೆಗೊಂಡಿತು.

ಭಾರತವನ್ನು ಕುರಿತು ಚೀನಾದ ಧೋರಣೆಯೇ ಹಲವು ವಿರೋಧಾಭಾಸಗಳಿಂದ ಕೂಡಿದೆ. ಕಾಲಕಾಲಕ್ಕೆ ಏಶ್ಯಾದ ಸಾಮಾನ್ಯತೆಯ ಭಾವನೆಗಳು ನಿಸ್ಸಂದೇಹವಾಗಿ ವ್ಯಕ್ತವಾಗಿದ್ದರೂ, ನೆರೆಹೊರೆಯವರೊಂದಿಗೆ ವ್ಯವಹರಿಸುವಾಗ ಇವು ಸಮಯ–ಪರೀಕ್ಷಿತ ವಿಧಾನಗಳನ್ನು ದಿಕ್ಕೆಡಿಸಿಲ್ಲ. ಎಷ್ಟೆಂದರೆ, 1950–60ರ ದಶಕದಲ್ಲಿನ ಪಾಶ್ಚಾತ್ಯ ಸೇನಾ ಮೈತ್ರಿಗಳಲ್ಲಿ ಪಾಕಿಸ್ತಾನದ ಸದಸ್ಯತ್ವವನ್ನು ಚೀನಾವು ಸಮತೋಲನ ಕಾರ್ಯತಂತ್ರದ ಭಾಗವಾಗಿ ಕಡೆಗಣಿಸಿತು. ಒಂದು ದಶಕದ ನಂತರ, ಭಾರತವನ್ನು ನಿರ್ದಿಷ್ಟವಾಗಿ ಗುರಿಯಾಗಿಸಿಕೊಂಡ ಪರಮಾಣು ಮತ್ತು ಕ್ಷಿಪಣಿ ಸಹಯೋಗದ ಮೂಲಕ ಇದನ್ನು ಉನ್ನತ ಮಟ್ಟಕ್ಕೆ ಕೊಂಡೊಯ್ಯಲಾಯಿತು. ದ್ವಿಪಕ್ಷೀಯ ಮಾತುಕತೆಗಳ ವಿಷಯಕ್ಕೆ ಬಂದಾಗ, ಚೀನಾ ತನ್ನ ನಿಲುವುಗಳ ತರ್ಕವನ್ನು ಕಾಪಾಡಿಕೊಳ್ಳುವ ಬದಲು ಭಿನ್ನಾಭಿಪ್ರಾಯಗಳ ಮೇಲೆ ಗಮನ ಹರಿಸಿದೆ. ಅದರ ನಿಲುವಿನಲ್ಲಿ–ವಿಶೇಷವಾಗಿ ಗಡಿ ಪ್ರಶ್ನೆಯ ಬಗ್ಗೆ ಅದರ ಹಕ್ಕುಗಳು ಮತ್ತು ಆದ್ಯತೆಗಳಿಗೆ ಸಂಬಂಧಿಸಿದಂತೆ.–ಆಮೂಲಾಗ್ರ ಬದಲಾವಣೆಗಳಾಗಿವೆ.

ಒಟ್ಟಾರೆಯಾಗಿ, ಸಮಕಾಲೀನ ಚೀನಾವು ತನ್ನ ಮೂಲಭೂತ ವಿಶ್ವ ದೃಷ್ಟಿಕೋನಕ್ಕೆ ಅನುಗುಣವಾಗಿ, ಭಾರತದೊಂದಿಗಿನ ತನ್ನ ಸಂಬಂಧವನ್ನು ವಿಶ್ವದೊಂದಿಗಿನ ದೊಡ್ಡ ಪ್ರಮಾಣದ ತೊಡಗಿಸಿಕೊಳ್ಳುವಿಕೆಯ ಉಪವಿಭಾಗವಾಗಿ ಪರಿಗಣಿಸಿದೆ ಎಂದು ಪ್ರತಿಪಾದಿಸಬಹುದು. ಅದರಂತೆ, ಇಲ್ಲಿ ಕಾಣುವ ಏರಿಳಿತಗಳು ದ್ವಿಪಕ್ಷೀಯ ಕ್ರಿಯಾತ್ಮಕತೆಯನ್ನಷ್ಟೇ ಅಲ್ಲ, ಒಟ್ಟಾರೆಯಾಗಿ ಜಾಗತಿಕ ಪರಿಸ್ಥಿತಿಯನ್ನೂ ಬಿಂಬಿಸುತ್ತವೆ.

ಭಾರತ–ಚೀನಾ ಸಂಬಂಧಗಳ ಅನಾವರಣದಲ್ಲಿ ಪಾಶ್ಚಾತ್ಯರ ಪ್ರಸ್ತುತತೆಯ ಬಗ್ಗೆ ಇಲ್ಲಿ ಒಂದು ಕ್ಷಣ ಮಾತನಾಡುವುದು ಸೂಕ್ತ. ಇದು ಸಾಮಾನ್ಯವಾಗಿ ಚೀನೀ ವಿವಾದಗಳ ವಿಷಯವೇ ಆಗಿರುತ್ತದೆ; ನಂತರ ಭಾರತೀಯರು ರಕ್ಷಣಾತ್ಮಕವಾಗಿಯೇ ವರ್ತಿಸುವುದಕ್ಕೆ ಮುಂದಾಗುತ್ತಾರೆ. ಅದರ ಪ್ರಾಬಲ್ಯವನ್ನು ಗಮನಿಸಿದರೆ, ಪಶ್ಚಿಮವು ಎರಡೂ ಪಕ್ಷಗಳಿಗೆ ಲೆಕ್ಕಾಚಾರದ ಅಂಶವಾಗಿದೆ ಎಂಬುದರಲ್ಲಿ ಯಾವುದೇ ಸಂದೇಹವಿಲ್ಲ. ಆದರೆ ವಾಸ್ತವಿಕವಾಗಿ ಚೀನಾ ಅದನ್ನು ಕಾರ್ಯರೂಪಕ್ಕೆ ತರುವಲ್ಲಿ ಹೆಚ್ಚು ಸಕ್ರಿಯವಾಗಿದೆ ಎಂದು ದಾಖಲೆಗಳು ತೋರಿಸುತ್ತವೆ.

ಪಿಆರ್‌ಸಿ ಸ್ಥಾಪನೆಯಾದ ಎರಡು ದಶಕಗಳವರೆಗೆ, ಪಶ್ಚಿಮದೊಂದಿಗಿನ ಭಾರತದ ಸಂಬಂಧಗಳು – ಭಿನ್ನಾಭಿಪ್ರಾಯದ ಸಂಗತಿಗಳಿದ್ದರೂ – ಹೆಚ್ಚುಕಡಿಮೆ ಉತ್ತಮವಾಗಿದ್ದವು. ವಾಸ್ತವವಾಗಿ, ನೆಹರು – ಕೃಷ್ಣ ಮೆನನ್ ಅವಧಿಯಲ್ಲಿ ವಿಶೇಷವಾಗಿ ಭಾರತ ಮತ್ತು ಯುಎಸ್ ನಡುವೆ ಚೀನಾವೇ ಈ ಭಿನ್ನಾಭಿಪ್ರಾಯದ ಸಂಗತಿಗಳಲ್ಲಿ ಪ್ರಮುಖವಾಗಿತ್ತು, ಆದ್ದರಿಂದ, ಗಡಿ ವಿವಾದದ ಬಗ್ಗೆ ಸಂಬಂಧಗಳು ಹದಗೆಡುತ್ತಿದ್ದಂತೆ, ಪಶ್ಚಿಮದೊಂದಿಗಿನ ಭಾರತದ ಸಂಬಂಧದ ಬಗ್ಗೆ ಚೀನಾದ ಚಿತ್ರಣವು ಬದಲಾಗತೊಡಗಿತು ಎಂಬುದು ವಿಪರ್ಯಾಸ. ನಾವು 1962ರ ನವೆಂಬರಿನಲ್ಲಿ ಚೀನಾದ ಪಡೆಗಳು ಭಾರತೀಯ ರಕ್ಷಣಾ ವ್ಯವಸ್ಥೆಯನ್ನು ಆಕ್ರಮಿಸಿದಾಗಲೇ ಅಂತಿಮವಾಗಿ ಪಶ್ಚಿಮದ ಕಡೆಗೆ ತಿರುಗಿದೆವು. ಆದರೂ ಒಂದು ದಶಕದೊಳಗೆ, ಚೀನಾವು ಯುಎಸ್ ಜೊತೆಗಿನ ಹೊಂದಾಣಿಕೆಯ ಮೂಲಕ ಪ್ರಬಲವಾದ ತಿರುವು ಪಡೆಯಿತು; ಇದು ಹೆನ್ರಿ ಕಿಸ್ಸಿಂಜರ್ ಮತ್ತು ರಿಚರ್ಡ್ ನಿಕ್ಸನ್ ಅವರ ಭೇಟಿಗಳಲ್ಲಿ ಪ್ರತಿಬಿಂಬಿತವಾಗಿದೆ. ಪರಿಣಾಮವಾಗಿ ಚೀನಾ – ಪಾಕಿಸ್ತಾನ – ಯುಎಸ್ ತ್ರಿಕೋನವು ಗಂಭೀರ ಸವಾಲನ್ನು ಒಡ್ಡಿತು, ಇದಕ್ಕೆ 1971ರ ಇಂಡೋ – ಸೋವಿಯತ್ ಒಪ್ಪಂದದ ಮೂಲಕ ಮಾತ್ರ ಉತ್ತರಿಸಲು ಸಾಧ್ಯವಿತ್ತು.

ಚೀನಾಕ್ಕೆ ತನ್ನ ಹಿತಾಸಕ್ತಿಗಳಿಗೆ ಅನುಸಾರವಾಗಿ ಪಾಶ್ಚಾತ್ಯ ಬಣದೊಂದಿಗೆ ಜಾಗತಿಕ ಸಮನ್ವಯವನ್ನು ಸ್ಥಾಪಿಸಲು ಯಾವುದೇ ಹಿಂಜರಿಕೆ ಇರಲಿಲ್ಲ. ಸೋವಿಯತ್ ಒಕ್ಕೂಟ ಮತ್ತು ಅದರ ಮಿತ್ರದೇಶಗಳನ್ನು ಎದುರಿಸಲು ಒಂದೇ ಅಕ್ಷಾಂಶದಲ್ಲಿ (ಚೀನಾ, ಯುಎಸ್, ಜಪಾನ್ ಮತ್ತು ಯುರೋಪ್) ದೇಶಗಳ 'ಏಕ ರೇಖೆ' ರಚನೆಯನ್ನು ಅದು ಸಾರ್ವಜನಿಕವಾಗಿ ಪ್ರತಿಪಾದಿಸಿದ ಕಾಲವೂ ಇತ್ತು. ನೇರ ಒತ್ತಡದ ಮೂಲಕ ವಿಯೆಟ್ನಾಂನ್ನು ಮತ್ತು ಪರೋಕ್ಷವಾಗಿ ಪಾಕಿಸ್ತಾನದ ಮೂಲಕ ಭಾರತವನ್ನು ನಿಯಂತ್ರಿಸಲಾಯಿತು. 1988ರಲ್ಲಿ ಭಾರತ ಮತ್ತು ಚೀನಾ ಪ್ರಾಯೋಗಿಕವಾಗಿ ಒಪ್ಪಂದಕ್ಕೆ ಬಂದಾಗ ಈ ಇತಿಹಾಸವನ್ನು ಹಿಂದೆ ತಳ್ಳಲು ಯತ್ನಿಸಲಾಯಿತು.

ಆದರೆ ಇದು ಇನ್ನೂ ಅನೇಕ ಕಾರಣಗಳಿಗಾಗಿ ನೆನಪಿಸಿಕೊಳ್ಳಬೇಕಾದ ಸಂಗತಿಯಾಗಿದೆ. ಮೊದಲಿಗೆ, ಕಾಲಕಾಲಕ್ಕೆ ಉದ್ಭವಿಸುವ ಯಾವುದೇ ರಾಜಕೀಯ ಭಿನ್ನಾಭಿಪ್ರಾಯಗಳಿಂದ ತನ್ನ ಆರ್ಥಿಕ ಸಹಕಾರವನ್ನು ಸಂರಕ್ಷಿಸಿಕೊಳ್ಳಲು ಚೀನಾವು ಪಶ್ಚಿಮದಲ್ಲಿ ಸಾಕಷ್ಟು ಬೆಂಬಲ ವಲಯಗಳನ್ನು ನಿರ್ಮಿಸಿತ್ತು. ಇದು ರಾಜಕೀಯ ವಿವಾದದಲ್ಲಿ ತೊಡಗಿರುವಾಗಲೇ ಆರ್ಥಿಕ ಮತ್ತು ತಾಂತ್ರಿಕ ಪ್ರತಿಫಲಗಳನ್ನು ಪಡೆಯಲೂ ಅನುಕೂಲವಾಯಿತು. ಆದ್ದರಿಂದ ಭಾರತವು ರಾಷ್ಟ್ರೀಯ ವಿರೋಧಾಭಾಸಗಳ ಸರಳೀಕೃತ ವಿವರಣೆಗೆ ಬಲಿಯಾಗಬಾರದು; ಅಥವಾ ಚೀನಾ ಮತ್ತು ಪಶ್ಚಿಮದ ನಡುವೆ ಇರುವುದು ಲಾಭ – ನಷ್ಟವಿಲ್ಲದ ಆಟವೆಂದು ಭಾವಿಸಲೂ ಕೂಡದು. ಪಾಶ್ಚಾತ್ಯ ದೇಶಗಳ ದುಷ್ಟ ಉದ್ದೇಶಗಳ ಬಗ್ಗೆ ಈಗ ನೀಡಲಾಗುತ್ತಿರುವ ಎಲ್ಲ ಉಪದೇಶಗಳ ಹೊರತಾಗಿಯೂ, ಭಾರತೀಯರು ಕಳೆದ ದಶಕದಲ್ಲಿ ಚೀನಾ – ಯುಎಸ್ – ಜಿ2ನ ಸಮರ್ಥನೆಯನ್ನು ನೆನಪಿಟ್ಟುಕೊಳ್ಳುತ್ತದೆ. ನೀತಿಗಳ ಅನಿಶ್ಚಿತತೆಯ ಹಿನ್ನೆಲೆಯಲ್ಲಿ ಈ ಪ್ರವೃತ್ತಿಗಳನ್ನು ಎಂದಿಗೂ ಸಂಪೂರ್ಣವಾಗಿ ನಿರ್ಲಕ್ಷಿಸಬಾರದು. ಒಂದು ದಶಕದ ಹಿಂದೆ, ಚೀನಾವು ಯುಎಸ್‌ನೊಂದಿಗೆ ದಕ್ಷಿಣ ಏಶ್ಯಾ ಕುರಿತು ಸಮಾನ ಗುರಿಗಳನ್ನು ಹೊಂದಿತ್ತು. ಒಂದು ತುದಿಯಿಂದ ಇನ್ನೊಂದಕ್ಕೆ ಜಿಗಿಯುವ ಚೀನಾದ ಚಲನೆಗೆ ವ್ಯತಿರಿಕ್ತವಾಗಿ, ಭಾರತವು ಪಶ್ಚಿಮದ ಬಗ್ಗೆ ಸ್ಥಿರ ಮತ್ತು ವಿಕಾಸಾತ್ಮಕ ದೃಷ್ಟಿಕೋನವನ್ನು ಉಳಿಸಿಕೊಂಡಿದೆ.

ಭಾರತವು ಪಾಶ್ಚಾತ್ಯ ದೇಶಗಳೊಂದಿಗೆ ಹೇಗೆ, ಯಾವಾಗ ಮತ್ತು ಎಷ್ಟರ ಮಟ್ಟಿಗೆ ತೊಡಗಿಸಿಕೊಳ್ಳಬೇಕು ಎಂಬುದು ಅದರ ರಾಷ್ಟ್ರೀಯ ವಿಶಿಷ್ಟಾಧಿಕಾರವಾಗಿದೆ. ನಾವು ಮತ್ತೊಂದು ದೇಶದ ನೀತಿಯ ಏರಿಳಿತಗಳಿಗೆ ಅನುಗುಣವಾಗಿರಬೇಕು ಎಂಬ ನಿರೀಕ್ಷೆಯು ಅವಾಸ್ತವಿಕ ಮತ್ತು ಅಸಮರ್ಥನೀಯ. ಸಹಜವಾಗಿ, ಭಾರತ ಮತ್ತು ಚೀನಾ – ಎರಡೂ ದೇಶಗಳು ಬಯಸಿದಾಗ, ಅವು ತಮ್ಮ ಸಂಬಂಧಗಳನ್ನು ಸಕಾರಾತ್ಮಕ ಪಥಕ್ಕೆ ಒಯ್ಯಬಹುದು ಮತ್ತು ಇತರ ಸಂಬಂಧಗಳಿಂದ ಬೇರ್ಪಡಿಸಬಹುದು ಎಂಬುದನ್ನು ಹಿಂದಿನ ಘಟನೆಗಳು ತೋರಿಸಿವೆ. ಪಶ್ಚಿಮದ ಬಗ್ಗೆ ಆತಂಕಗಳನ್ನು ವ್ಯಕ್ತಪಡಿಸುವುದು ಎಂದರೆ ಇನ್ನೊಂದು ಪಕ್ಷದ ನ್ಯಾಯಸಮ್ಮತ ಹಕ್ಕುಗಳನ್ನು ಮತ್ತು ಆಯ್ಕೆಗಳನ್ನು ಮರೆಮಾಚುವ ವಿಷಯವಾಗಬಾರದು. ಆದ್ದರಿಂದ, ಅಂತಹ ವಾದಗಳನ್ನು ಮುಂದಿಟ್ಟಾಗ, ಅಲ್ಲಿ ಕನ್ನಡಿಯನ್ನು ಇಡುವುದೇ ಉತ್ತಮ ಪ್ರತಿಕ್ರಿಯೆ!

ಕಠಿಣ ಯುಗಕ್ಕೆ ತಯಾರಿ

ಭಾರತ ಮತ್ತು ಚೀನಾ ನೆರೆಹೊರೆ ದೇಶಗಳಾಗಿದ್ದರೂ ವ್ಯಕ್ತಿತ್ವ ಮತ್ತು ನಡವಳಿಕೆಯಲ್ಲಿ ಸಾಕಷ್ಟು ಭಿನ್ನವಾಗಿವೆ. ಭಾರತವು ಆದೇಶ ಆಧಾರಿತ ರಾಜ್ಯವ್ಯವಸ್ಥೆ ಅಲ್ಲವಾದ್ದರಿಂದ, ಬಾಹ್ಯ ಸಂಬಂಧಗಳ ಬಗ್ಗೆ ಭಾರತದ ಗ್ರಹಿಕೆಯಲ್ಲಿ ಸಾರ್ವಜನಿಕ ಅಭಿಪ್ರಾಯವು ಹೆಚ್ಚಿನ ಪಾತ್ರವನ್ನು ವಹಿಸುತ್ತದೆ. ಈ ಅಭಿಪ್ರಾಯಗಳು ಬಹುಬೇಗ ಪ್ರಕಟವಾಗುತ್ತದೆ; ಆದರೆ ನಿಧಾನವಾಗಿ ಮರೆಯಲಾಗುತ್ತದೆ. ನಂಬಿಕೆ ಮತ್ತು ಮೌಲ್ಯಗಳಂತಹ ಅಂಶಗಳನ್ನು, ಅವುಗಳನ್ನು ಹಂಚಿಕೊಳ್ಳದವರು ಸುಲಭವಾಗಿ ಪ್ರಶಂಸಿಸುವುದಿಲ್ಲ. ಇದಲ್ಲದೆ, ಪ್ರತಿಕ್ರಿಯೆಗಳು ಖರ್ಚು – ಪ್ರಯೋಜನದ ವಿಶ್ಲೇಷಣೆಯಿಂದ ನಿರ್ಧಾರವಾಗುವುದು ಕಡಿಮೆ. ಗ್ರಹಿಕೆಗಳು ಹೆಚ್ಚು ಶಾಶ್ವತವಾಗಿರುತ್ತವೆ. ಭಾರತದಂತಹ ಪ್ರಜಾಪ್ರಭುತ್ವ ಮತ್ತು ಬಹುತ್ವದ ಸಮಾಜದಲ್ಲಿ ವಿದೇಶಾಂಗ ನೀತಿಯೊಂದಿಗೆ ದೇಶೀಯ ರಾಜಕೀಯದ ಪರಸ್ಪರ ಕ್ರಿಯೆಯು ಸಂಕೀರ್ಣವಾಗಿಯೂ ಇರಬಹುದು. ಭದ್ರತೆಯಿಂದ ಹಿಡಿದು ಆರ್ಥಿಕತೆಯವರೆಗಿನ ವಿಷಯಗಳಲ್ಲಿ ಈ ಹಿಂದೆ ಚೀನಾವನ್ನು ಅಪ್ಪಿಕೊಂಡ ರಾಜಕೀಯ ನಾಯಕರ ಸಾಂಪ್ರದಾಯಿಕ ನಿಲುವಿನಲ್ಲಿ ಸಾರ್ವಜನಿಕ ಹಿನ್ನಡೆಯನ್ನು ನಾವು ನೋಡಬಹುದು. ಆದರೆ ತಾತ್ಕಾಲಿಕ ರಾಜಕೀಯವು ಆಳವಾದ ಸತ್ಯಗಳನ್ನು ಮರೆಮಾಚಲು ನಮಗೆ ಬಿಡಬಾರದು. ಗಡಿಪ್ರದೇಶಗಳಿಗೆ ಸಂಬಂಧಿಸಿದಂತೆ, 1962ರ ಫಲಿತಾಂಶಗಳು ಮತ್ತು ಮೂಲಸೌಕರ್ಯಗಳ ನಿರಂತರ ನಿರ್ಲಕ್ಷ್ಯವನ್ನು ದೃಢವಾದ ಪ್ರತಿಕ್ರಿಯೆಗಳ ಮೂಲಕ ಪರಿಣಾಮಕಾರಿಯಾಗಿ ಪರಿಹರಿಸಬೇಕಾಗಿದೆ. ಈ ಕಸರತ್ತನ್ನೇ ಈಗ ನಡೆಸಲಾಗುತ್ತಿದೆ.

ಗಡಿಯ ವಿಷಯಕ್ಕೆ ಬಂದಾಗ, ಭಾರತವು ಸ್ಥಳವಿನ್ಯಾಸದ ದೃಷ್ಟಿಯಿಂದ ಗಮನಾರ್ಹವಾಗಿ ಅನಾನುಕೂಲ ಸ್ಥಿತಿಯಲ್ಲಿದೆ. ಉತ್ತರಕ್ಕಿಂತ ದಕ್ಷಿಣದಿಂದ ಗಡಿಯನ್ನು ಭದ್ರಪಡಿಸುವುದನ್ನು ಭೂಪ್ರದೇಶದ ಸ್ವರೂಪವು ತುಂಬಾ ಕಷ್ಟಕರವಾಗಿಸಿದೆ. 1962ರ ಯುದ್ಧದ ಫಲಿತಾಂಶದಿಂದ ಇದು ಮತ್ತಷ್ಟು ಜಟಿಲಗೊಂಡಿದೆ. ಅನೇಕ ಕ್ಷೇತ್ರಗಳಲ್ಲಿ, ಸಂಘರ್ಷದ ಸಮಯದಲ್ಲಿ ಗಳಿಸಿದ 38,000 ಚದರ ಕಿ.ಮೀ ಭೂಪ್ರದೇಶದಿಂದ ಚೀನಾ ಅಪಾರ ಪ್ರಯೋಜನ ಪಡೆಯಿತು. ವಾಸ್ತವವಾಗಿ, ಪಾಂಗೊಂಗ್ ತ್ಸೋಗೆ ಅಡ್ಡಲಾಗಿ ಸೇತುವೆ ನಿರ್ಮಾಣ ಮತ್ತು ಗಡಿ ಗ್ರಾಮಗಳ ಸ್ಥಾಪನೆಯಂತಹ ಇತ್ತೀಚಿನ ಬೆಳವಣಿಗೆಗಳು ಸಹ 60 ವರ್ಷಗಳ ಹಿಂದೆ

ಅವರ ನಿಯಂತ್ರಣಕ್ಕೆ ಹೋದ ಪ್ರದೇಶಗಳಲ್ಲಿ ನಡೆದಿವೆ. ಮತ್ತು 2014ರವರೆಗೆ ಇದ್ದ ಮೂಲಸೌಕರ್ಯ ನಿರ್ಲಕ್ಷ್ಯವು ಈ ಬಿಕ್ಕಟ್ಟನ್ನು ಇನ್ನಷ್ಟು ಹೆಚ್ಚಿಸಿತು.

ಆದ್ದರಿಂದ, ಭಾರತವು ಇನ್ನೂ ಹೆಚ್ಚಿನ ಕಷ್ಟಕರ ಯುಗಕ್ಕೆ ತನ್ನ ಪ್ರತಿಕ್ರಿಯೆಯನ್ನು ಪುನಃರೂಪಿಸುವಾಗ ಈ ಪರಂಪರೆಯ ತೊಡಕುಗಳನ್ನು ಪರಿಗಣಿಸಬೇಕಿದೆ. ಅವುಗಳಲ್ಲಿ ಕೆಲವು ಭೂಪ್ರದೇಶದ ಮೇಲೆ ತನ್ನ ಪ್ರಯತ್ನಗಳನ್ನು ಹೆಚ್ಚಿಸುವುದು, ಕೆಲವು ಪರಿಣಾಮಕಾರಿ ತಂತ್ರಜ್ಞಾನ ಆಯ್ಕೆಗಳನ್ನು ಅನ್ವೇಷಿಸುವುದು ಸೇರಿವೆ. ಭಾರತದ ಹಿತಾಸಕ್ತಿಗಳನ್ನು ರಕ್ಷಿಸಿಕೊಳ್ಳಲು ಇರುವ ಸ್ಪಷ್ಟ ಬದ್ಧತೆಯನ್ನು ಗಮನಿಸಿದರೆ, ನಿರಂತರವಾಗಿ ಹೊಸ ಸ್ವರೂಪ ಪಡೆಯುವ ಸೂಕ್ತ ಸಂಯೋಜನೆಗಳು ಯಾವಾಗಲೂ ಮೂಡಲಿವೆ. ತನ್ನ ಮುಂದಿರುವ ಸವಾಲುಗಳ ಪ್ರಮಾಣವನ್ನು ಸಂಪೂರ್ಣವಾಗಿ ಅರಿತುಕೊಂಡಿರುವ ಸರ್ಕಾರಕ್ಕೆ ಇವೆಲ್ಲವೂ ಮುಖ್ಯ ಸಂಗತಿಗಳಾಗಿವೆ.

ಎರಡನೆಯ ವಿಷಯವೆಂದರೆ ಸಮಗ್ರ ರಾಷ್ಟ್ರೀಯ ಶಕ್ತಿ. ಸ್ವಾಭಾವಿಕವಾಗಿ, 2014 ರವರೆಗೆ ಭಾರತದ ಕಡೆಯಿಂದ ಉದ್ದೇಶರಾಹಿತ್ಯವನ್ನು ಬಿಂಬಿಸುವ ಫಲಿತಾಂಶಗಳೇ ಕಾಣುತ್ತವೆ. ತಂತ್ರಜ್ಞಾನ ಮತ್ತು ಕಾರ್ಯತಂತ್ರಗಳು ತಮ್ಮದೇ ಆದ ವಿಧಾನದಲ್ಲಿ ಕೆಲವು ಪರಿಹಾರಗಳನ್ನು ನೀಡಬಹುದು. ಆದ್ದರಿಂದ, ಭಾರತವು ಪ್ರಬಲ ಎದುರಾಳಿಯೊಂದಿಗೆ ವ್ಯವಹರಿಸುವ ಸಮಸ್ಯೆಯನ್ನು ಕಾಲ್ಪನಿಕ ಶಕ್ತಿಯಿಂದ ನಿರ್ವಹಿಸುವ ಒತ್ತಡಕ್ಕೆ ಸಿಲುಕಿದೆ. ಹಿಂದಿನ ನೀತಿ ನಿರೂಪಕರು ತಮ್ಮ ಹೊಣೆಗಾರಿಕೆಯಿಂದ ನುಣುಚಿಕೊಳ್ಳಬಹುದು. ಆದರೆ ನಾವೆಲ್ಲರೂ ನೋಡಬಹುದಾದ ದಾಖಲೆಗಳು ಇಲ್ಲಿವೆ. ವಾಸ್ತವವಾಗಿ, ಅಧಿಕಾರದಲ್ಲಿದ್ದಾಗ ವಿಭಿನ್ನ ದೃಷ್ಟಿಕೋನವನ್ನು ಪ್ರತಿಪಾದಿಸಿದ ಅನೇಕರ ನಿಲುವುಗಳಲ್ಲಿ ಕ್ರಾಂತಿಕಾರಿ ಬದಲಾವಣೆ ಆಗಿರುವುದನ್ನು ನಾವು ಈಗಾಗಲೇ ಗಮನಿಸಿದ್ದೇವೆ.

ಆದ್ದರಿಂದ ಇಲ್ಲಿ ತೋರಬೇಕಾದ ಸಂವೇದನಾಶೀಲ ಪ್ರತಿಕ್ರಿಯೆಯೆಂದರೆ, ಸಾಧ್ಯವಾದಷ್ಟು ಬೇಗ, ಅಗತ್ಯವಿದ್ದಾಗ, ಇತರರ ಸಹಭಾಗಿತ್ವದಲ್ಲಿ ಆಳವಾದ ಸಾಮರ್ಥ್ಯಗಳನ್ನು ರೂಪಿಸುವುದು. ಪ್ರಸ್ತುತ ಭೂ – ರಾಜಕೀಯ ಸನ್ನಿವೇಶವು ಈ ನಿಟ್ಟಿನಲ್ಲಿ ಹೆಚ್ಚಿನ ಸಾಧ್ಯತೆಗಳನ್ನು ಒದಗಿಸಿದೆ. ಆದರೆ ಅಂತಹ ಅವಕಾಶಗಳನ್ನು ಬಳಸಿಕೊಳ್ಳಲು ಸಂಪೂರ್ಣ ಅರಿವು ಮತ್ತು ಹೆಚ್ಚಿನ ದೃಢನಿಶ್ಚಯ ಎರಡೂ ಇರಬೇಕು. ನಮ್ಮ ಗಡಿಗಳನ್ನು ಭದ್ರಪಡಿಸುವುದಕ್ಕಿಂತ ಮುಖ್ಯವಾದ ಸಂಗತಿ ಬೇರೆ ಯಾವುದೂ ಇಲ್ಲ.

ಭಾರತದ ಸ್ಥಾನಮಾನಕ್ಕೆ ಸಂಬಂಧಿಸಿದ ಇನ್ನೂ ದೊಡ್ಡ ಬೆಳವಣಿಗೆಗಳು ನಮ್ಮ ಕಾಲದ ಸಮಸ್ಯೆಗಳನ್ನು ಪೋಷಿಸಿವೆ. ವಿಭಜನೆಯು ನಮ್ಮ ಕಾರ್ಯತಂತ್ರಾತ್ಮಕ ಸ್ಥಾನವನ್ನು ಎಷ್ಟು ತಗ್ಗಿಸಿದೆ ಎಂಬುದು ನಮಗೆಲ್ಲರಿಗೂ ತಿಳಿದಿದೆ. ಆದರೆ ಅದು ಉಪಖಂಡದ ಅಧಿಕಾರದ ಸಮತೋಲನಕ್ಕೆ ಆಧಾರವನ್ನೂ ಸೃಷ್ಟಿಸಿತು. ಇನ್ನೂ ಕೆಡುಕಿನ ಸಂಗತಿಯೆಂದರೆ, 1948ರಲ್ಲಿ ಜಮ್ಮು ಮತ್ತು ಕಾಶ್ಮೀರದಲ್ಲಿ ಸಾರ್ವಭೌಮತ್ವದ ಅಪೂರ್ಣ ಕಸರತ್ತು ಚೀನಾದೊಂದಿಗಿನ ಭೌತಿಕ ನಿಕಟತೆಗೂ ಅವಕಾಶ ಮಾಡಿಕೊಟ್ಟಿತು. ಅದೀಗ ತೀವ್ರ ಕಳವಳದ ಸಂಗತಿವಾಗಿದೆ.ಈ ಹಿಂದೆ ಅಂತಾರಾಷ್ಟ್ರೀಯ ಸಂಬಂಧಗಳ ಮೂಲತತ್ವಗಳನ್ನು ಉದ್ದೇಶಪೂರ್ವಕವಾಗಿ ನಿರ್ಲಕ್ಷಿಸಲು ಕಣ್ಣಿಗೆ ಸಿದ್ಧಾಂತಗಳ ಪಟ್ಟಿಯನ್ನು ಕಟ್ಟಿಕೊಂಡವರು ಹೊಣೆಗಾರರಾಗಿದ್ದರು. ಚೀನಾ – ಪಾಕಿಸ್ತಾನಗಳ ಮುಕ್ತ ಸಹಯೋಗವನ್ನು ಸಹ 1963ರಿಂದಲೂ ನಿರಂತರವಾಗಿ

ಕಡಿಮೆ ಅಂದಾಜು ಮಾಡಲಾಗಿದೆ; ಇದರ ಪರಿಣಾಮವಾಗಿ ಮುಂಬರುವ ಸನ್ನಿವೇಶಗಳಿಗೆ ನಮ್ಮನ್ನು ಸಿದ್ಧಪಡಿಸುವ ಪ್ರಕ್ರಿಯೆ ವಿಫಲವಾಗಿದೆ. ಬೆಲ್ಟ್ ಎಂಡ್ ರೋಡ್ ಉಪಕ್ರಮ (ಬಿಆರ್‌ಐ)ದ ಭಾಗವಾಗಿ ಸಿಪಿಇಸಿಯನ್ನು ಅನಾವರಣಗೊಳಿಸಿದಾಗ, ಭಾರತವು ಅದನ್ನು ನೇರವಾಗಿ ತಿರಸ್ಕರಿಸುತ್ತದೆ ಎಂಬುದನ್ನು ದೇಶದ ಕೆಲವರು ಮುಂಚಿತವಾಗಿಯೇ ಊಹಿಸಿದ್ದರು. ಚೀನಾದಿಂದ ಬಂದ ಸ್ಪಷ್ಟ ಸಂದೇಶವನ್ನು ನಿರ್ಲಕ್ಷಿಸುತ್ತಲೇ, ನೆಪಗಳನ್ನು ಮುಂದಿಡಲಾಯಿತು ಮತ್ತು ಪರ್ಯಾಯ ವಿಧಾನಗಳ ಕಥೆ ಕಟ್ಟಲಾಯಿತು.

ಪ್ರಸ್ತುತ ಸ್ಥಿತಿಯಲ್ಲಿ, ಸಮಸ್ಯೆಗಳನ್ನು ತಗ್ಗಿಸುವ ಮಾರ್ಗೋಪಾಯಗಳ ಬಗ್ಗೆ ಚರ್ಚೆ ನಡೆಯುವುದು ಸಹಜ. ಸಂಕೀರ್ಣ ರಾಜಕೀಯಕ್ಕೆ ಪ್ರಬಲವಾದ ಅರ್ಥಶಾಸ್ತ್ರವು ಪರಿಣಾಮಕಾರಿ ಉತ್ತರವಾಗಿದೆಯೇ ಎಂಬುದು ಈಗ ಮುನ್ನೆಲೆಗೆ ಬಂದ ವಿಷಯವಾಗಿದೆ. ಭಾರತದಲ್ಲಿನ ಅಭಿಪ್ರಾಯದ ಬಹುಭಾಗವು ಅಂತಹ ಸಾಧ್ಯತೆಗಳನ್ನು ನಂಬಿದ್ದ ಕಾಲವೊಂದಿತ್ತು. 2005ರಲ್ಲಿ ಚೀನಾವನ್ನು 'ಕಾರ್ಯತಂತ್ರಾತ್ಮಕ ಸಹಭಾಗಿ' ಎಂದು ಬಣ್ಣಿಸಿದಾಗ, ಸಂಬಂಧಗಳ ಬಗ್ಗೆ ಆಶಾವಾದಿ ದೃಷ್ಟಿಕೋನವು ಮೇಲುಗೈ ಸಾಧಿಸುತ್ತದೆ ಎಂಬ ನಿರೀಕ್ಷೆ ಇತ್ತು.

ಕಳೆದ ಒಂದೂವರೆ ದಶಕದಲ್ಲಿ, ಆ ಭರವಸೆಗಳು ಹುಸಿಯಾಗಿವೆ. ಅರ್ಥಶಾಸ್ತ್ರವು ರಾಜಕೀಯವನ್ನು ಸ್ಥಿರಗೊಳಿಸುವಲ್ಲಿ ಮಾಡಿದ ಸಹಾಯ ಅಷ್ಟಕ್ಕಷ್ಟೆ. ಗಾಯಕ್ಕೆ ಉಪ್ಪು ಹಾಕಿದಂತೆ ಇದು ವಾಸ್ತವವಾಗಿ ಸಮಸ್ಯೆಗಳಿಗೇ ಕಾರಣವಾಗಿದೆ. ಈ ಸಮಸ್ಯೆಯ ಒಂದು ಭಾಗವು ಚೀನಾದಿಂದ ಆರಂಭವಾಗುವ ಜಾಗತಿಕ ಪೂರೈಕೆ ಸರಪಣಿಗಳ ವಾಸ್ತವತೆ; ಇನ್ನೊಂದು ಭಾಗ ಏನೆಂದರೆ, ಭಾರತದಲ್ಲಿ ಉತ್ಪಾದನೆಯನ್ನು ಕೈಗೊಳ್ಳಲು ನಾವು ಇತ್ತೀಚಿನವರೆಗೂ ಕ್ರಮಗಳನ್ನೇ ಕೈಗೊಂಡಿರಲಿಲ್ಲ. ವಾಸ್ತವವಾಗಿ, ಇದು ಭಾರತದ ಸಾಮರ್ಥ್ಯವೂ ಅಲ್ಲ ಅಥವಾ ಹಣೆಯಲ್ಲೂ ಬರೆದಿಲ್ಲ ಎಂದು ವಾದಿಸುವ ಪ್ರಭಾವಶಾಲಿ ಧ್ವನಿಗಳು ಇನ್ನೂ ಇವೆ! ಇದರ ಪರಿಣಾಮವಾಗಿ ಮಾರುಕಟ್ಟೆ ಪ್ರವೇಶದ ಸವಾಲುಗಳು ಮತ್ತು ಹೆಚ್ಚುತ್ತಿರುವ ಕೊರತೆಯು ಚೀನಾದೊಂದಿಗಿನ ವ್ಯಾಪಾರವನ್ನು ಹೆಚ್ಚು ಸಮಸ್ಯಾತ್ಮಕವಾಗಿಸಿದೆ. ತಂತ್ರಜ್ಞಾನ ಮತ್ತು ಡಿಜಿಟಲ್ ವ್ಯವಹಾರಗಳು ಪರಸ್ಪರರ ಮಾರುಕಟ್ಟೆಗಳಲ್ಲಿ ಹೊಂದಿರುವ ವೈದೃಶ್ಯವೇ ಇದಕ್ಕೆ ಕಾರಣ. ಈ ಬಿಕ್ಕಟ್ಟಿಗೆ ಕಾರಣರಾದವರೇ ಇಲ್ಲಿ ಕಾಳಜಿ ವಹಿಸುತ್ತಾರೆ ಎಂಬುದೇ ಇಲ್ಲಿನ ವಿಪರ್ಯಾಸ.

ದೇಶೀಯ ಪರ್ಯಾಯಗಳನ್ನು ನಿರ್ಮಿಸುವಲ್ಲಿ ನಿರಂತರ ಪ್ರಯತ್ನವೇ ಪರಿಸ್ಥಿತಿಯನ್ನು ಸರಿಪಡಿಸಬಹುದು ಎಂದು ಭಾರತೀಯರು ಅರಿತುಕೊಳ್ಳಬೇಕು. ಆದರೆ ಕೋವಿಡ್ ಪಿಡುಗು ಅಂತಹ ಬೃಹತ್ ಬಾಹ್ಯ ತೆರೆದುಕೊಳ್ಳುವಿಕೆಯ ಅಪಾಯಗಳ ಬಗ್ಗೆ ಜಾಗೃತಿಯನ್ನು ಹೆಚ್ಚಿಸಿದೆ ಎಂಬುದರಲ್ಲಿ ಸಂದೇಹವಿಲ್ಲ. ಗಡಿಪ್ರದೇಶಗಳಲ್ಲಿ ಹೆಚ್ಚುತ್ತಿರುವ ಘರ್ಷಣೆಯಿಂದ ಹೊರಹೊಮ್ಮುವ ಕಳವಳಗಳಿಂದ ಈ ಜಾಗೃತಿ ಇನ್ನಷ್ಟು ಹೆಚ್ಚಾಗಿದೆ. ಈಗ 'ಆತ್ಮನಿರ್ಭರ ಭಾರತ್' ಅಭಿಯಾನವು ಆರ್ಥಿಕ ಸಾಮರ್ಥ್ಯದಂತೆಯೇ ಕಾರ್ಯತಂತ್ರದ ಪ್ರತಿಕ್ರಿಯೆಯ ಅಭಿವ್ಯಕ್ತಿಯಾಗಿ ಹೊರಹೊಮ್ಮಿದೆ. ಚೀನಾದೊಂದಿಗೆ ಹೆಚ್ಚು ದ್ವಿಪಕ್ಷೀಯವಾಗಿ ವ್ಯವಹರಿಸಲು ಭಾರತದಲ್ಲಿ ಬಲವಾದ ಒಲವು ಇದ್ದರೂ, ನಮ್ಮ ಕಾಲದ ಕೆಲವು ಜಾಗತಿಕ ಚರ್ಚೆಗಳು ಸಂಬಂಧಗಳಲ್ಲಿ ನುಸುಳುತ್ತವೆ. ಇದು ವಿಶೇಷವಾಗಿ ಪೂರೈಕೆ ಸರಪಣಿಗಳು, ತಂತ್ರಜ್ಞಾನ, ಡೇಟಾ ಮತ್ತು ಸಂಪರ್ಕದಂತಹ ಡೊಮೇನ್‌ಗಳಿಗೆ ಸಂಬಂಧಿಸಿದಂತೆ ಕಂಡುಬರುತ್ತದೆ. ವಾಸ್ತವವಾಗಿ, ಚೀನಾ ಹೆಚ್ಚು ಜಾಗತಿಕವಾದಷ್ಟೂ, ಈ ದೊಡ್ಡ ಚರ್ಚೆಗಳು ಅದರ

ಸಂಧಾನಕಾರರ ಸ್ಪಂದನೆಯನ್ನು ರೂಪಿಸುತ್ತವೆ.

ಸ್ಥಾಪಿತ ಆರ್ಥಿಕ ಮಾದರಿಗಳು ಸಮಕಾಲೀನ ವಾಸ್ತವಗಳಿಗೆ ತಕ್ಕಂತೆ ಪರಿಹಾರ ನೀಡಲು ಸಾಧ್ಯವಾಗುತ್ತಿಲ್ಲ ಎಂಬ ವಾಸ್ತವವನ್ನು ವಿಶ್ವದ ಇತರ ಭಾಗಗಳಂತೆ ಭಾರತವೂ ಎದುರಿಸುತ್ತಿದೆ. ಮಾರುಕಟ್ಟೆ ಶಕ್ತಿಗಳಿಂದ ಸ್ವತಂತ್ರವಾಗಿರುವ ದೇಶಗಳಿಗೆ ಸಂಬಂಧಿಸಿದಂತೆ ತುಲನಾತ್ಮಕ ಅನುಕೂಲದ ತರ್ಕವು ಕೆಲಸ ಮಾಡುವುದಿಲ್ಲ ಎಂಬುದು ಸ್ಪಷ್ಟ. ಸಹಜವಾಗಿಯೇ, ಉತ್ಪಾದನೆ ಮತ್ತು ಬಳಕೆಯ ಪ್ರತಿಯೊಂದೂ ಅಂಶವನ್ನು ಬಳಸಿಕೊಳ್ಳುವ ಅವಕಾಶ ಇರುವಾಗ, ಅನಿರ್ಬಂಧಿತ ಸ್ಪರ್ಧೆಯ ಸವಾಲನ್ನು ಸ್ವೀಕರಿಸಲು ಜಗತ್ತು ಸಜ್ಜಾಗಿಲ್ಲ.

ಭಾರತಕ್ಕೆ ಸಂಬಂಧಿಸಿದಂತೆ, ಇದು ಫಲಿತಾಂಶಗಳನ್ನು ನೀಡಬಲ್ಲ ಸ್ಥಾಪಿತ ವ್ಯಾಪಾರ ವಿಧಾನದಿಂದ ದೂರವಾಗುವುದು ಎಂದೇ ಅರ್ಥ. ಪೂರೈಕೆ ಸರಪಣಿಗಳ ವಿಷಯಕ್ಕೆ ಬಂದರೆ ಸ್ಥಿತಿಸ್ಥಾಪಕತ್ವ ಮತ್ತು ವಿಶ್ವಾಸಾರ್ಹತೆ ಹಾಗೂ ಡೇಟಾದ ವಿಷಯಕ್ಕೆ ಬಂದರೆ ನಂಬಿಕೆ ಮತ್ತು ಪಾರದರ್ಶಕತೆಯಂತಹ ಪರಿವರ್ತನೆಗಳು ಆಗುತ್ತಿವೆ. ಇವು ವಿವಿಧ ಕ್ಷೇತ್ರಗಳಲ್ಲಿ ಹೆಚ್ಚಿನ ರಾಷ್ಟ್ರೀಯ ಸಾಮರ್ಥ್ಯಗಳನ್ನು ನಿರ್ಮಿಸುವ ನೈಜ ಸಾಧ್ಯತೆಗಳನ್ನು ಒದಗಿಸುತ್ತವೆ.

ಈ ಮಧ್ಯಂತರದಲ್ಲಿ, ಭಾರತವು ತನ್ನ ಆರ್ಥಿಕತೆಯನ್ನು ಅನ್ಯಾಯಯುತ ವ್ಯಾಪಾರಕ್ಕೆ ಗಣನೀಯವಾಗಿ ಒಡ್ಡಿಕೊಳ್ಳದೆ ಇರುವಂತೆ ಎಚ್ಚರ ವಹಿಸುವುದು ಅತ್ಯಗತ್ಯ. ಇದು ರಕ್ಷಣಾವಾದವಲ್ಲ, ಆರ್ಥಿಕ ಆತ್ಮರಕ್ಷಣೆ. ದೇಶೀಯ ಪೂರೈಕೆ ಸರಪಣಿಗಳನ್ನು ನಿರ್ಮಿಸಲು ತ್ವರಿತ ಪರಿಹಾರಗಳ ಆಕರ್ಷಣೆಯನ್ನು ತಡೆಯುವುದೂ ಅವಶ್ಯ. ಜಾಗತಿಕ ಸ್ಪರ್ಧೆಯ ವಿಷಯಕ್ಕೆ ಬಂದಾಗ, ಭಾರತದ ಹಿತಾಸಕ್ತಿಗಳನ್ನು ಗಮನಿಸುವ ಆಯ್ಕೆಗಳೇ ಅತ್ಯುತ್ತಮ. ಈ ಪರಿಗಣನೆಗಳು ಸಂಪರ್ಕ ಉಪಕ್ರಮಗಳು ಮತ್ತು ತಂತ್ರಜ್ಞಾನ ಅಭಿವೃದ್ಧಿಯಲ್ಲಿ ಸಹಭಾಗಿಗಳ ಆಯ್ಕೆಗೂ ದಾರಿಯಾಗಬೇಕು.

ಬಹುಪಕ್ಷೀಯ ಮತ್ತು ಅನೇಕಪಕ್ಷೀಯ ವೇದಿಕೆಗಳಲ್ಲಿ ಸಹಕರಿಸುವ ಭಾರತ ಮತ್ತು ಚೀನಾದ ಸಾಮರ್ಥ್ಯವು ಸ್ವಾಭಾವಿಕವಾಗಿ ಅವರ ಸಂಬಂಧಗಳ ಮೇಲೆ ಸ್ವಲ್ಪ ಪರಿಣಾಮ ಬೀರಿದೆ. ಇಂದಿಗೂ, ಎರಡೂ ದೇಶಗಳು ಭಾಗವಹಿಸುವ ಕೆಲವು ಪ್ರಾದೇಶಿಕ, ಅಭಿವೃದ್ಧಿ ಮತ್ತು ರಾಜಕೀಯ ವೇದಿಕೆಗಳಿವೆ. ಇದೇ ವೇಳೆ, ಕಳೆದ ದಶಕದಲ್ಲಿ ಎರಡೂ ನೆರೆಹೊರೆಯವರ ಹಿತಾಸಕ್ತಿಗಳು ಭಿನ್ನವಾಗಿರುವ ಜಾಗತಿಕ ಸಮಾನಾಂಶಗಳ ಅಭಿವೃದ್ಧಿಯನ್ನು ಉತ್ತೇಜಿಸಲು ಮೀಸಲಾಗಿರುವ ಹೊಸ ಕಾರ್ಯವಿಧಾನಗಳು ಹೊರಹೊಮ್ಮಿವೆ. ಭಾರತ – ಚೀನಾ ರಾಜತಾಂತ್ರಿಕ ಚಟುವಟಿಕೆಗಳ ಒಟ್ಟು ಮೊತ್ತವು ಲೆಕ್ಕಾಚಾರದ ಕಡತದಲ್ಲಿ ಧನಾತ್ಮಕ ಬದಿಯಲ್ಲಿದ್ದರೆ ಸಾಕು, ಅದು ಒಟ್ಟಾರೆ ಸಂಬಂಧಕ್ಕೆ ಸಹಾಯಕವಾಗಿದೆ. ಆದರೆ ಪರಮಾಣು ಪೂರೈಕೆದಾರರ ಗುಂಪು (ಎನ್‌ಎಸ್‌ಜಿ) ವಿಸ್ತರಣೆ, ವಿಶ್ವಸಂಸ್ಥೆಯ ಸುಧಾರಣೆ ಅಥವಾ ಬೆಲ್ಟ್ ಎಂಡ್ ರೋಡ್ ಉಪಕ್ರಮ (ಬಿಆರ್‌ಐ) ವಿಸ್ತರಣೆಯ ವಿಷಯಕ್ಕೆ ಬಂದಾಗ ಪ್ರದರ್ಶಿಸಲಾದ ಭಿನ್ನತೆಗಳನ್ನು ಗಮನಿಸಿದರೆ ಇದನ್ನು ಕಾರ್ಯಗತಗೊಳಿಸುವುದು ಅಷ್ಟೇನೂ ಸುಲಭವಲ್ಲ.

ನಿಮ್ಮ ಸ್ವಂತ ಏಳಿಗೆ ಆಗುತ್ತಿರುವ ಸಮಯದಲ್ಲೇ ಇತರರ ಏಳಿಗೆಗೆ ಅವಕಾಶ ನೀಡುವುದು ಸುಲಭವಲ್ಲ. ಬಹುಧ್ರುವೀಯತೆಯನ್ನು ಬಲಪಡಿಸುವ ವಿಷಯಕ್ಕೆ ಬಂದಾಗ, ಭಾರತವು ಸಹಜವಾಗಿಯೇ ಮೊದಲು ಏಶ್ಯಾದಲ್ಲಿ ಅದು ಎಷ್ಟರ ಮಟ್ಟಿಗೆ ಅನ್ವಯಿಸುತ್ತದೆ ಎಂದು ಅಳೆಯುತ್ತದೆ. ಅಂತೆಯೇ, ಮರುಸಮತೋಲನದ ವಿಷಯಕ್ಕೆ ಬಂದಾಗ, ಭಾರತದ

ಆಯ್ಕೆಗಳು ಅದರ ಬೆಳವಣಿಗೆಯನ್ನು ವೇಗಗೊಳಿಸುವ ಆಯ್ಕೆಗಳತ್ತಲೇ ವಾಲುತ್ತವೆ. ಆದರೆ ಇಲ್ಲಿ ಸಾರ್ವಭೌಮ ಸಮಾನತೆಯನ್ನು ಅಂತಾರಾಷ್ಟ್ರೀಯ ಸಂಬಂಧಗಳ ಮೂಲಭೂತ ತತ್ವವೆಂದು ದೀರ್ಘಕಾಲದಿಂದ ಪರಿಗಣಿಸಿರುವ ಭಾರತದಂತಹ ದೇಶವು ಮುಂದಿನ ದಿನಗಳಲ್ಲಿ ಅದೇ ನಡೆಯನ್ನು ಮುಂದುವರಿಸುತ್ತದೆ ಎಂಬುದು ಮಾತ್ರ ಖಚಿತ ಸಂಗತಿ.

ಸಂಕುಚಿತ ದ್ವಿಪಕ್ಷೀಯ ದೃಷ್ಟಿಕೋನದಿಂದ ನೋಡಿದಾಗ, ಭಾರತದ ಏಳಿಗೆಯನ್ನು ಚೀನಾ ಕಡೆಗಣಿಸಿದೆ ಎಂಬುದು ಅನಿರೀಕ್ಷಿತವೇನಲ್ಲ. ಅದರ ನೆರೆಹೊರೆಯನ್ನು ರಚನಾತ್ಮಕವಾಗಿ ರೂಪಿಸುವ ಚೀನಾದ ಪ್ರಯತ್ನಗಳು ಸಹಜವಾಗಿ ನಮ್ಮ ಆಳ ಆಸಕ್ತಿಯ ಸಂಗತಿಯಾಗಿದೆ. ಅವುಗಳಲ್ಲಿ ಪ್ರಮುಖವಾದುದು ಬಿಆರ್‌ಐ; ಅದರ ಒಂದು ಕಾರಿಡಾರ್ ಭಾರತದ ಸಾರ್ವಭೌಮತ್ವವನ್ನು ಉಲ್ಲಂಘಿಸುತ್ತದೆ ಎಂದು ನಾವು ಗಮನಿಸಿದ್ದೇವೆ. ಕಡಲ ಪ್ರದೇಶವೂ ಗಮನಾರ್ಹ ರೂಪಾಂತರವಾಗುತ್ತಿದೆ. ಇದರಿಂದ ಖಂಡಿತವಾಗಿಯೂ ಭಾರತಕ್ಕೆ ಲಾಭವಿಲ್ಲ.

ಈ ಎಲ್ಲದರಲ್ಲೂ, ಜಾಗತಿಕ ಸಮಾನಾಂಶಗಳ ಸಂಗತಿಗಳನ್ನು ಹೊಣೆಗಾರಿಕೆಯ ಪ್ರಜ್ಞೆ ಇರುವ ಸಮಾನಮನಸ್ಕ ಸಹಭಾಗಿಗಳ ಬದ್ಧತೆಗೆ ಬಿಡಲಾಗಿದೆ. ಈ ಸಮಯದಲ್ಲಿಯೇ ಭಾರತದ ಹಿತಾಸಕ್ತಿಗಳು ಮತ್ತು ಪ್ರಭಾವವು ಪೂರ್ವಕ್ಕೆ ವಿಸ್ತರಿಸಿದೆ. ಇಂಡೋ – ಪೆಸಿಫಿಕ್‌ನ ಪರಿಕಲ್ಪನೆ ಮತ್ತು ಖ್ವಾಡ್‌ನ ಮೂಡುವಿಕೆ – ಇವೆರಡೂ ಹೊಸ ಬೇಡಿಕೆಗಳಿಗೆ ಸಮಕಾಲೀನ ಪ್ರತಿಕ್ರಿಯೆಯ ಉದಾಹರಣೆಗಳಾಗಿವೆ. ಸಾರ್ವಭೌಮ ಆಯ್ಕೆಗಳ ಮೇಲೆ ಇತರರಿಗೆ ವೀಟೋ ಅಧಿಕಾರವನ್ನು ನೀಡದಿರುವ ಮಹತ್ತ್ವವನ್ನು ಅವು ಒತ್ತಿಹೇಳುತ್ತವೆ.

ಭಾರತ – ಚೀನಾ ಸಂಬಂಧಗಳ ವಿಷಯಕ್ಕೆ ಬಂದಾಗ, ಇದು ಏಶ್ಯಾದ ಶತಮಾನಕ್ಕೆ ಹಾಕುವ ಅಡಿಪಾಯ ಎಂದು ಆಗಾಗ್ಗೆ ಉಲ್ಲೇಖಿಸಲಾಗುತ್ತದೆ. ಇದು ಮೂರು ದಶಕಗಳ ಹಿಂದೆ ಡೆಂಗ್ ಶಾವೋಪಿಂಗ್ ಮಾಡಿದ ಕೆಲವು ಹೇಳಿಕೆಗಳಿಗೆ ಹೋಗುತ್ತದೆ. ಅದೇನೇ ಇದ್ದರೂ, ಕಳೆದ ಕೆಲವು ವರ್ಷಗಳ ಘಟನೆಗಳು, ಅವು ಒಟ್ಟಿಗೆ ಸಾಗಲಾರದ ಅಸಮರ್ಥತೆಯು ಇಂತಹ ಸಾಧ್ಯತೆಗಳನ್ನು ಬುಡಮೇಲು ಮಾಡಬಹುದು ಎಂಬ ತದ್ವಿರುದ್ಧ ವಾಸ್ತವದತ್ತ ಬೊಟ್ಟು ಮಾಡುತ್ತವೆ. ಆದ್ದರಿಂದ, ಸಮ್ಮತ ವ್ಯವಸ್ಥೆಯ ಹುಡುಕಾಟವು ಏಶ್ಯಾದಲ್ಲಿ ಬಹುಧ್ರುವೀಯತೆಯ ಅನ್ವೇಷಣೆಯಾಗುತ್ತದೆ. ಅದು ಆಯ್ಕೆಗಳ ಬಳಕೆ, ಜಾಗತಿಕ ಸಾಮಾನ್ಯರ ಬಗ್ಗೆ ಕಾಳಜಿ, ಅಂತಾರಾಷ್ಟ್ರೀಯ ಕಾನೂನಿಗೆ ಗೌರವ ಮತ್ತು ಸಾರ್ವಭೌಮ ಸಮಾನತೆಯ ಆಧಾರದ ಮೇಲೆ ತೊಡಗಿಸಿಕೊಳ್ಳುವಿಕೆಯ ಕುರಿತ ದೊಡ್ಡ ಚರ್ಚೆಯಾಗಿ ವಿಕಾಸವಾಗಿದೆ. ಅದರ ಆರ್ಥಿಕ ಆಯಾಮದಲ್ಲಿ; ನ್ಯಾಯಯುತ ವ್ಯಾಪಾರದ ಅಗತ್ಯ, ಸಮಾನ ಅವಕಾಶಗಳ ಪ್ರಾಮುಖ್ಯ, ಅಪಾಯ ತಗ್ಗಿಸುವಿಕೆಯ ಅನಿವಾರ್ಯತೆಗಳು ಮತ್ತು ವಿಶ್ವಾಸ ಮತ್ತು ಪಾರದರ್ಶಕತೆಯನ್ನು ಪ್ರೋತ್ಸಾಹಿಸುತ್ತಲೇ ಸ್ಥಿತಿಸ್ಥಾಪಕ ಮತ್ತು ವಿಶ್ವಾಸಾರ್ಹ ಪೂರೈಕೆ ಸರಪಣಿಗಳನ್ನು ನಿರ್ಮಿಸುವ ವಿಷಯಗಳ ಬಗ್ಗೆಯೂ ಚರ್ಚೆ ನಡೆಯುತ್ತಿದೆ.

ದೇಶಗಳು ಆಡುವ ಆಟಗಳಲ್ಲಿ, ರಾಜಕೀಯ ಕಲ್ಪನಾಶೀಲತೆ ಮತ್ತು ಸಾಂಸ್ಕೃತಿಕ ಹೆಮ್ಮೆ – ಇವು ಕೆಲವೊಮ್ಮೆ ಸನ್ನಿವೇಶದ ಲಾಭ ಪಡೆಯುವ ಅಂಶಗಳೂ ಆಗಬಹುದು. ಪಶ್ಚಿಮದ ವಿರುದ್ಧ ಒಂದು ಸಂಯುಕ್ತ ರಂಗವನ್ನು ರೂಪಿಸುವುದು ಮತ್ತು ಏಶ್ಯಾವು ಏಶ್ಯನ್ನರಿಗಾಗಿ ಇರಬೇಕು ಎಂದು ಸೂಚಿಸುವುದು ವಸಾಹತೋತ್ತರ ಪ್ರಪಂಚದ ಅಭದ್ರತೆಯನ್ನು ಆಕರ್ಷಿಸುವ, ಆದರೆ ಪ್ರಯತ್ನಿಸಿ – ಪರೀಕ್ಷಿಸಿದ ತಂತ್ರಗಳಾಗಿವೆ. ಆದಾಗ್ಯೂ,

ವಾಸ್ತವವು ನಿಷ್ಕರುಣಿ ಮತ್ತು ಭಾವನಾತೀತ; ಅದು ಹೆಚ್ಚು ಸ್ಪರ್ಧಾತ್ಮಕವೂ ಆಗಿದೆ. ಜಾಗತೀಕರಣಗೊಂಡ ವಿಶ್ವದಲ್ಲಿ, ಇತರ ದೇಶಗಳನ್ನು ಹೊರಗಿಟ್ಟು ಅದೇ ದೇಶಗಳನ್ನು ಪ್ರವೇಶಿಸಲು ಯತ್ನಿಸುವುದು ಅವಾಸ್ತವಿಕ. ಕಾರ್ಯತಂತ್ರಾತ್ಮಕವಾಗಿ, ಸಹಭಾಗಿಗಳನ್ನು ಹಿತಾಸಕ್ತಿಗಳ ಆಧಾರದ ಮೇಲೆ ಆಯ್ಕೆ ಮಾಡಬೇಕೇ ವಿನಾ ಭಾವನೆಗಳ ಅಥವಾ ಪೂರ್ವಗ್ರಹಗಳ ಆಧಾರದ ಮೇಲೆ ಅಲ್ಲ. ಸಾಂಸ್ಕೃತಿಕವಾಗಿ ಹೆಚ್ಚು ಭರವಸೆಯುಳ್ಳ ಭಾರತವು ಖಂಡಿತವಾಗಿಯೂ ಈ ವ್ಯತ್ಯಾಸವನ್ನು ಗಮನಿಸುತ್ತದೆ.

ಭಾರತವು ಚೀನಾದೊಂದಿಗೆ ಹೆಚ್ಚು ಸಮತೋಲಿತ ಮತ್ತು ಸ್ಥಿರ ಸಂಬಂಧ ಹೊಂದುವ ಪ್ರಶ್ನೆಗೆ ಅನೇಕ ರಂಗಗಳ ಆಯ್ಕೆಗಳ ವ್ಯಾಪ್ತಿಯಲ್ಲಿ ಉತ್ತರ ಅಡಗಿದೆ. 2020ರ ಬೆಳವಣಿಗೆಗಳನ್ನು ಗಮನಿಸಿದರೆ, ಅವು ಸ್ಪಷ್ಟವಾಗಿ ಗಡಿಯ ಪರಿಣಾಮಕಾರಿ ಸುರಕ್ಷತೆಯ ಸುತ್ತಲೇ ಕೇಂದ್ರೀಕೃತವಾಗಿವೆ. ಕೋವಿಡ್ ಪಿಡುಗಿನ ನಡುವೆಯೂ ಇದನ್ನು ನಿರ್ವಹಿಸಲಾಯಿತು. ಸದೃಢ ಮತ್ತು ಹೆಚ್ಚು ತಂತ್ರಜ್ಞಾನ – ಶಕ್ತ ಸೇನೆ ಇಂದಿನ ಅಗತ್ಯವಾಗಿದೆ. ಗಡಿಪ್ರದೇಶಗಳಲ್ಲಿನ ಶಾಂತಿ ಮತ್ತು ನೆಮ್ಮದಿಗಳೇ ಖಂಡಿತವಾಗಿಯೂ ಸಹಜ ಸಂಬಂಧಗಳಿಗೆ ಆಧಾರವಾಗಿದೆ. ಇದು ಗಡಿ ಪ್ರಶ್ನೆಗಳ ಪರಿಹಾರದೊಂದಿಗೆ ಸಮೀಕರಿಸುವುದಕ್ಕಿಂತ ಭಿನ್ನ. ವಾಸ್ತವವೆಂದರೆ ಈ ಕನಿಷ್ಠ ಮಟ್ಟವನ್ನೂ 2020ರಲ್ಲಿ ಉಲ್ಲಂಘಿಸಲಾಗಿದೆ! ಆರ್ಥಿಕವಾಗಿ ಹೇಳುವುದಾದರೆ, ಉತ್ಪಾದನೆಯನ್ನು ವಿಸ್ತರಿಸುವಲ್ಲಿ ಮತ್ತು 'ಆತ್ಮನಿರ್ಭರ ಭಾರತ್' ಸಿದ್ಧಾಂತವನ್ನು ಪ್ರೋತ್ಸಾಹಿಸುವುದೇ ಇಲ್ಲಿರುವ ಪರಿಹಾರ. ಅಂತಾರಾಷ್ಟ್ರೀಯ ಮಟ್ಟದಲ್ಲಿ, ಹೆಚ್ಚಿನ ಸಂಬಂಧಗಳನ್ನು ನಿರ್ಮಿಸುವುದು ಮತ್ತು ಅದರ ಹಿತಾಸಕ್ತಿಗಳ ತಿಳಿವಳಿಕೆಯನ್ನು ಪ್ರೋತ್ಸಾಹಿಸುವುದು ಭಾರತವನ್ನು ಬಲಪಡಿಸುತ್ತದೆ. ನಾವು ಪರಿಣಾಮಕಾರಿಯಾಗಿ – ವಿಶೇಷವಾಗಿ ನಮ್ಮ ತಕ್ಷಣದ ಪರಿಧಿಯಲ್ಲಿ – ಸ್ಪರ್ಧಿಸುವುದನ್ನು ಮುಂದುವರಿಸಬೇಕು.

2020ರ ವಿದ್ಯಮಾನಗಳ ನಂತರ ಭಾರತ ಮತ್ತು ಚೀನಾ ನಡುವೆ ಸ್ಥಿರ ಸಮತೋಲನವನ್ನು ಸ್ಥಾಪಿಸುವುದು ಸುಲಭವಲ್ಲ. ಅದು ಮೂಡಬೇಕಾದರೆ, ಅದು ಮೂರು ಪಾರಸ್ಪರಿಕ ಸಂಗತಿಗಳ ಆಧಾರದ ಮೇಲೆ ಮಾತ್ರ ಸುಸ್ಥಿರವಾಗಬಹುದು. ಪೂರ್ವ – ಪಶ್ಚಿಮ ಮತ್ತು ಉತ್ತರ – ದಕ್ಷಿಣ ವಿಭಜನೆಗಳಲ್ಲಿ ಸೂಕ್ತ ಸ್ಥಾನವನ್ನು ಕಂಡುಹಿಡಿಯಲು ಭಾರತ ಪ್ರಯತ್ನಿಸುತ್ತಿರುವುದರಿಂದ ಅಂತಾರಾಷ್ಟ್ರೀಯ ಪರಿಸ್ಥಿತಿಯೂ ಈ ಪ್ರಕ್ರಿಯೆಗೆ ಕೊಡುಗೆ ನೀಡಬಹುದು. ಆದರೆ ಏಷ್ಯಾದಲ್ಲಿ ಬಹುಧ್ರುವೀಯತೆಯನ್ನು ಒಪ್ಪಿಕೊಳ್ಳಬೇಕು. ಕಳೆದ ಕೆಲವು ವರ್ಷಗಳು ಸಂಬಂಧಗಳಿಗೆ ಮತ್ತು ಖಂಡದ ಭವಿಷ್ಯಕ್ಕೆ ಗಂಭೀರ ಸವಾಲಿನ ಅವಧಿಯಾಗಿದ್ದವು. ಉದ್ವಿಗ್ನತೆಯ ಮುಂದುವರಿಕೆಯು ಅದರದ್ದೇ ಆದ ಪರಿಣಾಮ ಬೀರುತ್ತದೆ. ನಿಲುವುಗಳ ಹೊಸ ರೂಢಿಗಳು ಅನಿವಾರ್ಯವಾಗಿ ಕಾರ್ಯತಂತ್ರದ ಹೊಸ ರೂಢಿಗಳಿಗೆ ಕಾರಣವಾಗುತ್ತವೆ. ಅವುಗಳ ಸಂಬಂಧಗಳ ಕುರಿತ ದೀರ್ಘಾವಧಿ ದೃಷ್ಟಿಕೋನವು ಮೇಲುಗೈ ಸಾಧಿಸುತ್ತದೆಯೇ ಎಂಬುದೇ ದೊಡ್ಡ ಪ್ರಶ್ನೆ.

ಭಾರತ – ಚೀನಾ ಸಂಬಂಧವು ಈಗ ನಿಜವಾಗಿಯೂ ಕವಲುದಾರಿಯಲ್ಲಿದೆ. ಭಾರತದ ರಾಷ್ಟ್ರೀಯ ಇಚ್ಛಾಶಕ್ತಿ, ನೀತಿಗಳ ಕುರಿತ ವಿಶ್ವಾಸ, ಜಾಗತಿಕ ಸಂಬಂಧಗಳು ಮತ್ತು ಬೆಳೆಯುತ್ತಿರುವ ಸಾಮರ್ಥ್ಯಗಳನ್ನು ಈಗ ಸ್ಪಷ್ಟಪಡಿಸಲಾಗಿದೆ. ಈಗ ಮಾಡಿಕೊಳ್ಳುವ ಆಯ್ಕೆಗಳು ಎರಡೂ ದೇಶಗಳಿಗೆ ಮಾತ್ರವಲ್ಲ, ಇಡೀ ಜಗತ್ತಿನ ಮೇಲೆ ಅಗಾಧ

ಪರಿಣಾಮಗಳನ್ನು ಉಂಟುಮಾಡುತ್ತವೆ. ಮೂರು ಪಾರಸ್ಪರಿಕ ಅಂಶಗಳನ್ನು ಗೌರವಿಸುವುದು ಮತ್ತು ಅದರ ಪರಿಣಾಮವಾಗಿ ಬರುವ ಪ್ರಸ್ತಾಪಗಳನ್ನು ಪರಸ್ಪರ ಸಂಬಂಧಗಳ ಬೆಳವಣಿಗೆಗೆ ಅನ್ವಯಿಸುವುದು – ಇದು ಎರಡೂ ದೇಶಗಳಿಗೆ ಸರಿಯಾದ ನಿರ್ಧಾರಗಳನ್ನು ತೆಗೆದುಕೊಳ್ಳಲು ಅನುಕೂಲವಾಗಬಹುದು. ವಾಸ್ತವದೃಷ್ಟಿಯ ವಿಶ್ಲೇಷಣೆ, ಜಾಗತಿಕ ಕಾರ್ಯತಂತ್ರ ಮತ್ತು ವಾಸ್ತವಿಕ ಸೇವೆಗಳೊಂದಿಗೆ ಸಂಬಂಧಗಳನ್ನು ಗ್ರಹಿಸಿದಾಗಲೇ ಅದು ಅತ್ಯುತ್ತಮವಾಗುತ್ತದೆ. ಚೀನಾದೊಂದಿಗಿನ ನಮ್ಮ ನಿಲುವು ವಾಸ್ತವಿಕತೆಯಿಂದ ತುಂಬಿದಾಗ ಮಾತ್ರ ನಾವು ವಿಶ್ವದ ಮುಂದೆ ಭಾರತವಾಗಿ ನಮ್ಮ ಚಿತ್ರಣವನ್ನು ಬಲಪಡಿಸಲು ಸಾಧ್ಯವಾಗುತ್ತದೆ.

9.

ಸುರಕ್ಷತೆಯ ಮರುಕಲ್ಪನೆ

ಸಮಕಾಲೀನ ಸಂದರ್ಭಕ್ಕೆ ಅಭ್ಯಾಸಗಳ ಹೊಂದಾಣಿಕೆ

'ಶಿಥಿಲಗೊಳಿಸುವಿಕೆ'ಯು ಈಗ ಹೊಸ ಸ್ಪರ್ಧೆಯಾಗಿದೆ. ನಿರ್ಬಂಧಗಳು ಮತ್ತು ಅಪಾಯಗಳ ಜಗತ್ತಿನಲ್ಲಿ, ದೇಶಗಳು ಈಗ ಪರಸ್ಪರ ನೇರವಾಗಿ ಎದುರಿಸುವ ಬದಲು ಒಳನುಗ್ಗಿ ಪ್ರಭಾವ ಬೀರುತ್ತವೆ. ಆದ್ದರಿಂದ, ಬೆದರಿಕೆಗಳು ವಿಭಿನ್ನವಾಗಿದ್ದರೆ, ನಮ್ಮ ರಕ್ಷಣೆಯೂ ವಿಭಿನ್ನವಾಗಿಯೇ ಇರಬೇಕು. ಅದು ನಮ್ಮ ಸನ್ನಿವೇಶದ ಕುರಿತ ಹೆಚ್ಚಿನ ಪ್ರಮಾಣದ ಅರಿವಿನಿಂದ ಪ್ರಾರಂಭವಾಗುತ್ತದೆ. ಭದ್ರತೆಯನ್ನು ಕೇವಲ ಪೊಲೀಸ್, ಕಾನೂನು ಮತ್ತು ಸುವ್ಯವಸ್ಥೆ, ಗುಪ್ತಚರ ಮತ್ತು ತನಿಖೆ ಎಂದು ಭಾವಿಸಿದ ಒಂದು ಕಾಲವಿತ್ತು. ಈಗ ನಾವು ಅದನ್ನು ಸಹಜವಾಗಿಯೇ ಬಂಡಾಯ ನಿಗ್ರಹ, ಭಯೋತ್ಪಾದನೆ ನಿಗ್ರಹ ಮತ್ತು ಗಡಿ ರಕ್ಷಣೆಗೆ ವಿಸ್ತರಿಸಬೇಕಿದೆ. ವಿಶೇಷ ಪ್ರಕರಣವಾಗಿ, ನಮ್ಮ ಈ ಆಲೋಚನೆಗಳು ಬಹುಶಃ ಸೇನಾ ಸಂಘರ್ಷಕ್ಕೂ ವಿಸ್ತರಿಸಿದವು. ಆದಾಗ್ಯೂ, ಇಂದು ನೀವು ಅದರ ಬಗ್ಗೆ ಮರುಚಿಂತನೆ ಮಾಡಬೇಕಾಗಬಹುದು. ಬದುಕು ಮೊದಲಿನಂತಿಲ್ಲ; ಹಾಗೆಯೇ ಅದರ ಸವಾಲುಗಳೂ ಮೊದಲಿನಂತಿಲ್ಲ.

ಹೀಗೆ ಆಳವಾಗಿ ಬೇರೂರಿರುವ ಸಮಸ್ಯೆಗಳು ಕಡಿಮೆಯಾಗಿವೆ ಎಂದೇನಲ್ಲ; ಅದಕ್ಕೆ ತದ್ವಿರುದ್ಧವಾಗಿ ಅವು ಹೆಚ್ಚಾಗಿವೆ. ನಾವು ಅಸಹಜತೆಯ ಮೇಲೆ ಗಮನ ಕೇಂದ್ರೀಕರಿಸಿದ್ದರೂ, 'ಸಹಜತೆ'ಯು ತೀವ್ರ ಕಳವಳಕಾರಿ ಸ್ವರೂಪಗಳನ್ನು ಪಡೆದಿದೆ. ಪ್ರತಿದಿನ ನಮ್ಮ ಸುತ್ತಲೂ ನಮ್ಮ ರಾಜ್ಯವ್ಯವಸ್ಥೆ ಮತ್ತು ಸಮಾಜವನ್ನು ಅಪಾಯಕ್ಕೆ ತಳ್ಳುವ ಚಟುವಟಿಕೆಗಳು ಮತ್ತು ಸಂವಹನಗಳು ನಡೆಯುತ್ತಿವೆ. ಜಾಗತೀಕರಣವು ನಮ್ಮ ಭದ್ರತೆಯ ಮೇಲೆ ಎಷ್ಟು ಪರಿಣಾಮ ಬೀರುತ್ತದೆ ಎಂಬುದರ ಬಗ್ಗೆ ನಾವು ಎಚ್ಚರಗೊಳ್ಳದಿದ್ದರೆ, ವಿಮೋಚನೆಯ ಹಾದಿಯೇ ಇಲ್ಲದೆ ಅಪಾಯಕ್ಕೆ ಪಕ್ಕಾಗಬಹುದು. ಹೆಚ್ಚು ಶಕ್ತಿಶಾಲಿ ದೇಶಗಳು ತಮ್ಮದೇ ರೂಪಾಂತರಿತ ಬಿಕ್ಕಟ್ಟುಗಳ ಪರಿಹಾರಕ್ಕೆ ಹೆಣಗುತ್ತಿವೆ.

ನಮ್ಮ ಜಗತ್ತು ಅಗಾಧವಾಗಿ ಬದಲಾಗಿದೆ; ಹಾಗೆಯೇ ನಮ್ಮ ಭದ್ರತೆಯ ಅರಿವೂ ಸಹ

ಬದಲಾಗಲೇಬೇಕು. ಹಾಗೆಂದರೆ, ಜಾಗತಿಕ ರಾಜಕೀಯದ ಚಂಚಲತೆಗಳನ್ನು ಗಮನಿಸುವುದು ಹಾಗೂ ಪರಸ್ಪರಾವಲಂಬನ ಮತ್ತು ಅಂತರ್ವ್ಯಾಪಿಸುವ ಜಗತ್ತಿನಲ್ಲಿರುವುದರ ನಿಜ ಅರ್ಥವೇನು ಎಂದು ಗ್ರಹಿಸುವುದು. ನಾವು ಈಗ ಒಗ್ಗಿಕೊಂಡಿರುವ 'ಜ್ಞಾನದ ಆರ್ಥಿಕತೆ'ಯು ಹೊಸ ಶಕ್ತಿಯ ಮಾಪನಗಳನ್ನು ರೂಪಿಸಬಹುದು. ಇಂದು ಬಲಶಾಲಿಗಳನ್ನು ಜಾಣರು ಎಂದೇ ಹೆಚ್ಚಾಗಿ ವಿವರಿಸಲಾಗುತ್ತಿದೆ. ಮಹಾಕಾವ್ಯಗಳು ದೃಢಪಡಿಸುವಂತೆ, ಇದು ಶುದ್ಧಾಂಗ ಅಭೂತಪೂರ್ವ ಸಂಗತಿಯೇನಲ್ಲ.

ಜ್ಞಾನವೇ ಶಕ್ತಿ ಮತ್ತು ನಿರ್ಣಾಯಕ ಸಂದರ್ಭಗಳಲ್ಲಿ ಅದು ಶಕ್ತಿಗಿಂತ ಮಿಗಿಲು. ಸ್ಪರ್ಧಾತ್ಮಕ ಜಗತ್ತಿನಲ್ಲಿ, ಇದು ಬುದ್ಧಿವಂತಿಕೆ, ಮೌಲ್ಯಮಾಪನಗಳು ಮತ್ತು ತಿಳಿವಳಿಕೆಯ ಬೆಲೆಯನ್ನು ಹೆಚ್ಚಿಸುತ್ತದೆ. ಯುದ್ಧಭೂಮಿಯ ಸನ್ನಿವೇಶದಲ್ಲಿ, ಒಳನೋಟಗಳು ಮತ್ತು ಮಾಹಿತಿಯು ನಿಜವಾದ ಪರಮೋಪಾಯ ಆಗಬಹುದು. ವಾಸ್ತವವಾಗಿ, ರಾಮಾಯಣದಲ್ಲಿ ಇದೇ ಅನಾವರಣಗೊಳ್ಳುವುದನ್ನು ನಾವು ನೋಡುತ್ತೇವೆ.

ಲಕ್ಷ್ಮಣ ಮತ್ತು ರಾವಣನ ಮಗನಾದ ಇಂದ್ರಜಿತ್ ನಡುವಿನ ಯುದ್ಧವು ಅಂತಿಮ ಪರಿಣಾಮಕ್ಕಿಂತ ಮುಂಚಿನ ಮಹತ್ತ್ವದ ತಿರುವು ಎಂದು ಹಲವು ಅಂಶಗಳಿಂದ ಭಾವಿಸಲಾಗಿದೆ. ಅದರ ಸಜ್ಜಿಕೆಗಿಂತ ಮುಂಚಿತವಾಗಿ ಒಂದು 'ಸೈ-ಆಪ್ಸ್' (ಸೈಕಾಲಾಜಿಕಲ್ ಆಪರೇಶನ್) ಇದೆ. ಅಲ್ಲಿ ಇಂದ್ರಜಿತ್ ಮಾಯಾ ಸೀತಾಮಾತೆಯನ್ನು ಸೃಷ್ಟಿಸಿ ವಾನರಸೇನೆಯ ಸಮ್ಮುಖದಲ್ಲಿ ಅವಳನ್ನು ಕೊಂದ. ನಂತರ ಉಂಟಾದ ಗೊಂದಲವನ್ನು ಅವನು ಬಳಸಿಕೊಂಡು ತನ್ನನ್ನು ಅಜೇಯನನ್ನಾಗಿ ಮಾಡುವ ಆಸುರಿ ಯಜ್ಞವನ್ನು ಪೂರ್ಣಗೊಳಿಸಲು ಪ್ರಯತ್ನಿಸಿದ. ಜ್ಞಾನವು ವ್ಯತ್ಯಾಸವನ್ನು ತೋರುವುದು ಇಲ್ಲಿಯೇ. ಇಂದ್ರಜಿತ್ ಏನು ಮಾಡುತ್ತಿದ್ದಾನೆ ಎಂದು ಅವನ ಚಿಕ್ಕಪ್ಪ ವಿಬೀಷಣನು ಸರಿಯಾಗಿ ಅರ್ಥಮಾಡಿಕೊಂಡ. ಅದಕ್ಕೆ ಅನುಗುಣವಾಗಿ ಭಗವಾನ್ ಶ್ರೀರಾಮನಿಗೆ ಸಲಹೆ ನೀಡಿದ. ಯಜ್ಞ ಪೂರ್ಣಗೊಳ್ಳದಂತೆ ತಡೆಯಲು ಲಕ್ಷ್ಮಣನನ್ನು ಕಳುಹಿಸಲಾಯಿತು. ಮೂರು ಹಗಲು, ರಾತ್ರಿ ಹೋರಾಡಿದ ನಂತರ, ಲಕ್ಷ್ಮಣನು ಇಂದ್ರಾಸ್ತ್ರವನ್ನು ಬಳಸಿ ಇಂದ್ರಜಿತ್‌ನನ್ನು ಕೊಂದ.

ಇದಕ್ಕೂ ಮುಂಚೆ ರಾವಣನ ಇನ್ನೊಬ್ಬ ಮಗನಾದ ದೈತ್ಯ ಅತಿಕಾಯನೊಂದಿಗಿನ ಮುಖಾಮುಖಿ ಕಥೆಯೂ ಇದೆ. ಅಲ್ಲಿ ಆಂತರಿಕ ಮಾಹಿತಿಯ ವ್ಯತ್ಯಾಸಭೇದ ಉಂಟುಮಾಡುತ್ತದೆ. ದ್ವಂದ್ವಯುದ್ಧದಲ್ಲಿ ತನ್ನನ್ನು ತಾನು ಉಳಿಸಿಕೊಳ್ಳಲು ಹೆಣಗಾಡುತ್ತಿದ್ದ ಲಕ್ಷ್ಮಣನಿಗೆ ವಾಯುವು ಈ ರಾಕ್ಷಸನನ್ನು ಬ್ರಹ್ಮಶಕ್ತಿ ಮಾತ್ರ ಕೊಲ್ಲಬಹುದು ಎಂದು ಸಲಹೆ ನೀಡಿದ. ಹಾಗೇ ನಡೆದು ಲಕ್ಷ್ಮಣನಿಗೆ ಸಮಾಧಾನವಾಯಿತು. ವಾಸ್ತವವಾಗಿ, ಭಗವಾನ್ ಶ್ರೀರಾಮನೂ ರಾವಣನ ವಿರುದ್ಧ ಯುದ್ಧದ ನಿರ್ಣಾಯಕ ಕ್ಷಣದಲ್ಲಿ ಬ್ರಹ್ಮಾಸ್ತ್ರವನ್ನು ಬಳಸುವಂತೆ ತನ್ನ ಸಾರಥಿ ಮಾತಲಿ ನೀಡಿದ ಸಲಹೆಯ ಫಲಾನುಭವಿಯಾಗಿದ್ದ. ಸ್ಪಷ್ಟವಾಗಿ, ಮಾಹಿತೀಕರಣಗೊಂಡ ಯುದ್ಧವು ಕೇವಲ ಮೇಲುಗೈಗೆ ಮಾತ್ರ ಕಾರಣವಲ್ಲ; ಅದು ಇಡೀ ಫಲಿತಾಂಶವನ್ನೇ ಬದಲಿಸಬಹುದು.

ರಾಮಾಯಣದಲ್ಲಿ ಕಡಿಮೆ ಅಂದಾಜು ಮಾಡಿದ ಪಾತ್ರವಿದ್ದರೆ, ಅದು ರಾವಣನ ಕಿರಿಯ ಸಹೋದರ ವಿಬೀಷಣನದು. ಅವನು ಮೂಲ ವಂಶದಿಂದ ಬೇರ್ಪಟ್ಟಿದ್ದು - ಅದು ಉತ್ತಮ ಕಾರಣಗಳಿಂದಲೇ ಇರಬಹುದು - ಸಾರ್ವಜನಿಕ ಮನಸ್ಸಿನಲ್ಲಿ ಒಂದು ಕಳಂಕವನ್ನು ಉಳಿಸಿಬಿಟ್ಟಿತು. ಆದರೆ ಮಹಾಕಥೆಯ ತಿರುವಿನ ಕ್ಷಣಗಳಲ್ಲಿ ಅವನು ನಿರ್ಣಾಯಕ ಕೊಡುಗೆ ನೀಡಿದ ಎಂಬ ವಾಸ್ತವವಂತೂ ಉಳಿದೇ ಉಳಿಯುತ್ತದೆ. ತನ್ನ ಸಲಹೆಗಾರರ ಶಂಕೆಗಳ ಹೊರತಾಗಿಯೂ ವಿಬೀಷಣನನ್ನು ಭಗವಾನ್ ಶ್ರೀರಾಮನು ತನ್ನ ಪಡೆಗೆ ಸ್ವಾಗತಿಸಿದಾಗ ಅವನು ಅರ್ಥ ಮಾಡಿಕೊಂಡ ಮತ್ತು

ನಿರೀಕ್ಷಿಸಿದ್ದ ಸಂಗತಿಯೂ ಇದೇ ಆಗಿತ್ತು. ರಾವಣನ ಸ್ಥಾನವನ್ನು ತುಂಬುವ ವಿಭೀಷಣನ ಮಹತ್ವಾಕಾಂಕ್ಷೆಯನ್ನು ಅವನು ಗ್ರಹಿಸಿದ ; ಗಮನಾರ್ಹವಾಗಿ, ಯುದ್ಧ ಪ್ರಾರಂಭವಾಗುವ ಮೊದಲೇ ಅವನನ್ನು ಲಂಕಾದ ರಾಜನಾಗಿ ಕಿರೀಟಧಾರಣೆ ಮಾಡಿದ. ಹೌದು, ಬದಲಾವಣೆಗೆ ನಿಸ್ಸಂಶಯವಾಗಿಯೂ ಸುದೀರ್ಘ ಇತಿಹಾಸವಿದೆ!

ವಿಭೀಷಣನು ತನ್ನ ಮಿತ್ರರಾದ ಅನಲ, ಸಂಪಾತಿ, ಪ್ರಮತಿ ಮತ್ತು ಪನಸ ನಿರ್ಮಿಸಿದ ಜಾಲದ ಮೂಲಕ ಅಮೂಲ್ಯವಾದ ಮಾಹಿತಿಯನ್ನು ಒದಗಿಸಿದ. ಯುದ್ಧದ ಸಮಯದಲ್ಲಿ ಭಗವಾನ್ ಶ್ರೀರಾಮನು ಯುದ್ಧತಂತ್ರದ ಸುದ್ದಿಸಂಗ್ರಹಕ್ಕಾಗಿ ನಿರಂತರವಾಗಿ ವಿಭೀಷಣನತ್ತಲೇ ನೋಡುತ್ತಿದ್ದ. ಇಂದ್ರಜಿತ್ ನಾಗಪಾಶವನ್ನು ಬಳಸಿಕೊಂಡು ಭಗವಾನ್ ಶ್ರೀರಾಮ ಮತ್ತು ಲಕ್ಷ್ಮಣರನ್ನು ನಿಶ್ಚೇಷ್ಟಿತಗೊಳಿಸಿದಾಗ, ವಿಭೀಷಣನೇ ಅವರ ಚೇತರಿಕೆಗೆ ಸಮಯ ಬೇಕು ಎಂದು ಕೇಳಿ ಪಡೆದುಕೊಂಡ. ವಿರೋಧಿಗಳ ಪಡೆಯಿಂದ ಬಂದ ವ್ಯಕ್ತಿಗಳನ್ನು ಸ್ವಾಗತಿಸುವುದು ಯಾವಾಗಲೂ ಒಂದು ನಾಜೂಕಿನ ಸನ್ನಿವೇಶ. ಈ ಪ್ರಕ್ರಿಯೆಯನ್ನು ಕುರಿತು ಅಂತರ್ಗತ ಅನುಮಾನಗಳು ಮತ್ತು ಶಂಕೆಗಳಿವೆ. ಆದರೆ ಭಗವಾನ್ ಶ್ರೀರಾಮನು ತೋರಿಸಿರುವಂತೆ, ಇದು ಆರಂಭ ಕಾಲದ ಉತ್ತಮ ನಿರ್ಣಯ. ಅಷ್ಟೇ ಅಲ್ಲ, ಕಷ್ಟದ ಸಮಯದಲ್ಲಿಯೂ ಆ ನಿರ್ಣಯಕ್ಕೆ ಅಂಟಿಕೊಂಡ ಧೈರ್ಯವು ನಿಜವಾಗಿಯೂ ಸೂಕ್ತ ಫಲಿತಾಂಶಗಳನ್ನು ಕೊಡುತ್ತದೆ.

ಇದಕ್ಕೆ ಸಂಬಂಧಿಸಿದ ಇನ್ನೊಂದು ಅಂಶವೆಂದರೆ ಸಂಕಥನದ ಶಕ್ತಿ. ಶ್ರದ್ಧೆಯಿಂದ ಕಟ್ಟಿದರೆ ಅದು ಪ್ರಾಬಲ್ಯಕ್ಕೆ ಆಧಾರವಾಗುತ್ತದೆ; ಆಗ ಅಲ್ಲಿ ಪ್ರತಿರೋಧಿಸುವ ಇಚ್ಛಾಶಕ್ತಿಯನ್ನೂ ದುರ್ಬಲಗೊಳಿಸಬಹುದು. ರಾವಣನನ್ನು ಸಾಮಾನ್ಯವಾಗಿ ಭಗವಾನ್ ಶ್ರೀರಾಮನಿಂದ ಸೋಲಿಸುವವರೆಗೂ ಅಜೇಯ ಎಂದು ಪರಿಗಣಿಸಲಾಗಿತ್ತು. ಆದಾಗ್ಯೂ, ವಾಸ್ತವ ಬೇರೆಯದೇ ಆಗಿತ್ತು. ಅಂತಹ ಪ್ರಭಾವಿ ಪ್ರತಿಷ್ಠೆಯನ್ನು ರೂಪಿಸಿಕೊಂಡಿದ್ದ ಎಂಬ ಕೀರ್ತಿ ರಾವಣನಿಗೆ ಸಲ್ಲುತ್ತದೆ. ಅವನು ತನ್ನ ಸಮಕಾಲೀನರೆಲ್ಲರನ್ನೂ ಸೋಲಿಸಿದ್ದ ಎಂಬುದು ಈ ಬಣ್ಣನೆಯಲ್ಲಿ ಮುಖ್ಯವಾಗಿತ್ತು. ಅವನ ಮಗ ಮೇಘನಾದನು ದೇವತೆಗಳ ರಾಜನನ್ನು (ಇಂದ್ರ) ಸೋಲಿಸಲು ಸಾಧ್ಯವಾಯಿತು, ಆ ಮೂಲಕ ಇಂದ್ರಜಿತ್ ಎಂಬ ಬಿರುದನ್ನು ಗಳಿಸಿದ ಎಂಬುದೂ ನಿಜವಾಗಿತ್ತು. ಆದರೆ ಇದೇ ವೇಳೆ ರಾವಣನೂ ಸಮರಗಳಲ್ಲಿ ಸೋತು ಅಂತಹ ಫಲಿತಾಂಶಗಳನ್ನೂ ಅವನು ಒಪ್ಪಿಕೊಳ್ಳಬೇಕಾಯಿತು. ವಾಲಿಯು ಧ್ಯಾನ ಮಾಡುತ್ತಿರುವಾಗಲೇ ರಾವಣನು ಸೆರೆಹಿಡಿಯಲು ಪ್ರಯತ್ನಿಸಿದಾಗ ವಾಲಿಯು ಅವನನ್ನು ಸೋಲಿಸಿದ. ಮಾಹಿಷ್ಮತಿಯ ರಾಜ ಕಾರ್ತವೀರ್ಯಾರ್ಜುನನೊಂದಿಗೂ ರಾವಣನ ಯುದ್ಧ ನಡೆಯಿತು. ಫಲಿತಾಂಶ ಚೆನ್ನಾಗಿರಲಿಲ್ಲ. ಅವರಿಬ್ಬರೂ ಒಂದೇ ಸಮಯದಲ್ಲಿ ಗಂಗಾನದಿಯಲ್ಲಿ ಮುಳುಗುತ್ತಿದ್ದರು. ಕಾರ್ತವೀರ್ಯಾರ್ಜುನನ ಚಟುವಟಿಕೆಗಳು ರಾವಣನ ಪೂಜೆಗೆ ಅಡ್ಡಿಪಡಿಸಿದವು. ನಂತರದ ಯುದ್ಧದಲ್ಲಿ, ರಾವಣನನ್ನು ಸೆರೆಹಿಡಿದು ಮಾಹಿಷ್ಮತಿಗೆ ಖೈದಿಯಾಗಿ ಕರೆದೊಯ್ಯಲಾಯಿತು. ಅಂತಿಮವಾಗಿ ಅವನ ಬಿಡುಗಡೆಗಾಗಿ ಅವನ ಅಜ್ಜ, ಋಷಿ ಪುಲಸ್ತ್ಯನ ಮಧ್ಯಪ್ರವೇಶ ಆಗಬೇಕಾಯಿತು. ಎರಡೂ ಸಂದರ್ಭಗಳಲ್ಲಿ, ರಾವಣನು ಹಿಮ್ಮೆಟ್ಟಿದ್ದಲ್ಲದೆ, ತನ್ನ ವಿರೋಧಿಗಳೊಂದಿಗೆ ರಾಜಿ ಮಾಡಿಕೊಂಡ.

ಕೆಲವೊಮ್ಮೆ, ಮಹಾನ್ ಶಕ್ತಿಗಳು ಸಹ ತಮ್ಮ ಮಿತಿಗಳನ್ನು ಅರಿತುಕೊಂಡು ಹೊಂದಾಣಿಕೆಗಳನ್ನು ಮಾಡಿಕೊಳ್ಳುತ್ತವೆ. 'ಶಾಶ್ವತ ಯುದ್ಧಗಳಿಗಾಗಿ' ಶಕ್ತಿಯನ್ನು ವ್ಯಯಿಸುವುದು ಅಥವಾ ನಿಷ್ಪ್ರಯೋಜಕ ಸಂಘರ್ಷದಲ್ಲಿ ಸಿಲುಕುವುದು ವಿವೇಕಯುತವೂ ಅಲ್ಲ, ಪ್ರತಿಫಲದಾಯಕವೂ ಅಲ್ಲ. ಬೆಳೆಯುತ್ತಿರುವ ಶಕ್ತಿಗೆ ಯಾವಾಗಲೂ ಜಾಣ ಲೆಕ್ಕಾಚಾರಗಳು ಮತ್ತು ಹೊಂದಾಣಿಕೆಗಳು ವೇಗವನ್ನು ನೀಡುತ್ತವೆ. ಎಲ್ಲಕ್ಕಿಂತ ಹೆಚ್ಚಾಗಿ, ರಾವಣನ ಖ್ಯಾತಿಯು ಸಂಕಥನಗಳ ಶಕ್ತಿಯನ್ನು ಒತ್ತಿಹೇಳುತ್ತದೆ ಮತ್ತು ಅವು ತಾವೇ ಹೇಗೆ ಪ್ರಬಲ ಅಸ್ತ್ರವಾಗಬಹುದು ಎಂಬುದನ್ನು ಸೂಚಿಸುತ್ತವೆ.

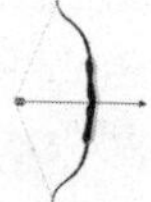

ಭದ್ರತಾ ಜಟಿಲತೆಯ ಅರ್ಥೈಸುವಿಕೆ

ಮೊದಲು ಸದಾ ಗಂಭೀರವೆಂದು ಗ್ರಹಿಸಿರದ ಬದಲಾವಣೆಗಳ ಬಗ್ಗೆ ಗಮನ ಹರಿಸೋಣ; ಆಮೇಲೆ ನಮ್ಮ ಸವಾಲುಗಳು ಅಂತರಾಳದಲ್ಲಿ ಎಷ್ಟಿವೆ ಎಂಬುದನ್ನು ಅರಿಯೋಣ. ಒಂದು ಘಟನೆಯನ್ನು 'ಗಾಯಗೊಂಡಿದ್ದು' ಎಂದು ಹೇಳಲು ನಿಜವಾಗಿಯೂ ಹಿಂಸೆಯ ಕೃತ್ಯಗಳು ಅಥವಾ ರಕ್ತ ಚೆಲ್ಲುವ ಕ್ರಿಯೆಗಳೇ ನಡೆಯಬೇಕೆ? ನಮ್ಮ ಬಹಳಷ್ಟು ಭದ್ರತಾ ಬೆದರಿಕೆಗಳು ಹಂತಹಂತವಾಗಿವೆ ಮತ್ತು ವಿನಾಶಕಾರಿಯಾಗಿವೆ; ಅದು ಮೊಂಡು ಆಘಾತವೇ ಆಗಬೇಕಿಲ್ಲ. ನಮ್ಮ ದೇಶದ ಏಕತೆ ಮತ್ತು ಸಮಗ್ರತೆ ದುರ್ಬಲಗೊಂಡರೆ ಮತ್ತು ಪರ್ಯಾಯ ನಿಷ್ಠೆಗಳನ್ನು ರಚಿಸಿದರೆ, ನಾವು ನಿರ್ಲಕ್ಷಿಸಬೇಕೆ? ಪ್ರಜಾಸತ್ತಾತ್ಮಕ ಸ್ವಾತಂತ್ರ್ಯದ ಹೆಸರಿನಲ್ಲಿ ಪ್ರತ್ಯೇಕತಾವಾದಿಗಳಿಗೆ ವಿದೇಶದಲ್ಲಿ ಸಹಾನುಭೂತಿ, ನೆರವು ಮತ್ತು ಬೆಂಬಲವನ್ನು ನೀಡಿದರೆ, ನಾವು ಸಮಚಿತ್ತತೆಯನ್ನು ಪ್ರದರ್ಶಿಸಬೇಕೆ? ರಾಷ್ಟ್ರೀಯ ಅಭಿವೃದ್ಧಿಗೆ, ವಿಶೇಷವಾಗಿ ನಿರ್ಣಾಯಕ ಮೂಲಸೌಕರ್ಯಕ್ಕೆ ಅಡ್ಡಿಯಾದಾಗ, ನಾವು ನಿರ್ಲಕ್ಷ್ಯ ತೋರಿಸುತ್ತೇವೆಯೇ? ಸಾಮಾಜಿಕ ಚಿಂತನೆಯ ಮೇಲೆ ಪ್ರಭಾವ ಬೀರುವ ಕಾರ್ಯಾಚರಣೆ ನಡೆದಾಗ, ನಾವು ನಿಜವಾಗಿಯೂ ಸುಮ್ಮನಿರಲು ಸಾಧ್ಯವೇ? ಮುಕ್ತ ಆರ್ಥಿಕತೆಯ ನೀತಿ ಆಯ್ಕೆಗಳು ನಿರುದ್ಯಮೀಕರಣ ಮತ್ತು ಬಾಹ್ಯ ಅವಲಂಬನೆಗೆ ಕಾರಣವಾದರೆ, ಅದು ನಮ್ಮ ಭವಿಷ್ಯದ ಬಗ್ಗೆ ಏನು ಹೇಳುತ್ತದೆ? ಕಾರ್ಯತಂತ್ರಾತ್ಮಕ ಭದ್ರತೆಯಿಂದ ಮಾತ್ರವೇ ಕಾರ್ಯತಂತ್ರಾತ್ಮಕ ಸ್ವಾಯತ್ತತೆ ದೊರಕುತ್ತದೆ.

ಭದ್ರತಾ ಚರ್ಚೆಯ ಬಹ್ವಂಶವು ಈಗ ತೆರೆದುಕೊಳ್ಳುವಿಕೆ, ನುಗ್ಗುವಿಕೆ ಮತ್ತು ದುರ್ಬಲತೆಗಳ ಸುತ್ತಲೇ ತಿರುಗುತ್ತದೆ. ಇದು ಸಾಮಾನ್ಯ ಚಟುವಟಿಕೆಗಳನ್ನು ದುರುದ್ದೇಶದ ಕೆಲಸವನ್ನಾಗಿ ಪರಿವರ್ತಿಸಬಹುದಾದ ಸಾಧ್ಯತೆಗಳಿರುವ ಹೊಸ ಜಗತ್ತು. ಅಂತಹ ಸಮಸ್ಯೆಗಳ ಬಗ್ಗೆ ಗಮನ ಸೆಳೆಯುವುದು ಎಂದರೆ ನಿಯಂತ್ರಣವನ್ನು ಬಿಗಿಗೊಳಿಸುವ, ಅಧಿಕಾರವನ್ನು ಬಲಪಡಿಸುವ ಅಥವಾ ಜಗತ್ತಿಗೆ ನಮ್ಮ ಬೆನ್ನು ತಿರುಗಿಸುವ ಸಂಗತಿಯಲ್ಲ. ವಾಸ್ತವವಾಗಿ, ಇದು ಎಚ್ಚರಗೊಳ್ಳಲು, ಸಿದ್ಧಪಡಿಸಲು, ಸಜ್ಜಾಗಲು ಮತ್ತು ಎಲ್ಲಕ್ಕಿಂತ ಹೆಚ್ಚಾಗಿ ನಮ್ಮ ರಕ್ಷಣೆಯನ್ನು ಮರೆಯದಿರಲು ಮಾಡುವ ಮನವಿಯಾಗಿದೆ.

ಭಾರತೀಯ ಸಮಾಜವು ಭದ್ರತೆಯ ಸವಾಲುಗಳನ್ನು ಬಹುಶಃ ಅದರ ಸಮಕಾಲೀನ ದೇಶಗಳಿಗಿಂತ ಹೆಚ್ಚಿನ ಪ್ರಮಾಣದಲ್ಲಿ ನಿರಂತರವಾಗಿ ಎದುರಿಸುತ್ತಿದೆ. ಪ್ರಪಂಚದ ಇನ್ನಿತರೆ ಪ್ರದೇಶಗಳಂತೆ ಭಾರತವೂ ವ್ಯಾಪಕ ಶ್ರೇಣಿಯ ಸಾಂಪ್ರದಾಯಿಕ ಮತ್ತು ಅಸಾಂಪ್ರದಾಯಿಕ ಬೆದರಿಕೆಗಳನ್ನು ಎದುರಿಸುತ್ತಿದೆ. ದೊಡ್ಡ, ಬಹುತ್ವ ಮತ್ತು ವೈವಿಧ್ಯಮಯ ರಾಜ್ಯವ್ಯವಸ್ಥೆಯಲ್ಲಿ ಕಾನೂನು ಮತ್ತು ಸುವ್ಯವಸ್ಥೆಯ ಸಮಸ್ಯೆಗಳು ಹಾಗೂ ಆಂತರಿಕ ಭದ್ರತೆಗಳೂ ಸಹಜವಾಗಿಯೇ ಹೆಚ್ಚು ಸಂಕೀರ್ಣವಾಗಿವೆ. ಭಾರತವು ತನ್ನ ಗಡಿಗಳಿಗೆ ನುಸುಳಿಬಂದು ನಡೆಸುವ ನಿರಂತರ ಹಿಂಸಾಚಾರಗಳನ್ನು ಅನುಭವಿಸಿದ್ದರಿಂದ ಭಯೋತ್ಪಾದನೆಯ ಬಗ್ಗೆ ಆತಂಕಗಳು ವಿಶೇಷವಾಗಿ ಗಂಭೀರವಾಗಿವೆ. ಬಾಹ್ಯವಾಗಿ, ಇತ್ಯರ್ಥಗೊಳ್ಳದ ಗಡಿಗಳನ್ನು ಭದ್ರಗೊಳಿಸುವ ಕಾರ್ಯವು ನಿರಂತರ ಕಡು ಜಾಗೃತಿಯನ್ನು ಬೇಡುತ್ತದೆ. ಪ್ರಸ್ತುತ ಪೀಳಿಗೆಯು ಅನೇಕ ಸಂಘರ್ಷಗಳ ನೇರ ನೆನಪುಗಳನ್ನು ಹೊಂದಿದೆ ಎಂಬುದೂ ನಮ್ಮ ಚಿಂತನೆಯನ್ನು ರೂಪಿಸುತ್ತದೆ.

ಈ ಪ್ರತಿಯೊಂದು ಅಂಶಗಳಿಗೂ ಸಹಜವಾಗಿಯೇ ಇನ್ನೂ ಸುಧಾರಿತ ಪ್ರತಿಕ್ರಿಯೆಯ ಅಗತ್ಯವಿದೆ. ಆದರೆ ನಮ್ಮ ಹೆಚ್ಚುತ್ತಿರುವ ಸಂಪರ್ಕಿತ ಅಸ್ತಿತ್ವದಲ್ಲಿ ಹುದುಗಿರುವ ಗಮನಾರ್ಹ ಕಾಳಜಿಗಳೂ ಇಲ್ಲಿವೆ. ಅವು ವಿಶ್ವದೊಂದಿಗಿನ ತೊಡಗಿಸಿಕೊಳ್ಳುವಿಕೆಯಲ್ಲಿ ಅಂತರ್ಗತವಾಗಿವೆ; ಆದ್ದರಿಂದ ಈ ಸಮಸ್ಯೆಗಳಿಂದ ದೂರವಿರಲು ಸಾಧ್ಯವಿಲ್ಲ. ಭದ್ರತೆಯ ವಿಷಯಕ್ಕೆ ಬಂದಾಗ ಇನ್ನೂ ಹೆಚ್ಚು ಕ್ರಿಯಾತ್ಮಕವಾಗಿರುವುದು ಮತ್ತು ಉತ್ತಮವಾಗಿರುವುದು ಮಾತ್ರವೇ ಸಾಕಾಗುವುದಿಲ್ಲ. ಭಾರತವು ವಿಭಿನ್ನವಾಗಿ ಕಾರ್ಯ ಎಸಗಬೇಕಿದೆ; ಅದರ ಅರ್ಥವೇ ವಿಭಿನ್ನವಾಗಿ ಯೋಚಿಸುವುದು. ಭದ್ರತೆಯನ್ನು ಹೆಚ್ಚಿಸಲು ಇಂದು ಅದನ್ನು ಮರುಕಲ್ಪಿಸಿಕೊಳ್ಳುವ ಅಗತ್ಯವಿದೆ.

ರಾಷ್ಟ್ರೀಯ ಭದ್ರತೆಯೊಂದಿಗೆ ವ್ಯವಹರಿಸುತ್ತಾ ತಮ್ಮ ಜೀವನವನ್ನೇ ಕಳೆಯುವವರು ಬಹುಶಃ ಆ ಪದದ ವ್ಯಾಖ್ಯಾನವೇ ವಿಕಾಸಗೊಂಡಿದೆ ಎಂಬುದನ್ನು ಕೂಡಲೇ ಒಪ್ಪಿಕೊಳ್ಳುತ್ತಾರೆ. ಬದಲಾವಣೆ ಎಂಬುದು ಎಲ್ಲಾ ಸಮಾಜಗಳ ಮೇಲೆ ಜಾಗತೀಕರಣದ ಪ್ರಭಾವ, ನಮ್ಮ ದೈನಂದಿನ ಜೀವನದಲ್ಲಿ ತಂತ್ರಜ್ಞಾನದ ಪ್ರವೇಶ ಮತ್ತು ಹೆಚ್ಚು ಸ್ಪರ್ಧಾತ್ಮಕ ಜಾಗತಿಕ ಸನ್ನಿವೇಶ – ಇವುಗಳಿಂದ ಪ್ರೇರಿತವಾಗಿದೆ. ಏನು, ಎಲ್ಲಿ, ಯಾವಾಗ ಮತ್ತು ಹೇಗೆ ಬೆದರಿಕೆಗಳು ಹೊರಹೊಮ್ಮುತ್ತವೆ ಎಂಬುದನ್ನು ಊಹಿಸುವುದು ನಾವು ಪ್ರತಿಕ್ರಿಯಿಸುವ, ರಕ್ಷಿಸುವ ಮತ್ತು ಎದುರಿಸುವ ವಿಧಾನದಷ್ಟೇ ಜಟಿಲ. ನಾವು ಕೇವಲ ಬೆದರಿಕೆಗಳನ್ನು ನಿರ್ಣಯಿಸುವ ಹೆಚ್ಚು ಸಂಕೀರ್ಣವಾದ ಚೌಕಟ್ಟನ್ನು ಮಾತ್ರವಲ್ಲ, ಅದನ್ನು ಸದಾ ಬದಲಾಗುವ ಹಲವು ಅಂಶಗಳ ಹಿನ್ನೆಲೆಯಲ್ಲಿ ನಿರ್ವಹಿಸಬೇಕಿದೆ. ಒಟ್ಟಾಗಿ ಸಹಜತೆ ಎಂಬುದೇ ಈಗ ಊಹಿಸಲಸಾಧ್ಯ ಮತ್ತು ಘಟನೆಗಳೇ ನಡೆಯುವುದಿಲ್ಲ ಎಂಬುದೂ ಅಪರೂಪದ್ದು ಎಂಬ ಅಂಶವನ್ನೇ ಅವು ಖಾತರಿಪಡಿಸುತ್ತವೆ.

ಭದ್ರತಾ ಜಟಿಲತೆಯ ಹೃದಯಭಾಗದಲ್ಲಿ ಆರ್ಥಿಕ ಪರಸ್ಪರಾವಲಂಬನೆ ಮತ್ತು ತಾಂತ್ರಿಕ ಅಂತರ್‌ಭೇದನದ ಸಮ್ಮಿಳನದಿಂದ ಸೃಷ್ಟಿಯಾದ ಅಸೀಮ ವಿಶಾಲತೆ ಇದೆ. ಅವುಗಳು ಈ ಹಿಂದೆ ಊಹಿಸಲಾಗದ ರೀತಿಯಲ್ಲಿ ಮಾಹಿತಿ, ವಿಚಾರಗಳು ಮತ್ತು ಸಿದ್ಧಾಂತಗಳ ಹರಿವನ್ನು ಸುಗಮಗೊಳಿಸಿವೆ. ನಿಯಮಗಳು ಮತ್ತು ಮಾನದಂಡಗಳ ಪಾಲನೆಯ ಮಟ್ಟಿಗೆ ಮಾನವೀಯ ಅಂಶಗಳೂ ಇವೆ. ನಮ್ಮ ಅಸ್ತಿತ್ವವು ಹೆಚ್ಚಾಗಿ ಸಾಮರ್ಥ್ಯ – ಚಾಲಿತವಾಗಿದ್ದರೂ, ಅದೇ ಸಮಯದಲ್ಲಿ ನಾವು ಅಪಾಯಗಳ ಸಾಧ್ಯತೆಗೆ ಹೆಚ್ಚು ಪಕ್ಕಾಗಿದ್ದೇವೆ ಎಂಬ ವಿರೋಧಾಭಾಸವನ್ನು ಮರೆಯುವಂತಿಲ್ಲ. ಬೆಳವಣಿಗೆ ಮತ್ತು ಸಮೃದ್ಧಿಗೆ ಹೆಚ್ಚಿನ ಭರವಸೆಯನ್ನು ಹೊಂದಿರುವ ಅಂಶಗಳೇ ಅನರ್ಹರ ಕೈಗೆ ಸಿಕ್ಕಿದಾಗ ಆತಂಕವನ್ನೂ ಮೂಡಿಸುತ್ತವೆ.

ಈ ನಿರ್ದಿಷ್ಟ ಅರಿವೇ, ಸಾಂಪ್ರದಾಯಿಕ ರಚನೆಯ ಸಿದ್ಧಾಂತಗಳನ್ನೂ ಮೀರಿದ ವಿಧಾನಗಳಿಂದ ಭದ್ರತಾ ಸಂಗತಿಗಳನ್ನು ಏಕೆ ಗ್ರಹಿಸಬೇಕು ಎಂಬುದಕ್ಕೆ ಮೂಲವಾಗಿದೆ. ಭಾರತವು ವಿಶ್ವದೊಂದಿಗಿನ ತನ್ನ ಸಂಬಂಧವನ್ನು ಗೌರವಿಸುವ ಮತ್ತು ಅದನ್ನು ವಿಸ್ತರಿಸಲು ಪ್ರಯತ್ನಿಸುತ್ತಿರುವ ರಾಜ್ಯವ್ಯವಸ್ಥೆ. ವಾಸ್ತವದಲ್ಲಿ ಸ್ವದೇಶದಲ್ಲಿನ ಪ್ರಗತಿಯ ಚಾಲಕ ಅಂಶಗಳು ದಿನವೂ ಬಾಹ್ಯ ಜಗತ್ತಿನ ವ್ಯಾಪಕ ಶ್ರೇಣಿಯ ಅಂಶಗಳಿಗೆ ನಮ್ಮನ್ನು ಜೋಡಿಸುತ್ತವೆ. ಆದ್ದರಿಂದ, ಅಪಾಯಗಳನ್ನು ಕಡಿಮೆ ಮಾಡುತ್ತಲೇ ಲಾಭವನ್ನು ಹೆಚ್ಚಿಸಿಕೊಳ್ಳುವ ಅತ್ಯುತ್ತಮ ಪರಿಹಾರಗಳನ್ನು ಹುಡುಕುವುದೇ ನಮ್ಮ ಮುಂದಿರುವ ಕೆಲಸ. ಭೌತಿಕ ನಿಯಂತ್ರಣಗಳ

ಮೂಲಕ ಇದನ್ನು ಮಾಡಬಹುದಾದ ಕಾಲ ಇದಲ್ಲ. ಬದಲಾಗಿ, ದೇಶವು ಎದುರಿಸುವ ಯಾವುದೇ ಸಮಸ್ಯೆಗಳನ್ನು ಅರ್ಥಮಾಡಿಕೊಳ್ಳುವುದು, ನಿರೀಕ್ಷಿಸುವುದು, ಸಿದ್ಧಪಡಿಸುವುದು ಮತ್ತು ಯೋಚಿಸುವುದು – ಇಂದಿನ ಅಗತ್ಯವಾಗಿದೆ. ಅದನ್ನು ಪರಿಣಾಮಕಾರಿಯಾಗಿ ಮಾಡಲು, ಈ ವಿಶ್ವದ ಉದ್ದೇಶವಾದರೂ ಏನು ಎಂಬ ನಿಖರವಾದ ಮತ್ತು ನವೀಕರಿಸಿದ ಅರಿವನ್ನು ಬೆಳೆಸಿಕೊಳ್ಳುವುದು ಖಂಡಿತ ಮುಖ್ಯವಾಗುತ್ತದೆ. ಇಂದು, ನಮ್ಮ ಅಸ್ತಿತ್ವವು ಯಾವುದೇ ಬಗೆಯಲ್ಲೂ ಆಂತರಿಕ ಪ್ರಸ್ತುತತೆಯನ್ನು ತಗ್ಗಿಸದ ಬಾಹ್ಯಾಸಕ್ತಿಗಳಿರುವ ಪ್ರವೃತ್ತಿಗಳು ಮತ್ತು ಘಟನಾವಳಿಗಳಿಂದ ರೂಪುಗೊಳ್ಳುತ್ತಿದೆ.

ಯಾವುದೇ ವಸ್ತುನಿಷ್ಠ ಜಾಗತಿಕ ಮೌಲ್ಯಮಾಪನವು ಈಗ ದೇಶಗಳ ನಡುವೆ, ವಿಶೇಷವಾಗಿ ಪ್ರಮುಖ ದೇಶಗಳ ನಡುವೆ ಇರುವ ಅಡೆತಡೆಯಿಲ್ಲದ ಸ್ಪರ್ಧೆಯ ಸಾಧ್ಯತೆಯನ್ನು ಒಳಗೊಳ್ಳಬೇಕಿದೆ. ಆ ದೇಶಗಳು ಇನ್ನೂ ಅನೇಕ ಸಾಮರ್ಥ್ಯಗಳನ್ನು ಮತ್ತು ಪ್ರಭಾವವನ್ನು ಅಭಿವೃದ್ಧಿಪಡಿಸಿದ್ದಷ್ಟೇ ಅಲ್ಲ, ಅವುಗಳನ್ನು ಚಲಾಯಿಸಲು ಹೆಚ್ಚು ಒಲವು ತೋರುತ್ತವೆ ಎಂಬುದೇ ಇದರ ಅರ್ಥ. ಸಾಮಾನ್ಯವಾಗಿ ಸ್ವಾಯತ್ತವೆಂದು ಪರಿಗಣಿಸಲಾದ ಕ್ಷೇತ್ರಗಳ ಗೋಚರ ಸಂಪರ್ಕದ ಮೂಲಕ ಇದನ್ನು ಅಭಿವ್ಯಕ್ತಪಡಿಸಲಾಗಿದೆ. ಕ್ರೀಡೆ, ಪ್ರವಾಸೋದ್ಯಮ, ಶಿಕ್ಷಣ ಮತ್ತು ರಾಜಕೀಯ – ಇವುಗಳಂತೆಯೇ ವ್ಯಾಪಾರ, ಇಂಧನ ಮತ್ತು ಹಣಕಾಸು – ಇವುಗಳನ್ನೂ ಕಾರ್ಯತಂತ್ರಗಳ ಅತ್ಯವಶ್ಯ ತಿರುಳು ಎಂದು ಪರಿಗಣಿಸಲಾಗುತ್ತದೆ. ಯಾವುದು ನ್ಯಾಯೋಚಿತ ಅಥವಾ ಸ್ವೀಕಾರಾರ್ಹ ಎಂಬ ಬಗ್ಗೆ ನಮ್ಮ ಗ್ರಹಿಕೆಗಳು ಬಿದ್ದುಹೋದ ಹಾಗೆಯೇ ಈ ಪ್ರಕ್ರಿಯೆಯಲ್ಲಿ ನಿಯಮಗಳು ಮತ್ತು ಭದ್ರತಾ ತಡೆಗೋಡೆಗಳು ಕೂಡಾ ಬಿದ್ದುಹೋಗಿವೆ. ಈ ಪರಿವರ್ತನೆಯ ಕೆಲವಂಶ ರಚನಾತ್ಮಕವಾದದ್ದು; ಆದರೆ ವರ್ತನಾತ್ಮಕ ಬದಲಾವಣೆಗಳಿಂದ ಅದು ಬಲಗೊಳ್ಳುತ್ತದೆ. ಜಾಗತೀಕರಣ ಮತ್ತು ತಂತ್ರಜ್ಞಾನವು ರಚನಾತ್ಮಕತೆಯನ್ನು ಪ್ರತಿಬಿಂಬಿಸುತ್ತದೆ; ರಾಷ್ಟ್ರೀಯತೆ ಮತ್ತು ಏಕಪಕ್ಷೀಯತೆಗಳು ವರ್ತನಾತ್ಮಕತೆಗೆ ಸೇರುತ್ತವೆ. ಜಗತ್ತು ಅಪಾಯವನ್ನು ಎದುರಿಸುವ ಪ್ರವೃತ್ತಿಗಳಲ್ಲಿ ತೀವ್ರ ಹೆಚ್ಚಳವನ್ನು ಕಂಡಿದೆ. ಯಾವುದೇ ದೇಶವೂ ಇಂತಹ ಸಂಗತಿಗಳಿಗೆ ಒಳಗೊಳ್ಳದೆ ಅಥವಾ ಪಕ್ಕಾಗದೇ ಇರಲು ಸಾಧ್ಯವಿಲ್ಲ, ಭಾರತವೂ ಇದಕ್ಕೆ ಹೊರತಾಗಿಲ್ಲ. ನಮ್ಮ ಬಾಹ್ಯ ಪರಿಸರವು ಈಗ ಇನ್ನೂ ಅಪಾಯಕಾರಿಯಾಗಿದೆ ಎಂಬುದೇ ಇಲ್ಲಿರುವ ಅಂತಿಮ ಸತ್ಯ.

ಆದರೆ ಗಡಿರಹಿತ ರಾಜಕೀಯದ ವಿದ್ಯಮಾನವು ಈ ಸೌಖ್ಯವನ್ನೂ ಅಳಿಸಿಹಾಕಿರುವುದರಿಂದ ಗಡಿಗಳಂಚಿನ ಸವಾಲೇನೂ ಕಡಿಮೆಯದಲ್ಲ. ಅದೇ ರೀತಿಯ ಅನೇಕ ಶಕ್ತಿಗಳು ಇದಕ್ಕೆ ಕಾರಣ; ಆದರೆ ಸಾಧ್ಯತೆಗಳು ಇಲ್ಲಿ ವಿಭಿನ್ನವಾಗಿ ಜೋಡಿಸಲ್ಪಟ್ಟಿವೆ. ಇತರ ದೇಶಗಳ ಸಮಾಜಗಳಲ್ಲಿನ ಬೆಳವಣಿಗೆಗಳ ಮೇಲೆ ಅಭಿಪ್ರಾಯ ಹೇರುವ, ಪ್ರಭಾವಿಸುವ ಮತ್ತು ನಿರ್ದೇಶಿಸುವ ಸಾಮರ್ಥ್ಯ ಮತ್ತು ಒಲವು ಸ್ಪಷ್ಟವಾಗಿ ಹೆಚ್ಚುತ್ತಿದೆ. ಸ್ಥಾಪಿತ ಜಾಗತೀಕರಣದಂತೆ, ಗಡಿರಹಿತ ರಾಜಕಾರಣವನ್ನೂ ಕೆಲವೇ ಶಕ್ತಿಗಳ ಲಾಭಕ್ಕಾಗಿ ಆಡಲಾಗುತ್ತದೆ. ಆದರೆ ಅಂತಹ ಸಂದರ್ಭದಲ್ಲಿ, ಇದು ಹಲವರ ಹಿತಕ್ಕಾಗಿ ಎಂಬಂತೆ ಪ್ರಚಾರವಾಗುವ ಅನುಕೂಲವನ್ನೂ ಅದು ಹೊಂದಿದೆ. ಅದರ ಅಭಿವ್ಯಕ್ತಿಗಳು ಅಭಿಪ್ರಾಯ ಸೂತ್ರೀಕರಿಸುವ ಮತ್ತು ಚಿತ್ರಣ ರೂಪಿಸುವ ಪ್ರತಿಯೊಂದು ಮಾಧ್ಯಮದಲ್ಲೂ ವ್ಯಾಪಿಸಿವೆ. ನಿರೂಪಣೆಗಳು ಮತ್ತು ವಾದಗಳನ್ನು ರೂಪಿಸುವ ಮೂಲಕ, ಇದು ನ್ಯಾಯಸಮ್ಮತ ಮತ್ತು ನ್ಯಾಯವಿರೋಧ – ಈ

ಎರಡೂ ಕ್ರಿಯೆಗಳಿಗೆ ಮುಂದಾಗುತ್ತದೆ. ಇದು ಸ್ಥೂಲ ವಿದ್ಯಮಾನವಾಗಿರಬಹುದು; ಆದರೆ ಅದರ ಭದ್ರತಾ ಪರಿಣಾಮಗಳನ್ನು ಬದಲಿಸಬಾರದು. ಇದು ಭ್ರಮನಿರಸನಗೊಳಿಸಬಹುದು, ತೊಂದರೆ ನೀಡಬಹುದು ಅಥವಾ ಕೆಲವೊಮ್ಮೆ ಸವಾಲುಗಳನ್ನು ಪ್ರಚೋದಿಸಬಹುದು ಮತ್ತು ಪ್ರೋತ್ಸಾಹಿಸಬಹುದು. ವಾಸ್ತವದಲ್ಲಿ, ನಂಬಿಕೆಗಳು ಅವುಗಳನ್ನು ಹೆಚ್ಚು ಕ್ರಿಯಾತ್ಮಕವಾಗಿಸಲು ಸಂಪನ್ಮೂಲಗಳ ಹರಿವಿನ ಬೆಂಬಲವನ್ನು ಪಡೆದಿರುತ್ತವೆ. ಆದ್ದರಿಂದ, ಇದು ಬಾಹ್ಯ ವಹಿವಾಟುಗಳನ್ನು ಮೇಲ್ವಿಚಾರಣೆ ಮಾಡದ ಮತ್ತು ಅಗತ್ಯವಿದ್ದಾಗ ಅವುಗಳನ್ನು ನಿಯಂತ್ರಣ ಮಾಡದ ಮುಗ್ಧ ರಾಜ್ಯವ್ಯವಸ್ಥೆಯಾಗಿದೆ.

ಗಮನಾರ್ಹವಾಗಿ, ಈ ವಿಷಯದಲ್ಲಿ ಪಾಶ್ಚಾತ್ಯ ದೇಶಗಳು ಶಾಸನಾತ್ಮಕವಾಗಿ, ಗುಪ್ತಚರರ ಮೂಲಕ ಅಥವಾ ಆಡಳಿತಾತ್ಮಕ ಕ್ರಮದ ಮೂಲಕ ಪ್ರಜಾಪ್ರಭುತ್ವೇತರ ದೇಶಗಳಂತೆ ಸಕ್ರಿಯವಾಗಿವೆ. ಕೆಲವೊಮ್ಮೆ ಭಾರತವನ್ನು ಆ ಆಧಾರದ ಮೇಲೆಯೇ ಗುರಿಯಾಗಿಸಿದಾಗ, ಅಂತಹ ಟೀಕೆಗಳು ಹೆಚ್ಚಾಗಿ ಕಟ್ಟುನಿಟ್ಟಾದ ಮೇಲ್ವಿಚಾರಣಾ ಕಾರ್ಯಪದ್ಧತಿಗಳನ್ನು ಹೊಂದಿರುವ ದೇಶಗಳಿಂದ ಬರುತ್ತವೆ ಎಂಬುದೇ ಇಲ್ಲಿನ ವಿಪರ್ಯಾಸ. ಇತರ ಅನೇಕ ಬೆಳವಣಿಗೆಗಳಂತೆ, ಗಡಿರಹಿತ ರಾಜಕೀಯವೂ ವಿಶಾಲ ಶ್ರೇಣಿಯನ್ನು ವ್ಯಾಪಿಸಿದೆ. ಒಂದು ತುದಿಯಲ್ಲಿ ಸಹ ಪ್ರಯಣಿಗ ದೇಶಗಳಿಗೆ, ಹಂಚಿಕೊಂಡ ಲಾಭಗಳು ಮತ್ತು ಹಿತಾಸಕ್ತಿಗಳಿರುವ ದೇಶಗಳಿಗೆ ಸಹಾಯ ಮಾಡುವ ಬಯಕೆ ಇದೆ. ಮತ್ತೊಂದು ಕೊನೆಯಲ್ಲಿ ಮೂಲಭೂತವಾದ, ಹಿಂಸಾತ್ಮಕ ಉಗ್ರವಾದ ಅಥವಾ ಭಯೋತ್ಪಾದನೆಗೂ ಕಾರಣವಾಗುವ ಹುನ್ನಾರಗಳಿವೆ.

ಇದಾದ ಮೇಲೆ ನಿತ್ಯದ ಚಟುವಟಿಕೆಗಳನ್ನು ಬಲಪಡಿಸಿಕೊಳ್ಳುವ ವಿಷಯವಿದೆ. ಅಪಾಯಗಳು ಮತ್ತು ದುರ್ಬಲತೆಗಳು ಅಸಾಮಾನ್ಯ ಸಂದರ್ಭಗಳಿಂದ – ಒಂದು ಸಂಘರ್ಷ, ಒಂದು ಘರ್ಷಣೆ, ತೊಂದರೆ ಅಥವಾ ಅವುಗಳಿಗಾಗಿನ ಸಿದ್ಧತೆಗಳು – ಉದ್ಭವಿಸುತ್ತವೆ ಎಂದು ನಾವು ಯೋಚಿಸುತ್ತೇವೆ. ಆದರೆ ಆಧುನಿಕ ಜೀವನವು ಬಳಕೆದಾರರಿಗೆ ಅಥವಾ ಗುರಿಯಾದವರಿಗೂ ಅರಿವಿಲ್ಲದ ತಂತ್ರಜ್ಞಾನಗಳು, ಚಟುವಟಿಕೆಗಳು ಮತ್ತು ಉಪಕರಣಗಳ ಜಾಲಕ್ಕೆ ನಮ್ಮನ್ನು ಕರೆದೊಯ್ದಿದೆ. ಪ್ರತಿದಿನ, ಅಸಂಖ್ಯಾತ ರೀತಿಯಲ್ಲಿ, ನಾವು ವಿವಿಧ ರೀತಿಯ ಅಪಾಯಗಳಿಗೆ ಒಡ್ಡಿಕೊಂಡಿದ್ದೇವೆ. ಇದಕ್ಕೆ ಅತ್ಯಂತ ಸ್ಪಷ್ಟ ಉದಾಹರಣೆಯೆಂದರೆ ಡೇಟಾ ಮತ್ತು ಅದನ್ನು ಉತ್ಪಾದಿಸಲು ಸಹಾಯ ಮಾಡುವ ಪ್ರಕ್ರಿಯೆಗಳು. ಡೇಟಾವನ್ನು ಹೇಗೆ ಸಂಗ್ರಹಿಸಲಾಗುತ್ತದೆ ಮತ್ತು ಕೃತಕ ಬುದ್ಧಿಮತ್ತೆ (ಎಐ)ಯನ್ನು ಅನ್ನು ಹೇಗೆ ಅಭಿವೃದ್ಧಿಪಡಿಸಲಾಗುತ್ತದೆ ಎಂಬುದು ಜಾಗತಿಕ ಸ್ಪರ್ಧೆಯ ಅತ್ಯಾಸಕ್ತಿಯ ಕ್ಷೇತ್ರಗಳಲ್ಲಿ ಒಂದಾಗಿದೆ. ಇದು ನಮ್ಮ ದೈನಂದಿನ ದಿನಚರಿಯಲ್ಲಿ ಹೆಚ್ಚು ಮುಖ್ಯವಾಗಿರುವ ಡಿಜಿಟಲ್ ವಹಿವಾಟುಗಳು ಮತ್ತು ಸೈಬರ್ ಜಗತ್ತು ಆಗಿರಬಹುದು; ಅಥವಾ ಸಮಾಜವು ತುಂಬಾ ಅವಲಂಬಿತವಾಗಿರುವ ನಿರ್ಣಾಯಕ ಮೂಲಸೌಕರ್ಯವಾಗಿರಬಹುದು.

ವಾಸ್ತವವಾಗಿ, ತಂತ್ರಜ್ಞಾನದೊಂದಿಗೆ ಸಂಪರ್ಕವಿಲ್ಲದ ರಂಗಗಳೂ ನಮ್ಮ ದುರ್ಬಲತೆಯನ್ನು ಹೇಗೆ ಹೆಚ್ಚಿಸಬಹುದು ಎಂಬುದನ್ನು ಕೋವಿಡ್ ಅನುಭವವು ನಮಗೆ ಕಲಿಸಿತು. ಪೂರೈಕೆ ಸರಪಣಿಗಳ ಜಗತ್ತಿನಲ್ಲಿ, ಪ್ರಮುಖ ಕ್ಷೇತ್ರಗಳಲ್ಲಿ ಸೂಕ್ಷ್ಮ ಕ್ಷಣಗಳಲ್ಲಿ ಕೊರತೆಗಳು ಕಾಣಿಸಿಕೊಳ್ಳಬಹುದು. ಇದು ವ್ಯವಸ್ಥಾಪನಾ ಅಡಚಣೆಯ ಪರಿಣಾಮವಾಗಿರಬಹುದು; ಆದರೆ ಯೋಜಿತ ಕಾರ್ಯತಂತ್ರದ ಭಾಗವೂ ಆಗಿರಬಹುದು.

ಪರಿಣಾಮವಾಗಿ, ಜಾಗತಿಕ ಕಾಳಜಿಗಳು ಸ್ಥಿತಿಸ್ಥಾಪಕ, ವಿಶ್ವಾಸಾರ್ಹ ಮತ್ತು ಅನಗತ್ಯ ಪೂರೈಕೆಯ ಸರಪಣಿಗಳ ಮೇಲೆಯೂ, ಡಿಜಿಟಲ್ ಜಗತ್ತಿನಲ್ಲಿ, ಹೆಚ್ಚಿನ ನಂಬಿಕೆ ಮತ್ತು ಪಾರದರ್ಶಕತೆಯ ಮೇಲೆಯೂ ಗಮನ ಕೇಂದ್ರೀಕರಿಸಿವೆ.

ಅದೇನೇ ಇದ್ದರೂ ಎಲ್ಲವನ್ನೂ ಶಸ್ತ್ರೀಕರಣ ಮಾಡುತ್ತಿರುವುದೇ ನಿಜವಾದ ಸಮಸ್ಯೆ. ಇತ್ತೀಚಿನ ವರ್ಷಗಳಲ್ಲಿ, ವ್ಯಾಪಾರ, ಹಣಕಾಸು, ಹೂಡಿಕೆ ಮತ್ತು ಜಾರಿವ್ಯವಸ್ಥೆಯಂತಹ ಕ್ಷೇತ್ರಗಳನ್ನು ಕಾರ್ಯತಂತ್ರದ ಉದ್ದೇಶಗಳಿಗಾಗಿ ಹೇಗೆ ಬಳಸಿಕೊಳ್ಳಬಹುದು ಎಂಬುದನ್ನು ಜಗತ್ತು ಗುರುತಿಸಿದೆ. ವಾಸ್ತವವಾಗಿ, ಈ ಗುರಿಗಳನ್ನು ಮನಸ್ಸಿನಲ್ಲಿ ಇಟ್ಟುಕೊಂಡೇ ಮಾರುಕಟ್ಟೆ ಶೇರುಗಳು ಮತ್ತು ವಲಯ ಪ್ರಾಬಲ್ಯವನ್ನು ರೂಪಿಸಲಾಗಿದೆ. ಕೆಲವು ದೇಶಗಳು ತುಂಬಾ ತಡವಾಗುವವರೆಗೆ ಕಾದಿದ್ದು ಆಮೇಲೆ ಉದ್ದೇಶ ಪೂರೈಸುವ ಸಂಪೂರ್ಣ ಉಪಕ್ರಮಗಳನ್ನು ಮುಂದಿಡುತ್ತವೆ. ಇತರ ದೇಶಗಳು ನಿರ್ಬಂಧಗಳನ್ನು ಒತ್ತಡದ ಸಾಧನವಾಗಿ ಅನ್ವಯಿಸುವ ರೀತಿಯಲ್ಲಿ ಕಣ್ಣಿಗೆ ರಾಚುವಂತಿರುತ್ತವೆ.

ಒಮ್ಮೆ ಶಸ್ತ್ರೀಕರಣದ ಮನಃಸ್ಥಿತಿ ಬಂದುಬಿಟ್ಟರೆ, ಬಹುತೇಕ ಯಾವುದೂ ಸುರಕ್ಷಿತವಾಗಿ ಇರುವುದಿಲ್ಲ. ಅದು ಪ್ರವಾಸಿಗರ ಹರಿವಿಗೆ ಅನುವು ಮಾಡುವ ಅಥವಾ ತಡೆಹಿಡಿಯುವುದಿರಬಹುದು, ಕಚ್ಚಾ ವಸ್ತುಗಳು ಮತ್ತು ಘಟಕಗಳ ಪೂರೈಕೆ ಇರಬಹುದು ಅಥವಾ ದೊಡ್ಡ ಮಾರಾಟಗಾರ ಅಥವಾ ಗ್ರಾಹಕರ ಅಧಿಕಾರವನ್ನು ಚಲಾಯಿಸುವುದೇ ಇರಬಹುದು. ಮಾರುಕಟ್ಟೆ ಆರ್ಥಿಕತೆಯು ಮಾರುಕಟ್ಟೆಗೆ ಹೊರತಾದ ಗುರಿಗಳಿಗೆ ಅಧೀನವಾದಾಗ, ಸಹಜತೆಯು ಹೇಗೆ ದೌರ್ಬಲ್ಯವನ್ನು ಹೆಚ್ಚಿಸಿದೆ ಎಂಬುದನ್ನು ನಾವು ಅರಿಯುತ್ತೇವೆ. ನಿಜವಾಗಿ ಹೇಳುವುದಾದರೆ, ಜಗತ್ತು ಬಹುಸಮಯದಿಂದ ಜಾಗತೀಕರಣದ ಲಾಭಗಳಿಗಾಗಿ ನಿಯಮಗಳನ್ನು ಕುಶಲತೆಯಿಂದ ಬಗ್ಗಿಸುವ ಸಂಧ್ಯಾಕಾಲದಲ್ಲಿದೆ. ಮಾಡಿದ ಕರ್ಮಕ್ಕೆ ತಕ್ಕ ಫಲವೆಂಬಂತೆ, ಇವುಗಳ ಫಲವಾಗಿ ಕಂಡುಬರುತ್ತಿರುವ ವಾಸ್ತವಕ್ಕೆ ನಾವು ತೀರಾ ತಡವಾಗಿ ಎಚ್ಚರಗೊಳ್ಳುತ್ತಿದ್ದೇವೆ. ವಿಪರ್ಯಾಸವೆಂದರೆ, ಕಾರ್ಯತಂತ್ರದ ಅಗತ್ಯಕ್ಕೆ ತಕ್ಕಂತೆ ಮುಕ್ತಮಾರುಕಟ್ಟೆ ಸದ್ಗುಣಗಳ ಸಮರ್ಥಕ ದೇಶಗಳೂ ತಮ್ಮ ತತ್ವಗಳಿಗೆ ತಿಲಾಂಜಲಿ ನೀಡಲು ಸಿದ್ಧವಿರುತ್ತವೆ. ಆದ್ದರಿಂದ ಈಗ ಭದ್ರತಾ ಅಂದಾಜುಗಳು ಅವಲಂಬನೆಗಳನ್ನು ಹೇಗೆ ರೂಪಿಸಲಾಗುತ್ತದೆ ಮತ್ತು ದುಡಿಸಿಕೊಳ್ಳಲಾಗುತ್ತದೆ ಎಂಬ ಗ್ರಹಿಕೆಯನ್ನು ಹೊಂದಬೇಕಿದೆ. ಹೆಚ್ಚಿನ ಪ್ರಮಾಣದ ಭದ್ರತಾ ಪ್ರಜ್ಞೆ ಹೊಂದಿರುವ ರಾಜ್ಯವ್ಯವಸ್ಥೆಗಳಲ್ಲಿ ಹೂಡಿಕೆಯ ಒಳಹರಿವು ಮತ್ತು ವ್ಯವಹಾರ ಸ್ವಾಧೀನಗಳನ್ನು ಪರಿಶೋಧಿಸುವ ಪ್ರವೃತ್ತಿಯೂ ಸಹಜವಾಗಿಯೇ ಇದೆ.

ಈಗ ಇನ್ನಷ್ಟು ಮನ್ನಣೆ ಪಡೆಯುತ್ತಿರುವ ದೊಡ್ಡ ಟೆಕ್ ಕಂಪನಿಗಳ ಶಕ್ತಿ ಇವೆಲ್ಲಕ್ಕಿಂತ ಮೇಲಿವೆ; ಅವುಗಳಲ್ಲಿ ಕೆಲವು ಕಂಪನಿಗಳ ಮಾರುಕಟ್ಟೆ ಬಂಡವಾಳದ ಮೊತ್ತವು ಹಲವು ದೇಶಗಳ ಜಿಡಿಪಿಯನ್ನೇ ಮೀರಿಸುತ್ತದೆ. ಇದು ಪ್ರಸ್ತುತತೆ ಇರುವ ಉದ್ಯಮಗಳ ಬೃಹತ್ ಗಾತ್ರದ ಬಗ್ಗೆ ಮಾತ್ರವಲ್ಲ; ಅವರ ಪ್ರಭಾವದ ರಾಜಕೀಯ ಮತ್ತು ನೈತಿಕತೆಯ ಬಗ್ಗೆ ಚರ್ಚೆಗೆ ಪ್ರವೇಶಿಸುವ ಅಗತ್ಯವೂ ಇಲ್ಲ. ವಾಸ್ತವವಾದಿಗಳಾಗಿ, ನಮ್ಮ ದೈನಂದಿನ ಜೀವನದಲ್ಲಿ ಅವುಗಳ ಪ್ರಸ್ತುತತೆಯನ್ನು ನಾವು ಮರೆಯದೆ ಇರಬಹುದು ಅಥವಾ ಅವು ಪ್ರಭಾವ ಬೀರಲು ಸಹಾಯಕವಾಗುವ ಫಲಿತಾಂಶಗಳ ಬಗ್ಗೆ ವಿಚಲಿತರಾಗದೆ ಇರಬಹುದು. ಗೌಪ್ಯತೆ ಮತ್ತು ವಾಣಿಜ್ಯದ ಬಗೆಗಿನ ಕಾಳಜಿಗಳು ಈಗ ದೊಡ್ಡ ಸಂಗತಿಗಳಾಗಿ ರೂಪಾಂತರಗೊಂಡಿವೆ. ನಾವು ರಾಜ್ಯ ಮತ್ತು ರಾಜ್ಯವ್ಯವಸ್ಥೆಯೇತರ ಪಾತ್ರಗಳಿಗೆ ಒಗ್ಗಿಕೊಂಡಿದ್ದೇವೆ. ಆದರೆ ತಮ್ಮದೇ

ಆದ ಭಾರೀ ಹಿತಾಸಕ್ತಿಗಳನ್ನು ಹೊಂದಿರುವ ಉದ್ಯಮಗಳು ಆಧುನಿಕ ಅಂತಾರಾಷ್ಟ್ರೀಯ ಸಂಬಂಧಗಳಲ್ಲಿ ಹೊಸ ಕ್ರಾಂತಿಯನ್ನೇ ಉಂಟುಮಾಡುತ್ತಿವೆ.

ಸಮಾಜವು ದೊಡ್ಡ ಮಟ್ಟದಲ್ಲಿ ಎದುರಿಸುತ್ತಿರುವ ಸಮಸ್ಯೆಯೆಂದರೆ ಈ ಉದ್ಯಮಗಳು ತಮ್ಮದೇ ಆದ ಕಾರ್ಯಸೂಚಿ ಮತ್ತು ಮಾನದಂಡಗಳ ಮೇಲೆ ಕೆಲಸ ಮಾಡಲು ಪ್ರಯತ್ನಿಸುತ್ತವೆ. ಇದಲ್ಲದೆ, ಬಲವಾದ ದೇಶಗಳು ಸಹ ಈ ಪ್ರಮಾಣದ ಉದ್ಯಮಗಳನ್ನು ನಿಯಂತ್ರಿಸುವುದನ್ನು ಬಿಡಿ, ಸಂಪೂರ್ಣವಾಗಿ ಅಳೆಯಲು ಕಷ್ಟಪಡುತ್ತವೆ ಎಂಬ ಅಂಶವನ್ನು ಇತ್ತೀಚಿನ ಘಟನೆಗಳು ಒತ್ತಿಹೇಳಿವೆ. ಅಂತಹ ಸಂಸ್ಥೆಗಳು ಸಾಮಾನ್ಯವಾಗಿ ಸರ್ಕಾರಗಳಲ್ಲಿ ಮಾತ್ರ ಕಾಣುವ ಸಾಮರ್ಥ್ಯಗಳನ್ನು ಸಹ ಒದಗಿಸಬಹುದು ಅಥವಾ ತಮ್ಮದೇ ಆದ ಭೂ – ರಾಜಕೀಯದ ಮಾರ್ಗವನ್ನು ಪ್ರತಿಪಾದಿಸಬಹುದು. ಸರ್ಕಾರಗಳು ಮತ್ತು ದೇಶಗಳ ವಿರುದ್ಧ ಬಾಜಿ ಕಟ್ಟುವುದು ಹೊಸತೇನಲ್ಲ. ಆದರೆ ಅವು ಹಾಗೆ ಮಾಡುವುದಕ್ಕೆ ನಮ್ಮ ಜೀವನ ವಿಧಾನವೇ ಕಾರಣವಾಗಿದೆ. ನಾವು ಈ ಬದಲಾವಣೆಯ ಗಾಳಿಗೆ ಕುರುಡರಾಗಲು ಸಾಧ್ಯವಿಲ್ಲ.

ಇತರ ವಿಧಾನಗಳಿಂದ ಯುದ್ಧ

ಭದ್ರತೆಯ ಬಗ್ಗೆ ಪ್ರತಿಯೊಂದು ದೇಶದ ಪರಿಜ್ಞಾನವೂ ಪ್ರಾದೇಶಿಕವಾಗಿ ಅಥವಾ ಬೇರೆ ರೀತಿಯಲ್ಲಿ ಪ್ರಬುದ್ಧವಾಗುತ್ತದೆ ಎಂದು ನ್ಯಾಯಸಮ್ಮತವಾಗಿಯೇ ವಾದಿಸಬಹುದು. ಸಾಗಾಟವು ಸುಧಾರಣೆಗೊಂಡಂತೆ ದೂರದ ಬೆದರಿಕೆಗಳು ಹೆಚ್ಚು ವಾಸ್ತವವೂ ನಿಕಟವೂ ಆದವು. ಅಂತಹ ತಂತ್ರಗಳನ್ನು ಪರಿಣಾಮಕಾರಿ ಪ್ರಮಾಣದಲ್ಲಿ ಕರಗತ ಮಾಡಿಕೊಂಡ ದೇಶಗಳು ಪ್ರಬಲವಾದವು; ಉಳಿದ ದೇಶಗಳು ಅವುಗಳ ಬಲಿಪಶುಗಳಾಗಿದ್ದವು.

ಭಾರತದಲ್ಲಿ ನಾವು ಇದನ್ನು ಪಾಣಿಪತ್ ಸಿಂಡ್ರೋಮ್ ಮತ್ತು ಅದರ ನಂತರದ ವಸಾಹತುಶಾಹಿ ಅನುಭವದ ಭಾಗವೆಂದು ಅರಿತಿದ್ದೇವೆ. ಬೇರೆಡೆಗಳಲ್ಲೂ ಇತಿಹಾಸವು ಇದಕ್ಕೆ ಹಲವು ಅರ್ಥವತ್ತಾದ ಉದಾಹರಣೆಗಳನ್ನು ಕೊಡುತ್ತದೆ. ಅದೇನೇ ಇದ್ದರೂ, ಆಧುನಿಕ ಯುಗವು ಇದನ್ನು ಸಂಪೂರ್ಣವಾಗಿ ವಿಭಿನ್ನ ಮಟ್ಟಕ್ಕೆ ಒಯ್ದಿದೆ. ಏಕೆಂದರೆ ಇದರ ಪರಿಣಾಮವಾಗಿ ಜಾಗತೀಕರಣ ಮತ್ತು ತಂತ್ರಜ್ಞಾನಗಳು ತಮ್ಮ ನಡುವಿನ ಅಂತರವನ್ನು ಅಳಿಸಿಹಾಕಿವೆ; ತನ್ಮೂಲಕ ಅಭೂತಪೂರ್ವ ಸವಾಲುಗಳನ್ನು ಸೃಷ್ಟಿಸಿವೆ.

ಫಲಿತಾಂಶಗಳು, ಸಮತೋಲನಗಳು ಮತ್ತು ಪ್ರಭಾವವನ್ನು ಸೃಷ್ಟಿಸುವಲ್ಲಿ ಪ್ರಮುಖ ಪಾತ್ರ ವಹಿಸುವ ಮಿಲಿಟರಿ ಸಾಮರ್ಥ್ಯಗಳು ಅಥವಾ ಬಲವಂತದ ಕ್ರಿಯೆಗಳನ್ನು ಯೋಚಿಸುವುದು ಹಳೆಯ ವಿಧಾನವಾಗಿತ್ತು. ಹಾಗಿದ್ದಾಗಲೂ ಹೆಚ್ಚು ನೀರಸ ಮತ್ತು ಪುನರಾವರ್ತಿತವಾಗಿದ್ದ ಮಾನವ ಸಂಬಂಧಗಳು ಮತ್ತು ಆರ್ಥಿಕ ವಹಿವಾಟುಗಳು ಮುಖ್ಯ ಪಾತ್ರ ನಿರ್ವಹಿಸಿದ್ದವು. ಇವೆಲ್ಲವನ್ನೂ ಪರಿಣಾಮಕಾರಿಯಾಗಿ ಸಂಯೋಜಿಸುವ ಮೂಲಕ ಸಾಮ್ರಾಜ್ಯಶಾಹಿಯು ಮುನ್ನಡೆಯಿತು. ಆದರೆ ಇಂದು, ಸಾಮಾನ್ಯ ಚಟುವಟಿಕೆಗಳ ಮೂಲಕ ಸಮಾಜಗಳನ್ನು ಪ್ರವೇಶಿಸುವಲ್ಲಿ ಮತ್ತು ಆಯ್ಕೆಗಳನ್ನು ರಚಿಸುವಲ್ಲಿ ಮೇಲಿನ ಎರಡೂ ಅಂಶಗಳು ಹೆಚ್ಚು ಶಕ್ತಿಯುತವಾಗಿವೆ. ಅವುಗಳನ್ನು ಎಲ್ಲಿ ಮತ್ತು ಯಾವಾಗ ಚಲಾಯಿಸಬೇಕು ಎಂಬುದನ್ನು ನಿರ್ಧರಿಸಬೇಕಷ್ಟೆ.

ಆದ್ದರಿಂದ, ನಿತ್ಯಜೀವನದಲ್ಲಿ ವಾಡಿಕೆಯಂತೆ ಏನು ನಡೆಯುತ್ತದೆ ಎಂಬ ಅಂಶಗಳೇ ಗರಿಷ್ಠ ಮಟ್ಟದಲ್ಲಿ ಕಡಿಮೆ ಅಂದಾಜಿಗೆ ಒಳಗಾಗಿರುವ ಸಂಗತಿಗಳಾಗಿವೆ. ಸುರಕ್ಷತಾ ದೃಷ್ಟಿಕೋನದಿಂದ, ಜಾಗತೀಕರಣವನ್ನು ಅದು ಸ್ವತಃ ಮೈಗೂಡಿಸಿಕೊಂಡಿರುವ ಅಂತರ್ಭೇದನ ಮತ್ತು ಪರಸ್ಪರಾವಲಂಬನೆಗಳ ಹಿನ್ನೆಲೆಯಲ್ಲಿ ವಿಶ್ಲೇಷಿಸಬೇಕಿದೆ. ದೂರವು ಇನ್ನು ಮುಂದೆ ರಕ್ಷಣೆಯಲ್ಲ ಎಂದು ಈ ಅಂಶವು ಒತ್ತಿಹೇಳುತ್ತದೆ. ಏನೇ ಹೇಳಿದರೂ, ಮನೆಯನ್ನು ಬಿಡದೆಯೇ ಸ್ವಯಂ – ಮೂಲಭೂತವಾದವು ಘಟಿಸಬಹುದು ಎಂಬುದನ್ನು ನಾವೆಲ್ಲರೂ ಕಂಡುಕೊಂಡಿದ್ದೇವೆ. ಜಾಗತೀಕರಣವು ಜಗತ್ತನ್ನು ನಮ್ಮ ಮನೆ ಬಾಗಿಲಿಗೆ ತಂದಿದೆಯಷ್ಟೇ ಅಲ್ಲ, ಅದರೊಂದಿಗೇ ಅವಕಾಶಗಳು ಮತ್ತು ಆತಂಕಗಳನ್ನೂ ಕರೆತಂದಿದೆ. ನಮ್ಮ ಜೀವನವು ಇನ್ನಷ್ಟು ತಂತ್ರಜ್ಞಾನ ಕೇಂದ್ರಿತವಾದಷ್ಟೂ, ಸವಾಲುಗಳು ಇನ್ನಷ್ಟು ಗಂಭೀರವಾಗಿರುತ್ತವೆ.

ದುರ್ಬಲತೆಯ ಈ ವ್ಯಾಪ್ತಿಯು ವಿಸ್ತರಿಸುತ್ತಿರುವಂತೆಯೇ, ಸೂಕ್ತ ರಕ್ಷಣೆ ಎಂದರೆ ಏನು ಎಂಬ ಬಗ್ಗೆ ನಮ್ಮ ನಿರೀಕ್ಷೆಯೂ ವಿಸ್ತರಿಸುತ್ತಿದೆ. ಬೆದರಿಕೆಗಳು ದೂರದಲ್ಲಿವೆ ಮತ್ತು ಸುನಿರ್ದಿಷ್ಟವಾಗಿವೆ ಎಂಬ ಎಣಿಕೆಯಲ್ಲಿ ಸಂಕುಚಿತ ಸೇನೆ, ಪೊಲೀಸಿಂಗ್ ಮತ್ತು ಕಾನೂನು ಪರಿಭಾಷೆಯಲ್ಲಿಯೇ ರಾಷ್ಟ್ರೀಯ ಭದ್ರತೆಯನ್ನು ಸಾಂಪ್ರದಾಯಿಕವಾಗಿ ನೋಡಲಾಗುತ್ತಿತ್ತು. ಆದರೆ ಇವೆರಡೂ ಇನ್ನೆಂದಿಗೂ ಹೀಗೆ ಉಳಿದಿಲ್ಲ. ಇದಲ್ಲದೆ, ತಂತ್ರಜ್ಞಾನ ಮತ್ತು ಹಣಕಾಸು, ಹಾಗೆಯೇ ಆಹಾರ ಅಥವಾ ಇಂಧನದಂತಹ ಸಂಗತಿಗಳ ಮೇಲಿನ ಅವಲಂಬನೆ ಮತ್ತು ಒತ್ತಡದ ಅನುಭವಗಳು ಕಾರ್ಯತಂತ್ರಾತ್ಮಕ ಸ್ವಾಯತ್ತತೆಯ ಅನುಕೂಲಗಳ ಬಗ್ಗೆ ಜಾಗತಿಕ ಚರ್ಚೆಯನ್ನು ಮತ್ತೆ ಹುಟ್ಟುಹಾಕಿವೆ. ಚೀನಾದ ಉದಯ, ಬದಲಾದ ಯುಎಸ್ ಸಂವಾದ, ಕೋವಿಡ್ ಪರಿಣಾಮ, ಉಕ್ರೇನ್ ಸಂಘರ್ಷ ಮತ್ತು ಮಧ್ಯಪ್ರಾಚ್ಯ ಹಿಂಸಾಚಾರದಿಂದಾಗಿ ರಾಷ್ಟ್ರೀಯ ಭದ್ರತೆಗೆ ಆರ್ಥಿಕ ಭದ್ರತೆಯು ಮುಖ್ಯ ಅಂಶವಾಗುವಂತೆ ಮಾಡಿದೆ. ಇದು ಲಾಭದಾಯಕ ಪರಿಗಣನೆಗಳಿಗೆ ಬದಲಿಯಾಗಿ ಜೀವನೋಪಾಯದ ಕಾಳಜಿಗಳಿಗೆ ಹೆಚ್ಚಿನ ಮಹತ್ತ್ವವನ್ನು ನೀಡಿದೆ.

ಸಾಮೂಹಿಕ ಸೌಖ್ಯಭಾವವನ್ನು ಪ್ರಭಾವಿಸುವ ಈ ಏಕಪ್ರಕಾರದ ವಿಸ್ತರಣೆಯು ಪ್ರತಿ ದೇಶದ ಲೆಕ್ಕಾಚಾರವನ್ನೂ ಹರಿತಗೊಳಿಸಿದೆ. ವಾಸ್ತವದಲ್ಲಿ ಇಂತಹ ಅಡೆತಡೆಯೇ ಭದ್ರತೆಯ ವ್ಯಾಖ್ಯಾನಗಳ ನಿರಂತರ ವಿಕಾಸದ ಚಾಲನಶಕ್ತಿಯಾಗಿದೆ. ಸಹಭಾಗಿತ್ವಗಳು ಮತ್ತು ಸಹಕಾರಿ ವ್ಯವಸ್ಥೆಗಳು ಈಗ ಭರವಸೆಯಾಗಿ ನೀಡುವ ಮೌಲ್ಯದ ಮಹತ್ತ್ವ ಹೆಚ್ಚಾಗಿದೆ.

ಬದಲಾವಣೆಗಳು ಕೇವಲ ಸಂರಚನಾತ್ಮಕವಲ್ಲ; ಅವು ಪ್ರಾಯೋಗಿಕವೂ ಆಗಿರಬಹುದು. ಈ ಹಿನ್ನೆಲೆಯಲ್ಲಿ ನಾವು ಕಳೆದ ಎರಡು ದಶಕಗಳ ತಿರುವು ಬಿಂದುಗಳನ್ನು ಪರಿಗಣಿಸಬೇಕು. ಇವುಗಳಲ್ಲಿ 2008ರ ಜಾಗತಿಕ ಆರ್ಥಿಕ ಬಿಕ್ಕಟ್ಟು ಮತ್ತು ಅನೇಕ ಶಕ್ತಿಕೇಂದ್ರಗಳಲ್ಲಿ ಬದಲಾದ ನಾಯಕತ್ವ ಶೈಲಿಗಳು ಒಳಗೊಂಡಿವೆ. ಇದು ಕೋವಿಡ್ ಸಾಂಕ್ರಾಮಿಕ ಮತ್ತು ಉಕ್ರೇನ್ ಸಂಘರ್ಷದವರೆಗೂ ವ್ಯಾಪಿಸಿದೆ. ಒಟ್ಟಾರೆಯಾಗಿ, ಪ್ರಮುಖ ಶಕ್ತಿಗಳ ನೇತೃತ್ವದ ಜಾಗತಿಕ ರಾಜಕೀಯದಲ್ಲಿ ನಾವು ಹೆಚ್ಚಿನ ಸ್ಪರ್ಧೆಯನ್ನು ನೋಡುತ್ತಿದ್ದೇವೆ. ದೇಶಗಳು ತಮ್ಮ ಹಿತಾಸಕ್ತಿಗಳನ್ನು ಮುನ್ನಡೆಸಲು ತಮ್ಮ ಅಧೀನದಲ್ಲಿರುವ ಪ್ರಭಾವದ ಅಸ್ತ್ರವನ್ನು ಬಳಸುವಾಗ ಅದನ್ನು ಪ್ರಶ್ನಿಸುವ ಪ್ರಮಾಣವೇ ಕುಸಿದಿದೆ.

ಹಿಂದೆ, ಅಂತಹ ಅಸ್ತ್ರಗಳನ್ನು ಒಂದು ಅಂಚಿನಲ್ಲಿ ಬಲಪ್ರಯೋಗ ಮತ್ತು ಇನ್ನೊಂದೆಡೆ ಉದಾಹರಣೆಯ ಶಕ್ತಿ–ಹೀಗೆ ಒಂದು ವಿಶಾಲ ವರ್ಣಪಟಲವಾಗಿ ಕಲ್ಪಿಸಿಕೊಳ್ಳಲಾಗುತ್ತಿತ್ತು. ಇವುಗಳ ನಡುವೆ ವಾಸ್ತವಿಕ ಆಯ್ಕೆಗಳು ಮೂಡುತ್ತಿದ್ದವು; ಅವುಗಳ ಬಳಕೆಯೂ ಹಂಚಿಕೆಯ ಆಸಕ್ತಿಗಳು ಮತ್ತು ಸಮಾನ ಸಂಯಮದಿಂದ ಹದಗೊಂಡಿತ್ತು. ಬಹುಶಃ ಇವು ಯಾವಾಗಲೂ ಸೂಕ್ತ ಫಲಿತಾಂಶ ನೀಡಿಲ್ಲ. ಅದು ಬಲಪ್ರಯೋಗದ ಆಯ್ದ ಬಳಕೆಯಾಗಿರಲಿ ಅಥವಾ ನಿರ್ಬಂಧಗಳ ಅನ್ವಯವಾಗಿರಲಿ, ಮೇಲುಗೈ ಸಾಧಿಸಿದವರು ಅದನ್ನು ಹೆಚ್ಚಾಗಿ ಬಳಸುತ್ತಿದ್ದರು. ಒಟ್ಟಾರೆಯಾಗಿ, ಜಾಗತೀಕರಣದ ಮೇಲಿಟ್ಟಿದ್ದ ನಂಬಿಕೆಯು ಸಾಹಸಕ್ಕೆ ನಿರುತ್ತೇಜಕವಾಯಿತು. ಆದಾಗ್ಯೂ, ಅಪಾಯಗಳು ಹೆಚ್ಚಾದಂತೆ ಮತ್ತು ವಿರೋಧಾಭಾಸಗಳು ತೀಕ್ಷ್ಣವಾಗುತ್ತಿದ್ದಂತೆ, ಪ್ರಮುಖ ಶಕ್ತಿಗಳು 'ಇತರ ವಿಧಾನಗಳಿಂದ ಯುದ್ಧ' ಎಂಬ ಮನಃಸ್ಥಿತಿಯನ್ನು ಪ್ರದರ್ಶಿಸಿವೆ. ಪ್ರಭಾವ ಮತ್ತು ಸಾಮರ್ಥ್ಯದ ಟೂಲ್‌ಬಾಕ್ಸನ್ನು ಬಳಸುವಲ್ಲಿ ಹೆಚ್ಚು ಸ್ನಾಯುಬಲ ಪ್ರದರ್ಶಿಸಲು ಮತ್ತು ನಾಚಿಕೆಗೆಟ್ಟು ವರ್ತಿಸಲು ಸಿದ್ಧರಿರುವುದು ಈ ಕಾಲದ ಗುಣಲಕ್ಷಣವಾಗಿದೆ. ಇದು ಇನ್ನೂ ಹೆಚ್ಚು ಸಾಧನಗಳನ್ನು ಹೊಂದಿದೆ ಎಂಬುದೇ ಇದರ ಬಳಕೆಯನ್ನು ಇನ್ನಷ್ಟು ಪ್ರೋತ್ಸಾಹಿಸುತ್ತದೆ. ವಾಸ್ತವವಾಗಿ, ಆ ವಿಧಾನವು ನಮ್ಮ ಜಾಗತೀಕರಣದ ಜೀವನ ಮತ್ತು ಅದರ ಚಟುವಟಿಕೆಗಳ ಅನೇಕ ಅಂಶಗಳನ್ನು ಶೋಷಿಸುವ ಮಟ್ಟಿಗೆ ಬೆಳೆಯುತ್ತಿರುವುದನ್ನು ನಾವು ಕಾಣುತ್ತಿದ್ದೇವೆ.

ವ್ಯಾಪಾರವು ಯಾವಾಗಲೂ ರಾಜಕೀಯವಾಗಿತ್ತು; ಆದರೆ ಅದೀಗ ಇನ್ನೂ ಹೆಚ್ಚು ರಾಜಕೀಯಕರಣಗೊಂಡಿದೆ. ಖರೀದಿದಾರರು ಅಥವಾ ಮಾರಾಟಗಾರರು ಮಾರುಕಟ್ಟೆಯ ಪಾಲನ್ನು ರಾಜಕೀಯ ಸಂದೇಶಕ್ಕಾಗಿ ಬಹಿರಂಗವಾಗಿಯೇ ಬಳಸಿಕೊಳ್ಳುತ್ತಿದ್ದಾರೆ. ಸರಕುಗಳು ಅಥವಾ ತಂತ್ರಜ್ಞಾನದ ಏಕಸ್ವಾಮ್ಯಗಳನ್ನು ಇನ್ನೂ ನಿಷ್ಕರುಣೆಯಿಂದ ದುಡಿಸಿಕೊಳ್ಳಲಾಗುತ್ತಿದೆ. ಕರೆನ್ಸಿಗಳ ಶಕ್ತಿಯಾಗಿರಲಿ ಅಥವಾ ಸಾಲದ ಹತಾಶೆಯಾಗಿರಲಿ, ಹಣಕಾಸು ಕೂಡಾ ಇದೇ ರೀತಿ ಪ್ರಬಲವಾಗಿದೆ. ಪಾರದರ್ಶಕತೆಯ ಕೊರತೆ ಮತ್ತು ಮಾರುಕಟ್ಟೆ ಕಾರ್ಯಸಾಧ್ಯತೆಗಳ ಕೊರತೆಯಿಂದಾಗಿ ಸಂಪರ್ಕವು ಬಾಂಧವ್ಯ ಮತ್ತು ಅವಲಂಬನೆಯ ಹೊಸ ಗ್ರಹಿಕೆಯನ್ನು ಪಡೆದುಕೊಂಡಿದೆ. ವಾಸ್ತವವಾಗಿ ತಂತ್ರಜ್ಞಾನವು ಅದನ್ನು ಇನ್ನೊಂದು ಹಂತಕ್ಕೆ ಕೊಂಡೊಯ್ಯುತ್ತದೆ; ಏಕೆಂದರೆ ಅದನ್ನು ಇನ್ನಷ್ಟು ಪ್ರಭಾವಿಯಾಗುವಂತೆ ಸಜ್ಜುಗೊಳಿಸಬಹುದು. ದತ್ತಾಂಶಕ್ಕೆ ಸಂಬಂಧಿಸಿದಂತೆ ಹೇಳುವುದಾದರೆ, ಇದು ಸಮಾಜಗಳ ಮನಃಸ್ಥಿತಿಯ ಬಗ್ಗೆ ಅನನ್ಯ ಒಳನೋಟವನ್ನು ನೀಡುತ್ತದೆ. ಪ್ರವಾಸೋದ್ಯಮದ ಹರಿವೂ ಸಹ, ಅದನ್ನು ಸೂಕ್ತವಾಗಿ ನಿರ್ದೇಶಿಸಿದಾಗ, ಪ್ರಭಾವದ ಆಟದಲ್ಲಿ ಒಂದು ಅಸ್ತ್ರವಾಗುತ್ತದೆ. ಇವೆಲ್ಲವೂ ಪರಸ್ಪರಾವಲಂಬನೆಯ 'ಸಾಮಾನ್ಯ' ಅಂಶಗಳು; ಸಾಕಷ್ಟು ಚಿಂತನೆ ಅಥವಾ ಸೂಕ್ತ ಕಾರ್ಯಶ್ರದ್ಧೆಯಿಲ್ಲದೆ ಈ ಆಯಾಮಗಳನ್ನು ಸೇರಿಸಲಾಗುತ್ತದೆ.

ಆದರೆ ಸ್ಪರ್ಧಾತ್ಮಕ ರಾಜಕೀಯವು ಕೇವಲ ಲಾಭ ಅಥವಾ ಬಲಾತ್ಕಾರದ ಕಸರತ್ತಲ್ಲ; ಇದು ಒಂದು ಬಗೆಯ ಪ್ರಚೋದನೆಯ ಕಸರತ್ತೂ ಹೌದು. ಪರಿಣಾಮವಾಗಿ, ಯೋಜನೆಗಳು, ಚಟುವಟಿಕೆಗಳು ಮತ್ತು ಸಂವಹನಗಳು ಎಲ್ಲವೂ ಪ್ರಭಾವವನ್ನು ಪ್ರೋತ್ಸಾಹಿಸುವ ಮತ್ತು ಚಲಾಯಿಸುವ ದಾರಿಗಳಾಗಿ ಪಾತ್ರ ನಿರ್ವಹಿಸುತ್ತವೆ. ಶಿಕ್ಷಣ ಮತ್ತು ವ್ಯವಹಾರದಿಂದ ಹಿಡಿದು ಮಾಧ್ಯಮ ಮತ್ತು ಮನರಂಜನೆಯವರೆಗೆ ವಿಶಾಲ ವ್ಯಾಪ್ತಿಯಲ್ಲಿ ನಾವು ಅದನ್ನು ಕಾಣಬಹುದು. ಪರಸ್ಪರಾವಲಂಬನೆ ಈಗ ತುಂಬಾ ಸಹಜ ಮತ್ತು ವ್ಯಾಪಕವಾಗಿದೆ ಎಂಬುದೇ

ಈ ಸಾಧ್ಯತೆಗಳನ್ನು ಹೆಚ್ಚು ಸುಲಭಗೊಳಿಸುತ್ತದೆ.

ಒಪ್ಪಿಗೆಯನ್ನು ಪ್ರೋತ್ಸಾಹಿಸುವುದು ಮತ್ತು ಬದಲಾವಣೆಯನ್ನು ರೂಪಿಸುವುದು – ಇದು ರಾಜಕೀಯದಷ್ಟೇ ಹಳೆಯದು. ಆಧುನಿಕ ದೇಶ – ರಾಜ್ಯವು ಇದನ್ನು ಅಂತಾರಾಷ್ಟ್ರೀಯ ಸಂಬಂಧಗಳಾಗಿ ಬಳಸಲು ವಿಶ್ಲೇಷಣಾತ್ಮಕ ರಚನೆಯನ್ನು ಒದಗಿಸುತ್ತದೆ. ಅದರ ಅತ್ಯಂತ ತೀವ್ರ ಸ್ವರೂಪದಲ್ಲಿ, ಈ ಪ್ರಯತ್ನಗಳು ಇತರರನ್ನು ದಾಸ್ಯಕ್ಕೆ ಒಳಪಡಿಸುವ ಮೂಲಕ ನಿಯಂತ್ರಣವನ್ನು ಸಾಧಿಸುವ ಗುರಿಯನ್ನು ಹೊಂದಿವೆ. ಆದಾಗ್ಯೂ, ವಾಸ್ತವವು ಆ ಮಟ್ಟವನ್ನು ತಲುಪುವುದು ತೀರಾ ಅಪರೂಪ. ಇದನ್ನು 'ಪ್ರಭಾವದ ಸಾಧನಗಳನ್ನು ಸ್ವಾಧೀನಪಡಿಸಿಕೊಳ್ಳುವುದು ಮತ್ತು ಹರಿತಗೊಳಿಸುವುದು' ಎಂಬ ಮಾತಿನಲ್ಲಿ ಬಿಂಬಿಸುತ್ತಾರೆ. ಒಂದು ರೀತಿಯಲ್ಲಿ, ಇದು ನಿರಂತರವಾಗಿ ಪ್ರಗತಿಯಲ್ಲಿರುವ ಕೆಲಸ. ಹೆಸರೇ ಹೇಳುವಂತೆ, ಹೆಚ್ಚು ಪ್ರಬಲ ದೇಶಗಳು ಈ ಅಪರಾಧದಲ್ಲಿ ಹೆಚ್ಚು ಸಕ್ರಿಯವಾಗಿವೆ, ಆದರೆ ಬಹುಪಾಲು ದೇಶಗಳು ರಕ್ಷಣೆಯ ಬಗ್ಗೆಯೇ ಗಮನ ಹರಿಸಿವೆ. ವಿಶ್ವ ವ್ಯವಸ್ಥೆಯನ್ನು ರೂಪಿಸುವುದು ಈ ಕಸರತ್ತಿನ ಒಂದು ಫಲಿತ; ಏಕೆಂದರೆ ಇದು ನಡವಳಿಕೆಯನ್ನು ನಿಯಂತ್ರಿಸುವ ಮತ್ತು ಬೇಡಿಕೆಗಳನ್ನು ಕಾನೂನುಬದ್ಧಗೊಳಿಸುವ ಕಾರ್ಯವಿಧಾನಗಳನ್ನು ಸ್ಥಾಪಿಸುತ್ತದೆ. ರಂಗಗಳಿಗೆ ಅನುಗುಣವಾಗಿ ಕೆಲವರ ಸಾಮರ್ಥ್ಯಗಳನ್ನು ಹಲವರ ಆಶೋತ್ತರಗಳನ್ನಾಗಿ ಮಾಡುವುದರಲ್ಲಿ ಈ ಮಾನದಂಡಗಳು ಹೆಚ್ಚು ಪ್ರಯೋಜನಕಾರಿ.

ಭದ್ರತಾ ಜಗತ್ತಿನ ಮತ್ತು ದೈನಂದಿನ ಜೀವನದ ಪ್ರಗತಿಗಳು ಸಮಾಜಗಳ ವಿಕಾಸದಲ್ಲಿ ಪರಸ್ಪರ ಸಂಪರ್ಕ ಹೊಂದಿದೆ. ನಾವು ವಸ್ತುಗಳು, ಸಂವಹನ, ವೇದಿಕೆಗಳು ಅಥವಾ ಚಟುವಟಿಕೆಗಳ ಬಗ್ಗೆ ಏನೇ ಮಾತನಾಡಲಿ, ಒಂದರಲ್ಲಿನ ಪ್ರಗತಿಗಳು ಸ್ವಾಭಾವಿಕವಾಗಿ ಇನ್ನೊಂದಕ್ಕೆ ಸ್ಥಾನಪಲ್ಲಟಗೊಳ್ಳುತ್ತವೆ. ಪ್ರಯೋಗಾಲಯಗಳಲ್ಲಿ ಅಥವಾ ವ್ಯವಹಾರಗಳಲ್ಲೇ ಹೆಚ್ಚಾಗಿ ಶುರುವಾದ ಸಂಗತಿಗಳು ಶಸ್ತ್ರಾಗಾರಗಳಲ್ಲಿ ಕೊನೆಗೊಂಡಿವೆ. ಅಂತೆಯೇ, ಭದ್ರತಾ ಸಂಗತಿಗಳ ಆವಿಷ್ಕಾರ ಅಥವಾ ಆವಿಷ್ಕಾರಗಳನ್ನು ವಾಣಿಜ್ಯೀಕರಿಸುವುದು ಯುಗಾಂತರಗಳಿಂದ ಯಶಸ್ವಿಯಾಗಿದೆ. ಆದಾಗ್ಯೂ, ಜಗತ್ತು ಹೆಚ್ಚು ಜಾಗತೀಕರಣಗೊಂಡಿರುವಾಗ, ಎರಡನ್ನೂ ಬೇರ್ಪಡಿಸುವ ರೇಖೆಗಳು ಮಸುಕಾಗುತ್ತಿವೆ. ಇವುಗಳಲ್ಲಿ ಕೆಲವು ತಂತ್ರಜ್ಞಾನದ ಹೆಚ್ಚು ಸಂಯೋಜಿತ ಸ್ವರೂಪವನ್ನು ಪ್ರತಿಬಿಂಬಿಸುತ್ತವೆ; ಉಳಿದವು ಉದ್ದೇಶಪೂರ್ವಕ ನಾಗರಿಕ – ಸೇನಾ ಸಮ್ಮಿಳನದಿಂದ ಹುಟ್ಟಿಕೊಂಡಿವೆ. ಕೆಲವು ದೇಶಗಳಲ್ಲಿ, ಮುಖಬೆಲೆಗೆ ಯಾವುದನ್ನೂ ತೆಗೆದುಕೊಳ್ಳದ ಸನ್ನಿವೇಶದಲ್ಲಿ, ಆರ್ಥಿಕ ಚಟುವಟಿಕೆಗಳು ಭದ್ರತಾ ಸಾಮರ್ಥ್ಯಗಳನ್ನು ಹೆಚ್ಚಿಸುವುದಷ್ಟೇ ಅಲ್ಲ, ಆ ಸಾಮರ್ಥ್ಯಗಳಿಂದಲೇ ನಡೆಸಲ್ಪಡುತ್ತವೆ ಎಂಬ ಬಗ್ಗೆ ನಮಗೆ ಅರಿವಿರಬೇಕು. ಇನ್ನು ಮುಂದೆ ಯಾವ ಹಂತದಲ್ಲಿ ವ್ಯವಹಾರವು ಕೊನೆಗೊಳ್ಳುತ್ತದೆ ಮತ್ತು ಎಲ್ಲಿಂದ ಭದ್ರತೆ ಪ್ರಾರಂಭವಾಗುತ್ತದೆ ಎಂಬುದನ್ನು ನಿಖರವಾಗಿ ಗುರುತಿಸುವುದು ಸುಲಭವಲ್ಲ.

ನಿಯಮಗಳನ್ನು ನಿಗದಿಪಡಿಸುವ ಮೂಲಕ ಮತ್ತು ಶಿಷ್ಟಾಚಾರವನ್ನು ಸ್ಥಾಪಿಸುವ ಮೂಲಕ ನಡವಳಿಕೆಯನ್ನೂ ರೂಪಿಸಬಹುದು. ಅದಕ್ಕಾಗಿಯೇ ನಿಯಮ – ರಚನೆ ಮತ್ತು ನಿಯಮ – ಪಾಲನೆಗಳು ಇಂದು ಅಂತಾರಾಷ್ಟ್ರೀಯ ರಾಜಕೀಯದಲ್ಲಿ ಚರ್ಚೆಗಳ ಕೇಂದ್ರಬಿಂದುವಾಗಿವೆ. ಆದರೆ ಹಲವು ಸಂದರ್ಭಗಳಲ್ಲಿ ಈ ರಂಗದ ನಿಯಮಗಳು ಹಿತಾಸಕ್ತಿಗಳನ್ನು ಮುನ್ನಡೆಸಲು ಅಥವಾ ಪರಿಣಾಮಕಾರಿ ರಕ್ಷಣೆಯನ್ನು ಹೊಂದಲು

ಸಾಕಾಗುವುದಿಲ್ಲ. ನಿಯಮಗಳೇ ಅಸ್ತಿತ್ವದಲ್ಲಿ ಇಲ್ಲದಿರುವಾಗ, ವಿವಾದಾತ್ಮಕವಾದಾಗ ಅಥವಾ ಅವುಗಳನ್ನು ನಿರ್ಲಕ್ಷಿಸಿದಾಗ ಈ ಕೆಲಸ ಇನ್ನಷ್ಟು ಜಟಿಲವಾಗುತ್ತದೆ. ಆದ್ದರಿಂದ, ಸಹಜವಾಗಿಯೇ ಗಂಭೀರ ರಾಜ್ಯವ್ಯವಸ್ಥೆಗಳು ಉದ್ದೇಶವನ್ನು ಕಲ್ಪಿಸಿಕೊಳ್ಳುವ ಬದಲು ಸಾಮರ್ಥ್ಯಗಳನ್ನು ನಿರ್ಮಿಸುವತ್ತ ಗಮನ ಹರಿಸುತ್ತವೆ. ಮೊದಲನೆಯದು ಎರಡನೆಯದಕ್ಕೆ ವಿಮೆಯಾಗಬಹುದು ಎಂಬುದನ್ನು ಭಾರತವೂ ಸ್ಪಷ್ಟವಾಗಿ ಗುರುತಿಸಬೇಕು. ಆಳವಾದ ಸಾಮರ್ಥ್ಯಗಳೇ ಖಚಿತ ಭದ್ರತೆಯ ಆಧಾರವಾಗಿದೆ; ಈ ಅರಿವೇ ದೊಡ್ಡ ಶಕ್ತಿಗಳನ್ನು ಉಳಿದವುಗಳಿಂದ ವಿಭಿನ್ನವಾಗಿಸಿದೆ.

ವಿಶೇಷವಾಗಿ ಇದು ಭಾರತಕ್ಕೆ ಪ್ರಸ್ತುತವಾಗಿದೆ. ಏಕೆಂದರೆ ನಮ್ಮ ಕೈಗಾರಿಕಾ ಮತ್ತು ಉತ್ಪಾದನಾ ಸಾಮರ್ಥ್ಯಗಳು ಒಟ್ಟಾರೆ ಬೆಳವಣಿಗೆಯ ವೇಗಕ್ಕೆ ಅನುಗುಣವಾಗಿಲ್ಲ. ನಾವು ತಿದ್ದುಪಡಿಗಳನ್ನು ಮಾಡಿಕೊಳ್ಳಲು ಪ್ರಯತ್ನಿಸುತ್ತಿದ್ದರೂ, ನಿಯಮಗಳು ಮತ್ತು ಮಾನದಂಡಗಳನ್ನು ಪ್ರತಿಪಾದಿಸುವ ತರ್ಕವು ಸಾಮಾನ್ಯವಾಗಿ ಬಲವಾಗಿಯೇ ಇದೆ. ಮುಂಗಾಣಬಹುದಾದ ಭವಿಷ್ಯದಲ್ಲಿ, ಅವುಗಳ ಅನುಪಸ್ಥಿತಿಯಿಂದ ನಾವು ಲಾಭ ಪಡೆಯುವುದಕ್ಕಿಂತ ಗಾಯಗೊಳ್ಳುವ ಸಾಧ್ಯತೆಯೇ ಹೆಚ್ಚು. ನಮ್ಮ ಹಾಗೆ ಸ್ಥಿತಿಸ್ಥಾಪಕತ್ವದ ಗುಣಗಳನ್ನು ಹೊಂದಿರದ ಸಣ್ಣ ದೇಶಗಳಿಗೆ ಕೆಲವು ಶಕ್ತಿಕೇಂದ್ರಗಳ ಮುಂದೆ ಬಾಗುವುದನ್ನು ಬಿಟ್ಟರೆ ಬೇರೆ ಆಯ್ಕೆಯಿಲ್ಲ. ನಿಯಮಗಳು ಪ್ರಮುಖ ಶಕ್ತಿಗಳ ನಡುವೆಯೂ ಯಾರಿಗೂ ಹಿತಕರವಲ್ಲದ ಅಸ್ಥಿರತೆಯನ್ನು ತಡೆಯಬಹುದು; ಅದೇ ಸಮಯದಲ್ಲಿ, ಡಿಜಿಟಲ್‌ನಂತಹ ರಂಗಗಳಲ್ಲಿ, ಸ್ಥಾಪಿತ ಪಾತ್ರಗಳ ಮುನ್ನಡೆಗಳನ್ನು ಸ್ತಂಭನಗೊಳಿಸಲು ನಿಯಮ – ರಚನೆಯ ಅಸ್ತ್ರವನ್ನು ಬಳಸಬಹುದು ಎಂಬ ಅರಿವು ಬೆಳೆಯುತ್ತಿದೆ. ಆದ್ದರಿಂದ, ಹೆಚ್ಚುತ್ತಿರುವ ಸಾಮರ್ಥ್ಯಗಳಿಗೆ ದಿಟ್ಟ ನೀತಿ ನಿರೂಪಣೆ ಮತ್ತು ಸಂಕಥನಗಳನ್ನು ಜೋಡಿಸಬೇಕಾದ ಅಗತ್ಯವಿದೆ.

ಅಭಿಪ್ರಾಯಗಳನ್ನು ರೂಪಿಸುವುದು ಮತ್ತು ಚಿಂತನೆಯನ್ನು ಹದಗೊಳಿಸುವುದು ರಾಜಕೀಯ ಸ್ಪರ್ಧೆಯ ಅವಿಭಾಜ್ಯ ಅಂಶಗಳಾಗಿವೆ. ಮಾಹಿತಿಯ ಕ್ಷೇತ್ರವು ಈಗ ಹೆಚ್ಚಿನ ವರ್ಚಸ್ಸನ್ನು ಪಡೆದುಕೊಂಡಿದ್ದರೆ, ಅದು ಅದರ ಪ್ರಾಮುಖ್ಯದ ಮನ್ನಣೆಯನ್ನು ಮಾತ್ರವಲ್ಲ, ಹೊಸ ಸಾಧನಗಳ ಲಭ್ಯತೆಯನ್ನೂ ಸೂಚಿಸುತ್ತದೆ. ಪ್ರಚಾರದ ಕಾಲವಿಸಂಗತಿಯು ಈಗ ತಂತ್ರಜ್ಞಾನ ಮತ್ತು ದತ್ತಾಂಶದಿಂದ ಚಾಲಿತವಾದ ಉದ್ಯಮಕ್ಕೆ ಅವಕಾಶ ನೀಡಿರಬಹುದು; ಆದರೆ ಚಾಲ್ತಿಯಲ್ಲಿರುವ ಇತರ ಅನೇಕ ಅಭ್ಯಾಸಗಳಂತೆ, ಇದಕ್ಕೂ ತನ್ನದೇ ತನ್ನದೇ ಇತಿಹಾಸವಿದೆ ಎಂಬುದನ್ನು ನಾವು ಮರೆಯಬಾರದು.

ಸಂಕಥನದ ನಿಯಂತ್ರಣ ಎಂಬುದು ಯಾವತ್ತೂ ಒಂದು ಸಮರವೇ; ತಂತ್ರಜ್ಞಾನವು ಅದನ್ನು ಹೆಚ್ಚು ಸಂಕೀರ್ಣಗೊಳಿಸಿದೆ. ಕಾನೂನು, ಸುವ್ಯವಸ್ಥೆ ಮತ್ತು ಭದ್ರತೆಯ ಜವಾಬ್ದಾರಿ ಹೊತ್ತವರು ನಿತ್ಯವೂ ಅದರೊಂದಿಗೆ ಸೆಣೆಸಬೇಕಿದೆ. ಇದು ವಿರೂಪಗೊಳಿಸಬಹುದು, ಪ್ರೇರೇಪಿಸಬಹುದು, ಎಚ್ಚರಿಸಬಹುದು, ಗೊಂದಲಕ್ಕೆ ಕೆಡವಬಹುದು ಮತ್ತು ದಾರಿತಪ್ಪಿಸಬಹುದು; ಕೆಲವೊಮ್ಮೆ ಎಲ್ಲವೂ ಏಕಕಾಲಕ್ಕೇ ಆಗಬಹುದು. ಆದರೆ ಸದಾಕಾಲ ನಾವೇನು ಓದುತ್ತೇವೆ, ನೋಡುತ್ತೇವೆ ಮತ್ತು ಕೇಳುತ್ತೇವೆ – ಈ ರೂಢಿಯ ಪ್ರಭಾವವನ್ನು ಮರೆಯಬೇಡಿ. ಅದರ ಬಗ್ಗೆ ಯೋಚಿಸಿ: ಇವೂ ಕೂಡ ಚಾಲ್ತಿಯಲ್ಲಿರುವ ಸ್ವೀಕಾರ ಅಥವಾ ತಿರಸ್ಕಾರದ ಪ್ರಕ್ರಿಯೆಗಳಾಗಿವೆ. ಅವುಗಳನ್ನು ಮುನ್ನಡೆಸುವ ಶಕ್ತಿಗಳು ಹಲವು ಬಾರಿ

ದೇಶ – ರಾಜ್ಯಗಳು ಹಾಗೂ ಅಧಿಕಾರ ಮತ್ತು ಪ್ರಭಾವದ ಸಾಂಪ್ರದಾಯಿಕ ವ್ಯಾಖ್ಯಾನಗಳನ್ನು ಮೀರಿ ವಿಸ್ತರಿಸಿವೆ. ಕೆಲವು ಸಂದರ್ಭಗಳಲ್ಲಿ ಅವುಗಳು ಯಥಾಸ್ಥಿತಿಗೇ ಅಂಟಿಕೊಳ್ಳಬಹುದು ಮತ್ತು ಆ ಸ್ಥಿತಿಯಿಂದ ಹೊರಬರುವ ಬಗ್ಗೆ ಸೂಕ್ಷ್ಮವಾಗಿರಬಹುದು. 370ನೆಯ ವಿಧಿಗೆ ಸಂಬಂಧಿಸಿದ ಬದಲಾವಣೆಗೆ ಸಮಾಜದ ಆಯ್ದ ವರ್ಗದಿಂದ ಕಂಡುಬಂದ ತೀವ್ರ ವಿರೋಧ ಇಲ್ಲಿ ಒಂದು ನಿದರ್ಶನ. ಆದರೆ ಅವರು ತೀವ್ರಗಾಮಿತ್ವ ಅಥವಾ ಬಹುಶಃ ಉಗ್ರವಾದವನ್ನು ಹೆಚ್ಚು ಸ್ವೀಕಾರಾರ್ಹ ರೂಪದಲ್ಲಿ ಪ್ರತಿಪಾದಿಸಿದಂತೆಯೇ ಆಗುತ್ತದೆ. ಗಡಿ ನುಸುಳಿ ನಡೆಸುವ ಭಯೋತ್ಪಾದನೆಯನ್ನು ವಿಭಜನೆಯ ನಂತರದ ಭಿನ್ನಾಭಿಪ್ರಾಯಗಳ ಇನ್ನೊಂದು ತೀವ್ರ ಸ್ವರೂಪ ಅಷ್ಟೇ ಎಂದು ಚಿತ್ರಿಸಿದ ಸಂದರ್ಭದಲ್ಲಿ ನಾವು ಅವರ ಕೈವಾಡವನ್ನು ನೋಡಬಹುದು.

ವಾಸ್ತವವಾಗಿ, ಸಾಮಾನ್ಯವಾಗಿ ಒಂದು ಕಾರ್ಯಸೂಚಿಯನ್ನು ಮನಸ್ಸಿನಲ್ಲಿಟ್ಟುಕೊಂಡೇ ದೇಶಗಳ ಚಹರೆಗಳನ್ನು ರೂಪಿಸಲಾಗುತ್ತದೆ. ಡೇಟಾ ಸಂರಕ್ಷಣಾವಾದವು ಡಿಜಿಟಲ್ ಸೇವೆಗಳನ್ನು ಕ್ಷುಲ್ಲಕಗೊಳಿಸಲು ಮತ್ತು ಡೇಟಾ ಹಣಗಳಿಕೆಯನ್ನು ಸಮರ್ಥಿಸಲು ಬಳಸುವ ವಾದ. ಅದೇ ರೀತಿ, 'ದೊಡ್ಡ ಮಾಲಿನ್ಯಕಾರಕ ದೇಶಗಳು' ಎಂಬ ಪರಿಕಲ್ಪನೆಯು ಇತಿಹಾಸದ ಹೊಣೆಗಾರಿಕೆಯಿಂದ ನುಣುಚಿಕೊಳ್ಳುವ ಪ್ರಯತ್ನ. ಯಾವುದೇ ರೀತಿಯಲ್ಲಿ ನೋಡಿದರೂ, ಮೂಡುತ್ತಿರುವ ಹೊಸ ದೇಶಗಳಿಗೆ ತಮ್ಮದೇ ಸ್ವಂತ ಹಿತಾಸಕ್ತಿಗಳನ್ನು ವಿವರಿಸುವ ವಿಶ್ವಾಸವನ್ನು ನೀಡುವ ಮರುಸಮತೋಲನದ ಪ್ರಕ್ರಿಯೆಯ ಮೇಲೆ ಗಟ್ಟಿ ತಳ ಊರಿರುವ ಸಿರಿವಂತ ದೇಶಗಳು ನಿಗಾ ಇಟ್ಟು ಅದನ್ನು ಪ್ರತಿರೋಧಿಸುತ್ತವೆ.

ಭೌತಿಕ ಕ್ಷೇತ್ರದಲ್ಲಿನ ಮಾನದಂಡಗಳಂತೆ, ಮೂಡುತ್ತಿರುವ ಹೊಸ ಶಕ್ತಿಗಳು ಸಾಮಾನ್ಯವಾಗಿ ಆರಂಭದಲ್ಲೇ ಮುನ್ನಡೆದವರ ಸ್ಥಾಪಿತ ದೃಷ್ಟಿಕೋನಗಳಿಂದ ಸಂಕಥನದ ಸವಾಲುಗಳನ್ನೂ ಎದುರಿಸುತ್ತವೆ. ವಿಚಾರಗಳ ವಿಶ್ವದಲ್ಲಿ, ಅವುಗಳು ರಾಜಕೀಯ ಯಥಾರ್ಥತೆಯನ್ನು ವ್ಯಾಖ್ಯಾನಿಸಲು ಮತ್ತು ಅದನ್ನು ಸಾರ್ವತ್ರಿಕಗೊಳಿಸಲು ಪ್ರಯತ್ನಿಸುತ್ತವೆ. ಆಗಾಗ್ಗೆ, ಬಾಹ್ಯ ಹಿತಾಸಕ್ತಿಗಳು ಪರಸ್ಪರ ತಿಳಿವಳಿಕೆಯನ್ನು ಹೊಂದಿರುವ ಸ್ಥಳೀಯ ಗಣ್ಯ ಶಕ್ತಿಯೊಂದಿಗೆ ಬಲವಾದ ಸಂಬಂಧವನ್ನು ಹೊಂದಿರುತ್ತವೆ. ಇತ್ತೀಚಿನ ವರ್ಷಗಳ ನಮ್ಮದೇ ಸ್ವಂತ ಅನುಭವವು ಉತ್ತಮ ಆಡಳಿತವನ್ನು ಅತಿಯಾದ ರಾಜ್ಯ ನಿಯಂತ್ರಣ ಎಂದು ಬಣ್ಣಿಸಿ ಹೇಗೆ ವಿರೂಪಗೊಳಿಸಬಹುದು ಅಥವಾ ಅರಾಜಕತೆ ಮತ್ತು ಕೆಟ್ಟದ್ದನ್ನು ಪ್ರಜಾಪ್ರಭುತ್ವದ ಹಕ್ಕುಗಳ ಬಳಕೆ ಎಂದು ಹೇಗೆ ಸಮರ್ಥಿಸಿಕೊಳ್ಳಲಾಗುತ್ತದೆ ಎಂಬುದನ್ನು ಬಹಿರಂಗಪಡಿಸಿದೆ. ಅಂತಹ ಆಚರಣೆಗಳನ್ನು ಗಮನಿಸದ ರಾಜ್ಯವ್ಯವಸ್ಥೆಯು ಅಪಾಯದಲ್ಲಿರುವ ಸಮಾಜವೇ ಆಗಿದೆ.

ಜಾಗತೀಕರಣದ ಯುಗವು ಏಕೀಕೃತ ವಿಶಾಲ ಸತ್ಯವನ್ನು ಪ್ರತಿಪಾದಿಸಲು ಪ್ರೋತ್ಸಾಹಿಸಿತು; ಕುಶಲತೆಯಿಂದ ರಚಿಸಿದ, ತಮಗೆ ತಾವೇ ಮಾತಾಡಿಕೊಳ್ಳುವ, ಹೊರಗಿನ ವಾಸ್ತವಗಳೇ ಗೊತ್ತಾಗದ 'ಮರುದನಿಯ ಕೋಣೆ'ಗಳ ಮೂಲಕ ಅವುಗಳನ್ನು ದೊಡ್ಡದಾಗಿಸಿತು. ಆದಾಗ್ಯೂ, ಬಹುಧ್ರುವೀಯತೆಯು ಅನಾವರಣಗೊಂಡಂತೆ ಜಗತ್ತಿನ ನೈಸರ್ಗಿಕ ವೈವಿಧ್ಯವೂ ಮರಳಿತು. ಇದರಿಂದ ಮೂಡುವ ಸ್ಪರ್ಧೆಯಲ್ಲಿ, ತಪ್ಪು ತಿಳಿವಳಿಕೆ ಮತ್ತು ತಪ್ಪು ನಿರೂಪಣೆಗಳ ಸಾಧ್ಯತೆ ಇದ್ದೇ ಇರುತ್ತದೆ. ಭದ್ರತೆಯ ಸಂಗತಿಯಲ್ಲಿ ಹೆಚ್ಚಿನವು ಗ್ರಹಿಕೆಯಿಂದಲೇ ಹುಟ್ಟಿಕೊಳ್ಳುವುದರಿಂದ, ನಮ್ಮ ಬಗೆಗಿನ ಕಲ್ಪನೆಗಳನ್ನು ರೂಪಿಸುವಲ್ಲಿ ನಾವು ಪ್ರಭಾವಿತರಾಗದೆ ಇರಲು ಸಾಧ್ಯವಿಲ್ಲ. ಜಾಗತಿಕ ಶಕ್ತಿ ಶ್ರೇಣಿಯಲ್ಲಿ ಮೇಲೇರಲು ಸುಲಭದ

ದಾರಿಯಿದೆ ಎಂದು ನಾವು ನಿರೀಕ್ಷಿಸಿದರೆ, ನಮ್ಮನ್ನು ನಾವೇ ವಂಚಿಸಿಕೊಂಡಂತಾಗುತ್ತದೆ. ಮಾನದಂಡಗಳನ್ನು ಹೇಗೆ ವ್ಯಾಖ್ಯಾನಿಸುವುದು, ಎಲ್ಲಿ ಗಮನ ಸೆಳೆಯಬೇಕು, ವಾಸ್ತವದ ಯಾವ ಭಾಗಗಳನ್ನು ಆಯ್ದುಕೊಳ್ಳಲಾಗುತ್ತದೆ, ಇವೆಲ್ಲವೂ ನಿರೀಕ್ಷಿತವೇ. ಹಾಗೆಯೇ ವರದಿ ಮಾಡುವಲ್ಲಿ ಬಳಸುವ ಗುಣವಾಚಕಗಳು, ಸತ್ಯಶೋಧನೆಯಿಂದ ವಿನಾಯ್ತಿ ಮತ್ತು ತೀರ್ಪಿನ ಆಯ್ಕೆ ಮಾಡುವ ಪ್ರವೃತ್ತಿಯೂ ಸಹಜವೇ. ಆದರೆ ಪೂರ್ವಗ್ರಹ ಮತ್ತು ಹಿತಾಸಕ್ತಿಗಳನ್ನು ಚೆನ್ನಾಗಿ ಅರಿತಿರುವುದರಿಂದ ಇದು ಈಗಲೂ ನಾವು ಉತ್ಸಾಹ ಮತ್ತು ಹುರುಪಿನಿಂದ ಪ್ರವೇಶಿಸಬೇಕಾದ ಸ್ಪರ್ಧೆಯಾಗಿದೆ. ಆದ್ದರಿಂದ, ನಮ್ಮದೇ ಆದ ನಿರೂಪಣೆಗಳನ್ನು ರಚಿಸುವುದು ಮತ್ತು ಪ್ರಚಾರ ಮಾಡುವುದು ಬಹಳ ಮಹತ್ತ್ವದ್ದಾಗಿದೆ. ಪ್ರಪಂಚದ ಕೆಲವು ಭಾಗಗಳು ತಮ್ಮದೇ ಆದ ಅಭಿಪ್ರಾಯಗಳನ್ನು ಹೊಂದಿವೆ. ಆದರೆ ಆ ದೃಷ್ಟಿಕೋನಗಳ ಮೇಲೆಯೇ ದೃಷ್ಟಿಕೋನವನ್ನು ಹೊಂದುವ ಬಗ್ಗೆ ನಾವು ಭಯಪಡಬಾರದು. ಪ್ರವಾಹದ ವಿರುದ್ಧ ಈಜುವುದು ಎಲ್ಲಾ ಮೂಡುತ್ತಿರುವ ಹೊಸ ಶಕ್ತಿಗಳ 'ಕರ್ಮ'ವಾಗಿದೆ.

ಮುಂದಿನ ಹಾದಿ

ಹೆಚ್ಚು ಸಂಕೀರ್ಣವಾದ ಭದ್ರತಾ ವ್ಯೂಹವನ್ನು ಎದುರಿಸುವುದಕ್ಕಾಗಿ ಸಾಕಷ್ಟು ರಾಷ್ಟ್ರೀಯ ಸಾಮರ್ಥ್ಯಗಳನ್ನು ನಿರ್ಮಿಸುವುದು ದೊಡ್ಡ ದೇಶಗಳಿಗೆ ಸರ್ವಸಾಮಾನ್ಯವಾದ ಸವಾಲಾಗಿದೆ. ಹೆಚ್ಚು ಪರಿಣಾಮಕಾರಿ ಸೇವೆಗಳನ್ನು ಒದಗಿಸಲು ನಮಗೆ ಅನುವು ಮಾಡಿಕೊಡುವ ಸಾಧನಗಳೇ ನಮ್ಮ ಜನರನ್ನು ಚೆನ್ನಾಗಿ ರಕ್ಷಿಸಲೂ ನೆರವಾಗುತ್ತವೆ. ಹೆಚ್ಚು ಸಾಂಪ್ರದಾಯಿಕ ಬಾಹ್ಯ ಬೆದರಿಕೆಗಳಿಗೆ ಸಿದ್ಧವಾದ ಹಾಗೆ, ಮಾಹಿತೀಕರಣಗೊಂಡ ವಾತಾವರಣದಲ್ಲಿ ಭದ್ರತಾ ನೀತಿಯನ್ನು ನಿರ್ವಹಿಸುವ ಕೆಲಸಕ್ಕೇ ನಾವು ಸಂಪೂರ್ಣವಾಗಿ ಸಿದ್ಧವಾಗಬೇಕಾಗಿದೆ. ಅದು ತನ್ನದೇ ಆದ ಸವಾಲುಗಳು ಮತ್ತು ಚರ್ಚೆಗಳನ್ನು ಹೊಂದಿರುತ್ತದೆ; ಆದರೆ ನಾವು ಸಾಗಬೇಕಾದ ದಿಕ್ಕನ್ನು ಪ್ರಶ್ನಿಸುವುದು ಕಷ್ಟ.

ಜಗತ್ತು ಹಲವು ರೀತಿಗಳಲ್ಲಿ ಬದಲಾಗಿರಬಹುದು; ಆದರೆ ಭಯೋತ್ಪಾದನೆಯೇ ಭಾರತವು ಎದುರಿಸುತ್ತಿರುವ ನಿರಂತರ ಸವಾಲಾಗಿದೆ. ಇದು ಅಂತಾರಾಷ್ಟ್ರೀಯ ಸಮುದಾಯಕ್ಕೆ ಒಡ್ಡುವ ಅಪಾಯಗಳನ್ನು ಅರಿಯಲಾಗಿದೆ ಎಂಬುದು ಸಮಾಧಾನದ ಸಂಗತಿ. ಆದರೆ ಈ ವಿಷಯದಲ್ಲಿ ರಾಜಕೀಯ ಲಾಭಕ್ಕಾಗಿ ಅಥವಾ ಪ್ರಾದೇಶಿಕ ಕಾರ್ಯತಂತ್ರಕ್ಕಾಗಿ ರಾಜಿಗಳನ್ನು ಮಾಡಿಕೊಳ್ಳಲಾಗುತ್ತಿದೆ ಎಂಬುದನ್ನು ನೋಡಿದರೆ, ಇಲ್ಲಿ ಇನ್ನೂ ಮಾಡಬೇಕಾದ ಕೆಲಸಗಳಿವೆ ಎಂದೇ ಲೆಕ್ಕ. ಭಯೋತ್ಪಾದನೆಯ ನೇರ ಬಲಿಪಶುವಾಗಿ, ನಾವೇ ಏನೂ ಮಾಡದಿದ್ದರೆ ಬೇರೆಯವರು ನಮಗಾಗಿ ಹೋರಾಡುತ್ತಾರೆ ಎಂದು ನಾವು ನಿರೀಕ್ಷಿಸಲು ಸಾಧ್ಯವಿಲ್ಲ. ನಮ್ಮ ಸ್ವಂತ ಹಿತಾಸಕ್ತಿಗಳ ಬಲವಾದ ರಕ್ಷಣೆಯೊಂದಿಗೇ ಜಾಗತಿಕ ಅಭಿಪ್ರಾಯಗಳನ್ನು ರೂಪಿಸಬೇಕು. ವೈಚಾರಿಕ ಕ್ಷೇತ್ರದಲ್ಲಿ, ಭಯೋತ್ಪಾದನೆಯನ್ನು ಸಹಜಕ್ರಿಯೆಯೆಂದು ಭಾವಿಸುವ ಮೋಸದ ಜಾಲವನ್ನು ತೀವ್ರವಾಗಿ ಪ್ರತಿರೋಧಿಸುವುದು ಸಹ ಮುಖ್ಯ. ತಮ್ಮದೇ ಆದ ಐಟಿ ಪದವೀಧರರನ್ನು ಉತ್ಪಾದಿಸುವ ಎರಡು ನೆರೆಹೊರೆ ದೇಶಗಳ (ಭಾರತ ಮತ್ತು ಪಾಕಿಸ್ತಾನ) ನಡುವೆ ಇರುವ ಬ್ರಾಂಡ್‌ಗಳ ನಡುವಣ ವ್ಯತ್ಯಾಸವನ್ನು ನಾವು ಖಚಿತಪಡಿಸಿಕೊಳ್ಳಬೇಕು: ಒಂದು ಮಾಹಿತಿ ತಂತ್ರಜ್ಞಾನದ ಬಗ್ಗೆ ಉತ್ಪಾದಿಸಿದ್ದು ಮತ್ತು ಇನ್ನೊಂದು ಅಂತಾರಾಷ್ಟ್ರೀಯ ಭಯೋತ್ಪಾದನೆಗಾಗಿ ಉತ್ಪಾದಿಸಿದ್ದು.

ಭದ್ರತೆಯು ಅನೇಕ ಆಯಾಮಗಳನ್ನು ಹೊಂದಿದೆ; ಅವುಗಳಲ್ಲಿ ಸಮಾಜೋ – ಆರ್ಥಿಕ ಅಭಿವೃದ್ಧಿಯನ್ನು ಪ್ರೋತ್ಸಾಹಿಸುವುದರ ಮಹತ್ತ್ವವನ್ನು ಈಗ ಹೆಚ್ಚು ಅರಿಯಲಾಗಿದೆ. ಅದರ ಪರಿಣಾಮವು ಆಳವಾಗಿ ಅನುಭವವಾದಂತೆಯೇ ಅದಕ್ಕೆ ಅನುಗುಣವಾಗಿ ಸವಾಲುಗಳೂ ಕಡಿಮೆಯಾಗುತ್ತವೆ. ಭಾರತವು ಈಗ ತನ್ನ ಸುಸ್ಥಿರ ಅಭಿವೃದ್ಧಿ ಗುರಿಗಳನ್ನು (ಎಸ್‌ಡಿಜಿ) ಸಾಧಿಸುವತ್ತ ಗಂಭೀರವಾಗಿ ಗಮನ ಹರಿಸಿದೆ. ಇದರ ಪ್ರಯೋಜನಗಳು ತುಂಬಾ ಸ್ಪಷ್ಟವಾಗಿರುವುದರಿಂದ, ಅಭಿವೃದ್ಧಿಯನ್ನು ತಡೆಯುವ ಮತ್ತು ಪ್ರಗತಿಯನ್ನು ವಿಳಂಬಗೊಳಿಸುವ ಪ್ರಯತ್ನಗಳು ನಡೆಯುತ್ತಿವೆ. ಎಡಪಂಥೀಯ ಉಗ್ರವಾದ (ಎಲ್‌ಡಬ್ಲ್ಯುಇ) ಪೀಡಿತ ಪ್ರದೇಶಗಳಲ್ಲಿ ರಸ್ತೆ ನಿರ್ಮಾಣಕ್ಕೆ ಇರುವ ಪ್ರತಿರೋಧವು ಒಂದು ಸ್ಪಷ್ಟ ಉದಾಹರಣೆ. ಆದರೆ ರಾಷ್ಟ್ರೀಯ ಭವಿಷ್ಯವನ್ನು ದುರ್ಬಲಗೊಳಿಸಿದರೆ ಅಥವಾ ಗಡಿಪ್ರದೇಶದ ಮೂಲಸೌಕರ್ಯಗಳನ್ನು ನಿಷ್ಕ್ರಿಯಗೊಳಿಸಿದರೆ, ಅದು ಇನ್ನೂ ಹೆಚ್ಚಿನ ಪ್ರಮಾಣದ ಆತಂಕಕ್ಕೆ ಕಾರಣವಾಗುತ್ತದೆ. ದಾಖಲೆಗಳೇ ಹೇಳುವಂತೆ ಇದು ಅನೇಕ ಸ್ವರೂಪಗಳಲ್ಲಿ ಮತ್ತು ಚಹರೆಗಳಲ್ಲಿ ಕಾಣಿಸಿಕೊಳ್ಳಬಹುದು. ಕೆಲವರು ಬಹಿರಂಗವಾಗಿ ಋಣಾತ್ಮಕವಾಗಿದ್ದರೆ, ಇತರರು ಸಾರ್ವಜನಿಕ ಒಳಿತಿನ ಮುಖವಾಡ ಹಾಕಿಕೊಳ್ಳುತ್ತಾರೆ. ನಮ್ಮ ಭವಿಷ್ಯಕ್ಕೆ ಈ ಯತ್ನಗಳು ಹೊಂದಿರುವ ಪ್ರಾಧಾನ್ಯವನ್ನು ಗಮನಿಸುತ್ತಲೇ, ನಾವು ತಡೆರಹಿತ ಪ್ರಗತಿಯನ್ನು ಖಾತರಿಪಡಿಸಿಕೊಳ್ಳಲು ಸೂಕ್ತ ಆದ್ಯತೆ ನೀಡುವುದು ಅತ್ಯಗತ್ಯವಾಗಿದೆ.

ಅಭಿವೃದ್ಧಿಯ ವಿಷಯಕ್ಕೆ ಬಂದಾಗ, ವಿಶೇಷವಾಗಿ ಕೋವಿಡ್ ಅನುಭವದ ನಂತರ ಡಿಜಿಟಲ್ ರಂಗವು ವಿಶೇಷರೂಪದ ಪ್ರಭಾವವನ್ನು ಹೊಂದಿದೆ. ಪಾಸ್‌ಪೋರ್ಟ್ ಸೇವೆಗಳ ವಿತರಣೆಯು ಬದಲಾವಣೆಯ ಆರಂಭಿಕ ಕ್ಷೇತ್ರವಾಗಿತ್ತು; ಆದರೆ ಆಡಳಿತವೇ ರೂಪಾಂತರಗೊಂಡಿದೆ ಎಂಬುದನ್ನು ನಾವು ಈಗ ನೋಡಬಹುದು. ಅಗಾಧವಾದ ಭಾರತೀಯ ಡಿಜಿಟಲ್ ಮಾರುಕಟ್ಟೆಯನ್ನು ಗಮನಿಸಿದರೆ, ಉತ್ಪತ್ತಿಯಾದ ಡೇಟಾವನ್ನು ಕೊಯ್ಲು ಮಾಡುವಲ್ಲಿ ಸ್ಪರ್ಧೆ ಇರುವುದು ಸಹಜ. ವಿವಿಧ ಪ್ರದೇಶಗಳಲ್ಲಿ ಸ್ಮಾರ್ಟ್ ಜಾಲಗಳು ಮತ್ತು ಸೇವೆಗಳು ಸಹ ಸ್ಪರ್ಧೆಗಳ ವಿಷಯವಾಗಿವೆ. ಡಿಜಿಟಲ್ ಸೇವೆಗಳು ಮತ್ತು ಡೇಟಾವನ್ನು ರಕ್ಷಿಸುವ ಸೂಕ್ಷ್ಮತೆಯು ಭಾರತಕ್ಕೆ ಖಂಡಿತವಾಗಿಯೂ ಅನನ್ಯವಲ್ಲ. ಇತರರಂತೆಯೇ ನಾವೂ ಹೊಸ ತಂತ್ರಜ್ಞಾನಗಳಿಂದ ಕಂಡುಬರುವ ದುರ್ಬಲತೆಗಳನ್ನು ಅಳೆಯುತ್ತಿದ್ದೇವೆ. ತನ್ನೆಲ್ಲಾ ಬಗೆಬಗೆಯ ಆತಂಕಗಳನ್ನು ನಿರ್ವಹಿಸುವ ಸೂಕ್ತ ನೆಲೆಯನ್ನು ಹುಡುಕುವುದೇ ಭಾರತದ ಪ್ರಯತ್ನವಾಗಿದೆ. ನಾಗರಿಕರಿಗೆ ಡೇಟಾ ರಕ್ಷಣೆ, ವ್ಯವಹಾರವನ್ನು ಸುಲಭಗೊಳಿಸುವುದು, ದಕ್ಷ ಆಡಳಿತದ ಸಾರ್ವಜನಿಕ ಹಿತಾಸಕ್ತಿಯನ್ನು ಖಚಿತಪಡಿಸುವುದು ಮತ್ತು ರಾಷ್ಟ್ರೀಯ ಭದ್ರತೆಯನ್ನು ರಕ್ಷಿಸುವುದು – ಇವುಗಳಲ್ಲಿ ಸೇರಿವೆ.

ದೂರಸಂಪರ್ಕದ ಕುರಿತೂ ಇದೇ ಬಗೆಯ ಸಂವೇದನಾಶೀಲತೆಯು ಬಹುನಿರೀಕ್ಷಿತ ಹೆಜ್ಜೆಯಾಗಿತ್ತು. ಇದು ನಮ್ಮ ಭದ್ರತಾ ದೃಷ್ಟಿಕೋನವನ್ನು ಹೆಚ್ಚು ಸಮಕಾಲೀನವಾಗಿಸಲು ವಿಶಾಲ ಪ್ರಯತ್ನವನ್ನು ಪ್ರೋತ್ಸಾಹಿಸುತ್ತದೆ. ಆರೋಗ್ಯಭದ್ರತೆಯು ಕೋವಿಡ್ ಅನುಭವದ ಮತ್ತೊಂದು ಪ್ರಮುಖ ಜ್ಞಾನೋದಯವಾಗಿದೆ. ಇಂದು ನಾವು ಅನೇಕ ಉತ್ಪನ್ನಗಳ ರಫ್ತುದಾರರಾಗಿರಬಹುದು; ವಾಸ್ತವದಲ್ಲಿ ಲಸಿಕೆಗಳ ಪ್ರಮುಖ ಉತ್ಪಾದಕರೂ ಹೌದು. ಆದರೆ ಇವುಗಳಲ್ಲಿ ಯಾವುದೂ ಭಾರತದಂತಹ ದೊಡ್ಡ ಸಮಾಜವು ಮೂಲಭೂತ ಅಗತ್ಯಗಳಿಗಾಗಿ ಇತರರನ್ನು ಅವಲಂಬಿಸುವ ಅಪಾಯವನ್ನು ಮರೆಸಬಾರದು. ತೀವ್ರ ಒತ್ತಡದ ಸಮಯದಲ್ಲಿ

ದೇಶಗಳ ವರ್ತನೆಯು ನಮ್ಮನ್ನು ನಾವೇ ಅಪಾಯಕ್ಕೆ ಒಡ್ಡಿಕೊಳ್ಳುವ ನಿರ್ಲಕ್ಷ್ಯದ ಕುರಿತು ಪಾಠ ಕಲಿಸುತ್ತದೆ. ನಾವು ಅದನ್ನು ಸರಿಯಾಗಿ ನಿರ್ವಹಿಸಿದರೆ, ಅದು ತನ್ನದೇ ಆದ ಸದ್ಗುಣ ಚಕ್ರವನ್ನು ಪ್ರಚೋದಿಸುವ ಸಾಮರ್ಥ್ಯ ನಿರ್ಮಿಸಲೂ ಅನುಕೂಲವಾಗುತ್ತದೆ.

ವಿಶ್ವದೊಂದಿಗಿನ ಭಾರತದ ಆರ್ಥಿಕ ಕಾರ್ಯಕ್ರಮಗಳ ಸ್ವರೂಪದ ಬಗ್ಗೆ ಸಕ್ರಿಯ ಚರ್ಚೆ ನಡೆಯುತ್ತಿದೆ. ಜಾಗತೀಕರಣದ ವಾಸ್ತವಿಕತೆಯನ್ನು ಯಾರೂ ಗಂಭೀರವಾಗಿ ಶಂಕಿಸುವುದಿಲ್ಲ, ಅಥವಾ ಇತರ ಆರ್ಥಿಕತೆಗಳೊಂದಿಗೆ ಸಂವಹನ ನಡೆಸುವ ಅಗತ್ಯವನ್ನೂ ಪ್ರಶ್ನಿಸುವುದಿಲ್ಲ. ಇಲ್ಲಿ ಭಾರತವು ಅನುಸಂಧಾನ ಮಾಡಬಯಸುವ ನಿಯಮಗಳು ಮುಖ್ಯವಾಗುತ್ತವೆ. ನಮ್ಮ ಸ್ವಂತ ಮಾರುಕಟ್ಟೆಗಳಲ್ಲಿ ನ್ಯಾಯೋಚಿತ ಸ್ಪರ್ಧೆಯನ್ನು ಬಲಿಕೊಟ್ಟು ವಿದೇಶಿ–ವ್ಯಾಪಾರ ಉದಾರೀಕರಣವನ್ನು ಆಚರಿಸಬಾರದು. ದುರದೃಷ್ಟವಶಾತ್, ನಾವು ಗತಕಾಲದಲ್ಲಿ ನೋಡಿದ್ದು ಇದನ್ನೇ. ಉತ್ಪಾದನೆಯ ಸಬ್ಸಿಡಿ ಮತ್ತು ವಿಶ್ವದ ಇತರ ಭಾಗಗಳಲ್ಲಿ ಮಾರುಕಟ್ಟೆ ಪ್ರವೇಶದ ನಿರಾಕರಣೆಯು ಸ್ಪರ್ಧೆಯನ್ನೇ ಕಠಿಣವಾಗಿಸಿದೆ. ಒಂದು ಅತ್ಯವಶ್ಯ ಉತ್ಪಾದನೆಯು ಕಾರ್ಯಸಾಧ್ಯವಲ್ಲದಿದ್ದರೆ, ಆಗ ಅದು ವ್ಯಾಪಾರನೀತಿಯ ವಿಷಯವಾಗುವುದಿಲ್ಲ; ಬದಲಿಗೆ ರಾಷ್ಟ್ರೀಯ ಭದ್ರತೆಯ ಸಂಗತಿಯಾಗುತ್ತದೆ. ನಾವು ಸ್ಪಷ್ಟವಾಗಿರೋಣ: ಸ್ವದೇಶದಲ್ಲಿ ಸಾಕಷ್ಟು ಸಾಮರ್ಥ್ಯಗಳನ್ನು ಹೊಂದಿದ್ದರೆ ಮಾತ್ರ ಭಾರತವು ವಿದೇಶದಲ್ಲಿ ಪರಿಣಾಮಕಾರಿಯಾಗಿರಬಹುದು. ಕೇವಲ ಸರಕುಗಳ ಮಾರುಕಟ್ಟೆ ಅಥವಾ ಇತರರಿಗೆ ಡೇಟಾದ ಉತ್ಪಾದಕರಾಗಿರುವುದೇ ನಮ್ಮ ಹಣೆಬರಹವಲ್ಲ. ಆತ್ಮನಿರ್ಭರ ಭಾರತವಾದಾಗ ಮಾತ್ರ ಉದಯಿಸುತ್ತಿರುವ ಭಾರತವು ನಿಜವಾಗಿಯೂ ಮುನ್ನಡೆಯುತ್ತದೆ.

ವಿಶ್ವವೇದಿಕೆಯಲ್ಲಿ ಭಾರತದ ಉದಯವು ಅಸಾಧಾರಣವಾದ ಘಟನಾತ್ಮಕ ಪಯಣವಾಗಿದೆ. ದೇಶೀಯ ಬಲವರ್ಧನೆ ಪ್ರಕ್ರಿಯೆಯಷ್ಟೇ ಬಾಹ್ಯ ಸವಾಲುಗಳೂ ಕಠಿಣವಾಗಿವೆ. ಆಘಾತಕಾರಿ ವಿಭಜನೆಯು ತನ್ನದೇ ಪರಿಣಾಮಗಳನ್ನು ಉಳಿಸಿಹೋಗಿದೆ; ಅವುಗಳಲ್ಲಿ ಕೆಲವನ್ನು ಈಗಷ್ಟೇ ನಿರ್ವಹಿಸಲಾಗುತ್ತಿದೆ. ಇವೆಲ್ಲ ನಡೆಯುತ್ತಿರುವಂತೆಯೇ ಭಾರತದ ಪುನರುತ್ಥಾನವನ್ನು ವಿರೋಧಿಸುವವರು ಆ ಪ್ರಕ್ರಿಯೆಯನ್ನು ಕಷ್ಟಕರವಾಗಿಸಲು ತಮ್ಮ ಗರಿಷ್ಠ ಪ್ರಯತ್ನ ಮಾಡಿದ್ದಾರೆ. ಭಯೋತ್ಪಾದನೆ, ತೀವ್ರಗಾಮಿತ್ವ ಮತ್ತು ಪ್ರತ್ಯೇಕತಾವಾದವನ್ನು ಅನೇಕ ಸಂದರ್ಭಗಳಲ್ಲಿ ಬಳಸಲಾಗಿದೆ. ನಾವು ಕಷ್ಟದ ವರ್ಷಗಳನ್ನು ಹಾದುಹೋಗಬೇಕಾಯಿತು; ಆದರೆ ನಮ್ಮ ಜನರ ತ್ಯಾಗದಿಂದಾಗಿ ಶಕ್ತಿಯುತವಾಗಿ ಮೇಲೆದ್ದಿದ್ದೇವೆ. ನಮ್ಮ ವೈವಿಧ್ಯವನ್ನು ದೋಷರೇಖೆಗಳೆಂದು ಬಿಂಬಿಸುವುದನ್ನು ತಡೆಯಬೇಕಿದೆ ಎಂಬುದೇ ಇದರ ಸಂದೇಶ. ಕೇವಲ ರಾಷ್ಟ್ರೀಯ ಭಾವನೆಯನ್ನು ಬಲಪಡಿಸುವುದರಿಂದಲೇ ಅಂತಹ ನಿರಂತರ ಪ್ರಯತ್ನಗಳನ್ನು ತಡೆಯಲಾಗದು. ನಾವು ಮುಕ್ತ ಸಮಾಜ ಎಂದರೆ ಕಿಡಿಗೇಡಿತನಕ್ಕೆ ಹೆಚ್ಚಿನ ಅವಕಾಶಗಳಿವೆ ಎಂದರ್ಥ. ನಮ್ಮ ಪ್ರಕರಣದಲ್ಲಿ ಶಾಶ್ವತ ಜಾಗೃತಿಯು ಕೇವಲ ಸ್ವಾತಂತ್ರ್ಯಕ್ಕಷ್ಟೇ ಅಲ್ಲ, ರಾಷ್ಟ್ರೀಯ ಏಕತೆಗೆ ತೆರುವ ಬೆಲೆಯೂ ಆಗಿದೆ.

ವಿಶ್ವವ್ಯವಸ್ಥೆಯಲ್ಲಿ ಭಾರತದ ಮೇಲೇರುವಿಕೆ ಕೇವಲ ಅಧಿಕಾರದ ಏಣಿಯನ್ನು ಏರುವುದಲ್ಲ. ಇದು ಏಕಕಾಲದಲ್ಲಿ ನಾಗರಿಕ ಸಮಾಜವನ್ನು ಆಧುನಿಕ ದೇಶ–ರಾಜ್ಯವಾಗಿ ರೂಪಾಂತರಿಸುತ್ತದೆ. ಇನ್ನು ಮುಂದೆ ಗಡಿಗಳನ್ನು ಭದ್ರಪಡಿಸುವುದು ಮತ್ತು ಆಡಳಿತವನ್ನು ಸುಧಾರಿಸುವುದಷ್ಟೇ ಸಾಕಾಗುವುದಿಲ್ಲ; ಅವು ಕೇವಲ ಅಡಿಪಾಯವಾಗಿದ್ದು, ಅದರ ಮೇಲೆ ಇತರ ಹಲವು ಸಾಮರ್ಥ್ಯಗಳನ್ನು ಅಭಿವೃದ್ಧಿಪಡಿಸಬೇಕಾಗಿದೆ. ಭಾರತದಲ್ಲಿ

ಸರ್ವಸಾಮಾನ್ಯವಾಗಿರುವಂತೆ, ಸುರಕ್ಷತೆಯ ಕ್ಷೇತ್ರದಲ್ಲಿಯೂ ಸಹ ವಿಭಿನ್ನ ಕಾಲಘಟ್ಟಗಳು ಸಹಬಾಳ್ವೆ ನಡೆಸುತ್ತವೆ. ಮುಂಬರುವ ಅವಧಿಯಲ್ಲಿ, ನಮ್ಮ ಕಾಳಜಿಗಳು ಕ್ರಮೇಣ ಹೆಚ್ಚು ಜಾಗತಿಕವಾಗುತ್ತವೆ. ಆದರೆ ಅಲ್ಲಿಯೂ ಕೆಲವು ಪರಿಹಾರಗಳನ್ನು ಹುಡುಕುವ ಧೈರ್ಯವನ್ನು ನಾವು ಕಳೆದುಕೊಳ್ಳಬಾರದು. ನಾವು ಸ್ವದೇಶದಲ್ಲಿ ಆಕಸ್ಮಿಕಗಳಿಗೆ ತಯಾರಿ ನಡೆಸುವಂತೆಯೇ, ವಿದೇಶಗಳಲ್ಲಿ ಸಹಕಾರದ ಹವ್ಯಾಸವನ್ನು ಬೆಳೆಸಿಕೊಳ್ಳಬೇಕು.

ಕೋವಿಡ್ ಪಿಡುಗಿಗೆ ತುತ್ತಾಗುವುದಕ್ಕಿಂತ ಮುನ್ನವೇ ಅಸ್ತಿತ್ವದಲ್ಲಿದ್ದ ಪರಿಸ್ಥಿತಿಗಳ ಹೊರೆಯನ್ನು ವಿಶ್ವವು ಈಗಲೂ ಹೊತ್ತುಕೊಂಡಿದೆ; ಭಾರತವೂ ಇದಕ್ಕೆ ಹೊರತಾಗಿಲ್ಲ. ಆ ನಿಟ್ಟಿನಲ್ಲಿ ಸಾಂಪ್ರದಾಯಿಕ ಸಂಕಥನವು ಕೆಲವು ಸಾಮಾಜಿಕ ಮತ್ತು ರಾಜಕೀಯ ಸಮಸ್ಯೆಗಳನ್ನು ಸರಿಪ್ರಮಾಣದಲ್ಲಿ ಸೇರಿಸಿ, ಹಣಕಾಸು ಮತ್ತು ವ್ಯಾಪಾರದ ವಿಷಯಗಳ ಮೇಲೆ ಗಮನ ಹರಿಸುತ್ತದೆ. ಆದರೆ ಕಳೆದ ಕಾಲು ಶತಮಾನದ ನೈಜ ಸ್ವಯಂ – ವಿಮರ್ಶಾತ್ಮಕ ಮೌಲ್ಯಮಾಪನವು ಸುಧಾರಣೆ ಮತ್ತು ಜಾಗತೀಕರಣದ ಕುರಿತು ನಮ್ಮ ಮೂಲ ತಿಳಿವಳಿಕೆಯ ಬಗ್ಗೆಯೇ ಆಳವಾದ ಪ್ರಶ್ನೆಗಳನ್ನು ಹುಟ್ಟುಹಾಕುತ್ತದೆ. ಭಾರತದಲ್ಲಿ, ನಾವು ನಿಜಕ್ಕೂ ಮಾಡಬೇಕಾದ ಬದಲಾವಣೆಗಳಿಗಿಂತ ನಾವು ಮಾಡಲೇಬೇಕಾದ ಅನಿವಾರ್ಯತೆಯ ಬದಲಾವಣೆಗಳನ್ನಷ್ಟೇ ಮಾಡುತ್ತೇವೆ ಎಂದು ಆಗಾಗ್ಗೆ ಹೇಳಲಾಗುತ್ತದೆ. ಬೇರೆ ರೀತಿಯಲ್ಲಿ ಹೇಳುವುದಾದರೆ, ನಾವು ಯಾವುದೇ ಬಿಕ್ಕಟ್ಟಿಗೆ ಈ ಕ್ಷಣಕ್ಕೆ ತಕ್ಕಂತೆ ಪ್ರತಿಕ್ರಿಯಿಸುತ್ತೇವೆ ಮತ್ತು ಅದನ್ನು ಪರಿಹರಿಸಿದ ತಕ್ಷಣ ಮತ್ತೆ ಸಂತೃಪ್ತಿಯ ಪೂರ್ವನಿಯೋಜಿತ ಸ್ಥಾನಕ್ಕೆ ಜಾರುತ್ತೇವೆ. 1990ರ ದಶಕದ ಆರಂಭದಿಂದಲೂ ನಮಗೆ ಆಗಿದ್ದೇ ಹೀಗೆ ಎಂಬುದೇ ಇಲ್ಲಿರುವ ಸತ್ಯ.

ಸುಧಾರಣೆಯ ಬಗೆಗಿನ ಚರ್ಚೆಗಳು ಹೆಚ್ಚಾಗಿ ಆರ್ಥಿಕತೆ, ಕೈಗಾರಿಕೆ ಮತ್ತು ವಾಣಿಜ್ಯದ ವಿವಿಧ ಅಂಶಗಳ ಮೇಲೆ ಗಮನ ಕೇಂದ್ರೀಕರಿಸಿವೆ. ಬಾಕಿ ಪಾವತಿಯು (balance of payments) ಒಂದು ಪ್ರಚೋದಕ ಬಿಕ್ಕಟ್ಟಾಗಿತ್ತು ಎಂದು ನಾವು ನೆನಪಿಸಿಕೊಂಡರೆ ಇದು ಸಹಜವೇ ಆಗುತ್ತದೆ. ಆದರೆ ಆರ್ಥಿಕ, ಸಾಮಾಜಿಕ ಮತ್ತು ಮಾನವ ಚಟುವಟಿಕೆಗಳ ವಿಶಾಲ ರಂಗಗಳನ್ನು ಮಾತ್ರ ಈ ಅಂಶವು ತಟ್ಟಲಿಲ್ಲ ಎಂಬುದು ಅಲ್ಲಗಳೆಯಲಾಗದ ವಾಸ್ತವ. ಅದು ಕೃಷಿ, ಕಾರ್ಮಿಕ, ಶಿಕ್ಷಣ ಅಥವಾ ಆಡಳಿತದಂತಹ ಯಾವುದೇ ರಂಗವಾಗಿರಲಿ, – ಪಟ್ಟಭದ್ರ ಹಿತಾಸಕ್ತಿಗಳ ಶಕ್ತಿಯು ಮತ್ತಷ್ಟು ಸುಧಾರಣೆಯ ಒಳಪ್ರೇರಣೆಗಳನ್ನು ದೂರವಿಟ್ಟಿತು. ಆಗ ನಮ್ಮ ಮಾನವ ಅಭಿವೃದ್ಧಿ ಸೂಚ್ಯಂಕಗಳು ಸ್ವಾಭಾವಿಕವಾಗಿ ನಿರೀಕ್ಷಿತ ಪ್ರಮಾಣದಲ್ಲಿ ಸುಧಾರಿಸಲಿಲ್ಲ. ಗ್ರಾಮೀಣ ಬೆಳವಣಿಗೆಯ ಬೇಡಿಕೆಗಳಂತೆಯೇ ನಗರೀಕರಣದ ಆವಶ್ಯಕತೆಗಳನ್ನೂ ಪರಿಣಾಮಕಾರಿಯಾಗಿ ಪರಿಹರಿಸಲಾಗಲಿಲ್ಲ. ಅಷ್ಟೇ ಅಲ್ಲ, ಸಾಮಾಜಿಕ ರಂಗದಲ್ಲಿ ಪ್ರಗತಿಯ ಕೊರತೆಯು ಆರ್ಥಿಕ ರಂಗದಲ್ಲಿಯೂ ಹೆಚ್ಚೆಚ್ಚು ಕಾಣಿಸಿಕೊಂಡಿತು.

ಈ ದೇಶೀಯ ಸನ್ನಿವೇಶವನ್ನೇ ಬಾಹ್ಯ ಕಾರ್ಯತಂತ್ರವು ಪ್ರತಿಬಿಂಬಿಸಿತು; ಆದರೆ ಅದು ಭಾರತದ ಸ್ಪರ್ಧಾತ್ಮಕತೆಯನ್ನು ಮಾತ್ರ ಒಂದಿನಿತೂ ಹೆಚ್ಚಿಸಲಿಲ್ಲ. ಜಾಗತೀಕರಣದ ಅನ್ವೇಷಣೆಯಲ್ಲಿ, ನಾವು ಅಲ್ಪಾವಧಿಯ ಲೆಕ್ಕಾಚಾರಗಳು ಮತ್ತು ಕಾರ್ಯತಂತ್ರದ ಲಾಭಗಳಿಂದ ಪ್ರೇರಿತರಾಗಿದ್ದೇವೆ. ಭಾರತವು ಬಳಕೆ, ವ್ಯಾಪಾರ ಮತ್ತು ಲಾಭಕ್ಕಾಗಿ ಆಮದು ಮಾಡಿಕೊಂಡಿತೇ ವಿನಾ ಮಾದರಿಗಳನ್ನು ಮೈಗೂಡಿಸಿಕೊಳ್ಳಲು, ಆವಿಷ್ಕಾರ ಮಾಡಲು ಮತ್ತು ಉತ್ಪಾದಿಸಲು ಆಮದು ಮಾಡಿಕೊಳ್ಳಲಿಲ್ಲ. ಪೂರ್ವ ಏಶ್ಯಾದೊಂದಿಗಿನ ವಿರೋಧಾಭಾಸವು ಇದಕ್ಕಿಂತ ಹೆಚ್ಚು ಘೋರವಾಗಿರಲು ಸಾಧ್ಯವಿಲ್ಲ. ಹೊರಗಿನಿಂದ ಕಡಿಮೆ ಬೆಲೆಯ ಆಯ್ಕೆಗಳ

ಆಮದಿನ ಅತಿಯಾದ ಅವಲಂಬನೆಯು ದೇಶೀಯ ಉತ್ಪಾದನೆಯನ್ನು ನಿಸ್ಸಂಶಯವಾಗಿ ನಾಶಪಡಿಸಿತು. ನಮಗೆ ಗೊತ್ತಿಲ್ಲದೆಯೇ ನಾವು ಇತರರ ದಕ್ಷತೆಯಲ್ಲಿ ನಮ್ಮ ಮಿತಿಗಳಿಗೆ ಪರಿಹಾರವನ್ನು ಕಾಣಲು ಪ್ರಾರಂಭಿಸಿದೆವು. ಅದರೊಂದಿಗೆ, ಸುಧಾರಣೆಯ ಉದ್ದೇಶವು ಆ ದಿನದ ಸ್ವಯಂತೃಪ್ತಿಯ ಮಟ್ಟದಲ್ಲೇ ಉಳಿಯಿತು. ಒಂದುವೇಳೆ ಸ್ವಯಂ – ಮೌಲ್ಯಮಾಪನಗಳು ಸಕಾರಾತ್ಮಕವಾಗಿ ಕಂಡಿದ್ದರೆ ಅದಕ್ಕೆ ಅವು ಪ್ರತಿಸ್ಪರ್ಧಿಗಳಿಗಿಂತ ಹೆಚ್ಚಾಗಿ ನಮ್ಮ ಸ್ವಂತ ಭೂತಕಾಲಕ್ಕೆ ಹೋಲಿಸಿಕೊಂಡೇ ನಮ್ಮನ್ನು ಅಳೆದುಕೊಂಡಿದ್ದು ಕಾರಣವಾಗಿತ್ತು. ಈ ಶತಮಾನದ ಎರಡನೇ ದಶಕದ ಹೊತ್ತಿಗೆ, ಈ ವಾಸ್ತವಗಳೇ ನಮ್ಮನ್ನು ಹಿಡಿದಿಟ್ಟಿವೆ. ಕಾರ್ಯತಂತ್ರವಿಲ್ಲದ ಜಾಗತೀಕರಣವೆಂದರೆ ಗುರಿಯಿಲ್ಲದೆಯೇ ಚಾಲನೆ ಮಾಡಿದಂತೆ ಎಂಬ ಅರಿವು ಬೆಳೆಯುತ್ತಿದೆ. ಸಮಗ್ರ ರಾಷ್ಟ್ರೀಯ ಶಕ್ತಿಯ ಮೇಲೆ ಉಂಟುಮಾಡುವ ಪರಿಣಾಮವೇ ಸುಧಾರಣೆಯನ್ನು ಅಳೆಯುವ ನಿಜವಾದ ಮಾನದಂಡ.

ಕೋವಿಡ್ ಪಿಡುಗಿನ ಪರಿಣಾಮವನ್ನು ಎದುರಿಸುತ್ತಿದ್ದ ವಿಶ್ವದಾದ್ಯಂತದ ನೀತಿ ನಿರೂಪಕರು ಈಗ ಆರ್ಥಿಕ ಮತ್ತು ಸಾಮಾಜಿಕ ಚೇತರಿಕೆಯತ್ತ ಗಮನ ಹರಿಸಿದ್ದಾರೆ. ದೇಶಗಳು ತಮ್ಮ ನಿರ್ದಿಷ್ಟ ಸಂದರ್ಭಗಳಿಗೆ ಅನುಗುಣವಾಗಿ ನಿರ್ಧಾರಗಳನ್ನು ತೆಗೆದುಕೊಂಡಿವೆ. ನಿಜವಾದ ಸವಾಲುಗಳು ಇನ್ನೂ ಮುಂದಿವೆ ಎಂದು ಅನೇಕ ದೇಶಗಳಿಗೆ ತಿಳಿದಿದೆ. ಜೀವನ ಮತ್ತು ಜೀವನೋಪಾಯ ಎರಡನ್ನೂ ಪರಿಹರಿಸುವುದು ಎಲ್ಲ ದೇಶಗಳಿಗೂ ವ್ಯಾಪಕ ಕಾಳಜಿಯ ಸಂಗತಿಯಾಗಿದೆ.

ನಿರೀಕ್ಷಿತವಾಗಿಯೇ, ಈ ಹೊತ್ತಿನಲ್ಲಿ ಇದು ಭಾರತದ ಪ್ರಾಥಮಿಕ ಆದ್ಯತೆಯೂ ಆಗಿದೆ. ಆದಾಗ್ಯೂ, ಚೇತರಿಕೆಯ ಮಾರ್ಗವು ಪಿಡುಗಿನ ಅನುಭವವನ್ನು ಪ್ರತಿಫಲಿಸುವ ಸಹಿಷ್ಣು ಹಂತಗಳನ್ನು ಸಹ ಹೊಂದಿದೆ. ಇವು ಆರೋಗ್ಯ ಮತ್ತು ಔಷಧ (ಫಾರ್ಮಾಸೂಟಿಕಲ್) ಕ್ಷೇತ್ರಗಳಲ್ಲಿರುವಂತೆ ಹೆಚ್ಚು ನೇರ ಕಾಳಜಿಯ ಸಂಗತಿಗಳಾಗಿರಬಹುದು ಅಥವಾ ದೇಶೀಯ ಉತ್ಪಾದನೆ, ವಿತರಣೆ ಮತ್ತು ಬಳಕೆಯನ್ನು ಒಳಗೊಂಡಂತೆ ವ್ಯಾಪಕ ಸಂಗತಿಗಳೂ ಆಗಿರಬಹುದು. ಕೋವಿಡ್ ಪಿಡುಗಿನ ಕುರಿತು ಸ್ಪಂದಿಸಲು ಮೂಲಸೌಕರ್ಯವನ್ನು ತ್ವರಿತವಾಗಿ ರೂಪಿಸುವುದು ಮತ್ತು ಬಿಕ್ಕಟ್ಟಿನ ಸಮಯದಲ್ಲಿ ಬೃಹತ್ ಸಮಾಜೋ – ಆರ್ಥಿಕ ಅಗತ್ಯಗಳನ್ನು ಪೂರೈಸುವುದು – ಈ ಕ್ರಿಯೆಗಳು ಬಹುಶಃ ನಾವು ಗ್ರಹಿಸಿದ್ದಕ್ಕಿಂತ ಹೆಚ್ಚು ಹೊಸ ಮಟ್ಟದ ನಿರೀಕ್ಷೆಗಳನ್ನು ಸೃಷ್ಟಿಸಿವೆ. ಪ್ರತಿಕೂಲ ಪರಿಸ್ಥಿತಿಯಲ್ಲಿ ಭಾರತೀಯ ಸಾರ್ವಜನಿಕರು ಪ್ರಶಂಸನೀಯ ಸ್ಥೈರ್ಯ ಮತ್ತು ಶಿಸ್ತನ್ನು ತೋರಿಸಿದ್ದರೆ, ಅದಕ್ಕೆ ನಾಯಕತ್ವ ಮತ್ತು ಪ್ರೇರಣೆಯೂ ಕಡಿಮೆ ಪ್ರಮಾಣದ್ದಲ್ಲ. ಆದಾಗ್ಯೂ, ಕೋವಿಡ್ ಪಿಡುಗಿನ ಗಾಯಗಳನ್ನು ಗತಕಾಲಕ್ಕೆ ಸರಿಸುವ ಕ್ರಿಯೆಗೆ ವೇಗ ನೀಡುವ ತಂತ್ರಗಳನ್ನು ಯೋಚಿಸುವುದು ಅತ್ಯಗತ್ಯವಾಗಿದೆ.

ಒಂದರ್ಥದಲ್ಲಿ, ಇದಕ್ಕೆ 2014ರಿಂದ ಹಲವಾರು ಉಪಕ್ರಮಗಳ ಮೂಲಕ ಅಡಿಪಾಯ ಹಾಕಲಾಗಿದೆ. ಸುಧಾರಣೆಯ ಚರ್ಚೆಯಿಂದ ಸಾಂಪ್ರದಾಯಿಕವಾಗಿ ಹೊರಗಿಟ್ಟಿರುವ ವ್ಯಾಪಕ ಶ್ರೇಣಿಯ ಸವಾಲುಗಳನ್ನು ರಾಷ್ಟ್ರೀಯ ಅಭಿಯಾನಗಳು ಪರಿಹರಿಸಿದವು. ಅವು ಆರ್ಥಿಕ ಸೇರ್ಪಡೆಯಿಂದ ಡಿಜಿಟಲ್ ಸೇವೆಗಳವರೆಗೆ (ಎರಡೂ ಅಗಾಧ ಪ್ರಮಾಣದಲ್ಲಿವೆ); ಎಲ್ಲರಿಗೂ ವಿದ್ಯುತ್ ಮತ್ತು ನೀರಿನಿಂದ ಕೈಗೆಟುಕುವ ವಸತಿಯವರೆಗೆ; ನೈರ್ಮಲ್ಯ ಮತ್ತು ಸ್ವಚ್ಛತೆಗಾಗಿ ಬಾಲಕಿಯರಿಗೆ ಶಿಕ್ಷಣ ಮತ್ತು ಶೌಚಾಲಯಗಳು; ನಗರ ಯೋಜನೆ ಮತ್ತು ಗ್ರಾಮೀಣ

ಆದಾಯದಿಂದ ಮೂಲಸೌಕರ್ಯ ನಿರ್ಮಾಣ ವೇಗಗೊಳಿಸುವವರೆಗೆ; ಡಿಜಿಟಲೀಕರಣ ಮತ್ತು ಔಪಚಾರಿಕೀಕರಣದಿಂದ ಕೌಶಲ್ಯ ಅಭಿವೃದ್ಧಿವರೆಗೆ; ಜೊತೆಗೆ ನವೋದ್ಯಮಗಳು, ಉದ್ಯಮಶೀಲತೆ ಮತ್ತು ನವೋನ್ವೇಷಣೆಗಳ ಉತ್ತೇಜನ – ಹೀಗೆ ವ್ಯಾಪಕ ಶ್ರೇಣಿಯಲ್ಲಿವೆ. ಮಾನವ ಅಭಿವೃದ್ಧಿ ಸೂಚ್ಯಂಕಗಳನ್ನು ಸುಧಾರಿಸುವುದು, ಡಿಜಿಟಲ್ ಸಾಧನಗಳನ್ನು ಬಳಕೆ ಹೆಚ್ಚಿಸುವುದು, ಮಹತ್ವಾಕಾಂಕ್ಷೆಯುಳ್ಳವರನ್ನು ಸಶಕ್ತಗೊಳಿಸುವುದು ಮತ್ತು ಅವಕಾಶಗಳು ಹಾಗೂ ಪ್ರಯೋಜನಗಳನ್ನು ವಿಸ್ತರಿಸುವುದು ಈ ಕ್ರಿಯೆಯ ಸಂದೇಶವಾಗಿತ್ತು. ಸಮಾಜವನ್ನು ದೊಡ್ಡ ಪ್ರಮಾಣದಲ್ಲಿ ಸಜ್ಜುಗೊಳಿಸುವ ಮತ್ತು ಪ್ರೇರೇಪಿಸುವ ಮೂಲಕ ಪರಿವರ್ತನೆಯನ್ನು ತರಲಾಯಿತು ಎಂಬ ಅಂಶವೂ ಕಡಿಮೆ ಮಹತ್ವದ್ದಾಗಿರಲಿಲ್ಲ. ಹಾಗೆ ಮಾಡುವ ಮೂಲಕ, ಜನರು ಮತ್ತು ಸರ್ಕಾರ ಎರಡು ವಿಭಿನ್ನ ಘಟಕಗಳು ಎಂಬ ವಸಾಹತುಶಾಹಿ ಮನಃಸ್ಥಿತಿಯನ್ನು ಅಂತಿಮವಾಗಿ ಕೊನೆಗೊಳಿಸಲಾಯಿತು. ಸಾಮಾಜಿಕ ಪರಿವರ್ತನೆಯ ಈ ಬದ್ಧತೆಯನ್ನು ಸಾರ್ವಜನಿಕರು ಸ್ಪಷ್ಟವಾಗಿ ಶ್ಲಾಘಿಸಿದ್ದಾರೆ.

ಮುಂದಿನ ಹಾದಿಯು ದೀರ್ಘ ಮತ್ತು ಪ್ರಯಾಸಕರ ಎಂಬ ವಾಸ್ತವ ಅಂಶದ ಬಗ್ಗೆ ನಮಗೆ ಯಾವುದೇ ಭ್ರಮೆಗಳು ಇರಬಾರದು. ಮುಂದೆ ನೋಡುವಾಗ, ಮಾನವ ಸಂಪನ್ಮೂಲ, ಸಾಮಾಜಿಕ ಮೂಲಸೌಕರ್ಯ ಅಥವಾ ಆರ್ಥಿಕ ಸಾಮರ್ಥ್ಯಗಳ ವಿಷಯದಲ್ಲಿ ಭಾರತವು ಇತರರ ಅನುಭವಗಳಿಂದ ಕಲಿಯಬೇಕಾದ ಪಾಠಗಳಿವೆ. ವಿದ್ಯುತ್, ನೀರು ಮತ್ತು ವಸತಿಯಂತಹ ಮೂಲಭೂತ ಸೌಕರ್ಯಗಳನ್ನು ಇನ್ನು ಮುಂದೆ ಐಷಾರಾಮಿ ಎಂದು ಪರಿಗಣಿಸಲಾಗುವುದಿಲ್ಲ. ಶಿಕ್ಷಣ, ಆರೋಗ್ಯ, ಕೌಶಲ್ಯ ಮತ್ತು ಉದ್ಯೋಗ ಕೆಲವರಿಗೆ ಮಾತ್ರ ಐಚ್ಛಿಕವಾಗಿ ಉಳಿಯದು. ವಿಶೇಷವಾಗಿ, ತಂತ್ರಜ್ಞಾನ ಮತ್ತು ಉತ್ಪಾದನೆಯ ಮೇಲೆ ಹೆಚ್ಚಿನ ಗಮನ ಹರಿಸುವುದು ಭಾರತದ ಭವಿಷ್ಯಕ್ಕೆ ಮುಖ್ಯವಾಗಿದೆ. ಸಮೃದ್ಧ ಸಂಪನ್ಮೂಲಗಳನ್ನು ಹೊಂದಿರುವ ದೇಶದಲ್ಲಿ ಸಾಮಾಜಿಕ ಕಲ್ಯಾಣದ ವಿಶ್ವಾಸಾರ್ಹ ಜಾರಿಗೆ ಡಿಜಿಟಲೀಕರಣವು ಕೀಲಿಕೈ ಹೊಂದಿರಬಹುದು. ವ್ಯಾಪಾರ ಸಮರಗಳು ಮತ್ತು ತಂತ್ರಜ್ಞಾನ ಸಮರಗಳು ಹೆಚ್ಚು ಸಹಜವಾಗಿರುವ ಈ ಜಗತ್ತಿನಲ್ಲಿ, ನಿರುದ್ಯಮೀಕರಣವು ನಿಜವಾಗಿಯೂ ಏಕಪಕ್ಷೀಯ ನಿಶ್ಶಸ್ತ್ರೀಕರಣಕ್ಕೆ ಸಮ ಎಂದು ನಾವು ಅರಿಯೋಣ. ಆದ್ದರಿಂದ, ವ್ಯವಹಾರವನ್ನು ಸುಲಭಗೊಳಿಸುವುದು ಕೇವಲ ಆರ್ಥಿಕ ಉದ್ದೇಶದ್ದಲ್ಲ, ಇದು ಅಗಾಧವಾದ ಸಾಮಾಜಿಕ ಮತ್ತು ಕಾರ್ಯತಂತ್ರದ ಪರಿಣಾಮಗಳನ್ನು ಹೊಂದಿದೆ.

ಅಂತಿಮ ವಿಶ್ಲೇಷಣೆಯಲ್ಲಿ, ಇದು ಭಾರತದ ಸಮಗ್ರ ರಾಷ್ಟ್ರೀಯ ಶಕ್ತಿಯನ್ನು ಕ್ಷಿಪ್ರವಾಗಿ ಬಲಪಡಿಸುವುದಕ್ಕೆ ಮುಖ್ಯವಾದ ಅಂಶವಾಗಿದೆ. ಸುಧಾರಣೆಗೆ ಸಂಬಂಧಿಸಿದಂತೆ, ಇದು ಸದಾ ವಿಸ್ತರಿಸುತ್ತಿರುವ ಅನ್ವಯಗಳೊಂದಿಗೆ ಅಂತ್ಯವಿಲ್ಲದ ಪ್ರಕ್ರಿಯೆ ಎಂಬುದನ್ನು ನಾವು ಅರಿತುಕೊಂಡಾಗಲೇ ಭಾರತದಲ್ಲಿ ನಿಜವಾಗಿಯೂ ಸುಧಾರಣೆಗಳು ಉಂಟಾಗುತ್ತವೆ.

ರಾಷ್ಟ್ರೀಯ ಬೆಳವಣಿಗೆ ಮತ್ತು ಅಭಿವೃದ್ಧಿಯ ಸವಾಲುಗಳು ಸಮಾಜೋ – ಆರ್ಥಿಕ ಕ್ಷೇತ್ರಗಳಿಗೆ ಮಾತ್ರ ಸೀಮಿತವಾಗಿಲ್ಲ. ಆಡಳಿತದ ಕೊರತೆಗಳು ಮತ್ತು ಅನುಷ್ಠಾನದ ನ್ಯೂನತೆಗಳನ್ನು ಪರಿಹರಿಸುವುದು ಕೂಡಾ ಪರಿಹಾರದ ಪ್ರಮುಖ ಭಾಗವಾಗಿದೆ. ಸಮಸ್ಯೆಗಳು ಸಹಜವಾಗಿ, ಅನೇಕ ರೂಪಗಳಲ್ಲಿ ಮತ್ತು ವಿಭಿನ್ನತೆಗಳಲ್ಲಿ ಬರುತ್ತವೆ. ಅವು ಹಳೆಯ ನೀತಿಗಳು ಮತ್ತು ಅಸಮರ್ಪಕ ಚೌಕಟ್ಟುಗಳಿಂದ ಸಾಂದರ್ಭಿಕ ಅನುಷ್ಠಾನ ಅಥವಾ ಸಂಪೂರ್ಣ ನಿರ್ಲಕ್ಷ್ಯದವರೆಗೆ ಹಬ್ಬಿವೆ. ಅಂತಿಮವಾಗಿ, ಈ ಸವಾಲು ಕಾರ್ಯತಂತ್ರ

ರೂಪಿಸುವಷ್ಟೇ ಸಾಮರ್ಥ್ಯಗಳ ಬಗ್ಗೆಯೂ ಇದೆ. ಗಡಿ ಮೂಲಸೌಕರ್ಯಗಳ ಮಿತಿಗಳ ಬಗ್ಗೆ ನಾವು ವಿಷಾದಿಸಿದರೆ, ಅದರ ಪ್ರಸ್ತುತ ಸ್ಥಿತಿಗೆ ಕಾರಣವೇನು ಎಂದು ನಾವು ನಮ್ಮನ್ನೇ ಕೇಳಿಕೊಳ್ಳಬೇಕು. ಉದ್ದೇಶಪೂರ್ವಕ ನಿರ್ಲಕ್ಷ್ಯದ ಹೊರತಾಗಿ, ಗಡಿಗಳು ಒಳನಾಡಿನ ಸಾಮರ್ಥ್ಯಗಳನ್ನು ಅಥವಾ ಅವುಗಳ ಮಿತಿಗಳನ್ನು ಬಹುವಾಗಿ ಬಿಂಬಿಸುತ್ತವೆ. ದೇಶದ ಕೆಲವು ಭಾಗಗಳನ್ನು ಅಭಿವೃದ್ಧಿ ಹೊಂದದ ಅಥವಾ ಕಡಿಮೆ ಪ್ರಮಾಣದ ಆಡಳಿತಕ್ಕೆ ಬಿಡುವುದು – ವಿಶೇಷವಾಗಿ ಗಡಿಯಲ್ಲಿ – ಅದರದ್ದೇ ಆದ ಸ್ಪಷ್ಟ ಅಪಾಯಗಳನ್ನು ಹೊಂದಿದೆ. ನಾವು ದೈನಂದಿನ ವಾಡಿಕೆಗಳನ್ನು ನಿರ್ಲಕ್ಷಿಸುತ್ತಲೇ ವಿಶೇಷ ಸವಾಲುಗಳನ್ನು ನಿರ್ವಹಿಸುವ ಹಂತಕ್ಕೆ ಏರಲು ಸಾಧ್ಯವಿಲ್ಲ. ಗಡಿಗಳನ್ನು ರಕ್ಷಿಸುವುದು ಕೇವಲ ಬಿಕ್ಕಟ್ಟಿನಿಂದ ಪ್ರೇರೇಪಿಸಲ್ಪಟ್ಟ ಪ್ರತಿಕ್ರಿಯೆಯಷ್ಟೇ ಅಲ್ಲ; ಅದು 24×7 ತಾಸುಗಳ ಪರಿಶ್ರಮ.

ರಾಷ್ಟ್ರೀಯ ಭದ್ರತೆಗೆ ಸಂಬಂಧಿಸಿದ ನಮ್ಮದೇ ಆದ ಚರ್ಚೆಗಳು ಇಂತಹ ಅಗತ್ಯವಾದ ರಚನೆಗಳು ಮತ್ತು ವ್ಯವಸ್ಥೆಗಳನ್ನು ಜಾರಿಗೆ ತರುವ ಮೌಲ್ಯವನ್ನು ಗುರುತಿಸಬೇಕಾಗಿದೆ. ಅಡಿಪಾಯ ಹಾಕದೆ ವ್ಯಾಪಕ ಪರಿಹಾರಗಳನ್ನು ಪ್ರತಿಪಾದಿಸುವುದು ನಾಟಕೀಯ ರಾಜಕಾರಣವಾಗಬಹುದು; ಹೊರತು ಗಂಭೀರ ನೀತಿಯಲ್ಲ. ಇದಕ್ಕೆ ವ್ಯತಿರಿಕ್ತವಾಗಿ, ಬಲವಾದ ಗಮನ ಮತ್ತು ಏಕೀಕರಣದ ಮೂಲಕ ರಾಷ್ಟ್ರೀಯ ಮೂಲಸೌಕರ್ಯವು ಎಷ್ಟು ಮುನ್ನಡೆಯಬಹುದು ಎಂಬುದನ್ನು ಗತಿಶಕ್ತಿ ಉಪಕ್ರಮದ ಮೂಲಕ ಪಡೆದ ನಮ್ಮ ಇತ್ತೀಚಿನ ಅನುಭವವು ತೋರಿಸುತ್ತದೆ. ರಾಷ್ಟ್ರೀಯ ಭದ್ರತೆಗೆ ಅಡೆತಡೆಗಳನ್ನು ನಿವಾರಿಸುವುದು ಮತ್ತು ಹೆಚ್ಚು ಸಮಗ್ರ ಆಡಳಿತ ಪ್ರಕ್ರಿಯೆಯನ್ನು ಖಚಿತಪಡಿಸಿಕೊಳ್ಳುವುದು ಮುಖ್ಯವಾಗಿದೆ. ಅದರ ಆಳದಲ್ಲಿ ದೇಶವು ಎದುರಿಸುತ್ತಿರುವ ಸವಾಲುಗಳನ್ನು ಸಂಪೂರ್ಣವಾಗಿ ಗುರುತಿಸುವ ಮೂಲಭೂತ ಇಚ್ಛೆಯಿದೆ. ಗಡಿ ನುಸುಳಿ ನಡೆಸುವ ಭಯೋತ್ಪಾದನೆ ಅಥವಾ ಸ್ಪರ್ಧಾತ್ಮಕ ಭೂ – ರಾಜಕೀಯದಂತಹ ಸಮಸ್ಯೆಗಳನ್ನು ಕಡಿಮೆ ಮಾಡುವ ಮೂಲಕ, ಕಠಿಣ ಆಯ್ಕೆಗಳಿಂದ ಗಮನವನ್ನು ಬೇರೆಡೆಗೆ ತಿರುಗಿಸುವ ಪ್ರವೃತ್ತಿ ಕಂಡುಬಂದಿದೆ. ಮತ್ತಷ್ಟು ಕಠಿಣವಾಗುತ್ತಿರುವ ವಿಶ್ವದಲ್ಲಿ ಹೀಗಾಗುವ ಸಾಧ್ಯತೆ ಕಡಿಮೆ.

ಭಾರತವನ್ನು ನಿರ್ಮಿಸುವುದು ನಮ್ಮ ಗತಕಾಲಕ್ಕೆ ಜೋತುಬೀಳುವ ವಿಷಯವಲ್ಲ; ಇದು ಮೂಲತಃ ನಮ್ಮ ಭವಿಷ್ಯವನ್ನು ಮರುಕಲ್ಪಿಸಿಕೊಳ್ಳುವುದೇ ಆಗಿದೆ.

10

ಇನ್ನೂ ಬಳಸದ ಹಾದಿಗಳು

ನಾಯಕರ ಸ್ಮರಣೆ, ಇತಿಹಾಸದ ಮರುಭೇಟಿ

ನಾವು ಪಾರಂಪರಿಕವಾಗಿ ಪಡೆದ ಸಂಗತಿಗಳ ಬಗ್ಗೆ ತುಂಬಾ ಸಲ ಪರ್ಯಾಲೋಚನೆ ಮಾಡುವುದಿಲ್ಲ. ಆದರೆ ನಾವು ಹಾಗೆ ಮಾಡಿದರೂ, ಅಂತಹ ಆಯ್ಕೆಗಳು ಮಾತ್ರವೇ ಕಾರ್ಯಸಾಧ್ಯವಾಗಿದ್ದವು ಎಂದು ಯೋಚಿಸುವ ಪ್ರವೃತ್ತಿ ಇರುತ್ತದೆ. ನಿಜಕ್ಕೂ ಸದಾ ಹಾಗೆ ಇರಲು ಸಾಧ್ಯವಿಲ್ಲ. ಆದ್ದರಿಂದ, ಗತಕಾಲವನ್ನು ನಿಯಮಿತವಾಗಿ – ವಿಶೇಷವಾಗಿ ಕಾರ್ಯತಂತ್ರದ ಮೌಲ್ಯಮಾಪನಗಳಿಗೆ ಸಂಬಂಧಿಸಿದಂತೆ – ಮರುಪರಿಶೀಲಿಸುವುದು ಉಪಯುಕ್ತ. ವಾಸ್ತವವಾಗಿ ಭಾರತೀಯ ವಿದೇಶಾಂಗ ನೀತಿಯ ತತ್ವಗಳು ಎಂದು ದೀರ್ಘಕಾಲದಿಂದ ಭಾವಿಸಲಾದ ಹೆಚ್ಚಿನವು ಮೊದಲ ಪ್ರಧಾನಿ ಜವಾಹರಲಾಲ್ ನೆಹರು ಅವರ ವಿಶೇಷಾಸಕ್ತಿಯ ಕ್ರಮಗಳಾಗಿದ್ದವು. ಏಕೆಂದರೆ ಅವರು ಎರಡು ದಶಕಗಳ ಕಾಲ ಈ ರಂಗದಲ್ಲಿ ಸಮಗ್ರ ಪ್ರಾಬಲ್ಯ ಸಾಧಿಸಿದ್ದರು. ಸ್ವಾತಂತ್ರ್ಯದ ನಂತರದ ಆರಂಭಿಕ ಅವಧಿಯಲ್ಲಿ, ಈ ಕ್ಷೇತ್ರದಲ್ಲಿಯೂ ತೀವ್ರವಾದ ಚರ್ಚೆಗಳು ನಡೆದವು ಎಂಬುದು ಇಲ್ಲಿರುವ ಸತ್ಯ. ನೆಹರು ಅವರ ಸೈದ್ಧಾಂತಿಕ ಒಲವುಗಳನ್ನು ಒಪ್ಪದವರೂ ಸೇರಿದಂತೆ ಅವರ ಸಮಕಾಲೀನರಿಂದಲೇ ಈ ಚರ್ಚೆಗಳು ನಡೆದಿದ್ದವು.

ಪಾಕಿಸ್ತಾನ, ಚೀನಾ ಮತ್ತು ಯುಎಸ್ – ಈ ಮೂರು ದೇಶಗಳ ಜೊತೆಗಿನ ಸಂಬಂಧಗಳು ವಾದಸರಣಿಯಲ್ಲಿ ಬಲವಾಗಿ ಕಾಣಿಸಿಕೊಂಡವು. ಒಟ್ಟಾರೆಯಾಗಿ, ನೆಹರು ಅವರು ರಾಷ್ಟ್ರೀಯ ಹಿತಾಸಕ್ತಿಯನ್ನು ಬಲಿಕೊಟ್ಟ ಹುಸಿ ಅಂತಾರಾಷ್ಟ್ರೀಯತೆಯ ಪ್ರಜ್ಞೆ ಹೊಂದಿದ್ದಾರೆಂದು ಅವರ ಟೀಕಾಕಾರರು ಭಾವಿಸಿದ್ದರು. ಪಾಕಿಸ್ತಾನ ಮತ್ತು ಇಸ್ರೇಲ್ ಬಗ್ಗೆ, ನೆಹರು ದೇಶೀಯ ರಾಜಕೀಯ ಕಾರ್ಯತಂತ್ರದ ಪ್ರಮುಖ ಅಂಶವಾದ ತುಷ್ಟೀಕರಣದಿಂದ ಪ್ರೇರಿತರಾಗಿದ್ದಾರೆ ಎಂದು ಅವರು ನಂಬಿದ್ದರು. ಚೀನಾದ ಬಗ್ಗೆ, ಅವರು ರಾಜನೀತಿಯ ಪ್ರಾಥಮಿಕ ತರ್ಕವನ್ನು ನಿರ್ಲಕ್ಷಿಸಿದ ತಪ್ಪು ಮತ್ತು ಅಪ್ರಾಯೋಗಿಕ ಆದರ್ಶವಾದವನ್ನು ಪ್ರದರ್ಶಿಸುತ್ತಿದ್ದಾರೆ ಎಂದು ಅವರು ಗ್ರಹಿಸಿದ್ದರು. ಮತ್ತು ಯುಎಸ್‌ಗೆ ಸಂಬಂಧಿಸಿದಂತೆ, ಅವರ ಅಭಿಪ್ರಾಯಗಳು ಯುಕೆಯ ಕೆಲವು ವಲಯಗಳಲ್ಲಿ ತುಂಬಾ ಜನಪ್ರಿಯವಾಗಿದ್ದ

ಎಡಪಂಥೀಯ ದ್ವೇಷದ ವಿಸ್ತರಣೆಯಂತೆ ತೋರುತ್ತದೆ. ಈ ಸಂಬಂಧಗಳು ಇಂದು ಬದಲಾವಣೆಯ ಕೇಂದ್ರಬಿಂದುವಾಗಿರುವುದರಿಂದ, ಜನತೆಯು ಈ ವಿಮರ್ಶಾತ್ಮಕ ದೃಷ್ಟಿಕೋನಗಳನ್ನು ಹೆಚ್ಚು ಅರಿಯುವುದು ಮುಖ್ಯ. ಏನೇ ಇರಲಿ, ಆಗ ಬಳಸದ ಕೆಲವು ಮಾರ್ಗಗಳನ್ನೇ ಈಗ ಕ್ರಮಿಸಲಾಗುತ್ತಿದೆ.

ಹಿಂದಿರುಗಿ ನೋಡಿದರೆ, ವಿಭಿನ್ನ ದೃಷ್ಟಿಕೋನಗಳು ಸಂಕುಚಿತ ಗುಂಪಿಗೆ ಮಾತ್ರ ಸೀಮಿತವಾಗಿರಲಿಲ್ಲ ಎಂಬುದು ಕುತೂಹಲಕರ. ಅದರ ಬದಲಿಗೆ, ಸ್ವಾತಂತ್ರ್ಯದ ನಂತರ ಬೇಗನೆ ನಿಧನರಾದ, ನೆಹರು ಅವರ ಸಂಪುಟದ ಉಪಪ್ರಧಾನಿಯಾಗಿದ್ದ ಸರ್ದಾರ್ ವಲ್ಲಭಭಾಯ್ ಪಟೇಲ್ ಅವರಿಂದ ಹಿಡಿದು ಇತರ ಸಂಪುಟ ಸಹೋದ್ಯೋಗಿಗಳಾದ – ತಮ್ಮದೇ ಆದ ರಾಜಕೀಯ ಪಕ್ಷಗಳನ್ನು ಸ್ಥಾಪಿಸಲು ರಾಜೀನಾಮೆ ನೀಡಿದ – ಡಾ॥ ಶ್ಯಾಮ ಪ್ರಸಾದ ಮುಖರ್ಜಿ ಮತ್ತು ಡಾ॥ ಬಿ.ಆರ್. ಅಂಬೇಡ್ಕರ್ ಅವರವರೆಗೆ ಈ ವಿಭಿನ್ನ ದೃಷ್ಟಿಕೋನಗಳು ಹರಡಿದ್ದವು. ಸಂಸತ್ತಿನಲ್ಲಿ ವಿರೋಧ ಪಕ್ಷದ ನಾಯಕರಾದ ಜೆ.ಬಿ.ಕೃಪಲಾನಿ, ರಾಮ್ ಮನೋಹರ್ ಲೋಹಿಯಾ, ದೀನ ದಯಾಳ ಉಪಾಧ್ಯಾಯ ಮತ್ತು ಮಿನೂ ಮಸಾನಿ ಅವರು ವಿದೇಶಾಂಗ ನೀತಿಯ ಬಗ್ಗೆ ಆಗಾಗ್ಗೆ ಧ್ವನಿ ಎತ್ತುತ್ತಿದ್ದರು. ಆದರೆ ನೆಹರು ಅವರ ಸರ್ಕಾರದೊಳಗೂ, ವಿಶೇಷವಾಗಿ ಚೀನಾದ ಬಗ್ಗೆ – ಆ ದೇಶದೊಂದಿಗಿನ ಸಂಬಂಧಗಳು ಹದಗೆಟ್ಟಂತೆ – ಭಿನ್ನಾಭಿಪ್ರಾಯಗಳು ಇದ್ದವು. ಆಡಳಿತಾರೂಢ ಕಾಂಗ್ರೆಸ್ ಪಕ್ಷದೊಳಗೆ ಮತ್ತು ಪರ್ಯಾಯಗಳ ಸ್ಥಾಪನೆಯಲ್ಲಿ, ದೇಶೀಯ ರಾಜಕೀಯವನ್ನು ಮುನ್ನಡೆಸುವಲ್ಲಿ ವಿದೇಶಾಂಗ ನೀತಿಯ ವಿಷಯಗಳ ಬಗ್ಗೆ ಇದ್ದ ಮಹತ್ತ್ವವನ್ನು ನೋಡಿ ಈಗಿನ ಪೀಳಿಗೆಗಳು ಬಹುಶಃ ಅಚ್ಚರಿಪಡಬಹುದು.

ಇತಿಹಾಸದತ್ತ ತಿರುಗಿ ನೋಡಲು ಇರುವ ಒಂದು ಕಾರಣವೆಂದರೆ, ವಿಭಿನ್ನ ರಾಜಕೀಯ ದೃಷ್ಟಿಕೋನಗಳು ಅಂತಿಮವಾಗಿ ತಳ ಊರಿದವು ಮತ್ತು ಅವುಗಳಲ್ಲಿ ಒಂದು (ಬಿಜೆಪಿ) ಅಧಿಕಾರಕ್ಕೆ ಬರುವ ಹಂತಕ್ಕೆ ತಲುಪಿತು. ಇನ್ನೊಂದು, ಅಂದಿನ ಚರ್ಚೆಯ ವಿಷಯಗಳು ಈಗಲೂ ಸವಾಲುಗಳು ಮತ್ತು ಅವಕಾಶಗಳ ಕೇಂದ್ರಬಿಂದುವಾಗಿದೆ. ನಾವು ವಿವಿಧ ಫಲಿತಾಂಶಗಳನ್ನು ರೂಪಿಸಬಹುದಿತ್ತೇ ಎಂಬುದು ಕೇವಲ ಅಕಾಡೆಮಿಕ್ ಸಂಗತಿಯೇನಲ್ಲ. ಆದರೆ ನೆಹರುವಿಯನ್ ನಂಬಿಕೆಗಳು ಸಹಜವಾದವು, ಉಳಿದವು ದಿಕ್ಚ್ಯುತಿಗೊಂಡವು ಎಂದೇ ಬಿಂಬಿತವಾಗಿದ್ದರಿಂದ, ಈ ಚರ್ಚೆಗಳು ಖಂಡಿತವಾಗಿಯೂ ಗುರುತಿಸಲು ಯೋಗ್ಯ.

ಹೊಸದಾಗಿ ಮೇಲೇರುತ್ತಿರುವ ಸರ್ಕಾರಗಳ ನಡುವಣ ವಿರೋಧಾಭಾಸಗಳಿಂದ ಪಾರಾಗಲು ತೃತೀಯ ಜಗತ್ತು ಕೇಂದ್ರಿತ ಒಗ್ಗಟ್ಟು ಸಾಕಷ್ಟು ಶಕ್ತಿಯುತವಾಗಬಹುದು ಎಂಬ ನಂಬಿಕೆ ಹೆಚ್ಚೆಂದರೆ ಒಂದು ರೊಮ್ಯಾಂಟಿಕ್ ಮಾತು. ಆದರೆ ಇದನ್ನು ಅಧಿಕಾರದಲ್ಲಿರುವ ಪ್ರಧಾನಿಯೊಬ್ಬರು ತನ್ನ ತಕ್ಷಣದ ನೆರೆದೇಶದೊಂದಿಗೆ ನಿಜವಾಗಿಯೂ ಪಾಲಿಸಿದಾಗ ಅದು ಹಠಾತ್ತನೆ ಅಪಾಯಕಾರಿಯಾಯಿತು. 1950ರ ದಶಕದಲ್ಲಿನ ಸಂಕೇತಗಳು ಮತ್ತು ಕ್ರಮಗಳನ್ನು ನಿರ್ಲಕ್ಷಿಸಲು ಇದೇ ಕಾರಣವಾಯಿತು; ಅದು ನಮ್ಮ ಭದ್ರತೆ ಮತ್ತು ಯೋಗಕ್ಷೇಮದ ಮೇಲೆ ಪರಿಣಾಮ ಬೀರಿತು. ನಾವು ನೆರೆದೇಶದ ಹಿತಕ್ಕಾಗಿ ನಮ್ಮ ರಾಜಕೀಯ ಬಂಡವಾಳವನ್ನು ಖರ್ಚು ಮಾಡಿದೆವು; ಆದರೆ ಅದೇ ದೇಶವೇ ನಮ್ಮ ಮೇಲೆ ತಿರುಗಿ ಬಿತ್ತು. ಕೆಲವು ಸಲ ನಾವು ಅವರ ಚಿಂತನೆಯ ಮೇಲೆ ಪ್ರಭಾವ ಬೀರಿದ್ದೇವೆ ಎಂದು ನಮ್ಮನ್ನೇ ನಾವು ಮೋಸಗೊಳಿಸಿಕೊಂಡಿದ್ದೂ ಇದೆ!

ಇಂತಹ ನೀತಿಗಳನ್ನು ಅಳೆಯಲು ಈ ತಥಾಕಥಿತ ಒಗ್ಗಟ್ಟಿನ ಮೂಲ ಏನೆಂದು ನಾವು ಚಿಂತಿಸುವುದು ಯೋಗ್ಯವಾಗಿದೆ. ರಾಷ್ಟ್ರೀಯತೆಗಿಂತ ಪ್ರಬಲವಾದ ಶಕ್ತಿಗಳು ಮತ್ತು ಸಂವೇದನೆಗಳು ಇವೆ, ಅವು ಸಾಂಸ್ಕೃತಿಕ ಅಸ್ಮಿತೆಗಳನ್ನು ಗೆಲ್ಲಬಹುದು ಎಂಬ ಗಟ್ಟಿ ನಂಬಿಕೆಯೇ ಇದರ ಮೂಲವಾಗಿತ್ತು. ಈ ಅಭಿಪ್ರಾಯವನ್ನು ಹೊಂದಿರುವವರು ಇತರರೂ ಇಂತಹುದೇ ಚಿಂತನೆಯನ್ನು – ಅದರಲ್ಲೂ ವಿಶೇಷವಾಗಿ ಒಂದೇ ಚಿಂತನಾ ಪ್ರವಾಹದಿಂದ ಬಂದ ದೇಶಗಳಾದರೆ – ಹೊಂದಿರುತ್ತಾರೆ ಎಂದೇ ಭಾವಿಸಿದ್ದರು. ಈ ಹುಸಿ ಅಂತಾರಾಷ್ಟ್ರೀಯವಾದದ ಪ್ರದರ್ಶನದಿಂದಲೇ ನೆಹರು ಸಮಕಾಲೀನರು ಆತಂಕಿತರಾಗಿ ತಮ್ಮ ಕಳವಳಗಳ ಬಗ್ಗೆ ಧ್ವನಿ ಎತ್ತಿದರು. ಈ ಟೀಕೆಯು ತೀವ್ರತೆಯಲ್ಲಿ, ವಾದಸರಣಿಯಲ್ಲಿ ಮತ್ತು ವಿಷಯಗಳಲ್ಲಿ ವಿವಿಧ ಬಗೆಯ ಭಿನ್ನತೆಗಳೊಂದಿಗೆ ಮೂಡಿತ್ತು. ಅವರು ಈ ಕಾಲಘಟ್ಟದಲ್ಲಿ ಮೇಲುಗೈ ಸಾಧಿಸಲಿಲ್ಲ ಎಂಬುದು – ವಿಶೇಷವಾಗಿ ನಂತರದ ಘಟನೆಗಳು ಅವರ ಮಾತಿನ ಸಿಂಧುತ್ವವನ್ನು ಸಾಬೀತುಪಡಿಸಿದರೂ – ಅವರ ಅಭಿಪ್ರಾಯಗಳನ್ನು ಅಪ್ರಸ್ತುತಗೊಳಿಸುವುದಿಲ್ಲ.

ಸ್ಪರ್ಧಾತ್ಮಕ ದೃಷ್ಟಿಕೋನಗಳನ್ನು ಪ್ರತಿಪಾದಿಸುವವರ ನಿಲುವು ಸಹ ಮುಖ್ಯ. ಅವರಲ್ಲಿ ಅನೇಕರು ನಿಜವಾಗಿಯೂ ಸ್ವಾತಂತ್ರ್ಯ ಹೋರಾಟದ ಪ್ರಮುಖರಾಗಿದ್ದರು ಮತ್ತು ಕೆಲವರು ಸಂವಿಧಾನ ರಚನಾ ಪ್ರಕ್ರಿಯೆಯಲ್ಲಿಯೂ ತಮ್ಮನ್ನು ತಾವು ಗುರುತಿಸಿಕೊಂಡರು. ಪಟೇಲ್ ಮತ್ತು ಡಾ॥ ಶ್ಯಾಮ ಪ್ರಸಾದ ಮುಖರ್ಜಿ ಅವರು ಇಂದು ನಮಗೆ ತಿಳಿದಿರುವ ಭಾರತದ ನಕಾಶೆಯನ್ನು ಸ್ವತಃ ರೂಪಿಸಿದರು ಎಂಬುದು ಗಮನಿಸಬೇಕಾದ ಅಂಶ. ನಿಸ್ಸಂಶಯವಾಗಿ, ನಿರ್ಧಾರಗಳನ್ನು ಪ್ರೇರೇಪಿಸುವ ಅಂಶಗಳನ್ನು ಗ್ರಹಿಸಲು ಆ ಕಾಲಾವಧಿಯಲ್ಲಿದ್ದ ಅನಿವಾರ್ಯತೆಗಳನ್ನು ನಾವು ಪ್ರಶಂಸಿಸಬೇಕು. ಆದರೆ, ಎಲ್ಲೋ ಒಂದು ಕಡೆ ಹಳೆಯ ಸಮಸ್ಯೆಗಳಿಗೆ ಹೊಸ ಪರಿಹಾರಗಳನ್ನು ಕಂಡುಹಿಡಿಯಲು ನಾವು ಪ್ರಯತ್ನಿಸುವಾಗ ಭಿನ್ನಾಭಿಪ್ರಾಯದ ಧ್ವನಿಗಳಲ್ಲಿ ಕಲಿಕೆ ಇರುತ್ತದೆ. ಸಂಬಂಧಪಟ್ಟ ನಾಯಕರ ನಿಲುವಾಗಲಿ, ಅವರ ಭಿನ್ನಾಭಿಪ್ರಾಯಗಳ ತೀವ್ರತೆಯಾಗಲಿ ಅಥವಾ ಸಮಸ್ಯೆಗಳ ಮಹತ್ತ್ವವಾಗಲಿ – ಅವರ ಒತ್ತಾಯಗಳನ್ನು ನಾವು ಹೊಸ ಕಣ್ಣುಗಳಿಂದ ಹಿಂದಿರುಗಿ ನೋಡಲು ಉತ್ತಮ ಕಾರಣಗಳಿವೆ.

ಭಾರತದ ಜಾನಪದದಲ್ಲಿ ನಿಷ್ಠೆ ಮತ್ತು ತ್ಯಾಗದ ಸಂಕೇತವಿದ್ದರೆ, ಅದು ಹಿರಿಯ ಪಕ್ಷಿರಾಜ ಜಟಾಯು. ಸೀತಾಮಾತೆಯನ್ನು ರಾವಣನು ಅಪಹರಿಸಿದಾಗ ಅವನು ತುಂಬಾ ವೃದ್ಧನಾಗಿದ್ದ; ವಾಸ್ತವವಾಗಿ ಅಂಧನೂ ಆಗಿದ್ದ. ಆದರೂ, ರಾಕ್ಷಸ - ರಾಜನು ತನ್ನ ಮಾರ್ಗವನ್ನು ದಾಟುತ್ತಿದ್ದಾಗ ಕೆಡುಕು ಸಂಭವಿಸದಂತೆ ತಡೆಯಲು ಜಟಾಯು ತನ್ನ ಸರ್ವಸ್ವವನ್ನೂ ಅರ್ಪಿಸಿದ. ಅವನು ರಾವಣನ ಮೇಲೆ ತನ್ನ ನಖರಗಳಿಂದ ದಾಳಿ ಮಾಡಿ, ಕೊಕ್ಕಿನಿಂದ ಬಿಲ್ಲನ್ನು ಮುರಿದು ರಥವನ್ನು ಕೆಳಗಿಳಿಸಿದ. ಆದರೆ ಯುದ್ಧದಲ್ಲಿ, ಅಪಹರಣಕಾರ ರಾವಣನದೇ ಮೇಲುಗೈ ಆಯಿತು. ಅವನು ಜಟಾಯುವಿನ ರೆಕ್ಕೆಗಳನ್ನು ಕತ್ತರಿಸಿದ; ಕೊನೆಯಲ್ಲಿ ಜಟಾಯು ರಕ್ತಸ್ರಾವದಿಂದ ಸಾಯುವಂತಾಯಿತು. ಆದರೆ ಸಾಯುವ ಮೊದಲು, ಭಗವಾನ್ ಶ್ರೀರಾಮ ಮತ್ತು ಲಕ್ಷ್ಮಣರು ಜಟಾಯುವನ್ನು ಕಂಡರು. ಸೀತಾಮಾತೆಯ ಅಪಹರಣಕ್ಕೆ ಯಾರು ಕಾರಣ ಎಂದು ಅವರಿಗೆ ಗೊತ್ತಾಯಿತು. ಜಟಾಯುವಿನ ನಿಧನದ ನಂತರ, ಅವನ ತ್ಯಾಗದಿಂದ

ನಿಜವಾಗಿಯೂ ಪ್ರಭಾವಿತನಾಗಿದ್ದ ಭಗವಾನ್ ಶ್ರೀರಾಮನೇ ಅವನ ಅಂತಿಮ ವಿದಿಗಳನ್ನು ನೆರವೇರಿಸಿದ.

ತದನಂತರ, ಜಟಾಯುವಿನ ಅಣ್ಣ ಸಂಪಾತಿಯೂ ತನ್ನದೇ ಪಾತ್ರ ನಿರ್ವಹಿಸಿದ. ರಾಜಕುಮಾರ ಅಂಗದನ ನೇತೃತ್ವದ ವಾನರ ಪಡೆಯವರು ಸೀತಾಮಾತೆಯನ್ನು ಹುಡುಕುತ್ತ ಹತಾಶರಾಗಿದ್ದರು. ಅವರು ಜಟಾಯುವಿನ ವಿದಿಯ ಬಗ್ಗೆ ಮಾತನಾಡುತ್ತಿದ್ದುದನ್ನು ಕೇಳಿಸಿಕೊಂಡ ಸಂಪಾತಿ ಅವರ ಸಹಾಯಕ್ಕೆ ಬಂದ. ಸೀತಾಮಾತೆಯನ್ನು ದೂರದ ಲಂಕೆಯಲ್ಲಿನ ರಾವಣನ ಉದ್ಯಾನವನದಲ್ಲಿ ಬಂದಿಸಲಾಗಿದ್ದರೂ, ಅವನು ತನ್ನ ಅಸಾಧಾರಣ ದೃಷ್ಟಿಶಕ್ತಿಯನ್ನು ಬಳಸಿ ಅವಳನ್ನು ಪತ್ತೆಹಚ್ಚಲು ಪ್ರಯತ್ನಿಸಿದ. ಈ 'ದಿಗಂತದ ಮೇಲಿನ' ದೃಷ್ಟಿಸಾಧ್ಯತೆಯೇ ಭಗವಾನ್ ಶ್ರೀರಾಮ ಮತ್ತು ವಾನರರಿಗೆ ತಮ್ಮ ಯೋಜನೆಗಳನ್ನು ರೂಪಿಸಲು ಅನುವು ಮಾಡಿಕೊಟ್ಟಿತು.

ಭಾರತದ ವಿಷಯದಲ್ಲೂ, ಅನುಭವ ಮತ್ತು ಬುದ್ಧಿವಂತಿಕೆ ಇರುವವರು ಒಳನೋಟಗಳನ್ನು ಹೊಂದಿದ್ದರು. ಆ ಕಾಲದ ನಮ್ಮ ಕೆಲವು ನಾಯಕರು ತಮ್ಮ ವೈಯಕ್ತಿಕ ಬೆಲೆ ತೆತ್ತು ನಿರ್ಧಾರಗಳನ್ನು ಪ್ರಶ್ನಿಸುವ ಮೂಲಕ ರಾಷ್ಟ್ರೀಯ ಭದ್ರತೆಗೆ ಕೊಡುಗೆ ನೀಡಿದರು. ಅವರ ನಿಷ್ಠೆ ಜಟಾಯುವಿಗಿಂತ ಕಡಿಮೆಯೇನೂ ಆಗಿರಲಿಲ್ಲ. ಅವರ ಒಳನೋಟಗಳು, ನಾವು ಈಗ ಹೆಚ್ಚು ಮೆಚ್ಚುವಂತೆ, ಸಂಪಾತಿಯಷ್ಟೇ ಮೌಲ್ಯಯುತವಾಗಿವೆ. ಅವರ ಸಲಹೆಯನ್ನು ಸ್ಮರಿಸಲು ನಾವು ಅವರಿಗೆ ಋಣಿಯಾಗಿದ್ದೇವೆ.

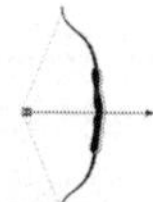

ಪಟೇಲ್ ಮತ್ತು ನವಭಾರತ

ಇತ್ತೀಚಿನ ವರ್ಷಗಳಲ್ಲಿ, ನಮ್ಮ ರಾಷ್ಟ್ರೀಯ ಚರ್ಚೆಗಳು ಮತ್ತು ಭದ್ರತೆಯ ಚರ್ಚೆಗಳಲ್ಲಿ ಸರ್ದಾರ್ ವಲ್ಲಭಭಾಯ್ ಪಟೇಲ್ ಹೆಚ್ಚು ಪ್ರಮುಖವಾಗಿ ಕಾಣಿಸಿಕೊಂಡಿದ್ದಾರೆ. ಅವರನ್ನು ನೆರಳಿನಿಂದ ಮರಳಿ ಹೊರತರಲು ಅನುವು ಮಾಡಿಕೊಟ್ಟ ನಮ್ಮ ರಾಜಕೀಯ ಪರಿಸ್ಥಿತಿಗಳಲ್ಲಿನ ಬದಲಾವಣೆಯೇ ಇದಕ್ಕೆ ಇರುವ ಒಂದು ಕಾರಣ. ಜೊತೆಗೇ, ಕಠಿಣ ಸವಾಲುಗಳು ಮತ್ತು ಹಲವು ಅನಿಶ್ಚಿತತೆಗಳು ನಾಯಕತ್ವದ ಮಹತ್ತ್ವವನ್ನು ಎತ್ತಿ ತೋರಿಸಿದ ನಮ್ಮ ಕಾಲದ ಪ್ರತಿಫಲನವೂ ಇದಾಗಿದೆ. ಸಮಕಾಲೀನ ಭಾರತದ ಇತರ ಯಾವುದೇ ವ್ಯಕ್ತಿಗಳಿಗಿಂತ ಹೆಚ್ಚಾಗಿ, ಪಟೇಲ್ ಅವರು ತೊಡಕುಗಳ ನಡುವೆ ಕಾರ್ಯತಂತ್ರದ ಸ್ಪಷ್ಟತೆಯ ಮತ್ತು ನಿರ್ಣಾಯಕ ಕ್ರಮದ ಸಂಕೇತವಾಗುತ್ತಾರೆ. ಅಷ್ಟೇ ಅಲ್ಲ, ಅವರು ದೇಶ ನಿರ್ಮಾಣ ಮತ್ತು ವ್ಯವಸ್ಥಿತ ಸುಧಾರಣೆಗಳ ಜೊತೆಗೂ ನಿಕಟ ಸಂಬಂಧ ಹೊಂದಿದ್ದಾರೆ. ಈ ಎಲ್ಲಾ ಕಾರಣಗಳಿಂದಾಗಿ, ಅವರು ನವಭಾರತಕ್ಕೆ ಸಹಜ ಸ್ಫೂರ್ತಿಯಾಗಿ ಹೊರಹೊಮ್ಮುತ್ತಾರೆ.

ಎಪ್ಪತ್ತೈದು ವರ್ಷಗಳ ಹಿಂದೆ, ವಿಶ್ವ ಮತ್ತು ಭಾರತ ಎರಡೂ ವಿಭಿನ್ನ ರೀತಿಯ ಪ್ರಕ್ಷುಬ್ಧತೆಯನ್ನು ಅನುಭವಿಸುತ್ತಿದ್ದವು; ಯಾವುವೂ ಗಂಭೀರತೆಯಲ್ಲಿ ಕಡಿಮೆಯಿರಲಿಲ್ಲ. ಎರಡನೆಯ ಮಹಾಯುದ್ಧವು ಆಗಷ್ಟೇ ಕೊನೆಗೊಂಡಿತ್ತು. ಅದು ವಿಶ್ವವ್ಯವಸ್ಥೆಯನ್ನು ಬುಡಮೇಲು ಮಾಡಿತ್ತು. ವಿಭಿನ್ನ ಆಸಕ್ತಿಗಳು ಮತ್ತು ದೃಷ್ಟಿಕೋನದೊಂದಿಗೆ ಪ್ರಾಬಲ್ಯದ ಹೊಸ ಕೇಂದ್ರಗಳು ಮೂಡಿದವು. ಸಮರಕ್ಕಿಂತ ಮುಂಚೆಯೇ ಅಸ್ತಿತ್ವದಲ್ಲಿದ್ದ ಶಕ್ತಿಗಳು ಕಾರ್ಯಾಚರಿಸಿ ಅಂತಿಮವಾಗಿ ಜಗತ್ತಿನ ಹಲವು ಭಾಗಗಳಲ್ಲಿ ವಸಾಹತುಶಾಹಿ

ಕೊನೆಗೊಂಡಿತು. ಸ್ವದೇಶದಲ್ಲಿ, ನಮ್ಮ ಸ್ವಾತಂತ್ರ್ಯ ಹೋರಾಟದ ಸಹಿಷ್ಣುತೆ ಮತ್ತು ದೃಢನಿಶ್ಚಯವು ಅಂತಿಮವಾಗಿ ಮೇಲುಗೈ ಸಾಧಿಸಿತು. ಆದರೆ ಅದು ನಮ್ಮ ದೇಶದ ವಿಭಜನೆಯ ಬೆಲೆಯನ್ನು – ಅದರ ಎಲ್ಲಾ ಪರಿಣಾಮಗಳೊಂದಿಗೆ – ತೆರಬೇಕಾಯಿತು.

ಈ ಹಿನ್ನೆಲೆಯಲ್ಲಿ ಪಟೇಲರು ನಾಯಕತ್ವದ ಹಂತವನ್ನು ಏರಿ ದೇಶನಿರ್ಮಾಣದ ತಕ್ಷಣದ ಸವಾಲುಗಳನ್ನು ಕೈಗೆತ್ತಿಕೊಂಡರು. ಅವರು ಅದಾಗಲೇ ನಮ್ಮ ಅಗ್ರಗಣ್ಯ ನಾಯಕರಲ್ಲಿ ಒಬ್ಬರೆಂದು ಮಾನ್ಯರಾಗಿದ್ದರು; ರಾಜಕೀಯ ದೃಷ್ಟಿಕೋನ ಮತ್ತು ಸಂಘಟನಾತ್ಮಕ ಕುಶಲತೆಗಾಗಿ ಮೆಚ್ಚುಗೆ ಪಡೆದಿದ್ದರು. ಅಧಿಕಾರ ವಹಿಸಿಕೊಂಡ ನಂತರ, ಅವರು ಆಡಳಿತದ ಅತ್ಯಂತ ಕಠಿಣ ಜವಾಬ್ದಾರಿಗಳನ್ನು ನಿರ್ವಹಿಸಿದರು. ಇಲ್ಲಿ ಅವರು ತಮ್ಮ ವೈಯಕ್ತಿಕ ಹಿತಾಸಕ್ತಿಗಳನ್ನು ಬದಿಗಿಟ್ಟದ್ದು ಗಮನಾರ್ಹವಾಗಿತ್ತು. ಅವರು ತಮ್ಮದೇ ಸಂಘಟನೆಯ ಮೆಚ್ಚಿನ ನಾಯಕರಾಗಿದ್ದರು ಎಂದು ಸಾಮಾನ್ಯವಾಗಿ ಒಪ್ಪಲಾಗುತ್ತದೆ; ಆದರೆ ಅಂತಿಮವಾಗಿ ಅವರು ಆ ವಿಷಯದಲ್ಲಿ ಮಹಾತ್ಮ ಗಾಂಧಿಯವರ ಆಯ್ಕೆಗೆ ಮಣಿದರು. ಅವರ ರಾಷ್ಟ್ರೀಯ ನಾಯಕತ್ವದ ಈ ಕಾಲಾವಧಿಯು ಇಂದು ನಮಗೆ ಅತ್ಯಂತ ಪ್ರಸ್ತುತವಾದ ಪಾಠಗಳನ್ನು ಹೊಂದಿದೆ.

ಜಮ್ಮು ಮತ್ತು ಕಾಶ್ಮೀರ, ಹೈದರಾಬಾದ್ ಮತ್ತು ಜುನಾಗಢಗಳ ಸೇರ್ಪಡೆಗೆ ಪಟೇಲರು ಕಾರಣ ಎಂದು ಜನಮಾನಸವು ಕಂಡಿದೆ. ವಾಸ್ತವವಾಗಿ, ಅವರ ಕೊಡುಗೆ ಇನ್ನೂ ದೊಡ್ಡದಾಗಿತ್ತು. ಅವರು ಇತರ ರಾಜಾಳ್ವಿಕೆಯ ರಾಜ್ಯಗಳೊಂದಿಗೆ ಉನ್ನತ ಮಟ್ಟದ ಮತ್ತು ಕ್ಷಿಪ್ರ ಮಾತುಕತೆಗಳ ಮೂಲಕ ಹಾಕಿದ ದೃಢವಾದ ಅಡಿಪಾಯದ ಮೇಲೆ ಈ ಬೆಳವಣಿಗೆಗಳು ನಡೆದವು. ಇಲ್ಲಿ ಹೆಚ್ಚಿನ ಮಾಹಿತಿ ಇರದವರಿಗೆ, ದಕ್ಷಿಣದ ಕೆಲವು ರಾಜಮನೆತನಗಳ ರಾಜ್ಯಗಳೂ ಆರಂಭದಲ್ಲಿ ವಿಲೀನ ಒಪ್ಪಂದಕ್ಕೆ ಸಹಿ ಹಾಕಲು ಹಿಂಜರಿಯುತ್ತಿದ್ದವು ಎಂಬುದನ್ನು ಮನದಟ್ಟು ಮಾಡುವ ಅಗತ್ಯವಿದೆ. ರಾಜಕೀಯ ಇಲಾಖೆಯ ಕೆಲವು ಬ್ರಿಟಿಷ್ ಅಧಿಕಾರಿಗಳು ಉದ್ದೇಶಪೂರ್ವಕವಾಗಿ ಅನೇಕ ರಾಜರನ್ನು ಒಪ್ಪಂದ ಮಾಡಿಕೊಳ್ಳದಿರಲು ಪ್ರೋತ್ಸಾಹಿಸಿದರು; ತನ್ಮೂಲಕ ಒಟ್ಟುಗೂಡಿಸುವಿಕೆಯ ಮೂಲಕ ರಚಿಸಲಾದ 'ಮೂರನೇ ಶಕ್ತಿ'ಯು ಕಾರ್ಯಸಾಧ್ಯ ಎಂದು ಸೂಚಿಸಿದರು. ಪರಿಣಾಮವಾಗಿ, ಪ್ರತಿಯೊಂದು ರಾಜ್ಯವನ್ನೂ ಪ್ರತ್ಯೇಕವಾಗಿ ಮತ್ತು ಶ್ರಮದಿಂದ ತೊಡಗಿಸಬೇಕಾಯಿತು. ಆ ಪ್ರಕ್ರಿಯೆಯಲ್ಲಿ, ಕೆಲವರು ನಿಜವಾಗಿಯೂ ಏಕೀಕರಣದಿಂದ ತೀರಾ ದೂರಕ್ಕೆ ಹೋದರು. ಭೌಗೋಳಿಕವಾಗಿ ಪಶ್ಚಿಮ ಪಾಕಿಸ್ತಾನಕ್ಕೆ ಹೆಚ್ಚು ಹೊಂದಿಕೊಂಡಿರುವವರು ಜಿನ್ನಾ ಅವರ ಉದಾರ ಕೊಡುಗೆಗಳ ಪ್ರಲೋಭನೆಗೆ ಒಳಗಾದರು. ಅಂತಿಮವಾಗಿ ಪಟೇಲರು ಹೇರಿದ ಅಗಾಧ ಒತ್ತಡವು ರಾಜ್ಯಗಳ ಸೇರ್ಪಡೆಗಳನ್ನು ಖಾತರಿಪಡಿಸಿತು. ಇಲ್ಲಿ ದೊಡ್ಡ ಸಂಸ್ಥಾನಗಳಿಂದ ತೆರೆಮರೆಯಲ್ಲಿ ಪ್ರಚೋದನೆಗೆ ಒಳಗಾದ ಸಣ್ಣ ಸಂಸ್ಥಾನಗಳ ವಿಲೀನವೂ ಕಷ್ಟಕರವಾಗಿತ್ತು. 1947ರ ಆಗಸ್ಟ್ ಆರಂಭದಲ್ಲಿ ಅಲೆಯು ನಿರ್ಣಾಯಕವಾಗಿ ವಿಲೀನದತ್ತ ತಿರುಗಿತು.

ಸ್ವಾತಂತ್ರ್ಯಾನಂತರ ಪಟೇಲರ ನೇರ ಮೇಲ್ವಿಚಾರಣೆಯಲ್ಲಿ ಮುಂದುವರಿದ ಎರಡು ಮಾತುಕತೆಗಳು ಜುನಾಗಢ ಮತ್ತು ಹೈದರಾಬಾದ್‌ಗೆ ಸಂಬಂಧಿಸಿದವು. ಕುತೂಹಲಕಾರಿ ಸಂಗತಿಯೆಂದರೆ, ಅವೆರಡೂ ರಾಜ್ಯಗಳು ವಿಶ್ವಸಂಸ್ಥೆಗೆ ಹೋಗುವ ಸಾಧ್ಯತೆಯನ್ನು ಮುಂದಿಟ್ಟವು; ಆದರೆ ಪಟೇಲ್ ಅದನ್ನು ನಿರ್ಣಾಯಕವಾಗಿ ತಡೆದರು. ಈ ಘಟನೆಗಳು ಭಾರತದಲ್ಲಿಯೇ ನಡೆದಿರುವುದರಿಂದ, ನಾವು ಅವುಗಳನ್ನು ರಾಜತಾಂತ್ರಿಕತೆಗಿಂತ ಹೆಚ್ಚಾಗಿ

ರಾಜಕೀಯವೆಂದು ಭಾವಿಸುತ್ತೇವೆ. ಆದರೆ ವಿ.ಪಿ. ಮೆನನ್ ಅವರು ಸೂಕ್ತವಾಗಿಯೇ ವಿವರಿಸಿದಂತೆ, ಈ ಪ್ರಕ್ರಿಯೆಯು ನಾವು ಊಹೆ ಮಾಡಬಹುದಾದ ಕಠಿಣ ಮಾತುಕತೆಗಳನ್ನು ಒಳಗೊಂಡಿತ್ತು. ಇಲ್ಲಿ ಅವರ ಉದ್ದೇಶಗಳು, ಕಾರ್ಯತಂತ್ರ ಅಥವಾ ತಂತ್ರಗಳು – ಯಾವುದೇ ಇರಲಿ, ಅವುಗಳು ಆಳವಾದ ಅಧ್ಯಯನಕ್ಕೆ ಅರ್ಹವಾಗಿವೆ.

ಜಮ್ಮು ಮತ್ತು ಕಾಶ್ಮೀರದ ಮೇಲಿನ ಆಕ್ರಮಣವನ್ನು ವಿಶ್ವಸಂಸ್ಥೆಗೆ ಕಳುಹಿಸುವ ಬಗ್ಗೆ ನೆಹರು ಮತ್ತು ಪಟೇಲ್ ನಡುವೆ ಭಿನ್ನಾಭಿಪ್ರಾಯಗಳಿದ್ದವು ಎಂಬುದು ಎಲ್ಲರಿಗೂ ತಿಳಿದಿರುವ ಸಂಗತಿ. ವಾಸ್ತವವಾಗಿ, ಇದು ಸಮಸ್ಯೆಯನ್ನು ನಿಭಾಯಿಸುವಲ್ಲಿ ದೊಡ್ಡ ಭಿನ್ನಾಭಿಪ್ರಾಯದ ಒಂದು ಅಂಶವಷ್ಟೇ ಆಗಿತ್ತು. ಅಂತಿಮವಾಗಿ ನೆಹರು ಅವರು ಸಂಪುಟದಲ್ಲಿ ಹೊಂದಿದ್ದ ಜಮ್ಮು ಮತ್ತು ಕಾಶ್ಮೀರದ ಜವಾಬ್ದಾರಿಯಿಂದ ಪಟೇಲರನ್ನು ತೆಗೆದುಹಾಕಿ ಗೋಪಾಲಸ್ವಾಮಿ ಅಯ್ಯಂಗಾರ್ ಅವರಿಗೆ ಹಸ್ತಾಂತರಿಸುವ ಹಾಗಾಯಿತು. ಚೀನಾದ ಬಗ್ಗೆ, ಭಾರತದ ಬಗ್ಗೆ ಅದರ ನಿಲುವಿಗೆ ಉಭಯ ನಾಯಕರು ಹೇಗೆ ವಿಭಿನ್ನವಾಗಿ ಪ್ರತಿಕ್ರಿಯಿಸಿದರು ಎಂಬುದನ್ನು ನಾನು ಈಗಾಗಲೇ ಬರೆದಿದ್ದೇನೆ. ಈ ಎಲ್ಲದರ ಹೊರತಾಗಿಯೂ ಭಿನ್ನಾಭಿಪ್ರಾಯದ ಹೆಚ್ಚಿನ ಭಾಗವನ್ನು ಸರ್ಕಾರ, ಸಂಸತ್ತು ಮತ್ತು ರಾಜಕೀಯವು ವಿಧಿಸುವ ಶಿಸ್ತು ಅವರ ಆಂತರಿಕ ಪತ್ರವ್ಯವಹಾರಕ್ಕೆ ಮಾತ್ರವೇ ಸೀಮಿತಗೊಳಿಸಿತು. ವಿದೇಶಾಂಗ ನೀತಿಯ ಬಗೆಗಿನ ಟೀಕೆಗಳಿಗೆ ನೆಹರು ಹೊಂದಿದ್ದ ಸೂಕ್ಷ್ಮತೆಗೆ ಪ್ರತಿಕ್ರಿಯೆಯಾಗಿ, ಪಟೇಲ್ ಅವರು ತಮ್ಮ ಅಭಿವ್ಯಕ್ತಿಯನ್ನು ಸಂಪುಟದ ಸಭೆಗಳಿಗೆ ಮಾತ್ರ ಸೀಮಿತಗೊಳಿಸುವುದಾಗಿ ಭರವಸೆ ನೀಡಿದರು.

ಈಗಾಗಲೇ ಬೆಳಕು ಚೆಲ್ಲಿದ ವಿಷಯಗಳ ಮೇಲೆ ಗಮನ ಹರಿಸುವ ಬದಲು, ಸಾರ್ವಜನಿಕವಾಗಿ ಕಡಿಮೆ ತಿಳಿದಿರುವ ಇತರ ಕೆಲವು ದೃಷ್ಟಿಕೋನಗಳನ್ನು ಅನ್ವೇಷಿಸುವುದು ಉಪಯುಕ್ತವೆನಿಸುತ್ತದೆ. ಅವುಗಳಲ್ಲಿ ಒಂದು – ಭಾರತೀಯ ವಿದೇಶಾಂಗ ನೀತಿಯಿಂದ ಶೀತಲಸಮರದ ಯುಗದ ಕಷ್ಟಕರ ನಿರ್ವಹಣೆಗೆ ಸಂಬಂಧಿಸಿದ್ದು. ಗಮನಾರ್ಹ ಸಂಗತಿಯೆಂದರೆ, ಅಂತಹ ವಿಷಯಗಳಲ್ಲಿ ಪಟೇಲರು ಸದಾ ಸಂಯಮ ಮತ್ತು ಎಚ್ಚರಿಕೆಯ ಧ್ವನಿಯಾಗಿದ್ದರು. ವಿಶೇಷವಾಗಿ ಭಾರತದ ನೇರ ಹಿತಾಸಕ್ತಿಗಳು ಅಪಾಯದಲ್ಲಿ ಇಲ್ಲದಿದ್ದಾಗ ಪಾಶ್ಚಾತ್ಯ ಶಕ್ತಿಗಳನ್ನು ಅತಿಯಾಗಿ ದ್ವೇಷಿಸುವುದರಿಂದ ಯಾವುದೇ ಲಾಭವಿಲ್ಲ ಎಂದು ಅವರು ಭಾವಿಸಿದ್ದರು. ನಿರ್ದಿಷ್ಟ ಆಯ್ಕೆಗಳು ಮತ್ತು ನಿಲುವು – ಇವುಗಳಿಗಿಂತ ಹೆಚ್ಚಾಗಿ ವರ್ತನೆಯ ಬಗೆಗಿನ ಮುಜುಗರವೇ ಇಲ್ಲಿನ ವಿಷಯವಾಗಿತ್ತು. ಕಾಲಕಾಲಕ್ಕೆ, ಸಿ. ರಾಜಗೋಪಾಲಾಚಾರಿಯವರು ತೆಗೆದುಕೊಂಡ ನಿಲುವುಗಳಲ್ಲಿಯೂ ಅವು ಪ್ರತಿಧ್ವನಿಸಿದವು. 1950ರ ದಶಕದ ಕೊನೆಯಲ್ಲಿ ಭಾರತ – ಚೀನಾ ಸಂಬಂಧಗಳು ಹದಗೆಟ್ಟಾಗ, ವಿದೇಶಾಂಗ ನೀತಿಯ ದೃಷ್ಟಿಕೋನಗಳನ್ನು ನೆಹರು ಸಂಪುಟದ ಸದಸ್ಯರು ಹೆಚ್ಚು ಸ್ವತಂತ್ರವಾಗಿ ಪ್ರತಿಪಾದಿಸಿದ್ದರು. ಅವರ ತಕ್ಷಣದ ನಿಲುವು ಸರಿಯೇ ಅಥವಾ ತಪ್ಪೇ ಎಂಬುದು ಪ್ರಶಂಸಿಸಬೇಕಾದ ವಿಷಯವಲ್ಲ. ಅವರು ಜಾಗತಿಕ ಒಗ್ಗಟ್ಟಿನ ಕ್ಷಣಿಕ ಭಾವನೆಗಿಂತ ಹೆಚ್ಚಾಗಿ ರಾಷ್ಟ್ರೀಯ ಹಿತಾಸಕ್ತಿಯ ಬಲವಾದ ಪ್ರಜ್ಞೆಯನ್ನು ಪ್ರಕಟಿಸಿದರು.

ಭಾರತೀಯ ರಾಜತಾಂತ್ರಿಕತೆಗೆ ಸಂಬಂಧಿಸಿದಂತೆ ಈಗ ಎರಡು ನೇರ, ಸಕ್ರಿಯ ಸಂಗತಿಗಳಿವೆ. ಅವುಗಳ ಬಗ್ಗೆ ಪಟೇಲ್ ತಮ್ಮ ಜೀವಿತಾವಧಿಯಲ್ಲಿ ತಮ್ಮ ಅಭಿಪ್ರಾಯಗಳನ್ನು ನೀಡಿದ್ದರು. ಒಂದು ಯುಎಸ್‌ಗೆ ಸಂಬಂಧಿಸಿದ್ದು; ಅವರು ನೆಹರು ಅವರಿಗಿಂತ ಕಡಿಮೆ ಶಂಕೆಯ ದೃಷ್ಟಿಕೋನವನ್ನು ಹೊಂದಿದ್ದರು. 1948ರಲ್ಲಿ, ಆ ದೇಶಕ್ಕೆ ಮೊದಲ ಭೇಟಿ ನೀಡುವ ಒಂದು ವರ್ಷದ ಮೊದಲು, ಪಟೇಲ್ ಅವರು ಅಂತಾರಾಷ್ಟ್ರೀಯ ಪರಿಸ್ಥಿತಿಗೆ ಯುಎಸ್

ನಿಜವಾಗಿಯೂ ಕೀಲಿಕೈಯನ್ನು ಹೊಂದಿದೆ ಎಂದು ಅಭಿಪ್ರಾಯಪಟ್ಟಿದ್ದರು. ಯುಎಸ್‌ನ ಸಹಕಾರವಿಲ್ಲದೆ, ಭಾರತವು ಗಮನಾರ್ಹವಾಗಿ ಉದ್ಯಮೀಕರಣಗೊಳ್ಳುವುದು ಕಷ್ಟ ಎಂದು ಅವರು ಭಾವಿಸಿದ್ದರು. ಇದನ್ನು ಗಮನದಲ್ಲಿಟ್ಟುಕೊಂಡು, ಅವರು ನೆಹರು ಅವರಿಗಿಂತ ಹೆಚ್ಚಿನ ಪ್ರಮಾಣದ ಭಾರತ – ಕೇಂದ್ರಿತ ಸಹಯೋಗದ ಪ್ರಕರಣವನ್ನು ಮಂಡಿಸಿದರು. ಅವರ ಒಟ್ಟಾರೆ ಮೌಲ್ಯಮಾಪನವು ಅಲಿಪ್ತ ರಂಗವನ್ನು ರಚಿಸುವ ಅಗತ್ಯದಿಂದ ಮೂಡಿತ್ತು. ಎರಡು ವರ್ಷಗಳ ನಂತರ, ಸಾರ್ವಜನಿಕ ವೇದಿಕೆಯ ಕೊನೆಗಾಲದ ಕಾರ್ಯಕ್ರಮವೊಂದರಲ್ಲಿ, 'ಭಾರತವು ಯುಎಸ್‌ನ ಸಹಾಯವನ್ನು ತೆಗೆದುಕೊಳ್ಳಬಾರದು ಎಂದು ಅನೇಕ ಜನರು ನಂಬುತ್ತಾರೆ; ಏಕೆಂದರೆ ಅದು ಪ್ರತಿಷ್ಠೆಯನ್ನು ಕಳೆದುಕೊಳ್ಳುತ್ತದೆ ಮತ್ತು ಒಂದು ಬಣಕ್ಕೆ ಸೇರುತ್ತದೆ ಎಂದು ಗ್ರಹಿಸಲಾಗುತ್ತದೆ' ಎಂದು ಪಟೇಲ್ ನಿರ್ದಿಷ್ಟವಾಗಿ ಹೇಳಿದ್ದರು. ಭಾರತವು ತನ್ನದೇ ಆದ ಆಸಕ್ತಿ ಮತ್ತು ನಿಲುವನ್ನು ಸಾಕಾರ ಮಾಡಿಕೊಳ್ಳಲು ಸಾಕಷ್ಟು ಸಮರ್ಥವಾಗಿದೆ ಎಂದು ಅವರು ಭಾವಿಸಿದ್ದರು. ಆ ಅರ್ಥದಲ್ಲಿ, 'ಭಾರತ ಮೊದಲು' ದೃಷ್ಟಿಕೋನದ ಮೂಲವು ಅನೇಕ ದಶಕಗಳಷ್ಟು ಹಳೆಯದು; ಆದರೆ ಅದೀಗ ಮತ್ತೆ ಸಜೀವವಾಗಲು ರಾಷ್ಟ್ರೀಯತಾವಾದಿ ಸಿದ್ಧಾಂತ ಬೇಕಾಯಿತು.

ಇನ್ನೊಂದು ವಿಷಯವು ಇಸ್ರೇಲನ್ನು ಮಾನ್ಯ ಮಾಡುವಲ್ಲಿ ಮತ್ತು ಸಂಪೂರ್ಣ ರಾಜತಾಂತ್ರಿಕ ಸಂಬಂಧಗಳನ್ನು ಸ್ಥಾಪಿಸುವಲ್ಲಿನ ಹಿಂಜರಿಕೆಗೆ ಸಂಬಂಧಿಸಿದೆ. ನೆಹರು ಅವರ ಮೇಲೆ ಮತಬ್ಯಾಂಕ್‌ಗಳು ಒತ್ತಡ ಹೇರಿದ್ದರಿಂದ ಪಟೇಲರಿಗೆ ಖಂಡಿತವಾಗಿಯೂ ಮುಜುಗರವಾಗಿತ್ತು; ರಾಷ್ಟ್ರೀಯ ನೀತಿಯನ್ನು ರೂಪಿಸುವಲ್ಲಿ ಮತಬ್ಯಾಂಕ್‌ಗಳಿಗೆ ನಿರ್ಣಯ ಮಾಡುವುದಕ್ಕೆ ಅವಕಾಶ ನೀಡಬಾರದು ಎಂದು ಅವರು ನಂಬಿದ್ದರು. ಇತರ ಕೆಲವು ವಿದೇಶಾಂಗ ನೀತಿಯ ವಿಷಯಗಳಂತೆಯೇ, ಅವರ ಈ ಚಿಂತನೆಯೂ ಮೇಲುಗೈ ಸಾಧಿಸಲಿಲ್ಲ; ಪ್ರಧಾನಿ ಮೋದಿಯವರ 2017ರ ಇಸ್ರೇಲ್ ಭೇಟಿಯಲ್ಲೇ ಈ ವಿಷಯವನ್ನು ಅಂತಿಮವಾಗಿ ಇತ್ಯರ್ಥಗೊಳಿಸಲಾಯಿತು.

ಎಲ್ಲಾ ವೈವಿಧ್ಯಮಯ ಸಮಾಜಗಳು ಮತ್ತು ಫೆಡರಲ್ ರಾಜ್ಯವ್ಯವಸ್ಥೆಗಳು ಹೆಚ್ಚು ಪರಿಪೂರ್ಣ ಒಕ್ಕೂಟಕ್ಕಾಗಿಯೇ ಅನ್ವೇಷಣೆ ನಡೆಸುತ್ತಿರುತ್ತವೆ. ನಿಜವಾಗಿ ಹೇಳುವುದಾದರೆ, ಪಟೇಲರು ಅಳಿಸಲಾಗದ ಛಾಪು ಮೂಡಿಸಿದ ಒಂದು ಕ್ಷೇತ್ರವಿದ್ದರೆ, ಅದು ರಾಷ್ಟ್ರೀಯ ಏಕೀಕರಣ. ವೈವಿಧ್ಯದಲ್ಲಿ ಏಕತೆಯನ್ನು ಗೌರವಿಸುವ ನಾಗರಿಕತೆಯಾಗಿ, ನಮ್ಮನ್ನು ಒಟ್ಟುಗೂಡಿಸುವ ಬಂಧಗಳನ್ನು ನಾವು ಪೋಷಿಸುವುದು ಅತ್ಯಗತ್ಯ. ಕಳೆದ 75 ವರ್ಷಗಳಲ್ಲಿ ನಮ್ಮ ಪ್ರಯಾಣವು ಅಡೆತಡೆಗಳಿಲ್ಲದೆ ಇರಲಿಲ್ಲ. ನಾವು ಅವುಗಳನ್ನು ಯಶಸ್ವಿಯಾಗಿ ಜಯಿಸಿದ್ದೇವೆ ಎಂದಾದರೆ, ಅದಕ್ಕೆ ಬಹುಪಾಲು ಕಾರಣ ಸರ್ದಾರ್ ಅವರ ಪರಂಪರೆಯಿಂದ ಒಡಮೂಡುವ ರಾಷ್ಟ್ರೀಯ ಸಂಕಲ್ಪ.

ಆದರೆ ಅವರ ಕಾಲದಿಂದ ಉಳಿದುಕೊಂಡಿರುವ, ಹಲವು ವರ್ಷಗಳ ಕಾಲ ತೋರಿದ ನಿರ್ಲಕ್ಷ್ಯವನ್ನು ಸಾಕಷ್ಟು ಪ್ರಮಾಣೀಕರಿಸಿದ ಸಮಸ್ಯೆಗಳೂ ಇವೆ; ಪಟ್ಟಭದ್ರ ಹಿತಾಸಕ್ತಿಗಳಿಗೆ ತಕ್ಕಂತೆ ನಡೆಯುವುದು ಅಥವಾ ತಳಮಟ್ಟದ ವಾಸ್ತವಗಳನ್ನು ನಿರ್ಲಕ್ಷಿಸುವುದು ನಮಗೆ ಒಳ್ಳೆಯದಲ್ಲ. ಜಾಗತಿಕ ರಾಜಕೀಯವು ಅತ್ಯಂತ ಸ್ಪರ್ಧಾತ್ಮಕವಾಗಿದೆ ಮತ್ತು ಇತರ ದೇಶಗಳು ನಿರಂತರವಾಗಿ ನಮ್ಮೊಳಗಿನ ದೌರ್ಬಲ್ಯಗಳನ್ನು ಹುಡುಕುತ್ತಿವೆ. ಇಷ್ಟೊಂದು ವೈವಿಧ್ಯವನ್ನು ಸಮನ್ವಯಗೊಳಿಸುವ ನಮ್ಮ ಆಳವಾದ ಬಹುತ್ವವೇ ನಮ್ಮ ನಾಗರಿಕತಾತ್ಮಕ

ಶಕ್ತಿಯಾಗಿದೆ; ಅದು ಕೇವಲ ಸಮಕಾಲೀನ ಸೃಷ್ಟಿಯಲ್ಲ. ಇದು ನಮಗೆ ಚೆನ್ನಾಗಿ ಗೊತ್ತಿದೆ. ಆದರೆ ಪ್ರಪಂಚದ ಕೆಲವು ಭಾಗಗಳು ಅರ್ಥಮಾಡಿಕೊಳ್ಳಲು ಹೆಣಗಾಡಬಹುದು, ಅಷ್ಟೆ.

ತನ್ನ ಬೇರುಗಳಿಗೆ ನಿಷ್ಠವಾಗಿರುವ ಭಾರತವು ಯಾವಾಗಲೂ ಬಲವಾಗಿರುತ್ತದೆ ಮತ್ತು ಕಷ್ಟಸಹಿಷ್ಣುವಾಗಿರುತ್ತದೆ. ನಮ್ಮ ಚಿಂತನೆಯು ಆತ್ಮವಿಶ್ವಾಸ ಮತ್ತು ರಾಷ್ಟ್ರೀಯ ಜಾಗೃತಿಯಿಂದಲೇ ಚೆನ್ನಾಗಿ ಪ್ರೇರಿತವಾಗಿದೆ. ಸರ್ದಾರ್ ಪಟೇಲರು 1948ರಲ್ಲಿ ನಮ್ಮ ನಿಲುವುಗಳನ್ನು ಇತರರ ಹಿತಾಸಕ್ತಿಗಳಿಗೆ ಮತ್ತು ತೀರ್ಮಾನಕ್ಕೆ ಒಪ್ಪಿಸಿಕೊಳ್ಳದಂತೆ ಎಚ್ಚರಿಕೆ ನೀಡಿದ್ದರು. ಅದು ಅಂದಿನಂತೆಯೇ ಈಗಲೂ ವಾಸ್ತವದ ಸಂಗತಿಯಾಗಿದೆ.

ಮುಖರ್ಜಿ ಪರ್ಯಾಯ

ಸರ್ದಾರ್ ವಲ್ಲಭಭಾಯಿ ಪಟೇಲ್ ಅವರು ಸರ್ಕಾರದೊಳಗೆ ಕಾರ್ಯನಿರ್ವಹಿಸುವಾಗ ತಮ್ಮ ನಂಬಿಕೆಗಳು ಮತ್ತು ಬದ್ಧತೆಗಳನ್ನು ಅನುಸರಿಸಿದರೆ, ಅವರ ಸಮಕಾಲೀನರಾಗಿದ್ದ ಡಾ॥ ಶ್ಯಾಮ ಪ್ರಸಾದ ಮುಖರ್ಜಿ ಅವರ ವಿಷಯದಲ್ಲಿ ಹೀಗಾಗಲಿಲ್ಲ. ಅವರ ಕೊಡುಗೆಗಳಲ್ಲಿ ಚರ್ಚೆಗೆ ಅರ್ಹವಾದ ಅನೇಕ ಅಂಶಗಳಿವೆ. ಅವರು ಉಲ್ಲೇಖನೀಯ ಶಿಕ್ಷಣ ತಜ್ಞರಾಗಿದ್ದರು, ಪ್ರಭಾವಶಾಲಿ ರಾಜಕೀಯ ವ್ಯಕ್ತಿಯಾಗಿದ್ದರು, ಮಾನವೀಯ ಪರಿಹಾರವನ್ನು ಒದಗಿಸುವಲ್ಲಿ ನಾಯಕರಾಗಿದ್ದರು ಮತ್ತು ನಮ್ಮ ಸಂಸ್ಕೃತಿ ಮತ್ತು ಸಂಪ್ರದಾಯಗಳ ಉತ್ಕಟ ಪ್ರತಿಪಾದಕರಾಗಿದ್ದರು. ಎಲ್ಲಕ್ಕಿಂತ ಹೆಚ್ಚಾಗಿ, ಅವರು ಪ್ರಚಂಡ ರಾಷ್ಟ್ರೀಯವಾದಿ ಮತ್ತು ಒಬ್ಬ ಅತಿಶುದ್ಧ ಭಾರತೀಯರಾಗಿದ್ದರು; ಅವರು ತಮ್ಮ ದೇಶ ಮತ್ತು ಅದರ ಭವಿಷ್ಯವನ್ನು ಆ ದೃಷ್ಟಿಕೋನಗಳ ಮೂಲಕ ಗ್ರಹಿಸಿದರು.

ನಮ್ಮ ಗಮನವು ಸಹಜವಾಗಿಯೇ ಸ್ವಾತಂತ್ರ್ಯಾನಂತರದ ತಕ್ಷಣಕಾಲದ ಭಾರತದ ದಿಕ್ಕಿಗೆ ಪ್ರಮುಖವಾದ ಚಟುವಟಿಕೆಗಳ ಮೇಲಿದೆ. ಇಂತಹ ಹಲವು ಚಟುವಟಿಕೆಗಳು ಈ ದೇಶದಲ್ಲಿ ಒಗ್ಗಟ್ಟಿನ ಮತ್ತು ಪರ್ಯಾಯ ಆಲೋಚನಾ ವಿಧಾನಕ್ಕೆ ಆಧಾರವಾದವು. ರಾಷ್ಟ್ರೀಯತೆಯ ಈ ಅಭಿವ್ಯಕ್ತಿಗಳು ನಮ್ಮ ರಾಜಕೀಯ ಮತ್ತು ಆಡಳಿತದ ಸ್ವರೂಪದ ಬಗ್ಗೆ ಅನೇಕ ದಶಕಗಳ ಕಾಲ ಚರ್ಚೆಯನ್ನು ಮುನ್ನಡೆಸಿದವು. ನಮ್ಮ ಸ್ವಂತ ಕಾಲ ಮೇಲೆ ಹೇಗೆ ಚೆನ್ನಾಗಿ ನಿಲ್ಲಬೇಕು ಎಂಬುದೂ ಸೇರಿದಂತೆ ಅಭಿವೃದ್ಧಿ ಮತ್ತು ಪ್ರಗತಿಯ ಬಗ್ಗೆ ನಮ್ಮ ದೃಷ್ಟಿಕೋನದ ಮೇಲೂ ಅವು ಪ್ರಭಾವ ಬೀರಿದವು. ಸಹಜವಾಗಿ, ಅವು ನೆರೆಹೊರೆಯನ್ನು ನಿರ್ದಿಷ್ಟವಾಗಿ ಮತ್ತು ಜಗತ್ತನ್ನು ಸಾಮಾನ್ಯವಾಗಿ ಗ್ರಹಿಸುವ ನಮ್ಮ ವಿಧಾನವನ್ನು ರೂಪಿಸಿದವು. ಒಂದು ಹಂತದಲ್ಲಿ, ಅವುಗಳಲ್ಲಿ ಪ್ರತಿಯೊಂದೂ ವಿಭಿನ್ನ ರಂಗದ ಹಾಗೆ ಕಾಣಿಸಬಹುದು. ಆದರೆ ಅವೆಲ್ಲವೂ ಸಮಗ್ರ ವಿಶ್ವ ದೃಷ್ಟಿಕೋನವನ್ನು ಪ್ರತಿನಿಧಿಸಿದ್ದವು ಎಂಬುದೇ ಇಲ್ಲಿರುವ ಸತ್ಯ; ಮತ್ತು ನಿಜಜೀವನದಲ್ಲಿ, ಪ್ರತಿಯೊಂದೂ ಇನ್ನೊಂದರಿಂದ ಬೇರ್ಪಡಿಸಲಾಗದ ಸಂಗತಿಯಾಗಿತ್ತು.

ಮುಖರ್ಜಿಯವರೊಂದಿಗೆ ಅತ್ಯಂತ ಆಳದ ಸಂಬಂಧ ಹೊಂದಿರುವ ಪ್ರಶ್ನೆಯೆಂದರೆ ಜಮ್ಮು ಮತ್ತು ಕಾಶ್ಮೀರದ ಸೇರ್ಪಡೆ ಹಾಗೂ ಆ ಪ್ರಕ್ರಿಯೆ ಮತ್ತು ಅದರ ಪರಿಣಾಮಗಳ ಬಗ್ಗೆ ನಂತರ ನಡೆದ ಚರ್ಚೆ. ಅವರ ನಿಲುವು 'ಏಕ್ ದೇಶ್ ಮೇ ದೋ ವಿಧಾನ್, ದೋ ಪ್ರಧಾನ್, ದೋ ನಿಶಾನ್, ನಹೀ ಚಲೇಂಗೆ' (ಒಂದು ದೇಶದಲ್ಲಿ ಎರಡು ಸಂವಿಧಾನಗಳು, ಇಬ್ಬರು ಪ್ರಧಾನ ಮಂತ್ರಿಗಳು ಮತ್ತು ಎರಡು ಧ್ವಜಗಳು ಇರಲು ಸಾಧ್ಯವಿಲ್ಲ) ಎಂಬ ಪ್ರಸಿದ್ಧ

ಘೋಷಣೆಯ ಮೂಲಕ ಸಂಕ್ಷಿಪ್ತವಾಗಿ ನಿರೂಪಿತವಾಗಿದೆ. ಸಂಸತ್ತಿನಲ್ಲಿ ಮತ್ತು ಹೊರಗೆ, ಮುಖರ್ಜಿಯವರು ವಿಭಜನೆ ಮತ್ತು ತತ್ಪರಿಣಾಮವಾಗಿ ಭಾರತೀಯ ರಾಜ್ಯವ್ಯವಸ್ಥೆಯು ದುರ್ಬಲಗೊಳ್ಳುತ್ತಿರುವ ಬಗ್ಗೆ ಆತಂಕ ವ್ಯಕ್ತಪಡಿಸಿದರು. ಸಾರ್ವಭೌಮತ್ವವನ್ನು ಪ್ರಶ್ನಿಸುವುದು, ಸ್ಪರ್ಧಾತ್ಮಕ ಸ್ಥಾನಮಾನವನ್ನು ಪ್ರತಿಪಾದಿಸುವುದು ಮತ್ತು ರಾಷ್ಟ್ರೀಯ ಚಿಹ್ನೆಗಳ ಪ್ರದರ್ಶನವನ್ನು ನಿರ್ಬಂಧಿಸುವ ಪರಿಣಾಮಗಳ ಬಗ್ಗೆ ಅವರು ದನಿಯೆತ್ತಿದರು. ಅನೇಕ ವರ್ಷಗಳ ತರುವಾಯ ಮತ್ತು ಅನೇಕ ಅನುಭವಗಳ ನಂತರ ಈ ವಿಷಯದ ಬಗ್ಗೆ ಹೆಚ್ಚಿನ ಸ್ಪಷ್ಟೀಕರಣದ ಅಗತ್ಯವಿಲ್ಲ. ಜಮ್ಮು ಮತ್ತು ಕಾಶ್ಮೀರವನ್ನು ಮುಖ್ಯವಾಹಿನಿಗೆ ಸಂಪೂರ್ಣವಾಗಿ ಸೇರಿಸದಿದ್ದಾಗ ಆರ್ಥಿಕವಾಗಿ, ಅಭಿವೃದ್ಧಿಯಾಗಿ, ಸಾಮಾಜಿಕವಾಗಿ ಮತ್ತು ರಾಷ್ಟ್ರೀಯ ಭದ್ರತೆಯ ದೃಷ್ಟಿಯಿಂದ ಎಷ್ಟು ಹಾನಿಯಾಗಿದೆ ಎಂದು ನಮಗೆಲ್ಲರಿಗೂ ತಿಳಿದಿದೆ. 2019ರ ಆಗಸ್ಟ್ 5ರಂದು ಅದನ್ನು ನಿರ್ಣಾಯಕವಾಗಿ ಸರಿಪಡಿಸಿದಾಗ, ನಿಸ್ಸಂಶಯವಾಗಿ ನಮ್ಮ ರಾಷ್ಟ್ರೀಯ ಏಕೀಕರಣವು ಮತ್ತಷ್ಟು ಬಲವಾಯಿತು. ಆದರೆ ವಿದೇಶಾಂಗ ನೀತಿಯ ದೃಷ್ಟಿಕೋನದಿಂದ, ಭಾರತಕ್ಕೆ ಹೋಲಿಸಿದರೆ ಬಾಹ್ಯ ಶಕ್ತಿಗಳು ಈ ವಿಷಯವನ್ನು ಹೇಗೆ ಬಳಸಿಕೊಂಡವು ಎಂಬುದನ್ನು ಪರಿಶೀಲಿಸುವುದೂ ಸೂಕ್ತ.

ಅಂತಹ ಮೌಲ್ಯಮಾಪನವು ಪೂರ್ವಾನ್ವಯದ ದೃಷ್ಟಿಕೋನವಲ್ಲ. ಮುಖರ್ಜಿ ಅವರು 1953ರಲ್ಲಿಯೇ 'ಕಾಶ್ಮೀರ ಸಮಸ್ಯೆಯನ್ನು ನಿಭಾಯಿಸಿದ ರೀತಿಯು ನಮ್ಮ ಅಂತಾರಾಷ್ಟ್ರೀಯ ಪ್ರತಿಷ್ಠೆಯನ್ನು ಹೆಚ್ಚಿಸಿಲ್ಲ ಅಥವಾ ನಮಗೆ ವ್ಯಾಪಕವಾದ ಅಂತಾರಾಷ್ಟ್ರೀಯ ಬೆಂಬಲ ಮತ್ತು ಸಹಾನುಭೂತಿಯನ್ನು ಗಳಿಸಿಕೊಟ್ಟಿಲ್ಲ' ಎಂದು ಪ್ರಧಾನಿ ನೆಹರು ಅವರಿಗೆ ತಿಳಿಸಿದ್ದರು. ಬದಲಿಗೆ, ಇದು ದೇಶ ಮತ್ತು ವಿದೇಶಗಳಲ್ಲಿ 'ತೊಡಕುಗಳನ್ನು' ಸೃಷ್ಟಿಸಿದೆ ಎಂದು ಅವರು ಭಾವಿಸಿದ್ದರು. ಆದ್ದರಿಂದ, 'ಸುಳ್ಳು ಅಂತಾರಾಷ್ಟ್ರೀಯವಾದ'ಕ್ಕೆ ಮಾರುಹೋಗುವ ಬದಲು ನಿಷ್ಪಕ್ಷಪಾತವಾಗಿ ನೀತಿಯನ್ನು ಮರುಪರಿಶೀಲಿಸುವಂತೆ ಅವರು ನೆಹರು ಅವರನ್ನು ಒತ್ತಾಯಿಸಿದರು. ವಿದೇಶಗಳಲ್ಲಿನ ತೊಡಕುಗಳು ಗಮನಾರ್ಹ. ಏಕೆಂದರೆ ಅದು ನಂತರದ ಅವಧಿಯಲ್ಲಿ ಭಾರತೀಯ ರಾಜತಾಂತ್ರಿಕತೆಯನ್ನೇ ಆಕ್ರಮಿಸಿತು. ಸಂಸತ್ತಿನಲ್ಲಿ ಮುಖರ್ಜಿ ಹೇಳಿದಂತೆ, ಭಾರತವು ಭದ್ರತಾ ಮಂಡಳಿಗೆ ಹೋಗಿದ್ದು ಆಕ್ರಮಣದ ಪ್ರಶ್ನೆಯ ಮೇಲೆಯೇ ಹೊರತು ಸೇರ್ಪಡೆಯ ಪ್ರಶ್ನೆಯ ಬಗ್ಗೆ ಅಲ್ಲ. ಪಟ್ಟಭದ್ರ ಹಿತಾಸಕ್ತಿಗಳು ಇದನ್ನು ಹೇಗೆ ವಿರೂಪಗೊಳಿಸಿದವು ಎಂದು ಅವರು ಪಟೇಲರ ಎಚ್ಚರಿಕೆಗೆ ಸಮಾನವಾಗಿಯೇ ಸೂಚಿಸಿದ್ದಾರೆ.

ಕಾಲ ಸರಿದಂತೆ, ಜಮ್ಮು ಮತ್ತು ಕಾಶ್ಮೀರದ ಬಗೆಗಿನ ಆರಂಭಿಕ ತಪ್ಪು ನಿರ್ಧಾರಗಳ ರಾಜತಾಂತ್ರಿಕ ಪರಿಣಾಮಗಳು ಸಾರ್ವಜನಿಕ ನೆನಪಿನಿಂದ ಹಿಂದೆ ಸರಿದಿವೆ. ನಮ್ಮ ದೇಶವು ಎದುರಿಸಿದ ಒತ್ತಡಗಳ ಬಗ್ಗೆ ಮುಂದಿನ ಪೀಳಿಗೆಗೆ ಏನೇನೂ ಗೊತ್ತಿರದ ಸಾಧ್ಯತೆಯಿದೆ. ಆದರೂ, 2019ರಲ್ಲಿ 370ನೆಯ ವಿಧಿಗೆ ಸಂಬಂಧಿಸಿದಂತೆ ಏನು ಮಾಡಲಾಯಿತು ಎಂಬುದರ ಮಹತ್ತ್ವವನ್ನು ಸಂಪೂರ್ಣವಾಗಿ ಅರ್ಥಮಾಡಿಕೊಳ್ಳಲು ಇವನ್ನೆಲ್ಲ ನೆನಪಿಸಿಕೊಳ್ಳಲೇಬೇಕಿದೆ. ಜಮ್ಮು ಮತ್ತು ಕಾಶ್ಮೀರ ಪರಿಸ್ಥಿತಿಯ ಜಾಗತಿಕ ಕುತಂತ್ರವನ್ನು ಸ್ವಲ್ಪ ವಿವರವಾಗಿ ಪರಿಶೀಲಿಸುವುದು ಯೋಗ್ಯವಾಗಿದೆ. ಮುಖರ್ಜಿಯವರು ತೊಡಕುಗಳ ಬಗ್ಗೆ ಮಾತನಾಡುವಾಗ ಏನು ಅರ್ಥೈಸಿದರು ಎಂಬುದನ್ನು ಇದು ವಿವರಿಸುತ್ತದೆ.

ಡಿಸೆಂಬರ್ 1947ರಲ್ಲಿ, ಯುಎನ್ ಸನ್ನದಿನ 35ನೇ ವಿಧಿಯ ಅಡಿಯಲ್ಲಿ ಈ ವಿಷಯವನ್ನು

'ಪಾಕಿಸ್ತಾನವು ಆಕ್ರಮಣಕಾರರಿಗೆ ನೀಡಿದ ಬೆಂಬಲದಿಂದ ಸೃಷ್ಟಿಯಾದ ಅಂತಾರಾಷ್ಟ್ರೀಯ ಶಾಂತಿ ಮತ್ತು ಭದ್ರತಾ ಬೆದರಿಕೆ' ಎಂದು ಭಾರತವು ಯುಎನ್‌ಗೆ ಉಲ್ಲೇಖಿಸಿತು. ಆ ಸಮಯದಲ್ಲಿ ಭಾರತವು ಆಯ್ಕೆ ಮಾಡಬಹುದಾದ ಅತ್ಯುತ್ತಮ ಮಾರ್ಗ ಇದೇನಾ ಎಂಬ ಬಗ್ಗೆ ಪ್ರತ್ಯೇಕ ಚರ್ಚೆ ನಡೆಯುತ್ತಿದೆ. ಆದರೆ ಆ ಚರ್ಚೆಯಲ್ಲಿ ತೊಡಗುವ ಅಗತ್ಯವಿಲ್ಲ. ನಾವು ನೆನಪಿನಲ್ಲಿಟ್ಟುಕೊಳ್ಳಬೇಕಾದ ಸಂಗತಿಯೆಂದರೆ, ಬ್ರಿಟಿಷ್ ನಿಯೋಜಿತ ಗವರ್ನರ್ ಜನರಲ್, ಅದಕ್ಕಿಂತ ಎರಡು ತಿಂಗಳುಗಳ ಹಿಂದೆ, ಸಂಬಂಧಿತ ಕಾನೂನು ನಿಬಂಧನೆಗಳ ಅಡಿಯಲ್ಲಿ ಜಮ್ಮು ಮತ್ತು ಕಾಶ್ಮೀರಕ್ಕೆ ಸಂಬಂಧಿಸಿದಂತೆ ವಿಲೀನ ಒಪ್ಪಂದವನ್ನು ಒಪ್ಪಿಕೊಂಡಿದ್ದರು. ಆದರೆ ಪ್ರಮುಖ ವಿಶ್ವ ಶಕ್ತಿಗಳು ಸನ್ನಿವೇಶದ ಲಾಭ ಪಡೆಯುವುದನ್ನು ಈ ಸಂಗತಿಯು ತಡೆಯಲಿಲ್ಲ.

ಯುಕೆಯು ಇತ್ತೀಚಿನ ವಸಾಹತುಶಾಹಿ ಶಕ್ತಿಯಾಗಿ ಮುಂಚೂಣಿಯಲ್ಲಿತ್ತು. ಇದು ವಿಭಜನೆಯ ನಂತರದ ಬಲವಾದ ಕಾರ್ಯಸೂಚಿಯನ್ನು ಹೊಂದಿತ್ತು; ಹಾಗಾಗಿಯೇ ಅದು ಅತ್ಯಂತ ಕುಚೋದ್ಯದ ಮಾನಸಿಕತೆ ಹೊಂದಿತ್ತು. ಪರಿಸ್ಥಿತಿಯನ್ನು ಉಲ್ಬಣಗೊಳಿಸುವ ಯಾವುದೇ ಕೃತ್ಯಗಳಿಂದ ದೂರವಿರಲು ಭಾರತ ಮತ್ತು ಪಾಕಿಸ್ತಾನಕ್ಕೆ ಕರೆ ನೀಡುವ ಭದ್ರತಾ ಮಂಡಳಿಯ ನಿರ್ಣಯವನ್ನು ಅಂಗೀಕರಿಸುವಲ್ಲಿ ಯುಕೆ ಪ್ರಭಾವ ಬೀರಿತು. ಪರಿಣಾಮವಾಗಿ, ಆಕ್ರಮಣಕಾರ ಮತ್ತು ಬಲಿಪಶುವನ್ನು ಸಮಾನವಾಗಿ ಕಾಣಲಾಯಿತು. ಪಾಕಿಸ್ತಾನಿ ಪಡೆಗಳನ್ನು ಕರೆತರಲು ಮತ್ತು ಭಾರತದ ಶಕ್ತಿ ಕುಗ್ಗಿಸಲು ಕಾಮನ್‌ವೆಲ್ತ್ ಸಂಬಂಧಗಳ ಕಚೇರಿಯಲ್ಲಿ ಸ್ಪಷ್ಟವಾದ ಕಾರ್ಯತಂತ್ರವಿತ್ತು ಎಂದು ಈಗ ಬಿಡುಗಡೆಯಾದ ದಾಖಲೆಗಳು ಸೂಚಿಸುತ್ತವೆ.

ಮುಂದಿನ ಹೆಜ್ಜೆಯೆಂದರೆ, ಭದ್ರತಾ ಮಂಡಳಿಯ ಅಧ್ಯಕ್ಷತೆ ವಹಿಸಿದ್ದ ಬೆಲ್ಜಿಯಂ ಮೂಲಕ ಮೂರು ದೇಶಗಳ ಆಯೋಗವನ್ನು ಸ್ಥಾಪಿಸುವ ಕ್ರಮವಾಗಿತ್ತು. ಆ ಪ್ರಕ್ರಿಯೆಯಲ್ಲಿ, ಪಾಕಿಸ್ತಾನವು ಆಕ್ರಮಣಕಾರರಿಗೆ ಸಹಾಯ ಮಾಡುವುದನ್ನು ತಪ್ಪಿಸಬೇಕು ಎಂಬ ಭಾರತದ ಮುಖ್ಯ ವಿನಂತಿಯನ್ನು ಅನುಕೂಲಕರವಾಗಿ ಕೈಬಿಡಲಾಯಿತು. ನಿರ್ಣಯದ ಶೀರ್ಷಿಕೆಯನ್ನು 'ಜಮ್ಮು ಮತ್ತು ಕಾಶ್ಮೀರ ಪ್ರಶ್ನೆ'ಯಿಂದ 'ಭಾರತ–ಪಾಕಿಸ್ತಾನ ಪ್ರಶ್ನೆ' ಎಂದು ಬದಲಾಯಿಸಿ ಇನ್ನಷ್ಟು ಹಸ್ತಕ್ಷೇಪ ಮಾಡಲಾಯಿತು. ಬೆಲ್ಜಿಯಂ ನಂತರ ಕೆನಡಾವು ಅಧಿಕಾರವನ್ನು ವಹಿಸಿಕೊಂಡಿತು; ಅದು ಆಕ್ರಮಣಕಾರರು ಹಿಂದೆ ಸರಿದರೆ ಅದರ ಸ್ಥಾನದಲ್ಲಿ ಪಾಕಿಸ್ತಾನಿ ಸೇನಾ ಉಪಸ್ಥಿತಿಯನ್ನು ಒತ್ತಾಯಿಸುವ ಮೂಲಕ ಪಾಶ್ಚಾತ್ಯ ಕಾರ್ಯಸೂಚಿಯನ್ನೇ ಮುಂದುವರಿಸಿತು. ಅಂತಹ ಪಕ್ಷಪಾತವನ್ನು ಪ್ರತಿಭಟಿಸಿ ಭಾರತವು ಕಾಮನ್‌ವೆಲ್ತ್ ತೊರೆಯುವ ಬೆದರಿಕೆ ಹಾಕುವಂತಹ ಹಂತವನ್ನು ತಲುಪಿತು.

ಬಾಧ್ಯತೆಗಳು ಹೆಚ್ಚಾದಂತೆ, ಯುಎಸ್ ಮತ್ತು ಇತರ ಪಾಶ್ಚಾತ್ಯ ಮಿತ್ರದೇಶಗಳು ಸಹ ಈ ಆಟದ ಸೆಳೆತಕ್ಕೆ ಒಳಗಾದವು. ಮುಂದಿನ ಕೆಲವು ವರ್ಷಗಳಲ್ಲಿ ಭಾರತಕ್ಕೆ ಸಹಾಯವನ್ನು ತಡೆಹಿಡಿಯುವ ಬೆದರಿಕೆ ಸೇರಿದಂತೆ ತೀವ್ರ ಒತ್ತಡಗಳನ್ನು ಹೇರಲಾಯಿತು. 1957ರ ಯುಕೆ–ಯುಎಸ್ ಕರಡು ನಿರ್ಣಯವು ಯುಎಸ್‌ಎಸ್‌ಆರ್‌ನಿಂದ ವೀಟೋ ಆದಾಗಲೇ ಇದಕ್ಕೆಲ್ಲ ತಿರುವು ಸಿಕ್ಕಿತು.

1962ರಲ್ಲಿ ಚೀನಾದೊಂದಿಗಿನ ಸಂಘರ್ಷದಲ್ಲಿ ಭಾರತದ ಸೋಲಿನಿಂದಾಗಿ ಮುಂದಿನ

ದಶಕದಲ್ಲಿ ಇಂತಹ ಪ್ರಯತ್ನಗಳು ನವೀಕರಣಗೊಂಡವು. ಜಮ್ಮು ಮತ್ತು ಕಾಶ್ಮೀರದ ಬಗ್ಗೆ ಮಧ್ಯಸ್ಥಿಕೆ ವಹಿಸಲು ಪ್ರಯತ್ನಿಸಿದ 1963 ರ ಹ್ಯಾರಿಮನ್ – ಸ್ಯಾಂಡಿಸ್ ಮಿಶನ್ ಈ ಪ್ರಯತ್ನಗಳಲ್ಲಿ ಅತ್ಯಂತ ಗಂಭೀರವಾಗಿದೆ. ಅವರು ವಿಫಲರಾಗಿದ್ದರೆ, ಅದಕ್ಕೆ ಜಾಗತಿಕ ಪರಿಸ್ಥಿತಿಗಳು ಮತ್ತು ಭಾರತದ ಪ್ರತಿರೋಧವೇ ಹೆಚ್ಚು ಕಾರಣವೇ ಹೊರತು, ಅದರ ಉದ್ದೇಶವಲ್ಲ. ಶಕ್ಸ್‌ಗಾಮ್ ಕಣಿವೆಯಲ್ಲಿ 1963ರ ಕಾನೂನುಬಾಹಿರ ಚೀನಾ – ಪಾಕಿಸ್ತಾನ ಒಪ್ಪಂದವು ಪಾಶ್ಚಾತ್ಯ ದೇಶಗಳಿಗೆ ಪಾಕಿಸ್ತಾನದೊಂದಿಗೆ ಗುರುತಿಸಿಕೊಳ್ಳಲು ಮುಜುಗರ ತಂದಿತು. ಆದರೆ 1965ರ ಹೊತ್ತಿಗೆ, ಆ ವರ್ಷದ ಸಂಘರ್ಷವನ್ನು ಆರಂಭಿಸಿದ ಹೊಣೆಯನ್ನು ಮುಚ್ಚಿಹಾಕುವ ಮೂಲಕ ಪಾಕಿಸ್ತಾನದ ಬಗೆಗಿನ ಪಾಶ್ಚಾತ್ಯ ಪಕ್ಷಪಾತವು ಮತ್ತೆ ತಲೆ ಎತ್ತಿತು.

1972ರ ಶಿಮ್ಲಾ ಒಪ್ಪಂದದ ಪರಿಣಾಮವಾಗಿ ಈ ವಿಷಯವು ಸಂಪೂರ್ಣವಾಗಿ ದ್ವಿಪಕ್ಷೀಯ ಸ್ವರೂಪಕ್ಕೆ ಬದಲಾದರೂ, ಜಮ್ಮು ಮತ್ತು ಕಾಶ್ಮೀರದಲ್ಲಿ ಹಸ್ತಕ್ಷೇಪ ಮಾಡುವ ಪ್ರಯತ್ನಗಳು ಮುಂದುವರೆದವು. ಕ್ಲಿಂಟನ್ ಆಡಳಿತದ ಅವಧಿಯಲ್ಲಿ ಇದು ಬಹಿರಂಗವಾಗಿಯೇ ನಡೆಯಿತು. ನಮ್ಮ 1998ರ ಪರಮಾಣು ಪರೀಕ್ಷೆಗಳಿಗೆ ಪಾಶ್ಚಾತ್ಯ ಶಕ್ತಿಗಳ ಪ್ರತಿಕ್ರಿಯೆ ಕೂಡ ಅದನ್ನು ಈ ವಿಷಯದೊಂದಿಗೆ ಜೋಡಿಸಲು ಪ್ರಯತ್ನಿಸಿತು. ಬುಷ್ ಆಡಳಿತವು ಇದನ್ನು ಸ್ವಲ್ಪಮಟ್ಟಿಗೆ ನಿಯಂತ್ರಿಸಿದರೂ, ಮುಚ್ಚಿದ ಬಾಗಿಲುಗಳ ಹಿಂದೆ ಮಾತುಕತೆಗಳು ನಡೆದವು. ಬರಾಕ್ ಒಬಾಮ ಅವರು ತಮ್ಮ ಅಧ್ಯಕ್ಷೀಯ ಪ್ರಚಾರದ ಸಮಯದಲ್ಲಿ ಕಾಶ್ಮೀರವನ್ನು ಪ್ರಸ್ತಾಪಿಸಿದರು; ಯುಎಸ್ ರಾಯಭಾರಿ ರಿಚರ್ಡ್ ಹೋಲ್‌ಬ್ರೂಕ್ ಅವರ ಅಧಿಕಾರಾವಧಿ ಕೂಡಾ ಇಲ್ಲಿ ಉಲ್ಲೇಖನೀಯ.

ಅಂತಹ ರಾಜತಾಂತ್ರಿಕ ಪ್ರಯತ್ನಗಳ ಹೊರತಾಗಿ, ಚೀನಾ ನಡೆಸಿದ ಸಾರ್ವಭೌಮತ್ವ ಮತ್ತು ಪ್ರಾದೇಶಿಕ ಸಮಗ್ರತೆಯ ವಾಸ್ತವ ಉಲ್ಲಂಘನೆಗಳು ನಮ್ಮ ಹಿತಾಸಕ್ತಿಗಳನ್ನು ಹೆಚ್ಚು ಪ್ರಮಾಣದಲ್ಲಿ ಹಾನಿಗೊಳಿಸಿವೆ. ಇದು 1963ರಲ್ಲಿ ಪ್ರಾರಂಭವಾಗಿದ್ದು, ನಂತರ ಸಿಪಿಇಸಿ ಎಂದು ಹೆಸರಿಸಿದ ಸಂಪರ್ಕ ಯೋಜನೆಗಳ ಮೂಲಕ ಹೆಚ್ಚುತ್ತಲೇ ಇತ್ತು. ಪ್ರಯತ್ನಗಳನ್ನೂ ಪ್ರತಿರೋಧಿಸಲಾಗಿದೆ ಮತ್ತು ಅದು ಮುಂದುವರಿಯುತ್ತದೆ. ಆದರೆ ಇವೆಲ್ಲವನ್ನೂ ಗಮನದಲ್ಲಿಟ್ಟುಕೊಂಡು, ಜಮ್ಮು ಮತ್ತು ಕಾಶ್ಮೀರವನ್ನು ಮುಖ್ಯವಾಹಿನಿಗೆ ತರುವಲ್ಲಿ, ನಾವು ರಾಷ್ಟ್ರೀಯ ಸಮಗ್ರತೆಯನ್ನು ಬಲಪಡಿಸಿದ್ದೇವೆ; ಮಾತ್ರವಲ್ಲ, ರಾಷ್ಟ್ರೀಯ ಭದ್ರತೆಯನ್ನು ಹೆಚ್ಚಿಸಿದ್ದೇವೆ. ಭಾರತವು ಜಾಗತಿಕ ವೇದಿಕೆಯಲ್ಲಿ ತನ್ನ ವರ್ಚಸ್ಸನ್ನು ಹೆಚ್ಚಿಸಿಕೊಳ್ಳುತ್ತಿರುವ ಈ ಸಂದರ್ಭದಲ್ಲಿ ಇದು ಮಹತ್ತ್ವದ್ದಾಗಿದೆ. ಖಂಡಿತವಾಗಿಯೂ, ನಮ್ಮ ಪಾಶ್ಚಾತ್ಯ ಸಹಭಾಗಿಗಳು ಇಂದು ಹೆಚ್ಚು ಸಂವೇದನಾಶೀಲರಾಗಿದ್ದಾರೆ. ಆದರೆ ಡಾ॥ ಶ್ಯಾಮ ಪ್ರಸಾದ ಮುಖರ್ಜಿಯವರಿಂದ ಸ್ಫೂರ್ತಿ ಪಡೆದ ನಮ್ಮ ಸ್ವಂತ ನಿಲುವಿನಲ್ಲಿ ವಾಸ್ತವವಾದ ಬದಲಾವಣೆಯಾಗಿದೆ ಎಂಬ ಅಂಶವನ್ನು ಇದು ಮರೆಮಾಚದಿರಲಿ.

ಭಾರತವು ಪಾಕಿಸ್ತಾನವನ್ನು ಅದರ ಉದ್ದೇಶ ಮತ್ತು ನೀತಿಗಳನ್ನು ತಪ್ಪಾಗಿ ಅರ್ಥೈಸಿಕೊಂಡಿದೆ ಎಂಬುದು ಜಮ್ಮು ಮತ್ತು ಕಾಶ್ಮೀರ ಸಮಸ್ಯೆಯ ತಪ್ಪುನಿರ್ವಹಣೆಗೆ ನಿಕಟವಾಗಿ ಸಂಬಂಧಿಸಿದ ಪ್ರಶ್ನೆ. ಇದು ಕೂಡ ದೀರ್ಘಕಾಲದ ಸಮಸ್ಯೆಯಾಗಿದ್ದು, ನಮ್ಮ ಯೋಗಕ್ಷೇಮ ಮತ್ತು ಭದ್ರತೆಯ ಮೇಲೆ ಅನೇಕ ದಶಕಗಳಿಂದ ತನ್ನ ನೆರಳನ್ನು ಚಾಚಿದೆ.

ಇಲ್ಲಿಯೂ ಭಾರತೀಯ ಚಿಂತನೆಯಲ್ಲಿ ನಿರ್ಣಾಯಕ ಬದಲಾವಣೆಯಾಗಿದೆ.

ಮುಖರ್ಜಿ ಅವರ ಪ್ರಕರಣದಲ್ಲಿ, ಈ ವಿಷಯವು ನಿರ್ದಿಷ್ಟ ಮಹತ್ತ್ವವನ್ನು ಪಡೆದುಕೊಂಡಿತು; ಏಕೆಂದರೆ ಅವರು ಕೇಂದ್ರ ಸಚಿವ ಸಂಪುಟಕ್ಕೆ ರಾಜೀನಾಮೆ ನೀಡಲು ಈ ವಿಷಯವೇ ಕಾರಣವಾಗಿತ್ತು. ಅವರು 1950ರಲ್ಲಿ ಸಂಸತ್ತಿನಲ್ಲಿ ತಮ್ಮ ವಿಶ್ಲೇಷಣೆಯನ್ನು ಮುಕ್ತವಾಗಿ ಹಂಚಿಕೊಂಡರು. ಪಾಕಿಸ್ತಾನದ ಬಗ್ಗೆ ಚಾಲ್ತಿಯಲ್ಲಿದ್ದ ಮನೋಭಾವವನ್ನು ಅವರು ವಿಶ್ಲೇಷಿಸಿದ್ದು ಈಗಲೂ ನಮ್ಮೊಳಗೆ ಅನುರಣನಗೊಳ್ಳುತ್ತಿದೆ. ಮುಖರ್ಜಿಯವರು ನೆಹರು ಅವರ ವಿಧಾನವನ್ನು ದುರ್ಬಲ, ನಿಷ್ಕ್ರಿಯ ಮತ್ತು ಅಸಮಂಜಸವೆಂದು ಕಂಡರು. ಅವರ ಅರಿವಿನ ಪ್ರಕಾರ, ಪಾಕಿಸ್ತಾನವು ಭಾರತದ ನಿಷ್ಕ್ರಿಯತೆ ಅಥವಾ ಒಳ್ಳೆಯತನವನ್ನು ದೌರ್ಬಲ್ಯ ಎಂದು ವ್ಯಾಖ್ಯಾನಿಸಿದೆ; ಇದು ಪಾಕಿಸ್ತಾನವನ್ನು ಹೆಚ್ಚು ಹಠಮಾರಿಯನ್ನಾಗಿ ಮಾಡಿದೆ, ಭಾರತವನ್ನು ಹೆಚ್ಚು ಬಳಲುವಂತೆ ಮಾಡಿದೆ ಮತ್ತು ಭಾರತದ ಬಗ್ಗೆ ಅದರ ಜನತೆಯ ಕಣ್ಣಿನಲ್ಲೇ ಅಗೌರವ ಮೂಡುವಂತೆ ಮಾಡಿದೆ. ಪ್ರತಿಯೊಂದು ಪ್ರಮುಖ ಸಂದರ್ಭದಲ್ಲೂ, ಮುಖರ್ಜಿಯವರು 'ಭಾರತವು ರಕ್ಷಣಾತ್ಮಕವಾಗಿ ವರ್ತಿಸುತ್ತಿದೆ; ಅದನ್ನು ಗುರಿಯಾಗಿಸಿಕೊಂಡಿರುವ ಪಾಕಿಸ್ತಾನದ ಯೋಜನೆಗಳನ್ನು ಬಯಲು ಮಾಡಲು ಅಥವಾ ಎದುರಿಸಲು ವಿಫಲವಾಗಿದೆ' ಎಂದು ಪ್ರತಿಪಾದಿಸಿದ್ದರು. ಮುಂಬೈನಲ್ಲಿ ನಡೆದ 26/11 ದಾಳಿಯ ನಂತರದ ಭಾರತೀಯ ನಾಗರಿಕನ ಸಹಜ ಆಲೋಚನೆಗಳು ಕೂಡಾ ಇದೇ ಆಗಿದ್ದಿರಬಹುದು!

ಪಾಕಿಸ್ತಾನದ ಬಗ್ಗೆ ಕಾರ್ಯತಂತ್ರದ ಸ್ಪಷ್ಟತೆಯನ್ನು ಪ್ರದರ್ಶಿಸುವ ವಿಷಯಕ್ಕೆ ಬಂದಾಗ, ಪಟೇಲ್ ಮತ್ತು ಮುಖರ್ಜಿ ಎದ್ದು ಕಾಣುತ್ತಾರೆ ಎಂಬುದರಲ್ಲಿ ಯಾವುದೇ ಸಂದೇಹವಿಲ್ಲ. ಜಮ್ಮು ಮತ್ತು ಕಾಶ್ಮೀರದ ಸೇರ್ಪಡೆ ಮತ್ತು ಅಲ್ಪಸಂಖ್ಯಾತರನ್ನು ನಡೆಸಿಕೊಳ್ಳುವುದರ ಹೊರತಾಗಿ, ಮುಖರ್ಜಿಯವರ ಸ್ವಂತ ಪ್ರಾಂತ್ಯವಾದ ಬಂಗಾಳಕ್ಕೆ ಸಂಬಂಧಿಸಿದಂತೆ ಇದು ವಿಶೇಷವಾಗಿ ಕಂಡುಬಂದಿತ್ತು. ಭಾರತವನ್ನು ವಿಭಜಿಸುವ ಪರಿಕಲ್ಪನೆಯನ್ನು ಕಾಂಗ್ರೆಸ್ ಒಪ್ಪಿಕೊಂಡ ನಂತರ, ಬಂಗಾಳ, ಪಂಜಾಬ್ ಮತ್ತು ಅಸ್ಸಾಂನ ಭವಿಷ್ಯವೇ ಪ್ರಮುಖ ಪ್ರಶ್ನೆಯಾಯಿತು. ಇಡೀ ರಾಜ್ಯವು ಪಾಕಿಸ್ತಾನಕ್ಕೆ ಹೋಗದಿದ್ದರೆ ಅಲ್ಪ ಬಹುಮತದ ಆಧಾರದ ಮೇಲೆ ಅವುಗಳಲ್ಲಿ ಪ್ರತಿಯೊಂದನ್ನೂ ಪ್ರತ್ಯೇಕವಾಗಿ ವಿಭಜಿಸಬೇಕಾಗಿತ್ತು. ಈ ಕಾರಣಕ್ಕಾಗಿಯೇ ಮುಖರ್ಜಿಯವರು ತಮ್ಮ ಎಲ್ಲ ಶಕ್ತಿಯನ್ನು ವಿನಿಯೋಗಿಸಿದರು. ಕಲ್ಕತ್ತಾ ಮಹಾನಗರ (ಈಗ ಕೋಲ್ಕತಾ) ಮತ್ತು ಸಾಧ್ಯವಾದಷ್ಟು ಬಂಗಾಳದ ಹೆಚ್ಚಿನ ಭಾಗವು ಭಾರತದೊಂದಿಗೆ ಉಳಿಯುವಂತೆ ನೋಡಿಕೊಂಡರು. ನಿಸ್ಸಂಶಯವಾಗಿ, ಇದು ಅಸ್ಸಾಂ ಮತ್ತು ಈಶಾನ್ಯದ ಭವಿಷ್ಯದ ಮೇಲೆ ನೇರ ಪರಿಣಾಮ ಬೀರಿತು. ಆ ನಿಟ್ಟಿನಲ್ಲಿ, ಅವರು ಸಮಾಜದ ವಿವಿಧ ವರ್ಗಗಳ ಸಭೆಗಳನ್ನು ಕರೆದು ಸಾರ್ವಜನಿಕ ಆಂದೋಲನವನ್ನು ಮುನ್ನಡೆಸಿದರು; ಅದು ಸಕಾರಾತ್ಮಕ ಫಲಿತಾಂಶವೇ ಬರುವ ಹಾಗೆ ಪ್ರಭಾವ ಬೀರಿತು.

ಇಂದು, ನಮ್ಮ ವಿದೇಶಾಂಗ ನೀತಿಯ ನಡವಳಿಕೆಯ ಮೇಲೆ ಇದು ಯಾವ ಪರಿಣಾಮ ಬೀರುತ್ತದೆ ಎಂಬುದನ್ನು ಬಿಡಿ, ಇಲ್ಲಿ ಬೇರೆಯದೊಂದು ಫಲಿತಾಂಶದ ಪರಿಣಾಮಗಳನ್ನು ಕೂಡ ನಾವು ಯೋಚಿಸಲೂ ಸಾಧ್ಯವಿಲ್ಲ. ಉತ್ತರ ಮತ್ತು ಪಶ್ಚಿಮದಲ್ಲಿ ಪಟೇಲರು ಮಾಡಿದ್ದನ್ನು ಮುಖರ್ಜಿ ಪೂರ್ವದಲ್ಲಿ ಮಾಡಿದರು. ಆ ಅರ್ಥದಲ್ಲಿ, ಇಂದಿನ ಭಾರತವು ಅವರಿಬ್ಬರ ಸೃಷ್ಟಿಯಾಗಿದೆ.

ಪಾಕಿಸ್ತಾನದ ಬಗ್ಗೆ ನಮ್ಮ ಧೋರಣೆಗೆ ಸಂಬಂಧಿಸಿದಂತೆ ಮುಖರ್ಜಿಯವರು ಹೇಳುತ್ತಿದ್ದ ಒಂದು ಸ್ಥೂಲ ಅಂಶ ಒಂದು ಕಡೆ ಇದ್ದರೆ, ಇನ್ನೊಂದೆಡೆ 1950ರ ನೆಹರು – ಲಿಯಾಖತ್ ಒಪ್ಪಂದದ ಬಗ್ಗೆ ಅವರ ನಿರ್ದಿಷ್ಟ ವಿಶ್ಲೇಷಣೆಯು ಇಂದಿಗೂ ಪ್ರಸ್ತುತವಾಗಿದೆ. ಈ ತಿಳಿವಳಿಕೆಯೇ ಅವರ ರಾಜೀನಾಮೆಗೆ ಕಾರಣವಾಯಿತು ಎಂಬುದನ್ನು ನಾವು ಮರೆಯಬಾರದು. ಒಪ್ಪಂದವು ಅಸಹಿಷ್ಣು ದೇಶದ ಮೂಲಭೂತ ಪರಿಣಾಮಗಳನ್ನು ನಿರ್ಲಕ್ಷಿಸುತ್ತದೆ ಎಂದು ಅವರು ಒತ್ತಿಹೇಳಿದ್ದರು; ಪಾಕಿಸ್ತಾನ ಸರ್ಕಾರದ ಘೋಷಿತ ನಿಲುವುಗಳು ಅಲ್ಪಸಂಖ್ಯಾತರ ಸುರಕ್ಷತೆಯ ಯಾವುದೇ ಅರ್ಥವನ್ನು ದುರ್ಬಲಗೊಳಿಸಿವೆ; ಮತ್ತು ತೀವ್ರ ಕೋಮುವಾದಿ ಆಡಳಿತವು ಈ ನೀತಿಗಳಿಗೆ ಜೀವ ತುಂಬುತ್ತಿದೆ ಎಂದು ಅವರು ಹೇಳಿದ್ದರು.

ಅಲ್ಪಸಂಖ್ಯಾತರನ್ನು ನಡೆಸಿಕೊಳ್ಳುವುದರ ಬಗ್ಗೆ ಮುಖರ್ಜಿ ಎಚ್ಚರಿಸಿದ್ದ ಬಹಳಷ್ಟು ಸಂಗತಿಗಳು ಕಳೆದ ದಶಕಗಳಲ್ಲಿ ನಿಜವಾದವು. ಭಾರತ ಮತ್ತು ಪಾಕಿಸ್ತಾನಗಳು ತಮ್ಮ ಅಲ್ಪಸಂಖ್ಯಾತರನ್ನು ರಕ್ಷಿಸಲು ವಿಫಲವಾಗಿವೆ ಎಂಬ ಸರ್ವಸಾಮಾನ್ಯ ಅಭಿಪ್ರಾಯವಿದೆ ಎಂದು ಅವರು ಸೂಕ್ಷ್ಮವಾಗಿ ಗಮನಿಸಿದರು. ಆದರೆ ವಾಸ್ತವ ಇದಕ್ಕೆ ತದ್ವಿರುದ್ಧವಾಗಿದೆ. ಹಲವು ವಿದೇಶಿ ಪತ್ರಿಕೆಗಳಲ್ಲಿ ಪ್ರತಿಕೂಲ ಪ್ರಚಾರವೂ ನಡೆಯುತ್ತಿದೆ ಎಂಬುದು ಮುಖರ್ಜಿಯವರ ಅಭಿಪ್ರಾಯವಾಗಿತ್ತು. ಇದನ್ನು ಭಾರತದ ಮತ್ತು ಸತ್ಯದ ಮಾನಹಾನಿ; ಇದನ್ನು ತಿಳಿಯಬಯಸುವ ಪ್ರತಿಯೊಬ್ಬರಿಗೂ ತಿಳಿಸಬೇಕು ಎಂದು ಅವರು ನಂಬಿದ್ದರು. ಈಗ ಕಣ್ಣಿಗೆ ಕಾಣುವಂತೆ, ಕೆಲವೆಡೆಗಳಲ್ಲಿ ಕೆಲವು ವಿಷಯಗಳು ಬದಲಾಗಿಯೇ ಇಲ್ಲ!

ಭಾರತ – ಪಾಕಿಸ್ತಾನ ಸಮೀಕರಣದ ಬಗ್ಗೆ ಮುಖರ್ಜಿ ಅವರ ಹೇಳಿಕೆಗಳು ದೀರ್ಘಕಾಲೀನ ಪ್ರಸ್ತುತತೆಯನ್ನು ಹೊಂದಿವೆ. ಒಪ್ಪಂದದಲ್ಲಿ ಮಾತ್ರವಲ್ಲ, ಪಾಕಿಸ್ತಾನದೊಂದಿಗಿನ ವಿಶಾಲ ಸಂಬಂಧಗಳ ಬಗ್ಗೆಯೂ ಅವರು ಭವಿಷ್ಯ ನುಡಿದಿದ್ದಾರೆ. ಆ ಪ್ರಕ್ರಿಯೆಯಲ್ಲಿ, ಅವರು ಪ್ರಮುಖ ಪರಿಕಲ್ಪನಾ ನ್ಯೂನತೆಗಳನ್ನು ಬಹಳ ಸ್ಪಷ್ಟವಾಗಿ ಗುರುತಿಸಿದರು; ವಿಶೇಷವಾಗಿ ಭಾರತ ಮತ್ತು ಪಾಕಿಸ್ತಾನವನ್ನು ಸಮಾನವಾದ ತಪ್ಪಿತಸ್ಥರೆಂದು ತೋರಿಸಲಾಗುತ್ತದೆ, ಆದರೆ ವಾಸ್ತವವಾಗಿ ಪಾಕಿಸ್ತಾನವು ಆಕ್ರಮಣಕಾರಿಯಾಗಿದೆ ಎಂಬುದನ್ನು ಅವರು ಗುರುತಿಸಿದರು. ಇದಲ್ಲದೆ, ಪಾಕಿಸ್ತಾನವು ಒಪ್ಪಂದಗಳನ್ನು ಉಲ್ಲಂಘಿಸಿದಾಗ, ಭಾರತಕ್ಕೆ ಯಾವುದೇ ಪರಿಹಾರ ಸಿಗುವ ಮಾರ್ಗವೇ ಇರಲಿಲ್ಲ ಎಂದು ಅವರು ಗಮನ ಸೆಳೆದರು. ಆದ್ದರಿಂದ, ಯಾವುದೇ ಒಡಂಬಡಿಕೆಗಳಲ್ಲಿ ನಿರ್ಬಂಧಗಳನ್ನು ಅಡಕಗೊಳಿಸಿರಬೇಕು ಎಂದು ಅವರು ಹೇಳಿದರು; ಈ ವಿಧಾನವನ್ನು ಗಂಭೀರವಾಗಿ ಅನುಸರಿಸಿದ್ದರೆ ಅದು ಭಾರತಕ್ಕೆ ತುಂಬಾ ಅನುಕೂಲವಾಗುತ್ತಿತ್ತು. ಪಾಕಿಸ್ತಾನದ ಬಗ್ಗೆ ಮೂಡಿದ ಈ ಒಳನೋಟಗಳ ಏಳು ದಶಕಗಳ ನಂತರ, ಮುಖರ್ಜಿಯವರು ನಮಗೆ ಬಿಟ್ಟುಹೋದ ತೀರ್ಮಾನಗಳ ಬಗ್ಗೆ ನಾವು ಚಿಂತಿಸುವುದು ಅತ್ಯಗತ್ಯ.

ಸ್ವಾತಂತ್ರ್ಯಾನಂತರದ ಆರಂಭಿಕ ವರ್ಷಗಳಲ್ಲಿಯೂ ಕಾಡುತ್ತಿದ್ದ ಭಾರತ ಮತ್ತು ಪಾಕಿಸ್ತಾನದ ನಡುವಿನ ಸಮಾನಗುಣಗಳ ಆರೋಪವು ಒಂದು ಸ್ಥಿರವಾದ ಭಾರತ – ಪಾಕ್ ಎಂಬ ಕೂಡುಗೆರೆಯಾಗಿ ಮಾರ್ಪಟ್ಟ ಹಿನ್ನೆಲೆಯಲ್ಲಿ ಈ ಅಂಶಗಳು ಇನ್ನೂ ಮುಖ್ಯವಾಗಿವೆ. ದಶಕಗಳಿಂದ, ಭಾರತ ಮತ್ತು ಪಾಕಿಸ್ತಾನವನ್ನು ಒಂದೇ ಉಸಿರಿನಲ್ಲಿ ಉಚ್ಚರಿಸಲಾಗುತ್ತಿತ್ತು; ಎರಡೂ ದೇಶಗಳ ಭಿನ್ನಾಭಿಪ್ರಾಯಗಳು ವಿಭಜನೆಯಿಂದಾಗಿ ಉಳಿದಿರುವ ಸಹಜ

ಕಾರ್ಯಸೂಚಿಯಂತೆ ಕಾಣಲಾಗುತ್ತಿತ್ತು. ನಮ್ಮ ನೆರೆಯ ದೇಶದಲ್ಲಿ ಸೇನಾ ಆಡಳಿತವನ್ನು ಅಭಿವೃದ್ಧಿಯ ಉದಾಹರಣೆಯಾಗಿ ಎತ್ತಿಹಿಡಿದ ಸನ್ನಿವೇಶಗಳೂ ಇದ್ದವು!

1971ರ ಫಲಿತಾಂಶವು ಸ್ಪಷ್ಟವಾಗಿ ಇದರ ಬಹುತೇಕ ಅಂಶಗಳನ್ನು ಬದಲಾಯಿಸಿದ್ದು ನಿಜವಾದರೂ ಅದು ಭಾರತವು ನಿರೀಕ್ಷಿಸಿದಷ್ಟು ನಿರ್ಣಾಯಕವಾಗಿರಲಿಲ್ಲ. ಪಾಕಿಸ್ತಾನವು ಕೃತಕ ಸಮತೋಲನವನ್ನು ಸೃಷ್ಟಿಸಲು ಪ್ರಯತ್ನಿಸುತ್ತಲೇ ಇತ್ತು ಮತ್ತು ಆ ಪ್ರಯತ್ನದಲ್ಲಿ ಚೀನಾ ಮತ್ತು ಪಾಶ್ಚಾತ್ಯ ದೇಶಗಳು ಅದನ್ನು ಸಕ್ರಿಯವಾಗಿ ಬೆಂಬಲಿಸಿದವು. ಇದು ಅದರ ಪರಮಾಣು ಮತ್ತು ಕ್ಷಿಪಣಿ ಕಾರ್ಯಕ್ರಮಗಳಿಗೆ ಸಹಾಯ ಮಾಡುವ ಮತ್ತು ಸುಗಮಗೊಳಿಸುವ ಮಟ್ಟಕ್ಕೂ ಹೋಯಿತು. ಇನ್ನೂ ಕೆಡುಕಿನ ಭಾಗವಾಗಿ, ಭಾರತವನ್ನು ಮಾತುಕತೆಯ ಮೇಜಿಗೆ ಕರೆತರಲು ಪಾಕಿಸ್ತಾನವು ಗಡಿ ನುಸುಳಿ ನಡೆಸುವ ಭಯೋತ್ಪಾದನೆಯನ್ನು ಇನ್ನಷ್ಟು ಅವಲಂಬಿಸಿತು.

ಇಲ್ಲಿ ಸತ್ಯವನ್ನೇ ಹೇಳುವುದಾದರೆ ಈ ವಿಧಾನವನ್ನು ದಿಟ್ಟವಾಗಿ ನಿರುತ್ತೇಜಿಸಲು ನಮ್ಮ ಸ್ವಂತ ನೀತಿಗಳೇ ಸಾಕಷ್ಟು ಗಟ್ಟಿಯಾಗಿರಲಿಲ್ಲ. ಪಾಕಿಸ್ತಾನದಿಂದ ಗಡಿ ನುಸುಳಿ ನಡೆಸುವ ಭಯೋತ್ಪಾದನೆಯ ಸ್ವರೂಪವನ್ನು ಎದುರಿಸುವ ಬದಲು, ಹವಾನಾ ಮತ್ತು ಶರ್ಮ್ ಎಲ್–ಶೇಖ್‌ನಲ್ಲಿ ನಡೆದ ಸಭೆಗಳಲ್ಲಿ ಭಾರತ ಮತ್ತು ಪಾಕಿಸ್ತಾನ ಎರಡೂ ಭಯೋತ್ಪಾದನೆಯ ಬಲಿಪಶುಗಳು ಎಂದು ಸೂಚಿಸುವ ಸಂಕಥನಕ್ಕೆ ನಾವು ಮುಕ್ತರಿದ್ದೇವೆ ಎಂಬಂತೆಯೂ ಭಾಸವಾಯಿತು. ಮುಖರ್ಜಿಯವರು ತಮ್ಮ ಕಾಲದಲ್ಲಿ ನಮಗೆ ಎಚ್ಚರಿಕೆ ನೀಡಿದ್ದ ಸುಳ್ಳು ಸಮಾನತೆ ಬೇರೇನಲ್ಲ, ಇದೇ ಆಗಿತ್ತು.

ಹಾಗಾದರೆ, ಉತ್ತರವೇನು? ಕಳೆದ ದಶಕದಲ್ಲಿ ಅದು ವಿವಿಧ ರೀತಿಯಲ್ಲಿ ಕಂಡುಬರುತ್ತಿರುವುದನ್ನು ನಾವು ನೋಡಿದ್ದೇವೆ. ಮೊದಲಿಗೆ, ಗಡಿ ನುಸುಳಿ ನಡೆಸುವ ಭಯೋತ್ಪಾದನೆ ಕುರಿತ ಅಸಮ್ಮತಿಯ ಬಗ್ಗೆ ಸ್ಪಷ್ಟ ನಿಲುವು ಇರುವುದನ್ನು ಇದು ಬಿಂಬಿಸುತ್ತದೆ. ಉಳಿದ ಸಂಬಂಧವನ್ನು ಎಂದಿನಂತೆ ಮುಂದುವರಿಸುವ ಮೂಲಕ ನಾವು ಭಯೋತ್ಪಾದನೆಯನ್ನು 'ಸಹಜ'ಗೊಳಿಸುವುದು ಖಂಡಿತವಾಗಿಯೂ ನಮ್ಮ ರಾಷ್ಟ್ರೀಯ ಹಿತಾಸಕ್ತಿಗೆ ಪೂರಕವಲ್ಲ. ಈ ಸಂದೇಶವನ್ನು ಗಟ್ಟಿಯಾಗಿ ಮತ್ತು ಸ್ಪಷ್ಟವಾಗಿ ರವಾನಿಸಲಾಗಿದೆ. ಗಡಿ ನುಸುಳಿ ನಡೆಸುವ ಭಯೋತ್ಪಾದನೆಯ ಅತಿರೇಕದ ಕ್ರಮಗಳಿಗೆ ಸಂಬಂಧಿಸಿದಂತೆ, ಉರಿ ಮತ್ತು ಬಾಲಾಕೋಟ್‌ನಲ್ಲಿನ ಕಾರ್ಯಾಚರಣೆಗಳು ನಮ್ಮ ಕ್ರಿಯೆಯಂತೆಯೇ ನಮ್ಮ ಆಲೋಚನೆಯಲ್ಲಿಯೂ ಬದಲಾವಣೆ ಆಗಿರುವ ಸಂದೇಶಗಳಾಗಿವೆ.

ಪ್ರಚಾರ ಮತ್ತು ಜಾಗೃತಿ ಮೂಡಿಸುವ ಮೂಲಕ ಅಂತಾರಾಷ್ಟ್ರೀಯ ಸಮುದಾಯವನ್ನು ಸಜ್ಜುಗೊಳಿಸುವುದು ಸಹ ಮುಖ್ಯವಾಗಿದೆ. ಆಗ ಮಾತ್ರ ನಾವು ಭಯೋತ್ಪಾದನೆಯನ್ನು ನಿಷ್ಕ್ರಿಯಗೊಳಿಸುವಲ್ಲಿ ಯಶಸ್ವಿಯಾಗಬಹುದು. ನಮ್ಮ ಶ್ರದ್ಧೆಯ ಪ್ರಯತ್ನಗಳ ಪರಿಣಾಮವಾಗಿ, ಇದು ಭಾರತಕ್ಕೆ ಮಾತ್ರವೇ ಬೆದರಿಕೆಯಲ್ಲ ಎಂಬ ತಿಳಿವಳಿಕೆ ಈಗ ವ್ಯಾಪಕವಾಗಿದೆ. ವಿಶ್ವಸಂಸ್ಥೆ ಭದ್ರತಾ ಮಂಡಳಿ (ಯುಎನ್‌ಎಸ್‌ಸಿ)ಯ ಭಯೋತ್ಪಾದನಾ ನಿಗ್ರಹ ಸಮಿತಿ (ಸಿಟಿಸಿ)ಯು ಮುಂಬೈನ 26/11 ಸ್ಥಳದಲ್ಲೇ ಸಭೆ ನಡೆಸಿರುವುದು ಕಡಿಮೆ ಮಹತ್ತ್ವದ್ದೇನಲ್ಲ. ನಾವು ಜಿ20 ಬಗ್ಗೆ ಮಾತನಾಡಲಿ, 'ಭಯೋತ್ಪಾದನೆಗೆ ಹಣವಿಲ್ಲ' ಅಥವಾ ದ್ವಿಪಕ್ಷೀಯ ಮತ್ತು ಬಹುಪಕ್ಷೀಯ ಕಾರ್ಯವಿಧಾನಗಳ ಬಗ್ಗೆ ಮಾತನಾಡಲಿ,

ಅಂತಹ ಬೆದರಿಕೆಗಳ ಬಗ್ಗೆ ಬಲವಾಗಿ ಗಮನ ಸೆಳೆಯಲು ಜಾಗತಿಕ ವೇದಿಕೆಗಳು ಮತ್ತು ಸಮ್ಮೇಳನಗಳನ್ನು ಬಳಸಿಕೊಳ್ಳುವುದು ನಮ್ಮ ಪ್ರಯತ್ನವಾಗಿದೆ. ವಿಶ್ವಸಂಸ್ಥೆ ಭದ್ರತಾ ಮಂಡಳಿ (ಯುಎನ್‌ಎಸ್‌ಸಿ) 1267 ನಿರ್ಬಂಧಗಳ ಸಮಿತಿಯು ರಚಿಸಿದ ಪಟ್ಟಿ ಪ್ರಕ್ರಿಯೆಯು ತನ್ನದೇ ಆದ ಪ್ರಾಮುಖ್ಯ ಹೊಂದಿದೆ. ಅದರಲ್ಲಿ ಯಾವ ದೇಶವು ಪ್ರಮುಖವಾಗಿ ಕಾಣಿಸಿಕೊಂಡಿದೆ ಎಂದು ಊಹಿಸಲು ಯಾವುದೇ ಬಹುಮಾನಗಳಿಲ್ಲ!

ಮುಖರ್ಜಿಯವರ ದೃಷ್ಟಿಕೋನಗಳು ಈಗಲೂ ಸ್ಫೂರ್ತಿಯಾಗಿರುವ ಮತ್ತೊಂದು ಕ್ಷೇತ್ರವೆಂದರೆ ಸಾಂಸ್ಕೃತಿಕ ರಾಜತಾಂತ್ರಿಕತೆ. ಭಾರತದ ಮಹಾಬೋಧಿ ಸೊಸೈಟಿಯ ಅಧ್ಯಕ್ಷರಾಗಿ, ಮುಖರ್ಜಿಯವರು ಬೌದ್ಧ ದೇಶಗಳೊಂದಿಗೆ, ವಿಶೇಷವಾಗಿ ನೆರೆಹೊರೆಯವರೊಂದಿಗೆ ಸಂಪರ್ಕವನ್ನು ಬೆಳೆಸುವಲ್ಲಿ ಪ್ರೇರಕ ಶಕ್ತಿಯಾಗಿದ್ದರು. ಯುಕೆಯಿಂದ ಪವಿತ್ರ ಅವಶೇಷಗಳ ವಾಪಸಾತಿ ಮತ್ತು ಮ್ಯಾನ್ಮಾರ್ ಸೇರಿದಂತೆ ಆಗ್ನೇಯ ಏಶ್ಯಾದಲ್ಲಿ ಅವುಗಳ ಪ್ರದರ್ಶನದಲ್ಲಿ ಅವರು ವೈಯಕ್ತಿಕ ಪಾತ್ರ ವಹಿಸಿದರು. ಇಂದು, ಧರ್ಮ-ಧಮ್ಮ ಸಮ್ಮೇಳನಗಳು, ಬಗಾನ್‌ನ ಆನಂದ ದೇವಾಲಯದ ಪುನಃಸ್ಥಾಪನೆ, ಶ್ರೀಲಂಕಾದಲ್ಲಿ ಬೌದ್ಧ ತಾಣಗಳ ಸೌರೀಕರಣ ಮತ್ತು ಮಂಗೋಲಿಯದ ಗೇಂಡನ್ ಬೌದ್ಧವಿಹಾರದ ಹಸ್ತಪ್ರತಿಗಳ ಡಿಜಿಟಲೀಕರಣದಂತಹ ಇತ್ತೀಚಿನ ಚಟುವಟಿಕೆಗಳ ಮೂಲಕ ಆ ಉಪಕ್ರಮಗಳನ್ನು ಮತ್ತಷ್ಟು ಮುಂದೊಯ್ಯಲಾಗುತ್ತಿದೆ. ವಾಸ್ತವವಾಗಿ, ಸಾರನಾಥಕ್ಕೆ ಜಿ20 ಅಭಿವೃದ್ಧಿ ಸಚಿವರುಗಳು ನೀಡಿದ ಭೇಟಿಯಿಂದ ನಮ್ಮ ಬೌದ್ಧ ಪರಂಪರೆಗೆ ನಾವು ನೀಡುವ ಪ್ರಾಮುಖ್ಯವನ್ನು ಅರಿಯಬಹುದು. ನಿಸ್ಸಂಶಯವಾಗಿ, ಮುಖರ್ಜಿಯವರ ಸಾಂಸ್ಕೃತಿಕ ಹಿತಾಸಕ್ತಿಗಳು ವಿಶಾಲವಾಗಿದ್ದವು; ಅವುಗಳನ್ನು ವಸಾಹತುಶಾಹಿ ವಿರೋಧಿ ಹೋರಾಟಕ್ಕೆ ಅವು ಹೊಂದಿದ್ದ ಪ್ರಸ್ತುತತೆಯ ದೃಷ್ಟಿಯಿಂದ ಮೌಲ್ಯಮಾಪನ ಮಾಡಬೇಕು. ಸಾಂಸ್ಕೃತಿಕ ಮರುಸಮತೋಲನವನ್ನು ಆಳಗೊಳಿಸುವ ನಮ್ಮ ಪ್ರಯತ್ನಗಳು ಖಂಡಿತವಾಗಿಯೂ ಆ ಕ್ಷೇತ್ರದ ಪ್ರಾಮುಖ್ಯದ ಬಗ್ಗೆ ಅವರ ಅಭಿಪ್ರಾಯಗಳೊಂದಿಗೆ ಅನುರಣಿಸುತ್ತವೆ.

ಡಾ॥ ಅಂಬೇಡ್ಕರ್ ಮತ್ತು 'ಭಾರತ ಮೊದಲು'

ಆಧುನಿಕ ಭಾರತದ ಸ್ಥಾಪಕರಲ್ಲಿ ಒಬ್ಬರಾದ ಡಾ॥ ಬಿ.ಆರ್.ಅಂಬೇಡ್ಕರ್ ಅವರನ್ನು ಭಾರತದ ಸಂವಿಧಾನದ ಶಿಲ್ಪಿ ಮತ್ತು ಸಾಮಾಜಿಕ ನ್ಯಾಯ ಮತ್ತು ಒಳಗೊಳ್ಳುವಿಕೆಯ ಪ್ರಬಲ ಧ್ವನಿ ಎಂದೇ ವ್ಯಾಪಕವಾಗಿ ಗುರುತಿಸಲಾಗಿದೆ. ಅವರು ಶೈಕ್ಷಣಿಕ ಅನುಭವಗಳ ಮೂಲಕ ಅಮೆರಿಕನ್ ಸಮಾಜಕ್ಕೆ ತೆರೆದುಕೊಂಡ ಅವರ ಸಮಕಾಲೀನರಿಗಿಂತ ಭಿನ್ನರಾಗಿದ್ದರು. ಕಾನೂನು ಮತ್ತು ನ್ಯಾಯ ಸಚಿವಾಲಯದ ಮೊದಲ ಸಚಿವರಾಗಿ, ಅವರು ಸ್ವತಂತ್ರ ಭಾರತದ ಸಂಪುಟದಲ್ಲಿ ನಾಲ್ಕು ವರ್ಷಗಳಿಗಿಂತ ಹೆಚ್ಚು ಕಾಲ ಸೇವೆ ಸಲ್ಲಿಸಿದರು. 1951ರ ಸೆಪ್ಟೆಂಬರ್‌ನಲ್ಲಿ ಅವರು ರಾಜೀನಾಮೆ ನೀಡಿದಾಗ, ಸಾಮಾಜಿಕ ಸುಧಾರಣೆಗೆ ಸಂಬಂಧಿಸಿದ ಹಲವಾರು ವಿಷಯಗಳ ಬಗ್ಗೆ ಅವರ ಅತೃಪ್ತಿಯೇ ಮುಖ್ಯ ಕಾರಣವಾಗಿತ್ತು. ಆದರೆ ಕುತೂಹಲಕಾರಿ ಸಂಗತಿಯೆಂದರೆ, ಅಂಬೇಡ್ಕರ್ ಅವರು ವಿದೇಶಾಂಗ ನೀತಿಯ ದಿಕ್ಕುಗಳ ಬಗ್ಗೆ ತಮ್ಮ ನಿಜವಾದ ಆತಂಕ ಮತ್ತು ಚಿಂತೆಯನ್ನು ಸಂಸತ್ತಿನೊಂದಿಗೆ ಹಂಚಿಕೊಂಡರು. ಅವರ ದೃಷ್ಟಿಯಲ್ಲಿ, ನಾವು ಸ್ವಾತಂತ್ರ್ಯ ಪಡೆದ ಸಮಯದಲ್ಲಿ ಕೆಲವು ದೇಶಗಳು ನಮಗೆ

ಅನಾರೋಗ್ಯವನ್ನು ಹಾರೈಸಿದವು. ಆದಾಗ್ಯೂ, ನಾಲ್ಕು ವರ್ಷಗಳಲ್ಲಿ, ನಾವು ವಿಶ್ವದ ಹೆಚ್ಚಿನ ಭಾಗವನ್ನು ದೂರವಿಟ್ಟಿದ್ದೇವೆ ಮತ್ತು ವಿಶ್ವಸಂಸ್ಥೆಯಲ್ಲಿ ಭಾರತಕ್ಕೆ ಬೆಂಬಲದ ಕೊರತೆಯಿಂದ ಇದು ಗೋಚರಿಸುತ್ತದೆ ಎಂದು ಅವರು ಭಾವಿಸಿದ್ದರು.

ಆ ಸಂದರ್ಭದಲ್ಲಿ ಅಂಬೇಡ್ಕರ್ ಅವರು ಇಬ್ಬರು ವಾಸ್ತವವಾದಿಗಳನ್ನು ಉಲ್ಲೇಖಿಸಿದ್ದು ಇನ್ನೂ ಪ್ರಸ್ತುತವಾಗಿದೆ. ಒಬ್ಬರು ಬಿಸ್ಮಾರ್ಕ್: 'ರಾಜಕೀಯವು ಆದರ್ಶವನ್ನು ಕೈಗೂಡಿಸಿಕೊಳ್ಳುವ ಆಟವಲ್ಲ , ಬದಲಿಗೆ ಸಾಧ್ಯತೆಗಳ ಆಟ' ಎಂಬ ಅಭಿಪ್ರಾಯ. ಇನ್ನೊಬ್ಬರು, ಜಾರ್ಜ್ ಬರ್ನಾರ್ಡ್ ಷಾ: 'ಒಳ್ಳೆಯ ಆದರ್ಶಗಳು ಉತ್ತಮವಾಗಿದ್ದರೂ, ತುಂಬಾ ಒಳ್ಳೆಯವರಾಗಿರುವುದು ಆಗಾಗ್ಗೆ ಅಪಾಯಕಾರಿ ಎಂಬುದನ್ನು ಮರೆಯಬಾರದು!'. 1951ರ ಹೊತ್ತಿಗೆ ಭಾರತದ ಪ್ರಮುಖ ನಾಯಕರು ನಮ್ಮ ರಾಜತಾಂತ್ರಿಕ ದೃಷ್ಟಿಕೋನದ ಅಪ್ರಾಯೋಗಿಕತೆಯಿಂದ ಅದಾಗಲೇ ಕಳವಳಗೊಂಡಿದ್ದರು.

ಈ ನಿಟ್ಟಿನಲ್ಲಿ ಅಂಬೇಡ್ಕರ್ ಅವರ ಆತಂಕಗಳಲ್ಲಿ ಒಂದು ಯುಎಸ್ ನಿರ್ವಹಣೆಗೆ ಸಂಬಂಧಿಸಿದ್ದು. ಇದನ್ನು ಅವರು 1951ರಲ್ಲಿ 'ಪರಿಶಿಷ್ಟ ಜಾತಿಗಳ ಒಕ್ಕೂಟದ ಚುನಾವಣಾ ಪ್ರಣಾಳಿಕೆ'ಯಲ್ಲಿ ವ್ಯಕ್ತಪಡಿಸಿದ್ದರು. ಅದು ವಿದೇಶಾಂಗ ನೀತಿಯ ಸಮಸ್ಯೆಗಳಿಗೆ ಮೀಸಲಾದ ವಿಭಾಗವನ್ನು ಹೊಂದಿತ್ತು. ಆ ವರ್ಷಕ್ಕಿಂತ ಒಂದು ವರ್ಷದ ಹಿಂದೆ ನಿಧನರಾದ ಪಟೇಲರಂತೆ ಅಂಬೇಡ್ಕರ್ ಕೂಡ ಚೀನಾದ ಬಗ್ಗೆ ನೆಹರು ಹೊಂದಿದ್ದ ದೃಷ್ಟಿಕೋನದ ಬಗ್ಗೆ ಆತಂಕ ಹೊಂದಿದ್ದರು. ಆದರೆ, ಬಹುಶಃ ಈ ನಡುವೆ ನಡೆದ ಘಟನೆಗಳಿಂದಾಗಿ, ಅವರು ಈಗ ಅದನ್ನು ಭಾರತ – ಯುಎಸ್ ಸಂಬಂಧಕ್ಕೆ ಜೋಡಿಸುತ್ತಿದ್ದರು. ಸಂಕ್ಷಿಪ್ತವಾಗಿ ಹೇಳುವುದಾದರೆ, ವಿಶ್ವಸಂಸ್ಥೆ ಭದ್ರತಾ ಮಂಡಳಿ (ಯುಎನ್‌ಎಸ್‌ಸಿ)ಯ ಶಾಶ್ವತ ಸದಸ್ಯತ್ವಕ್ಕಾಗಿ ಚೀನಾ ಹೂಡಬೇಕಾದ ಸಮರದ ಬಗ್ಗೆ ಭಾರತ ಏಕೆ ಹೋರಾಡುತ್ತಿದೆ ಎಂದು ಅಂಬೇಡ್ಕರ್ ಪ್ರಶ್ನಿಸಿದ್ದರು. ಭಾರತದ ಈ ಅಭಿಯಾನವು ಯುಎಸ್‌ನೊಂದಿಗೆ ವೈರತ್ವವನ್ನು ಸೃಷ್ಟಿಸಿದೆ ಮತ್ತು ಆ ದೇಶದಿಂದ ಆರ್ಥಿಕ ಮತ್ತು ತಾಂತ್ರಿಕ ಸಂಪನ್ಮೂಲಗಳನ್ನು ಪಡೆಯುವ ನಿರೀಕ್ಷೆಯನ್ನು ಗಂಡಾಂತರಕ್ಕೆ ತಳ್ಳಿದೆ ಎಂಬುದು ಅವರ ಅಭಿಮತವಾಗಿತ್ತು.

ಇಂದು ನಾವು ಪ್ರಶ್ನಾತೀತವಾಗಿ ಗುರುತಿಸುವ 'ಭಾರತ ಮೊದಲು' ಘೋಷಣೆಯಂತೆಯೇ ಡಾ॥ ಬಿ.ಆರ್. ಅಂಬೇಡ್ಕರ್ ಅವರು ಭಾರತದ ಮೊದಲ ಕರ್ತವ್ಯವು ಸ್ವತಃ ಭಾರತಕ್ಕಾಗಿಯೇ ಇರಬೇಕು ಎಂದು ಒತ್ತಿಹೇಳುತ್ತಾರೆ. ಅವರ ದೃಷ್ಟಿಯಲ್ಲಿ, ಚೀನಾವನ್ನು ವಿಶ್ವಸಂಸ್ಥೆ ಭದ್ರತಾ ಮಂಡಳಿ (ಯುಎನ್‌ಎಸ್‌ಸಿ)ಯ ಸದಸ್ಯ ದೇಶವಾಗಿ ಮಾಡಲು ಪ್ರಯತ್ನಿಸುವ ಬದಲು, ಭಾರತವು ಸ್ವತಃ ಮಾನ್ಯತೆ ಪಡೆಯಬೇಕು ಎಂಬುದಾಗಿತ್ತು. ನೆಹರು ದೃಷ್ಟಿಕೋನವನ್ನು ಅವರು ಆತ್ಮಹತ್ಯಾಕಾರಕ ಎನ್ನದಿದ್ದರೂ ಭ್ರಾಂತಿಯಂತೂ ಹೌದು ಎಂದಿದ್ದರು. ಏಶ್ಯಾದ ಇತರ ದೇಶಗಳ ಹಿತಾಸಕ್ತಿಗಳನ್ನು ಎತ್ತಿಹಿಡಿಯುವ ಬದಲು ಭಾರತವು ತನ್ನದೇ ಆದ ಶಕ್ತಿಯನ್ನು ನಿರ್ಮಿಸುವತ್ತ ಗಮನ ಹರಿಸಬೇಕು ಎಂಬುದು ಅವರ ಪರಿಹಾರವಾಗಿತ್ತು. ಮತ್ತೊಂದು ಸಂದರ್ಭದಲ್ಲಿ, ನಮ್ಮ ವಿದೇಶಾಂಗ ನೀತಿಯ ಮುಖ್ಯಾಂಶವು ನಮ್ಮ ಸಮಸ್ಯೆಗಳನ್ನು ಪರಿಹರಿಸುವ ಬದಲು ಇತರರ ಸಮಸ್ಯೆಗಳನ್ನು ಪರಿಹರಿಸುವುದಾಗಿದೆ ಎಂದು ಅವರು ತಮ್ಮ ಪ್ರತಿಪಾದನೆಯಲ್ಲಿ ಇವೇ ಭಾವನೆಗಳನ್ನು ವ್ಯಕ್ತಪಡಿಸಿದರು.

ಅವರ ಪೀಳಿಗೆಯ ಅನೇಕರಂತೆ, ಅಂಬೇಡ್ಕರ್ ಅವರೂ ಅಂತಾರಾಷ್ಟ್ರೀಯ

ವ್ಯವಹಾರಗಳ ಬಗ್ಗೆ ಆಳವಾಗಿ ತಿಳಿದಿದ್ದರು ಮತ್ತು ಅದರ ರಚನೆಯಲ್ಲಿ ಕಣ್ಣಿಗೆ ಕಾಣುವಂತೆ ಭಾಗಿಯಾಗಿದ್ದರು. ಅವರ ಮನವಿಯು ಸ್ಪಷ್ಟವಾಗಿ ವಿಶ್ವಕ್ಕೆ ಭಾರತವು ಬೆನ್ನು ತೋರಿಸುವುದಲ್ಲ, ಬದಲಿಗೆ ಮುಖ್ಯವಾಗಿ ನಮ್ಮ ದೇಶಕ್ಕೆ ಆಗುವ ಲಾಭದಿಂದ ಪ್ರೇರಿತವಾದ ಆಯ್ಕೆಗಳನ್ನು ಮಾಡಿಕೊಳ್ಳಬೇಕು ಎಂಬುದಾಗಿತ್ತು. ಆ ಅರ್ಥದಲ್ಲಿ, ನಮ್ಮ ರಾಷ್ಟ್ರೀಯ ಹಿತಾಸಕ್ತಿ ಮತ್ತು ಅಂತಾರಾಷ್ಟ್ರೀಯ ನಿಲುವಿನ ನಡುವೆ ಸಮತೋಲನ ಹೊಂದುವುದು ಅವರ ಪ್ರಯತ್ನವಾಗಿತ್ತು. ಅನೇಕ ಸಮಕಾಲೀನರಂತೆ, ನೆಹರು ಅವರು ಅಂತಾರಾಷ್ಟ್ರೀಯ ನಿಲುವಿನ ದಿಕ್ಕಿನತ್ತಲೇ ಅತಿಯಾಗಿ ವಾಲುತ್ತಿದ್ದಾರೆ ಎಂದು ಅವರು ನಂಬಿದ್ದರು.

ಪಂಚಶೀಲದ ತತ್ವಗಳನ್ನು ಯಾವ ಪ್ರಶ್ನೆಯೂ ಇಲ್ಲದೆ ಒಪ್ಪಿಕೊಳ್ಳುವ ಮೂಲಕ ಭಾರತವು ಅಜ್ಞಾನ ಪ್ರಕಟಿಸಿದೆ ಎಂಬ ಭಾವನೆಯನ್ನು ಅಂಬೇಡ್ಕರ್ ಕೂಡಾ ಹಂಚಿಕೊಂಡಿದ್ದರು. ರಾಜಕೀಯದಲ್ಲಿ ಈ ನೀತಿಗೆ ಸ್ಥಾನವಿಲ್ಲ ಎಂಬುದು ಅವರ ಸ್ವಂತ ಅಭಿಪ್ರಾಯವಾಗಿತ್ತು; ಚೀನಾ ಕೂಡ ತನ್ನ ಹೃದಯಾಂತರಾಳದಲ್ಲಿ ಈ ವಿಷಯದಲ್ಲಿ ಭಿನ್ನವಾಗಿದೆ ಎಂದು ಅವರು ನಂಬಲಿಲ್ಲ. 1954ರ ಆಗಸ್ಟ್‌ನಲ್ಲಿ ನಡೆದ ಸಂಸದೀಯ ಚರ್ಚೆಯಲ್ಲಿ ಅಂಬೇಡ್ಕರ್ ಅವರು ತಮ್ಮ ದೃಷ್ಟಿಕೋನವನ್ನು ಮಂಡಿಸಿದರು. ನೆಹರು ಅವರ 'ಏಶ್ಯಾಕ್ಕಾಗಿ ಏಶ್ಯಾ' ಸಮರ್ಥನೆಯನ್ನು ಪ್ರಶ್ನಿಸಿದ ಅವರು, ರಾಜಕೀಯ ಮೌಲ್ಯಗಳಿಗೆ ಹೆಚ್ಚಿನ ಪ್ರಾಮುಖ್ಯ ನೀಡಬೇಕು ಎಂದು ಸಲಹೆ ನೀಡಿದರು. ಏಳು ದಶಕಗಳ ನಂತರವೂ, ಈ ಚರ್ಚೆಯು ಇನ್ನೂ ಚಾಲ್ತಿಯಲ್ಲಿದೆ ಎಂಬುದು ಖಂಡಿತವಾಗಿಯೂ ವಿನಾಕಾರಣವಲ್ಲ.

ಮಸಾನಿಯವರ ದೃಷ್ಟಿಕೋನ

ನಾವು ಚರ್ಚಿಸಲಾಗುತ್ತಿರುವ ಪ್ರಸ್ತುತ ಕಾಲದ ವಿಷಯಗಳು ಎಂದು ಪರಿಗಣಿಸಬಹುದಾದ ಅನೇಕ ಉದಾಹರಣೆಗಳು ವಾಸ್ತವದಲ್ಲಿ ನಮ್ಮ ಇತಿಹಾಸದ ಉದ್ದಕ್ಕೂ ಚರ್ಚೆಯಾಗುತ್ತಲೇ ಇದ್ದವು. ವಸ್ತುನಿಷ್ಠ ಅನ್ವೇಷಣೆಗೆ ರಾಜಕೀಯ ಯಥಾರ್ಥತೆಯ ನೀತಿ ಅಡ್ಡಿಯಾಗದಿದ್ದರೆ, ನಾನು ಮೇಲೆ ಉಲ್ಲೇಖಿಸಿದವುಗಳು ನಮ್ಮ ಗತಕಾಲವು ಹೊಂದಿರುವ ಸಂಗತಿಗಳ ಬಗ್ಗೆ ಒಂದು ನೋಟವನ್ನು ನೀಡುತ್ತವೆ. ಭಾರತದ ವಿದೇಶಾಂಗ ನೀತಿಯ ದೀರ್ಘಕಾಲದ ತತ್ವಗಳಲ್ಲಿ ಅಲಿಪ್ತ ನೀತಿಯೂ ಒಂದು. ಇದು ಒಂದು ನಿರ್ದಿಷ್ಟ ಜಾಗತಿಕ ಹಿನ್ನೆಲೆ ಹೊಂದಿದ್ದರೂ, ಇದನ್ನು ಬದಲಾಯಿಸಲಾಗದ ಪರಿಕಲ್ಪನೆಯನ್ನಾಗಿ ಮಾಡಲು ಪ್ರಯತ್ನಿಸಲಾಗಿದೆ. ಭಾರತದ ಸಾಮರ್ಥ್ಯಗಳು ಈಗ ರಕ್ಷಣಾತ್ಮಕ ಆಯ್ಕೆಗಳನ್ನು ಮೀರಿ ಸಾಗಲು ಅನುವು ಮಾಡಿಕೊಡುತ್ತವೆ ಎಂಬ ಅಂಶವು ನೀತಿ ಚರ್ಚೆಗಳನ್ನು ಮತಧರ್ಮಶಾಸ್ತ್ರದ ಚರ್ಚೆಗಳೆಂದು ಪರಿಗಣಿಸುವವರ ಎದುರು ಕಳೆದೇ ಹೋಗುತ್ತದೆ. ಆದರೆ ಇದನ್ನು ಆಗಾಗ್ಗೆ ಉಲ್ಲೇಖಿಸುತ್ತಿರುವ ಕಾರಣದಿಂದಲೇ, ಒಂದು ವಿಮರ್ಶಾತ್ಮಕ ದೃಷ್ಟಿಕೋನವನ್ನು ಪರಿಗಣಿಸುವುದೂ ಸೂಕ್ತ.

1959ರಲ್ಲಿ ಅಲಿಪ್ತ ನೀತಿಯು ಭಾರತಕ್ಕೆ ಸೃಷ್ಟಿಸಬಹುದಾದ ಸಂದಿಗ್ಧ ಪರಿಸ್ಥಿತಿಗಳನ್ನು ಎಂ.ಆರ್. ಮಸಾನಿಯವರ ಹಾಗೆ ಚಿತ್ರವತ್ತಾಗಿ ಬೇರಾರೂ ಪ್ರಶ್ನಿಸಲಿಲ್ಲ. ಚೀನಾದಿಂದ ಬೆದರಿಕೆ ಹೆಚ್ಚುತ್ತಿದ್ದ ಸಂದರ್ಭದಲ್ಲಿಯೇ ಅವರು ಹೀಗೆ ಪ್ರಶ್ನಿಸಿದರು. ಮಸಾನಿಯವರು ಮುಖ್ಯವಾಗಿ ಕೇಳಿದ್ದು: 'ನಮ್ಮ ಸ್ವಂತ ಭೂಪ್ರದೇಶದ ಮೇಲಿನ ದಾಳಿಯನ್ನು ಪರಿಣಾಮಕಾರಿಯಾಗಿ ಹಿಮ್ಮೆಟ್ಟಿಸಲು ಸಾಧ್ಯವಾಗದ ಹಂತಕ್ಕೆ ನಮ್ಮ ಕಾರ್ಯವಿಧಾನವೇ ನಮ್ಮನ್ನು ತಳ್ಳಿದೆಯೇ?' ಎಂದು. ಅದಕ್ಕೆ ಸಂಬಂಧಿಸಿದಂತೆ, ಪಶ್ಚಿಮದಿಂದ ದೂರವನ್ನು ಕಾಯ್ದುಕೊಳ್ಳುವ ಮೂಲಕ,

ನಮ್ಮ ಪಡೆಗಳನ್ನು ಸಮರ್ಪಕವಾಗಿ ಸಜ್ಜುಗೊಳಿಸಲೂ ನಮಗೆ ಸಾಧ್ಯವಾಗಲಿಲ್ಲ ಎಂದು ಅವರು ಅಭಿಪ್ರಾಯಪಟ್ಟರು. ಇನ್ನೂ ಹೇಳುವುದಾದರೆ, ಅಪಾಯಕಾರಿ ನೆರೆದೇಶವನ್ನು ಗುರುತಿಸುವ ಭಾರತದ ಸಾಮರ್ಥ್ಯವು ಹೇಗೋ ದುರ್ಬಲಗೊಂಡಿದೆ ಎಂದು ಅವರು ಕಳವಳ ವ್ಯಕ್ತಪಡಿಸಿದರು. ಅದರ ದೇಶೀಯ ಪರಿಣಾಮವು ನಮ್ಮ ಜನರನ್ನು ದೇಶಭಕ್ತಿಯನ್ನು ಪ್ರದರ್ಶಿಸದಂತೆ ನಿರುತ್ಸಾಹಗೊಳಿಸುತ್ತಿತ್ತು. ಒಟ್ಟಿನಲ್ಲಿ, ಮಸಾನಿಯವರು, ಅಲಿಪ್ತ ನೀತಿಯು ಒಳ್ಳೆಯ ಕಾಲದಲ್ಲಿ ಕೆಲಸ ಮಾಡುತ್ತಿದ್ದರೂ, ಕೆಡುಗಾಲದಲ್ಲಿ ಅದರ ಉತ್ಪಾದಕತೆ ಕಡಿಮೆಯೇ ಇರುತ್ತಿತ್ತು ಎಂದರು. ಇತರ ದೇಶಗಳಿಂದ ದೂರವಿರುವುದು ಎಂದರೆ ಆ ದೇಶಗಳು ಕೂಡಾ ತಮಗೆ ಬೇಕಾದಾಗ ಭಾರತವವನ್ನು ದೂರ ಇಡುತ್ತವೆ ಎಂದರ್ಥ. ಅಪಾಯಕಾರಿ ನೆರೆಹೊರೆಯನ್ನು ಗುರುತಿಸುವ ಮತ್ತು ಅದಕ್ಕೆ ಅನುಗುಣವಾಗಿ ಕ್ರಮಗಳನ್ನು ತೆಗೆದುಕೊಳ್ಳುವ ಸಾಮರ್ಥ್ಯಕ್ಕೆ ಅಲಿಪ್ತ ನೀತಿಯು ಅಸಂಗತವೇನಲ್ಲ ಎಂದು ಮಸಾನಿ ನಂಬಿದ್ದರು. ಗಮನಾರ್ಹವಾಗಿ, ಅವರು ಹೇಳಿದ ಹೆಚ್ಚಿನ ಅಂಶಗಳು 1962ರ ನವೆಂಬರಿನಲ್ಲಿ ಚೀನಾ ಭಾರತದತ್ತ ಮುನ್ನುಗ್ಗಿದಾಗ ಪಾಶ್ಚಾತ್ಯ ಶಕ್ತಿಗಳೊಂದಿಗೆ ತೊಡಗಿಸಿಕೊಳ್ಳಲು ನೆಹರು ಹಿಂಜರಿದ ನಡೆಗೆ ಹೊಂದಾಣಿಕೆಯಾಯಿತು.

ಇತರ ಉದಾಹರಣೆಗಳಂತೆ, ಈ ಚರ್ಚೆಯೂ ಸಹ ಭಾರತವನ್ನು ಒತ್ತಡಕ್ಕೆ ಸಿಲುಕಿಸುವ ಪ್ರಯತ್ನಗಳಿಂದಾಗಿ ಮತ್ತೊಮ್ಮೆ ನೆನಪಿಸಿಕೊಳ್ಳಲು ಯೋಗ್ಯವಾಗಿದೆ. ಇತರ ದೇಶಗಳು ನಮ್ಮ ಸ್ವಾತಂತ್ರ್ಯ ಮತ್ತು ಕಾರ್ಯತಂತ್ರದ ಸ್ವಾಯತ್ತತೆಯನ್ನು ಹೊಗಳಿದಾಗ, ಅದು ಸದಾ ಭಾರತದ ಒಳಿತಿಗಾಗಿ ಅಲ್ಲ; ಬದಲಿಗೆ ಆ ದೇಶಗಳು ನಮ್ಮ ಆಯ್ಕೆಗಳನ್ನು ನಿರ್ಬಂಧಿಸುವ ರೀತಿಯಲ್ಲಿ ನಮ್ಮ ಆಲೋಚನೆಯ ಮೇಲೆ ಪ್ರಭಾವ ಬೀರಲು ಪ್ರಯತ್ನಿಸುತ್ತವೆ. ಈ ಅನ್ವೇಷಣೆಯಲ್ಲಿ, ಆ ದೇಶಗಳು ನಮ್ಮ ಸ್ವಂತ ಗತಕಾಲವನ್ನು ನಮ್ಮ ವಿರುದ್ಧವೇ ಬಳಸುವುದು ಸಹಜ. 2007ರಲ್ಲಿ ಖ್ವಾಡ್‌ನಲ್ಲೂ ಈ ವಿಷಯ ಬಂದಾಗ ಮತ್ತು ಅಂತಹ ತಂತ್ರಗಳು ಯಶಸ್ವಿಯಾಗಿರುವಾಗ ನಾವು ಅವರನ್ನು ದೂಷಿಸುವುದಾದರೂ ಹೇಗೆ? ಸ್ವಾತಂತ್ರ್ಯ ಅಥವಾ ಸ್ವಾಯತ್ತತೆಯ ಪ್ರಜ್ಞೆಯನ್ನು ಬಲಪಡಿಸುವುದು ಎಂದರೆ ಮಧ್ಯಬಿಂದುವಿನಲ್ಲಿ ನಿಲ್ಲುವುದು ಅಥವಾ ಬದ್ಧತೆಗಳನ್ನೇ ಹೊಂದದಿರುವುದು ಎಂದರ್ಥವಲ್ಲ. ಈ ಕಸರತ್ತಿನಲ್ಲಿ ಒಂದು ಅಂತರ್ಗತ ಹೊಂದಿಕೊಳ್ಳುವ ಸ್ವಭಾವವಿದೆ. ಆದರೆ ನೀತಿಯು ಕೇವಲ ತತ್ವಾತ್ಮಕವಾದಾಗ ಅದು ಹೇಗೋ ಕಾಣೆಯಾಯಿತು. ಇಂದಿಗೂ, ಕಾರ್ಯತಂತ್ರದ ನಿಪುಣತೆ ಮತ್ತು ಕಾರ್ಯತಂತ್ರಾತ್ಮಕ ಸೃಜನಶೀಲತೆಗೆ ಭಾರೀ ಬೆಲೆ ಇದೆ; ಅವನ್ನು ಉತ್ಪ್ರೇಕ್ಷಿಸುವಂತಿಲ್ಲ.

ಅಂತಿಮವಾಗಿ, ಕಾರ್ಯತಂತ್ರದ ಸ್ಪಷ್ಟತೆ ಎಂದರೆ ಅಂತಾರಾಷ್ಟ್ರೀಯ ಪರಿಸರದ ತಿಳಿವಳಿಕೆ ಮತ್ತು ನಮ್ಮ ರಾಷ್ಟ್ರೀಯ ದೃಷ್ಟಿಕೋನದ ಮೂಲಕ ಅದನ್ನು ತೆರೆದ ಕಣ್ಣುಗಳಿಂದ ನೋಡುವುದು. ಸ್ವಾತಂತ್ರ್ಯದ ನಂತರದ ನಮ್ಮ ಆರಂಭಿಕ ಅವಧಿಗಳಲ್ಲಿ ಎರಡೂ ಸಂಗತಿಗಳಲ್ಲಿ ನ್ಯೂನತೆಗಳಿವೆ; ಅದಕ್ಕಾಗಿ ನಾವು ಸಾಕಷ್ಟು ಬೆಲೆ ತೆತ್ತಿದ್ದೇವೆ.

ಈವರೆಗೆ ಬಳಸಿದ ಹಾದಿಯಿಂದ, ರಾಷ್ಟ್ರೀಯ ಭದ್ರತೆ ಎಂದಿಗೂ ಎರಡನೇ ಸ್ಥಾನದಲ್ಲಿ – ಕೊನೇ ಪಕ್ಷ ನಮ್ಮ ಘನತೆಯ ಅನ್ವೇಷಣೆಯಲ್ಲಿ – ಇರಲಾಗದು ಎಂಬುದನ್ನು ನಾವು ಕಲಿಯಲೇಬೇಕಿದೆ. ಅಂತಿಮ ವಿಶ್ಲೇಷಣೆಯಲ್ಲಿ, ಗಟ್ಟಿ ಬಲವು ಯಾವಾಗಲೂ ಮೃದು ಬಲಕ್ಕಿಂತ ಮೇಲು. ತಾತ್ತ್ವಿಕವಾಗಿ, ಸಾಮರ್ಥ್ಯಗಳು ಮತ್ತು ಪ್ರಭಾವಗಳು ಒಟ್ಟೊಟ್ಟಿಗೇ ಬೆಳೆಯುವ ಹಾಗಾಗಲು ಇವೆರಡೂ ಹೆಜ್ಜೆಗೂಡಿ ಹೆಜ್ಜೆ ಹಾಕಬೇಕು. ಆದರೆ ಪ್ರತಿಸ್ಪರ್ಧಿಗಳು

ಒಪ್ಪಿಕೊಳ್ಳಬೇಕೆಂದು ತೋರುವ ಬಯಕೆಯೇ ಎಂದಿಗೂ ರಾಜತಾಂತ್ರಿಕತೆಯ ಗಮನಾರ್ಹ ಚಾಲಕ ಶಕ್ತಿ ಆಗಕೂಡದು. ಹಿಂದಿನ ಅನುಭವಗಳಿಂದ ಪಡೆದ ಈ ತಿಳಿವಳಿಕೆಯು ಈಗ ಸರ್ವಸಾಮಾನ್ಯವಾಗಿ ಜಾಗತಿಕ ರಾಜಕೀಯದ ಬಗ್ಗೆ ಮತ್ತು ನಿರ್ದಿಷ್ಟವಾಗಿ ನಮ್ಮ ಪ್ರಾದೇಶಿಕ ಕಾಳಜಿಗಳನ್ನು ಕುರಿತ ಭಾರತದ ವರ್ತನೆಯನ್ನು ಮುನ್ನಡೆಸುತ್ತವೆ. ಎಂದಿನಂತೆ, ನಮ್ಮ ಉನ್ನತ ನಾಯಕರ ವಿವೇಕ ಮತ್ತು ದೂರದೃಷ್ಟಿಯು ಭಾರತವನ್ನು ನಿರ್ಮಿಸಲು ಸ್ಫೂರ್ತಿಯಾಗಿದೆ.

11.

ಭಾರತವೇಕೆ ಮಹತ್ವದ್ದು?

ನಮ್ಮ ಮೌಲ್ಯದ ಗ್ರಹಿಕೆ, ನಮ್ಮ ಆತ್ಮವಿಶ್ವಾಸದ ಅಭಿವ್ಯಕ್ತಿ

ದಕ್ಷಿಣ ಆಫ್ರಿಕಾದಲ್ಲಿ ನಡೆದ ಬ್ರಿಕ್ಸ್ ಶೃಂಗಸಭೆಯ ಸಂದರ್ಭದಲ್ಲಿಯೇ ಚಂದ್ರಯಾನ-3 ಚಂದ್ರನ ಮೇಲೆ ಯಶಸ್ವಿಯಾಗಿ ಇಳಿಯಿತು. ನಿರೀಕ್ಷಿತವಾಗಿ, ಆ ಅಸಾಧಾರಣ ಸಾಧನೆಯು ಬ್ರಿಕ್ಸ್ ಕಲಾಪಗಳನ್ನು ಆವರಿಸಿತು. ತಮ್ಮ ಸದಸ್ಯ ದೇಶಗಳಲ್ಲಿ ಒಂದು ದೇಶವು ಈ ಸಾಧನೆ ಮಾಡಲು ಸಮರ್ಥವಾಗಿದೆ ಎಂದು ಗ್ಲೋಬಲ್ ಸೌತ್‌ನ ನಾಯಕರು ಹೆಮ್ಮೆ ವ್ಯಕ್ತಪಡಿಸಿದರು. ಇಂದು ವಿಶ್ವವನ್ನು ಭಾರತವು ಎಷ್ಟು ಪ್ರಭಾವಿಸುತ್ತಿದೆ ಎಂಬುದಕ್ಕೆ ಇದು ಒಂದು ಉದಾಹರಣೆ ಮಾತ್ರ.

ಕೆಲವು ವಾರಗಳ ನಂತರ, ದಿಲ್ಲಿಯಲ್ಲಿ ನಡೆದ ಜಿ20 ಶೃಂಗಸಭೆಯು ಸರ್ವಾನುಮತದಿಂದ ಗಮನಾರ್ಹ ಫಲಿತಾಂಶಗಳನ್ನು ನೀಡಿತು. ಈ ರಾಜತಾಂತ್ರಿಕ ಸಾಧನೆಯ ಜೊತೆಗೇ ಭಾರತದ ಉಪಕ್ರಮದ ಮೂಲಕ ಆಫ್ರಿಕನ್ ಯೂನಿಯನ್ (ಎಯು)ನ್ನು – ಅದೂ ಖಾಯಂ ಸದಸ್ಯ ದೇಶವಾಗಿ – ಸೇರಿಸಿಕೊಳ್ಳಲಾಯಿತು. ಇಲ್ಲಿಯೂ, ಈ ಬೆಳವಣಿಗೆಗಳ ದೊಡ್ಡ ಪ್ರಮಾಣದ ಅನುರಣನ ಇತ್ತು. ಹಿಂದಿನ ವರ್ಷಗಳಲ್ಲಿ, ಭಾರತದ ವ್ಯಾಕ್ಸಿನ್ ಮೈತ್ರಿ ಪ್ರಯತ್ನವು ಕೋವಿಡ್ ಪಿಡುಗಿನ ಕಾಲದಲ್ಲಿ ಮರೆತೇಹೋಗಿದ್ದ ಹಲವು ಸಣ್ಣ ದೇಶಗಳಿಗೆ ಆರೋಗ್ಯ ಸೇವೆಯನ್ನು ಒದಗಿಸಿತು. ಅತ್ಯಂತ ವೈವಿಧ್ಯಮಯ ಕ್ಷೇತ್ರಗಳಲ್ಲಿನ ಈ ಮೂರು ವಿಭಿನ್ನ ಉದಾಹರಣೆಗಳು ಒಂದೇ ಸಂದೇಶ ಹೊಂದಿವೆ: ಭಾರತವು ಜಗತ್ತಿಗೆ ಹೆಚ್ಚುಹೆಚ್ಚಾಗಿ ಮಹತ್ತ್ವದ ದೇಶವಾಗಿದೆ.

ಜಾಗತಿಕವಾಗಿ ಜಾಗೃತರಾಗಿರುವ ಹೊಸ ಭಾರತೀಯ ಪೀಳಿಗೆಯು ಸ್ವಾಭಾವಿಕವಾಗಿ ವಿಶ್ವ ವ್ಯವಹಾರಗಳಲ್ಲಿ ನಮ್ಮ ಪ್ರಾಮುಖ್ಯದ ಬಗ್ಗೆ ಚರ್ಚಿಸುತ್ತದೆ. ಭಾರತವು ಇತರರಿಗೆ ಏಕೆ ಮತ್ತು ಹೇಗೆ ಮುಖ್ಯವಾಗಿದೆ ಎಂಬುದನ್ನು ಪರಿಗಣಿಸುವುದು ಸಮಸ್ಯೆಯನ್ನು ನಿರ್ವಹಿಸುವ ಒಂದು ವಿಧಾನ. ಉತ್ತರಗಳು ಯಾವಾಗಲೂ ಅಷ್ಟು ಸರಳವಾಗಿರುವುದಿಲ್ಲ, ಆದರೂ ಭಾರತವು ಯಾವಾಗಲೂ ಒಂದು ರೀತಿಯಲ್ಲಿ ಮಹತ್ತ್ವದ್ದಾಗಿದೆ ಎಂಬ ಸಾಮಾನ್ಯಜ್ಞಾನದ ಪ್ರತಿಪಾದನೆಯೊಂದಿಗೆ ಅವು ಪ್ರಾರಂಭವಾಗಬಹುದು. ಅಷ್ಟೊಂದು ಜನರನ್ನು ಹೊಂದಿರುವ

ಹಾಗೂ ಶ್ರೀಮಂತ ಇತಿಹಾಸ ಮತ್ತು ಸಂಸ್ಕೃತಿಯನ್ನು ಹೊಂದಿರುವ ಇಷ್ಟು ದೊಡ್ಡ ಭೂಪ್ರದೇಶವು ಸ್ವಾಭಾವಿಕವಾಗಿ ತನ್ನ ಛಾಪು ಮೂಡಿಸಬೇಕಾಗಿತ್ತು. ತನ್ನ ಖುದ್ದು ಅಸ್ತಿತ್ವದಿಂದಲೇ ಭಾರತವು ಜಾಗತಿಕ ಮನೋಭೂಮಿಕೆಯನ್ನು ಆವರಿಸಿದೆ ಮತ್ತು ಅದರ ಪ್ರಗತಿಯ ಹುರುಪು ಆ ಮೆಚ್ಚುಗೆಯನ್ನು ಇನ್ನಷ್ಟು ವಿಸ್ತರಿಸುತ್ತದೆ. ಅದರ ಪುನರುಜ್ಜೀವನವು ಎಷ್ಟರ ಮಟ್ಟಿಗೆ ವಿಶ್ವವ್ಯವಸ್ಥೆಯನ್ನು ರೂಪಿಸುತ್ತಿದೆ ಮತ್ತು ಅದು ಭವಿಷ್ಯದ ಕುರಿತಾಗಿ ಸೂಚಿಸುವುದೇನು ಎಂಬ ಅಂಶಗಳಿಗೆ ಪ್ರಶ್ನೆಗಳು ವ್ಯಾಪಿಸುತ್ತವೆ. ಇದರರ್ಥ ಆಯ್ಕೆಗಳು, ನೀತಿಗಳು, ನಾಯಕತ್ವ, ಸೇವೆಗಳು ಮತ್ತು ಕನಿಷ್ಠ ನಾವು ಯಾರು ಮತ್ತು ನಮ್ಮ ಸಾಮೂಹಿಕ ವ್ಯಕ್ತಿತ್ವವನ್ನು ನಾವು ಹೇಗೆ ಪ್ರತಿಪಾದಿಸುತ್ತೇವೆ ಎಂಬುದರ ಅರಿವೇ ಆಗಿದೆ.

ಜನಪ್ರಿಯ ಪರಿಭಾಷೆಯಲ್ಲಿ ಭಕ್ತಿ, ಪರಿಶ್ರಮ ಮತ್ತು ಶಕ್ತಿಗೆ ಹನುಮಂತ ಸಮಾನಾರ್ಥಕ.ವಿಪರ್ಯಾಸವೆಂದರೆ, ಹನುಮಂತನಿಗೆ ತನ್ನ ಸ್ವಂತ ಶಕ್ತಿಯ ಪೂರ್ಣ ವ್ಯಾಪ್ತಿ ತಿಳಿದಿಲ್ಲ. ಅಗಸ್ತ್ಯನು ಭಗವಾನ್ ಶ್ರೀರಾಮನಿಗೆ ತಿಳಿಸಿದಂತೆ, ಇದು ಯೌವನದ ಆರಂಭದಲ್ಲಿ ಅನೇಕ ಋಷಿಮುನಿಗಳನ್ನು ಅವರ ಧ್ಯಾನದ ಮಧ್ಯದಲ್ಲಿ ತೊಂದರೆ ಕೊಟ್ಟ ಹನುಮಂತನ ತುಂಟಾಟಗಳ ಪರಿಣಾಮ. ಆದ್ದರಿಂದ, ದೈವಿಕ ಕರ್ತವ್ಯದ ಕರೆ ಕೇಳುವವರೆಗೂ ಮರೆಗುಳಿತನ ಅನುಭವಿಸಬೇಕೆಂಬ ಶಾಪಕ್ಕೆ ಹನುಮಂತ ಗುರಿಯಾಗಿದ್ದ. ಮಹಾಕಾವ್ಯವು ಅನಾವರಣವಾದಂತೆ ಮತ್ತು ಹನುಮಂತ ಹೆಚ್ಚಿನ ಜವಾಬ್ದಾರಿಗಳನ್ನು ತೆಗೆದುಕೊಳ್ಳುತ್ತಿದ್ದಂತೆ, ಅವನ ಸ್ವಯಂಜಾಗೃತಿಯೂ ಅದಕ್ಕೆ ಅನುಗುಣವಾಗಿ ಹೆಚ್ಚಾಗುತ್ತದೆ. ಪ್ರಮುಖ ಘಟ್ಟಗಳಲ್ಲಿ, ಅವನೇ ನಿಜವಾಗಿಯೂ ಪರಿಸ್ಥಿತಿಯ ರಕ್ಷಕ. ಸೀತಾಮಾತೆಯ ಅಪಹರಣವಾಗಿ ಶೋಧ ಕಾರ್ಯಾಚರಣೆಯನ್ನು ಪ್ರಾರಂಭಿಸಿದಾಗ, ಸುಗ್ರೀವನು ತನ್ನ ಸೈನ್ಯವನ್ನು ಅನುಭವೀ ನಾಯಕರ ಅಡಿಯಲ್ಲಿ ವಿಭಜಿಸಿ ನಾಲ್ಕೂ ದಿಕ್ಕುಗಳಿಗೆ ಕಳುಹಿಸಿದ. ವಿನತ, ಸುಷೇಣ ಮತ್ತು ಶತಬಲಿ ಅವರಿಗೆ ಕ್ರಮವಾಗಿ ಪೂರ್ವ, ಪಶ್ಚಿಮ ಮತ್ತು ಉತ್ತರಕ್ಕೆ ಪಡೆಗಳನ್ನು ಮುನ್ನಡೆಸುವ ಕೆಲಸವನ್ನು ವಹಿಸಲಾಯಿತು. ಆದರೆ ಅಂಗದನ ಜೊತೆಗೆ ಹನುಮಂತನಿಗೆ ದಕ್ಷಿಣಕ್ಕೆ ಹೋಗುವ ಜವಾಬ್ದಾರಿಯನ್ನು ನೀಡಲಾಯಿತು. ಇದು ಹೆಚ್ಚಿನ ಸೀತಾಮಾತೆಯು ಸಿಗುವ ಅತ್ಯಂತ ಭರವಸೆಯ ಪ್ರದೇಶ ಎಂದು ಭಾವಿಸಲಾಗಿತ್ತು. ಅಂಗದನು ತನ್ನ ಕೆಲಸವನ್ನು ಕೈಬಿಡಲು ಮುಂದಾದಾಗ, ಹನುಮಂತನು ಅವನಿಗೆ ನಂಬಿಕೆಯನ್ನು ಇಟ್ಟುಕೊಳ್ಳಲು ಮತ್ತು ದೃಢನಿರ್ಧಾರ ಮಾಡಲು ಪ್ರೇರೇಪಿಸಿದ.

ಮಹಾಕಾವ್ಯದ ವಿವಿಧ ಹಂತಗಳಲ್ಲಿ ಹನುಮಂತನು ಮುಂದೆ ಹೆಜ್ಜೆ ಹಾಕುತ್ತಿದ್ದಂತೆ, ಅವನ ನಿಜವಾದ ಸಾಮರ್ಥ್ಯವು ಇಡೀ ವಿಶ್ವವೇ ನೋಡುವಂತೆ ಅನಾವರಣಗೊಂಡಿತು. ಲಕ್ಷ್ಮಣನು ಯುದ್ಧದಲ್ಲಿ ಪ್ರಜ್ಞೆ ತಪ್ಪಿ, ಔಷಧೀಯ ಸಸ್ಯವಾದ ವಿಶಲ್ಯಕರಣಿಯಿಂದ ಮಾತ್ರ ಪುನರುಜ್ಜೀವನಗೊಳಿಸಲು ಸಾಧ್ಯ ಎಂದಾದಾಗ ಅದನ್ನು ಸಂಗ್ರಹಿಸಲು ಹನುಮಂತನನ್ನು ದ್ರೋಣಗಿರಿ ಪರ್ವತಕ್ಕೆ ಕಳುಹಿಸಲಾಯಿತು. ದಿನವಿಡೀ ಹುಡುಕಿದರೂ ನಿರ್ದಿಷ್ಟವಾಗಿ ಸಸ್ಯವನ್ನು ಗುರುತಿಸಲು ಸಾಧ್ಯವಾಗದೆ, ಅವನು ಇಡೀ ಪರ್ವತವನ್ನು ಎತ್ತಿಕೊಂಡು ಬಂದು ಸರಿಯಾದ ಗಿಡಮೂಲಿಕೆಯನ್ನು ಆರಿಸಲು ಹೆಚ್ಚು ವಿವೇಚನಾಶೀಲನಾದ ವಾನರ-ಮುಖ್ಯಸ್ಥ ಸುಷೇಣನ ಬಳಿಗೇ ತಂದಿಟ್ಟ. ಇತರ ಅನೇಕ ಸಂದರ್ಭಗಳು ಸಾಕ್ಷಿ ಹೇಳುವಂತೆ, ಹನುಮಂತ ದೃಢನಿಶ್ಚಯ, ನವೋನ್ವೇಷಣೆ, ಫಲಿತಾಂಶಮುಖಿ ಮತ್ತು ಆತ್ಮವಿಶ್ವಾಸ ಹೊಂದಿದವನು.

ಹನುಮಂತನ ದಂತಕಥೆಯು ಕಳೆದ ದಶಕದ ಭಾರತದ ಕಥೆಯೂ ಆಗಿರಬಹುದು. ನಾವು ಹೆಚ್ಚು ಕೆಲಸ ಮಾಡಿದಷ್ಟೂ, ನಾವು ಇನ್ನಷ್ಟು ಕೆಲಸ ಮಾಡಬಹುದು ಎಂದು ನಾವು ನಂಬುವ ಪ್ರಮಾಣ ಹೆಚ್ಚಾಗುತ್ತದೆ. ಈ ಸ್ವಯಂ

ಆವಿಷ್ಕಾರವೇ ಇತ್ತೀಚಿನ ವರ್ಷಗಳಲ್ಲಿ ಭಾರತವನ್ನು ವಿಭಿನ್ನವಾಗಿಸಿದೆ ಮತ್ತು ವಿಶ್ವವ್ಯವಸ್ಥೆಯ ಮೇಲೆ ಪ್ರಮುಖ ಪರಿಣಾಮಗಳನ್ನು ಬೀರುವ ಹಾದಿಯಲ್ಲಿ ಅದನ್ನು ಮುನ್ನಡೆಸಿದೆ.

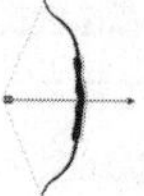

ಫಲಿತಾಂಶ ನೀಡುವ ಪ್ರಜಾಪ್ರಭುತ್ವ

ಭಾರತವು ಕೇವಲ ಮಾರುಕಟ್ಟೆ ಸ್ಥಳವಾಗಿ, ಪ್ರಶ್ನಾರ್ಹ ನೆಲೆಯಾಗಿ, ಸಂಪನ್ಮೂಲವಾಗಿ ಅಥವಾ ವೇದಿಕೆಯಾಗಿ, ಹಾಗೇ ಸುಮ್ಮನೆ ಇರುವ ಮೂಲಕ ಮುಖ್ಯವಾಗಬಹುದು. ವಾಸ್ತವವಾಗಿ, ವಸಾಹತುಶಾಹಿ ಕಾಲದಲ್ಲಿ ಭಾರತವು ಹೀಗೆಯೇ ಇತ್ತು. ಇದು ಹೇಗಾದರೂ ಬದುಕುಳಿಯುವ ಮಾನಸಿಕತೆಯನ್ನು ಬೆಳೆಸುತ್ತದೆ, ಅದು ಹೆಚ್ಚೆಂದರೆ ವ್ಯಾವಹಾರಿಕತೆಗೆ ಬಡ್ತಿ ಪಡೆಯಬಹುದು, ಅಷ್ಟೆ. ಆದರೆ ಜಾಗತಿಕ ಆರ್ಥಿಕತೆಯ ಯಂತ್ರವಾಗಿ, ನವೋನ್ವೇಷಣೆಯ ಕೇಂದ್ರವಾಗಿ ಅಥವಾ ಫಲಿತಾಂಶ ನೀಡುವ ಪ್ರಜಾಪ್ರಭುತ್ವವಾಗಿ ಭಾರತವು ತನ್ನ ಆಲೋಚನೆಗಳು ಮತ್ತು ಕ್ರಿಯೆಗಳ ಶಕ್ತಿಯ ಮೂಲಕವೂ ಮುಖ್ಯವಾಗಬಹುದು. ಇದು ಭವಿತವ್ಯದ ಹಾದಿ; ಇದರ ಮಹತ್ವಾಕಾಂಕ್ಷೆಯ ಹಾದಿಗೆ ಆಳವಾದ ದೃಢನಿಷ್ಠೆ ಮತ್ತು ಬಲವಾದ ಪರಿಶ್ರಮ ಬೇಕಾಗುತ್ತದೆ. ನಮ್ಮ ಸಮಾಜದೊಳಗಿನ ಚರ್ಚೆಗಳು ಯಾವ ಮಾರ್ಗವನ್ನು ಕ್ರಮಿಸಬೇಕೆಂದು ಅಂತಿಮವಾಗಿ ನಿರ್ಧರಿಸುತ್ತವೆ. ಒಂದು ದೇಶವಾಗಿ, ಆಯ್ಕೆಗಳು ಹೆಚ್ಚು ನಿಚ್ಚಳವಾಗುತ್ತಿವೆ. ಕಳೆದ ದಶಕದ ಪ್ರಗತಿಯು ಭರವಸೆ ಮತ್ತು ಆಶಾವಾದದತ್ತ ಬೊಟ್ಟು ಮಾಡಿದೆ. ಆದರೆ ಹಳೆಯ ವ್ಯವಸ್ಥೆಯು ನಮ್ಮ ಅಸುರಕ್ಷತೆಯನ್ನು ಎತ್ತಿ ತೋರಿಸುತ್ತದೆ ಮತ್ತು ಒಡಕುಗಳನ್ನು ಒತ್ತಿಹೇಳುತ್ತದೆ.

ನಮ್ಮ ನಿರ್ಧಾರಗಳ ಮೇಲೆ ಜಗತ್ತು ಸಾಕಷ್ಟು ಅವಲಂಬಿತವಾಗಿದೆ ಎಂಬ ಬಗ್ಗೆ ಭಾರತೀಯರು ಅರಿಯಬೇಕು. ನಮಗೆ ಒಳ್ಳೆಯದನ್ನು ಬಯಸುವವರು ಸಹಕರಿಸಲು ಪ್ರಯತ್ನಿಸುತ್ತಾರೆ. ನಮ್ಮ ಏಳಿಗೆಯನ್ನು ಅಷ್ಟಾಗಿ ಬಯಸದವರು ಅಡ್ಡಿಪಡಿಸುತ್ತಾರೆ, ಇಲ್ಲದಿದ್ದರೆ ಕೆಟ್ಟದ್ದನ್ನು ಮಾಡುತ್ತಾರೆ. ಯಾವುದೇ ರೀತಿಯಲ್ಲೂ, ನಮ್ಮ ಸಂವಾದಗಳಲ್ಲಿ ಭಾಗವಹಿಸುವವರ ಬಗ್ಗೆ – ಅವರ ಹಿತಾಸಕ್ತಿಗಳನ್ನು ಬಯಸಿ ಮಧ್ಯಪ್ರವೇಶ ಮಾಡುವವರ ಬಗ್ಗೆಯೂ ಸೇರಿದಂತೆ – ಸಜ್ಜಾಗಿರಬೇಕು. ಮೊದಲೇ ಚರ್ಚಿಸಿದಂತೆ, ನಮ್ಮ ಭವಿಷ್ಯದ ಅವಕಾಶಗಳನ್ನು ಬಾಹ್ಯ ಶಕ್ತಿಗಳು ರೂಪಿಸುವುದಕ್ಕೆ ಅನುವು ಮಾಡುವ ಹಾಗೆ ನಮ್ಮನ್ನು ನಾವೇ ತೆರೆದುಕೊಳ್ಳದಿರುವುದು ಅತ್ಯಗತ್ಯ. ಭಾರತವು ಖಂಡಿತವಾಗಿಯೂ ತನ್ನ ಜನರಿಗೆ ಮುಖ್ಯವಾಗಿದೆ; ಇದೇ ಕಾರಣಕ್ಕಾಗಿಯೇ ನಾವು ನಮ್ಮ ಭವಿಷ್ಯವನ್ನು ಹೊರಗಿನವರು ಏಕೆ ನಿರ್ಧರಿಸಬಾರದು ಎಂಬುದನ್ನು ಇತಿಹಾಸದಿಂದ ನೆನಪಿಸಿಕೊಳ್ಳಬೇಕು.

ಭಾರತವನ್ನು ಸಂಪರ್ಕಿಸುವ ವ್ಯಾಪಾರಮಾರ್ಗಗಳ ಹುಡುಕಾಟದ ಗೀಳಿನಿಂದ ಭಾರತವು ಜಾಗತಿಕ ಚಿಂತನೆಯಲ್ಲಿ ದೀರ್ಘಕಾಲದಿಂದ ಹೊಂದಿರುವ ಸ್ಥಾನಮಾನವನ್ನು ಅರಿಯಬಹುದು. ಈ ಹುಡುಕಾಟವು ಆರಂಭದಲ್ಲಿ ಯುರೋಪಿಯನ್ ಅನ್ವೇಷಕರನ್ನು ಯುಎಸ್ ಖಂಡಕ್ಕೆ ಕರೆದೊಯ್ದಿರಬಹುದು. ಆದರೆ ಅನ್ವೇಷಕರು ಅಂತಿಮವಾಗಿ ಸಮುದ್ರದ ಮೂಲಕ ಭಾರತವನ್ನು ತಲುಪಿದಾಗ, ಇನ್ನೂ ಹೆಚ್ಚಿನ ಗಮನಾರ್ಹ ಪರಿಣಾಮಗಳು

ಉಂಟಾದವು. ಇದನ್ನು ಪರಿಣಾಮಕಾರಿ ನೆಲೆಯಾಗಿ ಬಳಸಿಕೊಂಡ ಯುರೋಪಿಗೆ ನಂತರದಲ್ಲಿ ಏಶ್ಯಾದ ಉಳಿದ ಭಾಗಗಳ ಮೇಲೆ ಪ್ರಾಬಲ್ಯ ಸಾಧಿಸಲು ಸಾಧ್ಯವಾಯಿತು. ವಾಸ್ತವವಾಗಿ, ಹತ್ತೊಂಬತ್ತನೇ ಶತಮಾನದಲ್ಲಿ ಚೀನಾದ ಹಣೆಬರಹವೂ ಭಾರತದಲ್ಲಿನ ಫಲಿತಾಂಶಗಳಿಂದ ರೂಪುಗೊಂಡಿತು.

ಭಾರತದ ಈ ಕೇಂದ್ರಬಿಂದುತ್ವವು ಇನ್ನೊಂದು ಬಗೆಯಲ್ಲೂ ಕಾರ್ಯನಿರ್ವಹಿಸಿತು. ಅದರ ಸ್ವಾತಂತ್ರ್ಯವು ಸಮಕಾಲೀನ ವಿಶ್ವವ್ಯವಸ್ಥೆಗೆ ಆಧಾರವಾದ ಬಹುತೇಕ ದೇಶಗಳ ವಸಾಹತು ವಿಮೋಚನಾ ಪ್ರಕ್ರಿಯೆಗೆ ಚಾಲನೆ ನೀಡಿತು. ಭಾರತದ ಆರ್ಥಿಕ ಪ್ರಗತಿಯು ಮರುಸಮತೋಲನ ಮತ್ತು ಬಹುಧ್ರುವೀಯತೆಗೆ ಕೊಡುಗೆ ನೀಡಿದ್ದು, ದಶಕಗಳ ನಂತರ, ಈಗಲೂ ಅನಾವರಣವಾಗುತ್ತಲೇ ಇದೆ. ಇವು ಭಾರತ ಏಕೆ ಮಹತ್ತ್ವದ್ದು ಎಂಬ ವಾದದ ಕೆಲವು ಉದಾಹರಣೆಗಳಾಗಬಹುದು. ಅದರ ಹಿಂದಿನ ಪ್ರಾಮುಖ್ಯದ ಬಗ್ಗೆ ಯೋಚಿಸುವುದು ಖಂಡಿತವಾಗಿಯೂ ಅದರ ಭವಿಷ್ಯದ ಪ್ರಸ್ತುತತೆಯನ್ನು ಅಳೆಯಲು ಸಹಾಯ ಮಾಡುತ್ತದೆ.

ಭಾರತವನ್ನು ಏಕೆ ಮಹತ್ತ್ವದ ದೇಶವೆಂದು ಪರಿಗಣಿಸಲಾಗುತ್ತದೆ ಎಂಬ ಬಗ್ಗೆ ಒಂದಂಶವಂತೂ ಸ್ಪಷ್ಟ. ಮೊದಲಿಗೆ ಭಾರತವು ಮನುಕುಲದ ಆರನೇ ಒಂದು ಭಾಗವನ್ನು ಪ್ರತಿನಿಧಿಸುತ್ತದೆ. ಆದ್ದರಿಂದ, ಅದರ ಯಶಸ್ಸು ಮತ್ತು ನ್ಯೂನತೆಗಳು ಸ್ಪಷ್ಟ ಜಾಗತಿಕ ಗುಣಲಕ್ಷಣಗಳನ್ನು ಹೊಂದಿವೆ. ಆದರೆ ವಿಭಜನೆಯಾಗದಿದ್ದರೆ, ಭಾರತವು ಚೀನಾದ ಬದಲಿಗೆ, ಸಮಕಾಲೀನ ಇತಿಹಾಸದ ಅತಿದೊಡ್ಡ ದೇಶವಾಗುತ್ತಿತ್ತು. ಆದಾಗ್ಯೂ, ಭಾರತದ ವಿಷಯವು ಕೇವಲ ಜನಸಂಖ್ಯಾಶಾಸ್ತ್ರವನ್ನು ಮೀರಿದ ಸಂಗತಿ. ಏಕೆಂದರೆ ಇತಿಹಾಸದ ಸರ್ವನಾಶದಲ್ಲಿ ಬದುಕುಳಿದ ಕೆಲವೇ ನಾಗರಿಕತೆಗಳಲ್ಲಿ ಭಾರತವೂ ಒಂದಾಗಿದೆ. ಅಂತಹ ರಾಜ್ಯವ್ಯವಸ್ಥೆಗಳು ವಿಭಿನ್ನ ಮಟ್ಟದ ಸಂಸ್ಕೃತಿ ಮತ್ತು ಪರಂಪರೆಯಿಂದ ಹಾಗೂ ಅವುಗಳ ಜೊತೆಗೇ ಬರುವ ವರ್ತನೆ ಮತ್ತು ಮಾನಸಿಕತೆಯಿಂದ ವಿಶೇಷವಾಗಿ ಗುರುತಿಸಲ್ಪಟ್ಟಿವೆ. ಅವುಗಳು ವಿಶೇಷವಾಗಿ ಜಾಗತಿಕ ಸಂಗತಿಗಳಿಗೆ ಸಂಬಂಧಿಸಿದಂತೆ ದೂರದೃಷ್ಟಿಯನ್ನು ಹೊಂದಿರುತ್ತವೆ. ಅವುಗಳ ಹಲವು ಗುರಿಗಳು ಮತ್ತು ಉದ್ದೇಶಗಳು ಸಮಕಾಲೀನ ದೇಶಗಳು ಸುಲಭವಾಗಿ ಅಳವಡಿಸಿಕೊಳ್ಳಲಾಗದ ಸಂಪ್ರದಾಯಗಳಿಂದ ರೂಪುಗೊಂಡಿರುತ್ತವೆ. ಸರಳವಾಗಿ ಹೇಳುವುದಾದರೆ, ಭಾರತದ ಬಗ್ಗೆ ಪ್ರಮಾಣ ಮತ್ತು ಇತಿಹಾಸದ ಅಂಶಗಳು ಮಾತ್ರವಲ್ಲ, ಅದರ ವಿಶಿಷ್ಟತೆಯೂ ಅದನ್ನು ಮಹತ್ತ್ವದ ದೇಶವನ್ನಾಗಿಸುತ್ತದೆ.

ದೇಶಗಳು ಇತರ ದೇಶಗಳ ಪಾತ್ರಗಳಿಗೆ ವೇದಿಕೆಯಾಗಿ ಪ್ರಸ್ತುತವಾಗಬಹುದು ಅಥವಾ ಅವೇ ಸ್ವತಃ ಪಾತ್ರಧಾರಿಯೂ ಆಗಬಹುದು. ವಸಾಹತುಶಾಹಿಯುಗವು ಅದರ ಕ್ರೂರ ಆಹರಣ ಸಂಸ್ಕೃತಿಯೊಂದಿಗೆ ಕಳೆದ ಕೆಲವು ಶತಮಾನಗಳಲ್ಲಿ ಆ ಕಠೋರ ಆಯ್ಕೆಯನ್ನು ಮುಂದಿಟ್ಟಿತು. ನೀವು ಒಂದೋ ಬಲಿಪಶು, ಅಥವಾ ದಾಳಿಕೋರರು; ಅಲ್ಲಿ ಯಾವುದೇ ಮಧ್ಯಮ ನೆಲೆ ಇರಲಿಲ್ಲ. ಆದಾಗ್ಯೂ, ಸಮಕಾಲೀನ ಕಾಲದ ಪ್ರಗತಿಯು ಆ ಬೈನರಿಯನ್ನು ಮೀರಿದ ಬದಲಾವಣೆಗೆ ಆಧಾರವನ್ನು ಒದಗಿಸಿದೆ. ಈಗ ಇರುವುದು ಹೆಚ್ಚಿನ ಪ್ರಮಾಣದ ಸಹಕಾರದ ಯುಗ ಎಂದು ಹೇಳುವುದು ಕೇವಲ ಚರ್ವಿತಚರ್ವಣ ಸಂಗತಿಯಲ್ಲ. ದೇಶಗಳ ಸ್ವಾತಂತ್ರ್ಯದಿಂದ ಹೊಸ ಚಟುವಟಿಕೆಗಳು ಮತ್ತು ಶಕ್ತಿಗಳು ಹೊರಹೊಮ್ಮಿದವು; ತುಲನಾತ್ಮಕ ಲಾಭಗಳಿಂದಾಗಿ ಅವುಗಳನ್ನು ಮುನ್ನಡೆಸಲಾಯಿತು. ಕಾಲಾನಂತರದಲ್ಲಿ, ವಿಶ್ವ ವ್ಯವಹಾರಗಳಲ್ಲಿ ಅವುಗಳ ರಾಜಕೀಯ ಪ್ರಾಮುಖ್ಯ ಹೆಚ್ಚಾಯಿತು. ಈ ಮೂಲಕ, ದೇಶಗಳು

ತಮ್ಮ ಗತಕಾಲದ ಬಿಕ್ಕಟ್ಟನ್ನು ಮೀರಿ ಪ್ರಭಾವ ಬೀರುವ ದೇಶಗಳಾದವು. ನಿರ್ದಿಷ್ಟವಾಗಿ ದೊಡ್ಡ ದೇಶಗಳು ಇತರರ ಲೆಕ್ಕಾಚಾರಗಳಲ್ಲಿ ತಮ್ಮ ಸ್ವಾಭಾವಿಕ ಮೌಲ್ಯ ಮತ್ತು ಪ್ರಾಧಾನ್ಯವನ್ನು ಮರಳಿ ಪಡೆದವು. ಅವುಗಳ ಆಯ್ಕೆಗಳು ಮತ್ತು ಕ್ರಿಯೆಗಳು ಅವುಗಳ ಸ್ವಂತ ಭವಿಷ್ಯವನ್ನು ಮಾತ್ರವಲ್ಲದೆ ಇತರ ದೇಶಗಳ ಭವಿಷ್ಯವನ್ನೂ ನಿರ್ಧರಿಸಲು ಪ್ರಾರಂಭಿಸಿದವು. ಇದು ವಿವಿಧ ಸಾಮರ್ಥ್ಯಗಳು, ಸಂಪನ್ಮೂಲಗಳ ಸಂಗ್ರಹ, ಪ್ರತಿಭೆಯ ಗುಣಮಟ್ಟ, ಸ್ಥಳದ ಪ್ರಾಮುಖ್ಯ ಅಥವಾ ರಾಷ್ಟ್ರೀಯ ಇಚ್ಛಾಶಕ್ತಿ ಮತ್ತು ನಾಯಕತ್ವ – ಇವುಗಳಿಂದ ಸಾಧ್ಯವಾಗಿರಬಹುದು.

ಈ ಸಂಪೂರ್ಣ ವ್ಯೂಹವೇ ಭಾರತದ ಏಳಿಗೆಯನ್ನು ರೂಪಿಸುತ್ತಿದೆ. ನಮ್ಮ ದೇಶವು ಸ್ವಾತಂತ್ರ್ಯದ 75 ವರ್ಷಗಳನ್ನು ಪೂರೈಸುತ್ತಿರುವಾಗ, ಭಾರತೀಯರು ತಮ್ಮ ಭವಿಷ್ಯವನ್ನು ಅಷ್ಟೇ ಪರಿವರ್ತನಾತ್ಮಕವಾದ ಜಾಗತಿಕ ಸನ್ನಿವೇಶಕ್ಕೆ ಹೋಲಿಸಿಕೊಳ್ಳಬೇಕು. ಜಗತ್ತು ನಿಸ್ಸಂದೇಹವಾಗಿ ಹೆಚ್ಚಿನ ಅವಕಾಶಗಳನ್ನು ನೀಡುತ್ತದೆ, ಆದರೆ ಈ ಅವಕಾಶಗಳು ಹೊಸ ಜವಾಬ್ದಾರಿಗಳನ್ನೂ ಹುದುಗಿಸಿಕೊಂಡಿದೆ. ಇವುಗಳನ್ನು ಬೇರ್ಪಡಿಸಲು ಸಾಧ್ಯವಿಲ್ಲವಾದ್ದರಿಂದ ಮತ್ತು ಅದು ಎರಡೂ ಅಂಶಗಳಲ್ಲಿ ಗೆಲ್ಲುವುದರಿಂದ, ಭಾರತವು ಮಹತ್ತ್ವದ ದೇಶವಾಗಿದೆ.

ಗಾತ್ರ ಮತ್ತು ಜನಸಂಖ್ಯೆ ದೇಶದ ಸಾಮರ್ಥ್ಯದ ಸ್ಪಷ್ಟ ಸೂಚಕಗಳಾಗಿದ್ದರೂ, ಅವುಗಳಲ್ಲಿ ಯಾವುದೂ ಸ್ವಯಂ – ಪೂರೈಕೆಯ ಮಾನದಂಡವಲ್ಲ. ನಮ್ಮ ಇತಿಹಾಸವೇ ಈ ಪ್ರತಿಪಾದನೆಗೆ ಪುರಾವೆಯಾಗಿದೆ. ಈ ಗುಣಲಕ್ಷಣಗಳಿದ್ದೂ ಕೆಲವು ದೇಶಗಳ ರಾಜಕೀಯ ಸ್ಥಾನಮಾನವು ಕೆಳಮಟ್ಟದಲ್ಲಿದೆ. ಆದರೆ ತಮ್ಮ ಮಿತಿಗಳನ್ನು ಮೀರಿ ಸಾಧಿಸಿದ ಸಣ್ಣ ದೇಶಗಳೂ ಇವೆ. ಚೀನಾ, ಭಾರತ ಮತ್ತು ಗ್ಲೋಬಲ್ ಸೌತ್‌ನ ಇತರ ಕೆಲವು ದೇಶಗಳ ಪುನರುಜ್ಜೀವನವೇ ಜಾಗತಿಕ ಮರುಸಮತೋಲನದ ತಿರುಳಾಗಿದೆ; ಇದು ರಾಷ್ಟ್ರೀಯ ಪುನರುಜ್ಜೀವನದ ಮೂಲಕ ಅವುಗಳ ದೀರ್ಘಕಾಲೀನ ಗುಣಲಕ್ಷಣಗಳನ್ನು ಹೆಚ್ಚು ಪರಿಗಣಿಸುವಂತೆ ಮಾಡಿದೆ. ಮಾನವ ಸಂಪನ್ಮೂಲದ ಗುಣಮಟ್ಟವನ್ನು ಹೆಚ್ಚಿಸುವುದೂ ಸೇರಿದಂತೆ ಅಭಿವೃದ್ಧಿಯ ವೇಗ ಮತ್ತು ಸ್ವರೂಪವು ಇಲ್ಲಿನ ಒಂದು ಪ್ರಮುಖ ಅಂಶ.

ಈ ನಿಟ್ಟಿನಲ್ಲಿ, ಇತ್ತೀಚಿನ ಘಟನೆಗಳು ಭಾರತಕ್ಕೆ ಭರವಸೆಯ ಮೂಲವಾಗಿವೆ. 2014ರ ನಂತರ, ಪ್ರತಿ ರಂಗದಲ್ಲೂ ಅದಕ್ಕೇ ಮುಡಿಪಾದ ಅಭಿಯಾನಗಳ ಮೂಲಕ ಸಾಮಾಜಿಕ ಅಭಿವೃದ್ಧಿ ಗುರಿಗಳನ್ನು ಸಾಧಿಸುವ ಸಮಗ್ರ ಬದ್ಧತೆ ಇಲ್ಲಿದೆ. ಅವುಗಳಲ್ಲಿ ಉತ್ತಮ ಆರೋಗ್ಯ ಮತ್ತು ರೋಗನಿರೋಧಕತೆ, ಲಿಂಗತಾರತಮ್ಯ ತಗ್ಗಿಸುವುದು, ಶೈಕ್ಷಣಿಕ ಪ್ರವೇಶ ಮತ್ತು ವ್ಯಾಪ್ತಿಯನ್ನು ವಿಸ್ತರಿಸುವುದು, ಪ್ರತಿಭೆ ಮತ್ತು ನವೋನ್ವೇಷಣೆ ಬೆಳೆಸಲು ಕೌಶಲ್ಯಗಳನ್ನು ಪ್ರೋತ್ಸಾಹಿಸುವುದು, ವ್ಯವಹಾರವನ್ನು ಸುಲಭಗೊಳಿಸುವುದು ಮತ್ತು ಹೆಚ್ಚಿನ ಉದ್ಯೋಗಾವಕಾಶಗಳನ್ನು ಸೃಷ್ಟಿಸುವುದು – ಇವು ಸೇರಿವೆ. ಪರಿಣಾಮವಾಗಿ ಎಲ್ಲರನ್ನೂ ಒಳಗೊಳ್ಳುವ ಬೆಳವಣಿಗೆಯು ಸ್ವಾಭಾವಿಕವಾಗಿ ಸಾಮರ್ಥ್ಯಗಳನ್ನು ಬಲಪಡಿಸಲು ಮತ್ತು ಮಾರುಕಟ್ಟೆಯನ್ನು ವಿಸ್ತರಿಸಲು ಕೊಡುಗೆ ನೀಡುತ್ತದೆ. ಜಾಗತಿಕ ಕಾರ್ಯಸ್ಥಳದ ಮೇಲಿನ ಪರಿಣಾಮವೂ ಇದೇ ರೀತಿ ಗಮನಾರ್ಹವಾಗಿರುತ್ತದೆ, ಇದು ಜಗತ್ತಿಗೆ ಖಂಡಿತವಾಗಿಯೂ ಮಹತ್ತ್ವದ್ದಾಗಿದೆ.

ಭಾರತದಂತಹ ಜ್ಞಾನ ಆರ್ಥಿಕತೆಯು ಮಾನವ ಸಂಪನ್ಮೂಲಕ್ಕೆ ನೀಡುತ್ತಿರುವ ಗಮನವು 2030ರ ವೇಳೆಗೆ ಸುಸ್ಥಿರ ಅಭಿವೃದ್ಧಿ ಗುರಿಗಳನ್ನು (ಎಸ್‌ಡಿಜಿ) ಸಾಧಿಸುವತ್ತ ಗಮನ

ಹರಿಸುವುದಕ್ಕೆ ಸ್ವತಃ ಭಾರತಕ್ಕೆ ಮತ್ತು ವಿಶ್ವಕ್ಕೆ ಅನಿವಾರ್ಯವಾಗಿಸುತ್ತದೆ. 2014ರ ನಂತರ ಪ್ರಾರಂಭಿಸಲಾದ ರಾಷ್ಟ್ರೀಯ ಅಭಿಯಾನಗಳಿಂದಾಗಿ ಯುಎನ್ ವ್ಯಾಖ್ಯಾನಿಸಿದ ಈ 17 ಸುಸ್ಥಿರ ಅಭಿವೃದ್ಧಿ ಗುರಿಗಳು (ಎಸ್‌ಡಿಜಿಗಳು) ಸರ್ಕಾರದ ಪ್ರಮುಖ ಉದ್ದೇಶಗಳಲ್ಲೇ ಅಡಕವಾಗಿವೆ ಎಂಬುದು ಸ್ಪಷ್ಟ.ಕೋವಿಡ್ ಸವಾಲಿನ ಹೊರತಾಗಿಯೂ ಇದು ಮುಂದುವರೆದಿದೆ. ಜನ್‌ಧನ್ – ಆಧಾರ್ – ಮೊಬೈಲ್ (ಜೆಎಎಂ) ತ್ರಿಮೂರ್ತಿಗಳನ್ನು ತೆಗೆದುಕೊಳ್ಳಿ, ಇದು ಬ್ಯಾಂಕಿಂಗ್ ಮತ್ತು ಡಿಜಿಟಲ್ ಸೇವೆಗಳನ್ನು ಒದಗಿಸುವ ಮೂಲಕ ಲಕ್ಷಾಂತರ ದುರ್ಬಲರನ್ನು ಸಬಲೀಕರಣಗೊಳಿಸಿದೆ. ಇದೇ ರೀತಿಯಲ್ಲಿ ಆರೋಗ್ಯವು ಕೇವಲ ಅಭಿವೃದ್ಧಿ ಹೊಂದಿದವರ ವಿಶೇಷಾಧಿಕಾರ ಆಗಿರಬೇಕಿಲ್ಲ ಎಂಬುದನ್ನು ವಿಸ್ತರಿಸುತ್ತಿರುವ ಆರೋಗ್ಯ ವ್ಯಾಪ್ತಿಯು ತೋರಿಸಿಕೊಟ್ಟಿದೆ. ಬಾಲಕಿಯರ ಶಿಕ್ಷಣಕ್ಕಾಗಿ ಇರುವ ಬೇಟಿ ಬಚಾವೋ ಬೇಟಿ ಪಡಾವೋ ಯೋಜನೆ ಕೂಡ ಅಂತಹ ವ್ಯಾಪಕ ಸಾಮಾಜಿಕ ಪರಿಣಾಮಗಳನ್ನು ಹೊಂದಿದೆ; ಮನೆಗಳಿಗೆ ನಲ್ಲಿ ನೀರನ್ನು ತರುವ ಜಲ ಜೀವನ್ ಮಿಷನ್, ಜನಸಾಮಾನ್ಯರನ್ನು ಆನ್‌ಲೈನ್‌ಗೆ ತರಲು ಡಿಜಿಟಲ್ ಇಂಡಿಯಾ ನೆಟ್‌ವರ್ಕ್ ಮತ್ತು ಉರುವಲು ಸೌದೆ ಸುಡುವ ಬದಲಿಗೆ ಅಡುಗೆ ಅನಿಲವನ್ನು ನೀಡುವ ಉಜ್ವಲಾ ಕಾರ್ಯಕ್ರಮ – ಇವು ದೀರ್ಘಕಾಲೀನ ಸವಾಲುಗಳನ್ನು ಶಾಶ್ವತ ರೀತಿಯಲ್ಲಿ ಎದುರಿಸುವ ಸಾಮರ್ಥ್ಯಕ್ಕೆ ಉದಾಹರಣೆಗಳಾಗಿವೆ. ಈ ಅಭಿಯಾನಗಳ ಒಟ್ಟಾರೆ ಪರಿಣಾಮವು ಮನುಕುಲದ ಗಮನಾರ್ಹ ಪ್ರಮಾಣದ ಸಮಾಜೋ – ಆರ್ಥಿಕ ಕಲ್ಯಾಣವನ್ನು ಸುಧಾರಿಸುತ್ತಿದೆ. ಭಾರತವು ಏಕೆ ಮುಖ್ಯವಾಗಿದೆ ಎಂದರೆ ಅದರ ಪ್ರಗತಿಯ ದಾಖಲೆಯು 'ಸುಸ್ಥಿರ ಅಭಿವೃದ್ಧಿ ಗುರಿಗಳ(ಎಸ್‌ಡಿಜಿ) ಕಾರ್ಯಸೂಚಿ 2030'ನ್ನು ಜಾರಿಗೊಳಿಸುವ ಜಾಗತಿಕ ಯಶಸ್ಸನ್ನೂ ನಿರ್ಧರಿಸುತ್ತದೆ.

ಭಾರತದ ರಾಜಕೀಯ ಆಯ್ಕೆಗಳು ಪ್ರಜಾಪ್ರಭುತ್ವದ ಮೌಲ್ಯಗಳಿಗೆ ಜಾಗತಿಕ ಸ್ಥಾನಮಾನವನ್ನು ಸಾಧಿಸಲು ಅನುವು ಮಾಡಿಕೊಟ್ಟಿವೆ ಎಂಬುದನ್ನು ಎಲ್ಲರೂ ಸುಲಭವಾಗಿ ಪ್ರಶಂಸಿಸುವುದಿಲ್ಲ. ನಾವು ಗಮನ ಹರಿಸುವವರೆಗೂ, ಈ ಪದ್ಧತಿಗಳನ್ನು ಅಭಿವೃದ್ಧಿ ಹೊಂದಿದ ದೇಶಗಳ ವಿಶೇಷಾಧಿಕಾರವೆಂದು ವ್ಯಾಪಕವಾಗಿ ಗ್ರಹಿಸಲಾಗಿತ್ತು. ಪ್ರಜಾಸತ್ತಾತ್ಮಕ ಸಂಪ್ರದಾಯಗಳು ಭಾರತೀಯ ಇತಿಹಾಸ ಮತ್ತು ಸಂಸ್ಕೃತಿಯಲ್ಲಿ ಆಳವಾಗಿ ಬೇರೂರಿವೆ ಎಂಬ ಅಂಶದಿಂದಲೇ ಇದು ಸಾಧ್ಯವಾಯಿತು. ಆದರೆ ಇದನ್ನು ಹಿಂದಿನ ವರ್ಷಗಳಲ್ಲಿ ಭಾರತವೂ ಪ್ರತಿಪಾದಿಸಲಿಲ್ಲ; ಅದರ ಆಧುನಿಕ ಅವತಾರವನ್ನು ಹಲವಾರು ವರ್ಷಗಳ ಕಾಲ ಅಸಂಗತವೆಂದು ಚಿತ್ರಿಸಲಾಯಿತು. ಪಾಶ್ಚಾತ್ಯ ದೇಶಗಳಲ್ಲಿನ ಅಭಿಪ್ರಾಯಗಳು ಸೇನಾ ಆಡಳಿತವು 'ಕಡಿಮೆ ಯೋಗ್ಯರಿಗೆ' ಉತ್ತಮ ಆಡಳಿತ ಪರಿಹಾರವೆಂದು ಶಿಫಾರಸು ಮಾಡುವಲ್ಲಿಯೇ ಸುಖವಾಗಿದ್ದವು. ಪಾಕಿಸ್ತಾನವನ್ನು ವರ್ಷಗಳಿಂದ ಆದ್ಯತೆಯ ಸಹಭಾಗಿ ಎಂದೇ ಪ್ರಚಾರ ಮಾಡುವ ಮೂಲಕ ನಮ್ಮ ನೆರೆಹೊರೆ ಪ್ರದೇಶವೇ ಈ ನಿಟ್ಟಿನಲ್ಲಿ ಅತ್ಯಂತ ಸ್ಪಷ್ಟವಾದ ನಿದರ್ಶನವನ್ನು ಒದಗಿಸಿತು; ವಾಸ್ತವವಾಗಿ, ಭಾರತವು ಆರ್ಥಿಕ ಪರಿಸ್ಥಿತಿಗಳ ಸವಾಲಿನ ಸನ್ನಿವೇಶದಲ್ಲೂ ಆಧುನಿಕ ಪ್ರಜಾಪ್ರಭುತ್ವ ರಾಜ್ಯವ್ಯವಸ್ಥೆಯನ್ನು ನಿರ್ಮಿಸುವ ಮೂಲಕವಷ್ಟೇ ಅಲ್ಲ, ಹಾಗೆ ಮಾಡಲು ತನ್ನದೇ ಆದ ಬಹುತ್ವದ ಪರಂಪರೆಯನ್ನು ಸೆಳೆಯುವ ಮೂಲಕವೂ ಬದಲಾವಣೆಯನ್ನು ತಂದಿತು. ಇತರ ಅನೇಕ ಸಮಾಜಗಳಿಗಿಂತ ಭಿನ್ನವಾಗಿ, ಭಾರತವು ಎಂದಿಗೂ ಏಕರೂಪತೆಗೆ ಹೆಚ್ಚಿನ ಬೆಲೆ ಕೊಡಲಿಲ್ಲ. ಇದಕ್ಕೆ ತದ್ವಿರುದ್ಧವಾಗಿ, ವೈವಿಧ್ಯದ ಮೂಲಕ ವ್ಯಕ್ತವಾದ ಭಾರತದ ಸಹಜ ಏಕತೆಯು ಅದರ ಸಂವಾದ ಸಂಸ್ಕೃತಿಯ ನಿಜವಾದ ಆಧಾರವಾಗಿದೆ.

ಇತ್ತೀಚಿನ ವರ್ಷಗಳಲ್ಲಿ ಇತರ ದೇಶಗಳು ಎದುರಿಸುತ್ತಿರುವ ಸವಾಲುಗಳಿಗೆ ವ್ಯತಿರಿಕ್ತವಾಗಿ, ಭಾರತದ ವರ್ಚಸ್ಸು ಕಾಲ ಸರಿದಂತೆ ಬಲವಾಗುತ್ತಲೇ ಇವೆ. ಮತದಾನದಲ್ಲಿ ಭಾಗವಹಿಸುವಿಕೆಯಾಗಿರಲಿ ಅಥವಾ ರಾಜಕೀಯ ಪ್ರಾತಿನಿಧ್ಯವನ್ನು ವಿಸ್ತರಿಸುವ ವಿಷಯವಾಗಿರಲಿ, ಪ್ರಜಾಪ್ರಭುತ್ವ ಪ್ರಕ್ರಿಯೆಯ ಪರಿಣಾಮಕಾರಿತ್ವವು ಹೆಚ್ಚು ನಿಚ್ಚಳವಾಗಿದೆ. ಜಾಗತೀಕರಣದಿಂದ ಉಂಟಾದ ಪರಕೀಯತೆ ಮತ್ತು ತಪ್ಪು ಮಾಹಿತಿಯಿಂದ ಉಂಟಾದ ಅಸಂತೋಷದ ಹಿನ್ನೆಲೆಯಲ್ಲಿ ಇದೇನೂ ಸಾಧಾರಣ ಸಾಧನೆಯಲ್ಲ. ನಮ್ಮದೇ ವಿಷಯದಲ್ಲಿ, ನ್ಯಾಯಸಮ್ಮತ ಅಧಿಕಾರ ಹಸ್ತಾಂತರದ ಬೆಂಬಲದಿಂದ ಪ್ರಜಾತಾಂತ್ರಿಕ ಚಟುವಟಿಕೆಗಳು ಮತ್ತು ಚರ್ಚೆಗಳಲ್ಲಿ ಹುರುಪು ಹೆಚ್ಚುತ್ತಿರುವುದನ್ನು ಕಾಣಬಹುದು. ಇತರ ಕೆಲವು ದೇಶಗಳಿಗಿಂತ ಭಿನ್ನವಾಗಿ, ಕೊನೇ ಪಕ್ಷ ನಮ್ಮ ಚುನಾವಣಾ ಫಲಿತಾಂಶಗಳನ್ನು ಅನುಮಾನಿಸಲಾಗುವುದಿಲ್ಲ ಎಂದು ನಾವು ವಿಶ್ವಾಸದಿಂದ ಹೇಳಬಹುದು! ವಾಸ್ತವವಾಗಿ, ಪ್ರಜಾಪ್ರಭುತ್ವವು ಉತ್ತಮವಾಗಿ ಕಾರ್ಯನಿರ್ವಹಿಸುತ್ತಿದೆ ಎಂಬುದಷ್ಟೇ ಅಲ್ಲ, ಹಿಂದೆಂದಿಗಿಂತಲೂ ಉತ್ತಮವಾಗಿದೆ ಎಂದು ನಿಜವಾಗಿಯೂ ಹೇಳಬಹುದು.

ಭಾರತದಂತಹ ಸಂವಾದಶೀಲ ಸಮಾಜದಲ್ಲಿ, ರಾಜಕೀಯ ಚರ್ಚೆಗಳು ಹೆಚ್ಚಾಗಿ ವಾಗ್ವಾದಗಳ ರೂಪವನ್ನು ಪಡೆದುಕೊಳ್ಳುತ್ತವೆ. ಜಾಗತೀಕರಣದ ಅಸ್ತಿತ್ವವೆಂದರೆ ಈ ಚರ್ಚೆಗಳು ನಮ್ಮ ಗಡಿಗಳನ್ನು ಮೀರಿಯೂ ಹರಡಬಹುದು. ಆದರೆ ನಮ್ಮ ಜನರು ತಮ್ಮ ಸ್ವಾತಂತ್ರ್ಯವನ್ನು ಎಷ್ಟು ಸುಸಂಗತವಾಗಿ ವಿಸ್ತರಿಸುತ್ತಾರೆ ಎಂಬುದನ್ನು ಖುದ್ದಾಗಿ ಗಮನಿಸಿದವರಿಗೆ, ವಿಶ್ವದ ದೃಷ್ಟಿಯಲ್ಲಿ ಭಾರತದ ಮೌಲ್ಯವು ಬೆಳೆದಿದೆ ಎಂಬುದು ಸ್ಪಷ್ಟವಾಗಿದೆ; ಏಕೆಂದರೆ ಇದು ಸ್ವದೇಶದಲ್ಲಿನ ರಾಜಕೀಯ ಕಸರತ್ತು ಮಾತ್ರವಲ್ಲ, ಪುನರುಜ್ಜೀವಿತ ಸಮಾಜದ ಪ್ರಜಾತಾಂತ್ರಿಕ ಪ್ರತಿಪಾದನೆಯಾಗಿದೆ.

ಮುಕ್ತ ಸಮಾಜದ ಸದ್ಗುಣಗಳನ್ನು ಮರುಶೋಧಿಸುವಾಗ, ಕೇವಲ ಪ್ರಜಾಪ್ರಭುತ್ವವಾಗಿದ್ದರೆ ಸಾಲದು. ನಾವು ಖಂಡಿತವಾಗಿಯೂ ಸಂಕುಚಿತ ಅರ್ಥದಲ್ಲಿ 75 ವರ್ಷಗಳಿಂದ ಮುಕ್ತ ಸಮಾಜವೇ ಆಗಿದ್ದೇವೆ; ಆದರೆ ನಿಜವಾಗಿಯೂ ಸಾಮಾಜಿಕವಾಗಿ ಬಹಳ ದೀರ್ಘಕಾಲದಿಂದ ಮುಕ್ತವಾಗಿದ್ದೇವೆ. ಫಲಿತಾಂಶ ನೀಡುವ ಪ್ರಜಾಪ್ರಭುತ್ವವಾಗಿರುವುದಂತೂ ಇನ್ನೂ ಮುಖ್ಯವಾಗಿದೆ. ಈ ಅಂಶದ ಮೇಲೆಯೇ ಕಳೆದ ದಶಕವು ತುಂಬಾ ನಿರ್ಣಾಯಕವಾಗಿದೆ. ತಂತ್ರಜ್ಞಾನದ ಸಾಧನಗಳ ಪರಿಣಾಮಕಾರಿ ಅನ್ವಯದೊಂದಿಗೆ ಉತ್ತಮ ಆಡಳಿತಕ್ಕಾಗಿ ಇರುವ ನೈಜ ಕಾಳಜಿಯು ಸಮಾಜೋ-ಆರ್ಥಿಕ ಸನ್ನಿವೇಶವನ್ನು ಪರಿವರ್ತಿಸಲು ಪ್ರಾರಂಭಿಸಿದೆ. ವಿಶ್ವವು ಈ ಪರಿವರ್ತನೆಯ ಪ್ರಮಾಣ ಮತ್ತು ತೀವ್ರತೆಯನ್ನು ನೋಡಿ ಚಕಿತಗೊಳ್ಳಲೇಬೇಕು, ಅಷ್ಟೆ.

ದೇಶಾದ್ಯಂತ ಡಿಜಿಟಲ್ ಮುಖ್ಯಾಸರೆಯನ್ನು ಗಟ್ಟಿಯಾಗಿ ಸ್ಥಾಪಿಸುವ ಮೂಲಕ, ಕೋವಿಡ್ ಪಿಡುಗಿನ ಸಮಯದಲ್ಲಿ 80 ಕೋಟಿಗೂ ಹೆಚ್ಚು ಭಾರತೀಯರು ಆಹಾರ ಪಡೆದರು; ಅವರಲ್ಲಿ ಅರ್ಧಕ್ಕರ್ಧ ಜನರು ತಮ್ಮ ಬ್ಯಾಂಕ್ ಖಾತೆಗಳ ಮೂಲಕವೇ ಹಣ ಪಡೆದರು. ಈ ಪ್ರಯತ್ನದ ಅಗಾಧತೆಯ ಬಗ್ಗೆ ಯೋಚಿಸಿ: ಇದು ಇಡೀ ಯುರೋಪಿಯನ್ ಮತ್ತು ಅಮೆರಿಕನ್ ಜನಸಂಖ್ಯೆಯನ್ನು ಒಂದೇ ಸಮಯದಲ್ಲಿ ನಿರ್ವಹಿಸಿದಷ್ಟಿದೆ. ವಾಸ್ತವವಾಗಿ, ಪ್ರತಿಯೊಂದು ಕಾರ್ಯಕ್ರಮ ಮತ್ತು ಯೋಜನೆಯನ್ನು ಒಂದು ಪ್ರಮುಖ ದೇಶದ ಜನಸಂಖ್ಯೆಗೆ ಹೋಲಿಸುವಷ್ಟು ಪ್ರಮಾಣದಲ್ಲಿ ಕೈಗೆತ್ತಿಕೊಳ್ಳಲಾಗಿದೆ. ಜನ್‌ಧನ್

ಉಪಕ್ರಮವು ಯುಎಸ್ ಮತ್ತು ಮೆಕ್ಸಿಕೊವನ್ನು ಒಂದೇ ಬಾರಿಗೆ ಬ್ಯಾಂಕಿಂಗ್ ಮಾಡಿದಂತೆ; ಸೌಭಾಗ್ಯ ಯೋಜನೆಯು ಇಡೀ ರಷ್ಯಾ ವನ್ನು ವಿದ್ಯುದ್ದೀಕರಣಗೊಳಿಸಿದಂತೆ; ಉಜ್ವಲಾ ಯೋಜನೆಯು ಇಡೀ ಜರ್ಮನಿಯ ಅಡುಗೆ ಇಂಧನವನ್ನು ಬದಲಾಯಿಸಿದಂತೆ; ಮತ್ತು ಆವಾಸ್ ಯೋಜನೆಯು ಇಡೀ ಜಪಾನಿಗೆ ವಸತಿ ಕಲ್ಪಿಸಿದಂತೆ ಇದೆ. ಶುದ್ಧ ನೀರು, ಆರೋಗ್ಯ ರಕ್ಷಣೆ ಮತ್ತು ಕೃಷಿ ಬೆಂಬಲದಂತಹ ಇತರ ಕ್ಷೇತ್ರಗಳಲ್ಲಿನ ಉದಾಹರಣೆಗಳನ್ನೂ ಉಲ್ಲೇಖಿಸಬಹುದು. ಭಾರತದ ಡಿಜಿಟಲೀಕರಣದಿಂದ ನೇರ ಲಾಭ ವರ್ಗಾವಣೆ (ಡಿಬಿಟಿ) ಸೋರಿಕೆಯ ಸುದೀರ್ಘ ಪರಂಪರೆಯನ್ನು ಕೊನೆಗೊಳಿಸಿದೆ. 200 ಕೋಟಿಗೂ ಹೆಚ್ಚು ಲಸಿಕೆ ನೀಡಿಕೆ ಸಹ ಸ್ವತಃ ಒಂದು ಸಾಧನೆಯಾಗಿದೆ. ತಂತ್ರಜ್ಞಾನವನ್ನು ಪ್ರಜಾಸತ್ತಾತ್ಮಕಗೊಳಿಸಲು ಮತ್ತು ಜನಸಾಮಾನ್ಯರನ್ನು ಸಬಲೀಕರಣಗೊಳಿಸಲು ಈ ಉಪಕ್ರಮಗಳು ಹೇಗೆ ಸಹಾಯ ಮಾಡಿವೆ ಎಂಬುದು ಬಹುಶಃ ದೊಡ್ಡ ಪಾಠವೇ ಆಗಿದೆ. ಭಾರತವು ಉತ್ತಮ ಆಡಳಿತವನ್ನು ಸಂಕೇತಿಸುತ್ತದೆ; ಅದರ ಡಿಜಿಟಲ್ ಸಾರ್ವಜನಿಕ ಮೂಲಸೌಕರ್ಯವು ಜಗತ್ತಿನ ಮಟ್ಟಿಗೆ ಭಾರೀ ಪ್ರಸಕ್ತತೆ ಹೊಂದಿದೆ. ಆದ್ದರಿಂದಲೇ ಭಾರತವು ಮಹತ್ತ್ವದ್ದಾಗಿದೆ.

ಅಭಿವೃದ್ಧಿ ಹೊಂದಿದ ದೇಶಗಳು ದೀರ್ಘಕಾಲದಿಂದ ಕಡಿಮೆ ಕಾರ್ಯಕ್ಷಮತೆ ಹೊಂದಿವೆ ಎಂದೇ ಕಾಣುತ್ತಿದ್ದ ರಾಜ್ಯವ್ಯವಸ್ಥೆಯಲ್ಲಿ ಆದ ಈ ಪ್ರಗತಿಯನ್ನು ಸಂತೋಷದಿಂದ ಗುರುತಿಸಬಹುದು. ಇದು ಖಂಡಿತವಾಗಿಯೂ ಸಹಯೋಗದ ಹೊಸ ಮಾರ್ಗಗಳನ್ನು ತೆರೆಯುತ್ತದೆ. ಆದರೆ ಅಭಿವೃದ್ಧಿಶೀಲ ದೇಶಗಳು ಇದನ್ನು – ವಿಶೇಷವಾಗಿ ಅವುಗಳನ್ನು ಅಂತಹ ಭಾರೀ ಪ್ರಮಾಣದಲ್ಲಿ ಕಾರ್ಯಗತಗೊಳಿಸಿದಾಗ – ತಮಗೆ ನೇರವಾಗಿ ಅನ್ವಯವಾಗುವ ಅನುಭವಗಳಾಗಿ ನೋಡುತ್ತವೆ.

ಭಾರತವು ಈಗ ಪ್ರಯೋಗಾಲಯವಾಗಿ, ತರಬೇತಿಯ ಅಂಗಣವಾಗಿ, ನವೋನ್ವೇಷಣೆ ಮತ್ತು ಆವಿಷ್ಕಾರದ ಚಾಲಕ ದೇಶವಾಗಿ ಮತ್ತು ನಿದರ್ಶನದ ಕ್ಷೇತ್ರವಾಗಿ ಮಾರ್ಪಟ್ಟಿದೆ ಎಂಬುದು ಅದರ ಪ್ರಸ್ತುತತೆಯನ್ನು ಹೆಚ್ಚಿಸುತ್ತದೆ. ಕೋವಿಡ್ ಪಿಡುಗು ಭಾರತವು ವಿಶ್ವದ ಔಷಧಾಲಯವಾಗಿ ಕೊಡುಗೆ ನೀಡುವುದನ್ನು ಅನಾವರಣಗೊಳಿಸಿದೆ. ಅದರ ಡಿಜಿಟಲ್ ಕೌಶಲ್ಯ ಮತ್ತು ನವೋದ್ಯಮಗಳು ತಂತ್ರಜ್ಞಾನಗಳು ಮತ್ತು ಸೇವೆಗಳ ಸ್ಥಿರವಾದ ಹರಿವಿಗೆ ಕಾರಣವಾಗಿವೆ. ವ್ಯವಹಾರದ ಫಲಿತಾಂಶಗಳ ಮೇಲಿನ ಅದರ ಪರಿಣಾಮವು ಸಾರ್ವಜನಿಕ ಸೇವೆಗಳಷ್ಟೇ ಪ್ರಬಲವಾಗಿದೆ. ವಾಸ್ತವವಾಗಿ, ಭಾರತವು ಮಾದರಿಯಾಗಿ ಹೊರಹೊಮ್ಮಿದರೆ ಹವಾಮಾನ ಕ್ರಮದಂತಹ ಪ್ರಮುಖ ಜಾಗತಿಕ ಸವಾಲುಗಳನ್ನು ಹೆಚ್ಚು ಪರಿಣಾಮಕಾರಿಯಾಗಿ ಎದುರಿಸುವ ಸಾಧ್ಯತೆಯಿದೆ. ಅದರ ಚಿಮ್ಮುವ ಸಾಮರ್ಥ್ಯವು ಸಾಕಾರಗೊಂಡಾಗ ನಿಜವಾದ ಬದಲಾವಣೆ ಕಾಣಿಸುತ್ತದೆ. ಅಂತೆಯೇ, ವಿವಿಧ ಕ್ಷೇತ್ರಗಳಲ್ಲಿ ಮೇಕ್ ಇನ್ ಇಂಡಿಯಾದ ತ್ವರಿತ ಪ್ರಗತಿಯು ವಿಶ್ವದ ಜೊತೆಗೆ ಮತ್ತು ವಿಶ್ವಕ್ಕಾಗಿ ಏನೆಲ್ಲಾ ಮಾಡಬಹುದು ಎಂಬುದನ್ನು ದೃಢೀಕರಿಸುತ್ತದೆ. ನಾವು ಉತ್ಪಾದಿಸುವ ಪ್ರಮಾಣ, ವ್ಯಾಪ್ತಿ ಮತ್ತು ಸ್ಪರ್ಧಾತ್ಮಕತೆಯು ಅಭಿವೃದ್ಧಿಯ ಹೆಚ್ಚುವರಿ ಎಂಜಿನ್‌ನ ಎಲ್ಲಾ ಲಕ್ಷಣಗಳನ್ನೂ ಹೊಂದಿದೆ. ವಿಕೇಂದ್ರೀಕೃತ ಜಾಗತೀಕರಣದಲ್ಲಿ ಭಾರತವು ಸ್ಫೂರ್ತಿಯಾಗಿ ಮತ್ತು ಪ್ರಮುಖ ಅಂಶವಾಗಿ – ಎರಡೂ ಅಂಶಗಳಲ್ಲಿ ಮಹತ್ತ್ವದ ದೇಶವಾಗಿದೆ.

ಭಾರತದ ಪ್ರತಿಭೆಯ ಮಹತ್ತ್ವ

ಕಳೆದ ಕೆಲವು ವರ್ಷಗಳಲ್ಲಿ ಭಾರತದ ಆತ್ಮವಿಶ್ವಾಸದಲ್ಲಿ ಏರಿಕೆ ಕಂಡುಬಂದಿದೆ. ತನ್ನ ಬಗ್ಗೆ ಆತ್ಮವಿಶ್ವಾಸ ಹೊಂದಿರುವ ಪೀಳಿಗೆಯು ಸ್ವಾಭಾವಿಕವಾಗಿ ಹೆಚ್ಚಿನ ಆಶೋತ್ತರಗಳನ್ನು ಹೊಂದಿರುತ್ತದೆ. ಪ್ರತಿಭೆಯನ್ನು ಸಾಮರ್ಥ್ಯವಾಗಿ ಪರಿವರ್ತಿಸಲು, ಕಾರ್ಯವಿಧಾನಗಳು, ಸಂಸ್ಥೆಗಳು ಮತ್ತು ಅಭ್ಯಾಸಗಳನ್ನು ರೂಪಿಸುವ ಅಗತ್ಯವಿದೆ. ನಿರ್ದಿಷ್ಟವಾಗಿ, ದೊಡ್ಡ ದೇಶಗಳಿಗೆ ಅಗಾಧವಾದ ಸಾಮರ್ಥ್ಯ ಬೇಕಾಗುತ್ತದೆ. 1991ರ ನಂತರದ ಭಾರತದ ಕಾರ್ಯಕ್ಷಮತೆಯಲ್ಲಿ ಪ್ರಮುಖ ನ್ಯೂನತೆ ಇದ್ದರೆ, ಅದು ಆ ಮಟ್ಟದ ಸಾಮರ್ಥ್ಯಗಳ ಕೊರತೆಗಳೇ ಆಗಿವೆ. ಕಾರ್ಪೋರೇಟ್ ಲಾಭದಾಯಕತೆಯಿಂದ ಮೂಡಿದ ಆರಾಮದ ಮಾನಸಿಕತೆಯು ತಾಳಿಕೆಯ ದೇಶೀಯ ಪೂರೈಕೆ ಸರಪಣಿಗಳನ್ನು ರಚಿಸುವ ಬದ್ಧತೆಯನ್ನು ತಿರಸ್ಕರಿಸಿತು. ಉದ್ಯೋಗದ ವಿಸ್ತರಣೆಯಲ್ಲಿ ಸಾಕಷ್ಟು ಬೆಳವಣಿಗೆಯು ಕಂಡುಬರಲಿಲ್ಲ ಎಂಬುದೇ ಇದಕ್ಕೆ ನಿದರ್ಶನ. ಸೀಮಿತ ಕಾರ್ಯಕ್ಷೇತ್ರಕ್ಕೆ ಮಾತ್ರವೇ ಅನುಕೂಲವಾಗುವಂತೆ ಸುಧಾರಣೆಯನ್ನೇ ಸಂಕುಚಿತ ಪದಗಳಲ್ಲಿ ಪರಿಕಲ್ಪಿಸಲಾಯಿತು.

ದೇಶವು ಈಗ ಮಾನವ ಸಂಪನ್ಮೂಲ ಸರಪಣಿಯನ್ನು ನವೀಕರಿಸಲು ಮತ್ತು ಉತ್ಪಾದನೆ ಮತ್ತು ನವೋನ್ವೇಷಣೆಯನ್ನು ಹೆಚ್ಚಿಸಲು ಸಜ್ಜಾಗುತ್ತಿದ್ದಂತೆ, ರಾಸಾಯನಿಕಗಳು ಮತ್ತು ಜವಳಿಗಳಂತಹ ಸ್ಥಾಪಿತ ರಂಗಗಳಿಂದ ಹಿಡಿದು ಎಲೆಕ್ಟ್ರಾನಿಕ್ ಹಾರ್ಡ್‌ವೇರ್, ಅರೆವಾಹಕಗಳು ಮತ್ತು ಔಷಧಿಗಳಂತಹ ಸಮಕಾಲೀನ ರಂಗಗಳವರೆಗೆ ಹೊಸ ಶ್ರೇಣಿಯ ಅವಕಾಶಗಳು ತೆರೆದುಕೊಂಡಿವೆ. ಅದರ ಸಾಮರ್ಥ್ಯವನ್ನು ಉತ್ತಮವಾಗಿ ಅರಿತುಕೊಳ್ಳಲು ನಡೆಯುತ್ತಿರುವ ದೃಢವಾದ ಪ್ರಯತ್ನವು ಪ್ರಗತಿ ಸಾಧಿಸಲಿದೆ. ಭಾರತದಲ್ಲಿ ಆ್ಯಪಲ್ ಉತ್ಪನ್ನಗಳ ತಯಾರಿಕೆಯು ಇಲ್ಲಿ ಕೇವಲ ಒಂದು ಉದಾಹರಣೆ; ಆದರೆ ಖಂಡಿತ ಇದು ಶಕ್ತಿಯುತ ಹೇಳಿಕೆ. ಜಾಗತಿಕ ಉತ್ಪಾದನೆ ಮತ್ತು ವಿಶ್ವಾಸಾರ್ಹ ಪೂರೈಕೆ ಸರಪಣಿಗಳಿಗೆ ಹೆಚ್ಚಿನ ಕೊಡುಗೆ ನೀಡಿದರೆ ಮಾತ್ರ ಭಾರತವು ಮಹತ್ತ್ವ ಪಡೆಯುತ್ತದೆ.

ಭಾರತದ ಮಾನವ ಸಾಮರ್ಥ್ಯದ ಅಗಾಧತೆಯನ್ನು ಬಹಳ ಹಿಂದಿನಿಂದಲೂ ದೇಶದೊಳಗೂ ಸಹ ಕಡೆಗಣಿಸಲಾಗಿದೆ. ಈಗಾಗಲೇ ವಾಸ್ತವವಾದ ಸಂಗತಿಗಳನ್ನು ನೋಡೋಣ. ಪ್ರಸ್ತುತ 3.20 ಕೋಟಿ ಭಾರತೀಯ ಪ್ರಜೆಗಳು ಮತ್ತು ಭಾರತೀಯ ಮೂಲದ ವ್ಯಕ್ತಿಗಳು (ಪಿಐಒ) ವಿದೇಶದಲ್ಲಿ ವಾಸಿಸುತ್ತಿದ್ದಾರೆ ಮತ್ತು ಕೆಲಸ ಮಾಡುತ್ತಿದ್ದಾರೆ. ಸುಮಾರು 45 ಲಕ್ಷ ಜನರಿಗೆ ಯುಎಸ್ ನೆಲೆಯಾಗಿದೆ; ಅವರಲ್ಲಿ ಅನೇಕರು ತಂತ್ರಜ್ಞಾನ ಮತ್ತು ನವೋನ್ವೇಷಣೆಯಲ್ಲಿ ಮುಖ್ಯರಾಗಿದ್ದಾರೆ. ಅದರ ಎರಡು ಪಟ್ಟು, ಸರಿಸುಮಾರು 90 ಲಕ್ಷ ಜನರು ಕೊಲ್ಲಿ ದೇಶಗಳಲ್ಲಿ ವಾಸಿಸುತ್ತಿದ್ದಾರೆ ಮತ್ತು ಅಲ್ಲಿನ ಆರ್ಥಿಕತೆಯನ್ನು ಮುನ್ನಡೆಸಿದ್ದಾರೆ. ಯುಕೆ, ಕೆನಡಾ, ದಕ್ಷಿಣ ಆಫ್ರಿಕಾ ಮತ್ತು ಆಸ್ಟ್ರೇಲಿಯಾದಂತಹ ಕಾಮನ್‌ವೆಲ್ತ್ ದೇಶಗಳು ಇನ್ನೂ 50 ಲಕ್ಷಕ್ಕೂ ಹೆಚ್ಚು ಭಾರತೀಯ ಜನಸಂಖ್ಯೆಯನ್ನು ಹೊಂದಿವೆ. ಅದು ದೊಡ್ಡ ಅಥವಾ ಸಣ್ಣ ದೇಶಗಳಾಗಿರಬಹುದು, ಹತ್ತಿರದ ಅಥವಾ ದೂರದ ದೇಶಗಳಾಗಿರಬಹುದು, ಐತಿಹಾಸಿಕ ವಲಸೆ ಅಥವಾ ಇತ್ತೀಚಿನ ಚಲನವಲನವಾಗಿರಬಹುದು – ಎಲ್ಲೆಲ್ಲೂ ಭಾರತೀಯರು ಮುಖ್ಯರಾಗಿದ್ದಾರೆ. ಏಕೆಂದರೆ ಅವರು ನಿಜವಾಗಿಯೂ ವಿಶ್ವವ್ಯಾಪಕರಾಗಿದ್ದಾರೆ.

ಭಾರತೀಯ ಸಮುದಾಯದ ವ್ಯಾಪಕ ಹರಡುವಿಕೆಯು ಜಾಗತೀಕರಣದ ಸ್ವಾಭಾವಿಕ ಅನುಬಂಧವಾಗಿದೆ. ಇದನ್ನು ವಿವಿಧ ಭೌಗೋಳಿಕತೆಗಳಲ್ಲಿನ ಕೌಶಲ್ಯಗಳು ಮತ್ತು ಪ್ರತಿಭೆಗಳೊಂದಿಗೆ ಜೋಡಿಸಿ ನೋಡುವುದು ಸಹಜ. ವಿದೇಶದಲ್ಲಿ ಅಧ್ಯಯನ ಮಾಡುತ್ತಿರುವ

ಹತ್ತು ಲಕ್ಷಕ್ಕೂ ಹೆಚ್ಚು ಭಾರತೀಯ ವಿದ್ಯಾರ್ಥಿಗಳ ಸಂಖ್ಯೆಯೂ ಮುಂದೆ ಹೆಚ್ಚಾಗಲಿದೆ. ಅಭಿವೃದ್ಧಿ ಹೊಂದಿದ ಆರ್ಥಿಕತೆಗಳು ನೀಡುವ ಚಲನಶೀಲ ಸಹಭಾಗಿತ್ವದ ಮೂಲಕ ಅವರನ್ನು ಮತ್ತು ಅವರ ದೇಶೀಯ ಸಹವರ್ತಿಗಳನ್ನು ಸಹ ಆಕರ್ಷಿಸಲಾಗುತ್ತಿದೆ. ಆದ್ದರಿಂದ, ಭಾರತವು ತನ್ನ ಮಾನವ ಸಂಪನ್ಮೂಲದ ಗುಣಮಟ್ಟವನ್ನು ಸುಧಾರಿಸುತ್ತಿರುವಾಗಲೇ ಜಗತ್ತು ಉನ್ನತ ಕೌಶಲ್ಯಗಳು ಮತ್ತು ಕಠಿಣ ಜನಸಂಖ್ಯಾ ಸವಾಲುಗಳತ್ತ ಸಾಗುತ್ತಿರುವಾಗ, ಬೇಡಿಕೆ – ಪೂರೈಕೆ ಹೊಂದಾಣಿಕೆಯು ಪ್ರಬಲ ತರ್ಕವನ್ನು ಹೊಂದಿದೆ. ಪೋರ್ಚುಗಲ್, ಆಸ್ಟ್ರೇಲಿಯಾ, ಆಸ್ಟ್ರಿಯಾ, ಜರ್ಮನಿ, ಜಪಾನ್, ಯುಕೆ, ಇಟಲಿ ಮತ್ತು ಫ್ರಾನ್ಸ್‌ನೊಂದಿಗಿನ ಇತ್ತೀಚಿನ ಒಪ್ಪಂದಗಳು ಈ ಬದಲಾವಣೆಯ ಮುನ್ಸೂಚನೆಗಳಾಗಿವೆ. ವರ್ಷಗಳು ಕಳೆದಂತೆ, ಈ ಸಂಗತಿಯು ಜಾಗತಿಕ ಕಾರ್ಯಸ್ಥಳದಲ್ಲಿ ಇನ್ನಷ್ಟು ದೊಡ್ಡ ವಿಷಯವಾಗಲಿದೆ; ಆದ್ದರಿಂದಲೇ ಭಾರತವು ಮಹತ್ತ್ವ ಹೊಂದಿದೆ.

ಅಂತಹ ಸನ್ನಿವೇಶದಲ್ಲಿ, ತನ್ನದೇ ಆದ ಕಾಳಜಿ ವಹಿಸುವ ಭಾರತದ ಮೇಲಿನ ಬಾಧ್ಯತೆ ಕ್ರಮೇಣವಾಗಿ ಬೆಳೆದಿದೆ. ವಿದೇಶದಲ್ಲಿ ಅವರ ಉಪಸ್ಥಿತಿ ದೊಡ್ಡದಾಗಿದೆ ಎಂಬುದಷ್ಟೇ ಅಲ್ಲ, ಆ ಜನರ ನಿರೀಕ್ಷೆಗಳೂ ಸಾಕಷ್ಟಿವೆ. ನಾವು ಹೆಚ್ಚಾಗಿ ಇದನ್ನು ಬಲವಾದ ರಾಷ್ಟ್ರೀಯ ಸಾಮರ್ಥ್ಯಗಳ ಪ್ರತಿಬಿಂಬವಾಗಿ ನೋಡುತ್ತೇವೆ; ಅದು ತಪ್ಪೇನಲ್ಲ. ಆದರೆ ಅದೇ ರೀತಿ, ಸಂಪನ್ಮೂಲಗಳನ್ನು ನಿಯೋಜಿಸಲು – ವಿಶೇಷವಾಗಿ ಹೆಚ್ಚಿನ ಅಪಾಯದ ಸಂದರ್ಭಗಳಲ್ಲಿ – ರಾಜಕೀಯ ಇಚ್ಛಾಶಕ್ತಿ ಇರಬೇಕು. ಭಾರತದ ರಾಜತಾಂತ್ರಿಕ ನಿಲುವಿನಲ್ಲಿನ ಗಮನಾರ್ಹ ಬದಲಾವಣೆಗಳಲ್ಲಿ ತನ್ನ ನಾಗರಿಕರ ಕಲ್ಯಾಣಕ್ಕಾಗಿ ವಿದೇಶದಲ್ಲಿ ಕಾರ್ಯಾಚರಣೆಗಳನ್ನು ಕೈಗೊಳ್ಳುವ ಪ್ರವೃತ್ತಿಯೂ ಸೇರಿದೆ. ಇವು ಹೆಚ್ಚಾಗಿ ಸೇನಾ ಸ್ವತ್ತುಗಳ ಬಳಕೆಯನ್ನು ಒಳಗೊಂಡಿರುತ್ತವೆ. ಇಂತಹ ಕಾರ್ಯಾಚರಣೆಗಳಲ್ಲಿ ಇತ್ತೀಚೆಗಿನವು ಎಂದರೆ ಆಪರೇಶನ್ ಅಜಯ್, ಕಾವೇರಿ ಮತ್ತು ಗಂಗಾ. ಇವು ಕ್ರಮವಾಗಿ ಇಸ್ರೇಲ್, ಸುಡಾನ್ ಮತ್ತು ಉಕ್ರೇನ್‌ನಿಂದ ನಿಂದ ನಮ್ಮ ಪ್ರಜೆಗಳನ್ನು ಮರಳಿ ಕರೆತಂದವು. ವಂದೇ ಭಾರತ್ ಮಿಶನ್ ಬಹುಶಃ ಇತಿಹಾಸದಲ್ಲೇ ಅತಿದೊಡ್ಡದಾಗಿದೆ; ಇದರ ಮೂಲಕ ವಿದೇಶದಲ್ಲಿರುವ ನಮ್ಮ ನಾಗರಿಕರು ಕೋವಿಡ್ ಸಮಯದಲ್ಲಿ ಮನೆಗೆ ಮರಳಿದರು. ಯೆಮೆನ್ ಸಂಘರ್ಷ ಮತ್ತು ನೇಪಾಳ ಭೂಕಂಪದಿಂದ ಹಿಡಿದು ದಕ್ಷಿಣ ಸುಡಾನ್ ಹಿಂಸಾಚಾರ ಮತ್ತು ಕಾಬೂಲ್ ವಶಪಡಿಸಿಕೊಳ್ಳುವವರೆಗೆ ಇನ್ನೂ ಹಲವು ಕಾರ್ಯಾಚರಣೆಗಳು ನಡೆದಿವೆ.

ಒಟ್ಟಾರೆಯಾಗಿ ಗತಕಾಲಕ್ಕೆ ಮಾತ್ರವಲ್ಲ, ಇತರ ದೇಶಗಳ ಪ್ರವೃತ್ತಿಯೆದುರು ಹೋಲಿಕೆ ಮಾಡಿದಾಗಲೂ ಭಾರತದಲ್ಲಿ ಹೆಚ್ಚಿನ ಪ್ರಮಾಣದ ಚಟುವಟಿಕೆಗಳನ್ನು ಕಾಣಬಹುದು. ಸಂಕಷ್ಟದ ಸಂದರ್ಭಗಳನ್ನು ತಗ್ಗಿಸಲು ವಿದೇಶದಲ್ಲಿ ಭಾರತದ ನಿಧಿಯ ಉದಾರ ಬಳಕೆಯು ಈ ಮನಃಸ್ಥಿತಿಯನ್ನು ದೃಢಪಡಿಸುತ್ತದೆ. ಭಾರತವು ವಿದೇಶದಲ್ಲಿ ತನ್ನದೇ ಆದ ಹೊಣೆಗಾರಿಕೆಗಳನ್ನು ನಿರ್ವಹಿಸುತ್ತದೆ; ಜೊತೆಗೇ ಇತರ ದೇಶಗಳಿಗೆ ಸಹಾಯ ಹಸ್ತವನ್ನೂ ಚಾಚುತ್ತಿದೆ; ಆದ್ದರಿಂದಲೇ ಭಾರತವು ಮಹತ್ತ್ವ ಪಡೆದಿದೆ.

ಕಾರ್ಯತಂತ್ರದ ದಿಗಂತಗಳ ವಿಸ್ತಾರ

ಅಂತಾರಾಷ್ಟ್ರೀಯ ಸಂಬಂಧಗಳು ಭೌಗೋಳಿಕತೆಗೆ ಹೆಚ್ಚಿನ ಪ್ರಾಮುಖ್ಯ ನೀಡುತ್ತವೆ. ಭಾರತ ಪರ್ಯಾಯ ದ್ವೀಪವು (ತನ್ನದೇ ಹೆಸರಿನ) ಹಿಂದೂ ಮಹಾಸಾಗರದ ಮಧ್ಯಬಿಂದುವಾಗಿದೆ.

ಈ ಸಮುದ್ರಪ್ರದೇಶವು ಕಡಲ ಚಟುವಟಿಕೆಗಳ ಸಕ್ರಿಯ ಕ್ಷೇತ್ರವಾಗಿದೆ ಎಂಬುದು ಇದನ್ನು ಇನ್ನಷ್ಟು ಮಹತ್ತ್ವದ್ದಾಗಿಸಿದೆ. ಭಾರತದ ಉಪಸ್ಥಿತಿಗೆ ಖಂಡಾಂತರ ಆಯಾಮವೂ ಇದೆ. ಅದರ ಸಕ್ರಿಯ ಭಾಗಿತ್ವವಿಲ್ಲದೆ, ಯಾವುದೇ ಟ್ರಾನ್ಸ್–ಏಶ್ಯಾ ಸಂಪರ್ಕ ಉಪಕ್ರಮವು ನಿಜವಾಗಿಯೂ ಪ್ರಾರಂಭವಾಗುವುದಿಲ್ಲ. ಏನೇ ಹೇಳಿದರೂ ಇದು ಆಗ್ನೇಯ ಏಶ್ಯಾ ಮತ್ತು ಕೊಲ್ಲಿ ದೇಶಗಳ ನಡುವೆ ಸಂಪರ್ಕವನ್ನು ಒದಗಿಸುತ್ತದೆ. ಈ ಸ್ಥಳವು ಭಾರತಕ್ಕೆ ಈ ಮುಂಚೆ ಪ್ರಬಲ ಜಾಗತಿಕ ಶಕ್ತಿಯಾಗಿ ಬೆಳೆದ ಸಂಗತಿಯ ಹೊರತಾಗಿನ ಒಂದು ಪ್ರಾಧಾನ್ಯವನ್ನು ಒದಗಿಸುತ್ತದೆ. ಇವೆರಡೂ ಸಂಗತಿಗಳ ಪರಿಧಿಗಳು ಪರಸ್ಪರ ಅತಿವ್ಯಾಪಿಸುವ ಸಂದರ್ಭದ ನಿರ್ವಹಣೆ ಒಂದು ದೊಡ್ಡ ಜವಾಬ್ದಾರಿಯಾಗಿದೆ. ಭಾರತದ ಇತರ ಹತ್ತಿರದ ನೆರೆಹೊರೆ ದೇಶಗಳೂ ಜನರ ನಡುವಿನ ಮತ್ತು ಸಾಂಸ್ಕೃತಿಕ ಸಂಬಂಧಗಳನ್ನು ಹಂಚಿಕೊಳ್ಳುತ್ತವೆ ಎಂಬುದು ನೀತಿಯನ್ನು ಸುಸ್ಥಿರವಾಗಿ ನಿರ್ವಹಿಸಬೇಕಾದ ಸಂಕೀರ್ಣತೆಯನ್ನು ಹೆಚ್ಚಿಸುತ್ತದೆ. ಭಾರತವು ತನ್ನ ಭೌಗೋಳಿಕತೆಯನ್ನು ಎಷ್ಟು ಚೆನ್ನಾಗಿ ಬಳಸಿಕೊಳ್ಳುತ್ತದೆ ಎಂಬ ಅಂಶವು ಜಗತ್ತಿನಲ್ಲಿ ಅದು ಹೊಂದಿರುವ ಪ್ರಸ್ತುತತೆಯ ಗಮನಾರ್ಹ ಅಂಶವಾಗಿದೆ. ಅದು ಹಿಂದೂ ಮಹಾಸಾಗರದ ಮೇಲೆ ಪ್ರಭಾವ ಬೀರಲು ಮತ್ತು ಇಂಡೋ–ಪೆಸಿಫಿಕ್‌ನಲ್ಲಿ ಭಾಗವಹಿಸಲು ಸಾಧ್ಯವಾದರೆ, ಅದರ ಜಾಗತಿಕ ಪಾಲು ಅದಕ್ಕೆ ಅನುಗುಣವಾಗಿ ಹೆಚ್ಚಾಗುತ್ತದೆ. ಹಾಗೆಯೇ ಅದರ ಸಮೃದ್ಧಿ ಮತ್ತು ಪ್ರಗತಿಯು ದೊಡ್ಡ ಉಪಖಂಡಕ್ಕೆ ಅಲೆಯೊಂದನ್ನು ಎತ್ತಿಕೊಡುವಂತೆ ಕಾರ್ಯ ನಿರ್ವಹಿಸಿದರೆ, ಇದು ಇನ್ನೂ ಹೆಚ್ಚು ಪರಿಣಾಮಕಾರಿಯಾಗುತ್ತದೆ.

ಇತಿಹಾಸವು ಹಲವಾರು ದೇಶಗಳಿಗೆ ಮಿಶ್ರಫಲದ ವರವಾಗಿರಬಹುದು; ಆದರೆ ಅದನ್ನು ಇನ್ನೂ ನೀತಿಗಳ ಒತ್ತಡದ ಕಾರಣದಿಂದಷ್ಟೇ ಬಳಸಿಕೊಳ್ಳಲಾಗುತ್ತಿದೆ. ಭಾರತದ ವಿಷಯದಲ್ಲಿ, ವಿಭಜನೆಯು ಭಾರತದ ಘನತೆಯನ್ನು ತಗ್ಗಿಸಿದ್ದಷ್ಟೇ ಅಲ್ಲ, ಅದು ಬಹುಕಾಲದಿಂದ ಹೊಂದಿದ್ದ ಗೌರವ ಮತ್ತು ಪ್ರಭಾವದ ನಿಕಟ ಪ್ರದೇಶಗಳಿಂದಲೂ ಬೇರ್ಪಟ್ಟಿತು. ಇತ್ತೀಚೆಗಿನ ವರ್ಷಗಳಲ್ಲಿ, ಭಾರತಕ್ಕೆ ತನ್ನ ಕಾರ್ಯತಂತ್ರದ ಪರಂಪರೆಯನ್ನು ಮರಳಿ ಗಳಿಸುವುದೇ ದೊಡ್ಡ ಕೆಲಸವಾಗಿದೆ. ಲುಕ್ ಈಸ್ಟ್‌ನಿಂದ ಆ್ಯಕ್ಟ್ ಈಸ್ಟ್ ನೀತಿಗೆ ಬಡ್ತಿ ಹೊಂದಿರುವುದು ಆಗ್ನೇಯ ಏಶ್ಯಾದಲ್ಲಿ ಸಂಪರ್ಕ ಮತ್ತು ಭದ್ರತಾ ಹಿತಾಸಕ್ತಿಗಳ ಗಂಭೀರತೆಯನ್ನು ಎತ್ತಿ ತೋರಿಸಿದೆ. ಇದು ವಿಸ್ತೃತ ನೆರೆಹೊರೆಯನ್ನು ವ್ಯಾಖ್ಯಾನಿಸುವ ಮೊದಲ ಹೆಜ್ಜೆಯಾಗಿದೆ.

ಸ್ಥಗಿತಗೊಂಡಿರುವ ಇತರ ದೀರ್ಘಕಾಲೀನ ಸಂಬಂಧಗಳನ್ನು ಪುನರ್ನಿರ್ಮಿಸಲು ಕೊಲ್ಲಿ ದೇಶಗಳಲ್ಲಿ ಕಳೆದ ಎಂಟು ವರ್ಷಗಳಿಂದ ಸಮಾನಾಂತರ ಪ್ರಯತ್ನವನ್ನು ಮಾಡಲಾಯಿತು. ಇಂಧನ ಮತ್ತು ವಲಸೆಗೆ ಆ ಸಂಬಂಧಗಳನ್ನು ಸೀಮಿತಗೊಳಿಸಿದ ದಶಕಗಳ ನಂತರ, ಭಾರತವು ಪೂರ್ಣ ಶ್ರೇಣಿಯ ಸಂಬಂಧಗಳನ್ನು ಕಟ್ಟಿಕೊಳ್ಳಲು ಮುಂದಾಗಿದೆ. ನಿಕಟ ಭದ್ರತಾ ಸಮನ್ವಯದಿಂದ ಬಲವಾದ ಆರ್ಥಿಕ ಸಂಪರ್ಕಗಳನ್ನು ಬಲಪಡಿಸಲಾಗುತ್ತಿದೆ. ಇಂಡಿಯಾ–ಮಧ್ಯಪ್ರಾಚ್ಯ–ಯುರೋಪ್ ಆರ್ಥಿಕ ಕಾರಿಡಾರ್ (ಐಎಂಇಸಿ) ಹೊಸ ಯುಗದ ಹರಿಕಾರ ಆಗಲೂಬಹುದು.

ಪ್ರಸ್ತುತ ಮೂರನೆಯ ಉಪಕ್ರಮ ಕೇಂದ್ರ ಏಶ್ಯಾದ ಕಡೆಗೆ ಗಮನ ನೀಡಿದ್ದು ಇದಕ್ಕೆ ತನ್ನದೇ ಆದ ಆಧಾರವಿದೆ. ನಿಚ್ಚಳವಾದ ಸಾಂಸ್ಕೃತಿಕ ಸಂಬಂಧವನ್ನು ಹೊಂದಿರುವ ಈ ಪ್ರದೇಶದೊಂದಿಗೆ ವ್ಯವಹರಿಸಲು ಸಂಪರ್ಕದ ಅಡೆತಡೆಯನ್ನು ನಿವಾರಿಸುವುದು ಮುಖ್ಯವಾಗಿದೆ. ಅದರ ದಕ್ಷಿಣದ ಸಮುದ್ರಪ್ರದೇಶಕ್ಕೆ ಸಂಬಂಧಿಸಿದಂತೆ, 2015ರ ಸಾಗರ್

ಸಿದ್ಧಾಂತವು ಭಾರತದೊಂದಿಗೆ ತುಂಬಾ ನಿಕಟವಾಗಿ ಹೆಣೆದುಕೊಂಡಿರುವ ದ್ವೀಪಗಳನ್ನು ಸಂಪರ್ಕಿಸಲು ನೆರವಾಯಿತು. ಇತಿಹಾಸಕ್ಕೆ ಮರಳುವುದು ಮತ್ತು ನಮ್ಮ ವಿಸ್ತೃತ ನೆರೆಹೊರೆಗಳನ್ನು ಗುರುತಿಸುವುದು ಭಾರತವು ಮಹತ್ತ್ವ ಪಡೆಯಲು ಇರುವ ಮತ್ತೊಂದು ಕಾರಣ.

ರಾಜಕೀಯ ಅಡೆತಡೆಗಳು ರಾಷ್ಟ್ರೀಯ ಹಿತಾಸಕ್ತಿಯ ಅನ್ವೇಷಣೆಯನ್ನು ಸೀಮಿತಗೊಳಿಸುವುದಲ್ಲದೆ ಕಾರ್ಯತಂತ್ರದ ದಿಗಂತಗಳನ್ನು ಕುಗ್ಗಿಸಬಹುದು. ಇದು ಭಾರತದ ವಿಷಯದಲ್ಲಿ ಸಾಕಷ್ಟು ಪ್ರಮಾಣದಲ್ಲಿ ಸಂಭವಿಸಿತ್ತು. ನಾವು ಹಿಂದಿನ ಚೌಕಟ್ಟನ್ನು ಮೀರಲು ಪ್ರಯತ್ನಿಸುತ್ತಿರುವಾಗ, ಸಾಂಸ್ಕೃತಿಕ ಪರಂಪರೆಗಳು ಮತ್ತೆ ಪ್ರಾಮುಖ್ಯ ಪಡೆಯಲು ಪ್ರಾರಂಭವಾಗುವುದು ಸ್ವಾಭಾವಿಕ. ಇವುಗಳಲ್ಲಿ ಅತ್ಯಂತ ನಿಚ್ಚಳವಾಗಿರುವ ಬೆಳವಣಿಗೆಗಳು ಆಗ್ನೇಯ ಏಶ್ಯಾಕ್ಕೆ ಸಂಬಂಧಿಸಿವೆ. ಅಲ್ಲಿ ಶತಮಾನಗಳ ಕಾಲದ ವಿನಿಮಯಗಳು ಶ್ರೀಮಂತ ಹಂಚಿಕೆಯ ಪರಂಪರೆಯನ್ನು ಸೃಷ್ಟಿಸಿದವು. ಇವು ಇಂದಿಗೂ ಮಹತ್ತ್ವದ ಸ್ಮಾರಕಗಳು ಮತ್ತು ಸಕ್ರಿಯವಾಗಿರುವ ಕಲೆಗಳಲ್ಲಿ ಕಂಡುಬರುತ್ತವೆ. ತತ್ಪರಿಣಾಮವಾಗಿ, ಮೈ ಸನ್‌ನಲ್ಲಿನ ಹೊಸ ಪುರಾತತ್ವ ಸಂಶೋಧನೆ ಅಥವಾ ಆಂಗ್ಕೋರ್ ವಾಟ್, ತಾ ಪ್ರೋಹ್ಮ್ ಮತ್ತು ಬಗಾನ್‌ನಲ್ಲಿನ ಸಂರಕ್ಷಣಾ ಯೋಜನೆಯು ಗತಕಾಲದ ಆಧಾರದಲ್ಲಿ ಸಂಬಂಧಗಳನ್ನು ಕಟ್ಟುವ ಸಹಜ ಬಯಕೆಯನ್ನು ದೃಢಪಡಿಸುತ್ತದೆ. ಭಾರತೀಯ ಸಾಂಸ್ಕೃತಿಕ ವ್ಯಾಪ್ತಿಯು ಪೂರ್ವದ ಕಡೆಗೆ, ದಕ್ಷಿಣ ಕೊರಿಯಾದವರೆಗೂ ಇದೆ. ಅಯೋಧ್ಯೆಯ ಸಾಂಸ್ಕೃತಿಕ ಪುನರುಜ್ಜೀವನವು ಆ ಸಮಾಜದಲ್ಲಿ ಭಾವನಾತ್ಮಕ ಸಂಬಂಧವನ್ನು ಬೆಳೆಸುವುದು ಸಹಜವೇ ಆಗಿದೆ.

ಪಶ್ಚಿಮದತ್ತ ನೋಡಿದಾಗ, ನಮ್ಮ ಸರ್ವಸಾಮಾನ್ಯ ಇತಿಹಾಸದ ಅಭಿವ್ಯಕ್ತಿಗಳು ಸ್ವಲ್ಪ ಭಿನ್ನವಾಗಿರಬಹುದು; ಆದರೆ ಅವು ನಿರೀಕ್ಷಿತ ಸಾಮಾಜಿಕ ಮೌಲ್ಯಗಳ ಭಾಗವಂತೂ ಹೌದು. ಶಕ್ತಿಯುತವಾದ ವ್ಯಾಪಾರ ಸಂಸ್ಕೃತಿಯು ಹಳೆಯ ಸಂಬಂಧಗಳ ಸುಗಮತೆಯಿಂದಾಗಿ ಬಹುಬೇಗ ಹೊಸ ಸಂಪರ್ಕಗಳನ್ನು ನಿರ್ಮಿಸುತ್ತದೆ. ಅದರ ಸಹಭಾಗಿಗಳ ಸಾಂಸ್ಕೃತಿಕ ಆಚರಣೆಗಳ ಬಗ್ಗೆಯೂ ಅಷ್ಟೇ ಸಹಜ ಮೆಚ್ಚುಗೆ ಇರುತ್ತದೆ. ಅಬುಧಾಬಿಯಲ್ಲಿ ದೇವಾಲಯದ ನಿರ್ಮಾಣವು ಭಾರತೀಯ ಸಮಾಜದೊಂದಿಗಿನ ಸಾಂಪ್ರದಾಯಿಕ ಸಂಬಂಧದ ಸಂಕೇತವಾಗಿದೆ.

ಯುರೇಶಿಯನ್ ಭೂಪ್ರದೇಶದ ಉತ್ತರ ಭಾಗದ ಸಂಪರ್ಕವೂ ಇದೇ ರೀತಿ ಮಹತ್ತ್ವದ್ದಾಗಿದೆ. ಖಂಡದಾದ್ಯಂತ ಹರಡಿದ ಬೌದ್ಧ ಧರ್ಮವು ತನ್ನದೇ ಆದ ಬೌದ್ಧಿಕ, ಆಧ್ಯಾತ್ಮಿಕ ಮತ್ತು ಸೌಂದರ್ಯದ ಸಂದೇಶಗಳನ್ನು ಹೊಂದಿತ್ತು. ಈ ಪರಂಪರೆಯು ಇನ್ನೂ ಉಳಿದುಕೊಂಡಿದೆ; ಅದು ಮತ್ತೆ ಅರಳುವುದನ್ನು ಖಾತರಿಪಡಿಸಿಕೊಳ್ಳುವುದೇ ಇಲ್ಲಿನ ಪ್ರಯತ್ನವಾಗಿದೆ. ಕಳೆದ ಕೆಲವು ವರ್ಷಗಳಲ್ಲಿ, ಭಾರತೀಯ ನೀತಿಯು ಅದರ ಅಗತ್ಯಕ್ಕೆ ತಕ್ಕಂತೆ ವಿಸ್ತಾರಗೊಂಡ ನಂತರ, ಆ ದಿಕ್ಕಿನಲ್ಲಿ ವಿಶೇಷ ಪ್ರಯತ್ನಗಳನ್ನು ಮಾಡಲಾಗಿದೆ.

ಯುಗಾಂತರಗಳಿಂದ ಭಾರತದ ಸಾಂಸ್ಕೃತಿಕ ಹೆಜ್ಜೆಗುರುತನ್ನು ಪೋಷಿಸುವ ಸಂವೇದನೆಯು ಈಗ ಪರಂಪರೆಯ ಸಂರಕ್ಷಣೆಯಲ್ಲಿ ಸಹಕಾರವನ್ನು ಉತ್ತೇಜಿಸುವ ಕೇಂದ್ರೀಕೃತ ಪ್ರಯತ್ನಗಳಲ್ಲಿ ಕಂಡುಬರುತ್ತಿದೆ. ಕೇವಲ ಅಧಿಕಾರದ ಮಟ್ಟದ ಹೆಚ್ಚಳವೊಂದೇ ಇಲ್ಲಿ ಮುಖ್ಯವಾಗುವುದಿಲ್ಲ. ಇದು ಜಾಗತಿಕ ಮರುಸಮತೋಲನಕ್ಕೆ ಪ್ರಮುಖವಾದ

ಸಾಂಸ್ಕೃತಿಕ ಮತ್ತು ಬೌದ್ಧಿಕ ಪುನರುತ್ಥಾನವೂ ಹೌದು. ತನ್ನ ಈ ಬಗೆಯ ಅನನ್ಯ ಕೊಡುಗೆಗಳಿಂದಾಗಿ ಭಾರತವು ಮಹತ್ತ್ವ ಹೊಂದಿದೆ.

ಕುಟುಂಬವಾಗಿ ವಿಶ್ವ

ಇತಿಹಾಸದ ಅಂತರಾಳದಿಂದ ಭಾರತದ ಪ್ರಸ್ತುತತೆಯನ್ನು ಹೆಚ್ಚಿಸುವ ಅಂಶಗಳು ಹೊರಹೊಮ್ಮಿದ್ದರೆ, ಸಮಕಾಲೀನ ಅವಧಿಯಲ್ಲೂ ಹೀಗೆಯೇ ವಿವಿಧ ಅಂಶಗಳು ಮೂಡಬಹುದು. ಇಲ್ಲಿಯೂ ಸಹ, ಅಂದಿನ ರಾಜಕೀಯದಿಂದ ಪ್ರಭಾವಿತವಾದ ಅಡೆತಡೆಗಳು ನಮ್ಮ ಮನಸ್ಸಿನಲ್ಲಿ ಮಾತ್ರ ಇದ್ದವು. ಕಳೆದ ಶತಮಾನದ ಘಟನೆಗಳನ್ನೇ ತೆಗೆದುಕೊಳ್ಳಿ. ಎರಡೂ ಮಹಾಯುದ್ಧಗಳಲ್ಲಿ ಕೆಲವು ರಂಗಗಳಲ್ಲಿ ಫಲಿತಾಂಶವನ್ನು ನಿರ್ಧರಿಸುವಲ್ಲಿ ಭಾರತದ ಕೊಡುಗೆ ಗಮನಾರ್ಹವಾಗಿದೆ. ಮೊದಲನೆಯ ಮಹಾಯುದ್ಧದಲ್ಲಿ ಒಂದು ಕೋಟಿಗೂ ಹೆಚ್ಚು ಭಾರತೀಯರು ಭಾಗವಹಿಸಿದರು; ಯುರೋಪ್, ಮೆಡಿಟರೇನಿಯನ್, ಪಶ್ಚಿಮ ಏಶ್ಯಾ ಮತ್ತು ಆಫ್ರಿಕಾದಲ್ಲಿ ಸೇವೆ ಸಲ್ಲಿಸಿದರು. ಸೊಮ್ಮೆಯಲ್ಲಿನ ಬೈಸಿಕಲ್ ಪಡೆಗಳು ಮತ್ತು ಜೆರುಸಲೇಂನ ಜಾಫಾ ಗೇಟ್ ಮೂಲಕ ಪ್ರವೇಶಿಸುವ ಪೇಟಾ ಧರಿಸಿದ ಸೈನಿಕರು ಆ ಕಾಲದ ಅಪ್ರತಿಮ ಚಿತ್ರಗಳಲ್ಲಿ ಸೇರಿದ್ದಾರೆ. ಆದರೆ ಈ ಸೈನಿಕರ ಶೌರ್ಯ ಮತ್ತು ತ್ಯಾಗವು ಇತ್ತೀಚಿನ ವರ್ಷಗಳಲ್ಲಷ್ಟೇ ಸಾರ್ವಜನಿಕರ ಅರಿವಿಗೆ ಬಂದಿದೆ. ಕಾರ್ಯಸೂಚಿಗಳಿಂದ ಒತ್ತಡಕ್ಕೆ ಒಳಗಾಗದೆ, ಪ್ರಧಾನಮಂತ್ರಿ ಮೋದಿಯವರು ನ್ಯೂವ್ ಚಾಪೆಲ್ ಮತ್ತು ಹೈಫಾದಂತಹ ಸ್ಮಾರಕಗಳಲ್ಲಿ ಅವರನ್ನು ಗೌರವಿಸುವ ಮೂಲಕ ವಾಸ್ತವವನ್ನು ದಾಖಲಿಸಿದರು. ನಮ್ಮ ದೇಶದ ಜನತೆ ಸಹಜವಾಗಿಯೇ ಗಮನಿಸತೊಡಗಿತು. ವಿದೇಶಗಳಲ್ಲಿ ನಮ್ಮ ಸೈನಿಕರು ನಡೆಸಿದ ಅಭಿಯಾನಗಳ ಐತಿಹಾಸಿಕ ಹಾದಿಗಳನ್ನು ದಾಖಲಿಸಲು ಈಗ ಉಪಕ್ರಮಗಳು ಆರಂಭವಾಗಿವೆ.

ಇದು ಎರಡನೆಯ ಮಹಾಯುದ್ಧಕ್ಕೂ ಸಮಾನವಾಗಿ ಅನ್ವಯಿಸುತ್ತದೆ. ಆಗ 25 ಲಕ್ಷ ಭಾರತೀಯರು ಶಸ್ತ್ರಾಸ್ತ್ರಗಳನ್ನು ಕೈಗೆತ್ತಿಕೊಂಡರು. ಈ ಸಂದರ್ಭದಲ್ಲಿ, ನೇತಾಜಿ ಸುಭಾಷ್ ಚಂದ್ರ ಬೋಸ್ ನೇತೃತ್ವದ ಇಂಡಿಯನ್ ನ್ಯಾಶನಲ್ ಆರ್ಮಿಯು ಸ್ವಾತಂತ್ರ್ಯಕ್ಕಾಗಿ ಹೋರಾಡುವುದರೊಂದಿಗೆ ಸಮರದ ಎರಡೂ ಬದಿಗಳಿಗೆ ಭಾರತ ನೀಡಿದ ಕೊಡುಗೆ ಗಮನಾರ್ಹವಾಗಿದೆ. ಇದು ಪ್ರಮುಖ ಜಾರಿವ್ಯವಸ್ಥೆ ಪ್ರಯತ್ನಗಳಿಗೂ ವಿಸ್ತರಿಸಿತು. ಚೀನಾ ಮತ್ತು ರಷ್ಯಾದಂತಹ ದೇಶಗಳಿಗೆ ಕ್ರಮವಾಗಿ ಹಿಮಾಲಯನ್ ಹಂಪ್ ಮತ್ತು ಪರ್ಷಿಯನ್ ಕಾರಿಡಾರ್ ಮೂಲಕ ಸರಬರಾಜು ಮಾಡಲಾಗುತ್ತಿತ್ತು. 2020ರ ಜೂನ್‌ನಲ್ಲಿ ಭಾರತೀಯ ಸೇನಾ ತುಕಡಿಯು ಮಾಸ್ಕೋದ ಕೆಂಪು ಚೌಕದ ಮೂಲಕ ಹಾದು ಪ್ರದರ್ಶಿಸಿದ ಪಥಸಂಚಲನವು ಅಂತಿಮ ವಿಜಯಕ್ಕೆ ಭಾರತ ನೀಡಿದ ಕೊಡುಗೆಯನ್ನು ನೆನಪಿಸಿತು. ಎರಡನೆಯ ಮಹಾಯುದ್ಧದ ನಂತರ ಪೂರ್ವ ಮತ್ತು ಆಗ್ನೇಯ ಏಶ್ಯಾದಿಂದ ಪಶ್ಚಿಮ ಏಶ್ಯಾ ಮತ್ತು ಯುರೋಪಿನವರೆಗೆ ಸನ್ನಿವೇಶವನ್ನು ಸ್ಥಿರಗೊಳಿಸಲು ಭಾರತೀಯ ಸಶಸ್ತ್ರ ಪಡೆಗಳು ನಿರ್ವಹಿಸಿದ ಪಾತ್ರವೂ ಗಮನಾರ್ಹ.

ಜಾಗತಿಕ ಸೇವೆಯ ಈ ಸಂಪ್ರದಾಯವೇ ವಿಶ್ವಸಂಸ್ಥೆಯ ಶಾಂತಿಪಾಲನಾ ಕಾರ್ಯಾಚರಣೆಗಳಲ್ಲಿ ನಾಯಕನಾಗಿ ಹೊರಹೊಮ್ಮಲು ಭಾರತಕ್ಕೆ ಅಡಿಪಾಯವಾಯಿತು. ಇದರಿಂದಾಗಿ ಭಾರತವು ಈಗ ಪ್ರಾದೇಶಿಕ ಬಿಕ್ಕಟ್ಟಿನ ಸಂದರ್ಭಗಳಲ್ಲಿ ಪರಿಣಾಮಕಾರಿ

ಪ್ರಥಮಸ್ಪಂದನ ದೇಶವಾಗಿ ವಿಕಸನಗೊಂಡಿದೆ. ಜಾಗತಿಕ ಅಗತ್ಯಗಳ ವಿಷಯದಲ್ಲಿ ನೈಜ ಬದಲಾವಣೆ ತರುವ ಭಾರತವು ಈಗ ಮಹತ್ತ್ವದ ದೇಶವಾಗಿದೆ.

ಇತ್ತೀಚಿನ ದಿನಗಳಲ್ಲಿ, ಭಾರತವು ತನ್ನ ಅಂತಾರಾಷ್ಟ್ರೀಯ ವರ್ಚಸ್ಸನ್ನು ಹೆಚ್ಚಿಸಿಕೊಂಡು ಹೆಚ್ಚಿನ ರಾಜತಾಂತ್ರಿಕ ಶಕ್ತಿಯನ್ನು ಪ್ರದರ್ಶಿಸಿದೆ. ನಾಯಕತ್ವದ ಮಟ್ಟದಲ್ಲಿ ದೀರ್ಘಕಾಲದಿಂದ ನಿರ್ಲಕ್ಷಿಸಲ್ಪಟ್ಟ ಪ್ರದೇಶಗಳು ಮತ್ತು ದೇಶಗಳನ್ನೂ ತೀವ್ರವಾಗಿ ತೊಡಗಿಸಿಕೊಂಡಿದೆ. ಯುನೈಟೆಡ್ ಅರಬ್ ಎಮಿರೇಟ್ಸ್ (ಯುಎಇ)ನಂತಹ ಕೊಲ್ಲಿ ದೇಶಗಳು ಮೂರು ದಶಕಗಳ ಅಂತರದ ನಂತರ ಭಾರತದ ಪ್ರಧಾನಿ ಭೇಟಿಯನ್ನು ಕಂಡಿವೆ; 2019ರಲ್ಲಿ ಬಹ್ರೇನ್ ಮೊದಲ ಬಾರಿಗೆ ಭಾರತದ ಪ್ರಧಾನಿ ಭೇಟಿಯನ್ನು ಕಂಡಿದೆ. ಅಂತೆಯೇ, ಮಧ್ಯ ಏಶ್ಯಾದ ರಾಜ್ಯಗಳಾದ ತುರ್ಕಮೆನಿಸ್ತಾನ್ ಮತ್ತು ಕಿರ್ಗಿಸ್ತಾನ್ ದೇಶಗಳು ಭಾರತದ ಪ್ರಧಾನಿಯವರ ಭೇಟಿಗೆ ಎರಡು ದಶಕಗಳ ಕಾಲ ಕಾಯುತ್ತಿದ್ದವು; ಆಸ್ಟ್ರೇಲಿಯಾದಂತಹ ಪ್ರಮುಖ ಸಹಭಾಗಿ ದೇಶವು 28 ವರ್ಷಗಳಿಂದ ಕಾಯುತ್ತಿತ್ತು! ನೆರೆಯ ದೇಶಗಳಾದ ಶ್ರೀಲಂಕಾ ಮತ್ತು ನೇಪಾಳ ಕೂಡ ದೀರ್ಘ ವಿರಾಮದ ನಂತರ ದ್ವಿಪಕ್ಷೀಯವಾಗಿ ಭಾರತೀಯ ಪ್ರಧಾನಿಗೆ ಆತಿಥ್ಯ ನೀಡಿವೆ. ಈ ಪ್ರಯತ್ನಗಳಿಗೆ ಬಹು ಕ್ಷೇತ್ರಗಳಾದ್ಯಂತ ಹೆಚ್ಚು ವ್ಯವಸ್ಥಿತ ಸಂಯೋಜನೆಗಳ ಬೆಂಬಲವಿತ್ತು. ಜಾಗತಿಕ ಸಭೆಗಳಲ್ಲಿ ಪ್ರಮುಖ ವಿಷಯಗಳ ಬಗ್ಗೆ ಭಾರತದ ಧ್ವನಿ ಬಲವಾಗಿದೆ ಮತ್ತು ಪರಿಣಾಮಕಾರಿಯೂ ಆಗಿದೆ.

ಆದರೆ ಅಂತಿಮವಾಗಿ ನಾವು ಅಳವಡಿಸಿಕೊಂಡ ಒಟ್ಟಾರೆ ನಿಲುವಿನ ಮೇಲೆಯೇ ಎಲ್ಲವೂ ಅವಲಂಬಿತವಾಗಿರುತ್ತದೆ. ನಮ್ಮ ರಾಷ್ಟ್ರೀಯ ಭದ್ರತೆ ಅಪಾಯದಲ್ಲಿರುವಾಗ, ನಿಲುವುಗಳಿಗೆ ಅಂಟಿಕೊಳ್ಳುವುದು ಮತ್ತು ಅವನ್ನೇ ಪ್ರತಿಪಾದಿಸುವುದು ಅತ್ಯಗತ್ಯ. ಭಯೋತ್ಪಾದನೆಯನ್ನು ಇನ್ನುಮುಂದೆ ಸಹಿಸುವುದಿಲ್ಲ ಎಂದು ನಾವು ಗಂಭೀರ ನಿಲುವು ಹೊಂದಿದ್ದರೆ, ಉರಿ ಅಥವಾ ಬಾಲಾಕೋಟ್ ಘಟನೆಗಳು ನಡೆಯಲೇಬೇಕಾಗಿದ್ದವು. ನಮ್ಮ ಉತ್ತರದ ಗಡಿಗಳು ಚೀನಾದ ಬೆದರಿಕೆಗೆ ಒಳಗಾದರೆ, ಕೋವಿಡ್ ಇರಲಿ ಅಥವಾ ಇಲ್ಲದಿರಲಿ, ಭಾರತೀಯ ಸಶಸ್ತ್ರ ಪಡೆಗಳನ್ನು ಪ್ರತಿ–ನಿಯೋಜಿಸಲಾಗುವುದು. ಈ ಸಂಗತಿಗಳ ಹೊರತಾಗಿಯೂ ಮೂಡುತ್ತಿರುವ ನವಭಾರತವು ತನ್ನ ಅವಕಾಶಗಳನ್ನು ವಿಸ್ತರಿಸಿಕೊಳ್ಳಲು ಮಿತಿಗಳನ್ನು ಮೀರಿಯೇ ಸಮಸ್ಯೆಗಳನ್ನು ಎದುರುಹಾಕಿಕೊಳ್ಳಬೇಕು. ರಾಷ್ಟ್ರೀಯ ಹಿತಾಸಕ್ತಿಯ ಅನ್ವೇಷಣೆಯ ನಡೆಯನ್ನು ಪ್ರತಿಸ್ಪರ್ಧಿ ದೇಶಗಳೂ ಸೇರಿದಂತೆ ವಿಶ್ವದಾದ್ಯಂತ ಗೌರವಿಸಲಾಗುತ್ತದೆ. ಪ್ರಮುಖ ಹಿತಾಸಕ್ತಿಗಳ ವಿಷಯಕ್ಕೆ ಬಂದಾಗ ಏನು ಬೇಕೋ ಅದನ್ನು ಮಾಡುವುದು ಇನ್ನೂ ಮುಖ್ಯವಾಗುತ್ತದೆ. ಇದು ಭಾರತದ ಪ್ರಾದೇಶಿಕ ಸಮಗ್ರತೆ ಮತ್ತು ಸಾರ್ವಭೌಮತ್ವವನ್ನು ರಕ್ಷಿಸಲು, ಭಯೋತ್ಪಾದನೆಯನ್ನು ಎದುರಿಸಲು, ಅದರ ಆರ್ಥಿಕ ಹಿತಾಸಕ್ತಿಗಳನ್ನು ಅನುಸರಿಸಲು ಮತ್ತು ಜಾಗತಿಕ ಸವಾಲುಗಳಿಗೆ ಪ್ರತಿಕ್ರಿಯಿಸಲು ಅನ್ವಯವಾಗುತ್ತವೆ.

ಕ್ವಾಡ್‌ನೊಂದಿಗಿನ ಭಾಗಿತ್ವವು ಖಂಡಿತವಾಗಿಯೂ ವಿಶ್ವದಲ್ಲಿ ಭಾರತದ ಸ್ಥಾನಮಾನವನ್ನು ವೃದ್ಧಿಸಿದ ಇತ್ತೀಚಿನ ಉದಾಹರಣೆ. ಅಂತೆಯೇ, ಉಕ್ರೇನ್ ಸಂಘರ್ಷದ ಬಗ್ಗೆ ಭಾರತದ ನಿಲುವು ಗ್ಲೋಬಲ್ ಸೌತ್‌ನ ಹೆಚ್ಚಿನ ಪ್ರದೇಶಗಳಲ್ಲೂ ಬಲವಾಗಿ ಪ್ರತಿಧ್ವನಿಸಿದೆ. ಇಂಧನ ಭದ್ರತೆ, ಆಹಾರದುಬ್ಬರ ಮತ್ತು ವ್ಯಾಪಾರ ಅಡೆತಡೆಗಳ ಬಗ್ಗೆ ನಾವು ಆ ದೇಶಗಳ ಪರವಾಗಿ ಮಾತನಾಡುತ್ತೇವೆ. ಆತ್ಮವಿಶ್ವಾಸ, ಸ್ವಾತಂತ್ರ್ಯ ಮತ್ತು ದೃಢನಿಶ್ಚಯವನ್ನು ಪ್ರದರ್ಶಿಸಿದಾಗ

ಭಾರತವು ಮಹತ್ತ್ವದ ದೇಶವಾಗುತ್ತದೆ.

ತನ್ನ ವಿಶಿಷ್ಟತೆಯಿಂದಾಗಿ, ಭಾರತವು ಅಷ್ಟು ಸುಲಭವಾಗಿ ನಕಲು ಮಾಡುವಂತಹ ಮಾದರಿಯಲ್ಲ. ಇದೇ ರೀತಿಯ ಸವಾಲುಗಳನ್ನು ಎದುರಿಸುತ್ತಿರುವ ಇತರರಿಗೆ ಭಾರತ ತನ್ನ ಅನುಭವದ ನೆರವು ನೀಡುತ್ತದೆ. ವಾಸ್ತವವಾಗಿ, ಭಾರತವು ಮೇಲೇರಿದಷ್ಟೂ ಅದರ ಸಾಧನೆಗಳ ಮೌಲ್ಯವೂ ಹೆಚ್ಚಾಗುತ್ತದೆ. ಭಾರತದ ಪ್ರಗತಿಯ ಏಕರೂಪತೆ ಮತ್ತು ಪ್ರಸ್ತುತತೆ ಎರಡನ್ನೂ ಜಗತ್ತು ಗುರುತಿಸಿದೆ. ರಾಜಕೀಯ ಪೂರ್ವಗ್ರಹಗಳನ್ನು ಹೊಂದಿರುವವರನ್ನು ಬದಿಗಿಡಿ; ಮತ್ತೆ ಉದಯಿಸುವ ನಾಗರಿಕತಾತ್ಮಕ ರಾಜ್ಯವು ತನ್ನದೇ ಆದ ವ್ಯಕ್ತಿತ್ವವನ್ನು ಪ್ರದರ್ಶಿಸುತ್ತದೆ ಎಂದು ಉಳಿದವರು ಖಂಡಿತ ತಿಳಿಯುತ್ತಾರೆ. ಭಾರತವು ತನ್ನದೇ ಆದ ಸಂಸ್ಕೃತಿಯಲ್ಲಿ ಹೇಗೆ ಬೇರೂರಿದೆ ಎಂಬುದನ್ನು ಬಿಂಬಿಸುತ್ತಾ ತನ್ನಲ್ಲಿಯೇ ಮಾತಾಡಿಕೊಳ್ಳುತ್ತದೆ ಮತ್ತು ಯೋಚಿಸುತ್ತದೆ. ಭಾರತವು ತನ್ನಲ್ಲೇ ಹೆಚ್ಚು ಭರವಸೆ ಹೊಂದಿದ್ದಷ್ಟೂ ಹೆಚ್ಚು ಅಭಿವ್ಯಕ್ತಿಶೀಲವಾಗಿರುತ್ತದೆ. ಆಗ ಮಾತ್ರ ಅದು ವಸಾಹತುಶಾಹಿ ಇತಿಹಾಸದಲ್ಲಿ ಮುಳುಗಿರುವ ಬಡ ಸೋದರಸಂಬಂಧಿ ಎಂಬ ಚಹರೆಯನ್ನು ನಿವಾರಿಸಿಕೊಳ್ಳಬಹುದು.

ಈ ಪ್ರಯತ್ನದಲ್ಲಿ, ಆಧುನಿಕತೆ ಮತ್ತು ಸಂಪ್ರದಾಯವನ್ನು ಬೆಸೆಯುವ ವಿಶಿಷ್ಟ ಅವಕಾಶವನ್ನು ಭಾರತವು ಹೊಂದಿದೆ. ಅದು ತನ್ನ ಪರಂಪರೆಯನ್ನು ಅಪ್ಪಿಕೊಳ್ಳುವ ಮೂಲಕ ಹೆಚ್ಚು ಪ್ರಭಾವಶಾಲಿಯಾಗುತ್ತದೆಯೇ ಹೊರತು ಅದನ್ನು ತಗ್ಗಿಸುವ ಮೂಲಕ ಅಲ್ಲ. ಸಾಂಸ್ಕೃತಿಕ ನಂಬಿಕೆಗಳು ಮತ್ತು ಆಧುನೀಕರಣದ ಕಾರ್ಯಸೂಚಿಯು ಇಂದಿನ ಹಲವು ಸಂದಿಗ್ಧತೆಗಳನ್ನು ಪರಿಹರಿಸಲು ಸಹಾಯ ಮಾಡುತ್ತದೆ. ಅದರ ಐತಿಹಾಸಿಕ ಗುಣಲಕ್ಷಣಗಳನ್ನು ವಿಶ್ವಾಸದಿಂದ ಗ್ರಹಿಸಿದಾಗ ಅವು ಶಕ್ತಿಯ ಮೂಲವಾಗುತ್ತವೆ. ಉದಾಹರಣೆಗೆ, ಬಹುತ್ವದ ಮೆಚ್ಚುಗೆಯು ಸಂವೈಧಾನಿಕ ಆದೇಶವಷ್ಟೇ ಅಲ್ಲ, ದೀರ್ಘಕಾಲೀನ ಸಾಮಾಜಿಕ ಆಚರಣೆಗಳ ಉತ್ಪನ್ನವೂ ಆಗಿದೆ. ಅಂತೆಯೇ, ಸ್ವದೇಶದಲ್ಲಿನ ಬಲವಾದ ರಾಷ್ಟ್ರೀಯತೆಯು ಸಾಂಪ್ರದಾಯಿಕವಾಗಿ ವಿದೇಶಗಳಲ್ಲಿ ಉತ್ಸಾಹಭರಿತ ಅಂತಾರಾಷ್ಟ್ರೀಯವಾದದೊಂದಿಗೆ ಸಹಬಾಳ್ವೆ ನಡೆಸುತ್ತದೆ. ಮೇಲೇರುತ್ತಿರುವ ಭಾರತವು ಜಗತ್ತನ್ನು ಹೆಚ್ಚು ತೊಡಗಿಸಿಕೊಳ್ಳಲು ಬಯಸುತ್ತದೆಯೇ ಹೊರತು ಕಡಿಮೆ ಅಲ್ಲ. ಭಾರತವು ಹೆಚ್ಚು ಅಪ್ಪಟ ಭಾರತವಾದಾಗ ಮಹತ್ತ್ವ ಪಡೆಯುತ್ತದೆ.

ಬೆಳೆಯುತ್ತಿರುವ ರಾಜಕೀಯ ಸ್ಥಾನಮಾನ ಮತ್ತು ಆರ್ಥಿಕ ಸಾಮರ್ಥ್ಯಗಳನ್ನು ಗಮನದಲ್ಲಿಟ್ಟುಕೊಂಡು, ಭಾರತವು ತನ್ನ ಬಗ್ಗೆ ಜಗತ್ತು ಹೊಂದಿರುವ ನಿರೀಕ್ಷೆಗಳನ್ನು ವಿಶ್ವಾಸಾರ್ಹವಾಗಿ ನಿರ್ವಹಿಸಬೇಕಾಗಿದೆ. ಇದು ಭಾರತದ ಹತ್ತಿರದ ನೆರೆಹೊರೆಯಿಂದಲೇ ಪ್ರಾರಂಭವಾಗಬೇಕು. ಭೌತಿಕವಾಗಿ ಮತ್ತು ಐತಿಹಾಸಿಕವಾಗಿ ಅದಕ್ಕೆ ಹತ್ತಿರವಾಗಿರುವ ದೇಶಗಳು ಸ್ವಾಭಾವಿಕವಾಗಿ – ವಿಶೇಷವಾಗಿ ತೊಂದರೆಗಳ ಕ್ಷಣಗಳಲ್ಲಿ – ಭಾರತದತ್ತ ತಿರುಗುತ್ತವೆ. ಇವು ನೈಸರ್ಗಿಕ ವಿಪತ್ತುಗಳು ಅಥವಾ ಮಾನವನಿರ್ಮಿತ ಸಂದರ್ಭಗಳು, ಅಥವಾ ರಾಜಕೀಯ ಮತ್ತು ಆರ್ಥಿಕ – ಯಾವುದೇ ಆಗಿರಬಹುದು. ಆದಾಗ್ಯೂ, ಭಾರತದ ನಿರೀಕ್ಷೆಗಳನ್ನು ಆಯ್ದು ವ್ಯಕ್ತಪಡಿಸಿದಾಗ ಸವಾಲುಗಳು ಹುಟ್ಟಿಕೊಳ್ಳುತ್ತವೆ. ನೆರೆಹೊರೆ ದೇಶಗಳು ಸ್ವಾಭಾವಿಕವಾಗಿ ತಮ್ಮ ಅನುಕೂಲಕ್ಕೆ ಅನುಗುಣವಾಗಿ ಭಾರತದ ಇರುವಿಕೆಯನ್ನು ಹೊಂದಿಸಿಕೊಳ್ಳಬೇಕೆಂದು ಬಯಸುತ್ತವೆ.

ಭಾರತೀಯ ದೃಷ್ಟಿಕೋನದಿಂದ, ಸರಿಯಾದ ಸಮತೋಲನವನ್ನು ಹೊಂದುವುದು

ಯಾವಾಗಲೂ ಸುಲಭವಲ್ಲ. ಅತಿಯಾಗಿ ಮಾಡುವುದು ಒಳನುಗ್ಗಿದಂತೆ ಕಾಣುತ್ತದೆ; ಹಿಂಜರಿಕೆಯನ್ನು ವ್ಯಕ್ತಿಪಡಿಸಿದರೆ ದೌರ್ಬಲ್ಯವಲ್ಲ ಎಂದಲ್ಲದಿದ್ದರೂ ಅನಾಸಕ್ತಿ ಎಂದು ಭಾವಿಸಬಹುದು. ಅಥವಾ ಸ್ಪರ್ಧಾತ್ಮಕ ಶಕ್ತಿಗೆ ಸೋಲುವುದು ಕೂಡಾ ಅನಾಸಕ್ತಿ ಎಂದು ಬಗೆಯಬಹುದು. ಪ್ರತಿಯೊಬ್ಬ ಸಹಭಾಗಿಯ ರಾಜಕೀಯವು ಗಮನಾರ್ಹ ವೈವಿಧ್ಯಗಳನ್ನು ಹೊಂದಿರುತ್ತದೆ; ಇಲ್ಲಿ ಸಮಯ, ಸನ್ನಿವೇಶಗಳೇ ಲೆಕ್ಕಾಚಾರಗಳನ್ನು ರೂಪಿಸುತ್ತವೆ.

ಆದ್ದರಿಂದ, ದೈನಂದಿನ ಬೆಳವಣಿಗೆಗಳನ್ನು ಮೀರುವುದು ಮತ್ತು ರಚನಾತ್ಮಕ ಸಂಪರ್ಕಗಳನ್ನು ರೂಪಿಸುವುದೇ ಭಾರತದ ಮಧ್ಯಸ್ಥಸ್ಥಿತಿಯ ಕಾರ್ಯತಂತ್ರವಾಗಿದೆ. ಇದು ಸಂಭವಿಸಲು, ಪ್ರತಿಕ್ರಿಯಾತ್ಮಕವಲ್ಲದ, ಉದಾರ ಮತ್ತು ತಾಳ್ಮೆಯ ನೀತಿಗಳು ಒಗ್ಗೂಡಬೇಕಿವೆ. ಇವುಗಳು ಈ ದೇಶಗಳ ಮೂಲಸೌಕರ್ಯ ಅಭಿವೃದ್ಧಿ, ಸಮಾಜೋ – ಆರ್ಥಿಕ ಉಪಕ್ರಮಗಳು ಮತ್ತು ರಾಜಕೀಯ ಸೌಖ್ಯಭಾವ – ಇವುಗಳನ್ನು ಸುಗಮಗೊಳಿಸಲು ತಳಮಟ್ಟದಲ್ಲಿ ಜೋಡಿಸಬೇಕು. ಸಂಪರ್ಕ, ವಾಣಿಜ್ಯ ಮತ್ತು ಸಂಬಂಧಗಳ ಆ ಅಂಶಗಳು ಭಾರತದ 'ನೆರೆಹೊರೆ ಮೊದಲು' ವಿಧಾನದ ತಿರುಳಾಗಿದೆ. ಆರ್ಥಿಕ ಬಿಕ್ಕಟ್ಟಿನ ಸಮಯದಲ್ಲಿ ಶ್ರೀಲಂಕಾವನ್ನು ಬೆಂಬಲಿಸಲು ಭಾರತ ಮುಂದೆ ಬಂದ ರೀತಿಯಲ್ಲೂ ಇದು ಅಷ್ಟೇ ಸ್ಪಷ್ಟವಾಗಿತ್ತು. ಅಂತಿಮವಾಗಿ, ಪ್ರಮುಖ ದೇಶಗಳು ಇನ್ನಷ್ಟು ಮುಂದೆ ಬರಲು ಸಿದ್ಧವಿದ್ದರೆ ಮಾತ್ರ ಪ್ರಾದೇಶಿಕತೆಯನ್ನು ರೂಪಿಸಬಹುದು. ಭಾರತವು ಮಾತ್ರ ಉಪಖಂಡದಲ್ಲಿ ಆ ಸಾಮರ್ಥ್ಯವನ್ನು ಹೊಂದಿರುವುದರಿಂದ ಭಾರತವು ಮಹತ್ತ್ವದ ದೇಶವಾಗಿದೆ.

ಭಾರತದ ವರ್ಚಸ್ಸು ಹೆಚ್ಚಾದಂತೆ, ಅದರ ನೀತಿನಿರೂಪಕರು ಇತರ ದೇಶಗಳ ನಿರೀಕ್ಷೆಗಳು ನಮ್ಮ ಹತ್ತಿರದ ಪ್ರದೇಶಕ್ಕೆ ಮಾತ್ರವೇ ಸೀಮಿತವಾಗಿಲ್ಲ ಎಂಬುದನ್ನು ಅರಿಯುತ್ತಿದ್ದಾರೆ. ಸ್ವಾತಂತ್ರ್ಯವು ಜಾಗತಿಕ ವಸಾಹತು ವಿಮೋಚನೆಯ ಪ್ರಕ್ರಿಯೆಯನ್ನು ಚುರುಕುಗೊಳಿಸಿದ ಕ್ಷಣದಿಂದ, ಭಾರತವು ದೊಡ್ಡ ಭೂಭಾಗದ ಪರವಾಗಿ ಮಾತನಾಡುವ ಹೊಣೆಗಾರಿಕೆಯನ್ನು ಹೊತ್ತುಕೊಂಡಿದೆ. ಗ್ಲೋಬಲ್ ಸೌತ್ ಭಾರತದ ನಿಲುವು ಮತ್ತು ಕಾರ್ಯಕ್ಷಮತೆಯನ್ನು ಎಚ್ಚರಿಕೆಯಿಂದ ಗಮನಿಸುತ್ತದೆ; ಈ ಎರಡೂ ಅಂಶಗಳಿಂದ ತನ್ನದೇ ನಿಲುವು ತಾಳುತ್ತದೆ. ಆರಂಭಿಕ ದಿನಗಳಲ್ಲಿ, ಇವು ಸ್ವಾತಂತ್ರ್ಯವನ್ನು ಕ್ರೋಡೀಕರಿಸುವ ಮತ್ತು ಆರ್ಥಿಕತೆಯನ್ನು ಪುನರ್ನಿರ್ಮಿಸುವತ್ತ ಗಮನ ಹರಿಸಿದ್ದವು. ಕಾಲ ಸರಿದಂತೆ, ಹೆಚ್ಚು ಸಂಕೀರ್ಣತೆಯ ಇನ್ನಷ್ಟು ಸಮಸ್ಯೆಗಳು ಕಾರ್ಯಸೂಚಿಯ ಭಾಗವಾಗುತ್ತಿವೆ.

ಲಸಿಕೆಗಳ ಲಭ್ಯತೆ ಮತ್ತು ಕೈಗೆಟಕುವಿಕೆಯ ಸವಾಲುಗಳನ್ನು ಎತ್ತಿ ತೋರಿಸಿದ ಕೋವಿಡ್ ಪಿಡುಗು ಇವುಗಳಲ್ಲಿ ಇತ್ತೀಚಿನದು. ಅಭಿವೃದ್ಧಿ ಹೊಂದಿದ ದೇಶಗಳು ತಮ್ಮ ಆರ್ಥಿಕ ಹೊಣೆಗಳಿಂದ ನಿರಂತರವಾಗಿ ತಪ್ಪಿಸಿಕೊಳ್ಳುತ್ತಿರುವುದರಿಂದ ಹವಾಗುಣ ಕ್ರಮವು ದೀರ್ಘಕಾಲದಿಂದ ಬಾಕಿ ಇರುವ ಸಮಸ್ಯೆಯಾಗಿದೆ. ವ್ಯಾಪಾರದ ಮೇಲಿನ ಸುಂಕವೇತರ ಅಡೆತಡೆಗಳು ಮತ್ತು ವ್ಯಾಪಾರೇತರ ಪರಿಗಣನೆಗಳನ್ನು ಬಳಸಿಕೊಂಡ ವಿವಿಧ ರೀತಿಯ ಸಂರಕ್ಷಣಾವಾದಗಳಂತೂ ಇನ್ನೂ ದೀರ್ಘವಾದ ಹೋರಾಟವಾಗಿದೆ. ನಿಸ್ಸಂಶಯವಾಗಿ, ಇಂತಹ ಅನೇಕ ವಿಷಯಗಳಲ್ಲಿ, ಭಾರತವು ತನ್ನದೇ ಆದ ಹಿತಾರ್ಥಗಳನ್ನು ಹೊಂದಿದೆ. ಆದರೆ, ವ್ಯಾಕ್ಸಿನ್ ಮೈತ್ರಿ ಉಪಕ್ರಮದ ಮೂಲಕ ಪ್ರದರ್ಶಿಸಿದಂತೆ, ಭಾರತವು ತನ್ನದೇ ಆದ ಸವಾಲುಗಳ ನಡುವೆಯೂ ಇತರ ದೇಶಗಳಿಗೆ ಸಹಾಯ ಮಾಡಲು ಸಿದ್ಧವಾಗಿತ್ತು. ಈ ಕಾಲದಲ್ಲೇ ವಿಶ್ವದ ಹೆಚ್ಚಿನ ಭೂಭಾಗವು ಇದನ್ನೊಂದು ಐಕಮತ್ಯದ ಹೇಳಿಕೆಯಾಗಿ

ಗುರುತಿಸಿತು. ಎರಡು ಶತಮಾನಗಳ ವಸಾಹತುಶಾಹಿಯ ನಂತರ ವಿಶ್ವ ವ್ಯವಸ್ಥೆಯನ್ನು ಪುನರ್ನಿರ್ಮಿಸುವುದು ಸುಲಭವಲ್ಲ. ಭಾರತವು ತಮಗಾಗಿ ಇದೆ ಎಂದು ಗ್ಲೋಬಲ್ ಸೌತ್‌ನ ಹೆಚ್ಚಿನ ಭೂಭಾಗವು ನಂಬಿರುವುದರಿಂದ ಭಾರತವು ಮಹತ್ತ್ವದ ದೇಶವಾಗಿದೆ.

ಕಳೆದ ದಶಕದಲ್ಲಿ, ದಕ್ಷಿಣ–ದಕ್ಷಿಣ ಸಹಕಾರದ ಸುದೀರ್ಘ ಸಂಪ್ರದಾಯವು ಆಳವಾಗಿ ಬೆಳೆದಿದೆ. ಇದು ಆಫ್ರಿಕಾ, ಲ್ಯಾಟಿನ್ ಅಮೆರಿಕ ಮತ್ತು ಏಶ್ಯಾದ ಉಳಿದ ಭಾಗಗಳ ಆಶೋತ್ತರಗಳಿಗೆ ಭಾರತೀಯ ಸಾಮರ್ಥ್ಯಗಳು ನೇರ ಪ್ರಸ್ತುತತೆಯನ್ನು ಹೊಂದಿರುವ ಕ್ಷೇತ್ರಗಳನ್ನು ಗುರುತಿಸಿದೆ. ಅವುಗಳಲ್ಲಿ ಕೆಲವು ಇಂಧನ, ಡಿಜಿಟಲ್, ಉತ್ಪಾದನೆ, ಶಿಕ್ಷಣ ಮತ್ತು ಸಂಪರ್ಕ–ಈ ರಂಗಗಳು ಅಭಿವೃದ್ಧಿ ಯೋಜನೆಗಳ ರೂಪ ಪಡೆದಿವೆ. ತರಬೇತಿಯೂ ಸೇರಿದಂತೆ, ಅನುಭವಗಳು ಮತ್ತು ಉತ್ತಮ ಕಾರ್ಯಪದ್ಧತಿಗಳ ವಿನಿಮಯದಿಂದ ಇವುಗಳನ್ನು ಬೆಂಬಲಿಸಲಾಗಿದೆ. ಈ ಪ್ರಯತ್ನಗಳ ತಕ್ಷಣದ ಪ್ರಯೋಜನಗಳು ಮಾತ್ರ ಮುಖ್ಯವಲ್ಲ. ಇವು ಗ್ಲೋಬಲ್ ಸೌತ್‌ಗೆ ಹೆಚ್ಚಿನ ಆಯ್ಕೆಗಳನ್ನು ರೂಪಿಸಲು ಸಹಾಯ ಮಾಡುತ್ತವೆ; ವಿಶ್ವದ ಉಳಿದ ಭಾಗಗಳೊಂದಿಗೆ ಬಲವಾದ ನಿಯಮಗಳ ಆಧಾರದಲ್ಲಿ ವ್ಯವಹರಿಸಲು ಅದಕ್ಕೆ ಶಕ್ತಿ ನೀಡುತ್ತವೆ.

ಜಿ20 ಅಧ್ಯಕ್ಷತೆಯನ್ನು ವಹಿಸಿಕೊಂಡ ನಂತರ, ವಾಯ್ಸ್ ಆಫ್ ದಿ ಗ್ಲೋಬಲ್ ಸೌತ್ ಶೃಂಗಸಭೆಯ ಮೂಲಕ 125 ದೇಶಗಳ ಅಭಿಪ್ರಾಯಗಳನ್ನು ತಿಳಿಯುವ ಪ್ರಯತ್ನವು ನಮ್ಮ ಮಾನಸಿಕತೆಯ ಬಗ್ಗೆ ಸಾಕಷ್ಟು ಸಂದೇಶ ನೀಡಿದ ಒಂದು ಉಪಕ್ರಮವಾಗಿತ್ತು. ಭಾರತವು ಈ ದೇಶಗಳೊಂದಿಗೆ ಭಾವನಾತ್ಮಕ ಸಂಪರ್ಕವನ್ನು ಹೊಂದಿದೆ ಎಂಬುದು ಒಪ್ಪತಕ್ಕ ವಿಷಯ. ಅದು ಆಫ್ರಿಕಾದ ಉದಯವಾಗಲಿ ಅಥವಾ ಕನಿಷ್ಠ ಅಭಿವೃದ್ಧಿ ಹೊಂದಿದ ದೇಶಗಳ (ಎಲ್‌ಡಿಸಿ) ಸುಸ್ಥಿರ ಬೆಳವಣಿಗೆಯಾಗಲಿ–ಇದರ ಪರಿಣಾಮವಾಗಿ ಕಂಡುಬಂದ ಮರುಸಮತೋಲನವು ಭಾರತದ ಕಾರ್ಯತಂತ್ರದ ಮೇಲ್ಮೆಗೆ ತುಂಬಾ ಮಹತ್ತ್ವದ್ದಾಗಿದೆ.

ಈ ನಿಟ್ಟಿನಲ್ಲಿ, ವಿಶೇಷವಾಗಿ 2014ರಿಂದ, ಭಾರತವು ಗ್ಲೋಬಲ್ ಸೌತ್‌ನ್ನು ಸಬಲೀಕರಣಗೊಳಿಸಲು ಸಕ್ರಿಯ ಕ್ರಮಗಳನ್ನು ಕೈಗೊಂಡಿದೆ. ಸಾಲ ಮತ್ತು ಅನುದಾನದ ನೆರವುಗಳು ವಿವಿಧ ಪ್ರಮಾಣದ ಸಮಾಜೋ–ಆರ್ಥಿಕ ಯೋಜನೆಗಳನ್ನು ಕಾರ್ಯಗತಗೊಳಿಸುವ ಸಾಧನಗಳಾಗಿವೆ. ಇವು ವಿದ್ಯುತ್ ಸ್ಥಾವರಗಳು, ಅಣೆಕಟ್ಟುಗಳು ಮತ್ತು ಪ್ರಸರಣ ಮಾರ್ಗಗಳಿಂದ ಹಿಡಿದು ಸಾರ್ವಜನಿಕ ಕಟ್ಟಡಗಳು, ವಸತಿ ಯೋಜನೆಗಳು, ರೈಲು ಮತ್ತು ರಸ್ತೆ ಸಂಪರ್ಕಗಳು, ಕೃಷಿ ಸಂಸ್ಕರಣೆ ಮತ್ತು ಐಟಿ ಕೇಂದ್ರಗಳವರೆಗೆ ವ್ಯಾಪಿಸಿವೆ. ಹಲವನ್ನು ರಾಷ್ಟ್ರೀಯ ಮಟ್ಟದಲ್ಲಿ ಕೈಗೊಳ್ಳಲಾಗಿದ್ದರೂ, ಸಮುದಾಯ ಮಟ್ಟದಲ್ಲಿನ ನೂರಾರು ಸಣ್ಣ ಉಪಕ್ರಮಗಳೂ ಅಷ್ಟೇ ಪರಿಣಾಮಕಾರಿಯಾದ ಪರಿಣಾಮ ಬೀರಿವೆ. ವ್ಯಾಪಕ ತರಬೇತಿ ಮತ್ತು ಅತ್ಯುತ್ತಮ ಕಾರ್ಯವಿಧಾನಗಳನ್ನು ನೀಡುವ ಮೂಲಕ ಸ್ವತ್ತುಗಳು ಮತ್ತು ಸೌಲಭ್ಯಗಳ ಸೃಷ್ಟಿಯನ್ನು ಬೆಂಬಲಿಸಲಾಗಿದೆ.

ಸಹಭಾಗಿ ದೇಶದ ಆದ್ಯತೆಗಳು ಮತ್ತು ಅಗತ್ಯಗಳಿಗೆ ಸ್ಪಂದಿಸುವ ಪ್ರಜ್ಞಾಪೂರ್ವಕ ನೀತಿಯು ಭಾರತದ ಪ್ರಯತ್ನಗಳನ್ನು ವಿಶಿಷ್ಟವಾಗಿಸಿವೆ. 2018ರಲ್ಲಿ ಅಭಿವೃದ್ಧಿ ಸಹಭಾಗಿತ್ವದ ಕಂಪಾಲಾ ತತ್ವಗಳ ಬಗ್ಗೆ ಪ್ರಧಾನಿ ಮೋದಿಯವರ ಅಭಿವ್ಯಕ್ತಿ ನಿಜವಾಗಿಯೂ ನಮ್ಮ ದೇಶವನ್ನು ವಿಶಿಷ್ಟವಾಗಿ ಬಿಂಬಿಸಿತು. ಅನುಕೂಲಕ್ಕೆ ತಕ್ಕಂತೆ ಆಯ್ದ ಉದ್ದೇಶಗಳಿಂದ ಪ್ರೇರಿತವಾದ

ಪ್ರಕರಣಗಳಿಗಿಂತ ಭಿನ್ನವಾಗಿರುವ ಇಂತಹ ಉಪಕ್ರಮಗಳು ಭಾರತದ ಪ್ರಯತ್ನಗಳು ಹೆಚ್ಚಾಗಿ ಸ್ವಾವಲಂಬನೆಯನ್ನು ಖಚಿತಪಡಿಸಿಕೊಳ್ಳುವ ಗುರಿಯನ್ನೇ ಹೊಂದಿವೆ; ಸಹಭಾಗಿಗಳು ಅದನ್ನು ಪ್ರಶಂಸಿಸುತ್ತಾರೆ. ಈ ವಿಧಾನವನ್ನು ಅನುಸರಿಸಿದ ಕೆಲವೇ ದೇಶಗಳಲ್ಲಿ ಭಾರತವೂ ಒಂದಾಗಿರುವುದರಿಂದ ಗ್ಲೋಬಲ್ ಸೌತ್‌ಗೆ ಭಾರತವು ಮಹತ್ತ್ವದ ದೇಶವಾಗಿದೆ.

ಭಾರತವು ತನ್ನದೇ ಆದ ವಿಶಿಷ್ಟ ಗುಣಲಕ್ಷಣಗಳನ್ನು ಪ್ರದರ್ಶಿಸುವ ಮೂಲಕ ಮುಖ್ಯವಾಗಿದೆ. ಅದರ ಸಾಮರ್ಥ್ಯ ಮತ್ತು ಪ್ರಭಾವ ಬೆಳೆದಂತೆ, ವಿಶ್ವದ ಇತರ ಭಾಗಗಳಲ್ಲಿ ಅದಕ್ಕಿಂತ ಮೊದಲು ಬೆಳೆದವರ ನಡವಳಿಕೆಯ ಮಾದರಿಯನ್ನು ಏಕೆ ಅನುಕರಿಸುವುದಿಲ್ಲ ಎಂದು ಅದರ ಪ್ರತಿನಿಧಿಗಳನ್ನು ಆಗಾಗ್ಗೆ ಕೇಳಲಾಗುತ್ತದೆ. ನಿಸ್ಸಂಶಯವಾಗಿ, ಅಂತಹ ಪ್ರಶ್ನೆಗಳು ಭಾರತದ ಡಿಎನ್‌ಎ ಬಗ್ಗೆ ಪರಿಚಯವಿಲ್ಲದ ಜನರಿಂದಲೇ ಮೂಡುತ್ತವೆ.

ಆದ್ದರಿಂದ, ಭಾರತವು ತನ್ನದೇ ಆದ ರಾಷ್ಟ್ರೀಯ ಗುಣಗಳು, ನಂಬಿಕೆಗಳು ಮತ್ತು ಸಂಪ್ರದಾಯಗಳನ್ನು ಎತ್ತಿ ತೋರಿಸುವ ಮೂಲಕ ತನ್ನನ್ನು ತಾನು ವಿಭಿನ್ನವಾಗಿ ಗುರುತಿಸಿಕೊಳ್ಳುವುದು ಅತ್ಯಗತ್ಯ. ಅವುಗಳಲ್ಲಿ ಅತ್ಯಂತ ಮೂಲಭೂತವಾದುದು ಅದರ ಅಂತರ್ಗತ ಬಹುತ್ವ; ಅದು ಭಾರತದ ಏಕತೆಯನ್ನು ವೈವಿಧ್ಯದಲ್ಲಿ ವ್ಯಕ್ತಪಡಿಸಲು ನೆರವಾಗುತ್ತದೆ. ಅದರಿಂದ ಭಾರತದ ಪ್ರಜಾಸತ್ತಾತ್ಮಕ ನೀತಿ ಹೊರಹೊಮ್ಮುತ್ತದೆ. ಇದು ಕೇವಲ ಸ್ವದೇಶದಲ್ಲಿ ಅಭ್ಯಾಸ ಮಾಡಬೇಕಾದ ಗುಣಲಕ್ಷಣವಲ್ಲ; ವಿದೇಶಗಳಲ್ಲಿನ ಸಮಾಲೋಚನೆಗಳಲ್ಲಿಯೂ ಸಮಾನವಾಗಿ ಗೋಚರಿಸುತ್ತದೆ. ಕಾನೂನುಗಳು ಮತ್ತು ನಿಯಮಗಳ ಅನುಸರಣೆಯು ಅಂತಾರಾಷ್ಟ್ರೀಯ ಪ್ರೇಕ್ಷಕರಲ್ಲಿ ಒತ್ತಿಹೇಳಬೇಕಾದ ಮತ್ತೊಂದು ಪ್ರಮುಖ ಅಂಶ. ಇದರ ಉಪಸಿದ್ಧಾಂತವಾಗಿ ಹೇಳುವುದಾದರೆ, ನಾವು ಬಲವಂತದ ವಿಧಾನಗಳನ್ನು ಅನುಸರಿಸಲು ಅಥವಾ ಏಕಪಕ್ಷೀಯ ಲಾಭಗಳನ್ನು ಬಯಸುವ ರಾಜ್ಯವ್ಯವಸ್ಥೆಯಲ್ಲ. ವಾಸ್ತವವಾಗಿ, ಹೆಚ್ಚು ಕಾಲದಿಂದ ಅಲ್ಲದಿದ್ದರೂ, ಹಲವು ದಶಕಗಳಿಂದ ಜಾಗತಿಕ ಸಮುದಾಯದ ಜೊತೆ ವಿಶ್ವವನ್ನು ಒಂದು ಕುಟುಂಬವಾಗಿ ಪರಿಗಣಿಸಿದ ನಡೆಯೇ ಭಾರತದ ತೊಡಗಿಸಿಕೊಳ್ಳುವಿಕೆಯ ಒಟ್ಟಾರೆ ಫಲಿತ. ಇತ್ತೀಚಿನ ವರ್ಷಗಳ ಸಂಕಟಗಳಂತಹ ಒತ್ತಡದ ಅವಧಿಗಳಲ್ಲಿ ಇದು ಗರಿಷ್ಠ ಪ್ರಮಾಣದಲ್ಲಿ ಕಂಡುಬಂದಿದೆ.

ನವಭಾರತ ಮತ್ತು ಜಾಗತಿಕ ಕಾರ್ಯಸೂಚಿ

ಹಾಗಾದರೆ, ವಿಶ್ವ ವೇದಿಕೆಯಲ್ಲಿ ಭಾರತ ಎಷ್ಟು ಚೆನ್ನಾಗಿ ಕಾರ್ಯನಿರ್ವಹಿಸುತ್ತಿದೆ? ವಿಶ್ವವು ಕೆಲವು ವರ್ಷಗಳ ಹಿಂದೆ ಇದ್ದಂತೆ ಈಗಿಲ್ಲ. ಮರುಸಮತೋಲನವು – ಅದರ ಪ್ರಕ್ರಿಯೆಯ ವೇಗ ಮತ್ತು ಗುಣಮಟ್ಟವು ರಾಜಕೀಯ ಆಯ್ಕೆಗಳ ಫಲಿತಗಳಾಗಿದ್ದರೂ – ಬಹುಶಃ ಅನಿವಾರ್ಯವಾಗಿತ್ತು. ಈ ಮರುಸಮತೋಲನಕ್ಕೆ ಭಾರತ ನೀಡಿದ ಕೊಡುಗೆ ಸಣ್ಣದೇನಲ್ಲ. ಜಿ20ಯನ್ನು ಮುಂಚೂಣಿ ಜಾಗತಿಕ ಗುಂಪಾಗಿ ಸ್ಥಾಪಿಸುವಲ್ಲಿ ಇದನ್ನು ಸಾಂಕೇತಿಕವಾಗಿ ಗುರುತಿಸಬಹುದು. ಇದು 2008ರ ಜಾಗತಿಕ ಆರ್ಥಿಕ ಬಿಕ್ಕಟ್ಟಿನ ನಂತರ ತನ್ನ ಪ್ರಾಮುಖ್ಯವನ್ನು ಕಳೆದುಕೊಂಡ ಪಾಶ್ಚಾತ್ಯ ದೇಶಗಳಷ್ಟೇ ಇದ್ದ ಜಿ – 7 ವೇದಿಕೆಯನ್ನು ಮೀರಿಸಿತು. ಆದರೆ ಅಧಿಕಾರ ವಿತರಣೆಯ ಬದಲಾವಣೆಯು ಅನೇಕ ಚಹರೆಗಳನ್ನು ಮತ್ತು ಅಭಿವ್ಯಕ್ತಿಗಳನ್ನು ಹೊಂದಿದೆ. ಇದು ಆರ್ಥಿಕ ಚಟುವಟಿಕೆಗಳು, ವ್ಯಾಪಾರ ಮತ್ತು ಹೂಡಿಕೆ ಅಂಕಿ ಅಂಶಗಳು, ತಾಂತ್ರಿಕ ಸಾಮರ್ಥ್ಯಗಳು ಮತ್ತು ಮಾರುಕಟ್ಟೆ ಶೇರುಗಳಲ್ಲಿ ಕಂಡುಬರುತ್ತದೆ. ಹವಾಗುಣ

ಬದಲಾವಣೆ, ಭಯೋತ್ಪಾದನೆ, ಕಪ್ಪು ಹಣ ಮತ್ತು ತೆರಿಗೆ ಮತ್ತು ಕೋವಿಡ್ ಪಿಡುಗಿನಂತಹ ಸಮಕಾಲೀನ ಚರ್ಚೆಗಳಲ್ಲಿಯೂ ಇದು ಕಂಡುಬಂದಿದೆ.

ಉಕ್ರೇನ್ ಸಂಘರ್ಷದ ಪರಿಣಾಮಗಳ ಬಗ್ಗೆ ವರ್ತಿಸಿದ ರೀತಿಯಲ್ಲಿಯೇ ಭಾರತವು ಈ ಸಂವಾದಗಳಲ್ಲೂ ಹೆಚ್ಚು ಪ್ರಭಾವಶಾಲಿ ಧ್ವನಿಯಾಗಿ ಮೂಡಿದೆ. ಅದಾದ ಮೇಲೆ, ಭಾರತದ ತಟಗಳಾಚೆಗೂ ಜವಾಬ್ದಾರಿಗಳನ್ನು ಹೊರುವ ಪ್ರಶ್ನೆಯೂ ಇದೆ. 2014ರಿಂದ ಹಿಂದೂ ಮಹಾಸಾಗರ ಮತ್ತು ಅದರ ಕಡಲತೀರಗಳಲ್ಲಿ, ಟರ್ಕಿ ಮತ್ತು ಅದರಾಚೆಗೂ ಮಾನವಹಿತದ ಮತ್ತು ವಿಪತ್ತು ಪರಿಸ್ಥಿತಿಗಳನ್ನು ಎದುರಿಸಿದ ದಾಖಲೆಯು ಭಾರತವು ಪ್ರಥಮಸ್ಪಂದನ ದೇಶ ಎಂಬ ಪ್ರತಿಷ್ಠೆಯನ್ನು ಸ್ಪಷ್ಟವಾಗಿ ಸ್ಥಾಪಿಸಿದೆ. ಪೂರ್ವದಲ್ಲಿ ಇಂಡೋ-ಪೆಸಿಫಿಕ್, ಪಶ್ಚಿಮದಲ್ಲಿ ಕೊಲ್ಲಿ ಮತ್ತು ಆಫ್ರಿಕಾದ ಕಡೆಗಳಲ್ಲೂ ಭಾರತದ ಚಟುವಟಿಕೆಗಳ ವ್ಯಾಪ್ತಿಯು ಹೆಚ್ಚಾಗಿದೆ. ಭಾರತ ಏನು ಹೇಳುತ್ತಿದೆ, ಏನು ಮಾಡುತ್ತಿದೆ ಮತ್ತು ರೂಪಿಸುತ್ತಿದೆ ಎಂಬುದೇ ಭಾರತವು ಏಕೆ ಮಹತ್ತ್ವದ ದೇಶವಾಗಿದೆ ಎಂಬುದಕ್ಕೆ ಇರುವ ಪ್ರಬಲ ಕಾರಣವಾಗಿದೆ.

ಭಾರತವು ತನ್ನ ಪ್ರಗತಿಯ ಹಾದಿಯಲ್ಲಿ ಪ್ರದರ್ಶಿಸಿದ ಸ್ವತಂತ್ರ ಚಿಂತನೆ ಮತ್ತು ಕ್ರಿಯೆಗಳಿಂದ ಈ ಚಿತ್ರಣ ಇನ್ನಷ್ಟು ನಿಚ್ಚಳವಾಗಿದೆ. ಆಯ್ಕೆಯ ಸ್ವಾತಂತ್ರ್ಯವನ್ನು ಹೆಚ್ಚಿಸಿಕೊಳ್ಳುವುದು ಐತಿಹಾಸಿಕವಾಗಿಯೇ ಭಾರತೀಯ ವಿಧಾನವಾಗಿದೆ. ಕೆಲವೊಮ್ಮೆ, ಅಂತರವನ್ನು ಕಾಯ್ದುಕೊಳ್ಳುವ ಮೂಲಕ ಇದನ್ನು ಮಾಡಲಾಗುತ್ತದೆ; ಕೆಲವೊಮ್ಮೆ, ಅಭಿಪ್ರಾಯಗಳನ್ನು ವ್ಯಕ್ತಪಡಿಸುವ ಮೂಲಕ ಹೀಗೆ ನಡೆದುಕೊಳ್ಳುವುದೇ ಉತ್ತಮ. ಆದರೆ ಕೆಲವೊಮ್ಮೆ, ನಿರ್ದಿಷ್ಟ ವಿಷಯಗಳ ಬಗ್ಗೆ ಇತರ ದೇಶಗಳೊಂದಿಗೆ ಕೆಲಸ ಮಾಡುವ ಮೂಲಕ ಮತ್ತು ಸೂಚಿತ ವೇದಿಕೆಗಳ ಮೂಲಕವೂ ಇದನ್ನು ನಿರ್ವಹಿಸಲಾಗುತ್ತಿದೆ. ನಮ್ಮ ಉದ್ದೇಶಗಳನ್ನು ಮುನ್ನಡೆಸಲು ನಾವು ಇತರ ಶಕ್ತಿಗಳೊಂದಿಗಿನ ಒಗ್ಗೂಡುವಿಕೆಯ ಲಾಭವನ್ನು ಏಕೆ ಪಡೆಯಬಾರದು?

ಭಾರತವು ಅಂತಹ ವಿಶಾಲ ವ್ಯಾಪ್ತಿಯ ಹಿತಾಸಕ್ತಿಗಳನ್ನು ಹೊಂದಿರುವುದರಿಂದ, ಅದು ಬಹು-ವಾಹಕ ವಿಧಾನದ ಮೂಲಕವೇ ವಿರೋಧಾಭಾಸಗಳನ್ನು ನಿವಾರಿಸಬಹುದು. ಬೇರೆ ರೀತಿಯಲ್ಲಿ ಹೇಳುವುದಾದರೆ, ಸಹಭಾಗಿಗಳ ಸ್ವಭಾವವು ಸಮಸ್ಯೆಯ ಸ್ವರೂಪವನ್ನು ಅವಲಂಬಿಸಿದೆ. ಇತರ ದೇಶಗಳು ಆ ಸ್ವಾತಂತ್ರ್ಯವನ್ನು ನಿರ್ಬಂಧಿಸಲು ಪ್ರಯತ್ನಿಸುತ್ತವೆ; ನಮ್ಮ ಆಯ್ಕೆಗಳ ಮೇಲೆ ವೀಟೋ ಹೇರಲು ಪ್ರಯತ್ನಿಸುತ್ತವೆ. ಖ್ವಾಡ್‌ಗೆ ಸಂಬಂಧಿಸಿದಂತೆ ನಾವು ಅದನ್ನು ಕಂಡಿದ್ದೇವೆ. ಭಾರತವು ಅಂತಹ ಒತ್ತಡಗಳಿಗೆ ಅಥವಾ ತಡೆಯಬೇಕು ಎಂಬ ಹಟದಿಂದಲೇ ಒಡ್ಡಿದ ತಡೆಗಳಿಗೆ ಎಂದಿಗೂ ಮಣಿಯಬಾರದು. ಸೈದ್ಧಾಂತಿಕ ಗುಮಾನಿಗಳು ಅಥವಾ ಗುಪ್ತ ಕಾರ್ಯಸೂಚಿಗಳಿಂದ ನಾವು ವಿಚಲಿತರಾಗದಿದ್ದರೆ ರಾಷ್ಟ್ರೀಯ ಹಿತಾಸಕ್ತಿಯ ದಿಕ್ಸೂಚಿಯು ನಮಗೆ ನಿರಂತರವಾಗಿ ಮಾರ್ಗದರ್ಶನ ನೀಡುತ್ತದೆ. ಅಂತಹ ನಮ್ಯತೆಯನ್ನು ಬೆಳೆಸುವುದು ಹೆಚ್ಚು ಮುಖ್ಯವಾಗಿದೆ; ಏಕೆಂದರೆ ಮುಂಬರುವ ದಶಕಗಳಲ್ಲಿ ಭಾರತವು ಹೆಚ್ಚು ಪ್ರಮುಖ ಸ್ಥಾನವನ್ನು ಪಡೆಯಲಿದೆ. ಇದು ಬಿಡಿ ಘಟನೆಯಾಗಿ ನಡೆಯುತ್ತಿಲ್ಲ ಎಂಬುದನ್ನು ನೆನಪಿನಲ್ಲಿಡಿ. ಇತರ ಶಕ್ತಿಗಳು, ವಿಶೇಷವಾಗಿ ಮಧ್ಯಮ ಪ್ರಮಾಣಕ್ಕಿಂತ ಹೆಚ್ಚಿನ ಸಾಮರ್ಥ್ಯ ಮತ್ತು ಪ್ರಾದೇಶಿಕ ಪ್ರಾಬಲ್ಯವನ್ನು ಹೊಂದಿರುವ ಶಕ್ತಿಗಳೂ ಇದೇ ರೀತಿಯ ಆಶೋತ್ತರಗಳನ್ನು ಹೊಂದಿವೆ. ಅಧಿಕಾರ ಕೇಂದ್ರಗಳ ಬಹುತ್ವವು ನಮ್ಮ ಕಾಲದಲ್ಲಿ ಇನ್ನಷ್ಟು ಗೋಚರವಾಗುತ್ತಿರುವ ಲಕ್ಷಣವಾಗಿದೆ. ಏಶ್ಯಾದಲ್ಲಾಗಲೀ ಅಥವಾ ಜಗತ್ತಿನಲ್ಲಾಗಲೀ-

ಬಹುಧ್ರುವೀಯತೆಯ ಉದಯಕ್ಕೆ ಭಾರತವು ಕೇಂದ್ರವಾಗಿದೆ; ಆದ್ದರಿಂದಲೇ ಭಾರತವು ಮಹತ್ತ್ವದ ದೇಶವಾಗಿದೆ.

ನಿಯಮಗಳು ಮತ್ತು ನಡವಳಿಕೆಯ ಪ್ರಾಮುಖ್ಯವು ಹೆಚ್ಚಿನ ಮಹತ್ತ್ವವನ್ನು ಪಡೆದುಕೊಂಡಿರುವ ಕಾಲಘಟ್ಟದಲ್ಲಿ ನಾವಿದ್ದೇವೆ. ಅಂತಾರಾಷ್ಟ್ರೀಯ ಕಾನೂನಿಗೆ ತಮ್ಮ ಬದ್ಧತೆಯನ್ನು ತೋರದ ಅಥವಾ ಅವರು ಸಹಭಾಗಿಯಾಗಿರುವ ಒಪ್ಪಂದಗಳು ಮತ್ತು ಆಡಳಿತಗಳಿಗೆ ಗೌರವವನ್ನು ತೋರದ ಕೆಲವು ದೇಶಗಳಿವೆ. ಆದರೆ ವಾಸ್ತವದ ಆಚರಣೆ ಬೇರೆಯದೇ ಸಂಗತಿ. ಇತ್ತೀಚಿನ ದಿನಗಳಲ್ಲಿ ಗಮನ ಸೆಳೆದ ಉದಾಹರಣೆ ಎಂದರೆ ಯುನೈಟೆಡ್ ನೇಶನ್ಸ್ ಕನ್ವೆನ್ಶನ್ ಆನ್ ದ ಲಾ ಆಫ್ ದಿ ಸೀ (ಯುಎನ್‌ಸಿಎಲ್‌ಒಎಸ್) 1982 ಮತ್ತು ದಕ್ಷಿಣ ಚೀನಾ ಸಮುದ್ರದಲ್ಲಿ ಅದರ ಜಾರಿಗೆ ಸಂಬಂಧಿಸಿದ್ದು. ಯುಎನ್‌ಸಿಎಲ್‌ಒಎಸ್‌ನಲ್ಲಿ ಇರುವ ಅಂತಾರಾಷ್ಟ್ರೀಯ ಕಾನೂನಿನ ತತ್ವಗಳ ಆಧಾರದಲ್ಲಿ ನೌಕಾಯಾನ, ಓವರ್ ಫ್ಲೈಟ್ ಮತ್ತು ಅಡೆತಡೆಯಿಲ್ಲದ ವಾಣಿಜ್ಯ ಸ್ವಾತಂತ್ರ್ಯವನ್ನು ಬೆಂಬಲಿಸಲಾಗುವುದು ಎಂದು ಒತ್ತಿಹೇಳುವ ಮೂಲಕ ಭಾರತವು ಈ ವಿಷಯದಲ್ಲಿ ನೀತಿಯುತ ನಿಲುವನ್ನು ತೆಗೆದುಕೊಂಡಿತು. ಸಮುದ್ರಗಳು ಮತ್ತು ಸಾಗರಗಳ ಅಂತಾರಾಷ್ಟ್ರೀಯ ಕಾನೂನು ವ್ಯವಸ್ಥೆಯನ್ನು ಸ್ಥಾಪಿಸುವ ಯುಎನ್‌ಸಿಎಲ್‌ಒಎಸ್‌ಗೆ ಹೆಚ್ಚಿನ ಗೌರವವನ್ನು ತೋರಿಸುವಂತೆ ಅದು ಎಲ್ಲಾ ಸಹಭಾಗಿ ಪಕ್ಷಗಳನ್ನು ಒತ್ತಾಯಿಸಿತು. ಎಲ್ಲಕ್ಕಿಂತ ಮುಖ್ಯವಾಗಿ, ಭಾರತವು ಬಾಂಗ್ಲಾದೇಶದೊಂದಿಗಿನ ತನ್ನದೇ ಆದ ಕಡಲ ಗಡಿ ವಿವಾದದ ಬಗ್ಗೆ ಮಧ್ಯಸ್ಥಿಕೆ ತೀರ್ಪನ್ನು ಒಪ್ಪಿಕೊಂಡು ತನ್ನದೇ ಸ್ವಂತ ನಿದರ್ಶನದ ಬಲದಿಂದ ಮುನ್ನಡೆಯಿತು.

ಸಮಕಾಲೀನ ಪ್ರಜ್ಞೆಯಲ್ಲಿ ಕಾಣಿಸಿಕೊಂಡಿರುವ ಮತ್ತೊಂದು ಚರ್ಚೆಯು ಜಾಗತಿಕ ರಾಜಕೀಯದ ಜೊತೆಗಿನ ಸಂಪರ್ಕದ ಪ್ರಸ್ತುತತೆಗೆ ಸಂಬಂಧಿಸಿದ್ದು. ಇಲ್ಲಿಯೂ ಸಹ, ವಸ್ತುನಿಷ್ಠ ಮತ್ತು ನ್ಯಾಯೋಚಿತ ನಿಲುವನ್ನು ಪ್ರತಿಪಾದಿಸಿದ ಮೊದಲ ದೇಶಗಳಲ್ಲಿ ಭಾರತವೂ ಒಂದಾಗಿದೆ. ಸಾರಾಂಶರೂಪದಲ್ಲಿ ಹೇಳುವುದಾದರೆ, ಸಂಪರ್ಕ ಉಪಕ್ರಮಗಳು ಮಾನ್ಯತೆ ಪಡೆದ ಅಂತಾರಾಷ್ಟ್ರೀಯ ಮಾನದಂಡಗಳು, ಉತ್ತಮ ಆಡಳಿತ, ಕಾನೂನಿನ ನಿಯಮ, ಮುಕ್ತತೆ, ಪಾರದರ್ಶಕತೆ ಮತ್ತು ಸಮಾನತೆ ಇವುಗಳನ್ನು ಆಧರಿಸಿರಬೇಕು ಎಂದು ಭಾರತವು ಘೋಷಿಸಿತು. ಅವುಗಳು ಆರ್ಥಿಕವಾಗಿ ಹೊಣೆಗಾರಿಕೆ ಹೊಂದಿರಬೇಕು, ಸುಸ್ಥಿರವಲ್ಲದ ಸಾಲದ ಹೊರೆ ಸೃಷ್ಟಿಸುವುದನ್ನು ತಪ್ಪಿಸಬೇಕು, ಜೈವಿಕ ಮತ್ತು ಪರಿಸರ ಸಂರಕ್ಷಣೆಯನ್ನು ಸಮತೋಲನಗೊಳಿಸಬೇಕು, ವೆಚ್ಚಗಳನ್ನು ಪಾರದರ್ಶಕವಾಗಿ ನಿರ್ಣಯಿಸಬೇಕು ಮತ್ತು ಸ್ಥಳೀಯ ಮಾಲೀಕತ್ವವನ್ನು ಹೊಂದಿರಬೇಕು. ಸಂಪರ್ಕ ಯೋಜನೆಗಳನ್ನು ಸಾರ್ವಭೌಮತ್ವ ಮತ್ತು ಪ್ರಾದೇಶಿಕ ಸಮಗ್ರತೆಯನ್ನು ಗೌರವಿಸುವ ರೀತಿಯಲ್ಲಿ ಅನುಸರಿಸಬೇಕು.

ಯಾವುದೇ ವಿಶ್ವವ್ಯವಸ್ಥೆಗೆ ಅಂತಾರಾಷ್ಟ್ರೀಯ ಕಾನೂನನ್ನು ಗೌರವಿಸುವುದು ಅತ್ಯಗತ್ಯವಾದರೂ, ಅದರ ತತ್ವವನ್ನು ಮಾತ್ರ ಅನುಸರಿಸಿ ವಾಸ್ತವ ಆಚರಣೆಗೆ ತರದಿರುವುದು ಹಾನಿಕಾರಕ ಪರಿಣಾಮಗಳನ್ನು ಬೀರುತ್ತದೆ ಎಂಬುದು ಸ್ಪಷ್ಟ. ವ್ಯವಸ್ಥೆಗಳನ್ನು ಶೋಷಿಸಿದಾಗ ಮತ್ತು ಅದರ ತಳಹದಿಯ ತತ್ವಗಳನ್ನು ಶಬ್ದಾರ್ಥಶಾಸ್ತ್ರದ ಮೂಲಕ ಮರೆಮಾಚಿದಾಗ, ಖಂಡಿತವಾಗಿಯೂ ಜಗತ್ತು ಹಾನಿಗೊಳಗಾಗುತ್ತದೆ. ಇತ್ತೀಚಿನ ಅನುಭವಗಳ ಬೆಳಕಿನಲ್ಲಿ, ನಿಯಮ ಆಧಾರಿತ ವ್ಯವಸ್ಥೆಯಲ್ಲಿ ಜಾಗತಿಕ ಆಸಕ್ತಿ ಇರುವುದು ಆಕಸ್ಮಿಕವೇನಲ್ಲ. ಇದನ್ನು ಕಾನೂನಿನ ಉಲ್ಲಂಘನೆ ಎಂದು ಪರಿಗಣಿಸಬಾರದು; ಬದಲಿಗೆ ಪದ್ಧತಿಗಳನ್ನು ಉತ್ತೇಜಿಸಲು

ಕಾನೂನುಗಳಾಚೆಯೂ ಹೆಜ್ಜೆ ಇಡಲಾಗಿದೆ ಎಂದು ಪರಿಗಣಿಸಬೇಕು. ನಿಯಮ ಆಧಾರಿತ ವ್ಯವಸ್ಥೆಯ ಪ್ರತಿಪಾದಕ ದೇಶವಾಗಿ ಭಾರತವು ಮಹತ್ತ್ವದ ದೇಶವಾಗಿದೆ.

ಭಾರತವು ಮುಖ್ಯವಾಗಿದೆ ಎಂದು ನಾವು ಒಪ್ಪಿದ ನಂತರ, ಅದು ಇನ್ನೂ ಹೆಚ್ಚು ಮಹತ್ತ್ವದ್ದಾಗಿದೆ ಎಂದು ಖಾತರಿಪಡಿಸಿಕೊಳ್ಳಲು ಏನಾಗಬೇಕು ಎಂಬುದೇ ಈಗ ಸಹಜವಾಗಿ ಬರುವ ವಿಷಯ. ಇದು ಸ್ವಾಭಾವಿಕವಾಗಿ ಭಾರತದ ರಾಷ್ಟ್ರೀಯ ಭದ್ರತಾ ಕಾರ್ಯತಂತ್ರ ಮತ್ತು ವಿದೇಶಾಂಗ ನೀತಿಯ ಕಡೆಗಿನ ಮುಖ್ಯಗಮನವಾಗಿದೆ. ಅಂತಹ ಸಂದರ್ಭಗಳಲ್ಲಿ ಉತ್ತರವು ಹೆಚ್ಚಾಗಿ ಮನೆಯಿಂದಲೇ ಪ್ರಾರಂಭವಾಗುತ್ತದೆ. ತನ್ನನ್ನು ತಾನೇ ಮೊದಲು ವ್ಯವಸ್ಥಿತವಾಗಿ ಇಟ್ಟುಕೊಳ್ಳುವ ದೇಶವು ಜಾಗತಿಕ ಸಂವಾದದಲ್ಲಿ ಖಂಡಿತವಾಗಿಯೂ ಹೆಚ್ಚಿನ ಮೌಲ್ಯ ಹೊಂದಿದೆ. ಅವುಗಳಲ್ಲಿ ಕೆಲವು ಆಡಳಿತದ ಗುಣಮಟ್ಟಕ್ಕೆ ಸಂಬಂಧಿಸಿವೆ; ಇನ್ನೂ ಕೆಲವು ಸಾಮರ್ಥ್ಯಗಳ ಅಭಿವೃದ್ಧಿಗೆ ಸಂಬಂಧಿಸಿವೆ. ಜಮ್ಮು ಮತ್ತು ಕಾಶ್ಮೀರದಂತಹ ದೀರ್ಘಕಾಲೀನ ದುರ್ಬಲತೆಗಳನ್ನು ಪರಿಹರಿಸುವಲ್ಲಿ ಯಾವುದೇ ಪ್ರಗತಿಯು ಸ್ವಾಭಾವಿಕವಾಗಿ ಸ್ವಾಗತಾರ್ಹ.

ಭಾರತದ ಪರಿಧಿಗೆ ಸಂಬಂಧಿಸಿದಂತೆ ಹೇಳುವುದಾದರೆ, ಬಲವಾದ ಸಂರಚನಾ ಕೊಂಡಿಗಳು ಚಟುವಟಿಕೆಗಳ ಅವಕಾಶವನ್ನು ವಿಸ್ತರಿಸುತ್ತವೆ. ಹೆಚ್ಚು ಏಕೀಕೃತ ಪ್ರದೇಶವು ಎಲ್ಲರಿಗೂ ಲಾಭದಾಯಕ; ಆದರೆ ಅತಿದೊಡ್ಡ ದೇಶಕ್ಕೆ ಇರುವ ನೀಡುವ ಅವಕಾಶವೇನೂ ಕಡಿಮೆಯಲ್ಲ. ಸಹಕಾರದ ಆಕರ್ಷಣೆ ಮತ್ತು ಪ್ರತ್ಯೇಕವಾಗಿ ಉಳಿಯುವುದರ ವೆಚ್ಚಗಳನ್ನು ಎತ್ತಿ ತೋರಿಸುವ ಮೂಲಕ ಇದನ್ನು ಉತ್ತಮವಾಗಿ ಬಳಸಿಕೊಳ್ಳಬಹುದು. ಮುಂದಿನ ವೃತ್ತವನ್ನು ಪ್ರತಿನಿಧಿಸುವ ವಿಸ್ತೃತ ನೆರೆಹೊರೆಗಳಿಗೂ ನಿರಂತರ ಗಮನ ನೀಡುವ ಅಗತ್ಯವಿದೆ. ಆ ದೇಶಗಳನ್ನು ಹತ್ತಿರದ ನೆರೆಹೊರೆಯವರ ಆದ್ಯತೆಯೊಂದಿಗೆ ಪರಿಗಣಿಸಿದರೆ ಮಾತ್ರ ಭಾರತವು ತನ್ನ ವ್ಯಾಪ್ತಿಯನ್ನು ವಿಸ್ತರಿಸಬಹುದು. ಅವು ಅಷ್ಟು ಹತ್ತಿರದಲ್ಲಿಲ್ಲ ಎಂದಾದರೆ ಹೆಚ್ಚು ಹೊಂದಿಕೆಯಾಗುವ ನೀತಿ ಬೇಕು ಎಂದೇ ಅರ್ಥ. ವಿಶ್ವದ ಉಳಿದ ದೇಶಗಳ ಬಗ್ಗೆ ಹೇಳುವುದಾದರೆ, ಎಲ್ಲಾ ಪ್ರಮುಖ ಶಕ್ತಿಗಳೊಂದಿಗೆ ಕೆಲಸ ಮಾಡುವುದು ಭಾರತಕ್ಕೆ ಗರಿಷ್ಠ ಪ್ರಮಾಣದ ಮೇಲ್ಮೆಯನ್ನು ನೀಡುತ್ತದೆ.

ಆದರೆ ಭಾರತದ ಬೆಳೆಯುತ್ತಿರುವ ಹೆಜ್ಜೆಗುರುತುಗಳು ವಿಶ್ವದ ಪಾಲ್ಗೊಳ್ಳುವಿಕೆಯ ಬೇಡಿಕೆಗಳಿಂದಲೂ ಚಾಲಿತವಾಗಿವೆ. ಅದರ ಸಾಂಸ್ಥಿಕ ಮಿತಿಗಳ ಹಿನ್ನೆಲೆಯಲ್ಲಿ, ಹೆಚ್ಚು ಗುಂಪು ಕಾರ್ಯಕ್ರಮಗಳನ್ನು ಅಭಿವೃದ್ಧಿಪಡಿಸುವುದು ಪರಿಣಾಮಕಾರಿ ವಿಧಾನವಾಗಿದೆ. ಭಾರತವು ಆಸಿಯಾನ್, ಇಯು, ಯುರೇಶಿಯಾ, ಆಫ್ರಿಕಾ, ಕೊಲ್ಲಿ ದೇಶಗಳು, ಪೆಸಿಫಿಕ್ ದ್ವೀಪಗಳು, ಕೆರಿಬಿಯನ್ ಮತ್ತು ನಾರ್ಡಿಕ್ ದೇಶಗಳೊಂದಿಗೆ ಸಾಮೂಹಿಕವಾಗಿ ಸಂವಹನ ನಡೆಸುತ್ತಿರುವಾಗ ಈ ಅಂಶವನ್ನು ಕಾಣಬಹುದು. ಕ್ವಾಡ್, ಐ2ಯು2 ಮತ್ತು ಬ್ರಿಕ್ಸ್ ತರಹದ ಬಹುಪಕ್ಷೀಯ ಗುಂಪುಗಳು ಇವುಗಳಿಗೆ ಪೂರಕವಾಗುತ್ತಿವೆ. ಭಾರತವು ಅಂತಿಮವಾಗಿ ತನ್ನ ಪ್ರತಿಸ್ಪರ್ಧಿಗಳು ನಿರ್ಮಿಸಿದ ಪೆಟ್ಟಿಗೆಯನ್ನು ಭೇದಿಸಿ ಹೊರಬಂದಿದೆ ಎಂಬುದೇ ಇಲ್ಲಿನ ಸಾರಾಂಶ. 360 ಡಿಗ್ರಿ ತೊಡಗಿಸಿಕೊಳ್ಳುವಿಕೆಯು ಭಾರತವು ಮಹತ್ತ್ವ ಹೊಂದಲು ಇರುವ ಮತ್ತೊಂದು ಕಾರಣವಾಗಿದೆ.

ಭಾರತದಂತಹ ಇತಿಹಾಸ, ಅಗಾಧತೆ ಮತ್ತು ಮಹತ್ತ್ವಾಕಾಂಕ್ಷೆ ಹೊಂದಿರುವ ದೇಶವನ್ನು ವಿವಿಧ ದೇಶಗಳು ಆಡುವ ಆಟಗಳನ್ನು ಉನ್ನತ ಮಟ್ಟಕ್ಕೆ ಒಯ್ಯುವಂತೆ

ಅಭಿವೃದ್ಧಿಪಡಿಸಬೇಕಾಗಿದೆ. ಜಾಗತಿಕ ಚಲನೆಯನ್ನು ಅರ್ಥಮಾಡಿಕೊಳ್ಳುವುದು ಮತ್ತು ಬಳಸಿಕೊಳ್ಳುವುದು ಆ ಪ್ರಯತ್ನದ ಪ್ರಮುಖ ಅಂಶ. ಇದು ತುಂಬಾ ಸವಾಲಿನದು; ಏಕೆಂದರೆ ಜಗತ್ತು ಮೂಲಭೂತ ಪರಿವರ್ತನೆಯ ಹಾದಿಯಲ್ಲಿದೆ. ಅನಾವರಣಗೊಳ್ಳುತ್ತಿರುವ ಬಹುಧ್ರುವೀಯತೆಯ ವಾಸ್ತವಿಕತೆಯು ಎರಡು ಧ್ರುವಗಳ ರಕ್ಷಣೆಯ ತಿಕ್ಕಾಟಗಳಿಂದ ಪೆಡಸಾಗುತ್ತಿದೆ. ಹಲವು ಪ್ರಶ್ನೆಗಳಿಗೆ ಸಂಬಂಧಿಸಿದಂತೆ ಈ ಸಂಕಥನವು ವಿವಿಧ ಗಾತ್ರಗಳ ದೊಡ್ಡ ದೇಶಗಳ ಗುಂಪಿನಿಂದಲೂ ರೂಪುಗೊಳ್ಳಬಹುದು. ಇದರ ಪರಿಣಾಮವಾಗಿ, ಭಾರತವು ಏಕಕಾಲದಲ್ಲಿ ಹಲವಾರು ವಿಧಾನಗಳನ್ನು ಅನುಸರಿಸಬೇಕಾಗಿದೆ; ಅವುಗಳಲ್ಲಿ ಕೆಲವು ಮೇಲ್ನೋಟಕ್ಕೆ ವಿರೋಧಾಭಾಸವಾಗಿ ಕಾಣಬಹುದು.

ಒಂದು ಮೂಲಾಧಾರ ಗುರಿಯಾಗಿ, ಭಾರತವು ಹೆಚ್ಚಿನ ಬಹುಧ್ರುವೀಯತೆ ಮತ್ತು ಪ್ರಬಲವಾದ ಮರುಸಮತೋಲನವನ್ನು ಉತ್ತೇಜಿಸಲು ಪ್ರಯತ್ನಿಸಬೇಕು. ಭಾರತದ ಏಳಿಗೆಯನ್ನು ತಮ್ಮ ಕಾರ್ಯತಂತ್ರದ ಹಿತಾಸಕ್ತಿಯೂ ಹೌದು ಎಂದು ಗ್ರಹಿಸುವ ಅನೇಕ ಹಿತೈಷಿಗಳನ್ನು ಹೊಂದಿದ್ದರೆ ಮಾತ್ರ ಈ ಕ್ರಿಯೆಯು ಬೇಗನೆ ಘಟಿಸುತ್ತದೆ. ಇತರ ದೇಶಗಳ ಲೆಕ್ಕಾಚಾರಗಳನ್ನು ಬಳಸಿಕೊಳ್ಳುವುದು ನಿಜಕ್ಕೂ ಉಪಯುಕ್ತ ತಂತ್ರವೇ. ಆದರೆ ಯುಕ್ತಾಯುಕ್ತ ವಿವೇಚನೆ ಮತ್ತು ಆತ್ಮವಿಶ್ವಾಸ – ಎರಡರಿಂದಲೂ ಈ ತಂತ್ರವನ್ನು ಅಭ್ಯಾಸ ಮಾಡಬೇಕು. ಇದರ ಪರ್ಯಾಯವೂ ಕಡಿಮೆ ಪ್ರಾಮುಖ್ಯದ್ದೇನಲ್ಲ. ಬೆದರಿಕೆ ಮತ್ತು ಒತ್ತಡಗಳಿಗೆ ಮಣಿಯದೆ ಎದ್ದು ನಿಲ್ಲುವುದೇ ನಮ್ಮ ಪ್ರಬುದ್ಧತೆ ಬೆಳೆಸಿಕೊಳ್ಳುವ ಪ್ರಕ್ರಿಯೆಯ ಭಾಗ. ಏನಿಲ್ಲವೆಂದರೂ, ಮೇಲೇರುತ್ತಿರುವ ಶಕ್ತಿಯನ್ನು ಪರೀಕ್ಷೆ ಮಾಡಲಾಗುತ್ತದೆ ಎಂಬ ಸ್ವಲ್ಪಮಟ್ಟಿನ ಅಂದಾಜು ನಮಗೆ ಇರಬೇಕು. ನಾಯಕತ್ವದ ಗುಣಮಟ್ಟ ಮತ್ತು ಕಾರ್ಯಕ್ಷೇತ್ರದಲ್ಲಿ ಉತ್ತಮ ಪ್ರದರ್ಶನ ನೀಡುವ ಸಾಮರ್ಥ್ಯವು ಖಂಡಿತವಾಗಿಯೂ ಭಾರತವನ್ನು ವಿಭಿನ್ನವಾಗಿ ನಿರೂಪಿಸಲು ಸಹಾಯ ಮಾಡುತ್ತದೆ.

ಭಾರತವು ಹೆಚ್ಚು ಮುಖ್ಯವಾಗಿದೆ; ಸಮಯ ಕಳೆದಂತೆ ಇನ್ನೂ ಹೆಚ್ಚು ಮಹತ್ತ್ವದ್ದಾಗಲಿದೆ ಎಂದು ಮನದಟ್ಟಾಗುವಂತೆ ಪ್ರತಿಪಾದಿಸಬಹುದು. ರಾಜಕೀಯ ಮತ್ತು ಇತಿಹಾಸದ ಇತರ ಅನೇಕ ಬೆಳವಣಿಗೆಗಳಂತೆ, ಇದನ್ನು ಎಂದಿಗೂ ಪೂರ್ವನಿರ್ಧರಿತವೆಂದು ಪರಿಗಣಿಸಬಾರದು. ನಮ್ಮ ದೇಶವು ದೊಡ್ಡದಾಗಿ ಯೋಚಿಸಲೂ ಧೈರ್ಯ ಮಾಡುತ್ತದೆ ಎಂದು ನಂಬಲಾರದ ಅನುಮಾನಿಗಳು ಯಾವಾಗಲೂ ನಮ್ಮ ನಡುವೆ ಇರುತ್ತಾರೆ. ರಾಜಕೀಯವಾಗಿ ಸರಿ ಇರುವ ಮತ್ತು ಜಾಗತಿಕ ಒಮ್ಮತದ ಮುಖವಾಡ ಧರಿಸಿದ ಪಟ್ಟಭದ್ರ ಹಿತಾಸಕ್ತಿಗಳೂ ಇಲ್ಲಿವೆ. ನಮ್ಮ ಇತಿಹಾಸ, ಸಂಪ್ರದಾಯಗಳು ಮತ್ತು ಸಂಸ್ಕೃತಿಯಿಂದ ನಮ್ಮನ್ನು ದೂರವಿರಿಸುವ ಪ್ರಯತ್ನಗಳನ್ನು ನಾವು ಬಹುಕಾಲದಿಂದ ನೋಡಿದ್ದೇವೆ. ಅಂತಿಮವಾಗಿ, ನಮ್ಮ ರಾಷ್ಟ್ರೀಯ ಏಕತೆ ಮತ್ತು ಸಾಮೂಹಿಕ ಸಂಕಲ್ಪದ ಮೇಲೆಯೇ ಎಲ್ಲವೂ ನಡೆಯುತ್ತವೆ. ಗಂಭೀರ ಜಾಗತಿಕ ಪಾತ್ರ ವಹಿಸಲು ಉಪಕ್ರಮ, ಪರಿಶ್ರಮ ಮತ್ತು ಸಾಮರ್ಥ್ಯಗಳಿಂದ ಮಹತ್ವಾಕಾಂಕ್ಷೆ ಮತ್ತು ಕಾರ್ಯತಂತ್ರವನ್ನು ಶಕ್ತಗೊಳಿಸಬೇಕಾಗುತ್ತದೆ. ನಮ್ಮದೇ ಜನ ಮತ್ತು ನಾಯಕತ್ವವು ತಮ್ಮ ಆಶೋತ್ತರಗಳನ್ನು ಸಾಕಾರಗೊಳಿಸಲು ತಮ್ಮ ಮುಂದಿನ ಹಾದಿಯನ್ನು ಅಪ್ಪಿಕೊಳ್ಳಲೇಬೇಕು. ನಂಬಿಕೆಯನ್ನು ಉಳಿಸಿಕೊಳ್ಳುವುದು ಮತ್ತು ಕೆಲಸಕ್ಕೆ ಮುಂದಾಗುವುದು – ಇವೇ ಇದನ್ನು ಸಾಬೀತುಪಡಿಸುವ ಉತ್ತಮ ಮಾರ್ಗಗಳಾಗಿವೆ.

ಭಾರತ ಏಕೆ ಮಹತ್ತ್ವದ ದೇಶ ಎಂಬುದನ್ನು ಅದು ಯಾರಿಗೆ ಮುಖ್ಯ ಎಂಬ

ದೃಷ್ಟಿಕೋನದಿಂದಲೂ ನೋಡಬೇಕು. ಅಂತಾರಾಷ್ಟ್ರೀಯ ವ್ಯವಹಾರಗಳಲ್ಲಿ ಒಂದು ದೊಡ್ಡ ಅಂಶವಾಗಿ, ಇದು ವಿಶ್ವದ ಉಳಿದ ಭೂಭಾಗಗಳ ಲೆಕ್ಕಾಚಾರಗಳಲ್ಲಿ ಎದ್ದುಕಾಣುತ್ತಿರುವ ಅಂಶ. ಜಾಗತಿಕ ಪರಿವರ್ತನೆಯ ಸಮಯದಲ್ಲಿ, ಆ ಪ್ರಕ್ರಿಯೆಯನ್ನು ರೂಪಿಸಲು ಪ್ರಯತ್ನಿಸುತ್ತಿರುವ ದೊಡ್ಡ ದೇಶಗಳಿಗೆ ಇದು ವಿಶೇಷವಾಗಿ ಪ್ರಸ್ತುತ. ನಿಸ್ಸಂಶಯವಾಗಿ, ಮೂಡುತ್ತಿರುವ ನವಭಾರತವು ಅದರ ಪ್ರತಿಸ್ಪರ್ಧಿಗಳಿಗೂ ಹೆಚ್ಚು ಮಹತ್ತ್ವದ್ದೇ ಆಗಿದೆ. ಭಾರತದ ಮಿತಿಗಳು ಮತ್ತು ನ್ಯೂನತೆಗಳನ್ನು ಸಹಜವೆಂದು ಭಾವಿಸಿದವರು ಈಗ ಖಂಡಿತವಾಗಿಯೂ ಅದರ ಪ್ರಗತಿ ಮತ್ತು ಭವಿಷ್ಯವನ್ನು ಮರುಪರಿಶೀಲಿಸುತ್ತಾರೆ. ಭಾರತದ ನೆರೆಹೊರೆಯವರಿಗೆ, ಉದಾರ ಮತ್ತು ಪ್ರತಿಕ್ರಿಯಾತ್ಮಕವಲ್ಲದ ರಾಜ್ಯವ್ಯವಸ್ಥೆಗೆ ನಿಕಟವಾಗುವುದರ ಪ್ರಯೋಜನಗಳು ಮತ್ತು ಸೌಕರ್ಯಗಳು ಹೆಚ್ಚು ಸ್ಪಷ್ಟವಾಗುತ್ತಿವೆ. ಗ್ಲೋಬಲ್ ಸೌತ್‌ನ ಉಳಿದ ಭಾಗಗಳಿಗೆ, ಹೆಚ್ಚು ಶಕ್ತಿಶಾಲಿ ಭಾರತವು ಇನ್ನೂ ಉತ್ತಮವಾಗಿದೆ.

ಒಟ್ಟಾರೆಯಾಗಿ, ಅಂತಾರಾಷ್ಟ್ರೀಯ ಸಮುದಾಯವು ಇಂದು ಭಾರತವನ್ನು ಹೆಚ್ಚಿನ ಉತ್ಸಾಹ ಮತ್ತು ನಿರೀಕ್ಷೆಗಳೊಂದಿಗೆ ತೊಡಗಿಸಿಕೊಳ್ಳುತ್ತಿದೆ. ಇದನ್ನು ಭಾರತೀಯರು ಸ್ವತಃ ಅಂದಾಜಿಸಬೇಕು ಮತ್ತು ಈ ಮೂಲಕವೇ ಅವರು ತೀರ್ಮಾನಗಳನ್ನು ತೆಗೆದುಕೊಳ್ಳಬೇಕು. ವಾಗ್ವಾದಕಾರರು ಮತ್ತು ಟೀಕಾಕಾರರು ಯಾವಾಗಲೂ ಇರುತ್ತಾರೆ; ಆದರೆ ಅವರೂ ಸಹ, ಸೈದ್ಧಾಂತಿಕ ಬೆದರಿಕೆಗೆ ಬಾಗದ ಮತ್ತು ತನ್ನ ಹಾದಿಯಿಂದ ವಿಮುಖವಾಗದ ಭಾರತವನ್ನು ಹೆಚ್ಚು ಗಂಭೀರವಾಗಿ ಪರಿಗಣಿಸಬೇಕಾಗುತ್ತದೆ.

ಭಾರತ ಇಂದು ಜಗತ್ತನ್ನು ಹೇಗೆ ನೋಡುತ್ತಿದೆ? ದೃಢವಾದ ಚೇತರಿಕೆಯ ಹಾದಿಯಲ್ಲಿರುವ ಕೆಲವೇ ದೊಡ್ಡ ಆರ್ಥಿಕತೆಗಳಲ್ಲಿ ಭಾರತ ಒಂದಾಗಿದೆ. ನಾವು ವಿಶ್ವದಲ್ಲಿ ಐದನೇ ಸ್ಥಾನದಲ್ಲಿದ್ದೇವೆ, ದಶಕದ ಅಂತ್ಯದ ವೇಳೆಗೆ ಬಹುಶಃ ಮೂರನೇ ಸ್ಥಾನದಲ್ಲಿರುತ್ತೇವೆ. ಕಳೆದ ದಶಕದಲ್ಲಿ ಕಠಿಣ ನಿರ್ಧಾರಗಳನ್ನು ತೆಗೆದುಕೊಳ್ಳುವ ಮತ್ತು ಗಂಭೀರ ಸುಧಾರಣೆಗಳನ್ನು ಕೈಗೊಳ್ಳುವ ಇಚ್ಛಾಶಕ್ತಿಯನ್ನು ತೋರಿಸಿದ ರಾಜಕೀಯ ವ್ಯವಸ್ಥೆ ನಮ್ಮದು. ಮಾನವಕೇಂದ್ರಿತ ಅಭಿವೃದ್ಧಿ, ಡಿಜಿಟಲ್ ನಾಗರಿಕ ಸೇವೆಗಳು ಮತ್ತು ಹಸಿರು ಬೆಳವಣಿಗೆಯಲ್ಲಿ ನಾವು ದಾಪುಗಾಲು ಹಾಕುತ್ತಿದ್ದೇವೆ. ಕೋವಿಡ್ ಚಂಡಮಾರುತದ ಸಮಯದಲ್ಲಿ ಭಾರತವು ದೃಢವಾಗಿ ನಿಂತಿತು ಮತ್ತು ಇತರರಿಗೆ ಸಹಾಯ ಮಾಡಲೂ ಮುಂದಾಯಿತು. ಅದರ ರಾಷ್ಟ್ರೀಯ ಭದ್ರತೆಯನ್ನು ಪ್ರಶ್ನಿಸಿದಾಗ, ಅದು ತನ್ನ ನಿಲುವಿಗೆ ಭದ್ರವಾಗಿ ಅಂಟಿಕೊಂಡು ನಿಂತಿತು. ಅದೀಗ ಭೂತಕಾಲದ ಬಂಧಗಳಿಂದ ಬಿಡಿಸಿಕೊಂಡು ಭಯೋತ್ಪಾದನೆಯ ಬಗ್ಗೆ ಶೂನ್ಯ ಸಹಿಷ್ಣುತೆಯನ್ನು ತೋರಿಸುತ್ತಿದೆ. ವಿದೇಶದಲ್ಲಿರುವ ತನ್ನ ಜನತೆಯನ್ನು ಹೇಗೆ ನೋಡಿಕೊಳ್ಳಬೇಕು ಎಂದು ತಿಳಿದಿರುವ ಭಾರತ ಇದು. ಈ ನವಭಾರತವು ಜಾಗತಿಕ ಕಾರ್ಯಸೂಚಿಯನ್ನು ರೂಪಿಸುತ್ತದೆ ಮತ್ತು ಅದರ ಫಲಿತಾಂಶಗಳ ಮೇಲೆ ಪ್ರಭಾವ ಬೀರುತ್ತದೆ. ಈಗ, ಧ್ರುವೀಕೃತ ಜಗತ್ತಿನಲ್ಲಿ ಇದನ್ನು ಒಮ್ಮತ – ನಿರ್ಮಾತೃ ಮತ್ತು ಸುಸಂಬದ್ಧ ತರ್ಕದ ಧ್ವನಿ ಎಂದು ಗ್ರಹಿಸಲಾಗಿದೆ. ಇದೇ ಸಮಯದಲ್ಲಿ, ವಾಯ್ಸ್ ಆಫ್ ದಿ ಗ್ಲೋಬಲ್ ಸೌತ್ ಶೃಂಗಸಭೆಯು ತೋರಿಸಿದಂತೆ, ಇತರರು ತಮ್ಮ ಪ್ರಕರಣಗಳನ್ನು ಪರಿಹರಿಸಿಕೊಳ್ಳಲು ನಮ್ಮನ್ನು ನಂಬುತ್ತಾರೆ. ಇದು ಹೊಸ ಮಾದರಿಗಳ ಮತ್ತು ಉಪಕ್ರಮಗಳ ಭಾರತವಾಗಿದೆ; ನಮ್ಮ ಯುವಕರ ಸೃಜನಶೀಲತೆ ಮತ್ತು ನವೋನ್ವೇಷಣೆಯನ್ನು ನಿರೂಪಿಸುವ ಭಾರತವಾಗಿದೆ.

ನಾಗರಿಕತಾತ್ಮಕ ದೇಶವೊಂದು ರಾಷ್ಟ್ರಸೌಹಾರ್ದದಲ್ಲಿ ಮತ್ತೊಮ್ಮೆ ತನ್ನ ಸ್ಥಾನವನ್ನು

ಮರಳಿ ಪಡೆಯುತ್ತಿದೆ. ಇದು ತನ್ನ ಜವಾಬ್ದಾರಿಗಳು, ಕೊಡುಗೆಗಳು ಮತ್ತು ಸಾಧನೆಗಳ ಮೂಲಕ ಸಹಭಾಗಿತ್ವವನ್ನು ಪ್ರೋತ್ಸಾಹಿಸುವ ವಿಶಿಷ್ಟ ವಿಧಾನದಲ್ಲಿ ಹೀಗೆ ಬೆಳೆಯುತ್ತಿದೆ. ಈ ಏಳಿಗೆಯು ಅದರ ಸಂಪ್ರದಾಯಗಳು ಮತ್ತು ನೀತಿಗಳಿಗೆ ಸಮರಸವಾಗಿ ಅನಾವರಣಗೊಳ್ಳುತ್ತಿದೆ ಎಂದು ಜಗತ್ತಿಗೆ ತಿಳಿದಿದೆ. ಸಹಜವಾಗಿಯೇ, ಅದರ ಪ್ರಜಾತಾಂತ್ರಿಕ ಮೌಲ್ಯಗಳು, ಬಹುತ್ವದ ಸಮಾಜ ಮತ್ತು ಆರ್ಥಿಕ ದೃಷ್ಟಿಕೋನಗಳು ಹೆಚ್ಚು ಬಲವಾಗಿ ಅನುರಣಿಸುತ್ತವೆ. ಆದರೆ ಅವು ಸದಾ ಆಳವಾಗಿ ಬೇರೂರಿರುವ ನಂಬಿಕೆಗಳು ಮತ್ತು ಸಂಕೀರ್ಣ ಭೂತ ಮತ್ತು ವರ್ತಮಾನದ ಅಪಾರ ಅನುಭವವನ್ನೇ ಆಧರಿಸಿರುತ್ತವೆ. ಹೆಚ್ಚು ಅನುಭವ ಇರುವವರಿಂದಲೇ ನೀತಿ ನಿರೂಪಣೆಯು ನಡೆಯುವುದರಿಂದ, ದೀರ್ಘಕಾಲೀನ ಸವಾಲುಗಳನ್ನು ಪರಿಣಾಮಕಾರಿಯಾಗಿ ಪರಿಹರಿಸುವುದು ಕೇವಲ ಕಾಕತಾಳೀಯವಲ್ಲ. ಈ ನಿರೂಪಣೆಯು ಯಾರನ್ನೂ ಬಿಟ್ಟುಕೊಡದ ಕ್ರಮದಿಂದ ಹಿಡಿದು ತಂತ್ರಜ್ಞಾನವನ್ನು ಪ್ರಜಾತಾಂತ್ರಿಕಗೊಳಿಸುವುದು ಮತ್ತು ಸುಸ್ಥಿರತೆಯನ್ನು ಪ್ರೋತ್ಸಾಹಿಸುವುದರವರೆಗೂ ವ್ಯಾಪಿಸಿರಬಹುದು. ಬಾಹ್ಯಾಕಾಶ, ಆರೋಗ್ಯ, ನವೋದ್ಯಮಗಳು ಅಥವಾ ಕ್ರೀಡೆಗಳಲ್ಲಿನ ಸಾಧನೆಗಳು ವಿಶೇಷವಾಗಿ ಯುವ ಪೀಳಿಗೆಯಲ್ಲಿ ಹೊಸ ಹೆಮ್ಮೆಯ ಭಾವವನ್ನು ಹುಟ್ಟುಹಾಕಿವೆ. ಪರಂಪರೆಯ ಬಗೆಗಿನ ಸ್ಫುಟವಾದ ಅರಿವು ಮತ್ತು ಜಾಗತಿಕ ಪ್ರಗತಿಗೆ ನಾವು ಸೇರಿಸುವ ಮೌಲ್ಯದಿಂದ ಈ ಭಾವ ಇನ್ನಷ್ಟು ಅರಳುತ್ತದೆ.

ಭಾರತವು ಬದಲಾವಣೆಯ ಪಥದಲ್ಲಿರುವ ಸಮಾಜವಾಗಿರಬಹುದು; ಆದರೆ ಸ್ಪಷ್ಟವಾಗಿ ತನ್ನದೇ ಆದ ಭವಿಷ್ಯದ ಬಗ್ಗೆ ಮತ್ತು ಪ್ರಪಂಚದ ಭವಿಷ್ಯದ ಬಗ್ಗೆ ಆಳನೋಟವಿರುವ ಸಮಾಜವಾಗಿದೆ. ಭಾರತವು ಇತರ ದೇಶಗಳೊಂದಿಗೆ ತೊಡಗಿಸಿಕೊಳ್ಳಲು ಬೇಕಾದ ಸಮಕಾಲೀನ ನಿಯಮಗಳನ್ನು ರಚಿಸಲು ಸಜ್ಜಾಗಿದೆ. ಭಾರತದ ದೃಷ್ಟಿಕೋನವು ಸ್ಪಷ್ಟವಾಗಿ ಅಂತಾರಾಷ್ಟ್ರೀಯವಾಗಿದೆ ಮತ್ತು ವಿಶ್ವವನ್ನೇ ಒಂದು ಕುಟುಂಬವಾಗಿ ಭಾವಿಸುವ ಪುರಾತನ ನಂಬಿಕೆಯ ಸುತ್ತ ಅದನ್ನು ನಿರ್ಮಿಸಲಾಗಿದೆ. ದಿನ ಕಳೆದಂತೆ, ಭಾರತವು ಮಹತ್ತ್ವದ ದೇಶವಾಗಿದೆ ಎಂಬುದು ಸ್ಪಷ್ಟವಾಗುತ್ತಿದೆ. ಏಕೆಂದರೆ ಇದು ಭಾರತ.

ಕೃತಜ್ಞತೆಗಳು

ಈ ಬರವಣಿಗೆಗೆ ಹಲವರು – ವ್ಯಕ್ತಿಗಳ, ಸಂಘಟನೆಗಳ ಅಥವಾ ವೇದಿಕೆಗಳ – ಕೊಡುಗೆ ಇದೆ. ಒಂದು ಸಂಕೀರ್ಣ ಸಂಗತಿಗಳ ಸಂಚಯದ ಕುರಿತು ನನ್ನ ಚಿಂತನೆಗಳನ್ನು ರಚಿಸಲು ಮತ್ತು ಅವುಗಳನ್ನು ಪದಗಳಲ್ಲಿ ಮೂಡಿಸಲು ನನಗೆ ಸಹಾಯ ಮಾಡಿದ ಎಲ್ಲ ಸಹೋದ್ಯೋಗಿಗಳು ಮತ್ತು ಮಿತ್ರರಿಗೆ ನನ್ನ ವಿಶೇಷ ಕೃತಜ್ಞತೆಗಳು. ಈ ಪುಸ್ತಕವನ್ನು ಬರೆಯುವ ಪ್ರಕ್ರಿಯೆಗೆ ಬೇಕಾದ ಎಲ್ಲ ನೆರವನ್ನೂ ನೀಡಿದ ನನ್ನ ಕುಟುಂಬವನ್ನೂ ಇಲ್ಲಿ ಕೃತಜ್ಞತೆಯಿಂದ ಸ್ಮರಿಸುತ್ತೇನೆ. ನನ್ನ ಪ್ರಕಾಶನ ಸಂಸ್ಥೆ ರೂಪಾ ಪಬ್ಲಿಕೇಶನ್ಸ್ ಈ ಯತ್ನವನ್ನು ವಿಶೇಷ ಸಹನೆಯಿಂದ ನಿರೀಕ್ಷಿಸಿತು; ಅದಕ್ಕೂ ನಾನು ಕೃತಜ್ಞನಾಗಿದ್ದೇನೆ.

ಪದಸೂಚಿ

370ನೆಯ ವಿಧಿ xvi, 41, 175, 191

ಅಂಬೇಡ್ಕರ್ 184, 197–199

ಅತಿ ಪೂರ್ವ 96, 116

ಅಫಘಾನಿಸ್ತಾನ 39, 44, 46, 50, 54, 63, 75, 78, 88, 92, 122

ಅರ್ಜೆಂಟೀನ 59, 105

ಅಸುರ 16, 142, 143

ಆಫ್ರಿಕನ್ ಯೂನಿಯನ್ (ಎಯು) 7, 73, 102, 103, 202

ಆಫ್ರಿಕಾ xviii, 59, 68, 70, 76, 104, 108, 202, 214, 218, 220

ಆಯುರ್ವೇದ 30

ಆರ್ಥಿಕತೆ xvii, 5, 6, 18, 24, 25, 37, 44, 55, 73, 115, 131, 142, 156, 158, 163, 165, 169, 178, 179, 204, 206, 210, 211, 217, 224

ಆವಾಸ್ ಯೋಜನೆ 209

ಆಸಿಯಾನ್ vii, 30, 58–59, 67–68, 70, 80, 106, 114, 117–118, 129–131, 141, 222

ಆಸ್ಟ್ರೇಲಿಯಾ 27, 62, 78, 80, 99, 113, 118–119, 127–129, 130, 131, 210, 211, 215

ಆ್ಯಕ್ಟ್ ಈಸ್ಟ್ 67–68, 116–117, 126, 212

ಇಂಡೋ – ಪೆಸಿಫಿಕ್ 4, 41, 51, 67, 72, 80, 85, 99–100, 103, 108, 112–113, 115, 117, 130, 220

ಇರಾಕ್ 45, 46, 59

ಇಸ್ರೇಲ್ vii, xvii, xix, 183, 189, 211

ಉಕ್ರೇನ್ xii, 2, 4, 18, 31, 37, 39, 44, 51–53, 63, 67, 72, 75, 87, 96, 107, 171, 215, 220

ಉರಿ xvi, 20, 196, 215

ಎರಡನೆಯ ಮಹಾಯುದ್ಧ 40, 95, 116, 117, 152, 186, 214

ಐರೋಪ್ಯ ಸಮುದಾಯ (ಇಯು) 58, 59, 62, 75, 80, 92, 102, 113, 131, 222

ಕಾಂಗ್ರೆಸ್ 184, 194

ಕಾಮನ್‌ವೆಲ್ತ್ 91, 109, 127, 129, 193, 210

ಕೀನ್ಯಾ 80, 104

ಕುವೈಟ್ 27, 107

ಕೃತಕ ಬುದ್ಧಿಮತ್ತೆ (ಎಐ) vii, 36, 53, 62, 168

ಕೋವಿಡ್ xii, xv, xviii, 2, 4, 14, 17–18, 23, 26–29, 31, 34–36, 44, 46, 60–63, 67, 71–73, 75, 78–79, 87, 104–106, 108, 110, 112, 115, 133, 157, 160, 168, 171, 177, 179–180, 202, 207–209, 211, 215, 217, 220, 224

ಕ್ರಿಟಿಕಲ್ ಮತ್ತು ಎಮರ್ಜಿಂಗ್ ಟೆಕ್ನಾಲಜಿ (ಸಿಇಟಿ) vii, 36

ಖ್ವಾಡ್ v, xviii, 4, 52, 58, 62, 70, 73, 76, 80, 99, 108–110, 112–113, 119–120, 129–135, 222

ಗ್ಲಾಸ್‌ಗೋ xv, 29

ಗ್ಲೋಬಲ್ ಸೌತ್ 5, 67, 73, 80, 107, 217–218, 224

ಚಂದ್ರಯಾನ – 3 202

ಚೀನಾ v, xii–xiii, xviii, 2, 4, 19–20, 24, 34, 39–41, 47, 49–50, 56, 91, 94, 99, 102–103, 115–118, 124, 137–142, 144–145, 147–161, 171, 183–184, 188, 192, 198–199, 205, 215

ಚೀನಾ – ಪಾಕಿಸ್ತಾನ ಆರ್ಥಿಕ ಕಾರಿಡಾರ್ (ಸಿಪಿಇಸಿ) vii, 149, 156, 193

ಜನ್‌ಧನ್ 207, 209

ಜಪಾನ್ 24, 28, 62, 112–113, 116–117, 119, 124–127, 129–131, 154, 211

ಜಮ್ಮು ಮತ್ತು ಕಾಶ್ಮೀರ 92, 148, 156, 187, 188, 190, 191 –193, 194, 222

ಜರ್ಮನಿ 27, 52, 74, 78, 102, 209, 211

ಜವಾಹರಲಾಲ್ ನೆಹರು 137.138.139, 140, 148, 151, 152, 153, 154, 183, 184, 185, 188, 189, 191, 194, 198, 199, 200

ಜಾಗತೀಕರಣ 3, 25, 28, 30, 31, 34, 35, 36, 37, 38, 44-49, 53, 57, 60, 61, 62, 81, 117, 120, 131, 159, 162, 166, 167, 169, 170-180, 208, 209, 210

ಜಿ20 xii, 5–8, 18, 42, 72–73, 76, 103–104, 118, 196–197, 202, 218
ಜಿಡಿಪಿ vii, 25, 169
ಡಾ॥ ಶ್ಯಾಮ ಪ್ರಸಾದ ಮುಖರ್ಜಿ 184, 185, 190, 193
ಡಿಜಿಟಲೀಕರಣ 36, 181, 197, 209
ಡಿಜಿಟಲ್ ಇಂಡಿಯಾ, 207
ಡೊನಾಲ್ಡ್ ಟ್ರಂಪ್ 44, 46
ತಂತ್ರಜ್ಞಾನ viii, xvi, 3, 6, 12, 18, 24, 26, 32, 37, 42, 44–46, 48, 55, 57, 63, 68, 71, 73–75, 78, 80, 83, 93, 95, 101, 114, 120–122, 126, 129–130, 132, 134, 137, 156–158, 160, 171, 174, 181, 210
ದಕ್ಷಿಣ ಏಶ್ಯಾ ix, 26, 74, 154
ದಿಲ್ಲಿ 8, 101, 126, 202
ನರೇಂದ್ರ ಮೋದಿ xii, 64, 65, 67, 68, 74, 76, 77, 78, 102, 103, 121, 128, 130, 133, 135, 189, 214, 218
ನವದೆಹಲಿ xii, 85, 91, 103
ನೆರೆಹೊರೆ ಮೊದಲು xvii, 6, 26, 67, 68, 72, 106, 217,
ನೇತಾಜಿ ಸುಭಾಷ್ ಚಂದ್ರ ಬೋಸ್ 85, 93, 214
ನೇಪಾಳ 20, 75, 79, 107, 211, 215
ಪಂಚಶೀಲ 138, 199
ಪರಮಾಣು ಪೂರೈಕೆದಾರರ ಗುಂಪು viii, 97, 149, 158
ಪಶ್ಚಿಮ ಏಶ್ಯಾ xii, 31, 44, 51, 57, 63, 70, 214
ಪಾಕಿಸ್ತಾನ ಆಕ್ರಮಿತ ಕಾಶ್ಮೀರ viii, 150
ಪಾಕಿಸ್ತಾನ vii–viii, 83, 92, 149–150, 154, 176, 183, 192–193, 195–196
ಪಾಸ್‌ಪೋರ್ಟ್ 27, 78, 148, 177
ಪೀಪಲ್ಸ್ ಲಿಬರೇಶನ್ ಆರ್ಮಿ viii, 152
ಪೂರ್ವ ಏಶ್ಯಾ ಶೃಂಗಸಭೆ 108, 109, 131
ಪ್ಯಾರಿಸ್ 29, 97
ಪ್ರಜಾಪ್ರಭುತ್ವ 1, 30, 73, 92, 100, 155, 168, 204, 207–208
ಪ್ರವಾಸ 17, 20, 26, 28, 35, 37, 54, 63, 118, 124, 146, 167, 172
ಫಾರ್ಮಾಸೂಟಿಕಲ್ 16, 180
ಫ್ರಾನ್ಸ್ 14, 27, 97–98, 102, 130–131
ಬರಾಕ್ ಒಬಾಮ xiii, 193
ಬಾಲಾಕೋಟ್ xvi, 20, 196, 215
ಬೀಜಿಂಗ್ xvi
ಬೆಲ್ಟ್ ಎಂಡ್ ರೋಡ್ ಉಪಕ್ರಮ (ಬಿಆರ್‌ಐ) vii, 140, 150, 156, 158, 159
ಬ್ರೆಕ್ಸಿಟ್ 44, 92–94
ಬ್ರೆಜಿಲ್ vii–viii, 105
ಭದ್ರತಾ ಮಂಡಳಿ ix, 58–59, 79, 91–92, 96–98, 139, 196–198
ಭಯೋತ್ಪಾದನಾ ನಿಗ್ರಹ ಸಮಿತಿ (ಸಿಟಿಸಿ) vii, xvi, 196
ಭಯೋತ್ಪಾದನೆ xiii, 18, 29, 34, 50, 54, 72, 75, 85, 97, 121, 134, 162, 178, 182, 196, 220
ಭಾರತ ಮಂಟಪಂ 64
ಭಾರತ – ಪೆಸಿಫಿಕ್ ದ್ವೀಪಗಳ ಸಹಕಾರ ವೇದಿಕೆ (ಫಿಪಿಕ್) vii, 67, 70, 131
ಭಾರತ – ಮಧ್ಯಪ್ರಾಚ್ಯ – ಯುರೋಪ್ ಆರ್ಥಿಕ ಕಾರಿಡಾರ್ (ಐಎಂಇಸಿ)viii, xix, 4, 51, 70, 102, 212
ಭಾರತೀಯ ಜನತಾ ಪಾರ್ಟಿ, ಬಿಜೆಪಿ vii, vii, 184
ಭೂ – ರಾಜಕೀಯ xvii, 4, 100, 103, 116, 141, 156
ಮಹಾಭಾರತ 9, 32
ಮಾನವೀಯ ನೆರವು ಮತ್ತು ವಿಪತ್ತು ಪರಿಹಾರ (ಎಚ್‌ಎಡಿಆರ್) vii, 133, 134
ಮಾರಿಶಿಯಸ್ 67, 69, 79, 80, 104, 107
ಮೆನನ್ ವಿ.ಪಿ. 188
ಮೇಕ್ ಇನ್ ಇಂಡಿಯಾ 70, 72, 74, 140, 209
ಯುಎನ್ ಸನ್ನದು 101, 191
ಯುಎಸ್ ix, xv, 4, 14, 27, 39, 44, 46–47, 50, 52–54, 56, 59, 71–72, 90–91, 94, 99, 113–115, 117, 120–123, 127, 129, 135, 148, 152, 154, 171, 183, 188, 192–193, 198, 204, 209–210
ಯುನೈಟೆಡ್ ಅರಬ್ ಎಮಿರೇಟ್ಸ್ (ಯುಎಇ)
ಯುನೈಟೆಡ್ ನೇಶನ್ಸ್ ಕನ್ವೆನ್ಶನ್ ಆನ್ ದ ಲಾ ಆಫ್ ದಿ ಸೀ (ಯುಎನ್‌ಸಿಎಲ್‌ಒಎಸ್) ix, 131.221
ಯುನೈಟೆಡ್ ಸೋವಿಯೆಟ್ ಸೋಶಿಯಲಿಸ್ಟ್ ರಿಪಬ್ಲಿಕ್ಸ್

(ಯುಎಸ್ಎಸ್ಆರ್) ix, 47, 94, 142, 152, 154

ಯುರೇಶಿಯಾ 4, 80, 222

ಯುರೋಪ್ viii, xix, 4–5, 27, 28, 34, 51–52, 70, 71, 102, 113, 117, 154, 212, 214

ಯೋಗ xv, 7, 30, 112

ರಷ್ಯಾ xviii, 2, 5, 21, 39, 52, 94–97, 102–103, 214

ರಾಮ 9, 16, 32–33, 48, 65–66, 85, 88, 90, 112, 142–143, 163–164, 185–186

ರಾಮಾಯಣ 9, 32, 48, 65, 112, 142, 163,

ರಾಷ್ಟ್ರೀಯತೆ xiii, xx, 29, 108, 137, 140, 167, 185, 190, 216

ರೀಜನಲ್ ಕಾಂಪ್ರಹೆನ್ಸಿವ್ ಎಕನಾಮಿಕ್ ಪಾರ್ಟ್‌ನರ್‌ಶಿಪ್ (ಆರ್‌ಸಿಇಪಿ)ix, xvii, xviii, 81

ಲಕ್ಷ್ಮಣ 10, 16, 33, 66, 88, 90, 111, 163, 164, 185, 203

ಲಸಿಕೆ xviii, xix, 17, 229, 35, 60, 63, 72, 79, 104, 107, 131, 133, 177, 209, 217

ವಂದೇ ಭಾರತ್ ಮಿಶನ್ 14, 28, 34, 75, 211

ವಲಸೆ viii, 25, 27, 78, 93, 129, 210

ವಾಸ್ತವಿಕ ನಿಯಂತ್ರಣ ರೇಖೆ viii, 146

ವಿಭಜನೆ 25, 85, 87, 117, 156, 175, 178, 187, 191, 192, 195, 205, 212

ವಿಯೆಟ್ನಾಂ 99, 116, 154

ವಿಲೀನ ಒಪ್ಪಂದ 187, 192

ವಿಶ್ವ ವ್ಯಾಪಾರ ಸಂಘಟನೆ (ಡಬ್ಲ್ಯೂಟಿಓ) ix, 45

ವಿಶ್ವಸಂಸ್ಥೆ (ಯುಎನ್) ix, xv, 21, 51, 84, 85, 97, 125, 127, 134, 149, 158, 187, 188, 214

ವಿಶ್ವಸಂಸ್ಥೆ ಭದ್ರತಾ ಮಂಡಳಿಯ (ಯುಎನ್ಎಸ್‌ಸಿ) xvi, 58, 59, 79, 91, 92, 96, 97, 98, 139, 196, 197, 198

ವ್ಯಾಕ್ಸಿನ್ ಮೈತ್ರಿ xvii, 7, 75, 76, 88, 202, 217

ಶಾಂಘಾಯ್ ಸಹಕಾರ ಸಂಸ್ಥೆ (ಎಸ್‌ಸಿಒ) ix, 73, 109

ಶಿಮ್ಲಾ ಒಪ್ಪಂದ 193

ಶೀತಲಸಮರ 53, 54, 90, 91, 92, 97, 113, 117, 120, 124, 132, 145, 148, 188

ಶ್ರೀಲಂಕಾ xix, 68, 106–107, 197, 215, 217

ಸಂಸತ್ 103, 125, 184, 188, 191, 194, 197

ಸಣ್ಣ ಮತ್ತು ಮಧ್ಯಮ ಉದ್ದಿಮೆ ix, ix, 24

ಸರ್ದಾರ್ ವಲ್ಲಭಬಾಯ್ ಪಟೇಲ್ 137, 138, 140, 184, 185, 186-190.194

ಸುಡಾನ್ 15, 75, 211

ಸುಸ್ಥಿರ ಅಭಿವೃದ್ಧಿ ಗುರಿ ix, 72, 134, 177, 206, 207

ಸ್ವಾತಂತ್ರ್ಯ 30, 50, 94, 103, 127, 185, 187, 190, 195, 197, 200, 216

ಹನುಮಂತ 32–33, 203

ಹಿಂದೂ ಮಹಾಸಾಗರ 85, 106, 109, 116, 117, 118, 144, 212, 220

ಹಿರೋಷಿಮಾ 133

ಹೊಸ ರಾಷ್ಟ್ರೀಯ ಶಿಕ್ಷಣ ನೀತಿ 129